ਅੰਗ੍ਰੇਜ਼ੀ ਸਿੱਖਣ ਦਾ ਇੱਕ

"ਰੈਪੀਡੈਕਸ®"

ਇੰਗਲਿਸ਼ ਸਪੀਕਿੰਗ ਕੋਰਸ

By

R.K. Gupta, M.A.

ਨਵਾ ਅਡੀਸ਼ਨ

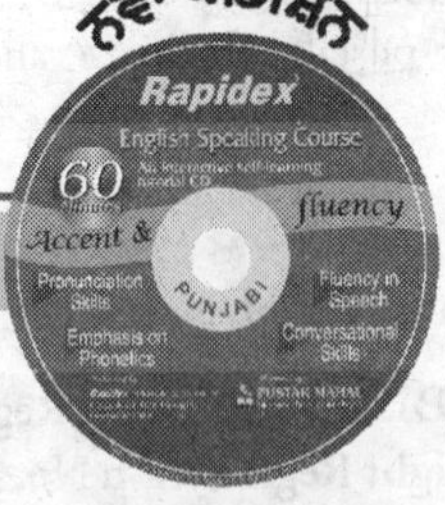

ਇੱਕ ਪੜ੍ਹਾਈ ਸੰਬੰਧੀ ਸੀ.ਡੀ

ਸੀ.ਡੀ ਦੀਆਂ ਵਿਸ਼ੇਸ਼ਤਾਵਾਂ:-

1.ਆਮ ਬੋਲ-ਚਾਲ ਜਿਸ ਤਰ੍ਹਾਂ ਨਿਮਰਤਾ ਸਹਿਤ ਬੇਨਤੀ ਕਰਨੀ , ਦੁੱਖ ਦੇ ਸਮੇਂ ਵਿੱਚ ਕਿਸੇ ਨੂੰ ਦਿਲਾਸਾ ਦੇਣਾ ,ਆਗਿਆ ,ਬੇਨਤੀ ਅਤੇ ਵਧਾਈ ਵਰਗੇ ਮੌਕੇ ਉੱਤੇ ਵਰਤੇ ਸ਼ਬਦਾਂ ਅਤੇ ਵਾਕਾਂ ਦਾ ਸਹੀ ਉਚਾਰਣ ਅਤੇ ਬੋਲਚਾਲ ਦਾ ਸਹੀ ਤਰੀਕਾ।

2. ਵੱਖ-ਵੱਖ ਮੌਕੇ ਉੱਤੇ ਬੋਲਣ ਵਾਲੇ ਸ਼ਬਦ ਅਤੇ ਬੋਲਣ ਦਾ ਸਹੀ ਉਪਯੋਗ, ਉਨਾਂ ਦਾ ਬੋਲਣ ਦਾ ਤੌਰ-ਤਰੀਕਾ ਸਿੱਖ ਕੇ ਲਗਾਤਾਰ ਅੰਗ੍ਰੇਜ਼ੀ ਬੋਲਣ ਦੀ ਕਲਾ।

3.ਸੀ.ਡੀ ਦੀ ਪੂਰੀ ਭਾਸ਼ਾ ਕਿਤਾਬ ਦੇ ਆਖਰੀ ਸਫ਼ੇ ਵਿੱਚ ਦਿੱਤੇ ਗਏ ਗੁਲਾਬੀ ਅੱਖਰਾਂ ਵਿੱਚ ਉਪਲਬਧ ਹਨ।

Rapidex®
PUBLICATIONS

Published by
Rapidex PUBLICATIONS
An Imprint of
Pustak Mahal®
J-3/16, Daryaganj, New Delhi-110002
☎ 23276539, 23272783, 23272784 • *Fax:* 011-23260518
E-mail: info@pustakmahal.com • *Website:* www.pustakmahal.com

Sales Centre

- 10-B, Netaji Subhash Marg, Daryaganj, New Delhi-110002
☎ 23268292, 23268293, 23279900 • *Fax:* 011-23280567
E-mail: rapidexdelhi@indiatimes.com
- **Hind Pustak Bhawan**
6686, Khari Baoli, Delhi-110006, ☎ 23944314, 23911979

Branches

Bengaluru: ☎ 080-22234025 • *Telefax:* 080-22240209
E-mail: pustak@airtelmail.in • pustak@sancharnet.in
Mumbai: ☎ 022-22010941, 022-22053387
E-mail: rapidex@bom5.vsnl.net.in
Patna: ☎ 0612-3294193 • *Telefax:* 0612-2302719
E-mail: rapidexptn@rediffmail.com
Hyderabad: *Telefax:* 040-24737290
E-mail: pustakmahalhyd@yahoo.co.in

ISBN 978-81-223-0032-1

Edition : 2012

Printed at : **Sharma Printers, Delhi**

ਇਹ ਯਤਨ

ਇਜ ਤਾਂ ਅੰਗ੍ਰੇਜ਼ੀ ਬੋਲਚਾਲ ਲਈ ਅਨੇਕ ਪੁਸਤਕਾਂ ਪ੍ਰਕਾਸ਼ਿਤ ਹੋ ਚੁੱਕੀਆਂ ਹਨ, ਜਿਨ੍ਹਾਂ ਦੇ ਵੱਧ-ਚੜ੍ਹ ਕੇ ਇਸ਼ਤਿਹਾਰ ਦਿਤੇ ਜਾਂਦੇ ਹਨ, ਪਰ ਬੜੇ ਚਿਰ ਤੋਂ ਇਕ ਇਹੋ ਜਹੀ ਪੁਸਤਕ ਜਾਂ ਕੋਰਸ ਦੀ ਘਾਟ ਮਹਿਸੂਸ ਕੀਤੀ ਜਾ ਰਹੀ ਸੀ, ਜਿਸ ਨੂੰ ਪੜ੍ਹਦਿਆਂ ਸਾਰ ਹੀ ਸਹੀ ਅੰਗ੍ਰੇਜ਼ੀ ਬੋਲਣਾ ਸੌਖੇ ਢੰਗ ਨਾਲ ਸਿਖਿਆ ਜਾ ਸਕੇ। ਹਥਲਾ ਕੋਰਸ—''ਰੈਪਿਡੈਕਸ ਇੰਗਲਿਸ਼ ਸਪੀਕਿੰਗ ਕੋਰਸ'' ਇਸੇ ਮੰਤਵ ਦੀ ਪੂਰਤੀ ਲਈ ਇਕ ਅਤਿਅੰਤ ਅਸਰਦਾਰ ਤੇ ਮਹੱਤਵਪੂਰਣ ਪ੍ਰਕਾਸ਼ਨ ਹੈ। ਖ਼ਾਸ ਤੌਰ ਨਾਲ ਅੰਗ੍ਰੇਜ਼ੀ ਬੋਲਣ ਦੀ ਅਸਰਦਾਰ ਤੇ ਸਰਲ ਵਿਧੀ ਨੂੰ ਇਤਨੇ ਸਹਿਜ ਤੇ ਸੌਖੇ ਢੰਗ ਨਾਲ ਪੇਸ਼ ਕੀਤਾ ਗਿਆ ਹੈ ਕਿ ਇਸ ਨੂੰ ਪੜ੍ਹਨ ਨਾਲ, ਬਿਨਾਂ ਕਿਸੇ ਟੀਚਰ ਦੀ ਮਦਦ ਦੇ, ਕੋਈ ਵੀ ਆਮ ਪੜ੍ਹਿਆ-ਲਿਖਿਆ ਬੰਦਾ ਬਿਨਾਂ ਅਟਕੇ ਬਿਲਕੁਲ ਸਹੀ ਅੰਗ੍ਰੇਜ਼ੀ ਬੋਲਣੀ ਸਿਖ ਸਕਦਾ ਹੈ।

ਪੜ੍ਹਨਾ-ਲਿਖਣਾ ਯਾਨੀ ਮੈਟ੍ਰਿਕ, ਹਾਇਰ ਸੈਕੰਡਰੀ, ਬੀ. ਏ., ਐਮ. ਏ. ਪਾਸ ਕਰ ਲੈਣੀ ਹੋਰ ਗੱਲ ਹੈ, ਪਰੰਤੂ ਬੇਅਟਕ ਸ਼ੁੱਧ ਅੰਗ੍ਰੇਜ਼ੀ ਬੋਲਣੀ--ਉਹ ਵੀ ਨਿਧੜਕ, ਬਿਨਾਂ ਸੰਕੋਚ, ਸਿਰਫ਼ ਇਮਤਿਹਾਨ ਪਾਸ ਕਰ ਲੈਣ ਨਾਲ ਹਰਗਿਜ਼ ਨਹੀਂ ਆਉਂਦੀ। ਇਸ ਲਈ 15 ਵਰ੍ਹਿਆਂ ਦੀ ਅਣਥੱਕ ਖੋਜ ਨਾਲ ਇਹ 60 ਦਿਨਾਂ ਦਾ ਖ਼ਾਸ--''ਰੈਪਿਡੈਕਸ ਇੰਗਲਿਸ਼ ਸਪੀਕਿੰਗ ਕੋਰਸ'' ਤਿਆਰ ਕੀਤਾ ਗਿਆ ਹੈ। ਆਖ਼ਿਰ ਕੋਈ ਪੜ੍ਹ-ਲਿਖ ਕੇ ਵੀ ਛੋਟੇਪਨ ਦੀ ਭਾਵਨਾ ਦਾ ਸ਼ਿਕਾਰ ਕਿਉਂ ਬਣਿਆ ਰਹੇ ? ਉਹ ਨੌਕਰੀ, ਕੰਮ-ਧੰਧੇ, ਮੁਕਾਬਲੇ ਨਾਲ ਭਰੀ ਹੋਈ ਜੀਵਨ ਦੀ ਦੌੜ ਵਿਚ ਹੋਰਾਂ ਤੋਂ ਕਿਉਂ ਪਿਛੇ ਰਹੇ ? ਸਭਿਆਚਾਰ ਤੇ ਸ਼ਿਸ਼ਟਾਚਾਰ ਦੀਆਂ ਗੱਲਾਂ, ਘਰ-ਬਾਹਿਰ ਦੀਆਂ ਆਮ ਗੱਲਾਂ, ਲੈਣ-ਦੇਣ, ਦਫ਼ਤਰ 'ਤੇ ਵਪਾਰ ਨਾਲ ਸੰਬੰਧਿਤ ਪੱਖਾਂ ਨੂੰ ਅੰਗ੍ਰੇਜ਼ੀ ਵਿਚ ਪ੍ਰਗਟ ਕਰਨ ਵਾਲੀ ਸ਼ਬਦਾਵਲੀ, ਖ਼ਾਸ ਮੁਹਾਵਰਿਆਂ ਤੇ ਅਖਾਣਾਂ ਤੋਂ ਜਾਣੂ ਹੋਣ ਲਈ ਅੰਗ੍ਰੇਜ਼ੀ ਦਾ ਆਮ ਅਮਲੀ ਗਿਆਨ ਸੁੱਚੀ ਤੇ ਚੰਗੀ ਅੰਗ੍ਰੇਜ਼ੀ ਬੋਲਣ ਲਈ ਬੜਾ ਜ਼ਰੂਰੀ ਹੈ।

ਇਸ ਕੋਰਸ ਦੀ ਖ਼ਾਸ ਗੱਲ ਇਹ ਹੈ ਕਿ ਸਾਰੇ ਕੋਰਸ ਵਿਚ ਅੰਗ੍ਰੇਜ਼ੀ ਸ਼ਬਦ ਤੇ ਵਾਕ ਗੁਰਮੁਖੀ ਲਿਪੀ ਵਿਚ ਵੀ ਦਿਤੇ ਗਏ ਹਨ ਜਿਹੜੇ ਅੰਗ੍ਰੇਜ਼ੀ ਦੇ ਸਹੀ ਉਚਾਰਣ ਵਿਚ ਬੜੇ ਸਹਾਇਕ ਹੋਣਗੇ। ਦੂਜੇ, ਇਸ ਵਿਚ ਆਮ ਬੋਲਚਾਲ ਵਿਚ ਵਧੇਰੇ ਪ੍ਰਯੋਗ ਹੋਣ ਵਾਲੇ ਲਗਭਗ 2500 ਚੋਣਵੇਂ ਸ਼ਬਦ ਅਤੇ 4500 ਵਾਕ-ਹਿੱਸੇ ਵੀ ਦਿਤੇ ਗਏ ਹਨ ਜੋ ਤੁਹਾਡੀ ਅੰਗ੍ਰੇਜ਼ੀ ਵਿਚ ਗੱਲ ਕਰਨ ਵਿਚ ਹੋਣ ਵਾਲੀ ਅਟਕ ਨੂੰ ਪੂਰੀ ਤਰ੍ਹਾਂ ਮੁਕਾ ਦੇਣਗੇ।

ਇਹ ਵੀ ਬੜਾ ਜ਼ਰੂਰੀ ਹੈ ਕਿ ਅੰਗ੍ਰੇਜ਼ੀ ਬੋਲਣ ਦੇ ਨਾਲ-ਨਾਲ ਅੰਗ੍ਰੇਜ਼ੀ ਬੋਲੀ ਤੇ ਚੰਗੀ ਮਹਾਰਤ ਹੋਵੇ। ਇਸ ਲਈ ਇਸ ਕੋਰਸ ਬੁਕ ਵਿਚ ਵਿਗਿਆਨਿਕ ਵਿਧੀ ਨਾਲ ਅੰਗ੍ਰੇਜ਼ੀ ਬੋਲਣਾ ਸਿਖਾਇਆ ਗਿਆ ਹੈ। ਘੋਟਾ ਲਗਾਉਣ ਦੀ ਜਾਂ ਰਟਣ ਦੀ ਉੱਕਾ ਲੋੜ ਨਹੀਂ, ਸਿਰਫ਼ ਧਿਆਨ ਨਾਲ ਸਮਝ ਕੇ ਪੜ੍ਹਨ ਦੀ ਲੋੜ ਹੈ। ਤੁਸੀਂ ਫਟਾਫਟ ਅੰਗ੍ਰੇਜ਼ੀ ਇਸ ਤਰ੍ਹਾਂ ਬੋਲਣ ਲਗ ਪਉਗੇ ਜਿਵੇਂ ਤੁਸੀਂ ਆਪਣੀ ਮਾਤ-ਬੋਲੀ ਬੋਲਦੇ ਹੋ। ਸ਼ਰਤ ਸਿਰਫ਼ ਬਾਕਾਇਦਾ ਅਭਿਆਸ ਦੀ ਹੈ। ਅੰਗ੍ਰੇਜ਼ੀ ਬੋਲੀ ਤੇ ਤੁਹਾਡੀ ਪੂਰੀ ਮਹਾਰਤ ਹੋ ਜਾਏਗੀ, ਇਹ ਸਾਡਾ ਪੱਕਾ ਯਕੀਨ ਹੈ।

— ਪ੍ਰਕਾਸ਼ਕ

ਇਸ ਕੋਰਸ ਵਿਚ ਅੰਗ੍ਰੇਜ਼ੀ ਬੋਲੀ ਦਾ ਸ਼ੁੱਧ ਉੱਚਾਰਣ ਦੱਸਣ ਲਈ ਪੰਜਾਬੀ ਲਿਖਤ ਨਾਲ ਕੁਝ ਅਜਿਹੇ ਚਿੰਨ੍ਹ ਵਰਤੇ ਗਏ ਹਨ, ਜਿਹਨਾਂ ਨੂੰ ਆਮ ਤੌਰ ਤੇ ਪੰਜਾਬੀ ਵਿਚ ਨਹੀਂ ਵਰਤਿਆ ਜਾਂਦਾ। ਇਹ ਚਿੰਨ੍ਹ ਹਨ—

(ਹਲੰਤ) ਅੱਧੇ ਅੱਖਰ ਦੇ ਉਚਾਰਣ ਲਈ ਜਿਵੇਂ—

Course	ਕੋਰ੍ਸ	ਕੋਰਸ
Please	ਪ੍ਲੀਜ਼	ਪਲੀਜ
Just	ਜਸ੍ਟ	ਜਸਟ

ˇ ਇਸਦੀ ਵਰਤੋਂ 'ਅੱਧਕ' ਦੀ ਤਰ੍ਹਾਂ ਵੀ ਕੀਤੀ ਗਈ ਹੈ। ਨਾਲ ਹੀ ਅੰਗ੍ਰੇਜ਼ੀ ਦੇ O ਦੇ ਉੱਚਾਰਣ ਲਈ ਵੀ ਜਿਵੇਂ--

Doctor	ਡੋੱਕਟਰ	ਡਾਕਟਰ
Rock	ਰੌੱਕ	ਰਾਕ
Top	ਟੌੱਪ	ਟਾਪ
Of	ਔੱਫ	ਆਫ਼

'ਰੈਪਿਡੈਕ੍ਸ ਇੰਗਲਿਸ਼ ਸਪੀਕਿੰਗ ਕੋਰ੍ਸ' ਦੀਆਂ ਵਿਸ਼ੇਸ਼ਤਾਵਾਂ

* 'ਰੈਪਿਡੈਕ੍ਸ ਵਿਧੀ' ਅਰਥਾਤ 'ਬੜੀ ਛੇਤੀ ਖ਼ੁਦ-ਬ-ਖ਼ੁਦ' ਨਿਤ ਵਰਤੋਂ ਦੀਆਂ ਆਮ ਬੋਲਚਾਲ ਵਾਲੀਆਂ ਗੱਲਾਂ ਸਿਲਸਿਲੇਵਾਰ ਢੰਗ ਨਾਲ, ਪੜ੍ਹਦਿਆਂ ਸਾਰ ਹੀ ਸਿਖਣ ਤੇ ਸਮਝਣ ਦੀ ਸਹਿਜ-ਆਮ ਸੌਖੀ ਵਿਧੀ।
* ਕੇਵਲ 60 ਦਿਨਾਂ ਵਿਚ ਅੰਗ੍ਰੇਜ਼ੀ ਦਾ ਅਮਲੀ ਗਿਆਨ ਦੇਣ ਵਾਲੇ ਸਰਲ ਪਾਠ (Lessons) ਇਸ ਵਿਚ ਇਸ ਤਰ੍ਹਾਂ ਸਮਝਾ ਕੇ ਪੇਸ਼ ਕੀਤੇ ਗਏ ਹਨ ਕਿ ਅੰਗ੍ਰੇਜ਼ੀ ਬੋਲਣ ਦਾ ਆਰੰਭ ਕਿਸੇ ਅਧਿਆਪਕ ਦੀ ਮਦਦ ਤੋਂ ਬਿਨਾਂ ਹੀ ਆਸਾਨੀ ਨਾਲ ਕੀਤਾ ਜਾ ਸਕਦਾ ਹੈ।
* ਇਸ ਕੋਰਸ ਦੇ ਚੈਪਟਰਾਂ ਨੂੰ ਪੜ੍ਹਨ ਨਾਲ ਹੀ ਅੰਗ੍ਰੇਜ਼ੀ ਦੀ ਸਾਰੀ ਗ੍ਰਾਮਰ ਆਪਣੇ ਆਪ ਹੀ ਸਮਝ ਵਿਚ ਆ ਜਾਂਦੀ ਹੈ, ਫਿਰ ਅੰਗਰੇਜ਼ੀ ਲਿਖਣ-ਪੜ੍ਹਨ ਤੇ ਬੋਲਣ ਵਿਚ ਕੋਈ ਔਖ ਜਾ ਗਲਤੀ ਹੋਣ ਦੀ ਸੰਭਾਵਨਾ ਨਹੀਂ ਰਹਿੰਦੀ।
* ਇੰਗਲਿਸ਼ ਬੋਲਚਾਲ (Cenversation) ਦੇ ਆਮ ਵਰਤੋਂ ਵਿਚ ਆਉਣ ਵਾਲੇ ਲਗਭਗ 50 ਚੋਣਵੇਂ ਪ੍ਰਸੰਗ— ਜਿਵੇਂ : ਮਹਿਮਾਨ ਦੇ ਆਉਣ ਤੇ, ਬਸ ਸਟਾਪ ਤੇ, ਰੇਲਵੇ ਪਲੇਟ ਫ਼ਾਰਮ ਤੇ, ਮੁੰਡੇ-ਕੁੜੀ ਵਿਚ ਗੱਲਬਾਤ, ਲੈਣ-ਦੇਣ ਤੇ ਵਪਾਰ ਸੰਬੰਧੀ ਗੱਲਬਾਤ, ਮਨਜ਼ੂਰੀ ਨਾ-ਮਨਜ਼ੂਰੀ, ਨਿਰਦੇਸ਼-ਆਦੇਸ਼, ਖਿਮਾਂ ਜਾਚਨਾ, ਘਰ ਤੇ ਘਰ ਤੋਂ ਬਾਹਰ ਵਰਤੋਂ ਵਿਚ ਆਉਣ ਵਾਲੇ ਵਾਕ, ਨੌਕਰ-ਮਾਲਕ ਵਿਚ ਗੱਲਬਾਤ ਆਦਿ।
* ਮੁਹਾਵਰੇ, ਅਖਾਣ, ਪਹੇਲੀਆਂ, ਨੀਤੀ ਵਾਕ ਆਦਿ ਦਾ ਰੋਜ਼ਾਨਾ ਦੇ ਵਾਕਾਂ ਵਿਚ ਪ੍ਰਯੋਗ।
* ਅੰਤਿਕਾ ਵਿਚ ਅੰਗ੍ਰੇਜ਼ੀ ਸ਼ਬਦਾਂ ਨੂੰ ਬਣਾਉਣਾ, ਵਿਰਾਮ ਚਿੰਨ੍ਹਾਂ ਨੂੰ ਲਗਾਉਣਾ, . ਸ਼ਬਦਾਂ ਦੇ ਸੰਖੇਪ ਰੂਪਾਂ ਨੂੰ ਜਾਨਣਾ, ਗਿਣਤੀ, ਗ੍ਰੀਕ, ਲੈਟਿਨ, ਫ੍ਰੈਂਚ, ਜਰਮਨ ਆਦਿ ਵਿਦੇਸ਼ੀ ਭਾਸ਼ਾਵਾਂ ਦੇ ਆਮ ਬੋਲਚਾਲ ਵਿਚ ਆਉਣ ਵਾਲੇ ਸ਼ਬਦਾਂ ਦਾ ਗਿਆਨ ਬੜੇ ਸਹਿਜ ਢੰਗ ਨਾਲ ਪੇਸ਼ ਕੀਤਾ ਗਿਆ ਹੈ।
* ਅੰਗ੍ਰੇਜ਼ੀ ਭਾਸ਼ਾ ਸਿਖਣ ਵਿਚ ਸਹਾਇਕ ਰਾਸ਼ਟਰੀ ਤੇ ਅੰਤਰ ਰਾਸ਼ਟਰੀ ਪੱਧਰ ਤੇ ਹੋਈਆਂ ਭਾਸ਼ਾ ਵਿਗਿਆਨੀ ਤੇ ਮਨੋ-ਵਿਗਿਆਨੀ ਖੋਜਾਂ ਦੇ ਅਧਾਰ ਤੇ ਲਿਖਿਆ ਗਿਆ ਇਹ ਆਪਣੇ ਢੰਗ ਦਾ ਨਵੇਕਲਾ ਕੋਰ੍ਸ ਹੈ। ਇਹ ਕੋਰਸ ਵਿਦੇਸ਼ੀ ਭਾਸ਼ਾ ਸਿਖਣ ਸੰਬੰਧੀ ਅੰਤਰ-ਰਾਸ਼ਟਰੀ ਖੋਜਾਂ ਤੇ ਆਧਾਰਿਤ ਨਵੀਂ ਵਿਧੀ ਦਾ ਪਹਿਲਾ ਕੋਰ੍ਸ ਹੈ।
* ਇਸ ਕੋਰ੍ਸ ਦੀ ਸਭ ਤੋਂ ਵੱਡੀ ਵਿਸ਼ੇਸ਼ਤਾ ਇਹ ਹੈ ਕਿ ਇਸ ਵਿਚ ਆਏ ਲਗਭਗ ਸਾਰੇ ਸ਼ਬਦ ਤੇ ਸਾਰੇ ਵਾਕ ਆਮ ਬੋਲ-ਚਾਲ ਤੇ ਆਮ ਵਿਵਹਾਰ ਵਿਚ ਪ੍ਰਚਲਤ ਹਨ। ਇਸ ਨੂੰ ਪੜ੍ਹਕੇ ਤੁਹਾਨੂੰ ਇੰਜ ਮਹਿਸੂਸ ਹੋਵੇਗਾ, ਜਿਵੇਂ ਤੁਸੀਂ ਆਪਣੇ ਆਪ ਤੋਂ ਅੰਗ੍ਰੇਜ਼ੀ ਵਿਚ ਗੱਲਬਾਤ ਕਰ ਰਹੇ ਹੋ।
* ਪੂਰਾ ਕੋਰ੍ਸ ਗੱਲਬਾਤ ਸ਼ੈਲੀ ਵਿਚ ਹੈ, ਜਿਸ ਨੂੰ ਪੜ੍ਹਦੇ ਹੋਏ ਤੁਹਾਨੂੰ ਜਾਪੇਗਾ ਕਿ ਤੁਸੀਂ ਤਰਾਂ ਤਰਾਂ ਦੇ ਲੋਕਾਂ ਨਾਲ ਆਮ੍ਹਣੇ-ਸਾਮ੍ਹਣੇ ਗੱਲਬਾਤ ਕਰ ਰਹੇ ਹੋ।

ਇਸ ਕੋਰ੍ਸ ਦੇ ਰਾਹੀਂ

* ਸਧਾਰਣ ਪੜ੍ਹੀਆਂ ਲਿਖੀਆਂ ਘਰੇਲੂ ਤੀਵੀਆਂ, ਖ਼ੁਦ ਆਪਣੇ ਆਪ ਹੀ ਅੰਗ੍ਰੇਜ਼ੀ ਲਿਖਣਾ, ਪੜ੍ਹਨਾ ਤੇ ਬੋਲਣਾ ਸਿਖ ਕੇ ਆਪਣੇ ਬੱਚਿਆਂ ਨੂੰ ਅੰਗ੍ਰੇਜ਼ੀ ਵਿਚ ਨਿਪੁੰਨ ਕਰ ਸਕਦੀਆਂ ਹਨ ਅਤੇ ਘਰ ਤੇ ਘਰੋਂ ਬਾਹਰ ਸਹੇਲੀਆਂ ਤੇ ਸਭਾ ਸੋਸਾਇਟੀ ਵਿਚ ਮਾਣ ਨਾਲ ਜੀਅ ਸਕਦੀਆਂ ਹਨ।
* ਬੇਰੋਜ਼ਗਾਰ ਬੇਅਟਕ ਅੰਗ੍ਰੇਜ਼ੀ ਬੋਲਣੀ ਸਿਖ ਕੇ ਛੇਤੀ ਤੋਂ ਛੇਤੀ ਨੌਕਰੀ ਲਭ ਸਕਦੇ ਹਨ।
* ਵਪਾਰੀ ਲੋੜੀਂਦੀ ਖ਼ਤੋ-ਕਿਤਾਬਤ, ਸਰਕਾਰੀ ਅਫ਼ਸਰਾਂ ਨਾਲ ਗੱਲਬਾਤ, ਗਾਹਕਾਂ ਨਾਲ ਅੰਗ੍ਰੇਜ਼ੀ ਵਿਚ ਗੱਲਾਂ ਕਰਕੇ ਤੇ ਪੜ੍ਹੇ-ਲਿਖੇ ਕਰਮਚਾਰੀ ਰੱਖ ਕੇ ਆਪਣਾ ਵਪਾਰ ਵਧਾ ਸਕਦੇ ਹਨ।
* ਕਰਮਚਾਰੀ ਚੰਗੀ ਤਰ੍ਹਾਂ ਅੰਗ੍ਰੇਜ਼ੀ ਬੋਲਣੀ ਸਿਖ ਕੇ ਆਪਣੇ ਅਫ਼ਸਰ ਤੇ ਪ੍ਰਭਾਵ ਪਾ ਸਕਦੇ ਹਨ ਤੇ ਆਪਣੇ ਦਫ਼ਤਰ ਦੇ ਸਾਥੀਆਂ ਤੇ ਆਪਣਾ ਰੋਅਬ ਪਾ ਸਕਦੇ ਹਨ।
* ਨੌਜੁਆਨ ਮੁੰਡੇ-ਕੁੜੀਆਂ ਅੰਗ੍ਰੇਜ਼ੀ ਵਿਚ ਗੱਲਬਾਤ ਕਰਕੇ ਇਕ ਦੂਜੇ ਨੂੰ ਪ੍ਰਭਾਵਿਤ ਕਰ ਸਕਦੇ ਹਨ।
* ਹਰ ਵਿਅਕਤੀ ਚੰਗੀ ਅੰਗ੍ਰੇਜ਼ੀ ਬੋਲ ਕੇ ਆਪਣੇ ਮਿਸ਼ਨ ਵਿਚ ਕਾਮਯਾਬ ਹੋ ਸਕਦਾ ਹੈ।
* ਜਿਹੜੇ ਵਿਅਕਤੀ ਆਪਣੀ ਜ਼ਿੰਦਗੀ ਦੀ ਦੌੜ ਵਿਚ ਪਛੜ ਜਾਂਦੇ ਹਨ, ਉਹਨਾਂ ਲਈ ਇਹ ਕੋਰਸ ਇਕ ਵਰਦਾਨ ਹੈ-- ਉੱਜਲ ਭਵਿਖ ਲਈ ਇਕ ਪਉੜੀ ਹੈ।

ਤਤਕਰਾ (CONTENTS)

ਪਹਿਲਾ ਭਾਗ

ਪਹਿਲੀ ਮੁਹਿੰਮ
Ist Expedition

ਦੂਜੀ ਮੁਹਿੰਮ
IInd Expedition

ਤੀਜੀ ਮੁਹਿੰਮ
IIIrd Expedition

ਚੌਥੀ ਮੁਹਿੰਮ
IVth Expedition

ਪੰਜਵੀਂ ਮੁਹਿੰਮ
Vth Expedition

ਛੇਵੀਂ ਮੁਹਿੰਮ
VIth Expedition

ਦੂਸਰਾ ਭਾਗ

ਪੰਜਾਬੀ-ਅੰਗ੍ਰੇਜ਼ੀ ਬੋਲ-ਚਾਲ
Coversation

ਪਾਠ ਪੰਨਾ

ਅੰਤਿਕਾ
Appendix

ਸਾਧਾਰਣ ਸ਼ਬਦਾਵਲੀ
Vocabulary

'Rapidex Course' in view of Leading News Papers of India

...Written in a conversational style the book is fully capable of teaching fluent English. English pronunciation of words, phrases, and sentences is given in Dev-nagari, thereby enabling the reader to have full command over English. The English grammar is simplified to facilitate it to the reader.

—**Nav Bharat Times, Delhi**

...Though there are plenty of publications in the market on English conversation, the necessity of a good book was always felt. This has become possible with the release of this course, which enables to grasp English conversation while reading it.

—**Bombay Samachar, Bombay**

...The book which is the result of fifteen years hard work is based on scientific way of teaching and therefore is able to teach correct and fluent English in a short period. Its uniqueness lies in its systematic exercises.

—**Gujarat Samachar, Ahmedabad**

...Fluency and correct pronunciation of English is as essential as writing and this is all, what this book provides in a systematic way.

—**Gujarat Mitra, Surat**

...The book illustrates in a simple language all the basic elements of grammar, pronunciation, meaning and spelling of English words and conversation at different places and times. This unique coures teaches fluent English just with in two months.

—**Jai Hind, Rajkot**

...In the first part there are sixty lessons for sixty days. In these lessons English has been taught covering useful subjects. In the second part there are thirty conversations on different occasions. Selected, useful and alphabetical word-list is the peculiarity of this book. The way of presenting separately the important points about the language in every chapter is definitely praise worthy.

—**Jugantar, Calcutta**

...The course is exceptionally helpful in teaching English conversation. The text is presented in a way which can be useful even in convent schools.

—**Dinamani, Madras**

...The course is divided in easy sixty day lessons which can teach the reader how to speak and write good English without the help of any teacher.

—**Nagpur Times, Nagpur**

...It has taken fifteen years compile this book. In sixty days at the rate of one lesson a day, the students can easily acquire the facility of speaking good English fluently on all commonly conceivable occasions.

The English text is given with its Tamil translation and transliteration to enable students to aquire the ability of properly pronouncing English words and sentences.

—**Sunday Standard, Madras**

...Every attempt at teaching non-English-knowing people this 'universal' language is in itself laudable. To that extent, this course meant for Telugh-speaking readers merits appreciation.

—**Indian Express, Vijayawada**

...'Rapidex English Speaking Course' in Telugu is a valuable guide for the Telugu speaking people to gain mastery over English vocabulary, specially of the words in common use and speak the language correctly and fluently.

The book requires no teacher for the learner and at end he or she would be richar by the knowledge of 62,500 words and their correct usage.

The publication, produced neatly and with pleasant look, should be of immense help to the house-wives and others who are desirous of learning the English language in a short time without seeking help from others.

—**Deccan Chronicle, Hyderabad**

1 ਪਹਿਲਾ ਦਿਨ
st day

ਪਹਿਲੀ ਮੁਹਿੰਮ 1st Expedition

ਪਿਆਰੇ ਪਾਠਕੋ, ਤੁਸੀਂ ਅੰਗ੍ਰੇਜ਼ੀ ਸਿਖਣਾ ਚਾਹੁੰਦੇ ਹੋ। ਇਸ ਲਈ ਤੁਸੀਂ ਸਾਡਾ 60 ਦਿਨ ਦਾ ਕੋਰਸ ਲਿਆ ਹੈ। ਅਸੀਂ ਤੁਹਾਡਾ ਸੁਆਗਤ ਕਰਦੇ ਹਾਂ। ਇਹ ਪੁਸਤਕ ਤੁਹਾਡੇ ਹੱਥਾਂ ਵਿਚ ਹੈ, ਇਹ ਇਸ ਗੱਲ ਦਾ ਸਬੂਤ ਹੈ ਕਿ ਤੁਸੀਂ ਅੰਗ੍ਰੇਜ਼ੀ ਚੰਗੀ ਤਰ੍ਹਾਂ ਬੋਲਣ ਦਾ ਅਭਿਆਸ ਕਰਨਾ ਚਾਹੁੰਦੇ ਹੋ, ਤੁਸੀਂ ਚਾਹੁੰਦੇ ਹੋ ਕਿ ਬੋਲਣ ਦੇ ਨਾਲ ਨਾਲ ਤੁਹਾਡੀ ਅੰਗ੍ਰੇਜ਼ੀ ਬੋਲੀ ਤੇ ਵੀ ਚੰਗੀ ਪਕੜ ਹੋ ਜਾਏ, ਇਸ ਲਈ ਅਸੀਂ ਤੁਹਾਡੇ ਨਾਲ ਵਾਇਦਾ ਕਰਦੇ ਹਾਂ। ਤੁਸੀਂ ਸਾਡਾ ਕੋਰਸ ਸ਼ੁਰੂ ਕੀਤਾ ਹੈ ਤਾਂ ਇਹ ਜ਼ਿੰਮੇਦਾਰੀ ਸਾਡੀ ਹੈ ਕਿ ਤੁਹਾਨੂੰ ਵਿਗਿਆਨਕ ਢੰਗ ਨਾਲ ਬੋਲਣਾ ਆ ਜਾਏ, ਨਾਲ ਹੀ ਤੁਹਾਨੂੰ ਸਹੀ-ਸਹੀ ਲਿਖਣਾ ਵੀ ਆ ਜਾਏ।

ਤਾਂ ਫਿਰ ਤੁਰੋ ਸਾਡੇ ਨਾਲ ਪਹਿਲੀ ਮੁਹਿੰਮ ਤੇ। ਇਸ ਵਿਚ ਅਸੀਂ ਤੁਹਾਡੀ ਜਾਣ-ਪਛਾਣ ਅੰਗ੍ਰੇਜ਼ੀ ਭਾਸ਼ਾ ਦੇ ਇਹਨਾਂ ਵਾਕਾਂ ਨਾਲ ਕਰਾਵਾਂਗੇ—ਅੰਗ੍ਰੇਜ਼ੀ ਵਿਚ ਅਭਿਵਾਦਨ, ਸ਼ਿਸ਼ਟਾਚਾਰ, ਭਾਵਬੋਧਕ ਸ਼ਬਦਾਵਲੀ, ਸੌਖੇ-ਸੰਖੇਪ ਵਾਕ, ਕਿਰਿਆਵਾਂ ਦੇ ਤਿੰਨੇ ਕਾਲਾਂ (tenses) ਦੇ ਰੂਪ, ਅੰਗ੍ਰੇਜ਼ੀ ਦੀਆਂ ਕੁਝ ਮਹੱਤਵਪੂਰਣ ਸਹਾਇਕ ਕਿਰਿਆਵਾਂ। ਤੁਸੀਂ ਵੇਖੋਗੇ ਕਿ ਇਤਨੀਆਂ ਸਾਰੀਆਂ ਗੱਲਾਂ ਤੁਹਾਨੂੰ ਵਿਆਕਰਣ (Grammar) ਦੇ ਨਿਯਮਾਂ ਵਿਚ ਸਿਰ ਖਪਾਈ ਕੀਤੇ ਬਿਨਾ, ਸਹੀ, ਸਰਲ ਵਿਧੀ ਨਾਲ ਯਾਦ ਹੋ ਜਾਣਗੀਆਂ।

A

ਸ਼ੁਰੂ ਕਿਵੇਂ ਕਰੀਏ

60 ਦਿਨ ਦਾ ਇਹ ਕੋਰਸ ਦੋ ਗੱਲਾਂ ਨੂੰ ਸਾਹਮਣੇ ਰੱਖ ਕੇ ਤਿਆਰ ਕੀਤਾ ਗਿਆ ਹੈ : (1) ਇਕ ਪਾਸੇ ਤੁਹਾਨੂੰ ਬੇਅਟਕ ਅੰਗ੍ਰੇਜ਼ੀ ਬੋਲਣ (English speaking ਇੰਗਲਿਸ਼ ਸਪੀਕਿੰਗ) ਦੀ ਵਿਧੀ ਦੱਸੀ ਗਈ ਹੈ (2) ਦੂਜੇ ਪਾਸੇ ਤੁਹਾਨੂੰ ਅੰਗ੍ਰੇਜ਼ੀ ਭਾਸ਼ਾ ਦਾ ਸੁਭਾ, ਉਸ ਦੇ ਵਾਕਾਂ ਦੀ ਬਣਤਰ, ਸਪੈਲਿੰਗ, ਵਿਸ਼ਰਾਮ-ਚਿੰਨ੍ਹ ਆਦਿਕ ਲਿਖਣ ਦੀਆਂ ਅਨੇਕ ਸਮੱਸਿਆਵਾਂ ਨੂੰ ਜਾਨਣ (English learning ਇੰਗਲਿਸ਼ ਲਰਨਿੰਗ) ਦੀ ਸਿਖਿਆ ਦਿੱਤੀ ਜਾਏਗੀ।

60 ਦਿਨਾਂ ਦੇ ਇਸ ਕੋਰਸ ਨੂੰ ਤੁਸੀਂ 60 ਮੀਲ ਦੀ ਯਾਤਰਾ ਸਮਝੋ। ਇੰਜ ਸਮਝੋ ਕਿ ਤੁਹਾਨੂੰ ਸੱਠ ਮੀਲ ਦੀ ਯਾਤਰਾ ਸਾਡੇ ਨਾਲ ਪੈਦਲ ਕਰਨੀ ਹੈ ਤੇ ਇਸ ਲਈ ਤੁਹਾਨੂੰ ਜਤਨ ਤਾਂ ਕਰਨਾ ਹੀ ਪੈਣਾ ਹੈ।

ਇਸ ਵਹਿਮ ਵਿਚ ਨਾ ਰਹਿਣਾ ਕਿ ਇਸ ਪੁਸਤਕ ਨੂੰ ਪ੍ਰਾਪਤ ਕਰਦੇ ਹੀ ਤੁਸੀਂ ਅੰਗ੍ਰੇਜ਼ੀ ਬੋਲਣਾ ਤੇ ਪੜ੍ਹਨਾ ਸਿਖ ਜਾਉਗੇ ਜਾਂ ਅਸੀਂ ਤੁਹਾਨੂੰ ਚੁੱਕ ਕੇ ਕਾਮਯਾਬੀ ਦੀ ਚੋਟੀ ਤੇ ਪੁਚਾ ਦਿਆਂਗੇ। ਇਸ ਵਿਚ ਤਾਂ ਕੋਈ ਸ਼ੱਕ ਨਹੀਂ ਕਿ ਤੁਸੀਂ ਸਾਡੇ ਦੱਸੇ ਢੰਗ ਨਾਲ ਕਾਮਯਾਬੀ ਪਾ ਸਕਦੇ ਹੋ, ਪਰ ਉਸ ਲਈ ਤੁਹਾਨੂੰ—

(1) ਸਭ ਤੋਂ ਪਹਿਲਾਂ ਸੰਕਲਪ ਕਰਨਾ ਹੋਵੇਗਾ; ਫਿਰ

(2) ਉਸ ਸੰਕਲਪ ਨੂੰ ਸਫ਼ਲ ਕਰਨ ਲਈ ਜਤਨ ਕਰਨਾ ਹੋਵੇਗਾ; ਅਤੇ

(3) ਉਸ ਜਤਨ ਨੂੰ ਲਗਾਤਾਰ ਜਾਰੀ ਰਖਣਾ ਹੋਵੇਗਾ, ਜਦੋਂ ਤੀਕ ਕਿ ਤੁਸੀਂ ਮੰਜ਼ਿਲ ਤੀਕ ਚੰਗੀ ਤਰ੍ਹਾਂ ਪੁਜ ਨਾ ਜਾਉ।

ਸਾਨੂੰ ਭਰੋਸਾ ਹੈ ਕਿ ਇਹਨਾਂ ਤਿੰਨਾਂ ਅਵਸਥਾਵਾਂ ਵਿਚੋਂ ਲੰਘਣ ਲਈ ਤੁਸੀਂ ਪੂਰੀ ਤਰ੍ਹਾਂ ਤਿਆਰ ਹੋ। ਜੇ ਤੁਸੀਂ ਇਸ ਲਈ ਤਿਆਰ ਹੋ ਤਾਂ ਸਮਝੋ, ਅੰਗ੍ਰੇਜ਼ੀ ਬੋਲਣ ਦੀ ਕਲਾ ਵਿਚ ਤੁਸੀਂ ਜ਼ਰੂਰ ਮਾਹਿਰ ਹੋ ਜਾਉਗੇ।

B

ਸਹੀ ਆਰੰਭ

ਅੰਗ੍ਰੇਜ਼ੀ ਦਾ ਇਕ ਅਖਾਣ ਹੈ : Well begun is half done (ਵੈਲ ਬਿਗਨ ਇਜ਼ ਹਾਫ਼ ਡਨ)। ਇਸ ਦਾ ਭਾਵ ਇਹ ਹੈ ਕਿ ਕੋਈ ਵੀ ਕੰਮ ਠੀਕ ਵਿਧੀ ਨਾਲ ਸ਼ੁਰੂ ਕੀਤਾ ਜਾਏ ਤਾਂ ਸਮਝੋ ਕਿ ਅੱਧਾ ਕੰਮ ਪੂਰਾ ਹੋ ਗਿਆ।

ਇਸ ਦਾ ਮਤਲਬ ਇਹ ਨਿਕਲਿਆ ਕਿ ਤੁਸੀਂ ਇਸ ਕੋਰਸ ਦੀ ਵਿਧੀ ਅਰਥਾਤ ਮੈਥਡ (method) ਨੂੰ ਮਨ ਵਿਚ ਬਿਠਾਓ ਅਤੇ ਫਿਰ ਇਕ ਇਕ ਕਦਮ ਮੰਜਿਲ ਵਲ ਵਧੋ।

60 ਦਿਨ ਦਾ ਇਹ ਕੋਰਸ

ਤੁਹਾਡੀ ਇਸ ਯਾਤਰਾ ਨੂੰ 60 ਦਿਨਾਂ ਵਿਚ ਵੰਡਿਆ ਗਿਆ ਹੈ। ਹਰ ਦਸਵੇਂ ਦਿਨ ਇਕ ਪੜਾ ਆਵੇਗਾ। ਇਸ ਤਰ੍ਹਾਂ ਵਿਚ-ਵਿਚ ਛੇ ਪੜਾ ਆਉਣਗੇ। ਇਸ ਯਾਤਰਾ ਨੂੰ ਜੇ ਤੁਸੀਂ ਰੋਜ਼ ਪੂਰਾ ਕਰੋਗੇ—ਅਰਥਾਤ ਇਕ ਦਿਨ ਲਈ ਮਿੱਥੇ ਗਏ ਪਾਠ ਨੂੰ ਜੇ ਤੁਸੀਂ ਉਸੇ ਦਿਨ ਖ਼ਤਮ ਕਰ ਲਉਗੇ ਤੇ ਇਸ ਨੂੰ ਨੇਮ ਬਣਾ ਲਉਗੇ ਤਾਂ ਤੁਸੀਂ ਵੇਖੋਗੇ ਕਿ ਤੁਸੀਂ ਦਸਵੇਂ ਦਿਨ ਪਹਿਲੇ ਪੜਾ ਤੇ ਪੁਜ ਗਏ ਹੋ। ਉਸ ਵੇਲੇ ਤੁਸੀਂ ਆਪਣੀ ਪੂਰੀ ਯਾਤਰਾ ਦਾ 1/6 ਹਿੱਸਾ ਮੁਕਾ ਲਉਗੇ।

ਜਿਵੇਂ ਕਿ ਅਸੀਂ ਪਹਿਲਾਂ ਕਿਹਾ ਹੈ ਕਿ ਇਸ ਪੂਰੇ ਕੋਰਸ ਨੂੰ ਛੇ ਹਿੱਸਿਆਂ ਵਿਚ ਵੰਡਿਆ ਗਿਆ ਹੈ। ਹਰ ਦਸ ਦਿਨਾਂ ਦੀ ਇਕ ਇਕਾਈ (ਯੂਨਿਟ) ਹੈ, ਇਸ ਤਰ੍ਹਾਂ ਛੇ ਇਕਾਈਆਂ ਜਾਂ ਯੂਨਿਟ ਹੋਏ। ਇਨ੍ਹਾਂ ਯੂਨਿਟਾਂ ਵਿਚ ਅੰਗ੍ਰੇਜ਼ੀ ਭਾਸ਼ਾ ਦੇ ਸੁਭਾ ਦੇ ਵਖਰੇ-ਵਖਰੇ ਪਹਿਲੂਆਂ ਤੇ ਰੋਸ਼ਨੀ ਪਾਈ ਗਈ ਹੈ। ਇਸ ਤਰ੍ਹਾਂ ਹਰ ਇਕਾਈ ਦਾ ਅੰਤਲਾ ਦਿਨ (10ਵਾਂ, 20ਵਾਂ 30ਵਾਂ ਆਦਿਕ) ਅਭਿਆਸ ਕਰਨ ਦਾ ਦਿਨ ਹੈ। ਜੋ ਕੁਝ ਤੁਸੀਂ ਪਿੱਛੇ ਪੜ੍ਹਿਆ ਹੈ, ਉਸ ਦੀ ਰੋਸ਼ਨੀ ਵਿਚ ਨਵੀਂ ਜਾਣਕਾਰੀ ਜਾਂ ਵਾਧੂ ਜਾਣਕਾਰੀ ਤੁਹਾਨੂੰ ਉਸ ਵਿਚ ਮਿਲੇਗੀ। ਪਰ ਖ਼ੂਬੀ ਇਹ ਹੋਵੇਗੀ ਕਿ ਉਹ ਸਭ ਤੁਹਾਨੂੰ ਜਾਣੇ-ਪਛਾਣੇ ਮਿੱਤਰ ਵਾਂਗ ਲਗੇਗੀ। ਇਹ ਗਿਆਨ ਇਹੋ ਜੇਹਾ ਨਹੀਂ ਹੋਵੇਗਾ ਜੋ ਤੁਹਾਨੂੰ ਅਜਨਬੀ ਜਿਹਾ ਲੱਗੇ।

ਇਹ ਤਾਂ ਹੈ ਮੋਟੇ ਤੌਰ ਤੇ ਕੋਰਸ ਬਾਰੇ। ਹਰ ਦਿਨ ਵਿਚ ਕੁਝ ਬੋਲਣ ਲਈ ਹੋਵੇਗਾ, ਕੁਝ ਸਿੱਖਣ ਲਈ, ਕੁਝ ਲਿਖ-ਲਿਖ ਕੇ ਪੱਕਾ ਕਰਨ ਲਈ, ਜੋ ਤੁਹਾਨੂੰ ਨਾਲ ਦੇ ਨਾਲ ਸਮਝਾਇਆ ਜਾਏਗਾ।

C

ਅੰਗ੍ਰੇਜ਼ੀ ਵਿਚ ਅਭਿਵਾਦਨ

ਅੱਜ ਪਹਿਲਾ ਦਿਨ ਹੈ। ਸਭ ਤੋਂ ਪਹਿਲਾਂ ਅਭਿਵਾਦਨ ਤੋਂ ਸ਼ੁਰੂ ਕਰੀਏ! ਜਦੋਂ ਅਸੀਂ ਆਪਸ ਵਿਚ ਮਿਲਦੇ ਹਾਂ, ਤਾਂ ਨਮਸਤੇ ਜਾਂ ਨਮਸਕਾਰ ਕਰਦੇ ਹਾਂ। ਸਾਡੇ ਮੁਸਲਮਾਨ ਭਰਾ 'ਸਲਾਮ-ਵ ਅਲੇਕੁਮ' ਕਹਿੰਦੇ ਹਨ। ਸਿਖ ਵੀਰ 'ਸਤਿ ਸ੍ਰੀ ਅਕਾਲ' ਕਹਿੰਦੇ ਹਨ। ਇਸੇ ਤਰ੍ਹਾਂ ਸਾਰੇ ਭਾਰਤ ਵਿਚ ਸਾਰੇ ਵਕਤਾਂ ਲਈ ਕੋਈ ਇਕ ਅਭਿਵਾਦਨ ਪ੍ਰਚੱਲਤ ਹੁੰਦਾ ਹੈ। ਪਰ ਅੰਗ੍ਰੇਜ਼ੀ ਵਿਚ ਐਸਾ ਨਹੀਂ।

ਅੰਗ੍ਰੇਜ਼ੀ ਵਿਚ ਵਖਰੇ-ਵਖਰੇ ਵੇਲਿਆਂ ਲਈ ਵਖਰੇ-ਵਖਰੇ ਵਾਕਾਂ ਰਾਹੀਂ ਅਭਿਵਾਦਨ ਦਾ ਰਿਵਾਜ ਹੈ। ਇਸ ਦਾ ਅਭਿਆਸ ਕਰ ਲੈਣਾ ਚਾਹੀਦਾ ਹੈ।

ਬੋਲਚਾਲ ਵਿਚ ਅਭਿਵਾਦਨ ਦੇ ਵਾਕ

(ਸਵੇਰ ਤੋਂ ਦੁਪਹਿਰ ਇਕ ਵਜੇ ਤਕ)

1. ਨਮਸਤੇ ਪਿਤਾ ਜੀ।	Good morning, father. (ਗੁਡ ਮਾਰਨਿੰਗ ਫਾਦਰ)
2. ਨਮਸਤੇ ਪੁੱਤਰ।	Good morning, my son. (ਗੁਡ ਮਾਰਨਿੰਗ ਮਾਈ ਸਨ)

(ਦੁਪਹਿਰ ਇਕ ਵਜੇ ਤੋਂ ਸ਼ਾਮ ਪੰਜ ਵਜੇ ਤਕ)

3. ਨਮਸਤੇ ਮਾਤਾ ਜੀ।	Good afternoon, mother. (ਗੁਡ ਆਫ਼ਟਰਨੂਨ, ਮਦਰ)
4. ਨਮਸਤੇ ਬੇਟੀ।	Good afternoon, my daughter. (ਗੁੱਡ ਆਫਟਰਨੂਨ ਮਾਈ ਡਾਟਰ)

(ਸ਼ਾਮ ਪੰਜ ਵਜੇ ਤੋਂ ਰਾਤ ਗਿਆਰਾਂ ਵਜੇ ਤਕ)

5. ਨਮਸਤੇ ਚਾਚਾ ਜੀ।	Good evening, uncle (ਗੁਡ ਇਵਨਿੰਗ ਅੰਕਲ)
6. ਨਮਸਤੇ ਚਾਚੀ ਜੀ।	Good evening dear aunt (ਗੁਡ ਇਵਨਿੰਗ, ਡਿਅਰ ਆਂਟ)
7. ਨਮਸਤੇ ਬੱਚੇ।	Good evening, my child (ਗੁਡ ਇਵਨਿੰਗ, ਮਾਈ ਚਾਇਲ੍ਡ)

(ਰਾਤੀਂ ਵਿਦਾ ਵੇਲੇ)

8. ਚੰਗਾ ਵਿਦਾ (ਰਾਤ ਦੀ) ਸ੍ਰੀਮਤੀ । Good night, lady (ਗੁੱਡ ਨਾਇਟ ਲੇਡੀ)
9. ਮਿੱਠੀ ਨੀਂਦ ਸੌਂਵੋਂ ਪਿਆਰੇ । Sweet dreams, darling (ਸਵੀਟ ਡ੍ਰੀਮ੍ਜ਼, ਡਾਰਲਿੰਗ)

(ਦਿਨ ਵਿਚ ਕਿਸੇ ਵੇਲੇ)

10. ਚੰਗਾ ਸ੍ਰੀਮਾਨ ਜੀ, ਅਜ ਵਿਦਾ Good day to you, sir (ਗੁੱਡ ਡੇ ਟੂ ਯੂ, ਸਰ)

(ਵਿਦਾ ਵੇਲੇ)

11. ਚੰਗਾ ਵਿਦਾ, ਬੱਚਿਓ । Good bye, children (ਗੁੱਡ ਬਾਈ ਚਿਲਡ੍ਰਨ)
12. ਤੁਹਾਨੂੰ ਵੀ ਵਿਦਾ । Bye, Bye (ਬਾਈ ਬਾਈ)
13. ਵਿਦਾ ਪਿਆਰੇ । Fairwell, my love (ਫੇਅਰਵੇਲ, ਮਾਈ ਲਵ)
14. ਚੰਗਾ, ਫਿਰ ਮਿਲਾਂਗੇ । See you again (ਸੀ ਯੂ ਅਗੇਨ)

ਯਾਦ ਰਖਣ ਲਈ (To Remember)

ਪੰਜਾਬੀ ਤੇ ਅੰਗ੍ਰੇਜ਼ੀ ਵਿਚ ਪ੍ਰਗਟਾਅ ਦਾ ਫ਼ਰਕ

A

(1) ਹਰ ਇਕ ਦੇਸ਼ ਵਿਚ ਸਭਿਅਤਾ ਤੇ ਸ਼ਿਸ਼ਟਾਚਾਰ ਨੂੰ ਪ੍ਰਗਟ ਕਰਨ ਲਈ ਵਖਰੇ-ਵਖਰੇ ਢੰਗ ਹਨ। ਪੰਜਾਬੀ ਵਿਚ ਨਾਮ ਦੇ ਪਿਛੋਂ ਜੀ ਲਗਾ ਕੇ ਸਤਿਕਾਰ ਪ੍ਰਗਟ ਕਰਨ ਦਾ ਰਿਵਾਜ ਹੈ। ਨਾਲ ਹੀ ਸਤਿਕਾਰ ਪ੍ਰਗਟਾਉਣ ਲਈ ਬਹੁਵਚਨ ਦੀ ਵਰਤੋਂ ਕੀਤੀ ਜਾਂਦੀ ਹੈ। ਜਦ ਕਿ ਅੰਗ੍ਰੇਜ਼ੀ ਵਿਚ ਸਤਿਕਾਰ ਦੱਸਣ ਲਈ ਵੀ ਇਕ ਵਚਨ (Singular number) ਨੂੰ ਹੀ ਵਰਤਿਆ ਜਾਂਦਾ ਹੈ। ਮਿਸਾਲ ਲਈ—

ਸ੍ਰੀ ਕਿਦਾਰ ਨਾਥ ਜੀ ਆਏ ਹਨ। Mr. Kedar Nath has come. (ਮਿ ਕਿਦਾਰ ਨਾਥ ਹੈਜ਼ ਕਮ)

(2) ਪੰਜਾਬੀ ਵਿਚ ਮੱਧਮ ਪੁਰਖ ਵਿਚ ਸਤਿਕਾਰ ਪ੍ਰਗਟ ਕਰਨ ਲਈ 'ਤੂੰ' ਦੀ ਥਾਂ 'ਤੁਸੀਂ' ਜਾਂ 'ਆਪ' ਵਰਤਿਆ ਜਾਂਦਾ ਹੈ, ਪਰ ਅੰਗ੍ਰੇਜ਼ੀ ਵਿਚ You (ਯੂ) ਦਾ ਪ੍ਰਯੋਗ ਕੀਤਾ ਜਾਂਦਾ ਹੈ, ਜਿਵੇਂ—

ਤੁਸੀਂ ਕੀ ਚਾਹੁੰਦੇ ਹੋ ? What do you want? (ਵਾਟ੍ ਡੂ ਯੂ ਵਾਂਟ)

B

1. ਅੰਗ੍ਰੇਜ਼ੀ ਵਿਚ ਚਾਚਾ, ਤਾਇਆ, ਮਾਮਾ, ਮਾਸੜ, ਫੁੱਫੜ—ਸਾਰਿਆਂ ਨੂੰ ਅੰਕਲ-uncle ਕਿਹਾ ਜਾਂਦਾ ਹੈ।
2. ਚਾਚੀ, ਤਾਈ, ਮਾਮੀ, ਮਾਸੀ, ਭੂਆ—ਸਾਰਿਆਂ ਨੂੰ ਆਂਟ aunt ਜਾਂ ਆਂਟੀ aunty ਕਿਹਾ ਜਾਂਦਾ ਹੈ।
3. ਕਿਸੇ ਵੀ ਪੁਰਖ ਨੂੰ ਆਦਰ ਸੂਚਕ ਸ਼ਬਦ Sir (ਸਰ) ਕਿਹਾ ਜਾਂਦਾ ਹੈ।
4. ਕਿਸੇ ਵੀ ਇਸਤਰੀ ਨੂੰ ਆਦਰ ਸੂਚਕ ਸ਼ਬਦ madam (ਮੈਡਮ) ਕਿਹਾ ਜਾਂਦਾ ਹੈ।
5. ਚਚੇਰੇ, ਮਮੇਰੇ, ਫੁਫੇਰੇ, ਮਸੇਰੇ ਭਰਾ ਜਾਂ ਭੈਣ—ਕਿਸੇ ਲਈ ਵੀ cousin (ਕਜ਼ਿਨ) ਵਰਤਿਆ ਜਾਂਦਾ ਹੈ, cousin brother ਜਾਂ cousin sister ਨਹੀਂ।

2 ਦੂਜਾ ਦਿਨ
nd day

> ਹਰ ਇਕ ਦੇਸ਼ ਵਿਚ ਲੋਕਾਚਾਰ ਵਿਧੀ ਨੂੰ ਪ੍ਰਗਟ ਕਰਣ ਦੀ ਸ਼ੈਲੀ ਅੱਡ-ਅੱਡ ਹੁੰਦੀ ਹੈ। ਜਿਹੜੀ ਭਾਸ਼ਾ ਅਸੀਂ ਸਿਖਣੀ ਚਾਹੁੰਦੇ ਹਾਂ, ਉਸ ਭਾਸ਼ਾਂ ਦੇ ਬੋਲਣ ਵਾਲਿਆਂ ਦੇ ਗੀਤ-ਰਿਵਾਜਾਂ, ਗੱਲਬਾਤ ਕਰਣ ਦੇ ਢੰਗ, ਮਿਲਣ-ਜੁਲਣ, ਉਠਣ-ਬੈਠਣ ਦੇ ਸਲੀਕੇ ਨੂੰ ਜਾਣਨਾ ਚਾਹੀਦਾ ਹੈ। ਜੇ ਤੁਸੀਂ ਚੰਗੀ ਅੰਗ੍ਰੇਜ਼ੀ ਬੋਲਣੀ ਜਾਂ ਲਿਖਣੀ ਸਿਖਣਾ ਚਾਹੁੰਦੇ ਹੋ ਤਾਂ ਅੰਗ੍ਰੇਜ਼ੀ ਦੀ ਬੋਲਚਾਲ, ਅਦਬੋ-ਆਦਾਬ ਵੀ ਸਿਖਣੀ ਜ਼ਰੂਰੀ ਹੈ। ਅੰਗ੍ਰੇਜ਼ੀ ਅੰਗ੍ਰੇਜ਼ਾਂ ਵਾਂਗ ਬੋਲੋ, ਪੰਜਾਬੀ ਪੰਜਾਬੀਆਂ ਵਾਂਗ ਬੋਲੋ ਤਾਂ ਹੀ ਉਹ ਆਦਰਸ਼ ਅੰਗ੍ਰੇਜ਼ੀ ਜਾਂ ਪੰਜਾਬੀ ਮੰਨੀ ਜਾਏਗੀ। ਇਸ ਗੱਲ ਨੂੰ ਸਦਾ ਚੇਤੇ ਰਖੋ ਤੇ ਅੰਗ੍ਰੇਜ਼ੀ ਸਿਖਣ ਵੇਲੇ ਅੰਗ੍ਰੇਜ਼ੀ ਦੀ ਹੂ-ਬ-ਹੂ ਨਕਲ ਕਰਣ ਦਾ ਜਤਨ ਕਰੋ।

ਅੰਗ੍ਰੇਜ਼ੀ ਵਿਚ ਲੋਕਾਚਾਰ ਵਿਧੀ

A

ਅੰਗ੍ਰੇਜ਼ੀ ਵਿਚ ਗੱਲ-ਗੱਲ ਵਿਚ ਨਾਂ ਦੇ ਨਾਲ 'ਜੀ' ਆਖਣ ਦਾ ਰਿਵਾਜ ਨਹੀਂ, ਨਾ ਹੀ 'ਆਪ' 'ਤੁਸੀਂ' ਵਰਗੇ ਆਦਰ ਸੂਚਕ ਸ਼ਬਦ ਹਨ । ਅਤੇ ਨਾ ਹੀ ਗੱਲਬਾਤ ਵਿਚ 'ਮੈਂ' ਲਈ 'ਅਸੀਂ' ਕਹਿਣ ਦਾ ਰਿਵਾਜ਼ ਹੈ । ਇਸ ਲਈ ਕਈ ਲੋਕ ਕਹਿੰਦੇ ਹਨ ਕਿ ਅੰਗ੍ਰੇਜ਼ੀ ਰੁੱਖੀ ਜ਼ਬਾਨ ਹੈ—ਇਸ ਵਿਚ ਪਿਤਾ ਨਾਲ ਗੱਲ ਕਰਦੇ ਹੋਏ ਵੀ 'ਤੂੰ' (you ਯੂ) ਕਿਹਾ ਜਾਂਦਾ ਹੈ । ਪਰ ਇਸ ਤੋਂ ਇਹ ਨਹੀਂ ਸਮਝਣਾ ਚਾਹੀਦਾ ਕਿ ਅਗ੍ਰੇਜ਼ੀ ਵਿਚ ਸ਼ਿਸ਼ਟਾਚਾਰ ਪ੍ਰਗਟਾਉਣ ਵਾਲੇ ਸ਼ਬਦ ਨਹੀਂ । ਅੰਗ੍ਰੇਜ਼ੀ ਵਿਚ ਗਲ-ਗੱਲ ਵਿਚ ਸ਼ਿਸ਼ਟਾਚਾਰ ਦੱਸਣ ਦਾ ਰਿਵਾਜ਼ ਹੈ । ਸੱਚੀ ਤੇ ਸੁਭਾਵਿਕ ਅੰਗ੍ਰੇਜ਼ੀ ਸਿਖਣ ਲਈ ਇਹਨਾਂ ਪ੍ਰਗਟਾਵਾਂ ਨੂੰ ਮਨ ਵਿਚ ਬਿਠਾਓ ।

ਅੰਗ੍ਰੇਜ਼ੀ ਦੇ ਇਹਨਾਂ ਸ਼ਬਦਾਂ ਨੂੰ ਮਨ ਵਿਚ ਦੁਹਰਾਓ । ਇਹਨਾਂ ਸ਼ਬਦਾਂ ਵਿਚ ਪੂਰੀ ਅੰਗ੍ਰੇਜ਼ ਕੌਮ ਦਾ ਸ਼ਿਸ਼ਟਾਚਾਰ ਭਰਿਆ ਹੋਇਆ ਹੈ । ਇਹ ਅੰਗ੍ਰੇਜ਼ੀ ਬੋਲੀ ਦੇ ਬੜੇ ਮਹੱਤਵਪੂਰਣ ਸ਼ਬਦ ਹਨ :

(1) please (ਪ੍ਲੀਜ਼), (2) thanks (ਥੈਂਕ੍ਸ) (3) welcome (ਵੇਲਕਮ)
(4) with great pleasure (ਵਿਦ ਗ੍ਰੇਟਪਲੇਜ਼ਰ) (5) allow me (ਏਲਾਓ ਮੀ) (6) after you (ਆਫ੍ਟਰ ਯੂ)
(7) sorry ਸਾਰੀ (8) excuse me (ਏਕ੍ਸਕ੍ਯੂਜ਼ ਮੀ) (9) pardon (ਪਾਰ੍ਡਨ)
(10) no mention (ਨੋ ਮੇਨ੍ਸ਼ਨ)

B

1. ਜੇ ਤੁਸੀਂ ਕਿਸੇ ਤੋਂ ਪੈਨ ਲੈਣਾ ਹੈ, ਜਾਂ ਇਕ ਗਲਾਸ ਪਾਣੀ ਮੰਗਣਾ ਹੈ, ਕਿਸੇ ਤੋਂ ਵਕਤ ਪੁਛਣਾ ਹੈ, ਜਾਂ ਉੱਤਰ ਵਿਚ 'ਹਾਂ' ਕਹਿਣਾ ਹੈ ਤਾਂ please ਸ਼ਬਦ ਦੀ ਵਰਤੋਂ ਜ਼ਰੂਰੀ ਹੈ । ਪੰਜਾਬੀ ਵਿਚ ਤੁਸੀਂ ਕਹਿ ਸਕਦੇ ਹੋ—

(a) ਆਪਣਾ ਪੈਨ ਦੇਣਾ (b) ਇਕ ਗਲਾਸ ਪਾਣੀ ਦੇਣਾ (c) ਕੀ ਵਜਿਆ ਹੈ ? (d) ਹਾਂ ਪੀ ਲਵਾਂਗਾ ।

ਪੰਜਾਬੀ ਦੀ ਤਰ੍ਹਾਂ ਜੇ ਤੁਸੀਂ ਅੰਗ੍ਰੇਜ਼ੀ ਵਿਚ ਆਖੋ—(a) Give me your pen. (ਗਿਵ ਮੀ ਯੁਅਰ (Give me a glass of water. (ਗਿਵ ਮੀ ਏ ਗਲਾਸ ਆਫ ਵਾਟਰ) (c) What is the time ? (ਵਾਟ੍ ਇਜ਼ ਦ ਟਾਈਮ ?) (d) Yes, I will drink. (ਯੇਸ ਆਈ ਵਿਲ ਡ੍ਰਿੰਕ) ਤਾਂ ਕੋਈ ਅੰਗ੍ਰੇਜ਼ ਪਛਾਣ ਲਏਗਾ ਕਿ ਜਾਂ ਤਾਂ ਇਹ ਕੋਈ ਅਸਭਿਅ ਬੰਦਾ ਬੋਲ ਰਿਹਾ ਹੈ ਜਾਂ ਕੋਈ ਵਿਦੇਸ਼ੀ ਬੋਲ ਰਿਹਾ ਹੈ ਜੋ ਉਹਨਾਂ ਦੀ ਲੋਕਾਚਾਰ ਵਿਧੀ ਤੋਂ ਅਣਜਾਣ ਹੈ। ਅਤੇ ਜੇ ਤੁਸੀਂ ਕਹੋ—

(a) Your pen, please. (ਯੁਅਰ ਪੇਨ ਪ੍ਲੀਜ), (b) A glass of water, please. (ਏ ਗਲਾਸ ਆਫ ਵਾਟਰ ਪ੍ਲੀਜ) (c) Time, please. (ਟਾਇਮ ਪ੍ਲੀਜ), (d) Yes, please. (ਯੇਸ ਪ੍ਲੀਜ਼) ਇਹਨਾਂ ਵਾਕਾਂ ਨੂੰ ਤੁਸੀਂ ਇਸ ਤਰ੍ਹਾਂ ਵੀ ਕਹਿ ਸਕਦੇ ਹੋ—May I have your pen, please. (ਮੇ ਆਈ ਹੈਵ ਯੁਅਰ ਪੇਨ ਪ੍ਲੀਜ਼) Give me a glass of water, please. (ਗਿਵ ਮੀ ਏ ਗਲਾਸ ਆਫ ਵਾਟਰ, ਪ੍ਲੀਜ) What is the time, please ? (ਵਾਟ੍ ਇਜ਼ ਦ ਟਾਇਮ ਪ੍ਲੀਜ਼) ?

2. (a) ਕਿਸੇ ਨੇ ਤੁਹਾਡਾ ਮਾਮੂਲੀ ਜਿਹਾ ਕੋਈ ਕੰਮ ਕੀਤਾ। ਉਦਾਹਰਣ ਲਈ ਤੁਸੀਂ ਵਕਤ ਪੁਛਿਆ, ਜਾਂ ਤੁਸੀਂ ਕਿਸੇ ਦੇ ਘਰ ਦਾ ਪਤਾ ਪੁਛਿਆ ਤੇ ਉਸ ਨੇ ਦਸ ਦਿੱਤਾ। ਤੁਸੀਂ ਕੋਈ ਨਿੱਕੀ ਜਹੀ ਗੱਲ ਪੁਛੀ ਤੇ ਉਸ ਨੇ ਦਸ ਦਿੱਤੀ— ਤਾਂ ਉਸ ਨੂੰ thank you (ਥੈਂਕ ਯੂ) ਆਖਣਾ ਨਾ ਭੁੱਲੋ। ਹਾਂ ਤੁਸੀਂ 'thanks' (ਥੈਂਕੁਸ) ਵੀ ਕਹਿ ਸਕਦੇ ਹੋ। ਜੇ ਤੁਸੀਂ ਵਧੇਰਾ ਧੰਨਵਾਦ ਪ੍ਰਗਟ ਕਰਨਾ ਚਾਹੋ ਤਾਂ ਆਖੋ—Many many thanks to you ! (ਮੈਨੀ ਮੈਨੀ ਥੈਂਕੁਸ ਟੂ ਯੂ) ਜਾਂ Thank you very much (ਥੈਂਕ ਯੂ ਵੇਰੀ ਮਚ)।

(b) ਜੇ ਕੋਈ ਤੁਹਾਨੂੰ ਕੁਝ ਹੋਰ ਲੈਣ ਲਈ ਆਖੇ ਤੇ ਤੁਸੀਂ ਨਾ ਲੈਣਾ ਚਾਹੋ ਤਾਂ ਪੰਜਾਬੀ ਵਾਂਗ ਨਾ ਆਖੋ ਕਿ ਮੈਂ ਹੋਰ ਨਹੀਂ ਲੈਣਾ ਚਾਹੁੰਦਾ (I don't want more (ਆਈ ਡੋਂਟ ਵਾਂਟ ਮੋਰ)। ਇਸ ਦੀ ਥਾਂ ਸੰਖੇਪ ਵਿਚ ਕਹੋ— No, thanks (ਨੋ ਥੈਂਕੁਸ)।

3. ਤੁਸੀਂ ਕਿਸੇ ਦਾ ਕੋਈ ਨਿੱਕਾ ਜਿਹਾ ਕੰਮ ਕੀਤਾ ਤੇ ਬਦਲੇ ਵਿਚ ਉਸ ਨੇ ਤੁਹਾਨੂੰ ਕਿਹਾ—'Thank you', ਅੰਗ੍ਰੇਜ਼ੀ ਵਿਚ ਗੱਲ ਇਥੇ ਮੁਕ ਨਹੀਂ ਜਾਂਦੀ। ਜੇ ਤੁਸੀਂ 'thanks' ਸੁਣ ਕੇ ਚੁਪ ਕਰ ਜਾਂਦੇ ਹੋ ਤਾਂ ਤੁਸੀਂ ਅਸਭਿਅ ਤੇ ਹੰਕਾਰੀ ਅਖਵਾਉਗੇ। ਤੁਹਾਨੂੰ ਆਖਣਾ ਚਾਹੀਦਾ ਹੈ—

(*i*) '*Its*'[1] all right' (ਇਟ੍ਸ ਆਲਰਾਇਟ) ਸਭ ਠੀਕ ਹੈ—ਜਾਂ।

(*ii*) No mention (ਨੋ ਮੇਨਸ਼ਨ) ਕੋਈ ਗੱਲ ਨਹੀਂ।

(*iii*) Welcome (ਵੇਲਕਮ) ਜਾਂ you're[2] welcome (ਯੂ ਆਰ ਵੇਲਕਮ) ਤੁਹਾਡਾ ਸੁਆਗਤ ਹੈ।

4. ਕੋਈ ਤੁਹਾਡੇ ਤੋਂ ਕੋਈ ਚੀਜ਼ ਮੰਗੇ ਤੇ ਉਹ ਤੁਸੀਂ ਦੇਣਾ ਚਾਹੁੰਦੇ ਹੋ ਤਾਂ ਪੰਜਾਬੀ ਵਿਚ ਤੁਸੀਂ ਆਖੋਗੇ— 'ਲੈ ਲਓ'। ਅੰਗ੍ਰੇਜ਼ੀ ਵਿਚ ਜੇ ਤੁਸੀਂ ਕਿਹਾ—'Take it' (ਟੇਕ ਇਟ) ਤਾਂ ਇਹ ਸਮਝਿਆ ਜਾਏਗਾ ਕਿ ਤੁਹਾਨੂੰ ਲੋਕਾਚਾਰ ਨਹੀਂ ਆਉਂਦਾ। ਇਸ ਲਈ ਤੁਸੀਂ ਆਖੋਗੇ—With great pleasure (ਵਿਦ ਗ੍ਰੇਟ ਪ੍ਲੇਜਰ)

5. ਤੁਸੀਂ ਕਿਸੇ ਦੀ ਕੋਈ ਨਿੱਕੀ ਜਹੀ ਮਦਦ ਜਾਂ ਸੇਵਾ ਕਰਨਾ ਚਾਹੋ ਤਾਂ ਉਸ ਨੂੰ ਕਹਿਣ ਦਾ ਅੰਗ੍ਰੇਜ਼ੀ ਵਿਚ ਇਕ ਆਪਣਾ ਢੰਗ ਹੈ। ਜਿਵੇਂ ਤੁਸੀਂ ਕਿਸੇ ਔਰਤ ਦੀ ਗੋਦ ਤੋਂ ਬੱਚਾ ਲੈਣ ਲਈ, ਜਾਂ ਕਿਸੇ ਬਿਰਧ ਦਾ ਥੈਲਾ ਚੁਕਣ ਦੀ ਪੇਸ਼ਕਸ਼ ਕਰਣ ਲਈ ਇੰਜ ਕਹੋਗੇ—Allow me...(ਏਲਾਓ ਮੀ...) ਅਰਥਾਤ ਮੈਨੂੰ ਮੌਕਾ ਦਿਓ...

---

1. It's=it is 2. You're=you are...ਇਹ ਦੋਨਾਂ ਸ਼ਬਦਾਂ ਦੇ ਸੰਖੇਪ ਰੂਪ (ਸ਼ਾਰ੍ਟ ਫਾਰ੍ਮ) ਹਨ ਜੋ ਬੋਲਚਾਲ ਵਿਚ ਪ੍ਰਚਲਿਤ ਹਨ।

6. ਤੁਸੀਂ ਕਿਸੀ ਇਸਤਰੀ ਨੂੰ ਜਾਂ ਕਿਸੇ ਬਜ਼ੁਰਗ ਨੂੰ ਰਾਹ ਦਿੰਦੇ ਹੋ ਤਾਂ ਕਹਿੰਦੇ ਹੋ—"ਪਹਿਲਾਂ ਤੁਸੀਂ।" ਇਸ ਨੂੰ ਅੰਗ੍ਰੇਜ਼ੀ ਗੱਲਬਾਤ ਵਿਚ First you, (ਫਰੁਸ ਯੂ) ਨਹੀਂ ਕਹਾਂਗੇ। ਅੰਗ੍ਰੇਜ਼ੀ ਵਿਚ ਕਹਾਂਗੇ—After you. (ਆਫਟਰ ਯੂ)

7. ਅੰਗ੍ਰੇਜ਼ੀ ਵਿਚ ਗੱਲ ਗੱਲ ਵਿਚ ਖੇਦ ਪ੍ਰਗਟ ਕਰਨ ਦਾ ਰਿਵਾਜ ਹੈ। ਅਸੀਂ ਵੀ ਖੇਦ ਪ੍ਰਗਟ ਕਰਦੇ ਹਾਂ, ਜਾਂ ਖਿਮਾ ਮੰਗਦੇ ਹਾਂ। ਪਰ ਕਦੋਂ ?—ਜਦੋਂ ਸਾਡੇ ਤੋਂ ਸਚਮੁਚ ਕੋਈ ਵੱਡੀ ਭੁੱਲ ਹੋ ਜਾਏ। ਜਿਵੇਂ, ਜੇ ਅਸੀਂ ਕਿਸੇ ਤੋਂ ਵਕਤ ਲੈਕੇ ਜੇ ਵਕਤ ਸਿਰ ਨਹੀਂ ਪੁੱਜੇ ਤਾਂ ਖੇਦ ਪ੍ਰਗਟ ਕਰਦੇ ਹਾਂ। ਵਕਤ ਲੈਕੇ ਜੇ ਅਸੀਂ ਉਸ ਦਿਨ ਉਕਾ ਨਾ ਪੁਜਿਏ ਤਾਂ ਇਸ ਗੱਲ ਲਈ ਖਿਮਾ ਮੰਗਦੇ ਹਾਂ। ਪਰ ਅੰਗ੍ਰੇਜ਼ੀ ਵਿਚ ਨਿੱਕੀ ਨਿੱਕੀ ਗੱਲ ਤੇ sorry (ਸੱਾਰੀ), excuse me (ਏਕ੍ਸਕਯੂਜ਼ ਮੀ), pardon (ਪਾਰ੍ਡਨ) ਆਦਿ ਦੀ ਵਰਤੋਂ ਹੁੰਦੀ ਹੈ।

(*i*) ਜੇ ਕਿਸੇ ਨੂੰ ਤੁਹਾਡਾ ਹੱਥ ਲਗ ਜਾਏ, ਜਾਂ ਤੁਸੀਂ ਅਚਨਚੇਤੀ ਕਿਸੇ ਨਾਲ ਟਕਰਾ ਜਾਓ, ਤਾਂ ਤੁਰੰਤ ਕਹੋਗੇ—'sorry' (ਸੱਾਰੀ)।

(*ii*) ਜੇ ਦੋ ਬੰਦੇ ਰਾਹ ਵਿਚ ਖਲੋਤੇ ਗੱਲਾਂ ਕਰ ਰਹੇ ਹੋਣ ਤੇ ਤੁਹਾਨੂੰ ਵਿਚੋਂ ਲੰਘਣਾ ਹੋਵੇ ਤਾਂ ਤੁਸੀਂ ਕਹੋਗੇ—Excuse me. (ਏਕ੍ਸਕਯੂਜ਼ ਮੀ) ਲੋਕਾਂ ਵਿਚੋਂ ਉਠ ਕੇ ਜੇ ਤੁਸੀਂ ਕਿਸੇ ਕੰਮ ਲਈ ਕੁਝ ਚਿਰ ਲਈ ਜਾਣਾ ਚਾਹੁੰਦੇ ਹੋ, ਤਾਂ ਤੁਸੀਂ ਬਿਨਾਂ ਆਖੇ ਨਹੀਂ ਜਾਓਗੇ, ਸਗੋਂ ਕਹੋਗੇ—'Excuse me.'

(*iii*) ਤੁਸੀਂ ਟੇਲੀਫੋਨ ਸੁਣ ਰਹੇ ਹੋ, ਜਾਂ ਆਮ੍ਹਣੇ-ਸਾਹਮਣੇ ਕਿਸੇ ਨਾਲ ਗੱਲਾਂ ਕਰ ਰਹੇ ਹੋ। ਤੁਹਾਨੂੰ ਦੂਜੇ ਦੀ ਗੱਲ ਸੁਣਾਈ ਨਹੀਂ ਦਿੰਦੀ ਜਾਂ ਤੁਸੀਂ ਉਸ ਗੱਲ ਨੂੰ ਮੁੜ ਸੁਣਨਾ ਚਾਹੁੰਦੇ ਹੋ ਤਾ ਇੰਜ ਨਹੀਂ ਕਹੋਗੇ—ਉੱਚਾ ਬੋਲੋ, ਜੀ, ਮੈਨੂੰ ਕੁਝ ਸੁਣਾਈ ਨਹੀਂ ਦਿੰਦਾ। ਅੰਗ੍ਰੇਜ਼ੀ ਵਿਚ ਤੁਸੀਂ ਬਸ ਇਤਨਾ ਕਹੋ—Pardon ? (ਪਾਰ੍ਡਨ) ਜਾਂ I beg your pardon. (ਆਈ ਬੇਗ ਯੁਅਰ ਪਾਰਡਨ) ਇਸ ਨਾਲ ਸਾਹਮਣੇ ਵਾਲਾ ਬੰਦਾ ਸਮਝ ਜਾਏਗਾ ਕਿ ਤੁਹਾਨੂੰ ਉਸ ਦੀ ਗੱਲ ਸੁਣਾਈ ਨਹੀਂ ਦਿੱਤੀ।

(*iv*) ਕੋਈ ਆਪਣੇ ਕਮਰੇ ਵਿਚ ਬੈਠਾ ਹੈ। ਤੁਸੀਂ ਉਸ ਨੂੰ ਮਿਲਣ ਗਏ ਹੋ, ਤਾਂ ਬਿਨਾਂ ਦੱਸੇ ਜਾਂ ਆਗਿਆ ਲਏ ਤੁਹਾਨੂੰ ਕਮਰੇ ਅੰਦਰ ਨਹੀਂ ਜਾਣਾ ਚਾਹੀਦਾ। ਤੁਹਾਨੂੰ ਕਹਿਣਾ ਚਾਹੀਦਾ ਹੈ—ਕੀ ਮੈਂ ਅੰਦਰ ਆ ਸਕਦਾ ਹਾਂ ? May I come in, sir ? (ਮੇ ਆਈ ਕਮ ਇਨ ਸਰ ?) ਤੇ ਉਹ ਉਸ ਦੇ ਉਤਰ ਵਿਚ ਆਖੇਗਾ—Certainly (ਸਰਟੇਨਲੀ) ਜਾਂ With great pleasure ! (ਵਿਦ ਗ੍ਰੇਟ ਪ੍ਲੇਜ਼ਰ ! ਜਾਂ of course (ਆਫ ਕੋਰ੍ਸ)

ਅੰਗ੍ਰੇਜ਼ੀ ਬੋਲੀ ਐਸੀ ਸ਼ਿਸ਼ਟਾਚਾਰ ਜਾਂ ਲੋਕਾਚਾਰ ਦੀ ਬੋਲੀ ਹੈ। ਆਪਣ ਵਾਕ ਬਣਾਉਣ ਵੇਲੇ ਇਸ ਬੋਲੀ ਦੇ ਸੁਭਾ ਨੂੰ ਸਦਾ ਚੇਤੇ ਰਖਣਾ ਚਾਹੀਦਾ ਹੈ—

ਕੁਝ ਸ਼ਿਸ਼ਟਾਚਾਰਕ ਵਾਕ (Some Polite Phrases ਸਮ ਪੋਲਾਇਟ ਫ੍ਰੇਜ਼ਿਜ਼)

1. ਮੈਂ ਮਿਲਣ ਲਈ ਆਉਣ ਨੂੰ ਕਿਹਾ ਸੀ, ਪਰ ਮੈਂ ਆ ਨਹੀਂ ਸਕਿਆ—ਇਸ ਲਈ ਮੈਨੂੰ ਖਿਮਾ ਕਰੋ।	Please accept my apologies for not keeping the appointment. ਪ੍ਲੀਜ਼, ਏਕਸੇਪ੍ਟ ਮਾਈ ਅਪਾਲਾਜੀਜ਼ ਫਾਰ ਨਾਟ ਕੀਪਿੰਗ ਦਿ ਅਪਾਇੰਟਮੇਂਟ।
2. ਮੈਂ ਮਿੱਥੇ ਵਕਤ ਤੇ ਨਹੀਂ ਆ ਸਕਿਆ, ਕੀ ਇਸ ਲਈ ਤੁਸੀਂ ਮੈਨੂੰ ਖਿਮਾ ਕਰੋਗੇ ?	Could you, please, pardon me for not keeping the appointment. ਕੁਡ ਯੂ ਪ੍ਲੀਜ਼, ਪਾਰ੍ਡਨ ਮੀ ਫਾਰ ਨਾਟ ਕੀਪਿੰਗ ਦਿ ਅਪਾਇੰਟਮੇਂਟ ?
3. ਖਿਮਾ ਕਰਨਾ, ਮੈਨੂੰ ਦੇਰ ਹੋ ਗਈ।	Excuse me for being late. ਏਕ੍ਸਕਯੂਜ਼ ਮੀ ਫਾਰ ਬੀਇੰਗ ਲੇਟ
4. ਮੇਰੀ ਵਲੋਂ ਖਿਮਾ ਮੰਗ ਲੈਣੀ।	Beg my apologies. (ਬੇਗ ਮਾਈ ਏਪਾਲੋਜੀਜ਼)

5. ਐਸਾ ਗ਼ਲਤੀ ਨਾਲ ਹੋਇਆ, ਖਿਮਾ ਕਰਨਾ।	It was by mistake. Please excuse me. (ਇਟ ਵਾਜ਼ ਬਾਈ ਮਿਸਟੇਕ ਪ੍ਲੀਜ਼ ਏਕ੍ਸਕ੍ਯੂਜ਼ ਮੀ)
6. ਮੈਨੂੰ ਬੜਾ ਅਫਸੋਸ ਹੈ—	I am very sorry. ਆਈ ਏਮ ਵੇਰੀ ਸੱਾਰੀ
7. ਖਿਮਾ ਕਰਨਾ, ਮੈਂ ਤੁਹਾਡੇ ਕੰਮ ਵਿਚ ਵਿਘਨ ਪਾਇਆ।	Excuse me, I have disturbed you. (ਏਕ੍ਸਕ੍ਯੂਜ਼ ਮੀ, ਆਇਾਂ ਹੈਵ ਡਿਸ੍ਟਰ੍ਬ੍ਡ ਯੂ.)
8. ਖਿਮਾ ਕਰਨਾ।	I beg your pardon. (ਆਈ ਬੈਗ ਯੂਅਰ ਪਾਰਡਨ)
9. ਤੁਹਾਡੀ ਆਗਿਆ ਨਾਲ ਆਖਣਾ ਚਾਹੁੰਦਾ ਹਾਂ।	Allow me to say... ਏਲਾਓ ਮੀ ਟੂ ਸੇ...
10. ਕਿਰਪਾ ਕਰਕੇ ਧਿਆਨ ਦਿਓ।	May I have your attention ? (ਮੇ ਆਈ ਹੈਵ ਯੂਅਰ ਏਟੇਂਸ਼ਨ ?
11. ਇਸ ਨੂੰ ਆਪਣੀ ਚੀਜ਼ ਹੀ ਸਮਝੋ।	It's all yours. ਇਟ'ਸ ਆਲ ਯੂਅਰ੍ਸ
12. ਕੀ ਤੁਸੀਂ ਮੈਨੂੰ ਬੋਲਣ ਦੀ ਆਗਿਆ ਦਿਓਗੇ ?	Will you permit me to speak ? ਵਿਲ ਯੂ ਪਰਮਿਟ ਮੀ ਟੂ ਸ੍ਪੀਕ ?
13. ਲਿਆਓ ਮੈਂ ਇਸ ਕੰਮ ਵਿਚ ਤੁਹਾਡੀ ਮਦਦ ਕਰਾਂ।	Let me help you in your work. ਲੇਟ ਮੀ ਹੇਲ੍ਪ ਯੂ ਇਨ ਯੂਅਰ ਵਰ੍ਕ.
14. ਕੀ ਤੁਸੀਂ ਰਤਾ ਖਿਸਕੋਗੇ।	Would you mind moving a bit ਵੁਡ ਯੂ ਮਾਇੰਡ ਮੂਵਿੰਗ ਏ ਬਿਟ ?
15. ਕੀ ਮੈਂ ਤੁਹਾਨੂੰ ਹੌਲੀ ਬੋਲਣ ਦੀ ਬੇਨਤੀ ਕਰ ਸਕਦਾ ਹਾਂ ?	Could I ask you to speak slowly (ਕੁਡ ਆਈ ਆਸ੍ਕ ਯੂ ਟੂ ਸ੍ਪੀਕ ਸ੍ਲੋਲੀ ?)

ਯਾਦ ਰਖਣ ਲਈ (To Remember)

ਖਿਮਾ ਮੰਗਣ ਦੇ ਅਰਥ ਵਿਚ ਅੰਗ੍ਰੇਜ਼ੀ ਵਿਚ ਕਈ ਲਫ਼ਜ਼ ਹਨ, ਜੋ ਗੱਲਬਾਤ ਵਿਚ ਵਰਤੇ ਜਾਂਦੇ ਹਨ। ਇਹਨਾਂ ਲਫ਼ਜ਼ਾਂ ਦੇ ਜੋ ਅਸਲੀ ਮਤਲਬ ਹਨ, ਉਹ ਇਥੇ ਦਿਤੇ ਜਾ ਰਹੇ ਹਨ :

(1) excuse (v.)—ਖਿਮਾ ਕਰਨਾ। ਇਹ ਆਮ ਅਰਥ ਵਿਚ ਵਰਤਿਆ ਜਾਂਦਾ ਹੈ।

(2) forgive (v.)—ਸਜ਼ਾ ਦੇਣ ਦੀ ਭਾਵਨਾ ਨੂੰ ਸਦਾ ਲਈ ਮਨੋਂ ਕੱਢ ਦੇਣਾ—ਦਿਲ ਤੋਂ ਖਿਮਾ ਕਰ ਦੇਣਾ।

(3) pardon (v.)—ਅਪਰਾਧੀ ਨੂੰ ਮਿਲੀ ਸਜ਼ਾ ਤੋਂ ਮੁਕਤ ਕਰਨਾ।

(4) mistake (v.) ਭੁੱਲ ਨਾਲ (ਜੈਸਾ ਨਹੀਂ ਵੈਸਾ ਸਮਝਣਾ)।

(5) apologize (v).—ਗ਼ਲਤੀ ਮੰਨ ਲੈਣੀ।

(6) sorry (adj)—ਦੁਖੀ, (I am sorry) ਮੈਂ ਗ਼ਮਗੀਨ ਹਾਂ ਅਰਥਾਤ ਮੈਨੂੰ ਖੇਦ ਹੈ।

'I beg your pardon' ਇਕ ਅਪਰਾਧੀ ਆਪਣੇ ਅਪਰਾਧ ਦਾ ਦੰਡ ਘੱਟ ਕਰਾਉਣ ਲਈ ਜੱਜ ਨੂੰ ਕਹਿੰਦੇ ਹੈ। Pardon ਦਾ ਮੂਲ ਅਰਥ ਇਹ ਹੈ।

ਪਰ ਅਜਕਲ੍ਹ ਸਾਧਾਰਣ ਬੋਲਚਾਲ ਵਿਚ ਇਸ ਫਿਕਰੇ ਦਾ ਲੋਕਾਚਾਰੀ ਫਿਕਰੇ ਦੇ ਰੂਪ ਵਿਚ ਇਸਤੇਮਾਲ ਕੀਤਾ ਜਾਂਦਾ ਹੈ। ਫ਼ੋਨ ਤੇ ਜਦੋਂ ਤੁਹਾਨੂੰ ਆਵਾਜ਼ ਸੁਣਾਈ ਨਹੀਂ ਦਿੰਦੀ ਤਾਂ ਤੁਸੀਂ ਕਹਿੰਦੇ ਹੋ: 'I beg your pardon' ਜਾਂ 'pardon?'—ਤਾਂ ਉਸ ਤੋਂ ਮਤਲਬ ਇਹ ਹੁੰਦਾ ਹੈ ਕਿ ਤੁਸੀਂ ਤਾਂ ਠੀਕ ਬੋਲ ਰਹੇ ਹੋ, ਪਰ ਮੈਨੂੰ ਸੁਣਾਈ ਨਹੀਂ ਦੇ ਰਿਹਾ ਹੈ। ਕਿਰਪਾ ਕਰਕੇ ਦੁਬਾਰਾ ਬੋਲੋ—'please, repeat it'— ਇਹ ਵੀ ਕਿਹਾ ਜਾ ਸਕਦਾ ਹੈ।

3 ਤੀਜਾ ਦਿਨ
3rd day

ਅੰਗ੍ਰੇਜ਼ੀ ਬੜੀ ਭਾਵਪੂਰਣ ਬੋਲੀ ਹੈ। ਇਸ ਵਿਚ ਬੜੀਆਂ ਨਿੱਕੀਆਂ-ਨਿੱਕੀਆਂ ਗੱਲਾਂ ਨੂੰ ਭਾਵਪੂਰਣ ਬਣਾ ਕੇ ਪੇਸ਼ ਕੀਤਾ ਜਾਂਦਾ ਹੈ। ਇਸ ਵਿਚ ਵਿਸਮਿਕਾਂ (!) ਨਾਲ ਗੱਲ ਕਰਨ ਦੀ ਲੋਕਾਂ ਨੂੰ ਬੜੀ ਆਦਤ ਹੈ। ਐਸੇ ਵਾਕ ਬੋਲਣ ਵਿਚ ਜਿਤਨੇ ਸਰਲ ਹੁੰਦੇ ਹਨ, ਉਤਨੇ ਹੀ ਸਰਸ ਵੀ ਲਗਦੇ ਹਨ। ਖੇਡ-ਖੇਡ ਵਿਚ ਇਹਨਾਂ ਨੂੰ ਬੋਲਣ ਦਾ ਅਭਿਆਸ ਕਰੋ ਤੇ ਠੀਕ ਮੌਕੇ ਤੇ ਇਹਨਾਂ ਦੀ ਵਰਤੋਂ ਕਰੋ। ਇਸ ਨਾਲ ਬੋਲਚਾਲ ਵਿਚ ਤੁਹਾਡੀ ਅੰਗ੍ਰੇਜ਼ੀ ਵਿਚ ਸੁਭਾਵਕਤਾ ਆ ਜਾਏਗੀ।

ਭਾਵਬੋਧਕ Exclamation

1. ਵਾਹ ਵਾਹ !	Marvellous ! ਮਾਰਵਲਸ !
2. ਸ਼ਾਬਾਸ਼ !	Well done ! Bravo ! ਵੇਲਡਨ, ਬ੍ਰੇਵੋ !
3. ਬੜਾ ਸੋਹਣਾ !	Beautiful ! ਬਿਊਟੀਫੁਲ !
4. ਅਰੇ !	Oh ! ਓ !
5. ਹਾਇ !	Woe ! ਵੋ !
6. ਹਰੇ ਰਾਮ !	O God ! ਓ ਗੱਡ !
7. ਤੁਸੀਂ ਤਾਂ ਕਮਾਲ ਕਰ ਦਿੱਤਾ !	Done wonderful ! (ਡਨ ਵੰਡਰਫੁਲ)
8. ਬੇਸ਼ੱਕ !	Certainly ! ਸਰਟੇਨਲੀ !
4. ਪਰਮਾਤਮਾ ਦਾ ਸ਼ੁਕਰ	Thank God ! ਥੈਂਕ ਗੱਡ !
10. ਵਾਹਿਗੁਰੂ ਦੀ ਮਿਹਰ ਨਾਲ	By God's grace ! ਬਾਈ ਗਾਡ੍ਸ ਗ੍ਰੇਸ !
11. ਵਾਹਿਗੁਰੂ ਤੁਹਾਡੇ ਤੇ ਮਿਹਰ ਦਾ ਹੱਥ ਰਖੇ !	May God bless you ! ਮੇ ਗਾਡ ਬ੍ਲੇਸ ਯੂ !
12. ਤੁਹਾਨੂੰ ਵੀ	Same to you ! ਸੇਮ ਟੂ ਯੂ !
13. ਬਹੁਤ ਚੰਗਾ	Excellent ! ਏਕ੍ਸੀਲੇਂਟ !
14. ਬੜੇ ਦੁਖ ਦੀ ਖ਼ਬਰ	A matter of great sorrow ! ਏ ਮੈਟਰ ਆਫ ਗ੍ਰੇਟ ਸਾਰੋ !
15. ਕਿਤਨੀ ਵਡੀ ਜਿੱਤ	What a great victory ! ਵਾਟ੍ ਏ ਗ੍ਰੇਟ ਵਿਕਟ੍ਰੀ
16. ਮੇਰੇ ਪ੍ਰਭੂ (ਅਚਰਜ ਨਾਲ)	My goodness ! ਮਾਈ ਗੁਡਨੇਸ
17. ਸੁਣੋ ਜੀ	Hallo ! ਹੈਲੋ !
18. ਫਟਾਫਟ ਕਰੋ	Hurry up, please ! ਹਰੀ ਅਪ, ਪ੍ਲੀਜ
19. ਕਿਤਨਾ ਭਿਆਨਕ !	How terrible ! ਹਾਊ ਟੇਰਿਬਲ !
20. ਕਿਤਨੀ ਬੇਇੱਜ਼ਤੀ ਦੀ ਗੱਲ ਹੈ !	How disgraceful ! ਹਾਊ ਡਿਸਗ੍ਰੇਸਫੁਲ !
21. ਬੜੀ ਫ਼ਿਜ਼ੂਲ ਗੱਲ ਹੇ !	How absurd ! ਹਾਊ ਐਬਸੁਰਡ !
22. ਉਸਦੀ ਇੰਨੀ ਹਿੰਮਤ !	How dare he ! ਹਾਊ ਡੇਅਰ ਹੀ !
23. ਕਿਆ ਖ਼ੂਬ !	How Sweet ! ਹਾਊ ਸ੍ਵੀਟ !

24. ਕਿਤਨਾ ਸੁੰਦਰ ! How beautiful ! ਹਾਉ ਬਿਯੂਟੀਫੁਲ !

25. ਐਸਾ ਕਹਿਣ ਦੀ ਤੈਨੂੰ ਹਿੰਮਤ ਕਿਵੇਂ ਹੋਈ ! How dare you say that ! ਹਾਉ ਡੇਅਰ ਯੂ ਸੇ ਦੈਟ !

26. ਪਿਆਰੇ ! Oh dear ! ਓ, ਡਿਅਰ !

27. ਛੇਤੀ ਕਰੋ ! Hurry up ! ਹਰੀ ਅਪ !

28. ਚੁਪ ਰਹੋ ! Quite, please ! ਕੁਆਇਟ ਪ੍ਲੀਜ !

29. ਹਾਂ, ਇਹੋ ਜਿਹਾ ਹੀ ! Quite so ! ਕੁਆਇਟ ਸੋ !

30. ਸਚਮੁਚ ! Really ! ਰਿਅਲੀ !

31. ਸੱਚ ! Indeed ! ਇੰਡੀਡ

32. ਧੰਨਵਾਦ-ਸ਼ੁਕਰਿਆ ! Thanks ! ਥੈਂਕ੍ਸ !

33. ਤੁਹਾਡਾ ਧੰਨਵਾਦ ! Thank you ! ਥੈਂਕ੍ ਯੂ !

34. ਪਰਮਾਤਮਾ ਦਾ ਲੱਖ-ਲੱਖ ਸ਼ੁਕਰ ਹੈ ! Thank God ! ਥੈਂਕ੍ ਗੱਾਡ !

35. ਇਹ ਦਿਨ ਮੁੜ-ਮੁੜ ਆਵੇ ! Many happy returns of the day ! ਮੇਨੀ ਹੈਪੀ ਰਿਟਰ੍ਨੇਂਜ਼ ਆਫ ਦਿ ਡੇ !

36. ਆ-ਹਾ, ਮੈਂ ਮੈਚ ਜਿੱਤ ਲਿਆ ! Hurrah ! I won ! ਹੁਰ੍ਰਾ, ਆਈ ਵਨ !

37. ਤੁਹਾਡੀ ਸਿਹਤ ਲਈ ! To your good health ! ਟੂ ਯੁਅਰ ਗੁਡ ਹੈਲ੍ਥ !

38. ਤੁਹਾਡੀ ਕਾਮਯਾਬੀ ਤੇ ਮੁਬਾਰਕ ! Congratulations on your success ! ਕਾਂਗ੍ਰਾਚੁਲੇਸ਼ਨ੍ਜ਼ ਆਨ ਯੁਅਰ ਸਕ੍ਸੇਸ !

39. ਕੀ ਬੇਹੂਦਗੀ ਹੈ ! What a nonsense ! ਵਾਟ੍ ਨਾਨਸੇਂਸ !

40. ਕਿਤਨੇ ਸ਼ਰਮ ਦੀ ਗੱਲ ਹੈ ! What a shame ! ਵਾਟ੍ ਏ ਸ਼ੇਮ !

41. ਕਿਤਨੇ ਦੁਖ ਦੀ ਗੱਲ ਹੈ ! What a tragedy ! ਵਾਟ੍ ਏ ਟ੍ਰੇਜਿਡੀ

42. ਕਿਤਨਾ ਅਚਰਜ ! What a surprise ! ਵਾਟ੍ ਏ ਸਰਪ੍ਰਾਇਜ਼ !

43. ਵਿਲੱਖਣ ! Wonderful ! ਵੰਡਰਫੁਲ

44. ਛੀ ਛੀ (ਕੋੜਾ) ! Nasty ! ਨੇਸ੍ਟੀ !

45. ਖ਼ਬਰਦਾਰ ! Beware ! ਬਿਵੇਅਰ !

46. ਕਿਤਨੇ ਤਰਸ ਦੀ ਗੱਲ ਹੈ ! What a pity ! ਵਾਟ੍ ਏ ਪਿਟੀ !

47. ਕਿਤਨੀ ਸੋਹਣੀ ਸੂਝ ! What an idea ! ਵਾਟ੍ ਏਨ ਆਇਡਿਆ !

48. ਜੀ ਆਇਆਂ ਨੂੰ ! Welcome, sir ! ਵੇਲਕਮ, ਸਰ !

49. ਹੇ ਰਾਮ, ਹੇ ਵਾਹਿਗੁਰੂ ! O God ! ਓ ਗੱਾਡ !

50. ਮੁਬਾਰਕਾਂ, ਵਧਾਈਆਂ ! Congratulations ! ਕਾਂਗ੍ਰਾਚੁਲੇਸ਼ਨ੍ਜ਼ !

ਯਾਦ ਰਖਣ ਲਈ (To Remember)

1. ਆਮ ਵਾਕਾਂ ਵਿਚ ਜਿਥੇ ਕਾਮਾ (,) ਜਾਂ ਪੂਰਾ ਵਿਰਾਮ (।) ਚਿੰਨ੍ਹ ਲਗਦਾ ਹੈ, ਉਥੇ ਭਾਵਬੋਧਕ ਵਾਕ ਵਿਚ ਵਿਸਮਿਕ ਚਿੰਨ੍ਹ (Exclamation sign) (!) ਲਗਦਾ ਹੈ—Thanks ! ਆਦਿ।

2. ਸ਼ਰਮ, ਦੁਖ, ਅਸਚਰਜ, ਖ਼ੁਸ਼ੀ, ਕ੍ਰੋਧ ਆਦਿ ਅਨੇਕ ਭਾਵਾਂ ਨੂੰ ਪ੍ਰਗਟ ਕਰਨ ਲਈ what, how ਵਰਗੇ ਸ਼ਬਦਾਂ ਦੀ ਵਰਤੋਂ ਹੁੰਦੀ ਹੈ। ਜਿਵੇਂ 'what a shame !', 'How excellent!' ਆਦਿ।

3. ਵਿਸਮਿਕ ਵਾਕ (Exclamatory sentence) ਬੋਲਣ ਵੇਲੇ ਧੁਨੀ ਵਿਚ ਅਸਚਰਜ ਆਦਿ ਭਾਵਾਂ ਨੂੰ ਪ੍ਰਗਟ ਕਰਨਾ ਚਾਹੀਦਾ ਹੈ।

4 ਚੌਥਾ ਦਿਨ
th day

ਅੰਗ੍ਰੇਜ਼ੀ ਵਿਚ ਵਾਕ ਦੀ ਥਾਂ ਕਈ ਵਾਰ ਵਾਕ-ਅੰਸ਼ ਜਾਂ ਦੋ-ਇਕ ਲਫ਼ਜ਼ਾਂ ਤੋਂ ਕੰਮ ਸਾਰ ਲਿਆ ਜਾਂਦਾ ਹੈ। ਉਦਾਹਰਣ ਦੇ ਰੂਪ ਵਿਚ, Yes sir (ਯੇਸ ਸਰ !) No, sir (ਨੋ ਸਰ !) Very good, sir ! (ਵੈਰੀ ਗੁਡ, ਸਰ !) ਆਦਿ। ਇਹ ਵਾਕ-ਅੰਸ਼ ਇਤਨੇ ਵਧ ਪ੍ਰਚਲਿਤ ਹਨ ਕਿ ਅੰਗ੍ਰੇਜ਼ੀ ਬੋਲਣ ਸਮਝਣ ਦੇ ਚਾਹਵਾਨ ਹਰ ਵਿਅਕਤੀ ਨੂੰ ਇਹਨਾਂ ਤੋਂ ਜਾਣੂ ਹੋਣਾ ਅਤੀ ਜ਼ਰੂਰੀ ਹੈ। ਪਰ ਇਹ ਵਾਕ ਬੜੇ ਸੌਖੇ ਹਨ ਕਿਉਂਕਿ ਇਹ ਵਿਆਕਰਣ ਦੇ ਗੁੰਝਲੇ ਨਿਯਮਾਂ ਵਿਚ ਬੰਨ੍ਹੇ ਹੋਏ ਨਹੀਂ ਹਨ।

A

ਨਿੱਕੇ-ਨਿੱਕੇ ਵਾਕ Forms of Small Speeches

1. ਮੈਂ ਹੁਣੇ ਆ ਰਿਹਾ ਹਾਂ।	Just coming. ਜਸਟ ਕਮਿਂਗ
2. ਬਹੁਤ ਚੰਗਾ।	Very well. ਵੇਰੀ ਵੇਲ
3. ਚੰਗੀ ਗੱਲ ਹੈ	All right. ਆਲਰਾਇਟ
4. ਜਿਵੇਂ ਤੁਹਾਡੀ ਮਰਜ਼ੀ	As you like. ਏਜ਼ ਯੂ ਲਾਇਕ
5. ਹੋਰ ਕੁਝ ?	Any thing else ? ਏਨੀ ਥਿੰਗ ਏਲ੍ਸ ?
6. ਬਸ ਰਹਿਣ ਦਿਓ।	Enough. ਏਨਫ
7. ਇਸ ਸਨਮਾਨ ਲਈ ਧੰਨਵਾਦ	Thanks for this honour. ਥੈਂਕ੍ਸ ਫਾਰ ਦਿਸ ਆੱਨਰ
8. ਚੰਗਾ	O.K. ਓ. ਕੇ.
9. ਕਿਉਂ ਨਹੀਂ।	Why not ! ਵ੍ਹਾਇ ਨੱਟ !
10. ਰਤਾ ਵੀ ਨਹੀਂ ?	Not a bit. ਨੱਟ ਏ ਬਿਟ ?
11. ਚੰਗਾ ਚਲਿਏ।	Ta-Ta ! ਟਾ-ਟਾ !
12. ਭਲਕੇ ਵੇਖਾਂਗੇ।	Till tomorrow ਟਿਲ ਟੁਮਾਰੋ
13. ਹਾਂ, ਜ਼ਰੂਰ	Yes, by all means ! ਯੇਸ, ਬਾਈ ਆਲ ਮੀਨ੍ਜ਼ !
14. ਬੜਾ ਹੈ	Too much. ਟੂ ਮਚ
15. ਹਾਂ ਜੀ, ਹਾਂ ਜਨਾਬ।	Yes, sir ! ਯੇਸ ਸਰ
16. ਨਹੀਂ, ਕਦੀ ਨਹੀਂ।	No, never. ਨੋ, ਨੇਵਰ
17. ਕੋਈ ਗੱਲ ਨਹੀਂ।	Never mind. ਨੇਵਰ ਮਾਇੰਡ
18. ਹੋਰ ਕੁਝ ਨਹੀਂ।	Nothing more. ਨਥਿੰਗ ਮੋਰ
19. ਕੋਈ ਖ਼ਾਸ ਗੱਲ ਨਹੀਂ।	No mention.[1] ਨੋ ਮੇਨਸ਼ਨ

1. ਉਂਜ ਪੂਰਾ ਵਾਕ ਹੈ—'Please do not mention it.' 'No mention' ਇਸੇ ਦਾ ਸੰਖੇਪ ਹੈ।

20. ਜੀ ਆਇਆਂ ਨੂੰ । — Welcome ! ਵੈਲਕਮ !
21. ਭਰੋਸਾ ਰਖੋ । — Rest assured. ਰੇਸਟ ਅਸ਼ਯੋਰਡ
22. ਨਮਸਤੇ, ਸਲਾਮ, ਸਤਿ ਸ੍ਰੀ ਅਕਾਲ । — Good morning/afternoon/evening/night ! ਗੁਡ ਮਾਰਨਿੰਗ ਆਫ੍ਟਰ ਨੂਨ/ਇਵਨਿੰਗ/ਨਾਇਟ !
23. ਚੰਗਾ ਵਿਦਾ — Good bye ! ਗੁਡ ਬਾਇ !
24. ਤੁਹਾਨੂੰ ਵੀ ਵਿਦਾ । — Bye Bye ! ਬਾਈ ਬਾਈ !

ਇਹ ਲਗਭਗ ਸਾਰੇ ਵਾਕ-ਅੰਸ਼ ਹਨ, ਪੂਰੇ ਵਾਕ ਨਹੀਂ । ਪਰ ਇਹਨਾਂ ਤੋਂ ਪੂਰੇ ਵਾਕ ਜਿਹਾ ਕੰਮ ਲਿਆ ਜਾਂਦਾ ਹੈ ।

ਧਿਆਨ ਨਾਲ ਵੇਖੋ ਤੇ ਦੱਸੋ ਕਿ ਇਹ ਪੂਰਣ ਵਾਕ ਕਿਉਂ ਨਹੀਂ ਹਨ ?—ਹਾਂ ਠੀਕ ਹੈ—ਇਹ ਪੂਰਣ ਵਾਕ ਇਸ ਲਈ ਨਹੀਂ, ਕਿਉਂਕਿ ਇਹਨਾਂ ਵਿਚ ਵਧੇਰੇ ਕਰਕੇ ਕਿਰਿਆ ਗ਼ਾਇਬ ਹੈ । ਜੇ ਕਿਰਿਆ ਹੈ ਤਾਂ ਕਰਤਾ ਦਾ ਪਤਾ ਨਹੀਂ ਚਲਦਾ—ਉਹ understood ਹੈ—ਉਸ ਨੂੰ ਆਪਣੇ ਮਨੋਂ ਵਾਕ ਨਾਲ ਲਗਾ ਕੇ ਸਮਝਣਾ ਪੈਂਦਾ ਹੈ ।

ਇਹੋ ਜਹੇ ਵਾਕ ਵਾਕ ਅੰਸ਼ ਜਾਂ ਵਾਕ ਗੱਲਬਾਤ ਦੀ ਜਾਨ ਹਨ । ਕੁਝ ਤਾਂ ਤੁਸੀਂ ਆਪ ਬੋਲ ਸਕਦੇ ਹੋ, ਕੁਝ ਗੱਲ ਦੇ ਜੁਆਬ ਵਿਚ ਬੋਲੇ ਜਾਂਦੇ ਹਨ । ਵਾਕ ਵੇਖ ਕੇ ਤੁਸੀਂ ਉਸ ਦੀ ਵਰਤੋਂ ਦੇ ਬਾਰੇ ਜਾਣ ਸਕਦੇ ਹੋ । ਅੰਗ੍ਰੇਜ਼ੀ ਬੋਲਣ ਦੇ ਚਾਹਵੰਦ ਬੰਦਿਆਂ ਨੂੰ ਇਹੋ ਜਹੇ ਵਾਕਾਂ ਦਾ ਸੰਗ੍ਰਹਿ ਕਰਕੇ, ਉਹਨਾਂ ਦਾ ਲੋੜ ਅਨੁਸਾਰ ਇਸਤੇਮਾਲ ਕਰਨ ਦਾ ਅਭਿਆਸ ਕਰਨਾ ਚਾਹੀਦਾ ਹੈ ।

ਚਲੋ, ਹੁਣ ਪੂਰੇ ਵਾਕਾਂ ਦੀ ਪਛਾਣ ਪ੍ਰਾਪਤ ਕਰੀਏ ।

B

ਆਗਿਆ ਦੇ ਵਾਕ Sentences of Order

1. ਰੁਕੋ । — Stop. ਸਟਾਪ
2. ਬੋਲੋ । — Speak. ਸਪੀਕ
3. ਸੁਣੋ : — Listen. ਲਿਸਨ
4. ਇਥੇ ਠਹਿਰੋ । — Stand here. ਸਟੈਂਡ ਹਿਅਰ
5. ਇੱਧਰ ਆਓ । — Come here. ਕਮ ਹਿਅਰ
6. ਇਧਰ ਵੇਖੋ । — Look here. ਲੁਕ ਹਿਅਰ
7. ਇਹ ਲਓ । — Take this. ਟੇਕ ਦਿਸ
8. ਕੋਲ ਆਓ । — Come near ! ਕਮ ਨਿਅਰ !
9. ਬਾਹਿਰ ਉਡੀਕ ਕਰੋ । — Wait outside. ਵੇਟ ਆਊਟ ਸਾਇਡ
10. ਉਤੇ ਜਾਓ । — Go up. ਗੋ ਅਪ
11. ਥੱਲੇ ਜਾਓ — Go down. ਗੋ ਡਾਊਨ
12. ਲਹਿ ਜਾਓ । — Get down. ਗੇਟ ਡਾਊਨ
13. ਤਿਆਰ ਹੋ ਜਾਓ । — Be ready. ਬੀ ਰੈਡੀ
14. ਚੁਪ ਰਹੋ । — Be silent. ਬੀ ਸਾਇਲੈਂਟ
15. ਸਾਵਧਾਨ ਰਹੋ । — Be careful. ਬੀ ਕੇਅਰਫੁਲ
16. ਹੌਲੀ ਤੁਰੋ । — Go slowly. ਗੋ ਸਲੋਲੀ
17. ਛੇਤੀ ਜਾਓ । — Go at once. ਗੋ ਏਟਵੰਸ

18. ਸਿੱਧੇ ਜਾਓ। Go straight. ਗ ਸਟ੍ਰੇਟ

19. ਚਲੇ ਜਾਓ। Go away. ਗੋ ਅਵੇ

20. ਚੰਗੀ ਤਰ੍ਹਾਂ ਸਾਫ਼ ਕਰੋ। Clean properly. ਕ੍ਲੀਨ ਪ੍ਰਾਪਰਲੀ

21. ਨਾ ਜਾਓ। Do not go. ਡੂ ਨੱਟ ਗੋ

22. ਨਾ ਭੁੱਲੋ। Do not forget. ਡੂ ਨੱਟ ਫਾਰਗੇਟ

23. ਇਸ ਨੂੰ ਨਾ ਤੋੜੋ। Do not break it. ਡੂ ਨੱਟ ਬ੍ਰੇਕ ਇਟ

24. ਮੈਨੂੰ ਤੰਗ ਨਾ ਕਰੋ। Do not trouble me. ਡੂ ਨਾਟ ਟ੍ਰਬਲ ਮੀ

25. ਫਿਰ ਜਤਨ ਕਰੋ। Do try again. ਡੂ ਟ੍ਰਾਈ ਅਗੇਨ

ਇਹ ਵੀ ਨਿੱਕੇ-ਨਿੱਕੇ ਵਾਕ ਹਨ, ਪਰ ਇਹ ਪੂਰੇ ਵਾਕ ਹਨ।

ਇਹ ਪੂਰੇ ਵਾਕ ਕਿਵੇਂ ਹਨ ? ਇਸ ਲਈ ਕਿ ਇਹਨਾਂ ਵਿਚ ਕਿਰਿਆਵਾਂ (verbs) ਆਪਣੀ ਥਾਂ ਤੇ ਹਨ। ਕਰਤਾ (subject) ਕਿਥੇ ਹੈ ? ਇਹ order (ਆਦੇਸ਼ ਜਾਂ ਆਗਿਆ) ਦੇ ਵਾਕ ਹਨ। ਇਹਨਾਂ ਵਿਚ you (ਤੂੰ ਜਾਂ ਤੁਸੀਂ) ਕਰਤਾ ਆਪਣੇ ਵਲੋਂ ਲਗਾਉਣਾ ਪੈਂਦਾ ਹੈ—ਅਰਥਾਤ 'you' understood ਹੈ।

ਯਾਦ ਰਖਣ ਲਈ (To Remember)

1. ਉਪਰ B ਭਾਗ ਵਿਚ ਸਾਰੇ ਆਗਿਆ ਜਾਂ ਹੁਕਮ ਦੇ ਵਾਕ ਹਨ। ਤੁਸੀਂ ਇਹਨਾਂ ਨੂੰ ਥੋੜੇ ਜਹੇ ਜਤਨ ਨਾਲ ਬੇਨਤੀ ਸੂਚਕ ਵਾਕਾਂ ਵਿਚ ਬਦਲ ਸਕਦੇ ਹੋ। ਦਸੋ ਕਿਵੇਂ ?

ਉਪਰ ਦੇ ਸਾਰੇ ਵਾਕਾਂ ਤੋਂ ਪਹਿਲਾਂ 'Please' ਲਗਾ ਦਿਓ। ਪਹਿਲਾ ਵਾਕ ਇਸ ਤਰ੍ਹਾਂ ਬਣੇਗਾ—Please stop (ਕਿਰਪਾ ਕਰਕੇ ਰੁਕੋ) ਇਸੇ ਤਰ੍ਹਾਂ ਸਾਰੇ ਵਾਕ ਬਣਨਗੇ। ਇਹਨਾਂ ਵਾਕਾਂ ਦੀਆਂ ਕਿਰਿਆਵਾਂ ਦਾ ਅਰਥ ਆਦਰ ਸੂਚਕ ਹੋ ਜਾਏਗਾ।

2. ਜਦੋਂ ਤੁਸੀਂ ਆਪਣੇ ਅਫ਼ਸਰ ਤੋਂ ਛੁੱਟੀ ਮੰਗੋ, ਜਾਂ ਇਸੇ ਤਰ੍ਹਾਂ ਦੀ ਕੋਈ ਹੋਰ ਬੇਨਤੀ ਕਰੋ, ਉਥੇ 'Please' ਦੀ ਥਾਂ 'kindly' ਦਾ ਪ੍ਰਯੋਗ ਹੁੰਦਾ ਹੈ। ਜਿਵੇਂ—(i) ਕਿਰਪਾ ਕਰਕੇ ਮੈਨੂੰ ਇਕ ਦਿਨ ਦੀ ਛੁੱਟੀ ਦਿਓ—Kindly grant me leave for one day. (ii) ਕਿਰਪਾ ਕਰਕੇ ਮਾਮਲੇ ਦੀ ਜਾਂਚ ਪੜਤਾਲ ਕਰੋ—Kindly look into the matter. ਇਹਨਾਂ ਦੋਨਾਂ ਥਾਵਾਂ ਤੇ please ਲਫ਼ਜ਼ ਠੀਕ ਨਹੀਂ ਹੈ—Kindly ਚਾਹੀਦਾ ਹੈ।

3. ਆਗਿਆ ਤੇ ਬੇਨਤੀ ਦੇ ਹੋਰ ਵਾਕ 9ਵੇਂ ਦਿਨ ਵਿਚ ਵੇਖੋ।

5 ਪੰਜਵਾਂ ਦਿਨ th day

ਅੰਗ੍ਰੇਜ਼ੀ ਭਾਸ਼ਾ ਵਿਚ ਵਰਤਮਾਨ ਕਾਲ ਦੀ ਕਿਰਿਆ ਨੂੰ ਤਿੰਨ ਰੂਪਾਂ ਵਿਚ ਵੰਡਿਆ ਜਾਂਦਾ ਹੈ। 1. Ram goes (ਰਾਮ ਗੋਜ਼) ਰਾਮ ਜਾਂਦਾ ਹੈ। 2. Ram is going (ਰਾਮ ਇਜ਼ ਗੋਇੰਗ) ਰਾਮ ਜਾ ਰਿਹਾ ਹੈ। 3. Ram has gone (ਰਾਮ ਹੈਜ਼ ਗਾੱਨ) ਰਾਮ ਚਲਿਆ ਗਿਆ ਹੈ। ਪਹਿਲੇ ਰੂਪ ਵਿਚ ਕਿਰਿਆ ਵਰਤਮਾਨ ਕਾਲ ਦੀ ਤਾਂ ਹੈ, ਪਰ ਕਾਲ ਨਿਸਚਿਤ ਨਹੀਂ ਹੈ। Ram goes—ਰਾਮ ਜਾਂਦਾ ਹੈ। 'ਜਾਂਦਾ ਹੈ'—ਪਰ ਪਤਾ ਨਹੀਂ ਕਿ ਕਦੋਂ ਜਾਂਦਾ ਹੈ? ਦੂਜੇ ਰੂਪ ਵਿਚ ਵਰਤਮਾਨ ਕਾਲ ਦੀ ਕਿਰਿਆ 'ਚਲ ਰਹੀ ਹੈ'—'Ram is going.' ਤੀਜੇ ਭੇਦ ਵਿਚ 'Ram has gone'—'ਰਾਮ ਚਲਿਆ ਗਿਆ ਹੈ,' ਮਤਲਬ ਕਿ ਕਿਰਿਆ ਹੋ ਚੁਕੀ ਹੈ, ਪਰ ਉਸ ਨੂੰ ਵਧੇਰਾ ਸਮਾਂ ਨਹੀਂ ਹੋਇਆ। ਇਹਨਾਂ ਨੂੰ ਕ੍ਰਮਵਾਰ Present indefinite, Present continuous ਅਤੇ Present perfect ਕਿਹਾ ਜਾਂਦਾ ਹੈ।

ਵਰਤਮਾਨ ਕਾਲ Present Tense

A

—does/do—

ਰਾਮ--ਕੀ ਤੂੰ ਅੰਗ੍ਰੇਜ਼ੀ ਪੜ੍ਹਦਾ ਹੈਂ ?	Ram—Do you read English ? ਡੂ ਯੂ ਰੀਡ ਇੰਗਲਿਸ਼ ?
ਸ਼ਿਆਮ--ਹਾਂ, ਮੈਂ ਅੰਗ੍ਰੇਜ਼ੀ ਪੜ੍ਹਦਾ ਹਾਂ।	Shyam—Yes, I read English. ਯੇਸ੍ ਆਈ ਰੀਡ ਇੰਗਲਿਸ਼ ?
ਰਾਮ--ਕੀ ਲਤਾ ਤੇਰੇ ਘਰ ਆਉਂਦੀ ਹੈ ?	Ram—Does Lata come to your house ? ਡਜ਼ ਲਤਾ ਕਮ ਟੂ ਯੁਅਰ ਹਾਊਸ ?
ਸ਼ਿਆਮ--ਹਾਂ, ਉਹ ਕਦੀ-ਕਦੀ ਆਉਂਦੀ ਹੈ।	Shyam—Yes, she comes some times. ਯੇਸ, ਸ਼ੀ ਕਮਜ਼ ਸਮ ਟਾਇਮਸ੍ ।
ਰਾਮ--ਕੀ ਦੂਜੇ ਮਿੱਤਰ ਤੇਰੇ ਕੋਲ ਆਉਂਦੇ ਹਨ ?	Ram—Do other friends come to you ? ਡੂ ਅਦਰ ਫ੍ਰੈਂਡ੍ਸ ਕਮ ਟੂ ਯੂ ?
ਸ਼ਿਆਮ--ਹਾਂ, ਦੂਜੇ ਮਿੱਤਰ ਵੀ ਮੇਰੇ ਕੋਲ ਆਉਂਦੇ ਹਨ।	Shyam—Yes, indeed others also come to me. ਯੇਸ, ਇਨਡੀਡ, ਅਦਰਸ੍ ਆਲਸੋ ਕਮ ਟੂ ਮੀ।
ਰਾਮ--ਕੀ ਤੂੰ ਬੰਬਈ ਵਿਚ ਰਹਿੰਦਾ ਹੈਂ ?	Ram—Do you live in Bombay ? ਡੂ ਯੂ ਲਿਵ ਇਨ ਬਾਂਬੇ ?
ਸ਼ਿਆਮ--ਨਹੀਂ, ਮੈਂ ਕਲਕੱਤੇ ਵਿਚ ਰਹਿੰਦਾ ਹਾਂ।	Shyam—No, I live in Calcutta. ਨੋ, ਆਈ ਲਿਵ ਇਨ ਕੈਲਕਟਾ।

B

—is/are/am—

ਬਾਲ਼ਾ--ਕੀ ਤੈਨੂੰ ਇਹੋ ਪੁਸਤਕ ਚਾਹੀਦੀ ਹੈ ?	Bala—Is this the book you want ? ਇਜ਼ ਦਿਸ ਦ ਬੁਕ ਯੂ ਵਾਂਟ ?

ਮਾਲਾ--ਹਾਂ ਇਹੋ ਪੁਸਤਕ ਮੈਨੂੰ ਚਾਹੀਦੀ ਹੈ। Mala—Yes, this is the book I want.
ਯੇਸ, ਦਿਸ ਇਜ਼ ਦਿ ਬੁੱਕ ਆਈ ਵਾਂਟ।

ਬਾਲਾ--ਕੀ ਕਮਲਾ ਉਸੇ ਪੁਸਤਕ ਨੂੰ ਪੜ੍ਹ ਰਹੀ ਹੈ ? Bala—is Kamla reading the same book ?
ਇਜ਼ ਕਮਲਾ ਰੀਡਿੰਗ ਦਿ ਸੇਮ ਬੁਕ ?

ਮਾਲਾ--ਨਹੀਂ, ਉਹ ਦੂਜੀ ਪੁਸਤਕ ਹੈ। Mala—No, that is a different book. ਨੋ, ਦੈਟ ਇਜ਼ ਏ ਡਿਫਰੈਂਟ ਬੁਕ।

ਬਾਲਾ--ਕੀ ਤੂੰ ਹੁਣ ਬਾਜ਼ਾਰ ਨਹੀਂ ਜਾ ਰਹੀ ਹੈਂ ? Bala—Are you not going to the Bazar now ?
ਆਰ ਯੂ ਨੱਟ ਗੋਇੰਗ ਟੂ ਦਿ ਬਾਜ਼ਾਰ ਨਾਉ।

ਮਾਲਾ--ਨਹੀਂ, ਮੈਂ ਬਾਜ਼ਾਰ ਨਹੀਂ ਜਾ ਰਹੀ ਹਾਂ। Mala—No, I am not going thete.
ਨੋ, ਆਇ ਏਮ ਨੱਟ ਗੋਇੰਗ ਦੇਅਰ।

ਬਾਲਾ--ਕੀ ਤੇਰੇ ਪਿਤਾ ਜੀ ਸਰਕਾਰੀ ਨੌਕਰੀ ਕਰਦੇ ਹਨ ? Bala—Is your father in Government service ?
ਇਜ਼ ਯੂਅਰ ਫਾਦਰ ਇਨ ਗਵਰਨਮੈਂਟ ਸਰਵਿਸ ?

ਮਾਲਾ--ਨਹੀਂ, ਮੇਰੇ ਪਿਤਾ ਜੀ ਵਪਾਰੀ ਹਨ। Mala—No, my father is a business man.
ਨੋ, ਮਾਈ ਫਾਦਰ ਇਜ਼ ਏ ਬਿਜ਼ਨੈਸਮੈਨ।

ਬਾਲਾ--ਕੀ ਤੇਰਾ ਭਰਾ ਕਿਸੇ ਇਮਤਿਹਾਨ ਦੀ ਤਿਆਰੀ ਕਰ ਰਿਹਾ ਹੈ ? Bala—Is your brother preparing for some examination ? ਇਜ਼ ਯੂਅਰ ਬ੍ਰਦਰ ਪ੍ਰੇਪੇਰਿੰਗ ਫਾਰ ਸਮ ਇਕਜ਼ਾਮਿਨੇਸ਼ਨ ?

ਮਾਲਾ--ਹਾਂ, ਉਹ ਆਈ.ਏ.ਐਸ. ਦੀ ਤਿਆਰੀ ਕਰ ਰਿਹਾ ਹੈ। Mala—Yes, he is preparing for I.A.S.
ਯੇਸ, ਹੀ ਇਜ਼ ਪ੍ਰੇਪੇਰਿੰਗ ਫਾਰ ਆਈ.ਏ.ਐਸ.

C

—Has/Have—

ਮੋਹਨ--ਕੀ ਤੂੰ ਰਾਧਾ ਨੂੰ ਕੋਈ ਖ਼ਤ ਲਿਖਿਆ ਹੈ ? Mohan—Have you written (any letter) to Radha ?
ਹੈਵ ਯੂ ਰਿਟਨ (ਏਨੀ ਲੈਟਰ) ਟੂ ਰਾਧਾ ?

ਸੋਹਨ--ਹਾਂ, ਮੈਂ ਉਸ ਨੂੰ ਲਿਖਿਆ ਹੈ। Sohan—Yes, I have written her. ਯੇਸ, ਆਈ ਹੈਵ ਰਿਟਨ ਹਰ।

ਮੋਹਨ--ਕੀ ਰਾਧਾ ਨੇ ਤੇਰੇ ਖ਼ਤ ਦਾ ਜੁਆਬ ਦਿਤਾ ਹੈ ? Mohan—Has Radha replied to your letter,
ਹੈਜ਼ ਰਾਧਾ ਰਿਪ੍ਲਾਇਡ ਟੂ ਯੂਅਰ ਲੈਟਰ ?

ਸੋਹਨ--ਨਹੀਂ, ਉਸ ਨੇ ਮੇਰੇ ਖ਼ਤ ਦਾ ਜੁਆਬ ਨਹੀਂ ਦਿਤਾ। Sohan—No. she has not replied to my letter.
ਨੋ, ਸ਼ੀ ਹੈਜ਼ ਨੱਟ ਰਿਪ੍ਲਾਇਡ ਟੂ ਮਾਈ ਲੈਟਰ।

ਮੋਹਨ--ਕੀ ਤੂੰ ਖਾਣਾ ਖਾ ਲਿਆ ਹੈ ? Mohan—Have you had your meals ?
ਹੈਵ ਯੂ ਹੈਡ ਯੂਅਰ ਮੀਲ੍ਸ ?

ਸੋਹਨ--ਨਹੀਂ, ਮੈਂ ਸਵੇਰੇ ਕਾਫ਼ੀ ਭਾਰੀ ਨਾਸ਼ਤਾ ਕੀਤਾ ਸੀ। Sohan—No, I had a heavy brunch in the morning.
ਨੋ, ਆਈ ਹੈਡ ਏ ਹੈਵੀ ਬ੍ਰਾਂਚ ਇਨ ਦਿ ਮਾਰਨਿੰਗ।

ਮੋਹਨ--ਕੀ ਤੂ ਉਸ ਦੇ ਘਰ ਗਿਆ ਸੀ ? — Mohan—have you been to his house ?
ਹੈਵ ਯੂ ਬੀਨ ਟੂ ਹਿਜ਼ ਹਾਊਸ ?

ਸੋਹਨ--ਨਹੀਂ, ਮੈਂ ਅਜੇ ਜਾਣਾ ਹੈ । — Sohan—No, I have yet to go.
ਨੋ, ਆਈ ਹੈਵ ਯੇਟ ਟੂ ਗੋ ।

ਯਾਦ ਰਖਣ ਲਈ (To Remember)

ਇਹਨਾਂ ਵਾਕਾਂ ਨੂੰ ਰਤਾ ਧਿਆਨ ਨਾਲ ਵੇਖੋ

1. You are writing a latter (ਯੂ ਆਰ ਰਾਇਟਿੰਗ ਏ ਲੈਟਰ) ਤੂੰ ਖ਼ਤ ਲਿਖ ਰਿਹਾ ਹੈਂ। 2. You have written a latter (ਯੂ ਹੈਵ ਰਿਟਨ ਏ ਲੈਟਰ) ਤੂੰ ਖ਼ਤ ਲਿਖ ਲਿਆ ਹੈ—ਇਹ ਦੋਵੇਂ ਸ੍ਵੀਕਾਰਾਤਮਕ (Affirmative) ਵਾਕ ਹਨ। ਇਹਨਾਂ ਨੂੰ ਨਕਾਰਾਤਮਕ (negative) ਤੇ ਪ੍ਰਸ਼ਨਾਤਮਕ (interrogative) ਵਾਕਾਂ ਵਿਚ ਇਸ ਤਰ੍ਹਾਂ ਬਦਲਿਆ ਜਾ ਸਕਦਾ ਹੈ :

ਨਕਾਰਾਤਮਕ (Negative)	ਪ੍ਰਸ਼ਨਾਤਮਕ (Interrogative)
1. You are **not** writing a letter.	1. **Are** you writing a letter?
2. You have **not** written a letter.	2. **Have** you written a letter?

ਤੁਸੀਂ ਵੇਖਿਆ ਕਿ ਸ੍ਵੀਕਾਰਾਤਮਕ ਤੋਂ ਨਕਾਰਾਤਮਕ ਬਨਾਉਣ ਲਈ ਕੇਵਲ ਸਹਾਇਕ ਕਿਰਿਆ are, have ਦੇ ਪਿੱਛੋਂ not ਜੋੜਨਾ ਪੈਂਦਾ ਹੈ। ਇਸੇ ਤਰ੍ਹਾਂ ਪ੍ਰਸ਼ਨਾਤਮਕ ਵਾਕਾਂ ਵਿਚ ਸਹਾਇਕ ਕਿਰਿਆਵਾਂ are, have ਆਦਿ ਵਾਕ ਦੇ ਆਰੰਭ ਵਿਚ ਆ ਗਈਆਂ ਹਨ। ਅਸੀਂ ਸਿਖਿਆ ਕਿ Present continuous ਤੇ Present perfect tense ਵਿਚ ਸ੍ਵੀਕਾਰਾਤਮਕ ਤੋਂ ਨਕਾਰਾਤਮਕ ਤੇ ਪ੍ਰਸ਼ਨਾਤਮਕ ਵਾਕ ਸਹਿਜੇ ਹੀ ਬਣਾਏ ਜਾ ਸਕਦੇ ਹਨ :

ਹੁਣ Present indefinite ਦੇ ਉਦਾਹਰਣ ਲਓ : You write a letter (ਯੂ ਰਾਇਟ ਏ ਲੈਟਰ) ਤੂੰ ਖ਼ਤ ਲਿਖਦਾ ਹੈਂ। 2. I read English (ਆਈ ਰੀਡ ਇੰਗਲਿਸ਼) ਮੈਂ ਅੰਗ੍ਰੇਜ਼ੀ ਪੜ੍ਹਦਾ ਹਾਂ। ਹੁਣ ਇਹਨਾਂ ਦੇ ਨਕਾਰਾਤਮਕ ਤੇ ਪ੍ਰਸ਼ਨਾਤਮਕ ਵਾਕ ਵੇਖੋ :

ਨਕਾਰਾਤਮਕ (Negative)	ਪ੍ਰਸ਼ਨਾਤਮਕ (Interrogative)
1. **You** do not write a letter.	1. **Do** you write a letter?
2. **I** do not read English.	2. **Do** I read English?

ਇਹਨਾਂ ਵਾਕਾਂ ਵਿਚ do ਹੋਰ ਜੁੜ ਗਿਆ ਹੈ। ਇਸ tense ਵਿਚ do ਜਾਂ does ਜੋੜਿਆ ਜਾਂਦਾ ਹੈ ਤਾਂ ਹੀ ਨਕਾਰਾਤਮਕ ਜਾਂ ਪ੍ਰਸ਼ਨਾਤਮਕ ਵਾਕ ਬਣਦੇ ਹਨ।

6 ਛੇਵਾਂ ਦਿਨ
th day

ਅੰਗ੍ਰੇਜ਼ੀ ਭਾਸ਼ਾ ਵਿਚ ਵਰਤਮਾਨ ਕਾਲ ਦੀ ਤਰ੍ਹਾਂ ਹੀ ਭੂਤਕਾਲ ਦੀ ਕਿਰਿਆ ਨੂੰ ਤਿੰਨ ਰੂਪਾਂ ਵਿਚ ਵੰਡਿਆ ਜਾਂਦਾ ਹੈ। 1. Ram went (ਰਾਮ ਵੈਂਟ) 2. Ram was going (ਰਾਮ ਵਾਜ਼ ਗੋਇੰਗ) 3. Ram had gone (ਰਾਮ ਹੈਡ ਗਾੱਨ) ਅਰਥਾਤ ਰਾਮ ਗਿਆ, ਰਾਮ ਜਾ ਰਿਹਾ ਸੀ, ਰਾਮ ਗਿਆ ਸੀ। Ram went ਰਾਮ ਗਿਆ, ਇਸ ਤੋਂ ਇਹ ਤਾਂ ਪਤਾ ਲਗਦਾ ਹੈ ਕਿ ਕਿਰਿਆ ਗੁਜ਼ਰੇ ਵਕਤ ਵਿਚ ਪੂਰੀ ਹੋ ਗਈ, ਪਰ ਇਹ ਨਿਸ਼ਚਾ ਨਹੀਂ ਹੁੰਦਾ ਕਿ ਕਦੋਂ ਹੋਈ (Past indefinite); Ram was going—ਰਾਮ ਜਾ ਰਿਹਾ ਸੀ, ਇਸ ਤੋਂ ਪਤਾ ਲਗਦਾ ਹੈ ਕਿ ਕਿਰਿਆ ਜਾਰੀ ਸੀ, ਮੁਕੀ ਨਹੀਂ ਸੀ (Past continuous); Ram had gone—ਰਾਮ ਗਿਆ ਸੀ, ਮਤਲਬ ਕਿ ਕਿਰਿਆ ਬਹੁਤ ਪਹਿਲਾਂ ਪੂਰੀ ਹੋ ਗਈ ਸੀ (Past perfect)।

ਭੂਤਕਾਲ Past Tense

D

—did—

ਅਧਿਆਪਿਕਾ--ਕੀ ਤੂੰ ਕਲ ਛੇਤੀ ਉਠੀ ਸੀ ?
Lady teacher—Did you get up early yesterday ?
ਡਿਡ ਯੂ ਗੇਟ ਅਪ ਅਰਲੀ ਯੇਸਟੇਰਡੇ ?

ਉਮਾ--ਹਾਂ ਸ਼੍ਰੀਮਤੀ ਜੀ, ਮੈਂ ਛੇਤੀ ਉਠੀ ਸੀ।
Uma—Yes madam, I got up early that day.
ਯੇਸ ਮਾਦਾਮ, ਆਈ ਗੱਾਟ ਅਪ ਅਰਲੀ ਦੇਟ ਡੇ।

ਅਧਿਆਪਿਕਾ--ਕੀ ਤੂੰ ਡਬਲ ਰੋਟੀ ਤੇ ਮੱਖਣ ਖਾਦਾ ਸੀ ?
Lady teacher—Did you eat bread and butter ?
ਡਿਡ ਯੂ ਈਟ ਬ੍ਰੇਡ ਐਂਡ ਬਟਰ ?

ਉਮਾ--ਹਾਂ ਸ਼੍ਰੀਮਤੀ ਜੀ, ਮੈਂ ਉਹ ਖਾਦਾ ਸੀ।
Uma—Yes madam, I did, ਯੇਸ ਮਾਦਾਮ, ਆਈ ਡਿਡ।

ਅਧਿਆਪਿਕਾ--ਕੀ ਰਜਨੀ ਤੇਰੇ ਕੋਲ ਦੁਪਹਿਰ ਨੂੰ ਆਈ ਸੀ ?
Lady teacher—Did Rajni come to you at noon ?
ਡਿਡ ਰਜਨੀ ਕਮ ਟੂ ਯੂ ਏਟ ਨੂਨ ?

ਉਮਾ--ਨਹੀਂ, ਉਹ ਨਹੀਂ ਆਈ।
Uma—No, she did not come. ਨੋ, ਸ਼ੀ ਡਿਡ ਨੱਾਟ ਕਮ।

ਅਧਿਆਪਿਕਾ--ਕੀ ਤੂੰ ਰਾਤ ਨੂੰ ਇਹ ਲੇਖ ਲਿਖਿਆ ਸੀ ?
Lady teacher—Did you write this essay at night ?
ਡਿਡ ਯੂ ਰਾਇਟ ਦਿਸ ਏੱਸੇ ਏਟ ਨਾਇਟ ?

ਉਮਾ--ਨਹੀਂ, ਮੈਂ ਇਹ ਨਹੀਂ ਲਿਖਿਆ, ਪਰ ਮੇਰੇ ਭਰਾ ਨੇ ਲਿਖਿਆ।
Uma—No, I did not write this but my brother wrote it. ਨੋ, ਆਈ ਡਿਡ ਨਾਟ ਰਾਇਟ ਦਿਸ ਬਟ ਮਾਈ ਬ੍ਰਦਰ ਰੋਟ ਇਟ।

ਅਧਿਆਪਿਕਾ—ਕੀ ਤੂੰ ਕਲ੍ਹ ਬਾਜ਼ਾਰ ਗਈ ਸੀ ? Teacher—Did you go to the Bazar yesterday ? ਡਿਡ ਯੂ ਗੋ ਟੂ ਦ ਬਾਜ਼ਾਰ ਯੇਸਟਰਡੇ ?

ਉਮਾ—ਹਾਂ, ਸ਼੍ਰੀਮਤੀ ਜੀ, ਮੈਂ ਮਾਰਕਿਟ ਗਈ ਸੀ। Uma—Yes madam, I went to the market. ਯੇਸ ਮਾਦਾਮ, ਆਈ ਵੇਂਟ ਟੂ ਦ ਮਾਰਕਿਟ।

ਅਧਿਆਪਕ—ਕੀ ਤੂੰ ਤੁਰਦੇ-ਤੁਰਦੇ ਕਿਤਾਬ ਨਹੀਂ ਪੜ੍ਹ ਰਿਹਾ ਸੀ ? Teacher—Were you not reading a book while walking ? ਵਰ ਯੂ ਨਾਟ ਰੀਡਿੰਗ ਏ ਬੁਕ ਵ੍ਹਾਇਲ ਵਾਕਿੰਗ ?

ਰਮੇਸ਼—ਹਾਂ, ਸ਼੍ਰੀਮਾਨ ਜੀ, ਮੈਂ ਤੁਰਦੇ-ਤੁਰਦੇ ਪੜ੍ਹ ਰਿਹਾ ਸੀ। Ramesh—Yes sir, I was reading a book while walking. ਯੇਸ ਸਰ, ਆਈ ਵਾਜ਼ ਰੀਡਿੰਗ ਏ ਬੁਕ ਵ੍ਹਾਇਲ ਵਾਕਿੰਗ ?

ਅਧਿਆਪਕ—ਕੀ ਰਮਾ ਵੀ ਤੁਰਦੇ-ਤੁਰਦੇ ਪੜ੍ਹ ਰਹੀ ਸੀ ? Teacher—Was Rama also reading it while walking ? ਵਾਜ਼ ਰਮਾ ਆਲਸੋ ਰੀਡਿੰਗ ਇਟ ਵ੍ਹਾਇਲ ਵਾਕਿੰਗ ?

ਰਮੇਸ਼—ਨਹੀਂ, ਉਹ ਸਿਰਫ਼ ਸੁਣ ਰਹੀ ਸੀ। Ramesh—No, she was just listening. ਨੋ ਸ਼ੀ ਵਾਜ਼ ਜਸਟ ਲਿਸਨਿੰਗ।

E

—was / were—

ਅਧਿਆਪਕ—ਕੀ ਤੇਰੇ ਘਰ ਵਿਚ ਤੇਰੀ ਭੂਆ ਗਾ ਰਹੀ ਸੀ ? Teacher—Was your aunt singing at your house ? ਵਾਜ਼ ਯੁਅਰ ਆਂਟ ਸਿੰਗਿੰਗ ਏਟ ਯੁਅਰ ਹਾਉਸ ?

ਰਮੇਸ਼—ਨਹੀਂ, ਮੇਰੀ ਭੈਣ ਗਾ ਰਹੀ ਸੀ। Ramesh—No, It was my sister who was singing. ਨੋ, ਇਟ ਵਾਜ਼ ਮਾਈ ਸਿਸਟਰ ਹੂ ਵਾਜ਼ ਸਿੰਗਿੰਗ।

ਰਾਧਾ—ਕੀ ਤੁਸੀਂ ਇੰਗਲਿਸ਼ ਪੜ੍ਹ ਰਹੀਆਂ ਸੀ ? Radha—Were you reading English ? ਵਰ ਯੂ ਰੀਡਿੰਗ ਇੰਗ੍ਲਿਸ਼ ?

ਸੁਧਾ—ਹਾਂ, ਅਸੀਂ ਇੰਗ੍ਲਿਸ਼ ਸਿਖ ਰਹੀਆਂ ਸੀ। Sudha—Yes, we were learning English, ਯੇਸ, ਵੀ ਵਰ ਲਰ੍ਨਿੰਗ ਇੰਗ੍ਲਿਸ਼।

F

—had—

ਕਮਲ—ਕੀ ਤੂੰ ਸਿਨੇਮਾ ਨਹੀਂ ਗਿਆ ਸੀ ? Kamal—Had you not gone to cinema ? ਹੈਡ ਯੂ ਨੱਟ ਗੱਨ ਟੂ ਸਿਨੇਮਾ ?

ਵਿਮਲ—ਨਹੀਂ, ਮੈਂ ਸਿਨੇਮਾ ਨਹੀਂ ਗਿਆ ਸੀ। Vimal—No, I had not gone to cinema. ਨੋ, ਆਈ ਹੈਡ ਨੱਟ ਗੱਨ ਟੂ ਸਿਨੇਮਾ।

ਰਮਾ—ਕੀ ਉਹ ਹੱਟੀ ਬੰਦ ਕਰ ਚੁਕਾ ਸੀ ?	Rama—Had he closed the shop ? ਹੈਡ ਹੀ ਕਲੋਜ਼ੜ ਦਿ ਸ਼ਾਪ ?
ਰਾਧਾ—ਹਾਂ, ਉਹ ਹੱਟੀ ਬੰਦ ਕਰ ਚੁਕਾ ਸੀ।	Radha—Yes, he had closed the shop. ਯੇਸ, ਹੀ ਹੈਡ ਕਲੋਜ਼ੜ ਦਿ ਸ਼ਾਪ।
ਰਾਮ—ਕੀ ਉਹ ਕਲ੍ਹ ਤਕ ਤੁਹਾਨੂੰ ਨਹੀਂ ਮਿਲਿਆ ਸੀ ?	Ram—Had he not met you till yesterday ? ਹੈਡ ਹੀ ਨੱਟ ਮੇਟ ਯੂ ਟਿਲ ਯੇਸਟਰਡੇ ?
ਸ਼ਿਆਮ—ਨਹੀਂ, ਉਹ ਕਲ੍ਹ ਤਕ ਮੈਨੂੰ ਨਹੀਂ ਮਿਲਿਆ ਸੀ।	Shyam—No, he had not met me till yesterday. ਨੋ, ਹੀ ਹੈਡ ਨੱਟ ਮੇਟ ਮੀ ਟਿਲ ਯੇਸਟਰਡੇ।
ਰਮਨ—ਕੀ ਤੂੰ ਖੇਡਣ ਨਹੀਂ ਗਿਆ ਸੀ ?	Raman—Had you not gone to play yesterday ? ਹੈਡ ਯੂ ਨੱਟ ਗੱਨ ਟੂ ਪਲ਼ੇ ਯੇਸਟਰਡੇ ?
ਸੁਧੀਰ—ਨਹੀਂ, ਮੈਂ ਕਲ੍ਹ ਖੇਡਣ ਨਹੀਂ ਗਿਆ ਸੀ।	Sudhir—No, I had not gone to play yesterday. ਨੋ, ਆਈ ਹੈਡ ਨੱਟ ਗੱਨ ਟੂ ਪਲ਼ੇ ਯੇਸਟਰਡੇ।

ਯਾਦ ਰਖਣ ਲਈ (To Remember)

ਹੁਣ past tense ਦੇ ਸ੍ਵੀਕਾਰਾਤਮਕ (affirmative) ਵਾਕਾਂ ਤੋਂ ਨਕਾਰਾਤਮਕ (negative) ਤੇ ਪ੍ਰਸ਼ਨਾਤਮਕ (interrogative) ਦੇ ਵਾਕ ਬਣਾਉਂਦੇ ਹਾਂ। ਨਿਯਮ ਉਹੀ ਹਨ ਕਿ past indefinite ਵਿਚ did ਸਹਾਇਕ ਕਿਰਿਆ ਵਧਾਈ ਜਾਂਦੀ ਹੈ। past continuous ਵਿਚ was, were ਤੇ past perfect ਵਿਚ had ਦੇ ਬਾਅਦ ਨਕਾਰਾਤਮਕ (negative) ਵਾਕਾਂ ਵਿਚ not ਵਧ ਜਾਂਦਾ ਹੈ। ਇਸੇ ਤਰ੍ਹਾਂ ਪ੍ਰਸ਼ਨਾਤਮਕ (interrogative) ਵਾਕਾਂ ਵਿਚ ਇਹੋ ਸਹਾਇਕ ਕਿਰਿਆਵਾਂ did, was, were ਤੇ had ਵਾਕ ਵਿਚ ਸਭ ਤੋਂ ਪਹਿਲਾਂ ਵਰਤੀਆਂ ਜਾਂਦੀਆਂ ਹਨ।

Affir : I ate bread and butter, (ਆਈ ਏਟ ਬ੍ਰੈਡ ਐਂਡ ਬਟਰ) ਮੈਂ ਡਬਲਰੋਟੀ ਤੇ ਮੱਖਣ ਖਾਧਾ।
Neg : I did not eat bread and butter, Int: Did I eat bread and butter?
Affir : You were reading the book. (ਯੂ ਵਰ ਰੀਡਿੰਗ ਦਿ ਬੁਕ) ਤੂੰ ਪੁਸਤਕ ਪੜ੍ਹ ਰਿਹਾ ਸੀ।
Neg : You were not reading the book. Int : Were you reading the book?
Affir : You read the book. (ਯੂ ਰੀਡ ਦਿ ਬੁਕ) ਤੂੰ ਪੁਸਤਕ ਪੜ੍ਹੀ।
Neg : You had not read the book. Int : Had you read the book?

7 ਸਤਵਾਂ ਦਿਨ
7th day

ਭਵਿਖਤ ਕਾਲ ਦੀ ਕਿਰਿਆ ਨੂੰ ਵੀ ਅੰਗ੍ਰੇਜ਼ੀ ਵਿਚ ਮੁੱਖ ਤਿੰਨ ਰੂਪਾਂ ਵਿਚ ਵੰਡਿਆ ਗਿਆ ਹੈ : 1. Ram will go. ਰਾਮ ਵਿਲ ਗੋ। 2. Ram will be going ਰਾਮ ਵਿਲ ਬੀ ਗੋਇੰਗ। 3. Ram will have gone, ਰਾਮ ਵਿਲ ਹੈਵ ਗਾੱਨ। ਅਰਥਾਤ ਰਾਮ ਜਾਏਗਾ, ਰਾਮ ਜਾ ਰਿਹਾ ਹੋਵੇਗਾ, ਰਾਮ ਚਲਾ ਗਿਆ ਹੋਵੇਗਾ। ਵਰਤਮਾਨ ਤੇ ਭੂਤਕਾਲ ਦੀ ਤਰ੍ਹਾਂ ਇਹਨਾਂ ਨੂੰ ਕ੍ਰਮ ਵਾਰ future indefinite, future continuous ਤੇ future perfect ਕਿਹਾ ਜਾਂਦਾ ਹੈ।

ਭਵਿਖਤ ਕਾਲ Future Tense

G

—will / shall—

ਗੋਵਿੰਦ—ਕੀ ਤੂੰ ਖੇਡੇਂਗਾ ?	Govind—Will you play ? ਵਿਲ ਯੂ ਪਲ਼ੇ ?
ਰਾਸ—ਨਹੀਂ ਮੈਂ ਨਹੀਂ ਖੇਡਾਂਗਾ।	Ram—No, I shall not play. ਨੋ, ਆਈ ਸ਼ੈਲ ਨੱਟ ਪਲ਼ੇ।
ਗੋਵਿੰਦ—ਕੀ ਤੂੰ ਭਲਕੇ ਆਵੇਂਗਾ ?	Govind—Will you come tomorrow ? ਵਿਲ ਯੂ ਕਮ ਟੁਮਾਰੋ।
ਰਾਮ—ਹਾਂ ਮੈਂ ਭਲਕੇ ਆਵਾਂਗਾ।	Ram—Yes, I shall come tomorrow. ਯੇਸ, ਆਈ ਸ਼ੈਲ ਕਮ ਟੁਮਾਰੋ।
ਗੋਵਿੰਦ—ਕੀ ਤੂੰ ਰਾਤ ਨੂੰ ਇਥੇ ਠਹਿਰੇਂਗਾ	Govind—Will you stay here at night ? ਵਿਲ ਯੂ ਸਟੇ ਹਿਅਰ ਏਟ ਨਾਇਟ ?
ਰਾਮ—ਨਹੀਂ ਮੈਂ ਮੁੜ ਜਾਵਾਂਗਾ।	Ram—No, I shall return. ਨੋ ਆਈ ਸ਼ੈਲ ਰਿਟਰਨ
ਗੋਵਿੰਦ—ਕੀ ਤੂੰ ਸ਼ੁਕਰਵਾਰ ਨੂੰ ਰਾਜੇ ਨੂੰ ਮਿਲੇਂਗਾ ?	Govind—Will you meet Raja on Friday ? ਵਿਲ ਯੂ ਮੀਟ ਰਾਜਾ ਔਨ ਫ੍ਰਾਇਡੇ ?
ਰਾਮ—ਨਹੀਂ, ਮੈਂ ਘਰ ਤੇਰੀ ਉਡੀਕ ਕਰਾਂਗਾ।	Ram—No, I shall wait for you at home. ਨੋ, ਆਈ ਸ਼ੈਲ ਵੇਟ ਫਾਰ ਯੂ ਏਟ ਹੋਮ।

H

—will be / shall be—

ਅਮਿਤਾਭ—ਕੀ ਭਲਕੇ ਤੂੰ ਇਸ ਗੱਡੀ ਵਿਚ ਯਾਤਰਾ ਕਰ ਰਿਹਾ ਹੋਵੇਂਗਾ ?	Amitabh—Will you be sitting in the train at this time tomorrow ਵਿਲ ਯੂ ਬੀ ਸਿਟਿੰਗ ਇਨ ਦਿ ਟ੍ਰੇਨ ਏਟ ਦਿਸ ਟਾਇਮ ਟੁਮਾਰੋ ?

ਰਾਕੇਸ਼—ਨਹੀਂ, ਮੈਂ ਇਸ ਵੇਲੇ ਕਾਨ੍ਪੁਰ ਪਹੁੰਚ ਰਿਹਾ ਹੋਵਾਂਗਾ ।

Rakesh—No, I shall be reaching Kanpur at this time. ਨੋ, ਆਈ ਸ਼ੈਲ ਬੀ ਰੀਚਿੰਗ ਕਾਨਪੁਰ ਏਟ ਦਿਸ ਟਾਇਮ ।

ਅਮਿਤਾਭ—ਕੀ ਅਸੀਂ ਭਲਕੇ ਇਸ ਵੇਲੇ ਮੈਚ ਨਹੀਂ ਖੇਡ ਰਹੇ ਹੋਵਾਂਗੇ ?

Amitabh—Shall we not be playing match at this time tomorrow ? ਸ਼ੈਲ ਵੀ ਨੌਟ ਬੀ ਪ੍ਲੇਇੰਗ ਮੈਚ ਏਟ ਦਿਸ ਟਾਇਮ ਟੁਮਾਰੋ ?

ਰਾਕੇਸ਼—ਹਾਂ, ਅਸੀਂ ਇਸ ਵੇਲੇ ਮੈਚ ਖੇਡ ਰਹੇ ਹੋਵਾਂਗੇ ।

Rakesh—Yes, we shall be playing match at this time. ਯੇਸ, ਵੀ ਸ਼ੈਲ ਬੀ ਪ੍ਲੇਇੰਗ ਮੈਚ ਏਟ ਦਿਸ ਟਾਇਮ ।

ਅਮਿਤਾਭ—ਕੀ ਅਸੀਂ ਸ਼ਿਮਲਾ ਮੁੜ ਆਉਂਦੇ ਰਹਾਂਗੇ ?

Amitabh—Shall we be coming to Simla again and again ? ਸ਼ੈਲ ਵੀ ਬੀ ਕਮਿੰਗ ਟੂ ਸ਼ਿਮਲਾ ਅਗੇਨ ਐਂਡ ਅਗੇਨ ?

ਰਾਕੇਸ਼—ਨਹੀਂ, ਅਸੀਂ ਇਥੇ ਮੁੜ-ਮੁੜ ਨਹੀਂ ਆਉਂਦੇ ਰਹਾਂਗੇ ।

Rakesh—No, we shall not be coming again and again. ਨੋ, ਵੀ ਸ਼ੈਲ ਨੌਟ ਬੀ ਕਮਿੰਗ ਅਗੇਨ ਐਂਡ ਅਗੇਨ ।

I

—will have / shall have—

ਮੀਨਾ—ਕੀ ਉਹ ਜਾ ਚੁਕੀ ਹੋਵੇਗੀ ?

Mina—Will she have gone ? ਵਿਲ ਸ਼ੀ ਹੈਵ ਗੌਨ ?

ਰਜਨੀ—ਨਹੀਂ, ਉਹ ਨਹੀਂ ਜਾ ਚੁਕੀ ਹੋਵੇਗੀ ।

Rajni—No, she will not have gone. ਨੋ, ਸ਼ੀ ਵਿਲ ਨੌਟ ਹੈਵ ਗੌਨ ।

ਮੀਨਾ—ਕੀ ਮੈਂ ਅਗਲੇ ਮਹੀਨੇ ਤੀਕ ਕਾਲਕਾ ਤੋਂ ਆ ਚੁਕੀ ਹੋਵਾਂਗੀ ?

Mina—Shall I have returned from Kalka by next month ? ਸ਼ੈਲ ਆਈ ਹੈਵ ਰਿਟਰ੍ਨਡ ਫ੍ਰਾਮ ਕਾਲਕਾ ਬਾਈ ਨੇਕਸ੍ਟ ਮੰਥ ?

ਰਜਨੀ—ਹਾਂ, ਤੂੰ ਉਦੋਂ ਤੀਕ ਉਥੋਂ ਆ ਚੁਕੀ ਹੋਵੇਂਗੀ।

Rajni—Yes, you will have returned from there by that time. ਯੇਸ, ਯੂ ਵਿਲ ਹੈਵ ਰਿਟਰ੍ਨਡ ਫ੍ਰਾਮ ਦੇਅਰ-ਬਾਈ ਦੈਟ ਟਾਇਮ ।

ਮੀਨਾ—ਭਲਕੇ, ਇਸ ਵੇਲੇ ਤੀਕ ਤੂੰ ਇਮਤਿਹਾਨ ਦੇ ਚੁਕੀ ਹੋਵੇਂਗੀ ।

Mina—You will have finished your examination by this time tomorrow. ਯੂ ਵਿਲ ਹੈਵ ਫਿਨਿਸ਼ਡ ਯੁਅਰ ਇਕਜ਼ਮਿਨੇਸ਼ਨ ਬਾਈ ਦਿਸ ਟਾਇਮ ਟੁਮਾਰੋ ।

ਰਜਨੀ—ਹਾਂ, ਮੈਂ ਆਪਣੇ ਜੀਵਨ ਦਾ ਇਕ ਕਾਂਡ ਮੁਕਾ ਚੁਕੀ ਹੋਵਾਂਗੀ ।

Rajni—Yes, I shall have closed a chapter of my life. ਯੇਸ, ਆਈ ਸ਼ੈਲ ਹੈਵ ਕਲੋਜ਼ਡ ਏ ਚੈਪ੍ਟਰ ਆਫ ਮਾਈ ਲਾਇਫ ।

ਮੀਨਾ—ਕੀ ਤੂੰ ਅਗਲੇ ਸਾਲ ਦਸਵੀਂ ਪਾਸ ਕਰ ਚੁਕੀ ਹੋਵੇਂਗੀ ?	Mina—Will you have passed Xth class by the next year ? ਵਿਲ ਯੂ ਹੈਵ ਪਾਸ੍ਡ ਟੈਂਥ ਕਲਾਸ ਬਾਈ ਦ ਨੇਕ੍ਸਟ ਇਅਰ ?
ਰਜਨੀ—ਹਾਂ, ਮੈਂ ਉਦੋਂ ਤੀਕ ਦਸਵੀਂ ਪਾਸ ਕਰ ਚੁਕੀ ਹੋਵਾਂਗੀ ।	Rajni—Yes, I shall have passed Xth class by that time. ਯੇਸ, ਆਈ ਸ਼ੈਲ ਹੈਵ ਪਾਸ੍ਡ ਟੈਂਥ ਕ੍ਲਾਸ ਬਾਈ ਦੈਟ ਟਾਇਮ ।
ਮੀਨਾ—ਕੀ ਚੋਣਾਂ ਮਾਰਚ ਤੀਕ ਹੋ ਚੁਕੀਆਂ ਹੋਣਗੀਆਂ ?	Mina—Will the election have completed by March ? ਵਿਲ ਦ ਇਲੇਕ੍ਸ਼ਨ ਹੈਵ ਕਮਪ੍ਲੀਟੇਡ ਬਾਈ ਮਾਰਚ ?
ਰਜਨੀ—ਹਾਂ, ਚੋਣਾਂ ਮਾਰਚ ਤੀਕ ਹੋ ਚੁਕੀਆਂ ਹੋਣਗੀਆਂ ।	Rajni—Yes, the election will have completed by March. ਯੇਸ, ਦਿ ਇਲੇਕ੍ਸ਼ਨ ਵਿਲ ਹੈਵ ਕਮਪ੍ਲੀਟੇਡ ਬਾਈ ਮਾਰਚ ?
ਮੀਨਾ—ਕੀ ਤੇਰਾ ਭਰਾ ਕਨਾਡਾ ਤੋਂ ਆ ਚੁਕਿਆ ਹੋਵੇਗਾ ?	Mina—Will your brother have returned from Canada ? ਵਿਲ ਯੂਅਰ ਬ੍ਰਦਰ ਹੈਵ ਰਿਟਰ੍ਨਡ ਫ੍ਰਾਮ ਕਨਾਡਾ ?
ਰਜਨੀ—ਨਹੀਂ, ਉਹ ਕਨਾਡਾ ਤੋਂ ਨਹੀਂ ਆ ਚੁਕੇ ਹੋਣਗੇ ।	Rajni—No, he will not have returned from Canada. ਨੋ, ਹੀ ਵਿਲ ਨੱਟ ਹੈਵ ਰਿਟਰ੍ਨਡ ਫ੍ਰਾਮ ਕਨਾਡਾ ।

ਯਾਦ ਰਖਣ ਲਈ (To Remember)

ਇਹਨਾਂ ਵਾਕਾਂ ਵਲ ਧਿਆਨ ਦਿਓ—(A) I shall not play. ਆਈ ਸ਼ੈਲ ਨੱਟ ਪ੍ਲੇ। (B) He will not play. ਹੀ ਵਿਲ ਨੱਟ ਪ੍ਲੇ। ਪਹਿਲੇ ਵਾਕ ਵਿਚ I ਨਾਲ shall ਆਇਆ ਹੈ ਅਤੇ ਦੂਜੇ ਵਾਕ ਵਿਚ He ਦੇ ਨਾਲ will ਆਇਆ ਹੈ। ਇਹ ਸਾਧਾਰਣ ਭਵਿਖਤ ਕਾਲ ਦੀ ਕਿਰਿਆ ਨੂੰ ਦਸਦੇ ਹਨ। ਨਿਯਮ ਇਹ ਹੈ ਕਿ ਆਮ ਤੌਰ ਤੇ ਮਧਿਅਮ ਤੇ ਅੰਨਿਆਂ ਪੁਰਖ he, she, it, they, you, Ram, ਆਦਿ ਨਾਲ will ਦੀ ਵਰਤੋਂ ਕੀਤੀ ਜਾਂਦੀ ਹੈ ਅਤੇ ਉੱਤਮ ਪਰਖ I, we, ਆਦਿ ਨਾਲ shall ਦੀ ਵਰਤੋਂ ਕੀਤੀ ਜਾਂਦੀ ਹੈ। ਪਰ ਜੇ I/we ਨਾਲ will ਦਾ ਤੇ he/she/it/they/you ਦੇ ਨਾਲ shall ਦੀ ਵਰਤੋਂ ਕੀਤੀ ਜਾਏ ਤੇ ਉੱਥੇ ਦ੍ਰਿੜ ਨਿਸ਼ਚੇ ਦਾ ਅਰਥ ਨਿਕਲਦਾ ਹੈ। ਜਿਵੇ 1. I will not play, 2. you shall not return. ਇਹਨਾਂ ਵਾਕਾਂ ਦਾ ਅਰਥ ਇਉਂ ਹੈ (1) ਮੈਂ ਬਿਲਕੁਲ ਨਹੀਂ ਖੇਡਾਂਗਾ (2) ਤੂੰ ਕਤਈ ਵਾਪਸ ਨਹੀਂ ਮੁੜੇਗਾ।

ਇਸੇ ਤਰ੍ਹਾਂ ਹੇਠਾਂ ਦਿੱਤੇ ਗਏ ਵਾਕਾਂ ਦਾ ਮਤਲਬ ਮਨ ਵਿਚ ਬਿਠਾਓ—

1. I will succeed or die in the attempt. ਮੈਂ ਜਾਂ ਤਾਂ ਸਫ਼ਲ ਹੋਵਾਂਗਾ ਜਾਂ ਯਤਨ ਕਰਦੇ ਕਰਦੇ ਮਰ ਜਾਵਾਂਗਾ। 2. you shall finish your work before you leave the office. ਤੈਨੂੰ ਦਫ਼ਤਰ ਤੋਂ ਛੁੱਟੀ ਕਰਨ ਤੋਂ ਪਹਿਲਾਂ ਆਪਣਾ ਕੰਮ ਪੂਰਾ ਕਰਨਾ ਹੋਵੇਗਾ। 3. He shall obey, whether he likes it or not. ਉਹ ਚਾਹੇ ਭਾਵੇਂ ਨਾ ਚਾਹੇ, ਉਸ ਨੂੰ ਆਗਿਆ ਦਾ ਪਾਲਨ ਕਰਨਾ ਹੋਵੇਗਾ।

8 ਅਠਵਾਂ ਅਧਿਆਇ
th day

ਹੁਣ ਤਕ ਤੁਸੀਂ ਤਿੰਨ ਕਾਲਾਂ (tenses) ਦੀਆਂ ਕਿਰਿਆਵਾਂ ਦਾ ਅਭਿਆਸ ਕੀਤਾ। ਉਥੇ ਵੀ ਤੁਸੀਂ ਸਹਾਇਕ ਕਿਰਿਆਵਾਂ (special verbs ਜਾਂ helping verbs) ਦਾ ਸਹਾਰਾ ਲਿਆ ਸੀ। ਚਲੋ ਹੁਣ ਕੁਝ ਹੋਰ ਸਹਾਇਕ ਕਿਰਿਆਵਾਂ ਦਾ ਅਭਿਆਸ ਕਰੀਏ। can (ਕੈਨ) ਅਤੇ may (ਮੇ) ਦੋ ਸਹਾਇਕ ਕਿਰਿਆਵਾਂ ਹਨ। ਦੋਨਾਂ ਦਾ ਅਰਥ ਹੈ—'ਸਕਣਾ'। ਪਰ ਇਸ 'ਸਕਣਾ' ਦੇ ਅਰਥਾਂ ਵਿਚ ਅੰਤਰ ਹੈ, ਜਿਸ ਨੂੰ ਤੁਸੀਂ ਹੇਠਾਂ ਦਿਤੇ ਵਾਕਾਂ ਨਾਲ ਆਪ ਸਮਝ ਸਕੋਗੇ। could ਅਤੇ might ਕ੍ਰਮਵਾਰ can ਤੇ may ਅਤੇ should, would ਕ੍ਰਮਵਾਰ shall, will ਦੇ ਭੂਤਕਾਲਿਕ ਰੂਪ ਹਨ। ਇਹਨਾਂ ਦੀ ਵਰਤੋਂ ਵੇਖ ਕੇ ਇਹਨਾ ਦੇ ਆਪਸੀ ਫ਼ਰਕ ਨੂੰ ਪਛਾਨਣ ਦਾ ਅਭਿਆਸ ਕਰੋ।

ਕੁਝ ਮਹਤੱਵਪੂਰਣ ਸਹਾਇਕ ਕਿਰਿਆਵਾਂ Some Important Helping Verbs
can, could, may, might, must ought (to), should/would

J

—can—

ਰਜਨੀ ਬਾਲਾ—ਕੀ ਤੂੰ ਸਿਤਾਰ ਵਜਾ ਸਕਦੀ ਹੈਂ ? | Rajni Bala—Can you play a sitar ?
ਕੈਨ ਯੂ ਪਲੇ ਏ ਸਿਤਾਰ ?

ਸ਼ਸ਼ੀ ਬਾਲਾ—ਹਾਂ, ਮੈਂ ਬੰਸਰੀ ਵੀ ਵਜਾ ਸਕਦੀ ਹਾਂ । | Shashi Bala—Yes, I can also play on a flute.
ਯੇਸ, ਆਈ ਕੈਨ ਆਲਸੋ ਪਲੇ ਔਨ ਏ ਫ਼ਲਯੂਟ ।

ਰਜਨੀ ਬਾਲਾ—ਕੀ ਤੂੰ ਮੇਰੀਆਂ ਕਿਤਾਬਾਂ ਮੋੜ ਸਕਦੀ ਹੈਂ ? | Rajni Bala—Can you return my books ?
ਕੈਨ ਯੂ ਰਿਟਰਨ ਮਾਈ ਬੁਕਸ ?

ਸ਼ਸ਼ੀ ਬਾਲਾ—ਨਹੀਂ, ਮੈਂ ਉਹਨਾਂ ਨੂੰ ਅਜੇ ਨਹੀਂ ਮੋੜ ਸਕਦੀ । | Shashi Bala—No, I cannot return them just now.
ਨੋ, ਆਈ ਕੈਨਨੌਟ ਰਿਟਰਨ ਦੇਮ ਜਸਟ ਨਾਓ ।

ਰਜਨੀ ਬਾਲਾ—ਕੀ ਤੂੰ ਸੰਸਕ੍ਰਿਤ ਭਾਸ਼ਾ ਪੜ੍ਹ ਸਕਦੀ ਹੈਂ ? | Rajni Bala—Can you read Sanskrit ?
ਕੈਨ ਯੂ ਰੀਡ ਸੰਸਕ੍ਰਿਤ ?

ਸ਼ਸ਼ੀ ਬਾਲਾ—ਹਾਂ, ਮੈਂ ਇਹ ਭਾਸ਼ਾ ਪੜ੍ਹ ਸਕਦੀ ਹਾਂ । | Shashi Bala—Yes, I can read this language.
ਯੇਸ, ਆਈ ਕੈਨ ਰੀਡ ਦਿਸ ਲੈਂਗਵਿਜ ।

K

—may—

ਵਿਦਿਆਰਥੀ—ਕੀ ਮੈਂ ਅੰਦਰ ਆ ਸਕਦਾ ਹਾਂ ? | Student—May I come in Sir ? ਮੇ ਆਈ ਕਮ ਇਨ ਸਰ ?

ਅਧਿਆਪਕ—ਹਾਂ, ਆਓ । | Teacher—Yes, you may. ਯੇਸ, ਯੂ ਮੇ ।

ਵਿਦਿਆਰਥੀ—ਕੀ ਮੈਂ ਬਾਲ ਸਭਾ ਵਿਚ ਸ਼ਾਮਲ ਹੋ ਸਕਦਾ ਹਾਂ, ਸ੍ਰੀਮਾਨ ਜੀ ?	Student—May I attend Bal Sabha, Sir ? ਮੇ ਆਈ ਅਟੈਂਡ ਬਾਲ ਸਭਾ, ਸਰ ?
ਅਧਿਆਪਕ—ਹਾਂ, ਬੜੀ ਖ਼ੁਸ਼ੀ ਨਾਲ ।	Teacher—Yes, with great pleasure. ਯੇਸ, ਵਿਦ ਗ੍ਰੇਟ ਪਲੇਜ਼ਰ ।
ਵਿਦਿਆਰਥੀ—ਕੀ ਮੈਂ ਸੁਰੇਸ਼ ਨਾਲ ਜਾ ਸਕਦਾ ਹਾਂ, ਸ੍ਰੀਮਾਨ ਜੀ ?	Student—May I accompany Suresh, Sir ? ਮੇ ਆਈ ਅਕੰਪਨੀ ਸੁਰੇਸ਼, ਸਰ ?
ਅਧਿਆਪਕ—ਨਹੀਂ, ਤੈਨੂੰ ਆਗਿਆ ਨਹੀਂ । ਤੂੰ ਆਪਣਾ ਕੰਮ ਪੂਰਾ ਕਰ ।	Teacher—No, you may not. You better finish your work. ਨੋ, ਯੂ ਮੇ ਨਾਟ । ਯੂ ਬੇਟਰ ਫ਼ਿਨਿਸ਼ ਯੁਅਰ ਵਰ੍ਕ ।

L

—Could—

ਰਾਜੂ—ਕੀ ਤੁਸੀਂ ਇਹ ਕੰਮ ਇਕੱਲੇ ਕਰ ਸਕੇ ?	Raju—Could you do this work alone ? ਕੁਡ ਯੂ ਡੂ ਦਿਸ ਵਰ੍ਕ ਏਲੋਨ ?
ਸੁਰੇਸ਼—ਨਹੀਂ, ਮੈਂ ਇਸ ਨੂੰ ਇਕੱਲਾ ਨਹੀਂ ਕਰ ਸਕਿਆ ।	Suresh—No, I could not do it alone. ਨੋ, ਆਈ ਕੁਡ ਨੱਾਟ ਡੂ ਇਟ ਏਲੋਨ ।
ਰਾਜੂ—ਕੀ ਉਹ ਵਕਤ ਸਿਰ ਤੁਹਾਡੀ ਮਦਦ ਕਰ ਸਕੀ ?	Raju—Could she help you in time ? ਕੁਡ ਸ਼ੀ ਹੇਲਪ ਯੂ ਇਨ ਟਾਇਮ ?
ਸੁਰੇਸ਼—ਹਾਂ, ਉਹ ਵਕਤ ਸਿਰ ਮੇਰੀ ਮਦਦ ਕਰ ਸਕੀ ।	Suresh—Yes, she could help me in time. ਯੇਸ, ਸ਼ੀ ਕੁਡ ਹੇਲਪ ਮੀ ਇਨ ਟਾਇਮ ।
ਰਾਜੂ—ਕੀ ਰਮਾ ਇਹ ਸੁਆਲ ਹੱਲ ਕਰ ਸਕੀ ?	Raju—Could Rama solve this sum ? ਕੁਡ ਰਮਾ ਸੱਾਲ੍ਵ ਦਿਸ ਸੱਮ ?
ਸੁਰੇਸ਼—ਨਹੀਂ, ਉਹ ਇਸ ਨੂੰ ਹੱਲ ਨਹੀਂ ਕਰ ਸਕੀ ।	Suresh—No, she could not solve it. ਨੋ, ਸ਼ੀ ਕੁਡ ਨੱਾਟ ਸਾਲ੍ਵ ਇਟ ।

M

—might / must / ought (to) / would / should—

ਸੋਹਨ ਨੇ ਸ਼ਾਇਦ ਉਸ ਦੀ ਮਦਦ ਕੀਤੀ ਹੋਵੇ ।	Sohan might have helped him. ਸੋਹਨ ਮਾਇਟ ਹੈਵ ਹੇਲ੍ਪਡ ਹਿਮ ।
ਸ਼ਾਇਦ ਉਹ ਇਥੇ ਆਇਆ ਹੋਵੇਗਾ ।	He might have come here. ਹੀ ਮਾਇਟ ਹੈਵ ਕਮ ਹਿਅਰ ।
ਮੈਨੂੰ ਉਸ ਦੇ ਵਿਆਹ ਵਿਚ ਜ਼ਰੂਰ ਜਾਣਾ ਚਾਹੀਦਾ ਹੈ ।	I must attend his marriage. ਆਈ ਮਸਟ ਅਟੈਂਡ ਹਿਜ਼ ਮੈਰਿਜ ।
ਮੈਨੂੰ ਦਸ ਵਜੇ ਤਕ ਘਰ ਜ਼ਰੂਰ ਪੁੱਜ ਜਾਣਾ ਚਾਹੀਦਾ ਹੈ ।	I must reach home by 10 O'clock. ਆਈ ਮਸਟ ਰੀਚ ਹੋਮ ਬਾਇ ਟੇਨ ਓ'ਕਲੱਾਕ ।

ਸਾਨੂੰ ਆਪਣੇ ਤੋਂ ਨਿੱਕਿਆਂ ਨਾਲ ਪਿਆਰ ਕਰਨਾ ਚਾਹੀਦਾ ਹੈ।	We ought to love our youngers. ਵੀ ਔਟ ਟੂ ਲਵ ਅਵਰ ਯੰਗਰਜ਼।
ਤੁਹਾਨੂੰ ਆਪਣੇ ਬੁੱਢੇ ਮਾਂ-ਪਿਓ ਦੀ ਅਵਹੇਲਨਾ ਨਹੀਂ ਕਰਨੀ ਚਾਹੀਦੀ।	You ought not to ignore your aged parents. ਯੂ ਔਟ ਨੌਟ ਟੂ ਇਗਨੋਰ ਯੁਅਰ ਏਜੇਡ ਪੈਰੇਨਟ੍ਸ।
ਹਰ ਰੋਜ਼ ਸਵੇਰੇ ਮੈਂ ਦੋ ਮੀਲ ਪੈਦਲ ਤੁਰਾਂਗਾ।	Every morning I would walk two miles. ਏਵਰੀ ਮੌਰ੍ਨਿੰਗ ਆਇ ਵੁਡ ਵਾਕ ਟੂ ਮਾਇਲ੍ਜ਼।
ਤੈਨੂੰ ਜਮਾਤ ਵਿਚ ਵਧੇਰੇ ਨਿਯਮ ਸਿਰ ਜਾਣਾ ਚਾਹੀਦਾ ਹੈ।	You should go to class more regularly. ਯੂ ਸ਼ੁਡ ਗੋ ਟੂ ਕ੍ਲਾਸ ਮੋਰ ਰੇਗੁਲਰਲੀ।

ਯਾਦ ਰਖਣ ਲਈ (To Remember)

1. (a) Can I walk? — (a) May I walk?
   (b) Can you do this job? — (b) May I do this job?
   (c) Can you sing a song? — (c) May I sing a song?

ਉੱਤੇ ਦਿੱਤੇ Can ਵਾਲੇ ਵਾਕਾਂ ਵਿਚ ਸ਼ਕਤੀ, ਸਮੱਰਥਾ ਆਦਿ ਭਾਵਾਂ ਦਾ ਬੋਧ ਹੁੰਦਾ ਹੈ, ਅਤੇ may ਵਾਲੇ ਵਾਕਾਂ ਤੋਂ ਇਜਾਜ਼ਤ ਆਗਿਆ ਜਾਂ ਇਛਿਆ ਆਦਿ ਭਾਵ ਪ੍ਰਗਟ ਹੁੰਦੇ ਹਨ। 'Can I walk?' ਦਾ ਅਰਥ ਹੈ—'ਕੀ ਮੇਰੇ ਵਿਚ ਚਲਣ-ਫਿਰਣ ਦੀ ਸ਼ਕਤੀ ਹੈ?' ਇਸੇ ਤਰ੍ਹਾਂ 'may I walk?' ਤੋਂ ਭਾਵ ਇਜਾਜ਼ਤ ਲੈਣ ਤੋਂ ਹੈ—ਕੀ ਮੈਂ ਸੈਰ ਕਰ ਲਵਾਂ?

ਉਂਜ ਕਿਤੇ-ਕਿਤੇ may ਦੇ ਅਰਥ ਵਿਚ ਲੋਕੀ Can ਦੀ ਵਰਤੋਂ ਕਰਦੇ ਹਨ। ਇਹ ਬੋਲਚਾਲ ਵਿਚ ਚਲਦਾ ਤਾਂ ਹੈ ਪਰ ਠੀਕ ਨਹੀਂ ਹੈ।

2. ਜਿਵੇਂ ਕਿ ਪਹਿਲਾਂ ਵੀ ਦਸਿਆ ਗਿਆ ਹੈ could ਤੇ might ਸ਼ਬਦ, can ਤੇ may ਦੇ ਭੂਤਕਾਲ ਦੇ ਰੂਪ ਹਨ। ਇਸੇ ਤਰ੍ਹਾਂ would ਤੇ should ਸ਼ਬਦ will ਤੇ shall ਭੂਤਕਾਲ ਦੇ ਰੂਪ ਹਨ। Must 'ਜ਼ਰੂਰੀ' ਦੇ ਅਰਥ ਵਿਚ ਵਰਤਿਆ ਜਾਂਦਾ ਹੈ। Ought to ਦੀ ਤਰ੍ਹਾਂ should ਵੀ ਫਰਜ਼ (ਕਰਨਾ ਚਾਹੀਦਾ ਹੈ) ਨੂੰ ਪ੍ਰਗਟ ਕਰਨ ਲਈ ਵਰਤਿਆ ਜਾਂਦਾ ਹੈ। ਇਹਨਾਂ ਸ਼ਬਦਾਂ ਦੇ ਅਰਥ ਨੂੰ, ਵਾਕਾਂ ਵਿਚ ਇਹਨਾਂ ਦਾ ਇਸਤੇਮਾਲ ਕਰਕੇ ਚੰਗੀ ਤਰ੍ਹਾਂ ਸਮਝ ਲੈਣਾ ਚਾਹੀਦਾ ਹੈ।

9 ਨੌਵਾਂ ਦਿਨ
th day

ਹੇਠਾਂ ਆਗਿਆ ਅਤੇ ਬੇਨਤੀ ਦੇ ਕੁਝ ਵਾਕ ਦਿੱਤੇ ਗਏ ਹਨ। ਇਹ ਆਗਿਆ ਵਾਚਕ—Imperative mood ਦੇ ਵਾਕ ਅਖਵਾਉਂਦੇ ਹਨ। ਇਸ 'ਮੂਡ' (mood) ਵਿਚ ਕੋਈ tense ਨਹੀਂ ਲਗਾਉਣਾ ਪੈਂਦਾ। ਆਮ ਤੌਰ ਤੇ ਕਿਰਿਆ (verb) ਦੇ ਮੂਲ ਰੂਪ ਦੇ ਨਾਲ ਹੀ ਵਾਕ ਰਚਨਾ ਹੋ ਜਾਂਦੀ ਹੈ। ਇਹਨਾਂ ਦਾ ਅਭਿਆਸ ਸੌਖਿਆਂ ਹੀ ਕੀਤਾ ਜਾ ਸਕਦਾ ਹੈ।

ਆਗਿਆ ਅਤੇ ਬੇਨਤੀ ਦੇ ਵਾਕ Sentences of Order and Request

ਆਗਿਆ ਵਾਚਕ ਕਿਰਿਆਵਾਂ Imperative Mood

A

1. ਸਾਹਮਣੇ ਵੇਖੋ।	Look ahead. ਲੁਕ ਅਹੈਡ.
2. ਅੱਗੇ ਵਧੋ।	Go ahead. ਗੋ ਅਹੈਡ.
3. ਗੱਡੀ ਹੌਲੀ ਚਲਾਓ।	Drive slowly. ਡ੍ਰਾਇਵ ਸ੍ਲੋਲੀ.
4. ਉਸ ਦਾ ਨਾਮ ਪੁੱਛੋ।	Ask his name. ਆਸ੍ਕ ਹਿਜ਼ ਨੇਮ.
5. ਆਪਣਾ ਕੰਮ ਕਰੋ।	Mind your business. ਮਾਇੰਡ ਯੂਅਰ ਬਿਜ਼ਨੇਸ.
6. ਵਾਪਸ ਜਾਓ।	Go back. ਗੋ ਬੈਕ.
7. ਵਾਪਸ ਆਓ।	Come back. ਕਮ ਬੈਕ.
8. ਸੁਣੋ।	Just listen. ਜਸ੍ਟ ਲਿਸਨ.
9. ਛੇਤੀ ਆਉਣਾ।	Come soon. ਕਮ ਸੂਨ.
10. ਮੈਨੂੰ ਵੇਖਣ ਦਿਓ।	Let me see. ਲੈੱਟ ਮੀ ਸੀ.
11. ਮੈਨੂੰ ਕੰਮ ਕਰਨ ਦਿਓ।	Let me work. ਲੈੱਟ ਮੀ ਵਰ੍ਕ.
12. ਇਸ ਨੂੰ ਜਾਣ ਦਿਓ।	Let him pass. ਲੈੱਟ ਹਿਮ ਪਾਸ.
13. ਮੈਨੂੰ ਜਾਣ ਦਿਓ।	Let me go. ਲੈੱਟ ਮੀ ਗੋ.
14. ਤਿਆਰ ਰਹਿਣਾ।	Be ready. ਬੀ ਰੇਡੀ.
15. ਉਸ ਦਾ ਖ਼ਿਆਲ ਰਖਣਾ।	Take care of her/his. ਟੇਕ ਕੇਅਰ ਆਫ ਹਰ/ਹਿਜ਼.
16. ਇਕ ਪਾਸੇ ਹੋ ਜਾਓ।	Move aside. ਮੂਵ ਏਸਾਇਡ.
17. ਸੋਚ ਸਮਝ ਕੇ ਬੋਲੋ।	Think before you speak. ਥਿੰਕ ਬਿਫੋਰ ਯੂ ਸ੍ਪੀਕ.
18. ਜ਼ਰੂਰ ਆਉਣਾ।	Do come. ਡੂ ਕਮ.

B

19. ਮਖ਼ੌਲ ਨਾ ਕਰ । Cut jokes. ਕਟ ਜੋਕ੍ਸ.

20. ਬਕਵਾਸ ਨਾ ਕਰੋ । Do not talk nonsense. ਡੂ ਨੱਾਟ ਟਾੱਕ ਨਾਨਸੇਂਸ.

21. ਕੁਝ ਪਰਵਾਹ ਨਾ ਕਰੋ Never mind. ਨੇਵਰ ਮਾਇੰਡ.

22. ਢਿੱਲ ਨਾ ਕਰੋ । Do not delay. ਡੂ ਨੱਾਟ ਡਿਲੇ.

23. ਕਦੀ ਨਾ ਭੁੱਲੋ । Never forget. ਨੇਵਰ ਫ਼ਾੱਰਗੇਟ.

24. ਫਿਕਰ ਨਾ ਕਰੋ । Do not worry. ਡੂ ਨੱਾਟ ਵਰੀ.

25. ਉਸ ਨੂੰ ਨਾ ਛੇੜੋ । Do not tease him. ਡੂ ਨੱਾਟ ਟੀਜ਼ ਹਿਮ.

C

26. ਫਿਰ ਜਤਨ ਕਰੋ । Please try again. ਪ੍ਲੀਜ਼ ਟ੍ਰਾਈ ਅਗੇਨ.

27. ਬਸ ਰਹਿਣ ਦਿਓ । Let it be. ਲੇ'ਟ ਇਟ ਬੀ.

28. ਜ਼ਰਾ ਠਹਿਰੋ । Please wait. ਪ੍ਲੀਜ਼ ਵੇਟ.

29. ਇਥੇ ਆਓ । Please come here. ਪ੍ਲੀਜ਼ ਕਮ ਹਿਅਰ.

30. ਆਓ ਪਧਾਰੋ । Please come in. ਪ੍ਲੀਜ਼ ਕਮ ਇਨ.

31. ਜ਼ਰਾ ਇਹਨਾਂ ਨੂੰ ਜਗਾਓ । Please wake him up. ਪ੍ਲੀਜ ਵੇਕ ਹਿਮ ਅਪ.

32. ਬੈਠਣ ਦੀ ਕਿਰਪਾ ਕਰੋ । Please be seated. ਪ੍ਲੀਜ਼ ਬੀ ਸੀਟੇਡ.

33. ਉੱਤਰ ਦਿਓ ਜੀ । Please give me reply. ਪ੍ਲੀਜ ਗਿਵ ਮੀ ਰਿਪ੍ਲਾਈ.

34. ਮੈਨੂੰ ਜਾਣ ਦੀ ਇਜਾਜ਼ਤ ਦਿਓ । Please allow me to go. ਪ੍ਲੀਜ਼ ਏਲਾਉ ਮੀ ਟੂ ਗੋ.

35. ਇਥੇ ਦਸਤਖ਼ਤ ਕਰੋ । Please sign here. ਪ੍ਲੀਜ਼ ਸਾਇਨ ਹਿਅਰ.

36. ਰਤਾ ਹੋਰ ਬੈਠੋ । Please stay a little longer. ਪ੍ਲੀਜ਼ ਸ੍ਟੇ ਏ ਲਿਟਿਲ ਲੌਂਗਰ.

37. ਚੁਪ ਰਹੋ । Be quiet please. ਬੀ ਕਵਾਇਟ ਪ੍ਲੀਜ਼.

38. ਜਿਵੇਂ ਤੁਹਾਡੀ ਮਰਜ਼ੀ । As you like. ਏਜ਼ ਯੂ ਲਾਇਕ.

39. ਫਿਰ ਆਉਣ ਦੀ ਕਿਰਪਾ ਕਰਨੀ । Please come again. ਪ੍ਲੀਜ਼ ਕਮ ਅਗੇਨ.

D

40. ਆਪਣਾ ਘਰ ਸਾਫ਼ ਰਖੋ । Keep your home clean. ਕੀਪ ਯੁਅਰ ਹੋਮ ਕ੍ਲੀਨ.

41. ਅਸਲੀ ਗੱਲ ਵਲ ਆਓ । ਇਧਰ ਉਧਰ ਦੀਆਂ ਗੱਲਾਂ ਛੱਡੋ । Come to the point. Do not beat about the bush. ਕਮ ਟੂ ਦ ਪ੍ਵਾਇੰਟ । ਡੂ ਨੱਾਟ ਬੀਟ ਏਬਾਊਟ ਦ ਬੁਸ਼.

42. ਦੇਰ ਨਾ ਕਰਨੀ । Don't be late. ਡੋਂਟ ਬੀ ਲੇਟ.

43. ਇਹ ਖੁਰਾਕ ਪੀ ਲਓ। — Take this dose. ਟੇਕ ਦਿਸ ਡੋਜ਼.

44. ਮੇਰੇ ਪਿੱਛੇ ਆਓ। — Follow me. ਫੱਾਲੋ ਮੀ.

45. ਜੁੱਤੀਆਂ ਦੇ ਤਸਮੇ ਬੰਨ੍ਹ ਲਓ। — Do up your shoes. ਡੂ ਅਪ ਯੁਅਰ ਸ਼ੂਜ਼.

46. ਕੰਮ ਵੇਲੇ ਕੰਮ ਕਰੋ, ਖੇਡਣ ਵੇਲੇ ਖੇਡੋ। — Work while you work and play while you play. ਵਰ੍ਕ ਵ੍ਹਾਇਲ ਯੂ ਵਰ੍ਕ ਐਂਡ ਪ੍ਲੇ ਵ੍ਹਾਇਲ ਯੂ ਪ੍ਲੇ.

47. ਠੀਕ ਵਕਤ ਤੇ ਜਤਨ ਕਰੋ। — Strike when the iron is hot. ਸਟ੍ਰਾਇਕ ਵ੍ਹੇਂਨ ਦ ਆਇਰਨ ਇਜ਼ ਹੱਾਟ.

48. ਥਾਂ ਖਾਲੀ ਕਰੋ। — Leave the place. ਲੀਵ ਦ ਪ੍ਲੇਸ.

49. ਕੁਝ ਨਾ ਆਖੋ। — Don't say anything. ਡੋਂਟ ਸੇ ਏਨੀਥਿੰਗ.

50. ਉਸ ਸ਼ੈਤਾਨ ਨੂੰ ਵੇਖੋ। — See the Devil. ਸੀ ਦ ਡੈਵਿਲ.

ਯਾਦ ਰਖਣ ਲਈ (To Remember)

1. ਤੁਸੀਂ ਵੇਖਿਆ ਕਿ is, are, am, was, were, has, have, had, will would, shall, should, can, could, may, might ਆਦਿ ਦੇ ਵਾਕ ਦੇ ਆਰੰਭ ਵਿਚ ਆਉਣ ਤਾਂ ਪ੍ਰਸ਼ਨ ਵਾਚਕ ਵਾਕ ਬਣਦੇ ਹਨ ਤੇ ਵਿਚ (subject ਦੇ ਪਿਛੋਂ) ਆਉਣ ਤਾਂ ਸਾਧਾਰਨ ਵਾਕ ਬਣਦੇ ਹਨ। ਉਦਾਹਰਣ ਲਈ—

A.	B.
(1) Am I a fool?	I am not a fool.
(2) Were those your books?	Those were your books.
(3) Had you gone there?	You had gone there.
(4) Can I walk for a while?	You can walk.
(5) May I come in?	You may come in.
(6) Might you go now?	I might go now.

(ii) Do, did ਬੁਨਿਆਦੀ ਤੌਰ ਤੇ ਸਹਾਇਕ ਕਿਰਿਆਵਾਂ ਨਹੀਂ ਹਨ। ਹੇਠਾਂ ਦਿਤੇ ਸਧਾਰਨ ਵਾਕਾਂ ਨੂੰ ਧਿਆਨ ਨਾਲ ਵੇਖੋ—

(1) ਮੈਂ ਸਵੇਰੇ ਛੇਤੀ ਉਠਦਾ ਹਾਂ।	I get up early in the morning.
(2) ਮੈਂ ਸਵੇਰੇ ਛੇਤੀ ਉਠਿਆ।	I got up early in the morning.

ਹੁਣ ਇਹਨਾਂ ਦੇ ਨਕਾਰਾਤਮਕ (Negative) ਵਾਕ ਬਣਾਓ—

(3) ਮੈਂ ਸਵੇਰੇ ਛੇਤੀ ਨਹੀਂ ਉਠਦਾ ਹਾਂ।	I do not get up early in the morning.
(4) ਮੈਂ ਸਵੇਰੇ ਛੇਤੀ ਨਹੀਂ ਉਠਿਆ।	I did not get up early...

ਤੁਸੀਂ ਵੇਖਿਆ ਕਿ ਨਕਾਰਾਤਮਕ ਵਾਕ ਬਣਾਉਣ ਲਈ do ਤੇ did ਜੋੜਨਾ ਪਿਆ। ਪ੍ਰਸ਼ਨਵਾਚਕ ਵਾਕ ਬਣਾਉਣ ਲਈ ਇਹੋ do ਤੇ did ਸਭ ਤੋਂ ਪਹਿਲਾਂ ਲਗਦਾ ਹੈ। ਜਿਵੇਂ—

(5) ਕੀ ਮੈਂ ਸਵੇਰੇ ਛੇਤੀ ਉਠਦਾ ਹਾਂ?	Do I get up early in the morning?
(6) ਕੀ ਮੈਂ ਸਵੇਰੇ ਛੇਤੀ ਉਠਿਆ?	Did I get up early...?

10 ਦਸਵਾਂ ਦਿਨ
th day

ਤੁਸੀਂ ਅੰਗ੍ਰੇਜ਼ੀ ਵਿਚ ਬੇਅਟਕ ਗੱਲਬਾਤ ਕਰਨੀ ਚਾਹੁੰਦੇ ਹੋ। ਤੁਸੀਂ ਚਾਹੁੰਦੇ ਹੋ ਕਿ ਅਸਰਦਾਰ ਢੰਗ ਨਾਲ ਤੁਸੀਂ ਦੂਜਿਆਂ ਨਾਲ ਅੰਗਰੇਜ਼ੀ ਵਿਚ ਗੱਲਾਂ ਕਰ ਸਕੋ। ਤੁਸੀਂ ਦੁਕਾਨਦਾਰ, ਸਰਕਾਰੀ ਕਰਮਚਾਰੀ, ਆਪਣੇ ਨਿੱਜੀ ਧੰਧੇ ਵਿਚ ਲੱਗੇ ਹੋਏ ਵਿਅਕਤੀ, ਮਰਦ ਜਾਂ ਔਰਤ, ਵਿਦਿਆਰਥੀ ਜਾਂ ਕਾਰਖ਼ਾਨੇ ਦੇ ਮਜ਼ਦੂਰ—ਕੋਈ ਵੀ ਕਿਉਂ ਨਾ ਹੋਵੇ, ਚੰਗੀ ਤੇ ਪ੍ਰਭਾਵਸ਼ਾਲੀ ਸ਼ਖ਼ਸੀਅਤ ਤੁਹਾਡੇ ਸਭ ਲਈ ਬੜੀ ਜ਼ਰੂਰੀ ਹੈ। ਅਤੇ ਪ੍ਰਭਾਵਸ਼ਾਲੀ ਸ਼ਖ਼ਸੀਅਤ ਬਨਾਉਣ ਲਈ ਅੰਗਰੇਜ਼ੀ ਭਾਸ਼ਾ ਦੀ ਬੜੀ ਮਹੱਤਵਪੂਰਨ ਦੇਨ ਹੈ। ਇਹ ਇਕ ਅੰਤਰਰਾਸ਼ਟ੍ਰੀ ਭਾਸ਼ਾ ਹੈ। ਸਾਹਿਤ ਤੇ ਹੋਰ ਕਲਾਵਾਂ ਦੇ ਛੁੱਟ ਗਿਆਨ-ਵਿਗਿਆਨ ਤੇ ਤਕਨੀਕ ਨਾਲ ਸੰਬੰਧਿਤ ਹਰ ਤਰ੍ਹਾਂ ਦਾ ਸਾਹਿਤ ਇਸ ਵਿਚ ਮਿਲਦਾ ਹੈ।

ਅੰਗ੍ਰੇਜ਼ੀ ਬੜੀ ਅਮੀਰ ਬੋਲੀ ਹੈ। ਸਾਡੇ ਦੇਸ ਵਿਚ ਇਸ ਦੀ ਉਪਯੋਗਿਤਾ ਕਿਸੇ ਤੋਂ ਲੁਕੀ ਨਹੀਂ। ਇਸ ਲਈ ਤੁਸੀਂ ਸਾਰੇ ਚਾਹੁੰਦੇ ਹੋ ਕਿ ਇਸ ਵਿਚ ਰਵਾਨੀ ਨਾਲ, ਬੇਅਟਕ ਬੋਲ ਸਕੋ। ਇਹ ਗੱਲ ਔਖੀ ਨਹੀਂ, ਪਰ ਇਸ ਲਈ ਲੋੜਵੰਦ ਸਾਧਨ ਅਪਨਾਉਣੇ ਪੈਣਗੇ। ਗੱਲਬਾਤ ਲਈ ਤੁਹਾਨੂੰ ਚਾਹੀਦਾ ਹੈ ਇਕ ਸਾਥੀ ਜਿਸ ਨਾਲ ਤੁਸੀਂ ਗ਼ਲਤ-ਸਹੀ ਦਾ ਖ਼ਿਆਲ ਕੀਤੇ ਬਗ਼ੈਰ ਖੁਲ੍ਹ ਕੇ ਗੱਲ ਕਰ ਸਕੋ। ਤੁਸੀਂ ਚੰਗੀ-ਭਲੀ ਅੰਗ੍ਰੇਜ਼ੀ ਜਾਣਦੇ ਹੋ। ਤੁਹਾਨੂੰ ਇਸ ਦੀ ਗ੍ਰਾਮਰ ਵੀ ਆਉਂਦੀ ਹੈ, ਪਰ ਤੁਹਾਨੂੰ ਬੋਲਣ ਦਾ ਅਭਿਆਸ ਨਹੀਂ। ਤੁਸੀਂ ਸ਼ਰਮ ਤੇ ਝਿਜਕ ਨੂੰ ਲਾਹ ਸੁੱਟੋ। ਅੰਗ੍ਰੇਜ਼ੀ ਵਿਚ ਗੱਲਬਾਤ ਲਈ ਇਕ ਸਾਥੀ ਬਣਾਓ। ਉਹ ਸੁਆਲ ਕਰੇ ਤੇ ਤੁਸੀਂ ਜਆਬ ਦਿਓ। ਤੁਸੀਂ ਸੁਆਲ ਕਰੋ ਤੇ ਉਹ ਜੁਆਬ ਦੇਵ ਜਾਂ ਉਹ ਪੰਜਾਬੀ ਵਿਚ ਵਾਕ ਬੋਲੇ ਤੇ ਤੁਸੀਂ ਉਸ ਦੀ ਅੰਗ੍ਰੇਜ਼ੀ ਬਣਾਓ। ਫਿਰ ਤੁਸੀਂ ਇਕ ਦੂਜੇ ਦੀਆਂ ਗ਼ਲਤੀਆਂ ਨੂੰ ਸੁਧਾਰੋ। ਇਸ ਨਾਲ ਤੁਹਾਡਾ ਦਿਲ ਪਰਚਾਵਾ ਵੀ ਹੋਵੇਗਾ ਤੇ ਬੋਲਣ ਦਾ ਅਭਿਆਸ ਵੀ ਹੋਵੇਗਾ। ਜੇ ਤੁਸੀਂ ਦਫ਼ਤਰ ਵਿਚ ਕੰਮ ਕਰਦੇ ਹੋ ਤਾਂ ਇਸ ਲਈ ਤੁਸੀਂ ਆਪਣੇ ਨਾਲ ਕੰਮ ਕਰਨ ਵਾਲੇ ਕਿਸੇ ਵਿਅਕਤੀ ਨੂੰ ਚੁਣ ਸਕਦੇ ਹੋ। ਵਿਦਿਆਰਥੀ ਕਿਸੇ ਹੋਰ ਵਿਦਿਆਰਥੀ ਨੂੰ, ਤੀਵੀਂਆਂ ਭਰਜਾਈ, ਨੰਦ ਜਾਂ ਕਿਸੇ ਸਹੇਲੀ ਨੂੰ ਤੇ ਪਤਨੀਆਂ ਆਪਣੇ ਪਤੀਆਂ ਨੂੰ, ਕਰਮਚਾਰੀ ਆਪਣੇ ਦਫ਼ਤਰ ਵਿਚ ਨਾਲ ਕੰਮ ਕਰਨ ਵਾਲਿਆਂ ਨੂੰ ਅੰਗ੍ਰੇਜ਼ੀ ਗੱਲਬਾਤ ਵਿਚ ਆਪਣਾ ਸਾਥੀ ਬਣਾ ਸਕਦੇ ਹਨ। ਜੇ ਤੁਹਾਡੇ ਵਿਚ ਟੇਪ ਰਿਕਾਡਰ ਲੈਣ ਦੀ ਸਮਰਥਾ ਹੈ ਤਾਂ ਆਪਣੀ ਅੰਗ੍ਰੇਜ਼ੀ ਗੱਲਬਾਤ ਨੂੰ ਟੇਪ ਕਰੋ ਤੇ ਫਿਰ ਆਪਣੇ ਉੱਚਾਰਣ ਨੂੰ ਸੁਣੋ ਅਤੇ ਉਸ ਵਿਚ ਜੋ ਦੋਸ਼ ਹਨ ਉਨ੍ਹਾਂ ਨੂੰ ਠੀਕ ਕਰੋ।

ਆਪਣੇ ਬੋਲਣ ਦੇ ਢੰਗ ਤੇ ਉੱਚਾਰਣ ਨੂੰ ਸੁਧਾਰਨ ਦਾ ਇਕ ਤਰੀਕਾ ਹੋਰ ਹੈ, ਜਿਸ ਨੂੰ ਅਪਨਾ ਕੇ ਸੰਸਾਰ ਦੇ ਸੈਂਕੜੇ-ਹਜ਼ਾਰਾਂ ਬੰਦਿਆਂ ਨੇ ਵੱਡੀ ਤੋਂ ਵੱਡੀ ਕਾਮਯਾਬੀ ਹਾਸਲ ਕੀਤੀ ਹੈ। ਇਸ ਤਰੀਕੇ ਨੂੰ ਤੁਸੀਂ ਵੀ ਅਪਨਾ ਸਕਦੇ ਹੋ। ਇਕ ਆਦਮਕਦ ਸ਼ੀਸ਼ੇ ਅੱਗੇ ਇਕਾਂਤ ਵਿਚ ਬੈਠ ਜਾਓ। ਆਪ ਬੋਲੋ ਤੇ ਆਪਣੇ ਬੋਲਣ ਦੇ ਢੰਗ ਤੇ ਉਚਾਰਣ ਦੀ ਪਰਖ ਕਰੋ। ਲੋੜ ਅਨੁਸਾਰ ਉਸ ਵਿਚ ਸੁਧਾਰ ਕਰੋ: ਤੁਸੀਂ ਵੇਖੋਗੇ ਕਿ ਤੁਹਾਨੂੰ ਮੁੱਢਲੀ ਸਫਲਤਾ ਮਿਲਣ ਲਗ ਪਈ ਹੈ ਤੇ ਤੁਸੀਂ ਪ੍ਰਭਾਵਸ਼ਾਲੀ ਢੰਗ ਨਾਲ ਅੰਗ੍ਰੇਜ਼ੀ ਵਿਚ ਬੋਲ ਸਕਦੇ ਹੋ।

ਅਸੀਂ ਤੁਹਾਡੀਆਂ ਔਕੜਾਂ ਨੂੰ ਜਾਣਦੇ ਹਾਂ। ਸਾਡੇ ਖ਼ਿਆਲ ਵਿਚ ਝਿਜਕ ਤੇ ਸੰਕੋਚ ਤੁਹਾਡੀ ਸਭ ਤੋਂ ਵੱਡੀ ਔਖ ਹੈ, ਜਾਂ ਅਜੇ ਤੀਕ ਤੁਸੀਂ ਇਸ ਕੰਮ ਲਈ ਝਿਜਕ ਕਰ ਕੇ ਸਾਥੀ ਦੀ ਚੋਣ ਨਹੀਂ ਕੀਤੀ, ਜਾਂ ਸਾਥੀ ਨਾਲ ਗੱਲਬਾਤ ਚਲਾਉਣ ਦਾ ਸਿਲਸਿਲਾ ਤੋਰ ਨਹੀਂ ਸਕੇ। **ਸਾਡੇ ਕੋਰਸ ਵਿਚ ਤੁਹਾਨੂੰ ਗੱਲਬਾਤ ਲਈ ਇਕ ਸਾਥੀ ਜ਼ਰੂਰ ਚਾਹੀਦਾ ਹੈ।** ਸਾਥੀ ਲੱਭ ਲਓ ਅਤੇ ਉਸ ਨੂੰ ਆਪਣੇ ਅੰਗ੍ਰੇਜ਼ੀ ਵਾਕ ਸੁਣਾਓ, ਉਸ ਨਾਲ ਅੰਗ੍ਰੇਜ਼ੀ ਵਿਚ ਗੱਲਬਾਤ ਕਰੋ। ਇਸ ਕੰਮ ਲਈ ਦਿਨਾਂ ਵਿਚ ਦਿੱਤੀ ਗਈ ਸਾਮਗਰੀ ਤੋਂ ਇਲਾਵਾ ਅਭਿਆਸ-ਸੂਚੀ ਦੀ ਵਰਤੋਂ ਕਰੋ। ਵੇਖਦੇ-ਵੇਖਦੇ ਤੁਸੀਂ ਅੱਗੇ ਵਧਣਾ ਸ਼ੁਰੂ ਕਰ ਦਿਉਗੇ।

ਅਸੀਂ ਸਾਰੇ ਅਣਗਿਣਤ ਅਵਸਰਾਂ ਨਾਲ ਘਿਰੇ ਰਹਿੰਦੇ ਹਾਂ। ਅਵਸਰ ਸਾਡੇ ਕੋਲ ਆਉਂਦੇ ਹਨ, ਪਰ ਅਸੀਂ ਉਹਨਾਂ ਦਾ ਲਾਭ ਉਠਾਉਣ ਲਈ ਉਸ ਵਲੇ ਤਿਆਰ ਨਹੀਂ ਹੁੰਦੇ। ਜੇ ਤੁਸੀਂ ਅੰਗ੍ਰੇਜ਼ੀ ਵਿਚ ਚੰਗੀ ਤਰ੍ਹਾਂ ਗੱਲਬਾਤ ਕਰਨੀ ਸਿਖ ਜਾਓ ਤਾਂ ਤੁਹਾਡੇ ਲਈ ਤਰੱਕੀ ਦੇ ਅਨੇਕ ਰਾਹ ਖੁਲ੍ਹ ਜਾਣਗੇ। ਇਸ ਦਾ ਮਤਲਬ ਇਹ ਹੋਇਆ ਕਿ ਅੰਗ੍ਰੇਜ਼ੀ ਵਿਚ ਗੱਲਬਾਤ ਕਰ ਸਕਣਾ ਤੁਹਾਡੀ ਜ਼ਿੰਦਗੀ ਦਾ ਸਭ ਤੋਂ ਮਹੱਤਵ ਪੂਰਣ ਪਹਿਲੂ ਹੈ, ਤੁਹਾਡੀ ਤਰੱਕੀ ਦਾ ਦਾਰੋਮਦਾਰ ਇਸੇ ਉਤੇ ਹੈ। ਤੁਹਾਡੇ ਲਈ ਇਹ ਜ਼ਿੰਦਗੀ ਨੂੰ ਨਵਾਂ ਤੇ ਮਨਭਾਉਂਦਾ ਮੋੜ ਦੇ ਸਕਦਾ ਹੈ। ਜੇ ਇੰਜ ਹੈ

ਤਾਂ ਇਸ ਲਈ ਤੁਹਾਨੂੰ ਬੇਲੋੜੀ ਝਿਜਕ ਹਟਾ ਕੇ ਇਸ ਕੋਰਸ ਵਿਚ ਜੁਟ ਜਾਣਾ ਚਾਹੀਦਾ ਹੈ।

1. ਕੁਝ ਲੋਕਾਂ ਨੂੰ ਅੰਗ੍ਰੇਜ਼ੀ ਲਫ਼ਜ਼ ਚੰਗੀ ਤਰ੍ਹਾਂ ਆਉਂਦੇ ਹਨ। ਉਹ ਵਿਆਕਰਣ ਦੇ ਨਿਯਮ ਵੀ ਜਾਣਦੇ ਹਨ। Tenses ਦਾ ਵੀ ਉਹਨਾਂ ਨੂੰ ਗਿਆਨ ਹੁੰਦਾ ਹੈ, ਫਿਰ ਵੀ ਉਹ ਬੇਅਟਕ ਅੰਗ੍ਰੇਜ਼ੀ ਨਹੀਂ ਬੋਲ ਸਕਦੇ। ਤੁਸੀਂ ਕਦ ਸੋਚਿਆ ਹੈ ਕਿ ਇਸ ਦਾ ਕਾਰਣ ਕੀ ਹੈ ?—ਅਸੀਂ ਤੁਹਾਨੂੰ ਦਸਦੇ ਹਾਂ। ਉਹਨਾਂ ਨੂੰ ਸਭ ਪਤਾ ਹੁੰਦਾ ਹੈ ਪਰ ਉਹਨਾਂ ਨੂੰ **ਬੋਲਣ ਦਾ ਅਭਿਆਸ** ਨਹੀਂ ਹੁੰਦਾ। ਭਾਸ਼ਾ ਤਦ ਤਕ ਚੰਗੀ ਤਰ੍ਹਾਂ ਨਹੀਂ ਆਉਂਦੀ ਜਦ ਤਕ ਅਸੀਂ ਉਸ ਨੂੰ ਰਵਾਨੀ ਨਾਲ ਬੋਲ ਨਾ ਸਕੀਏ। ਤੁਸੀਂ ਨਵੇਂ-ਨਵੇਂ ਲਫ਼ਜ਼ ਛੇਤੀ-ਛੇਤੀ ਬੋਲਣ ਦਾ ਅਭਿਆਸ ਕਰੋ। ਇਸ ਕੰਮ ਵਿਚ ਹੇਠਾਂ ਦਿੱਤੀਆ ਅਭਿਆਸ ਸੂਚੀਆਂ (TABLES) ਤੁਹਾਡੀ ਮਦਦ ਕਰਨਗੀਆਂ।

ਅਭਿਆਸ ਸੂਚੀਆਂ DRILL TABLES

ਸੂਚੀ (TABLE)—1 20 ਵਾਕ

1	2	3
He she	is	ready.
I	am	hungry. thirsty.
They you we	are	tired.

ਸੂਚੀ (TABLE)—2 20 ਵਾਕ

1	2	3
He she I	was	rich poor pleased
They You We	were	sorry

(i) ਸੂਚੀ 1 ਤੇ 2 ਤੋਂ 20-20 ਵਾਕ ਬੋਲੋ। ਫਿਰ ਬੋਲ ਕੇ ਕਿਸੇ ਦੂਜੇ ਨੂੰ ਉਹਨਾਂ ਦੇ ਅਰਥ ਦੱਸੋ।

(ii) ਉਤਲੀਆਂ ਦੋਨੋਂ ਸੂਚੀਆਂ ਦੇ ਚਾਲੀ ਵਾਕ ਸ੍ਵੀਕਾਰਾਤਮਕ (Affirmative) ਹਨ। ਇਹਨਾਂ ਦੇ ਨਕਾਰਾਤਮਕ (Negative) ਵਾਕ ਬਣਾਉਣ ਲਈ ਤੁਸੀਂ ਕੀ ਕਰੋਗੇ ? ਠੀਕ ਹੈ, as, are, am, was, were ਕਿਰਿਆਵਾਂ ਦੇ ਬਾਦ not ਜੋੜ ਦਿਉਗੇ। ਜਿਵੇਂ—She is not ready. ਇਸੇ ਤਰ੍ਹਾਂ ਦੋਨੋਂ ਸੂਚੀਆਂ ਤੋਂ ਅੱਠ ਵਾਕ ਬਣਾਓ।

(iii) ਸੂਚੀ 2 ਦੇ ਸ੍ਵੀਕਾਰਾਤਮਕ (Affirmative) ਵਾਕਾਂ ਦੇ ਪ੍ਰਸ਼ਨਾਤਮਕ (Interrogative) ਅੱਠ ਵਾਕ ਬਣਾਓ।

ਸੂਚੀ (TABLE)—3 64 ਵਾਕ

1	2	3
The boy His friends	did not can may must not ought to should will cannot	use this train. do as I say. go for hunting, enter the cave.

ਸੂਚੀ—3 ਵਿਚ 64 ਵਾਕ ਦਿੱਤੇ ਗਏ ਹਨ। ਆਪਣੇ ਸਾਥੀ ਨੂੰ ਪੜ੍ਹ ਕੇ ਸੁਣਾਓ। ਫਿਰ ਦਸ ਵਾਕ ਲਿਖ ਕੇ ਪੰਜਾਬੀ ਵਿਚ ਉਹਨਾਂ ਦਾ ਅਰਥ ਵੀ ਦਿਓ।

ਸੂਚੀ (TABLE)—4

1	2
(i) Be	day after tomorrow ?
(ii) Go	Sanskrit ?
(iii) Have you written	Ramesh, sir ?
(iv) Did you get up	this problem ?
(v) Will you come	at once.
(vi) Can you read	to Radha ?
(vii) May I accompany	early yesterday ?
(viii) Could Rama solve	your business.
(ix) Mind	ready.
(x) Do not	fool me.

ਸੂਚੀ—4 ਵਿਚ 1 ਤੇ 2 ਕਾਲਮਾਂ ਨੂੰ ਤੋੜ ਕੇ ਦਸ ਵਾਕ ਦਿੱਤੇ ਗਏ ਹਨ। ਇਹ ਵਾਕ ਤੁਹਾਡੇ ਪਿਛਲੇ ਪਾਠਾਂ ਵਿਚੋਂ ਲਏ ਗਏ ਹਨ। ਇਹਨਾਂ ਨੂੰ ਇਸ ਤਰ੍ਹਾਂ ਜੋੜੋ ਕਿ ਇਹ ਸਾਰੇ ਸਾਰਥਕ ਵਾਕ ਬਣ ਜਾਣ। ਫਿਰ ਉਹਨਾਂ ਦਾ ਅਨੁਵਾਦ ਕਰੋ।

ਪਹਿਲਾ ਦਿਨ

I. ਇਹਨਾਂ ਵਾਕਾਂ ਨੂੰ ਠੀਕ ਕਰੋ ਤੇ ਮਨ ਵਿਚ ਬਿਠਾਓ ਕਿ ਇਸ ਵਿਚ ਇਹ ਗਲਤੀ ਕਿਉਂ ਹੈ—

1. Good night uncle, how do you do ? (ਸ਼ਾਮ ਛੇ ਵਜੇ)
2. Is he your cousin brother ?
3. She is not my cousin sister.
4. Good after noon, my son. (ਦੋ ਵਜੇ ਦੁਪਹਿਰ)
5. Good morning, mother (ਸਵੇਰੇ ਨੌਂ ਵਜੇ)

II. ਇਹਨਾਂ ਵਾਕਾਂ ਦੇ ਅੰਗ੍ਰੇਜ਼ੀ ਅਤੇ ਪੰਜਾਬੀ ਰੂਪਾਂ ਤੇ ਧਿਆਨ ਦਿਓ ਤੇ ਵੇਖੋ ਕਿ ਪੰਜਾਬੀ ਤੇ ਅੰਗ੍ਰੇਜ਼ੀ ਦੇ ਵਾਕਾਂ ਵਿਚ ਬਚਨ (Numbers) ਵਿਚ ਕੀ ਫ਼ਰਕ ਹੈ।

1. ਪਿਤਾ ਜੀ ਆਏ ਹਨ। — Father has Come.
2. ਸ਼ਰਮਾ ਜੀ ਹੁਣੇ ਹੁਣੇ ਗਏ ਹਨ। — Mr. Sharma has just left.
3. ਉਨ੍ਹਾਂ ਨੇ ਤੁਹਾਨੂੰ ਸੱਦਿਆ ਹੈ। — He has Called you again.

ਅੰਤਰ ਤੁਸੀਂ ਵੇਖ ਹੀ ਲਿਆ ਹੈ। ਪੰਜਾਬੀ ਵਾਕ 'ਪਿਤਾ ਜੀ ਆਏ ਹਨ' ਦਾ ਅੰਗ੍ਰੇਜ਼ੀ ਵਿਚ 'Father has Come' (ਪਿਤਾ ਆਇਆ ਹੈ) ਅਨੁਵਾਦ ਹੋਇਆ ਹੈ। ਇਸੇ ਤਰ੍ਹਾਂ ਦੂਜੇ ਤੇ ਤੀਜੇ ਵਾਕ ਵਿਚ 'ਜੀ,' 'ਗਏ ਹਨ,' 'ਉਨ੍ਹਾਂ ਨੇ', 'ਤੁਹਾਨੂੰ'—ਇਹ ਸਾਰੇ ਸ਼ਬਦ ਇਕ ਵਿਅਕਤੀ (ਇਕ ਵਚਨ 'ਪਿਤਾ' ਤੇ 'ਤੂੰ') ਨਾਲ ਸੰਬੰਧਿਤ ਹਨ, 'ਬਹੁਵਚਨ' ਨਾਲ ਨਹੀਂ। ਇਸ ਲਈ ਜਦੋਂ ਵੀ ਤੁਸੀਂ ਪੰਜਾਬੀ ਤੋਂ ਅੰਗ੍ਰੇਜ਼ੀ ਵਿਚ ਵਾਕ ਬਣਾਉਣ ਲੱਗੋ, ਪਹਿਲਾਂ ਮਨ ਵਿਚ ਆਦਰਸੂਚਕ ਵਾਕ ਨੂੰ ਸਿੱਧਾ ਕਰ ਲਓ—(ਸ੍ਰੀ) ਸ਼ਰਮਾ ਹੁਣੇ-ਹੁਣੇ ਗਿਆ ਹੈ। ਉਸ ਨੇ ਤੈਨੂੰ ਸੱਦਿਆ ਹੈ।' ਫਿਰ ਉਪਰਲੇ ਵਾਕਾਂ ਨੂੰ ਅੰਗ੍ਰੇਜ਼ੀ ਵਿਚ ਅਨੁਵਾਦ ਕਰਨ ਵਿਚ ਔਖ ਨਹੀਂ ਹੋਵੇਗੀ (ਵੇਖੋ, ਪਹਿਲਾ ਦਿਨ Tail-Box)

ਦੂਜਾ ਦਿਨ

III. ਸ਼ਿਸ਼ਟਾਚਾਰ ਦੀਆਂ ਕੁਝ ਗੱਲਾਂ ਨੂੰ ਦੁਹਰਾ ਲਓ ।

(a) ਤੁਸੀਂ ਕਿਸੇ ਦੇ ਵੱਲ ਜਾਓ ਤੇ ਉਹ ਤੁਹਾਡੀ ਬੜੀ ਖ਼ਾਤਰ ਕਰੇ ਤੇ ਤੁਸੀਂ ਆਖੋਗੇ—Thanks for your hospitality (ਤੁਹਾਡੀ ਖ਼ਾਤਰਦਾਰੀ ਲਈ ਧੰਨਵਾਦ)

(b) I am very grateful to you. I Shall be very grateful to you. ਇਹਨਾਂ ਦੋਨਾਂ ਵਾਕਾਂ ਨੂੰ ਪੜ੍ਹ ਕੇ ਵੇਖੋ ਕਿ ਇਹਨਾਂ ਵਿਚ ਕੀ ਅੰਤਰ ਹੈ ? ਕਿਸ ਨੂੰ ਕਿੱਥੇ ਆਖਣਾ ਚਾਹੀਦਾ ਹੈ ।

ਕੋਈ ਵਿਅਕਤੀ ਤੁਹਾਡੇ ਲਈ ਤੁਹਾਡੇ ਆਖਣ ਤੇ, ਤੁਹਾਡਾ ਕੋਈ ਕੰਮ ਕਰ ਦੇਵੇ ਤਾਂ ਤੁਸੀਂ ਕਹੋਗੇ—I am very grateful to you (ਮੈਂ ਤੁਹਾਡਾ ਬੜਾ ਇਹਸਾਨਮੰਦ ਹਾਂ ।)

ਅਤੇ ਜਦੋਂ ਤੁਸੀਂ ਕਿਸੇ ਨੂੰ ਆਪਣਾ ਕੋਈ ਕੰਮ ਕਰਨ ਲਈ ਆਖੋ ਤਾਂ 'ਪੇਸ਼ਗੀ' ਧੰਨਵਾਦ ਦੇਣ ਲਈ ਕਹੋਗੇ—I Shall be very grateful to you (ਮੈਂ ਤੁਹਾਡਾ ਬੜਾ ਸ਼ੁਕਰਗੁਜ਼ਾਰ ਹੋਵਾਂਗਾ) ।

(c) ਜੇ ਕੋਈ ਤੁਹਾਡੇ ਮੂੰਹ ਤੇ ਤੁਹਾਡੀ ਤਾਰੀਫ਼ ਕਰਨ ਲੱਗੇ, ਤਾਂ ਤੁਸੀਂ ਉਸ ਦੇ ਉੱਤਰ ਵਿਚ ਕਹਿ ਸਕਦੇ ਹੋ—It is your generosity, otherwise what I am ! (ਇਹ ਤੁਹਾਡੀ ਜ਼ੱਰਾਨਵਾਜ਼ੀ ਹੈ, ਮੈਂ ਕਿਸ ਲਾਇਕ ਹਾਂ !)

ਤੀਜਾ ਦਿਨ

IV. ਇਹਨਾਂ ਸ਼ਬਦਾਂ ਵਲ ਧਿਆਨ ਦਿਓ—(a) God, gods; (b) good, goods ਇਹ ਦੋ ਜੋੜੇ ਹਨ । God (ਗੱਡ) ਅਰਥਾਤ ਪਰਮਾਤਮਾ, ਵਾਹਿਗੁਰੂ ਜਾਂ ਖ਼ੁਦਾ; gods (ਗੱਡਜ਼) ਅਰਥਾਤ ਦੇਵਤਾ । ਵਾਹਿਗੁਰੂ ਇਕ ਹੈ—ਪਰਮ-ਆਤਮਾ, ਖ਼ੁਦਾ । ਦੇਵਤਾ ਜਾਂ ਦੇਵਦੂਤ ਅਨੇਕ ਹਨ, ਹਰ ਧਰਮ ਦੇ । good (ਵਿਸ਼ੇਸ਼ਣ) ਅਰਥਾਤ ਚੰਗਾ; goods (ਨਾਂਵ) ਅਰਥਾਤ ਸਾਮਾਨ ।

V. ਇਹਨਾਂ ਸ਼ਬਦਾਂ ਨੂੰ ਸ਼ਬਦ ਕੋਸ਼ ਵਿਚ ਵੇਖੋ ਤੇ ਇਹਨਾਂ ਦੇ ਅਰਥ ਦੁਹਰਾਓ—marvellous, splendidly disgraceful, absurd, excellant, nonsense.

VI. ਇਹਨਾਂ ਸ਼ਬਦਾਂ ਦੇ ਅਰਥ ਸਮਝੋ ਕਿ ਇਹ ਕਿਸ-ਕਿਸ ਭਾਵ ਨੂੰ ਪਰਗਟ ਕਰਦੇ ਹਨ—nasty, woe, hallo, hurrah.

ਚੌਥਾ ਦਿਨ

VII. ਇਹਨਾਂ ਵਾਕਾਂ ਤੇ ਧਿਆਨ ਦਿਓ—(a) well begun, half done (b) To err is human, to forgive divine (c) Thank you (d) just coming. ਇਹ ਵਾਕ ਇਕ ਤਰ੍ਹਾਂ ਨਾਲ ਅਧੂਰੇ ਹਨ । a, b ਵਾਕਾਂ ਵਿਚ is ਕਿਰਿਆ ਗ਼ਾਇਬ ਹੈ । c, d ਵਾਕਾਂ ਵਿਚ I ਕਰਤਾ ਗ਼ਾਇਬ ਹੈ । ਬੋਲਚਾਲ ਵਿਚ ਇਹ ਵਾਕ ਇੰਜ ਹੀ ਵਰਤੇ ਜਾਂਦੇ ਹਨ । ਪਰ ਇਹ ਹਨ ਸੰਖੇਪ (ਅਧੂਰੇ) ਵਾਕ ਹੀ, ਜੋ ਪੂਰੇ ਵਾਕ ਦਾ ਕੰਮ ਕਰਦੇ ਹਨ । ਅੰਗ੍ਰੇਜ਼ੀ ਵਿਚ ਇਹੋ ਜਿਹੇ ਵਾਕਾਂ ਨੂੰ elliptical sentences ਕਿਹਾ ਜਾਂਦਾ ਹੈ । ਇਹੋ ਜਿਹੇ ਵਾਕਾਂ ਦਾ ਅੰਗ੍ਰੇਜ਼ੀ ਵਿਚ ਬੜਾ ਪ੍ਰਚਲਨ ਹੈ । ਆਓ ਹੁਣ ਇਹਨਾਂ ਵਾਕਾਂ ਨੂੰ ਵਿਆਕਰਣ ਦੀ ਦ੍ਰਿਸ਼ਟੀ ਤੋਂ ਠੀਕ ਕਰੀਏ—(a) well begun is half done (ਵੇਖੋ Ist day); (b) To err is human, to forgive is devine. (c) I thank you. (d) I am just coming) ਇੰਜ ਹੀ ਬੋਲਚਾਲ ਦੇ ਦੂਜੇ ਵਾਕਾਂ ਵਲ ਵੀ ਧਿਆਨ ਦੇਣ ਦੀ ਆਦਤ ਪਾਓ । ਇਸ ਨਾਲ ਤੁਸੀਂ ਬੜੀ ਛੇਤੀ ਅੰਗ੍ਰੇਜ਼ੀ ਭਾਸ਼ਾ ਦਾ ਤੱਤ ਜਾਣ ਜਾਓਗੇ ।

VIII. Just coming. ਚੌਥੇ ਦਿਨ ਦੇ ਪਹਿਲੇ ਵਾਕ ਵਿਚ ਅਰਥ ਦਿਤਾ ਹੈ—'ਮੈਂ ਹੁਣੇ ਆ ਰਿਹਾ ਹਾਂ ।' ਹੁਣ ਅਸੀਂ ਤੁਹਾਡੇ ਤੋਂ ਪੁਛਦੇ ਹਾਂ ਕਿ ਕੀ ਇਸ ਦਾ ਅਰਥ 'ਉਹ ਹੁਣੇ ਆ ਰਿਹਾ ਹੈ' ਨਹੀਂ ਹੋ ਸਕਦਾ ?—ਤੁਹਾਡਾ ਉੱਤਰ ਹੋਵੇਗਾ—'ਹੋ ਸਕਦਾ ਹੈ ।' ਠੀਕ ਹੈ । ਵੇਖੋ ਜੇ ਕੋਈ ਘਰ ਆਏ ਅਤੇ ਉਹ ਤੁਹਾਡੇ ਭਰਾ ਬਾਰੇ ਪੁੱਛੇ । ਤੁਸੀਂ ਅੰਦਰ

ਜਾਉਗੇ ਅਤੇ ਉਸ ਨੂੰ ਉਸ ਦੇ ਮਿੱਤਰ ਦੇ ਆਉਣ ਦੀ ਸੂਚਨਾ ਦੇ ਕੇ ਛੇਤੀ ਬਾਹਰ ਆਉਗੇ ਤੇ ਕਹੋਗੇ—'Just Coming'। ਇਥੇ ਪੂਰਾ ਵਾਕ ਬਣੇਗਾ—He is just coming.

ਪੰਜਵਾਂ ਦਿਨ

IX. ਇਹਨਾਂ ਵਾਕਾਂ ਨੂੰ ਧਿਆਨ ਨਾਲ ਵੇਖੋ—(i) You speak English (ii) Do You speak English ? ਪਹਿਲਾ ਸ੍ਵੀਕਾਰਾਤਮਕ (positive) ਵਾਕ ਹੈ, ਦੂਜਾ ਪ੍ਰਸ਼ਨਾਤਮਕ (Interrogative)।

ਪਹਿਲੇ ਵਾਕ ਵਿਚ 'do' special (ਸਹਾਇਕ) ਕਿਰਿਆ ਆਰੰਭ ਵਿਚ ਜੋੜਨ ਨਾਲ ਪ੍ਰਸ਼ਨਾਤਮਕ ਵਾਕ ਬਣ ਗਿਆ ਹੈ। ਇੰਜ ਹੀ do-does—special ਕਿਰਿਆਵਾਂ ਜੋੜ ਕੇ ਇਹਨਾਂ ਦੇ ਪ੍ਰਸ਼ਨਾਤਮਕ ਵਾਕ ਬਣਾਓ ਅਤੇ ਉਹਨਾਂ ਪ੍ਰਸ਼ਨਾਤਮਕ ਵਾਕਾਂ ਦਾ ਅਰਥ ਪੰਜਾਬੀ ਵਿਚ ਵੀ ਲਿਖੋ—

(i) You go to the bed. (ii) You play hockey. (iii) she returns from office at 6 p.m. (iv) Mother looks after her children. (v) They go for a walk in the morning. (vi) I always work hard.

X. ਪ੍ਰਸ਼ਨ XI. ਦੇ ਛਪੇ ਸ੍ਵੀਕਾਰਾਤਮਕ ਵਾਕਾਂ ਦਾ ਪੰਜਾਬੀ ਵਿਚ ਅਨੁਵਾਦ ਕਰੋ।

XI. ਵਰਤਮਾਨ ਕਾਲ ਦੇ ਦੂਜੇ special (ਸਹਾਇਕ) Verbs ਦੇ ਰੂਪ ਇਹ ਹਨ—Is, am, are, has, have. ਹੇਠਲੇ ਵਾਕਾਂ ਵਿਚ ਇਹਨਾਂ ਦੀ ਵਰਤੋਂ ਕੀਤੀ ਗਈ ਹੈ।

(i) The moon *is* shining.	*Is* the moon shining ?
(ii) We *are* listening to you.	*Are* we listening to you ?
(iii) My father *has* gone out.	*Has* my father gone out ?
(iv) I *have* seen.	*Have* I seen ?

ਆਮ੍ਹਣੇ-ਸਾਮ੍ਹਣੇ ਦੇ ਦੋਨਾਂ ਵਾਕਾਂ ਨੂੰ ਵੇਖੋ ਤੇ ਧਿਆਨ ਦਿਓ ਕਿ ਵਾਕ Positive ਤੋਂ Interrogative ਕਿਵੇਂ ਬਣੇ ਹਨ, ਕਿਉਂਕਿ is, are, has, have—ਇਹ ਸਾਰੇ Special Verbs ਵਾਕਾਂ ਵਿਚ ਸਭ ਤੋਂ ਪਹਿਲਾਂ ਰਖੇ ਗਏ ਹਨ ਤੇ ਲਿਖਣ ਦੇ ਅੰਤ ਵਿਚ ਪ੍ਰਸ਼ਨ ਵਾਚਕ ਜੋੜੇ ਗਏ ਹਨ। ਬੋਲਣ ਦੀ tone ਪ੍ਰਸ਼ਨਵਾਚੀ ਰਖੀ ਜਾਂਦੀ ਹੈ।

ਹੁਣ ਉਤਲੇ ਅੱਠ ਵਾਕਾਂ ਨੂੰ ਪਜਾਬੀ ਵਿਚ ਅਨੁਵਾਦ ਕਰਕੇ ਪੜ੍ਹੋ।

XII. ਇਹਨਾਂ ਦੇ ਪ੍ਰਸ਼ਨਵਾਚਕ ਵਾਕ ਬਣਾਓ ਤੇ ਨਾਲ ਹੀ ਉਹਨਾਂ ਦਾ ਪੰਜਾਬੀ ਰੂਪ ਵੀ ਦਿਓ—

(i) Some one is knocking at the door. (ii) Your friends are enjoying themselves. (iii) I am reading a Comic. (iv) It is Friday today. (v) Your hands are clean. (vi) The train has just arrived. (vii) We have studied English. (viii) It has rained for two hours. (ix) They have gone to bed. (x) You have alredy finished your dinner.

ਛੇਵਾਂ ਤੇ ਨੌਵਾਂ ਦਿਨ

XIII. ਅੰਗ੍ਰੇਜ਼ੀ ਵਿਚ 24 ਸਹਾਇਕ ਕਿਰਿਆਵਾਂ (special Verbs) ਹਨ—

(i) do, does, did, is, are, am, was, were, has, have, had, will, shall, (ii) would, should, can, could, may, might, must, ought (to), (iii) need, dare, used (to).

(i) ਪਹਿਲੀਆਂ 13 ਕਿਰਿਆਵਾਂ ਆਮ ਤੌਰ ਤੇ Tenses ਵਿਚ ਕੰਮ ਆਉਂਦੀਆਂ ਹਨ । ਇਹਨਾਂ ਦੀ ਵਰਤੋਂ ਤੁਸੀਂ ਪੰਜਵੇਂ, ਛੇਵੇਂ ਤੇ ਸਤਵੇਂ ਦਿਨਾਂ ਵਿਚ ਵੀ ਵੇਖ ਸਕਦੇ ਹੋ । (ii) would, should, could ਅਤੇ might ਆਮ ਤੌਰ ਤੇ ਕ੍ਰਮਵਾਰ will, shall, can ਤੇ may ਦੇ ਭੂਤਕਾਲ ਦੇ ਰੂਪ ਵਿਚ ਪ੍ਰਯੋਗ ਵਿਚ ਆਉਂਦੇ ਹਨ । ਇਹਨਾ ਸਭ ਦਾ ਪਰੀਚੈ ਤੁਸੀਂ ਅੱਠਵੇਂ ਦਿਨ ਵਿਚ ਪ੍ਰਾਪਤ ਕਰ ਚੁਕੇ ਹੋ ।

ਤੁਸੀਂ ਵੇਖਿਆ ਕਿ ਇਹ ਸਾਰੀਆਂ ਕਿਰਿਆਵਾਂ ਮੁੱਖ ਕਿਰਿਆ ਦੀ ਸਹਾਇਤਾ ਕਰਦੀਆਂ ਹਨ । ਜਿਵੇਂ—I may go. ਪ੍ਰਸ਼ਨਸੂਚਕ ਵਾਕ ਬਣਾਉਣਾ ਹੋਵੇ ਤੇ ਆਮ ਤੌਰ ਤੇ ਇਹ ਵਾਕ ਦੇ ਪਹਿਲਾਂ ਆ ਜਾਂਦੀ ਹੈ । ਜਿਵੇਂ—May I go ? ਨਕਾਰਾਤਮਕ (Negative) ਵਾਕ ਬਣਾਉਣਾ ਹੋਵੇ ਤਾਂ ਇਹਨਾਂ ਸਹਾਇਕ ਕਿਰਿਆਵਾਂ ਦੇ ਬਾਅਦ ਤੇ ਮੁਖ ਕਿਰਿਆਵਾਂ ਤੋਂ ਪਹਿਲਾਂ not ਜੁੜ ਜਾਂਦਾ ਹੈ । ਜਿਵੇਂ—I may not go.

XIV. ਹੇਠਲੇ ਪ੍ਰਸ਼ਨਵਾਚਕ ਵਾਕਾਂ ਦਾ ਪੰਜਾਬੀ ਵਿਚ ਅਨੁਵਾਦ ਕਰੋ--

(1) Must I tell you again ? (2) Must she write first ? (3) Can't you find your book ? (4) Cou'd they mend it for me ? (5) Could you show me the way ? (6) She won't be able to get the cinema tickets ? (7) Won't you be able to come and see us ? (8) Ought he to go to bed early ? (9) Ought not the rich to help the poor ? (10) Dare I do it ? (11) Need I tell you to be careful ? (12) May I leave the room ? (13) Might I accompany you ? (14) Should I ask him first ? (15) Would you wait a few minutes ? (16) Used he to give you money ?

XV. ਹੁਣ ਤੁਸੀਂ ਜਾਣਦੇ ਹੋ ਕਿ must, ought, need, dare, used ਇਹ ਸਹਾਇਕ ਕਿਰਿਆਵਾਂ (special verbs) ਦੂਜੀਆਂ ਕਿਰਿਆਵਾਂ ਵਾਂਗ ਹੀ ਵਰਤੋਂ ਵਿਚ ਆਉਂਦੀਆਂ ਹਨ ।

ਹੇਠਲੇ ਸਕਾਰਾਤਮਕ (Positive) ਤੇ ਨਕਾਰਾਤਮਕ (Negative) ਵਾਕਾਂ ਦਾ ਅਨੁਵਾਦ ਕਰੋ ਤੇ ਨਾਲ ਹੀ ਇਸ ਗੱਲ ਨੂੰ ਸਮਝਣ ਦਾ ਜਤਨ ਕਰੋ ਕਿ ਇਹ ਕਿਰਿਆਵਾਂ ਕਿਵੇਂ ਪ੍ਰਯੋਗ ਵਿਚ ਆਉਂਦੀਆਂ ਹਨ--

(1) I need a towel. (2) She needn't go to the bank. (3) You needed rest, didn't you ? (4) I used to go to Kutub Minar. (5) You do not worry. (6) I ought to sleep now. (7) You need not go there. (8) I have to save money. (9) We need not have a discussion on this matter. (10) He won't attend the meeting, will he ?

XVI. ਹੇਠ ਪ੍ਰਸ਼ਨ ਤੇ ਉਹਨਾਂ ਦੇ ਸੰਖੇਪ ਉੱਤਰ ਦਿਤੇ ਗਏ ਹਨ । ਇਹਨਾ ਦਾ ਅਭਿਆਸ ਕਰੋ । ਇਸ ਤੋਂ ਤੁਸੀਂ ਨਵੇਂ ਅਣਪਛਾਤੇ ਪ੍ਰਸ਼ਨਾਂ ਦਾ ਉੱਤਰ ਬਣਾਉਣ ਦੀ ਸਮਰੱਥਾ ਪ੍ਰਾਪਤ ਕਰ ਸਕੋਗੇ--

ਪ੍ਰਸ਼ਨ Question	**ਸੰਖੇਪ ਉੱਤਰ Short Answer**
(1) *Can* you speak correct English ?	No, I can't.
(2) *Will* you speak to her ?	No, I won't.
(3) *Could* they go there alone ?	Yes, they could.
(4) *Shall* I wait for you at the station ?	No, you shan't.
(5) *Does* she tell a lie ?	No, she doesn't.
(6) *Do* you speak the truth ?	Yes, I do.
(7) *May* we go now ?	Yes, you may.
(8) *Weren't* you going to the market ?	Yes, I was.
(9) *Hadn't* she finished her work ?	Yes, she had.
(10) *Must* they work hard ?	No, they mustn't.

XVII. ਪ੍ਰਸ਼ਨ ਦਾ ਉੱਤਰ ਦੋ ਤਰ੍ਹਾਂ ਨਾਲ ਦਿੱਤਾ ਜਾ ਸਕਦਾ ਹੈ--(i) ਪੂਰਾ (Complete) (ii) ਸੰਖੇਪ (Sort) ਜਿਵੇਂ--

Q. Do you read English ? (Question)

A. Yes, I read English. (Complete answer)

A. Yes, I do. (Short answer)

ਜਦੋਂ ਅਸੀਂ ਆਮ ਹਾਲਤ ਵਿਚ (ਜਲਦੀ ਵਿਚ ਨਹੀਂ) ਹੁੰਦੇ ਹਾਂ ਤਾਂ (Complete answers) ਦਾ ਸਹਾਰਾ ਲੈਂਦੇ ਹਾਂ। ਜਦੋਂ ਜਲਦੀ ਵਿਚ ਹੁੰਦੇ ਹਾਂ, ਫ਼ੋਨ ਤੇ ਗੱਲ ਕਰਦੇ ਹਾਂ ਜਾਂ ਹੱਟੀ ਤੇ ਗਾਹਕਾਂ ਦੇ ਸੁਆਲਾਂ ਦਾ ਜੁਆਬ ਦਿੰਦੇ ਹਾਂ, ਤਾਂ short answers ਦਾ ਇਸਤਮਾਲ ਕਰਦੇ ਹਾਂ। ਅਸਲ ਵਿਚ ਗੱਲਬਾਤ ਵਿਚ ਸੰਖੇਪ ਉੱਤਰ (short answers) ਵਧੇਰੇ ਅਸਰਦਾਰ ਸਾਬਿਤ ਹੁੰਦੇ ਹਨ ਅਤੇ ਪ੍ਰਸੰਗ ਵਿਚ ਚੰਗੇ ਵੀ ਲਗਦੇ ਹਨ। ਇਸ ਲਈ ਸਾਨੂੰ ਦੋਹਾਂ ਤਰ੍ਹਾਂ ਦੇ ਵਾਕਾਂ ਦਾ ਗਿਆਨ ਹੋਣਾ ਚਾਹੀਦਾ ਹੈ।

ਹੁਣ ਹੇਠਲੇ ਉੱਤਰ ਵਾਕਾਂ ਨੂੰ 'ਸੰਖੇਪ ਉੱਤਰ ਵਾਕ ਬਣਾਓ—

(i) No, I am not going there.
(ii) Yes, I have written her.
(iil) No, she has not replied to my letter.
(iv) Yes Madam, I got up early.
(v) Yes, I ate them.
(vi) Yes Sir, I was reading a book while walking.
(vii) No, I had not gone to cinema.
(viii) No, I shall not play.
(ix) No, we shall not be coming again and again.
(x) No, she will not have gone.

XVIII. ਹੇਠਾਂ ਦਿੱਤੇ ਪੰਜਾਬੀ ਵਾਕਾਂ ਦਾ ਅੰਗ੍ਰੇਜ਼ੀ ਵਿਚ ਅਨੁਵਾਦ ਕਰੋ, ਫਿਰ ਪੁੱਠੇ ਛਪੇ ਅੰਗ੍ਰੇਜ਼ੀ ਅਨੁਵਾਦ ਨਾਲ ਮਿਲਾਣ ਕਰੋ—

(1) ਕੀ ਤੂੰ ਜਾਣਦਾ ਹੈਂ ? (2) ਕੀ ਤੁਸੀਂ ਜਾਣਦੇ ਹੋ ? (3) ਕੀ ਤੁਸੀਂ ਉਸ ਦਾ ਪਤਾ ਜਾਣਦੇ ਹੋ ? (4) ਸੱਟ ਤਾਂ ਨਹੀਂ ਵੱਜੀ ? (5) ਤੈਨੂੰ ਕੁਝ ਹੋਰ ਆਖਣਾ ਹੈ ? (6) ਕੀ ਤੁਸੀਂ ਨਾਰਾਜ਼ ਹੋ ? (7) ਕੀ ਤੁਸੀਂ ਬਾਜ਼ਾਰ ਜਾ ਰਹੇ ਹੋ ? (8) ਕੀ ਟਮਾਟਰ ਤਾਜ਼ੇ ਹਨ ? (9) ਕੀ ਉਸ ਨੇ ਤੇਰਾ ਮਕਾਨ ਵੇਖਿਆ ਹੈ ? (10) ਕੀ ਉਸ ਦਾ ਕੋਈ ਪੱਤਰ ਆਇਆ ਹੈ ? (11) ਕੀ ਉਹ ਤੁਹਾਨੂੰ ਜਾਣਦਾ ਸੀ ? (12) ਕੀ ਤੁਸੀਂ ਦੁਆਈ ਲਈ ? (13) ਕੀ ਤੈਨੂੰ ਕੁਝ ਲੱਭਾ ? (14) ਮੈਂ ਕੁਝ ਬੇਨਤੀ ਕਰਾਂ ? (15) ਸਭ ਠੀਕ-ਠਾਕ ਹੈ (16) ਕੀ ਇਹ ਸੱਚ ਹੈ ? (17) ਕੀ ਉਹ ਤੁਹਾਨੂੰ ਜਾਣਦੀ ਹੈ ? (18) ਕੀ ਹੁਣ ਮੈਂ ਘਰ ਜਾਵਾਂ ? (19) ਕੀ ਅਸੀਂ ਇਹ ਰਿਸਾਲਾ ਤੁਹਾਡੇ ਲਈ ਮੰਗਵਾ ਦੇਈਏ ? (20) ਤੁਸੀਂ ਇਕ ਕਿਰਪਾ ਕਰੋਗੇ ? (21) ਤੁਸੀਂ ਸੈਰ ਕਰਨ ਚਲੋਗੇ ? (22) ਕੀ ਇਹ ਬਸ ਮਦਰਾਸ ਹੋਟਲ ਰੁਕੇਗੀ ? (23) ਕੀ ਉਸ ਨੂੰ ਸੱਦਾਂ ? (24) ਕੀ ਉਸ ਨੂੰ ਮਿਲਣ ਜਾਵਾਂ ? (25) ਕੀ ਤੂੰ ਇਕ ਦਿਨ ਨਹੀਂ ਰਹਿ ਸਕਦਾ ? (26) ਕੀ ਤੂੰ ਆਪਣੀ ਕਿਤਾਬ ਇਕ ਹਫ਼ਤੇ ਲਈ ਨਹੀਂ ਦੇ ਸਕਦਾ ? (27) ਕੀ ਮੈਂ ਪ੍ਰਕਾਸ਼ ਵੀਰ ਨੂੰ ਮਿਲ ਸਕਦਾ ਹਾਂ ?

(1) Do you know ? (2) Do you know ? (3) Do you know his address ? (4) Have you not got hurt, have you ? (5) Have you anything else to say ? (6) Are you angry ? (7) Are you going to the market ? (8) Are tomatoes fresh ? (9) Has he seen your house ? (10) Has there been any letter from him ? (11) Did he know you ? (12) Did you take the medicine ? (13) Did you get something ? (14) May I make a request ? (15) Is everything all right ? (16) Is it a fact ? (17) Does she know you ? (18) May I go home now ? (19) May we get this magazine for you ? (20) Will you do me a favour ? (21) Will you come for a walk ? (22) Will this bus stop at Madras Hotel ? (23) Shall I call her ? (24) Shall I call on her ? (25) Can you not stay for a day ? (26) Can you not give me your book for a week ? (27) Can I see Mr. Prakash Vir ?

ਨਿਰਦੇਸ਼—ਇਸ ਤਰ੍ਹਾਂ ਤੁਸੀਂ ਅੰਗ੍ਰੇਜ਼ੀ ਦੇ ਕਈ ਵਾਕ ਆਪਣੇ ਆਪ ਬਣਾ ਲਏ। ਆਪਣੇ ਮਿੱਤਰਾਂ ਤੇ ਜਾਣ-ਪਛਾਣ ਵਾਲਿਆਂ ਨਾਲ ਇਹਨਾਂ ਨੂੰ ਬੋਲਣ ਦਾ ਅਭਿਆਸ ਕਰੋ।

11 ਗਿਆਰਵਾਂ ਦਿਨ th day

ਦੂਜੀ ਮੁਹਿੰਮ IInd Expedition

ਪਿਛਲੇ ਦਸ ਦਿਨਾਂ ਵਿਚ ਤੁਸੀਂ ਇਕ ਪੜਾ ਤੇ ਪੁੱਜੇ ਸੀ। ਹੁਣ ਉਸ ਤੋਂ ਅੱਗੇ ਵਧੀਏ। ਹੁਣ ਤੀਕ ਅਸੀਂ ਤੁਹਾਨੂੰ ਅੰਗ੍ਰੇਜ਼ੀ ਬੋਲ ਚਾਲ ਦੀ ਮੁਢਲੀ ਵਾਕਫੀ ਦੇ ਰਹੇ ਸੀ। ਤੁਹਾਨੂੰ ਸੰਸਾਰ ਦੀ ਇਸ ਪ੍ਰਮੁਖ ਭਾਸ਼ਾ ਨੂੰ ਵਿਧੀ ਨਾਲ ਸਿਖਣਾ ਹੈ। ਇਸ ਲਈ ਅਸੀਂ ਤੁਹਾਨੂੰ ਉਹਨਾਂ ਸਾਰੀਆਂ ਗੱਲਾ ਤੋਂ ਜਾਣੂ ਕਰਾਉਣਾ ਚਾਹੁੰਦੇ ਹਾਂ, ਜਿਹਨਾਂ ਨੂੰ ਜਾਣੇ ਬਿਨਾਂ ਤੁਸੀਂ ਅੰਗ੍ਰੇਜ਼ੀ ਭਾਸ਼ਾ ਦੇ ਸੁਭਾ ਨੂੰ ਨਹੀਂ ਸਮਝ ਸਕਦੇ। ਆਓ, ਆਉਣ ਵਾਲੇ ਪੰਜ ਦਿਨਾਂ ਵਿਚ ਅੰਗ੍ਰੇਜ਼ੀ ਭਾਸ਼ਾ ਦੀ ਲਿਪੀ, ਸ਼ਬਦ ਜੋੜ ਸੰਬੰਧੀ ਜਾਣਕਾਰੀ ਪ੍ਰਾਪਤ ਕਰੀਏ। 11ਵੇਂ ਤੋਂ 15ਵੇਂ ਦਿਨ ਦੀ ਮੁਹਿੰਮ ਵਿਚ ਤੁਹਾਨੂੰ ਰੋਮਨ ਲਿਪੀ ਦਾ ਸ਼ਬਦ-ਜੋੜ, ਅੱਖਰਾਂ ਦੀ ਬਣਾਵਟ, ਅੱਖਰ ਲੇਖਨ, ਰੋਮਨ ਲਿਪੀ ਵਿਚ ਪੰਜਾਬੀ ਲੇਖਨ, ਅੰਗ੍ਰੇਜ਼ੀ ਸੁਰ-ਵਿਅੰਜਨਾਂ ਦਾ ਵਿਸ਼ੇਸ ਉਚਾਰਣ ਤੇ ਨਾ ਬੋਲੇ ਜਾਣ ਵਾਲੇ ਅੱਖਰ (silent letters) ਆਦਿ ਵਿਸ਼ਿਆਂ ਦੀ ਜ਼ਰੂਰੀ ਜਾਣਕਾਰੀ ਦਿੱਤੀ ਜਾਏਗੀ। ਹਮਸਫਰ ਸਾਥੀਓ, ਆਓ, ਇਸ ਦੂਜੀ ਮੁਹਿੰਮ ਨੂੰ ਸ਼ੁਰੂ ਕਰੀਏ।

ਰੋਮਨ ਲਿਪੀ ਦੀ ਵਰਣਮਾਲਾ

ਅੰਗ੍ਰੇਜ਼ੀ ਦੀ ਲਿਪੀ ਰੋਮਨ ਹੈ, ਪੰਜਾਬੀ ਦੀ ਗੁਰਮੁਖੀ।

ਅੰਗ੍ਰੇਜ਼ੀ ਵਿਚ A ਤੋਂ Z ਤਕ ਕੁਲ 26 ਅੱਖਰ ਹੁੰਦੇ ਹਨ, ਜਦ ਕਿ ਪੰਜਾਬੀ ਵਿਚ ੳ ਤੋਂ ੜ ਤੱਕ 35 ਅੱਖਰ ਹੁੰਦੇ ਹਨ।

ਅੰਗ੍ਰੇਜ਼ੀ ਵਰਣਮਾਲਾ ਵਿਚ ਅੱਖਰ ਦੋ ਤਰ੍ਹਾਂ ਦੇ ਹੁੰਦੇ ਹਨ ਵੱਡੇ (capital) ਜਿਵੇਂ—A, ਨਿੱਕੇ (small) ਜਿਵੇਂ—a ਆਦਿ। ਫਿਰ ਇਹ ਸਾਰੇ ਅੱਖਰ ਛਾਪੇ ਵਿਚ ਵੱਖਰੇ-ਵੱਖਰੇ ਆਕਾਰ ਦੇ ਹੁੰਦੇ ਹਨ ਤੇ ਲਿਖਣ ਵਿਚ ਵੱਖਰੇ-ਵੱਖਰੇ ਆਕਾਰ ਦੇ। ਇਸ ਤਰ੍ਹਾਂ ਅੱਖਰ ਚਾਰ ਤਰ੍ਹਾਂ ਦੇ ਹੋਏ—

(1) ਛਾਪੇ ਦੇ ਵੱਡੇ (Capital) ਅੱਖਰ
(2) ਛਾਪੇ ਦੇ ਨਿੱਕੇ (small) ਅੱਖਰ
(3) ਲਿਖਣ ਦੇ ਵੱਡੇ (Capital) ਅੱਖਰ
(4) ਲਿਖਣ ਦੇ ਨਿੱਕੇ (small) ਅੱਖਰ

Alphabet ਵਰਣਮਾਲਾ

ਰੋਮਨ ਕ੍ਰਮ ਅਨੁਸਾਰ

ਲਿਖਣ ਦੇ ਵੱਡੇ ਅੱਖਰ CAPITAL LETTERS

A	B	C	D	E	F	G	H
ਏ	ਬੀ	ਸੀ	ਡੀ	ਈ	ਏਫ	ਜੀ	ਏਚ
I	J	K	L	M	N	O	P
ਆਈ	ਜੇ	ਕੇ	ਏਲ	ਏਮ	ਏਨ	ਓ	ਪੀ
Q	R	S	T	U	V	W	X
ਕ੍ਯੂ	ਆਰ	ਏਸ	ਟੀ	ਯੂ	ਵੀ	ਡਬਲ੍ਯੂ	ਏਕ੍ਸ
		Y	Z				
		ਵਾਈ	ਜ਼ੇਡ				

ਲਿਖਣ ਦੇ ਨਿੱਕੇ ਅੱਖਰ small letters

a	b	c	d	e	f	g	h
ਏ	ਬੀ	ਸੀ	ਡੀ	ਈ	ਏਫ	ਜੀ	ਏਚ
i	j	k	l	m	o	n	p
ਆਈ	ਜੇ	ਕੇ	ਏਲ	ਏਮ	ਓ	ਏਨ	ਪੀ
q	r	s	t	u	v	w	x
ਕ੍ਯੂ	ਆਰ	ਏਸ	ਟੀ	ਯੂ	ਵੀ	ਡਬਲ੍ਯੂ	ਏਕ੍ਸ
			y	z			
			ਵਾਈ	ਜ਼ੇਡ			

ਲਿਖਣ ਦੇ ਵੱਡੇ ਅੱਖਰ

A	*B*	*C*	*D*	*E*	*F*
ਏ	ਬੀ	ਸੀ	ਡੀ	ਈ	ਏਫ
G	*H*	*I*	*J*	*K*	*L*
ਜੀ	ਏਚ	ਆਈ	ਜੇ	ਕੇ	ਏਲ
M	*N*	*O*	*P*	*Q*	*R*
ਏਮ	ਏਨ	ਓ	ਪੀ	ਕ੍ਯੂ	ਆਰ
S	*T*	*U*	*V*	*W*	*X*
ਏਸ	ਟੀ	ਯੂ	ਵੀ	ਡਬ੍ਲ੍ਯੂ	ਏਕਸ
		Y	*Z*		
		ਵਾਈ	ਜ਼ੇਡ		

ਲਿਖਣ ਦੇ ਨਿਕੇ ਅੱਖਰ

a	*b*	*c*	*d*	*e*	*f*	*g*	*h*	*i*	*j*	*k*	*l*
ਏ	ਬੀ	ਸੀ	ਡੀ	ਈ	ਏਫ	ਜੀ	ਏਚ	ਆਈ	ਜੇ	ਕੇ	ਏਲ
m	*n*	*o*	*p*	*q*	*r*	*s*	*t*	*u*	*v*		
ਏਮ	ਏਨ	ਓ	ਪੀ	ਕ੍ਯੂ	ਆਰ	ਏਸ	ਟੀ	ਯੂ	ਵੀ		
w	*x*	*y*	*z*								
ਡਬ੍ਲ੍ਯੂ	ਏਕ੍ਸ	ਵਾਈ	ਜ਼ੇਡ								

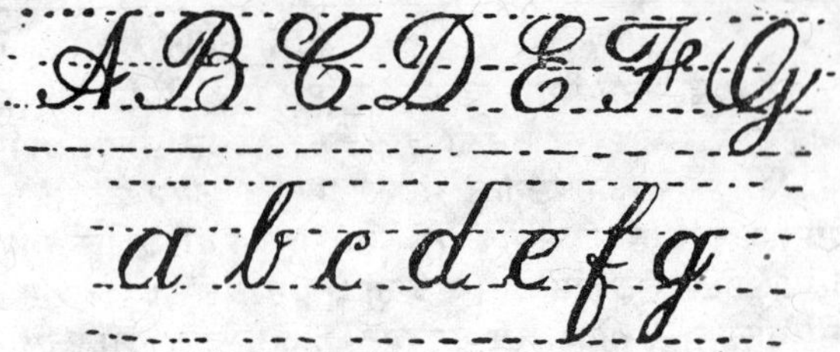

(1) ਵਿਚ ਦੀਆਂ ਦੋ ਪੰਗਤੀਆਂ ਵਿਚ ਲਿਖੇ ਜਾਣ ਵਾਲੇ ਅੱਖਰ—**a, c, e, i, m, n, o, r, s, u, v, w, x, z**=14 ਵਰਣ

(2) ਉਪਰ ਦੀਆਂ ਤਿੰਨ ਪੰਗਤੀਆਂ ਵਿਚ ਲਿਖੇ ਜਾਣ ਵਾਲੇ ਅੱਖਰ—**b, d, h, k, l, t**=6 ਵਰਣ

(3) ਚਾਰ ਪੰਗਤੀਆਂ ਵਿਚ ਲਿਖੇ ਜਾਣ ਵਾਲੇ ਅੱਖਰ—**f**=1 ਵਰਣ

(4) ਥੱਲੇ ਦੀਆਂ ਤਿੰਨ ਪੰਗਤੀਆਂ ਵਿਚ ਲਿਖੇ ਜਾਣ ਵਾਲੇ ਅੱਖਰ—**g. j, p, q, y**=5 ਵਰਣ

ਬੜੇ ਲੋਕੀਂ ਅੰਗ੍ਰੇਜ਼ੀ ਵਿਚ ਆਪਣੀ ਭੈੜੀ ਲਿਖਤ ਵੇਖ ਕੇ ਦੁਖੀ ਹੁੰਦੇ ਹਨ ਤੇ ਇਹ ਸਮਝਦੇ ਹਨ ਕਿ ਉਹਨਾਂ ਦੀ ਲਿਖਤ ਇੰਨੀ ਖਰਾਬ ਹੈ, ਕਿ ਉਸ ਵਿਚ ਸੁਧਾਰ ਨਹੀਂ ਹੋ ਸਕਦਾ। ਕੁਝ ਲੋਕੀਂ ਆਸ਼ਾਵਾਦੀ ਹੁੰਦੇ ਹਨ ਤੇ ਉਹ ਆਪਣੀ ਲਿਖਤ ਸੁਧਾਰਣ ਦਾ ਜਤਨ ਕਰਦੇ ਹਨ ਤੇ ਉਹਨਾਂ ਨੂੰ ਪੂਰੀ ਸਫਲਤਾ ਮਿਲਦੀ ਹੈ। ਇਹੋ ਜਹੀਆਂ ਹਜ਼ਾਰਾਂ ਮਿਸਾਲਾਂ ਤੁਹਾਨੂੰ ਮਿਲਣਗੀਆਂ। ਸੁਹਣੀ ਲਿਖਤ ਦਾ ਭੇਦ ਕੀ ਹੈ—ਕੀ ਤੁਸੀਂ ਜਾਣਦੇ ਹੋ ?

ਅੰਗ੍ਰੇਜ਼ੀ ਦੀ ਲਿਪੀ ਰੋਮਨ ਹੈ। ਰੋਮਨ ਬੜੀ Stylish (ਸਟਾਇਲਿਸ਼) ਲਿਪੀ ਹੈ। ਇਸ ਦੇ ਲਿਖਣ ਦੇ ਨਿਯਮ ਹਨ। ਇਸ ਦੇ ਅੱਖਰਾਂ ਦੀ ਚੌੜਾਈ ਘੱਟ-ਵੱਧ ਹੁੰਦੀ ਹੈ। ਤੁਸੀਂ ਇਹ ਅਭਿਆਸ ਚੰਗੀ ਤਰ੍ਹਾਂ ਕਰ ਲਓ ਕਿ ਕਿਹੜਾ ਅੱਖਰ 2, 3 ਜਾਂ 4 ਚੰਗੀ ਤਰ੍ਹਾਂ ਚਾਰ ਲਾਈਨਾਂ ਦੀ ਕਾਪੀ ਵਿਚ ਅਭਿਆਸ ਕਰੋ। ਜਦੋਂ ਤੁਹਾਡਾ ਹੱਥ ਪੱਕਾ ਹੋ ਜਾਏ ਤਾਂ ਫਿਰ ਤੁਸੀਂ ਸਿੰਗਲ ਲਾਈਨ ਵਾਲੀ ਕਾਪੀ ਵਿਚ ਵੀ ਲਿਖੋਗੇ ਤਾਂ ਵੀ ਤੁਹਾਡਾ ਹੱਥ ਠੀਕ ਢੰਗ ਨਾਲ ਚਲੇਗਾ।

ਅਭਿਆਸ ਕਰੋ ਤੇ ਤੁਸੀਂ ਵੇਖੋਗੇ ਕਿ ਤੁਹਾਡੀ ਲਿਖਤ ਪਹਿਲਾਂ ਤੋਂ ਕਾਫੀ ਸੁਧਰ ਗਈ ਹੈ। ਗਿਆਰਵੇਂ ਦਿਨ ਦੀ ਇਸ ਸਿਖਿਆ ਨੂੰ ਅਪਣਾਓ ਤੇ ਚਾਰ ਲਾਈਨਾਂ ਵਾਲੀ ਕਾਪੀ ਵਿਚ ਇਕ ਪੰਨਾ ਹਰ ਦਿਨ ਲਿਖੋ। ਭਾਵੇਂ ਤੁਸੀਂ ਦਸਵੀਂ ਪਾਸ ਹੋਵੋ ਜਾਂ ਗਰੈਜੂਏਟ ਚੰਗੀ ਗੱਲ ਸਿਖਣ ਲਈ ਹਰ ਉਮਰ ਠੀਕ ਹੈ। ਸਿਰਫ਼ ਦ੍ਰਿੜ੍ਹ ਨਿਸ਼ਚ ਦੀ ਲੋੜ ਹੈ। ਲਿਖਤ ਨੂੰ ਸੁਧਾਰਣ ਦੀ ਮੁਹਿੰਮ ਸ਼ੁਰੂ ਕਰੋ। ਸਾਡੀਆਂ ਸ਼ੁਭ ਕਾਮਨਾਵਾਂ ਤੁਹਾਡੇ ਨਾਲ ਹਨ।

ਯਾਦ ਰਖਣ ਲਈ (To Remember)

1. ਅੰਗ੍ਰੇਜ਼ੀ ਵਿਚ ਵੱਡੇ (Capital) ਤੇ ਨਿੱਕੇ (Small) ਦੋ ਤਰ੍ਹਾਂ ਦੇ ਵਰਣ ਹੁੰਦੇ ਹਨ। ਵੱਡੇ ਵਰਣਾਂ ਦੀ ਵਰਤੋਂ ਵਾਕ ਦੇ ਆਰੰਭ ਵਿਚ, ਵਿਅਕਤੀ ਵਾਚਕ ਨਾਂਵ (ਜਿਵੇਂ Delhi), ਸ਼ਬਦਾਂ ਦੇ ਸੰਖੇਪ ਰੂਪਾਂ ਵਿਚ (ਜਿਵੇਂ Doctor ਲਈ Dr.) ਅਤੇ ਮਹੀਨਿਆਂ ~~ਤੇ ਦਿਨਾਂ ਦੇ ਨਾਵਾਂ ਲਈ~~ ਹੁੰਦੀ ਹੈ (ਜਿਵੇਂ March, Saturday)। ਵੱਡੇ (Capital) ਵਰਣਾਂ ਦੇ ਹੋਣ ਨਾਲ ਭਾਸ਼ਾ ਵੇਖਣ ਵਿਚ ਚੰਗੀ ਹੈ (ਬਾਰ੍ਹਵੇਂ ਦਿਨ ਹੋਰ ਦੇਖੋ)

ਸੋਚੋ ਜੇ ਅੰਗ੍ਰੇਜ਼ੀ ਵਿਚ Capital ਅੱਖਰ ਨਾ ਹੁੰਦਾ ਤਾਂ 'ਮੈਂ' ਲਈ i ਲਿਖਿਆ ਜਾਂਦਾ, I ਨਹੀਂ।

2. ਪੰਜਾਬੀ (ਗੁਰਮੁਖੀ) ~~ਲਾਈਨ ਉਤੇ ਸਿਰ-ਰੇਖਾ ਪਾ~~ ਕੇ ਹੇਠਾਂ ਲਿਖੀ ਜਾਂਦੀ ਹੈ। ਅੰਗ੍ਰੇਜ਼ੀ (ਰੋਮਨ ਲਿਪੀ) ਲਾਈਨ ਦੇ ਉਤੇ ਲਿਖੀ ਜਾਂਦੀ ਹੈ।

12 ਬਾਰ੍ਹਵਾਂ ਦਿਨ th day

ਅੰਗ੍ਰੇਜ਼ੀ ਵਿਚ ਸੁਰ (Vowels) ਤੇ ਵਿਅੰਜਨ (Consonants) ਦੋ ਤਰ੍ਹਾਂ ਦੇ ਵਰਣ ਹੁੰਦੇ ਹਨ—ਵੱਡੇ (capital) ਤੇ ਨਿੱਕੇ (small) ਇਹਨਾਂ ਦਾ ਗਿਆਰਵੇਂ ਦਿਨ ਜ਼ਿਕਰ ਹੋ ਚੁਕਿਆ ਹੈ। ਹੁਣ ਇਥੇ ਸੁਰਾਂ ਤੇ ਵਿਅੰਜਨਾਂ ਦੇ ਵਖਰੇ-ਵਖਰੇ ਉੱਚਾਰਣਾਂ ਦੇ ਬਾਰੇ ਦੱਸਿਆ ਜਾ ਰਿਹਾ ਹੈ। ਨਾਲ ਹੀ ਤੁਸੀਂ ਗੁਰਮੁਖੀ ਲਿਪੀ ਦੇ ਕ੍ਰਮ ਨਾਲ ਰੋਮਨ ਵਰਣਮਾਲਾ ਨੂੰ ਸਿਖੋਗੇ।

ਅੰਗ੍ਰੇਜ਼ੀ ਦੇ ਸ੍ਵਰ ਤੇ ਵਿਅੰਜਨ

ਅੰਗ੍ਰੇਜ਼ੀ ਵਿਚ ਪੰਜ ਸ੍ਵਰ (Vowels ਵਾਵਲ੍ਜ਼) ਵਰਣ ਹਨ ਤੇ ਇੱਕੀ ਵਿਅੰਜਨ (Consonants ਕੌਨਸੋਨੈਂਟ੍ਸ) ਇਹ ਵਰਣ ਇਸ ਤਰ੍ਹਾਂ ਹਨ—

Vowels : A E I O U

Consonants : B C D F G H J K L M N P Q R S T V W X Y Z

ਅੰਗ੍ਰੇਜ਼ੀ ਵਿਚ ਕਈ Vowels ਤੇ Consonants ਦਾ ਇਕੱਲੇ ਅੱਖਰਾਂ ਦੇ ਰੂਪ ਵਿਚ ਹੋਰ ਉਚਾਰਣ ਹੁੰਦਾ ਹੈ, ਪਰ ਸ਼ਬਦਾਂ ਦੇ ਵਿਚ ਵਰਤੇ ਜਾਣ ਤੇ ਉਹਨਾਂ ਦਾ ਕੁਝ ਹੋਰ ਉੱਚਾਰਣ ਹੁੰਦਾ ਹੈ। ਜਿਵੇਂ G, H, L, M, N, P ਆਦਿ ਵਰਣ ਇਕੱਲੇ ਜੀ, ਏਚ, ਏਲ, ਏਮ, ਏਨ, ਪੀ ਆਦਿ ਬੋਲੇ ਜਾਂਦੇ ਹਨ, ਜਦ ਕਿ ਸ਼ਬਦਾਂ ਵਿਚ ਇਹਨਾਂ ਦਾ ਉੱਚਾਰਣ ਕ੍ਰਮਵਾਰ ਗ, ਹ, ਲ, ਮ, ਨ, ਪ ਆਦਿ ਹੁੰਦਾ ਹੈ।

ਅੰਗ੍ਰੇਜ਼ੀ ਵਰਣਾਂ ਦਾ ਉੱਚਾਰਣ

ਅੰਗ੍ਰੇਜ਼ੀ ਵਰਣਮਾਲਾ ਦੇ ਵਰਣਾਂ ਨੂੰ ਬੋਲਣ ਵਿਚ ਜਿਹੜੇ ਉੱਚਾਰਣ ਹੁੰਦੇ ਹਨ, ਉਹ ਉਦਾਹਰਣ ਦੇ ਰੂਪ ਵਿਚ ਇਹ ਹਨ :—

ਅੰਗ੍ਰੇਜ਼ੀ ਵਰਣ	ਆਵਾਜ਼ ਅਤੇ ਸ਼ਬਦ	ਅੰਗ੍ਰੇਜ਼ੀ ਵਰਣ	ਆਵਾਜ਼ ਅਤੇ ਸ਼ਬਦ
A (ਏ)	ਅ (small ਸਮਾਲ) ਏ (way ਵੇ) ਐ (man ਮੈਨ)	N (ਏਨ)	ਨ (nose ਨੋਜ਼)
		O (ਓ)	ਓ (open ਓਪਨ)
B (ਬੀ)	ਬ (book)	P (ਪੀ)	ਪ (post ਪੋਸਟ)
C (ਸੀ)	ਕ (cat) ਸ (cent ਸੈਂਟ)	Q (ਕ੍ਯੂ)*	ਕ (quick ਕ੍ਵਿਕ)
D (ਡੀ)	ਡ (did ਡਿਡ)	R (ਆਰ)	ਰ (remind ਰਿਮਾਇੰਡ)
E (ਇ)	(she ਸ਼ੀ), ਏ (men ਮੇਨ)	S (ਏਸ)	ਸ (small ਸਮਾਲ)
F (ਏਫ)	ਫ (foot ਫੁਟ)	T (ਟੀ)	ਟ (teacher ਟੀਚਰ)
G (ਜੀ)	ਗ (Good ਗੁਡ) ਜ (George ਜਾਰ੍ਜ)	U (ਯੂ)	ਅ (up ਅਪ, cup ਕਪ) ਉ (put ਪੁਟ, push ਪੁਸ਼) ਯੂ (salute ਸੈਲ੍ਯੂਟ)
H (ਏਚ)	ਹ (hen ਹੇਨ)		
I (ਆਈ)	ਇ (India ਇੰਡੀਆ) ਆਇ (kind ਕਾਇੰਡ)	V (ਵੀ)	ਵ (value ਵੈਲ੍ਯੂ)
J (ਜੇ)	ਜ (joke ਜੋਕ)	W (ਡਬਲ੍ਯੂ)	ਵ (walk ਵਾਕ)
K (ਕੇ)	(kick ਕਿਕ)	X (ਏਕ੍ਸ)	(x-ray ਏਕ੍ਸ-ਰੇ)
L (ਏਲ)	ਲ (letter ਲੇਟਰ)	Y (ਵਾਈ)	ਯ (young ਯੰਗ),ਆਇ(my ਮਾਇ)
M (ਏਮ)	ਮ (man ਮੈਨ)	Z (ਜ਼ੈਡ)	ਜ਼ (zebra ਜ਼ੇਬਰਾ)

ਅੰਗ੍ਰੇਜ਼ੀ ਦੇ ਜੋੜਵੇਂ ਅੱਖਰ—ch ਚ, th ਥ, ਠ, ph ਫ਼, sh ਸ਼, gh ਘ (gh ਤੋਂ ਪਹਿਲਾਂ ਦੀਰਘ ਸੁਰ ਹੋਵੇ ਤਾਂ gh ਦਾ ਉੱਚਾਰਣ ਅਬੋਲ (silent) ਹੁੰਦਾ ਹੈ ਜਿਵੇਂ right (ਰਾਇਟ)।

* q ਦੇ ਨਾਲ ਸਦਾ u ਲਗਦਾ ਹੈ, ਜਿਵੇਂ quick, cheque ਆਦਿ।

ਵਡੇ ਤੇ ਨਿੱਕੇ ਅੱਖਰਾਂ ਦੀ ਵਰਤੋਂ

ਅੰਗ੍ਰੇਜ਼ੀ ਵਾਕ ਰਚਨਾ ਵਿਚ ਨਿੱਕੇ (small) ਤੇ ਵਡੇ (capital) ਦੋਨਾਂ ਅੱਖਰਾਂ ਦਾ ਪ੍ਰਯੋਗ ਹੁੰਦਾ ਹੈ। ਵੱਡੇ (capital) ਵਰਣਾਂ ਦੀ ਵਰਤੋਂ ਹੇਠਲੀਆਂ ਥਾਵਾਂ ਤੇ ਹੁੰਦੀ ਹੈ—

(i)	ਹਰ ਵਾਕ ਦਾ ਪਹਿਲਾ ਅੱਖਰ	This is a box. When did you come etc.
(ii)	ਕਿਸੇ ਖਾਸ ਨਾਂਵ ਦਾ ਪਹਿਲਾ ਅੱਖਰ (Proper-noun)	the Ganges, the Taj, Mathura, Ram Nath etc.
(iii)	ਅੰਗ੍ਰੇਜ਼ੀ ਕਵਿਤਾ ਦੀ ਹਰ ਇਕ ਪੰਗਤੀ ਦਾ ਪਹਿਲਾ ਅੱਖਰ।	"His coat is ragged, And blown away. He drops his head, And he knows not why."
(iv)	ਅੱਖਰ ਜਿਹੜਾ ਸੰਖੇਪ ਸ਼ਬਦ ਲਈ ਵਰਤਿਆ ਜਾਂਦਾ ਹੈ।	P.T.O., N.B.
(v)	ਮਹੀਨੇ, ਹਫ਼ਤੇ ਦੇ ਵਾਰਾਂ ਦੇ ਨਾਂ ਦਾ ਪਹਿਲਾ ਅੱਖਰ।	January, March, Sunday, Monday etc.
(vi)	ਮਨੁਖ ਦੀ ਉਪਾਧੀ ਦੇ ਪਹਿਲੇ ਅੱਖਰ।	B.A., LL.B., M. Com. etc.
(vii)	ਪਰਮਾਤਮਾ ਦੇ ਨਾਂ ਅਤੇ ਉਸ ਲਈ ਪ੍ਰਯੋਗ ਵਿਚ ਆਉਣ ਵਾਲਾ ਪੜਨਾਂਵ ਸ਼ਬਦ।	God, Lord, He, His.

ਰੋਮਨ ਵਰਣ ਮਾਲਾ (Roman Alphabet)

ਗੁਰਮੁਖੀ ਕ੍ਰਮ

ਸੁਰ (Vowels)

ਗੁਰਮੁਖੀ ਵਿਚ ਅਸੀਂ ੳ ਅ ੲ ਅੱਖਰਾਂ ਨੂੰ ਮਾਤਰਾ-ਚਿਨ੍ਹ ਲਗਾ ਕੇ ਸਾਰੇ ਸੁਰ ਬਣਾ ਲੈਂਦੇ ਹਾਂ—

U	OO	A	A	I	EE	E	AI	O	AU	AN
u	oo	a	a	i	ee	e	ai	o	au	an
ਉ	ਊ	ਅ	ਆ	ਇ	ਈ	ਏ	ਐ	ਓ	ਔ	ਅੰ

ਵਿਅੰਜਨ (Consonant)

S	H
s	h
ਸ	ਹ

K	KH	G	GH	N	CH	CHH	J	JH	N
k	kh	g	gh	n	ch	chh	j	jh	n
ਕ	ਖ	ਗ	ਘ	ਙ	ਚ	ਛ	ਜ	ਝ	ਞ
T	TH	D	DH	N	T	TH	D	DH	N
t	th	d	dh	n	t	th	d	dh	n
ਟ	ਠ	ਡ	ਢ	ਣ	ਤ	ਥ	ਦ	ਧ	ਨ
P	PH	B	BH	M	Y	R	L	V	RH
p	ph	b	bh	m	y	r	l	v	rh
ਪ	ਫ	ਬ	ਭ	ਮ	ਯ	ਰ	ਲ	ਵ	ੜ
SH	F	G	Z	KH					
Sh	f	g	z	kh					
ਸ਼	ਫ਼	ਗ਼	ਜ਼	ਖ਼					

ਇਹ ਵੇਖੋ ਕਿ ਪੰਜਾਬੀ ਨੂੰ ਰੋਮਨ ਲਿਪੀ ਵਿਚ ਕਿਵੇਂ ਲਿਖਿਆ ਜਾ ਸਕਦਾ ਹੈ। ਹੇਠਾਂ ਪੰਜਾਬੀ ਦੇ ਲਫ਼ਜ਼ ਗੁਰਮੁਖੀ ਤੇ ਰੋਮਨ ਲਿਪੀ ਵਿਚ ਲਿਖੇ ਗਏ ਹਨ—

ਕਲ *kal*	ਫਿਰ *phir*	ਨਾਰੀ *nari*
ਕਾਲ *kal*	ਕੁੱਤਾ *kutta*	ਪਾਣੀ *pani*
ਅਚਾਰ *achar*	ਘੋੜਾ *ghorha*	ਕਵਿਤਾ *kavita*
ਆਚਾਰ *achar*	ਉੱਲੂ *Ulloo*	ਬੰਗਲਾ *Bangla*
ਪੰਜਾਬੀ *Punjabi*	ਔਰਤ *aurat*	ਚੰਗਾ *changa*

ਪੰਜਾਬੀ ਦੇ ਕੁਝ ਵਾਕ ਗੁਰਮੁਖੀ ਲਿਪੀ ਅਤੇ ਰੋਮਨ ਲਿਪੀ ਵਿਚ ਪੜ੍ਹੋ ਤੇ ਫਿਰ ਉਹਨਾਂ ਦਾ ਅੰਗ੍ਰੇਜ਼ੀ ਅਨੁਵਾਦ ਇਹਨਾਂ ਦੋਨਾਂ ਲਿਪੀਆਂ ਵਿਚ ਕਰੋ। ਇਸ ਤੋਂ ਤੁਹਾਨੂੰ ਪਤਾ ਲਗੇਗਾ ਕਿ ਪੰਜਾਬੀ ਬੋਲੀ ਰੋਮਨ ਲਿਖੀ ਵਿਚ ਕਿਵੇਂ ਲਿਖੀ ਜਾ ਸਕਦੀ ਹੈ।

1. ਤੁਸੀਂ ਕਿੱਧਰ ਜਾਂਦੇ ਹੋ ?
   Tusin kidhar jande ho ?
   Where are you going ?
   ਵ੍ਹੇਅਰ ਆਰ ਯੂ ਗੋਇੰਗ ?
2. ਉੱਥੇ ਕੋਈ ਹੈ ?
   Uthe koi hai ?
   Is any one there ?
   ਇਜ ਏਨੀ ਵਨ ਦੇਅਰ ?
3. ਕੀ ਤੁਹਾਨੂੰ ਪਤਾ ਨਹੀਂ ?
   Ki tuhanon pata nahin ?
   Don't you know ?
   ਡੋਂਟ ਯੂ ਨੋ ?
4. ਇਹ ਕਮੀਜ਼ ਮੈਲੀ ਹੈ।
   Ih kamiz maily hai ?
   This shirt is dirty ?
   ਦਿਸ ਸ਼ਰਟ ਇਜ਼ ਡਰਟੀ ?
5. ਮੇਰੇ ਨਹੁੰ ਕੱਟੋ।
   Mere nahun katto ?
   Cut my nail ?
   ਕੱਟ ਮਾਇ ਨੇਲ।
6. ਪੰਜਾਬੀ ਸੌਖੀ ਬੋਲੀ ਹੈ।
   Punjabi Saukhi boli hai ?
   Punjabi is an easy language.
   ਪੰਜਾਬੀ ਇਜ਼ ਏਨ ਇਜ਼ੀ ਲੈਂਗ੍ਵੇਜ਼।

ਯਾਦ ਰਖਣ ਲਈ (To Remember)

1. (i) ਕ ਲਈ ਅੰਗ੍ਰੇਜ਼ੀ ਵਿਚ c, k, q ਅੱਖਰ ਆਉਂਦੇ ਹਨ। ਕਿਤੇ-ਕਿਤੇ ਕ ਲਈ ck (block) ਆਉਂਦਾ ਹੈ। c ਦਾ ਸ ਉਚਾਰਨ ਵੀ ਹੁੰਦਾ ਹੈ (ceat ਸੀਟ); (ii) ਗ ਲਈ ਆਮ ਤੌਰ ਤੇ g ਆਉਂਦਾ ਹੈ (good), ਤੇ ਜ ਲਈ j (jam)। ਪਰ ਕਈ ਵਾਰ ਜ ਲਈ g ਵੀ ਆਉਂਦਾ ਹੈ (germ) ਜਰ੍ਮ, (generation ਜੇਨੇਰੇਸ਼ਨ); (iii) ਵ ਲਈ ਅੰਗ੍ਰੇਜ਼ੀ ਵਿਚ v ਤੇ w ਨੂੰ ਵਰਤਿਆ ਜਾਂਦਾ ਹੈ (very ਵੇਰੀ wall ਵਾਲ); (iv) ਫ਼ ਲਈ f ਪ੍ਰਯੋਗ ਹੁੰਦਾ ਹੈ। ph ਵੀ ਅੰਗ੍ਰੇਜ਼ੀ ਵਿਚ ਫ਼ ਲਈ ਵਰਤਿਆ ਜਾਂਦਾ ਹੈ—ਫ ਲਈ ਨਹੀਂ (philosophy) ਫ਼ਿਲਾੱਸਫ਼ੀ-ਫ਼ਿਲਾੱਸਫ਼ੀ ਨਹੀਂ) ਇਹ ਯਾਦ ਰਖਣਾ ਚਾਹੀਦਾ ਹੈ।

2. ਪੰਜਾਬੀ ਭਾਸ਼ਾ ਲਿਖਣ ਲਈ ਕੁਝ ਰੋਮਨ ਅੱਖਰਾਂ ਨਾਲ ਚਿੰਨ੍ਹਾਂ ਵਾਲੇ ਅੱਖਰ (accented letters) ਲਗਦੇ ਹਨ—ਆ a ਈ i ਵ ਸ਼ ਆਦਿ ਊ ਲਈ oo ਤੇ ਈ ਲਈ ee ਦੀ ਵਰਤੋਂ ਵੀ ਹੁੰਦੀ ਹੈ।

3.

ਖ	ਘ	ਛ	ਝ	ਠ	ਢ	ਥ	ਧ	ਫ	ਭ
kh	gh	chh	jh	th	dh	th	dh	ph	bh.

ਇਹੋ ਜਹੇ ਵਰਣ ਆਪਣੇ ਪਹਿਲੇ ਅੱਖਰ ਨਾਲ h ਮਿਲਾਉਣ ਨਾਲ ਬਣਦੇ ਹਨ।

13 ਤੇਰ੍ਹਵਾਂ ਦਿਨ th day

ਅੰਗ੍ਰੇਜ਼ੀ ਸ੍ਵਰਾਂ (Vowels) ਦਾ ਉਚਾਰਣ ਸਮਝਣਾ ਬੜਾ ਜ਼ਰੂਰੀ ਹੈ। ਅੰਗ੍ਰੇਜ਼ੀ ਸ੍ਵਰਾਂ ਦੇ ਉਚਾਰਣ ਅਨੇਕ ਤਰ੍ਹਾਂ ਨਾਲ ਹੁੰਦੇ ਹਨ—ਜਿਵੇਂ A ਦਾ ਉਚਾਰਣ ਏ, ਆ, ਐ, ਏਯ ਹੁੰਦਾ ਹੈ, E ਦਾ ਏ, ਈ, ਈs (ਲੰਮਾ ਉਚਾਰਣ) I ਦਾ ਉਚਾਰਣ ਇ, ਆਇ ਆ, ਆਯ, O ਦਾ, ਆ, ਓ, ਉ, ਊ ਅਤੇ U ਦਾ ਊ ਤੇ ਅ ਆਦਿ ਉਚਾਰਣ ਹੁੰਦੇ ਹਨ। ਇਥੇ ਤੁਹਾਨੂੰ ਇਨ੍ਹਾਂ ਸਭ ਦੀ ਬੜੀ ਹੀ ਦਿਲਚਸਪ ਜਾਣਕਾਰੀ ਮਿਲੇਗੀ।

ਅੰਗ੍ਰੇਜ਼ੀ ਉਚਾਰਣ English Pronounciation

ਆਮ ਤੌਰ ਤੇ ਲੋਕੀਂ ਅੰਗ੍ਰੇਜ਼ੀ ਉਚਾਰਣ ਵਿਚ ਬੜੀਆਂ ਗਲਤੀਆਂ ਕਰਦੇ ਹਨ। ਅੰਗ੍ਰੇਜ਼ੀ ਬੋਲੀ ਦੇ ਉਚਾਰਣ ਦੇ ਕੁਝ ਵਿਸ਼ੇਸ਼ ਨਿਯਮ ਹਨ, ਜਿਨ੍ਹਾਂ ਨੂੰ ਜਾਣਨਾ ਹਰ ਅੰਗ੍ਰੇਜ਼ੀ ਸਿਖਣ ਦੇ ਚਾਹਵਾਨ ਵਿਅਕਤੀ ਲਈ ਜ਼ਰੂਰੀ ਹੈ।

ਪਹਿਲਾਂ ਸ੍ਵਰਾਂ (vowels) ਦੇ ਉਚਾਰਣ ਦੇ ਬਾਰੇ ਵਿਚਾਰ ਕਰਦੇ ਹਾਂ।

ਅੰਗ੍ਰੇਜ਼ੀ ਸ੍ਵਰਾਂ ਦੇ ਉਚਾਰਣ

1. A ਦੇ ਉਚਾਰਣ ਦੇ ਨਿਯਮ

A (a) ਦੇ ਉਚਾਰਣ ਬਹੁਤਾ ਕਰਕੇ ਇਹ ਹੁੰਦੇ ਹਨ—ਐ, ਆ, ਏ।

(i) A=ਐ (ˋ)

An (ਐਨ)—ਇਕ   At (ਐਟ)—ਉਤੇ
Lad (ਲੈਡ)—ਮੁੰਡਾ   Rat (ਰੈਟ)—ਚੂਹਾ
Man (ਮੈਨ)—ਆਦਮੀ
Stand (ਸਟੈਂਡ)—ਖੜੇ ਹੋਣਾ
Mad (ਮੈਡ)—ਪਾਗਲ   Ban (ਬੈਨ)—ਪਾਬੰਦੀ

(ii) A=ਆ

All (ਆਲ)—ਸਭ   Wall (ਵਾਲ) ਕੰਧ
Car (ਕਾਰ)—ਗੱਡੀ   War (ਵਾਰ) ਲੜਾਈ
Small (ਸ੍ਮਾਲ)—ਨਿੱਕਾ   Far (ਫ਼ਾਰ) ਦੂਰ
Call (ਕਾਲ)—ਬੁਲਾਵਾ   Are (ਆਰ)—ਹਨ

(iii) A=ਏਅ

Ware (ਵੇਅਰ)—ਭਾਂਡਾ   Spare (ਸ੍ਪੇਅਰ)—ਵਾਧੂ
Fare (ਫੇਅਰ)—ਕਿਰਾਇਆ
Care (ਕੇਅਰ)—ਪਰਵਾਹ
Dare (ਡੇਅਰ)—ਹੌਸਲਾ ਕਰਨਾ
Share (ਸ਼ੇਅਰ)—ਹਿੱਸਾ

(iv) A=ਏ

ਜੇ A ਦੇ ਪਿੱਛੋਂ Y ਜਾਂ I ਦੀ ਵਰਤੋਂ ਹੋਵੇ ਤਾਂ ਉਸ ਦਾ ਉਚਾਰਣ 'ਏ' ਦੀ ਤਰ੍ਹਾਂ ਹੁੰਦਾ ਹੈ। ਪਰ ਇਹ 'ਏ' ਕੁਝ ਲੰਮਾ ਉਚਾਰਣ ਦੇਂਦਾ ਹੈ—

Pay (ਪੇ)—ਤਨਖ਼ਾਹ   Way (ਵੇ)—ਰਾਹ
Stay (ਸਟੇ) ਠਹਿਰਣਾ   Gay (ਗੇ) ਪ੍ਰਸੰਨ
Brian (ਬ੍ਰੇਨ) ਦਿਮਾਗ   Main (ਮੇਨ) ਵੱਡਾ

2. E ਦੇ ਉੱਚਾਰਣ ਦੇ ਨਿਯਮ—

E (e) ਦੇ ਉੱਚਾਰਣ ਹਨ—ਏ (ˋ) ਇ ਈ,ਆਦਿ।

(i) E=(e) ਏ (ˋ)

Net (ਨੇਟ)—ਜਾਲ   Men (ਮੇਨ)—ਆਦਮੀ (ਬਹੁਵਚਨ)
Sell (ਸੇਲ)—ਵੇਚਣਾ   Well (ਵੇਲ)—ਖੂਹ, ਚੰਗਾ
Leg (ਲੇਗ)—ਲੱਤ   Then (ਦੇਨ)—ਤਦ
Wet (ਵੇਟ)—ਗਿੱਲਾ   When (ਵ੍ਹੇਨ)—ਕਦ

(ii) E (e)=ਈ

Be (ਬੀ)—ਹੋਣਾ   We (ਵੀ)—ਅਸੀਂ (ਬਹੁਵਚਨ)
He (ਹੀ)—ਉਹ   She (ਸ਼ੀ)—ਉਹ (ਇਸਤਰੀ)

(iii) EE (ee)=ਈ (ਲੰਮਾ ਉਚਾਰਣ)

See (ਸੀ)—ਵੇਖਣਾ   Weep (ਵੀਪ)—ਰੋਣਾ
Bee (ਬੀ)—ਮਧੂ ਮੱਖੀ   Sleep (ਸ੍ਲੀਪ)—ਸੌਣਾ

(iv) EA (ea)=ਈ

Clean (ਕਲੀਨ)—ਸਾਫ਼ ਕਰਨਾ Sea (ਸੀ) ਸਮੁੰਦਰ

Meat (ਮੀਟ)—ਮਾਸ

Heat (ਹੀਟ)—ਗਰਮੀ

(v) E (e)=ਆਪਣੀ ਕੋਈ ਧੁਨੀ ਨਹੀਂ

ਜੇ ਕਿਸੇ ਸ਼ਬਦ ਦੇ ਅੰਤ ਵਿਚ E ਆਏ ਤਾਂ ਉਸ ਦਾ ਆਪਣਾ ਕੋਈ ਉਚਾਰਣ ਨਹੀਂ ਹੁੰਦਾ, ਤੇ ਉਸ ਤੋਂ ਪਹਿਲਾਂ ਆਏ ਇਕ ਜਾਂ ਇਕ ਤੋਂ ਵਧ ਵਿਅੰਜਨਾਂ (Consonants) ਨੂੰ ਛੱਡਕੇ ਜਿਹੜਾ ਦੂਜਾ ਸੁਰ (Vowel) ਹੁੰਦਾ ਹੈ, ਉਸ ਦਾ ਉਚਾਰਣ ਲੰਮਾ ਹੋ ਜਾਂਦਾ ਹੈ। ਇਨ੍ਹਾਂ ਸੁਰਾਂ A,I,O,U ਦੇ ਨਾਲ ਅਖੀਰਲਾ ਸੁਰ E ਦੀ ਵਰਤੋਂ ਦੀਆਂ ਕੁਝ ਮਿਸਾਲਾਂ ਦਿਤੀਆਂ ਜਾ ਰਹੀਆਂ ਹਨ—

(a) ਜੇ ਪਹਿਲਾ ਸੁਰ 'A' ਹੋਵੇ ਤਾਂ 'A' ਦਾ ਉਚਾਰਣ 'ਏ' ਹੁੰਦਾ ਹੈ ਤੇ E ਦਾ ਆਪਣਾ ਕੋਈ ਉਚਾਰਣ ਨਹੀਂ ਹੁੰਦਾ—

Sh*a*me (ਸ਼ੇਮ)—ਸ਼ਰਮ Name (ਨੇਮ)—ਨਾਂ

L*a*me (ਲੇਮ)—ਲੰਙਾ S*a*me (ਸੇਮ)—ਉਹੋ

(b) ਜੇ ਪਹਿਲਾ ਸੁਰ I ਹੋਵੇ ਤਾਂ I ਦਾ ਉਚਾਰਣ 'ਆਇ' ਹੁੰਦਾ ਹੈ ਤੇ ਅਖੀਰਲੇ E ਦਾ ਆਪਣਾ ਕੋਈ ਉਚਾਰਣ ਨਹੀਂ ਹੁੰਦਾ—

W*i*fe(ਵਾਇਫ)—ਪਤਨੀ N*i*ne(ਨਾਇਨ)—ਨੌਂ (ਗਿਣਤੀ)

Wh*i*te (ਵ੍ਹਾਇਟ)—ਚਿੱਟਾ L*i*ne (ਲਾਇਨ)—ਲਕੀਰ

(c) ਜੇ ਪਹਿਲਾ ਸੁਰ O ਹੋਵੇ ਤਾਂ O ਦਾ ਉਚਾਰਣ 'ਓ' ਹੁੰਦਾ ਹੈ, ਤੇ ਅਖੀਰਲੇ E ਦਾ ਆਪਣਾ ਕੋਈ ਉਚਾਰਣ ਨਹੀਂ ਹੁੰਦਾ—

Nose (ਨੋਜ਼)—ਨੱਕ Hope (ਹੋਪ)—ਆਸ਼ਾ, ਉਮੀਦ

Smoke (ਸਮੋਕ)—ਧੂੰਆਂ Joke (ਜੋਕ)—ਮਜ਼ਾਕ

(d) ਜੇ ਪਹਿਲਾ ਸੁਰ U ਹੋਵੇ ਤਾਂ U ਦਾ ਉਚਾਰਣ 'ਊ' ਜਾਂ 'ਯੂ' ਹੁੰਦਾ ਹੈ ਤੇ ਅਖੀਰਲੇ E ਦਾ ਆਪਣਾ ਕੋਈ ਉਚਾਰਣ ਨਹੀਂ ਹੁੰਦਾ—

Rule (ਰੂਲ)—ਨਿਯਮ Tune (ਟਯੂਨ)—ਸੁਰ

June (ਜੂਨ)—ਜੂਨ (ਮਹੀਨਾ) Tube (ਟਯੂਬ)—ਨਲੀ

(vi) EW (ew)=ਇਯੂ

Few (ਫਯੂ)—ਕੁਝ Sew (ਸਯੂ)—ਸੀਣਾ

New (ਨਯੂ)—ਨਵਾਂ Dew (ਡਯੂ)—ਤ੍ਰੇਲ

3. I ਦੇ ਉਚਾਰਣ ਦੇ ਨਿਯਮ—

I (*i*) ਦੇ ਆਮ ਤੌਰ ਤੇ ਇਹ ਉਚਾਰਣ ਹੁੰਦੇ ਹਨ— ਇ, ਆਇ। ਕਦੀ ਕਦੀ 'ਅ' ਜਿਹਾ ਉਚਾਰਣ ਵੀ ਹੁੰਦਾ ਹੈ।

(i) I=ਇ (ਹੌਲਾ ਉਚਾਰਣ)

Ill (ਇਲ)—ਬੀਮਾਰ Kill (ਕਿਲ)—ਮਾਰਨਾ

Big (ਬਿਗ)—ਵੱਡਾ With (ਵਿਦ)—ਨਾਲ

Ink (ਇੰਕ)—ਸਿਆਹੀ Ship (ਸ਼ਿਪ)—ਜਹਾਜ਼

(ii) I=ਆਇ

Kind (ਕਾਇੰਡ)—ਦਿਆਲੂ Mild (ਮਾਇਲਡ)—ਕੋਮਲ

Behind (ਬਿਹਾਇੰਡ)—ਪਿੱਛੇ

Mike (ਮਾਇਕ)—ਮਾਇਕ੍ਰੋਫੋਨ

Bind (ਬਾਇੰਡ) ਬਨ੍ਹਣਾ Mile (ਮਾਇਲ)—ਮੀਲ

(iii) I=ਆਇ

ਜੇ I ਦੇ ਪਿੱਛੋਂ GH ਆਵੇ ਤਾਂ I ਦਾ ਉਚਾਰਣ 'ਆਇ' ਜਾਂ 'ਆਈ' ਹੁੰਦਾ ਹੈ...

Right (ਰਾਇਟ)—ਠੀਕ Sight (ਸਾਇਟ)—ਨਜ਼ਰ, ਦ੍ਰਿਸ਼

Light (ਲਾਇਟ)—ਚਾਨਣ, ਹੌਲਾ

Might (ਮਾਇਟ)—ਸ਼ਕਤੀ High (ਹਾਈ)—ਉੱਚਾ

Bright (ਬ੍ਰਾਇਟ)—ਚਮਕੀਲਾ

(iv) I=ਅ

Firm (ਫਰਮ)—ਸੰਸਥਾ, ਸਿੱਧਾ

First (ਫਰਸਟ)—ਪਹਿਲਾ

(v) I=ਆਯ

Fire (ਫ਼ਾਯਰ)—ਅੱਗ

Admire (ਏਡਮਾਯਰ)—ਤਾਰੀਫ਼, ਵਾਹ ਵਾਹ

(vi) IE=ਈ

Achieve (ਏਚੀਵ)—ਪ੍ਰਾਪਤ ਕਰਨਾ

Sieve (ਸੀਵ)—ਛਾਣਨੀ Siege (ਸੀਜ)—ਘੇਰਾ

4. O ਦੇ ਉਚਾਰਣ ਦੇ ਨਿਯਮ—

O (o) ਦੇ ਆਮ ਤੌਰ ਤੇ ਇਹ ਉਚਾਰਣ ਹੁੰਦੇ ਹਨ— ਔਾਂ, ਓ, ਉ, ਊ, ਅ।

(i) O=ਔਾਂ, ਹੌਲਾ ਉਚਾਰਣ

Ox (ਔਕਸ)—ਬਲਦ Box (ਬੌਕਸ)—ਸੰਦੂਕ

On (ਔਨ)—ਉੱਤੇ, ਉੱਪਰ Fox (ਫ਼ਾਕਸ)—ਲੂਮੜੀ

Got (ਗੌਟ)—ਪਾਇਆ (ਕਿਰਿਆ)

Hot (ਹੱਟ)—ਗਰਮ Pot (ਪੱਟ)—ਭਾਂਡਾ
Spot (ਸੁਪੱਟ)—ਦਾਗ Top (ਟੱਪ)—ਉਪਰਲਾ ਭਾਗ
Drop (ਡ੍ਰਾਪ)—ਡਿੱਗਣਾ Dot (ਡੱਟ)—ਬਿੰਦੂ
Soft (ਸੱਫਟ)—ਨਰਮ Not (ਨੱਟ)—ਨਹੀਂ
God (ਗੱਡ)—ਪਰਮਾਤਮਾ

(ii) O=ਓ (ਦੀਰਘ ਉਚਾਰਣ)

Open (ਓਪਨ)—ਖੋਲ੍ਹਣਾ (ਕਿਰਿਆ)
So (ਸੋ)—ਐਸਾ Hope (ਹੋਪ)—ਆਸ, ਉਮੀਦ
No (ਨੋ)—ਨਹੀਂ Old (ਓਲਡ)—ਪੁਰਾਣਾ
Gold (ਗੋਲਡ)—ਸੋਨਾ
Fold (ਫੋਲਡ) ਲਿਪਟਿਆ ਹੋਇਆ
Sold (ਸੋਲਡ)—ਵਿਕਿਆ ਹੋਇਆ
Home (ਹੋਮ)—ਘਰ Most (ਮੋਸਟ)—ਸਭ ਤੋਂ ਵੱਧ
Joke (ਜ਼ੋਕ)--ਮਜ਼ਾਕ Post (ਪੋਸਟ)--ਡਾਕ

(iii) O=ਓ (ਦੀਰਘ ਉਚਾਰਣ)

ਅੱਗੇ W ਹੋਣ ਤੇ

Low (ਲੋ)—ਨੀਵਾਂ Show (ਸ਼ੋ)—ਪ੍ਰਦਰਸ਼ਨ
Row (ਰੋ)—ਪੰਗਤੀ Crow (ਕ੍ਰੋ)—ਕਾਂ
Sow (ਸੋ)—ਬੀਜ ਬੋਣਾ Bow (ਬੋ)—ਝੁਕਣਾ

(iv) O=ਉ

Look (ਲੁਕ)—ਵੇਖਣਾ Book (ਬੁਕ)—ਕਿਤਾਬ
Took (ਟੁਕ)—ਲਿਆ Good (ਗੁਡ)—ਚੰਗਾ

(v) O=ਊ

Room (ਰੂਮ)—ਕਮਰਾ Moon (ਮੂਨ)—ਚੰਨ
Boot (ਬੂਟ)—ਜੁੱਤੀ Noon (ਨੂਨ)—ਦੁਪਹਿਰ
Do (ਡੂ)—ਕਰੋ Shoe (ਸ਼ੂ)—ਜੁੱਤੀ

(vi) O=ਅ

Son (ਸਨ)—ਪੁੱਤਰ Come (ਕਮ) ਆਉਣਾ

(vii) OW=ਆਉ

How (ਹਾਉ)—ਕਿਵੇਂ Now (ਨਾਉ)—ਹੁਣ
Cow (ਕਾਉ)—ਗਾਂ

(viii) Oy=ਵਾਯ

Joy (ਜ੍ਵਾਯ)—ਖ਼ੁਸ਼ੀ Boy (ਬ੍ਵਾਯ)--ਮੁੰਡਾ
Toy (ਟ੍ਵਾਯ)--ਖਿਡੌਣਾ

(ix) OU=ਅਵ, ਆਵ

Our (ਅਵਰ)—ਸਾਡਾ Sour (ਸਾਵਰ)--ਖੱਟਾ
Hour (ਆਵਰ)--ਘੰਟਾ

5. U ਦੇ ਉਚਾਰਣ ਦੇ ਨਿਯਮ—

U (u) ਦੇ ਮੁੱਖ ਉਚਾਰਣ ਹਨ--ਅ, ਉ, ਯੂ, ਯੋ ।

(i) U=ਅ

Up (ਅਪ)--ਉੱਪਰ Cup (ਕਪ)--ਪਿਆਲਾ
Tub (ਟਬ)—ਖੁੱਲ੍ਹਾ ਭਾਂਡਾ Hut (ਹਟ)--ਝੁੱਗੀ
Fun (ਫਨ)—ਕੌਤਕ Mud (ਮਡ)--ਚਿੱਕੜ
Sun (ਸਨ)--ਸੂਰਜ Must (ਮਸਟ)--ਅਵੱਸ਼
Curd (ਕਰਡ)--ਦਹੀਂ Dust (ਡਸਟ)—ਧੂੜ
Cut (ਕਟ)—ਕੱਟਣਾ Jump (ਜੰਪ)—ਕੁੱਦਣਾ

(ii) U=ਉ

Put (ਪੁਟ)—ਰਖਣਾ Pull (ਪੁਲ)—ਖਿੱਚਣਾ
Push (ਪੁਸ਼)—ਦੱਬਣਾ Puss (ਪੁਸ)—ਬਿੱਲੀ

(iii) U=ਯੂ, ਯੋ

Duty (ਡਯੂਟੀ)—ਫਰਜ਼
Durable (ਡਯੂਰੇਬਲ)--ਟਿਕਾਊ
Cure (ਕ੍ਯੋਰ)--ਇਲਾਜ
Sure (ਸ੍ਯੋਰ)--ਨਿਰਸੰਦੇਹ

6. Y ਦੇ ਉਚਾਰਣ ਦੇ ਨਿਯਮ--

ਕਿਤੇ ਕਿਤੇ ਵਿਅੰਜਨ ਵੀ ਸੁਰ ਦਾ ਕੰਮ ਕਰਦਾ ਹੈ। ਦਰਅਸਲ ਪੁਰਾਣੀ ਅੰਗ੍ਰੇਜ਼ੀ ਵਿਚ Y ਸੁਰ ਸੀ, ਪਰ ਹੁਣ ਹੌਲੀ ਹੌਲੀ ਇਸ ਦੀ ਥਾਂ I ਨੇ ਲੈ ਲਈ ਹੈ। ਕਿਤੇ ਕਿਤੇ ਅਜੇ ਵੀ ਇਹ ਸੁਰ ਦਾ ਕੰਮ ਕਰਦਾ ਹੈ, ਜਿਵੇਂ—

(i) Y=ਈ

Polygamy (ਪੋਲੀਗੇਮੀ)--ਬਹੁ ਵਿਆਹ
Felony (ਫੇਲੋਨੀ)--ਘੋਰ ਅਪਰਾਧ
Policy (ਪੱਾਲਸੀ)--ਨੀਤੀ

(ii) Y=ਆਯ

Tyre (ਟਾਯਰ)—ਟਾਯਰ
Typhoid (ਟਾਯਫਾਇਡ)--ਮਿਆਦੀ ਬੁਖ਼ਾਰ
Tyrant (ਟਾਯਰੇਂਟ)--ਜ਼ਾਲਮ, ਜਾਬਰ

(iii) Y=ਆਇ

Dyke (ਡਾਇਕ)--ਖਾੜੀ

Dynasty (ਡਾਇਨੇਸਟੀ)--ਰਾਜ, ਕੁਲ

Type (ਟਾਇਪ)--ਕਿਸਮ

Tycoon (ਟਾਇਕੂਨ)--ਵੱਡਾ ਵਪਾਰੀ

ਯਾਦ ਰਖਣ ਲਈ (To Remember)

1. fan, fall, fail—ਇਹਨਾਂ ਸ਼ਬਦਾਂ ਵਿਚ ਕ੍ਰਮ ਨਾਲ a ਦਾ ਉਚਾਰਣ ਫੈਨ (ਐ) ਫ਼ਾਲ (ਆ) ਫ਼ੇਲ (ਏ) ਹੁੰਦਾ ਹੈ। (ਇਹੋ ਜਹੇ ਹੋਰ ਲਫ਼ਜ਼ ਢੂੰਢੋ ਤੇ ਇਹਨਾਂ ਦਾ ਨਿਯਮ ਜਾਨਣ ਦੀ ਕੋਸ਼ਿਸ਼ ਕਰੋ)।
2. wet, be, see—ਇਹਨਾਂ ਸ਼ਬਦਾਂ ਵਿਚ ਕ੍ਰਮਵਾਰ e ਦਾ ਉਚਾਰਣ ਵੇਟ, ਬੀ, ਸੀ ਹੁੰਦਾ ਹੈ। ਅਰਥਾਤ (ਏ, ਈ) shame, line, hope ਵਿਚ ਇ ਦਾ ਉਚਾਰਣ ਕੁਝ ਨਹੀਂ ਹੁੰਦਾ। ਪਹਿਲਾ ਸ੍ਵਰ (a, i, o) ਕੁਝ ਹੋਰ ਦੀਰਘ ਹੋ ਜਾਂਦਾ ਹੈ।
3. i ਦਾ ਅ ਵੀ ਉਚਾਰਣ ਹੁੰਦਾ ਹੈ। ਕੀ ਤੁਹਾਨੂੰ ਪਤਾ ਹੈ? ਵੇਖੋ firm (ਫ਼ਰਮ)। ਇਸ ਤੋਂ ਅਲਾਵਾ i ਦਾ ਆਯ ਉਚਾਰਣ ਵੀ ਹੁੰਦਾ ਹੈ—fire (ਫ਼ਾਯਰ)।
4. oo ਦਾ ਊ ਉਚਾਰਣ ਤਾਂ ਹੁੰਦਾ ਹੀ ਹੈ (Room ਰੂਮ), ਨਿੱਕਾ ਉ ਵੀ ਹੁੰਦਾ ਹੈ—(book ਬੁਕ look ਲੁਕ ਆਦਿ)।
5. o ਦਾ ਉਚਾਰਣ ਓ ਤੇ u ਦਾ ਉ ਤਾਂ ਹੁੰਦਾ ਹੀ ਹੈ। o ਜਾਂ u ਦਾ ਅ ਵੀ ਹੁੰਦਾ ਹੈ। ਵੇਖੋ—Son ਸਨ (ਪੁੱਤਰ) Sun ਸਨ (ਸੂਰਜ)

(ਇਸ ਪਾਠ ਦੇ ਆਧਾਰ ਤੇ ਤੁਸੀਂ ਸਾਰੇ ਸ੍ਵਰਾਂ ਦੇ ਨਵੇਂ ਨਵੇਂ ਉਚਾਰਣ ਕਿਤਾਬਾਂ ਤੋਂ ਲੱਭਦੇ ਰਹਿਣ ਦੀ ਆਦਤ ਪਾਓ। ਤੁਸੀਂ ਵੇਖੋਗੇ ਕਿ ਤੁਹਾਡੇ ਸਾਹਮਣੇ ਅੰਗ੍ਰੇਜ਼ੀ ਭਾਸ਼ਾ ਦੇ ਨਵੇਂ-ਨਵੇਂ ਭੇਦ ਖੁਲ੍ਹ ਕੇ ਆਉਣਗੇ)।

14 ਚੌਦ੍ਹਵਾਂ ਦਿਨ th day

ਸੁਰਾਂ ਦੀ ਤਰ੍ਹਾਂ ਕੁਝ ਅੰਗ੍ਰੇਜ਼ੀ ਵਿੰਅਜਨਾਂ (consonants) ਦੇ ਉਚਾਰਣਾਂ ਵਿਚ ਵੀ ਅੰਤਰ ਮਿਲਦਾ ਹੈ। ਜਿਵੇਂ—C ਦਾ ਉਚਾਰਣ ਸ ਤੇ ਕ ਹੁੰਦਾ ਹੈ। G ਦਾ ਗ, ਜ; S ਦਾ ਜ, ਸ, ਤੇ ਸ਼, T ਦਾ ਸ਼, ਚ, ਥ, ਦ ਆਦਿ— ਇਹ ਉਚਾਰਣ ਹੁੰਦੇ ਹਨ। ਜੇ ਤੁਸੀਂ ਹੇਠਾਂ ਦਿਤੇ ਗਏ ਵੇਰਵੇ ਦੇ ਅਨੁਸਾਰ ਅੰਗ੍ਰੇਜ਼ੀ ਵਿਅੰਜਨਾਂ ਦੇ ਉਚਾਰਣ ਤੇ ਰਤਾ ਧਿਆਨ ਦਿਉਗੇ ਤਾਂ ਤੁਹਾਡੇ ਲਈ ਅੰਗ੍ਰੇਜ਼ੀ ਸ਼ਬਦਾਂ ਦੀ ਕੋਈ ਸਮੱਸਿਆ ਨਹੀਂ ਰਹਿਣ ਲੱਗੀ।

ਅੰਗ੍ਰੇਜ਼ੀ ਵਿਅੰਜਨਾਂ ਦੇ ਉਚਾਰਣ

ਅੰਗ੍ਰੇਜ਼ੀ ਭਾਸ਼ਾ ਵਿਚ ਇਹ ਵਿਅੰਜਨ ਹਨ—

B	C	D	F	G	H	J	K	L	M	N
ਬ	ਸ	ਡ	ਫ	ਗ	ਹ	ਜ	ਕ	ਲ	ਮ	ਨ
P	Q	R	S	T	V	W	X	Y	Z	
ਪ	ਕ	ਰ	ਸ	ਟ	ਵ	ਵ	ਕ੍ਸ	ਯ	ਜ਼	

ਅੰਗ੍ਰੇਜ਼ੀ ਦੇ ਇਹਨਾਂ ਵਰਣਾਂ ਦਾ ਉਚਾਰਣ ਆਮ ਤੌਰ ਤੇ ਪੰਜਾਬੀ ਦੇ ਹੇਠਾਂ ਦਿਤੇ ਗਏ ਉਚਾਰਣ ਜਿਹਾ ਹੁੰਦਾ ਹੈ। ਪਰ ਜੇ ਤੁਸੀਂ ਅੰਗ੍ਰੇਜ਼ੀ ਵਿਅੰਜਨਾਂ ਦਾ ਬਿਲਕੁਲ ਸਹੀ-ਸਹੀ ਉਚਾਰਣ ਜਾਣਨਾ ਚਾਹੁੰਦੇ ਹੋ ਤਾਂ ਅਸੀਂ ਕਹਾਂਗੇ ਕਿ (ਬਾਰੀਕੀ ਨਾਲ ਆਵਾਜ਼ ਨੂੰ ਪਛਾਣੋ) ਇਹਨਾਂ ਸਾਰਿਆਂ ਵਿਅੰਜਨਾਂ ਦਾ ਉਚਾਰਣ ਅੱਡ-ਅੱਡ ਹੁੰਦਾ ਹੈ।

ਤੁਸੀਂ ਕਿਸੇ ਅੰਗ੍ਰੇਜ਼ (ਜਿਸ ਦੀ ਮਾਤ ਬੋਲੀ ਅੰਗ੍ਰੇਜ਼ੀ ਹੋਵੇ) ਦੇ ਮੂੰਹੋਂ ਇਹਨਾਂ ਵਿਅੰਜਨਾਂ ਦਾ ਉਚਾਰਣ ਸੁਣੋ ਤਾਂ ਤੁਸੀਂ ਇਸ ਨਤੀਜੇ ਤੇ ਪੁੱਜੋਗੇ : B D G K P T ਬਿਲਕੁਲ ਬ ਡ ਗ ਕ ਪ ਟ ਦੀ ਤਰ੍ਹਾਂ ਨਹੀਂ ਹਨ, ਬ-ਭ, ਦ-ਡ, ਗ-ਘ, ਕ-ਖ, ਪ-ਫ, ਤ-ਟ ਦੇ ਵਿਚਕਾਰ ਬੋਲੇ ਜਾਂਦੇ ਹਨ। ਇਸੇ ਤਰ੍ਹਾਂ J ਜ ਦੀ ਤਰ੍ਹਾਂ ਨਾ ਹੋ ਕੇ ਕੁਝ-ਕੁਝ 'ਡ੍ਜ' (job ਡਜਾਬ ਦੀ ਤਰ੍ਹਾਂ ਬੋਲਿਆ ਜਾਂਦਾ ਹੈ। ਪਰ ਇਹ ਇੰਨਾ ਬਾਰੀਕ ਅੰਤਰ ਹੈ, ਕਿ ਬੜੀ ਵਾਰੀ ਬੜਾ ਧਿਆਨ ਦੇਣ ਤੇ ਹੀ ਫੜਿਆ ਜਾ ਸਕਦਾ ਹੈ। ਇਸ ਲਈ ਆਕਾਸ਼ਵਾਣੀ ਤੋਂ ਖ਼ਬਰਾਂ ਸੁਣੋ, ਜਾਂ ਕਿਸੇ ਅੰਗ੍ਰੇਜ਼ ਨੂੰ ਬ੍ਰਾਡਕਾਸਟ ਕਰਦੇ ਹੋਏ ਸੁਣੋ। ਇਸ ਤਰ੍ਹਾਂ ਤੁਹਾਡਾ ਉਚਾਰਣ ਠੀਕ ਹੋ ਜਾਏਗਾ।

ਹੁਣ R ਨੂੰ ਲਓ। ਅਸੀਂ 'ਅਰ੍ਰ' ਬੋਲਦੇ ਹਾਂ ਤਾਂ ਜੀਭ ਵਿਚ ਥਿਰਕਨ ਪੈਦਾ ਹੁੰਦੀ ਹੈ। ਅਸੀਂ ਧਰ੍ਮ ਬੋਲਦੇ ਹਾਂ ਤਾਂ ਵੀ ਰ੍ ਬੋਲਦੇ ਵੇਲੇ ਜੀਭ ਵਿਚ ਥਿਰਕਨ ਹੁੰਦੀ ਹੈ। ਅੰਗ੍ਰੇਜ਼ੀ ਦੇ R ਦਾ ਕੁਝ ਇਹੋ ਜਿਹਾ ਹੀ ਉਚਾਰਣ ਹੈ— round, read, roll, run. ਇਹਨਾਂ ਦਾ ਅਤਰ ਵੀ ਤੁਸੀਂ ਬਾਰ-ਬਾਰ ਸੁਣ ਕੇ ਜਾਣ ਸਕਦੇ ਹੋ।

R ਤੋਂ ਪਹਿਲਾਂ ਸੂਰ (vowel) ਹੋਵੇ ਤੇ R ਦੇ ਪਿਛੋਂ ਵਿਅੰਜਨ ਹੋਵੇ ਤਾਂ r ਲਗਭਗ ਅਣਬੋਲਿਆ (silent) ਰਹਿੰਦਾ ਹੈ ਤੇ ਪਹਿਲਾ ਸੂਰ ਬੋਲਣ ਵਿਚ ਲੰਮਾ ਬੋਲਿਆ ਜਾਂਦਾ ਹੈ—form (ਫ਼ੌsਮ) arm (ਆsਮ), art (ਆsਟ)।

S ਦਾ ਉਚਾਰਣ 'ਸ' ਦੀ ਤਰ੍ਹਾਂ ਹੁੰਦਾ ਤਾਂ ਹੈ, ਪਰ ਸ ਇੰਜ ਬੋਲਿਆ ਜਾਂਦਾ ਹੈ ਜਿਵੇਂ ਸੀਟੀ ਵਜਾਉਣ ਵੇਲੇ ਆਵਾਜ਼ ਆਉਂਦੀ.ਹੈ—(sweet ਸ੍ਵੀਟ)।

C	F	H	L	M	N	Q	V	W	X	Y	Z
ਸ,ਕ	ਫ	ਹ	ਲ	ਮ	ਨ	ਕ	ਵ	ਵ	ਕ੍ਸ	ਯ	ਜ਼

—ਇਹਨਾਂ ਵਿਅਜਨਾਂ ਦਾ ਉਚਾਰਣ ਗੁਰਮੁਖੀ ਅੱਖਰਾਂ ਦੇ ਉਚਾਰਣ ਵਾਂਙ ਹੀ ਹੁੰਦਾ ਹੈ।

F ਤੇ ph ਦੋਨਾਂ ਦਾ ਉਚਾਰਣ ਫ਼ ਹੀ ਹੁੰਦਾ ਹੈ। ਜਿਵੇਂ—fall (ਫ਼ਾਲ), philosophy (ਫ਼ਿਲਾਸਫ਼ੀ) ਆਦਿ।

ਅੱਖਰਾਂ ਦੇ ਕ੍ਰਮ ਬਦਲ ਜਾਣ ਨਾਲ ਉਚਾਰਣ ਵਿਚ ਅੰਤਰ

ਪੰਜਾਬੀ ਵਿਚ 'ਸ' ਆਦਿ ਕੋਈ ਵੀ ਅੱਖਰ ਕਿਸੇ ਵੀ ਕ੍ਰਮ ਵਿਚ ਪਿਆ ਹੋਵੇ ਤਾਂ ਉਹਨਾਂ ਦਾ ਉਚਾਰਣ ਇਕੋ-ਜੇਹਾ ਹੁੰਦਾ ਹੈ। ਪਰ ਅੰਗ੍ਰੇਜ਼ੀ ਵਿਚ ਐਸਾ ਨਹੀਂ—CENT ਦਾ ਉਚਾਰਣ ਹੋਵੇਗਾ—'ਸੇਂਟ', ਪਰ CANT ਦਾ 'ਕੈਂਟ' ਪੜ੍ਹਿਆ ਜਾਏਗਾ। ਇਹੋ ਜੇਹੇ ਸ਼ਬਦਾਂ ਦੇ ਕੁਝ ਨਿਯਮ ਤੇ ਉਦਾਹਰਣ ਇਥੇ ਦਿਤੇ ਜਾ ਰਹੇ ਹਨ।

C ਦੇ ਉਚਾਰਣ—

1. C ਦੇ ਪਿਛੋਂ E, I, Y ਆਏ ਤਾਂ C ਦਾ ਉਚਾਰਣ ਸ ਹੋਵੇਗਾ ਜਿਵੇਂ—

receive (ਰਿਸੀਵ) ਪ੍ਰਾਪਤ ਕਰਨਾ
rice (ਰਾਇਸ) ਚੌਲ
cinema (ਸਿਨੇਮਾ) ਸਿਨੇਮਾ
cyclone (ਸਾਇਕ੍ਲੋਨ) ਤੂਫ਼ਾਨ
niece (ਨੀਸ) ਭਤੀਜੀ
piece (ਪੀਸ) ਟੁਕੜਾ
icy (ਆਇਸੀ) ਬਰਫੀਲੀ
celebrate (ਸੇਲੀਬ੍ਰੇਟ) ਉਤਸਵ ਮਨਾਉਣਾ
century (ਸੇਂਚੁਰੀ) ਸ਼ਤਾਬਦੀ
certificate (ਸਰ੍ਟਿਫਿਕੇਟ) ਪ੍ਰਮਾਣ ਪੱਤ੍ਰ
circle (ਸਰ੍ਕਲ) ਘੇਰਾ
source (ਸੋਰ੍ਸ) ਸਾਧਨ
citizenship (ਸਿਟਿਜ਼ਨਸ਼ਿਪ) ਨਾਗਰਿਕਤਾ
force (ਫ਼ੋਰ੍ਸ) ਸ਼ਕਤੀ

2. C ਦੇ ਪਿਛੋਂ A, O, U, K, T, ਆਦਿ ਕੋਈ ਅੱਖਰ ਹੋਵੇ ਤਾਂ ਆਮ ਤੌਰ ਤੇ C ਦਾ ਉਚਾਰਣ ਕ ਹੁੰਦਾ ਹੈ। ਜਿਵੇਂ—

cot (ਕੱਟ) ਮੰਜੀ
cap (ਕੈਪ) ਟੋਪੀ
cow (ਕਾਉ) ਗਾਂ
cat (ਕੈਟ) ਬਿੱਲੀ
candidate (ਕੈਂਡਿਡੇਟ) ਉਮੀਦਵਾਰ
cattle (ਕੈਟਲ) ਜਨੌਰ
back (ਬੈਕ) ਪਿੱਠ
book (ਬੁਕ) ਪੁਸਤਕ
cock (ਕੌਕ) ਕੁੱਕੜ
lock (ਲੌਕ) ਜੰਦਰਾ
dock (ਡੌਕ) ਬੰਦਰਗਾਹ
cutting (ਕਟਿੰਗ) ਵੱਢਣਾ
curse (ਕਰ੍ਸ) ਧਿੱਕਾਰ
custom (ਕਸ੍ਟਮ) ਰਿਵਾਜ
cruel (ਕਰੂਅਲ) ਨਿਰਦਈ

3. ਕਦੀ-ਕਦੀ C ਦੇ ਬਾਅਦ IA ਜਾਂ EA ਹੋਵੇ ਤਾਂ ਸ਼ ਦਾ ਉਚਾਰਣ ਹੁੰਦਾ ਹੈ। ਜਿਵੇਂ—

social (ਸੋਸ਼ਲ) ਸਮਾਜੀ
ocean (ਓਸ਼ਨ) ਸਮੁੰਦਰ
musician (ਮਯੂਜ਼ਿਸ਼ਿਯਨ) ਸੰਗੀਤਕਾਰ

G ਦੇ ਉਚਾਰਣ—

g ਦੇ ਦੋ ਉਚਾਰਣ ਹਨ ਗ ਤੇ ਜ।

1. ਜਦੋਂ ਕਿਸੇ ਲਫ਼ਜ਼ ਦੇ ਅੰਤ ਵਿਚ GE ਹੋਵੇ ਤਾਂ ਉਸ ਦਾ ਉਚਾਰਣ ਜ ਹੁੰਦਾ ਹੈ। ਜਿਵੇਂ—

age (ਏਜ) ਆਯੂ
page (ਪੇਜ) ਪੰਨਾ
rage (ਰੇਜ) ਗੁੱਸਾ

ਇਸੇ ਤਰ੍ਹਾਂ ਇਹਨਾਂ ਵਿਚ ਵੀ 'ਜ' ਬੋਲਿਆ ਜਾਂਦਾ ਹੈ। ਜਿਵੇਂ—

ginger (ਜਿੰਜਰ) ਅਦਰਕ
imagine (ਇਮੈਜਿਨ) ਕਲਪਨਾ ਕਰਨਾ
pigeon (ਪਿਜਨ) ਕਬੂਤਰ
germ (ਜਰ੍ਮ) ਕੀਟਾਣੂ

2. ਬਾਕੀ ਥਾਵਾਂ ਤੇ ਆਮ ਤੌਰ ਤੇ ਗ ਦਾ ਉਚਾਰਣ ਹੁੰਦਾ ਹੈ—

big (ਬਿਗ) ਵੱਡਾ
bag (ਬੈਗ) ਥੈਲਾ
hang (ਹੈਂਗ) ਲਟਕਾਉਣਾ
gold (ਗੋਲ੍ਡ) ਸੋਨਾ
hunger (ਹੰਗਰ) ਭੁੱਖ
give (ਗਿਵ) ਦੇਣਾ

S ਦੇ ਉਚਾਰਣ

S ਦੇ ਮੁਖ ਤਿੰਨ ਉਚਾਰਣ ਹਨ—ਜ਼, ਸ, ਸ਼।

1. ਸ਼ਬਦ ਦੇ ਅੰਤ ਵਿਚ be, g, gg, ge, oe, ie ee, y ਆਉਣ ਤਾਂ ਇਹਨਾਂ ਦੇ ਪਿਛੇ ਲਗੇ S ਦਾ ਉਚਾਰਣ ਜ ਹੁੰਦਾ ਹੈ ਜਿਵੇਂ—

tribes (ਟ੍ਰਾਇਬ੍ਜ਼) ਜਾਤਾਂ
bags (ਬੈਗ੍ਜ਼) ਥੈਲੇ
eggs (ਏਗ੍ਜ਼) ਅੰਡੇ
ages (ਏਜੇਜ਼) ਯੁਗ
heroes (ਹੀਰੋਜ਼) ਨਾਇਕ
stories (ਸਟੋਰੀਜ਼) ਕਹਾਣੀਆਂ
rupees (ਰੁਪੀਜ਼) ਰੁਪਏ
toys (ਟੌਯ੍ਜ਼) ਖਿਡਾਉਣੇ
rays (ਰੇਜ਼) ਕਿਰਣਾਂ

pigeon

2. ਕਿਸੇ ਸ਼ਬਦ ਦੇ ਅੰਤ ਵਿਚ F, P, PE, TE ਆਦਿ ਵਰਣ ਹੋਣ ਤਾਂ S ਦਾ ਉਚਾਰਣ ਸ ਹੁੰਦਾ ਹੈ—

roofs (ਰੂਫ਼ਸ) ਛਤਾਂ | chips (ਚਿਪਸ) ਟੁਕੜੇ | hopes (ਹੋਪਸ) ਉਮੀਦਾਂ

kites (ਕਾਇਟਸ) ਪਤੰਗਾਂ | ships (ਸ਼ਿਪਸ) ਜਹਾਜ਼ | jokes (ਜੋਕਸ) ਲਤੀਫੇ

3. ਸ਼ਬਦ ਵਿਚ S ਜਾਂ SS ਦੇ ਪਿਛੋਂ IA, ION ਹੋਵੇ ਤਾਂ ਬਹੁਤਾ ਕਰਕੇ S ਸ਼ ਦੀ ਆਵਾਜ਼ ਦਿੰਦਾ ਹੈ। ਜਿਵੇਂ—

Asia (ਏਸ਼ਿਆ) ਮਹਾਦੀਪ ਦਾ ਨਾਂ | pension (ਪੇਂਸ਼ਨ) | session (ਸੇਸ਼ਨ) ਕਾਰਜਕਾਲ

agression (ਏਗ੍ਰੇਸ਼ਨ) ਹਮਲਾ | mansion (ਮੇਂਸ਼ਨ) ਮਹਿਲ | Russia (ਰਸ਼ਿਯਾ) ਰੂਸ

T ਦੇ ਉਚਾਰਣ—

T ਦੇ ਇਹ ਉਚਾਰਣ ਹੁੰਦੇ ਹਨ—ਸ਼, ਚ, ਥ, ਦ।

1. ਸ਼ਬਦ ਵਿਚ T ਦੇ ਪਿਛੋਂ IA, IE, IO ਆਦਿ ਅੱਖਰ ਆਉਣ ਤਾਂ T ਨੂੰ ਸ਼ ਬੋਲਿਆ ਜਾਂਦਾ ਹੈ। ਜਿਵੇਂ—

initial (ਇਨਿਸ਼ਿਯਲ) ਆਰੰਭਕ | patient (ਪੇਸ਼ੇਂਟ) ਰੋਗੀ | illustration (ਇਲਸ੍ਟ੍ਰੇਸ਼ਨ) ਤਸਵੀਰ

portion (ਪੋਰਸ਼ਨ) ਹਿੱਸਾ | promotion (ਪ੍ਰਮੋਸ਼ਨ) ਉਨਤੀ | ratio (ਰੇਸ਼ੋ) ਭਾਗ

2. ਜੇ ਸ਼ਬਦ ਵਿਚ S ਦੇ ਬਾਅਦ tion ਆਏ ਜਾਂ T ਦੇ ਪਿਛੋਂ ure ਆਏ ਤਾਂ T ਦਾ ਉਚਾਰਣ 'ਚ' ਜੇਹਾ ਹੁੰਦਾ ਹੈ—

question (ਕੁਵੇਸ਼੍ਚਨ) | culture (ਕਲਚਰ) ਸਭਿਆਚਾਰ | nature (ਨੇਚਰ) ਕੁਦਰਤ

future (ਫ੍ਯੂਚਰ) ਭਵਿੱਖ | capture (ਕੈਪ੍ਚਰ) ਕੈਦ ਕਰਨਾ | picture (ਪਿਕਚਰ) ਤਸਵੀਰ

3. ਜੇ ਸ਼ਬਦ ਵਿਚ T ਦੇ ਬਾਅਦ H ਆਏ ਤਾਂ ਕਦੀ-ਕਦੀ 'ਥ' ਆਵਾਜ਼ ਹੁੰਦੀ ਹੈ ਤੇ ਕਈ ਵਾਰ 'ਦ' ਦੀ—

th=ਥ		*th*=ਦ	
thick (ਥਿਕ) ਮੋਟਾ	thin (ਥਿਨ) ਪਤਲਾ	this (ਦਿਸ) ਇਹ	that (ਦੈਟ) ਉਹ
three (ਥ੍ਰੀ) ਤਿੰਨ	thread (ਥ੍ਰੇਡ) ਧਾਗਾ	then (ਦੇਨ) ਤਦ	there (ਦੇਅਰ) ਉਥੇ

4. ਕਈ ਵਾਰ Th ਗੁਰਮੁਖੀ 'ਟ' (T) ਦੀ ਆਵਾਜ਼ ਦਿੰਦਾ ਹੈ, ਜਿਵੇਂ—

Thames (ਟੇਮ੍ਸ) ਟੇਮ੍ਸ ਨਦੀ | Thomas (ਟਾਮਸ) ਵਿਅਕਤੀ ਦਾ ਨਾਂ

ਯਾਦ ਰਖਣ ਲਈ (To Remember)

1. B, D, G, K, P, T ਦੇ ਉਚਾਰਣ ਤੇ ਗੁਰਮੁਖੀ ਅੱਖਰਾਂ ਬ, ਡ, ਗ, ਕ, ਪ, ਟ ਦੇ ਉਚਾਰਣ ਵਿਚ ਕੀ ਅੰਤਰ ਹੈ ਇਹਨੂੰ ਜਾਣਨ ਦਾ ਜਤਨ ਕਰੋ।

2. J, R, S ਇਹਨਾਂ ਵਰਣਾਂ ਦੇ ਉਚਾਰਣ ਜ, ਰ, ਸ, (ਗੁਰਮੁਖੀ ਜਿਹਾ) ਨਹੀਂ ਹੈ। ਸਗੋਂ ਤਕਰੀਬਨ ਡਜ, ਰ੍ਰ, ਸ੍ਸ ਜਿਹਾ ਹੁੰਦਾ ਹੈ। ਇਸ ਨੂੰ ਇਕਾਂਤ ਵਿਚ ਬੋਲ ਕੇ ਯਾਦ ਕਰੋ।

3. of ਦਾ ਸਧਾਰਣ ਉਚਾਰਣ 'ਔਫ਼' ਹੁੰਦਾ ਹੈ, ਪਰ ਇਸ ਨੂੰ ਇੰਗਲੈਂਡ ਵਿਚ 'ਔਵ' ਬੋਲਦੇ ਹਨ (ਵੇਖੋ, ਆਕ੍ਸਫੋਰਡ ਡਿਕ੍ਸ਼ਨਰੀ)

4. the ਨੂੰ ਕਈ ਲੋਕ 'ਦਿ' ਬੋਲਦੇ ਹਨ—ਕਈ 'ਦ' (ਕਈ ਸਮਝਦੇ ਹਨ ਕਿ 'ਦਿ' ਗ਼ਲਤ ਹੈ, ਤੇ ਕਈ 'ਦ' ਨੂੰ ਗ਼ਲਤ ਸਮਝਦੇ ਹਨ, ਪਰ ਹੈਨ ਦੋਨੋਂ ਠੀਕ) ਆਕ੍ਸਫੋਰਡ ਡਿਕ੍ਸ਼ਨਰੀ ਦੇ ਮੁਤਾਬਿਕ ਸ੍ਵਰ ਤੋਂ ਸ਼ੁਰੂ ਹੋਣ ਵਾਲੇ ਸ਼ਬਦ ਦੇ ਨਾਲ 'ਦਿ' ਬੋਲਿਆ ਜਾਂਦਾ ਹੈ (ਜਿਵੇਂ the answer ਦਿ ਆਂਸਰ) ਵਿਅੰਜਨ ਤੋਂ ਸ਼ੁਰੂ ਹੋਣ ਵਾਲੇ ਸ਼ਬਦ ਦੇ ਨਾਲ 'ਦ' (ਜਿਵੇਂ the question ਦ ਕੁਵੇਸ਼੍ਚਨ)

5. C ਦੇ ਸ, ਕ, G ਦੇ ਗ, ਜ, S ਦੇ ਸ, ਜ਼, ਸ਼, T ਦੇ ਸ਼, ਚ ਆਦਿ ਉਚਾਰਣ ਹੁੰਦੇ ਹਨ। ਅਭਿਆਸ ਕਰਕੇ ਇਸ ਬਾਰੇ ਆਪਣਾ ਗਿਆਨ ਵਧਾਓ।

15 ਪੰਦ੍ਹਵਾਂ ਦਿਨ th day

> ਅੰਗ੍ਰੇਜ਼ੀ ਭਾਸ਼ਾ ਵਿਚ ਕੁਝ ਅੱਖਰ ਅਬੋਲ (silent) ਹੁੰਦੇ ਹਨ, ਜਿਹੜੇ ਵਿਦੇਸ਼ੀ ਭਾਸ਼ਾ ਹੋਣ ਕਰ ਕੇ ਭਾਰਤੀ ਵਿਦਿਆਰਥੀਆਂ ਲਈ ਇਕ ਸਮੱਸਿਆ ਬਣ ਜਾਂਦੇ ਹਨ। ਇਥੇ ਅਜਿਹੇ ਸ਼ਬਦਾਂ ਨੂੰ ਬੜੇ ਦਿਲਚਸਪ ਢੰਗ ਨਾਲ ਦਿਤਾ ਗਿਆ ਹੈ। ਤੁਸੀਂ ਅਧਿਅਨ ਤੇ ਅਭਿਆਸ ਰਾਹੀਂ ਅਜਿਹੇ ਸ਼ਬਦਾਂ ਤੇ ਮਹਾਰਤ (mastery) ਪ੍ਰਾਪਤ ਕਰ ਸਕਦੇ ਹੋ।

ਸ਼ਬਦਾਂ ਨਾਲ ਅਨ-ਉੱਚਰਿਤ ਅੱਖਰ (Silent Letters in Words)

[1]

ਇਹਨਾਂ ਨੂੰ ਬੋਲ ਕੇ ਪੜ੍ਹੋ। ਫਿਰ ਸਾਹਮਣੇ ਲਿਖੇ ਉੱਚਾਰਣ ਵਲ ਧਿਆਨ ਦਿਓ ਤੇ ਜਾਣੋ ਕਿਹੜਾ ਠੀਕ ਹੈ।

	1	2	
bomb	[ਬੱਾਮ	ਬਾਂਬ]	=ਬਮ
comb	[ਕੱਾਮ	ਕਾਂਬ]	=ਕੰਘਾ
dumb	[ਡਮ	ਡੰਬ]	=ਗੂੰਗਾ
thumb	[ਥਮ੍ਹ	ਥੰਮ]	=ਅੰਗੂਠਾ
tomb	[ਟੱ'ਮ	ਟਾਮ]	=ਸਮਾਧੀ
lamb	[ਲੈਮ	ਲੈਂਬ]	=ਮੇਮਣਾ
debt	[ਡੇਟ	ਡੇਬ੍ਟ]	=ਕਰਜ਼
doubt	[ਡਾਉਟ	ਡਾਉਬ੍ਟ]	=ਸ਼ਕ

ਤੁਹਾਨੂੰ ਪਤਾ ਲੱਗ ਗਿਆ ਹੋਵੇਗਾ ਕਿ ਬੱਾਮ, ਕੱਾਮ, ਡਾਉਟ ਆਦਿ ਨੰਬਰ 1 ਦੇ ਸਪੇਲਿੰਗ ਠੀਕ ਹਨ, ਨੰ: 2 ਦੇ ਨਹੀਂ। ਹੁਣ ਅੰਗ੍ਰੇਜ਼ੀ ਸ਼ਬਦ ਦੇ ਸਪੇਲਿੰਗ ਵਲ ਧਿਆਨ ਦਿਓ—bom*b*, com*b* ਆਦਿ ਇਹਨਾਂ ਸਾਰੇ ਸ਼ਬਦਾਂ ਵਿਚ *b* silent ਜਾਂ ਅਨਉੱਚਰਿਤ (ਅਬੋਲ) ਹੈ।

ਅੰਗ੍ਰੇਜ਼ੀ ਵਿਚ ਅਜਿਹੇ ਨਾ ਬੋਲੇ ਜਾਣ ਵਾਲੇ ਅਨਗਿਣਤ ਸ਼ਬਦਾਂ ਦੀ ਭਰਮਾਰ ਹੈ। ਅੰਗ੍ਰੇਜ਼ੀ ਸਪੇਲਿੰਗਾਂ ਵਿਚ ਕਈ ਵਾਰ ਇਸੇ ਲਈ ਸ਼ੱਕ ਪੈਦਾ ਹੋ ਜਾਂਦਾ ਹੈ ਕਿਉਂਕਿ ਇਸ ਵਿਚ ਕਈ ਅੱਖਰ ਬੋਲਣ ਵਿਚ ਤਾਂ ਨਹੀਂ ਆਉਂਦੇ। ਪਰ ਲਿਖਣ ਵਿਚ ਆਉਂਦੇ ਹਨ। ਲਿਖਿਆ ਜਾਂਦਾ ਹੈ debt, ਡੇਬਟ ਪਰ ਬੋਲਿਆ ਜਾਂਦਾ ਹੈ ਡੇੱਟ। debt *b* silent ਹੈ ਇੰਜ ਕਿਹਾ ਜਾਏਗਾ।

ਹੁਣ ਪੰਜਾਬੀ ਨੂੰ ਵੇਖੋ। 'ਬਮ' ਲਿਖਿਆ ਜਾਂਦਾ ਹੈ ਤਾਂ 'ਬਮ' ਹੀ ਬੋਲਿਆ ਜਾਂਦਾ ਹੈ। 'ਬੰਮ' ਲਿਖਿਆ ਹੁੰਦਾ ਤਾਂ 'ਬੰਮ' ਹੀ ਬੋਲਿਆ ਜਾਂਦਾ—ਬਮ ਕਦੀ ਨਹੀਂ। ਇਸ ਦ੍ਰਿਸ਼ਟੀ ਨਾਲ ਵੇਖੀਏ ਤਾਂ ਕਹਿ ਸਕਦੇ ਹਾਂ ਕਿ ਪੰਜਾਬੀ ਵਿਚ ਬਹੁਤਾ ਕਰਕੇ ਜਿਵੇਂ ਲਿਖਿਆ ਜਾਂਦਾ ਹੈ ਉਵੇਂ ਪੜ੍ਹਿਆ ਜਾਂਦਾ ਹੈ।

ਪਰ ਅੰਗ੍ਰੇਜ਼ੀ ਵਿਚ ਸੁਰਾਂ ਤੇ ਵਿਅੰਜਨਾਂ ਦੀ ਅਜਿਹੀ ਗੜਬੜ ਕਿਉਂ ਹੈ ? ਉਥੋਂ ਲਿਖਿਆ ਹੋਰ ਤਰ੍ਹਾਂ ਜਾਂਦਾ ਹੈ, ਪੜ੍ਹਨ ਵਿਚ ਕੁਝ ਅੱਖਰਾਂ ਦਾ ਉਚਾਰਣ ਨਹੀਂ ਹੁੰਦਾ—ਉਹ silent ਹੁੰਦੇ ਹਨ।

ਤੁਹਾਡੇ ਸਾਹਮਣੇ ਪ੍ਰਸ਼ਨ ਇਹ ਉਠ ਰਿਹਾ ਹੈ ਕਿ ਉਹ silent ਕਿਉਂ ਹਨ। ਜੇ ਉਹ silent ਹਨ ਤਾਂ ਉਹਨਾਂ ਦਾ ਲਾਭ ਕੀ ਹੈ ? ਉਹਨਾਂ ਨੂੰ ਕੱਢ ਕਿਉਂ ਨਹੀਂ ਦਿੱਤਾ ਜਾਂਦਾ ?

ਇਹ ਪ੍ਰਸ਼ਨ ਬੜਾ ਗੁੰਝਲਦਾਰ ਹੈ। ਇਸ ਦਾ ਉੱਤਰ ਦੇਣਾ ਔਖਾ ਤੇ ਖਤਰੇ ਨਾਲ ਭਰਿਆ ਹੋਇਆ ਹੈ। ਇਸ ਬਾਰੇ ਵਿਦਵਾਨਾਂ ਦਾ ਖਿਆਲ ਇਹ ਹੈ ਕਿ ਅੰਗ੍ਰੇਜ਼ ਪਰੰਪਰਾ ਦੇ ਬੜੇ ਪ੍ਰੇਮੀ ਹਨ। ਉਹ ਗੁਜ਼ਰੇ ਹੋਏ ਵਕਤ ਤੋਂ ਆਪਣੇ ਆਪ ਨੂੰ ਨਿਖੇੜਨ ਵਿਚ ਬੜੀ ਔਖ ਮਹਿਸੂਸ ਕਰਦੇ ਹਨ। ਫਿਰ ਇਹ ਸਾਰੇ ਸ਼ਬਦ ਅੰਗ੍ਰੇਜ਼ੀ ਭਾਸ਼ਾ ਨੇ ਅੱਡ-ਅੱਡ ਪੁਰਾਣੀਆਂ ਭਾਸ਼ਾਵਾਂ ਤੋਂ ਲਏ ਸਨ, ਇਸ ਲਈ ਜਿਸ ਭਾਸ਼ਾ ਤੋਂ ਜਿਹੜੇ ਸ਼ਬਦ ਲਏ, ਉਸ ਤੋਂ ਉਹਨਾਂ ਦੇ ਹਿੱਜੇ ਤੇ ਉਚਾਰਣ ਵੀ ਲੈ ਲਏ। ਅੱਗੇ ਚਲ ਕੇ ਉੱਚਾਰਣ ਤਾਂ ਬਦਲ ਗਿਆ, ਪਰ ਹਿੱਜੇ ਬਹੁਤਾ ਕਰਕੇ ਉਹੋ ਚਲਦੇ ਰਹੇ। ਅੱਜ ਅੰਗ੍ਰੇਜ਼ ਆਪਣੇ

ਪੁਰਾਣੇ ਸ਼ਬਦ-ਜੋੜ ਨੂੰ ਛੱਡ ਨਹੀਂ ਸਕਦੇ। ਉਹਨਾਂ ਨੂੰ ਡਰ ਹੈ ਕਿ ਜੇ ਸ਼ਬਦ-ਜੋੜ ਨੂੰ ਹੋਲਾ ਕੀਤਾ ਗਿਆ ਤਾਂ ਅਰਥ ਬੋਧ ਦਾ ਮਹਿਲ ਡਿੱਗ ਜਾਏਗਾ। Know (ਨੋ=ਜਾਣਨਾ) ਉਸ ਤੋਂ ਬਣਦਾ ਹੈ *K*now*l*e*d*ge (ਨੱਾਲਿੱਜ ਵਿਚ K,w,d,e ਚਾਰ ਅੱਖਰ silent ਹਨ) ਇਸੇ ਤੋਂ ਬਣਦਾ ਹੈ acknowledgement—ac ਉਪਸਰਗ ਜੁੜਨ ਨਾਲ ਸ਼ਬਦਾਂ ਵਿਚ ਕਾ ਧੁਨੀ ਪੈਦਾ ਹੋ ਗਈ, ਏਕਨੱਾਲਿੱਜਮੇਂਟ। ਸੋਚੋ ਜੇ nolege ਲਿਖਿਆ ਜਾਏ ਤਾਂ, ਉਹਨਾਂ ਦਾ ਕਹਿਣਾ ਹੈ ਕਿ ਇਹ ਸ਼ਬਦ ਕਿਸ ਜ਼ਮੀਨ ਤੋਂ ਜੀਵਨ-ਸ਼ਕਤੀ ਲਏਗਾ ਅਤੇ ਫਿਰ ਭਾਸ਼ਾ ਦਾ ਸ਼ਬਦ ਭੰਡਾਰ ਤਾਸ਼ ਤੇ ਮਹਿਲ ਵਾਂਗ ਡਿੱਗ ਜਾਏਗਾ।

ਇਸ ਲਈ ਅੰਗ੍ਰੇਜ਼ੀ ਸ਼ਬਦਾਂ ਵਿਚ silent ਅੱਖਰ ਹੁੰਦੇ ਹਨ, ਇਹ ਮੰਨ ਕੇ ਚਲੋ। ਫਿਰ ਉਹਨਾਂ ਨੂੰ ਬੋਲਣ ਦਾ, ਸਮਝਣ ਦਾ ਅਭਿਆਸ ਕਰੋ। ਤੁਸੀਂ ਵੇਖੋਗੇ ਕਿ ਇਕ-ਇਕ ਕਦਮ ਤੁਰ ਕੇ ਤੁਸੀਂ ਉਹਨਾਂ ਨੂੰ ਜਾਣ ਰਹੇ ਹੋ।

2

ਕੀ ਸ਼ਬਦਾਂ ਦਾ ਪਹਿਲਾ ਅੱਖਰ ਵੀ 'ਸਾਇਲੇਂਟ' ਹੁੰਦਾ ਹੈ ?

ਜੀ ਹਾਂ, ਕਈ ਵਾਰ ਪਹਿਲਾ ਅੱਖਰ ਵੀ silent ਅਰਥਾਤ ਅਨ-ਉੱਚਰਿਤ (ਅਬੋਲ) ਹੁੰਦਾ ਹੈ। ਇਹਨਾਂ ਸ਼ਬਦਾਂ ਨੂੰ ਬੋਲੋ, ਤੇ ਹਿੱਜਿਆਂ ਤੇ ਉਚਾਰਣ ਨੂੰ ਯਾਦ ਕਰੋ।

*g*nat (ਨੈਟ)=ਮੱਛਰ
*h*onour (ਆਨਰ)=ਸਨਮਾਨ
*h*our (ਆਵਰ)=ਘੰਟਾ
*p*sychology (ਸਾਇਕੱਲੱਾਜੀ)=ਮਨੋਵਿਗਿਆਨ
*w*rite (ਰਾਇਟ)=ਲਿਖਣਾ
*k*nowledge (ਨੱਾਲਿਜ)=ਗਿਆਨ

ਤੁਸੀਂ ਵੇਖਿਆ ਕਿ ਇਹਨਾਂ ਸ਼ਬਦਾਂ ਦੇ ਪਹਿਲੇ ਅੱਖਰ ਦਾ ਸ਼ਬਦ ਵਿਚ ਉੱਚਾਰਣ ਨਹੀਂ ਹੁੰਦਾ। ਹੁਣ ਇਹਨਾਂ ਸ਼ਬਦਾਂ ਦਾ ਉੱਚਾਰਣ ਕਰੋ—

wrong, know, knitting, honest, psalm (ਰਾਂਗ, ਨੋ, ਨਿਟਿੰਗ, ਔਨੇਸਟ, ਸਾਮ)

ਹੁਣ ਵੇਖੋ, *K*nitting ਵਿਚ *K* ਤੇ ਦੂਜੀ t ਦਾ ਉੱਚਾਰਣ ਨਹੀਂ ਹੋਇਆ, ਬੋਲਣ ਵਿਚ niting ਹੀ ਆਇਆ। ਇਸੇ ਤਰ੍ਹਾਂ 'psalm' ਵਿਚ p ਤੇ l ਦੋਵੇਂ silent ਹਨ।

3

high ਦਾ ਉੱਚਾਰਣ ਹੈ 'ਹਾਈ' ਤੇ right ਦਾ ਉੱਚਾਰਣ ਹੈ 'ਰਾਇਟ'। ਇਸ ਆਧਾਰ ਤੇ ਇਹਨਾਂ ਸ਼ਬਦਾਂ ਦਾ ਉਚਾਰਣ ਕਰੋ—

sigh (ਹਉਕਾ ਲੈਣਾ)
thigh (ਪੱਟ)
though (ਭਾਵੇਂ)
through (ਥਰੂ) ਮਾਰਫਤ
fight (ਲੜਾਈ)
light (ਚਾਨਣ)
bright (ਲਿਸ਼ਕਦਾ)
slight (ਥੋੜਾ ਜਿਹਾ)
might (ਸ਼ਕਤੀ)
night (ਰਾਤ)
tight (ਕਸਿਆ ਹੋਇਆ)
fright (ਡਰ)
flight (ਉਡਾਰੀ)
delight (ਆਨੰਦ)
knight (ਸੂਰਮਾ)
sight (ਨਜ਼ਾਰਾ)

ਇਹਨਾਂ ਸ਼ਬਦਾਂ ਤੋਂ ਤੁਸੀਂ ਭਲੀ ਭਾਂਤ ਜਾਣੂ ਹੋ। ਚੰਗਾ, ਦੱਸੋ, ਇਹਨਾਂ ਵਿਚ ਅਜਿਹੇ ਕਿਹੜੇ ਦੋ ਅੱਖਰ ਹਨ ਜਿਹੜੇ ਸਭ ਵਿਚ ਇਕੋ ਤਰ੍ਹਾਂ silent ਹਨ ?

ਠੀਕ ਹੈ 'gh'

ਅਤੇ '*K*night' ਵਿਚ *K* ਵੀ ਅਬੋਲ ਅਰਥਾਤ silent ਹੈ।

ਹੁਣ ਹੇਠਾਂ ਦਿਤੀ ਗਈ ਸੂਚੀ ਵਿਚ ਵੇਖੋ ਕਿ ਕਿਹੜੇ-ਕਿਹੜੇ ਅੱਖਰ ਅਨ-ਉੱਚਰਿਤ ਹਨ। ਇਹਨਾਂ ਸਪੇਲਿੰਗਾਂ ਨੂੰ ਮਨ ਵਿਚ ਬਿਠਾਓ ਤੇ ਲਿਖ ਕੇ ਅਭਿਆਸ ਕਰੋ—

C silent

scent (ਸੇਂਟ) ਅਤਰ
science (ਸਾਇੰਸ) ਵਿਗਿਆਨ
scene (ਸੀਨ) ਨਜ਼ਾਰਾ

H silent

honour (ਔਨਰ) ਮਾਣ
hour (ਔਵਰ) ਘੰਟਾ
Thomas (ਟੌਮਸ) ਟਾਮਸ

G silent

sign (ਸਾਇਨ) ਚਿਨ੍ਹ
design (ਡਿਜ਼ਾਇਨ) ਢਾਂਚਾ
resign (ਰਿਜ਼ਾਇਨ) ਤਿਆਗਣਾ

K silent

knock (ਨੌਕ) ਖੜਕਾਉਣਾ
knife (ਨਾਇਫ) ਛੁਰੀ
knot (ਨੌਟ) ਗੰਢ

L silent

palm (ਪਾਮ) ਤਲੀ
calm (ਕਾਮ) ਸ਼ਾਂਤੀ
half (ਹਾਫ਼) ਅੱਧਾ
calf (ਕਾਫ਼) ਵੱਛਾ

N silent

autumn (ਔਟਮ) ਪਤਝੜ
condemn (ਕੰਡੇਮ) ਨਿੰਦਾ ਕਰਨਾ
hymn (ਹਿਮ) ਭਜਨ
column (ਕਾਲਮ) ਪੰਨੇ ਦਾ ਹਿੱਸਾ

U silent

guard (ਗਾਰ੍ਡ) ਸੰਤਰੀ
guess (ਗੇਸ) ਅਨੁਮਾਨ
guest (ਗੇਸ੍ਟ) ਪ੍ਰਾਉਣਾ

L silent

folk (ਫ਼ੋਕ) ਲੋਕ
talk (ਟਾਕ) ਗੱਲਬਾਤ
should (ਸ਼ੁਡ) ਚਾਹੀਦਾ—shall ਦਾ ਭੂਤਕਾਲ
would (ਵੁਡ) ਜਾਏਗਾ—will ਦਾ ਭੂਤਕਾਲ
could (ਕੁਡ) ਸਕਨਾ—can ਦਾ ਭੂਤਕਾਲ

T silent

hasten (ਹੇਸਨ) ਛੇਤੀ ਕਰਨਾ
listen (ਲਿਸਨ) ਸੁਣਨਾ
Often (ਔਫਨ) ਅਕਸਰ
soften (ਸਾਫਨ) ਕੂਲਾ ਕਰਨਾ

W silent

wrong (ਰਾਂਗ) ਗਲਤ
answer (ਆਂਸਰ) ਉੱਤਰ
sword (ਸੋਰ੍ਡ) ਤਲਵਾਰ

ਹੁਣ ਜ਼ਰਾ ਹੇਠਾਂ ਦਿਤੇ ਅੰਗ੍ਰੇਜ਼ੀ ਸ਼ਬਦਾਂ ਦਾ ਉਚਾਰਣ ਕਰਕੇ ਆਪਣਾ ਮਨੋਰੰਜਨ ਕਰੋ ਤੇ ਪਤਾ ਲਗਾਓ ਕਿ ਕਿਹੜੇ ਸ਼ਬਦ ਅਨ-ਉਚਰਿਤ (silent) ਹਨ--

drachm, heir, island, parliament, reign, wrapper, wednesday

ਜੀ ਨਹੀਂ, ਇਹ ਡ੍ਰਾਕਮ, ਹੇਅਰ, ਇਜ਼ਲੈਂਡ, ਪਾਰਲਿਆਮੇਂਟ, ਰਿਅਗੁਨ, ਵਰੈਪਰ, ਵੈਡਨਸਡੇ ਨਹੀਂ ਹਨ, ਇਹ ਹਨ-- ਡ੍ਰਾਮ (ਔਂਸ ਦਾ ਸੋਲ੍ਹਵਾਂ ਹਿੱਸਾ) ਆਇਲੈਂਡ (ਟਾਪੂ) ਰੇਨ (ਰਾਜ) ਰੈਪਰ (ਲਪੇਟਣ ਦਾ ਕਾਗਜ਼) ਵੇਂਸਡੇ (ਬਧਵਾਰ)

ਅਜਿਹੇ ਹੋਰ ਲਫ਼ਜ਼ਾਂ ਦਾ ਸੁਆਦ ਲੈ ਲੈ ਕੇ ਅਭਿਆਸ ਕਰੋ ਤੇ ਕਾਮਯਾਬੀ ਦੀਆਂ ਪੌੜੀਆਂ ਚੜ੍ਹੋ।

ਯਾਦ ਰਖਣ ਲਈ (To Remember)

1. ਪੁਰਾਣੇ ਵਕਤ ਵਿਚ, ਐਂਗਲੋ-ਸੈਮਸਨਕਾਲ ਵਿਚ (a) *night, thought* (b) *cough, enough* ਆਦਿ ਸ਼ਬਦਾਂ ਵਿਚ gh ਦਾ ਪੂਰਾ ਉਚਾਰਣ ਹੁੰਦਾ ਸੀ। ਰੋਮਨ ਅਸਰ ਨਾਲ ਜਾਂ ਤਾਂ gh ਦਾ ਉਚਾਰਣ ਗਾਇਬ ਹੋ ਗਿਆ (night, thought) ਜਾਂ gh ਦਾ ਸੁਰ ਕੋਮਲ (f) ਹੋ ਗਿਆ (cough, enough)। ਇਸੇ ਤਰ੍ਹਾਂ ਕਦੀਂ *Knife, gnaw, sword* 'ਕਨਾਇਫ਼', 'ਗ੍ਨਾੱ' 'ਸ੍ਵੋਰਡ' ਦੀ ਤਰ੍ਹਾਂ ਬੋਲੇ ਜਾਂਦੇ ਸਨ, ਪਿਛੋਂ ਇਹਨਾਂ ਦੇ ਨਾਇਫ਼, ਨਾੱ, ਸੋਰ੍ਡ ਆਦਿ ਉਚਾਰਣ ਹੋ ਗਏ। ਅੱਜ ਕਲ੍ਹ ਅਸੀਂ ਵੇਖਦੇ ਹਾਂ ਹੁਣ ਅਸੀਂ February, important ਨੂੰ ਫੇਬ੍ਰੁਅਰੀ ਇੰਪੋਰ੍ਟੇਂਟ (ਜਾਂ ਇਪੋਰ੍ਟੇਂਟ) ਅਦਿ ਬੋਲਦੇ ਹਾਂ (ਅਕਸਰ r ਅਣਬੋਲਿਆ ਜਿਹਾ ਰਹਿੰਦਾ ਹੈ)। ਇਸ ਸਭ ਦਾ ਕਾਰਨ ਇਹ ਹੈ ਕਿ ਉਚਾਰਣ ਵਿਚ ਸਾਡਾ ਰੁਝਾਨ ਸਰਲਤਾ ਵੱਲ ਜਾਣ ਦਾ ਹੈ।

2. ਹੁਣ ਕਹਾਣੀ ਸੁਣੋ debt ਸ਼ਬਦ ਦੀ। ਇਸ ਦਾ b ਅਬੋਲ ਕਿਵੇਂ ਹੋਇਆ? ਅੰਗ੍ਰੇਜ਼ੀ ਵਿਚ ਇਹ ਸ਼ਬਦ French (dette) ਤੋਂ ਲਿਆ ਗਿਆ, ਜਿਸ ਦਾ ਉਚਾਰਣ ਹੋਇਆ ਡੇੱਟ (det) ਪਿੱਛੋਂ ਪੰਡਤਾ ਨੇ ਵੇਖਿਆ ਕਿ ਲੈਟਿਨ ਵਿਚ debitum (ਡੇਬਿਟੁਮ) ਮੂਲ ਸ਼ਬਦ ਹੈ ਜਿਸ ਤੋਂ dette ਲਿਆ ਗਿਆ। ਉਹਨਾਂ ਨੇ 'det' ਦਾ ਮੂਲ ਸ਼ਬਦ ਨਾਲ ਸੰਬੰਧ ਜੋੜਨ ਲਈ b ਹਿਜ਼ੇ ਵਿਚ ਜੋੜ ਦਿਤਾ। ਉਸ ਵੇਲੇ ਤੋਂ debt ਲਿਖਿਆ ਜਾਣ ਲਗਾ ਤੇ 'ਡੇੱਟ' ਜੋ ਬੋਲਿਆ ਜਾ ਰਿਹਾ ਸੀ ਉਹੋ ਬੋਲਿਆ ਜਾਂਦਾ ਰਿਹਾ। ਅੱਜ ਵੀ ਇਹੋ ਬੋਲਿਆ ਜਾਂਦਾ ਹੈ। ਇਹੋ ਕਹਾਣੀ doubt (ਲੇਟਿਨ dubitum) ਤੇ receipt (receptum) ਦੇ ਬਾਰੇ ਵਿਚ ਹੈ। ਲਿਖੇ ਇਹ ਇਹਨਾਂ ਹਿੱਜਿਆਂ ਵਿਚ ਜਾਂਦੇ ਹਨ ਪਰ ਬੋਲੇ 'ਡਾਉਟ', 'ਰਿਸੀਟ', ਜਾਂਦੇ ਹਨ।

ਮੂਲ ਰੂਪ ਵਿਚ ਲਗਭਗ ਇਹੋ ਕਾਰਨ ਸਾਰੇ silent (ਅਬੋਲ) ਅੱਖਰਾਂ ਦਾ—(i) ਜਾਂ ਤਾਂ ਇਹ ਬਦਲੇ ਹੋਏ ਰੂਪਾਂ ਵਿਚੋਂ ਲਏ ਗਏ ਹਨ, ਪਰ ਸੰਬੰਧ ਜੋੜਨ ਪਿੱਛੋਂ ਮੂਲ ਸ੍ਰੋਤ ਢੂੰਢੇ ਗਏ ਤੇ ਸ੍ਪੇਲਿੰਗ ਉਸ ਦੇ ਅਨੁਸਾਰ ਰਖੇ ਗਏ ਤੇ ਉਚਾਰਣ ਜੋ ਪ੍ਰਚਲਤ ਸੀ ਉਹੋ ਰਹਿਣ ਦਿਤਾ ਗਿਆ। (ii) ਜਾਂ ਪਹਿਲਾਂ ਇਹਨਾਂ ਸ਼ਬਦਾਂ ਦਾ ਉਚਾਰਣ ਕਠੋਰ (hard) ਸੀ, ਸਰਲਤਾ ਦੀ ਦ੍ਰਿਸ਼ਟੀ ਤੋਂ ਪਿਛੋਂ ਕੋਮਲ (soft) ਉਚਾਰਣ ਨੇ ਪਹਿਲ ਦੀ ਥਾਂ ਲੈ ਲਈ।

16 ਸੋਲ੍ਹਵਾਂ ਦਿਨ
th day

ਵਿਚੋਂ ਰੋਮਨ ਲਿਪੀ ਦਾ ਸ਼ਬਦ ਜੋੜ ਤੇ ਅੱਖਰਾਂ ਦੇ ਉਚਾਰਣ ਦਾ ਜ਼ਰੂਰੀ ਪ੍ਰਸੰਗ ਆ ਗਿਆ ਸੀ। ਖ਼ੈਰ, ਹੁਣ ਫਿਰ ਪਿੱਛੇ ਜਿੱਥੇ ਛਡਿਆ ਸੀ ਉਥੋਂ ਅੱਗੇ ਤੁਰਿਏ। ਛੇਵੇਂ ਤੋਂ ਅੱਠਵੇਂ ਦਿਨ ਵਿਚ ਅਸੀਂ ਸਿਖਿਆ ਕਿ ਤਿੰਨ੍ਹਾਂ ਕਾਲਾਂ ਦੇ ਵਾਕਾਂ ਵਿਚ ਸਹਾਇਕ ਕਿਰਿਆ ਨੂੰ ਸਭ ਤੋਂ ਪਹਿਲਾਂ ਲਿਆ ਕੇ ਪ੍ਰਸ਼ਨਵਾਚਕ ਵਾਕ ਬਣਾਏ ਜਾ ਸਕਦੇ ਹਨ, ਜਿਵੇਂ—Does he know? Was Gopal reading? Will you Play? ਆਦਿ। ਹੁਣ ਅਸੀਂ ਇਥੇ ਇੰਨਾ ਹੋਰ ਜੋੜਨਾ ਚਾਹੁੰਦੇ ਹਾਂ ਕਿ ਇਹਨਾਂ ਪ੍ਰਸ਼ਨਵਾਚਕ ਵਾਕਾਂ ਦੇ ਸ਼ੁਰੂ ਵਿਚ what, who, how, which, when, where, why ਆਦਿ ਲਗਾਉਂਦੇ ਹਾਂ ਤਾਂ ਵਾਕ ਵਿਆਪਕ ਅਰਥ ਦੇਣ ਲਗਦੇ ਹਨ ਇਸ ਨੂੰ ਤੁਸੀਂ ਪਹਿਲਾਂ ਇਕ-ਇਕ ਕਰਕੇ ਅਤੇ ਫਿਰ ਮਿਲੇ-ਜੁਲੇ ਰੂਪ ਵਿਚ 16ਵੇਂ ਤੋਂ 18ਵੇਂ ਦਿਨ ਵਿਚ ਲਭੋਗੇ। ਆਓ ਆਰੰਭ ਕਰਿਏ।

ਪ੍ਰਸ਼ਨਵਾਚਕ ਵਾਕ ਰਚਨਾ ਵਿਚ What, Who, How, ਦੀ ਵਰਤੋਂ

What **A**

1. ਪ੍ਰ:—ਤੂੰ ਕੀ ਚਾਹੁੰਦਾ ਹੈਂ ?	Q.—*What* do you want ? ਵਾਟ੍ ਡੂ ਯੂ ਵਾਂਟ ?
ਉ:—ਮੈਂ ਇਕ ਗਲਾਸ ਦੁੱਧ ਚਾਹੁੰਦਾ ਹਾਂ।	A.—I want a glass of milk. ਆਇ ਵਾਂਟ ਏ ਗੁਲਾਸ ਆਫ ਮਿਲ੍ਕੇਂ।
2. ਪ੍ਰ:—ਤੂੰ ਕੀ ਲਿਖਦਾ ਹੈਂ ?	Q.—*What* do you write ? ਵਾਟ੍ ਡੂ ਯੂ ਰਾਇਟ ?
ਉ:—ਮੈਂ ਇਕ ਪੱਤਰ ਲਿਖਦਾ ਹਾਂ।	A.--I write a letter. ਆਇ ਰਾਇਟ ਏ ਲੇਟਰ।
3. ਪ੍ਰ:—ਤੂੰ ਕੀ ਕਹਿਣਾ ਚਾਹੁੰਦਾ ਹੈਂ ?	Q.—*What* do you want to say ? ਵਾਟ੍ ਡੂਯੂ ਵਾਂਟ ਟੁ ਸੇ ?
ਉ:—ਕੁਝ ਨਹੀਂ।	A.--Nothing ਨਥਿੰਗ।
4. ਪ੍ਰ:—ਤੇਰਾ ਨਾਂ ਕੀ ਹੈ।	Q.--*What's* (what is) your name ? ਵਾਟ੍ਸ ਯੂਅਰ ਨੇਮ ?
ਉ:—ਮੇਰਾ ਨਾਂ ਅਮਿਤਾਭ ਹੈ।	A.--My name is Amitabh. ਮਾਇ ਨੇਮ ਇਜ਼ ਅਮਿਤਾਭ।
5. ਪ੍ਰ:—ਤੇਰੇ ਪਿਤਾ ਜੀ ਕੀ ਕੰਮ ਕਰਦੇ ਹਨ?	Q.--*What's* your father ? ਵਾਟ੍ਸ ਯੂਅਰ ਫਾਦਰ ?
ਉ:—ਮੇਰੇ ਪਿਤਾ ਜੀ ਸੰਪਾਦਕ ਹਨ।	A.--My father is an editor. ਮਾਇ ਫ਼ਾਦਰ ਇਜ਼ ਏਨ ਏਡੀਟ੍।
6. ਪ੍ਰ:—ਤੇਰੇ ਮਾਤਾ ਜੀ ਕੀ ਕਰਦੇ ਹਨ ?	Q.--*What's* your mother ? ਵਾਟ੍ਸ ਯੂਅਰ ਮਦਰ ?
ਉ:—ਮੇਰੇ ਮਾਤਾ ਜੀ ਘਰ ਦਾ ਕੰਮ ਸੰਭਾਲਦੇ ਹਨ।	A.--My mother is a housewife. ਮਾਇ ਮਦਰ ਇਜ਼ ਏ ਹਾਉਸ ਵਾਇਫ਼।
7. ਪ੍ਰ:—ਤੂੰ ਇਹਨਾਂ ਦਿਨਾਂ ਵਿਚ ਕੀ ਕਰ ਰਹੀ ਹੈਂ ?	Q.--*What* are you doing these days ? ਵਾਟ੍ ਆਰ ਯੂ ਡੂਇੰਗ ਦੀਜ਼ ਡੇਜ਼ ?
ਉ:—ਮੈਂ ਅੱਠਵੀਂ ਜਮਾਤ ਵਿਚ ਪੜ੍ਹ ਰਹੀ ਹਾਂ।	A.--I'm (I am) studying in the eighth class ? ਆਇ'ਮ ਸਟਡਿਇੰਗ ਇਨ ਦਿ ਏਟ੍ਥ ਕ੍ਲਾਸ ?

---

1. What is (ਵਾਟ੍ ਇਜ਼) ਦਾ ਸੰਖੇਪ ਰੂਪ what's (ਵਾਟ੍ਸ) ਹੈ। ਦੋਵੇਂ ਰੂਪ ਸ਼ੁੱਧ ਹਨ। ਦੋਨਾਂ ਦਾ ਅਰਥ ਹੈ--ਕੀ ਹੈ। ਪਹਿਲਾਂ ਲਿਖਣ ਵਿਚ ਆਉਂਦਾ ਹੈ--ਇਹ ਅਸਲੀ ਰੂਪ ਹੈ। ਦੂਜਾ ਬੋਲ-ਚਾਲ ਵਿਚ ਆਉਂਦਾ ਹੈ--ਇਹ ਪਹਿਲੇ ਦਾ short form ਹੈ। ਬੋਲ-ਚਾਲ ਨੂੰ ਸੁਭਾਵਿਕ ਬਣਾਉਣ ਲਈ what's ਆਦਿ ਰੂਪ ਬੋਲੇ ਜਾਂਦੇ ਹਨ। ਇਸ ਦ੍ਰਿਸ਼ਟੀ ਤੋਂ ਇਹਨਾਂ ਦਾ ਅਭਿਆਸ ਕਰਨਾ ਚਾਹੀਦਾ ਹੈ ਤੇ ਅਸਲੀ ਰੂਪ ਵੀ ਸਦਾ ਚੇਤੇ ਰਖਣੇ ਚਾਹੀਦੇ ਹਨ। ਬੋਲ-ਚਾਲ ਤੋਂ ਇਲਾਵਾ ਹੋਰ ਖੇਤਰਾਂ ਵਿਚ ਉਹੋ ਰੂਪ ਮੰਨੇ ਜਾਂਦੇ ਹਨ।

8. ਪ੍ਰ:—ਤੂੰ ਆਗਰਾ ਵਿਚ ਕੀ ਵੇਖਿਆ ਹੈ ?

Q.—*What* have you seen in Agra. ਵਾਟ੍ ਹੈਵ ਯੂ ਸੀਨ ਇਨ ਆਗਰਾ ?

ਉ:—ਮੈਂ ਤਾਜ ਮਹਿਲ ਵੇਖਿਆ ਹੈ ।

A.—I've* seen the Taj Mahal. ਆਇ'ਵ ਸੀਨ ਦ ਤਾਜ ਮਹਲ ।

9. ਪ੍ਰ:—ਤੂੰ ਪਿਤਾ ਜੀ ਨੂੰ ਕੀ ਲਿਖਿਆ ?

Q.—*What* did you write to your father ? ਵਾਟ੍ ਡਿਡ ਯੂ ਰਾਇਟ ਟੂ ਯੁਅਰ ਫਾਦਰ ?

ਉ:—ਮੈਂ ਉਨ੍ਹਾਂ ਨੂੰ ਆਪਣੇ ਨਤੀਜੇ ਬਾਰੇ ਲਿਖਿਆ ਹੈ।

A.—I wrote him about my results. ਆਇ ਰੋਟ ਹਿਮ ਅਬਾਉਟ ਮਾਇ ਰਿਜ਼ਲਟ੍ਸ ।

10. ਪ੍ਰ:—ਉਹ ਬੰਬਈ ਵਿਚ ਕੀ ਕਰ ਰਹੀ ਸੀ ?

Q.—*What* was she doing in Bombay ? ਵਟ੍ ਵਾਜ਼ ਸ਼ੀ ਡੂਇੰਗ ਇਨ ਬਾਂਬੇ ?

ਉ:—ਉਹ ਇਕ ਪ੍ਰਾਇਮਰੀ ਸਕੂਲ ਵਿਚ ਅਧਿਆਪਿਕਾ ਸੀ ।

A.—She was a teacher in a primary school. ਸ਼ੀ ਵਾਜ਼ ਏ ਟੀਚਰ ਇਨ ਏ ਪ੍ਰਾਇਮਰੀ ਸ੍ਕੂਲ ।

11. ਪ੍ਰ:—ਦਸਵੀਂ ਜਮਾਤ ਪਾਸ ਕਰ ਕੇ ਤੂੰ ਕੀ ਕਰੇਂਗਾ ?

Q.—*What* will you do after passing high school? ਵਾਟ੍ ਵਿਲ ਯੂ ਡੂ ਆਫ਼ਟਰ ਪਾਸਿੰਗ ਹਾਈ ਸ੍ਕੂਲ ?

ਉ:—ਮੈਂ ਅੱਗੇ ਪੜ੍ਹਾਂਗਾ।

A.—I shall go for further study. ਆਇ ਸ਼ੈਲ ਗੋ ਫਾਰ ਫਰਦਰ ਸਟ੍ਡੀ ।

Who **B**

12. ਪ੍ਰ:—ਤੁਸੀਂ ਕੌਣ ਹੋ ?

Q.—*Who* are you ? ਹੂ ਆਰ ਯੂ ?

ਉ:—ਮੈਂ ਇਕ ਭਾਰਤੀ ਹਾਂ ।

A.—I am an Indian ਆਇ ਐਮ ਏਨ ਇੰਡੀਅਨ ।

13. ਪ੍ਰ:—ਉਹ ਕੌਣ ਹਨ ?

Q.—*Who* are they ? ਹੂ ਆਰ ਦੇ ?

ਉ:—ਉਹ ਮੇਰੇ ਰਿਸ਼ਤੇਦਾਰ ਹਨ ।

A.—They are my relatives. ਦੇ ਆਰ ਮਾਇ ਰਿਲੇਟਿਵ੍ਜ਼ ।

14. ਪ੍ਰ:—ਗੀਤ ਕਿੰਨੇ ਗਾਇਆ ?

Q.—*Who* sang the song ? ਹੂ ਸੈਂਗ ਦ ਸਾਂਗ ?

ਉ:—ਉਸ ਨੂੰ ਲਤਾ ਨੇ ਗਾਇਆ ।

A.—Lata sang it. ਲਤਾ ਸੈਂਗ ਇਟ ।

15. ਪ੍ਰ:—ਮਾਰਕੀਟ ਵਿਚ ਕੌਣ ਜਾਏਗਾ ?

Q.—*Who* will go to the Market ? ਹੂ ਵਿਲ ਗੋ ਟੂ ਦ ਮਾਰ੍ਕਿਟ ?

ਉ:—ਮੈਂ ਉਥੇ ਜਾਵਾਂਗਾ ।

A.—I Shall go there. ਆਇ ਸ਼ੈਲ ਗੋ ਦੇਅਰ ।

16. ਪ੍ਰ:—ਇਸ ਕੰਮ ਨੂੰ ਕੌਣ ਕਰ ਸਕਦਾ ਹੈ ?

Q.—*Who* can do this work ? ਹੂ ਕੈਨ ਡੂ ਦਿਸ ਵਰ੍ਕ ?

ਉ:—ਰਾਧਾ ਕਰ ਸਕਦੀ ਹੈ।

A.—Radha can do it. ਰਾਧਾ ਕੈਨ ਡੂ ਇਟ ।

17. ਪ੍ਰ:—ਉਸ ਕ੍ਰਿਸ ਨੂੰ ਮਿਲਣਾ ਹੈ ।

Q.—*Whom* does she want ? ਹੂਮ ਡਜ਼ ਸ਼ੀ ਵਾਂਟ ?

ਉ:—ਉਸ ਆਪਣੀ ਮਾਂ ਨੂੰ ਮਿਲਣਾ ਹੈ ।

A.—She wants her mother. ਸ਼ੀ ਵਾਂਟ੍ਸ ਹਰ ਮਦਰ ।

18. ਪ੍ਰ:—ਇਸ ਮਕਾਨ ਦਾ ਮਾਲਕ ਕੌਣ ਹੈ ?

Q.—*Who* owns this house. ਹੂ ਓਂਸ ਦਿਸ ਹਾਉਸ ?

ਉ:—ਇਹ ਮੇਰੇ ਪਿਤਾ ਦਾ ਮਕਾਨ ਹੈ ।

A.—My father owns it. ਮਾਇ ਫ਼ਾਦਰ ਓਂਸ ਇਟ ।

How **C**

19. ਪ੍ਰ.—ਉਹ ਸਕੂਲ ਕਿਵੇਂ ਜਾਂਦਾ ਹੈ ?

Q.—*How* does he go to school ? ਹਾਉ ਡਜ਼ ਹੀ ਗੋ ਟੂ ਸ੍ਕੂਲ ?

ਉ:—ਉਹ ਬਸ ਤੋਂ ਸਕੂਲ ਜਾਂਦਾ ਹੈ ।

A.—He goes to school by bus. ਹੀ ਗੋਜ਼ ਟੂ ਸ੍ਕੂਲ ਬਾਇ ਬਸ ।

---

* I have=I've. ਦੋਵੇਂ ਰੂਪ ਠੀਕ ਹਨ । ਦੋਨਾਂ ਦੇ ਉਚਾਰਣ ਵਿਚ ਫ਼ਰਕ ਹੈ ।

20. ਪ੍ਰ—ਤੁਹਾਡੇ ਪਿਤਾ ਜੀ ਦਾ ਕੀ ਹਾਲ ਹੈ ?	Q.—*How* is your father ? ਹਾਉ ਇਜ਼ ਯੁਅਰ ਫਾਦਰ ?
ਉ:—ਉਨ੍ਹਾਂ ਦੀ ਸਿਹਤ ਚੰਗੀ ਨਹੀਂ ਹੈ ।	A.—He's not feeling well. ਹੀ ਇਜ਼ ਨਾਟ ਫੀਲਿੰਗ ਵੈੱਲ ।
21. ਪ੍ਰ—ਤੂੰ ਸ਼ਿਮਲਾ ਕਿਵੇਂ ਗਿਆ ਸੀ ?	Q.—*How* did you go to Simla ? ਹਾਉ ਡਿਡ ਯੂ ਗੋ ਟੂ ਸ਼ਿਮਲਾ ?
ਉ:—ਮੈਂ ਰੇਲਗੱਡੀ ਰਾਹੀਂ ਸ਼ਿਮਲਾ ਗਿਆ ਸੀ ।	A.—I went to Simla by train. ਆਇ ਵੈਂਟ ਟੂ ਸ਼ਿਮਲਾ ਬਾਇ ਟ੍ਰੇਨ ।
22. ਪ੍ਰ:—ਤੂੰ ਕਿਵੇਂ ਮੁੜਿਆ ?	Q.—*How* did you return ? ਹਾਉ ਡਿਡ ਯੂ ਰਿਟਰ੍ਨ ?
ਉ:—ਮੈਂ ਬਸ ਤੋਂ ਮੁੜਿਆ ।	A.—I returned by bus. ਆਇ ਰਿਟਰ੍ਨਡ ਬਾਇ ਬਸ.
23. ਪ੍ਰ:—ਕਲਕੱਤੇ ਵਿਚ ਤੁਹਾਡੀ ਸਿਹਤ ਕਿਹੋ ਜਿਹੀ ਸੀ ?	Q.—*How* was your health in Calcutta ? ਹਾਉ ਵਾਜ਼ ਯੁਅਰ ਹੈਲ੍ਥ ਇਨ ਕੇਲਕਟਾ ?
ਉ:—ਮੈਂ ਉੱਥੇ ਬਿਲਕੁਲ ਠੀਕ ਸੀ ।	A.—I was all right there. ਆਇ ਵਾਜ਼ ਔੱਲ ਰਾਇਟ ਦੇਅਰ ।
24. ਪ੍ਰ—ਤੂੰ ਆਪਣੇ ਅਧਿਆਪਕ ਦੀ ਦ੍ਰਿਸ਼ਟੀ ਵਿਚ ਚੰਗਾ ਕਿਵੇਂ ਬਣੇਂਗਾ ?	Q.—*How* will you win the favour of your teacher ? ਹਾਉ ਵਿਲ ਯੂ ਵਿਨ ਦ ਫ਼ੇਵਰ ਆਫ਼ ਯੁਅਰ ਟੀਚਰ ?
ਉ:—ਮੈਂ ਚੰਗਾ ਵਤੀਰਾ ਰਖਾਂਗਾ ।	A.—I will bahave well. ਆਇ ਵਿਲ ਬਿਹੈਵ ਵੇਲ ।

ਯਾਦ ਰਖਣ ਲਈ (To Remember)

A	B
What do you say?	I do not know what you say.
What did you say?	I do not remember what you said.
What had you said?	I do not remember what you had said.
What is this?	Ask him what this is.
What was that?	Tell me what that was.

A ਵਾਲੇ ਵਾਕ ਪ੍ਰਸ਼ਨਸੂਚਕ ਹਨ। B ਵਾਲੇ ਸਿੱਧੇ। ਪ੍ਰਸ਼ਨਵਾਚਕ ਵਾਕ ਨੂੰ ਆਮ ਵਾਕ ਵਿਚ ਬਦਲਣ ਲਈ (1) ਸਹਾਇਕ ਕਿਰਿਆਵਾਂ do, did ਆਦਿ ਹਟ ਜਾਂਦੀ ਹੈ ਤੇ ਆਮ ਕਿਰਿਆ ਦਾ ਇਸਤੇਮਾਲ ਕੀਤਾ ਜਾਂਦਾ ਹੈ। ਜਿਵੇ —'what do you say' ਦਾ 'what you say' ਤੇ what did you say' ਦਾ 'what you said' ਆਦਿ (2) ਪ੍ਰਸ਼ਨਸੂਚਕ ਵਾਕਾਂ ਵਿਚ ਸਹਾਇਕ ਕਿਰਿਆ is, was ਆਦਿ ਹੋਵੇ ਤਾਂ ਉਹ ਕਿਰਿਆ object ਦੇ ਬਾਅਦ ਚਲੀ ਜਾਂਦੀ ਹੈ। ਇਸੇ ਤਰ੍ਹਾਂ ਇਹਨਾਂ ਆਮ ਵਾਕਾਂ ਦੇ ਪ੍ਰਸ਼ਨਵਾਚਕ ਵਾਕ ਇਸ ਤਰ੍ਹਾਂ ਬਣਨਗੇ—

B	A
1. I do not know *who he is.*	*Who* is he?
2. Tell me *whom* you want.	*Whom* do you want?
3. Tell me *whose* book that was.	*Whose* book was that?
4. I do not know *how* old you are.	*How* old are you?
5. I can tell you *how* she know.	*How* did she know?
6. You did not say *whom* you had promised.	*Whom* had you promised?

ਪ੍ਰਸ਼ਨਵਾਚਕ ਵਾਕਾਂ ਤੋਂ ਸਧਾਰਣ ਵਾਕ ਤੇ ਸਧਾਰਣ ਵਾਕਾਂ ਤੋਂ ਪ੍ਰਸ਼ਨਵਾਚਕ ਵਾਕ ਬਣਾਉਣ ਦਾ ਅਭਿਆਸ ਕਰੋ ਤੇ ਇਹਨਾਂ ਨੂੰ ਉੱਚੀ ਆਵਾਜ਼ ਵਿਚ ਬੋਲ ਕੇ ਇਕ ਦੂਜੇ ਨੂੰ ਸੁਣਾਓ।

17 ,ਸਤਾਰਵਾਂ ਦਿਨ th day

> ਪਿਛੇ What, Who, How ਇਹਨਾਂ ਸ਼ਬਦਾਂ ਦੀ ਵਰਤੋਂ ਸਿਖ ਚੁਕੇ ਹਾਂ। ਹੁਣ ਇਥੇ Which, When, Where ਤੇ Why ਦੀ ਵਰਤੋਂ ਸਿਖਿਏ। Which ਬਹੁਤਾ ਕਰਕੇ ਬੇਜਾਨ ਵਸਤੂਆਂ ਲਈ ਵਰਤਿਆ ਜਾਂਦਾ ਹੈ। When ਕਾਲਬੋਧਕ ਸ਼ਬਦ ਹੈ, ਅਤੇ Where ਸਥਾਨਬੋਧਕ। ਇਸੇ ਤਰ੍ਹਾਂ Why ਕਾਰਨ ਨੂੰ ਦੱਸਦਾ ਹੈ। ਇਹਨਾਂ ਸਾਰੇ ਸ਼ਬਦਾਂ ਦੇ ਪ੍ਰਯੋਗ ਦੀ ਇਕ ਖ਼ਾਸ ਗੱਲ ਇਹ ਹੈ ਕਿ ਇਹਨਾਂ ਦੇ ਨਾਲ do, did ਜਾਂ ਹੋਰ ਕੋਈ helping verb ਜ਼ਰੂਰ ਲਗਾਉਣਾ ਪੈਂਦਾ ਹੈ।

ਪ੍ਰਸ਼ਨਵਾਚਕ ਵਾਕ ਰਚਨਾ ਵਿਚ Which, When, Where, Why ਦੀ ਵਰਤੋਂ

Which **D**

1\. ਪ੍ਰ:—ਤੂੰ ਕਿਹੜਾ ਗਾਣਾ ਪਸੰਦ ਕੀਤਾ— ਲਤਾ ਦਾ ਜਾਂ ਆਸ਼ਾ ਦਾ ?
Q.--*Which* song did you like--Lata's or Asha's ? ਵ੍ਹਿਚ ਸਾਂਗ ਡਿਡ ਯੂ ਲਾਇਕ--ਲਤਾ'ਜ ਔਰ ਆਸ਼ਾ'ਜ਼ ?

ਉ:—ਮੈਨੂੰ ਉਹੀ ਪਸੰਦ ਹੈ ਜੋ ਤੈਨੂੰ ਪਸੰਦ ਹੈ।
A.--I like whichever you have liked. ਆਇ ਲਾਇਕ ਵ੍ਹਿਚ ਏਵਰ ਯੂ ਹੈਵ ਲਾਇਕੁਡ।

2\. ਪ੍ਰ:—ਤੂੰ ਕਿਹੜੀ ਪੁਸਤਕ ਪੜ੍ਹ ਰਿਹਾ ਹੈਂ ?
Q.--*Which* book are you reading ? ਵ੍ਹਿਚ ਬੁਕ ਆਰ ਯੂ ਰੀਡਿੰਗ ?

ਉ:—ਮੈਂ ਉਹ ਨਾਵਲ ਪੜ੍ਹ ਰਿਹਾ ਹਾਂ ਜਿਹੜਾ ਤੇਰੇ ਤੋਂ ਮੰਗ ਕੇ ਲਿਆਇਆ ਸੀ।
A.--I am reading the novel which I borrowed from you yesterday. ਆਇ ਐਮ ਰੀਡਿੰਗ ਦ ਨਾਵਲ ਵ੍ਹਿਚ ਆਇ ਬਾਰੋਡ ਫ੍ਰਾਮ ਯੂ ਯੇਸਟ੍ਰਡੇ।

3\. ਪ੍ਰ:—ਤੇਰੀ ਮਨ-ਪਸੰਦ ਪੁਸਤਕ ਕਿਹੜੀ ਹੈ ?
Q.--*Which* is your favourite book ? ਵ੍ਹਿਚ ਇਜ਼ ਯੁਅਰ ਫ਼ੇਵਰਿਟ ਬੁਕ ?

ਉ:—ਮੇਰੀ ਪਸੰਦ ਦੀ ਪੁਸਤਕ ਹੀਰ ਵਾਰਸ ਸ਼ਾਹ ਹੈ।
A.--My favourite book is Heer Warasshah. ਮਾਇ ਫ਼ੇਵਰਿਟ ਬੁਕ ਇਜ਼ 'ਹੀਰ ਵ ਰਸਸ਼ਾਹ'।

4\. ਪ੍ਰ:—ਤੂੰ ਐਤਵਾਰ ਨੂੰ ਕਿਹੜੀ ਫਿਲਮ ਵੇਖੇਂਗਾ ?
Q.--*Which* picture will you see on Sunday ? ਵ੍ਹਿਚ ਪਿਕ੍ਚਰ ਵਿਲ ਯੂ ਸੀ ਔਨ ਸੰਡੇ ?

ਉ:—ਮੈਂ 'ਬਾਬੀ' ਵੇਖੇਂਗਾ।
A.--I shall see Bobby. ਆਇ ਸ਼ੈਲ ਸੀ ਬੱਬੀ।

5\. ਪ੍ਰ:—ਤੂੰ ਕੀ ਪੀ ਸਕਦਾ ਹੈਂ ?
Q.--*Which* can you drink ? ਵ੍ਹਿਚ ਕੈਨ ਯੂ ਡਰਿੰਕ ?

ਉ:—ਮੈਂ ਕੋਕਾ ਕੋਲਾ ਪੀ ਸਕਦਾ ਹਾਂ।
A.--I can drink Coca-Cola. ਆਈ ਕੈਨ ਡਰਿੰਕ ਕੋਕਾ-ਕੋਲਾ।

When **E**

6\. ਪ੍ਰ:—ਤੂੰ ਆਪਣਾ ਸ਼ਬਦ ਕਦੋਂ ਦੁਹਰਾਉਂਦਾ ਹੈਂ ?
Q.--*When* do you revise your lesson ? ਵ੍ਹੇਨ ਡੂ ਯੂ ਰਿਵਾਇਜ਼ ਯੁਅਰ ਲੇਸਨ ?

ਉ:—ਮੈਂ ਆਪਣਾ ਸ਼ਬਦ ਪ੍ਰਭਾਤ ਵੇਲੇ ਦੁਹਰਾਉਂਦਾ ਹਾਂ।
A.--I revise my lesson in the morning. ਆਇ ਰਿਵਾਇਜ਼ ਮਾਇ ਲੇਸਨ ਇਨ ਦ ਮਾਰ੍ਨਿੰਗ।

7\. ਪ੍ਰ:—ਤੂੰ ਸਾਡੇ ਵਲ ਕਦੋਂ ਆ ਰਿਹਾ ਹੈਂ ?
Q.--*When* are you coming to us ? ਵ੍ਹੇਨ ਆਰ ਯੂ ਕਮਿੰਗ ਟੂ ਅਸ ?

ਉ:—ਸਚ ਆਖਾਂ, ਮੈਂ ਉਸ ਵਕਤ ਆਵਾਂਗਾ ਜਦੋਂ ਮੈਨੂੰ ਸਮਾਂ ਮਿਲੇਗਾ।	A.--Frankly, I shall come only *when* I get time. ਫ੍ਰੈਂਕਲੀ ਆਇ ਸ਼ੈਲ ਕਮ ਓਨਲੀ ਵ੍ਹੇਨ ਆਇ ਗੇਟ ਟਾਇਮ।
8. ਪ੍ਰ:—ਤੂੰ ਸੰਜੇ ਨੂੰ ਕਦੋਂ ਮਿਲਿਆ ?	Q.—*When* did you meet Sanjay ? ਵ੍ਹੇਨ ਡਿਡ ਯੂ ਮੀਟ ਸੰਜੇ ?
ਉ:—ਮੈਂ ਉਸ ਨੂੰ ਪਿਛਲੇ ਸ਼ਨੀਵਾਰ ਨੂੰ ਮਿਲਿਆ ਸੀ ਜਦੋਂ ਉਹ ਦਿੱਲੀ ਆਇਆ ਸੀ।	A.—I met him last Saturday—When he came to Delhi. ਆਇ ਮੇਂਟ ਹਿਮ ਲਾਸਟ ਸੈਟਰਡੇ ਵ੍ਹੇਨ ਹੀ ਕੇਮ ਟੂ ਡੇਲ੍ਹੀ.
9. ਪ੍ਰ:—ਤੂੰ ਕੰਮ ਕਦੋਂ ਮੁਕਾਏਂਗਾ ?	Q.—*When* will you finish your work ? ਵ੍ਹੇਨ ਵਿਲ ਯੂ ਫਿਨਿਸ਼ ਯੂਅਰ ਵਰ੍ਕ ?
ਉ:—ਮੈਂ ਉਸ ਨੂੰ ਪੰਦਰਾਂ ਦਿਨਾਂ ਵਿਚ ਮੁਕਾਵਾਂਗਾ।	A.—I shall finish it within a fortnight. ਆਇ ਸ਼ੈਲ ਫਿਨਿਸ਼ ਇਟ ਵਿਦਨ ਏ ਫੋਰ੍ਟਨਾਇਟ.

Where ਕਿੱਥੇ **F**

10. ਪ੍ਰ:—ਤੁਸੀਂ ਕਿਥੇ ਕੰਮ ਕਰਦੇ ਹੋ ?	Q —*Where* do you work ? ਵ੍ਹੇਅਰ ਡੂ ਯੂ ਵਰ੍ਕ ?
ਉ:—ਮੈਂ ਇਕ ਸਰਕਾਰੀ ਦਫ਼ਤਰ ਵਿਚ ਕੰਮ ਕਰਦਾ ਹਾਂ।	A —I work in a government office. ਆਇ ਵਰ੍ਕ ਇਨ ਏ ਗਵਰਨਮੇਂਟ ਆਫਿਸ।
11. ਪ੍ਰ:—ਤੁਸੀਂ ਕਿਤਾਬਾਂ ਕਿਥੋਂ ਖਰੀਦਦੇ ਹੋ ?	Q.—*Where* from do you buy the books ? ਵ੍ਹੇਅਰ ਫ੍ਰਾਮ ਡੂ ਯੂ ਬਾਇ ਦ ਬੁਕਸ ?
ਉ:—ਮੈਂ ਕਿਤਾਬਾਂ ਹਿੰਦ ਪੁਸਤਕ ਭੰਡਾਰ, ਚਾਵੜੀ ਬਾਜ਼ਾਰ ਦਿੱਲੀ ਤੋਂ ਖਰੀਦਦਾ ਹਾਂ।	A.--I buy the books from M/s Hind Pustak Bhandar, Chawri Bazar, Delhi. ਆਇ ਬਾਇ ਦ ਬੁਕਸ ਫ੍ਰਾਮ ਮੇਸਰਜ਼ ਹਿੰਦ ਪੁਸਤਕ ਭੰਡਾਰ, ਚਾਵੜੀ ਬਾਜ਼ਾਰ, ਡੇਲ੍ਹੀ।
12. ਪ੍ਰ:--ਤੁਹਾਡੀ ਰਿਹਾਇਸ਼ ਕਿੱਥੇ ਹੈ ?	Q.--*Where* is* your residence ? ਵ੍ਹੇਅਰ ਇਜ਼ ਯੂਅਰ ਰੇਜ਼ਿਡੇਂਸ ?
ਉ:--ਮੇਰਾ ਘਰ ਰੂਪ ਨਗਰ ਵਿਚ ਹੈ।	A.--My residence is at Roop Nagar. ਮਾਇ ਰੇਜ਼ਿਡੇਂਸ ਇਜ਼ ਏਟ ਰੂਪ ਨਗਰ।
13. ਪ੍ਰ:--ਤੁਸੀਂ ਇਹ ਸੂਟ ਕਿਥੋਂ ਖਰੀਦਿਆ ?	Q --*Where* did you buy your suit ? ਵ੍ਹੇਅਰ ਡਿਡ ਯੂ ਬਾਇ ਯੂਅਰ ਸੂਟ ?
ਉ:--ਮੈਂ ਉਸ ਨੂੰ ਕਨਾਟ ਪਲੇਸ ਤੋਂ ਖਰੀਦਿਆ ਹੈ।	A.--I bought it at Connaught Place. ਆਇ ਬੱਟ ਇਟ ਏਟ ਕਨੱਟ ਪ੍ਲੇਸ।
14. ਪ੍ਰ:--ਹੁਣ ਤੂੰ ਕਿਥੇ ਜਾਏਂਗਾ ਵਾਗੀਸ਼ ?	Q.--*Where* will you go now, Vagish ? ਵ੍ਹੇਅਰ ਵਿਲ ਯੂ ਗੋ ਨਾਓ, ਵਾਗੀਸ਼ ?
ਉ:--ਮੈਂ ਆਪਣੇ ਘਰ ਮੁੜਾਂਗਾ।	A.--I shall return to my home. ਆਇ ਸ਼ੈਲ ਰਿਟਰ੍ਨ ਟੂ ਮਾਇ ਹੋਮ।
15. ਪ੍ਰ:—ਮੈਂ ਕਿਥੇ ਲਹਿ ਸਕਦਾ ਹਾਂ ?	Q.--*Where* can I get down ? ਵ੍ਹੇਅਰ ਕੈਨ ਆਇ ਗੇਟ ਡਾਉਨ ?
ਉ:--ਤੁਸੀਂ ਲਾਜਪਤ ਨਗਰ ਲਹਿ ਸਕਦੇ ਹੋ।	A.--You can get down at Lajpat Nagar. ਯੂ ਕੈਨ ਗੇਟ ਡਾਉਨ ਏਟ ਲਾਜਪਤ ਨਗਰ।

* where's=where is

Why **G**

16. ਪ੍ਰ:--ਤੁਸੀਂ ਹਰ ਦਿਨ ਦੁੱਧ ਕਿਉਂ ਪੀਂਦੇ ਹੋ ?

Q.—*Why* do you drink milk every day ? ਵ੍ਹਾਇ ਡੂ ਯੂ ਡ੍ਰਿੰਕ ਮਿਲ੍ਕ ਏਵਰੀ ਡੇ ?

ਉ:--ਮੈਂ ਆਪਣੀ ਸਿਹਤ ਬਣਾਈ ਰਖਣ ਲਈ ਹਰ ਦਿਨ ਦੁੱਧ ਪੀਂਦਾ ਹਾਂ ।

A.—I drink milk daily to maintain my health. ਆਇ ਡ੍ਰਿੰਕ ਮਿਲ੍ਕ ਡੇਲੀ ਟੂ ਮੇਨਟੇਨ ਮਾਇ ਹੇਲ੍ਥ ।

17. ਪ੍ਰ:--ਮੀਨਾ ਦੀ ਅਧਿਆਪਕਾ ਬਹੁਤੀ ਸਖ਼ਤ ਕਿਉਂ ਹੈ ?

Q —*Why* is Mina's teacher so strict ? ਵ੍ਹਾਈ ਇਜ਼ ਮੀਨਾ'ਜ਼ ਟੀਚਰ ਸੋ ਸਟ੍ਰਿਕ੍ਟ ?

ਉ --ਉਹ ਇਸ ਲਈ ਸਖ਼ਤ ਹੈ ਕਿਉਂਕਿ ਉਹ ਆਪਣੀ ਵਿਦਿਆਰਥਣਾਂ ਦੀ ਉਨਤੀ ਚਾਹੁੰਦੀ ਹੈ ।

A.—It is because she is interested in the progress of her students. ਇਟ ਇਜ਼ ਬਿਕਾਜ਼ ਸ਼ੀ ਇਜ਼ ਇੰਟਰੇਸਟਿਡ ਇਨ ਦ ਪ੍ਰੋਗ੍ਰੈਸ ਆਫ਼ ਹਰ ਸਟੂਡੇਂਟ੍ਸ.

18. ਪ੍ਰ:--ਤੂੰ ਇਥੇ ਕਿਉਂ ਬੈਠਾ ਹੈਂ ?

Q.—*Why* are you sitting here ? ਵ੍ਹਾਇ ਆਰ ਯੂ ਸਿਟਿੰਗ ਹਿਅਰ ?

ਉ:--ਮੈਂ ਆਪਣੇ ਮਿੱਤਰ ਬਾਗੀਸ਼ ਦੀ ਉਡੀਕ ਕਰ ਰਿਹਾ ਹਾਂ ।

A.—I'm waiting for my friend, Bagish. ਆਇ'ਮ ਵੇਟਿੰਗ ਫਾਰ ਮਾਇ ਫ੍ਰੇਂਡ, ਵਾਗੀਸ਼ ।

19. ਪ੍ਰ:--ਤੂੰ ਆਪਣੀ ਮਾਤਾ ਜੀ ਨੂੰ ਚਿੱਠੀ ਕਿਉਂ ਨਹੀਂ ਲਿਖੀ ?

Q.—*Why* did you not write to your mother. ਵ੍ਹਾਇ ਡਿਡ ਯੂ ਨੱਟ ਰਾਇਟ ਟੂ ਯੁਅਰ ਮਦਰ ?

ਉ:--ਕਿਉਂਕਿ ਮੈਨੂੰ ਵਕਤ ਨਹੀਂ ਮਿਲਿਆ ।

A.—Because I got no time. ਬਿਕਾਜ਼ ਆਇ ਗੱਟ ਨੋ ਟਾਇਮ।

ਯਾਦ ਰਖਣ ਲਈ (To Remember)

who ਤੇ which ਇਹਨਾਂ ਦੋਨਾਂ ਸ਼ਬਦਾਂ ਦੇ ਅਰਥ ਸਮਝੋ। who ਦਾ ਅਰਥ ਹੈ 'ਕੌਣ' ਤੇ which ਦਾ 'ਕਿਹੜਾ-ਕਿਹੜੀ'। who ਮਨੁੱਖਾਂ ਲਈ ਵਰਤਿਆ ਜਾਂਦਾ ਹੈ ਤੇ which ਪਸ਼ੂਆਂ ਅਤੇ ਬੇਜਾਨ ਵਸਤੂਆਂ ਲਈ। ਇਸ ਗੱਲ ਨੂੰ ਹੇਠਾਂ ਦਿੱਤੇ ਗਏ ਉਦਾਹਰਣਾਂ ਰਾਹੀਂ ਚੰਗੀ ਤਰ੍ਹਾਂ ਮਨ ਵਿਚ ਬਿਠਾ ਲਓ—

Who :	(1) ਉੱਥੇ ਕੌਣ ਹੈ ?	Who's there?
	(2) ਆਗਰਾ ਕੌਣ ਗਿਆ ਹੈ ?	Who went to Agra?
	(3) ਇਥੇ ਕੌਣ ਆਏਗਾ ?	Who will come here?
Which	(4) ਮੇਜ਼ ਤੇ ਕਿਹੜੀ ਪੁਸਤਕ ਹੈ ?	Which book is on the table?
	(5) ਕਿਹੜੀ ਪੇਂਸਿਲ ਮੇਰੀ ਹੈ ?	Which pencil is mine?
	(6) ਕਿਹੜੀ ਮੇਰੀ ਪੇਂਸਿਲ ਹੈ ?	Which is my Pencil?
	(7) ਤੁਹਾਡਾ ਕਿਹੜਾ ਕੁੱਤਾ ਹੈ ?	Which is your dog?

who ਤੇ which ਦੇ ਅਰਥ ਹੋਰ ਵੀ ਹਨ ਜੋ, ਜਿਹੜਾ-ਜਿਹੜੀ। ਨਿਯਮ ਉਹੋ ਹੈ। ਮਨੁੱਖਾਂ ਲਈ who=ਜੋ; ਬੇਜਾਨ ਚੀਜ਼ਾਂ ਲਈ which=ਜਿਹੜਾ-ਜਿਹੜੀ; ਜਿਵੇਂ—

(1) ਮੈਂ ਉਸ ਕੁੜੀ ਨੂੰ ਮਿਲਿਆ, ਜੋ ਮਾੱਨੀਟਰ ਹੈ।	I met the girl who is monitor.
(2) ਉਹ ਕੁੜੀ ਜਿਹੜੀ ਪਿਆਨੋ ਵਜਾ ਰਹੀ ਹੈ, ਮੇਰੀ ਭੈਣ ਹੈ।	The girl, who is playing the piano is my sister.
(3) ਜਿਹੜੀ ਪੁਸਤਕ ਤੂੰ ਚਾਹੁੰਦਾ ਹੈਂ ਚੁਣ ਲੈ।	Select the book which you want.
(4) ਮੈਂ ਉਹ ਚੀਜ਼ਾਂ ਲੈ ਲਈਆਂ ਹਨ ਜੋ ਮੈਨੂੰ ਚਾਹੀਦੀਆਂ ਸਨ।	I took the things which I needed.

18 ਅਠਾਰ੍ਹਵਾਂ ਦਿਨ
18th day

ਪ੍ਰਸ਼ਨਵਾਚਕ ਵਾਕ-ਰਚਨਾ ਨੂੰ ਦੁਹਰਾਓ। ਹੁਣ What, Where ਆਦਿ ਸ਼ਬਦਾਂ ਦੇ ਨਾਲ is, are, am, was, were, has, have, had, will, shall, would, should, may, might ਆਦਿ ਕਿਰਿਆਵਾਂ ਨੂੰ ਵੀ ਦੁਹਰਾ ਲਉ। is, are, ਆਦਿ ਸਾਰੇ helping verb ਕਹਾਉਂਦੇ ਹਨ। ਇਹਨਾਂ ਦੇ ਇਕੱਲੇ ਪ੍ਰਯੋਗ ਨਾਲ ਵੀ ਪ੍ਰਸ਼ਨਵਾਚਕ ਵਾਕ ਬਣਦੇ ਹਨ। ਇਹ ਪ੍ਰਯੋਗ ਤੁਸੀਂ ਪਿੱਛੇ ਵੀ ਵੇਖ ਚੁੱਕੇ ਹੋ। ਅੱਜ ਫਿਰ ਦੁਹਰਾਓ।

ਪ੍ਰਸ਼ਨਵਾਚਕ ਵਾਕ-ਰਚਨਾ (Miscellaneous ਮਿਲੇ-ਜੁਲੇ)

1. ਕੀ ਹੋਇਆ ਹੈ ?	What is happend ? ਵਾਟ੍ ਇਜ਼ ਹੈਪੇਂਡ ?
2. ਤੁਸੀਂ ਮੈਨੂੰ ਬੁਲਾਇਆ ਸੀ ?	Did you call for me ? ਡਿਡ ਯੂ ਕਾਲ ਫੱਾਰ ਮੀ ?
3. ਮੈਂ ਜਾਵਾਂ ?	May I go ? ਮੇ ਆਈ ਗੋ ?
4. ਮੈਂ ਵੀ ਚੱਲਾਂ ?	May I accompany you ? ਮੇ ਆਇ ਅਕੰਪਨੀ ਯੂ ?
5. ਤੁਸੀਂ ਆ ਰਹੇ ਹੋ ?	Are you coming ? ਆਰ ਯੂ ਕਮਿੰਗ ?
6. ਮੈਂ ਲਿਆਵਾਂ ?	Shall I bring it ? ਸ਼ੈਲ ਆਇ ਬ੍ਰਿੰਗ ਇਟ ?
7. ਤੁਹਾਡਾ ਸ਼ੁਭ ਨਾਂ ?	What is your name, please ? ਵਾਟ੍ ਇਜ਼ ਯੂਅਰ ਨੇਮ ਪਲੀਜ਼?
8. ਮਿਜ਼ਾਜ਼ ਕਿਹੋ ਜਿਹਾ ਹੈ ?	How do you do ? ਹਾਉ ਡੂ ਯੂ ਡੂ ?
9. ਸਮਝੇ ?	Do you understand ? ਡੂ ਯੂ ਅੰਡਰਸਟੈਂਡ ?
10. ਜੀ ਨਹੀਂ ਸਮਝਿਆ।	No, I didn't. ਨੋ ਆਈ ਡਿਡੰਟ।
11. ਕੀ ਸਾਹਬ ਅੰਦਰ ਹਨ।	Is the boss in ? ਇਜ਼ ਦ ਬੱਾਸ ਇਨ ?
12. ਕੌਣ ਹੈ ?	Who is it ? ਹੂ ਇਜ਼ ਇਟ ?
13. ਕੀ ਹੈ ?	What is the matter ? ਵਾਟ੍ ਇਜ਼ ਦ ਮੈਟਰ ?
14. ਦਿਨੇਸ਼ ਕਿੱਥੇ ਹੈ ?	Where is Dinesh ? ਵੇਅਰ ਇਜ਼ ਦਿਨੇਸ਼ ?
15. ਤੁਹਾਡਾ ਕੀ ਹਾਲ ਹੈ ?	How are you ? ਹਾਉ ਆਰ ਯੂ ?
16. ਤੁਸੀਂ ਕਦੋਂ ਆਏ ?	When did you come ? ਵੇਨ ਡਿਡ ਯੂ ਕਮ ?
17. ਸ਼ੁਰੂ ਕਰੀਏ ?	Let us begin ? ਲੇਟ ਅਸ ਬਿਗਿਨ ?
18. ਇਕ ਕੰਮ ਕਰੋਗੇ ?	Will you do a thiny ? ਵੇਿਲ ਯੂ ਡੂ ਏ ਥਿੰਗ ?
19. ਕੀ ਅੱਜ ਛੁੱਟੀ ਹੈ ?	Is it a holiday today ? ਇਜ਼ ਇਟ ਏ ਹਾਲੀਡੇ ਟੁਡੇ ?
20. ਕੀ ਤੁਹਾਨੂੰ ਪਤਾ ਹੈ ?	Do you know ? ਡੂ ਯੂ ਨੋ ?
21. ਕੀ ਕਾਰਨ ਹੈ ?	What is the reason ? ਵਾਟ੍ ਇਜ਼ ਦ ਰੀਜ਼ਨ ?
22. ਤੁਸੀਂ ਜਾਉਗੇ ਨਹੀਂ ?	Won't you go ? ਵੋਂਟ ਯੂ ਗੋ ?
23. ਕੀ ਮਾਮਲਾ ਹੈ ?	What is the matter ? ਵਾਟ੍ ਇਜ਼ ਦਾ ਮੈਟਰ ?
24. ਕੀ ਗੜਬੜ ਹੈ ?	What is the trouble ? ਵਾਟ੍ ਇਜ਼ ਦ ਟ੍ਰਬਲ ?

25. ਕੀ ਝਗੜਾ ਹੈ ?	What the quarrel about ? ਵਾਟ੍ ਦ ਕ੍ਵਾਰਲ ਅਬਾਉਟ ?
26. ਤੁਸੀਂ ਗੁੱਸੇ ਹੋ ਗਏ ?	Are you angry ? ਆਰ ਯੂ ਐਂਗ੍ਰੀ ?
27. ਬਾਲ ਬੱਚੇ ਠੀਕ ਹਨ ?	How is the family ? ਹਾਉ ਇਜ਼ ਦ ਫੈਮਿਲੀ ?
28. ਕੀ ਫਰਮਾਇਆ ।	What did you say ? ਵਾਟ੍ ਡਿਡ ਯੂ ਸੇ ?
29. ਮੈਂ ਤੁਹਾਡੀ ਕੀ ਸੇਵਾ ਕਰਾਂ ?	What shall I do for you ? ਵਾਟ੍ ਸ਼ੈੱਲ ਆਇ ਡੂ ਫੱਾਰ ਯੂ ?
30. ਤੁਹਾਡਾ ਇਥੇ ਕਿਸ ਲਈ ਆਉਣਾ ਹੋਇਆ ?	What brings you here ? ਵਾਟ੍ ਬ੍ਰਿੰਗ੍ਸ ਯੂ ਹੇਅਰ ?
31. ਤੁਹਾਡਾ ਕੀ ਵਿਚਾਰ ਹੈ ?	What is your opinion ? ਵਾਟ੍ ਇਜ਼ ਯੁਅਰ ਔਪੀਨਿਅਨ ?
32. ਕੀ ਉਸ ਦੇ ਕੋਲ ਕਾਰ ਹੈ ?	Has he a car ? ਹੈਜ਼ ਹੀ ਏ ਕਾਰ ?
33. ਕੀ ਤੁਹਾਨੂੰ ਮੇਰੇ ਨਾਲ ਕੋਈ ਕੰਮ ਹੈ ?	Have you any business with me ? ਹੈਵ ਯੂ ਐਨੀ ਬਿਜ਼ਨਿਸ ਵਿਦ ਮੀ
34. ਕੌਣ ਆ ਰਿਹਾ ਹੈ ?	Who is coming ? ਹੂ ਇਜ਼ ਕਮਿੰਗ ?
35. ਰਾਤ ਦੇ ਖਾਣੇ ਵਿਚ ਕੀ ਕੁਝ ਹੈ ?	What's the menu for dinner ? ਵਾਟ੍ ਇਜ਼ ਦ ਮੀਨੂ ਫੱਾਰ ਡਿਨਰ ?
36. ਉਸ ਨਾਲ ਕੀ ਫਰਕ ਪੈਂਦਾ ਹੈ ?	What difference does that make ? ਵਾਟ੍ ਡਿਫਰੇਂਸ ਡਜ਼ ਦੈਟ ਮੇਕ ?
37. ਇਹ ਕਿਸ ਦਾ ਟੈਲੀਫੋਨ ਨੰਬਰ ਹੈ ?	Whose telephone number is this ? ਹੂਜ਼ ਟੈਲੀਫੋਨ ਨੰਬਰ ਇਜ਼ ਦਿਸ ?
38. ਤੁਸੀਂ ਕਦੋਂ ਸੌਂਦੇ ਹੋ ?	When do you retire ? ਵੇਨ੍ ਡੂ ਯੂ ਰਿਟਾਯਰ ?
39. ਅਸੀਂ ਕਿੱਥੇ ਮਿਲਾਂਗੇ ?	Where shall we meet ? ਵੇਅਰ ਸ਼ੈਲ ਵੀ ਮੀਟ ?
40. ਤੁਸੀਂ ਵਾਪਸ ਕਿਵੇਂ ਆ ਗਏ ?	How do you come back ? ਹਾਉ ਡੂ ਯੂ ਕਮ ਬੈਕ ?
41. ਤੁਸੀਂ ਪੜ੍ਹਨਾ ਕਿਉਂ ਛੱਡ ਦਿਤਾ ?	Why have you left your studies ? ਵਾਇ ਹੈਵ ਯੂ ਲੈਫ੍ਟ ਯੁਅਰ ਸ੍ਟੱਡੀਜ਼ ?
42. ਤੁਸੀਂ ਕੀ ਢੂੰਡ ਰਹੇ ਹੋ ?	What are you looking for ? ਵਾਟ੍ ਆਰ ਯੂ ਲੁਕਿੰਗ ਫੱਾਰ ?
43. ਤੁਹਾਡਾ ਕੀ ਹਾਲ ਚਾਲ ਹੈ ?	How are you ? ਹਾਉ ਆਰ ਯੂ ?
44. ਤੁਹਾਡਾ ਹਾਲ ਚਾਲ ਕੀ ਹੈ ?	How do you do ? ਹਾਉ ਡੂ ਯੂ ਡੂ ?
45. ਤੁਸੀਂ ਕਿਵੇਂ ਹੋ ?	How do you do ? ਹਾਉ ਡੂ ਯੂ ਡੂ ?
46. ਬੱਚੇ ਕਿਵੇਂ ਹਨ ?	How are the children ? ਹਾਉ ਆਰ ਦ ਚਿਲਡ੍ਰਨ ?
47. ਇਥੇ ਸਭ ਤੋਂ ਚੰਗੀ ਦੁਕਾਨ ਕਿਹੜੀ ਹੈ ?	Which is the best shop here ? ਵ੍ਹਿਚ ਇਜ਼ ਦ ਬੈਸ੍ਟ ਸ਼ਾਪ ਹੇਅਰ ?
48. ਅੱਜ ਉਸ ਦੀ ਹਾਲਤ ਕਿਹੋ ਜਹੀ ਹੈ ?	How is he today ? ਹਾਉ ਇਜ਼ ਹੀ ਟੁਡੇ ?
49. ਇਹ ਸੱਜਣ ਕੌਣ ਹਨ ?	Who's this gentleman ? ਹੂ ਇਜ਼ ਦਿਸ ਜੈਂਟਲਮੈਨ ?
50. ਕੀ ਹੈ ?	What's it ? ਵਾਟ੍ਸ ਇਟ ?
51. ਵਾਗੀਸ਼ ਕਿੱਥੇ ਹੈ ?	Where is Vagish ? ਵੇਅਰ ਇਜ਼ ਵਾਗੀਸ਼ ?
52. ਤੁਸੀਂ ਮੇਰੇ ਕਪੜੇ ਕਿੱਥੇ ਰੱਖੇ ਹਨ ?	Where have you kept my clothes ? ਵੇਅਰ ਹੈਵ ਯੂ ਕੇਪਟ ਮਾਇ ਕ੍ਲੋਦਜ਼ ?

53. ਕੀ ਖ਼ਬਰ ਹੈ ? What's the news ? ਵਾਟਸ੍ ਦ ਨਿਊਜ਼ ?

54. ਤੁਸੀਂ ਕੀ ਕਰਦੇ ਹੋ ? What are you ? ਵਾਟ੍ ਆਰ ਯੂ ?

55. ਫਿਰ ਮੁਲਾਕਾਤ ਕਦੋਂ ਹੋਵੇਗੀ ? When shall we meet again ? ਵੈਨ੍ ਸ਼ੈਲ ਵੀ ਮੀਟ ਅਗੇਨ ?

56. ਤੁਸੀਂ ਸਾਡੇ ਕੋਲ ਕਦੋਂ ਆਉਗੇ ? When will you come to us ? ਵੈਨ੍ ਵਿਲ੍ ਯੂ ਕਮ ਟੂ ਅਸ ?

57. ਤੁਹਾਡੀ ਉਮਰ ਕਿੰਨੀ ਹੈ ? How old are you ? ਹਾਉ ਓਲਡ ਆਰ ਯੂ ?

58. ਤੁਸੀਂ ਉਸ ਨੂੰ ਕਦੋਂ ਮਿਲੋਗੇ ? When will you see him ? ਵੈਨ੍ ਵਿਲ ਯੂ ਸੀ ਹਿਮ ?

59. ਤੁਸੀਂ ਇਥੇ ਕਦੋਂ ਤੋਂ ਹੋ ? How long have you been here ? ਹਾਉ ਲਾਂਗ ਹੈਵ ਯੂ ਬੀਨ ਹਿਅਰ ?

60. ਇਸ ਕੋਟ ਤੇ ਕਿੰਨਾ ਖ਼ਰਚ ਹੋਇਆ ਹੈ ? How much did this coat cost you ? ਹਾਉ ਮਚ ਦਿਸ੍ ਕੋਟ ਕੱਾਸ੍ਟ ਯੂ ?

61. ਕਿੰਨਾ ਵਕਤ ਲਗੇਗਾ ? How much time will it take ? ਹਾਉ ਮਚ ਟਾਈਮ ਵਿਲ੍ ਇਟ ਟੇਕ ?

62. ਤੁਸੀਂ ਕਿਉਂ ਤਕਲੀਫ਼ ਕਰਦੇ ਹੋ ? Why do you trouble yourself ? ਵ੍ਹਾਈ ਡੂ ਯੂ ਟ੍ਰੱਬਲ ਯੁਅਰ ਸੈਲ੍ਫ ?

63. ਤੁਸੀਂ ਪਹਿਲਾਂ ਕਿਉਂ ਨਹੀਂ ਗਏ ? Why did you not go earliar ? ਵ੍ਹਾਈ ਡਿਡ ਯੂ ਨੱਾਟ ਗੋ ਅਰ੍ਲੀਅਰ ?

64. ਇਹ ਸੜਕ ਬੰਦ ਕਿਉਂ ਹੈ ? Why is the road closed ? ਵ੍ਹਾਈ ਇਜ਼ ਦ ਰੋਡ ਇਜ਼ ਕਲੋਜ਼ਡ ?

ਯਾਦ ਰਖਣ ਲਈ (To Remember)

(i) ਤੁਸੀਂ ਵੇਖਿਆ ਕਿ is, are, was, were, will, shall, would, should, can, could, may, might ਆਦਿ ਸਹਾਇਕ ਕਿਰਿਆਵਾਂ ਜੇ ਵਾਕ ਦੇ ਸ਼ੁਰੂ ਵਿਚ ਆਉਣ ਤਾਂ ਪ੍ਰਸ਼ਨਵਾਚਕ ਵਾਕ ਬਣਦੇ ਹਨ ਅਤੇ ਜੇ ਇਹ ਕਿਰਿਆਵਾਂ (subject ਦੇ ਬਾਅਦ) ਆਉਣ ਤਾਂ ਸਾਧਾਰਨ ਵਾਕ ਬਣਦੇ ਹਨ। ਉਦਾਹਰਣ ਲਈ—

A	B
(1) Am I fool?	I am not a fool.
(2) Were those your books?	Those were your books.
(3) Had you gone there?	You had done there.
(4) Can I walk for a while?	You can walk.
(5) May I come in?	You may come in.
(6) Might you go now?	I might go now.

(ii) do, did ਮੂਲੋਂ ਸਹਾਇਕ ਕਿਰਿਆਵਾਂ ਨਹੀਂ ਹਨ। ਹੇਠਾਂ ਦਿਤੇ ਵਾਕ ਧਿਆਨ ਨਾਲ ਵੇਖੋ :

(1) ਮੈਂ ਸਵੇਰੇ ਜਲਦੀ ਉਠਦਾ ਹਾਂ। I get up early in the morning.

(2) ਮੈਂ ਸਵੇਰੇ ਜਲਦੀ ਉਠਿਆ। I got up early in the morning.

ਤੁਸੀਂ ਹੁਣ ਇਹਨਾਂ ਦੇ ਨਾਂਹਵਾਚਕ (Negative) ਵਾਕ ਬਣਾਉ—

(3) ਮੈਂ ਸਵੇਰੇ ਜਲਦੀ ਨਹੀਂ ਉਠਦਾ ਹਾਂ। I do not get up early in the morning.

(4) ਮੈਂ ਸਵੇਰੇ ਜਲਦੀ ਨਹੀਂ ਉਠਿਆ। I did not get up early in the morning.

(ਤੁਸੀਂ ਦੇਖਿਆ ਕਿ ਨਾਂਹਵਾਚਕ ਵਾਕ ਬਣਾਉਣ ਲਈ—do, did ਜੋੜੇ ਗਏ) ਪ੍ਰਸ਼ਨਵਾਚਕ ਬਣਾਉਣ ਲਈ ਅੰਦਰ ਵਾਲਾ do, did ਸਭ ਤੋਂ ਪਹਿਲਾਂ ਪ੍ਰਯੋਗ ਕੀਤਾ ਜਾਂਦਾ ਹੈ। ਜਿਵੇਂ—

(5) ਕੀ ਮੈਂ ਜਲਦੀ ਉਠਦਾ ਹਾਂ ? Do I get up early in the morning?

(6) ਕੀ ਮੈਂ ਜਲਦੀ ਉਠਿਆ ? Do I got up early in the morning?

19 ਉੱਨੀਵਾਂ ਦਿਨ th day

ਪਿੱਛੇ ਤੁਸੀਂ ਸਭ ਕਾਲਾਂ (Tenses) ਵਿਚ ਕਿਰਿਆਵਾਂ ਦੇ ਰੂਪ ਦੁਹਰਾਏ ਹਨ। ਸੋਲ੍ਹਵੇਂ ਤੇ ਸਤਾਰ੍ਹਵੇਂ ਦਿਨ ਦੇ ਅਭਿਆਸ ਵਿਚ ਪ੍ਰਸ਼ਨਵਾਚਕ ਵਾਕਾਂ ਦੀ ਰਚਨਾ ਵੀ ਕੀਤੀ ਹੈ। ਕੀ ਤੁਸੀਂ ਦੱਸ ਸਕਦੇ ਹੋ ਕਿ ਸ੍ਵੀਕਾਰਾਤਮਕ (Assertive) ਵਾਕ ਬਨਾਉਣ ਵਿਚ ਤੁਹਾਨੂੰ ਕੀ ਕਰਨਾ ਪਿਆ ਹੈ। ਤੁਸੀਂ ਸਾਰੇ ਕਾਲਾਂ (Tenses) ਵਿਚ ਸਹਾਇਕ ਕਿਰਿਆਵਾਂ ਨੂੰ ਵਾਕ ਵਿਚ ਸਭ ਤੋਂ ਪਹਿਲਾਂ ਪ੍ਰਯੋਗ ਕਰਕੇ ਪ੍ਰਸ਼ਨਵਾਚਕ ਵਾਕ ਬਣਾਏ ਹਨ। (1) ਹੁਣ ਤੁਸੀਂ ਧਿਆਨ ਦਿਓ ਕਿ ਨਾਂਹਵਾਚਕ (Negative) ਵਾਕ ਕਿਸ ਤਰ੍ਹਾਂ ਬਣਦੇ ਹਨ। ਵਾਕ ਵਿਚ do, did, is, are, was, were, have, had, will, shall, can, could, may, might, ਆਦਿ ਸਹਾਇਕ ਕਿਰਿਆਵਾਂ ਦੇ ਪਿੱਛੋਂ not ਜੋੜ ਦਿੱਤਾ ਜਾਂਦਾ ਹੈ। ਇਸ ਨਾਲ ਨਾਂਹਵਾਚਕ ਵਾਕ ਬਣਦੇ ਹਨ। (2) ਲਿਖਣ ਵਿਚ do not, were not, have not, can not, will not, shall not, should not, would not ਆਦਿ ਇਸੇ ਰੂਪ ਵਿਚ ਪ੍ਰਯੋਗ ਹੁੰਦੇ ਹਨ, ਪਰ ਬੋਲਣ ਵਿਚ ਜ਼ਿਆਦਾਤਰ ਸੰਖੇਪ ਰੂਪਾਂ ਦਾ ਪ੍ਰਯੋਗ ਹੁੰਦਾ ਹੈ, ਜੋ ਸਿਲਸਿਲੇਵਾਰ ਇਸ ਤਰ੍ਹਾਂ ਹਨ—don't, didn't, weren't, haven't, can't, won't, shouldn't, wouldn't. ਇਹ ਗੱਲ ਧਿਆਨ ਵਿਚ ਰੱਖੋ ਕਿ ਬੋਲਣ ਵਿਚ ਦੋਵੇਂ ਰੂਪ ਪਰਚਲਿਤ ਹਨ। ਆਓ ਇਹਨਾਂ ਦਾ ਅਭਿਆਸ ਕਰੀਏ।

ਨਾਂਹਵਾਚਕ ਵਾਕ (Negative Sentences)

1. ਮੈਂ ਨਹੀਂ ਜਾਣਦਾ।	I do not know. ਆਈ ਡੂ ਨੌਟ ਨੋ।
2. ਮੈਂ ਕੁਝ ਨਹੀਂ ਪੁਛਦਾ।	I don't* ask any thing. ਆਈ ਡੋਂਟ ਆਸਕ ਐਨੀ ਥਿੰਗ।
3. ਉਹ ਇਥੇ ਨਹੀਂ ਆਉਂਦੀ।	She does not come here. ਸ਼ੀ ਡਜ਼ ਨੌਟ ਕਮ ਹਿਅਰ.
4. ਉਹ ਚਾਹ ਬਣਾਉਣਾ ਨਹੀਂ ਜਾਣਦੀ।	She doesn't know how to make tea. ਸ਼ੀ ਡੱਜ਼ੰਟ ਨੋ ਹਾਉ ਵ੍ਹ ਮੇਕ ਟੀ.
5. ਉਹ ਕੱਲ੍ਹ ਬਸ ਤੋਂ ਉਕਿਆ ਨਹੀਂ ਸੀ।	He did not miss the bus yesterday. ਹੀ ਡਿਡ ਨੌਟ ਮਿੱਸ ਦ ਬਸ ਯੈੱਸਟਰ-ਡੇ.
6. ਅਸੀਂ ਇਹ ਸਮਾਚਾਰ ਨਹੀਂ ਸੁਣਿਆ।	We didn't hear this news. ਵੀ ਡਿਡੰਟ ਹੀਅਰ ਦਿਸ ਨਿਊਜ਼.
7. ਅੱਜ ਠੰਡ ਨਹੀਂ ਹੈ।	It is not cold today. ਇਟ ਇਜ਼ ਨੌਟ ਕੋਲ੍ਡ ਟੁਡੇ.
8. ਉਹ ਔਰਤ ਵਿਆਹੀ ਹੋਈ ਨਹੀਂ ਹੈ।	She isn't married. ਸ਼ੀ ਇਜ਼ੰਟ ਮੈਰਿਡ.
9. ਅੱਜ ਅਸੀਂ ਲੇਟ ਨਹੀਂ ਹਾਂ।	We aren't late today. ਵੀ ਆਰੰਟ ਲੇਟ ਟੁਡੇ.
10. ਉਹ ਦਿੱਲੀ ਵਿਚ ਨਹੀਂ ਸੀ।	She was not (wasn't) in Delhi. ਸ਼ੀ ਵੌਜ਼ ਨੌਟ (ਵਾਜ਼ੰਟ) ਇਨ ਡੇਲ੍ਹੀ,
11. ਅਸੀਂ ਭਾਸ਼ਨ ਵਿਚ ਨਹੀਂ ਸੀ।	We were not (weren't) at lecture. ਵੀ ਵੱਰ੍ ਨੌਟ (ਵਰੰਟ) ਐਟ ਲੇਕ੍ਚਰ.
12. ਉਸ ਨੂੰ ਮੁੰਡਾ ਨਹੀਂ ਹੋਇਆ।	She hasn't (has not) got a son. ਸ਼ੀ ਹੈਜ਼ੰਟ (ਹੈਜ਼ ਨੌਟ) ਗੌਟ ਏ ਸਨ.
13. ਮੈਨੂੰ ਖ਼ਤ ਨਹੀਂ ਮਿਲਿਆ।	I haven't (have not) got a letter. ਆਇ ਹੈਵੰਟ (ਹੈਵ ਨੌਟ) ਗੌਟ ਏ ਲੈਟਰ।

14, ਉਹਨਾਂ ਕੋਲ ਕਾਰ ਨਹੀਂ ਸੀ ।	They hadn't (had not) got a car. ਦੇ ਹੈਡੰ'ਟ (ਹੈਡ ਨੱਾਟ) ਗੱਾਟ ਏ ਕਾਰ ।
15. ਘਬਰਾਉ ਨਹੀਂ, ਪਿਤਾ ਜੀ ਨਰਾਜ਼ ਨਹੀਂ ਹੋਣਗੇ ।	Don't worry, Father won't* be angry. ਡੋਂਟ ਵਰੀ, ਫ਼ਾਦਰ ਵੋਂਟ ਬੀ ਐਂਗ੍ਰੀ.
16. ਪਿਤਾ ਜੀ ਕੱਲ੍ਹ ਘਰ ਨਹੀਂ ਹੋਣਗੇ ।	Father will not be at home tomorrow. ਫ਼ਾਦਰ ਵਿਲ ਨੱਾਟ ਬੀ ਐਟ ਹੋਮ ਟੁਮੱਾਰੋ.
17. ਸਾਨੂੰ ਕੱਲ੍ਹ ਦੇਰ ਨਹੀਂ ਹੋਵੇਗੀ ।	We shan't (shall not) be late tomorrow. ਵੀ ਸ਼ੇਂਟ ਸ਼ੈਲ ਨੱਾਟ, ਬੀ ਲੇਟ ਟੁ-ਮਾਰੋ ।
18. ਮੈਂ ਮੋਟਰ-ਸਾਈਕਲ ਨਹੀਂ ਚਲਾ ਸਕਦਾ ।	I can't (can not) drive a motor-cycle. ਆਈ ਕਾਂਟ (ਕੈਨ ਨੱਾਟ) ਡ੍ਰਾਇਵ ਏ ਮੋਟਰ-ਸਾਈਕਲ.
19. ਤੁਹਾਨੂੰ ਕਾਰ ਪਟੜੀ ਤੇ ਨਹੀਂ ਚਲਾਉਣੀ ਚਾਹੀਦੀ ।	You mustn't (must not) drive a car on the foot-path. ਯੂ ਮਸਟੰ'ਟ (ਮਸਟ ਨੱਾਟ) ਡਰਾਈਵ ਏ ਕਾਰ ਔਨ ਦ ਫ਼ੁਟਪਾਥ ।
20. ਮੈਂ ਪਰਸੋਂ ਸਮੇਂ ਸਿਰ ਨਹੀਂ ਪੁੱਜ ਸਕਿਆ ।	I couldn't (could not) reach in time a day before yesterday. ਆਇ ਕੁਡੰ'ਟ (ਕੁਡਨਾਟ) ਰੀਚ ਇਨ ਟਾਈਮ ਏ ਡੇ ਬਿਫ਼ੋਰ ਯੇੱਸਟ੍ਰਡੇ ।
21. ਮੈਨੂੰ ਕੋਈ ਕਿਤਾਬ ਨਹੀਂ ਚਾਹੀਦੀ ।	I needn't any book. ਆਈ ਨੀਡੰ'ਟ ਐਨੀ ਬੁੱਕ.
22. ਜੇ ਤੁਸੀਂ ਉਸ ਨੂੰ ਕਿਹਾ ਨਾ ਹੁੰਦਾ ਤਾਂ ਉਹ ਇਹ ਨਾ ਜਾਣਦੀ ।	If you hadn't told her, she wouldnt't have known. ਇਫ਼ ਯੂ ਹੈਡੰ'ਟ ਟੋਲ੍ਡ ਹਰ, ਸ਼ੀ ਵੁਡੰਟ ਹੈਵ ਨੋਨ !
23. ਹੁਣ ਸਾਨੂੰ ਆਪਣੀ ਦੁਕਾਨ ਬੰਦ ਨਹੀਂ ਕਰਨੀ ਚਾਹੀਦੀ, ਕਿਉਂ ਕਰਨੀ ਚਾਹੀਦੀ ?	Now we shouldn't close our shop, should we ? ਨਾਉ ਵੀ ਸ਼ੁਡੰਟ ਕੁਲੋਜ਼ ਅਵਰ ਸ਼ੱਾਪ, ਸ਼ੁਡ ਵੀ ?

---

*do+not=don'ϕt=DONT (ਜਾਂ do not) ;
does+not=doesn'ϕt=DOESN'T (ਜਾਂ does not) ;
did+not=didn'ϕt=DIDN'T (ਜਾਂ did not) ;
is+not=isn'ϕt=ISN'T (ਜਾਂ is not) ;
are+not=aren'ϕt=AREN'T (ਜਾਂ are not) ;
was+not=wasn'ϕt=WASN'T (ਜਾਂ was not) ;
were+not=weren'ϕt=WEREN'T (ਜਾਂ were not) ;
has+not=hasnϕt=HASN'T (ਜਾਂ has not) ;
have+not=haven'ϕt=HAVEN'T (ਜਾਂ have not) ;
had+not=hadn'ϕt=HADN'T (ਜਾਂ had not) ;
will+not=w+o+(ill)n' (o)t=WON'T (ਜਾਂ will not) ;
shall+not=shan'ϕt=SHAN'T (ਜਾਂ shall not) ;
can+not=can'ϕt=CAN'T (ਜਾਂ can not) ;
must=not=mustn'ϕt=MUSTN'T (ਜਾਂ must not) ;
could+not=couldn'ϕt=COULDN'T (ਜਾਂ could not) ;
need+not=needn't=NEEDN'T (ਜਾਂ need not) ;
would+not=wouldn't=WOULDN'T (ਜਾਂ would not) ;
should+not=shouldn't=SHOULDN'T (ਜਾਂ should not).

ਪ੍ਰਸ਼ਨਵਾਚੀ-ਨਾਂਹਵਾਚਕ ਵਾਕ Interrogative-Cum-Negative Sentenses

(1.) ਅੰਗ੍ਰੇਜ਼ੀ ਵਿਚ—ਅੱਜ ਬੜੀ ਗਰਮੀ ਹੈ, ਕੀ ਨਹੀਂ ਹੈ ? ਜਾਂ (ਅੱਜ ਬੜੀ ਠੰਡ ਨਹੀਂ ਹੈ, ਕੀ ਹੈ ?) ਇਸ ਤਰ੍ਹਾਂ ਦੇ ਵਾਕ ਬੜੇ ਪ੍ਰਚੱਲਤ ਹਨ। ਇਹਨਾਂ ਨੂੰ ਅੰਗ੍ਰੇਜ਼ੀ ਵਿਚ Tail-Questions ਕਿਹਾ ਜਾਂਦਾ ਹੈ। ਇਹ ਵਾਕ ਦੇ ਅੰਤ ਵਿਚ ਛੋਟੇ ਜਿਹੇ ਪ੍ਰਸ਼ਨ ਦੇ ਰੂਪ ਵਿਚ ਆਉਂਦੇ ਹਨ। ਜੇ ਵਾਕ ਸ੍ਵੀਕਾਰਾਤਮਕ (Assertive) ਹੋਵੇ ਤਾਂ Tail-Question ਨਾਂਹਵਾਚਕ ਹੁੰਦਾ ਹੈ ਜਿਵੇਂ—It's hot today, isn't it ? (ਹੋਰ ਦੇਖੋ 26,28) ਅਤੇ ਜੇ ਵਾਕ ਨਾਂਹਵਾਚਕ ਹੋਵੇ ਤਾਂ Tail-Question ਸ੍ਵੀਕਾਰਾਤਮਕ ਹੁੰਦਾ ਹੈ—Isn't it cold today, *it is ?* (ਹੋਰ ਦੇਖੋ, 27,30)।

2. ਵਾਕ ਦੇ ਪਹਿਲੇ ਭਾਗ ਵਿਚ ਸਹਾਇਕ ਕਿਰਿਆਵਾਂ (helping verb) ਦੇ ਨਾਲ not ਵੱਖਰਾ ਜਾਂ ਮਿਲਿਆ ਹੋਇਆ—ਦੋਵੇਂ ਹੀ ਪ੍ਰਯੋਗ ਹੁੰਦੇ ਹਨ (is not=isn't), ਪਰ Tail-Question ਵਿਚ isn't ਆਦਿ ਛੋਟੇ ਰੂਪ ਹੀ ਪ੍ਰਯੋਗ ਹੁੰਦੇ ਹਨ। ਹੇਠਾਂ ਲਿਖੇ ਵਾਕ ਦੇਖੋ :

24. ਅੱਜ ਬੜੀ ਗਰਮੀ ਹੈ, ਕੀ ਨਹੀਂ ਹੈ ? — It's hot to day, isn't it ? ਇਟ'ਜ਼ ਹੱਟ ਟੁਡੇ ਇਜ਼ੰਟ ਇਟ ?
25. ਉਹ ਅੰਗ੍ਰੇਜ਼ ਹਨ, ਕੀ ਨਹੀਂ ਹਨ ? — They're English, aren't they ? ਦੇ ਆਰ ਇੰਗਲਿਸ਼, ਆਰੰਟ ਦੇ।
26. ਤੁਸੀਂ ਖੁਸ਼ ਨਹੀਂ ਸੀ, ਕੀ ਖੁਸ਼ ਸੀ ? — You weren't happy, were you ? ਯੂ ਵੇਅਰੰਸ ਹੈਪੀ, ਵਰ ਯੂ ?
27. ਭਲਕੇ ਐਤਵਾਰ ਹੋਵੇਗਾ, ਕੀ ਨਹੀਂ ਹੋਵੇਗਾ ? — It will (it'll) be sunday tomorrow, won't it ? ਇਟ ਵਿਲ (ਇਟ'ਲ) ਬੀ ਸੱਨਡੇ ਟੁਮੱਾਰੋ, ਵੋਂਟ ਇਟ ?
28. ਅਸੀਂ ਜਲਦੀ ਤਿਆਰ ਹੋ ਜਾਵਾਂਗੇ, ਕੀ ਨਹੀਂ ਹੋ ਜਾਵਾਂਗੇ ? — We shall (we'll) be ready soon, shan't we ? ਵੀ ਸ਼ੈਲ (ਵਿ'ਲ) ਬੀ ਰੈਡੀ ਸੂਨ, ਸ਼ਾਂਟ ਵੀ ?
29. ਭਲਕ 20 ਫਰਵਰੀ ਨਹੀਂ ਹੋਵੇਗੀ, ਕੀ ਹੋਵੇਗੀ ? — It won't (will not, be 20th Fabruary tomorrow, will it ? ਇਟ ਵੋਂਟ (ਵਿਲ ਨੱਾਟ) ਬੀ ਟ੍ਵੇਂਟਿਅਥ ਫੇਬ੍ਰੁਅਰੀ ਟੁਮੱਾਰੋ, ਵਿਲ ਇਟ ?
30. ਕਲ੍ਹ ਮੈਂ ਤੁਹਾਡੇ ਨਾਲ ਨਹੀਂ ਹੋਵਾਂਗਾ, ਕੀ ਹੋਵਾਂਗਾ ? — I shall not (shan't) be with you, shall I ? ਆਈ ਸ਼ੈਲ ਨੱਾਟ (ਸ਼ਾਂਟ) ਬੀ ਵਿਦ ਯੂ, ਸ਼ੈਲ ਆਈ ?
31. ਤੁਸੀਂ ਕਾਲੀਦਾਸ ਦੀ ਸ਼ਕੁੰਤਲਾ ਪੜ੍ਹੀ ਹੈ, ਕੀ ਨਹੀਂ ਪੜ੍ਹੀ ਹੈ ? — Have you read Kalidasa's Shakuntala, haven't you ? ਹੈਵ ਯੂ ਰੇਡ ਕਾਲੀਦਾਸਾਜ਼ ਸ਼ਕੁੰਤਲਾ, ਹੈਵੇਂਟ ਯੂ ?
32. ਤੁਸੀਂ ਆਪਣਾ ਕੰਮ ਖ਼ਤਮ ਕਰ ਲਿਆ ਹੈ, ਕੀ ਨਹੀਂ ਕਰ ਲਿਆ ? — You had finished your work, hadn't you ? ਯੂ ਹੈਡ ਫਿਨਿਸ਼ਡ ਯੂਅਰ ਵਰ੍ਕ, ਹੈਡੰਟ ਯੂ ?
33. ਤੁਸੀਂ ਮੇਰੇ ਲਈ ਪੁਸਤਕ ਨਹੀਂ ਢੂੰਡ ਸਕੇ, ਕੀ ਢੂੰਡ ਸਕੇ ਸੀ ? — You couldn't find the book for me, could you ? ਯੂ ਕੁੱਡੰ'ਟ ਫ਼ਾਈਂਡ ਦ ਬੁੱਕ ਫ਼ੌਰ ਮੀ, ਕੁੱਡ ਯੂ ?
34. ਮੀਨਾ ਨੂੰ ਦੇਰ ਨਾਲ ਨਹੀਂ ਸੌਣਾ ਚਾਹੀਦਾ, ਕੀ ਸੌਣਾ ਚਾਹੀਦਾ ਹੈ ? — Mina shouldn't go to bed late, should she ? ਮੀਨਾ ਸ਼ੁਡੰ'ਟ ਗੋ ਟੂ ਬੇੱਡ ਲੇਟ, ਸ਼ੁਡ ਸ਼ੀ ?
35. ਅਮਿਤਾਭ ਨੂੰ 12 ਬਜੇ ਤਕ ਜ਼ਰੂਰ ਉਡੀਕ ਕਰਨੀ ਪਵੇਗੀ, ਕੀ ਨਹੀਂ ਕਰਨੀ ਪਵੇਗੀ ? — Amitabh must wait till 12 O'clock, must'n he ? ਅਮਿਤਾਭ ਮਸਟ ਵੇਟ ਟਿਲ ਟ੍ਵੇਲ੍ਵ ਓ ਕਲਾਕ, ਮਸਟ ਹੀ ?
36. ਉਸ ਨੇ ਅੰਗ੍ਰੇਜ਼ੀ ਨਹੀਂ ਸਿੱਖੀ ਹੈ, ਕੀ ਸਿੱਖੀ ਹੈ ? — She hasn't learnt English, has she ? ਸ਼ੀ ਹੈਜ਼ੰ'ਟ ਲਰਨ੍'ਟ ਇੰਗਲਿਸ਼, ਹੈਜ਼ ਸ਼ੀ ?
37. ਤੁਸੀਂ ਅੰਗ੍ਰੇਜ਼ੀ ਬੋਲ ਸਕਦੇ ਹੋ, ਕੀ ਨਹੀਂ ਬੋਲ ਸਕਦੇ ? — You can speak English, can't you ? ਯੂ ਕੇਨ ਸੁਪੀਕ ਇੰਗਲਿਸ਼, ਕਾਂਟ ਯੂ ?

38. ਮਹਾਨ ਆਦਮੀ ਸਮਾਂ ਖ਼ਰਾਬ ਨਹੀਂ ਕਰਦੇ, ਕੀ ਕਰਦੇ ਹਨ ? Great man don't waste their time, do they ? ਗ੍ਰੇਟ ਮੈੱਨ ਡੋਂਟ ਵੇਸਟ ਦੇਅਰ ਟਾਈਮ, ਡੂ ਦੇ ?

39. ਤੁਹਾਡੇ ਭਰਾ ਕੋਲ ਟੈਲੀਵੀਜ਼ਨ ਹੈ, ਕੀ ਨਹੀਂ ਹੈ ? Your brother has a television set, hasn't he ? ਯੂਅਰ ਬ੍ਰਦਰ ਹੈਜ਼ ਏ ਟੈਲਿਵਿਜ਼ਨ ਸੈੱਟ, ਹੈਜ਼ੰਟ ਹੀ ?

ਯਾਦ ਰਖਣ ਲਈ (To Remember)

(A)

A. ਅੰਗ੍ਰੇਜ਼ੀ ਵਿਚ ਕੁਝ ਜੁੜੇ ਸ਼ਬਦਾਂ ਦੇ ਸੰਖੇਪ ਰੂਪ (short forms) ਬੋਲ-ਚਾਲ ਵਿਚ ਬਹੁਤ ਪ੍ਰਚੱਲਿਤ ਹਨ। ਇਨ੍ਹਾਂ ਨੂੰ ਬੋਲਣ ਤੇ ਲਿਖਣ ਦਾ ਅਭਿਆਸ ਕਰੋ।

Does not ਡਜ਼ ਨਾੱਟ	doesn't ਡਜ਼ੰਟ	is not ਇਜ਼ ਨਾੱਟ	isn't ਇਜ਼ੰਟ
Do not ਡੂ ਨਾੱਟ	don't ਡੋਂਟ	can not ਕੈਨਨਾੱਟ	can't ਕਾਂਟ

ਉਪਰ ਦਿਤੇ ਉਦਾਹਰਣਾਂ ਦੇ ਆਧਾਰ ਤੇ ਇਨ੍ਹਾਂ ਦੇ ਉਚਾਰਣ ਤੁਸੀਂ ਲਿਖੋ ਤੇ ਦੁਹਰਾਉ :

shall not (shan't ਸ਼ਾਂਟ), will not (won't ਵੋਂਟ), should not (shouldn't ਸ਼ੁਡੰਟ), would not (wouldn't ਵੁਡੰਟ), must not (mustn't ਮਸੁਟੰਟ), was not (wasn't ਵਾਜ਼ੰਟ), were not (werent' ਵੱਰੰਟ), are not (aren't ਆਰੰਟ), I am (I'm ਆ'ਮ) I have (I've ਆਇਵ), have not (havn't ਹੈਵੰਟ), has not (hasn't ਹੈਜ਼ੰਟ), had not (hadn't ਹੈਡੰਟ), could not (couldn't ਕੁਡੰਟ), I would (I'd ਆਇ'ਡ).

B. Don't ਵਿਚ n ਤੇ ਲਗੇ ਚਿੰਨ੍ਹ (n') ਨੂੰ Apostrophe ਕਹਿੰਦੇ ਹਨ।

(B)

Tail-Questions ਵਾਲੇ ਵਾਕਾਂ ਵਿਚ ਇਹ ਵਿਪਰੀਤਾਰਥੀ ਜੋੜੇ ਕੰਮ ਆਉਂਦੇ ਹਨ। ਇਹਨਾਂ ਨੂੰ ਯਾਦ ਕਰੋ

she does not—does she?		you do not—do you?
I did—didn't	He is—isn't he?	We are—aren't we?
He was—wasn't he?	You were—weren't you?	They had—hadn't they?
We can—can't we?	You will—won't you?	I shan't—shall I?
I must—mustn't I?	You would—wouldn't you?	She could—couldn't she?

20 th day ਵੀਹਵਾਂ ਦਿਨ

11 ਤੋਂ 15 ਦਿਨ

I. ਅੰਗ੍ਰੇਜ਼ੀ ਵਿਚ 5 ਸੁਰ (Vowels) ਹਨ—A E I O U. ਇਨ੍ਹਾਂ ਸ਼ਬਦਾਂ ਦਾ ਉਚਾਰਣ ਕਰੋ। ਉਚਾਰਣ ਕਰਦੇ ਹੋਏ ਸਵਰਾਂ ਦੇ ਉਚਾਰਣ ਤੇ ਧਿਆਨ ਦਿਉ—

(a) a=ਆ (ਜਿਵੇਂ Car)

far	star	card	hard	dark	mark
arm	farm	harm	art	part	start
heart	guard	answer	can't	balm	
calm	half	craft	draught	graph	

(b) y ਜਾਂ i=ਆਈ (my ਦੀ ਤਰ੍ਹਾਂ)

by	buy	cry	try	spy	style
die	lie	tie.	eye	life	wife
like	strike	high	sight	right	height
fight	light	might	night	tight	bind
find	mind	kind	fine	line	nine
pipe	ripe	five	strive		

(c) u ਜਾਂ o=ਅ ਜਿਵੇਂ cup)

but	cut	rub	bud	dull	sum
fun	gun	up	hunt	lunch	luck
rush	sun	vulger	brother	mother	other
front	worry	some	dozen		monday
son	govern	nothing	young	tongue	southern
colour					

(d) i=ਇ (ਜਿਵੇਂ it)

fit	hit	this	fish	wish	him
in	sin	thin	big	bid	kid
lip	slip	trip	ill	fill	will
kill	still	kick	pick	sick	trick
quick	king	link	spring	wing	fist
list	give	live			

(e) ea, ee, eu=ਈ ਅ (ਜਿਵੇਂ near)

clear	tear	near	hear	fear	appear
ear	year	dear	beer	deer	cheer
sheer	queer				

(f) ea=ਈ (ਜਿਵੇਂ seat)

ear	beat	heat	meat	neat	heap
mean	sea	tea	lead	read	meal
each	reach				

II. ਉਪਰੋਕਤ ਪ੍ਰਸ਼ਨ I ਵਿਚ (a) ਤੋਂ (f) ਤਕ ਕੁੱਲ 150 ਸ਼ਬਦ ਹਨ। ਇਨ੍ਹਾਂ ਵਿਚੋਂ ਜੇ 140 ਦੇ ਅਰਥ ਠੀਕ ਹੋਣ ਤਾਂ Very good, 125 ਠੀਕ ਹੋਣ ਤਾਂ good, 100 ਠੀਕ ਹੋਣ ਤਾਂ 'Not bad' ਮੰਨੋ।

III. ਪ੍ਰਸ਼ਨ I ਦੇ 150 ਸ਼ਬਦਾਂ ਵਿਚੋਂ ਕੁਝ ਸ਼ਬਦਾਂ ਵਿਚ ਸੁਰ ਤੇ ਕੁਝ ਵਿਚ ਵਿਅੰਜਨ ਚੁਪ (silent) ਜਾਂ ਉਚਾਰਣ ਵਿਚ ਜਿਨ੍ਹਾਂ ਦੀ ਕੋਈ ਆਵਾਜ਼ ਨਹੀਂ ਹੁੰਦੀ, ਆਏ ਹਨ। ਉਨ੍ਹਾਂ ਦੀ ਇਕ ਸੂਚੀ ਬਣਾਓ ਤੇ ਚੁੱਪ ਰਹਿਣ ਵਾਲੇ (silent letters) ਅੱਖਰ ਵੀ ਲਿਖੋ।

IV. ਇਨ੍ਹਾਂ ਸ਼ਬਦਾਂ ਦਾ ਉਚਾਰਣ ਗੁਰਮੁਖੀ ਲਿੱਪੀ ਵਿਚ ਲਿਖੋ—

rough	fall	philosophy	forgive	age	page
from	arm	tribes	hopes	asia	Simla
Russia	thin	then			

V. ਹੇਠਾਂ ਦਿਤੇ ਸ਼ਬਦਾਂ ਵਿਚ ਜੋ ਅੱਖਰ ਚੁੱਪ ਹਨ ਉਨ੍ਹਾਂ ਨੂੰ ਲਿਖੋ। Calm ਸ਼ਾਂਤ, Debt ਕਰਜ਼ਾ, Folk ਜਨਤਾ, Half ਅੱਧਾ, Knoll ਛੋਟੀ ਪਹਾੜੀ, Lodge ਛੋਟਾ ਘਰ, Match ਦਿਆਸਲਾਈ, Naught ਦੁਸ਼ਟ, Reign ਰਾਜ, Stalk ਡੰਡੀ, Unknown ਅਗਿਆਤ, Walk ਪੈਦਲ ਚਲਣਾ।

VI. ਇਨ੍ਹਾਂ ਸ਼ਬਦਾਂ ਦਾ ਉਚਾਰਣ ਗੁਰਮੁਖੀ ਲਿੱਪੀ ਵਿਚ ਲਿਖੋ—ice, can, come, chocolate, policy, receipt, received, pierce of, off, accept, borne, born, cloths, clothes, morale, moral, island, gnat, psychology, known, written, honesty, psalm, knitting, honour, wrong, hour, deny. ਹੁਣ ਕਿਸੇ standard ਸ਼ਬਦਕੋਸ਼ ਨਾਲ ਉਚਾਰਣ ਮਿਲਾਓ।

VII. ਅਭਿਆਸ ਦੇ ਲਈ ਇਨ੍ਹਾਂ ਸ਼ਬਦਾਂ ਵਿਚੋਂ ਸਹੀ ਸਪੈਲਿੰਗ ਵਾਲੇ ਸ਼ਬਦਾਂ ਦਾ ਪਤਾ ਲਗਾਓ ਤੇ ਇਨ੍ਹਾਂ ਨੂੰ ਸ਼ਬਦਕੋਸ਼ ਨਾਲ ਮਿਲਾਓ ਤੇ ਚੈਕ ਕਰੋ।

hieght	height	speek	speak	call	calle
proccde	procede	speach	speech	near	nare
exeede	excede	treat	treet	reech	reach
exprress	express	harras	harass	ocasion	occasion
havy	heavy	tension	tention	attack	atacek
angry	angary	attension	attention	sleep	sleap
new	nue	simpaly	simply	whitch	which
plastek	plastic	nature	nateur	velley	valley
pleese	please	tuche	touch	flower	flover
compeny	company	midal	middle	substract	subtract

16 ਤੋਂ 19 ਦਿਨ :

VIII. ਅੰਗ੍ਰੇਜ਼ੀ ਵਿਚ ਪ੍ਰਸ਼ਨਵਾਚਕ ਸ਼ਬਦ (Interrogative words) ਹਨ—what, who, how, which, when, where,why ਆਦਿ । ਹੇਠਾਂ ਦਿੱਤੇ ਵਾਕਾਂ ਵਿਚ ਇਨ੍ਹਾਂ ਸ਼ਬਦਾਂ ਦਾ ਪ੍ਰਯੋਗ ਹੋਇਆ ਹੈ । ਇਹਨਾਂ ਵਾਕਾਂ ਦਾ ਅਨੁਵਾਦ ਕਰੋ—

(1) *What* do you mean ?
(2) *What* is your father ?
(3) *What's* wrong with you ?
(4) *What* did he decide ?
(5) *Who* do you think *Will be* choosen ?
(6) *Whom* do you think *I saw* yesterday ?
(7) *Who* cleans your house ?
(8) *How* do you know his address ?
(9) *How* many boys finished the race ?
(10) *How* did he work ?
(11) *Which* is your notebook ?
(12) *Who* answered the question ?
(13) *When* did you return from Bombay ?
(14) *When* will you be able to repay the money ?
(15) *When* are you going to start learning English ?
(16) *Where* do you live ?
(17) *Where* did she spend her summer vacation ?
(18) *Why* should we take exercise ?
(19) *Why* did you not get up early ?
(20) *Why* do people read newspaper ?

IX. ਹੇਠਾਂ ਲਿਖੇ ਅੰਗ੍ਰੇਜ਼ੀ ਵਾਕਾਂ ਦਾ ਪੰਜਾਬੀ ਵਿਚ ਅਨੁਵਾਦ ਕਰੋ, ਤੇ ਉਲਟੇ ਛੱਪੇ ਪੰਜਾਬੀ ਅਨੁਵਾਦ ਨਾਲ ਮਿਲਾਓ:—

(1) The shop is closed, isn't it ? (2) We are late, aren't ? (3) You did come, did n't you ? (4) You won't come tomorrow, will you ? (5) We shan't go there, shall we ? (6) If you hadn't told her, she wouldn't have known it. (7) I'm not late today. (8) They played well, but you didn't. (9) They won't reach in time, but we shall. (10) My mother won't attend the wedding, but my father will. (11) I must go, but you need not to go. (12) You must not write in red ink. (13) He is wrong, isn't he ? (14) I was with you, wasn't I ? (15) You know him well, don't you ? (16) We have done the work, haven't we ? (17) You have learnt the lot, haven't you ?

(1) ਦੁਕਾਨ ਬੰਦ ਹੈ, ਹੈ ਨਾ ? (2) ਅਸੀਂ ਲੇਟ ਹਾਂ, ਹੈ ਨਾ ? (3) ਤੁਸੀਂ ਆਏ, ਕੀ ਨਹੀਂ ਆਏ ? (4) ਤੁਸੀਂ ਕਲ੍ਹ ਨਹੀਂ ਆਉਗੇ, ਕੀ ਆਉਗੇ ? (5) ਅਸੀਂ ਉਥੇ ਨਹੀਂ ਜਾਵਾਂਗੇ, ਕੀ ਜਾਵਾਂਗੇ ? (6) ਜੇ ਤੁਸੀਂ ਉਸ ਨੂੰ ਨਾ ਦੱਸਿਆ ਹੁੰਦਾ ਤਾਂ ਉਹ ਇਹ ਨਾ ਜਾਣਦੀ (?) (7) ਮੈਂ ਅੱਜ ਲੇਟ ਨਹੀਂ ਹਾਂ ? (8) ਉਹ ਚੰਗੀ ਤਰ੍ਹਾਂ ਖੇਡੇ ਪਰ ਤੁਸੀਂ ਨਹੀਂ । (9) ਉਹ ਸਮੇਂ ਸਿਰ ਨਹੀਂ ਪੁੱਜਣਗੇ, ਪਰ ਅਸੀਂ ਪੁੱਜ ਜਾਵਾਂਗੇ । (10) ਮੇਰੇ ਮਾਤਾ ਜੀ ਵਿਆਹ ਤੇ ਨਹੀਂ ਜਾਣਗੇ, ਪਰ ਮੇਰੇ ਪਿਤਾ ਜੀ ਜਾਣਗੇ । (11) ਮੈਂ ਜ਼ਰੂਰ ਜਾਣਾ ਹੈ, ਪਰ ਤੁਹਾਨੂੰ ਜਾਣ ਦੀ ਲੋੜ ਨਹੀਂ । (12) ਤੁਹਾਨੂੰ ਲਾਲ ਸਿਆਹੀ ਨਾਲ ਨਹੀਂ ਲਿਖਣਾ ਚਾਹੀਦਾ । (13) ਉਹ ਗ਼ਲਤ ਹੈ, ਕੀ ਨਹੀਂ ਹੈ ? (14) ਮੈਂ ਤੁਹਾਡੇ ਨਾਲ ਸੀ, ਕੀ ਨਹੀਂ ਸੀ ? (15) ਤੁਸੀਂ ਉਸ ਨੂੰ ਚੰਗੀ ਤਰ੍ਹਾਂ ਜਾਣਦੇ ਹੋ, ਕੀ ਨਹੀਂ ? (16) ਅਸੀਂ ਕੰਮ ਕਰ ਲਿਆ ਹੈ, ਕੀ ਨਹੀਂ ? (17) ਤੁਸੀਂ ਬਹੁਤ ਕੁਝ ਸਿਖ ਲਿਆ ਹੈ, ਕੀ ਨਹੀਂ ?

ਨਿਰਦੇਸ਼—ਹੁਣ ਤੁਸੀਂ ਅੰਗ੍ਰੇਜ਼ੀ ਦੇ ਕਈ ਨਵੇਂ ਵਾਕ ਸਿਖ ਲਏ ਹਨ। ਇਨ੍ਹਾਂ ਨੂੰ ਮਿੱਤਰਾਂ ਨਾਲ ਬੋਲਣ ਦਾ ਅਭਿਆਸ ਕਰੋ।

X. ਹੇਠਾਂ ਅਭਿਆਸ (Drill) ਦੇ ਲਈ ਪ੍ਰਸ਼ਨ ਤੇ ਉਹਨਾਂ ਦੇ ਉੱਤਰ ਦਿੱਤੇ ਗਏ ਹਨ। ਤੁਸੀਂ ਆਪਣੇ ਸਾਥੀ ਨੂੰ ਆਖੋ ਕਿ ਤੁਹਾਡੇ ਕੋਲੋਂ ਪ੍ਰਸ਼ਨ ਪੁੱਛੇ, ਤੇ ਤੁਸੀਂ ਉੱਤਰ ਦਿਓ ਅਤੇ ਸਾਡੇ ਵਲੋਂ ਦਿੱਤੇ ਗਏ ਉੱਤਰਾਂ ਨਾਲ ਮਿਲਾਉ :—

ਪ੍ਰਸ਼ਨ **Question**	ਉੱਤਰ **Answers**
(1) What's her dog's name ?	It's name is Puppy.
(2) What's your father ?	He is a shopkeeper.
(3) What they want after all ?	They want more money.
(4) Whom do you want to meet ?	I want to meet Mr. B. N. Kohli.
(5) Who owns this car ?	My cousin owns it.
(6) Who has come now ?	My father has come.
(7) Who came yesterday ?	His sister came that day.
(8) What do you think ?	I think that she will come soon.
(9) What did she ask ?	She asked if I would help her.
(10) What did you say ?	I said that I would help her.
(11) How did she work ?	She worked as hard as she could.
(12) How do you earn so much money ?	I work day and night.
(13) How does a man become happy ?	He becomes happy by helping others.
(14) How does a man make many friends ?	He makes many friends by being a true friend.
(15) How do you remain cheerful ?	I remain cheerful because I love my work.
(16) Which book do you want now ?	I want The Bhagvad-Gita.
(17) What happend to him ?	He walked into a lamp post and hurt himself.
(18) What does your pocket contain ?	It contains some coins and a handkerchief.
(19) Of what does your suit consists ?	It consists of wollen cloth.
(20) In what does a bookseller deal ?	A bookseller deals in various books.
(21) When are you going to visit your aunt ?	I am going to visit her on Monday.
(22) When are you going to finish your work ?	I am going to finish my work by night.
(23) When will your brother return home ?	My brother will return home by tomorrow morning.
(24) When will you be able to see me ?	I shall be able to see you in a day or two.

(25) When will you have to start work ?	I shall have to start work at 4 O'clock.
(26) Where did you sleep last night ?	I slept last night at my uncle's home.
(27) Where do you spend your last Sunday ?	I spent my last Sunday at Agra.
(28) Where did she invest the money ?	She invested the money in book-trade.
(29) Why should you work hard ?	I should work hard lest I fail.
(30) Why didn't you come in time ?	I couldn't come in time because my mother was ill.
(31) Why did you not lend him your cycle ?	I did not lend him my cycle, because I had to go to the market.
(32) Why is she never believed ?	She is never believed because she keeps no promise.
(33) Why did you vote for Dr. Mishra ?	I voted for him because he is very efficient.
(34) Whose telephone number is this ?	It is Mr. Gupta's.
(35) Who's ?	It's I.
(36) How do you do ?	How do you do ?*
(37) What do you ask ?	I don't ask anything.
(38) Does Rama knows how to make tea ?	She doesn't know how to make tea.
(39) Shall we be late tomorrow ?	We shan't be late tomorrow.
(40) Won't it be 20th February tomorrow ?	Yes, it will be.

(ii) ਉਪਰੋਕਤ ਵਾਕਾਂ ਦਾ ਪੰਜਾਬੀ ਵਿਚ ਅਨੁਵਾਦ ਕਰੋ ।

XI. ਹੇਠਾਂ ਲਿਖੇ ਵਾਕਾਂ ਦਾ ਪੰਜਾਬੀ ਵਿਚ ਅਨੁਵਾਦ ਕਰੋ । ਤੁਹਾਡੀ ਸਹਾਇਤਾ ਲਈ ਇਨ੍ਹਾਂ ਵਾਕਾਂ ਦਾ ਪੰਜਾਬੀ ਅਨੁਵਾਦ ਅਗਲੇ ਪੰਨੇ ਤੇ ਉਲਟਾ ਛਪਿਆ ਹੋਇਆ ਹੈ ।

(1) I want three hundred rupees on loan. (2) He is known to the Prime Minister. (3) No, not at all. He is a book-worm. (4) No sir, the postman has not come yet. (5) Yes he is, but he is good at English. (6) No, it is slow by five minutes. (7) Raju, I have no appetite. (8) No, this is no thorough fare. (9) Yes it is hailing too. (10) Yes, but it gains ten minutes every day. (11) No, I am thirsty. (12) I. have nothing else to say. (13) No, he had headache. (14) It takes me half an hour. (15) She has gone to her school. (16) I have been working here for the last five years. (17) Mrs. Indira Gandhi had been the Prime Minister of India since May, 1966 to March 1977. (18) No, he is an author.

---

* 'How do you do ?' ਪ੍ਰਸ਼ਨ ਦਾ ਉੱਤਰ 'How do you do ?' ਦੇਣ ਦਾ ਵੀ ਰਿਵਾਜ ਹੈ ।

XII. ਪ੍ਰਸ਼ਨ ਦੇ ਉੱਤਰ ਵਾਕਾਂ ਲਈ ਉਚਿਤ ਪ੍ਰਸ਼ਨ ਬਣਾਓ । ਤੁਹਾਡੀ ਸਹਾਇਤਾ ਲਈ ਕੁਝ ਉੱਤਰਾਂ ਦੇ ਸੰਭਵ ਪ੍ਰਸ਼ਨ ਹੇਠਾਂ ਦਿਤੇ ਗਏ ਹਨ । ਇਹ ਜ਼ਰੂਰੀ ਨਹੀਂ ਕਿ ਤੁਹਾਡੇ ਪ੍ਰਸ਼ਨ ਸਾਡੇ ਪ੍ਰਸ਼ਨਾਂ ਨਾਲ ਹੂ-ਬ-ਹੂ ਮਿਲਦੇ ਹੋਣ । ਲੇਕਿਨ ਤੁਹਾਡੇ ਪ੍ਰਸ਼ਨਾਂ ਦਾ ਭਾਵਾਰਥ ਸਾਡੇ ਉੱਤਰ ਨਾਲ ਮਿਲਣਾ ਜ਼ਰੂਰੀ ਹੈ ।

What do you want ? Who knows him ? Does Mahesh not take part in games ? Is there any letter for me ? Is he weak in Hindi ? Is your watch accurate ? Will you take some milk, mother ? May we pass through this way ? Is it raining ? Is your timepiece in working order ? Are you hungry ? What do you want to say next, Gopal ? Did he fever ? How much time does it take you to reach your school ? Where is your sister ? How long have you been working here ? How long had Mrs. Indira Gandhi been the Prime Minister of India ? Is your father a business man ?

—: ਅਭਿਆਸ ਸੂਚੀ :—

ਸੂਚੀ-5 : What, that, this, it, ਦੇ ਨਾਲ a, an ਦਾ ਪ੍ਰਯੋਗ । that ਤੇ this ਦੇ ਵਾਕਾਂ ਦੇ ਬਾਦ it ਪ੍ਰਯੋਗ ਹੁੰਦਾ ਹੈ । Vowels ਦੀ sound ਵਾਲੇ ਸ਼ਬਦਾਂ ਦੇ ਨਾਲ an ਤੇ ਬਾਕੀ ਸ਼ਬਦਾਂ ਵਿਚ it ਦਾ ਪ੍ਰਯੋਗ ਹੁੰਦਾ ਹੈ :—

ਸੂਚੀ (TABLE)-5

(a) ਪ੍ਰਸ਼ਨ—3 ਵਾਕ | (b) ਉੱਤਰ—6 ਵਾਕ

1	2	1	2	3
		it is		book
			a	large bottle
				small cup
	that ?			
What is	this ?			old book
	it ?		an	empty bottle
				empty cup

ਸੂਚੀ-6 what, why, where, how ਪ੍ਰਸ਼ਨਵਾਚੀ ਸ਼ਬਦਾਂ ਵਾਲੇ ਵਾਕ ।

ਸੂਚੀ (TABLE)-6

1	2	3	4	5
What		we	criticize	him for ?
Why	did	you	support	him in the election ?
Where		they	invest	the money ?
How		she	manage	to keep it a secret ?

ਸੂਚੀ-7 shall, should, will, would ਪ੍ਰਸ਼ਨਵਾਚੀ ਸ਼ਬਦਾਂ ਵਾਲੇ ਵਾਕ । should ਤੇ would ਨਿਮ੍ਰਤਾ ਪ੍ਰਗਟ ਕਰਨ ਲਈ ਵਰਤੋਂ ਵਿਚ ਆਉਂਦੇ ਹਨ ।

ਸੂਚੀ (TABLE)-7

1	2	3	4
Shall	I	stop walking	now ?
Should	we	began to do it	soon ?
Will	you	like to see it	at once ?
Would	they	try the other way	tomorrow

ਉਪਰੋਕਤ ਟੇਬਲਾਂ ਦੀ ਸਹਾਇਤਾ ਨਾਲ ਵਾਕ ਬਣਾਉਣ ਦਾ ਅਭਿਆਸ ਕਰੋ ।

21 ਇੱਕੀਵਾਂ ਦਿਨ th day

ਤੀਜੀ ਮੁਹਿੰਮ IIIrd Expedition

ਤੀਜੀ ਮੁਹਿੰਮ ਵਿਚ ਅਸੀਂ ਤੁਹਾਨੂੰ ਅੰਗ੍ਰੇਜ਼ੀ ਵਿਆਕਰਣ ਦੇ ਕੁਝ ਜ਼ਰੂਰੀ ਪਹਿਲੂਆਂ ਦੀ ਜਣਕਾਰੀ ਦੇ ਰਹੇ ਹਾਂ। ਇਸ ਜਾਣਕਾਰੀ ਨਾਲ ਤੁਹਾਨੂੰ ਅੰਗ੍ਰੇਜ਼ੀ ਸਮਝਣ ਵਿਚ ਬਹੁਤ ਸਹਾਇਤਾ ਮਿਲੇਗੀ। 21ਵੇਂ ਤੋਂ 30ਵੇਂ ਦਿਨ ਦੇ ਇਸ ਸੈੱਟ ਵਿਚ ਇਹਨਾਂ ਵਿਸ਼ਿਆ ਨੂੰ ਮੁੱਖ ਰਖਿਆ ਗਿਆ ਹੈ—pronouns, prepositions, correlatives, active and passive voices, temporals, countable nouns, emphasis and some notable usages. ਅੰਤ ਵਿਚ ਕੁਝ ਬਹੁਪ੍ਰਚਲਤ idioms ਵੀ ਦਿਤੇ ਗਏ ਹਨ। ਹਰ ਦਿਨ ਦੇ ਅੰਤ ਵਿਚ ਇਹਨਾਂ ਨਾਲ ਜ਼ਰੂਰੀ ਟਿੱਪਣੀਆਂ ਵੀ ਦਿੱਤੀਆਂ ਗਈਆਂ ਹਨ ਜੋ ਵਿਸ਼ਿਆਂ ਨੂੰ ਸਮਝਣ ਲਈ ਸਹਾਇਕ ਹੋਣਗੀਆਂ।

ਹੁਣ ਇਕ ਇਕ ਦਿਨ ਵਿਚ ਇਕ ਇਕ ਕਰਕੇ ਅਭਿਆਸ ਕਰੋ। ਤੁਸੀਂ ਦੇਖੋਗੇ ਕਿ ਤੁਸੀਂ ਕਿਥੋਂ ਤੋਂ ਕਿਥੋਂ ਪਹੁੰਚ ਗਏ ਹੋ। ਸਭ ਤੋਂ ਪਹਿਲੇ ਪੜਨਾਂਵ ਸ਼ਬਦਾਂ ਦਾ ਪ੍ਰਯੋਗ ਕਰੋ।

He-she-it, this, that, you, I, each, none ਆਦਿ ਪੜਨਾਂਵ ਸ਼ਬਦਾਂ ਦਾ ਪ੍ਰਯੋਗ
a, an, the—articles (ਸਾਧਾਰਣ ਪ੍ਰਯੋਗ)

1. ਇਹ ਰਾਮ ਹੈ। — *This* is Ram. ਦਿਸ ਇਜ਼ ਰਾਮ.
2. ਉਹ ਸੀਤਾ ਹੈ। — *That* is Sita. ਦੈਟ ਇਜ਼ ਸੀਤਾ.
3. ਇਹ ਇਸ ਦੀ ਪੁਸਤਕ ਹੈ। — This is *his* book. ਦਿਜ਼ ਇਜ਼ ਹਿਜ਼ ਬੁਕ.
4. ਇਹ ਉਸ ਦੀ ਕਿਤਾਬ ਹੈ। — That is *her* book, ਦੈਟ ਇਜ਼ ਹਰ ਬੁਕ.
5. ਉਹ ਲੜਕਾ ਹੈ। — *He* is a boy. ਹੀ ਇਜ਼ ਏ ਬੁਆਇ.
6. ਉਹ ਲੜਕੀ ਹੈ। — *She* is a girl. ਸ਼ੀ ਇਜ਼ ਏ ਗਰ੍ਲ.
7. ਤੁਸੀਂ ਇਕ ਵਿਦਿਆਰਥੀ ਹੋ। — You are *a* student. ਯੂ ਆਰ ਏ ਸ੍ਟੂ'ਡੈਂਟ.
8. ਮੈਂ ਇਕ ਕਲਰਕ ਹਾਂ। — I am *a* clerk. ਆਈ ਐਮ ਏ ਕਲਰ੍ਕ.
9. ਇਹ ਇਕ ਕਲਮ ਹੈ। — This is *a* pen. ਦਿਸ ਇਜ਼ ਏ ਪੇਨ੍.
10. ਇਹ ਇਕ ਸੇਬ ਹੈ। — This is *an* apple. ਦਿਸ ਇਜ਼ ਐਨ ਐਪੱਲ.
11. ਇਹ ਇਕ ਸੰਤਰਾ ਹੈ। — That is *an* orange. ਦੈਟ ਇਜ਼ ਐਨ ਔਰੇਂਜ.
12. ਮੈਂ ਇਕ ਹਿੰਦੁਸਤਾਨੀ ਹਾਂ। — I am *an* Indian. ਆਈ ਐਮ ਐਨ ਇੰਡਿਅਨ.
13. ਇਹੀ ਕਿਤਾਬ ਮੈਨੂੰ ਚਾਹੀਦੀ ਹੈ। — This is *the* book I need. ਦਿਸ ਇਜ਼ ਦ ਬੁੱਕ ਆਈ ਨੀਡ.
14. ਉਹੀ ਪੇਨ ਮੈਂ ਖਰੀਦਿਆ ਹੈ। — That is *the* pen I purchased. ਦੈਟ ਇਜ਼ ਦ ਪੇਨ ਆਈ ਪਰਚੇਜ਼ਡ।
15. ਇਹ ਪੈਂਸਿਲ ਹੈ। ਇਹ ਮੇਰੀ ਪੈਂਸਿਲ ਹੈ। — *This* is a pencil. *It* is my pencil. ਦਿਸ ਇਜ਼ ਏ ਪੇਂਸਿਲ. ਇਟ ਇਜ਼ ਮਾਈ ਪੇਂਸਿਲ.
16. ਉਹ ਬਕਰੀ ਹੈ। ਉਹ ਮੇਰੀ ਹੈ। — *That* is a goat. *It* is mine. ਦੈਟ ਇਜ਼ ਏ ਗੋਟ. ਇਟ ਇਜ਼ ਮਾਈਨ.
17. ਇਹ ਮੇਰੀਆਂ ਕਿਤਾਬਾਂ ਹਨ। ਉਹ ਤੁਹਾਡੀਆਂ ਕਿਤਾਬਾਂ ਹਨ। — *These* are my books. *Those* are your books. ਦੀਜ਼ ਆਰ ਮਾਈ ਬੁਕ੍ਸ। ਦੋਜ਼ ਆਰ ਯੁਅਰ ਬੁਕ੍ਸ.
18. ਇਹ ਕਿਤਾਬਾਂ ਮੇਰੀਆਂ ਹਨ। ਉਹ ਕਿਤਾਬਾਂ ਤੁਹਾਡੀਆਂ ਹਨ। — *These* books are mine. *Those* books are yours. ਦੀਜ਼ ਬੁਕ੍ਸ ਆਰ ਮਾਈਨ. ਦੋਜ਼ ਬੁਕ੍ਸ ਆਰ ਯੁਅਰ੍ਸ।

19. ਇਹ ਤੁਹਾਡੀਆਂ ਕਾਪੀਆਂ ਹਨ। ਇਹ ਮੇਜ਼ ਉਤੇ ਹਨ। *These* are your notebooks. *They* are on the table. ਦੋਜ਼ ਆਰ ਯੂਅਰ ਨੋਟ ਬੁਕਸ। ਦੇ ਆਰ ਔਨ ਦ ਟੇਬੱਲ।

20. ਉਹ ਮੇਰੀਆਂ ਗੋਲੀਆਂ ਹਨ। ਉਹ ਕਈ ਰੰਗਾਂ ਵਿਚ ਹਨ। *Those* are my drops. *They* are of many colours, ਦੋਜ਼ ਆਰ ਮਾਈ ਡ੍ਰੌਪ੍ਸ. ਦੇ ਆਰ ਔਫ਼ ਮੈਨੀ ਕਲੱਰਸ।

21. ਭਾਰਤ ਸਾਡਾ ਦੇਸ਼ ਹੈ। ਅਸੀਂ ਇਸ ਦੇ ਵਾਸੀ ਹਾਂ। *India* is our country. *We* are her inhabitants. ਇੰਡੀਆ ਇਜ਼ ਅੱਵਰ ਕੰਟ੍ਰੀ। ਵੀ ਆਰ ਹਰ ਇਨ੍ਹੈਬੀਟੈਂਟ੍ਸ।

22. ਸ੍ਰੀ ਸ਼ਰਮਾ ਤੁਹਡੇ ਅਧਿਆਪਕ ਹਨ। Mr. Sharma is *Your* teacher. ਮਿਸ੍ਟੱਰ ਸ਼ਰਮਾ ਇਜ਼ ਯੁਅਰ ਟੀਚੱਰ।

23. ਕਮਲ ਤੇ ਵਿਮਲਾ ਭੈਣਾਂ ਹਨ। ਉਹਨਾਂ ਦੀ ਮਾਂ ਅਧਿਆਪਿਕਾ ਹੈ। Kamla and Vimla are sisters. *Their* mother is a teacher. ਕਮਲਾ ਐਂਡ ਵਿਮਲਾ ਆਰ ਸਿਸ੍ਟਰ੍ਸ. ਦੇਅਰ ਮਦਰ ਇਜ਼ ਏ ਟੀਚਰ।

24. ਇਨ੍ਹਾਂ ਲੜਕਿਆਂ ਵਿਚੋਂ ਹਰੇਕ ਖੇਡ ਖੇਡਦਾ ਹੈ। *Each* of these boys plays games. ਈਚ ਔੱਫ਼ ਦੀਜ਼ ਬੁਆਇਜ਼ ਪ੍ਲੇ'ਜ਼ ਗੇਮ੍ਜ਼।

25. ਉਥੇ ਸਾਡੇ ਵਿਚੋਂ ਕੋਈ ਨਹੀਂ ਗਿਆ। *None* of us went there. ਨੱਨ ਔੱਫ਼ ਅਸ ਵੈਂਟ ਦੇਅਰ।

26. ਅਸੀਂ ਛੁੱਟੀਆਂ ਦੇ ਦੌਰਾਨ ਆਨੰਦ ਮਾਣਿਆ। *We* enjoyed ourselves during the holidays. ਵੀ ਇਨਜੌਇਡ ਅਵਰਸੈਲਵ੍ਜ਼ ਡਿਊਰਿੰਗ ਦ ਹੌਲੀਡੇਜ਼.

27. ਜੋ ਕੋਈ ਸਭ ਤੋਂ ਵਧੀਆ ਰਹੇਗਾ, ਉਸ ਨੂੰ ਇਨਾਮ ਮਿਲੇਗਾ। *Whoever* does best will get a prize. ਹੂਐਵਰ ਡੱਜ਼ ਬੇੱਸ੍ਟ ਵਿਲ ਗੈੱਟ ਏ ਪ੍ਰਾਇਜ਼.

28. ਉਹ ਮੇਰੇ ਨਾਲੋਂ ਜ਼ਿਆਦਾ ਅਕਲਮੰਦ ਹੈ। *She* is wiser then *I*. ਸ਼ੀ ਇਜ਼ ਵਾਈਜ਼ਰ ਦੈਨ ਆਈ.

29. ਮੇਰੀ ਲਿਖਾਈ ਮੇਰੇ ਭਰਾ (ਦੀ ਲਿਖਾਈ) ਤੋਂ ਚੰਗੀ ਹੈ। My handwriting is better than *that* of my brother. ਮਾਈ ਹੈਂਡ ਰਾਈਟਿੰਗ ਇਜ਼ ਬੇਟਰ ਦੈਨ ਦੈਟ ਔੱਫ਼ ਮਾਈ ਬ੍ਰੱਦਰ.

30. ਉਹ ਕੀ ਹੈ ?—ਉਹ ਇਕ ਪੈਂਸਿਲ ਹੈ। What is that ?—It is a pencil. ਵਾਟ ਇਜ਼ ਦੈਟ ? ਇਟ ਇਜ ਏ ਪੈਂਸਿਲ.

31. ਉਹ ਕੀ ਹਨ—ਉਹ ਕਿਤਾਬਾਂ ਹਨ। What are those ?—They are books. ਵਾਟ ਆਰ ਦੋਜ਼ ?—ਦੇ ਆਰ ਬੁੱਕ੍ਸ.

32. ਇਹ ਇਕ ਸੰਦੂਕ ਹੈ। ਇਹ ਇਸ ਦੇ ਸਿਰੇ ਹਨ। This *is* a box. These are *its* sides. ਦਿਸ ਇਜ਼ ਏ ਬੌਕ੍ਸ. ਦੀਜ਼ ਆਰ ਇਟ੍ਜ਼ ਸਾਡੀਡ੍ਜ਼.

33. ਉਹ ਕੌਣ ਹੈ ?—ਉਹ ਤੁਹਾਡਾ ਦੋਸਤ ਹੈ। Who is that ?— *It* is your friend. ਹੂ ਇਜ਼ ਦੈਟ। ਇਟ ਇਜ਼ ਯੁਅਰ ਫ੍ਰੈਂਡ।

34. ਇਹ ਕਿਸ ਦੀ ਕਾਪੀ ਹੈ ? Whose notebook is *this* ? ਹੂਜ਼ ਨੋਟਬੁੱਕ ਇਜ਼ ਦਿਸ ?

35. ਇਹ ਉਸ ਦੀ ਕਾਪੀ ਹੈ। *It* is hers. ਇਟ ਇਜ਼ ਹਰਸ।

36. ਇਹ ਗਊ ਸਾਡੀ ਹੈ। This cow is *ours*. ਦਿਸ ਕਾਊ ਇਜ਼ ਔੱਵਰ੍ਸ

37. ਉਹ ਦੁਕਾਨਾਂ ਉਨ੍ਹਾਂ ਦੀਆਂ ਹਨ। Those shops are *theirs*. ਦੋਜ਼ ਸ਼ੌਪ੍ਸ ਆਰ ਦੇਅੱਰਸ।

38. ਇਹ ਘੜੀ ਮੇਰੀ ਹੈ। This watch is *mine*. ਦਿਸ ਵਾਚ ਇਜ਼ ਮਾਈਨ।

39. ਇਹ ਘਰ ਤੁਹਾਡਾ ਹੈ । This house is *yours.* ਦਿਸ ਹਾਊਸ ਇਜ਼ ਯੁਅਰਸ ।

40. ਇਹ ਤੁਹਾਡਾ ਘਰ ਹੈ । *This* is your house. ਦਿਸ ਇਜ਼ ਯੁਅਰ ਹਾਊਸ ।

ਯਾਦ ਰਖਣ ਲਈ (To Remember)

1. *he, (she)* ਤੇ *that* ਇਨ੍ਹਾਂ ਸਾਰੇ ਸ਼ਬਦਾਂ ਦਾ ਅਰਥ 'ਉਹ' ਹੁੰਦਾ ਹੈ। ਪਰ he ਅਤੇ she ਪੁਰਸ਼ਵਾਚਕ ਪੜਨਾਂਵ ਹਨ ਤੇ that (ਉਹ) ਨਿਸ਼ਚੇਵਾਚਕ ਪੜਨਾਂਵ ਹੈ। he ਅਤੇ she ਪੁਰਸ਼ ਤੇ ਇਸਤ੍ਰੀ ਦੀ ਪਛਾਣ ਕਰਾਉਂਦੇ ਹਨ, ਪਰ that (ਉਹ) ਉਸ ਵਸਤੂ ਦਾ ਨਿਸ਼ਚੇ ਕਰਦਾ ਹੈ 'ਇਹ ਨਹੀਂ, ਉਹ ਲਿਆਉ'—Bring that, not this.

2. this, that ਨਿਸ਼ਚੇਵਾਚਕ ਪੜਨਾਂਵ ਹਨ। These (this ਦਾ) ਬਹੁਵਚਨ ਰੂਪ ਹੈ ਅਤੇ those (that ਦਾ)।

3. this (ਇਹ) that (ਉਹ)—ਇਨ੍ਹਾਂ ਸ਼ਬਦਾਂ ਦੀ ਜਗ੍ਹਾ ਅਗਲੇ ਵਾਕਾਂ ਵਿਚ it ਦਾ ਪ੍ਰਯੋਗ ਹੁੰਦਾ ਹੈ।

4. these (ਇਹ) those (ਉਹ) ਇਨ੍ਹਾਂ ਦੀ ਜਗ੍ਹਾ they ਪ੍ਰਯੋਗ ਕੀਤਾ ਜਾਂਦਾ ਹੈ।

5. a, an, the—ਇਹ articles ਕਹਾਉਂਦੇ ਹਨ। a, an ਅਨਿਸ਼ਚੇਵਾਚੀ ਹਨ ਅਤੇ the ਨਿਸ਼ਚੇਵਾਚੀ। ਆਮ ਤੌਰ ਤੇ ਜਿਨ੍ਹਾਂ ਨਾਂਵ ਸ਼ਬਦਾਂ (nouns) ਦੀ ਗਿਣਤੀ ਹੋ ਸਕਦੀ ਹੈ (countable) ਉਨ੍ਹਾਂ ਦੇ ਅੱਗੇ a ਜਾਂ an ਦਾ ਪ੍ਰਯੋਗ ਹੁੰਦਾ ਹੈ। ਜਿਵੇਂ a book, a cat, an animal, an age, ਆਦਿ। ਜਿਨ੍ਹਾਂ (countable) ਸ਼ਬਦਾਂ ਵਿਚ ਪਹਿਲਾ ਅੱਖਰ ਸੁਰ 'a e i o u' ਆਦਿ ਵਿਚੋਂ ਕੋਈ ਹੋਵੇ ਤਾਂ an ਦਾ ਪ੍ਰਯੋਗ ਪ੍ਰਚਲਤ ਹੈ। ਜਿਵੇਂ—an animal, an indian ਆਦਿ। ਜਿਨ੍ਹਾਂ ਸ਼ਬਦਾਂ ਦਾ ਪਹਿਲਾ ਅੱਖਰ ਵਿਅੰਜਨ ਹੈ ਉਨ੍ਹਾਂ ਤੇ ਅੱਗੇ a ਦਾ ਪ੍ਰਯੋਗ ਹੁੰਦਾ ਹੈ। ਜਿਵੇਂ a man, a talk ਆਦਿ।

6. the ਨਿਸ਼ਚੇਵਾਚੀ artical ਕਿਸੇ ਵਿਅਕਤੀ ਜਾਂ ਵਸਤੂ ਵਿਸ਼ੇਸ਼ ਦਾ ਸੰਕੇਤ ਦੇਣ ਲਈ ਪ੍ਰਯੋਗ ਕੀਤੇ ਜਾਂਦੇ ਹਨ। ਜਿਸ ਤਰ੍ਹਾਂ 'this is the book, I need'—'ਇਹ ਉਹੀ ਕਿਤਾਬ ਹੈ ਜਿਸ ਦੀ ਮੈਨੂੰ ਲੋੜ ਹੈ।' ਇਸ ਦਾ ਪ੍ਰਯੋਗ ਅੱਗੇ ਤੁਸੀਂ ਵਿਸਤਾਰ ਵਿਚ ਦੇਖੋਗੇ।

22 ਬਾਈਵਾਂ ਦਿਨ
nd day

ਅੰਗ੍ਰੇਜ਼ੀ ਭਾਸ਼ਾ ਵਿਚ Prepositions (ਪ੍ਰੇਪੋਜਿਸ਼ਨ੍ਜ਼) ਦਾ ਬਹੁਤ ਜ਼ਿਆਦਾ ਮਹੱਤਵ ਹੈ। ਅੰਗ੍ਰੇਜ਼ੀ ਬੋਲੀ ਸਿੱਖਣ ਵਾਲਿਆਂ ਨੂੰ ਇਨ੍ਹਾਂ ਦਾ ਠੀਕ-ਠੀਕ ਪ੍ਰਯੋਗ ਧਿਆਨ ਨਾਲ ਸਿਖਣਾ ਚਾਹੀਦਾ ਹੈ। ਕੁਝ Prepositions ਦਾ ਸੰਬੰਧ ਜਗ੍ਹਾ, ਸਮੇਂ ਵਿਧੀ ਆਦਿ ਨਾਲ ਹੁੰਦਾ ਹੈ ਤੇ ਕੁਝ ਦਾ ਕਾਰਣ ਜਾਂ ਗਤੀ ਦੇ ਨਾਲ। ਇਨ੍ਹਾਂ ਸਭਨਾਂ ਦਾ ਅਭਿਆਸ ਬੜੀ ਸਾਵਧਾਨੀ ਨਾਲ ਕਰਨਾ ਚਾਹੀਦਾ ਹੈ। Prepositions ਉਹ ਸ਼ਬਦ ਹਨ ਜੋ ਵਾਕ ਵਿਚ ਕਿਸੇ ਨਾਂਵ ਜਾਂ ਪੜਨਾਂਵ ਦਾ ਕਿਸੇ ਦੂਸਰੇ ਸ਼ਬਦ ਨਾਲ ਸੰਬੰਧ ਦੱਸਣ ਵਾਸਤੇ ਵਰਤੇ ਜਾਂਦੇ ਹਨ। ਇਹ ਆਮ ਕਰਕੇ ਨਾਂਵ ਆਦਿ ਸ਼ਬਦਾਂ ਤੋਂ ਪਹਿਲਾਂ ਆਉਂਦੇ ਹਨ, ਕਦੀ-ਕਦੀ ਪਿੱਛੇ ਵੀ ਜੋੜੇ ਜਾਂਦੇ ਹਨ। ਤੁਸੀਂ ਇਨ੍ਹਾਂ ਦਾ ਅਭਿਆਸ ਧਿਆਨਪੂਰਵਕ ਆਰੰਭ ਕਰੋ।

ਥਾਂ ਸੂਚਕ (Platial) ਸ਼ਬਦਾਂ ਨਾਲ ਬਣੇ ਵਾਕ

[on, at, into, in, of, to, by, with, besides, beside, between, among, over.]

1. ਕਿਤਾਬ ਸੰਦੂਕ ਦੇ ਉਤੇ ਹੈ।	The book is *on* the box ਦ ਬੁੱਕ ਇਜ਼ ਔਨ ਦਾ ਬੌਕ੍ਸ।
2. ਕਿਤਾਬ ਮੇਜ਼ ਉਤੇ ਹੈ।	The book is *on* the table. ਦ ਬੁਕ ਇਜ਼ ਔਨ ਦਾ ਟੇਬਲ।
3. ਕਲਰਕ ਮੇਜ਼ ਤੇ ਬੈਠਾ ਹੈ।	The clerk is *at* the table. ਦ ਕੁਲਰਕ ਇਜ਼ ਐਟ ਦ ਟੇਬਲ।
4. ਦਰਵਾਜ਼ੇ ਉਤੇ ਹਰਾ ਪੇਂਟ ਹੋਇਆ ਹੈ।	There is green paint *on* the door. ਦੇਅਰ ਇਜ਼ ਗ੍ਰੀਨ ਪੇਂਟ ਔਨ ਦ ਡੋਰ।
5. ਪਿਤਾ ਜੀ ਦਰਵਾਜ਼ੇ ਤੇ ਖੜੇ ਸਨ।	Father stood *at* the door. ਫਾਦਰ ਸਟੁਡ ਐਟ ਦ ਡੋਰ।
6. ਇਸ ਨੂੰ ਫਰਸ਼ ਉਤੇ ਨਾ ਛੱਡੋ।	Don't leave it *on* the floor. ਡੋਂਟ ਲੀਵ ਇਟ ਔਨ ਦ ਫ੍ਲੋਰ।
7. ਮੈਂ ਤੁਹਾਨੂੰ ਘਰੇ ਮਿਲਾਂਗਾ।	I shall meet you *at* home. ਆਈ ਸ਼ੈਲ ਮੀਟ ਯੂ ਐਟ ਹੋਮ।
8. ਕਮਲਾ ਕਮਰੇ ਵਿਚ ਜਾ ਰਹੀ ਹੈ।	Kamla is going *into* the room. ਕ੍ਮਲਾ ਇਜ਼ ਗੋਇੰਗ ਇਨਟੂ ਦ ਰੂਮ।
9. ਹੁਣ ਸ਼ਿਆਮ ਅਤੇ ਕਮਲਾ ਕਮਰੇ ਵਿਚ ਹਨ।	Now, Shyam and Kamla are *in* the room. ਨਾਊ ਸ਼ਿਆਮ ਐਂਡ ਕਮਲਾ ਆਰ ਇਨ ਦ ਰੂਮ।
10. ਗਲਾਸ ਵਿਚ ਥੋੜ੍ਹਾ ਪਾਣੀ ਹੈ।	There is some water *in* the glass. ਦੇਅਰ ਇਜ਼ ਸਮ ਵਾਟਰ ਇਨ ਦ ਗ੍ਲਾਸ।
11. ਮੈਂ ਗਲਾਸ ਵਿਚ ਥੋੜ੍ਹਾ ਪਾਣੀ ਹੋਰ ਪਾਂਦਾ ਹਾਂ।	I pour some more water *into* the glass. ਆਈ ਪੋਰ ਸਮ ਮੋਰ ਵਾਟਰ ਇਨਟੂ ਦ ਗ੍ਲਾਸ।
12. ਲੋਕ ਨਦੀ ਵਿਚ ਨਹਾਉਂਦੇ ਹਨ।	People bathe *in* the river. ਪੀਪਲ ਬੇਦ ਇਨ ਦ ਰਿਵਰ।
13. ਬੱਚਾ ਨਦੀ ਵਿਚ ਡਿੱਗ ਪਿਆ।	The child fell *into* the river. ਦ ਚਾਇਲ੍ਡ ਫੇਲ ਇਨਟੂ ਦ ਰਿਵਰ।
14. ਅਸੀਂ ਬੈਂਚ ਉਤੇ ਬੈਠਦੇ ਹਾਂ, ਪਰ ਪਿਤਾ ਜੀ ਆਰਾਮ ਕੁਰਸੀ ਤੇ ਬੈਠਦੇ ਹਨ।	We sit *on* the bench, but father sits *in* the arm-chair. ਵੀ ਸਿਟ ਔਨ ਦਾ ਬੈਂਚ ਬਟ ਫਾਦਰ ਸਿਟ੍ਸ ਔਨ ਦਾ ਆਰਮ ਚੇਅਰ।
15. ਤੁਸੀਂ ਮੇਜ਼ ਤੇ ਕਿਉਂ ਨਹੀਂ ਬੈਠਦੇ ?	Why do you not sit *at* the table ? ਵਾਈ ਡੂ ਯੂ ਨੌਟ ਸਿਟ ਐਟ ਦ ਟੇਬਲ ?

16. ਤੁਸੀਂ ਕਿਤਾਬ ਮੇਜ਼ ਉਤੇ ਕਿਉਂ ਨਹੀਂ ਰੱਖੀ ? — Why did you not place the book *on* the table ? ਵ੍ਹਾਈ ਡਿਡ ਯੂ ਨੱਟ ਪ੍ਲੇਸ ਦ ਬੁਕ ਔਨ ਦ ਟੇਬਲ ।

17. ਕਲਮ ਦਰਾਜ਼ ਦੇ ਅੰਦਰ ਹੈ । — The pen is *in* the drawer. ਦ ਪੇਨ ਇਜ਼ ਇਨ ਦ ਡ੍ਰਾਰ ।

18. ਉਹ ਆਪਣੇ ਮਕਾਨ ਦੇ ਅੰਦਰ ਗਿਆ । — He went *into* his house. ਹੀ ਵੈਂਟ ਇਨ ਟੂ ਹਿਜ਼ ਹਾਉਸ ।

19. ਖ਼ਤ ਡਾਕ ਰਾਹੀਂ ਭੇਜਿਆ ਗਿਆ । — The letter was sent *by* post. ਦ ਲੇਟਰ ਵਾਜ਼ ਸੇਂਟ ਬਾਈ ਪੋਸਟ ।

20. ਇਸ ਦਾ ਪੰਜਾਬੀ ਤੋਂ ਅੰਗ੍ਰੇਜ਼ੀ ਵਿਚ ਅਨੁਵਾਦ ਕਰੋ । — Please translate this from Punjabi *into* English. ਪ੍ਲੀਜ਼ ਟ੍ਰਾਂਸਲੇਟ ਦਿਸ ਫ੍ਰਾਮ ਪੰਜਾਬੀ ਇਨਟੂ ਇੰਗਲਿਸ਼ ।

21. ਅਸੀਂ ਕੇਕ ਨੂੰ ਚਾਰ ਹਿੱਸਿਆਂ ਵਿਚ ਵੰਡਿਆ । — We divided the cake *into* four parts. ਵੀ ਡਿਵਾਇਡਿਡ ਦ ਕੇਕ ਇਨਟੂ ਫੋਰ ਪਾਰ੍ਟਸ ।

22. ਉਹ ਦਿੱਲੀ ਵਿਚ ਰਹਿੰਦਾ ਹੈ ਪਰ ਉਸ ਦਾ ਭਰਾ ਫਰੀਦਾਬਾਦ ਵਿਚ ਰਹਿੰਦਾ ਹੈ । — He lives *in* Delhi, but his brother lives *at* Faridabad. ਹੀ ਲਿਵ੍ਸ ਇਨ ਡੇਲ੍ਹੀ ਬਟ ਹਿਜ਼ ਬ੍ਰਦਰ ਲਿਵ੍ਜ਼ ਐਟ ਫਰੀਦਾਬਾਦ ।

23. ਅਸੀਂ ਦਿੱਲੀ ਭਾਰਤ ਵਿਚ ਰਹਿੰਦੇ ਹਾਂ । — We live *at* Delhi *in* India. ਵੀ ਲਿਵ ਐਟ ਡੇਲਹੀ ਇਨ ਇੰਡੀਆ ।

24. ਹਿਮਾਚਲ ਪ੍ਰਦੇਸ਼ ਉੱਤਰ ਭਾਰਤ ਵਿਚ ਹੈ । — Himachal Pradesh is *in* the north of India. ਹਿਮਾਚਲ ਪ੍ਰਦੇਸ਼ ਇਜ਼ ਇਨ ਦਾ ਨੌਰ੍ਥ ਆਫ ਇੰਡੀਆ ।

25. ਹਿਮਾਲਿਆ ਭਾਰਤ ਦੇ ਉੱਤਰ ਵਿਚ ਹੈ । — The Himalayas are *on* the north *of* India. ਦ ਹਿਮਾਲਿਆਜ਼ ਆਰ ਔਨ ਦ ਨੌਰ੍ਥ ਆਫ ਇੰਡੀਆ ।

6. ਨੇਪਾਲ ਭਾਰਤ ਦੇ ਉੱਤਰ ਵਲ ਹੈ । — Nepal is *to* the north *of* India. ਨੇਪਾਲ ਇਜ਼ ਟੂ ਦ ਨਾਰ੍ਥ ਔਫ਼ ਇੰਡੀਆ ।

27. ਕਿਸੇ ਆਦਮੀ ਦੀ ਪਛਾਣ ਉਸ ਦੇ ਕਪੜਿਆਂ ਨਾਲ ਨਾ ਕਰੋ । — Don't judge a person *by* his clothes. ਡੋਂਟ ਜੱਜ ਏ ਪਰਸਨ ਬਾਈ ਹਿਜ਼ ਕ੍ਲੋਦ੍ਜ਼ ।

28. ਮੈਂ ਦੁੱਧ ਨਾਲ ਬੋਤਲ ਭਰੀ । — I filled the bottle *with* milk. ਆਈ ਫਿਲ੍ਡ ਦ ਬੱਟਲ ਵਿਦ ਮਿਲ੍ਕ ।

29. ਬਾਘ ਸ਼ਿਕਾਰੀ ਤੋਂ ਮਾਰਿਆ ਗਿਆ । — The tiger was killed *by* the hunter. ਦ ਟਾਈਗਰ ਵਾਜ਼ ਕਿਲ੍ਡ ਬਾਈ ਦ ਹੰਟਰ ।

30. ਬਾਘ ਬੰਦੂਕ ਨਾਲ ਮਾਰਿਆ ਗਿਆ । — The tiger was killed *with* a gun. ਦ ਟਾਈਗਰ ਵਾਜ਼ ਕਿਲ੍ਡ ਵਿਦ ਏ ਗੱਨ ।

31. ਖ਼ਤ ਉਸ ਦੇ ਵਲੋਂ ਪੈਨ ਨਾਲ ਲਿਖਿਆ ਗਿਆ । — The letter was written *by* her *with* a pen. ਦ ਲੇਟਰ ਵਾਜ਼ ਰਿਟੱਨ ਬਾਈ ਹਰ ਵਿਦ ਏ ਪੇਨ ।

32. ਉਹ ਆਪਣੇ ਭਰਾ ਦੇ ਨਾਲ ਖੜਾ ਹੋਇਆ । — He stood *beside* his brother. ਹੀ ਸ੍ਟੁਡ ਬਿਸਾਇਡ ਹਿਜ਼ ਬ੍ਰਦਰ

33. ਮੈਂ ਹਾਕੀ ਤੋਂ ਇਲਾਵਾ ਫੁੱਟਬਾਲ ਖੇਡਦਾ ਹਾਂ । — I play football *besides* hockey. ਆਈ ਪ੍ਲੇ ਫੁਟਬੌਲ ਬਿਸਾਇਡ੍ਜ਼ ਹੱਕੀ ।

34. ਮਠਿਆਈ ਸੁਰੇਸ਼ ਤੇ ਹਰਬੰਸ ਵਿਚ ਵੰਡ ਲਿਓ । — Divide the sweets *between* Suresh and Harbans. ਡਿਵਾਇਡ ਦ ਸਵੀਟ੍ਸ ਬਿਟਵੀਨ ਸੁਰੇਸ਼ ਐਂਡ ਹਰਬੰਸ ।

35. ਸ਼ਿਮਲਾ ਪਹਾੜੀਆਂ ਦੇ ਵਿਚ ਸਥਿਤ ਹੈ । — Simla is situated *among* the hills. ਸ਼ਿਮਲਾ ਇਜ਼ ਸਿਚੁਏਟਿਡ ਅਮੰਗ ਦ ਹਿਲ੍ਜ਼.

36. ਉਹ ਚਿੱਟੇ ਵਾਲਾਂ ਵਾਲਾ ਵਿਅਕਤੀ ਹੈ । — He is a man *with* grey hair. ਹੀ ਇਜ਼ ਏ ਮੈਨ ਵਿਦ ਗ੍ਰੇ ਹੇਅਰ,

37. ਉਹ ਅਸੂਲਾਂ ਵਾਲਾ ਵਿਅਕਤੀ ਹੈ । — He is a man *of* principles. ਹੀ ਇਜ਼ ਏ ਮੈਨ ਔਫ ਪ੍ਰਿੰਸੀਪਲ੍ਜ਼,

38. ਯਮੁਨਾ ਨਦੀ ਉੱਤੇ ਪੁਲ ਹੈ । — *Over* the Yamuna there is a bridge. ਓਵਰ ਦ ਯਮੁਨਾ ਦੇਅਰ ਇਜ਼ ਏ ਬ੍ਰਿਜ।

39. ਗੇਂਦ ਨੂੰ ਕੰਧ ਦੇ ਉੱਤੋਂ ਦੀ ਸੁੱਟੋ । — Throw the ball *over* the wall. ਥ੍ਰੋ ਦ ਬਾਲ ਓਵਰ ਦ ਵਾਲ.

40. ਹਵਾਈ ਜਹਾਜ਼ ਸਮੁੰਦਰ ਦੇ ਉਤੋਂ ਉੱਡ ਕੇ ਫ੍ਰਾਂਸ ਵੱਲ ਗਿਆ । — The aeroplane flew *over* the sea to France. ਦ ਏਅਰੋਪਲੇਨ ਫਲੁਊ ਓਵਰ ਦ ਸੀ ਟੂ ਫ੍ਰਾਂਸ ।

41. ਪੰਛੀ ਪੁਲ ਦੇ ਉਤੇ ਉੱਡ ਰਹੇ ਹਨ । — Birds are flying *over* the bridge. ਬਰਡ੍ਸ ਆਰ ਫਲਾਂਇੰਗ ਓਵਰ ਦ ਬ੍ਰਿਜ।

42. ਕਿਸ਼ਤੀਆਂ ਪੁਲ ਦੇ ਥੱਲੇ ਹਨ । — Boats are *under* the bridge. ਬੋਟ੍ਸ ਆਰ ਅੰਡਰ ਦ ਬ੍ਰਿਜ.

43. ਅਮਿਤਾਭ, ਰਾਸ ਅਤੇ ਵਿਕਾਸ ਦੇ ਵਿਚਕਾਰ ਖੜਾ ਹੈ । — Amitabh is standing *between* Ras and Vikas. ਅਮਿਤਾਭ ਇਜ਼ ਸਟੈਂਡਿੰਗ ਬਿਟਵੀਨ ਰਾਸ ਐਂਡ ਵਿਕਾਸ.

44. ਰਾਮ ਸੀਤਾ ਤੋਂ ਅੱਗੇ ਹੈ । ਸੀਤਾ ਰਾਮ ਦੇ ਪਿੱਛੇ ਹੈ । — Ram is *aheda* of Sita. Sita is *behind* Ram. ਰਾਮ ਇਜ਼ ਅਹੇਡ ਆੱਫ ਸੀਤਾ. ਸੀਤਾ ਇਜ਼ ਬਿਹਾਇੰਡ ਰਾਮ.

45. ਬੱਸਾਂ ਸੜਕ ਤੇ ਚਲਦੀਆਂ ਹਨ । ਸਾੜੀਆਂ ਨੁਮਾਇਸ਼ ਲਈ ਰੱਖੀਆਂ ਗਈਆਂ ਹਨ । ਅਸੀਂ ਕੰਮ ਉੱਤੇ ਹਾਂ । ਉਹ ਟੂਅਰ (ਬਾਹਰ ਕੰਮ) ਉੱਤੇ ਹਨ । ਗੱਡੀ ਪਲੇਟਫ਼ਾਰਮ ਉੱਤੇ ਹੈ । — Buses run *on* the road. Sarees are *on* display. We are *on* duty. They go *on* tour. The train is *on* the platform. ਬੱਸੇਜ਼ ਰੱਨ ਆੱਨ ਦ ਰੋਡ. ਸਾਰੀਜ਼ ਆਰ ਆੱਨ ਡਿਸਪਲੇ. ਵੀ ਆਰ ਅੱਨ ਡਿਊਟੀ. ਦੇ ਗੋ ਆੱਨ ਟੂਅਰ. ਦ ਟ੍ਰੇਨ ਇਜ਼ ਆੱਨ ਦ ਪਲੇਟਫ਼ਾਰਮ.

46. ਅਸੀਂ ਸ਼ਸ਼ੋਪੰਜ ਵਿਚ ਹਾਂ । ਪੈਸਾ ਮੇਰੀ ਜੇਬ ਵਿਚ ਹੈ । ਮੱਛੀਆਂ ਸਮੁੰਦਰ ਵਿਚ ਹਨ । ਅੰਦਰ ਕੌਣ ਹੈ । — We are *in* confusion. The money is *in* my pocket. Fishes are *in* the sea. Who is *inside* ? ਵੀ ਆਰ ਇਨ ਕਨਫ਼ਯੂਜ਼ਨ. ਦ ਮਨੀ ਇਜ਼ ਇਨ ਮਾਈ ਪੱਾਕਿਟ. ਫਿਸ਼ਿਜ਼ ਆਰ ਇਨ ਦ ਸੀ. ਹੂ ਇਜ਼ ਇਨਸਾਇਡ ?

47. ਬੱਚਾ ਛੱਤ ਤੋਂ ਡਿੱਗ ਪਿਆ । — The child fell *through* the roof. ਦ ਚਾਇਲਡ ਫੇੱਲ ਥਰੂ ਦ ਰੂਫ.

48. ਨਕਸ਼ਾ ਕੰਧ ਤੇ ਟੰਗਿਆ ਹੋਇਆ ਸੀ । — The map was hung *on* the wall. ਦ ਮੈਪ ਵਾਜ਼ ਹੰਗ ਆੱਨ ਦ ਵਾਲ.

49. ਮੈਨੂੰ ਅਖ਼ਬਾਰ ਦਿਉ । — Give the newspaper *to* me. ਗਿਵ ਦ ਨਿਊਜ਼ਪੇਪਰ ਟੂ ਮੀ.

50. ਮੇਰੇ ਲਈ ਅਖ਼ਬਾਰ ਲਿਆਉ । — Get a newspaper *for* me. ਗੇਟ ਏ ਨਿਊਜ਼ਪੇਪਰ ਫ਼ਾਰ ਮੀ.

ਯਾਦ ਰਖਣ ਲਈ (To Remember)

1. at, on, in, with, by ਆਦਿ Prepositions ਦੀ ਵਰਤੋਂ ਆਮ ਤੌਰ ਤੇ ਸਥਾਨਵਾਚੀ (platial) ਅਤੇ ਕਾਲਵਾਚੀ (temporal) ਸ਼ਬਦਾਂ ਦੇ ਰੂਪ ਵਿਚ ਹੁੰਦੀ ਹੈ। ਉੱਤੇ ਦਿੱਤੇ ਵਾਕਾਂ ਵਿਚ ਤੁਸੀਂ ਸਥਾਨਵਾਚੀ ਅਰਥ ਵਿਚ ਇਹਨਾਂ ਦੇ ਪ੍ਰਯੋਗ ਵੇਖੇ ਹਨ।

2. on ਅਤੇ at ਦੋਨਾਂ ਦਾ ਅਰਥ 'ਉੱਤੇ' ਹੈ ਤੇ by ਅਤੇ with ਦਾ 'ਨਾਲ' ਹੈ। ਪਰ ਇਨ੍ਹਾਂ ਸ਼ਬਦਾਂ ਦੇ ਪ੍ਰਯੋਗ ਦੇ ਨਾਲ ਅਰਥ ਵਿੱਚ ਅੰਤਰ ਵਿਖਾਈ ਦਿੰਦਾ ਹੈ। 'on the table' ਦਾ ਅਰਥ ਹੈ 'ਮੇਜ਼ ਦੇ ਉੱਤੇ' 'at the table' ਦਾ ਅਰਥ ਹੈ 'ਮੇਜ਼ ਦੇ ਕੋਲ'। by ਦਾ 'ਵੱਲੋਂ' (ਤੋਂ) ਅਤੇ with ਦਾ 'ਦੇ ਨਾਲ'।

3. between ਦਾ ਅਰਥ ਹੈ ਵਿਚਕਾਰ ਜਾਂ ਵਿੱਚ ਜੋ ਦੋ ਵਿਅਕਤੀਆਂ ਜਾਂ ਦੋ ਚੀਜ਼ਾਂ ਲਈ ਵਰਤਿਆ ਜਾਂਦਾ ਹੈ ਅਤੇ ਦੋ ਤੋਂ ਜ਼ਿਆਦਾ ਲਈ among ਦਾ ਪ੍ਰਯੋਗ ਹੁੰਦਾ ਹੈ।

4. Kamla is going *in* her room.
   Kamla is going *into* her room.

ਉਪਰਲੇ ਦੋ ਵਾਕਾਂ ਵਿੱਚੋਂ ਦੂਜਾ ਵਾਕ ਠੀਕ ਹੈ। ਇੱਥੇ ਮਨੋਰਥ ਹੈ 'ਕਮਰੇ ਵਿੱਚ ਜਾਣਾ' ਨ ਕਿ ਅੰਦਰ ਚਲਣਾ-ਫਿਰਣਾ। ਇਸ ਲਈ into ਦਾ ਪ੍ਰਯੋਗ ਹੋਇਆ ਹੈ। in ਦੀ ਵਰਤੋਂ ਉੱਥੇ ਹੁੰਦੀ ਹੈ, ਜਿਥੇ ਇਹ ਅਰਥ ਨਿਕਲੇ ਕਿ ਉਹ ਕਮਰੇ ਦੇ ਅੰਦਰ ਹੀ ਕੋਈ ਕੰਮ ਕਰ ਰਹੀ ਹੈ। ਉਦਾਹਰਣ ਲਈ ਹੇਠ ਲਿੱਖੇ ਵਾਕ ਦੇਖੋ—

ਕਮਲਾ ਆਪਣੇ ਕਮਰੇ ਦੇ ਅੰਦਰ ਹੈ। — Kamla is *in* her room. ਕਮਲਾ ਇਜ਼ ਇਨ ਹਰ ਰੂਮ।

ਕਮਲਾ ਆਪਣੇ ਕਮਰੇ ਦੇ ਅੰਦਰ ਸੌਂ ਰਹੀ ਹੈ। — Kamla is Sleeping *in* her room. ਕਮਲਾ ਇਜ਼ ਸੁਲੀਪਿੰਗ ਇਨ ਹਰ ਰੂਮ।

23 ਤੇਈਵਾਂ ਦਿਨ rd day

ਅੰਗ੍ਰੇਜ਼ੀ ਭਾਸ਼ਾ ਵਿਚ ਕਿਧਰੇ ਕਿਧਰੇ ਵਾਕਾਂ ਦੇ ਇਕ ਦੂਜੇ ਦੇ ਪੂਰਕ ਸ਼ਬਦ (correlatives) ਪ੍ਰਯੋਗ ਹੁੰਦੇ ਹਨ। ਇਹ ਸ਼ਬਦ ਇਕ ਦੂਜੇ ਨਾਲ ਸੰਬੰਧਿਤ ਹੁੰਦੇ ਹਨ। ਥੋੜ੍ਹੀ ਜਿਹੀ ਭੁੱਲ ਨਾਲ ਵਾਕ ਗਲਤ ਬਣ ਸਕਦਾ ਹੈ। ਇਸ ਲਈ ਇਹਨਾਂ ਦਾ ਧਿਆਨ ਨਾਲ ਅਭਿਆਸ ਕਰ ਲੈਣਾ ਚਾਹੀਦਾ ਹੈ। ਜਿਵੇਂ—no sooner—than, scarcely—when (before), hardly—when (before), ਆਦਿ। ਕੁਝ ਸ਼ਬਦ ਆਪਣੇ ਨਾਲ ਦੂਸਰਾ ਪੂਰਕ ਸ਼ਬਦ ਨਹੀਂ ਰਖਦੇ ਉਹ ਇਕੱਲੇ ਹੀ ਪ੍ਰਯੋਗ ਵਿਚ ਆਉਂਦੇ ਹਨ ਜਿਵੇਂ:—As soon as we reached the bus stop, the bus left. ਇੱਥੇ as soon as ਨਾਲ ਹੋਰ ਕੋਈ ਸ਼ਬਦ ਨਹੀਂ ਆਇਆ।

A

ਵਾਕਾਂ ਵਿਚ ਇਕ-ਦੂਸਰੇ ਦੇ ਪੂਰਕ ਸ਼ਬਦ (Correlatives)

as soon as—×	as long as—×	unless—×	as for as—×
×—until	×—till	×—so that	no sooner—than
hardly—when	not only—but also	either—or	neither—nor
although—yet	lest—should	rather—than	no less—than
the—the			

1. ਜਿਉਂ ਹੀ ਅਸੀਂ ਸਟੇਸ਼ਨ ਉਤੇ ਪੁੱਜੇ, ਗੱਡੀ ਚੱਲ ਪਈ। — *As soon as* we reached the station, the train steamed out, ਐਜ਼ ਸੂਨ ਐਜ਼ ਵੀ ਰੀਚ੍ਡ ਦ ਸਟੇਸ਼ਨ ਦ ਟ੍ਰੇਨ ਸ੍ਟੀਡਮ੍ਡ ਆਉਟ।

2. ਜਿਉਂ ਹੀ ਉਹ ਭਾਸ਼ਣ ਦੇਣ ਲਈ ਉਠਿਆ, ਹਾਲ ਤਾਲੀਆਂ ਨਾਲ ਗੂੰਜ ਉੱਠਿਆ। — *No sooner* did he get up to deliver his speech *than* the hall began to resound with cheers. ਨੋ ਸੂਨਰ ਹੀ ਗੇਟ ਅਪ ਟੂ ਡਿਲਿਵਰ ਹਿਜ਼ ਸ੍ਪੀਚ ਦੈਨ ਦ ਹਾਲ ਬਿਗੈਨ ਟੂ ਰਿਸਾਉਂਡ ਵਿਦ ਚਿਅਰਜ਼.

3. ਅਸੀਂ ਅਜੇ ਸਕੂਲ ਪੁੱਜੇ ਹੀ ਸੀ ਕਿ ਘੰਟੀ ਵੱਜ ਗਈ। — We had *scarcely* reached the school *when (before)* the bell rang. ਵੀ ਹੈਡ ਸ੍ਕਅਰ੍ਸਲੀ ਰੀਚ੍ਡ ਦ ਸਕੂਲ ਵ੍ਹੇਨ (ਬਿਫ਼ੋਰ) ਦ ਬੈੱਲ ਰੈਂਗ।

4. ਉਹ ਅਜੇ ਘਰੋਂ ਨਿਕਲਿਆ ਹੀ ਸੀ ਕਿ ਮੀਂਹ ਪੈਣਾ ਸ਼ੁਰੂ ਹੋ ਗਿਆ। — He had *hardly* come out of his house when *(before)* it started raining. ਹੀ ਹੈਡ ਹਾਰ੍ਡਲੀ ਕਮ ਆਉਟ ਆਫ਼ ਹਿਜ਼ ਹਾਊਸ ਵ੍ਹੇਨ (ਬਿਫ਼ੋਰ) ਇਟ ਸਟਾਰਟਿਡ ਰੇਨਿੰਗ।

5. ਜਦ ਤਕ ਤੁਸੀਂ ਤੇਜ਼ ਨਹੀਂ ਦੌੜੋਗੇ ਤੁਸੀਂ ਗੱਡੀ ਨਹੀਂ ਫੜ ਸਕੋਗੇ। — *Unless* you run fast, you will miss the train. ਅਨ੍ਲੇਸ ਯੂ ਰੱਨ ਫਾਸ੍ਟ ਯੂ ਵਿਲ ਮਿਸ ਦ ਟ੍ਰੇਨ।

6. ਉਹ ਓਦੋਂ ਤਕ ਆਪਣੇ ਘਰੋਂ ਬਾਹਰ ਨਾ ਨਿਕਲਿਆ ਜਦੋਂ ਤਕ ਮੀਂਹ ਪੈਣਾ ਬੰਦ ਨਾ ਹੋ ਗਿਆ। — He did not come out of his house, *until* it stopped raining. ਹੀ ਡਿਡ ਨੌਟ ਕਮ ਆਉਟ ਔਫ਼ ਹਿਜ਼ ਹਾਊਸ ਅੰਟਿਲ ਇਟ ਸ੍ਟੌਪ੍ਡ ਰੇਨਿੰਗ।

7. ਜਦੋਂ ਤਕ ਮੈਂ ਨਾ ਆ ਜਾਵਾਂ, ਤੁਸੀਂ ਮੇਰੀ ਉਡੀਕ ਕਰੋ । — Please wait for me *till* I return. ਪ੍ਲੀਜ਼ ਵੇਟ ਫ਼ੌਰ ਮੀ ਟਿੱਲ ਆਈ ਰਿਟਰ੍ਨ ।

8. ਜਦੋਂ ਤਕ ਮੈਂ ਇਥੇ ਹਾਂ, ਤੁਹਾਨੂੰ ਕਿਸੇ ਗੱਲ ਦੀ ਚਿੰਤਾ ਕਰਨ ਦੀ ਲੋੜ ਨਹੀਂ । — *As long as* I am here, you need not worry about anything. ਐਜ਼ ਲੌਂਗ ਐਜ਼ ਆਇ ਏਮ ਹਿਅਰ, ਯੂ ਨੀਡ ਨੌਟ ਵਰੀ ਅਬਾਊਟ ਏਨੀਥਿੰਗ ।

9. ਭਾਵੇਂ ਉਹ ਗਰੀਬ ਹੈ ਪਰ ਈਮਾਨਦਾਰ ਹੈ । — *Although* he is poor yet he is honest. ਆਲਦੋ ਹੀ ਇਜ਼ ਪੂਅਰ ਯੇਟ ਹੀ ਇਜ਼ ਔਨੇਸਟ ।

10. ਜਿਥੋਂ ਤਕ ਮੈਨੂੰ ਯਾਦ ਹੈ ਉਹ ਕਲ੍ਹ ਇਥੇ ਹੀ ਸੀ । — *So far as* I remember, he was here yesterday. ਸੋ ਫਾਰ ਐਜ਼ ਆਈ ਰਿਮੈਂਬਰ, ਹੀ ਵਾਜ਼ ਹਿਅਰ ਯੇਸਟਰਡੇ.

11. ਮੈਨੂੰ ਡਰ ਹੈ ਕਿਤੇ ਮੀਂਹ ਨਾ ਪੈ ਜਾਵੇ । — I fear *lest* it *should* rain. ਆਈ ਫਿਅਰ ਲੇਸਟ ਇਟ ਸ਼ੁਡ ਰੇਨ,

12. ਛਤ ਦੀ ਮੁਰੰਮਤ ਕਰਵਾ ਲਓ । ਕਿਤੇ ਇਹ ਚੋਣ ਨਾ ਲੱਗ ਪਵੇ । — Get the roof repaired *lest* it *should* leak. ਗੇ'ਟ ਦ ਰੂਫ਼ ਰਿਪੇਅਰਡ ਲੇਸਟ ਇਟ ਸ਼ੁਡ ਲੀਕ.

13. ਅੱਵਲ ਆਉਣ ਦੀ ਗੱਲ ਹੀ ਨਾ ਕਰੋ, ਉਹ ਪਰੀਖਿਆ ਵਿਚ ਪਾਸ ਵੀ ਨਹੀਂ ਹੋ ਸਕਦਾ । — *Not to speak of* standing first, he cannot even pass the examination. ਨੌਟ ਟੂ ਸਪੀਕ ਔਫ ਸਟੈਂਡਿੰਗ ਫਸਟ, ਹੀ ਕੈਨ ਨੌਟ ਇਵਨ ਪਾਸ ਦਿ ਇਗਜ਼ਾਮਿਨੇਸ਼ਨ.

14. ਉਹ ਅਸਫ਼ਲ ਹੋ ਜਾਵੇਗਾ ਪਰ ਨਕਲ ਨਹੀਂ ਕਰੇਗਾ । — He would *rather* fail *than* copy. ਹੀ ਵੁਡ ਰੈਦਰ ਫ਼ੇਲ ਦੈਨ ਕੌਪੀ ।

15. ਰਾਜ ਦੇ ਮੁੱਖ ਮੰਤਰੀ ਤੋਂ ਘਟ ਮਹੱਤਵ ਵਾਲੇ ਵਿਅਕਤੀ ਨੇ ਕੌਮੀ ਝੰਡਾ ਨਹੀਂ ਝੁਲਾਇਆ । — *No less* a person *than* the state chief minister hoisted the National Flag. ਨੋ ਲੈਸ ਏ ਪਰਸਨ ਦੈਨ ਦ ਸਟੇਟ ਚੀਫ਼ ਮਿਨਿਸਟਰ ਹੌਇਸਟਿਡ ਦ ਨੈਸ਼ਨਲ ਫਲੈਗ ।

16. ਉਹ ਇੰਨਾ ਬੀਮਾਰ ਹੈ ਕਿ ਬਿਸਤਰੇ ਤੋਂ ਉੱਠ ਨਹੀਂ ਸਕਦਾ । — He is *so* ill *that* he cannot get up from his bed. ਹੀ ਇਜ਼ ਸੋ ਇੱਲ ਦੈਟ ਹੀ ਕੈਨਨੌਟ ਗੇਟ ਅਪ ਫ੍ਰੌਮ ਹਿਜ਼ ਬੈਡ.

17. ਉਹ ਮਿਹਨਤ ਕਰਦਾ ਹੈ ਤਾਂ ਜੋ ਇਨਾਮ ਪਾ ਸਕੇ । — He works hard *so that* he may win a prize. ਹੀ ਵਰ੍ਕਸ ਹਾਰਡ ਸੋ ਦੈਟ ਹੀ ਮੇ ਵਿਨ ਏ ਪ੍ਰਾਇਜ਼.

18. ਜਿੰਨਾ ਉੱਚਾ ਚੜ੍ਹੀਏ ਉੱਨੀ ਠੰਢ ਵਧਦੀ ਜਾਂਦੀ ਹੈ । — *The* higher you climb *the* colder it is. ਦ ਹਾਇਅਰ ਯੂ ਕਲਾਇੰਬ ਦ ਕੋਲਡਰ ਇਟ ਇਜ਼.

19. ਤੂੰ ਜਾਂ ਤੇਰਾ ਭਰਾ ਦੋਸ਼ੀ ਹੈ । — *Either* you *or* your brother is guilty. ਯੂ ਔਰ ਯੁਅਰ ਬ੍ਰਦੱਰ ਇਹ ਗਿਲਟੀ ।

20. ਉਹ ਇੰਨੀ ਕਮਜ਼ੋਰ ਹੈ ਕਿ ਤੁਰ ਨਹੀਂ ਸਕਦੀ । — She is *too* weak *to* walk. ਸ਼ੀ ਇਜ਼ ਟੂ ਵੀਕ ਟੂ ਵਾਕ ।

21. ਉਹ ਇੰਨੀ ਕਮਜ਼ੋਰ ਹੈ ਕਿ ਉਹ ਤੁਰ ਨਹੀਂ ਸਕਦੀ । — She is *so* weak *that* she cannot walk. ਸ਼ੀ ਇਜ਼ ਸੋ ਵੀਕ ਦੈਟ ਸ਼ੀ ਕੈਨੌਟ ਵਾਕ ।

22. ਮੇਰੇ ਲਈ ਇਹ ਚਾਹ ਬਹੁਤ ਜ਼ਿਆਦਾ ਹੈ । — There is too much tea *for* me to take. ਦੇਅਰ ਇਜ਼ ਟੂ ਮੱਚ ਟੀ ਫ਼ੌਰ ਮੀ ਟੂ ਟੇਕ ।

23. ਧਿਆਨ ਰਖੋ ਕਿਤੇ ਬੱਚਾ ਡਿੱਗ ਨਾ ਪਵੇ । — Take care *lest* the baby *should* fall down. ਟੇਕ ਕੇਅਰ ਲੇਸਟ ਦ ਬੇਬੀ ਸ਼ੁਡ ਫ਼ੌਲ ਡਾਉਨ.

24. ਜਾਂ ਤੇ ਤੁਸੀਂ ਇਹ ਕੰਮ ਪੂਰਾ ਕਰ ਦਿਓ, ਨਹੀਂ ਤਾਂ ਤੁਹਾਡੇ ਪੈਸੇ ਗਏ। — *Either* you complete this job today *or* you lose your money. ਆਇਦਰ ਯੂ ਕਮ੍ਪਲੀਟ ਦਿਸ ਜੌਬ ਟੁਡੇ ਔਰ ਯੂ ਲੂਜ਼ ਯੁਅਰ ਮਨੀ।

25. ਮੈਂ ਇਕੱਲੀ ਅੰਗ੍ਰੇਜ਼ੀ ਹੀ ਨਹੀਂ ਫ੍ਰੈਂਚ ਵੀ ਪੜ੍ਹਦਾ ਹਾਂ। — I read *not only* English *but also* French. ਆਈ ਰੀਡ ਨੌਟ ਓਨਲੀ ਇੰਗਲਿਸ਼ ਬਟ ਆਲਸੋ ਫ੍ਰੈਂਚ।

26. ਨਾ ਬਾਲਕ੍ਰਿਸ਼ਨ ਅਤੇ ਨਾ ਉਸ ਦਾ ਭਰਾ ਇਸ ਪਾਰਕ ਵਿਚ ਖੇਡਦਾ ਹੈ। — *Neither* Balkrishna *nor* his brother plays in this park. ਨਾਈਦਰ ਬਾਲਕ੍ਰਿਸ਼ਨ ਨੌਰ ਹਿਜ਼ ਬ੍ਰਦਰ ਪਲੇਜ਼ ਇਨ ਦਿਸ ਪਾਰਕ।

27. ਉਹਨਾਂ ਨੇ ਸਾਨੂੰ ਸਿਰਫ਼ ਚਾਹ ਹੀ ਨਹੀਂ ਪਿਲਾਈ ਸਗੋਂ ਮਠਿਆਈ ਅਤੇ ਫਲ ਵੀ ਖਿਲਾਏ। — *Not only* did they serve tea *but* they also gave us sweets and fruit. ਨੌਟ ਓਨਲੀ ਡਿਡ ਦੇ ਸਰਵ ਟੀ ਬਟ ਦੇ ਆਲਸੋ ਗੇਵ ਅਸ ਸਵੀਟ੍ਸ ਐਂਡ ਫਰੂਟ।

B

ਕਾਲਸੂਚਕ ਸ਼ਬਦਾਂ (Temporals) ਤੋਂ ਬਣੇ ਵਾਕ

in, within, on, at, before, after from-to, till, for, how, long, yet, about, by, when, while, until.

28. ਹੁਣ ਜਨਵਰੀ ਉੱਨ੍ਹੀਂ ਸੌ ਉਨਾਸੀ (1979) ਹੈ। ਉਹ ਮਾਰਚ ਵਿਚ ਆਏਗਾ। — It is January nineteen seventy nine (1979). He will come *in* March. ਇਟ ਇਜ਼ ਜੈਨੁਯੁਅੱਰਿ ਨਾਇਨਟੀਨ ਸੇਵੇਨ੍ਟੀ ਨਾਇਨ (1979) ਹੀ ਵਿਲ ਕਮ ਇਨ ਮਾਰ੍ਚ।

29. ਮੈਂ ਗਰਮੀਆਂ ਵਿਚ ਦਾਰਜਲਿੰਗ ਜਾਵਾਂਗਾ। — I shall go to Darjeeling *in* the summer. ਆਈ ਸ਼ੈੱਲ ਗੋ ਟੂ ਡਾਰ੍ਜਿਲਿੰਗ ਇਨ ਦ ਸਮਰ।

30. ਉਹ ਸਵੇਰੇ ਜਲਦੀ ਉਠਦੀ ਹੈ। — She gets up early *in* the morning. ਸ਼ੀ ਗੇਟ੍ਸ ਅਪ ਅਰਲੀ ਇਨ ਦ ਮੌਰ੍ਨਿੰਗ।

31. ਤੁਹਾਨੂੰ ਉਸ ਦਾ ਖ਼ਤ ਤਿੰਨ ਦਿਨ ਵਿਚ ਮਿਲੇਗਾ। — You will receive his letter *in** three days. ਯੂ ਵਿਲ ਰਿਸੀਵ ਹਿਜ਼ ਲੈਟਰ ਇਨ ਥ੍ਰੀ ਡੇਜ਼।

32. ਤੁਹਾਨੂੰ ਉਸ ਦਾ ਖ਼ਤ ਤਿੰਨ ਦਿਨਾਂ ਦੇ ਵਿਚ ਮਿਲੇਗਾ। — You will receive his letter *within** three days. ਯੂ ਵਿਲ ਰਿਸੀਵ ਹਿਜ਼ ਲੈਟਰ ਵਿਦਿਨ* ਥ੍ਰੀ ਡੇਜ਼।

33. ਅਸੀਂ 20 ਫ਼ਰਵਰੀ ਨੂੰ ਬੰਬਈ ਲਈ ਰਵਾਨਾ ਹੋਏ। — We started for Bombay *on* February 20. ਵੀ ਸਟਾਰ੍ਟਿੱਡ ਫੌਰ ਬਾਬੇ ਔਨ ਫੇਬ੍ਰੂਅਰੀ ਟਵੇਂਟੀ।

34. ਮੈਂ ਸੋਮਵਾਰ ਨੂੰ ਉਥੇ ਪੁੱਜ ਜਾਵਾਂਗਾ। — I shall reach there *on* Monday. ਆਈ ਸ਼ੈਲ ਰੀਚ ਦੇਅਰ ਔਨ ਮੰਡੇ।

35. ਤੁਸੀਂ ਸਾਢੇ ਤਿੰਨ ਵਜੇ ਆਏ। — You came *at* half past three. ਯੂ ਕੇਮ ਐਟ ਹਾਫ਼ ਪਾਸ੍ਟ ਥ੍ਰੀ।

36. ਤੁਸੀਂ ਰਾਤੀਂ ਕਲਕੱਤੇ ਪੁੱਜੋਗੇ। — You will reach Calcutta *at* night. ਯੂ ਵਿਲ ਰੀਚ ਕੈਲਕੱਟਾ ਐਟ ਨਾਇਟ।

37. ਮੈਂ ਸਵੇਰੇ ਜਲਦੀ ਉਠਦਾ ਹਾਂ। — I get up early *in* the morning. ਆਈ ਗੇੱਟ ਅਪ ਅਰਲੀ ਇਨ ਦ ਮੌਰ੍ਨਿੰਗ।

---

* in ਅਰਥਾਤ ਤਿੰਨ ਦਿਨਾਂ ਦੇ ਅੰਤ ਵਿਚ (ਪਹਿਲੇ ਨਹੀਂ) within ਅਰਥਾਤ ਤਿੰਨ ਦਿਨਾਂ ਦੇ ਦੌਰਾਨ (ਪਹਿਲੇ ਵੀ ਮਿਲ ਸਕਦਾ ਹੈ)।

38. ਰਜਨੀ ਦੁਪਹਿਰੋਂ ਬਾਅਦ ਸਕੂਲ ਜਾਂਦੀ ਹੈ। — Rajni goes *to* school *in* the afternoon. ਰਜਨੀ ਗੋਜ਼ ਟੂ ਸਕੂਲ ਇਨ ਦਿ ਆਫ਼ਟਰ ਨੂਨ।

39. ਰਮਾ ਸਵੇਰੇ ਨੌਂ ਵਜੇ ਆਉਂਦੀ ਅਤੇ ਕਮਲਾ 10 ਵਜੇ। — Rama comes *at* 9 A.M. and Kamala *at* 10 A. M. ਰਮਾ ਕਮਸ ਐਟ 9 ਏ. ਐਮ. ਐਂਡ ਕਮਲਾ ਐਟ 10 ਏ. ਐਮ.।

40. ਰਮਾ ਕਮਲਾ ਤੋਂ ਪਹਿਲੇ ਆਉਂਦੀ ਹੈ। ਕਮਲਾ ਰਮਾ ਤੋਂ ਬਾਅਦ ਆਉਂਦੀ ਹੈ। — Rama comes *before* Kamla. Kamala. comes *after* Rama. ਰਮਾ ਕਮਸ ਬਿਫ਼ੋਰ ਕਮਲਾ, ਕਮਲਾ ਕਮਸ ਆਫ਼ਟਰ ਰਮਾ।

41. ਦੁਕਾਨ ਸਵੇਰੇ 9-30 ਵਜੇ ਤੋਂ ਸ਼ਾਮ 7-00 ਵਜੇ ਤਕ ਖੁਲ੍ਹਦੀ ਹੈ। — The shop remains open *from* 9-30 A.M. to 7 P.M. ਦ ਸ਼ੱਪ ਰਿਮੇਨਜ਼ ਓੱਪਨ ਫ੍ਰੌਮ 9-30 ਏ. ਐਮ. ਟੂ ਸੈਵੱਨ ਪੀ. ਐਮ.

42. ਉਹ ਕਲ੍ਹ ਏਥੇ 5 ਵਜੇ ਤੱਕ ਸੀ। — She was here *till* 5.00 P.M. yesterday. ਸ਼ੀ ਵਾਜ਼ ਹਿਅਰ ਟਿਲ ਫਾਇਵ ਪੀ. ਐਮ.

43. ਲੜਕੇ ਹਰ ਰੋਜ਼ ਇਕ ਘੰਟਾ ਖੇਡਦੇ ਹਨ। — The boys play every day *for* an hour. ਦ ਬਵਾਇਜ਼ ਪ੍ਲੇ ਏਵਰੀ ਡੇ ਫ਼ੱਰ ਏਨ ਆਵਰ.

44. ਉਹ ਕਲ੍ਹ ਤੋਂ ਇਥੇ ਰਿਹਾ ਹੈ। — He has been here *since* yesterday. ਹੀ ਹੈਜ਼ ਬੀਨ ਹਿਅਰ ਸਿੰਸ ਯੇਸ਼ਟੱਰਡੇ.

45. ਉਹ ਏਥੇ 1970 ਤੋਂ ਹੈ। — She lived here sincc 1970. ਸ਼ੀ ਲਿਵ੍ਡ ਹਿਅਰ ਸਿੰਸ ਨਾਈਨਟੀਨ ਸੇਵਨਟੀ.

46. ਤੁਸੀਂ ਛੇ ਵਜੇ ਕੰਮ ਕਰ ਰਹੇ ਹੋ।* — You have been working *since* 6 O'clock. ਯੂ ਹੈਵ ਬੀਨ ਵਰਕਿੰਗ ਸਿੰਸ ਸਿਕਸ ਓ'ਕਲੱਕ.

47. ਹੁਣ ਅਸੀਂ ਏਥੇ ਚਾਰ ਸਾਲਾਂ ਤੋਂ ਰਹਿ ਰਹੇ ਹਾਂ।* — We have been living here *for* four years now. ਵੀ ਹੈਵ ਬੀਨ ਲਿਵਿੰਗ ਹਿਅਰ ਫ਼ੱਰ ਫ਼ੋਰ ਯੀਅਰਸ ਨਾਉ।

48. ਤੁਸੀਂ ਕਿੰਨੇ ਸ਼ਮੇਂ ਤੋਂ ਅੰਗ੍ਰੇਜ਼ੀ ਸਿੱਖ ਰਹੇ ਹੋ। — *How long* have you been learning English ? ਹਾਊ ਲੌਂਗ ਹੈਵ ਯੂ ਬੀਨ ਲਰਨਿੰਗ ਇੰਗਲਿਸ਼.

49. ਮੈਂ ਉਸ ਨੂੰ ਪਹਿਲਾਂ ਹੀ ਲਿਖ ਦਿਤਾ ਹੈ। — I have *already* written her. ਆਈ ਹੈਵ ਆਲਰੇਡੀ ਰਿਟੱਨ ਹਰ,

50. ਉਹ ਅਜੇ ਨਹੀਂ ਆਈ। — She has not come *yet*. ਸ਼ੀ ਹੈਜ਼ ਨੱਟ ਕਮ ਯੇਟ.

51. ਸ਼ੋ ਸ਼ੁਰੂ ਹੋਣ ਵਾਲਾ ਹੈ। — The show is *about to* start. ਦ ਸ਼ੋ ਇਜ਼ ਅਬਾਉਟ ਟੂ ਸਟਾਰਟ.

52. ਮੈਂ ਅਪਣਾ ਕੰਮ ਅਗਲੇ ਸ਼ੁਕਰਵਾਰ ਤਕ ਸਮਾਪਤ ਕਰ ਲਵਾਂਗਾ। — I shall finish my work *by* Friday next. ਆਈ ਸ਼ੈਲ ਫ਼ਿਨਿਸ਼ ਮਾਈ ਵਰਕ ਬਾਈ ਫ੍ਰਾਈਡੇ ਨੇਕਸਟ.

53. ਉਹ ਅਪਣਾ ਕੰਮ ਲਗਭਗ ਚਾਰ ਘੰਟਿਆਂ ਵਿਚ ਪੂਰਾ ਕਰ ਲਵੇਗਾ। — He will finish his work *in about* four hours. ਹੀ ਵਿਲ ਫ਼ਿਨਿਸ਼ ਹਿਜ਼ ਵਰਕ ਇਨ ਅੱਬਾਉਟ ਫ਼ੋਰ ਆਵਰਸ.

54. ਮੈਂ ਉਥੇ ਲਗਭਗ ਤਿੰਨ ਵਜੇ ਪੁੱਜਾ। — I reached there *at about* 3 O'clock. ਆਈ ਰੀਚ੍ਡ ਦੇਅਰ ਐਟ ਅੱਬਾਉਟ ਥ੍ਰੀ ਓ'ਕਲੱਕ.

55. ਜਦੋਂ ਰਾਧਾ ਆਈ ਤਾਂ ਮਾਧਵ ਚਲਾ ਗਿਆ। — *When* Radha came, Madhav went away. ਵੈਨ ਰਾਧਾ ਕੇਮ, ਮਾਧਵ ਵੈਂਟ ਅਵੇ.

56. ਉਹ ਜਦੋਂ ਪੜ੍ਹ ਰਹੀ ਸੀ ਤਾਂ ਮੈਂ ਖੇਡ ਰਿਹਾ ਸੀ। — *While* she was readinig, I was playing. ਵ੍ਹਾਇਲ ਸ਼ੀ ਵਾਜ਼ ਰੀਡਿੰਗ, ਆਈ ਵਾਜ਼ ਪ੍ਲੇਇੰਗ.

---

* See tail Box on Page 88.

57. ਜਦੋਂ ਤਕ ਮੈਂ ਆਵਾਂ ਤੁਸੀਂ ਇਥੇ ਉਡੀਕ ਕਰੋ । — Please wait here *till* I come.
ਪ੍ਲੀਜ਼ ਵੇਟ ਹਿਅਰ ਟਿਲ ਆਈ ਕਮ.

58. ਜਦੋਂ ਤਕ ਮੈਂ ਨਾ ਆਵਾਂ ਤੁਸੀਂ ਇਥੋਂ ਨਹੀਂ ਜਾਣਾ । — Please don't go away *until* I come.
ਪ੍ਲੀਜ਼ ਡੋਂਟ ਗੋ ਅਵੇ ਅੰਟਿਲ ਆਈ ਕਮ.

59. ਪਹੁਫੁੱਟਣ ਤਕ ਉਸ ਦਾ ਸਾਹ ਉੱਖੜਨ ਲਗ ਪਿਆ । — He was breathing his last *towards* dawn.
ਹੀ ਵਾਜ਼ ਬ੍ਰੀਦਿੰਗ ਹਿਜ਼ ਲਾਸ੍ਟ ਟੁਵਰ੍ਡੱਸ ਡੌਨ ।

60. ਮੈਂ ਉਸ ਨੂੰ ਅਗਲੇ ਮਹੀਨੇ ਮਿਲਾਂਗਾ । — I shall meet him *next* month.
ਆਈ ਸ਼ੈਲ ਮੀਟ ਹਿਮ ਨੇਕ੍ਸ੍ਟ ਮੰਥ ।

ਯਾਦ ਰਖਣ ਲਈ (To Remember)

1. *No sooner* did Rajendra reach the school *thnt* the bell started ringing.
2. Gandhiji was *not only* a patriot *but also* a reformer.
3. *Neither* Bose *nor* Basu was present.

ਇਹਨਾਂ ਵਾਕਾਂ ਵਿਚ ਸ਼ਬਦਾਂ ਦੇ ਜੋੜੇ ਵਰਤੇ ਜਾਂਦੇ ਹਨ। No sooner ਇਕੱਲਾ ਜੋੜਾ ਮਿਲ ਕੇ ਵਾਕ ਦੇ ਦੋ ਹਿੱਸਿਆਂ 'did Rajendra reach the school' ਅਤੇ bell started ringing ਨੂੰ ਜੋੜਦਾ ਹੈ। ਇਸ ਲਈ ਇਹਨਾਂ ਜੋੜਵੇਂ ਸ਼ਬਦਾਂ ਨੂੰ correlatives ਜਾਂ correlative conjunctions (ਪੂਰਕ ਯੋਜਕ) ਕਿਹਾ ਜਾਂਦਾ ਹੈ। ਇਹਨਾਂ ਜੋੜਵੇਂ ਸ਼ਬਦਾਂ ਦੀ ਸੂਚੀ ਪਿਛਲੇ ਪੰਨੇ ਤੇ ਦਿੱਤੀ ਗਈ ਹੈ। ਅੰਗ੍ਰੇਜ਼ੀ ਬੋਲੀ ਸਿੱਖਣ ਦੇ ਚਾਹਵਾਨ ਵਿਅਕਤੀ ਨੂੰ ਬੋਲੀ ਵਿਚ ਇਹਨਾਂ ਬਹੁ-ਪ੍ਰਚਲਤ ਸ਼ਬਦਾਂ ਦਾ ਚੰਗੀ ਤਰ੍ਹਾਂ ਅਭਿਆਸ ਕਰ ਲੈਣਾ ਚਾਹੀਦਾ ਹੈ।

*4. ਮਹੀਨਿਆਂ ਦੇ ਨਾਂ ਦੇ ਨਾਲ in, ਵਾਰਾਂ ਦੇ ਨਾਂ ਨਾਲ on, ਵਕਤ ਦੱਸਣ ਵਿਚ at ਦਾ ਪ੍ਰਯੋਗ ਕੀਤਾ ਜਾਂਦਾ ਹੈ ਜਿਵੇਂ—*in* February, *on* Tuesday, *at* 6.30 A.M. ਆਦਿ। ਇਸੇ ਤਰ੍ਹਾਂ morning ਅਤੇ evening ਤੋਂ ਪਹਿਲਾਂ in ਅਤੇ Noon, night ਤੋਂ ਪਹਿਲਾਂ at ਲਗਦਾ ਹੈ। ਜਿਵੇਂ—*in* the morning, *in* the evening, *at* night, *at* noon ਆਦਿ।

*5. ਜਿੱਥੇ ਕਾਰਜ ਦੇ ਹੋਣ ਦਾ ਨਿਸ਼ਚਿਤ ਦਿਨ ਜਾਂ ਸਮਾਂ ਦਿੱਤਾ ਹੋਵੇ ਉਥੇ since ਦਾ ਪ੍ਰਯੋਗ ਹੁੰਦਾ ਹੈ, ਜਿਵੇਂ—since 1974, since last Tuesday, since 4 A.M., ਜਿੱਥੇ ਸਮੇਂ ਦੀ ਸੂਚਨਾ ਅਨਿਸਚਿਤ ਹੋਵੇ ਉਥੇ for ਵਰਤਿਆ ਜਾਂਦਾ ਹੈ। ਜਿਵੇਂ—for two months, for three years. ਆਦਿ। ਵਾਕ 46, 47 ਵੀ ਵੇਖੋ।

24 ਚੌਵੀਵਾਂ ਦਿਨ th day

ਅੰਗ੍ਰੇਜ਼ੀ ਵਿਚ ਸ਼ਬਦਾਂ ਦੇ ਨਾਲ ਕੁਝ ਖ਼ਾਸ Prepositions ਲਗਾਉਣ ਦਾ ਨਿਯਮ ਹੈ। ਆਓ ਅਜ ਅਸੀਂ ਕਿਰਿਆ ਆਦਿ ਸ਼ਬਦਾਂ ਦੇ ਨਾਲ ਕੁਝ Prepositions ਲਗਾਉਣ ਦਾ ਅਭਿਆਸ ਕਰੀਏ। ਤੁਸੀਂ ਦੇਖੋਗੇ ਕਿ Preposition ਲਗਾਉਣ ਦੇ ਪਿਛੇ ਕੋਈ ਨਿਯਮ ਕੰਮ ਕਰ ਰਿਹਾ ਹੈ। ਇਹਨਾਂ ਨੂੰ ਸਮਝੋ ਅਤੇ ਪ੍ਰਯੋਗ ਕਰੋ।

ਕਿਰਿਆ ਆਦਿ ਸ਼ਬਦਾਂ ਦੇ ਨਾਲ Prepositions ਦਾ ਪ੍ਰਯੋਗ

from, by, with, in, of, for, into, against, on, over, about.

FROM

1. ਲੜਕਾ ਸਕੂਲ ਵਿਚੋਂ ਗੈਰਹਾਜ਼ਿਰ ਸੀ। — The boy was *absent from* school.
ਦ ਬੁਆਇ ਵਾਜ਼ ਐਬਸੇਂਟ ਫ੍ਰਾੱਮ ਸਕੂਲ।

2. ਤੁਹਾਨੂੰ ਤਮਾਕੂ ਪੀਣ ਤੋਂ ਬਚਣਾ ਚਾਹੀਦਾ ਹੈ। — You must *abstain from* smoking.
ਯੂ ਮਸਟ ਆਬਸਟੇਨ ਫ੍ਰਾਮ ਸਮੋਕਿੰਗ।

3. ਰੋਗੀ ਖ਼ਤਰੇ ਤੋਂ ਬਾਹਰ ਨਹੀਂ ਹੈ। — The patient is not *free from* danger.
ਦ ਪੇਸ਼ੇਂਟ ਇਜ਼ ਨੱਟ ਫ੍ਰੀ ਫ੍ਰਾਮ ਡੇਂਜਰ।

4. ਉਹ ਮੈਨੂੰ ਉਥੇ ਜਾਣ ਤੋਂ ਰੋਕਦਾ ਹੈ। — He *prevents* me *from* going there.
ਹੀ ਪ੍ਰਿਵੇਂਟ੍ਸ ਮੀ ਫ੍ਰਾਮ ਗੋਇੰਗ ਦੇਅਰ।

5. ਤੁਸੀਂ ਅਜੇ ਆਪਣੀ ਬੀਮਾਰੀ ਤੋਂ ਠੀਕ ਨਹੀਂ ਹੋਏ। — You have not yet *recovered from* your illness.
ਯੂ ਹੈਵ ਨੱਟ ਯੇਟ ਰਿਕਵਰ੍ਡ ਫ੍ਰਾਮ ਯੁਅਰ ਇਲਨੇਸ।

BY

6. ਮੇਰੇ ਪਿਤਾ ਜੀ ਮੇਰੇ ਨਾਲ ਸਨ। — I was *accompanied by* my father.
ਆਈ ਵਾਜ਼ ਅੱਕਮ੍ਪੱਨੀਡ ਬਾਈ ਮਾਈ ਫਾਦਰ

7. ਇਸ ਖ਼ਬਰ ਤੋਂ ਘਬਰਾਓ ਨਹੀਂ। — Please don't be *alarmed by* the news.
ਪ੍ਲੀਜ਼ ਡੋਂਟ ਬੀ ਅਲਾਰਮ੍ਡ ਬਾਈ ਦ ਨਿਊਜ਼।

8. ਮੇਰੀ ਕਹਾਣੀ ਸੁਣ ਕੇ ਉਸ ਦਾ ਬੜਾ ਮਨਪਰਚਾਵਾ ਹੋਇਆ। — He was *amused by* my story.
ਹੀ ਵਾਜ਼ ਅਮ੍ਯੂਜ਼੍ਡ ਬਾਈ ਮਾਈ ਸ੍ਟੋਰੀ।

9. ਉਸ ਦੇ ਚਾਲ ਚਲਣ ਤੋਂ ਅਸੀਂ ਤੰਗ ਆ ਗਏ ਸੀ। — We were *disgusted by* his conduct.
ਵੀ ਵਰ ਡਿਸ੍ਗਸ੍ਟਿਡ ਬਾਈ ਹਿਜ਼ ਕੰਡਕ੍ਟ।

10. ਮੈਂ ਪੁਰਾਣੀ ਅੰਗੂਠੀ ਦੇ ਕੇ ਨਵੀਂ ਲੈ ਲਈ। — I *replaced* my old ring *by* a new one.
ਆਈ ਰਿਪ੍ਲੇਸ੍ਡ ਮਾਈ ਓਲ੍ਡ ਰਿੰਗ ਬਾਈ ਏ ਨਿਊ ਵੱਨ।

WITH

11. ਤੁਸੀਂ ਦੂਜਿਆਂ ਨਾਲ ਵਰਤਾਓ ਕਰਨਾ ਨਹੀਂ ਜਾਣਦੇ। — You do not know how to *deal with* others.
ਯੂ ਡੂ ਨੱਟ ਨੋ ਹਾਊ ਟੂ ਡੀਲ ਵਿਦ ਅਦਰ੍ਸ।

12. ਸਾਨੂੰ ਅੰਗ੍ਰੇਜ਼ੀ ਭਾਸ਼ਾ ਤੋਂ ਜਾਣੂ ਹੋਣਾ ਚਾਹੀਦਾ ਹੈ। | We should be *familiar with* the English language. ਵੀ ਸ਼ੁਡ ਬੀ ਫ਼ੈਮੀਲਿਅਰ ਵਿਦ ਦਿ ਇੰਗਲਿਸ਼ ਲੈਂਗ੍ਵਿਜ।

13. ਓਹ ਚਿੱਤਰ ਕਲਾ ਦੀ ਪ੍ਰਤਿਭਾ ਨਾਲ ਸਪੰਨ ਸੀ। | He was *gifted with* a talent for painting. ਹੀ ਵਾਜ਼ ਗਿਫ਼ਟਿਡ ਵਿਦ ਏ ਟੇਲੇਂਟ ਫ਼ਾਰ ਪੇਂਟਿੰਗ।

14. ਮੇਰਾ ਅਫਸਰ ਮੇਰੇ ਤੇ ਮੇਹਰਬਾਨ ਸੀ। | My boss was *pleased with* me. ਮਾਈ ਬੱਸ ਵਾਜ਼ ਪਲੀਜ਼ਡ ਵਿਦ ਮੀ।

15. ਮੈਂ ਤੁਹਾਡੀ ਤਰੱਕੀ ਤੋਂ ਸੰਤੁਸ਼ਟ ਹਾਂ। | I'm *satisfied with* your progress. ਆਈ ਐਮ ਸੈਟਿਸਫ਼ਾਈਡ ਵਿਦ ਯੂਅਰ ਪ੍ਰਾਗ੍ਰੈਸ।

IN

16. ਉਹ ਅਪਣੇ ਕੰਮ ਵਿਚ ਲੀਨ ਸੀ। | He was *absorbed in* his work. ਹੀ ਵਾਜ਼ ਐਬਜ਼ੌਰਬਡ ਇਨ ਹਿਜ ਵਰਕ।

17. ਸ਼ੀਲਾ ਇਕ ਕੰਨ ਤੋਂ ਬੋਲੀ ਹੈ। | Shiela is *deaf in* one ear. ਸ਼ੀਲਾ ਇਜ਼ ਡੀਫ ਇਨ ਵਨ ਈਅਰ।

18. ਤੁਹਾਨੂੰ ਆਪਣੇ ਵਿਵਹਾਰ ਵਿਚ ਨਿਮ੍ਰ ਹੋਣਾ ਚਾਹੀਦਾ ਹੈ। | You must be *polite in* your manners. ਯੂ ਮਸਟ ਬੀ ਪੋਲਾਈਟ ਇਨ ਯੂਅਰ ਮੈਨਰਜ਼।

19. ਉਹ ਸੰਗੀਤ ਦਾ ਮਾਹਿਰ ਹੈ। | He is *wellversed in* music. ਹੀ ਇਜ਼ ਵੇਲਵਰਸ੍ਡ ਇਨ ਮਿਊਜ਼ਿਕ।

20. ਉਸ ਦੇ ਕੰਮ ਦੇ ਨਤੀਜੇ ਵੱਜੋਂ ਇਹ ਝਗੜਾ ਹੋਇਆ ਹੈ। | His action has *resulted in* a quarrel. ਹਿਜ਼ ਐਕਸ਼ਨ ਹੈਜ਼ ਰਿਜ਼ਲ੍ਟਿਡ ਇਨ ਏ ਕ੍ਵੇਰੇਲ।

OF

21. ਉਸ ਨੂੰ ਸਫਲਤਾ ਦਾ ਪੂਰਾ ਭਰੋਸਾ ਸੀ। | He was *confident of* success. ਹੀ ਵਾਜ਼ ਕਨ੍ਫੀਡੇਂਟ ਆਫ ਸਕ੍ਸੇਸ।

22. ਉਹ ਆਪਣੀ ਕਮਜ਼ੋਰੀ ਨੂੰ ਚੰਗੀ ਤਰ੍ਹਾਂ ਜਾਣਦਾ ਹੈ। | He is fully *conscious of* his weakness. ਹੀ ਇਜ਼ ਫੁੱਲੀ ਕੱਨ੍ਸ਼ਿਅਸ ਅੱਫ਼ ਹਿਜ਼ ਵੀਕ੍ਨੇਸ

23. ਉਸ ਨੂੰ ਅੰਬ ਬਹੁਤ ਭਾਉਂਦੇ ਹਨ। | He is *fond of* mangoes. ਹੀ ਇਜ਼ ਫੌਨ੍ਡ ਅੱਫ ਮੈਂਗੋਜ਼

24. ਉਸ ਨੂੰ ਦੇਖ ਕੇ ਮੈਨੂੰ ਉਸ ਦੇ ਭਰਾ ਦੀ ਯਾਦ ਆਉਂਦੀ ਹੈ। | He *reminds* me *of* his brother. ਹੀ ਰਿਮਾਈਂਡ੍ਜ਼ ਮੀ ਅੱਫ ਹਿਜ਼ ਬ੍ਰਦਰ।

25. ਕੀ ਤੁਸੀਂ ਆਪਣੀ ਸਫਲਤਾ ਲਈ ਨਿਸ਼ਚਿਤ ਹੋ। | Are you *sure of* your success ? ਆਰ ਯੂ ਸ਼ੁਓਰ ਆਫ ਯੂਅਰ ਸਕ੍ਸੇਂਸ ?

FOR

26. ਕੀ ਉਹ ਪਰੀਖਿਆ ਲਈ ਤਿਆਰੀ ਕਰ ਰਹੀ ਹੈ। | Is she *preparing for* the test ? ਇਜ਼ ਸ਼ੀ ਪ੍ਰੀਪੇਅਰਿੰਗ ਫ਼ਾਰ ਦ ਟੈਸਟ।

27. ਮੈਂ ਉਸ ਦੀ ਸਿਹਤ ਦਾ ਜ਼ਰੂਰ ਖਿਆਲ ਰਖਦਾ ਹਾਂ। | I do *car for* his health. ਆਈ ਡੂ ਕੇਅਰ ਫ਼ੱਰ ਹਿਜ਼ ਹੈਲਥ।

28. ਉਸ ਨੇ ਆਪਣੇ ਬੁਰੇ ਵਿਵਹਾਰ ਲਈ ਮੈਥੋਂ ਖਿਮਾ ਮੰਗੀ। | He *apologized* to me *for* his bad behaviour. ਹੀ ਅਪੱਲ੍ਜਾਇਜ਼ਡ ਟੂ ਮੀ ਫ਼ੱਰ ਹਿਜ਼ ਬੈਡ ਬਿਹੇਵਿਅਰ।

29. ਉਸ ਨੂੰ ਪੈਸੇ ਦਾ ਹਿਸਾਬ ਦੇਣਾ ਪਵੇਗਾ । He has to *account for* thh mouey.
ਹੀ ਹੈਜ਼ ਟੂ ਅਕਾਉਂਟ ਫ਼ਾਰ ਦ ਮਨੀ।

TO

30. ਉਹ ਤਮਾਕੂ ਪੀਣ ਦਾ ਆਦੀ ਹੋ ਗਿਆ ਸੀ । He was *addicted to* smoking. ਹੀ ਵਾਜ਼ ਏਡਿਕਟਿਡ ਟੂ ਸਮੋਕਿੰਗ

31. ਉਸ ਨੇ ਨਿਯਮਾਂ ਦੇ ਵਿਰੁੱਧ ਆਚਰਣ ਕੀਤਾ । He acted *contrary to* the rules.
ਹੀ ਐਕਟਿਡ ਕਾਂਟ੍ਰੇਰੀ ਟੂ ਦ ਰੂਲਜ਼ ।

32. ਕੁਝ ਲੋਕ ਸਿਹਤ ਤੋਂ ਜ਼ਿਆਦਾ ਧੰਨ ਨੂੰ ਮਹਤੱਵ ਦਿੰਦੇ ਹਨ । Some people *prefer* wealth *to* health.
ਸਮ ਪੀਪਲ ਪ੍ਰੇਫ਼ਰ ਵੈਲਥ ਟੂ ਹੈਲਥ ।

33. ਉਸ ਨੇ ਮਾਮਲਾ ਉੱਚੇ ਅਧਿਕਾਰੀਆਂ ਸਾਹਮਣੇ ਰੱਖ ਦਿੱਤਾ । He *referred* the matter *to* the higher authorities.
ਹੀ ਰੇਫ਼ਰਡ ਦ ਮੇਟਰ ਟੂ ਦ ਹਾਇਅਰ ਅਥੱਰਿਟੀਜ਼ ।

INTO

34. ਉਸ ਨੂੰ ਹਸਪਤਾਲ ਵਿਚ ਭਰਤੀ ਕੀਤਾ ਗਿਆ । He was *admitted into* the hospital.
ਹੀ ਵਾਜ਼ ਐਡਮਿਟਿਡ ਇਨਟੂ ਦ ਹੱਸਪਿਟਲ ।

35. ਪੁਲੀਸ ਨੇ ਮਾਮਲੇ ਦੀ ਪੜਤਾਲ ਕੀਤੀ । The police *inquired into* the matter.
ਦ ਪੋਲੀਸ ਇੰਕਵਾਇਰਡ ਇਨਟੂ ਦ ਮੇਟਰ ।

36. ਅਸੀਂ ਆਪਣੀਆਂ ਪੁਸਤਕਾਂ ਆਪਣੇ ਬਸਤਿਆਂ ਵਿਚ ਰੱਖੀਆਂ । We *put* our books *into* our bags.
ਵੀ ਪੁਟ ਅਵਰ ਬੁਕਸ ਇਨਟੂ ਅਵਰ ਬੈਗਸ ।

AGAINST

37. ਮੈਂ ਤੁਹਾਡੇ ਦੁਸ਼ਮਨਾਂ ਵਿਰੁੱਧ ਤੁਹਾਨੂੰ ਸਦਾ ਸਾਵਧਾਨ ਕਰਦਾ ਹਾਂ । I always *guard* you *against* your enemies.
ਆਈ ਆਲਵੇਜ਼ ਗਾਰਡ ਯੂ ਅਗੇਨਸਟ ਯੂਅਰ ਏਨਿਮੀਜ਼ ।

38. ਡਾਕਟਰ ਨੇ ਉਸ ਨੂੰ ਜ਼ਿਆਦਾ ਕੰਮ ਕਰਨ ਵਿਰੁੱਧ ਚੇਤਾਵਨੀ ਦਿਤੀ ਹੈ । The doctor *warned* him *against* working too hard.
ਦ ਡੱਕਟਰ ਵਾਰਨ੍ਡ ਹਿਮ ਅਗੇਨਸਟ ਵਰਕਿੰਗ ਟੂ ਹਾਰਡ ।

ON

39. ਉਸ ਦੀ ਆਲੋਚਨਾ ਤੱਥਾਂ ਤੇ ਆਧਾਰਿਤ ਨਹੀਂ ਹੈ । His remarks are not *based on* facts.
ਹਿਜ਼ ਰਿਮਾਰਕਸ ਆਰ ਨੱਟ ਬੇਸ੍ਡ ਔਨ ਫੈਕਟਸ।

40. ਤੁਸੀਂ ਉੱਥੇ ਜਾਣ ਤੇ ਕਿਉਂ ਤੁੱਲੇ ਹੋਏ ਹੋ । Why are you *bent on* going there ?
ਵ੍ਹਾਈ ਆਰ ਯੂ ਬੇਂਟ ਅੱਨ ਗੋਇੰਗ ਦੇਅਰ ?

41. ਅਸੀਂ ਉਸ ਤੇ ਭਰੋਸਾ ਨਹੀਂ ਕਰ ਸਕਦੇ । We cannot *rely on* him.
ਵੀ ਕੈਨ੍ਨੱਟ ਰਿਲਾਇ ਔਨ ਹਿਮ ।

OVER

42. ਬਰਫ਼ ਸੜਕ ਉੱਤੇ ਫੈਲੀ ਹੈ । Ice *lay over* the road. ਆਈਸ ਲੇ ਓਵਰ ਦ ਰੋਡ।

ABOUT

43. ਮਾਂ ਆਪਣੇ ਪੁੱਤਰ ਦੀ ਤਰੱਕੀ ਬਾਰੇ ਫ਼ਿਕਰਮੰਦ ਹੈ । The mother is *anxious about* her son's progress.
ਦ ਮਦਰ ਇਜ਼ ਐਂਕਕ਼ਸ਼ਸ ਅਬਾਉਟ ਹਰ ਸੱਨਸ ਪ੍ਰਾੱਗਰੇਸ ।

[Phrase Prepositions]

44. ਉਹ ਸਖ਼ਤ ਮਿਹਨਤ ਦੇ ਕਾਰਨ ਸਫਲ ਹੋਇਆ। — He succeeded *by dint of* hard work.
ਹੀ ਸਕਸੀਡਿਡ ਬਾਈ ਡਿੰਟ ਔਫ ਹਾਰਡ ਵਰਕ।

45. ਸਾਨੂੰ ਆਪਣੇ ਦੇਸ਼ ਲਈ (ਆਪਣੀ) ਹਰ ਚੀਜ਼ ਦਾ ਤਿਆਗ ਕਰਨਾ ਚਾਹੀਦਾ ਹੈ। — We should sacrifice everything *for the sake of* our country. ਵੀ ਸ਼ੁਡ ਸੈਕਰੀਫ਼ਾਇਸ ਏਵਰੀਥਿੰਗ ਫੌਰ ਦ ਸੇਕ ਔਫ ਅਵਰ ਕੰਟ੍ਰੀ।

46. ਸਾਨੂੰ ਆਪਣੇ ਮਿੱਤਰਾਂ ਦੀ ਭਲਾਈ ਵਿਚ ਰਹਿਣਾ ਚਾਹੀਦਾ ਹੈ। — We should act *in favour of* our friends.
ਵੀ ਸ਼ੁਡ ਐਕਟ ਇਨ ਫੇਵਰ ਔਫ ਅਵਰ ਫ੍ਰੈਂਡਜ਼।

47. ਸਾਨੂੰ ਜ਼ਿੰਦਾ ਰਹਿਣ ਲਈ ਕੰਮ ਕਰਨਾ ਚਾਹੀਦਾ ਹੈ। — We must work *in order to* live.
ਵੀ ਮਸਟ ਵਰਕ ਇਨ ਆਰਡਰ ਟੂ ਲਿਵ।

48. ਆਪਣੀ ਬੀਮਾਰੀ ਦੇ ਬਾਵਜੂਦ ਮੈਂ ਦਫ਼ਤਰ ਵਿੱਚ ਹਾਜ਼ਿਰ ਹੋਇਆ। — I attended the office *inspite of* my illness.
ਆਈ ਅਟੈਂਡਿਡ ਦਿ ਆਫਿਸ ਇਨਸੁਪਾਈਟ ਔਫ਼ ਮਾਈ ਇਲਨੈਸ

49. ਅਸੀਂ ਸੰਕਟ ਦੇ ਵਿਚ ਫਸੇ ਹੋਏ ਹਾਂ। — We are *in the midst* of truble.
ਵੀ ਆਰ ਇਨ ਦ ਮਿਡਸੁਟ ਔਫ਼ ਟ੍ਰਬਲ।

50. ਅਫ਼ਸਰ ਦੀ ਵਿਦਾਈ ਦੇ ਦਿਨ ਉਸ ਨੂੰ ਵਿਦਾਈ ਭੋਜ ਦਿਤਾ ਗਿਆ। — The officer was given a farewell party *on the eve of* his departure. ਦ ਆਫੀਸਰ ਵਾਜ਼ ਗਿਵਨ ਏ ਫ਼ੇਅਰਵੇ'ਲ ਪਾਰਟੀ ਔਨ ਦਿ ਈਵ ਔਫ਼ ਹਿਜ਼ ਡਿਪਾਰਚਰ।

ਯਾਦ ਰਖਣ ਲਈ (To Remember)

1. ਕਿਰਿਆ ਆਦਿ ਸ਼ਬਦਾਂ ਦੇ ਨਾਲ ਜੋੜ ਕੇ, ਕੁਝ ਖ਼ਾਸ Prepositions ਦਾ ਪ੍ਰਯੋਗ ਹੁੰਦਾ ਹੈ। ਇਹਨਾਂ ਦਾ ਚੰਗੀ ਤਰ੍ਹਾਂ ਅਭਿਆਸ ਕਰ ਲੈਣਾ ਚਾਹੀਦਾ ਹੈ।

ਅਕਸਰ abstain, prevent, recover ਦੇ ਨਾਲ from ਜੋੜਿਆ ਜਾਂਦਾ ਹੈ। ਇਸੇ ਤਰ੍ਹਾਂ accompany amuse, replace ਦੇ ਨਾਲ *by*; deal, please, satisfy ਦੇ ਨਾਲ *with*; prepare, care, apologise ਦੇ ਨਾਲ *for*, addict, prefer, refer ਦੇ ਨਾਲ *to*; base, rely ਦੇ ਨਾਲ *on* ਦਾ ਪ੍ਰਯੋਗ ਹੁੰਦਾ ਹੈ। ਉਪਰਲੇ ਵਾਕਾਂ ਵਿਚ ਇਹ ਪ੍ਰਯੋਗ ਫਿਰ ਦੇਖੋ।

2. Prepositions ਦੇ ਕੁਝ ਪ੍ਰਯੋਗ ਬਹੁਤ ਰੂੜ੍ਹ ਹੋ ਗਏ ਹਨ। Phrase Prepositions ਜਿਉਂ ਦੇ ਤਿਉਂ ਵਰਤੋਂ ਵਿਚ ਆਉਂਦੇ ਹਨ। ਉਦਾਹਰਣ ਦੇ ਲਈ 'by dint of,' 'for the sake of,' 'in order to,' 'in the midst,' 'on the eve of' ਆਦਿ ਦੇ ਪ੍ਰਯੋਗ ਉਪਰਲੇ ਵਾਕਾਂ ਵਿਚ ਦੇਖੋ। ਇਹੋ ਜਿਹੀਆਂ *Phrase Prepositions* ਅੰਗ੍ਰੇਜ਼ੀ ਭਾਸ਼ਾ ਵਿਚ ਬਹੁਗਿਣਤੀ ਵਿਚ ਪ੍ਰਚਲਿਤ ਹਨ। Phrase Prepositions ਨੂੰ ਇਕੱਠੇ ਕਰਕੇ ਵਾਕਾਂ ਵਿਚ ਪ੍ਰਯੋਗ ਕਰਨਾ ਸਿਖੋ।

25 ਪੱਚੀਵਾਂ ਦਿਨ th day

ਅਸੀਂ ਆਪਣੀ ਗੱਲ ਦੋ ਢੰਗਾਂ ਨਾਲ ਕਰ ਸਕਦੇ ਹਾਂ। (i) ਕਰਤਾ (doer) ਤੇ ਜ਼ੋਰ ਦਿੰਦੇ ਹੋਏ ਜਿਵੇਂ—'Hari learns first lesson' (ਹਰੀ ਪਹਿਲਾ ਪਾਠ ਯਾਦ ਕਰਦਾ ਹੈ); (ii) ਕਰਮ (receiver) ਤੇ ਬਲ ਦਿੰਦੇ ਹੋਏ ਜਿਵੇਂ—First lesson is learnt by Hari. (ਪਹਿਲਾ ਪਾਠ ਹਰੀ ਦੁਆਰਾ ਯਾਦ ਕੀਤਾ ਗਿਆ ਹੈ)। ਪਹਿਲੇ ਵਾਕ ਨੂੰ ਕਰਤਰੀ ਵਾਚ ਅਤੇ ਦੂਸਰੇ ਨੂੰ ਕਰਮਣੀ ਵਾਚ ਆਖਦੇ ਹਨ। ਗੱਲਬਾਤ ਕਰਨ ਵਾਲੇ ਨੂੰ ਆਪਣੇ ਭਾਵ ਦੇ ਮੁਤਾਬਿਕ ਵਾਚ ਦੀ ਚੋਣ ਕਰਨੀ ਚਾਹੀਦੀ ਹੈ। ਇਹਨਾਂ ਦਾ ਅਭਿਆਸ ਕਰਕੇ ਅੰਗ੍ਰੇਜ਼ੀ ਬੋਲਣ ਦੀ ਆਪਣੀ ਕਾਬਲੀਅਤ ਵਧਾਓ।

ਕਰਤਰੀ ਵਾਚ ਅਤੇ ਕਰਮਣੀ ਵਾਚ Active Voice and Passive Voice

Active Voice	Passive Voice
1. ਉਹ ਗੀਤ ਗਾਉਂਦਾ ਹੈ। He sings a song. ਹੀ ਸਿੰਗਜ਼ ਏ ਸੌਂਨ੍ਗ।	ਉਸ ਦੇ ਦੁਆਰਾ ਗੀਤ ਗਾਇਆ ਜਾਂਦਾ ਹੈ। A song is sung by him. ਏ ਸੌਂਨ੍ਗ ਇਜ਼ ਸੰਗ ਬਾਈ ਹਿਮ.
2. ਰਾਮ ਨੇ ਰਾਵਣ ਨੂੰ ਮਾਰਿਆ। Rama killed Ravana. ਰਾਮਾ ਕਿਲ੍ਡ ਰਾਵਣਾ।	ਰਾਮ ਦੁਆਰਾ ਰਾਵਣ ਮਾਰਿਆ ਗਿਆ। Ravana was killed by Rama. ਰਾਵਣਾ ਵਾਜ ਕਿਲ੍ਡ ਬਾਈ ਰਾਮਾ.
3. ਉਹ ਕ੍ਰਿਕਟ ਖੇਡਣਗੇ। They will play cricket. ਦੇ ਵਿਲ ਪ੍ਲੇ ਕ੍ਰਿਕਟ.	ਉਹਨਾਂ ਦੁਆਰਾ ਕ੍ਰਿਕਟ ਖੇਡੀ ਜਾਏਗੀ। Cricket will be played by them. ਕ੍ਰਿਕੇਟ ਵਿਲ ਬੀ ਪ੍ਲੇਡ ਬਾਈ ਦੇੱਮ.
4. ਕੀ ਤੁਸੀਂ ਖ਼ਤ ਲਿਖ ਰਹੇ ਹੋ। Are you writing a letter ? ਆਰ ਯੂ ਰਾਇਟਿੰਗ ਏ ਲੇ'ਟਰ ?	ਕੀ ਖ਼ਤ ਤੁਹਾਥੋਂ ਲਿਖਿਆ ਜਾ ਰਿਹਾ ਹੈ। Is a letter being written by you ? ਇਜ਼ ਏ ਲੇੱਟਰ ਬੀਂਗ ਰਿਟੱਨ ਬਾਈ ਯੂ ?
5. ਮਜ਼ਦੂਰ ਨਹਿਰ ਖੋਦ ਰਹੇ ਸਨ। Labourers were digging a canal. ਲੇਬਰਰ੍ਜ਼ ਵਰ ਡਿਗਿੰਗ ਏ ਕੇਨਾਲ।	ਨਹਿਰ ਮਜ਼ਦੂਰਾਂ ਦੁਆਰਾ ਖੋਦੀ ਜਾ ਰਹੀ ਸੀ। A canal was being dug by labourers. ਏ ਕੈਨਾਲ ਵਾਜ਼ ਬੀਂਗ ਡੱਗ ਬਾਈ ਲੇਬਰਰ੍ਜ਼.
6. ਕੀ ਤੁਸੀਂ ਇਹ ਕੰਮ ਕਰ ਲਿਆ ਹੈ। Have you done this job ? ਹੈਵ ਯੂ ਡਨ ਦਿਸ ਜੌਬ ?	ਕੀ ਇਹ ਕੰਮ ਤੁਹਾਥੋਂ ਕੀਤਾ ਗਿਆ ? Has this job been done by you ? ਹੈਜ਼ ਦਿਜ਼ ਜੌਬ ਬੀਨ ਡਨ ਬਾਈ ਯੂ ?
7. ਕੀ ਗੱਡੀ ਆਉਣ ਤੋਂ ਪਹਿਲਾਂ ਤੁਸੀਂ ਆਪਣਾ ਸਮਾਨ ਬੰਨ੍ਹ ਲਿਆ ਹੋਵੇਗਾ ? Will you have packed your luggage before the train arrived ? ਵਿਲ ਯੂ ਹੈਵ ਪੈਕ੍ਡ ਯੁਅਰ ਲੱਗੇਜ ਬਿਫੋਰ ਦ ਟ੍ਰੇਨ ਅਰਾਇਵ੍ਡ ?	ਕੀ ਗੱਡੀ ਆਉਣ ਤੋਂ ਪਹਿਲਾਂ ਤੁਹਾਡਾ ਸਮਾਨ ਬੰਨ੍ਹਿਆ ਗਿਆ ਹੋਵੇਗਾ। Will your luggage have been packed before the train arrived ? ਵਿਲ ਯੁਅਰ ਲੱਗੇਜ ਹੈਵ ਬੀਨ ਪੈਕ੍ਡ ਬਿਫੋਰ ਦ ਟ੍ਰੇਨ ਅਰਾਇਵ੍ਡ.

8. ਉਸ ਦੀ ਸਹਾਇਤਾ ਕਰੋ ।
Help him. ਹੈਲੁਪ ਹਿਮ.

ਆਪਣੇ ਤੋਂ ਉਸ ਦੀ ਸਹਾਇਤਾ ਹੋਣ ਦਿਓ ।
Let him *be helped* (by you).
ਲੇ'ਟ ਹਿਮ ਬੀ ਹੈਲਪੁਡ (ਬਾਈ ਯੂ).

ਵਾਚ ਬਦਲਨ ਦੇ ਲਈ ਅਰਥਾਤ ਕਰਤਾ ਦੀ ਜਗ੍ਹਾ ਕਰਮ ਨੂੰ ਮੁੱਖ ਬਣਾਉਣ ਦੇ ਲਈ ਵਾਕ ਵਿਚ ਦੋ ਗੱਲਾਂ ਕੀਤੀਆਂ ਜਾਂਦੀਆਂ ਹਨ । 1. ਵਾਕ ਵਿਚ ਕਰਤਾ ਨੂੰ ਕਰਮ ਤੇ ਕਰਮ ਨੂੰ ਕਰਤਾ ਬਣਾ ਦਿੱਤਾ ਜਾਂਦਾ ਹੈ ਜਿਵੇਂ—(i) ਰਾਮ (ਕਰਤਾ) ਨੇ ਰਾਵਣ (ਕਰਮ) ਨੂੰ ਮਾਰਿਆ । Rama killed Ravana. ਇਹ ਕਰਤਰੀ ਵਾਚ ਹੈ (ii) ਇਸ ਦਾ ਕਰਮਣੀ ਵਾਚ ਰੂਪ ਦੇਖੋ—ਰਾਵਣ ਰਾਮ ਦੁਆਰਾ ਮਾਰਿਆ ਗਿਆ । Ravana was killed by Rama. 2. ਕਿਰਿਆ ਦਾ ਰੂਪ ਬਦਲ ਜਾਂਦਾ ਹੈ ਅਰਥਾਤ ਕਿਸੇ ਵੀ ਕਾਲ (Tense) ਦਾ ਕਰਤਰੀ ਵਾਚ ਹੋਵੇ ਉਸ ਵਿਚ ਮੁਖ ਕਿਰਿਆ Past Participle ਦੇ ਰੂਪ ਵਿਚ ਆ ਜਾਂਦੀ ਹੈ । ਜਿਵੇਂ—do, doing ਆਦਿ ਬਦਲ ਕੇ done ਹੋ ਜਾਣਗੇ ਤੇ ਨਾਲ ਹੀ ਇਕ ਸਹਾਇਕ ਕਿਰਿਆ is, was, be, has, been ਆਦਿ ਜੁੜ ਜਾਂਦੀਆਂ ਹਨ । ਉਪਰੋਕਤ ਵਾਕਾਂ ਵਿਚ ਵੱਖਰੇ-ਵੱਖਰੇ ਕਾਲਾਂ ਦੇ ਰੂਪ ਦੇਖੋ ।

ਹੇਠਾਂ ਕੁਝ ਵਾਕ ਦਿਤੇ ਗਏ ਹਨ, ਜੋ ਕਰਮਣੀ ਵਾਚੀ ਹਨ ਇਹਨਾਂ ਵਿਚ ਕਰਤਾ ਦਾ ਲੋਪ ਹੋ ਗਿਆ ਹੈ । ਇਸ ਲਈ ਇਹਨਾ ਵਾਕਾਂ ਨੂੰ ਕਰਤਰੀ ਵਾਚ ਵਿਚ ਬਦਲਿਆ ਨਹੀਂ ਜਾ ਸਕਦਾ । ਇਹ ਧਿਆਨ ਰਖੋ ਕਿ ਇਸ ਤਰ੍ਹਾਂ ਦੇ ਬਹੁਤ ਸਾਰੇ ਵਾਕ ਹੋ ਸਕਦੇ ਹਨ ।

ਕਰਮਣੀ ਵਾਚ Passive Voice

9. ਤਾਜਮਹਿਲ ਬੜਾ ਖ਼ਰਚ ਕਰਕੇ ਬਣਵਾਇਆ ਗਿਆ ਸੀ
The Taj *was built* at a great cost.
ਦ ਤਾਜ ਵਾਜ਼ ਬਿਲਟ ਐਟ ਏ ਗ੍ਰੇਟ ਕੱਾਸਟ ।

10. ਮੱਕੀ ਬਰਸਾਤ ਦੇ ਮੌਸਮ ਵਿਚ ਬੀਜੀ ਜਾਂਦੀ ਹੈ ।
Maize *is sown* in the rainy season.
ਮੇਜ਼ ਇਜ਼ ਸੱਾਨ ਇਨ ਦ ਰੇਨੀ ਸੀਜ਼ਨ ।

11. ਤੁਹਾਨੂੰ ਤੁਹਾਡੀ ਲਾਪਰਵਾਹੀ ਦੀ ਸਜ਼ਾ ਦਿਤੀ ਜਾਵੇਗੀ ।
You *will* be *punished* for your negligence.
ਯੂ ਵਿਲ ਬੀ ਪਨਿਸ਼ੜ ਫੱਾਰ ਯੁਅਰ ਨੇਗਲੀਜੇਂਸ ।

12. ਉਸ ਤੇ ਚੋਰੀ ਦਾ ਦੋਸ਼ ਲਾਇਆ ਗਿਆ ਸੀ ।
He *was charged* with theft.
ਹੀ ਵਾਜ਼ ਚਾਰਜੜ ਵਿਦ ਥੈਫਟ ।

13. ਸਾਰੇ ਪਰਚੇ ਦੇਖੇ ਜਾ ਚੁਕੇ ਹੋਣਗੇ ।
All the papers *will have been marked*.
ਆਲ ਦ ਪੇਪਰਜ਼ ਵਿੱਲ ਹੈਵ ਬੀਨ ਮਾਰਕੜ ।

14. ਕੀ ਤੁਹਾਨੂੰ ਧੋਖਾ ਦਿੱਤਾ ਗਿਆ ਹੈ !
Have you *been cheated.*
ਹੈਵ ਯੂ ਬੀਨ ਚੀਟਿਡ ?

15. ਕੀ ਉਸ ਨੂੰ ਸੂਚਨਾ ਦੇ ਦਿੱਤੀ ਗਈ ਹੈ ?
Has he *been* informed ?
ਹੈਜ਼ ਹੀ ਬੀਨ ਇਨਫੱਾਰਮਡ ?

16. ਉਹ ਚੀਨੀ ਹਮਲਾਵਰਾਂ ਨਾਲ ਲੜਦਾ ਹੋਇਆ ਮਾਰਿਆ ਗਿਆ ।
He *was killed* fighting the Chinese aggressors. ਹੀ ਵਾਜ਼ ਕਿਲਡ ਫਾਈਟਿੰਗ ਦ ਚਾਈਨੀਜ਼ ਐਗ੍ਰੇਸਰਜ਼ ।

17. ਗਾਂਧੀ ਜੀ ਦਾ ਜਨਮ 2 ਅਕਤੂਬਰ 1869 ਦੇ ਦਿਨ ਹੋਇਆ ।
Gandhiji *was born* on October 2, 1869. ਗਾਂਧੀਜੀ ਵਾਜ਼ ਬੱਰਨ ਔਨ ਔਕਟੂਬਰ ਟੂ, ਏਟੀਨ ਸਿਕਸਟੀਨਾਇਨ ।

18. ਨੌਚੰਦੀ ਦਾ ਮੇਲਾ ਹਰ ਸਾਲ ਮੇਰਠ ਵਿਚ ਲਗਦਾ ਹੈ ।
The Nauchandi Fair *is held* every year at Meerut. ਦ ਨੌਚੰਦੀ ਫੇਅਰ ਇਜ਼ ਹੈਲਡ ਏਵਰੀ ਯੀਅਰ ਐਟ ਮੇਰਟ ।

19. ਦਿੱਲੀ ਤੋਂ ਕਈ ਰੋਜ਼ਾਨਾ ਅਖਬਾਰ ਨਿਕਲਦੇ ਹਨ ?
Many dailies *are published* from Delhi.
ਮੈਨੀ ਡੇਲੀਜ਼ ਆਰ ਪਬਲਿਸ਼ੜ ਫ੍ਰਾਮ ਡੇਲਹੀ.

20. ਉਹਨਾਂ ਨੂੰ ਤੁਹਾਡੇ ਨਾਲ ਮਿਲ ਕੇ ਖ਼ੁਸ਼ੀ ਹੋਵੇਗਾ ।
He *will be pleased* to see you.
ਹੀ ਵਿਲ ਬੀ ਪਲੀਜ਼ੜ ਟੂ ਸੀ ਯੂ ।

21. ਮੈਂ ਹੜ੍ਹ ਦਾ ਕਹਿਰ ਦੇਖ ਕੇ ਹੈਰਾਨ ਰਹਿ ਗਿਆ ।
I *was surprised* to see fury of the floods.
ਆਈ ਵਾਜ਼ ਸਰਪ੍ਰਾਇਜ਼ੜ ਟੂ ਸੀ ਦ ਫ਼ਯੂਰੀ ਔਫ਼ ਫਲਡਜ਼ ।

22. ਕਿਹਾ ਜਾਂਦਾ ਹੈ ਕਿ ਸ਼ਿਵਾ ਜੀ ਭਗਵਾਨ ਸ਼ਿਵ ਦੇ ਅਵਤਾਰ ਸਨ ।

It *is said* that Shivaji was an incarnation of Lord Shiva. ਇਟ ਇਜ਼ ਸੈੱਡ ਦੈਟ ਸ਼ਿਵਾ ਜੀ ਵਾਜ਼ ਏਨ ਇਨਕਾਰਨੇਸ਼ਨ ਔਫ ਲੌਰਡ ਸ਼ਿਵਾ ।

(a) ਆਗਿਆ ਵਾਚਕ ਅਤੇ ਬੇਨਤੀ ਵਾਲੇ (Imperative mood ਦੇ) ਕਰਤਰੀ ਵਾਚ ਦੇ ਵਾਕ ਕਰਮਣੀ ਵਾਚ ਵਿਚ ਬਦਲਣ ਲਈ 'let' ਦਾ ਪ੍ਰਯੋਗ ਵਾਕ ਦੇ ਸ਼ੁਰੂ ਵਿਚ ਕੀਤਾ ਜਾਂਦਾ ਹੈ । (b) ਕਈ ਵਾਰੀ ਕਰਤਰੀ ਵਾਚ (active voice) ਵਾਕਾਂ ਦੇ ਭਾਵ ਅਨੁਸਾਰ (request ਅਤੇ should) ਆਦਿ ਸ਼ਬਦ ਜੋੜ ਕੇ ਕਰਮਣੀ ਵਾਚ (passive voice) ਦੇ ਵਾਕ ਬਣਾਏ ਜਾਂਦੇ ਹਨ । ਦੋਹਾਂ ਦਾ ਅਭਿਆਸ ਕਰੋ ।

23. ਇਹ ਕੰਮ ਕਰੋ ।
Do this work ਡੂ ਦਿਸ ਵਰਕ

ਇਹ ਕੰਮ ਹੋਣ ਦਿਓ ।
Let this work be done. ਲੈਟ ਦਿਸ ਵਰ੍ਕ ਬੀ ਡਨ ।

24. ਉਸ ਨੂੰ ਬੈਠਣ ਲਈ ਕਹੋ !
Tell him to sit down.
ਟੈੱਲ ਹਿਮ ਟੂ ਸਿਟ ਡਾਉਨ.

ਉਸ ਨੂੰ ਬੈਠਣ ਲਈ ਕਿਹਾ ਜਾਵੇ ।
Let him be told to sit down.
ਲੇੱਟ ਹਿਮ ਬੀ ਟੋਲ੍ਡ ਟੂ ਸਿਟ ਡਾਉਨ.

25. ਉਸ ਨੂੰ ਸਜ਼ਾ ਦਿਓ ।
Punish him. ਪਨਿਸ਼ ਹਿਮ ।

ਉਸ ਨੂੰ ਸਜ਼ਾ ਦਿਤੀ ਜਾਵੇ ।
Let him be punished. ਲੇੱਟ ਹਿਮ ਬੀ ਪਨਿਸ਼੍ਡ ।

26. ਖਾਲੀ ਜਗ੍ਹਾ ਦਾ ਇਸ਼ਤਿਹਾਰ ਦਿਓ ।
Advertise the post.
ਐਡਵਰਟਾਇਜ਼ ਦਾ ਪੋਸਟ.

ਖਾਲੀ ਜਗ੍ਹਾ ਦਾ ਇਸ਼ਤਿਹਾਰ ਦਿੱਤਾ ਜਾਏ ।
Let the post be advertised.
ਲੇੱਟ ਦ ਪੋਸਟ ਬੀ ਐਡਵਰਟਾਇਜ਼ਡ.

27. ਤਮਾਕੂ ਨਾ ਪੀਓ ।
Please do not smoke.
ਪਲੀਜ਼ ਡੂ ਨੌਟ ਸਮੋਕ.

ਤੁਹਾਨੂੰ ਤਮਾਕੂ ਨਾ ਪੀਣ ਲਈ ਬੇਨਤੀ ਕੀਤੀ ਜਾਂਦੀ ਹੈ ।
You are requested not to smoke.
ਯੂ ਆਰ ਰਿਕ੍ਵੇਸਟਿਡ ਨੌਟ ਟੂ ਸਮੋਕ ।

28. ਅਨੁਸ਼ਾਸਨਹੀਨਤਾ ਨੂੰ ਸ਼ਹਿ ਨਾ ਦਿਓ ।
Do not encourage indiscipline.
ਡੂ ਨੌਟ ਏਨ੍ਕਰੇਜ ਇਨ੍ਡਿਸਿਪਲਿਨ ।

ਅਨੁਸ਼ਾਸਨਹੀਨਤਾ ਨੂੰ ਸ਼ਹਿ ਨਾ ਦਿੱਤੀ ਜਾਵੇ ।
Indiscipline should not be encouraged.
ਇਨਡਿਸਿਪਲਿਨ ਸ਼ੁਡ ਨੌਟ ਬੀ ਏਨਕਰੇਜਡ ।

ਯਾਦ ਰਖਣ ਲਈ (To Remember)

1. (a) Rama killed Ravana.
(b) Ravana was killed by Rama.

ਪਹਿਲਾ ਵਾਕ ਕਰਤਰੀ ਵਾਚ (Active Voice) ਦਾ ਹੈ, ਦੂਸਰਾ ਵਾਕ ਕਰਮਣੀ ਵਾਚ (Passive Voice) ਦਾ ਹੈ। ਕਰਤਰੀਵਾਚ ਵਿਚ ਕਰਤਾ (ਰਾਮ) ਪਰਧਾਨ ਹੁੰਦਾ ਹੈ ਅਤੇ ਕਰਮਣੀਵਾਚ ਵਿਚ ਕਰਮ (ਰਾਵਣ) ਪਰਧਾਨ ਹੁੰਦਾ ਹੈ।

2. ਵਾਕਾਂ ਨੂੰ ਕਰਤਰੀਵਾਚ ਤੋਂ ਕਰਮਣੀਵਾਚ ਬਣਾਉਣ ਲਈ ਜ਼ਿਆਦਾਤਰ by ਦਾ ਪ੍ਰਯੋਗ ਕੀਤਾ ਜਾਂਦਾ ਹੈ। ਜਿਵੇਂ—(i) Ravana was killed *by* Rama. (ii) Cricket will be played *by* them. ਆਦਿ।

3. ਕਈ ਵਾਰੀ ਕਰਮਣੀਵਾਚ ਵਿਚ by ਦਾ ਪ੍ਰਯੋਗ ਨਹੀਂ ਹੁੰਦਾ, ਜਿਵੇਂ—(i) Let your lesson be learnt. (ii) He was charged with theft. ਆਦਿ।

ਇਹ ਗੱਲ ਗੰਢ ਬੰਨ੍ਹ ਲਓ—ਕਰਮਣੀਵਾਚ ਜ਼ਿਆਦਾਤਰ ਉਥੇ ਪ੍ਰਯੋਗ ਵਿਚ ਆਉਂਦਾ ਹੈ ਜਿਥੇ ਵਾਕ ਵਿਚ ਕਰਮ ਉਤੇ ਜ਼ੋਰ ਦਿਤਾ ਗਿਆ ਹੋਵੇ। ਉਦਾਹਰਣ ਦੇ ਤੌਰ ਤੇ ਜੇ ਕੋਈ ਵਿਦਿਆਰਥੀ ਕਹਿਣਾ ਨਾ ਮੰਨੇ ਤਾਂ ਕਿਹਾ ਜਾਂਦਾ ਹੈ—You will be punished for your negligence (ਤੇਰੀ ਲਾਪਰਵਾਹੀ ਦੀ ਤੈਨੂੰ ਸਜ਼ਾ ਦਿੱਤੀ ਜਾਵੇਗੀ)। ਤੁਸੀਂ ਇਸ ਨੂੰ ਕਰਤਰੀਵਾਚ ਵਿਚ ਇਸ ਤਰ੍ਹਾਂ ਵੀ ਕਹਿ ਸਕਦੇ ਸੀ—'The teacher will punish you for your negligence.' ਤੁਸੀਂ ਧਿਆਨ ਨਾਲ ਦੇਖੋਗੇ ਕਿ ਇਸ ਦਾ ਉਹ ਅਸਰ ਨਹੀਂ ਜਿਹੜਾ ਪਹਿਲੇ ਵਾਕ ਦਾ ਹੈ, ਅਤੇ ਇਥੇ ਜ਼ੋਰ ਸਜ਼ਾ ਦੇਣ ਵਾਲੇ ਉਤੇ ਨਹੀਂ, ਸਗੋਂ ਸਜ਼ਾ ਉਤੇ ਹੈ।

26 ਛੱਬੀਵਾਂ ਦਿਨ th day

ਅਸੀਂ ਇਕ ਗੱਲ ਨੂੰ ਇਕ ਤੋਂ ਵਧ ਤਰੀਕਿਆਂ ਨਾਲ ਕਹਿ ਸਕਦੇ ਹਾਂ। ਜਦੋਂ ਇਕ ਗੱਲ ਨੂੰ ਦੂਸਰੇ ਤਰੀਕੇ ਨਾਲ ਕਿਹਾ ਜਾਂਦਾ ਹੈ ਤਾਂ ਤੁਸੀਂ ਦੇਖੋਗੇ ਕਿ ਸ਼ਬਦ ਬਦਲ ਗਏ ਹਨ ਪਰ ਅਰਥ ਉਹੀ ਹੈ—ਅਰਥ ਨਹੀਂ ਬਦਲਿਆ। ਇਸ ਕਰਨੀ ਨੂੰ ਵਾਕ ਤਬਦੀਲੀ ਜਾਂ ਵਾਕ-ਪਰਿਵਰਤਨ (Transformation of Sentences) ਆਖਿਆ ਜਾਂਦਾ ਹੈ।

ਪਿੱਛੇ ਕਰਤਰੀਵਾਚ ਅਤੇ ਕਰਮਣੀਵਾਚ (Active Voice and Passive Voice) ਦੀ ਜਾਣਕਾਰੀ ਦਿੱਤੀ ਗਈ ਸੀ। ਉਹ ਵੀ ਵਾਕ-ਤਬਦੀਲੀ ਦਾ ਮਹੱਤਵਪੂਰਣ ਤਰੀਕਾ ਹੈ। ਅਜ ਅਸੀਂ ਦੂਜੇ ਤਰੀਕਿਆਂ ਦਾ ਅਭਿਆਸ ਕਰਾਂਗੇ।

ਵਾਕ ਕਈ ਕਿਸਮ ਦੇ ਹੁੰਦੇ ਹਨ—ਪ੍ਰਸ਼ਨਵਾਚਕ (Interrogative), ਵਿਸਮੈ ਬੋਧਕ (Exclamatory), ਆਗਿਆਵਾਚਕ (Imperative), ਸ੍ਵੀਕਾਰਾਤਮਕ (Affirmative), ਨਕਾਰਾਤਮਕ (Negative) ਆਦਿ। ਆਉ ਇਕ ਕਿਸਮ ਦੇ ਵਾਕਾਂ ਨੂੰ ਦੂਜੇ ਕਿਸਮ ਦੇ ਵਾਕਾਂ ਵਿਚ ਤਬਦੀਲ ਕਰੀਏ ਫਿਰ ਦੇਖੀਏ ਕਿ ਅਰਥ ਵਿਚ ਕਿੰਨੀ ਸਮਾਨਤਾ ਹੈ। ਇਸ ਵਿਧੀ ਦੇ ਅਭਿਆਸ ਨਾਲ ਤੁਸੀਂ ਆਪਣੀ ਗੱਲ ਨੂੰ ਇਕ ਤੋਂ ਜ਼ਿਆਦਾ ਤਰੀਕਿਆਂ ਨਾਲ ਕਹਿਣ ਦੀ ਯੋਗਤਾ ਵਧਾ ਸਕਦੇ ਹੋ।

ਵਾਕ-ਪਰਿਵਰਤਨ Transformation of Sentences

ਪ੍ਰਸ਼ਨਵਾਚਕ (Interrogative)

1. ਕੋਈ ਇੰਨਾ ਅਪਮਾਨ ਸਹਿ ਸਕਦਾ ਹੈ ?
Can anybody bear such an insult ?
ਕੈਨ ਐਨੀ ਬਾਡੀ ਬਿਅਰ ਸੱਚ ਐਨ ਇਨ੍ਸਲ੍ਟ ?
2. ਕੀ ਸਿਹਤ ਧਨ ਨਾਲੋਂ ਜ਼ਿਆਦਾ ਮੁੱਲਵਾਨ ਨਹੀਂ ਹੈ ?
Is not health more precious than wealth ? ਇਜ਼ ਨੱਾਟ ਹੈਲ੍ਥ ਮੋਰ ਪ੍ਰੈਸ਼ਿਅਸ ਦੈਨ ਵੈਲ੍ਥ ?
3. ਕੀ ਪਾਰਟੀ ਵਿਚ ਉਹਨਾਂ ਨੂੰ ਆਨੰਦ ਨਹੀਂ ਆਇਆ ?
Did they not enjoy at the party ?
ਡਿਡ ਦੇ ਨੱਾਟ ਇਨ੍ਜੱਾਇ ਦ ਪਾਰਟੀ ?
4. ਕੀ ਅਸੀਂ ਕਦੀ ਇਹਨਾਂ ਦਿਨਾਂ ਨੂੰ ਭੁੱਲ ਸਕਾਂਗੇ ?
Shall we ever forget these good days ?
ਸ਼ੈਲ ਵੀ ਏਵਰ ਫ਼ੱਾਰਗੇਟ ਦੀਜ਼ ਗੁੱਡ ਡੇਜ਼ ?

ਨਿਸ਼ਚੇਆਤਮਕ (Assertive)

1. ਕੋਈ ਵਿਅਕਤੀ ਇੰਨਾ ਅਪਮਾਨ ਨਹੀਂ ਸਹਿ ਸਕਦਾ।
Nobody can bear such an insult.
ਨੋਬਾਡੀ ਕੈਨ ਬਿਅਰ ਸਚ ਐਨ ਇਨ੍ਸਲ੍ਟ.
2. ਸਿਹਤ ਧਨ ਤੋਂ ਜ਼ਿਆਦਾ ਮੁੱਲਵਾਨ ਹੈ।
Health is more precious than wealth.
ਹੈਲ੍ਥ ਇਜ਼ ਮੋਰ ਪ੍ਰੈਸ਼ਿਅਸ ਦੈਨ ਵੈਲ੍ਥ।
3. ਉਹਨਾਂ ਨੂੰ ਪਾਰਟੀ ਵਿਚ ਆਨੰਦ ਆਇਆ।
They had enjoyed at the party.
ਦੇ ਹੈਡ ਇਨ੍ਜੱਾਇਡ ਐਟ ਦ ਪਾਰਟੀ.
4. ਅਸੀਂ ਇਹਨਾਂ ਦਿਨਾਂ ਨੂੰ ਕਦੀ ਨਹੀਂ ਭੁੱਲ ਸਕਾਂਗੇ।
We shall never forget these good days.
ਵੀ ਸ਼ੈਲ ਨੇਵਰ ਫੱਾਰਗੇਟ ਦੀਜ਼ ਗੁੱਡ ਡੇਜ਼.

ਵਿਸਮੈਬੋਧਕ (Exclamatory)

5. ਉਹ ਕਿੰਨਾ ਸੋਹਣਾ ਨਜ਼ਾਰਾ ਸੀ !
What a beautiful scene it was !
ਵੱਾਟ ਏ ਬਿਊਟੀਫੁਲ ਸੀਨ ਇਟ ਵਾਜ਼ !

ਸ੍ਵੀਕਾਰਾਤਮਕ (Affirumtive)

5. ਨਜ਼ਾਰਾ ਬਹੁਤ ਸੋਹਣਾ ਸੀ।
It was a very beautiful scene,
ਇਟ ਵਾਜ਼ ਏ ਵ੍ਹੈਰੀ ਬਿਊਟੀਫੁਲ ਸੀਨ,

6. ਕਾਸ਼, ਮੈਂ ਮੰਤਰੀ ਹੁੰਦਾ

If I were a minister !

ਇਫ਼ ਆਈ ਵਰ ਏ ਮਿਨਿਸਟਰ !

7. ਰਾਤ ਕਿੰਨੀ ਠੰਢੀ ਹੈ !

What a cold night it is !

ਵਾਟ ਏ ਕੋਲਡ ਨਾਇਟ ਇਟ ਇਜ਼ !

8. ਅਸੀਂ ਕਿੰਨਾ ਔਖਾ ਜੀਵਨ ਜੀਉਂਦੇ ਹਾਂ !

What a hard life we live !

ਵਾਟ ਏ ਹਾਰਡ ਲਾਈਫ ਵੀ ਲਿਵ !

ਆਗਿਆਵਾਚਕ (Imperative)

9. ਦਰਵਾਜ਼ਾ ਖੋਲ੍ਹੋ ।

Please open the door.

ਪਲੀਜ਼ ਓਪਨ ਦ ਡੋਰ.

10. ਇਕ ਕਪ ਦੁੱਧ ਦਾ ਲਓ ।

Please have a cup of milk.

ਪਲੀਜ਼ ਹੈਵ ਏ ਕਪ ਔਫ ਮਿਲਕ ।

11. ਚੁੱਪ ਰਹੋ ।

Keep quiet.

ਕੀਪ ਕੁਵਾਇਟ.

12. ਕੰਮ ਕਰਨਾ ਬੰਦ ਕਰੋ !

Stop doing the work.

ਸਟੌਪ ਡੂਇੰਗ ਦ ਵਰਕ ।

6. ਮੈਂ ਚਾਹੁੰਦਾ ਹਾਂ ਕਿ ਮੈਂ ਮੰਤਰੀ ਹੁੰਦਾ !

I wish I were a minister.

ਆਈ ਵਿਸ਼ ਆਈ ਵਰ ਏ ਮਿਨਿਸਟਰ.

7. ਇਹ ਰਾਤ ਬੜੀ ਠੰਢੀ ਹੈ ।

It is a bitterly cold night.

ਇਟ ਇਜ਼ ਏ ਬਿੱਟਰਲੀ ਕੋਲਡ ਨਾਇਟ.

8. ਅਸੀਂ ਬੜਾ ਔਖਾ ਜੀਵਨ ਜੀਉਂਦੇ ਹਾਂ ।

We live a very hard life.

ਵੀ ਲਿਵ ਏ ਵੈਰੀ ਹਾਰਡ ਲਾਈਫ.

ਪ੍ਰਸ਼ਨਵਾਚਕ (Interrogative)

9. ਕੀ ਤੁਸੀਂ ਦਰਵਾਜ਼ਾ ਖੋਲ੍ਹੋਗੇ ?

Will you please open the door ?

ਵਿਲ ਯੂ ਪਲੀਜ਼ ਓਪਨ ਦ ਡੋਰ ?

10. ਤੁਸੀਂ ਇਕ ਕਪ ਦੁੱਧ ਦਾ ਲਓਗੇ ?

Will you please have a cup of milk ?

ਵਿਲ ਯੂ ਪਲੀਜ਼ ਹੈਵ ਏ ਕਪ ਔਫ ਮਿਲਕ ?

11. ਕੀ ਤੁਸੀਂ ਚੁੱਪ ਰਹੋਗੇ ?

Will you keep quiet ?

ਵਿਲ ਯੂ ਕੀਪ ਕਵਾਇਟ ?

12. ਕੀ ਤੁਸੀਂ ਕੰਮ ਕਰਨਾ ਬੰਦ ਕਰੋਗੇ ?

Will you stop doing the work ?

ਵਿਲ ਯੂ ਸਟੌਪ ਡੂਇੰਗ ਦ ਵਰਕ ?

ਸਾਧਾਰਨ ਅਵਸਥਾ (Positive) / ਅਧਿਕਤਰ ਅਵਸਥਾ (Comparative)

ਇਕ ਹੀ ਗੱਲ ਨੂੰ ਤੁਲਨਾ ਦੀਆਂ ਦੋ ਜਾਂ ਤਿੰਨ ਸਥਿਤੀਆ ਵਿਚ ਰੱਖਿਆ ਜਾ ਸਕਦਾ ਹੈ । ਬਸ ਸ਼ਬਦ ਬਦਲ ਜਾਂਦੇ ਹਨ ਅਰਥ ਪਹਿਲੇ ਵਰਗਾ ਹੀ ਰਹਿੰਦਾ ਹੈ । ਹੇਠਲੇ ਵਾਕ ਦੇਖੋ :—

13. ਅਮਿਤਾਭ ਉੱਨਾ ਹੀ ਲੰਮਾ ਹੈ ਜਿੰਨਾ ਸੰਜੇ ।

Amitabh is as tall as Sanjay.

ਅਮਿਤਾਭ ਇਜ਼ ਐਜ਼ ਟੌਲ ਐਜ਼ ਸੰਜਯ ।

14. ਸਾਡੇ ਦੇਸ਼ ਵਿਚ ਬਹੁਤ ਥੋੜੇ ਸ਼ਹਿਰ ਉੱਨੇ ਵਡੇ ਹਨ ਜਿੰਨਾ ਕਿ ਬੰਬਈ ।

Very few cities in our country are as big as Bombay. ਵੈਰੀ ਫਿਉ ਸਿਟੀਜ਼ ਇਨ ਅਵਰ ਕੰਟਰੀ ਆਰ ਐਜ਼ ਬਿੱਗ ਐਜ਼ ਬੌਂਮ੍ਬੇ.

13. ਸੰਜੇ ਅਮਿਤਾਭ ਤੋਂ ਲੰਮਾ ਨਹੀਂ ਹੈ ।

Sanjay is not taller than Amitabh.

ਸੰਜੇ ਇਜ਼ ਨੌਟ ਟਾਲਰ ਦੈਨ ਅਮਿਤਾਭ.

14. ਬੰਬਈ ਸਾਡੇ ਦੇਸ਼ ਦੇ ਬਹੁਤ ਸਾਰੇ ਸ਼ਹਿਰਾਂ ਤੋਂ ਵਡਾ ਸ਼ਹਿਰ ਹੈ ।

Bombay is bigger than most other cities in our Country. ਬੌਂਮ੍ਬੇ ਇਜ਼ ਬਿਗੱਰ ਦੈਨ ਮੌਸਟ ਅੱਦਰ ਸਿਟੀਜ਼ ਇਨ ਅਵਰ ਕੰਟ੍ਰੀ.

15 ਦੂਜਾ ਕੋਈ ਵਿਅਕਤੀ ਇੰਨਾ ਤਾਕਤ ਵਾਲਾ ਨਹੀਂ ਸੀ ਜਿੰਨਾ ਕਿ ਭੀਮ.

No other man was as strong as Bhim.

ਨੋ ਅੱਦਰ ਮੈਨ ਵਾਜ਼ ਐਜ਼ ਸਟ੍ਰਾਂਗ ਐਜ਼ ਭੀਮ.

15. ਭੀਮ ਕਿਸੇ ਵੀ ਵਿਅਕਤੀ ਨਾਲੋਂ ਵਧੇਰੇ ਤਾਕਤ ਵਾਲਾ ਸੀ ।

Bhim was stronger than any other man.

ਭੀਮ ਵਾਜ਼ ਸਟ੍ਰਾਂਗਰ ਦੈਨ ਐਨੀ ਅੱਦਰ ਮੈਨ.

ਸਧਾਰਨ ਅਵਸਥਾ (Positive)

16. ਜਮਾਤ ਵਿਚ ਹੋਰ ਕੋਈ ਲੜਕਾ ਇੰਨਾ ਚੰਗਾ ਨਹੀਂ ਜਿੰਨਾ ਕਿ ਵਿਕਾਸ ।

No other boy in the class is as good as Vikas. ਨੋ ਅੱਦਰ ਬੁਆਇ ਇਨ ਦ ਕੁਲਾਸ ਇਜ਼ ਐਜ਼ ਗੁੱਡ ਐਜ਼ ਵਿਕਾਸ.

17. ਬਹੁਤ ਘਟ ਭਾਰਤੀ ਸੰਤ ਸਨ ਜੋ ਵਿਵੇਕਾਨੰਦ ਵਰਗੇ ਹਰਮਨ ਪਿਆਰੇ ਸਨ ।

Very few Indian saints were as popular as Vivekanand. ਵੈਰੀ ਫਿਊ ਸੇਂਟ੍ਸ ਵਰ ਐਜ਼ ਪੱਪੁਲਰ ਐਜ਼ ਵਿਵੇਕਾਨੰਦ.

18. ਬਹੁਤ ਘੱਟ ਇੰਨੇ ਮਹਾਨ ਦੇਸ਼ ਹਨ ਜਿਹੋ ਜਿਹਾ ਕਿ ਭਾਰਤ.

Very few countries are as great as India.

ਵੈਰੀ ਫਿਊ ਕੰਟ੍ਰੀਜ਼ ਆਰ ਐਜ਼ ਗ੍ਰੇਟ ਐਜ਼ ਇੰਡੀਆ.

ਅਧਿਕਤਮ ਅਵਸਥਾ (Superlative)

16. ਵਿਕਾਸ ਜ਼ਮਾਤ ਵਿਚ ਸਭ ਤੋਂ ਚੰਗਾ ਲੜਕਾ ਹੈ ।

Vikas is *the best* boy in the class.

ਵਿਕਾਸ ਇਜ਼ ਦ ਬੇਸਟ ਬੁਆਇ ਇਨ ਦ ਕੁਲਾਸ.

17. ਵਿਵੇਕਾਨੰਦ ਭਾਰਤ ਦੇ ਸਭ ਤੋਂ ਲੋਕਪ੍ਰਿਯ ਸੰਤਾਂ ਵਿਚੋਂ ਇਕ ਸਨ ।

Vivekanand was one of the most popular saints in India. ਵਿਵੇਕਾਨੰਦ ਵਾਜ਼ ਵਨ ਆੱਫ ਦ ਮੋਸਟ ਪੱਪੁਲਰ ਸੇਂਟਜ਼ ਇਨ ਇੰਡੀਆ.

18. ਭਾਰਤ ਮਹਾਨਤਮ ਦੇਸ਼ਾਂ ਵਿਚੋਂ ਇਕ ਹੈ ।

India is one of the greatest countries.

ਇੰਡੀਆ ਇਜ਼ ਵਨ ਆੱਫ ਦ ਗ੍ਰੇਟੇਸਟ ਕੰਟ੍ਰੀਜ਼.

ਨਾਕਾਰਤਮਕ (Negative) **ਸ੍ਵੀਕਾਰਾਤਮਕ (Affirmative)**

ਨਕਾਰਤਮਕ (Negative) ਵਾਕਾਂ ਨੂੰ ਵੀ ਸ੍ਵੀਕਾਰਾਤਮਕ (Affirmative) ਵਾਕਾਂ ਵਿਚ ਬਦਲਿਆ ਜਾ ਸਕਦਾ ਹੈ । ਉਦਾਹਰਣ ਦੇਖੋ :—

19. ਕੋਈ ਮਨੁੱਖ ਅਮਰ ਨਹੀਂ ਹੈ ।

No man is immortal.

ਨੋ ਮੈਨ ਇਜ਼ ਇੰਮੋਰਟਲ.

20. ਆਬਿਦਾ ਇੰਨੀ ਸੂਝਵਾਨ ਨਹੀਂ ਹੈ ਜਿੰਨੀ ਕਿ ਸੋਨੀਆ ।

Abida is not as intelligent as Sonia.

ਆਬਿਦਾ ਇਜ਼ ਨੱਟ ਐਜ਼ ਇਨਟੈਲਿਜੈਂਟ ਐਜ਼ ਸੋਨਿਆ.

21. ਕੋਈ ਪ੍ਰਾਪਤੀ ਬਿਨਾ ਦੁੱਖ ਤੋਂ ਨਹੀਂ ਹੁੰਦੀ ।

There is no gain without pain.

ਦੇਅਰ ਇਜ਼ ਨੋ ਗੇਨ ਵਿਦਾਉਟ ਪੇਨ.

22. ਉਹ ਅਪਣੇ ਰੋਜ਼ ਦੇ ਕੰਮ ਦੀ ਅਣਦੇਖੀ ਨਹੀਂ ਕਰਦੀ ।

She never neglects her routine.

ਸ਼ੀ ਨੈਵਰ ਨੈਗੁਲੈਕਟ੍ਸ ਹਰ ਰੁਟੀਨ ।

19. ਮਨੁੱਖ ਨਾਸ਼ਵਾਨ ਹੈ ।

Man is mortal.

ਮੈਨ ਇਜ਼ ਮੋਰਟਲ.

20. ਸੋਨਿਆ ਆਬਿਦਾ ਤੋਂ ਜ਼ਿਆਦਾ ਸੂਝਵਾਨ ਹੈ ।

Sonia is more intelligent than Abida.

ਸੋਨਿਆ ਇਜ਼ ਮੋਰ ਇਨਟੈਲਿਜੈਂਟ ਦੈਨ ਆਬਿਦਾ ।

21. ਦੁੱਖ ਸਹਿਆ ਜਾਵੇ ਤਾਂ ਪ੍ਰਾਪਤੀ ਹੁੰਦੀ ਹੈ ।

Where there is pain there is gain.

ਵੇਅਰ ਦੇਅਰ ਇਜ਼ ਪੇਨ ਦੇਅਰ ਇਜ਼ ਗੇਨ.

22. ਉਹ ਆਪਣੇ ਰੋਜ਼ ਦੇ ਕੰਮ ਤੇ ਪੂਰਾ ਧਿਆਨ ਦਿੰਦੀ ਹੈ ।

She always pays attention to her routine.

ਸ਼ੀ ਆਲਵੇਜ਼ ਪੇਜ਼ ਅਟੈਂਸ਼ਨ ਟੂ ਹਰ ਰੁਟੀਨ ।

23. ਮੈਂ ਸਟੇਸ਼ਨ ਉੱਤੇ ਪਹੁੰਚਿਆ ਹੀ ਨਹੀਂ ਸੀ ਕਿ ਗੱਡੀ ਚਲ ਪਈ।
No sooner had I reached the station *than* the train left.
ਨੋ ਸੂਨਰ ਹੈਡ ਆਈ ਰੀਚਡ ਦ ਸਟੇਸ਼ਨ ਦੈਨ ਦ ਟ੍ਰੇਨ ਲੇਫ਼ਟ.

23. ਮੁਸ਼ਕਲ ਨਾਲ ਮੈਂ ਸਟੇਸ਼ਨ ਉੱਤੇ ਪਹੁੰਚਿਆ ਹੀ ਸੀ ਕਿ ਗੱਡੀ ਚਲ ਪਈ।
Scarcely had I reached the station *when* the train left.
ਸਕੇਰਸਲੀ ਹੈਡ ਆਈ ਰੀਚਡ ਦ ਸਟੇਸ਼ਨ ਵੇਨ ਦ ਟ੍ਰੇਨ ਲੇਫ਼ਟ।

24. ਮੈਂ ਕਮਰੇ ਵਿਚ ਵੜੀ ਹੀ ਨਹੀਂ ਸੀ ਕਿ ਚੋਰ ਨੱਸ ਗਿਆ.
No sooner did I enter the room *than* the thief ran away.
ਨੋ ਸੂਨਰ ਡਿਡ ਆਈ ਏਨ੍ਟਰ ਦ ਰੂਮ ਦੈਨ ਦ ਥੀਫ਼ ਰੈਨ ਅਵੇ।

24. ਜਿਉਂ ਹੀ ਮੈਂ ਕਮਰੇ ਵਿਚ ਵੜੀ ਚੋਰ ਨੱਸ ਗਿਆ।
As soon as I entered the room the thief ran away.
ਐਜ਼ ਸੂਨ ਐਜ਼ ਆਈ ਏਂਟਰ ਦ ਰੂਮ ਦ ਥੀਫ਼ ਰੈਨ ਅਵੇ.

ਵਾਕ-ਪਰਿਵਰਤਨ ਦੀ ਇਕ ਮਹੱਤਵਪੂਰਣ ਵਿਧੀ ਹੋਰ ਵੀ ਹੈ। ਇਸ ਨੂੰ ਪ੍ਰਤੱਖ ਤੇ ਪਰੋਖ ਵਿਧੀ (Direct and Indirect Speech) ਕਿਹਾ ਜਾਂਦਾ ਹੈ। ਤੁਹਾਨੂੰ ਇਸ ਦੀ ਜਾਣਕਾਰੀ ਦਿੱਤੀ ਜਾਏਗੀ।

ਯਾਦ ਰਖਣ ਲਈ (To Remember)

(a) India is our Country. We are her citizens.

(b) The moon is in the sky. The children love her.

ਉਪਰਲੇ ਦੋ ਵਾਕਾਂ ਵਿਚ 'country' ਕੰਟ੍ਰੀ (ਦੇਸ਼) ਅਤੇ moon ਮੂਨ (ਚੰਨ) ਦੋ ਸ਼ਬਦ ਆਏ ਹਨ। ਇਹ ਦੋਵੇਂ ਹੀ ਅੰਗ੍ਰੇਜ਼ੀ ਵਿਚ ਇਸਤਰੀ ਲਿੰਗ ਮੰਨੇ ਜਾਂਦੇ ਹਨ। ਇਸ ਲਈ ਦੋਹਾਂ ਲਈ her ਸ਼ਬਦ ਆਇਆ ਹੈ।

1. ਅੰਗ੍ਰੇਜ਼ੀ ਭਾਸ਼ਾ ਵਿਚ tree ਟ੍ਰੀ (ਰੁੱਖ), spider (ਮੱਕੜੀ) ਆਦਿ ਨੂੰ ਨਪੁੰਸਕ ਲਿੰਗ (neuter gender ਨ੍ਯੂਟਰ ਜੈਂਡਰ) ਵਿਚ ਰਖਿਆ ਗਿਆ ਹੈ। ਇਹਨਾਂ ਦੇ ਨਾਲ *it* ਸ਼ਬਦ ਦਾ ਪ੍ਰਯੋਗ ਹੁੰਦਾ ਹੈ। ਹੇਠਾਂ ਖਿਖੇ ਸ਼ਬਦ ਵੀ ਨਪੁੰਸਕ ਲਿੰਗ ਹਨ—

ice ਆਇਸ (ਬਰਫ਼)	sugar ਸ਼ੂਗਰ (ਚੀਨੀ)	water ਵਾਟਰ (ਪਾਣੀ)
flower ਫ਼ਲਾਵਰ (ਫੁੱਲ)	grass ਗ੍ਰਾਸ (ਘਾਹ)	bread ਬ੍ਰੈਡ (ਡਬਲ ਰੋਟੀ)

2. ਇਸ ਤੋਂ ਉਲਟ ਕੁਝ ਸ਼ਬਦ ਇਹੋ ਜਹੇ ਵੀ ਹਨ ਜਿਹੜੇ ਜੀਵਧਾਰੀ ਨਹੀਂ ਹਨ ਪਰ ਉਹਨਾਂ ਨੂੰ ਇਸਤਰੀ ਲਿੰਗ (feminine gender) ਵਿਚ ਰਖਿਆ ਗਿਆ ਹੈ ਜਾਂ ਫਿਰ ਪੁਲਿੰਗ (masculine gender) ਵਿਚ ਜਿਵੇਂ—The ship hasn't come yet, *she* is probably late. ਦ ਸ਼ਿਪ ਹੈਸੰਟ ਕਮ ਯੇਟ, ਸ਼ੀ ਇਜ਼ ਪ੍ਰਾਬਬਲੀ ਲੇਟ (ਜਹਾਜ ਅਜੇ ਤੀਕ ਨਹੀਂ ਆਇਆ, ਸ਼ਾਇਦ ਉਹ ਲੇਟ ਹੈ)। ਇਸ ਵਾਕ ਵਿਚ ship ਇਕ ਨਿਰਜੀਵ ਵਸਤੂ ਹੈ, ਪਰ ਉਸ ਨੂੰ feminine gender ਦਿਤਾ ਗਿਆ ਹੈ। ਇਸੇ ਤਰ੍ਹਾਂ moon (ਚੰਨ), country (ਦੇਸ਼) ਇਸਤਰੀ ਲਿੰਗ ਹਨ ਤੇ sun (ਸੂਰਜ) ਤੇ death ਡੇਥ (ਮੌਤ) ਪੁਲਿੰਗ ਸ਼ਬਦ ਹਨ।

27 ਸਤਾਈਵਾਂ ਦਿਨ th day

ਕੁਝ ਨਾਂਵ ਸ਼ਬਦਾਂ ਦੀ ਗਿਣਤੀ ਹੋ ਸਕਦੀ ਹੈ, ਕੁਝ ਦੀ ਨਹੀਂ। ਗਿਣਤੀ ਅਤੇ ਤੋਲ-ਸੂਚਕ ਜਾਂ ਮਿਕਦਾਰ ਦੱਸਣ ਵਾਲੇ ਸ਼ਬਦਾਂ ਦਾ ਵਖਰਾ ਵਖਰਾ ਅਭਿਆਸ ਕਰੋ। ਮੋਟੇ ਤੌਰ ਤੇ ਜਾਤੀਵਾਚਕ ਨਾਂਵ ਗਿਣੇ ਜਾ ਸਕਦੇ (Countable) ਹਨ। ਭਾਵਵਾਚਕ ਨਾਂਵ ਗਿਣੇ ਨਹੀਂ ਜਾ ਸਕਦੇ। ਇਹ (Uncountable ਹਨ। ਇਸ ਅੰਤਰ ਨੂੰ ਚੰਗੀ ਤਰ੍ਹਾਂ ਸਮਝ ਲਓ।

ਗਿਣਤੀ ਅਤੇ ਤੋਲਸੂਚਕ ਸ਼ਬਦ

A

ਗਿਣਤੀ ਸੂਚਕ ਸ਼ਬਦ (Counting Words)

1. ਜਮਾਤ ਵਿਚ ਕੁਝ ਵਿਦਿਆਰਥੀ ਹਨ। — There are *some* students in the class. ਦੇਅਰ ਆਰ ਸਮ ਸਟੂਡੇਂਟ੍ਸ ਇਨ ਦ ਕਲਾਸ.
2. ਕੀ ਹਾਲ ਵਿਚ ਕੋਈ ਲੜਕੀ ਹੈ। — Is there *any* girl in the hall ? ਇਜ਼ ਦੇਅਰ ਐਨੀ ਗਰਲ ਇਨ ਦ ਹਾਲ.
3. ਮੈਦਾਨ ਵਿਚ ਕੋਈ ਲੜਕਾ ਨਹੀਂ ਹੈ। — There is *no* boy on the playground. ਦੇਅਰ ਇਜ਼ ਨੋ ਬੁਆਇ ਔਨ ਦ ਪਲੇ ਗ੍ਰਾਊਂਡ.
4 ਇਹਨਾਂ ਕੁੜੀਆਂ ਵਿਚੋਂ ਕੋਈ ਵੀ ਉਥੇ ਮੌਜੂਦ ਨਹੀਂ ਸੀ। — Not *one* of these girls was present there. ਨੌਟ ਵਨ ਔਫ਼ ਦੀਜ਼ ਗਰਲਜ਼ ਵਾਜ਼ ਪ੍ਰੈਜ਼ੇਂਟ ਦੇਅਰ.
5. ਸਾਡੇ ਵਿਚੋਂ ਕੁਝ ਨੇ ਕ੍ਰਿਕਟ ਖੇਡੀ। — *Some of* us played cricket. ਸਮ ਔਫ਼ ਅਸ ਪਲੇਡ ਕ੍ਰਿਕੇਟ.
6. ਕੀ ਤੁਹਾਡੇ ਵਿਚੋਂ ਕੋਈ ਫੁਟਬਾਲ ਖੇਡਿਆ। — Did *any of* you play football ? ਡਿਡ ਐਨੀ ਔਫ਼ ਯੂ ਪਲੇ ਫੁਟਬਾਲ.
7. ਸਾਡੇ ਵਿਚੋਂ ਕੋਈ ਕੁਝ ਨਹੀਂ ਖੇਡਿਆ। — *None of* us played any game. ਨੱਨ ਔਫ਼ ਅਸ ਪਲੇਡ ਐਨੀ ਗੇਮ.
8. ਲੜਕਿਆਂ ਵਿਚੋਂ ਬਹੁਤ ਸਾਰੇ ਕਲ੍ਹ ਸਕੂਲ ਨਹੀਂ ਆਏ। — *Many of* the boys did not come to school yesterday. ਮੈਨੀ ਔਫ਼ ਦ ਬੁਆਇਜ਼ ਡਿਡ ਨੌਟ ਕਮ ਟੂ ਸਕੂਲ ਯੈਸਟਰਡੇ.
9. ਮੇਰੇ ਕੋਲ ਬਹੁਤ ਸਾਰੀਆਂ ਕਿਤਾਬਾਂ ਨਹੀਂ ਹਨ। — I do not have *many* books. ਆਈ ਡੂ ਨੌਟ ਹੈਵ ਮੈਨੀ ਬੁਕਸ.
10. ਟੋਕਰੀ ਵਿਚ ਥੋੜੇ ਜਿਹੇ ਅੰਬ ਹਨ। — There are *a few* mangoes in the basket. ਦੇਅਰ ਆਰ ਏ ਫ਼ਿਊ ਮੈਂਗੋਜ਼ ਇਨ ਦ ਬਾਸਕਿਟ.
11. ਕੋਈ-ਕੋਈ ਲੜਕੀ ਉਸ ਨੂੰ ਪਸੰਦ ਕਰੇਗੀ। — *Few* girls would like him. ਫ਼ਿਊ ਗਰਲਜ਼ ਵੁਡ ਲਾਇਕ ਹਿਮ.
12. ਇਸ ਪੁਸਤਕ ਵਿਚ ਉਸ ਪੁਸਤਕ ਤੋਂ ਘਟ ਪੰਨੇ ਹਨ। — This book has *fewer* pages *than* that book. ਦਿਸ ਬੁਕ ਹੈਜ਼ ਫ਼ਿਊਅਰ ਪੇਜਿਜ਼ ਦੈਨ ਦੈਟ ਬੁਕ.
13. ਉਸ ਪੁਸਤਕ ਵਿਚ ਇਸ ਪੁਸਤਕ ਤੋਂ ਜ਼ਿਆਦਾ ਪੰਨੇ ਹਨ। — That book has *more* pages *than* this book. ਦੈਟ ਬੁੱਕ ਹੈਜ਼ ਮੋਰ ਪੇਜਿਜ਼ ਦੈਨ ਦਿਜ਼ ਬੁੱਕ।
14. ਉਸ ਦੇ ਹੱਥੋਂ ਕਈ ਬੰਦਿਆਂ ਨੇ ਦੁੱਖ ਪਾਇਆ ਹੈ। — *Many a* man has suffered at his hands. ਮੈਨੀ ਏ ਮੈਨ ਹੈਜ਼ ਸਫ਼ਰਡ ਐਟ ਹਿਜ਼ ਹੈਂਡਸ.
15 ਦੋਨਾਂ ਵਿਅਕਤੀਆਂ ਵਿਚੋਂ ਕੋਈ ਨਹੀਂ ਆਇਆ। — *Neither* man has come. ਨਾਇਦਰ ਮੈਨ ਹੈਜ਼ ਕਮ.
16. ਉਸ ਨੂੰ ਥੋੜੀ ਤਨਖਾਹ ਮਿਲਦੀ ਹੈ। — He gets *a small* salary. ਹੀ ਗੇਟ੍ਸ ਏ ਸ੍ਮਾਲ ਸੈਲਰੀ.

B

ਮਿਕਦਾਰ ਜਾਂ ਤੋਲ ਸੂਚਕ ਸ਼ਬਦ (Words Expressing Quantity)

17. ਕੀ ਬੋਤਲ ਵਿਚ ਰਤਾ ਵੀ ਦੁੱਧ ਨਹੀਂ ਹੈ। — Is there not *any* milk in the bottle. ਇਜ਼ ਦੇਅਰ ਨੌਟ ਐਨੀ ਮਿਲ੍ਕ ਇਨ ਦ ਬੌਟਲ ?

18. ਕੀ ਬੋਤਲ ਵਿਚ ਦੁੱਧ ਨਹੀਂ ਹੈ। — Is there *no* milk in the bottle ? ਇਜ਼ ਦੇਅਰ ਨੋ ਮਿਲ੍ਕ ਇਨ ਦ ਬੌਟਲ ?

19. ਕਿਰਪਾ ਕਰਕੇ ਮੈਨੂੰ ਥੋੜਾ ਜਿਹਾ ਪਾਣੀ ਦਿਓ। — Please give me *a little* water. ਪ੍ਲੀਜ਼ ਗਿਵ ਮੀ ਏ ਲਿਟਲ ਵਾਟਰ।

20. ਬੋਤਲ ਵਿਚ ਥੋੜਾ ਜਿਹਾ ਦੁੱਧ ਹੈ। — There is *little* milk in the bottle. ਦੇਅਰ ਇਜ਼ ਲਿਟਲ ਮਿਲ੍ਕ ਇਨ ਦ ਬੌਟਲ।

21. ਗਲਾਸ ਵਿਚ ਕਿੰਨਾ ਦੁੱਧ ਹੈ ? — How *much* milk is there in the glass ? ਹਾਉ ਮਚ ਮਿਲ੍ਕ ਇਜ਼ ਦੇਅਰ ਇਨ ਦ ਗ੍ਲਾਸ ?

22. ਮੈਂ ਜ਼ਿਆਦਾ ਦੁੱਧ ਸਵੇਰੇ ਪੀਂਦਾ ਹਾਂ। — I take *much of* the milk in the morning. ਆਈ ਟੇਕ ਮਚ ਔਫ ਦ ਮਿਲ੍ਕ ਇਨ ਦ ਮੌਰਨਿੰਗ।

23. ਮੇਰੇ ਗਲਾਸ ਵਿਚ ਤੇਰੇ ਗਲਾਸ ਤੋਂ ਘਟ ਦੁੱਧ ਹੈ। — There is *less* milk in my glass than in your glass. ਦੇਅਰ ਇਜ਼ ਲੈੱਸ ਮਿਲ੍ਕ ਇਨ ਮਾਈ ਗ੍ਲਾਸ ਦੈਨ ਯੁਅਰ ਗ੍ਲਾਸ।

24. ਕੀ ਮੈਂ ਥੋੜਾ ਹੋਰ ਦੁੱਧ ਦੇਵਾਂ ? — Shall I give you *some more* of this milk ? ਸ਼ੈਲ ਆਈ ਗਿਵ ਯੂ ਸਮ ਮੋਰ ਔਫ ਦਿਸ ਮਿਲ੍ਕ ?

25. ਨਦੀ ਵਿਚ ਬਹੁਤ ਪਾਣੀ ਸੀ। — There was *too much* water in the river. ਦੇਅਰ ਵਾਜ਼ ਟੂ ਮਚ ਵਾਟਰ ਇਨ ਦ ਰਿਵਰ।

26. ਇਹ ਰੋਟੀ ਹੈ। ਰੋਟੀ ਅੰਨ ਹੁੰਦੀ ਹੈ। — This is *bread*. Bread is a food. ਦਿਸ ਇਜ਼ ਬ੍ਰੈਡ. ਦ ਬ੍ਰੈਡ ਇਜ਼ ਏ ਫੂਡ.

C

ਅਰਥ ਤੇ ਜ਼ੋਰ (The Emphasis)

27. ਭਲਕੇ ਜ਼ਰੂਰ ਆਉਣਾ, ਭੁੱਲ ਨਾ ਜਾਣਾ। — *Do* come tomorrow—*Don't* forget. ਡੂ ਕਮ ਟੁਮਾਰੋ—ਡੋਂਟ ਫੌਰਗੇਟ।

28. ਕਮਲਾ ਅਤੇ ਉਸ ਦਾ ਭਰਾ ਦੋਵੇਂ ਮੈਨੂੰ ਦੇਖਣ ਆਏ। — *Both* Kamla and her brother came to see me. ਬੋਥ ਕਮਲਾ ਐਂਡ ਹਰ ਬ੍ਰਦਰ ਕੇਮ ਟੂ ਸੀ ਮੀ।

29. ਕੀ ਤੁਸੀਂ ਇਹ ਖ਼ਬਰ ਸੁਣ ਕੇ ਖ਼ੁਸ਼ ਹੋ ? — Are you glad to know *this* news ? ਆਰ ਯੂ ਗ੍ਲੈਡ ਟੂ ਨੋ ਦਿਸ ਨਿਯੂਜ਼ ?

30. ਦਰਅਸਲ, ਮੈਂ ਖ਼ੁਸ਼ ਹਾਂ। — *Indeed*, I am happy. ਇਨ੍ਡੀਡ ਆਈ ਐਮ ਹੈਪੀ।

31. ਤੂੰ ਪੜ੍ਹਾਈ ਵਿਚ ਸਖ਼ਤ ਮਿਹਨਤ ਨਹੀਂ ਕਰ ਰਿਹਾ ਹੈਂ, ਕੀ ਕਰਦਾ ਏਂ ? — You *don't* study hard, do you ? ਯੂ ਡੋਂਟ ਸ੍ਟਡੀ ਹਾਰਡ, ਡੂ ਯੂ ?

32. ਬੇਸ਼ਕ ਮੈਂ ਕਰਦਾ ਹਾਂ। — *Of course*, I do. ਔਫ ਕੋਰ੍ਸ ਆਈ ਡੂ।

33. ਚੁੱਪ ਹੋ ਜਾਓ। — *Do* be quiet. ਡੂ ਬੀ ਕ੍ਵਾਇਟ।

34. ਆਪਣੇ ਪਿਤਾ ਜੀ ਨੂੰ ਖ਼ਤ ਜ਼ਰੂਰ ਲਿਖ ਦਿਓ ।
Do write a letter to your father.
ਡੂ ਰਾਇਟ ਏ ਲੈਟਰ ਟੂ ਯੂਅਰ ਫਾਦਰ ।

35. ਕੀ ਤੁਸੀਂ ਉਹ ਸਭ ਕੁਝ ਦਿਉਗੇ ਜੋ ਮੈਂ ਚਾਹਵਾਂ ?
Will you give *whatever* I want ? ਵਿਲ ਯੂ ਗਿਵ ਵੱਟਏਵਰ ਆਈ ਵਾਂਟ ।

36. ਜਦੋਂ ਵੀ, ਜਿਥੇ ਵੀ ਮੈਂ ਜਾਂਦਾ ਹਾਂ, ਮੇਰਾ ਕੁੱਤਾ ਨਾਲ ਜਾਂਦਾ ਹੈ ।
Whenever and *wherever* I go, my dog remains with me. ਵੇਨਏਵਰ ਐਂਡ ਵੇਅਰਏਵਰ ਆਈ ਗੋ ਮਾਈ ਡੱਗ ਰੀਮੇਨਮ ਵਿਦ ਮੀ ।

37. ਜਿਹੜੀ ਵੀ ਪੁਸਤਕ ਤੁਸੀਂ ਮੰਗੋਗੇ ਉਹ ਉਹੀ ਤੁਹਾਨੂੰ ਦੇ ਦੇਣਗੇ ।
They will give you *whichever* book you want.
ਦੇ ਵਿਲ ਗਿਵ ਯੂ ਵਿਚਏਵਰ ਬੁੱਕ ਯੂ ਵਾਂਟ ।

38. ਪ੍ਰਸ਼ਨ ਕਿੰਨਾ ਹੀ ਮੁਸ਼ਕਿਲ ਕਿਉਂ ਨਾ ਹੋਵੇ ਮੈਂ ਉਸ ਨੂੰ ਹੱਲ ਕਰ ਲਵਾਂਗਾ ।
I *will* solve the quesion, *however* difficult it may be. ਆਈ ਵਿਲ ਸੱਲ੍ਵ ਦ ਕ੍ਵੈਸ਼ਚਨ ਹਾਉਏਵਰ ਡਿਫੀਕਲ੍ਟ ਇਟ ਮੇ ਬੀ ।

39. ਮੈਂ ਤੈਨੂੰ ਸਦਾ ਪ੍ਰੇਮ ਕਰਦਾ ਰਹਾਂਗਾ ।
Ever, ever shall I love you. ਏਵਰ, ਏਵਰ ਸ਼ੈਲ ਆਈ ਲੱਵ ਯੂ ।

40. ਮੈਂ ਉਸ ਨੂੰ ਕਦੀ ਆਪਣੇ ਘਰ ਵੜਨ ਨਹੀਂ ਦੇਵਾਂਗਾ ।
Never shall I allow him to enter my house.
ਨੇਵਰ ਸ਼ੈਲ ਆਈ ਅੱਲਾਉ ਹਿਮ ਟੂ ਏਨ੍ਟਰ ਮਾਈ ਹਾਉਸ ।

ਯਾਦ ਰਖਣ ਲਈ (To Remember)

1. ਵਿਸ਼ੇਸ਼ਣ (adjective) ਦੀਆਂ ਤਿੰਨ degrees ਹੁੰਦੀਆਂ ਹਨ। ਪਹਿਲੀ positive ਜਿਵੇਂ *poor*, ਦੂਜੀ Comparative ਜਿਵੇਂ *poorer* ਤੀਜੀ Superlative ਜਿਵੇਂ *poorest*.

Ram is *poorer than* Mahesh.
He is *more careful than* his brother] comparative degree ਦਾ ਪ੍ਰਯੋਗ ਕਰਦੇ ਹੋਏ poorer ਆਦਿ ਵਿਸ਼ੇਸ਼ਣਾਂ ਦੇ ਬਾਅਦ than ਦਾ ਪ੍ਰਯੋਗ ਜ਼ਰੂਰ ਹੁੰਦਾ ਹੈ।

2. ਪਰੰਤੂ Latin (Italy ਦੀ ਪ੍ਰਚੀਨ ਭਾਸ਼ਾ) ਤੋਂ ਲਏ ਗਏ ਤੁਲਨਾਤਮਕ ਵਿਸ਼ੇਸ਼ਣਾਂ inferior, superior, junior, senior, prefer, preferable ਦੇ ਨਾਲ than ਨਹੀਂ ਸਗੋਂ to ਲਗਦਾ ਹੈ।

This cloth is *inferior* to that.
My pen is *superior* to yours.

3. Latin ਦੇ comparatives (ਤੁਲਨਾਤਮਕ) interior, exterior, minor, major ਦੀ ਵਰਤੋਂ ਕੇਵਲ positive adjective ਦੇ ਰੂਪ ਵਿਚ ਹੁੰਦੀ ਹੈ, ਜਿਵੇਂ—

He lives in the interior of the town.
The exterior of a jack fruit is very rough.
This is only a minor job.

4. Superlative degree ਦੀ ਵਰਤੋਂ ਕਰਦੇ ਹੋਏ the ਨੂੰ ਵਿਸ਼ੇਸ਼ਣ ਤੋਂ ਪਹਿਲਾਂ ਰਖਿਆ ਜਾਂਦਾ ਹੈ ਜਿਵੇਂ— Manohar is *the oldest* boy in the class.

28 ਅਠਾਈਵਾਂ ਦਿਨ
28th day

ਕੁਝ ਫੁਟਕਲ ਪ੍ਰਯੋਗ (Miscellaneous uses)

A

It ਅਤੇ that ਦੇ ਅਨੇਕ ਪ੍ਰਯੋਗ

1. ਉਹ ਕੌਣ ਹੈ ? — Who is that ? ਹੂ ਇਜ਼ ਦੈਟ ?
2. ਉਹ ਮੇਰਾ ਮਿੱਤਰ ਹੈ । — *It* is my friend. ਇਟ ਇਜ਼ ਮਾਈ ਫ਼ਰੈਂਡ.
3. ਇਹ ਠੀਕ ਉੱਤਰ ਨਹੀਂ ਸੀ । — *It* was not the right answer. ਇਟ ਵਾਜ਼ ਨੱਟ ਦ ਰਾਈਟ ਅੱਨਸਰ.
4. ਇਹ ਪੁਸਤਕ ਤੁਹਾਡੀ ਹੈ । ਉਹ ਮੇਰੀ ਹੈ । — This is your book. *That is* mine. ਦਿਸ ਇਜ਼ ਯੂਅਰ ਬੁੱਕ. ਦੈਟ ਇਜ਼ ਮਾਈਨ.
5. ਉਸ ਨੂੰ ਇਤਿਹਾਸ ਪਸੰਦ ਹੈ । ਉਹ ਕਹਿੰਦੀ ਹੈ, "ਇਹ ਦਿਲਚਸਪ ਹੈ ।" — She likes history. She says, "*It's* interesting." ਸ਼ੀ ਲਾਇਕਸ ਹਿਸਟ੍ਰੀ, ਸ਼ੀ ਸੇਜ਼ ਇਟ'ਸ ਇੰਟਰੇਸਟਿੰਗ.
6. ਉਥੇ ਕੌਣ ਹੈ ? — Who is there ? ਹੂ ਇਜ਼ ਦੇਅਰ ?
7. ਮੈਂ ਹਾਂ । — *It* is I. ਇਟ ਇਜ਼ ਆਈ.
8. ਕੀ ਤੁਸੀਂ ਮੈਨੂੰ ਹੀ ਮਿਲਣਾ ਚਾਹੁੰਦੇ ਹੋ ? — Is *it* I you want ? ਇਜ਼ ਇਟ ਆਈ ਯੂ ਵਾਂਟ ?
9. ਕੀ ਉਹ ਮੈਂ ਨਹੀਂ ਸੀ ਜਿਸ ਨੇ ਤੇਰੀ ਸਹਾਇਤਾ ਕੀਤੀ ਸੀ । — Was *it* not I who helped you ? ਵਾਜ਼ ਇਟ ਨਾਟ ਆਈ ਹੂ ਹੈਲਪਡ ਯੂ ?
10. ਕੀ ਤੂੰ ਮੈਨੂੰ ਹੀ ਬੁਲਾ ਰਹੀ ਏਂ ।* — Is *it* I you are calling ? ਇਜ਼ ਇਟ ਆਈ ਯੂ ਆਰ ਕਾਲਿੰਗ ?
11. ਉਸ ਦੇ ਜੀਵਨ ਦਾ ਇਹ ਸਭ ਤੋਂ ਵੱਡਾ ਖ਼ੁਸ਼ੀ ਦਾ ਦਿਨ ਸੀ । — *It* was the happiest day of her life. ਇਟ ਵਾਜ਼ ਦ ਹੈਪੀਏਸਟ ਡੇ ਆਫ਼ ਹਰ ਲਾਈਫ਼.
12. ਇਸ ਨਾਲ ਕੋਈ ਫ਼ਰਕ ਨਹੀਂ ਪੈਂਦਾ । — *It doesn't* make any difference. ਇਟ ਡਜ਼ੰ'ਟ ਮੇਕ ਐਨੀ ਡਿਫ਼ਰੇਂਸ.
13. ਇਸ ਨਾਲ ਮੈਨੂੰ ਕੋਈ ਫ਼ਰਕ ਨਹੀਂ ਪੈਂਦਾ । — *It doesn't* matter to me. ਇਟ ਡਜ਼ੰ'ਟ ਮੈਟਰ ਟੂ ਮੀ.
14. ਚਾਰ ਵਜੇ ਹਨ । — *It's* four o'clock. ਇਟ'ਸ ਫ਼ੋਰ ਓ'ਕਲੱਾਕ.
15. ਮੇਰੀ ਵਾਰੀ ਨਹੀਂ ਹੈ । — *It* is not my turn. ਇਟ ਇਜ਼ ਨੱਟ ਮਾਈ ਟਰ੍ਨ.
16. ਅਜੇ ਦੁਪਹਿਰ ਨਹੀਂ ਹੋਈ । — *It* is not noon yet. ਇਟ ਇਜ਼ ਨੱਟ ਨੂਨ ਯੇਟ.
17. ਬਾਹਰ ਬਹੁਤ ਹਨੇਰਾ ਹੈ । — *It* is too dark outside. ਇਟ ਇਜ਼ ਟੂ ਡਾਰ੍ਕ ਆਉਟ ਸਾਈਡ਼.
18. ਸਖ਼ਤ ਮੀਂਹ ਪੈ ਰਿਹਾ ਹੈ ।** — *It* is raining hard. ਇਟ ਇਜ਼ ਰੇਨਿੰਗ ਹਾਰ੍ਡ.
19. ਬੜੀ ਠੰਢ ਹੈ । — *It's* too cold. ਇਟ'ਸ ਟੂ ਕੋਲ੍ਡ.
20. ਉਹਨਾਂ ਨੂੰ ਹੱਥ ਨਾਲ ਫੜਨਾ ਸੌਖਾ ਸੀ ।*** — *It* was easier to catch them by hand. ਇਟ ਇਜ਼ ਈਜ਼ਿਅਰ ਟੂ ਕੈਚ ਦੈਮ ਬਾਈ ਹੈਂਡ.

B

21. ਕੀ ਤੁਸੀਂ ਮੈਨੂੰ ਇਕ ਪੈਨ ਜਾਂ ਇਕ ਪੈਂਸਲ ਦਿਉਗੇ ? — Will you give me *either* a pen or a pencil ? ਵਿਲ ਯੂ ਗਿਵ ਮੀ ਆਇਦਰ ਏ ਪੇੱਨ ਆਰ ਏ ਪੇਂਜ਼ਿਲ ?

22. ਦੋਵੇਂ ਉੱਤਰ ਠੀਕ ਹਨ।	Both answers are correct. ਬੋਥ ਆਨਸਰਜ਼ ਆਰ ਕਰੈਕਟ.
23. ਇਹ ਨਾ ਤੇ ਅਧਿਆਪਕਾ ਹੈ, ਨਾ ਵਿਦਿਆਰਥਣ ਹੈ।	She is *neither* a teacher *nor* a student. ਸ਼ੀ ਇਜ਼ ਨਾਇਦਰ ਏ ਟੀਚਰ ਨੌਰ ਏ ਸਟੂਡੈਂਟ.
24. ਦੋਵੇਂ ਕੈਦੀ ਨਿਰਦੋਸ਼ ਹਨ।	Both prisoners are innocent. ਬੋਥ ਪ੍ਰਿਜ਼ਨਰਜ਼ ਆਰ ਇਨੋਸੈਂਟ.
25. ਜਮਾਤ ਵਿਚ ਬਹੁਤ ਸਾਰੇ ਵਿਦਿਆਰਥੀ ਹਨ।	*There* are many *students* in the class. ਦੇਅਰ ਆਰ ਮੈਨੀ ਸਟੂਡੈਂਟਸ ਇਨ ਦ ਕਲਾਸ.
26. ਟੋਕਰੀ ਵਿਚ ਦਸ ਅੰਬ ਹਨ।	*There* are ten mangoes in the basket. ਦੇਅਰ ਆਰ ਟੈਨ ਮੈਂਗੋਜ਼ ਇਨ ਦ ਬਾਸਕਿਟ.
27. ਮੇਜ਼ ਉਤੇ ਦੋ ਪੁਸਤਕਾਂ ਸਨ।	*There* were two books on the table. ਦੇਅਰ ਵਰ ਟੂ ਬੁਕਸ ਔਨ ਦ ਟੇਬਲ.
28. ਰਜਨੀ ਨੂੰ ਸਖ਼ਤ ਮਿਹਨਤ ਕਰਨੀ ਚਾਹੀਦੀ ਹੈ ਅਤੇ ਮੀਨਾਕਸ਼ੀ ਨੂੰ ਵੀ।	Rajni should work hard and Minakshi *too*. ਰਜਨੀ ਸ਼ੁਡ ਵਰਕ ਹਾਰਡ ਐਂਡ ਮੀਨਾਕਸ਼ੀ ਟੂ.
29. ਵਾਗੀਸ਼ ਉਥੇ ਨਹੀਂ ਸੀ ਅਤੇ ਰਾਕੇਸ਼ ਵੀ ਨਹੀਂ।	Vagish was not there and neither was Rakesh. ਵਾਗੀਸ਼ ਵਾਜ਼ ਨੌਟ ਦੇਅਰ ਐਂਡ ਨਾਇਦਰ ਵਾਜ਼ ਰਾਕੇਸ਼.
30. ਮੇਰੀ ਕਮੀਜ਼ ਚਿੱਟੀ ਹੈ। ਤੇਰੀ ਕਮੀਜ਼ ਵੀ ਚਿੱਟੀ ਹੈ।	My shirt is white. Your shirt is white *too*. ਮਾਈ ਸ਼ਰਟ ਇਜ਼ ਵ੍ਹਾਈਟ. ਯੂਅਰ ਸ਼ਰਟ ਇਜ਼ ਵ੍ਹਾਈਟ ਟੂ.
31. ਮੇਰਾ ਕੋਟ ਕਾਲਾ ਨਹੀਂ ਹੈ। ਤੇਰਾ ਕੋਟ ਵੀ ਕਾਲਾ ਨਹੀਂ ਹੈ।	My coat is not black. Your coat is not black *either*. ਮਾਈ ਕੋਟ ਇਜ਼ ਨੌਟ ਬਲੈਕ. ਯੂਅਰ ਕੋਟ ਇਜ਼ ਨੌਟ ਬਲੈਕ ਆਇਦਰ.

C

32. ਇਥੋਂ ਦੇ ਨਜ਼ਾਰੇ ਸੁੰਦਰ ਹਨ।	The *scenery* here is good. ਦ ਸੀਨਰੀ ਹੇਅਰ ਇਜ਼ ਗੁੱਡ,
33. ਅਸੀਂ ਅਨ੍ਹਿਆਂ ਨੂੰ ਭੋਜਨ ਦਿੱਤਾ।	We provided the *blind* with food. ਵੀ ਪ੍ਰੋਵਾਇਡਿਡ ਦ ਬਲਾਈਂਡ ਵਿਦ ਫੂਡ.
34. ਮੈਂ ਇਸ ਪੁਸਤਕ ਨੂੰ ਦੋ-ਤਿਹਾਈ ਪੜ੍ਹ ਲਿਆ ਹੈ।	I have finished *two-thirds* of this book. ਆਈ ਹੈਵ ਫਿਨਿਸ਼ਡ ਟੂ-ਥਰਡ ਆਫ਼ ਦਿਸ ਬੁਕ.
35. ਮਜਿਸਟਰੇਟ ਨੇ ਉਸ ਦੀ ਗ੍ਰਿਫ਼ਤਾਰੀ ਦਾ ਹੁਕਮ ਦਿੱਤਾ।	The magistrate issued *orders* for his arrest. ਦ ਮਜਿਸਟ੍ਰੇਟ ਇਸ਼ੂਡ ਆਰਡਰਜ਼ ਫਾਰ ਹਿਜ਼ ਅਰੈਸਟ.
36. ਜਦੋਂ ਮੈਂ ਬੰਬਈ ਜਾਵਾਂਗਾ ਤਾਂ ਉਸ ਨੂੰ ਮਿਲਾਂਗਾ।	When I *go* to Bombay, I shall see him. ਵੇਨ ਆਈ ਗੋ ਟੂ ਬਾਮ੍ਬੇ, ਆਈ ਸ਼ੈਲ ਸੀ ਹਿਮ.
37. ਮੈਂ ਖਾਣਾ ਖਾ ਲਿਆ ਹੈ।	I *have* had my food. ਆਈ ਹੈਵ ਹੈਡ ਮਾਈ ਫੂਡ.
38. ਮੈਂ ਹਾਈ ਸਕੂਲ ਵਿਚ ਪੜ੍ਹਦਾ ਹਾਂ।	I am at the High School. ਆਈ ਐਮ ਐਟ ਦ ਹਾਈ ਸਕੂਲ.
39. ਗੰਗਾ ਇਕ ਨਦੀ ਹੈ।	*The* Ganges is a river. ਦ ਗੈਂਜਿਜ਼ ਇਜ਼ ਏ ਰਿਵਰ.
40. ਕੀ ਤੁਹਾਨੂੰ ਸੌ ਰੁਪਏ ਦਾ ਮਾਹਵਾਰ ਭੱਤਾ ਮਿਲ ਗਿਆ ਹੈ।	Did you get a monthly allowance of a hundred rupees? ਡਿਡ ਯੂ ਗੇਟ ਏ ਮੰਥਲੀ ਅਲਾਉਂਸ ਆਫ਼ ਏ ਹੰਡਰਡ ਰੁਪੀਜ਼?
41. ਮੈਂ ਪੰਜਤਾਲੀ ਸਾਲ ਦਾ ਹਾਂ।	I am forty-five. ਆਈ ਐਮ ਫ਼ੋਰਟੀ-ਫ਼ਾਈਵ.

42. ਮੈਨੂੰ ਸਿਰ ਦਰਦ ਹੈ। — I have *a* headache. ਆਈ ਹੈਵ ਏ ਹੈਡੇਕ.

43. ਮੈਨੂੰ ਯਕੀਨ ਹੈ ਕਿ ਉਹ ਠੀਕ ਹੈ। — I am certain that he is in *the* right.
ਆਈ ਐਮ ਸਰਟੇਨ ਦੈਟ ਹੀ ਇਜ਼ ਇਨ ਦ ਰਾਇਟ.

44. ਮੈਂ ਦਿੱਲੀ ਵਿਚ ਰਹਿੰਦਾ ਹਾਂ। — I live in Delhi. ਆਈ ਲਿਵ ਇਨ ਡੇਹਲੀ.

45. ਮੈਂ ਚਿੱਤਰਕਲਾ ਛੱਡ ਦਿੱਤੀ ਹੈ। — I have given-up painting. ਆਈ ਹੈਵ ਗਿਵਨ ਅਪ ਪੇਂਟਿੰਗ.

46. ਕੀ ਤੁਸੀਂ ਇਹ ਗੰਢ ਖੋਲ੍ਹੋਗੇ। — Will you kindly *untie* this knot ?
ਵਿਲ ਯੂ ਕਾਇੰਡਲੀ ਅਨਟਾਇ ਦਿਸ ਨੱਾਟ ?

47. ਅਸੀਂ ਕੁਰਲਾਉਣ ਤੋਂ ਇਲਾਵਾ ਕੁਝ ਨਹੀਂ ਕਰ ਸਕੇ। — We could do nothing but cry.
ਵੀ ਕੁਡ ਡੂ ਨਥਿੰਗ ਬੱਟ ਕ੍ਰਾਇ.

48. ਇਸ ਪੁਸਤਕ ਦਾ ਦਸਵਾਂ ਪੰਨਾ ਖੋਲ੍ਹੋ। — Please, open this book at page ten.
ਪਲੀਜ਼ ਓਪਨ ਦਿਸ ਬੁਕ ਐਟ ਪੇਜ ਟੈਨ:

49. ਹੁਣ ਕੀ ਕੀਤਾ ਜਾ ਸਕਦਾ ਹੈ ? — What *can be done* now. ਵਾਟ ਕੇਨ ਬੀ ਡੱਨ ਨਾਉ.

50. ਮੇਰੇ ਦੋਵੇਂ ਹੱਥ ਜ਼ਖ਼ਮੀ ਹੋ ਚੁਕੇ ਹਨ। — *Both of my* hands have been injured.
ਬੋਥ ਆਫ਼ ਮਾਈ ਹੈਂਡਸ ਹੈਵ ਬੀਨ ਇੰਜਰਡ.

ਯਾਦ ਰਖਣ ਲਈ (To Remember)

ਪੜਨਾਂਵ (Pronoun) ਦੀ ਕਈ ਤਰ੍ਹਾਂ ਨਾਲ ਵਰਤੋਂ ਕੀਤੀ ਜਾਂਦੀ ਹੈ। ਜਿਵੇਂ—(1) ਕਿਸੇ *Lower animal* ਜਾਂ ਨਿੱਕੇ ਬੱਚੇ ਲਈ ਜਿਵੇਂ—After dressing the wound of the dog, the doctor petted *it* and sent *it* home. ਕੁਤੇ ਦੇ ਜ਼ਖ਼ਮ ਦੀ ਮਰੱਹਮ ਪੱਟੀ ਕਰਕੇ ਡਾਕਟਰ ਨੇ ਉਸ ਨੂੰ ਥਪਥਪਾਇਆ ਅਤੇ ਘਰ ਭੇਜ ਦਿੱਤਾ। As soon as the child saw its mother, it jumped to her. ਜਿਉਂ ਹੀ ਬੱਚੇ ਨੇ ਆਪਣੀ ਮਾਂ ਨੂੰ ਦੇਖਿਆ, ਉਛੱਲ ਕੇ ਉਸਦੀ ਗੋਦੀ ਵਿਚ ਚਲਾ ਗਿਆ। *(2) ਕਿਸੇ *Noun* ਜਾਂ *pronoun* ਤੇ ਜ਼ੋਰ ਦੇਣ ਲਈ—It was Gandhiji, who started the Civil Disobedience Movement. ਗਾਂਧੀ ਜੀ ਨੇ ਹੀ ਨਾਗਰਿਕ ਅਵਗਿਆ ਅੰਦੋਲਨ ਚਲਾਇਆ।

** (3) *Verb* ਦੇ ਨਾਲ ਇਟ ਦਾ ਪ੍ਰਯੋਗ—*It is raining outside.* ਬਾਹਰ ਮੀਂਹ ਪੈ ਰਿਹਾ ਹੈ।

*** (4) *Object* ਦੇ ਰੂਪ ਵਿਚ Children find *it* difficult to sit quiet. ਬੱਚਿਆਂ ਲਈ ਚੁਪਚਾਪ ਬੈਠਣਾ ਔਖਾ ਹੈ।

(5) ਪਹਿਲੇ ਕਹੀ ਗਈ ਗੱਲ ਲਈ—He was in the wrong and he realises *it*. ਉਹ ਗਲਤੀ ਵਿਚ ਸੀ, ਉਹ ਇਸ ਗੱਲ ਨੂੰ ਮਹਿਸੂਸ ਕਰਦਾ ਹੈ। ਇਸ ਵਾਕ ਵਿਚ *it* ਦਾ ਪ੍ਰਯੋਗ that he was in the wrong ਦੇ ਲਈ ਕੀਤਾ ਗਿਆ ਹੈ। It ਦੇ ਅਨੇਕ ਪ੍ਰਯੋਗ ਅੰਗਰੇਜ਼ੀ ਵਿਚ ਪ੍ਰਚਲਤ ਹਨ। ਇਹਨਾਂ ਦਾ ਠੀਕ ਢੰਗ ਨਾਲ ਅਭਿਆਸ ਕਰਨਾ ਚਾਹੀਦਾ ਹੈ।

29 ਉਨੱਤੀਵਾਂ ਦਿਨ th day

ਗਿਣਤੀ ਸੂਚਕ—ਤੋਲ ਜਾਂ ਨਾਪ ਸੂਚਕ ਸ਼ਬਦ (countables & uncountables)

1. ਪੁਸਤਕਾਂ ਇਸ ਮੇਜ਼ ਉਤੇ ਹਨ। ਮੇਜ਼ ਉਤੇ ਰੱਖੀ ਹਰ ਪੁਸਤਕ ਨੀਲੀ ਹੈ।	The books are on this table. *Every* book on this table is blue. ਦ ਬੁਕਸ ਆਰ ਔਨ ਦਿਸ ਟੇਬਲ. ਏਵਰੀ ਬੁਕ ਔਨ ਦ ਟੇਬਲ ਇਜ਼ ਬਲੂ.
2. ਭੀੜ ਦਾ ਹਰ ਵਿਅਕਤੀ ਬੁਤ ਬਣ ਕੇ ਖੜਾ ਸੀ।	*Every* man in the crowd stood still. ਏਵਰੀ ਮੈਨ ਔਫ਼ ਦ ਕਰਾਉਡ ਸਟੁਡ ਸਟਿੱਲ।
3. ਉਹਨਾਂ ਵਿਚੋਂ ਹਰ ਇਕ ਕੋਲ ਆਪਣੀ ਕਾਰ ਹੈ।	*Each* of them has his own car. ਈਚ ਔਫ਼ ਦੈਮ ਹੈਜ਼ ਹਿਜ਼ ਓਨ ਕਾਰ.
4. ਮੈਂ ਚਾਰ ਪੈਂਸਲਾਂ ਪੰਦਰਾਂ ਪੈਸੇ ਦੀ ਦਰ ਨਾਲ ਖ਼ਰੀਦੀਆ।	I bought four pencils at fifteen paise *each.* ਆਈ ਬੌਟ ਫ਼ੋਰ ਪੈਂਸਿਲਸ ਐਟ ਫ਼ਿਫ਼ਟੀਨ ਪੈਸੇ ਈਚ.
5. ਸੋਨੀਆ ਅੰਤੇ ਰੀਨਾ ਇਕ-ਦੂਜੇ ਨੂੰ ਪਸੰਦ ਕਰਦੀਆਂ ਹਨ।	Sonia and Rina are fond of *each other.* ਸੋਨੀਆ ਐਂਡ ਰੀਨਾ ਆਰ ਫੌਨ੍ਡ ਔਫ ਈਚ ਅਦਰ.
6. ਰਾਜੀਵ ਆਪਣੀ ਮਾਤਾ ਜੀ ਨੂੰ ਹਰ ਦੂਸਰੇ ਹਫ਼ਤੇ ਮਿਲਣ ਜਾਂਦਾ ਹੈ।	Rajiv visits his mother *every other* week. ਰਾਜੀਵ ਵਿਜ਼ਿਟ੍ਸ ਹਿਜ਼ ਮੱਦਰ ਏਵਰੀ ਅਦਰ ਵੀਕ.
7. ਇਨ੍ਹਾਂ ਦੋਹਾਂ ਵਿਚੋਂ ਕੋਈ ਚਾਬੀ ਤਾਲੇ ਨੂੰ ਲਗ ਜਾਵੇਗੀ।	*Either* of these two keys will fit the lock. ਆਈਦਰ ਔਫ਼ ਟੂ ਕੀਜ਼ ਵਿਲ ਫ਼ਿਟ ਦ ਲੌਕ.
8. ਤੈਨੂੰ ਤੇਰੀ ਕਿਤਾਬ ਮੇਰੀ ਬੈਠਕ ਵਿਚ ਮਿਲੇਗੀ।	You will find your book *somewhere* in my drawing room. ਯੂ ਵਿਲ ਫਾਈਂਡ ਯੂਅਰ ਬੁਕ ਸਮਵ੍ਹੇਅਰ ਇਨ ਮਾਈ ਡ੍ਰਾਇੰਗ ਰੂਮ.
9. ਕੀ ਤੁਸੀਂ ਕਿਧਰੇ ਜਾ ਰਹੇ ਹੋ?	Are you going *anywhere?* ਆਰ ਯੂ ਗੋਇੰਗ ਐਨੀਵ੍ਹੇਅਰ?
10. ਮੈਨੂੰ ਕਿਤਾਬ ਕਿਧਰੇ ਨਹੀਂ ਮਿਲੀ।	I found the book *nowhere.* ਆਈ ਫ਼ਾਉਂਡ ਦ ਬੁਕ ਨੋਵ੍ਹੇਅਰ.
11. ਮੈਨੂੰ ਖਾਣ ਲਈ ਕੁਝ ਦਿਓ।	Give me *something* to eat. ਗਿਵ ਮੀ ਸਮਥਿੰਗ ਟੂ ਈਟ.
12. ਤੁਹਾਡੀ ਜੇਬ ਵਿਚ ਕੁਝ ਹੈ ਤਾਂ ਕਢ ਲਓ।	Take out if *anything* you have in your pocket. ਟੇਕ ਆਉਟ ਇਫ਼ ਐਨੀਥਿੰਗ ਯੂ ਹੈਵ ਇਨ ਯੁਅਰ ਪੌਕਿਟ.
13. ਚਿੰਤਾ ਨਾ ਕਰੋ, ਮੇਰੇ ਕੋਲ ਕੁਝ ਨਹੀਂ ਹੈ।	*Don't* worry, I have *nothing.* ਡੋਂਟ ਵਰੀ ਆਈ ਹੈਵ ਨਥਿੰਗ.
14. ਮੈਂ ਬਹੁਤ ਸਾਰੀਆਂ ਚੀਜ਼ਾਂ ਗੁਮ ਕੀਤੀਆਂ ਹਨ।	I have lost *many a thing.* ਆਈ ਹੈਵ ਲੌਸਟ ਮੈਨੀ ਏ ਥਿੰਗ.
15. ਕੀ ਕੋਈ ਆਇਆ ਹੈ?	Has *someone* come? ਹੈਜ਼ ਸਮਵਨ ਕਮ?
16. ਹਾਂ, ਕੋਈ ਤੁਹਾਡੀ ਉਡੀਕ ਕਰ ਰਿਹਾ ਹੈ।	Yes, *somebody* is waiting for you. ਯੇਸ ਸਮਬੌਡੀ ਇਜ਼ ਵੇਟਿੰਗ ਫ਼ੌਰ ਯੂ.

17. ਸਾਰੇ ਘਰ ਵਿਚ ਸ਼ੋਰ ਮਚਿਆ ਹੋਇਆ ਸੀ। The *whole* house was in an uproar. ਦ ਹੋਲ ਹਾਊਸ ਵਾਜ਼ ਇਨ ਐਨ ਅੱਪਰੋਰ.

18. ਹੋਰ ਕੋਈ ਆਦਮੀ ਆਇਆ ਸੀ ? Had *any body* else come here ? ਹੈਡ ਐਨੀਬੱਡੀ ਏਲਸ ਕਮ ਹਿਅਰ ?

19. ਏਥੇ ਕੋਈ ਨਹੀਂ ਆਇਆ। *Nobody* (no-one) came here. ਨੋਬੱਡੀ ਕੇਮ ਹਿਅਰ.

20. ਇਸ ਘਰ ਦੀ ਹਰ ਇਕ ਚੀਜ਼ ਤੁਹਾਡੇ ਲਈ ਹੈ। *Everything* in this house is at your disposal. ਏਵਰੀਥਿੰਗ ਇਨ ਦਿਸ ਹਾਊਸ ਇਜ਼ ਐਟ ਯੂਅਰ ਡਿਸਪੋਜ਼ਲ.

21. ਹਰ ਇਕ ਆਦਮੀ ਤਿਆਰ ਹੈ। *Everybody* is ready. ਏਵਰੀਬੱਡੀ ਇਜ਼ ਰੈਡੀ.

22. ਮੇਰੇ ਘਰ ਵਿਚ ਹਰ ਇਕ ਬੀਮਾਰ ਹੈ। *Everyone* in my house is ill. ਏਵਰੀਵਨ ਇਨ ਮਾਈ ਹਾਊਸ ਇਜ਼ ਇਲ.

23. ਉਹ ਸਾਰਾ ਸਮਾਂ ਬਾਗ ਵਿਚ ਰਹੇ। They were in the garden *all the* time. ਦੇ ਵਰ ਇਨ ਦ ਗਾਰਡਨ ਆਲ ਦ ਟਾਈਮ.

24. ਅਸੀਂ ਬਾਗ਼ ਦਾ ਚੱਕਰ ਲਗਾਇਆ। We went *all round* the garden. ਵੀ ਵੇਂਟ ਆਲ ਰਾਊਂਡ ਦ ਗਾਰਡਨ.

25. ਉਹਨਾਂ ਨੇ ਦੇਸ਼ ਭਰ ਦੀ ਯਾਤਰਾ ਕੀਤੀ। They travelled *all over* the country. ਦੇ ਟ੍ਰੇਵਲਡ ਆਲ ਓਵਰ ਦ ਕੰਟ੍ਰੀ.

26. ਇਸ ਸਾਰੇ ਸਮੇਂ ਵਿਚ ਮੈਂ ਉਸ ਦੀ ਉਡੀਕ ਕਰਦਾ ਰਿਹਾ। *All through* this period I waited for her. ਆਲ ਥਰੂ ਦਿਸ ਪੀਰੀਅਡ ਆਈ ਵੇਟਿਡ ਫ਼ਾਰ ਹਰ.

27. ਏਥੇ ਸਾਰਾ ਸਾਲ ਮੀਂਹ ਪੈਂਦਾ ਹੈ। It rains *all round* the year here. ਇਟ ਰੇਂਨਸ ਆਲ ਰਾਉਂਡ ਦ ਯੀਅਰ ਹਿਅਰ.

28. ਪੂਰੀ ਦੀਵਾਰ ਦੇ ਨਾਲ ਨਾਲ ਝਾੜੀਆਂ ਉੱਗੀਆਂ ਹੋਈਆਂ ਸਨ। Shrubs were growing *all along* the wall. ਸ਼ਬ੍ਸ ਵਰ ਗ੍ਰੋਇੰਗ ਆਲ ਅਲੱਾਂਗ ਦ ਵਾਲ.

B

ਮੁਹਾਵਰੇਦਾਰ ਵਾਕ (Idiomatic Sentences)

29. ਤੁਸੀਂ ਉਥੇ ਕਦੋਂ ਤਕ ਰਹੋਗੇ ? *How long* will you stay there ? ਹਾਊ ਲਾਂਗ ਵਿਲ ਯੂ ਸਟੇ ਦੇਅਰ ?

30. ਬੁਰੀਆਂ ਆਦਤਾਂ ਸ਼ੁਰੂ ਵਿਚ ਹੀ ਰੋਕ ਦੇਣੀਆ ਚਾਹੀਦੀਆਂ ਹਨ। Bad habits should be *nipped in the bud.* ਬੈਡ ਹੈਬਿਟ੍ਸ ਸ਼ੁਡ ਬੀ ਨਿਪ੍ਡ ਇਨ ਦ ਬੱਡ.

31. ਮੋਹਨ ਦਾ ਜੀਵਨ ਆਰਥਕ ਤੰਗੀ ਵਿਚ ਗੁਜ਼ਰਦਾ ਹੈ। Mohan lives from *hand to mouth.* ਮੋਹਨ ਲਿਵਜ਼ ਫਰਾਮ ਹੈਂਡ ਟੂ ਮਾਉਥ.

32. ਡਾਕੂ ਹੁਣ ਤਕ ਨਹੀਂ ਫੜੇ ਗਏ। The dacoits are still *at large.* ਦ ਡੈਕੋਇਟ੍ਸ ਆਰ ਸਟਿਲ ਐਟ ਲਾਰਜ.

33. ਅਜਕਲ ਬਰਸਾਤ ਦਾ ਮੌਸਮ ਪੂਰੇ ਜ਼ੋਰਾਂ ਤੇ ਹੈ। The rainy season is *in full swing* these days. ਦ ਰੇਨੀ ਸੀਜ਼ਨ ਇਜ਼ ਇਨ ਫੁਲ ਸਵਿੰਗ ਦੀਜ਼ ਡੇਜ਼.

34. ਕਾਤਿਲ ਰੰਗੇ ਹੱਥੀਂ ਫੜਿਆ ਗਿਆ। The murderer was caught *red handed.* ਦ ਮਰ੍ਡਰਰ ਵਾਜ਼ ਕੱਟ ਰੇਡ ਹੈਂਡਿਡ.

35. ਮੈਨੂੰ ਇਸ ਗੱਲ ਦੀ ਸੂਹ ਲੱਗ ਗਈ। I *got wind* of this matter. ਆਈ ਗੱਟ ਵਿੰਡ ਆੱਫ ਦਿਸ ਮੈਟਰ.

36. ਉਸ ਦੇ ਜੀਣ ਦੇ ਗਿਣਤੀ ਦੇ ਦਿਨ ਬਾਕੀ ਹਨ ।
His *days are numbered.* ਹਿਜ਼ ਡੇਜ਼ ਆਰ ਨਬਰਡ.

37. ਹਵਾਈ ਕਿਲੇ ਬਣਾਉਣ ਦਾ ਕੋਈ ਫ਼ਾਇਦਾ ਨਹੀਂ ।
It is no use *building castles in the air.*
ਇਟ ਇਜ਼ ਨੋ ਯੂਜ਼ ਬਿਲਡਿੰਗ ਕੇਸਲਜ਼ ਇਨ ਦਿ ਏਅਰ.

38. ਉਹ ਲੱਾਰੀ ਦੀ ਦੁਰਘਟਨਾ ਵਿਚ ਬਾਲ-ਬਾਲ ਬਚਿਆ ।
He had a *narrow escape* in the lorry accident.
ਹੀ ਹੈਡ ਏ ਨੈਰੋ ਏਸਕੇਪ ਇਨ ਦ ਲੱਾਰੀ ਐਕਸੀਡੇਂਟ ।

39. ਸਾਨੂੰ ਇੰਨੀਆਂ ਛੋਟੀਆਂ-ਛੋਟੀਆਂ ਗੱਲਾਂ ਤੇ ਆਪੇ ਤੋਂ ਬਾਹਰ ਨਹੀਂ ਹੋਣਾ ਚਾਹੀਦਾ ।
We should not *lose our temper* over trifles.
ਵੀ ਸ਼ੁਡ ਨੱਾਟ ਲੂਜ਼ ਅਵਰ ਟੈਂਪਰ ਓਵਰ ਟ੍ਰਿਫਲਸ.

40. ਉਸ ਨੇ ਜ਼ਿੰਦਗੀ ਦੇ ਬਹੁਤ ਸਾਰੇ ਉਤਾਰ-ਚੜ੍ਹਾਅ ਦੇਖੇ ਹਨ ।
He has seen many *ups and downs* in his life.
ਹੀ ਹੈਜ਼ ਸੀਨ ਮੈਨੀ ਅਪ੍ਸ ਐਂਡ ਡਾਉਨ੍ਸ ਇਨ ਹਿਜ਼ ਲਾਇਫ.

41. ਮੈਂ ਲਗਾਤਾਰ ਬਾਰ੍ਹਾਂ ਘੰਟੇ ਕੰਮ ਕਰ ਸਕਦਾ ਹਾਂ ।
I can work for twelve hours *at a stretch.*
ਆਈ ਕੈਨ ਵਰ੍ਕ ਫ਼ੱਾਰ ਟ੍ਵੈਲ੍ਵ ਆਵਰ੍ਸ ਐਟ ਏ ਸਟ੍ਰੇਚ.

42. ਉਹ ਦਿਨ ਦੂਣੀ ਰਾਤ ਚੌਗੁਣੀ ਤਰੱਕੀ ਕਰ ਰਿਹਾ ਹੈ ।
He is progressing *by leaps and bounds.*
ਹੀ ਇਜ਼ ਪ੍ਰੱਾਗ੍ਰੇਸਿੰਗ ਬਾਈ ਲੀਪ੍ਸ ਐਂਡ ਬਾਊਂਡ੍ਸ.

43. ਡਾ: ਹਰਬੰਸ ਲਾਲ ਖੁਰਾਨਾ ਨੇ ਸਦਾ ਲਈ ਭਾਰਤ ਨੂੰ ਛਡ ਦਿੱਤਾ ਹੈ ।
Dr. Harbans Lal Khurana has left India *for good.*
ਡਾ: ਹਰਬੰਸ ਲਾਲ ਖੁਰਾਨਾ ਹੈਜ਼ ਲੈਫ਼ਟ ਇੰਡੀਆ ਫੱਾਰ ਗੁੱਡ.

44 ਅੰਤ ਵਿਚ ਸੱਚ ਦੀ ਜਿੱਤ ਹੁੰਦੀ ਹੈ ।
Truth triumphs *in the long run.*
ਟਰੁਥ ਟ੍ਰਾਇੰਫ੍ਸ ਇਨ ਦ ਲਾਂਗ ਰਨ.

45. ਨਿਰਸੰਦੇਹ ਉਹ ਸੱਚ ਬੋਲਣ ਵਾਲਾ ਆਦਮੀ ਹੈ ।
Of course he is a truthful man.
ਅੱਾਫ਼ ਕੋਰਸ ਹੀ ਇਜ਼ ਏ ਟਰੁਥਫੁਲ ਮੈਨ.

46. ਮੈਂ ਤੁਹਾਨੂੰ ਵੱਧ ਤੋਂ ਵੱਧ ਦਸ ਰੁਪਏ ਕਰਜ਼ਾ ਦੇ ਸਕਦਾ ਹਾਂ ।
At the most I can lend you ten rupees.
ਏਟ ਦੀ ਮੋਸਟ ਆਈ ਕੈਨ ਲੇਂਡ ਯੂ ਟੇਨ ਰੁਪੀਜ਼.

47. ਹੌਲੀ-ਹੌਲੀ ਤੁਸੀਂ ਆਪਣੀ ਘਾਟ ਪੂਰੀ ਕਰ ਲਓਗੇ ।
By and by you will make up your deficiency.
ਬਾਈ ਐਂਡ ਬਾਈ ਯੂ ਵਿਲ ਮੇਕ ਯੂਅਰ ਡੈਫ਼ਿਸ਼ੈਂਸੀਜ਼.

48. ਉਹ ਮੁੜ-ਮੁੜ ਕੇ ਮੈਨੂੰ ਦੇਖਣ ਆਉਂਦਾ ਹੈ ।
He comes to see me *again and again.*
ਹੀ ਕਮ੍ਸ ਟੂ ਸੀ ਮੀ ਅਗੇਂਨ ਐਂਡ ਅਗੇਨ.

49. ਪੁਲੀਸ ਅਨ੍ਹੇਵਾਹ ਗੋਲੀਆਂ ਚਲਾ ਰਹੀ ਸੀ ।
The police were firing *at random.*
ਦ ਪੋਲੀਸ ਵਰ ਫ਼ਾਇਰਿੰਗ ਏਟ ਰੈਂਡਮ.

ਯਾਦ ਰਖਣ ਲਈ (To Remember)

1. ਹਰੇਕ ਭਾਸ਼ਾ ਵਿਚ ਕੁਝ ਸ਼ਬਦ ਬੜੇ ਰੂੜ੍ਹ ਹੋ ਜਾਂਦੇ ਹਨ। ਕੁਝ ਇੰਨੇ ਪ੍ਰਚਲਿਤ ਹੋ ਜਾਂਦੇ ਹਨ ਕਿ ਉਹ ਆਪਣਾ ਮੂਲ ਅਰਥ ਛੱਡ ਕੇ ਦੂਜੇ ਅਰਥ ਪਰਗਟ ਕਰਨ ਲਗ ਪੈਂਦੇ ਹਨ। ਇਹ ਮੁਹਾਵਰਾ ਜਾਂ Proverb ਕਹੇ ਜਾਂਦੇ ਹਨ।

ਜਿਸ ਭਾਸ਼ਾ ਨੂੰ ਅਸੀਂ ਪੂਰੀ ਤਰ੍ਹਾਂ ਸਿਖਣਾਂ ਚਾਹੁੰਦੇ ਹਾਂ ਉਸ ਦੇ ਮੁਹਾਵਰਿਆਂ ਨੂੰ ਯਾਦ ਕਰਨਾ ਅਤੀ ਜ਼ਰੂਰੀ ਹੈ।

2. ਮੁਹਾਵਰਿਆਂ ਦੇ ਸ਼ਬਦਾਂ ਵਿਚ ਹੇਰ-ਫੇਰ ਕਰਨ ਨਾਲ ਇਹ ਅਸ਼ੁਧ ਜਾਂ ਗਲਤ ਹੋ ਜਾਂਦੇ ਹਨ ਜਿਵੇਂ—'Mohan lives from foot to mouth' ਤਾਂ ਇਹ ਗ਼ਲਤ ਹੋਵੇਗਾ। ਠੀਕ ਪ੍ਰਯੋਗ ਇਹ ਹੋਵੇਗਾ—'Mohan lives from hand to mouth.' ਇਸੇ ਪ੍ਰਕਾਰ ਦੂਸਰੇ ਮੁਹਾਵਰਿਆਂ ਦੇ ਬਾਰੇ ਵਿਚ ਵੀ ਆਪ ਸਮਝ ਸਕਦੇ ਹੋ।

30 ਤੀਹਵਾਂ ਦਿਨ th day

ਅਭਿਆਸ ਸੂਚੀਆਂ Drill Tables

ਇਹ ਅਭਿਆਸ ਸੂਚੀਆਂ ਵਾਕਾਂ ਦੀ ਰਚਨਾ ਦਾ ਅਭਿਆਸ ਕਰਨ ਲਈ ਹਨ। ਤੁਸੀਂ ਇਹਨਾਂ ਨੂੰ ਜਿੰਨੀ ਵਾਰੀ ਦੁਹਰਾ ਸਕਦੇ ਹੋ, ਦੁਹਰਾਓ। ਇਸ ਨਾਲ ਤੁਸੀਂ ਵਾਕਾਂ ਨੂੰ ਫਟਾਫਟ ਬੋਲਣ ਦੀ ਯੋਗਤਾ ਪ੍ਰਾਪਤ ਕਰ ਸਕੋਗੇ।

ਸੂਚੀ-8-A ਵਿਚ his, her, their ਆਦਿ ਪੜਨਾਂਵ ਸ਼ਬਦ, ਨਾਂਵ-ਸ਼ਬਦ house ਤੋਂ ਪਹਿਲੇ ਆਏ ਹਨ (ਪੜਨਾਵੀਂ ਵਿਸ਼ੇਸ਼ਣਾਂ ਦੇ ਰੂਪ ਵਿਚ)। ਆਮ ਤੌਰ ਤੇ ਇਹ ਸ਼ਬਦ ਏਸੇ ਤਰ੍ਹਾਂ ਪ੍ਰਯੋਗ ਕੀਤੇ ਜਾਂਦੇ ਹਨ। **ਸੂਚੀ**-8-B ਵਿਚ ਜਦੋਂ ਇਹ (Possessive ਪੜਨਾਂਵ) ਇਕੱਲੇ ਵਰਤੇ ਜਾਂਦੇ ਹਨ ਤਾਂ ਇਹਨਾਂ ਦਾ ਰੂਪ his, hers, theirs, yours ਆਦਿ ਹੋ ਜਾਂਦਾ ਹੈ। ਇਹਨਾਂ ਸ਼ਬਦਾਂ ਨੂੰ ਮਨ ਵਿਚ ਬਿਠਾ ਲਓ।

(ਇੱਕੀਵਾਂ ਦਿਨ) — **(a) 12 ਵਾਕ**

ਸੂਚੀ (Table)-8 — **(b) 12 ਵਾਕ**

1	2	3
This is That isn't	his her their your my our	house.

1	2
This house is That house isn't	his hers theirs yours mine ours

ਸੂਚੀ-9 ਵਿਚ in, under, on, near ਆਦਿ ਸਥਾਨਵਾਚੀ ਸ਼ਬਦ (Platial Words) ਵਾਕ ਵਿਚ ਪ੍ਰਯੋਗ ਕੀਤੇ ਗਏ ਹਨ।

Mr. Ram's ਦਾ ਅਰਥ ਹੈ—ਮਿਸਟਰ ਰਾਮ ਦਾ। ਬਹੁਤਾ ਕਰਕੇ ਇਸ ਤਰ੍ਹਾਂ ਦਾ ਪ੍ਰਯੋਗ ਕੇਵਲ ਜੀਵਧਾਰੀ ਚੀਜ਼ਾਂ ਨਾਲ ਹੀ ਹੁੰਦਾ ਹੈ। ਪਰੰਤੂ ਕਦੀ ਕਦੀ ਜੀਵਹੀਨ ਪਦਾਰਥਾਂ ਦੇ ਨਾਲ ਵੀ ਇਸ ਦਾ ਪ੍ਰਯੋਗ ਹੁੰਦਾ ਹੈ ਜਿਵੇਂ — a day's work, a month's supply, a year's growth ਆਦਿ।

(ਬਾਈਵਾਂ ਦਿਨ) **384 ਵਾਕ**

ਸੂਚੀ (Table)-9

1	2	3	4	5
It Your plate The bottle The cup	is is not	in under on near	that this your Mr. Ram's	bag basket table

ਸੂਚੀ-10 ਵਿਚ too—to ਸੰਬੰਧਤ ਸ਼ਬਦਾਂ (Linking Words) ਦਾ ਅਭਿਆਸ ਦਿਤਾ ਗਿਆ ਹੈ । I am *too* tired *to* do such heavy work ਦਾ ਅਰਥ ਹੈ—ਮੈਂ ਇੰਨਾ ਥੱਕ ਗਿਆ ਹਾਂ ਕਿ ਭਾਰਾ ਕੰਮ ਨਹੀਂ ਕਰ ਸਕਦਾ । ਇਸੇ ਤਰ੍ਹਾਂ ਦੂਜੇ ਵਾਕਾਂ ਵਿਚ ਇਹਨਾਂ ਸ਼ਬਦਾਂ ਦੇ ਅਰਥ ਸਮਝਣੇ ਚਾਹੀਦੇ ਹਨ—

(ਤੇਈਵਾਂ ਦਿਨ)

ਸੂਚੀ (Table)-10 **27 ਵਾਕ**

1	2	3	4	5
I am The little boy was You will be	too	tired hungry weak	to	do such heavy work. go back so soon. answer their questions.

ਸੂਚੀ-11 ਵਿਚ when, as well as, after, before ਸ਼ਬਦਾਂ ਦਾ ਅਭਿਆਸ ਦਿੱਤਾ ਗਿਆ ਹੈ । ਇਹਨਾਂ ਦੇ ਨਾਲ Linking Words ਨਹੀਂ ਜੁੜਦੇ, ਸਿੱਧੇ ਦੂਜੀ Clause ਜੁੜ ਜਾਂਦੀ ਹੈ, ਜਿਵੇਂ When we arrived (then ਨਹੀਂ ਆਉਂਦਾ) it began to rain ਆਦਿ ।

(ਤੇਈਵਾਂ ਦਿਨ)

ਸੂਚੀ (Table)-11 **64 ਵਾਕ**

1	2	3
When As soon as After Before	we arrived the train left they came he noticed	it began to rain he started to cry. the lights went out. he moved away.

ਸੂਚੀ—12 ਵਿਚ Since ਅਤੇ for ਦੇ ਸਕਾਰਾਤਮਕ (Positive) ਵਾਕ ਦਿਤੇ ਗਏ ਹਨ ।

[ਚੌਵੀਵਾਂ ਦਿਨ]

ਸੂਚੀ [Table]-12 **A** **64 ਵਾਕ**

1	2	3	4
She he	has been	discussing this matter quarrelling over it playing hockey reading a novel	since morning. for many days. sincc 2 P. M. for two hours.
I You	have been		

ਸੂਚੀ—13 ਵਿਚ since ਅਤੇ for ਦੇ ਪ੍ਰਸ਼ਨਵਾਚਕ (Interrogative) ਵਾਕ ਦਿਤੇ ਗਏ ਹਨ ।

B

ਸੂਚੀ—[Table]-13 **12 ਵਾਕ**

1	2	3	4	5
Has	she they	been	working hard singing songs shouting loudly	since 2 P. M. ? for a long time ?

ਸੂਚੀ—14 ਵਿਚ ਕਰਮਣੀ ਵਾਚ (Passive Voice) ਦੇ ਵਾਕ ਦਿਤੇ ਗਏ ਹਨ । ਇਹਨਾਂ ਨੂੰ ਬੋਲ ਕੇ ਚੰਗੀ ਤਰ੍ਹਾਂ ਅਭਿਆਸ ਕਰੋ ਅਤੇ ਬਣਤਰ ਨੂੰ ਧਿਆਨ ਨਾਲ ਸਮਝੋ । ਕਰਮਣੀ ਵਾਚ ਦੇ ਵਾਕਾਂ ਵਿਚ ਸਹਾਇਕ ਕਿਰਿਆ (is, is being, has been) ਦੇ ਨਾਲ ਮੁਖ ਕਿਰਿਆ ਦੀ 3rd form ਜੁੜਦੀ ਹੈ ।

[ਪੱਚੀਵਾਂ ਦਿਨ]

ਸੂਚੀ [Table]-14 **165 ਵਾਕ**

1	2	3
The money The jewellery The body of the lion	is is being has been is going to be was was being had been will be will not be will have been should be	collected. kept in a secret place. sent away. buried in my garden. moved from here.

ਸੂਚੀ—15 ਵਿਚ be (infinitive) ਦੇ ਨਾਲ ਕਰਮਣੀ ਵਾਚ (Passive Voice) ਦੇ ਵਾਕਾਂ ਦੀ ਰਚਨਾ ਕੀਤੀ ਗਈ ਹੈ ।

[ਪੱਚੀਵਾਂ ਦਿਨ]

ਸੂਚੀ [Table]-15

48 ਵਾਕ

1	2	3	4
My work It	has to may can will not ought to used to	be	suspended by. appreciated many people. done in that factory. finished in time.

ਸੂਚੀ—16 ਵਿਚ ਵਿਸ਼ੇਸ਼ਣਾਂ ਦੀ ਦੂਜੀ ਅਵਸਥਾ (Comparative Degree) ਦੇ ਵਾਕਾਂ ਦਾ ਅਭਿਆਸ ਦਿੱਤਾ ਗਿਆ ਹੈ । ਇਸ ਵਿਚ than ਦਾ ਪ੍ਰਯੋਗ ਹੁੰਦਾ ਹੈ ।

(ਛੱਬੀਵਾਂ ਦਿਨ)

ਸੂਚੀ (Table)-16

60 ਵਾਕ

1	2	3	4	5
He was They were	more	wicked honest cruel willing cheerful foolish	than	any one else. she was. you were. I was. we were.

ਸੂਚੀ—17 ਵਿਚ ਵਿਸ਼ੇਸ਼ਣਾਂ ਦੀ ਤੀਸਰੀ ਅਵਸਥਾ (Superlative Degree) ਦੇ ਵਾਕ ਦਿਤੇ ਗਏ ਹਨ । ਇਹਨਾਂ ਵਿਚ 'Best of' ਆਦਿ ਸ਼ਬਦ ਪ੍ਰਯੋਗ ਕੀਤੇ ਜਾਂਦੇ ਹਨ ।

(ਛੱਬੀਵਾਂ ਦਿਨ)

ਸੂਚੀ (Table)-17

48 ਵਾਕ

1	2	3	4	5	6
Your coat This one That one	is	the	thickest worst best finest	of	all. those in the shop. the lot. any I have seen.

ਸੂਚੀ—18A ਵਿਚ ਗਿਣਤੀ ਸੂਚਕ (Countable) ਸ਼ਬਦਾਂ ਦੇ ਪ੍ਰਸ਼ਨ-ਵਾਕ ਦਿਤੇ ਗਏ ਹਨ ਅਤੇ 18-B ਵਿਚ ਮਿਕਦਾਰ ਜਾਂ ਮਾਤਰਾ ਸੂਚਕ uncountable ਸ਼ਬਦਾਂ ਦੇ ਪ੍ਰਸ਼ਨ-ਵਾਕ । Many ਗਿਣਤੀ ਸੂਚਕ (Countable)

ਸ਼ਬਦ ਹੈ, much ਮਿਕਦਾਰ ਸੂਚਕ (uncountable) । ਧਿਆਨ ਦਿਓ—cup, knife, pen, pencil, book ਗਿਣਤੀ-ਯੋਗ (Countable) ਵਸਤੂਆਂ ਹਨ ਅਤੇ money, oil, bread, tea, sand ਆਦਿ ਮਿਕਦਾਰ ਜਾਂ ਤੋਲ (quantity) ਸੂਚਕ ਸ਼ਬਦ ਹਨ ।

(ਸਤਾਈਵਾਂ ਦਿਨ)

ਸੂਚੀ (Table)-18

(a) **10 ਵਾਕ**
(b) **10 ਵਾਕ**

A

1	2	3	4
How many	cups knives pens pencils books	are there	on the table ? in the store ?

B

1	2	3	4
How much	money oil bread tea sand	is there	in the house. in his possession.

ਸੂਚੀ—19 ਵਿਚ ਦੋ ਪ੍ਰਕਾਰ ਦੇ ਕਰਤਾ ਹਨ—(i) nobody ਅਤੇ (ii) everybody, ਪਹਿਲਾ ਨਕਾਰਾਤਮਕ (Negative) ਸ਼ਬਦ ਹੈ; ਦੂਸਰਾ ਸ੍ਵੀਕਾਰਤਮਕ (Positive) । 'Nobody took anything last time' ਦਾ ਅਰਥ ਹੈ—ਕਿਸੇ ਨੇ ਪਿਛਲੀ ਵਾਰੀ ਕੋਈ ਚੀਜ਼ ਨਹੀਂ ਲਈ । 'Somebody took something last time' ਦ ਅਰਥ ਹੈ—'ਕਿਸੇ ਨੇ ਪਿਛਲੀ ਵਾਰੀ ਕੁਝ ਚੀਜ਼ ਲਈ ।'

ਨਕਾਰਾਤਮਕ ਵਾਕ ਵਿਚ ਅਕਸਰ anything ਅਤੇ ਸ੍ਵੀਕਾਰਾਤਮਕ ਵਾਕ ਵਿਚ something ਸ਼ਬਦ ਪ੍ਰਯੋਗ ਵਿਚ ਆਉਂਦੇ ਹਨ ।

(ਅੱਠਾਈਵਾਂ ਦਿਨ)

ਸੂਚੀ (Table)-19 **96 ਵਾਕ**

1	2	3	4
No one Nobody None of us None of you	wrote wanted	anything	at that time.
Every body Some body Some of you A few of us	noticed took	something	before break-fast. last time.

ਸੂਚੀ—20 ਦੇ ਕਾਲਮ 1 ਵਿਚ ਕਰਤਾ-ਉਪਵਾਕ ਦਿਤੇ ਹਨ। ਏਥੇ ਕਰਤਾ ਇਕ ਸ਼ਬਦ ਨਹੀਂ ਬਲਕਿ ਕਈ ਸ਼ਬਦ ਹਨ। ਕਾਲਮ 2 ਵਿਚ ਕਿਰਿਆ-ਵਾਕ ਹਨ। ਇਹਨਾਂ ਦੋਹਾਂ ਦੇ ਮਿਲਣ ਨਾਲ ਪੂਰੇ ਵਾਕ ਬਣਦੇ ਹਨ। ਏਥੇ what ਪ੍ਰਸ਼ਨਵਾਚਕ ਨਹੀਂ ਨਿਰਦੇਸ਼ਕਵਾਚਕ ਹਨ। 'What is written here is untrue'—'ਜੋ ਕੁਝ ਇਥੇ ਲਿਖਿਆ ਹੈ, ਉਹ ਮਿਥਿਆ ਹੈ—ਅਰਥਾਤ what ਦਾ ਅਰਥ 'ਕੀ' ਨਹੀਂ ਬਲਕਿ 'ਜੋ ਕੁਝ' ਹੈ।

(ਉੱਨਤੀਵਾਂ ਦਿਨ)

ਸੂਚੀ (Table)-20 **15 ਵਾਕ**

1	2
What is written here What you say What you propose	will be used as evidence. is untrue. is difficult to understand. is perfectly correct. has been said before.

ਸੂਚੀ—21 ਵਿਚ ਕਿਰਿਆਵਾਂ ਦੇ ਨਾਲ to (infinitive) ਦਾ ਪ੍ਰਯੋਗ ਦਿੱਤਾ ਗਿਆ ਹੈ। We would like to listen to the radio' ਅਰਥਾਤ 'ਅਸੀਂ ਰੇਡਿਉ ਸੁਣਨਾ ਪਸੰਦ ਕਰਾਂਗੇ।'

ਇਸ ਵਾਕ ਵਿਚ ਤਿੰਨ ਕਿਰਿਆਵਾਂ—'would', 'like', 'to listen', ਦੀ ਵਰਤੋਂ ਕੀਤੀ ਗਈ ਹੈ। 'would' ਸਹਾਇਕ ਕਿਰਿਆ (Special Verb), 'like' ਮੁਖ ਕਿਰਿਆ ਅਤੇ 'to listen' infinitive ਨੂੰ ਨਾਂਵ ਦੀ ਥਾਂ ਤੇ ਵਰਤਿਆ ਗਿਆ ਹੈ।

(ਉੱਨਤੀਵਾਂ ਦਿਨ)

ਸੂਚੀ (Table)-21 *48* **ਵਾਕ**

1	2	3
We They	ought to had to wanted to would like to hoped to will try to	buy return tickets. build a house. answer all the questions. listen to the radio.

1. ਹੇਠਾਂ ਪ੍ਰਸ਼ਨਵਾਕ ਅਤੇ ਉੱਤ ਰਵਾਕਦਿਤੇ ਗਏ ਹਨ । ਪ੍ਰਸ਼ਨ ਜਾਂ ਉੱਤਰ ਵਿਚੋਂ ਇਹ ਵਾਕ ਨਿਸ਼ਚਿਤ ਤੌਰ ਤੇ 21 ਤੋਂ 29ਵੇਂ ਦਿਨਾਂ ਦੇ ਅਭਿਆਸਾਂ ਵਿਚੋਂ ਲਿਆ ਗਿਆ ਹੈ । ਤੁਸੀਂ ਆਪਣੇ ਸਾਥੀ ਨੂੰ ਕਹੋ ਕਿ ਉਹ ਤੁਹਾਥੋਂ ਪ੍ਰਸ਼ਨ ਪੁੱਛੇ । ਤੁਸੀਂ ਉਸ ਦਾ ਉਤਰ ਦਿਓ । ਇਸ ਤਰ੍ਹਾਂ ਦੋਹਰਾ ਅਭਿਆਸ ਕਰੋ ।

ਪ੍ਰਸ਼ਨ (Question)	ਉੱਤਰ (Answer)
21ਵਾਂ ਦਿਨ	
1. What are you ?	I am a clerk. (8)
2. What's your nationality ?	I am an Indian. (12)
3. Is this the book you need ?	Yes, this is the book I need. (13)
4. Who went there ?	None of us went there. (25)
22ਵਾਂ ਦਿਨ	
5. Where is the book ?	The book is on the table. (2)
6. Where is the clerk ?	The clerk is at the table. (3)
7. Where is Kamla going ?	She is going into the room. (8)
8. Where is Kamla ?	She is in the room. (9)
9. What do you play besides hockey ?	I play football besides that game. (33)
10. What can I do for you ?	Get a newspaper for me. (50)
23ਵਾਂ ਦਿਨ	
11. Why does he work hard ?	He works hard so that he may win a prize (17)
12. Can she walk easily ?	No, she is too weak to walk (20) *or* **No,** she is so weak that she cannot walk (21)
13. Who is guilty ?	Either you or your brother is guilty. (19)
14. How long have you been learning English ? (48)	I have been learning English for two years.
15. When shall I receive his letter ?	You will receive his letter within three days. (32)
24ਵਾਂ ਦਿਨ	
16. Was the boy absent from school ?	Yes, the boy was absent from school. (1)
17. Does he know his weakness ?	Yes, he is fully conscious of his weakness. (22)
18. Are you sure of your success (25)	Yes, I am dead sure of my success.
19. Are his remarks based on facts ?	No, his remarks are not based on facts. (39)

20. Why are you bent upon going there ? (40)	I think I can get a better job there.

25ਵਾਂ ਦਿਨ

21. What is to be done ?	Let this work be done. (23)
22. What am I requested to do ?	You are requested not to smoke. (27)

26ਵਾਂ ਦਿਨ

23. Shall we ever forget these good days ? (4)	No, we shall never forget these good days.
24. Is man immortal ?	No, man is mortal (19)
25. Is there any gain without pain ?	No, there is no gain without pain. (21)

27ਵਾਂ ਦਿਨ

26. Did any of you play football ? (6)	No, none of us played this game.
27. Is there no milk in the bottle ? (20)	No, there is no milk in it.
28. Shall I give you some more of this milk ? (24)	No, thank you. I need no more.
29. Will you give whatever I want ? (35)	With great pleasure. It is all yours.

28ਵਾਂ ਦਿਨ

30. Who is that ? (1)	It is my friend (2)
31. Is it I you are calling ? (10)	Yes, I need you.
32. How many mangoes are there in the basket ?	There are ten mangoes in the basket (26)

29 ਵਾਂ ਦਿਨ

33. Had anybody else come ? (18)	No body came here.
34. How long will you stay there ? (29)	It is not yet definite.
35. How much money can you lend me ?	At the most I can lend you ten rupees. (46)

II. ਪ੍ਰਸ਼ਨ I ਦੇ ਪ੍ਰਸ਼ਨ ਅਤੇ ਉੱਤਰ ਵਾਕਾਂ ਦਾ ਪੰਜਾਬੀ ਵਿਚ ਅਨੁਵਾਦ ਕਰੋ ।

III (i) Lata *does* come. (iii) Lata *did* come.

(ii) Lata *comes.* (iv) Lata *come.*

ਉਪਰਲੇ ਵਾਕਾਂ ਨੂੰ ਧਿਆਨ ਨਾਲ ਦੇਖੋ ਅਤੇ ਦੱਸੋ—ਕਿਹੜੇ ਵਾਕ ਸ਼ੁੱਧ ਹਨ । ਤੁਸੀਂ ਕਹੋਗੇ ਕਿ ਪਹਿਲਾ ਅਤੇ ਤੀਜਾ ਵਾਕ ਅਸ਼ੁੱਧ ਹਨ । ਲੇਕਿਨ ਬੋਲਚਾਲ ਵਿਚ ਇਹ ਚਾਰੋਂ ਹੀ ਵਾਕ ਸ਼ੁਧ ਹਨ ।

ਤੁਸੀਂ ਪੁਛੋਗੇ ਕਿ ਜੇ ਇਹ ਚਾਰੋਂ ਹੀ ਵਾਕ ਸ਼ੁੱਧ ਹਨ ਤਾਂ ਇਹਨਾਂ ਦੇ ਅਰਥ ਵਿਚ ਕੀ ਅੰਤਰ ਹੈ । ਹਾਂ, ਅੰਤਰ ਇਹ ਹੈ, Lata does come ਅਤੇ Lata did come—ਦੋਵੇਂ ਵਾਕ ਆਉਣਾ (come) ਕ੍ਰਿਆ ਦੇ ਅਰਥ ਉਤੇ ਜ਼ੋਰ (emphasis) ਦਿੰਦੇ ਹਨ । ਇਸ ਤਰ੍ਹਾਂ ਪਹਿਲੇ ਅਤੇ ਦੂਜੇ ਵਾਕ ਦਾ ਅਰਥ ਹੋਵੇਗਾ—(i) 'ਲਤਾ ਜ਼ਰੂਰ ਆਉਂਦੀ ਹੈ (ii) ਲਤਾ ਜ਼ਰੂਰ ਆਈ ਜਾਂ 'ਲਤਾ ਆਉਂਦੀ ਤਾਂ ਹੈ' ਅਤੇ 'ਲਤਾ ਆਈ ਤਾਂ ਸਹੀ ।'

ਦੂਜੇ ਅਤੇ ਚੌਥੇ ਵਾਕ Lata comes ਅਤੇ Lata came—ਦਾ ਅਰਥ ਹੋਵੇਗਾ—'ਲਤਾ ਆਉਂਦੀ ਹੈ' ਅਤੇ ਲਤਾ ਆਈ । ਇਹ ਦੋਨੋਂ ਸਾਧਾਰਣ ਅਰਥ ਵਾਲੀਆਂ ਕਿਰਿਆਵਾਂ ਹਨ ।

ਸੁੀਕਾਰਾਤਮਕ ਵਾਕਾਂ (Positive Sentence) ਵਿਚ do, does ਅਤੇ did ਦੇ ਪ੍ਰਯੋਗ ਬਾਰੇ ਜੋ ਕੁਝ ਦਸਿਆ ਗਿਆ ਹੈ, ਉਸ ਦੇ ਅਨੁਸਾਰ ਹੇਠਾਂ ਦਿਤੇ ਵਾਕਾਂ ਦਾ ਪੰਜਾਬੀ ਵਿਚ ਅਰਥ ਕਰੋ :—

(i) My mother does like children.
(ii) Children do like to play.
(iii) The labourers did shout loudly.
(iv) Do come tomorrow.

IV. ਹੇਠਾਂ ਦਿੱਤੇ ਵਾਕਾਂ ਵਿਚ ਖ਼ਾਲੀ ਥਾਂਵਾਂ ਨੂੰ ਕੋਸ਼ਠ ਵਿਚ ਦਿੱਤੇ ਗਏ ਸ਼ਬਦਾਂ ਵਿਚੋਂ ਠੀਕ ਸ਼ਬਦ ਚੁਣ ਕੇ ਭਰੋ :—

1. He is...(a, an) American. 2. The train is late by half... (a, an) hour. 3. Is he...(a, an) Russian ? 4. Kutub Minar is...(a, an, the) highest tower in India. 5. Sonepat is...(a an, the) small town in Haryana. 6. These pictures...(is, are) mine. 7. He has gone...(to, out) of Delhi. 8. Are you going...(to, for) sleep ? 9. Put on a raincoat lest you...(will, shall, should) get wet. 10. Neither Mahesh nor Ramesh...(play/plays) football. 11. Is she...(known) to you ? 12. They pray every day...(for, till) fifteen minutes. 13. Either Sati or Mati...(is, are) to blame. 14. She is...(toc, so) weak to walk. 5. I am...(too, so) weak that I can't walk.

V. ਹੇਠਾਂ ਵਾਕਾਂ ਦੇ ਜੋੜਿਆਂ (A,B) ਵਿਚੋਂ ਇਕ-ਇਕ ਵਾਕ ਸ਼ੁੱਧ ਤੇ ਇਕ-ਇਕ ਅਸ਼ੁੱਧ ਹੈ । ਇਹਨਾਂ ਨੂੰ ਧਿਆਨ ਨਾਲ ਪੜ੍ਹੋ ਤੇ ਸ਼ੁੱਧ ਵਾਕਾਂ ਦੀ ਚੋਣ ਕਰੋ :—

1. (A) He acts older than his years. (B) He looks older than his years.
2. (A) My mother is all right now. (B) My mother is alright now.
3. (A) Mother as well as father is happy. (B) Mother as well as father are happy.
4. (A) I couldn't understand but a few words. (B) I could understand but a few words.
5. (A) He was capable to support himself. (B) He was capable of supporting himself.
6. (A) I always see you with one particular person. (B) I always see you with one certain person.

ਠੀਕ ਉੱਤਰ ਇਹ ਹਨ—1 B, 2 A, 3 A, 4 B, 5 B, 6 A

IV. ਹੇਠਾਂ ਲਿਖੇ ਵਾਕਾਂ ਨੂੰ ਸ਼ੁਧ ਕਰਕੇ ਲਿਖੋ :

1. This is a ass. 2. That is a book. That is my book. 3. We travelled by ship. It was a fine ship. 4. I am taller than him. 5. He was looking me. 6. He had hardly finished the work then his friend came. 7. Either you are a thief or a robber. 8. I have been studying this subject since ten years. 9. He spent plenty of money at his wedding. 10. I no sooner left the house when it began to rain. 11. Though his arms were weak, but his legs were strong. 12. Neither you nor I are lucky. 13. It is too hot for work. 14. Have you much toys ? 15. This is a bread. Bread is a food. 16. She is too weak that she can't walk. 17. He works hard lest he will fail. 18. Somebody spoke to me, I forget whom. 19. He is a man whom I know is corrupt. 20. Put everything in their place. 21. None of them were available there. 22. There is misery in the life of all men. 23. Are you senior from him.

ਸ਼ੁਧ ਰੂਪ ਥੱਲੇ ਦਿਤੇ ਗਏ ਹਨ ਪਰ ਉਲਟੇ :

1. This is *an* ass. 2. That is a book. *It* is my book. 3. We travelled by ship. *She* was a fine ship. 4. I am taller than *he*. 5. He was looking *at* me. 6. He had *hardly* finished the work *when* his friend came. 7. You are *either* a thief *or* a robber. 8. I have been studying this subject *for* ten years. 9. He spent plenty of money *on* his wedding. 10. I had *no sooner* left the house *than* it began to rain. 11. Though his arms were weak, *yet* his legs were strong. 12 *Neither* of *us* is lucky. 13. It is *too* hot *to* work. 14. Have you *many* toys ? 15. This *is bread.* Bread *is food.* 16. She is *too* weak *to* walk. 17. He works hard *lest he should* fail. 18. Somebody spoke to me, I forget *who*. 19. He is *the* man *who* I know is corrupt. 20. Put everything *in place*. 21. None of them *was* available there. 22. There is misery in the *lives* of all men. 23. Are you senior *to* him ?

31 ਇਕੱਤੀਵਾਂ ਦਿਨ st day

ਚੌਥੀ ਮੁਹਿੰਮ (IVth Expedition)

ਹੁਣ ਤੁਹਾਡੀ ਯਾਤਰਾ ਦੀ ਚੌਥੀ ਮੁਹਿੰਮ ਸ਼ੁਰੂ ਹੋ ਰਹੀ ਹੈ—ਜੋ ਤੁਹਾਨੂੰ ਵਿਵਹਾਰਕ ਜਗਤ ਵਿਚ ਲੈ ਜਾਵੇਗੀ। ਪਿਛਲੇ ਤਿੰਨ ਸੈਟਾਂ ਵਿਚ ਤੁਸੀਂ ਸ਼ੁਧ ਅਸ਼ੁਧ ਦੀ ਪਛਾਣ ਪ੍ਰਾਪਤ ਕੀਤੀ। ਤੁਸੀਂ ਸਿਖਿਆ ਕਿ ਸ਼ਬਦਾਂ ਨੂੰ ਵਾਕ ਦੀ ਬਣਤਰ ਵਿਚ ਕਿਸ ਤਰ੍ਹਾਂ ਤਰਤੀਬ ਦਿੱਤੀ ਜਾਵੇ ਤਾਂ ਜੋ ਸਾਰਥਕ ਵਾਕ ਬਣ ਸਕੇ। ਹੁਣ ਤੁਸੀਂ ਸਿੱਖੋਗੇ ਵਿਸ਼ੇ ਦੇ ਮੁਤਾਬਿਕ ਛੋਟੇ-ਛੋਟੇ ਵਾਕਾਂ ਦੀ ਬੋਲ-ਚਾਲ। ਤੁਸੀਂ ਪਿਛਲੇ ਤਿੰਨ ਪੜਾਵਾਂ ਵਿਚ ਭਿੰਨ-ਭਿੰਨ ਅਭਿਆਸਾਂ ਰਾਹੀਂ ਜੋ ਪੂੰਜੀ ਪ੍ਰਾਪਤ ਕੀਤੀ ਉਸ ਦੇ ਆਸਰੇ ਤੁਸੀਂ ਅੱਗੇ ਵਧਣਾ ਹੈ। ਆਪਣੇ ਵਿਚਾਰ ਅਤੇ ਉਦਗਾਰ ਪਰਗਟ ਕਰਨ ਦੀ ਵਧੇਰੀ ਯੋਗਤਾ ਪ੍ਰਾਪਤ ਕਰਨ ਦਾ ਜਤਨ ਕਰਨਾ ਹੈ। ਜਿਸ ਵਿਸ਼ਵਾਸ਼ ਨਾਲ ਤੁਸੀਂ ਏਥੋਂ ਤੀਕ ਪਹੁੰਚੇ ਹੋ ਉਹ ਤੁਹਾਡਾ ਸੰਬਲ ਬਣੇਗਾ ਅਤੇ ਤੁਸੀਂ ਬਿਨਾਂ ਰੁਕੇ ਅੰਗਰੇਜ਼ੀ ਵਾਕਾਂ ਨੂੰ ਬੋਲਣ ਦਾ ਅਭਿਆਸ ਕਰੋਗੇ। ਹਰੇਕ ਦਿਨ ਦੇ ਅਭਿਆਸ ਦੇ ਅੰਤ ਵਿਚ ਦਿੱਤੀ ਗਈ ਟਿੱਪਣੀ ਤੁਹਾਡੀ ਸਹਾਇਤਾ ਕਰੇਗੀ।

ਇਹ ਮੁਹਿੰਮ ਅਸੀਂ ਨਿਮੰਤ੍ਰਣ ਜਾਂ ਸੱਦਾ ਦੇਣ ਵਾਲੇ ਵਾਕਾਂ ਤੋਂ ਸ਼ੁਰੂ ਕਰਾਂਗੇ। ਤੁਹਾਡੀ ਮੁਹਿੰਮ ਸਫਲ ਹੋਵੇ !

[1] ਨਿਮੰਤ੍ਰਣ ਵਾਕ INVITATION (**ਇਨਵਿਟੇਸ਼ਨ**)

1. ਕਿਰਪਾ ਕਰਕੇ ਅੰਦਰ ਆਓ। — Come in please. ਕਮ ਇਨ ਪ੍ਲੀਜ਼।
2. ਕਿਰਪਾ ਕਰਕੇ ਕੁਝ ਠੰਢਾ ਲਓ। — Please have a cold drink. ਪ੍ਲੀਜ਼ ਹੈਵ ਏ ਕੋਲ੍ਡ ਡ੍ਰਿੰਕ।
3. ਕੀ ਤੁਸੀਂ ਏਥੇ ਆਉਣ ਦੀ ਤਕਲੀਫ਼ ਕਰੋਗੇ ? — Will you please come over here ? ਵਿਲ ਯੂ ਪ੍ਲੀਜ਼ ਕਮ ਓਵਰ ਹਿਅਰ।
4. ਟਹਿਲਣ ਲਈ ਆਓ। — Come for a walk please. ਕਮ ਫੱਾਰ ਏ ਵਾਕ ਪਲੀਜ਼।
5. ਕੀ ਤੁਸੀਂ ਸਾਡੇ ਨਾਲ ਸਿਨਮਾ ਦੇਖਣਾ ਪਸੰਦ ਕਰੋਗੇ ? — Would you like to come with us to the cinema ? ਵੁਡ ਯੂ ਲ਼ਾਇਕ ਟੂ ਕਮ ਵਿਦ ਅਸ ਟੂ ਦ ਸਿਨੇਮਾ ?
6. ਕੀ ਤੁਸੀਂ ਸਾਰਾ ਦਿਨ ਸਾਡੇ ਨਾਲ ਗੁਜ਼ਾਰੋਗੇ ? — Would you spend the whole day with us ? ਵੁਡ ਯੂ ਸਪੇਂਡ ਦ ਹੋਲ ਡੇ ਵਿਦ ਅਸ ?
7. ਆਓ ਬੱਸ ਤੇ ਚੱਲੀਏ। — Let us go by bus. ਲੇ'ਟ ਅਸ ਗੋ ਬਾਈ ਬੱਸ।
8. ਕੀ ਤੁਸੀਂ ਮੇਰੇ ਨਾਲ ਨਾਚ ਕਰੋਗੇ ? — Would you join me in the dance ? ਵੁਡ ਯੂ ਜੱਾਇਨ ਮੀ ਇਨ ਦ ਡਾਂਸ ?
9. ਮੈਨੂੰ ਇਹ ਕਰਨ ਵਿਚ ਖ਼ੁਸ਼ੀ ਹੋਵੇਗੀ ? — I shall be glad to do so. ਆਈ ਸ਼ੈਲ ਬੀ ਗ੍ਲੈਡ ਟੂ ਡੂ ਸੋ।
10. ਨਹੀਂ ਮੈਂ ਨਹੀਂ ਨੱਚਦੀ। — No, I do not dance. ਨੋ ਆਈ ਡੂ ਨੱਾਟ ਡਾਂਸ।
11. ਕੀ ਤੁਸੀਂ ਤਾਸ਼ ਖੇਡਣਾ ਪਸੰਦ ਕਰੋਗੇ ? — Would you like to play cards ? ਵੁਡ ਯੂ ਲਾਇਕ ਟੂ ਪ੍ਲੇ ਕਾਰਡ੍ਸ ?
12. ਨਹੀਂ, ਮੈਂ ਇਹ ਖੇਡਣਾ ਨਹੀਂ ਜਾਣਦਾ। — No, I don't know how to play them. ਨੋ, ਆਈ ਡੋਂਟ ਨੋ ਹਾਉ ਟੂ ਪ੍ਲੇ ਦੈਮ ?
13. ਮੈਂ ਤੁਹਾਨੂੰ ਆਪਣੇ ਪਰਿਵਾਰ ਦੇ ਨਾਲ ਅਗਲਾ ਇਤਵਾਰ ਬਿਤਾਉਣ ਦੀ ਦਾਅਵਤ ਦਿੰਦਾ ਹਾਂ। — I invite you to enjoy next Sunday with my family. ਆਈ ਇਨਵਾਇਟ ਯੂ ਟੂ ਇਨਜਾਏ ਨੈਕਸ੍ਟ ਸੰਡੇ ਵਿਦ ਮਾਈ ਫੈਮਿਲੀ।

14: ਇਹ ਤੁਹਾਡੇ ਵਾਸਤੇ ਸੱਦਾ-ਪੱਤਰ ਹੈ। — Here is an invitation card for you. ਹਿਅਰ ਇਜ਼ ਏਨ ਇਨਵਿਟੇਸ਼ਨ ਕਾਰਡ ਫ਼ਾਰ ਯੂ.

15. ਰਾਤ ਦੇ ਭੋਜਨ ਦੀ ਦਾਅਵਤ ਲਈ ਧੰਨਵਾਦ। ਅਸੀਂ ਸਮੇਂ ਸਿਰ ਪੁੱਜਣ ਦਾ ਜਤਨ ਕਰਾਂਗੇਂ। — Thanks for your invitation to dinner. We shall try to be punctual. ਥੈਂਕਸ ਫ਼ਾਰ ਯੁਅਰ ਇਨਵਿਟੇਸ਼ਨ ਡੁ ਡਿਨਰ ਵੀ ਸ਼ੈਲ ਟ੍ਰਾਈ ਟੁ ਬੀ ਪੰਕਚੁਅਲ।

16. ਰਾਤ ਦੇ ਖਾਣੇ ਲਈ ਤੁਹਾਡਾ ਸੱਦਾ ਪਰਵਾਨ ਕਰਨ ਦੀ ਮੇਰੀ ਮਜਬੂਰੀ ਦਾ ਅਫ਼ਸੋਸ ਹੈ। ਤੁਸੀਂ ਯਾਦ ਕੀਤਾ ਇਸ ਲਈ ਧੰਨਵਾਦ। — I regret my inability to accept your invitation to dinner. Thank you for your kind remembrance. ਆਈ ਰਿਗ੍ਰੇਟ ਮਾਈ ਇਨੈਬਿਲਿਟੀ ਟੁ ਐਕਸੈਪਟ ਯੁਅਰ ਇਨਵਿਟੇਸ਼ਨ ਟੁ ਡਿੱਨਰ. ਥੈਂਕਯੂ ਫ਼ਾਰ ਯੁਅਰ ਕਾਇੰਡ ਰੀਮੈਂਮ੍ਬਰੈਂਸ।

17. ਕੀ ਤੁਸੀਂ ਫ਼ਤਿਹਪੁਰ ਸੀਕਰੀ ਤਕ ਦੇ ਸਾਡੇ ਟੈਕਸੀ-ਟੂਰ ਵਿਚ ਸ਼ਾਮਿਲ ਹੋ ਸਕੋਗੇ? — Could you join us in a taxi-tour to Fatehpur Sikri? ਕੁਡ ਯੂ ਜੱਾਇਨ ਅਸ ਇਨ ਏ ਟੈਕਸੀ-ਟੁਅਰ ਟੁ ਫਤਿਹਪੁਰ ਸੀਕਰੀ?

18. ਦਾਅਵਤ ਲਈ ਤੁਹਾਡਾ ਧੰਨਵਾਦ। ਤੁਹਾਡਾ ਟੈਕਸੀ-ਟੂਰ ਦਾ ਵਿਚਾਰ ਸੱਚਮੁਚ ਬੜਾ ਅੱਛਾ ਹੈ। ਮੈਂ ਜ਼ਰੂਰ ਤੁਹਾਡੇ ਨਾਲ ਚਲਾਂਗਾ। — Many thanks for your kind invitation. Your idea of a taxi-tour is really grand. I will join you. ਮੈਨੀ ਥੈਂਕਸ ਫ਼ਾਰ ਯੁਅਰ ਕਾਇੰਡ ਇਨਵਿਟੇਸ਼ਨ. ਯੁਅਰ ਆਇਡੀਆ ਆੱਫ ਏ ਟੈਕਸੀ-ਟੁਅਰ ਇਜ਼ ਰਿਅਲੀ ਗ੍ਰੈਂਡ. ਆਈ ਵਿਲ ਜੱਾਇਨ ਯੂ।

(2) ਮਿਲਾਪ ਅਤੇ ਵਿਦਾਈ — MEETING & PARTING

1. ਨਮਸਤੇ! ਨਮਸਕਾਰ! ਸਤਿ ਸ੍ਰੀ ਅਕਾਲ (ਸਵੇਰੇ) — Good morning! ਗੁਡ ਮੱਾਰਨਿੰਗ!

2. ਹਾਂ, ਦੋਸਤ ਮਿਜਾਜ਼ ਕਿਹੋ ਜਿਹਾ ਹੈ? — Hello, friend! How are you? ਹੈਲੋ ਫ੍ਰੈਂਡ, ਹਾਉ ਆਰ ਯੂ?

3. ਬਹੁਤ ਚੰਗਾ, ਧੰਨਵਾਦ। ਤੁਸੀਂ ਕਿਵੇਂ ਹੋ? — Very well, thank you. And you? ਵੈਰੀ ਵੈੱਲ. ਥੈਂਕ ਯੂ ਐਂਡ ਯੂ?

4: ਪਰਮਾਤਮਾ ਦੀ ਮਿਹਰ ਨਾਲ ਮੈਂ ਚੰਗਾ ਹਾਂ। — I'm fine, by God's grace. ਆਈ ਐਮ ਫਾਇਨ ਬਾਈ ਗੱਾਡਜ਼ ਗ੍ਰੇਸ।

5. ਤੁਹਾਨੂੰ ਮਿਲ ਕੇ ਮੈਨੂੰ ਬੜੀ ਖ਼ੁਸ਼ੀ ਹੋਈ। — I am glad to see you. ਆਈ'ਮ ਗਲੈਡ ਟੂ ਸੀ ਯੂ।

6. ਇਹ ਮੇਰੇ ਲਈ ਖ਼ੁਸ਼ੀ ਦੀ ਗੱਲ ਹੈ। — The pleasure is mine. ਦ ਪਲੇਜ਼ਰ ਇਜ਼ ਮਾਇਨ।

7. ਬਹੁਤ ਦਿਨਾਂ ਬਾਅਦ ਅਸੀਂ ਮਿਲੇ। — It is a long time since we met. ਇਟ ਇਜ਼ ਏ ਲੱਾਨ੍ਗ ਟਾਇਮ ਸਿੰਸ ਵੀ ਮੇੱਟ।

8. ਮੈਂ ਤੁਹਾਡੇ ਬਾਰੇ ਬਹੁਤ ਕੁਝ ਸੁਣਿਆ ਹੈ। — I have heard a lot about you. ਆਈ ਹੈਵ ਹਰਡ ਏ ਲੱਾਟ ਅੱਬਾਉਟ ਯੂ।

9. ਦੇਖੋ ਕੋਣ ਹੈ? — Look, who is it? ਲੁਕ ਹੂ ਇਜ਼ ਇਟ?

10. ਕੀ ਤੁਸੀਂ ਮੈਨੂੰ ਦੇਖ ਕੇ ਹੈਰਾਨ ਹੋ ਗਏ ਹੋ? — Are you surprised to see me? ਆਰ ਯੂ ਸਰਪ੍ਰਾਇਜ਼ਡ ਟੂ ਸੀ ਮੀ?

11. ਯਕੀਨਨ, ਮੈਂ ਸੋਚਦਾ ਸੀ ਕਿ ਤੁਸੀਂ ਬੰਗਲਾ ਦੇਸ਼ ਵਿਚ ਹੋ। — Certainly, I thought you were in Bangla Desh. ਸਰਟੇਂਨਲੀ, ਆਈ ਥੱਾਟ ਯੂ ਵਰ ਇਨ ਬੰਗਲਾ ਦੇਸ਼।

12. ਮੈਂ ਉਥੇ ਸੀ, ਪਰ ਮੈਂ ਉਥੋਂ ਪਿਛਲੇ ਹਫਤੇ ਵਾਪਸ ਆਇਆ ਹਾਂ । — I was there, but I got back last week. ਆਈ ਵਾਜ਼ ਦੇਅਰ, ਬੱਟ ਆਈ ਗੱਟ ਬੈਕ ਲਾਸਟ ਵੀਕ ।

13. ਚੰਗਾ, ਫਿਰ ਮਿਲਾਂਗੇ । — Okay, till we meet again. ਓਕੇ ਟਿਲ ਵੀ ਮੀਟ ਅਗੇਨ ।

14. ਕੀ ਤੁਸੀਂ ਹੁਣ ਜ਼ਰੂਰ ਜਾਉਗੇ ? — Must you go now ? ਮਸਟ ਯੂ ਗੋ ਨਾਉ ।

15. ਆਪ ਦੀ ਯਾਤਰਾ ਚੰਗੀ ਹੋਵੇ । — Have a good journey. ਹੈਵ ਏ ਗੁੱਡ ਜਰਨੀ ।

16. ਪਰਮਾਤਮਾ ਤੁਹਾਡੇ ਤੇ ਮਿਹਰ ਕਰੇ । — God bless you. ਗੱਾਡ ਬਲੈਸ ਯੂ ।

17. ਆਪ ਦੇ ਪਿਤਾ ਜੀ ਨੂੰ ਮੇਰਾ ਸਤਿਕਾਰ ਕਹਿ ਦੇਣਾ । — Please give my compliments to your father. ਪਲੀਜ਼ ਗਿਵ ਮਾਈ ਕਮਪਲੀਮੈਂਟਸ ਟੂ ਯੂਅਰ ਫਾਦਰ ।

18. ਕਿਸਮਤ ਤੁਹਾਡਾ ਸਾਥ ਦੇਵੇ । — May luck favour you. ਮੇ ਲੱਕ ਫੇਵਰ ਯੂ ।

19. ਸ਼ੁਭ ਰਾਤ, ਦੋਸਤ ! — Good night, friend. ਗੁਡ ਨਾਈਟ ਫਰੈਂਡ ।

20. ਅਲਵਿਦਾ ! — Bye bye. ਬਾਇ ਬਾਇ ।

[3] ਆਭਾਰ — GRATITUDE (ਗ੍ਰੇਟੀਚਿਊਡ)

1. ਬਹੁਤ-ਬਹੁਤ ਧੰਨਵਾਦ ! — Many thanks. ਮੈਨੀ ਥੈਂਕਸ ।
2. ਤੁਹਾਡੀ ਸਲਾਹ ਲਈ ਧੰਨਵਾਦ ! — Thanks for your advice. ਥੈਂਕਸ ਫੱਾਰ ਯੂਅਰ ਐਡਵਾਇਸ ।
3. ਸੱਦੇ ਲਈ ਤੁਹਾਡਾ ਧੰਨਵਾਦ । — Thanks for your invitation. ਥੈਂਕਸ ਫੱਾਰ ਯੂਅਰ ਇਨਵਿਟੇਸ਼ਨ ।
4. ਮੈਂ ਤੁਹਾਡਾ ਬੜਾ ਅਹਿਸਾਨਮੰਦ ਹਾਂ । — I am very grateful to you. ਆਈ ਐਮ ਵੈਰੀ ਗ੍ਰੇਟਫੁਲ ਟੂ ਯੂ ।
5. ਤੋਹਫੇ ਲਈ ਧੰਨਵਾਦ । — Thanks for the present. ਥੈਂਕਸ ਫ਼ੱਾਰ ਦ ਪ੍ਰੈਜ਼ੈਂਟ ।
6. ਇਹ ਬਹੁਤ ਕੀਮਤੀ ਤੋਹਫਾ ਹੈ । — This is a very costly present. ਦਿਸ ਇਜ਼ ਏ ਵੈਰੀ ਕੱਾਸਟਲੀ ਪ੍ਰੈਜ਼ੈਂਟ ।
7. ਮੈਂ ਤੁਹਾਡਾ ਬੜਾ ਇਹਸਾਨਮੰਦ ਹਾਂ । — I am much obliged to you. ਆਈ ਐਮ ਮੱਚ ਔਬਲਾਇਜਡ ਟੂ ਯੂ ।
8. ਤੁਸੀਂ ਬਹੁਤ ਕਿਰਪਾਲੂ ਹੋ । — You are very kind. ਯੂ ਆਰ ਵੈਰੀ ਕਾਇੰਡ ।
9. ਬਿਲਕੁਲ ਨਹੀਂ, ਮੈਨੂੰ ਤਾਂ ਖ਼ੁਸ਼ੀ ਹੋਈ । — Not at all—my pleasure. ਨੱਾਟ ਐਟ ਆਲ—ਮਾਈ ਪਲੇਜ਼ਰ ।
10. ਇਸ ਵਿਚ ਕਿਰਪਾ ਦੀ ਕੋਈ ਗੱਲ ਨਹੀਂ, ਸਗੋਂ ਇਸ ਨਾਲ ਮੈਨੂੰ ਖ਼ੁਸ਼ੀ ਹੋਵੇਗੀ । — This is no matter of kindness, it would rather please me. ਦਿਸ ਇਜ਼ ਨੋ ਮੈਟਰ ਔਫ ਕਾਇੰਡਨੈਸ, ਇਟ ਵੁਡ ਰਾਦਰ ਪਲੀਜ਼ ਮੀ ।

[4] ਵਧਾਈ ਅਤੇ ਅਸੀਸ — CONGRATULATION & GOOD WISHES (ਕੱਾਂਗ੍ਰੇਚੂਲੇਸ਼ਨ ਐਂਡ ਗੁੱਡ ਵਿਸ਼ੇਜ਼)

1. ਅਸੀਂ ਤੁਹਾਡੇ ਲਈ ਖ਼ੁਸ਼ੀਆਂ ਭਰੇ ਨਵੇਂ ਸਾਲ ਦੀ ਕਾਮਨਾ ਕਰਦੇ ਹਾਂ । — We wish you a happy new year. ਵੀ ਵਿਸ਼ ਯੂ ਏ ਹੈਪੀ ਨਿਯੂ ਈਅਰ ।
2. ਤੁਹਾਡੇ ਜਨਮ ਦਿਨ ਦੀ ਹਾਰਦਿਕ ਵਧਾਈ । — Hearty felicitations on your birthday. ਹਾਰਟੀ ਫੇਲਿਸਿਟੇਸ਼ਨਸ ਔਨ ਯੂਅਰ ਬਰਥ ਡੇ ।
3. ਇਹ ਦਿਨ ਵਾਰ-ਵਾਰ ਆਏ । — Many happy returns of the day. ਮੈਨੀ ਹੈਪੀ ਰੀਟਰਨਸ ਔਫ ਦ ਡੇ ।
4. ਤੁਹਾਡੀ ਸਫਲਤਾ ਲਈ ਵਧਾਈ । — Congratulations on your success. ਕੱਾਂਗ੍ਰੇਚੁਲੇਸ਼ਨਸ ਔਨ ਯੂਅਰ ਸਕਸੈਸ ।

5. ਤੁਹਾਡੇ ਵਿਆਹ ਦੀ ਵਧਾਈ । — Congratulations on your wedding.
ਕੱਾਂਗ੍ਰੇਚੁਲੇਸ਼ਨਜ਼ ਔਾਨ ਯੂਅਰ ਵੈਡਿੰਗ ।

6. ਤੁਹਾਡੀ ਤਨਖਾਹ ਵਧੀ, ਵਧਾਈ ਹੋਵੇ । — Congratulations on your increment.
ਕੱਾਂਗ੍ਰੇਚੁਲੇਸ਼ਨਜ਼ ਔਾਨ ਯੂਅਰ ਇੰਕ੍ਰੀਮੈਂਟ.

7. ਤੁਹਾਡਾ ਲੋਕ ਅਤੇ ਪਰਲੋਕ ਸੁਖੀ ਹੋਵੇ । — May you have the best of both the worlds.
ਮੇ ਯੂ ਹੈਵ ਦ ਬੇਸਟ ਔਾਫ ਬੋਥ ਦੀ ਵਰਲਡਜ਼ ।

8. ਤੁਹਾਡੇ ਤੇ ਕਿਸਮਤ ਸਦਾ ਮਿਹਰਬਾਨ ਰਹੇ ! — May good fortune always smile upon you.
ਮੇ ਗੁੱਡ ਫੱਾਰਚੂਨ ਆਲਵੇਜ਼ ਸਮਾਇਲ ਅਪੱਾਨ ਯੂ ।

9. ਤੁਸੀਂ ਪਰੀਖਿਆ ਵਿਚ ਸਫਲ ਹੋਵੋ । — May you fare well in your examination.
ਮੇ ਯੂ ਫੇਅਰਵੈਲ ਇਨ ਯੂਅਰ ਇਕਜ਼ਾਮੀਨੇਸ਼ਨ.

10. ਫੁੱਲੋ, ਫਲੋ । — May you fiourish. ਮੇ ਯੂ ਫ੍ਲੱਰਿਸ਼ ।

11. ਮੈਂ ਤੁਹਾਨੂੰ ਸਾਰਿਆਂ ਵਲੋਂ ਵਧਾਈ ਦਿੰਦਾ ਹਾਂ । — I congratulate you on behalf of all.
ਆਈ ਕੱਾਂਗ੍ਰੇਚੁਲੇਟ ਯੂ ਔਾਨ ਬੀਹਾਫ਼ ਔਾਫ ਆਲ ।

12. ਮੈਂ ਤੁਹਾਡੇ ਕੰਮ ਵਿਚ ਤੁਹਾਡੀ ਸਫਲਤਾ ਦੀ ਕਾਮਨਾ ਕਰਦਾ ਹਾਂ । — I wish you success in your work.
ਆਈ ਵਿਸ਼ ਯੂ ਸਕਸੇਸ ਇਨ ਯੂਅਰ ਵਰ੍ਕ ।

ਯਾਦ ਰਖਣ ਲਈ (To Remember)

*ਬੇਨਤੀ (request) ਕਰਨ ਵਾਲੇ ਵਾਕ ਵਿਚ would ਅਤੇ please ਦੋਹਾਂ ਦੀ ਇਕ ਸਾਥ ਵਰਤੋਂ ਕਰਨੀ ਚਾਹੀਦੀ ਹੈ ਜਿਵੇਂ—would you please lend me half a rupee? ਵੁਡ ਯੂ ਪ੍ਲੀਜ਼ ਲੈਂਡ ਮੀ ਹਾਫ ਏ ਰੁਪੀ ? (ਕੀ ਤੁਸੀਂ ਮੈਨੂੰ ਅੱਧਾ ਰੁਪਿਆ ਉਧਾਰ ਦਿਉਗੇ ?) ਵਿਚ ਸ਼ਿਸ਼ਟਾਚਾਰਕ ਨਿਮਰਤਾ ਹੈ ਜੋ ਕਿ will you please lend me half a ruppee? ਵਿਚ ਨਹੀਂ ਹੈ।

**ਕੇਵਲ ਥੈਂਕ੍ਸ ਕਹਿਣਾ ਰੁੱਖਾ ਲਗਦਾ ਹੈ। ਇਸ ਤੋਂ ਬੇਹਤਰ ਪ੍ਰਯੋਗ ਹੈ thank you. Thank ਦੇ ਨਾਲ ਫਾੱਰ ਵੀ ਲੱਗਦਾ ਹੈ। ਇਹ ਪ੍ਰਯੋਗ ਵੀ ਚੰਗਾ ਹੈ—I thank you, Sir, for your interest in my family. (ਸ੍ਰੀਮਾਨ ਜੀ ਮੇਰੇ ਪਰਿਵਾਰ ਵਿਚ ਤੁਹਾਡੀ ਜੋ ਦਿਲਚਸਪੀ ਹੈ, ਉਸ ਲਈ ਮੈਂ ਧੰਨਵਾਦ ਕਰਦਾ ਹਾਂ। ਪਰੰਤੂ ਕੇਵਲ I thank you ਕਦੀ ਨਾ ਕਹੋ।

***Congratulations ਅਤੇ Felicitations ਦੇ ਨਾਲ on ਲਗਦਾ ਹੈ, for ਅਤੇ at ਨਹੀਂ। Congratulations for/at your success ਗਲਤ ਹੈ। ਤੁਹਾਨੂੰ ਕਹਿਣਾ ਚਾਹੀਦਾ ਹੈ। Congratulations on your success.

32 ਬੱਤੀਵਾਂ ਦਿਨ th day

5. ਅਸ੍ਵੀਕਾਰ ਜਾਂ ਇਨਕਾਰ — **REFUSAL (ਰਿਫ਼੍ਯੂਜ਼ਲ)**

1. ਮੈਂ ਨਹੀਂ ਆ ਸਕਾਂਗਾ।	I shall not be able to come.. ਆਈ ਸ਼ੈਲ ਨੱਟ ਬੀ ਏਬਲ ਟੂ ਕਮ.
2. ਤੁਸੀਂ ਜੋ ਚਾਹੁੰਦੇ ਹੋ, ਉਹ ਮੈਂ ਨਹੀਂ ਕਰ ਸਕਾਂਗਾ।	I shall not be able to do as you desire. ਆਈ ਸ਼ੈਲ ਨੱਟ ਬੀ ਏਬਲ ਟੂ ਡੂ ਏਜ਼ ਯੂ ਡਿਜ਼ਾਇਰ.
3. ਮੈਂ ਆਉਣਾ ਨਹੀਂ ਚਾਹੁੰਦਾ।	I do not want to come. ਆਈ ਡੂ ਨੱਟ ਵਾਂਟ ਟੂ ਕਮ.
4. ਮੈਨੂੰ ਅਫ਼ਸੋਸ ਹੈ ਕਿ ਮੈਨੂੰ ਇਨਕਾਰ ਕਰਨਾ ਪੈ ਰਿਹਾ ਹੈ।	I am sorry to refuse. ਆਈ ਐਮ ਸੱਾਰੀ ਟੂ ਰਿਫ਼੍ਯੂਜ਼.
5. ਉਹ ਇਸ ਨਾਲ ਸਹਿਮਤ ਨਹੀਂ ਹੋਣਗੇ।	They will not agree to this. ਦੇ ਵਿਲ ਨੱਟ ਐਗ੍ਰੀ ਟੂ ਦਿਸ.
6. ਇਹ ਮੁਮਕਿਨ ਨਹੀਂ ਹੈ।	It is not possible. ਇਟ ਇਜ਼ ਨੱਟ ਪੱਾਸਿਬਲ.
7. ਮੈਨੂੰ ਅਫ਼ਸੋਸ ਹੈ ਮੈਂ ਇਹ ਤਜਵੀਜ਼ ਸ੍ਵੀਕਾਰ ਨਹੀਂ ਕਰ ਸਕਦਾ।	I regret I can't accept this proposal. ਆਈ ਰਿਗ੍ਰੇਟ, ਆਈ ਕਾਂਟ ਐਕ੍ਸੇਪ੍ਟ ਦਿਸ ਪ੍ਰੱਾਪੋਜ਼ਲ.
8. ਤੂੰ ਮੇਰੇ ਵਿਚਾਰ ਤੋਂ ਸਹਿਮਤ ਨਹੀਂ ਹੈਂ, ਹੈਂ ਕੀ ?	You do not agree with me, do you ? ਯੂ ਡੂ ਨੱਟ ਐਗ੍ਰੀ ਵਿਦ ਮੀ, ਡੂ ਯੂ ?
9. ਮੈਂ ਤੁਹਾਡੀ ਹੁਕਮ ਉਦੂਲੀ ਕਿਵੇਂ ਕਰ ਸਕਦਾ ਹਾਂ। ਪਰ ਮੈਂ ਬੇਬਸ ਹਾਂ। ਕਿਰਪਾ ਕਰਕੇ ਤੁਸੀਂ ਬੁਰਾ ਨਾ ਮੰਨੋ।	How can I disobey you ! But I'm helpless. Please don't take it ill. ਹਾਉ ਕੈਨ ਆਈ ਡਿਸ'ਓਬੇ ਯੂ. ਬੱਟ ਆਈ ਐਮ ਹੈਲਪਲੈਸ. ਪਲੀਜ਼ ਡੋਂਟ ਟੇਕ ਇਟ ਇੱਲ.
10. ਇਸ ਦਾ ਪ੍ਰਬੰਧ ਨਹੀਂ ਹੋ ਸਕਦਾ।	It can't be arranged. ਇਟ ਕਾਨ੍ਟ ਬੀ ਅਰੇਂਜਡ.
11. ਉਸ ਨੂੰ ਇਹ ਪਸੰਦ ਨਹੀਂ ਹੈ।	She doesn't like this. ਸ਼ੀ ਡਜ਼ੰਟ ਲਾਇਕ ਦਿਸ.

6. ਭਰੋਸਾ — **BELIEVING (ਬਿਲੀਵਿੰਗ)**

1. ਕੀ ਤੁਹਾਨੂੰ ਇਸ ਦਾ ਭਰੋਸਾ ਨਹੀਂ।	Don't you believe it ? ਡੋਂਟ ਯੂ ਬਿਲੀਵ ਇਟ ?
2. ਇਹ ਨਾਮੁਮਕਿਨ ਹੈ।	It is impossible. ਇਟ ਇਜ਼ ਇਮਪੱਾਸਿਬਲ.
3. ਇਹ ਕੇਵਲ ਅਫ਼ਵਾਹ ਹੈ।	It is only a rumour. ਇਟ ਇਜ਼ ਓਨ੍ਲੀ ਏ ਰਿਯੂਮਰ.
4. ਇਹ ਸਿਰਫ਼ ਸੁਣੀ-ਸੁਣਾਈ ਗੱਲ ਹੈ।	It is only hearsay. ਇਟ ਇਜ਼ ਓਨ੍ਲੀ ਹੀਅਰਸੇ.
5. ਕੀ ਸਾਨੂੰ ਇਸ ਟੈਕਸੀ ਡਰਾਈਵਰ ਦਾ ਭਰੋਸਾ ਕਰਨਾ ਚਾਹੀਦਾ ਹੈ ?	Should we trust this taxi driver ? ਸ਼ੁਡ ਵੀ ਟ੍ਰਸਟ ਦਿਸ ਟੈਕ੍ਸੀ ਡ੍ਰਾਇਵਰ.
6. ਤੁਸੀਂ ਉਨ੍ਹਾਂ ਦਾ ਪੂਰਾ ਭਰੋਸਾ ਕਰ ਸਕਦੇ ਹੋ ?	You can fully trustrely on them. ਯੂ ਕੈਨ ਫੁੱਲੀ ਟ੍ਰਸ਼ਟ ਰਿਲਾਈ ਆੱਨ ਦੈਮ.
7. ਮੈਨੂੰ ਉਸ ਤੇ ਪੂਰਾ ਭਰੋਸਾ ਹੈ।	I have full faith in him. ਆਈ ਹੈਵ ਫ਼ੁੱਲ ਫੇਥ ਇਨ ਹਿਮ.

7. ਬੇਨਤੀ — **REQUEST (ਰਿਕ੍ਵੇਸ੍ਟ)**

1. ਜ਼ਰਾ ਠਹਿਰੋ।*	Please wait. ਪਲੀਜ਼ ਵੇਟ.
2. ਵਾਪਸ ਆਓ।	Please come back. ਪਲੀਜ਼ ਕਮ ਬੈਕ.

3: ਜਾਣ ਦਿਓ ।	Let it pass. ਲੇ'ਟ ਇਟ ਪਾਸ.
4. ਜ਼ਰਾ ਏਥੇ ਆਓ ।	Please come here, ਪ੍ਲੀਜ਼ ਕਮ ਹਿਅਰ.
5. ਉੱਤਰ ਦਿਓ ।	Please reply. ਪ੍ਲੀਜ਼ ਰਿਪਲਾਈ.
6. ਜ਼ਰਾ ਉਸ ਨੂੰ ਜਗਾਓ ।	Please wake him up. ਪ੍ਲੀਜ਼ ਵੇਕ ਹਿਮ ਅੱਪ.
7: ਆਸ ਹੈ ਕਿ ਤੁਸੀਂ ਖ਼ਤ ਲਿਖੋਗੇ ।	Hope to hear from you. ਹੋਪ ਟੂ ਹਿਅਰ ਫ਼੍ਰੋਮ ਯੂ.
8. ਤੁਸੀਂ ਮੇਰਾ ਇਕ ਕੰਮ ਕਰੋਗੇ ।	Will you do me a favor. ਵਿਲ ਯੂ ਡੂ ਮੀ ਏ ਫ਼ੇਵੱਰ.
9. ਮੈਨੂੰ ਕੰਮ ਕਰਨ ਦਿਓ ।**	Let me work. ਲੇ'ਟ ਮੀ ਵਰਕ.
10. ਜ਼ਰਾ ਦੇਖਣ ਤਾਂ ਦਿਓ ।	Let me see. ਲੇ'ਟ ਮੀ ਸੀ.
11. ਉਨ੍ਹਾਂ ਨੂੰ ਆਰਾਮ ਕਰਨ ਦਿਓ ।	Let them relex. ਲੇ'ਟ ਦੈਮ ਰਿਲੈਕ੍ਸ.
12. ਜ਼ਰਾ ਕਾਗਜ਼ ਪੈਂਸਿਲ ਦਿਓ ।	Please give me a pencil and a piece of paper. ਪ੍ਲੀਜ਼ ਗਿਵ ਮੀ ਏ ਪੈਂਸਲ ਐਂਡ ਏ ਪੀਸ ਆੱਫ਼ ਪੇਪਰ.
13. ਪਰਸੋਂ ਜ਼ਰੂਰ ਆਉਣਾ, ਭੁੱਲਣਾ ਨਹੀ ।	Please don't forget to come day after tomorrow. ਪ੍ਲੀਸ ਡੋਂ'ਟ ਫ਼ੋਰਗੇਟ ਟੂ ਕਮ ਡੇ ਆਫ਼੍ਟਰ ਟੁਮਾਰੋ.
14. ਫਿਰ ਤੋਂ ਕਹੋ ।	Please repeat. ਪ੍ਲੀਜ਼ ਰਿਪੀਟ.
15. ਕੀ ਮੈਂ ਤੁਹਾਨੂੰ ਥੋੜਾ ਖਿਸਕਣ ਦੀ ਬੇਨਤੀ ਕਰ ਸਕਦਾ ਹਾਂ ।	Could I ask you to move a little ? ਕੁਡ ਆਈ ਆਸ੍ਕ ਯੂ ਟੂ ਮੂਵ ਏ ਲਿਟਿਲ ?
16. ਕੀ ਤੁਸੀਂ ਮੈਨੂੰ ਪਰਸੋਂ ਮਿਲ ਸਕਦੇ ਹੋ ?	Can you see me day after tomorrow ? ਕੈਨ ਯੂ ਸੀ ਮੀ ਡੇ ਆਫ਼੍ਟਰ ਟੁਮਾਰੋ ?
17. ਤੂੰ ਮੈਨੂੰ ਖ਼ਤ ਲਿਖਣਾ ਨਾ ਭੁਲੀਂ, ਕੀ ਭੁਲ ਜਾਵੇਂਗਾ ?	You will not forget to write me, will you ? ਯੂ ਵਿਲ ਨੱਾਟ ਫ਼ੱਾਰਗੇਟ ਟੂ ਰਾਈਟ ਮੀ, ਵਿਲ ਯੂ ?
18. ਮੈਨੂੰ ਖਿਮਾ ਕਰੋ ।	Please forgive me. ਪ੍ਲੀਜ਼ ਫ਼ੋਰਗਿਵ ਮੀ.
19. ਤੁਸੀਂ ਖਿੜਕੀ ਖੋਲ੍ਹਣ ਦਾ ਬੁਰਾ ਤਾਂ ਨਹੀਂ ਮੰਨੋਗੇ ?	Would you mind opening the window. ਵੁਡ ਯੂ ਮਾਈਂਡ ਓਪਨਿੰਗ ਦ ਵਿੰਡੋ.
20. ਸਭ ਅਗੇ ਬੇਨਤੀ ਹੈ ਕਿ ਸਮੇਂ ਸਿਰ ਪੁਜ ਜਾਓ ।	All are requested to reach in time. ਆਲ ਆਰ ਰਿਕ੍ਵੇਸ੍ਟਿਡ ਟੂ ਰੀਚ ਇਨ ਟਾਇਮ.

ਯਾਦ ਰਖਣ ਲਈ (To Remember)

*ਅੰਗ੍ਰੇਜ਼ੀ ਗੱਲਬਾਤ ਵਿਚ please ਸ਼ਬਦ ਵੀ ਬਹੁਤ ਮਹੱਤਵਪੂਰਣ ਥਾਂ ਹੈ। ਇਸ ਦੀ ਵਰਤੋਂ ਨਾਲ ਵਿਅਕਤੀ ਦੇ ਸ਼ਿਸ਼ਟ ਵਿਵਹਾਰ ਦਾ ਪਤਾ ਚਲਦਾ ਹੈ। ਇਸ ਲਈ please ਦਾ ਜ਼ਿਆਦਾ ਤੋਂ ਜ਼ਿਆਦਾ ਪ੍ਰਯੋਗ ਕਰੋ। ਕੇਵਲ yes (ਹਾਂ) ਕਹਿਣਾ ਬਹੁਤ ਰੁੱਖਾ ਅਤੇ ਅਸ਼ਿਸ਼ਟ ਉੱਤਰ ਹੈ। ਇਸ ਤੋਂ ਉਲਟ yes please (ਹਾਂ ਜੀ) ਵਧੇਰਾ ਨਿਮਰ ਅਤੇ ਭਾਵ ਭਰਿਆ ਸ਼ਬਦ ਹੈ। ਕਿਸੇ ਵਿਅਕਤੀ ਨਾਲ ਗੱਲ-ਬਾਤ ਕਰਦੇ ਸਮੇਂ please ਕਹਿਣਾ ਨਾ ਭੁੱਲੋ। 'Give me a glass of water.' (ਮੈਨੂੰ ਇਕ ਗਲਾਸ ਪਾਣੀ ਦਾ ਦਿਓ) ਦੀ ਥਾਂ 'Please give me a glass of water.' (ਮੇਹਰਬਾਨੀ ਕਰਕੇ ਮੈਨੂੰ ਇਕ ਗਲਾਸ ਪਾਣੀ ਦਾ ਦਿਓ) ਕਹਿਣਾ ਚਾਹੀਦਾ ਹੈ।

**(i) Let ਦਾ ਪ੍ਰਯੋਗ ਸਦਾ first person ਅਤੇ third person ਦੇ ਨਾਲ ਹੁੰਦਾ ਹੈ ਜਿਵੇਂ—What a fine weather ! Let us go to the river bank. (ਕਿੰਨਾ ਸੁਹਾਵਣਾ ਮੌਸਮ ਹੈ, ਆਓ ਨਦੀ ਦੇ ਕੰਢੇ ਚਲੀਏ)। Let them play football, (ਉਨ੍ਹਾਂ ਨੂੰ ਫ਼ੁੱਟਬਾਲ ਖੇਡਣ ਦਿਓ)। Second person ਦੇ ਨਾਲ let ਨਹੀਂ ਵਰਤਿਆ ਜਾਂਦਾ। ਜਿਵੇ —What a fine weather ! Go to the river bank. (ii) ਜਦੋਂ IInd person ਨਾਲ ਕਿਸੇ ਦੂਸਰੇ person ਦਾ ਵੀ ਜ਼ਿਕਰ ਹੋਵੇ ਤਾਂ Let ਦੀ ਵਰਤੋਂ ਕੀਤੀ ਜਾਂਦੀ ਹੈ ਜਿਵੇਂ : Let you and I go to see the picture. (ਆਓ, ਮੈਂ ਤੇ ਤੂੰ ਸਿਨਮਾ ਦੇਖਣ ਚਲੀਏ)।

33 ਤੇਤੀਵਾਂ ਦਿਨ th day

8. ਖਾਣ-ਪੀਣ **MEALS** (ਮੀਲ੍ਸ)

1. ਮੈਨੂੰ ਭੁੱਖ ਲੱਗੀ ਹੈ ।*	I feel hungry. ਆਈ ਫ਼ੀਲ ਹੰਗ੍ਰੀ.
2. ਤੁਸੀਂ ਕੀ ਖਾਓਗੇ ?	What will you like to eat ? ਵੱਾਟ੍ ਵਿਲ ਯੂ ਲਾਇਕ ਟੂ ਈਟ.
3. ਤੁਹਾਡੇ ਕੋਲ ਕਿਹੜੇ ਅਚਾਰ ਹਨ ?**	What pickles do you have ? ਵੱਾਟ੍ ਪਿੱਕਲ੍ਸ ਡੂ ਯੂ ਹੈਵ ?
4. ਕੀ ਤੁਸੀਂ ਨਾਸ਼ਤਾ ਕਰ ਲਿਆ ਹੈ ?	Have you had your breakfast ? ਹੈਵ ਯੂ ਹੈਡ ਯੂਅਰ ਬ੍ਰੇਕਫ਼ਾਸ੍ਟ.
5. ਹਾਲਾਂ ਨਹੀਂ, ਰਮਾ ।	Not yet, Rama. ਨੱਾਟ ਯੇਟ ਰਮਾ.
6. ਨਾਸ਼ਤਾ ਤਿਆਰ ਕਰ ਲਓ ।	Get the breakfast ready. ਗੇਟ ਦ ਬ੍ਰੇਕਫ਼ਾਸ੍ਟ ਰੈਡੀ.
7. ਆਓ, ਅਸੀਂ ਨਾਸ਼ਤਾ ਕਰੀਏ ।	Let us have the breakfast. ਲੇਟ ਅਸ ਹੈਵ ਦ ਬ੍ਰੇਕਫਾਸਟ.
8. ਚੱਖ ਕੇ ਦੇਖੋ ।	Just taste it. ਜਸ੍ਟ ਟੇਸ੍ਟ ਇਟ.
9. ਨਹੀਂ ਮੈਂ ਇਕ ਦਾਅਵਤ ਉਤੇ ਜਾਣਾ ਹੈ ।	No, I have to go to a party. ਨੋ, ਆਈ ਹੈਵ ਟੂ ਗੋ ਟੂ ਏ ਪਾਰ੍ਟੀ ।
10. ਤੁਹਾਡੇ ਕੋਲ ਮਿੱਠੀਆਂ ਚੀਜ਼ਾਂ ਕਿਹੜੀਆਂ ਹਨ ?***	What sweet dishes do you have ? ਵੱਾਟ੍ ਸ੍ਵੀਟ ਡਿਸ਼ਿਜ਼ ਡੂ ਯੂ ਹੈਵ ?
11. ਲਤਾ ਨੇ ਖਾਣਾ ਖਾ ਲਿਆ ?	Has Lata had her meals ? ਹੈਂਵ ਲਤਾ ਹੈਡ ਹਰ ਮੀਲ੍ਸ ?
12. ਛੇਤੀ ਆਓ, ਖਾਣਾ ਪਰੋਸ ਦਿੱਤਾ ਗਿਆ ਹੈ ।	Come soon, food has been served ਕਮ ਸੂਨ, ਫ਼ੂਡ ਹੈਜ਼ ਬੀਨ ਸਰ੍ਵਡ.
13. ਕੀ ਤੁਹਾਨੂੰ ਚਾਹ ਦਾ ਇਕ ਪੈਕਟ ਚਾਹੀਦਾ ਹੈ ?	Do you want a packet of tea ? ਡੂ ਯੂ ਵਾਂਟ ਏ ਪੈਕਿਟ ਆਫ਼ ਟੀ ?
14. ਮੈਂ ਚਾਹ ਨਾਲੋਂ ਕਾਫ਼ੀ ਜ਼ਿਆਦਾ ਪਸੰਦ ਕਰਦਾ ਹਾਂ ।	I prefer coffee to tea. ਆਈ ਪ੍ਰਿਫ਼ੱਰ ਕੱਾਫ਼ੀ ਟੂ ਟੀ.
15. ਤੂੰ ਤੇ ਬਹੁਤ ਥੋੜ੍ਹਾ ਖਾਧਾ ਹੈ ।****	You ate very little. ਯੂ ਏਟ ਵੈਰੀ ਲਿਟ੍ਲ.
16. ਥੋੜ੍ਹਾ ਹੋਰ ਲਓ ।	Have a little more. ਹੈਵ ਏ ਲਿਟਿਲ ਮੋਰ.
17. ਕੀ ਤੁਸੀਂ ਵੀ ਤਮਾਕੂ ਪੀਂਦੇ ਹੋ ?	Do you also smoke ? ਡੂ ਯੂ ਆਲਸੋ ਸ੍ਮੋਕ ?
18. ਤੁਸੀਂ ਚਾਹ ਪੀਓਗੇ, ਕਾਫ਼ੀ ਜਾਂ ਕੋਕੋ ?	Would you like tea, coffee or cocoa ? ਵੁਡ ਯੂ ਲਾਇਕ ਟੀ, ਕੱਾਫ਼ੀ ਆਰ ਕੋਕੋ ?
19. ਮੈਨੂੰ ਇਕ ਪਿਆਲਾ ਕਾਫ਼ੀ ਲਿਆ ਦਿਓ ।	Bring me a cup of coffee. ਬ੍ਰਿੰਗ ਮੀ ਏ ਕਪ ਅੱਾਫ਼ ਕੱਾਫ਼ੀ.
20. ਕਾਫ਼ੀ ਪਾਓ ।	Serve the coffee. ਸਰ੍ਵ ਦ ਕੱਾਫ਼ੀ.
21. ਚਮਚਾ ਸਾਫ਼ ਨਹੀਂ ਹੈ, ਬੈਰਾ ।	Waiter, the spoon is not clean. ਵੇਟਰ, ਦ ਸ੍ਪੂਨ ਇਜ਼ ਨੱਾਟ ਕ੍ਲੀਨ.

22. ਕਿਰਪਾ ਕਰਕੇ ਲੂਣ ਦੇਣਾ । Help me with the salt please. ਹੈਲਪ ਮੀ ਵਿਦ ਦ ਸੱਾਲਟ ਪ੍ਲੀਜ਼.

23. ਮੈਨੂੰ ਥੋੜ੍ਹਾ ਜਿਹਾ ਤਾਜ਼ਾ ਮੱਖਣ ਦਿਓ । Give me some fresh butter· ਗਿਵ ਮੀ ਸਮ ਫ੍ਰੇਸ਼ ਬੱਟਰ ।

24. ਥੋੜ੍ਹਾ ਹੋਰ ਲਿਆਓ । Bring some more. ਬ੍ਰਿੰਗ ਸਮ ਮੋਰ ।

25. ਆਪਣੇ-ਆਪ ਖਾਓ । Help yourself, please. ਹੈਲਪ ਯੂਅਰ ਸੇਲ੍ਫ ਪ੍ਲੀਜ਼ ।

26. ਪਲੇਟਾਂ ਬਦਲ ਲਓ । Change the plates, please. ਚੇਂਜ ਦ ਪ੍ਲੇਟ੍ਸ ਪ੍ਲੀਜ਼ ।

27. ਕੀ ਤੁਸੀਂ ਸ਼ਾਕਾਹਾਰੀ ਹੋ ? Are you a vegetarian ? ਆਰ ਯੂ ਏ ਵੈਜੀਟੇਰਿਅਨ ।

28. ਨਹੀਂ, ਮੈਂ ਮਾਸਾਹਾਰੀ ਹਾਂ । No, I am a non-vegetarian. ਨੋ ਆਈ ਐਮ ਏ ਨੱਾਨ ਵੇਜੀਟੇਰੀਅਨ.

29. ਅੱਜ ਮੈਂ ਖਾਣਾ ਬਾਹਰ ਖਾਵਾਂਗਾ । I will dine out today. ਆਈ ਵਿਲ ਡਾਇਨ ਆਉਟ ਟੁਡੇ.

30. ਕੀ ਤੁਸੀਂ ਦੁੱਧ ਪੀਓਗੇ ? Would you have milk ? ਵੁਡ ਯੂ ਹੈਵ ਮਿਲ੍ਕ ?

31. ਮੈਂ ਖਾਣਾ-ਖਾਣ ਲਈ ਬੈਠਾ ਹੀ ਹਾਂ । I have just sat down to my meals. ਆਈ ਹੈਵ ਜਸ੍ਟ ਸੇਟ ਡਾਉਣ ਟੂ ਮਾਈ ਮੀਲ੍ਸ.

32. ਮੈਂ ਚਾਵਲ ਖਾਣ ਦਾ ਆਦੀ ਨਹੀਂ । I am not used to rice. ਆਈ ਐਮ ਨੱਾਟ ਯੂਸ੍ਡ ਟੂ ਟਾਇਸ.

33. ਕੀ ਤੁਸੀਂ ਮੱਖਣ-ਰੋਟੀ ਖਾਓਗੇ ? Would you have some bread and butter ? ਵੁਡ ਯੂ ਹੈਵ ਸਮ ਬ੍ਰੈਡ ਐਂਡ ਬੱਟਰ.

34. ਦੋ ਰੋਟੀਆਂ ਮੇਰੇ ਲਈ ਕਾਫ਼ੀ ਨਹੀਂ ਸਨ । Two breads have not been enough for me. ਟੂ ਬ੍ਰੈਡ੍ਸ ਹੈਵ ਨੱਾਟ ਬੀਨ ਇਨੱਫ਼ ਫ਼ੱਾਰ ਮੀ.

35. ਮਟਰ-ਆਲੂ ਮੇਰਾ ਮਨ ਭਾਉਂਦਾ ਖਾਣਾ ਹੈ । Pea-N-Potatoe is my favourite dish. ਪੀ-ਏਨ-ਪੋਟੈਟੋ ਇਜ਼ ਮਾਈ ਫ਼ੇਵੱਰਿਟ ਡਿਸ਼.

36. ਖਾਣਾ-ਖਾਣ ਦਾ ਸਮਾਂ ਹੋ ਗਿਆ ਹੈ, ਤਿਆਰ ਹੋ ਜਾਓ । It is dinner time, get ready. ਇਜ਼ ਇਟ ਡਿੱਨਰ ਟਾਈਮ, ਗੇਟ ਰੈਡੀ.

37. ਸਬਜ਼ੀ ਵਿਚ ਲੂਣ ਘੱਟ ਹੈ । Salt is lesser in the dish. ਸਾਲ੍ਟ ਇਜ਼ ਲੈਸਰ ਇਨ ਦ ਡਿਸ਼.

38. ਖਾਲੀ ਪੇਟ ਪਾਣੀ ਨਾ ਪੀਓ ।**** Do not take water on an empty stomach. ਡੂ ਨੱਾਟ ਟੇਕ ਵਾਟਰ ਅੱਾਨ ਐਨ ਏਮ੍ਪਟੀ ਸ੍ਟੱਮਕ.

39: ਅੱਜ ਕੀ ਚਾੜ੍ਹਿਆ ਹੈ ? What dishes are cooked today ? ਵੱਟ੍ ਡਿਸ਼ਿਜ਼ ਆਰ ਕੁਕ੍ਡ ਟੁਡੇ.

40. ਆਪਣੀ ਮਾਤਾ ਜੀ ਤੋਂ ਰਤਾ ਜਿਹਾ ਲੂਣ ਲਿਆਓ । Bring a pinch of salt from your mother. ਬ੍ਰਿੰਗ ਏ ਪਿੰਚ ਅੱਾਫ਼ ਸਾਲ੍ਟ ਫ਼੍ਰੱਾਮ ਯੂਅਰ ਮਦਰ.

41. ਆਲੂ ਹੀ ਹਨ ਜੋ ਸਾਨੂੰ ਏਥੇ ਮਿਲਦੇ ਹਨ । Potato is the all that we get here. ਪੋਟੈਟੋ ਇਜ਼ ਦਿ ਆਲ ਦੈਟ ਵੀ ਗੇ'ਟ ਹਿਅਰ.

42. ਮੈਂ ਅਜੇ ਵੀ ਪਿਆਸਾ ਹਾਂ । I am still thirsty. ਆਈ ਐਮ ਸ੍ਟਿਲ ਥਰ੍ਸ੍ਟੀ.

43. ਉਨ੍ਹਾਂ ਨੇ ਮੈਨੂੰ ਦੁਪਹਿਰ ਵੇਲੇ ਖਾਣੇ ਤੇ ਬੁਲਾਇਆ ਹੈ । They have invited me to lunch. ਦੇ ਹੈਵ ਇਨ੍ਵਾਇਟਿਡ ਮੀ ਟੂ ਲੰਚ.

44. ਰਾਤ ਦਾ ਖਾਣਾ ਤੁਸੀਂ ਮੇਰੇ ਨਾਲ ਖਾਓ । Please heve your dinner with me. ਪ੍ਲੀਜ਼ ਹੈਵ ਯੂਅਰ ਡਿੱਨਰ ਵਿਦ ਮੀ.

45. ਜ਼ਰਾ ਆਪਣਾ ਮੀਨੂ ਦੱਸੋ ? Let us have your menu. ਲੇਟ ਅਸ ਹੈਵ ਯੂਅਰ ਮੀਨੂ.

46.	ਉਬਲੇ ਹੋਏ ਅੰਡੇ ਲਉਗੇ ਕਿ ਤਲੇ ਹੋਏ ?	Will you have boiled eggs or fried. ਵਿਲ ਯੂ ਹੈਵ ਬਾਇੱਲਡ ਏਗੱਜ਼ ਔਰ ਫ੍ਰਾਇਡ.
47.	ਉਨ੍ਹਾਂ ਨੇ ਦਾਅਵਤ ਵਿਚ ਸੱਤ ਤਰ੍ਹਾਂ ਦੇ ਖਾਣੇ ਪਰੋਸੇ ।	They served seven courses at their party. ਦੇ ਸਰ੍ਵਡ ਸੈਵਨ ਕੋਰ੍ਸਿਜ਼ ਐਟ ਦੇਅਰ ਪਾਰ੍ਟੀ.
48.	ਮੈਨੂੰ ਆਲੂ ਦੀ ਰਸੇਦਾਰ ਸਬਜ਼ੀ ਪਸੰਦ ਹੈ ।	I like mushed potatoes. ਆਈ ਲਾਈਕ ਮੁਸ਼ਡ ਪੱਟੈਟੋਜ਼.
49.	ਥੋੜ੍ਹੀ ਤਰੀ ਹੋਰ ਦਿਓ ।	Please let me have a liltle more gravy. ਪ੍ਲੀਜ਼ ਲੇਟ ਮੀ ਹੈਵ ਏ ਲਿਟਿਲ ਮੋਰ ਗ੍ਰੇਵੀ.
50.	ਭੁੰਨੇ ਹੋਏ ਆਲੂ ਮੇਰੀ ਪਤਨੀ ਨੂੰ ਬਹੁਤ ਸੁਆਦ ਲਗਦੇ ਹਨ ।	My wife relishes broiled potatoes. ਮਾਈ ਵਾਈਫ਼ ਰੈਲਿਸ਼ਿਜ਼ ਬ੍ਰਾੱਇਲ੍ਡ ਪੱਟੈਟੋਜ਼.
51.	ਉਹ ਬੜਾ ਪੇਟੂ ਹੈ ।	He is a glutton. ਹੀ ਇਜ਼ ਏ ਗ੍ਲਟਨ.
52.	ਉਹ ਵਧੀਆ ਖਾਣਿਆਂ ਦਾ ਪਾਰਖੂ ਹੈ ।	He is a gourmet. ਹੀ ਇਜ਼ ਏ ਗੂਰਮੇਟ.
53.	ਅਸੀਂ ਖਾਲਸ ਹਿੰਦੁਸਤਾਨੀ ਰਸੋਈ ਬਣਾਉਂਦੇ ਹਾਂ ।	We have an exclusive Indian cuisine. ਵੀ ਹੈਵ ਐਨ ਇਕ੍ਸਕ੍ਲੂਸਿਵ ਇੰਡੀਅਨ ਕ੍ਵਿਜ਼ਾਇਨ.

ਯਾਦ ਰਖਣ ਲਈ (To Remember)

1. Feel ਦੇ ਨਾਲ ਵਿਸ਼ੇਸ਼ਣ ਲਗਦਾ ਹੈ ਨਾਂਵ ਨਹੀਂ ਲਗਦਾ ਜਿਵੇਂ—I feel thirsty ਆਈ ਫ਼ੀਲ ਥਰ੍ਸਟੀ (ਮੈਨੂੰ ਪਿਆਸ ਲੱਗੀ ਹੈ) ਬੋਲਿਆ ਜਾਂਦਾ ਹੈ, ਪੰਜਾਬੀ ਦੀ ਤਰ੍ਹਾਂ I feel thirst ਨਹੀਂ ਕਿਹਾ ਜਾਂਦਾ।

2. ਅਚਾਰ ਲਈ Pickles ਦਾ ਬਹੁਵਚਨ Pickles ਹੀ ਵਰਤਿਆ ਜਾਂਦਾ ਹੈ, Pickle ਨਹੀਂ। ਜਿਵੇਂ—Do you have mango pickles? (ਤੁਹਾਡੇ ਕੋਲ ਅੰਬ ਦਾ ਅਚਾਰ ਹੈ)।

3. ਪਕਵਾਨ ਲਈ Dish ਸ਼ਬਦ ਦਾ ਪ੍ਰਯੋਗ ਕੀਤਾ ਜਾਂਦਾ ਹੈ। ਉਂਜ Dish ਦਾ ਅਰਥ ਤਸ਼ਤਰੀ ਜਾਂ ਪ੍ਲੇਟ ਵੀ ਹੁੰਦਾ ਹੈ। ਉਦਾਹਰਣ ਲਈ ਅੰਗਰੇਜ਼ੀ ਵਿਚ ਕਿਹਾ ਜਾਏਗਾ—'What dishes do you serve? ਤੁਹਾਡੇ ਕੋਲ ਖਾਣ ਨੂੰ ਕੀ ਮਿਲਦਾ ਹੈ?

4. ਅੰਗਰੇਜ਼ੀ ਵਿਚ ਆਮ ਤੌਰ ਤੇ ਖਾਣ ਲਈ eat ਤੇ ਪੀਣ ਲਈ drink ਸ਼ਬਦਾਂ ਨੂੰ ਨਹੀਂ ਵਰਤਿਆ ਜਾਂਦਾ। ਸਗੋਂ ਖਾਣ-ਪੀਣ ਲਈ take ਸ਼ਬਦ ਦੀ ਵਰਤੋਂ ਕੀਤੀ ਜਾਂਦੀ ਹੈ, ਜਿਵੇਂ—Do you take tea? (ਕੀ ਤੁਸੀਂ ਚਾਹ ਪੀਂਦੇ ਹੋ?) ਅਤੇ Do you take fish? (ਕੀ ਤੁਸੀਂ ਮੱਛੀ ਖਾਂਦੇ ਹੋ) Drink ਦਾ ਆਮ ਮਤਲਬ ਹੁੰਦਾ ਹੈ—ਸ਼ਰਾਬ ਪੀਣਾ।

34 ਚੌਤੀਵਾਂ ਦਿਨ th day

9. ਸਮਾਂ **TIME** (ਟਾਈਮ)

1. ਤੁਹਾਡੀ ਘੜੀ ਵਿਚ ਕੀ ਵੱਜਿਆ ਹੈ ?*	What is the time by your watch ? ਵਾਟ੍ ਇਜ਼ ਦਾ ਟਾਇਮ ਬਾਈ ਯੁਅਰ ਵਾਚ ?
2. ਸਾਢੇ ਸੱਤ ਵਜੇ ਹਨ ।	It is half past seven. ਇਟ ਇਜ਼ ਹਾਫ਼ ਪਾਸਟ੍ ਸੇਵਨ.
3. ਤੂੰ ਕਿਸ ਵੇਲੇ ਉਠਦਾ ਹੈਂ ।	When do you get up ? ਵ੍ਹੇਨ ਡੂ ਯੂ ਗੇ'ਟ ਅਪ ?
4. ਮੈਂ ਹਰ ਰੋਜ਼ ਸਾਢੇ ਛੇ ਵਜੇ ਉਠਦਾ ਹਾਂ ।	I get up every morning at half past six. ਆਇ ਗੇਟ ਅਪ ਏਵਰੀ ਮੋਰਨਿੰਗ ਐਟ ਹਾਫ਼ ਪਾਸਟ ਸੇਵਨ.
5. ਤੇਰੀ ਭੈਣ ਨਾਸ਼ਤਾ ਕਿਸ ਸਮੇਂ ਕਰਦੀ ਹੈ ?	When does your sister have her breakfast ? ਵ੍ਹੇਨ ਡਜ਼ ਯੁਅਰ ਸਿਸ੍ਟਰ ਹੈਵ ਹਰ ਬ੍ਰੇਕਫ਼ਾਸਟ ?
6. ਉਹ ਕਰੀਬ ਅੱਠ ਵਜੇ ਨਾਸ਼ਤਾ ਕਰਦੀ ਹੈ ।	She has her breakfast at about Eight O'clock. ਸ਼ੀ ਹੈਜ਼ ਹਰ ਬ੍ਰੇਕਫ਼ਾਸਟ ਐਟ ਅਬਾਉਟ ਏਟ ਓ'ਕਲੌਕ.
7. ਅਧਿਆਪਕਾ ਸਕੂਲ ਵਿਚ ਕਦੋਂ ਪਹੁੰਚਦੀ ਹੈ ?	When does the teacher come to the school ? ਵ੍ਹੇਨ ਡਜ਼ ਦ ਟੀਚਰ ਕਮ ਟੂ ਦ ਸਕੂਲ.
8. ਉਹ ਨੌਂ ਵਜੇ ਤੋਂ ਥੋੜ੍ਹਾ ਪਹਿਲੇ ਪਹੁੰਚਦੀ ਹੈ ।	She comes to the school a little before nine. ਸ਼ੀ ਕਮ੍ਸ ਟੂ ਦ ਸਕੂਲ ਏ ਲਿਟਿਲ ਬਿਫ਼ੋਰ ਨਾਈਨ.
9. ਉਸ ਦੇ ਸਕੂਲ ਦੀ ਛੁੱਟੀ ਕਿੰਨੇ ਵਜੇ ਹੁੰਦੀ ਹੈ ?	When do the classes end in her school ? ਵ੍ਹੇਨ ਡਜ਼ ਦ ਕ੍ਲਾਸਿਜ਼ ਏਂਡ ਇਨ ਹਰ ਸਕੂਲ ?
10. ਸਵਾ ਤਿੰਨ ਵਜੇ ਪੜ੍ਹਾਈ ਖ਼ਤਮ ਹੁੰਦੀ ਹੈ ।	The classes end at a quarter past three. ਦ ਕਲਾਸਿਜ਼ ਏਂਡ ਏਟ ਏ ਕਵਾਰਟਰ ਪਾਸਟ ਥ੍ਰੀ.
11. ਤੁਸੀਂ ਰਾਤ ਦਾ ਖਾਣਾ ਕਿੰਨੇ ਵਜੇ ਖਾਂਦੇ ਹੋ ?	When do you have your dinner ? ਵ੍ਹੇਨ ਡੂ ਯੂ ਹੈਵ ਯੁਅਰ ਡਿਨਰ ?
12. ਅਸੀਂ ਰਾਤ ਦਾ ਖਾਣਾ ਸਾਢੇ ਸੱਤ ਵਜੇ ਖਾਂਦੇ ਹਾਂ ।	We have our dinner at half past seven. ਵੀ ਹੈਵ ਅਵਰ ਡਿਨਰ ਐਟ ਹਾਫ਼ ਪਾਸਟ ਸੇਵਨ.
13. ਮੈਂ ਘਰ ਪੌਣੇ ਚਾਰ ਵਜੇ ਪਹੁੰਚਦਾ ਹਾਂ ।	I reach home at a quarter to four. ਆਈ ਰੀਚ ਹੋਮ ਐਟ ਏ ਕ੍ਵਾਰਟਰ ਟੂ ਫ਼ੋਰ.
14. ਇਸ ਵੇਲੇ ਤਿੰਨ ਵੱਜ ਕੇ ਦਸ ਮਿੰਟ ਹੋਏ ਹਨ ।	It's ten past three now. ਇਟ੍'ਜ਼ ਟੇਨ ਪਾਸ੍ਟ ਥ੍ਰੀ ਨਾਉ.
15. ਮੈਂ ਚਾਰ ਵਜੇ ਤੋਂ ਵੀਹ ਮਿੰਟ ਪਹਿਲੋਂ ਜਾਣਾ ਹੈ ।	I have to go at twenty to four. ਆਈ ਹੈਵ ਟੂ ਗੋ ਐਟ ਟ੍ਵੇਂਟੀ ਟੂ ਫ਼ੋਰ.

16. ਬੱਚੇ ਸਵੇਰੇ ਕਰੀਬ ਅੱਠ ਵਜੇ ਘਰੋਂ ਜਾਂਦੇ ਹਨ। — The children leave home every morning around eight. ਦ ਚਿਲਡ੍ਰਨ ਲੀਵ ਹੋਮ ਏਵਰੀ ਮੋਰਨਿੰਗ ਅਰਾਉਂਡ ਏਟ.

17. ਤੁਹਾਡੇ ਪਿਤਾ ਜੀ ਆਮ ਤੌਰ ਤੇ ਰਾਤ ਨੂੰ ਕਿੰਨੇ ਵਜੇ ਤਕ ਆ ਜਾਂਦੇ ਹਨ। — What time does your father usually get home every night. ਵੱਟ ਟਾਇਮ ਡਜ਼ ਯੁਅਰ ਫ਼ਾਦਰ ਯੂਜ਼ੁਅਲੀ ਗੇ'ਟ ਹੋਮ ਏਵਰੀ ਨਾਇਟ ?

18. ਰੋਜਾਨਾ ਕਿੰਨੇ ਵਜੇ ਦੇ ਲਗਭਗ ਤੁਹਾਡੇ ਭਰਾ ਜੀ ਦਫ਼ਤਰ ਪਹੁੰਚਦੇ ਹਨ। — When does your brother usually reach his office ? ਵ੍ਹੇਨ ਡਜ਼ ਯੁਅਰ ਬ੍ਰੱਦਰ ਯੂਜ਼ੁਅਲੀ ਰੀਚ ਹਿਜ਼ ਔੱਫ਼ਿਸ ?

19. ਉਹ ਦਸ ਵਜੇ ਤੋਂ ਥੋੜ੍ਹਾ ਪਹਿਲੇ ਦਫ਼ਤਰ ਪਹੁੰਚਦੇ ਹਨ। — He reaches his office a little before ten. ਹੀ ਰੀਚਿਜ਼ ਹਿਜ਼ ਔੱਫ਼ਿਸ ਏ ਲਿਟਿਨ ਬਿਫ਼ੋਰ ਟੈਨ.

20. ਉਹ ਆਪਣੇ ਆਫ਼ਿਸ ਤੋਂ ਕਿੰਨੇ ਵਜੇ ਛੁੱਟੀ ਕਰਦੇ ਹਨ ? — What time does he leave his office ? ਵਾਟ੍ ਟਾਇਮ ਡਜ਼ ਹੀ ਲੀਵ ਹਿਜ਼ ਔੱਫ਼ਿਸ ?

21. ਉਹ ਆਪਣੇ ਦਫ਼ਤਰ ਤੋਂ ਪੰਜ ਵਜੇ ਛੁੱਟੀ ਕਰਦੇ ਹਨ। — He leaves his office at five O'clock. ਹੀ ਲੀਵ੍ਸ ਹਿਜ਼ ਔੱਫ਼ਿਸ ਐਟ ਫ਼ਾਇਵ ਓ'ਕ੍ਲਾਕ.

22. ਅੱਜ ਕੀ ਤਾਰੀਖ਼ ਹੈ ? — What is the date today ? ਵੱਟ ਇਜ਼ ਦ ਡੇਟ ਟੁਡੇ ?

23. ਅੱਜ 15 ਜੂਨ 1979 ਹੈ। — It is the fifteenth of December, nineteen seventy six. ਇਟ ਇਜ਼ ਫ਼ਿਫ਼੍ਟੀਨ੍ਥ ਔੱਫ਼ ਜੂਨ ਨਾਇਨਟੀਨ ਸੇਵਨਟੀ ਨਾਇਨ.

24. ਤੇਰਾ ਜਨਮ ਦਿਨ ਕਦੋਂ ਹੈ ? — When is your birth day ? ਵ੍ਹੇਨ ਇਜ਼ ਯੂਅਰ ਬਰ੍ਥ ਡੇ ?

25. ਮੈਂ ਨਹੀਂ ਜਾਣਦਾ, ਸ਼੍ਰੀਮਾਨ ! — I don't know, Sir. ਆਈ ਡੋਂਟ ਨੋ'ਸਰ.

26. ਮੇਰੀ ਘੜੀ ਹਰ ਰੋਜ਼ ਦੋ ਮਿੰਟ ਅੱਗੇ ਜਾਂਦੀ ਹੈ। — My watch gains two minutes every day. ਮਾਈ ਵਾਚ ਗੇਨ੍ਸ ਟੂ ਮਿਨਿਟ੍ਸ ਏਵਰੀ ਡੇ.

27. ਆਪਣੇ ਸਮੇਂ ਦਾ ਪੂਰਾ ਫ਼ਾਇਦਾ ਲਵੋ। — Make the most of your time. ਮੇਕ ਦ ਮੋਸਟ ਔੱਫ਼ ਯੂਅਰ ਟਾਇਮ.

28. ਹੁਣ ਉਹ ਸਮੇਂ ਦੀ ਪਾਬੰਦੀ ਦੀ ਕਦਰ ਕਰਦਾ ਹੈ। — Now he values punctuality. ਨਾਉ ਹੀ ਵੈਲ੍ਯੂਜ਼ ਪੰਕ੍ਚੁਏਲਿਟੀ.

29. ਉਹ ਆਪਣਾ ਸਮਾਂ ਬੇਅਰਥ ਗਵਾਉਂਦਾ ਹੈ। — He idles away his time. ਹੀ ਆਇਡਲ੍ਸ ਅਵੇ ਹਿਜ਼ ਟਾਇਮ.

30. ਉਹ ਇਕ-ਇਕ ਮਿੰਟ ਦਾ ਪਾਬੰਦ ਹੈ। — He is punctual to the minute. ਹੀ ਇਜ਼ ਪੰਕ੍ਚੁਅਲ ਟੂ ਦ ਮਿਨਿਟ.

31. ਸਮਾਂ ਕਿੰਨੀ ਤੇਜ਼ੀ ਨਾਲ ਬੀਤਦਾ ਹੈ। — How time flies ! ਹਾਉ ਟਾਇਮ ਫ੍ਲਾਇਜ਼.

32. ਮੇਰੀ ਘੜੀ ਟੁੱਟ ਗਈ ਹੈ। — My watch has broken down. ਮਾਇ ਵਾਚ ਹੈਜ਼ ਬ੍ਰੋਕਨ ਡਾਉਨ.

33. ਉਠਣ ਦਾ ਸਮਾਂ ਹੋ ਗਿਆ ਹੈ। — It is time to get up. ਇਟ ਇਜ਼ ਟਾਇਮ ਟੂ ਗੇ'ਟ ਅਪ.

34. ਉਹ ਬਿਲਕੁਲ ਠੀਕ ਸਮੇਂ ਤੇ ਆਇਆ ਹੈ। — He is quite in time. ਹੀ ਇਜ਼ ਕ੍ਵਾਇਟ ਇਨ ਟਾਇਮ.

35. ਉਹ ਅਛੇ ਮੌਕੇ ਤੇ ਆਇਆ ਹੈ। — He came in good time. ਹੀ ਕੇਮ ਇਨ ਗੁੱਡ ਟਾਇਮ.

36. ਤੁਸੀਂ ਅੱਧੇ ਘੰਟੇ ਦੀ ਦੇਰ ਕੀਤੀ। — You are late by half an hour. ਯੂ ਆਰ ਲੇਟ ਬਾਈ ਹਾਫ਼ ਐਨ ਔੱਉਅੱਰ.

37. ਸਾਡੇ ਕੋਲ ਬਹੁਤ ਸਮਾਂ ਹੈ। — We have enough time. ਵੀ ਹੈਵ ਇੱਨਫ ਟਾਇਮ.

38. ਲਗਭਗ ਅੱਧੀ ਰਾਤ ਹੈ। — It is nearly mid-night. ਇਟ ਇਜ਼ ਨਿਅਰਲੀ ਮਿਡ-ਨਾਇਟ.

39. ਅਸੀਂ ਬਹੁਤ ਜਲਦੀ ਆ ਗਏ। — We are too early. ਵੀ ਆਰ ਟੂ ਅਰਲੀ.

40. ਤੁਸੀਂ ਬਿਲਕੁਲ ਸਮੇਂ ਤੇ ਆਏ। ਮੈਂ ਇਕ ਮਿੰਟ ਪਹਿਲੋਂ ਚਲਾ ਜਾਣਾ ਸੀ। — You are just in time. I would havc left in another minute. ਯੂ ਆਰ ਜਸਟ ਇਨ ਟਾਇਮ। ਆਈ ਵੁਡ ਹੈਵ ਲੇਫਟ ਇਨ ਐਨਅੱਦਰ ਮਿਨਿਟ.

41. ਚੰਗੇ ਦਿਨ ਆਉਣਗੇ। — Better times will come. ਬੇਟੱਰ ਟਾਇਮ ਵਿਲ ਕਮ.

42. ਮੈਂ ਇਕ-ਇਕ ਪਲ ਨੂੰ ਬਚਾਉਣ ਦੀ ਕੋਸ਼ਿਸ਼ ਕਰ ਰਿਹਾ ਹਾਂ। — I am trying to steal moments. ਆਈ ਐਮ ਟਰਾਇੰਗ ਟੁ ਸਟੀਲ ਮੋਮੇਂਟਸ.

43. ਹਰ ਚੀਜ਼ ਦਾ ਇਕ ਸਮਾਂ ਹੁੰਦਾ ਹੈ। — There is a time for everything. ਦੇਅਰ ਇਜ਼ ਏ ਟਾਇਮ ਫ਼ੋਰ ਏਵਰੀਥਿੰਗ.

44. ਤੁਹਾਡੀ ਘੜੀ ਵਿਚ ਕੀ ਸਮਾਂ ਹੋਇਆ ਹੈ ? — What is the time by your watch ? ਵਾਟ ਇਜ਼ ਦ ਟਾਇਮ ਬਾਇ ਯੁਅਰ ਵਾਚ।

45. ਗਿਆ ਵਕਤ ਹੱਥ ਨਹੀਂ ਆਉਂਦਾ। — Time once lost can never be regained. ਟਾਇਮ ਵਨ੍ਸ ਲੱਾਸ਼ਟ ਕੈਨ ਨੇਵਰ ਬੀ ਰੀਗੇਨ੍ਡ.

10 ਅਨੁਮਤੀ (ਮਨਜ਼ੂਰੀ) — PERMISSION (ਪਰਮਿਸ਼ਨ)

1. ਸ਼ੁਰੂ ਕਰੀਏ ?* — Shall we begin ? ਸ਼ੈਲ ਵੀ ਬਿਗਿਨ.
2. ਮੈਂ ਵੀ ਚਲਾਂ ?** — May I go ? ਮੇ ਆਈ ਗੋ ?
3. ਮੈਂ ਤੁਹਾਡੇ ਨਾਲ ਚਲਾਂ ? — May I join you ? ਮੇ ਆਈ ਜੁਆਇਨ ਯੂ ?
4. ਚੰਗਾ ਇਜਾਜ਼ਤ ਦਿਓ। — Well, allow me to go. ਵੇਲ, ਅਲਾਊ ਮੀ ਟੂ ਗੋ.
5. ਮੈਨੂੰ ਜਾਣ ਦਿਓ। — Let me go. ਲੇਟ ਮੀ ਗੋ.
6. ਹੁਣ ਤੁਸੀਂ ਜਾ ਸਕਦੇ ਹੋ। — You may go now. ਯੂ ਮੇ ਗੋ ਨਾਉ.
7. ਹੁਣ ਤੁਸੀਂ ਮੈਨੂੰ ਜਾਣ ਦੀ ਇਜਾਜ਼ਤ ਦਿਓ। — Now, please, permit me to go. ਨਾਉ, ਪ੍ਲੀਜ, ਪਰਮਿਟ ਮੀ ਟੂ ਗੋ.
8. ਕੀ ਮੈਂ ਟੈਲੀਫ਼ੋਨ ਕਰ ਲਵਾਂ। — May I use your phone ? ਮੇ ਆਈ ਯੂਜ਼ ਯੁਅਰ ਫ਼ੋਨ.
9. ਕੀ ਮੈਂ ਬਿਜਲੀ ਬੰਦ ਕਰ ਦੇਵਾਂ ? — May I switch off the light ? ਮੇ ਆਈ ਸ੍ਵਿਚ ਔਫ ਦ ਲਾਇਟ ?
10. ਕੀ ਮੈਂ ਤੁਹਾਡੇ ਕਮਰੇ ਅੰਦਰ ਜਾ ਸਕਦਾ ਹਾਂ। — May I enter your room ? ਮੇ ਆਈ ਏਂਟਰ ਯੁਅਰ ਰੂਮ ?
11. ਕੀ ਮੈਂ ਅੰਦਰ ਆ ਸਕਦਾ ਹਾਂ। — May I come in ? ਮੇ ਆਈ ਕਮ ਇਨ ?
12. ਕੀ ਮੈਂ ਆਪਣੀਆਂ ਪੁਸਤਕਾਂ ਤੇਰੇ ਕੋਲ ਛੱਡ ਜਾਵਾਂ ? — May I leave my books with you ? ਮੇ ਆਈ ਲੀਵ ਮਾਈ ਬੁੱਕ੍ਸ ਵਿਦ ਯੂ ?
13. ਕੀ ਅਸੀਂ ਤੇਰੇ ਕਮਰੇ ਵਿਚ ਸਿਗਰੇਟ ਪੀ ਸਕਦੇ ਹਾਂ ? — May we smoke in your room ? ਮੇ ਵੀ ਸ੍ਮੋਕ ਇਨ ਯੁਅਰ ਰੂਮ ?

14. ਹਾਂ, ਬੜੀ ਖ਼ੁਸ਼ੀ ਨਾਲ। Yes, with great pleasure. ਯੇਸ, ਵਿਦ ਗ੍ਰੇਟ ਪ੍ਲੇਜ਼ਰ.

15. ਕੀ ਤੁਸੀਂ ਮੈਨੂੰ ਆਪਣੀ ਕਾਰ ਵਿਚ ਲੈ ਚਲੋਗੇ। Will you please give me a lift in your car ? ਵਿਲ ਯੂ ਪ੍ਲੀਜ਼ ਗਿਵ ਮੀ ਏ ਲਿਫ਼ਟ ਇਨ ਯੁਅਰ ਕਾਰ ?

16. ਕੀ ਮੈਂ ਥੋੜੀ ਦੇਰ ਲਈ ਤੁਹਾਡੀ ਸਾਈਕਲ ਲੈ ਸਕਦਾ ਹਾਂ ? May I borrow your bike for a while ? ਮੇ ਆਈ ਬੌਰੋ ਯੁਅਰ ਬਾਇਕ ਫ਼ੌਰ ਏ ਵ੍ਹਾਇਲ ?

17. ਕੀ ਮੈਂ ਤੁਹਾਡੇ ਕੰਮ ਵਿਚ ਵਿਘਨ ਪਾ ਸਕਦਾ ਹਾਂ ? May I disturb you ? ਮੇ ਆਈ ਡਿਸਟ੍ਰਬ ਯੂ ?

18. ਕੀ ਮੈਂ ਇਸ ਕਮਰੇ ਵਿਚ ਠਹਿਰ ਸਕਦਾ ਹਾਂ ? May I put up in this room ? ਮੇ ਆਈ ਪੁਟ ਅਪ ਇਨ ਦਿਸ ਰੂਮ ?

19. ਕੀ ਅਸੀਂ ਏਥੇ ਥੋੜ੍ਹਾ ਸਾਹ ਲੈ ਲਈਏ। May we rest here for a while ? ਮੇ ਵੀ ਰੇਸਟ ਹੀਅਰ ਫ਼ੌਰ ਏ ਵ੍ਹਾਇਲ ?

ਯਾਦ ਰਖਣ ਲਈ (To Remember)

*ਪ੍ਰਸ਼ਨ ਦੋ ਤਰ੍ਹਾਂ ਨਾਲ ਬਣਾਏ ਜਾ ਸਕਦੇ ਹਨ। ਇਕ ਤਾਂ ਪ੍ਰਸ਼ਨਵਾਚਕ ਪੜਨਾਂਵ (pronouns) ਦੀ ਸਹਾਇਤਾ ਨਾਲ ਜਿਵੇਂ—What is your name, please? (ਤੁਹਾਡਾ ਸ਼ੁਭ ਨਾਉਂ ਕੀ ਹੈ ?) ਦੂਸਰੀ ਵਿਧੀ ਜ਼ਰਾ ਗੁੰਝਲ ਵਾਲੀ ਹੈ। ਪੰਜਾਬੀ ਵਿਚ ਇੰਜ ਬਿਲਕੁਲ ਨਹੀਂ ਹੁੰਦਾ। ਇਕ ਉਦਾਹਰਣ ਦੇਖੋ—ਕੀ ਤੁਸੀਂ ਜਾ ਰਹੇ ਹੋ ? ਦੀ ਅੰਗ੍ਰੇਜ਼ੀ ਹੋਵੇਗੀ "Are you leaving?" ਇਹ ਪ੍ਰਸ਼ਨਵਾਚਕ ਸਹਾਇਕ ਕਿਰਿਆ (auxiliary verb) are ਨੂੰ ਵਾਕ ਵਿਚ ਸਭ ਤੋਂ ਪਹਿਲਾਂ ਵਰਤ ਕੇ ਬਣਾਇਆ ਗਿਆ ਹੈ।

ਆਗਿਆ ਮੰਗਣ ਲਈ ਅੰਗ੍ਰੇਜ਼ੀ ਵਿਚ may ਸ਼ਬਦ ਦਾ ਪ੍ਰਯੋਗ ਹੁੰਦਾ ਹੈ। ਇਸ ਦਾ ਅਰਥ ਇਹ ਨਹੀਂ ਕਿ ਆਗਿਆ ਲਈ ਕੇਵਲ ਇਹੀ ਸ਼ਬਦ ਹੈ। ਕੁਝ ਹੋਰ ਸ਼ਬਦ ਵੀ ਹਨ ਜਿਨ੍ਹਾਂ ਨਾਲ ਆਗਿਆ ਮੰਗੀ ਜਾ ਸਕਦੀ ਹੈ। ਜਿਵੇਂ—'Shall we set out now? (ਕੀ ਹੁਣ ਅਸੀਂ ਤੁਰ ਪਈਏ) ਕਈ ਵਾਰੀ ਤਾਂ may ਸ਼ਬਦ ਨਾਲ ਮੰਗੀ ਆਗਿਆ ਠੀਕ ਨਹੀਂ ਲਗਦੀ, ਜਿਵੇਂ—ਮੰਨ ਲਓ ਕਿ ਅਨ੍ਹੇਰੀ ਆ ਗਈ ਹੈ। ਉਸ ਨੂੰ ਦੇਖਦੇ ਹੋਏ 'may I shut the window? ਨਾ ਕਹਿ ਕੇ Should I shut the window? ਕਹਿਣਾ ਸਹੀ ਅਤੇ ਢੁਕਵਾਂ ਹੋਵੇਗਾ ? ਪੰਜਾਬੀ ਵਿਚ ਦੋਹਾਂ ਦਾ ਇਕ ਹੀ ਅਰਥ ਹੈ—'ਕੀ ਮੈਂ ਖਿੜਕੀ ਬੰਦ ਕਰ ਦਿਆਂ ?'

35 ਪੈਂਤੀਵਾਂ ਦਿਨ
35th day

11. ਨਿਰਦੇਸ਼/ਆਗਿਆ (1) INSTRUCTION/ORDER (1) (ਇਨ੍ਸਟ੍ਰਕਸ਼ਨ/ਆਰ੍ਡਰ)

1. ਤੁਸੀਂ ਆਪਣਾ ਕੰਮ ਕਰੋ । — Go about your business. ਗੋ ਅਬਾਉਟ ਯੂਅਰ ਬਿਜ਼ਨਿਸ.
2. ਉਨ੍ਹਾਂ ਨੂੰ ਗੱਡੀ ਵਿਚ ਬਿਠਾ ਆਉ । — Please see him into the train. ਪ੍ਲੀਜ਼ ਸੀ ਹਿਮ ਇਨਟੂ ਦ ਟ੍ਰੇਨ.
3. ਸੱਚ ਕਹਿਣਾ, ਝੂਠ ਨਾ ਬੋਲਣਾ । — Speak the truth and tell no lies. ਸ੍ਪੀਕ ਦ ਟਰੁਥ ਐਂਡ ਟੇਲ ਨੋ ਲਾਇਜ਼.
4. ਇਹ ਕੋਟ ਪਾ ਕੇ ਦੇਖੋ । — Try this coat on. ਟ੍ਰਾਈ ਦਿਸ ਕੋਟ ਆੱਨ.
5. ਦਿਲ ਲਗਾ ਕੇ ਕੰਮ ਕਰੋ । — Work whole-heartedly. ਵਰ੍ਕ ਹੋਲ-ਹਾਰ੍ਟਿਡਲੀ.
6. ਸ਼ਰਾਬ ਪੀਣ ਤੋਂ ਬਚੋ । — Abstain from drinking. ਏਬਸ੍ਟੇਨ ਫ੍ਰੋਮ ਡ੍ਰਿੰਕਿੰਗ.
7. ਮੇਰੇ ਲਈ ਇਕ ਗਲਾਸ ਤਾਜ਼ਾ ਪਾਣੀ ਲਿਆਓ । — Fetch me a glass of fresh water. ਫ਼ੇਚ ਮੀ ਏ ਗ੍ਲਾਸ ਆੱਫ ਫ੍ਰੇਸ਼ ਵਾਟਰ.
8. ਜ਼ਰਾ ਨਰਮੀ ਨਾਲ ਗੱਲ ਕਰੋ । — Talk politely. ਟਾੱਕ ਪੋਲਾਇਟਲੀ.
9. ਇਸ ਖ਼ਤ ਨੂੰ ਦੇਖਦੇ ਹੀ ਉੱਤਰ ਦਿਓ । — Reply by return of post. ਰਿਪ੍ਲਾਈ ਬਾਈ ਰਿਟਰ੍ਨ ਆੱਫ਼ ਪੋਸ੍ਟ.
10. ਹਿਸਾਬ-ਕਿਤਾਬ ਦੇਖੋ । — Check the account. ਚੈੱਕ ਦਿ ਅਕਾਉਂਟ੍ਸ.
11. ਗਰਮ ਚਾਹ ਨੂੰ ਹੌਲੀ-ਹੌਲੀ ਪੀਓ । — Sip hot tea slowly. ਸਿਪ ਹਾੱਟ ਟੀ ਸ੍ਲੋਲੀ.
12. ਅੱਡੇ ਤੋਂ ਟਾਂਗਾ ਲਿਆਓ । — Hire a tonga from the tonga-stand. ਹਾਇਰ ਏ ਟਾਂਗਾ ਫ੍ਰੋਮ ਦ ਟਾਂਗਾ-ਸ੍ਟੇਂਡ.
13. ਏਥੇ ਮੋਟਰਾਂ ਨਾ ਖੜੀਆਂ ਕਰੋ । — Parking is prohibited here. ਪਾਰ੍ਕਿੰਗ ਇਜ਼ ਪ੍ਰੋਹਿਬਿਟਿਡ ਹਿਅਰ.
14. ਦੋ ਸੰਤਰੇ ਨਿਚੋੜ ਦਿਉ । — Squeeze two oranges. ਸ੍ਕ੍ਵੀਜ਼ ਟੂ ਆੱਰੇਂਜੇਜ਼.
15. ਖੱਬੇ ਹੱਥ ਚਲੋ । — Keep to the left. ਕੀਪ ਟੂ ਦ ਲੈਫ਼ਟ.
16. ਮੈਨੂੰ ਸਵੇਰੇ ਉਠਾ ਦੇਣਾ । — Wake me up early in the morning. ਵੇਕ ਮੀ ਅਪ ਅਰਲੀ ਇਨ ਦ ਮਾਰਨਿੰਗ ।
17. ਆਪਣੇ ਆਪ ਨੂੰ ਸੁਧਾਰ ਲਓ । — Mend your ways. ਮੇਂਡ ਯੂਅਰ ਵੇਜ਼.
18. ਪਰਦਾ ਹਟਾ ਦਿਓ । — Draw the Curtain. ਡ੍ਰਾ ਦ ਕਰ੍ਟੇਨ.
19. ਉਸ ਨੂੰ ਸਾਰਾ ਸ਼ਹਿਰ ਦਿਖਾ ਦਿਓ । — Show him round the city. ਸ਼ੋ ਹਿਮ ਰਾਉਂਡ ਦ ਸਿਟੀ.
20. ਮਹਿਮਾਨ ਨੂੰ ਅੰਦਰ ਲੈ ਆਓ । — Show the gest in. ਸ਼ੋ ਦ ਗੇਸ੍ਟ ਇਨ.
21. ਸਭ ਨਾਲ ਨਿਮਰਤਾ ਨਾਲ ਬੋਲੋ । — Speak gently to all. ਸ੍ਪੀਕ ਜੇਂਟਲੀ ਟੂ ਆੱਲ.
22. ਇਹ ਗੱਲ ਮੈਨੂੰ ਸਮੇਂ ਸਿਰ ਯਾਦ ਕਰਾ ਦੇਣਾ । — Remind me of it at the proper time, ਰਿਮਾਇੰਡ ਮੀ ਅੱਫ ਇਟ ਐਟ ਦ ਪ੍ਰੌਪਰ ਟਾਇਮ.
23. ਮੇਰੇ ਨਾਲ ਪੈਰ ਮਿਲਾ ਕੇ ਚੱਲੋ । — Keep pace with me. ਕੀਪ ਪੇਸ ਵਿਦ ਮੀ.
24. ਬੱਚੇ ਨੂੰ ਸੁਲਾ ਦਿਓ । — Put the child to bed. ਪੁਟ ਦ ਚਾਇਲ੍ਡ ਟੂ ਬੈੱਡ.
25. ਮੈਨੂੰ ਕੱਲ੍ਹ ਇਹ ਯਾਦ ਕਰਾ ਦੇਣਾ । — Remind me about it tomorrow. ਰਿਮਾਇੰਡ ਮੀ ਅੱਬਾਉਟ ਇਟ ਟੁਮਾੱਰੋ,

26. ਹਰ ਚੀਜ਼ ਤਿਆਰ ਰਖਣਾ ।	Keep everything ready. ਕੀਪ ਏਵ੍ਰੀਥਿੰਗ ਰੈਡੀ.
27. ਸੰਭਲ ਕੇ ਚਲਣਾ ।	Walk cautiously. ਵਾਕ ਕਾਸ਼ੱਸਲੀ.
28. ਬਾਦ ਵਿਚ ਆ ਜਾਣਾ ।	Come later. ਕਮ ਲੇਟਰ.
29. ਮੈਨੂੰ ਪੰਜ ਵਜੇ ਜਗਾ ਦੇਣਾ ।	Wake up me at 5 O'clock. ਵੇਕ ਅੱਪ ਮੀ ਐਟ ਫ਼ਾਇਵ ਓ'ਕ੍ਲਾੱਕ.
30. ਚੱਲਣਾ ਚਾਹੁੰਦੇ ਹੋ ਤਾਂ ਤਿਆਰ ਹੋ ਜਾਓ ।	Get ready if you want to come. ਗੇ'ਟ ਰੈ'ਡੀ ਇਫ਼ ਯੂ ਵਾਂਟ ਟੂ ਕਮ.
31. ਜਦੋਂ ਤਕ ਮੈਂ ਨਾ ਆਵਾਂ ਏਥੇ ਹੀ ਬੈਠੇ ਰਹਿਣਾ ।	Wait here till I come. ਵੇਟ ਹਿਅਰ ਟਿਲ ਆਈ ਕ਼ਮ.
32. ਗੱਲ ਕਰਨ ਦਾ ਇਹ ਢੰਗ ਠੀਕ ਨਹੀਂ ।	It's not proper to talk this way. ਇਟਸ੍ ਨੱਟ ਪ੍ਰੱਪਰ ਟੂ ਟੱਕ ਦਿਸ ਵੇ.
33. ਆਪਣਾ ਕੰਮ ਧਿਆਨ ਨਾਲ ਕਰੋ ।	Do your work diligently. ਡੂ ਯੂਅਰ ਵਰ੍ਕ ਡਿਲਿਜੇਂਟਲੀ.
34. ਆਪਣਾ-ਆਪਣਾ ਕੰਮ ਕਰੋ ।	Do your own work. ਡੂ ਯੁਅਰ ਓਨ ਵਰਕ.
35. ਹੁਣ ਤੁਸੀਂ ਜਾਉ, ਮੈਂ ਕੁਝ ਕੰਮ ਕਰਨਾ ਹੈ ।	You may go now, I have some work to do. ਯੂ ਮੇ ਗੋ ਨਾਉ, ਆਈ ਹੈਵ ਸਮ ਵਰ੍ਕ ਟੂ ਡੂ.
36. ਇਸ ਨੂੰ ਲਿਖ ਲਓ ।	Note this down. ਨੋਟ ਦਿਸ ਡਾਉਨ.
37. ਜਲਦੀ ਵਾਪਸ ਆਉਣਾ ।	Come back soon. ਕਮ ਬੈਕ ਸੂਨ.
38. ਫਿਰ ਕਦੀ ਆ ਕੇ ਮਿਲਣਾ ।	Come and see me again. ਕਮ ਐਂਡ ਸੀ ਮੀ ਅਗੇਨ ।
39. ਆਪਣਾ ਕਮ ਦਖੋ ।	Please mind your own business. ਪ੍ਲੀਜ਼ ਮਾਇੰਡ ਯੁਅਰ ਓਨ ਬਿਜ਼ਨਿੱਸ.
40. ਜ਼ਰਾ ਸਬਰ ਕਰੋ ।	Have a little patience. ਹੈਵ ਏ ਲਿਟਿਲ ਪੇਸ਼ੇਂਸ.
41. ਵੱਡਿਆਂ ਦਾ ਆਦਰ ਕਰੋ ।	Respect your elders. ਰੇਸਪੇਕ੍ਟ ਯੁਅਰ ਏਲਡਰ੍ਸ.
42. ਤੂੰ ਉਥੇ ਹੀ ਰਹੀਂ ।	You stay there. ਯੂ ਸ੍ਟੇ ਦੇਅਰ.
43. ਚੰਗੇ ਸਮੇਂ ਦੀ ਉਡੀਕ ਕਰੋ ।	Look forward to a good time. ਲੁੱਕ ਫ਼ੋਰਵਰ੍ਡ ਟੂ ਏ ਗੁਡ ਟਾਇਮ.
44. ਬੱਚੇ ਦਾ ਧਿਆਨ ਰੱਖਣਾ ।	Look after the baby. ਲੁੱਕ ਆਫ਼੍ਟਰ ਦ ਬੇਬੀ.

ਯਾਦ ਰਖਣ ਲਈ (To Remember)

ਪੰਜਾਬੀ ਵਿਚ ਮੂਲ ਸ਼ਬਦ ਨਾਲ ਅਗੇਤਰ (Prefix) ਜਾਂ ਪਛੇਤਰ ਲਗਾ ਕੇ ਅਨੇਕ ਭਿੰਨ-ਭਿੰਨ ਅਰਥਾਂ ਵਾਲੇ ਅੱਖਰ ਬਣਾਏ ਜਾਂਦੇ ਹਨ ਜਿਵੇਂ ਨਿਕੰਮਾ (ਨਿ+ਕੰਮਾ), ਨਿਰਭਉ (ਨਿਰ+ਭਉ), ਕੰਮਚੋਰ (ਕੰਮ+ਚੋਰ), ਅਜਿੱਤ (ਅ+ਜਿੱਤ), ਮੰਦਦਗਾਰ (ਮਦਦ+ਗਾਰ), ਸਫਲਤਾ (ਸ+ਫਲ+ਤਾ) ਆਦਿ। ਅੰਗ੍ਰੇਜ਼ੀ ਵਿਚ ਵੀ ਇੰਜ ਹੀ ਹੁੰਦਾ ਹੈ ਜਿਵੇਂ Adjudge, misjudge, prejudge, subjudge ਆਦਿ ਸ਼ਬਦ judge ਦੇ ਅੱਗੇ ad, mis, pre, sub, ਅਗੇਤਰ (prefix) ਲਗਾਉਣ ਨਾਲ ਬਣੇ ਹਨ। ਪਰੰਤੂ ਅੰਗਰੇਜ਼ੀ ਵਿਚ ਇਕ ਹੀ ਕਿਰਿਆ ਦੇ ਨਾਲ ਸੰਬੰਧਕ (preposition) ਲਗਾ ਕੇ ਅਨੇਕ ਅਰਥਾਂ ਦਾ ਬੋਧ ਕਰਾਇਆ ਜਾਂਦਾ ਹੈ ਜਿਵੇਂ—go (ਜਾਣਾ) ਮੂਲ ਕਿਰਿਆ ਹੈ। ਇਸ ਦੇ ਨਾਲ Go out ਦਾ ਅਰਥ ਹੈ ਬੁਝਣਾ—'The light went out during the storm.' (ਤੂਫਾਨ ਦੇ ਦੌਰਾਨ ਬੱਤੀਆਂ ਬੁਝ ਗਈਆਂ)। Go off ਦਾ ਅਰਥ ਹੈ—ਧਮਾਕੇ ਨਾਲ ਫੱਟਣਾ—'The gun went off by itself.' (ਬੰਦੂਕ ਆਪਣੇ ਆਪ ਚਲ ਪਈ)। Go through ਦਾ ਅਰਥ ਹੈ—ਧਿਆਨ ਨਾਲ ਪੜ੍ਹਨਾ—He went through the whole book but could not discover anything new in it. (ਉਸ ਨੇ ਸਾਰੀ ਕਿਤਾਬ ਪੜ੍ਹ ਲਈ ਪਰੰਤੂ ਉਸ ਵਿਚੋਂ ਕੋਈ ਵੀ ਨਵੀਂ ਗੱਲ ਨਹੀਂ ਨਿਕਲੀ)।

36 ਛੱਤੀਵਾਂ ਦਿਨ th day

12. ਨਿਰਦੇਸ਼/ਆਗਿਆ (2) INSTRUCTION/ORDER(II) ਇਨਸਟ੍ਰਕਸ਼ਨ/ਆਰਡਰ

45. ਤੂੰ ਹੀ ਜਾ ।	Go Yourself. ਗੋ ਯੁਅਰਸੇਲ੍ਫ.
46. ਤਿਆਰ ਰਹਿਣਾ ।	Be ready. ਬੀ ਰੈਡੀ.
47. ਦੀਵਾ ਬਾਲੋ ।	Light the lamp. ਲਾਇਟ ਦ ਲੈਂਪ.
48. ਬਿਜਲੀ ਜਗਾਓ ।	Switch on the light. ਸਵਿਚ ਆੱਨ ਦ ਲਾਇਟ.
49. ਦੀਵਾ ਬੁਝਾ ਦਿਓ ।	Put out the lamp. ਪੁੱਟ ਆਉਟ ਦ ਲੈਂਪ.
50. ਬਿਜਲੀ ਬੁਝਾ ਦਿਓ ।	Swich of the light. ਸਵਿਚ ਆੱਫ਼ ਦ ਲਾਇਟ.
51. ਪੱਖਾ ਚਲਾ ਦਿਓ ।	Switch on the fan. ਸਵਿਚ ਆੱਨ ਦ ਫੈਨ.
52. ਕਿਸੇ ਨੂੰ ਭੇਜ ਕੇ ਉਨ੍ਹਾਂ ਨੂੰ ਬੁਲਾਓ ।	Send for him. ਸੇਂਡ ਫ਼ੱਾਰ ਹਿਮ.
53. ਇਨ੍ਹਾਂ ਲੋਕਾਂ ਨੂੰ ਆਪਣਾ ਕੰਮ ਕਰਨ ਦਿਓ ।	Let these people do their work. ਲੇ'ਟ ਦੀਜ਼ ਪੀਪੱਲ ਡੂ ਦੇਅਰ ਵਰ੍ਕ.
54. ਹੱਥ ਧੋਵੋ ।	Wash your hands. ਵਾਸ਼ ਯੁਅਰ ਹੈਂਡਸ.
55. ਜਲਦੀ ਆਉਣਾ ।	Come soon. ਕਮ ਸੂਨ.
56. ਗੱਡੀ ਰੋਕੋ ।	Stop the car. ਸਟੱਾਪ ਦ ਕਾਰ.
57. ਵਾਪਸ ਜਾਓ ।	Go back. ਗੋ ਬੈਕ.
58. ਦੇਰ ਨਾ ਕਰੋ ।	Don't delay. ਡੋਂਟ ਡਿਲੇ.
59. ਪੇਂਸਲ ਨਾਲ ਨਾ ਲਿਖੋ ।	Do not write with a pencil. ਡੂ ਨੱਾਟ ਰਾਇਟ ਵਿਦ ਏ ਪੇਂਸਿਲ.
60. ਪੇਨ ਨਾਲ ਲਿਖੋ ।	Write with a pen. ਰਾਇਟ ਵਿਦ ਏ ਪੇਨ.
61. ਦੂਜਿਆਂ ਦੀ ਨਕਲ ਨਾ ਕਰੋ ।	Do net ape others. ਦੂ ਨੱਾਟ ਐਪ ਅੱਦਰ੍ਸ.
62. ਕਰਾਏ ਦੀ ਟੈਕਸੀ ਲੈ ਲਓ ।	Hire a taxi. ਹਾਇਰ ਏ ਟੈਕ੍ਸੀ.
63. ਕੋਟ ਦੇ ਬਟਨ ਬੰਦ ਕਰੋ ।	Button up the coat. ਬਟਨ ਅਪ ਦ ਕੋਟ.
64. ਅੱਗ ਬੁਝਣ ਨਾ ਦੇਣਾ ।	Keep the fire on. ਕੀਪ ਦ ਫ਼ਾਇਰ ਆੱਨ
65. ਘੋੜੇ ਨੂੰ ਘਾ ਪਾ ਦਿਓ ।	Feed the horse with grass. ਫ਼ੀਡ ਦ ਹੱਾਰ੍ਸ ਵਿਦ ਗ੍ਰਾਸ.
66. ਜਾਓ, ਨੱਕ ਸਾਫ਼ ਕਰੋ ।	Go and blow your nose. ਗੋ ਐਂਡ ਬ੍ਲੋ ਯੁਅਰ ਨੋਜ਼,
67. ਮੈਨੂੰ ਖ਼ਬਰ ਦੇਣ ਵਿਚ ਰਹਿ ਨਾ ਜਾਣਾ ।	Do not fail to inform'me. ਡੂ ਨੱਾਟ ਫੇਲ ਟੂ ਇਨ੍ਫਾਰਮ ਮੀ ।
68. ਬੂਟ ਦੇ ਤਸਮੇ ਕੱਸ ਕੇ ਬੰਨ੍ਹੋ ।	Lace your shoes tightly. ਲੇਸ ਯੁਅਰ ਸ਼ੂਜ਼ ਟਾਇਟਲੀ.
69. ਸਿਹਤ ਵਿਗਾੜ ਕੇ ਨਾ ਪੜ੍ਹੋ ।	Do not study at the cost of your health. ਡੂ ਨੱਾਟ ਸਟੱਡੀ ਐਟ ਦ ਕੱਾਸਟ ਆੱਫ਼ ਯੂਅਰ ਹੈਲ੍ਥ.
70. ਵਿਸਤਾਰ ਨਾਲ ਖ਼ਤ ਲਿਖੋ ।	Write a detailed letter. ਰਾਇਟ ਏ ਡਿਟੇਲਡ ਲੈਟਰ ।
71. ਭਵਿੱਖ ਵਿਚ ਇਸ ਤਰ੍ਹਾਂ ਨਾ ਕਰਨਾ ।	Do not do so in future. ਡੂ ਨੱਾਟ ਡੂ ਸੋ ਇੰਨ ਫਯੂਚਰ.
72. ਤੂੰ ਆਪ ਇਹ ਖ਼ਤ ਪਾ ਕੇ ਆ ।	Post tbis letter yourself. ਪੋਸਟ ਦਿਸ ਲੈਟਰ ਯੁਅਰਸੇਲ੍ਫ.

73. ਸਮੇਂ ਦੇ ਪਾਬੰਦ ਰਹੋ । Be punctual. ਬੀ ਪੰਕਚੁਅਲ.

74. ਇਧਰ-ਉਧਰ ਦੀਆਂ ਗੱਲਾਂ ਨਾ ਕਰੋ । Do not beat about the bush. ਡੂ ਨੌਟ ਬੀਟ ਅੱਬਾਉਟ ਦ ਬੁਸ਼.

75. ਫੁਲ ਨਾ ਤੋੜੋ । Do not pluck the flowers. ਡੂ ਨੌਟ ਪਲੱਕ ਦ ਫਲੌਂਵਰਸ.

76. ਖ਼ਰਾਬ ਆਦਤਾਂ ਛੱਡ ਦਿਓ । Give up bad habits: ਗਿਵ ਅਪ ਬੈਡ ਹੈਬਿਟਸ.

77. ਖਾਣਾ ਚੰਗੀ ਤਰ੍ਹਾਂ ਚੱਬ ਕੇ ਖਾਓ । Chew your food well. ਚਿਯੂ ਯੁਅਰ ਫੂਡ ਵੈਲ.

78. ਦੰਦਾਂ ਨੂੰ ਬੁਰਸ਼ ਕਰ ਲਓ । Brush your teeth. ਬਰੁਸ਼ ਯੁਅਰ ਟੀਥ.

79. ਬਕ-ਬਕ ਨਾ ਕਰੋ । Don't chatter. ਡੋਂਟ ਚੇਟਰ.

80. ਹਰੇਕ ਵਸਤੂ ਸਿਲਸਿਲੇਵਾਰ ਰਖੋ । Put everything in order. ਪੁਟ ਏਵ੍ਰੀਥਿੰਗ ਇਨ ਆਰਡਰ.

81. ਸਿਆਹੀ ਨਾਲ ਲਿਖੋ । Write in ink, ਰਾਇਟ ਇਨ ਇੰਕ.

82. ਮੂਰਖ ਨਾ ਬਣੋ । Do not be silly. ਡੂ ਨੌਟ ਬੀ ਸਿੱਲੀ.

83. ਪ੍ਰਾਹੁਣਿਆਂ ਦੀ ਸੇਵਾ ਕਰੋ । Entertain the guests, ਇਨਟਰਟੇਨ ਦ ਗੈਸਟਸ.

84. ਤੂੰ ਆਪਣਾ ਕੰਮ ਕਰ । Mind your own business. ਮਾਈਂਡ ਯੁਅਰ ਓਨ ਬਿਜ਼ਨੇਸ.

85. ਦੋਹਾਂ ਹੱਥਾਂ ਨਾਲ ਫੜ ਕੇ ਰਖੋ । Hold on with both hands. ਹੋਲਡ ਔਨ ਵਿਦ ਬੋਥ ਹੈਂਡਸ.

86. ਦੇਸ਼ ਸੇਵਾ ਵਿਚ ਜਾਨ ਦੇ ਦਿਓ । Lay down your life in the service of the motherland. ਲੇ ਡਾਉਨ ਯੁਅਰ ਲਾਇਫ਼ ਇਨ ਦ ਸਰਵਿਸ ਔਫ਼ ਦ ਮੱਦਰ-ਲੈਂਡ.

87. ਕੰਮ ਵਿਚ ਰੁਕਾਵਟ ਨਾ ਪਾਓ । Do not hold up the work. ਡੂ ਨੌਟ ਹੋਲਡ ਅਪ ਦ ਵਰਕ.

88. ਤੁਹਾਨੂੰ ਬੁਰੀਆਂ ਆਦਤਾਂ ਵਿਰੁੱਧ ਖ਼ਬਰਦਾਰ ਰਹਿਣਾ ਚਾਹੀਦਾ ਹੈ । Be careful against bad habits. ਬੀ ਕੇਅਰਫ਼ੁਲ ਅਗੇਂਸਟ ਬੈਡ ਹੈਬਿਟਸ.

89. ਉਸ ਦਰਖ਼ਤ ਕੋਲ ਨਾ ਜਾਓ । Don't approach that tree. ਡੋਂਟ ਅਪਰੋਚ ਦੇਟ ਟ੍ਰੀ.

90. ਇਸ ਦਿਲਚਸਪ ਕਹਾਣੀ ਨੂੰ ਜ਼ਰੂਰ ਪੜ੍ਹੋ । Do read this interesting story. ਡੂ ਰੀਡ ਦਿਸ ਇਨਟਰੈਸਟਿੰਗ ਸਟੋਰੀ.

ਯਾਦ ਰਖਣ ਲਈ (To Remember)

ਅੰਗ੍ਰੇਜ਼ੀ ਵਿਚ Put ਕਿਰਿਆ ਦਾ ਅਰਥ ਹੁੰਦਾ ਹੈ, ਰਖਣਾ। ਪਰੰਤੂ ਸੰਬੰਧਕਾਂ (Prepositions) ਦੇ ਯੋਗ ਨਾਲ ਬਣਨ ਵਾਲੇ ਵਾਕਾਂ ਦੇ ਭਿੰਨ-ਭੰਨ ਅਰਥ ਧਿਆਨ ਦੇਣ ਯੋਗ ਹਨ। Put down ਦਾ ਅਰਥ ਹੈ ਲਿਖਣਾ—Please put down all that I say (ਜੋ ਮੈਂ ਕਹਿੰਦਾ ਹਾਂ ਲਿਖ ਲਓ)। Put forward ਦਾ ਅਰਥ ਹੈ—ਪੇਸ਼ ਕਰਨਾ—He hesitated to put forward his plan (ਉਹ ਆਪਣੀ ਯੋਜਨਾ ਪੇਸ਼ ਕਰਨ ਤੋਂ ਹਿਚਕਚਾਇਆ)। put off ਦਾ ਅਰਥ ਹੈ। ਮੁਲਤਵੀ ਕਰਨਾ—For want of a quorum the meeting was put off. (ਕੋਰਮ ਦੇ ਪੂਰਾ ਨਾ ਹੋਣ ਕਰਕੇ ਸਭਾ ਮੁਲਤਵੀ ਕਰ ਦਿੱਤੀ ਗਈ)। Put on ਦਾ ਅਰਥ ਹੈ। ਕਪੜੇ ਪਾਉਣਾ—He put on new clothes on the Id festival (ਉਸ ਨੇ ਈਦ ਵਾਲੇ ਦਿਨ ਨਵੇਂ ਕਪੜੇ ਪਾਏ)। Put out ਦਾ ਅਰਥ ਹੈ—ਬੁਝਾਉਣਾ—Put out the fire lest it should spread around. (ਅੱਗ ਨੂੰ ਬੁਝਾ ਦਿਓ ਕਿਤੇ ਇਹ ਆਸਪਾਸ ਫੈਲ ਨਾ ਜਾਏ)

37 ਸੈਂਤੀਵਾਂ ਦਿਨ th day

13. ਹੌਸਲਾ ਵਧਾਉਣਾ — ENCOURAGEMENT (ਏਨਕਰੇਜਮੇਂਟ)

1. ਵਿਸ਼ਵਾਸ ਰਖੋ ।	Rest assured. ਰੇਸ੍ਟ ਅਸ਼ਯੋਰਡ ।
2. ਆਪਣੀ ਚਿੰਤਾ ਮਿਟਾਓ ।	Stop worrying. ਸ੍ਟੱਾਪ ਵਰ੍ਰਈਂਗ ।
3. ਬੱਚਿਆਂ ਵਾਂਗ ਰੋਣਾ ਮਰਦਾਨਗੀ ਨਹੀਂ ।	It is not manly to cry like a baby. ਇਟ ਇਜ਼ ਨੱਾਟ ਮੈਨ੍ਲੀ ਟੂ ਕ੍ਰਾਇ ਲਾਇਕ ਏ ਬੇਬੀ ।
4. ਤੈਨੂੰ ਕਿਸ ਗੱਲ ਦੀ ਚਿੰਤਾ ਹੈ ?	What are you anxious about ? ਵੱਾਟ੍ ਆਰ ਯੂ ਐਨ੍ਕ੍ਸ਼ਿਅਸ ਅੱਬਾਉਟ ?
5. ਡਰਣ ਦੀ ਕੋਈ ਗੱਲ ਨਹੀਂ ।	There is nothing to fear. ਦੇਅਰ ਇਜ਼ ਨੱਥਿੰਗ ਟੂ ਫ਼ਿਅਰ ।
6. ਮੇਰੀ ਚਿੰਤਾ ਨਾ ਕਰੋ ।	Don't worry about me. ਡੋਂਟ ਵਰੀ ਅੱਬਾਉਟ ਮੀ ।
7. ਡਰੋ ਨਹੀਂ ।	Don't be afraid. ਡੋਂਟ ਬੀ ਅਫ਼ਰੇਡ ।
8. ਸੰਕੋਚ ਨਾ ਕਰੋ ।	Don't hesitate. ਡੋਂਟ ਹੇੱਸੀਟੇਟ
9. ਫ਼ਿਕਰ ਦੀ ਕੋਈ ਗੱਲ ਨਹੀਂ ।	There is no need to worry. ਦੇਅਰ ਇਜ਼ ਨੋ ਨੀਡ ਟੂ ਵਰੀ ।
10. ਮੈਨੂੰ ਇਸ ਦੀ ਪਰਵਾਹ ਨਹੀਂ ।	I don't care for this. ਆਈ ਡੋਂਟ ਕੇਅਰ ਫੱਾਰ ਦਿਸ ।
11. ਕਈ ਕਠਨਾਈ ਹੋਵੇ ਤਾਂ ਪੁੱਛੋ ।	You can ask me it there is any difficulty. ਯੂ ਕੈਨ ਆਸ੍ਕ ਮੀ ਇਫ਼ ਦਿਅਰ ਇਜ਼ ਐਨੀ ਡਿਫਿਕਲ੍ਟੀ ।
12. ਜਿਸ ਚੀਜ਼ ਦੀ ਜ਼ਰੂਰਤ ਹੋਵੇ ਤੁਸੀਂ ਲੈ ਲੈਣੀ ।	Take whatever you need. ਟੇਕ ਵੱਾਟਏਵਰ ਯੂ ਨੀਡ ।
13. ਤੁਸੀਂ ਫ਼ਜ਼ੂਲ ਪਰੇਸ਼ਾਨ ਹੋ ਰਹ ਹੋ ।	You are unnecessarily worried. ਯੂ ਆਰ ਅਨਨੈਸੇਸ੍ਰਿਲੀ ਵੱਰੀਡ ।
14. ਮੈਨੂੰ ਤੁਹਾਡੇ ਉਤੇ ਨਾਜ਼ ਹੈ ।	I am proud of you. ਆਈ ਐਮ ਪ੍ਰਾਉਡ ਅੱਾਫ ਯੂ ।
15. ਹਿਚਕਚਾਓ ਨਹੀਂ ।	Don't hesitate. ਡੋਂਟ ਹੈਸਿਟੇਟ ।
16. ਕੋਈ ਹਰਜ ਨਹੀਂ ।	It doesn't matter. ਇਟ ਡਜ਼ੇਂਟ ਮੈਟਰ ।
17. ਘਬਰਾਓ ਨਹੀਂ ।	Don't get nervous. ਡੋਂਟ ਗੇਟ ਨਰਵਸ ।
18. ਚਿੰਤਾ ਨਾ ਕਰੋ ।	Don't worry. ਡੋਂਟ ਵੱਰੀ ।

14. ਦਿਲਾਸਾ ਜਾਂ ਤਸੱਲੀ — CONSOLATION (ਕੰਸੋਲੇਸ਼ਨ)

1. ਬੜੇ ਅਫ਼ਸੋਸ ਦੀ ਗਲ ਹੈ ।	It's a pity. ਇਟ੍ਜ਼ ਏ ਪਿਟੀ ।
2. ਉਸ ਨੂੰ ਤਸੱਲੀ ਦਿਓ ।	Console him. ਕਨ੍ਸੋਲ ਹਿਮ ।
3. ਸੰਸਾਰ ਦਾ ਦਸਤੂਰ ਹੀ ਇਹ ਜਿਹਾ ਹੈ ।	Such indeed are the ways of the world. ਸਚ ਇਨਡੀਡ ਆਰ ਦ ਵੇਜ਼ ਅੱਾਫ ਵਰ੍ਲਡ ।
4. ਮੇਰੇ ਵੀਰ, ਹੋਣੀ ਅੱਗੇ ਕਿਸ ਦਾ ਜ਼ੋਰ ਹੈ ।	My brother, who can stand against fate ! ਮਾਈ ਬ੍ਰਦਰ, ਹੂ ਕੈਨ ਸ੍ਟੈਂਡ ਅਗੇਨਸ੍ਟ ਫੇਟ ।

5. ਇਹ ਨਿਰਦਈ ਭਾਗਾਂ ਦੀ ਮਾਰ ਹੈ ।	It was inexorable. ਇਟ ਇਜ਼ ਇਨੈਕਸੱਰੱਬਲ ।
6. ਜਿਸ ਤਕਲੀਫ਼ ਦਾ ਇਲਾਜ ਨਾ ਹੋ ਸਕੇ ਉਹ ਸਹਿਣੀ ਹੀ ਪੈਂਦੀ ਹੈ ।	What cannot be cured must be endured. ਵੱਟ ਕੈਨ ਨੱਟ ਬੀ ਕਯੁਰਡ ਮਸਟ ਬੀ ਏਨਡਯੁਰਡ ।
7. ਈਸ਼ਵਰ ਉਤੇ ਭਰੋਸਾ ਰਖੋ, ਸੰਕਟ ਟਲ ਜਾਏਗਾ ।	Put your trust in God, misfortune will pass. ਪੁਟ ਯੂਅਰ ਟ੍ਰਸਟ ਇਨ ਗੱਡ, ਮਿਸਫੱਰਚੂਨ ਵਿਲ ਪਾਸ ।
8. ਇਸ ਅਸਹਿ ਸਦਮੇ ਨੂੰ ਸਹਿਣ ਦੀ ਈਸ਼ਵਰ ਤੁਹਾਨੂੰ ਸ਼ਕਤੀ ਦੇਵੇ ।	May God give you strength to bear this terrible blow. ਮੇ ਗੱਡ ਗਿਵ ਯੂ ਸਟ੍ਰੰਗਥ ਟੂ ਬੀਅਰ ਦਿਸ ਟੱਰੀਬਲ ਬਲੋ ।
9. ਸਾਨੂੰ ਬੜਾ ਦੁੱਖ ਹੈ ।	We are deeply grieved. ਵੀ ਆਰ ਡੀਪਲੀ ਗ੍ਰੀਵ੍ਡ ।
10. ਸਾਡੀ ਤੁਹਾਡੇ ਨਾਲ ਹਮਦਰਦੀ ਹੈ ।	We sympathise with you. ਵੀ ਸਿਮਪੁਥਾਈਜ਼ ਵਿਦ ਯੂ ।
11. ਅਸੀਂ ਆਪਣਾ ਅਫਸੋਸ ਪਰਗਟ ਕਰਦੇ ਹਾਂ ।	We offer our condolences. ਵੀ ਔਫਰ ਅੱਵਰ ਕੰਡੋਲੇਂਸਿਜ਼ ।
12. ਸਾਨੂੰ ਉਸ ਦੇ ਪਿਤਾ ਦੀ ਮੌਤ ਦਾ ਬੜਾ ਦੁਖ ਹੈ ।	We are deeply pained at the death of her father. ਵੀ ਆਰ ਡੀਪਲੀ ਪੇਂਡ ਐਟ ਦ ਡੈਥ ਔਫ ਹਿਜ਼ ਫਾਦਰ ।

15. ਨਾਰਾਜ਼ਗੀ — ANNOYANCE (ਔਨਾਇਸ)

1. ਤੁਸੀਂ ਅਜੇ ਤੀਕ ਕੰਮ ਸ਼ੁਰੂ ਨਹੀਂ ਕੀਤਾ ।	Why have you not begun the work yet ? ਵ੍ਹਾਈ ਹੈਵ ਯੂ ਨੱਟ ਬਿਗਨ ਦ ਵਰ੍ਕ ਯੇਟ ?
2. ਤੁਸੀਂ ਮੇਰੀ ਗੱਲ ਕਿਉਂ ਕਟਦੇ ਹੋ ?	Why do you cut me short ? ਵ੍ਹਾਈ ਡੂ ਯੂ ਕਟ ਮੀ ਸ਼ੱਰਟ ।
3. ਤੁਸੀਂ ਮੇਰੇ ਵੱਲ ਕਿਉਂ ਘੂਰਦੇ ਹੋ ?	Why do you stare at me ? ਵ੍ਹਾਈ ਡੂ ਯੂ ਸਟੇਅਰ ਐਟ ਮੀ ।
4. ਤੁਸੀਂ ਖਾਹ-ਮਖਾਹ ਗੁੱਸੇ ਹੁੰਦੇ ਹੋ ।	You are angry for nothing. ਯੂ ਆਰ ਐਂਗ੍ਰੀ ਫੱਰ ਨਥਿੰਗ ।
5. ਤੂੰ ਤੇ ਸਾਰੇ ਮੁਹੱਲੇ ਵਿਚ ਨੱਕ ਵਢਾਅ ਲੈਣੀ ਏਂ !	You will degrade yourself in the eyes of the whole locality ! ਯੂ ਵਿਲ ਡਿਗ੍ਰੇਡ ਯੁਅਰਸੇਲ੍ਫ ਇਨ ਦਿ ਆਈਜ਼ ਔਫ ਦ ਹੋਲ ਲੋਕੇਲਿਟੀ ।
6. ਤੂੰ ਸਮਾਂ ਬਰਬਾਦ ਕਰਦਾ ਏਂ ।	You simply waste your time. ਯੂ ਸਿੰਪਲੀ ਵੇਸਟ ਯੁਅਰ ਟਾਇਮ ।
7. ਕੌਣ ਦੋਸ਼ੀ ਹੈ ?	Who is to blame ? ਹੂ ਇਜ਼ ਟੁ ਬਲੇਮ ?
8. ਨਾਰਾਜ਼ ਨਾ ਹੋਵੋ ।	Don't be angry. ਡੋਂਟ ਬੀ ਐਂਗ੍ਰੀ ।
9. ਕੀ ਮੈਂ ਤੁਹਾਨੂੰ ਦੁੱਖ ਪਹੁੰਚਾਇਆ ?	Have I heart you ? ਹੈਵ ਆਈ ਹਰ੍ਟ ਯੂ ?
10. ਕਿੰਨੀ ਸ਼ਰਮ ਦੀ ਗੱਲ ਹੈ ?	What a shame ! ਵੱਟ ਏ ਸ਼ੇਮ !
11. ਮੈਂ ਭਰੋਸਾ ਨਾ ਕਰ ਸਕਿਆ ਕਿ ਤੁਸੀਂ ਈਮਾਨਦਾਰ ਵਿਅਕਤੀ ਨਹੀਂ ਹੋ ।	I could not believe that you are not an honest person ! ਆਈ ਕੁਡ ਨੱਟ ਬਿਲੀਵ ਦੈਟ ਯੂ ਆਰ ਨੱਟ ਐਨ ਔਨਸਟ ਪਰਸਨ !
12. ਮੈਂ ਕਿਸ ਦਾ ਭਰੋਸਾ ਕਰਾਂ ?	Whom should I trust ? ਹੂਮ ਸ਼ੁਡ ਆਈ ਟ੍ਰਸਟ !
13. ਇਹ ਮੇਰਾ ਕਸੂਰ ਨਹੀਂ ਸੀ ।	It was not my fault. ਇਟ ਵਾਜ਼ ਨੱਟ ਮਾਈ ਫੱਲਟ ।
14. ਦਰਅਸਲ ਇਹ ਗਲਤੀ ਨਾਲ ਹੋ ਗਿਆ ।	Really, it was by mistake. ਰੀਅਲੀ, ਇਟ ਵਾਜ਼ ਬਾਇ ਮਿਸਟੇਕ ।
15. ਉਸ ਨੇ ਨੱਕ ਵਿਚ ਦਮ ਕੀਤਾ ਹੋਇਆ ਹੈ ।	He is a thorough nuisance. ਹੀ ਇਜ਼ ਏ ਥੱਰੋ ਨਿਊਸੈਂਸ ।

16. ਉਹ ਗੱਪਬਾਜ਼ੀ ਵਿਚ ਆਪਣਾ ਸਮਾਂ ਗਵਾਉਂਦਾ ਹੈ । — He wastes his time in gossip. ਹੀ ਵੇਸਟ੍ਸ ਹਿਜ਼ ਟਾਇਮ ਇਨ ਗੋਸਿਪ ।

17. ਉਸ ਨੇ ਮੈਨੂੰ ਨੀਵਾਂ ਕਰ ਦਿੱਤਾ ਹੈ । — He has let me down. ਹੀ ਹੈਜ਼ ਲੇ'ਟ ਮੀ ਡਾਉਨ ।

18. ਉਹ ਮੈਨੂੰ ਖਿਝਾਉਂਦਾ ਹੈ । — He irritates me. ਹੀ ਇੱਰੀਟੇਟ੍ਸ ਮੀ ।

19. ਉਹ ਆਪਣੇ ਕੌਲ ਦਾ ਪੱਕਾ ਨਹੀਂ ਹੈ । — He is not a man of his words. ਹੀ ਇਜ਼ ਨੱਟ ਏ ਮੈਨ ਔਫ ਹਿਜ਼ ਵਰ੍ਡ੍ਸ ।

20. ਉਸ ਨੇ ਮੈਨੂੰ ਧੋਖਾ ਦਿੱਤਾ ਹੈ । — He has cheated me. ਹੀ ਹੈਜ਼ ਚੀਟਿਡ ਮੀ ।

21. ਮੈਨੂੰ ਗੁੱਸਾ ਨਾ ਦਿਵਾਓ । — Do not make me loose my temper । ਡੂ ਨੱਟ ਮੇਕ ਮੀ ਲੂਜ਼ ਮਾਈ ਟੇਂਪਰ ।

22. ਉਹ ਖੋਤਾ ਹੈ । — He is a duffer. ਹੀ ਇਜ਼ ਏ ਡੱਫਰ ।

23. ਤੁਸੀਂ ਬੇ-ਵਜਹ ਲਾਲ-ਪੀਲੇ ਹੋ ਰਹੇ ਹੋ । — You are getting besides yourself with anger for nothing. ਯੂ ਆਰ ਗੇਟਿੰਗ ਬਿਸਾਇਡ੍ਸ ਯੂਅਰਸੇਲ੍ਫ ਵਿਦ ਐਂਗਰ ਫੌਰ ਨਥਿੰਗ ।

16. ਪ੍ਰੇਮ-ਪਰਸ਼ੰਸਾ — AFFECTION (ਅਫੇ'ਕ੍ਸ਼ਨ)

1. ਤੂੰ ਬੜੀ ਹਿੰਮਤ ਦਾ ਕੰਮ ਕੀਤਾ । — That was very brave of you. ਦੈਟ ਵਾਜ਼ ਵੇਰੀ ਬਰੇਵ ਔਫ ਯੂ ।

2. ਸ਼ਾਬਾਸ਼ । ਬਹੁਤ ਅੱਛੇ । — Bravo !/Well done !/Good show ! ਬ੍ਰੇਵੋ ! ਵੈਲ ਡੱਨ ! ਗੁੱਡ ਸ਼ੋ !

3. ਕਮਾਲ ਕਰ ਦਿੱਤਾ । — That's wonderful. ਦੈਟ੍ਸ ਵੰਡਰਫੁਲ ।

4. ਤੇਰਾ ਕੰਮ ਤਾਰੀਫ ਦੇ ਯੋਗ ਹੈ । — Your work is praise worthy. ਯੁਅਰ ਵਰ੍ਕ ਇਜ਼ ਪ੍ਰੇਜ਼ ਵਰ੍ਦੀ ।

5. ਤੁਸੀਂ ਕਿੰਨੇ ਚੰਗੇ ਹੋ ? — You are so nice/You are awfully nice. ਯੂ ਆਰ ਸੋ ਨਾਇਸ / ਯੂ ਆਰ ਆਫੁਲੀ ਨਾਇੰਸ ।

6. ਭਾਈ ਸਾਹਿਬ ਤੁਸੀਂ ਮੇਰੀ ਬੜੀ ਮਦਦ ਕੀਤੀ । — My dear man, you have been a great help. ਮਾਈ ਡਿਅਰ ਮੈਨ, ਯੂ ਹੈਵ ਬੀਨ ਏ ਗ੍ਰੇਟ ਹੈਲ੍ਪ ।

ਯਾਦ ਰਖਣ ਲਈ (To Remember)

*Don't be afraid (ਡਰੋ ਨਹੀਂ) ਵਿਚ Don't ਦੋ ਸ਼ਬਦਾਂ ਦੇ ਮੇਲ ਨਾਲ ਬਣਿਆ ਹੈ। Don't=Do+not—ਦੇ o ਲੋਪ ਦਿਖਾਉਣ ਲਈ apostrophe (') ਲਗਾ ਦਿੱਤਾ ਜਾਂਦਾ ਹੈ। Won't=Wo+not ਨਹੀਂ ਹੈ, Won't=will+not ਹੈ। ਇਸ ਤਰ੍ਹਾਂ ਇਹਨਾਂ ਸ਼ਬਦਾਂ ਦੀ ਬਨਾਵਟ ਦਾ ਕੋਈ ਨੇਮ ਨਹੀਂ ਹੈ। ਹਾਂ not ਨੂੰ ਸਦਾ n't ਲਿਖਿਆ ਜਾਂਦਾ ਹੈ। ਏਸੇ ਤਰ੍ਹਾਂ can't (ਕਾਂਟ) cannot ਦਾ ਸੰਖੇਪ ਰੂਪ ਹੈ। ਯਾਦ ਰਖੋ ਕਿ cannot ਦਾ ਅਰਥ ਭਾਵੇਂ can not ਹੈ ਪਰੰਤੂ ਇਸ ਨੂੰ ਇਕ ਹੀ ਸ਼ਬਦ ਵਿਚ ਲਿਖਿਆ ਜਾਂਦਾ ਹੈ ਅਲੱਗ-ਅਲੱਗ can ਅਤੇ not ਨਹੀਂ। ਇਸ ਪ੍ਰਕਾਰ ਬਣੇ ਕੁਛ ਪ੍ਰਚਲਿਤ ਸ਼ਬਦ ਇਹ ਹਨ—wouldn't=would+not, couldn't=could+not, shouldn't=should+not, needn't=need+not ਆਦਿ। ਇਹਨਾਂ ਦਾ ਉਚਾਰਣ ਪਹਿਲੇ ਸ਼ਬਦ ਦਾ ਪੂਰਾ ਉਚਾਰਣ ਕਰਕੇ 'ਟ' ਲਗਾਉਣ ਨਾਲ ਬਣਦਾ ਹੈ। ਜਿਵੇਂ—ਵੁਡੰਟ, ਕੁਡੰਟ, ਸ਼ੁਡੰਟ, ਨੀਡੰਟ।

38 ਅਠੱਤੀਵਾਂ ਦਿਨ th day

17. ਨਿਖੇਧ — **NEGATION** (ਨਿਗੇਸ਼ਨ)

1. ਤੁਸੀਂ ਜੋ ਕਹਿ ਰਹੇ ਹੋ, ਮੈਂ ਨਹੀਂ ਮੰਨ ਸਕਦਾ।	I can't accept what you say. ਆਈ ਕਾਂਟ ਐਕਸੈਪਟ ਵੱਟ ਯੂ ਸੇ.
2. ਮੈਂ ਇਸ ਬਾਰੇ ਕੁਝ ਨਹੀਂ ਜਾਣਦਾ।	I know nothing in this connection. ਆਈ ਨੋ ਨਥਿੰਗ ਇਨ ਦਿਸ ਕਨੈਕਸ਼ਨ.
3. ਇਹੋ ਜਿਹੀ ਸ਼ਰਾਰਤ ਫਿਰ ਨਾ ਕਰਨਾ।	Don't do such a mischief again. ਡੋਂਟ ਡੂ ਸੱਚ ਏ ਮਿਸਚੀਫ਼ ਅਗੇਨ.
4. ਅਜਿਹਾ ਨਹੀਂ ਹੈ।	It is not so. ਇਟ ਇਜ਼ ਨੱਟ ਸੋ.
5. ਉਸ ਨੂੰ ਛੁੱਟੀ ਨਹੀਂ ਮਿਲ ਸਕੀ।	He could not get leave. ਹੀ ਕੁਡ ਨੱਟ ਗੇਟ ਲੀਵ.
6. ਮੈਨੂੰ ਕੋਈ ਸ਼ਿਕਾਇਤ ਨਹੀਂ।	I have no complaint. ਆਈ ਹੈਵ ਨੋ ਕਮਪਲੇਂਟ.
7. ਅਜਿਹਾ ਨਹੀਂ ਹੋ ਸਕਦਾ।	It can't be so. ਇਟ ਕਾਂਟ ਬੀ ਸੋ.
8. ਨਹੀਂ, ਮੈਂ ਨਹੀਂ ਜਾ ਸਕਦਾ।	No, I couldn't go. ਨੋ ਆਈ ਕੁਡੰਟ ਗੋ.
9. ਮੈਂ ਨਹੀਂ ਜਾਣਦਾ।	I don't know. ਆਈ ਡੋਂਟ ਨੋ.
10. ਮੈਨੂੰ ਕੁਝ ਨਹੀਂ ਚਾਹੀਦਾ।	I want nothing. ਆਈ ਵਾਂਟ ਨਥਿੰਗ.
11. ਕੁਝ ਨਹੀਂ।	Nothing. ਨਥਿੰਗ.
12. ਇਹ ਮੈਂ ਕਿਸ ਤਰ੍ਹਾਂ ਕਰ ਸਕਦਾ ਹਾਂ!	How can I do this! ਹਾਊ ਕੈਨ ਆਈ ਡੂ ਦਿਸ!
13. ਮੇਰੇ ਤੋਂ ਇਹ ਕੰਮ ਨਹੀਂ ਹੋਣਾ।	I cannot do this. ਆਈ ਕੈਨਨੱਟ ਡੂ ਦਿਸ.
14. ਇਹ ਨਹੀਂ ਹੋ ਸਕਦਾ।	It cannot be. ਇਟ ਕੈਨ ਨੱਟ ਬੀ.
15. ਮੈਂ ਸਹਿਮਤ ਨਹੀਂ।	I do not agree. ਆਈ ਡੂ ਨੱਟ ਐਗ੍ਰੀ.
16. ਇਹ ਸੱਚ ਨਹੀਂ।	This is not true. ਦਿਸ ਇਜ਼ ਨੱਟ ਟਰੂ.
17. ਮੈਂ ਇਨਕਾਰ ਕਰਦਾ ਹਾਂ।	I refuse. ਆਈ ਰਿਫ਼ਊਜ਼.
18. ਤੁਹਾਨੂੰ ਇਸ ਗੱਲ ਦੀ ਇਜਾਜ਼ਤ ਨਹੀਂ ਦੇਣੀ ਚਾਹੀਦੀ।	You should not allow this. ਯੂ ਸੁਡ ਨੱਟ ਅਲਾਉ ਦਿਸ.
19. ਦੂਜਿਆਂ ਦੀ ਨਿੰਦਿਆ ਨਾ ਕਰੋ।	Do not find faults with others. ਡੂ ਨੱਟ ਫਾਇੰਡ ਫ਼ੌਲਟਸ ਵਿਦ ਅੱਦਰਸ.
20. ਆਪਣੇ ਧਨ ਦਾ ਘਮੰਡ ਨਾ ਕਰੋ।	Do not be proud of your riches. ਡੂ ਨੱਟ ਬੀ ਪ੍ਰਾਉਡ ਔਫ਼ ਯੂਅਰ ਰਿਚਿਜ਼.
21. ਕਿਸੇ ਨੂੰ ਧੋਖਾ ਨਾ ਦਿਉ।	Don't cheat anybody. ਡੋਂਟ ਚੀਟ ਐਨੀਬੱਡੀ.
22. ਲੰਮੀ ਘਾ ਉਤੇ ਨਾ ਤੁਰੋ।	Do not tread on the long grass. ਡੂ ਨੱਟ ਟ੍ਰੈਡ ਔਨ ਦ ਲੌਂਗ ਗ੍ਰਾਸ.
23. ਜ਼ਿੱਦੀ ਨਾ ਬਣੋ।	Do not be obstinate. ਡੂ ਨੱਟ ਬੀ ਔਬਸ੍ਟੀਨੇਟ.
24. ਮੈਂ ਇਹ ਖ਼ਰਚਾ ਨਹੀਂ ਚੁੱਕ ਸਕਦਾ।	Sorry, I can't afford. ਸੌਰੀ ਆਈ ਕਾਂਟ ਅਫੋਰਡ.

25. ਮੇਰੇ ਕੋਲ ਭਾਣ ਨਹੀਂ ਹੈ । — Sorry, I don't have any change.

26. ਮੈਂ ਗਾਉਣਾ ਨਹੀਂ ਜਾਣਦਾ । — I don't know how to sing. ਆਈ ਡੋਂਟ ਨੋ ਹਾਊ ਟੂ ਸਿੰਗ.

27. ਗੁੱਸਾ ਨਾ ਕਰੋ । — Don't be angry. ਡੋਂਟ ਬੀ ਐਂਗ੍ਰੀ,

28. ਕਿਸੇ ਨਾਲ ਕੌੜਾ ਬੋਲ ਨਾ ਬੋਲੋ । — Do not use harsh words with anybody.
ਡੂ ਨੌਟ ਯੂਜ਼ ਹਾਰ੍ਸ਼ ਵਰ੍ਡ੍ਸ ਵਿਦ ਐਨੀਬੌਡੀ.

29. ਬੁਜ਼ਦਿਲੀ ਨਾ ਦਿਖਾਓ । — Do not play a coward. ਡੂ ਨੌਟ ਪ੍ਲੇ ਏ ਕੌਵਰ੍ਡ.

30. ਕਾਹਲੀ ਨਾ ਕਰੋ । — Do not be rash. ਡੂ ਨੌਟ ਬੀ ਰੈਸ਼.

18. ਸਹਿਮਤੀ — CONSENT (ਕਨਸੈਂਟ)

1. ਜੋ ਆਪ ਦੀ ਮਰਜ਼ੀ । — As you like. ਐਜ਼ ਯੂ ਲਾਇਕ.

2. ਇਹ ਬਿਲਕੁਲ ਠੀਕ ਹੈ । — This is quite right. ਦਿਸ ਇਜ਼ ਕ੍ਵਾਇਟ ਰਾਇਟ.

3. ਆਪ ਦਾ ਕਹਿਣਾ ਠੀਕ ਹੈ । — You are right. ਯੂ ਆਰ ਰਾਇਟ.

4. ਮੈਨੂੰ ਕੋਈ ਇਤਰਾਜ਼ ਨਹੀਂ । — I have no objection. ਆਈ ਹੈਵ ਨੋ ਔਬ੍ਜੈਕ੍ਸ਼ਨ.

5. ਕੋਈ ਹਰਜ ਨਹੀਂ । — It does not matter. ਇਟ ਡਜ਼ ਨਾਟ ਮੈਟਰ.

6. ਅਜਿਹਾ ਹੀ ਹੋਵੇਗਾ । — It will be so. ਇਟ ਵਿਲ ਬੀ ਸੋ.

7. ਮੈਂ ਸਹਿਮਤ ਹਾਂ । — I agree. ਆਈ ਐਗ੍ਰੀ.

8. ਮੈਂ ਤੁਹਾਡੇ ਨਾਲ ਪੂਰੀ ਤਰ੍ਹਾਂ ਸਹਿਮਤ ਹਾਂ । — I entirely agree with you.
ਆਈ ਏਨ੍ਟਾਇਰ੍ਲੀ ਐਗ੍ਰੀ ਵਿਦ ਯੂ.

9. ਸੱਚਮੁੱਚ, ਉਸ ਨੇ ਹਾਈ ਸਕੂਲ ਪਾਸ ਕਰਨ ਦੀਆਂ ਸਾਰੀਆਂ ਆਸਾਂ ਛੱਡ ਦਿੱਤੀਆਂ ਹਨ । — Of course, he gave up all hope of passing high school. ਔਫ ਕੋਰ੍ਸ, ਹੀ ਗੇਵ ਅਪ ਆਲ ਹੋਪ ਔਫ ਪਾਸਿੰਗ ਹਾਈ ਸਕੂਲ.

10. ਹਾਂ, ਇਹ ਸੱਚ ਹੈ । — Yes, that is true. ਯੇਸ, ਦੈਟ ਇਜ਼ ਟਰੂ.

11. ਸਗੋਂ ਇਹ ਖ਼ੁਸ਼ੀ ਦੀ ਗੱਲ ਹੈ । — It is rather a matter of pleasure.
ਇਟ ਇਜ਼ ਰਾਦਰ ਏ ਮੈਟਰ ਔਫ ਪ੍ਲੇਜ਼ਰ.

12. ਮੈਂ ਆਪ ਦੀ ਸਲਾਹ ਅਨੁਸਾਰ ਕੰਮ ਕਰਾਂਗਾ । — I shall act according to your advice.
ਆਈ ਸ਼ੈਲ ਐਕ੍ਟ ਅਕੌਰ੍ਡਿੰਗ ਟੂ ਯੁਅਰ ਐਡਵਾਇਸ.

13. ਮੈਂ ਤੁਹਾਡਾ ਸੱਦਾ-ਪੱਤਰ ਸਵੀਕਾਰ ਕਰਦਾ ਹਾਂ । — I accept your invitation. ਆਈ ਐਕ੍ਸੈਪ੍ਟ ਯੂਅਰ ਇਨ੍ਵਿਟੇਸ਼ਨ.

14. ਮੈਂ ਇਸ ਦੇ ਲਈ ਰਜ਼ਾਮੰਦ ਹਾਂ । — I consent to this. ਆਈ ਕੌਨ੍ਸੈਂਟ ਟੂ ਦਿਸ.

15. ਆਪਣੇ ਪਿਤਾ ਜੀ ਦਾ ਆਖਾ ਮੰਨੋ । — Do your father's bidding. ਡੂ ਯੂਅਰ ਫ਼ਾਦਰ੍'ਸ ਬਿਡਿੰਗ.

16. ਮੈਂ ਆਪਣੇ-ਆਪ ਨੂੰ ਤੁਹਾਡੇ ਉੱਤੇ ਲੱਦਣ ਦੀ ਕੋਸ਼ਿਸ਼ ਨਹੀਂ ਕਰ ਰਿਹਾ । — I am not trying to impose myself on you.
ਆਈ ਐਮ ਨੌਟ ਟ੍ਰਾਇੰਗ ਟੂ ਇਮ੍ਪੋਜ਼ ਮਾਈਸੇਲ੍ਫ਼ ਔਨ ਯੂ.

17. ਤੁਸੀਂ ਮੇਰੇ ਨਾਲ ਸਹਿਮਤ ਨਹੀਂ ਲਗਦੇ । — You do not seem to agree with me.
ਯੂ ਡੂ ਨੌਟ ਸੀਮ ਟੂ ਐਗ੍ਰੀ ਵਿਦ ਮੀ ।

18. ਕੀ ਤੁਹਾਡਾ ਵੀ ਇਹੀ ਵਿਚਾਰ ਹੈ ? — Do you also hold this view ?
ਡੂ ਯੂ ਆਲਸੋ ਹੋਲ੍ਡ ਦਿਸ ਵਿਯੂ.
OR
Are you of the same view ? ਆਰ ਯੂ ਔਫ ਦ ਸੇਮ ਵਿਯੂ.

19. ਦੁਖ — SADNESS (ਸੈਡਨੇੱਸ)

1. ਖਿਮਾ ਕਰੋ / ਮਾਫ਼ ਕਰੋ / ਮੁਆਫ਼ੀ ਚਾਹੁੰਦਾ ਚਾਹੁੰਦਾ ਹਾਂ । — Excuse me/Forgive me. ਏਕ੍ਸਕਯੂਜ਼ ਮੀ/ਫ਼ੱਾਰ ਗਿਵ ਮੀ.
2. ਖੇਦ ਹੈ ਮੇਰੀ ਵਜਹ ਨਾਲ ਤੁਹਾਨੂੰ ਤਕਲੀਫ਼ ਹੋਈ । — I'm very sorry, you have had to suffer on my account. ਆਈ ਐਮ ਵੇਰੀ ਸੱਾਰੀ, ਯੂ ਹੈਵ ਹੈਡ ਟੂ ਸੱਫ਼ਰ ਆੱਨ ਮਾਈ ਅਕਾਉਂਟ.
3. ਇਹ ਸੁਣ ਕੇ ਮੈਨੂੰ ਬੜਾ ਦੁਖ ਹੋਇਆ । — I'm very sorry to hear this. ਆਈ ਐਮ ਵੇਰੀ ਸੱਾਰੀ ਟੂ ਹਿਅਰ ਦਿਸ.
4. ਮੇਰੀ ਹਮਦਰਦੀ ਤੁਹਾਡੇ ਨਾਲ ਹੈ । — You have all my sympathy. ਯੂ ਹੈਵ ਆਲ ਮਾਈ ਸਿਮ੍ਪੈਥੀ.

ਯਾਦ ਰਖਣ ਲਈ (To Remember)

*Give ਦਾ ਅਰਥ ਹੈ ਦੇਣਾ। ਹੁਣ ਦੇਖੋ Prepositions ਦਾ ਕਮਾਲ। Give up ਦਾ ਅਰਥ ਹੈ—ਛੱਡ ਦੇਣਾ—Maulana Abdul gave up all hope of recovering from his illness. (ਮੌਲਾਨਾ ਅਬਦੁਲ ਨੇ ਆਪਣੀ ਬੀਮਾਰੀ ਤੋਂ ਛੁਟਕਾਰਾ ਪਾਉਣ ਦੀ ਸਾਰੀ ਆਸ ਛੱਡ ਦਿਤੀ)। Give in=ਹਾਰਨਾ—Inspite of Akbar's larger resources Maharana Partap refused to give in. (ਅਕਬਰ ਦੇ ਵਧੇਰੇ ਸਾਧਨ ਹੋਣ ਦੇ ਬਾਵਜੂਦ ਮਹਾਰਾਣਾ ਪ੍ਰਤਾਪ ਨੇ ਹਾਰ ਮੰਨਣ ਤੋਂ ਇਨਕਾਰ ਕਰ ਦਿਤਾ) ਏਸੇ ਤਰ੍ਹਾਂ give away=ਵੰਡਣਾ—The Principal gave away the prizes. (ਪ੍ਰਿੰਸੀਪਲ ਸਾਹਿਬ ਨੇ ਇਨਾਮ ਵੰਡੇ), ਕੁਝ ਹੋਰ ਅਰਥ ਦੇਖੋ—give way=ਬੈਠਣਾ (ਜ਼ਿਆਦਾ ਭਾਰ ਨਾਲ ਦੱਬ ਕੇ ਜਿਵੇਂ ਪੁਲ ਆਦਿ ਦਾ ਬੈਠਣਾ) give out=ਦੱਸਣਾ, ਪਰਗਟ ਕਰਨਾ, give off=ਛੱਡਣਾ, give ear=ਸੁਣਨਾ, give a piece of one's mind=ਵਿਚਾਰ ਦੱਸਣਾ, give oneself airs=ਆਪਣੀ ਹਵਾ ਬੰਨਣੀ, give chase=ਪਿੱਛਾ ਕਰਨਾ, give around=ਪਿੱਛੇ ਹਟਣਾ ਆਦਿ।

39 ਉਨਤਾਲੀਵਾਂ ਦਿਨ th day

20. ਝਗੜਾ QUARREL (ਕ੍ਵੇਰਲ)

1. ਤੁਸੀਂ ਆਪੇ ਤੋਂ ਬਾਹਰ ਕਿਉਂ ਹੋ ਰਹੇ ਹੋ । Why are you losing* temper ? ਵਾਈ ਆਰ ਯੂ ਲੂਸਿੰਗ ਟੈਮ੍ਪਰ ?
2. ਖ਼ਬਰਦਾਰ, ਇਹ ਦੁਬਾਰਾ ਮੂੰਹੋਂ ਨਾ ਕਢਣਾ । Beware, do not utter it again ? ਬੀਵੇਅਰ, ਡੂ ਨੌਟ ਅੱਟਰ ਇਟ ਅਗੇਨ.
3. ਤੂੰ ਬੜੇ ਚਿੜਚਿੜੇ ਸੁਭਾ ਵਾਲਾ ਏਂ । You are very short-tempered. ਯੂ ਆਰ ਵੈਰੀ ਸ਼ੌਰਟ-ਟੈਮ੍ਪਰ੍ਡ
4. ਉਸ ਨੇ ਮੇਰਾ ਨੱਕ-ਦਮ ਕੀਤਾ ਹੋਇਆ ਹੈ ।* He has got on my nerves. ਹੀ ਹੈਜ਼ ਗੱਟ ਔਨ ਮਾਈ ਨਰਵ੍ਸ.
5. ਜੋ ਹੋਣਾ ,ਏ ਹੋ ਜਾਵੇ । Come what may. ਕਮ ਵੱਟ ਮੇ.
6. ਮੈਂ ਤੁਹਾਡਾ ਕੀ ਵਿਗਾੜਿਆ ਹੈ ? What harm have I done to you ? ਵੱਟ ਹਾਰਮ ਹੈਵ ਆਈ ਡਨ ਟੂ ਯੂ ?
7. ਤੈਨੂੰ ਆਪਣਾ-ਆਪ ਸੁਧਾਰਨਾ ਪਵੇਗਾ । You shall have to mend your ways. ਯੂ ਸ਼ੈਲ ਹੈਵ ਟੂ ਮੇਂਡ ਯੁਅਰ ਵੇਜ਼.
8. ਕਿਉਂ ਇਸ ਨਾਲ ਫ਼ਜ਼ੂਲ ਦਾ ਝਗੜਾ ਮੁੱਲ ਲੈਂਦੇ ਹੋ ? Why do you pick a quarrel with him for nothing ? ਵਾਈ ਡੂ ਯੂ ਪਿਕ ਏ ਕ੍ਵੇਰਲ ਵਿਦ ਹਿਮ ਫ਼ੌਰ ਨਥਿੰਗ ?
9. ਜੋਸ਼ ਵਿਚ ਨਾ ਆਓ । Don't be excited. ਡੋਂਟ ਬੀ ਏਕ੍ਸਾਇਟਿਡ.
10. ਹੁਣ ਕਿਸੇ ਵੀ ਤਰ੍ਹਾਂ ਗੱਲ ਨੂੰ ਖ਼ਤਮ ਕਰੋ । Settle the matter now somehow or the other. ਸੈਟਲ ਦ ਮੈਟਰ ਸਮਹਾਊ ਔਰ ਦੀ ਅਦਰ.
11. ਕੀ ਤੁਹਾਡੀ ਸੁਰਤ ਟਿਕਾਣੇ ਹੈ ? Are you in your senses ? ਆਰ ਯੂ ਇਨ ਯੁਅਰ ਸੈਂਸਿਜ਼ ?
12. ਮੇਰੀਆਂ ਅੱਖਾਂ ਤੋਂ ਦੂਰ ਹੋ ਜਾਓ ।** Get out of my sight ! ਗੇਟ ਆਉਟ ਔਫ਼ ਮਾਈ ਸਾਇਟ!
13. ਤੁਹਾਡਾ, ਸਾਡੀਆਂ ਗੱਲਾਂ ਨਾਲ ਕੋਈ ਮਤਲਬ ਨਹੀਂ । You have no concern with our affairs ! ਯੂ ਹੈਵ ਨੋ ਕਨਸਰ੍ਨ ਵਿਦ ਅਵਰ ਅੱਫ਼ੇਅਰ੍ਸ !
14. ਗੱਲ ਨੂੰ ਜ਼ਿਆਦਾ ਨਾ ਵਧਾਓ । Don't stretch matters. ਡੋਂਟ ਸਟ੍ਰੈਚ ਮੈਟਰ੍ਸ.
15. ਜਹੰਨੁਮ ਵਿਚ ਜਾਓ । Go to hell. ਗੋ ਟੂ ਹੈਲ.
16. ਇਨ੍ਹਾਂ ਨੂੰ ਦੋਹਾਂ ਪੱਖਾਂ ਵਿਚ ਫੈਸਲਾ ਕਰਾਉਣ ਦਿਓ । Let him arbitrate between the two parties. ਲੇਟ ਹਿਮ ਆਰਬੀਟ੍ਰੇਟ ਬਿਟਵਿਨ ਦ ਟੂ ਪਾਰਟੀਜ਼.
17. ਝਗੜੇ ਦਾ ਫ਼ੈਸਲਾ ਹੋ ਗਿਆ । The quarrll is settled. ਦ ਕ੍ਵੈਰਲ ਇਜ਼ ਸੈਟਲ੍ਡ. OR The matter ends ! ਦੀ ਮੈਟਰ ਏਨ੍ਡ੍ਜ !

18. ਹੁਣ ਇਕ ਦੂਜੇ ਨਾਲ ਮੇਲ ਕਰ ਲਓ। Now make up with each other.
ਨਾਓ ਮੇਕ ਅਪ ਵਿਦ ਈਚ ਅਦਰ.

21. ਖਿਮਾ-ਬੇਨਤੀ APOLOGIES (ਅਪੱਾਲੱਾਜੀਜ਼)

1. ਤੁਸੀਂ ਨਾਰਾਜ਼ ਹੋ ਗਏ ? Are you angry ? ਆਰ ਯੂ ਐਂਗ੍ਰੀ ?
2. ਮੈਂ ਤਾਂ ਮਜ਼ਾਕ ਕਰ ਰਿਹਾ ਸੀ। I was just joking. ਆਈ ਵਾਸ ਜਸਟ ਜੋਕਿੰਗ.
3. ਖਿਮਾ ਕਰਨਾ, ਮੈਂ ਸਮੇਂ ਸਿਰ ਨਹੀਂ ਪੁੱਜ ਸਕਿਆ। Please excuse me, I could not come in time. ਪ੍ਲੀਜ਼ ਏਕ੍ਸਕ੍ਯੂਜ਼ ਮੀ, ਆਈ ਕੁਡ ਨੱਾਟ ਕਮ ਇਨ ਟਾਈਮ.
4. ਇਹ ਜਾਣ ਕੇ ਮੈਨੂੰ ਦੁੱਖ ਹੋਇਆ। I was pained to hear this. ਆਈ ਵਾਜ਼ ਪੇਂਡ ਟੂ ਹੀਅਰ ਦਿਸ,
5. ਕੋਈ ਭੁੱਲ ਹੋ ਗਈ ਹੋਵੇ ਤਾਂ ਖਿਮਾ ਕਰਨੀ। Excuse me if there has been any mistake. ਏਕ੍ਸਕ੍ਯੂਜ਼ ਮੀ ਇਫ਼ ਦੇਅਰ ਹੈਜ਼ ਬੀਨ ਐਨੀ ਮਿਸ੍ਟੇਕ.
6. ਮੈਂ ਤੁਹਾਥੋਂ ਮਾਫ਼ੀ ਚਾਹੁੰਦਾ ਹਾਂ। I beg your pardon. ਆਈ ਬੇਗ ਯੂਅਰ ਪਾਰ੍ਡਨ.
7. ਮੇਰੇ ਅਸ਼ੁਧ ਉਚਾਰਨ ਲਈ ਮਾਫ਼ ਕਰੋ। Please excuse my incorrect pronunciation. ਪ੍ਲੀਜ਼ ਏਕ੍ਸਕ੍ਯੂਜ਼ ਮਾਈ ਇਨਕਰੇਕ੍ਟ ਪ੍ਰੋਨੱਾਨਸਿਏਸ਼ਨ.
8. ਸ਼੍ਰੀਮਾਨ, ਗੱਲ ਟੋਕਣ ਲਈ ਮੈਨੂੰ ਮਾਫ਼ ਕਰਨਾ। Forgive me for interrupting you, Sir ! ਫ਼ੱਾਰਗਿਵ ਮੀ ਫ਼ੱਾਰ ਇਟਰਪਟਿੰਗ ਯੂ ਸਰ !
9. ਖਿਮਾ ਕਰਨਾ, ਮੈਂ ਟੈਲੀਫ਼ੋਨ ਨਹੀਂ ਕਰ ਸਕਿਆ। Forgive me for not giving you a ring. ਫ਼ੱਾਰਗਿਵ ਮੀ ਫ਼ੱਾਰ ਨੱਾਟ ਗਿਵਿੰਗ ਯੂ ਏ ਰਿੰਗ,
10. ਮੇਰੀ ਵਲੋਂ ਖਿਮਾ ਮੰਗ ਲੈਣੀ। Make my apologies. ਮੇਕ ਮਾਈ ਅਪੱਾਲੱਾਜੀਜ਼.
11. ਮਾਫ਼ੀ ਨਾ ਮੰਗੋ। ਕੋਈ ਗੱਲ ਨਹੀਂ। Don't apologise. It does not matter. ਡੋਂਟ ਅਪੱਾਲੋਜਾਈਜ਼. ਇਟ ਡਜ਼ ਨੱਾਟ ਮੈਟਰ.
12. ਇਹ ਤਾਂ ਮਹਿਜ਼ ਗਲਤੀ ਨਾਲ ਹੋ ਗਿਆ। It was merely by mistake. ਇਟ ਵਾਜ਼ ਮੇਅਰਲੀ ਬਾਈ ਮਿਸਟੇਕ.
13. ਮੈਨੂੰ ਬੜਾ ਅਫ਼ਸੋਸ ਹੈ। I am very sorry. ਆਈ ਐਮ ਵੈਰੀ ਸੱਾਰੀ.
14. ਕੋਈ ਨੁਕਸਾਨ ਨਹੀਂ ਹੋਇਆ। ਰਤਾ ਵੀ ਨਹੀਂ। There is no harm done. Not the least. ਦੇਅਰ ਇਜ਼ ਨੋ ਹਾਰ੍ਮ ਡਨ. ਨੱਾਟ ਦ ਲੀਸ੍ਟ.
15. ਜੇ ਅਣਜਾਣੇ ਮੈਂ ਤੁਹਾਨੂੰ ਦੁੱਖ ਪਹੁੰਚਾਇਆ ਹੈ ਤਾਂ ਮੈਨੂੰ ਖੇਦ ਹੈ। I am very sorry if I have unwittingly hurt you. ਆਈ ਐਮ ਵੈਰੀ ਸੱਾਰੀ ਇਫ਼ ਆਈ ਹੈਵ ਅਨਵਿਟਿੰਗਲੀ ਹਰ੍ਟ ਯੂ.
16. ਇਹ ਅਣਜਾਣੇ ਵਿਚ ਹੋ ਗਿਆ ਸੀ। It was done inadvertently. ਇਟ ਵਾਜ਼ ਡਨ ਨਿਐਡਵਰ੍ਟੇਂਟਲੀ,
17. ਇਹ ਤੁਹਾਡਾ ਦੋਸ਼ ਨਹੀਂ ਸੀ। It was not your fault. ਇਟ ਵਾਜ਼ ਨੱਾਟ ਯੂਅਰ ਫ਼ੱਾਲ੍ਟ.
18. ਮੈਨੂੰ ਬੇਹੱਦ ਅਫ਼ਸੋਸ ਹੈ ਕਿ ਤੁਹਾਨੂੰ ਇੰਨੀ ਦੇਰ ਤਕ ਮੇਰੀ ਉਡੀਕ ਕਰਨੀ ਪਈ। I am awfully sorry to have kept you waiting to long. ਆਈ ਐਮ ਅੱਾਵ੍ਫ਼ੁਲੀ ਸੱਾਰੀ ਟੂ ਹੈਵ ਕੇਪ੍ਟ ਯੂ ਵੇਟਿੰਗ ਸੋ ਲੱਾਨ੍ਗ.
19. ਕੋਈ ਹਰਜ ਨਹੀਂ। That's all right, ਚੈਟ੍ਸ ਆਲ ਰਾਇਟ,

22. ਗੁੱਸਾ ANGER (ਐਂਗਰ)

1. ਤੁਹਾਨੂੰ ਸ਼ਰਮ ਆਉਣੀ ਚਾਹੀਦੀ ਹੈ—ਨਿਕਲ ਜਾਓ । You should be ashamed of yourself/Get lost. ਯੂ ਸ਼ੁਡ ਬੀ ਅਸ਼ੇਮੁਡ ਔੱਫ ਯੂਅਰ ਸੈਲੁਫ/ਗੇਟ ਲੱਸੁਟ.
2. ਤੈਨੂੰ ਸ਼ਰਮ ਆਉਣੀ ਚਾਹੀਦੀ ਹੈ । You should be ashamed of yourself. ਯੂ ਸ਼ੁਡ ਬੀ ਅਸ਼ੇਮੁਡ ਔੱਫ ਯੂਅਰਸੇਲੁਫ.
3. ਤੂੰ ਬੜਾ ਚਲਦਾ ਪੁਰਜ਼ਾ ਏਂ । You are really a cool customer. ਯੂ ਆਰ ਰੀਅਲੀ ਏ ਕੂਲ ਕਸੁਟਮਰ.
4. ਤੂੰ ਬੜਾ ਚਾਲੂ ਬੰਦਾ ਏਂ । You are a very slippery character. ਯੂ ਆਰ ਏ ਵੈਰੀ ਸੁਲਿਪਰੀ ਕਰੇਕੁਟਰ.
5. ਲਾਨਤ ਹੈ ਤੇਰੇ ਤੇ । Shame on you. ਸ਼ੇਮ ਔੱਨ ਯੂ.
6. ਤੂੰ ਬੜਾ ਖ਼ਤਰਨਾਕ ਬੰਦਾ ਏਂ । ਤੂੰ ਬੜਾ ਚਲਾਕ ਬੰਦਾ ਏਂ । You are a horrible men/you are just too cunning. ਯੂ ਆਰ ਏ ਹੱਰੀਬਲ ਮੈਨ/ਯੂ ਆਰ ਜਸੁਟ ਟੂ ਕਨਿੰਗ.
7. ਮੈਂ ਮੁੜ ਤੇਰੀ ਸੂਰਤ ਨਹੀਂ ਦੇਖਣਾ ਚਾਹੁੰਦਾ । I don't want to see your face again. ਆਈ ਡੋਂਟ ਟੂ ਸੀ ਯੂਅਰ ਫੇਸ ਅਗੇਨ.
8. ਬਕ-ਬਕ ਨਾ ਕਰੋ । Don't talk nonsence/Stop yapping. ਡੋਂਟ ਟਾਕ ਨੱਨਸੇਂਸ/ ਸਟੱਪ ਯਾਪਿੰਗ.
9. ਇਹ ਸਾਰੀ ਤੇਰੀ ਕਰਤੂਤ ਹੈ । It's all your doing. ਇਟ ਇਜ਼ ਆਲ ਯੂਅਰ ਡੂਇੰਗ ।
10. ਇਹ ਸਾਰਾ ਤੇਰਾ ਕੀਤਾ ਕਰਾਇਆ ਹੈ । This is all your doing. ਦਿਸ ਇਜ਼ ਆਲ ਯੂਅਰ ਡੂਇੰਗ.
11. ਤੁਸੀਂ ਇਸ ਤੋਂ ਬਚ ਨਹੀਂ ਸਕਦੇ । You can't get away with this. ਯੂ ਕਾਂਟ ਗੈਟ ਅਵੇ ਵਿਦ ਦਿਸ.
12. ਤੈਨੂੰ ਕਦੀ ਮਾਫ਼ ਨਹੀਂ ਕੀਤਾ ਜਾ ਸਕਦਾ । You can never be forgiven for this. ਯੂ ਕੈਨ ਨੈਵਰ ਬੀ ਫੱਰਗਿਵਨ ਫ਼ੱਰ ਦਿਸ.
13. ਇਸ ਦੇ ਦੋਸ਼ੀ ਤੁਸੀਂ ਹੋ । You are to blame for this. ਯੂ ਆਰ ਟੂ ਬੁਲੇਮ ਫੱਰ ਦਿਸ.

ਯਾਦ ਰਖਣ ਲਈ (To Remember)

* ਉੱਚਾਰਣ ਦੀ ਦ੍ਰਿਸ਼ਟੀ ਨਾਲ lose ਲੂਜ਼ (ਗੁਆਉਣਾ) ਤੇ loose (ਢਿੱਲਾ) ਇਕੋ ਜਿਹੇ ਹਨ ਪਰ ਅਰਥ ਵਖਰੇ-ਵਖਰੇ ਹਨ। ਅਸੀਂ ਪੰਜਾਬੀ ਉੱਚਾਰਣ ਦੇ ਅਨੁਸਾਰ Spelling ਕਰਣ ਦੀ ਆਦੀ ਹੋਣ ਕਰਕੇ lose ਦੀ ਥਾਂ loose, [goose (ਬਤੱਖ), noose (ਫਾਂਸੀ ਦਾ ਫੰਦਾ) ਵਾਂਗ] ਲਿਖ ਦਿੰਦੇ ਹਾਂ। ਇਸ ਗ਼ਲਤੀ ਤੋਂ ਬਚੋ।

** Get ਗੇਟ (ਪ੍ਰਾਪਤ ਕਰਨਾ) ਕਿਰਿਆ ਦੇ ਨਾਲ ਅੱਡ ਅੱਡ ਸੰਬੰਧਕ (prepositions) ਲੱਗ ਜਾਣ ਤੇ ਕਿੰਨੇ ਹੀ ਅਰਥ ਬਣ ਜਾਂਦੇ ਹਨ ਜਿਵੇਂ—He gets about with difficulty since his illness. (ਆਪਣੀ ਬੀਮਾਰੀ ਦੇ ਸਮੇਂ ਤੋਂ ਉਹ ਮੁਸ਼ਕਲ ਨਾਲ ਤੁਰਦਾ-ਫਿਰਦਾ ਹੈ)। Get back—ਵਾਪਸ ਆਉਣਾ—When will you get back? (ਤੁਸੀਂ ਕਦੋਂ ਵਾਪਸ ਆਉਗੇ ?) get down—ਉਤਰਨਾ—She climbed the tree but then couldn't get down again. (ਉਹ ਦਰਖਤ ਉੱਤੇ ਚੜ੍ਹ ਤਾਂ ਗਈ ਪਰੰਤੂ ਮੁੜ ਉਤਰ ਨਹੀਂ ਸਕੀ)। Get going—ਸ਼ੁਰੂ ਕਰਨਾ—They wanted to get going on the construction of the house. (ਉਹ ਮਕਾਨ ਬਣਾਉਣਾ ਸ਼ੁਰੂ ਕਰਨਾ ਚਾਹੁੰਦੇ ਸੀ) ਏਸੇ ਤਰ੍ਹਾਂ—get in=ਅੰਦਰ ਆਉਣਾ, get off=ਯਾਤਰਾ ਸ਼ੁਰੂ ਕਰਨਾ He got off the noon train (ਉਹ ਦੁਪਹਿਰ ਦੀ ਗੱਡੀ ਚਲਾ ਗਿਆ)। get out—ਨਿਕਲਣਾ, get up—ਸੌਂ ਕੇ ਜਾਗਣਾ, get together—ਇਕੱਠੇ ਹੋਣਾ, get through—ਸਫਲ ਹੋਣਾ—He got through his examination (ਉਹ ਆਪਣੀ ਪਰੀਖਿਆ ਵਿਚ ਸਫਲ ਹੋ ਗਿਆ)।

40 ਚਾਲੀਵਾਂ ਦਿਨ th day

ਏਥੇ ਕੁਝ Tests ਦਿਤੇ ਗਏ ਹਨ।

ਆਓ, ਇਹਨਾਂ ਰਾਹੀਂ ਹੁਣ ਤੁਸੀਂ ਆਪਣੀ ਯੋਗਤਾ ਨੂੰ ਪਰਖੋ। ਵੀਹ ਵਾਕਾਂ ਦੇ ਵੀਹ ਨੰਬਰ ਹਨ। ਜੇ ਤੁਹਾਡੇ 16 ਜਾਂ ਇਸ ਤੋਂ ਵਧ ਵਾਕ ਠੀਕ ਹੋਣ ਤਾਂ ਤੁਹਾਡੀ ਹਾਲਤ ਬਹੁਤ ਚੰਗੀ (very good), 12 ਜਾਂ ਇਸ ਤੋਂ ਵਧ ਵਾਕ ਠੀਕ ਹੋਣ ਤਾਂ ਚੰਗੀ (fair) ਹੈ।

31 ਤੋਂ 35 ਦਿਨ

TEST No. 1

I. ਹੇਠਾਂ ਕੁਝ ਵਾਕ ਦਿਤੇ ਗਏ ਹਨ, ਇਹਨਾਂ ਵਿਚ ਕੋਈ ਨਾ ਕੋਈ ਇਹੋ ਜਿਹੀ ਅਸ਼ੁਧੀ ਹੈ ਜਿਹੜੀ ਕਿ ਲਿਖਣ ਜਾਂ ਬੋਲਣ ਵਿਚ ਲੋਕ ਅਕਸਰ ਕਰਦੇ ਹਨ। ਤੁਸੀਂ ਇਨ੍ਹਾਂ ਨੂੰ ਸ਼ੁਧ ਕਰੋ। ਫੇਰ 31 ਤੋਂ 35 ਦਿਨਾਂ ਦੇ ਵਾਕਾਂ ਨਾਲ ਮਿਲਾ ਕੇ ਦੇਖੋ ਅਤੇ ਸਮਝੋ ਕਿ ਇਸ ਦੇ ਪਿਛੇ ਕਿਹੜੇ ਨਿਯਮ ਹਨ। (ਵਿਸ਼ੇ ਸੰਖਿਆ ਅਤੇ ਵਾਕ ਸੰਖਿਆਵਾਂ ਵਾਕਾਂ ਦੇ ਨਾਲ ਦਿੱਤੀਆਂ ਗਈਆਂ ਹਨ)—

1. Would you like to come with us to cineme ? (31 : 1/5). 2. Let us go through bus. (31 : 1/7). 3. No, I don't know to play them. (31 : 1/12). 4. Have good journey. (31 : 2/15). 5. Im fine, by Gods grace. (31 : 2/4). 6. Much thanks. (3 : 1). 7. We wish you happy new year. (4 : 1). 8. Congratulations for your success. (4 : 6). 9. Please wake up him. (7 : 6). 10. Let me do work. (7 : 9). 11. Please give me pencil and piece of paper. (7 : 12). 12. What sweet dishes you have ? (8 : 10). 13. Have little more. (8 : 16). 14. Are you vegetarian ? (8 : 27). 15. He is glutton, (8 : 51). 16. When you have dinner ? (9 : 11). 17. You are a half hour late. (9 : 36). 18. Can I disturb you ? (10 : 17). 19. Tell the truth and speak no lies. (11 : 3). 20. Not down this (11 : 36).

TEST No. 2

II. ਹੇਠਾਂ ਜੋ ਵਾਕ ਦਿਤੇ ਗਏ ਹਨ, ਇਹ ਪਿਛਲੇ ਦਿਨਾਂ ਵਿਚ ਤੁਸੀਂ ਥੋੜੇ-ਬਹੁਤ ਪਰਿਵਰਤਨ ਨਾਲ ਦੇਖੇ ਹਨ। ਹੁਣ ਤੁਸੀਂ ਇਹਨਾਂ ਨੂੰ ਧਿਆਨ ਨਾਲ ਪੜ੍ਹ ਅਤੇ ਗਲਤੀ ਦਾ ਕਾਰਣ ਜਾਣ ਕੇ ਉਸ ਦਾ ਸੁਧਾਰ ਕਰੋ। (ਵਾਕ ਦੇ ਨਾਲ Topic No. ਅਤੇ Sentence No. ਦਿੱਤਾ ਗਿਆ ਹੈ।

1. Do not write in pencil; please write with pen. (12 : 59-60); 2. Chew your food good (12 : 77); 3. You must guard bad habits. (12 : 88); 4. Ask there is any difficulty. (13 : 11); 5. Its pity. (14 : 1); 6: May God give you strength. (14 : 8); 7. Whom I should trust ? (15 : 12); 8. He is duffer. (15 : 22); 9. I can't accept what do you say. (17 : 1); 10. How I can do this ! (17 : 12); 11. Do not boast your wealth. (17 : 20); 12. Do not walk at the long grass.(17 : 22); 13. I don't know to sing.(17 : 26); 14. Don't angry. (17 : 27); 15. Do not rash. (17 : 30); 16. Yes, that is truth. (18 : 10); 17. I shell act according to your advices. (17 : 12); 18. It was merely with mistake. (19 : 12); 19. Forgive me to interrupt you sir ! (21 : 8); 20. Here is no harm done: Not on the least. (21 : 14).

TEST No. 3

III. ਹੇਠਾਂ ਦਿਤੇ ਵਾਕਾਂ ਵਿਚ ਕੁਝ ਨਾ ਕੁਝ ਅਸ਼ੁੱਧੀ ਹੈ । ਇਹਨਾਂ ਨੂੰ ਸ਼ੁਧ ਕਰਕੇ ਲਿਖੋ । ਗਲਤੀਆਂ ਟੇਡੇ ਟਾਈਪ ਵਾਲੇ ਅੱਖਰਾਂ (Italics) ਵਿਚ ਲਿਖੀਆਂ ਗਈਆਂ ਹਨ ।

(1) Be careful not *loose* your money. (2) Has the clerk *weighted* the letter ? (3) Physics *are* not easy to learn. (4) You have a *poetry* to learn by heart. (5) My *luggages are* at the station. (6) You have five *thousands* rupees. (7) When she entered the room, she saw a note-book on the *ground.* (8) Let us have a *theater* to night. (9) Which is the *street* to the village ? (10) My younger brother is five and a half feet *high.* (11) Are you *interesting* in your work ? (12) I have now *left* cricket (13) Madam, *can* I go home to get my exercise book ? (14) She sometimes *puts on* red shoes. (15) She *wear* her clothes in the morning. (16) There *is a* lot of flowers on this tree. (17) How *many* paper do you want ? (18) He has given up smoking, *isn't it* ? (19) Why he *not sees* a film ? (20) *What* elephants eat ?

ਸ਼ੁਧ ਉੱਤਰ :—

(1) lose, (2) weighed, (3) is, (4) poem, (5) luggage is, (6) thousand, (7) floor, (8) play, (9) road, (10) tall, (11) interested, (12) given up, (13) may, (14) wears, (15) put on, (16) are, (17) much, (18) hasn't he, (19) doesn't see, (20) What do.

TEST No. 4

IV. ਹੇਠਾਂ ਲਿਖੇ ਵਾਕਾਂ ਵਿਚ ਖ਼ਾਲੀ ਥਾਵਾਂ ਦੇ ਅਗੇ ਬ੍ਰੈਕਟ ਵਿਚ ਸ਼ਬਦ ਦਿਤੇ ਗਏ ਹਨ । ਸਹੀ ਸ਼ਬਦ ਚੁਣ ਕੇ ਖ਼ਾਲੀ ਥਾਵਾਂ ਭਰੋ ।

1: ... (shall, will) you please help me out of this difficulty ? 2. She was over-joyed..: (to, into) see her lost baby. 3. Thanks ... (to, for) your good wishes. 4. We congratulated him... (at, on) his success. 5. ...(get, let) me home. 6. Are you feeling... (thirst, thirsty) ? 7. Do you...(drink, take) milk or tea ? What...(is, are) the news. 9. Remind him... (of, on) his promise. 10. Switch...(out, off) the light. 11. Go... (on, in) person to post this important letter. 12. Give... (in, up) smoking; it's harmful. 13. Is there any need... (for, to) worry ? 14. Do not find fault... (on, in, with) others. 15. Are you angry... (on with) me ? 16. I know very little... (of, in, on) this connection. 17. Get out (from, of) my sight. 18. You are... (loosing, losing) temper. 19. We...(may, shall) have some coffee. 20. We must avoid... (smoking, to smoke).

ਠੀਕ ਪੂਰਕ ਸ਼ਬਦ :—

1. Will, 2. to, 3. for, 4: on, 5. let, 6. thirsty, 7. take, 8. is, 9. of, 10. off, 11. in, 12, up, 13. to, 14. with, 15. with, 16. in, 17. of, 18. losing, 19. shall, 20. smoking.

V. ਹੇਠ ਲਿਖੇ ਵਾਕਾਂ ਦਾ ਪੰਜਾਬੀ ਵਿਚ ਅਨੁਵਾਦ ਕਰੋ :—

1. No, I do not take tea. 2. I shall not be able to attend his birthday party. 3. He does agree with me. 4. They did not come. 5. The lion killed two deer. 6. Yamuna was in flood. 7. Lift the curtain. 8. Do they not run fast ? 9. How can it be so ? 10: The tiger in the cage frightened the children. 11. I want your kind help. 12. He did it. 13. Who plays football in the park ? 14. He lives on milk alone. 15. Is he not twelve years old ?

VI. ਪ੍ਰਸ਼ਨ V ਦੇ ਨਕਾਰਾਤਮਕ ਵਾਕਾਂ ਨੂੰ ਸ੍ਵੀਕਾਰਾਤਮਕ ਅਤੇ ਸ੍ਵੀਕਾਰਾਤਮਕ ਵਾਕਾਂ ਨੂੰ ਨਕਾਰਾਤਮਕ ਵਾਕਾਂ ਵਿਚ ਬਦਲੋ। ਹੇਠਲੇ ਉਦਾਹਰਣ-ਵਾਕ ਧਿਆਨ ਨਾਲ ਦੇਖੋ।

ਦਿੱਤਾ ਹੋਇਆ ਵਾਕ	ਦਿੱਤੇ ਹੋਏ ਵਾਕ ਦਾਂ ਉਲਟਾ ਵਾਕ
He did not play cricket.	He played cricket.
She sings very well.	She does not sing very well.

VII. ਇਹਨਾਂ ਸ਼ਬਦਾਂ ਦਾ ਸ਼ੁਧ ਉਚਾਰਣ ਗੁਰਮੁਖੀ ਲਿੱਪੀ ਵਿਚ ਲਿਖੋ। ਜਿਵੇਂ—would ਵੁਡ।

invite, invitation, pleasure, journey, hearty, rumour, success, little, stomach, quarrel, minutes, forty, fourteen, receipt, honest.

VIII. (i) ਹੇਠਾਂ ਕੁਝ ਕਿਰਿਆਵਾਂ ਦਿਤੀਆਂ ਗਈਆਂ ਹਨ। ਇਹਨਾਂ ਦੇ ਅਰਥ ਲਿਖੋ :—

to fetch, to enjoy, to meet, to burst, to bring, to enter, to chew, to cheat, to want, to agree, to obey, to move, to forget, to forgive, to hire, to abstain.

(ii) ਹੇਠਾਂ ਕੁਝ ਸ਼ਬਦਾਂ ਦੇ ਜੋੜੇ ਦਿਤੇ ਗਏ ਹਨ ਇਹਨਾਂ ਦੇ ਅਰਥਾਂ ਵਿਚ ਕੀ ਅੰਤਰ ਹੈ ? ਲਿਖੋ—

believe—belief, (to) say—(to) see, (to) check—cheque, (to) speak—speech, (to) agree—agreement, cool—cold, (to) invite—invitation, (to) pride—proud, (to) except—(to) accept.

(iii) ਇਹਨਾਂ ਸ਼ਬਦਾਂ ਦੇ ਵਿਪਰੀਤ ਅਰਥ ਵਾਲੇ ਸ਼ਬਦ ਲਿਖੋ :—(possible—impossible)

Patience, come, accept, clean, improper, without, switch off, back, early. disagree, many, able, empty.

XI. ਅੰਗ੍ਰੇਜ਼ੀ ਕਿਰਿਆ go ਦੇ ਬਾਦ ਭਿੰਨ-ਭਿੰਨ prepositions ਲਗਾਉਣ ਨਾਲ ਕਈ ਅਰਥ ਬਣ ਜਾਂਦੇ ਹਨ। ਇਸ ਪ੍ਰਕਾਰ ਦੇ ਮੁਹਾਵਰੇਦਾਰ ਪ੍ਰਯੋਗ ਹਰ ਇਕ ਬੋਲੀ ਦੀ ਆਪਣੀ ਵਿਸ਼ੇਸ਼ਤਾ ਹੁੰਦੀ ਹੈ। ਅਸੀਂ go ਦੇ ਕੁਝ ਬਹੁ-ਪ੍ਰਚਲਿਤ ਮੁਹਾਵਰੇਦਾਰ ਪ੍ਰਯੋਗ ਹੇਠਾਂ ਦੇ ਰਹੇ ਹਾਂ। ਇਹਨਾਂ ਨੂੰ ਯਾਦ ਕਰੋ ਅਤੇ ਵਾਕਾਂ ਵਿਚ ਪ੍ਰਯੋਗ ਦਾ ਅਭਿਆਸ ਕਰੋ।

go on = ਜਾਰੀ ਰਖਣਾ	go down = ਡੁੱਬਣਾ
go out = ਬੁਝਣਾ	go in for = ਕਿਸੇ ਕੰਮ ਵਿਚ ਜੁਟਣਾ
go with = ਸਾਥ,	go about = ਕਿਸੇ ਕੰਮ ਵਿਚ ਲੱਗਣਾ
go off = ਫਟਣਾ	go back on = ਨਿਭਾਓ ਨਾ ਹੋਣਾ।
go into=ਜਾਂਚ-ਪੜਤਾਲ ਕਰਨਾ	

41 ਇਕਤਾਲੀਵਾਂ ਦਿਨ st day

ਪੰਜਵੀਂ ਮੁਹਿੰਮ Vth Expedition

ਚੌਥੀ ਮੁਹਿੰਮ ਵਿਚ ਅਸੀਂ ਸੱਦਾ, ਅਭਿਵਾਦਨ, ਸ੍ਵੀਕਾਰ, ਇਨਕਾਰ, ਆਗਿਆ, ਮਨਜ਼ੂਰੀ, ਝਗੜਾ, ਨਾਰਾਜ਼ਗੀ, ਖਿਮਾ, ਅਤੇ ਬੇਨਤੀ ਆਦਿ ਅਨੇਕਾਂ ਵਿਸ਼ਿਆਂ ਤੇ ਬੋਲੇ ਜਾਣ ਵਾਲੇ ਅੰਗ੍ਰੇਜ਼ੀ ਵਾਕਾਂ ਦਾ ਅਭਿਆਸ ਕੀਤਾ। ਪੰਜਵੀਂ ਮੁਹਿੰਮ ਵਿਚ ਅਸੀਂ ਸਿਹਤ, ਮੌਸਮ, ਚਰਿੱਤਰ, ਲਿਬਾਸ, ਪੜ੍ਹਾਈ, ਖੇਲ-ਕੁੱਦ ਅਤੇ ਘਰ ਦੇ ਅੰਦਰ ਅਤੇ ਘਰੋਂ ਬਾਹਰ ਕਿਸੇ ਨੂੰ ਮਿਲਣ ਦੇ ਸਮੇਂ ਅਤੇ ਸ਼ਾੱਪਿੰਗ ਕਰਦੇ ਸਮੇਂ ਵਰਤੇ ਜਾਣ ਵਾਲੇ ਅੰਗ੍ਰੇਜ਼ੀ ਵਾਕਾਂ ਨੂੰ ਬੋਲਣਾ ਸਿਖਾਂਗੇ। ਇਸ ਮੁਹਿੰਮ ਰਾਹੀਂ ਤੁਸੀਂ ਮੌਕੇ ਅਨੁਸਾਰ ਅੰਗ੍ਰੇਜ਼ੀ ਵਿਚ ਗੱਲਾਂ ਕਰਨ ਦੀ ਆਪਣੀ ਯੋਗਤਾ ਵਧਾਉਗੇ ਅਤੇ ਅੰਤ ਵਿਚ ਦਿੱਤੀਆਂ ਗਈਆਂ ਟਿੱਪਣੀਆਂ ਦੀ ਸਹਾਇਤਾ ਨਾਲ ਨਵੇਂ ਸ਼ਬਦਾਂ ਨੂੰ ਪੜ੍ਹਨਾ, ਪਿਛੇਤਰ (Sufix) ਲਗਾ ਕੇ ਬਣਾਏ ਗਏ ਅਨੇਕਾਂ ਸ਼ਬਦਾਂ ਦਾ ਸਹੀ ਪ੍ਰਯੋਗ ਵੀ ਜਾਣ ਸਕੋਗੇ।

ਆਓ, ਨਵੇਂ ਵਿਸ਼ਿਆਂ ਨਾਲ ਸੰਬੰਧਤ ਵਾਕ-ਲੜੀ, ਇਕ ਕੜੀ ਤੋਂ ਸ਼ੁਰੂ ਕਰੀਏ।

23. ਘਰ ਵਿਚ — AT HOME (ਐਟ ਹੋਮ)

1. ਦੇਖ, ਏਥੇ ਇਕ ਬਿਸਤਰਾ ਵਿਛਾ ਦੇ।	Look, make a bed over here. ਲੁੱਕ ਮੇਕ ਏ ਬੇਡ ਓਵਰ ਹਿਅਰ.
2. ਦੁੱਧ ਫਿਟ ਗਿਆ ਹੈ।	Milk has turned sour. ਮਿਲ੍ਕ ਹੈਜ਼ ਟਰ੍ਨ੍ਡ ਸੋਰ.
3. ਠਹਿਰੋ, ਮੈਂ ਗਊ ਬੰਨ੍ਹ ਆਵਾਂ।	Let me tether the cow. ਲੇ'ਟ ਮੀ ਟੇਦਰ ਦ ਕਾਊ.
4. ਕਮਰੇ ਦੀ ਸਫ਼ਾਈ ਹੋਣੀ ਚਾਹੀਦੀ ਹੈ।	The room requires dusting. ਦ ਰੂਮ ਰਿਕ੍ਵਾਯਰ੍ਸ ਡਸਟਿੰਗ.
5. ਕੋਲੇ ਬਲ੍ਹ ਕੇ ਸੁਆਹ ਹੋ ਗਏ।	The coals were burnt to ashes. ਦ ਕੋਲ੍ਜ਼ ਵਰ ਬਰ੍ਂਟ ਟੂ ਐਸ਼ਿਜ਼.
6. ਤੁਹਾਡੇ ਕਿੰਨੇ ਬੱਚੇ ਹਨ ?	How many children have you ? ਹਾਊ ਮੈਨੀ ਚਿਲ੍ਡਰ੍ਨ ਹੈਵ ਯੂ.
7. ਸਾਡੇ ਘਰ ਆਲੂ ਰੋਜ਼ਾਨਾ ਬਣਦੇ ਹਨ।	Potatoes are a standing dish in our menu. ਪਟੇਟੋਜ਼ ਆਰ ਏ ਸ੍ਟੈਂਡਿੰਗ ਡਿਸ਼ ਇਨ ਅਵਰ ਮੀਨੂ.
8. ਅੱਜ ਕਿਹੜਾ ਨਵਾਂ ਪਕਵਾਨ ਬਣਿਆ ਹੈ।	What is the variety dish today ? ਵੱਾਟ੍ ਇਜ਼ ਦ ਵਰਾਇਟੀ ਡਿਸ਼ ਟੁ ਡੇ ?
9. ਧੋਬੀ ਪਿਛਲੀ ਧੁਲਾਈ ਕਦੋਂ ਲੈ ਗਿਆ ਸੀ ?	When did the washerman take the last wash ? ਵ੍ਹੇਨ ਡਿਡ ਦ ਵਾਸ਼ਰਮੇਨ ਟੇਕ ਦ ਲਾਸ੍ਟ ਵਾਸ਼ ?
10. ਇਸ ਕੋਟ ਨੂੰ ਦੁਬਾਰਾ ਇਸਤ੍ਰੀ ਕਰ ਦਿਓ।	Get* this coat ironed again. ਗੇ'ਟ ਦਿਸ ਕੋਟ ਆਇਰੰਡ ਅਗੇਨ.
11. ਗਿੱਲੇ ਕਪੜੇ ਧੁੱਪੇ ਪਾ ਦਿਓ।	Put wet clothes in the sun. ਪੁਟ ਵੇਟ ਕਲੋਦ੍ਜ਼ ਇਨ ਦ ਸੱਨ.

* ਪ੍ਰੇਰਣਾਤਮਕ ਵਾਕਾਂ ਵਿਚ ਮੁਖ ਕਿਰਿਆ ਤੋਂ ਪਹਿਲੇ Get ਦਾ ਪ੍ਰਯੋਗ ਹੁੰਦਾ ਹੈ ਅਤੇ ਮੁਖ ਕਿਰਿਆ ਦੀ ਥਰਡ ਫ਼ਾਰਮ ਵਰਤੀ ਜਾਂਦੀ ਹੈ। ਪ੍ਰੈਸ ਕਰਾਓ—get pressed, (ਕੰਮ) ਕਰਾਓ—get done; ਇਹ ਕੰਮ ਆਪਣੀ ਦੇਖ-ਰੇਖ ਵਿਚ ਕਰਾਓ—get this work done under your supervision ਆਦਿ।

12. ਮੈਂ ਜ਼ਰਾ ਤਿਆਰ ਹੋ ਲਵਾਂ ।	Let me get ready. ਲੇ'ਟ ਮੀ ਗੇ'ਟ ਰੇਡੀ.
13. ਤੂੰ ਬੜੀ ਦੇਰ ਲਗਾ ਰਿਹਾ ਏਂ ।	You are taking too long. ਯੂ ਆਰ ਟੇਕਿੰਗ ਟੂ ਲਾਨ੍ਗ.
14. ਅਸੀਂ ਸਮੇਂ ਤੋਂ ਪਹਿਲੇ ਪਹੁੰਚਾਂਗੇ ।	We shall reach before time. ਵੀ ਸ਼ੈੱਲ ਰੀਚ ਬਿਫੋਰ ਟਾਇਮ.
15. ਉਸ ਦੀ ਸੱਸ ਚੰਗੇ ਸੁਭਾਅ ਦੀ ਔਰਤ ਹੈ ਪਰੰਤੂ ਉਸ ਦੀਆਂ ਨੂੰਹਾਂ ਬੁਰੇ ਸੁਭਾਅ ਦੀਆਂ ਹਨ ।*	Her mother-in-law is a good-natured lady but her danghters-in-law are ill-natured. ਹਰ ਮਦਰ-ਇਨ-ਲੱਾ ਇਜ਼ ਏ ਗੁੱਡ ਨੇਚਰ੍ਡ ਲੇਡੀ ਬੱਟ ਹਰ ਡੱਾਟਰ੍ਸ-ਇਨ-ਲਾ ਆਰ ਇਲ-ਨੇਚਰ੍ਡ.
16. ਆਪ ਦਾ ਆਉਣਾ ਚੰਗਾ ਹੈ । (ਜੀ ਆਇਆਂ ਨੂੰ ।)	You are welccme[1] ਯੂ ਆਰ ਵੈਲਕਮ.
17. ਤੈਨੂੰ ਆਪਣੇ ਕੌਲ ਤੋਂ ਫਿਰਨਾ ਨਹੀਂ ਚਾਹੀਦਾ ।	You should not go back on your promise. ਯੂ ਸ਼ੁਡ ਨੱਾਟ ਗੋ ਬੈਕ ਅੱਾਨ ਯੁਅਰ ਪ੍ਰੱਾਮਿਸ.
18. ਉਸ ਨੇ ਬੜਾ ਕੋਝਾ ਬਰਤਾਵ ਕੀਤਾ ।	He behaved rudely. ਹੀ ਬਿਹੇਵ੍ਡ ਰੂਡਲੀ.
19. ਆਪਣੇ ਭਾਂਡੇ ਕਲੀ ਕਰਵਾ ਲਓ ।	Get your utensils tinned. ਗੇ'ਟ ਯੁਅਰ ਯੁਟੇਂਸਿਲਜ਼ ਟਿੱਨਡ.
20. ਹੁਣ ਮੈਂ ਹੋਰ ਇੰਤਜ਼ਾਰ ਨਹੀਂ ਕਰ ਸਕਦਾ ।	I can't wait any longer now. ਆਈ ਕਾਂ'ਟ ਵੇਟ ਏਨੀ ਲੱਾਨ੍ਗਰ ਨਾਉ.
21. ਮੈਂ ਸਵੇਰ ਦਾ ਘਰੋਂ ਨਿਕਲਿਆ ਹਾਂ ।	I have been out since morning. ਆਈ ਹੈਵ ਬੀਨ ਆਉਟ ਸਿੰਸ ਮੱਾਰਨਿੰਗ.
22. ਮੈਨੂੰ ਨੀਂਦ ਆਈ ਹੈ ।	I am feeling sleepy. ਆਈ ਐਮ ਫ਼ੀਲਿੰਗ ਸ੍ਲੀਪੀ.
23. ਰਾਤੀਂ ਖ਼ੂਬ ਨੀਂਦ ਆਈ ।	I had a sound sleep last night. ਆਈ ਹੈਡ ਏ ਸਾਉਂਡ ਸ੍ਲੀਪ ਲਾਸਟ ਨਾਈਟ.
24. ਅੰਦਰ ਕੋਈ ਨਹੀਂ ਹੈ ।	There is no one inside. ਦੇਅਰ ਇਜ਼ ਨੋ ਵਨ ਇਨਸਾਇਡ.
25. ਬਸ, ਹੁਣ ਸੌਂ ਜਾਓ ।	Go and sleep now. ਗੋ ਐਂਡ ਸ੍ਲੀਪ ਨਾਉ.
26. ਤੁਸੀਂ ਬਹੁਤ ਸਮਾਂ ਲਿਆ ।	You have taken too much time. ਯੂ ਹੈਵ ਟੇਕਨ ਟੂ ਮਚ ਟਾਇਮ.
27. ਮੈਂ ਇਕ ਪਲ ਵਿਚ ਤਿਆਰ ਹੁੰਦਾ ਹਾਂ ।	I shall be ready in a moment. ਆਈ ਸ਼ੈਲ ਬੀ ਰੇਡੀ ਇਨ ਏ ਮੋਮੇਂਟ.
28. ਤੁਸੀਂ ਮੈਨੂੰ ਜਗਾ ਕਿਉਂ ਨਹੀਂ ਲਿਆ ।	Why did you not wake me up ? ਵ੍ਹਾਈ ਡਿਡ ਯੂ ਨੱਾਟ ਵੇਕ ਮੀ ਅਪ ?
29. ਮੈਂ ਤੁਹਾਨੂੰ ਜਗਾਉਣਾ ਮੁਨਾਸਿਬ ਨਹੀਂ ਸਮਝਿਆ ।	I did not think it proper to wake you up. ਆਈ ਡਿਡ ਨੱਾਟ ਥਿੰਕ ਇਟ ਪ੍ਰੱਾਪਰ ਟੂ ਵੇਕ ਯੂ ਅਪ.
30. ਮੈਂ ਜ਼ਰਾ ਆਰਾਮ ਕਰ ਲਵਾਂ ?	I will rest for a while. ਆਈ ਵਿਲ ਰੇਸ੍ਟ ਫੱਾਰ ਏ ਵ੍ਹਾਇਲ ?

1 (a) You are welcome. (b) You are welcomed—ਇਨ੍ਹਾਂ ਦੋਹਾਂ ਵਾਕਾਂ ਤੇ ਧਿਆਨ ਦਿਓ । ਪਹਿਲੇ ਵਾਕ ਦਾ ਅਰਥ ਹੈ—"ਤੁਸੀਂ ਭਲੇ ਆਏ" ਜਾਂ "ਤੁਹਾਡਾ ਆਉਣਾ ਭਲਾ ਰਿਹਾ" ਦੂਸਰੇ ਵਾਕ ਦਾ ਅਰਥ ਹੈ—"ਤੁਹਾਡਾ ਸੁਆਗਤ ਕੀਤਾ ਗਿਆ ਹੈ । (Passive Voice)

31. ਕੁਰਸੀ ਲੈ ਲਓ ।	Take a chair, please. ਟੇਕ ਏ ਚੇਅਰ ਪ੍ਲੀਜ਼.
32. ਤੁਸੀਂ ਹੁਣ ਤਕ ਜਾਗ ਰਹੇ ਹੋ ।	You are still awake ! ਯੂ ਆਰ ਸ੍ਟਿਲ ਅਵੇਕ !
33. ਕੌਣ ਦਰਵਾਜ਼ਾ ਖਟ ਖਟਾ ਰਿਹਾ ਹੈ ।	Who is knocking at the door ? ਹੂ ਇਜ਼ ਨੌਕਿੰਗ ਏਟ ਦ ਡੋਰ.
34. ਅੱਜ ਸਵੇਰੇ ਮੇਰੀ ਅੱਖ ਦੇਰ ਨਾਲ ਖੁਲ੍ਹੀ ।	I woke up late this morning. ਆਈ ਵੋਕ ਅਪ ਲੇਟ ਦਿਸ ਮੌਰ੍ਨਿੰਗ.
35. ਕੋਈ ਤੁਹਾਨੂੰ ਮਿਲਣ ਆਇਆ ਹੈ ।	Someone has come to see you. ਸਮਵਨ ਹੈਜ਼ ਕਮ ਟੁ ਸੀ ਯੂ.
36. ਅੰਦਰ ਆ ਜਾਓ ।	Please come in. ਪ੍ਲੀਜ਼ ਕਮ ਇਨ.
37. ਬੈਠੋ ਜੀ ।	Please be seated. ਪ੍ਲੀਜ਼ ਬੀ ਸੀਟਿਡ.
38. ਅਨੁਪਮ ਕਿਥੇ ਹੈ ?	Where is Anupam ? ਵ੍ਹੇਅਰ ਇਜ਼ ਅਨੁਪਮ.
39. ਪਤਾ ਨਹੀਂ ਉਹ ਕਿਥੇ ਹੈ ?	I don't know where he is. ਆਈ ਡੋਂਟ ਨੋ ਵ੍ਹੇਅਰ ਹੀ ਇਜ਼.
40. ਕੀ ਹੈ ?	What's it ? ਵੱਟ੍ਸ ਇਟ ?
41. ਕੌਣ ਹੈ ?	Who's it ? ਹੂ'ਜ਼ ਇਟ ?
42. ਮੈਂ ਵਾਗੀਸ਼ ਹਾਂ ।	It is Vagish. ਇਟ ਇਜ਼ ਵਾਗੀਸ਼ ।
43. ਕੀ ਵਾਗੀਸ਼ ਅੰਦਰ ਹੈ ?	Is Vagish in ? ਇਜ਼ ਵਾਗੀਸ਼ ਇਨ ?
44. ਦਿਨ ਬਹੁਤ ਚੜ੍ਹ ਗਿਆ ਹੈ ।	The day is far advanced. ਦ ਡੇ ਇਜ਼ ਫੱਰ ਐਡਵਾਂਸ੍ਡ ।
45. ਅੱਜ ਕਲ੍ਹ ਮੇਰਾ ਹੱਥ ਤੰਗ ਹੈ ।	I am hard up these days. ਆਈ ਐਮ ਹਾਰ੍ਡ ਅਪ ਦੀਜ਼ ਡੇਜ਼ ।
46. ਕੋਈ ਤਜਰਬੇਕਾਰ ਰਸੋਈਆ ਰੱਖ ਲਓ ।	Engage some expert cook. ਏਂਗੇਜ਼ ਸਮ ਇਕ੍ਸਪਰ੍ਟ ਕੁੱਕ ।
47. ਮੈਂ ਬਹੁਤ ਥੱਕਿਆ ਹੋਇਆ ਹਾਂ ।	I am dead tired. ਆਈ ਐਮ ਡੇਡ ਟਾਇਰ੍ਡ ।
48. ਆਓ ! ਗੱਪ-ਸ਼ੱਪ ਹੋ ਜਾਏ ।	Let us have a chat. ਲੇ'ਟ ਅਸ ਹੈਵ ਏ ਚੈਟ ।
49. ਦਰਵਾਜ਼ੇ ਦੀ ਚਿਟਕਣੀ ਲਗਾ ਦਿਓ ।	Bolt the door. ਬੋਲ੍ਟ ਦ ਡੋਰ ।
50. ਹੁਣ ਤੁਰਨ ਦਾ ਵੇਲਾ ਹੈ ।	It is time to start now. ਇਟ ਇਜ਼ ਟਾਇਮ ਟੁ ਸ੍ਟਾਰ੍ਟ ਨਾਓ।
51. ਘਰ ਦੀਆਂ ਚੀਜ਼ਾਂ ਨੂੰ ਸਿਲਸਿਲੇਵਾਰ ਰਖੋ ।	Arrange the household things in order. ਅੱਰੇਂਜ ਦ ਹਾਉਸਹੋਲ੍ਡ ਥਿੰਗਸ ਇਨ ਔਰ੍ਡਰ ।
52. ਅੱਜ ਦੀ ਰਾਤ ਏਥੇ ਹੀ ਆਰਾਮ ਕਰੋ ।	Take rest here tonight. ਟੇਕ ਰੇਸਟ ਹਿਅਰ ਟੁਨਾਇਟ ।
53. ਤੁਸੀਂ ਤਾਂ ਉਂਘ ਰਹੇ ਹੋ ।	You are dozing. ਯੂ ਆਰ ਡੋਜ਼ਿੰਗ ।
54. ਮੇਰਾ ਬਿਸਤਰਾ ਵਿਛਾ ਦਿਓ ।	Make my bed. ਮੇਕ ਮਾਈ ਬੇਡ ।
55. ਤੁਹਾਡੀ ਨੱਕ ਵੱਗ ਰਹੀ ਹੈ ।	Your nose is running. ਯੁਅਰ ਨੋਜ਼ ਇਜ਼ ਰੱਨਿੰਗ ।
56. ਅਸੀਂ ਬਹੁਤ ਦੇਰ ਤਕ ਗੱਲਾਂ ਕਰਦੇ ਰਹੇ ।	We kept talking till very late. ਵੀ ਕੇਪ੍ਟ ਟੱਕਿੰਗ ਟਿਲ ਵੇਰੀ ਲੇਟ ।
57. ਡਾਕਟਰ ਸਾਹਿਬ ਨੂੰ ਫ਼ੋਨ ਕਰੋ ।	Ring up the doctor. ਰਿੰਗ ਅਪ ਦ ਡੱਕ੍ਟਰ ।

58. ਮੇਰੇ ਮਾਮਾ ਜੀ ਮੈਨੂੰ ਮਿਲਣ ਆਏ ਹਨ । My uncle has come to see me.
ਮਾਈ ਅੰਕਲ ਹੈਜ਼ ਕਮ ਟੂ ਸੀ ਮੀ ।

59. ਇਸ ਸੱਜਣ ਨੂੰ ਤੁਹਾਡੇ ਨਾਲ ਕੁਝ ਕੰਮ ਹੈ । This gentleman has some business with you,
ਦਿਸ ਜੈਂਟਲਮੈਨ ਹੈਜ਼ ਸਮ ਬਿਜ਼ਨੈਸ ਵਿਦ ਯੂ ।

60. ਮੈਂ ਉਸ ਦੇ ਘਰ ਜਾਣਾ ਹੈ । I have to call at his house.
ਆਈ ਹੈਵ ਟੂ ਕਾਲ ਐਟ ਹਿਜ਼ ਹਾਊਸ ।

61. ਉਹ ਆਪਣੇ ਮਾਤਾ-ਪਿਤਾ ਤੋਂ ਵੱਖਰਾ ਹੈ । He is independent of his parents.
ਹੀ ਇਜ਼ ਇਨ੍ਡਿਪੈਂਡੈਂਟ ਆੱਫ਼ ਹਿਜ਼ ਪੇਰੇਂਟ੍ਸ ।

62. ਜੇ ਉਸ ਨੇ ਮੈਨੂੰ ਕਿਹਾ ਹੁੰਦਾ ਤਾਂ ਮੈਂ ਰੁਕ ਗਿਆ ਹੁੰਦਾ । Had he asked me, I would have stayed.
ਹੈਡ ਹੀ ਆਸ੍ਕ੍ਡ ਮੀ, ਆਈ ਵੁਡ ਹੈਵ ਸ੍ਟੇਡ ।

63. ਮੈਂ ਹਰ ਰੋਜ਼ ਸਵੇਰੇ ਫੁਹਾਰੇ ਥੱਲੇ ਨਹਾਉਂਦਾ ਹਾਂ । I take a shower-bath every morning.
ਆਈ ਟੇਕ ਏ ਸ਼ਾਵਰ-ਬਾਥ ਐਵਰੀ ਮੌਰਨਿੰਗ ।

ਯਾਦ ਰਖਣ ਲਈ (To Remember)

*ਅੰਗ੍ਰੇਜ਼ੀ ਵਿਚ ਸ਼ਬਦਾਂ ਦੇ ਅੰਤ ਵਿਚ s ਲਗਾ ਕੇ ਬਹੁਵਚਨ ਬਣਾਏ ਜਾਂਦੇ ਹਨ। ਪਰੰਤੂ ਕੁਝ ਸ਼ਬਦਾਂ ਨਾਲ s ਲਗਾਉਣ ਲਈ ਬੜੀ ਸਾਵਧਾਨੀ ਵਰਤਣੀ ਪੈਂਦੀ ਹੈ। ਜਿਵੇਂ:—son-in-law (ਜੁਆਈ) ਦਾ ਬਹੁਵਚਨ ਇੰਜ ਬਣੇਗਾ sons-in-law ਧਿਆਨ ਰਖੋ, son-in laws ਗਲਤ ਹੈ। ਏਸੇ ਤਰ੍ਹਾਂ ਹੇਠ ਲਿਖੇ ਸ਼ਬਦਾਂ ਦੇ ਬਹੁਵਚਨ ਬਣਦੇ ਹਨ :

Father-in-law (ਫਾਦਰ-ਇਨ-ਲਾ) ਸਹੁਰਾ, Brother-in-law (ਬ੍ਰਦਰ-ਇਨ-ਲਾ) ਸਾਲਾ, ਭਣੱਵੀਆ,
Mother-in-law (ਮਦਰ-ਇਨ-ਲਾ) ਸੱਸ, Sister-in-law (ਸਿਸ੍ਟਰ-ਇਨ-ਲਾ) ਭਰਜਾਈ, ਸਾਲੀ, ਸਾਲੇਹਾਰ,
Governer-General (ਗਵਰਨਰ-ਜਨਰਲ) ਰਾਜ ਦਾ ਮੁਖੀ,
Commander-in-chief (ਕਮਾਂਡਰ-ਇਨ-ਚੀਫ਼) ਮੁੱਖ ਸੈਨਾਪਤੀ।

ਇਹ ਧਿਆਨ ਰਖੋ ਕਿ ਇਸ ਤਰ੍ਹਾਂ ਦੇ ਸ਼ਬਦਾਂ ਵਿਚ ਜਿਹੜਾ ਸ਼ਬਦ ਜ਼ਿਆਦਾ ਮਹੱਤਵਪੂਰਣ ਹੋਵੇ s ਉਸ ਦੇ ਨਾਲ ਹੀ ਜੋੜਿਆ ਜਾਂਦਾ ਹੈ। ਜਿਵੇਂ step-son (ਮਤ੍ਰੇਆ ਪੁੱਤਰ) ਦ ਬਹੁਵਚਨ step-sons ਬਣਦਾ ਹੈ ਅਤੇ maid-servant ਮੇਡ ਸਰਵੈਂਟ੍ਸ ਦਾ maid-servants ਮੇਡ ਸਰਵੈਂਟ੍ਸ।

42 ਬਤਾਲੀਵਾਂ ਦਿਨ th day

24. ਘਰੋਂ ਬਾਹਰ — OUT OF HOME (ਆਉਟ ਔਫ ਹੋਮ)

1. ਜੁੱਤੀ ਤੰਗ ਹੈ। — This pair of shoes is very tight. ਦਿਸ ਪੇਅਰ ਔਫ਼ ਸ਼ੂਜ਼ ਇਜ਼ ਵੇਰੀ ਟਾਇਟ.
2. ਇਹ ਸੜਕ ਕਿੱਧਰ ਜਾਂਦੀ ਹੈ ? — Where does this road lead to ? ਵੇਅਰ ਦਿਸ ਰੋਡ ਲੀਡ ਟ ?
3. ਇਹ ਰੋਹਤਕ ਜਾਂਦੀ ਹੈ। — This road leads to Rohtak. ਦਿਸ ਰੋਡ ਲੀਡਜ਼ ਟੂ ਰੋਹਤਕ.
4. ਜ਼ਰਾ ਮੇਰੀ ਸਾਇਕਲ ਫੜੀਂ। — Just hold my cycle. ਜਸਟ ਹੋਲਡ ਮਾਈ ਸਾਇਕਲ.
5. ਮੈਨੂੰ ਰਾਤ ਨੂੰ ਜਾਗਣਾ ਪੈਂਦਾ ਹੈ। — I have to keep awake at night. ਆਈ ਹੈਵ ਟੂ ਕੀਪ ਅਵੇਕ ਐਟ ਨਾਇਟ੍ਹ
6. ਸਦਾ ਖੱਬੇ ਹੱਥ ਚੱਲੋ। — Always keep to the left. ਔਲਵੇਜ਼ ਕੀਪ ਟੂ ਦ ਲੈਫ਼ਟ.
7. ਸਦਾ ਪਟਰੀ ਉੱਤੇ ਚਲੋ। — Always walk on the foot-path. ਔਲਵੇਜ਼ ਵਾਕ ਔਨ ਦ ਫ਼ੁੱਟਪਾਥ,
8. ਜੇਬਕਤਰਿਆਂ ਤੋਂ ਬਚੋ। — Beware of pick-pockets. ਬੀ-ਵੇਅਰ ਔਫ਼ ਪਿੱਕ-ਪੌਕੇਟਸ.
9. ਮੈਨੂੰ ਨਾਟਕ ਦੇਖਣ ਦਾ ਸੌਕ ਨਹੀਂ ਹੈ। — I am not fond of going to the theatre. ਆਈ ਐਮ ਨੌਟ ਫ਼ੌਨ੍ਡ ਔਫ ਗੋਇੰਗ ਟੂ ਦ ਥਿਏਟਰ.
10. ਮੈਂ ਆਪਣਾ ਮਕਾਨ ਬਦਲ ਲਿਆ ਹੈ। — I have changed my house. ਆਈ ਹੈਵ ਚੇਂਜਡ ਮਾਈ ਹਾਊਸ.
11. ਕੀ ਏਥੇ ਟੈਕਸੀ ਮਿਲ ਸਕਦੀ ਹੈ ?* — Is any taxi available here ? ਇਜ਼ ਐਨੀ ਟੈਕ੍ਸੀ ਅਵੇਲੇਬਲ ਹਿਅਰ ?
12. ਕਿਸੇ ਵੀ ਕੀਮਤ ਤੇ ਸਾਨੂੰ ਸਮੇਂ ਸਿਰ ਮੀਟਿੰਗ ਵਿਚ ਪਹੁੰਚਣਾ ਚਾਹੀਦਾ ਹੈ। — At any cost we should reach the meeting in time. ਐਟ ਐਨੀ ਕੌਸ੍ਟ ਵੀ ਸ਼ੁਡ ਰੀਚ ਦ ਮੀਟਿੰਗ ਇਨ ਟਾਇਮ.
13. ਇਹ ਸੜਕ ਲੋਕਾਂ ਲਈ ਬੰਦ ਹੈ। — This road is closed for the public. ਦਿਸ ਰੋਡ ਇਜ਼ ਕਲੋਜ਼ਡ ਫ਼ੌਰ ਦ ਪਬ੍ਲਿਕ.
14. ਬਿਨਾਂ ਆਗਿਆ ਅੰਦਰ ਨਾ ਆਓ। — No entry without permission. ਨੋ ਇੰਟ੍ਰੀ ਵਿਦਾਉਟ ਪਰਮਿਸ਼ਨ.

25. ਨੌਕਰ ਨੂੰ — SERVANT (ਸਰਵੇਂਟ)

1. ਏਥੇ ਆ, ਮੁੰਡੂ। — Come here, boy. ਕਮ ਹਿਅਰ ਬੁਆਇ.
2. ਖਾਣਾ ਲਿਆ। — Bring the food. ਬ੍ਰਿੰਗ ਦ ਫ਼ੂਡ.
3. ਇਕ ਗਲਾਸ ਪਾਣੀ ਲਿਆ। — Bring me a glass of water. ਬ੍ਰਿੰਗ ਮੀ ਏ ਗ੍ਲਾਸ ਔਫ਼ ਵਾਟਰ.
4. ਓਥੇ ਜਾ ਤੇ ਚਿੱਠੀਆਂ ਲੇਟਰ ਬਕਸ ਵਿਚ ਪਾ ਦੇ। — Go there and post the letters. ਗੋ ਦੇਅਰ ਐਂਡ ਪੋਸ੍ਟ ਦ ਲੇਟਰ੍ਸ.
5. ਕਪੜੇ ਧੋ। — Wash the clothes.[1] ਵਾਸ਼ ਦ ਕਲੋਦ੍ਜ਼.

1. (i) Clothes (ਕਲੋਦ੍ਜ਼) ਸੀਤੇ ਹੋਏ ਕਪੜਿਆਂ ਨੂੰ ਕਹਿੰਦੇ ਹਨ; Cloth (ਕਲੌਥ) ਅਣਸੀਤੇ ਕਪੜੇ ਲਈ, (ii) Clothe ਕਿਰਿਆ—ਕਪੜੇ ਪਾਉਣਾ—ਲਈ ਵਰਤਿਆ ਜਾਂਦਾ ਹੈ।

6. ਜਲਦੀ ਕਰੋ।	Make haste. ਮੇਕ ਹੇਸਟ.
7. ਬੰਡਲ ਚੁੱਕ।	Pick up the bundle. ਪਿਕ ਅਪ ਦ ਬੰਡਲ.
8. ਮੈਨੂੰ ਅੱਧੀ ਡਬਲ ਰੋਟੀ ਦੇ।	Give me half a bread. ਗਿਵ ਮੀ ਹਾਫ਼ ਏ ਬ੍ਰੈਡ.
9. ਹੁਣ ਤੂੰ ਜਾ, ਮੈਂ ਕੁਝ ਕੰਮ ਕਰਨਾ ਹੈ।	Go now, I have some work to do. ਗੋ ਨਾਉ, ਆਈ ਹੈਵ ਸਮ ਵਰਕ ਟੂ ਡੂ.
10. ਰਾਹ ਦਿਖਾਓ।	Show the way. ਸ਼ੋ ਦ ਵੇ।
11. ਇਨ੍ਹਾਂ ਨੂੰ ਬਾਹਰ ਛੱਡ ਆਓ।	Show him out. ਸ਼ੋ ਹਿਮ ਆਊਟ.
12. ਟੋਕੋ ਨਹੀਂ।	Don't interrupt. ਡੋਂਟ ਇਨਟ੍ਰੱਪਟ.
13. ਜ਼ਰਾ ਸੁਣੋ।	Just listen. ਜਸਟ ਲਿਸਨ.
14. ਘਬਰਾਓ ਨਹੀਂ।	Don't worry. ਡੋਂਟ ਵਰੀ.
15. ਥੋੜ੍ਹੀ ਦੇਰ ਠਹਿਰੋ।	Wait a bit. ਵੇਟ ਏ ਬਿਟ.
16. ਪੱਖਾ ਚਲਾ ਦਿਓ।	Switch on the fan. ਸਵਿਚ ਔਨ ਦ ਫ਼ੈਨ.
17. ਸ਼ੋਰ ਨਾ ਕਰੋ।	Don't make a noise. ਡੋਂਟ ਮੇਕ ਏ ਨੌਇਸ.
18. ਦੇਖੋ, ਬੱਚਾ ਕਿਉਂ ਰੋਂਦਾ ਹੈ ?	Go and see why the child is crying. ਗੋ ਐਂਡ ਸੀ ਵ੍ਹਾਈ ਦ ਚਾਇਲਡ ਇਜ਼ ਕ੍ਰਾਇੰਗ.
19. ਜ਼ਰਾ ਕਾਗਜ਼-ਪੈਂਸਿਲ ਦਿਓ।	Give me a pencil and paper. ਗਿਵ ਮੀ ਏ ਪੈਂਸਿਲ ਐਂਡ ਪੇਪਰ.
20. ਜਦੋਂ ਤੀਕ ਮੈਂ ਨਾ ਆਵਾਂ ਏਥੇ ਹੀ ਬੈਠਾ ਰਹੀਂ।	Wait here till I come. ਵੇਟ ਹਿਅਰ ਟਿਲ ਆਈ ਕਮ.
21. ਹੁਣ ਤੂੰ ਜਾ ਸਕਦਾ ਏਂ।	You may go now. ਯੂ ਮੇ ਗੋ ਨਾਉ.
22. ਮੈਨੂੰ ਚਾਰ ਵਜੇ ਜਗਾ ਦੇਵੀਂ।	Wake me up at 4 O'clock. ਵੇਕ ਮੀ ਅਪ ਐਟ 4 ਓ'ਕਲੌਕ.
23. ਲੈਂਪ ਜਗਾਓ। (ਮਿੱਟੀ ਦੇ ਤੇਲ ਵਾਲਾ)।	Light the lamp. ਲਾਇਟ ਦ ਲੈਂਪ.
24. ਬਿਜਲੀ ਜਲਾਓ।	Switch on the light. ਸਵਿਚ ਔਨ ਦ ਲਾਇਟ.
25. ਬਿਜਲੀ ਬੁਝਾਓ।	Switch off the light. ਸਵਿਚ ਔਫ਼ ਦ ਲਾਇਟ.
26. ਇਕ ਪਾਸੇ ਹੋ ਜਾਓ।	Move aside. ਮੂਵ ਅਸਾਇਡ.
27. ਆਪਣੀ ਅਕਲ ਤੋਂ ਕੰਮ ਲਓ।	Use your intelligence. ਯੂਜ਼ ਯੁਅਰ ਇਨਟੈਲਿਜੈਂਸ.
28. ਕਲ ਜਲਦੀ ਆਉਣਾ ਨਾ ਭੁਲਣਾ।	Don't forget to come early tomorrow. ਡੋਂਟ ਫੌਰਗੇਟ ਟੂ ਕਮ ਅਰਲੀ ਟੁਮੌਰੋ.
29. ਬਸ ਹੁਣ ਥੋੜ੍ਹਾ ਆਰਾਮ ਕਰੋ।	Go and take some rest. ਗੋ ਐਂਡ ਟੇਕ ਸਮ ਰੇਸਟ.

ਯਾਦ ਰਖਣ ਲਈ (To Remember)

*ਅਨੇਕ ਵਿਸ਼ੇਸ਼ਣਾਂ ਨੂੰ (ਨਾਂਵ ਦੀ ਤਰ੍ਹਾਂ) ਕੇਵਲ ਪਿਛਲਾ ਹਿੱਸਾ ਦੇਖ ਕੇ ਹੀ ਪਛਾਣਿਆ ਜਾ ਸਕਦਾ ਹੈ। Articles of daily use are now available in the market (ਰੋਜ਼ਾਨਾ ਵਰਤੀਆਂ ਜਾਣ ਵਾਲੀਆਂ ਚੀਜ਼ਾਂ ਬਾਜ਼ਾਰ ਵਿਚ ਪ੍ਰਾਪਤ ਹਨ)। ਏਥੇ avail ਕਿਰਿਆ ਦੇ ਨਾਲ able ਲਗਾ ਦੇ available ਵਿਸ਼ੇਸ਼ਣ ਬਣਾਇਆ ਗਿਆ ਹੈ। ਏਸੇ ਤਰ੍ਹਾਂ agreeable (ਮੰਨਿਆ ਜਾਣ ਯੋਗ)। comfortable (ਆਰਾਮਦੇਹ), dependable (ਭਰੋਸੇਯੋਗ), eatable (ਖਾਣ-ਯੋਗ), manageable (ਪਰਬੰਧ ਯੋਗ), payable (ਜਿਸ ਦਾ ਭੁਗਤਾਨ ਹੋ ਸਕੇ), saleable (ਵੇਚਣ ਯੋਗ), washable (ਧੋਣ ਯੋਗ) ਆਦਿ ਸ਼ਬਦ ਵੀ ਬਣੇ ਹਨ। ਪਰ ਕੁਝ ਸ਼ਬਦਾਂ ਦੇ ਨਾਲ able ਦੀ ਥਾਂ ible ਵੀ ਲਗਾਇਆ ਜਾਂਦਾ ਹੈ ਜਿਵੇਂ combust (ਜਲਣਾ) ਤੋਂ combustible (ਜਲਣ ਵਾਲਾ), eligible (ਚੁਣਨ ਯੋਗ) illegible (ਜੋ ਪੜ੍ਹਿਆ ਨਾ ਜਾ ਸਕੇ)।

ਕੁਝ ਨਾਂਵ ਅਤੇ ਕਿਰਿਆ ਸ਼ਬਦਾਂ ਦੇ ਨਾਲ al ਲਗਾ ਕੇ ਵੀ ਵਿਸ਼ੇਸ਼ਣ ਬਣਦੇ ਹਨ ਜਿਵੇਂ:—

brute ਤੋਂ brutal (ਵੈਹਿਸ਼ਿਆਨਾ)	continue ਤੋਂ continual (ਲਗਾਤਾਰ)
centre ਤੋਂ central (ਕੇਂਦਰੀ)	term ਤੋਂ terminal (ਆਖ਼ਰੀ ਪੜਾਅ)

43 ਤਰਤਾਲੀਵਾਂ ਦਿਨ
rd day

25. ਮਿਲਣ ਵੇਲੇ **ON MEETING** (ਔਨ ਮੀਟਿੰਗ)

1. ਤੁਹਾਡੇ ਆਉਣ ਨਾਲ ਮੈਨੂੰ ਬੜੀ ਖੁਸ਼ੀ ਹੋਈ।	Your visit gave me a great pleasure. ਯੂਅਰ ਵਿਜ਼ਿਟ ਗੇਵ ਮੀ ਏ ਗ੍ਰੇਟ ਪਲੇਜ਼ਰ.
2. ਹੁਣ ਕਦੋਂ ਮੁਲਾਕਾਤ ਹੋਵੇਗੀ ?	When shall we meet agian ? ਵ੍ਹੈਨ ਸ਼ੈਲ ਵੀ ਮੀਟ ਅਗੇਨ.
3. ਤੁਹਾਨੂੰ ਮਿਲ ਕੇ ਬੜੀ ਖੁਸ਼ੀ ਹੋਈ।	I am very glad to meet you. ਆਈ ਐਮ ਵੇਰੀ ਗਲੈਡ ਟੂ ਮੀਟ ਯੂ
4. ਇਕ ਜ਼ਰੂਰੀ ਕੰਮ ਆ ਗਿਆ ਸੀ।	There was an urgent piece of work to be done. ਦੇਅਰ ਵਾਜ਼ ਐਨ ਅਰਜੈਂਟ ਪੀਸ ਆੱਫ ਵਰਕ ਟੂ ਬੀ ਡੱਨ.
5. ਤੁਸੀਂ ਉਸ ਦਿਨ ਕਿਉਂ ਨਹੀਂ ਆਏ ?	Why did you not come that day ? ਵਾਈ ਡਿਡ ਯੂ ਨੱਟ ਕਮ ਦੇਟ ਡੇ.
6. ਤੂੰ ਭੁੱਲ ਰਿਹਾ ਏਂ।	You are mistaken. ਯੂ ਆਰ ਮਿਸਟੇਕਨ.
7. ਲੰਮੇ ਸਮੇਂ ਤੋਂ ਤੁਸੀਂ ਨਜ਼ਰ ਨਹੀਂ ਆਏ।	You were not seen for long. ਯੂ ਵਰ ਨੱਟ ਸੀਨ ਫਾਰ ਲਾਨਗ.
8. ਉਹਨਾਂ ਨੇ ਤੁਹਾਨੂੰ ਯਾਦ ਕੀਤਾ ਹੈ।	He remembers you. ਹੀ ਰਿਮੈਮਬਰਸ ਯੂ.
9. ਅਜੇ ਮੇਰਾ ਕੰਮ ਨਹੀਂ ਮੁੱਕਿਆ।	My work is not yet over. ਮਾਈ ਵਰਕ ਇਜ਼ ਨੱਟ ਯੇਟ ਓਵਰ.
10. ਮੈਂ ਤੁਹਾਥੋਂ ਸਲਾਹ ਲੈਣ ਆਈ ਹਾਂ।	I have come to consult you. ਆਈ ਹੈਵ ਕਮ ਟੂ ਕਨਸੱਲਟ ਯੂ.
11. ਮੈਂ ਤੇਰੇ ਨਾਲ ਗੱਲਾਂ ਕਰਨੀਆਂ ਹਨ।	I want to talk to you. ਆਈ ਵਾਂਟ ਟੁ ਟੌਕ ਟੁ ਯੂ.
12. ਤੁਹਾਡੀ ਬੜੀ ਉਡੀਕ ਕੀਤੀ।	I waited long for you. ਆਈ ਵੇਟਿਡ ਲੌਂਨਗ ਫੌਰ ਯੂ.
13. ਤੁਸੀਂ ਅੱਧਾ ਘੰਟਾ ਲੇਟ ਹੋ।	You are late by half an hour.* ਯੂ ਆਰ ਲੇਟ ਬਾਈ ਹਾਫ ਐਨ ਆਵਰ.
14. ਅਸੀਂ ਬਹੁਤ ਹੀ ਜਲਦੀ ਆ ਗਏ।	We have come too early. ਵੀ ਹੈਵ ਕਮ ਟੂ ਅਰਲੀ.
15. ਤੁਹਾਡਾ ਕੀ ਹਾਲ-ਚਾਲ ਹੈ ?	How do you do ? ਹਾਉ ਡੂ ਯੂ ਡੂ.
16. ਉਸ ਨਾਲ ਮੇਰੀ ਪਛਾਣ ਕਰਾ ਦਿਓ।	Introduce me to him. ਇੰਟ੍ਰੋਡਿਯੂਸ ਮੀ ਟੁ ਹਿਮ.
17. ਆਪਣੀ ਰਾਜ਼ੀ-ਖੁਸ਼ੀ ਦਾ ਤਾਰ ਦਿਓ।	Wire your welfare. ਵਾਇਰ ਯੂਅਰ ਵੈਲਫੇਅਰ.
18. ਹਰ ਰੋਜ਼ ਕਸਰਤ ਜ਼ਰੂਰ ਕਰੋ।	Do take exercise every day. ਡੂ ਟੇਕ ਏਕਸਰਸਾਇਜ਼ ਏਵਰੀਡੇ.
19. ਬਹੁਤ ਸਮੇਂ ਤੋਂ ਉਸ ਦਾ ਕੋਈ ਸਮਾਚਾਰ ਨਹੀਂ ਮਿਲਿਆ।	There has been no news of him for a long time. ਦੇਅਰ ਹੈਜ਼ ਬੀਨ ਨੋ ਨਿਯੂਜ਼ ਆੱਫ ਹਿਮ ਫੌਰ ਏ ਲੌਂਨਗ ਟਾਇਮ.
20. ਕੋਈ ਚੰਗੀ ਖ਼ਬਰ ਸੁਣਾਓ।	Let's have some good news. ਲੈਟੇਸ ਹੈਵ ਸਮ ਗੁੱਡ ਨਿਯੂਸ.
21. ਤੁਹਾਡਾ ਖ਼ਤ ਹੁਣੇ-ਹੁਣੇ ਮਿਲਿਆ ਹੈ।	Your letter has just been received. ਯੂਅਰ ਲੇਟਰ ਹੈਜ਼ ਜਸਟ ਬੀਨ ਰਿਸੀਵਡ.
22. ਪਹੁੰਚਦੇ ਹੀ ਖ਼ਤ ਲਿਖਣਾ।	Write immediately on your reaching. ਰਾਇਟ ਇੰਮੀਜਿਏਟਲੀ ਔਨ ਯੂਅਰ ਰੀਚਿੰਗ.
23. ਕਿਤੇ ਭੁੱਲ ਨਾ ਜਾਣਾ।	Dont' forget about it. ਡੋਂਟ ਫੌਰਗੇਟ ਅੱਬਾਊਟ ਇਟ.

* ਅੱਧੇ ਘੰਟੇ ਲਈ 'half *an* hour' ਪ੍ਰਯੋਗ ਹੁੰਦਾ ਹੈ—half hour ਨਹੀਂ।

24.	ਉਹਨਾਂ ਦੇ ਆਉਣ ਦੀ ਮੈਨੂੰ ਖ਼ਬਰ ਦਿਓ ।	Inform me when he comes. ਇਨਫ਼ਾਰਮ ਮੀ ਵ੍ਹੇਨ ਹੀ ਕਮਸ.
25.	ਫਿਰ ਮਿਲਾਂਗੇ ।	See you again. ਸੀ ਯੂ ਅਗੇਨ.
56.	ਉਹਨਾਂ ਨੂੰ ਮੇਰਾ ਸਤਿਕਾਰ ਲਿਖ ਦੇਣਾ ।	Give my regards to him. ਗਿਵ ਮਾਈ ਰਿਗਾਰਡਜ਼ ਟੂ ਹਿਮ.
27.	ਕਦੀ-ਕਦੀ ਖ਼ਤ ਜ਼ਰੂਰ ਲਿਖ ਦਿਆ ਕਰੋ ।	Do write to me now and then. ਡੂ ਰਾਇਟ ਟੂ ਮੀ ਨਾਉ ਐਂਡ ਦੇਨ.
28.	ਮੈਨੂੰ ਆਪਣਾ ਪਤਾ ਦੇ ਜਾਓ ।	Please give me your address. ਪ੍ਲੀਜ਼ ਗਿਵ ਮੀ ਯੁਅਰ ਅੱਡ੍ਰੇਸ.
29.	ਅਗਲੇ ਐਤਵਾਰ ਮੈਨੂੰ ਮਿਲੋ ।	See me next sunday. ਸੀ ਮੀ ਨੈਕਸਟ ਸੰਨਡੇ.
30.	ਕੀ ਤੂੰ ਉਸ ਦੇ ਨਾਲ ਮਿਲਣਾ ਪੱਕਾ ਕਰ ਲਿਆ ਹੈ।	Have you fixed an appointment with her ? ਹੈਵ ਯੂ ਫਿਕ੍ਸ੍ਡ ਐਨ ਅਪੱਾਇੰਟਮੈਂਟ ਵਿਦ ਹਰ.
31.	ਮੁਲਾਕਾਤ ਬੜੀ ਨਿੱਘੀ ਸੀ।	It was a cordial meeting. ਇਟ ਵਾਜ਼ ਏ ਕੱਾਰ੍ਡਿਅਲ ਮੀਟਿੰਗ.
32.	ਤੁਸੀਂ ਕਿਸੇ ਵੇਲੇ ਵੀ ਆਓ; ਸਾਡੇ ਘਰ ਦੇ ਦੁਆਰ ਤੁਹਾਡੇ ਲਈ ਖੁਲ੍ਹੇ ਹਨ ।	You may come in at any time; our doors are open to you. ਯੂ ਮੇ ਕਮ ਇਨ ਐਟ ਐਨੀ ਟਾਇਮ; ਅਵਰ ਡੋਰਜ਼ ਆਰ ਓਪਨ ਟੂ ਯੂ.
33.	ਤਕੱਲੁਫ਼ ਨਾ ਕਰੋ ।	Do not stand on formalities. ਡੂ ਨੱਾਟ ਸ੍ਟੈਂਡ ਅੱਾਨ ਫੱਾਰਮੈਲਿਟੀਜ਼.
34.	ਉਸ ਨਾਲ ਮੇਰੇ ਸੰਬੰਧ ਚੰਗੇ ਨਹੀਂ ।	I am not on good terms with him. ਆਈ ਐਮ ਨੱਾਟ ਅੱਾਨ ਗੁਡ ਟਰਮ੍ਸ ਵਿਦ ਹਿਮ.
35.	ਮੈਂ ਓਹ ਔਰਤ ਦੇਖੀ ਜਿਸ ਦੇ ਲਈ ਬੱਾਸ ਨੇ ਕਿਹਾ ਸੀ ਕਿ ਉਹ ਚਲੀ ਗਈ ਹੈ ।	I saw the women who the boss said was away. ਆਈ ਸੱਾ ਦ ਵੋਮੇਨ ਹੂ ਦ ਬੱਾਸ ਸੇਡ ਵਾਜ਼ ਅਵੇ.

ਯਾਦ ਰਖਣ ਲਈ (To Remember)

ਅੰਗ੍ਰੇਜ਼ੀ ਵਿਚ ਕੁਝ ਇਹੋ ਜਿਹੇ ਸ਼ਬਦ ਵੀ ਹਨ ਜਿਨ੍ਹਾਂ ਦਾਂ ਪ੍ਰਯੋਗ ਸਦਾ ਬਹੁਵਚਨ ਵਿਚ ਹੁੰਦਾ ਹੈ। ਜਿਵੇਂ riches make men proud ਰਿਚਿਜ਼ ਮੇਕ ਮੇਨ ਪ੍ਰਾਉਡ (ਦੌਲਤ ਆਦਮੀ ਨੂੰ ਮਗਰੂਰ ਬਣਾ ਦਿੰਦੀ ਹੈ) ਵਿਚ riches ਸ਼ਬਦ rich ਦਾ ਬਹੁਵਚਨ ਹੈ। ਏਸੇ ਤਰ੍ਹਾਂ ਹੇਠ ਲਿਖੇ ਸ਼ਬਦ ਸਦਾ ਬਹੁਵਚਨ ਵਿਚ ਪ੍ਰਯੋਗ ਹੁੰਦੇ ਹਨ।

alms ਆਮ੍ਜ਼ (ਖ਼ੈਰਾਤ), spectacles ਸ੍ਪੇਕ੍ਟੇਕਲ੍ਜ਼ (ਐਨਕ), trousers ਟ੍ਰਾਉਜ਼ਰਸ (ਪੈਂਟ), scissors (ਕੈਂਚੀ), shorts (ਨਿੱਕਰ) ਆਦਿ।

ਕੁਝ ਸ਼ਬਦ ਏਹੋ ਜਿਹੇ ਵੀ ਹਨ ਜਿਹੜੇ ਹਨ ਤੇ ਬਹੁਵਚਨ, ਪਰ ਸਦਾ ਇਕਵਚਨ ਦੀ ਤਰ੍ਹਾਂ ਪ੍ਰਯੋਗ ਕੀਤੇ ਜਾਂਦੇ ਹਨ ਜਿਵੇਂ : mathematics is difficult ਮੈਥੇਮੇਟਿਕ੍ਸ ਇਜ਼ ਡਿਫ਼ੀਕਲਟ (ਹਿਸਾਬ ਕਠਨ ਹੈ)। ਹੋਰ ਸ਼ਬਦ ਵੀ ਹਨ ਜੋ ਬਹੁਵਚਨ ਦੀ ਤਰ੍ਹਾਂ ਪ੍ਰਯੋਗ ਕੀਤੇ ਜਾਂਦੇ ਹਨ ਜਿਵੇਂ : innings ਇੰਨਿਗ੍ਜ਼ (ਪਾਰੀ), news ਨਿਊਜ਼ (ਖ਼ਬਰ), means ਮੀਨ੍ਜ਼ (ਸਾਧਨ), corps ਕੋਰ (ਫ਼ੌਜ ਦੀ ਟੁਕੜੀ), series ਸੀਰੀਜ਼ (ਗ੍ਰੰਥ ਮਾਲਾ)।

44 ਚੁਤਾਲੀਵਾਂ ਦਿਨ
th day

26. **ਖਰੀਦਦਾਰੀ** SHOPPING (ਸ਼ੌਂਪਿੰਗ)

1. ਉਹ ਤਾਂ ਇਕ ਛੋਟਾ ਦੁਕਾਨਦਾਰ ਹੈ। — He is a petty shopkeeper. ਹੀ ਇਜ਼ ਏ ਪੈਂਟੀ ਸ਼ੌਂਪਕੀਪਰ।
2. ਛਾਬੜੀ ਵਾਲੇ ਉੱਚੀ ਆਵਾਜ਼ ਨਾਲ ਚੀਕ ਰਹੇ ਹਨ। — The hawkers are crying at the top of their voice. ਦ ਹੱਕਰਜ਼ ਆਰ ਕ੍ਰਾਇੰਗ ਅਟ ਦ ਟੱਾਪ ਆੱਫ ਦੇਅਰ ਵਾਇਸ।
3. ਇਹ ਚੌਲ ਘਟੀਆ ਕਿਸਮ ਦੇ ਹਨ। — This rice is of an inferior quality ਦਿਸ ਰਾਇਸ ਇਜ਼ ਆੱਫ ਐਨ ਇਨਫੀਰਿਅਰ ਕੁਵਾਲਿਟੀ।
4. ਇਹ ਚੀਜ਼ ਤਾਂ ਕੌਡੀਆਂ ਦੇ ਭਾਅ ਵਿਕ ਰਹੀ ਹੈ। — This article is selling at rock-bottom price. ਦਿਸ ਆਰ੍ਟਿਕਲ ਇਜ਼ ਸੇਲਿੰਗ ਐਟ ਰੱਾਕ ਬੱਾਟਮ ਪ੍ਰਾਇਸ।
5. ਅਜਕਲ੍ਹ ਵਿਆਪਾਰਕ ਮੰਦੀ ਹੈ। — There is a trade depression these days. ਦੇਅਰ ਇਜ਼ ਏ ਟ੍ਰੇਡ ਡਿਪ੍ਰੈਸ਼ਨ ਦੀਜ਼ ਡੇਜ਼।
   OR
   There is a slump in business these days. ਦੇਅਰ ਇਜ਼ ਏ ਸਲੰਪ ਇਨ ਬਿਜ਼ਨੇਸ ਦੀਜ਼ ਡੇਜ਼।
6. ਇਹ ਪੁਸਤਕ ਫਟਾਫਟ ਵਿਕ ਰਹੀ ਹੈ। — This book is selling like hot cakes. ਦਿਸ ਬੁੱਕ ਇਜ਼ ਸੇਲਿੰਗ ਲਾਇਕ ਹੱਾਟ ਕੇਕ੍ਸ।
7. ਮੇਰੇ ਕੋਲ ਪੰਜਾਹ ਪੈਸੇ ਘਟ ਹਨ। — I am short by fifty paise. ਆਈ ਐਮ ਸ਼ੌਰਟ ਬਾਈ ਫਿਫਟੀ ਪੈਸੇ।
8. ਇਹ ਹਲਵਾਈ ਬੇਹੀਆਂ ਚੀਜ਼ਾਂ ਵੇਚਦਾ ਹੈ। — This confectioner sells stale things. ਦਿਸ ਕੰਨ੍ਫੇਕ੍ਸ਼ਨਰ ਸੇਲ੍ਸ ਸਟੇਲ ਥਿੰਗ੍ਜ਼।
9. ਤੁਸੀਂ ਮੈਨੂੰ ਇਕ ਰੁਪਿਆ ਘਟ ਦਿੱਤਾ ਹੈ। — You have given me one rupee short. ਯੂ ਹੈਵ ਗਿਵਨ ਮੀ ਵਨ ਰੂਪੀ ਸ਼ੌਰ੍ਟ।
10. ਇਹ ਕੱਪੜਾ ਧੋਣ ਤੇ ਸੁੰਗੜ ਜਾਂਦਾ ਹੈ। — This cloth shrinks on washing. ਦਿਸ ਕਲੱਾਥ ਸ਼ਰਿੰਕ੍ਸ ਆੱਨ ਵਾਸ਼ਿੰਗ।
11. ਰਾਹ ਵਿਚ ਦਰਜੀ ਦੀ ਦੁਕਾਨ ਤੇ ਹੁੰਦੇ ਹੋਏ ਚਲੇ ਜਾਣਾ। — Call at the tailors on the way. ਕੱਾਲ ਐਟ ਦ ਟੇਲਰਜ਼ ਆੱਨ ਦ ਵੇ।
12. ਇਹ ਅੰਬ ਜ਼ਿਆਦਾ ਪੱਕਿਆ ਹੋਇਆ ਹੈ। — This mango is over-ripe. ਦਿਸ ਮੈਂਗੋ ਇਜ਼ ਓਵਰ ਰਾਈਪ।
13. ਹੜਤਾਲ ਦੇ ਕਾਰਣ ਸਾਰਾ ਕੰਮ-ਕਾਜ ਠੱਪ ਹੈ। — Everything is at a standstill on account of the strike. ਏਵਰੀਥਿੰਗ ਇਜ਼ ਅੇਟ ਏ ਸਟੈਂਡਸਟਿਲ ਆੱਨ ਅੱਕਾਉਂਟ ਆੱਫ ਦ ਸਟ੍ਰਾਇਕ।
14. ਹਰ ਤਰ੍ਹਾਂ ਦਾ ਕਪੜਾ ਇਸ ਦੁਕਾਨ ਤੋਂ ਮਿਲ ਸਕਦਾ ਹੈ। — Every kind of cloth can be had from this shop. ਏਵ੍ਰੀ ਕਾਇੰਡ ਆੱਫ ਕਲੱਾਥ ਕੈਨ ਬੀ ਹੈਡ ਫ੍ਰਾਮ ਦਿਸ ਸ਼ੱਾਪ।
15. ਇਹ ਜੁੱਤੀ ਬੜੀ ਤੰਗ ਹੈ, ਸਾਨੂੰ ਦੂਜੀ ਦਿਖਾਓ। — This shoe is very tight, show us another pair. ਦਿਸ ਸੂ ਇਜ਼ ਵੇਰੀ ਟਾਇਟ, ਸ਼ੋ ਅਸ ਐਨ ਅਦਰ ਪੇਅਰ।

16. ਮੇਰੀ ਕਿਤਾਬ ਲੈਂਦੇ ਆਉਣਾ, ਦੇਖੋ ਭੁਲਣਾ ਨਹੀਂ। — Do bring my book Look don't forget. ਡੂ ਬ੍ਰਿੰਗ ਮਾਈ ਬੁੱਕ, ਲੁੱਕ ਡੋਂਟ ਫੱਰਗੇਟ।

17. ਇਹ ਕਿਤਾਬ ਖੂਬ ਚਲਦੀ ਹੈ। — This book is moving fast. ਦਿਸ ਬੁੱਕ ਇਜ਼ ਮੂਵਿੰਗ ਫਾਸਟ।

18. ਦੋ ਦਰਜਨ ਸੰਤਰਿਆਂ ਦਾ ਕੀ ਮੁੱਲ ਲਉਗੇ ? — What will you charge for two dozen oranges ? ਵੱਟ ਵਿਲ ਯੂ ਚਾਰਜ ਫੱਰ ਟੂ ਡਜ਼ਨ ਔਰਨਜਿਸ ?

19. ਭਾਅ ਗਿਰ ਰਹੇ ਹਨ। — The prices are falling. ਦ ਪ੍ਰਾਇਸਿਜ਼ ਆਰ ਫ਼ਾਲਿੰਗ।

20. ਇਹ ਕੋਟ ਮੈਨੂੰ ਤੰਗ ਹੈ। — This coat fits me tight ਦਿਸ ਕੋਟ ਫਿਟ੍ਸ ਮੀ ਟਾਇਟ।

21. ਉਹ ਥੋਕ-ਫ਼ਰੋਸ਼ ਹੈ, ਪਰ ਉਸ ਦਾ ਭਰਾ ਫੁਟਕਲ ਵਿਕਰੇਤਾ ਹੈ। — He is a wholesale dealer but his brother is a retail seller. ਹੀ ਇਜ਼ ਏ ਹੋਲਸੇਲ ਡੀਲਰ ਬਟ ਹਿਜ਼ ਬ੍ਰਦਰ ਇਜ਼ ਏ ਰਿਟੇਲ ਸੇਲਰ।

22. ਉਹ ਉਧਾਰ ਸੌਦਾ ਨਹੀਂ ਵੇਚਦਾ। — He does not sell things on credit. ਹੀ ਡਜ਼ ਨੱਟ ਸੈੱਲ ਥਿੰਗਸ ਔਨ ਕ੍ਰੈਡਿਟ।

23. ਇਹ ਕੁਰਸੀ ਸੱਠ ਰੁਪਏ ਵਿਚ ਬਹੁਤ ਸਸਤੀ ਹੈ। — This chair is quite cheap for sixty rupees. ਦਿਸ ਚੇਅਰ ਇਜ਼ ਕੁਵਾਇਟ ਚੀਪ ਫੱਰ ਸਿਕਸਟੀ ਰੁਪੀਜ਼।

24. ਵਾਲ ਬਹੁਤ ਛੋਟੇ ਨਾ ਕੱਟਣਾ। — Do not cut the hair too shorts. ਡੂ ਨੱਟ ਕਟ ਦ ਹੇਅਰ ਟੂ ਸ਼ੱਰਟ।

25. ਅਜਕਲ੍ਹ ਖੋਟੇ ਸਿੱਕੇ ਬਹੁਤ ਚਲ ਰਹੇ ਹਨ। — Base coins are current these days. ਬੇਸ ਕੱਇਨਸ ਆਰ ਕਰੇਂਟ ਦੀਜ਼ ਡੇਜ਼।

26. ਉਧਾਰ ਕਦੀ ਨਾ ਖਰੀਦੋ। — Do not buy on credit. ਡੂ ਨੱਟ ਬਾਇ ਔਨ ਕਰੇਡਿਟ।

27. ਇਹ ਮੇਜ਼ ਸੱਠ ਰੁਪਏ ਵਿਚ ਮਹਿੰਗੀ ਹੈ। — This table is costly for sixty rupees. ਦਿਸ ਟੇਬਲ ਇਜ਼ ਕੱਸਟਲੀ ਫੱਰ ਸਿਕਸਟੀ ਰੁਪੀਜ਼।

28. ਮੇਰਾ ਹਿਸਾਬ ਕਰ ਦਿਉ। — Clear my account. ਕਲੀਅਰ ਮਾਈ ਅਕਾਉਂਟ।

29. ਬਾਜ਼ਾਰੋਂ ਦੋ ਰੁਪਏ ਦਾ ਆਟਾ ਲੈ ਆਉ। — Bring flour worth two rupees from the bazar. ਬ੍ਰਿਗ ਫ਼ਲੌਰ ਵਰਥ ਟੂ ਰੁਪੀਜ਼ ਫ੍ਰਾਮ ਦ ਬਾਜ਼ਾਰ।

30. ਮੇਰੀ ਪਤਲੂਨ ਢਿੱਲੀ ਹੈ। — My pantaloon is loose. ਮਾਈ ਪਤਲੂਨ ਇਜ਼ ਲੂਜ਼।

31. ਮੇਰੀ ਘੜੀ ਨੂੰ ਤੇਲ ਅਤੇ ਸਫ਼ਾਈ ਦੀ ਲੋੜ ਹੈ। — My watch needs* cleaning and oiling. ਮਾਈ ਵਾਚ ਨੀਡਸ ਕਲੀਨਿੰਗ ਐਂਡ ਔਇਲਿੰਗ।

32. ਕੀ ਤੁਹਾਨੂੰ ਜੁੱਤੀ ਲਗਦੀ ਹੈ। — Does your shoe pinch you ? ਡਜ਼ ਯੂਅਰ ਸ਼ੂ ਪਿੰਚ ਯੂ ?

33. ਇਹ ਕੱਪੜਾ ਕੋਟ ਲਈ ਪੂਰਾ ਹੈ। — This cloth will do for a coat. ਦਿਸ ਕਲੌਥ ਵਿਲ ਡੂ ਫੱਰ ਏ ਕੋਟ।

34. ਮਿ: ਟੇਲਰ, ਮੇਰਾ ਨਾਪ ਲਉ। — Mr. Tailor, have my measurements. ਮਿ: ਟੇਲਰ, ਹੈਵ ਮਾਈ ਮੇਜਰਮੈਂਟ।

35. ਡਾਕਟਰ ਸਾਹਿਬ ਦਾ ਕੰਮ ਖੂਬ ਚਲਦਾ ਹੈ। — The doctor has a large practice. ਦ ਡੱਕਟਰ ਹੈਜ਼ ਏ ਲਾਰਜ ਪ੍ਰੈਕਟਿਸ।

36. ਇਸ ਟੋਪੀ ਦੀ ਠੀਕ-ਠੀਕ ਕੀਮਤ ਲੈ ਲਉ। — Charge a reasonable price for this cap. ਚਾਰਜ ਏ ਰੀਜ਼ਨੇਬਲ ਪ੍ਰਾਇਸ ਫੱਰ ਦਿਸ ਕੈਪ।

* ਹੁਣ ਨੀਡ ਦਾ ਪ੍ਰਯੋਗ ਸ਼ੁੱਧ ਮੰਨਿਆ ਜਾਂਦਾ ਹੈ। ਪ੍ਰਯੋਗ ਦੇ ਅਨੁਸਾਰ 'My watch *needs* cleaning and oiling ਹੋਣਾ ਚਾਹੀਦਾ ਹੈ।

37. ਕੋਈ ਛੋਟੇ ਪੰਜੇ ਵਾਲਾ ਬੂਟ ਦਿਖਾਉ। Show me a shoe with a narrow toe.
ਸ਼ੋ ਮੀ ਏ ਸ਼ੂ ਵਿਦ ਏ ਨੈਰੋ ਟੋ।

38. ਮੈਨੂੰ ਕੁਝ ਚੰਗੀਆਂ ਪੁਸਤਕਾਂ ਦਿਉ। Give me some good books.
ਗਿਵ ਮੀ ਸਮ ਗੁੱਡ ਬੁਕਸ।

39. ਕੀ ਮਾਲ ਚੰਗਾ ਹੈ। Is the stuff all right ?
ਇਜ਼ ਦ ਸਟੱਫ ਆਲ ਰਾਇਟ।

40. ਕੀ ਰੰਗ ਪੱਕਾ ਹੈ। Is the colour fast ? ਇਜ਼ ਦ ਕਲਰ ਫਾਸਟ।

41. ਇਥੋਂ ਬਾਜ਼ਾਰ ਕਿੰਨੀ ਦੂਰ ਹੈ ? How far is the market from here ?
ਹਾਉ ਫੱਾਰ ਇਜ਼ ਦ ਮਾਰਕਿਟ ਫ੍ਰਾਮ ਹਿਅਰ।

42. ਬਹੁਤ ਦੂਰ ਹੈ। It is Quite far. ਇਟ ਇਜ਼ ਕੁਵਾਇਟ ਫੱਾਰ।

43. ਜੇ ਤੁਸੀਂ ਸਾਰੀਆਂ ਚੀਜ਼ਾਂ ਇਕ ਹੀ ਥਾਂ ਤੋਂ ਖਰੀਦਣੀਆਂ ਚਾਹੁੰਦੇ ਹੋ ਤਾਂ ਡਿਪਾਰਟਮੈਂਟ ਸਟੋਰ ਚਲੇ ਜਾਉ। If you wish to buy all your requirements under one roof, go to a department store. ਇਫ ਯੂ ਵਿਸ਼ ਟੂ ਬਾਇ ਆਲ ਯੂਅਰ ਰਿਕੁਵਾਇਰਮੈਂਟਸ ਅੰਡਰ ਵਨ ਰੂਫ ਗੋ ਟੂ ਏ ਡਿਪਾਰਟਮੈਂਟ ਸਟੋਰ।

44. ਇਹ ਦੁਕਾਨਦਾਰ ਮਿਲਾਵਟ ਵਾਲੀਆਂ ਚੀਜ਼ਾਂ ਵੇਚਦਾ ਹੈ। This shopkeeper sells adulterated stuff.
ਦਿਸ ਸ਼ੱਾਪਕੀਪਰ ਸੇਲਸ ਏਡਲਟ੍ਰੇਟਿਡ ਸਟੱਫ।

45. ਕੀ ਤੁਸੀਂ ਚੈਕ ਸਵੀਕਾਰ ਕਰਦੇ ਹੋ। Do you accept cheques ? ਡੂ ਯੂ ਐਕਸੇਪਟ ਚੇਕਸ।

46. ਇਹ ਦੁਕਾਨਦਾਰ ਵਿਦੇਸ਼ੀ ਮਾਲ ਚੋਰੀਂ ਵੇਚਦਾ ਹੈ। This shopkeeper sells imported goods under the counter. ਦਿਸ ਸ਼ੱਾਪਕੀਪਰ ਸੇਲਸ ਇਮਪੋਰਟਿਡ ਗੁਡਸ ਅੰਡਰ ਦ ਕਾਉਂਟਰ।

47. ਇਸ ਵਿਚ ਜੰਗ ਲੱਗਿਆ ਹੋਇਆ ਹੈ। It is rusted. ਇਟ ਇਜ਼ ਰਸਟਿਡ।

48. ਇਹ ਮੈਲਾ ਹੈ। It is soiled. ਇਟ ਇਜ਼ ਸੱਾਇਲਡ।

49. ਇਹ ਫਟਿਆ ਹੋਇਆ ਹੈ। It is torn. ਇਟ ਇਜ਼ ਟੋਰਨ।

50. ਇਹ ਬਿਲਕੁਲ ਨਵਾਂ ਹੈ। It is brand new. ਇਟ ਇਜ਼ ਬ੍ਰੈਂਡ ਨਿਯੂ।

ਯਾਦ ਰਖਣ ਲਈ (To Remember)

ਜਿਹਨਾਂ ਸ਼ਬਦਾਂ ਦੇ ਅੰਤ ਵਿਚ ant ਹੁੰਦਾ ਹੈ ਉਹ ਕਦੀ ਨਾਂਵ ਅਤੇ ਕਦੀ ਪੜਨਾਂਵ ਹੁੰਦੇ ਹਨ। ਜਿਵੇਂ abundant (ਕਾਫੀ ਮਿਕਦਾਰ ਵਿਚ ਮਿਲਣ ਵਾਲਾ), distant (ਫ਼ਾਸਲਾ), ignorant (ਅਨਾਜਣ), important (ਮਹੱਤਵਪੂਰਣ)। ਪਰੰਤੂ applicant (ਅਰਜ਼ੀ ਦੇਣ ਵਾਲਾ), servant (ਨੌਕਰ) ਆਦਿ ਨਾਂਵ ਹਨ ਜਦੋਂ ਕਿ ਇਹਨਾਂ ਦੇ ਅੰਤ ਵਿਚ ant ਲੱਗਾ ਹੋਇਆ ਹੈ।

ent ਨਾਲ ਪੂਰੇ ਹੋਣ ਵਾਲੇ ਸ਼ਬਦ ਵੀ (ant ਵਾਲੇ ਸ਼ਬਦਾਂ ਦੀ ਤਰ੍ਹਾਂ) ਨਾਂਵ ਵੀ ਹੁੰਦੇ ਹਨ ਅਤੇ ਵਿਸ਼ੇਸ਼ਣ ਵੀ ਜਿਵੇਂ content (ਸੰਤੋਖ, ਸੰਤੋਖੀ), dependent (ਨਿਰਭਰ ਰਹਿਣ ਵਾਲਾ), excellent (ਉਤਮ), intelligent (ਪ੍ਰਤਿਭਾਸ਼ਾਲੀ, ਚਤੁਰ), voilent (ਖੂੰਖਾਰ, ਹਿੰਸਕ), comment (ਟਿੱਪਣੀ), ascent (ਚੜ੍ਹਾਈ) ਆਦਿ।

ਵਿਸ਼ੇਸ਼ਣ ਦੀਆਂ ਮੋਟੀਆਂ ਪਛਾਨਾਂ ਵਿਚੋਂ ਇਕ ਪਛਾਣ ful ਵੀ ਹੈ। ਜਿਵੇਂ—This is a beautiful garden. (ਇਹ ਸੁੰਦਰ ਬਾਗ ਹੈ), ਇਸ ਵਾਕ ਵਿਚ beauty ਸ਼ਬਦ ਦੇ ਨਾਲ ਪਿਛੇਤਰ ful ਜੋੜਿਆ ਗਿਆ ਹੈ ਅਤੇ y ਦੀ ਥਾਂ i ਕਰ ਦਿੱਤੀ ਗਈ ਹੈ। ਕੁਝ ਹੋਰ ਉਦਾਹਰਣ:—awe ਤੋਂ aweful (ਭਿਆਨਕ), bash ਤੋਂ bashful (ਲੱਜਾਵਾਨ), colour ਤੋਂ colourful (ਰੰਗੀਨ), delight ਤੋਂ delightful (ਖ਼ੁਸ਼), power ਤੋਂ powerful (ਬਲਵਾਨ), truth ਤੋਂ truthful (ਸੱਚਾ) ਆਦਿ।

45 ਤਾਲੀਵਾਂ ਦਿਨ day

27. ਅਧਿਐਨ **STUDY (ਸੱਟ੍ਡੀ)**

1. ਜਿੰਨੀ ਅਸੀਂ ਮਿਹਨਤ ਕਰਾਂਗੇ, ਓਨਾ ਹੀ ਸਾਨੂੰ ਫਲ ਮਿਲੇਗਾ। — As we labour, so shall we be rewarded. ਐਜ਼ ਵੀ ਲੇਬਰ, ਸੋ ਸ਼ੈਲ ਵੀ ਬੀ ਰਿਵਾਰ੍ਡਿਡ.
2. ਤੁਸੀਂ ਅੰਗ੍ਰੇਜ਼ੀ ਦੀਆਂ ਕਿਹੜੀਆਂ ਕਿਹੜੀਆਂ ਕਿਤਾਬਾਂ ਪੜ੍ਹੀਆਂ ਹਨ। — Which books in English have you read ? ਵਿਚ ਬੁੱਕ੍ਸ ਇਨ ਇੰਗਲਿਸ਼ ਹੈਵ ਯੂ ਰੇਡ.
3. ਮੈਂ ਇੰਨਾ ਥੱਕ ਗਿਆ ਹਾਂ ਕਿ ਕਲਾਸ ਵਿਚ ਨਹੀਂ ਜਾ ਸਕਦਾ। — I am too tired to attend the class. ਆਈ ਐਮ ਟੂ ਟਾਇਰ੍ਡ ਟੂ ਅਟੈਂਡ ਦ ਕ੍ਲਾਸ.
4. ਉਸ ਦੀ ਪਰੀਖਿਆ ਕਦੋਂ ਤੋਂ ਹੈ। — When does her examination commence ? ਵ੍ਹੇਨ ਡਜ਼ ਹਰ ਇਗ੍ਜ਼ਾਮਿਨੇਸ਼ਨ ਕਮੇਂਸ ?
5. ਮੈਂ ਇਸ ਸਾਲ ਬੀ. ਏ. ਪਾਸ ਕਰ ਲਵਾਂਗਾ। — I shall pass my B.A. this year. ਆਈ ਸ਼ੈਲ ਪਾਸ ਮਾਈ ਬੀ. ਏ. ਦਿਸ ਯੀਅਰ.
6. ਅੱਜ ਮੈਂ ਕੁਝ ਨਹੀਂ ਪੜ੍ਹ ਸਕਿਆ। — I couldn't study anythlng today. ਆਈ ਕੁਡਨੱਟ ਸੱਟ੍ਡੀ ਐਨੀਥਿੰਗ ਟੁਡੇ.
7. ਉਹ ਬੀ. ਏ. ਦੀ ਪਰੀਖਿਆ ਵਿਚੋਂ ਫੇਲ੍ਹ ਹੋ ਗਿਆ। — He failed at the B.A. examination. ਹੀ ਫ਼ੇਲ੍ਡ ਐਟ ਦ ਬੀ. ਏ. ਇਗ੍ਜ਼ਾਮਿਨੇਸ਼ਨ.
8. ਪ੍ਰਸ਼ਨ ਬੜਾ ਆਸਾਨ ਹੈ। — Tha question is very easy. ਦ ਕ੍ਵੇਸ਼ਚਨ ਇਜ਼ ਵੇਰੀ ਈਜ਼ੀ.
9. ਨਾ ਤੇ ਆਸ਼ਾ ਨਾ ਉਸ ਦੀ ਭੈਣ ਨੇਮ ਨਾਲ ਸਕੂਲ ਆਉਂਦੀਆਂ ਹਨ। — Neither Asha nor her sister comes to school regularly ਨਾਇਦਰ ਆਸ਼ਾ ਨੌਰ ਹਰ ਸਿਸ੍ਟਰ ਕਮ੍ਸ ਟੂ ਸ੍ਕੂਲ ਰੇਗੁਲਰ੍ਲੀ.
10. ਮੈਂ ਜ਼ਰੂਰ ਪਾਸ ਹੋ ਜਾਵਾਂਗਾ। — I shall certainly get through. ਆਈ ਸ਼ੈਲ ਸਰਟੇਂਨਲੀ ਗੇਟ ਥਰੂ
11. ਮੈਂ ਪਿਛਲੀ ਰਾਤ ਬੜੀ ਰੋਚਕ ਪੁਸਤਕ ਪੜ੍ਹੀ। — I read a very interesting books last night. ਆਈ ਰੇਡ ਏ ਵੇਰੀ ਇਨਟਰੇਸ੍ਟਿੰਗ ਬੁੱਕ ਲਾਸਟ ਨਾਇਟ.
12. ਉਹ ਹਿੰਦੀ ਵਿਚ ਕਮਜ਼ੋਰ ਹੈ। — He is weak in Hindi. ਹੀ ਇਜ਼ ਵੀਕ ਇਨ ਹਿੰਦੀ,
13. ਅੱਜ ਕਲ੍ਹ ਜਮਾਤਾਂ ਜਲਦੀ ਲੱਗ ਜਾਂਦੀਆਂ ਹਨ। — Classes start early now-a-days. ਕ੍ਲਾਸਿਜ਼ ਸ੍ਟਾਰ੍ਟ੍ਸ ਅਰਲੀ ਨਾਉ-ਏ-ਡੇਜ਼.
14. ਅਸੀਂ ਆਪਣੀ ਪੜ੍ਹਾਈ ਪੂਰੀ ਕਰ ਲਈ ਹੈ। — We have covered our complete course of studies. ਵੀ ਹੈਵ ਕੱਵਰ੍ਡ ਔਵਰ ਕਮ੍ਪਲੀਟ ਕੋਰ੍ਸ ਔਫ਼ ਸੱਟਡੀਜ਼.
15. ਤੂੰ ਜਾਂ ਉਸ ਤੋਂ ਖਿਮਾ ਮੰਗ ਲੈ ਜਾਂ ਜੁਰਮਾਨਾ ਅਦਾ ਕਰ ਦੇ। — You should either beg his parbon, or you should pay the fine. ਯੂ ਸ਼ੁਡ ਆਇਦਰ ਬੇਗ ਹਿਜ਼ ਪਾਰ੍ਡਨ, ਔਰ ਯੂ ਸ਼ੁਡ ਪੇ ਦ ਫ਼ਾਇਨ.
16. ਉਸ ਨੂੰ ਕੁਝ ਨਹੀਂ ਆਉਂਦਾ। — He doesn't know anything. ਹੀ ਡਜ਼ੰ'ਟ ਨੋ ਐਨੀਥਿੰਗ.

17. ਉਹ ਬੁਧਵਾਰ ਤੋਂ ਗ਼ੈਰ ਹਾਜ਼ਿਰ ਹੈ। She has been absent since Wednesdey.
ਸ਼ੀ ਹੈਜ਼ ਬੀਨ ਐਬਸੈਂਟ ਸਿੰਸ ਵੇਨ੍ਜ਼ਡੇ.

18. ਮੇਰੇ ਕੋਲ ਆਪਣਾ ਕੰਮ ਖ਼ਤਮ ਕਰਨ ਦਾ ਸਮਾਂ ਨਹੀਂ ਸੀ। I hadn't time finish my work.
ਆਈ ਹੈਡ੍ਰੰ'ਟ ਟਾਇਮ ਟੂ ਫ਼ਿਨਿਸ਼ ਸਾਈ ਵਰ੍ਕ.

19. ਇਸ ਦਾ ਅਰਥ ਕੀ ਹੈ? What does it mean? ਵੱਟ ਡਜ਼ ਇਟ ਮੀਨ?

20. ਉਹ ਚੰਗੀ ਤਰ੍ਹਾਂ ਮਨ ਲਗਾ ਕੇ ਪੜ੍ਹਦੀ ਹੈ। She takes keen interest in her studies.
ਸ਼ੀ ਟੇਕ੍ਸ ਕੀਨ ਇੰਟਰਰੇਸ੍ਟ ਇਨ ਹਰ ਸੱਟਡੀਜ਼.

21. ਵਿਦਿਆਰਥੀਆਂ ਨੂੰ ਨਤੀਜਾ ਕਲ੍ਹ ਪਤਾ ਲਗੇਗਾ। The students will know the result tomorrow.
ਦ ਸਟ੍ਡੇਂਟ ਵਿਲ ਨੋ ਦ ਰਿਜ਼ਲ੍ਟ ਟੁਮੱਰੋ.

22. ਤੂੰ ਪਰੀਖਿਆ ਵਿਚ ਪਾਸ ਹੋ ਗਿਆ। You have passed the examination.
ਯੂ ਹੈਵ ਪਾਸ੍ਡ ਦ ਇਗਜ਼ਾਮਿਨੇਸ਼ਨ.

23. ਮੈਨੂੰ ਪੜ੍ਹਨ ਕਿਉਂ ਨਹੀਂ ਦਿੰਦੇ? Why don't you allow me to read?
ਵ੍ਹਾਈ ਡੋਂ'ਟ ਯੂ ਅਲਾਉ ਮੀ ਟੂ ਰੀਡ?

24. ਜੇ ਤੂੰ ਪਾਸ ਹੋ ਗਿਆ ਤਾਂ ਤੇਰੇ ਮਾਤਾ-ਪਿਤਾ ਖ਼ੁਸ਼ ਹੋਣਗੇ। Should you pass, your parents would be happy.
ਸ਼ੁਡ ਯੂ ਪਾਸ, ਯੁਅਰ ਪੇਰੇਂਟ੍ਸ ਵੁਡ ਬੀ ਹੈੱਪੀ.

25. ਮੈਂ ਅੰਗ੍ਰੇਜ਼ੀ ਬੋਲਣਾ ਜਾਣਦੀ ਹਾਂ। I know how to speak English.
ਆਈ ਨੋ ਹਾਉ ਟੂ ਸਪੀਕ ਇੰਗਲਿਸ਼.

26. ਤੁਸੀਂ ਕਿਸ ਕਾਲਜ ਵਿਚ ਪੜ੍ਹਦੇ ਹੋ? In which college do you study?
ਇਨ ਵਿਚ ਕੱਲੇਜ ਡੂ ਯੂ ਸ੍ਟੱਡੀ?

27. ਤੁਹਾਡੀ ਪੜ੍ਹਾਈ ਕਿਸ ਤਰ੍ਹਾਂ ਚਲ ਰਹੀ ਹੈ? How are you getting on with your studies?
ਹਾਊ ਆਰ ਯੂ ਗੇਟਿੰਗ ਔਨ ਵਿਦ ਯੁਅਰ ਸੱਟ੍ਡੀਜ਼?

28. ਮੈਂ ਇਸ ਕਾਲੇਜ ਵਿਚ ਦੋ ਸਾਲ ਤੋਂ ਹਾਂ। I have been in this college *for* two years.
ਆਈ ਹੈਵ ਬੀਨ ਇਨ ਦਿਸ ਕੱਲੇਜ ਫ਼ੱਰ ਟੂ ਥੀਅਰ੍ਸ.

29. ਮੈਂ ਇਸ ਕਾਲੇਜ ਵਿਚ ਸੰਨ 1975 ਤੋਂ ਹਾਂ। I have been in this college *since* 1975.
ਆਈ ਹੈਵ ਬੀਨ ਇਨ ਦਿਸ ਕੱਲੇਜ ਸਿੰਸ 1975.

30. ਤੁਹਾਡਾ ਸਕੂਲ ਅੱਛਾ ਹੈ। Your schools is good. ਯੁਅਰ ਸਕੂਲ ਇਜ਼ ਗੁੱਡ.

31. ਉਹ ਅੰਗ੍ਰੇਜ਼ੀ ਵਿਚ ਹੁਸ਼ਿਆਰ ਹੈ। He is strong in English. ਹੀ ਇਜ਼ ਸਟ੍ਰੌਂਗ ਇਨ ਇੰਗਲਿਸ਼.

32. ਉਹ ਇਸ ਸਾਲ ਪਰੀਖਿਆ ਵਿਚ ਨਹੀਂ ਬੈਠ ਰਿਹਾ। He is dropping out of the examination this year.
ਹੀ ਇਜ਼ ਡ੍ਰਾਪਿੰਗ ਆਉਟ ਔਫ਼ ਦ ਇਗਜ਼ਾਮਿਨੇਸ਼ਨ ਦਿਸ ਯੀਅਰ.

33. ਉਹ ਖੇਲਾਂ ਵਿਚ ਬੜਾ ਹੁਸ਼ਿਆਰ ਹੈ। He is very good at games. ਹੀ ਇਜ਼ ਵੇਰੀ ਗੁੱਡ ਐਟ ਗੇਮ੍ਸ.

34. ਤੇਰੀ ਲਿਖਾਈ ਚੰਗੀ ਨਹੀਂ ਹੈ। You do not write a good hand.
ਯੂ ਡੂ ਨੱਟ ਰਾਇਟ ਏ ਗੁੱਡ ਹੈਂਡ.

35. ਪੁਸਤਕ ਅਜੇ ਆਪਣੇ ਕੋਲ ਹੀ ਰਹਿਣ ਦਿਓ। Keep the book with you for the present.
ਕੀਪ ਦ ਬੁੱਕ ਵਿਦ ਯੂ ਫ਼ੱਰ ਦ ਪ੍ਰੇਜ਼ੇਂਟ.

36. ਉਹ ਅਕਸਰ ਸਕੂਲੋਂ ਨੱਸ ਜਾਂਦਾ ਹੈ। He often plays a truant from the school.
ਹੀ ਆਫਨ ਪ੍ਲੇਜ਼ ਏ ਟ੍ਰੁਏਂਟ ਫਰਾਮ ਦ ਸਕੂਲ।

37. ਤੁਹਾਡਾ ਧਿਆਨ ਕਿਸ ਤਰਫ ਹੈ ?	What are you looking at ? ਵੱਾਟ੍ ਆਰ ਯੂ ਲੁਕਿੰਗ ਐਟ.
38. ਕੀ ਤੁਹਾਡਾ ਮੁਖ ਅਧਿਆਪਕ ਤੇ ਕੋਈ ਪ੍ਰਭਾਵ ਨਹੀਂ ਹੈ ?	Have you no influence with the headmaster ? ਹੈਵ ਯੂ ਨੋ ਇਨਫਲੁਇੰਸ ਵਿਦ ਦ ਹੈਡਮਾਸਟਰ ?
39. ਸਾਡੇ ਸਕੂਲ ਵਿਚ ਕਲ੍ਹ ਤੋਂ ਛੁਟੀਆਂ ਹੋਣਗੀਆਂ ।	Our school will remain closed for vacations from tomorrow. ਅਵਰ ਸਕੂਲ ਵਿਲ ਰਿਮੇਨ ਕਲੋਜ਼ਡ ਫ਼ਾਰ ਵੇਕੇਸ਼ਨਸ ਫ੍ਰਾਮ ਟੁਮਾੱਰੋ.
40. ਮੁੰਡਿਓ, ਸਮਾਂ ਪੂਰਾ ਹੋ ਗਿਆ, ਪਰਚੇ ਦੇ ਦਿਓ ।	Boys, time is up, hand over your papers. ਬੁਆਇਜ਼, ਟਾਇਮ ਇਜ਼ ਅਪ, ਹੈਂਡ ਓਵਰ ਯੂਅਰ ਪੇਪਰਸ.
41. ਨਵਾਂ ਟਾਇਮ-ਟੇਬਲ ਪਹਿਲੀ ਮਈ ਤੋਂ ਸ਼ੁਰੂ ਹੋਵੇਗਾ ।	The new time-table will come into force from 1st. May. ਦ ਨਿਊ ਟਾਇਮ-ਟੇਬਲ ਵਿਲ ਕਮ ਇਨਟੂ ਫੋਰਸ ਫ੍ਰਾਮ ਫਰਸਟ ਮੇ.
42. ਬਕਵਾਸ ਕਿਉਂ ਕਰਦੇ ਹੋ, ਮੂੰਹ ਬੰਦ ਕਰੋ ।	Why do you chatter ? Hold your tongue. ਵਾਈ ਡੂ ਯੂ ਚੈਟਰ ? ਹੋਲਡ ਯੂਅਰ ਟੰਗ.
43. ਮੇਰੇ ਕੋਲ ਫ਼ਾਲਤੂ ਪੈਂਸਲ ਨਹੀਂ ਹੈ ।	I have no spare pencil. ਆਈ ਹੈਵ ਨੋ ਸਪੇਅਰ ਪੈਂਸਿਲ.
44. ਸਾਡੀ ਆਪਸੀ ਬੋਲਚਾਲ ਨਹੀਂ ਹੈ ।	We are not on speaking terms. ਵੀ ਆਰ ਨੱਾਟ ਆੱਨ ਸਪੀਕਿੰਗ ਟਰਮਸ.
45. ਸਾਡਾ ਆਪਸ ਵਿਚ ਆਉਣਾ-ਜਾਣਾ ਨਹੀਂ ਹੈ ।	We are not on visiting terms. ਵੀ ਆਰ ਨੱਾਟ ਆੱਨ ਵਿਜ਼ਿਟਿੰਗ ਟਰਮਜ਼.
46. ਇਹ ਵਿਦਿਆਰਥੀ ਦਸਵੀਂ ਜਮਾਤ ਵਿਚ ਨਹੀਂ ਚਲ ਸਕੇਗਾ ।	This boy will not be able to get on in the 10th class. ਦਿਸ ਬੁਆਇ ਵਿਲ ਨੱਾਟ ਬੀ ਏਬਲ ਟੂ ਗੇਟ ਆੱਨ ਇਨ ਦ ਟੈਂਥ ਕਲਾਸ.
47. ਬਕ-ਬਕ ਨਾ ਕਰੋ ।	Don't chatter. ਡੋਂਟ ਚੈਟਰ.
48. ਕੀ ਹਾਜ਼ਰੀ ਲੱਗ ਗਈ ਹੈ ?	Has the roll been called ? ਹੈਜ਼ ਦ ਰੋਲ ਬੀਨ ਕਾਲਡ.
49. ਹਿਸਾਬ ਤਾਂ ਮੇਰੇ ਲਈ ਹਊਆ ਹੈ ।	Mathematics is my bugbear. ਮੈਥਿਮੈਟਿਕਸ ਇਜ਼ ਮਾਈ ਬਗਬੇਅਰ.
50. ਸਾਰੇ ਜਤਨ ਅਸਫਲ ਰਹੇ ।	All the efforts failed. ਆਲ ਦ ਏਫ਼ੱਰਟਸ ਫੇਲਡ.
51. ਵਾਗੀਸ਼ ਜਮਾਤ ਦਾ ਸਭ ਤੋਂ ਹੁਸ਼ਿਆਰ ਲੜਕਾ ਹੈ ।	Vagish is the topmost boy of his class. ਵਾਗੀਸ਼ ਇਜ਼ ਦ ਟੱਾਪਮੋਸਟ ਬੁਆਇ ਆੱਫ਼ ਹਿਜ਼ ਕਲਾਸ.
52. ਉਹ ਮੇਰੇ ਤੋਂ ਇਕ ਸਾਲ ਪਿਛੇ ਹੈ ।	He is junior to me by one year. ਹੀ ਇਜ਼ ਜੂਨੀਅਰ ਟੂ ਮੀ ਬਾਇ ਵਨ ਯੀਅਰ.
53. ਅੱਛਾ ਲੜਕਾ ਜਮਾਤ ਦਾ ਨਾਂ ਰੋਸ਼ਨ ਕਰਦਾ ਹੈ ।	A good boy brings credit to his class. ਏ ਗੁੱਡ ਬੁਆਇ ਬ੍ਰਿੰਗਸ ਕ੍ਰੇਡਿਟ ਟੂ ਹਿਜ਼ ਕਲਾਸ.
54. ਉਹ ਹਿਸਾਬ ਵਿਚ ਮੈਥੋਂ ਅਗੇ ਹੈ ।	He is ahead of me in Mathematics. ਹੀ ਇਜ਼ ਅਹੈਡ ਆੱਫ਼ ਮੀ ਇਨ ਮੈਥਿਮੈਟਿਕਸ.
55. ਇਹ ਪਰਚਾ ਕਿਸ ਨੇ ਬਣਾਇਆ ਹੈ ?	Who has set this paper ? ਹੂ ਹੈਜ਼ ਸੈਟ ਦਿਸ ਪੇਪਰ.
56. ਸਕੂਲ ਜਾਣ ਦਾ ਸਮਾਂ ਹੋ ਗਿਆ ਹੈ ।	It is time for school. ਇਟ ਇਜ਼ ਟਾਇਮ ਫ਼ਾਰ ਸਕੂਲ.
57. ਲੜਕਾ ਸਕੂਲ ਨਹੀਂ ਆਇਆ ।	The boy did not come to school. ਦ ਬੁਆਇ ਡਿਡ ਨੱਾਟ ਕਮ ਟੂ ਸਕੂਲ.

58. ਲੜਕੇ ਨੇ ਕਵਿਤਾ ਸੁਣਾਈ। The boy recited a poem. ਦ ਬੁਆਇ ਰਿਸਾਇਟਿਡ ਏ ਪੋਇਮ.

59. ਕੀ ਕੋਈ ਫ਼ਾਲਤੂ ਕਾਪੀ ਤੁਹਾਡੇ ਕੋਲ ਹੈ ? Have you a spare exercise book with you ?
ਹੈਵ ਯੂ ਏ ਸਪੇਅਰ ਐਕਸੁਰਸਾਇਜ਼ ਬੁੱਕ ਵਿਦ ਯੂ ?

60. ਮੁਖ ਅਧਿਆਪਕ ਨੇ ਮੇਰਾ ਜੁਰਮਾਨਾ ਮਾਫ਼ ਕਰ ਦਿਤਾ। The headmaster waived my fine.
ਦ ਹੈਡਮਾਸਟ੍ਰਰ ਵੇਵਡ ਮਾਈ ਫ਼ਾਇਨ.

61. ਉਸ ਨੂੰ ਅੰਗ੍ਰੇਜ਼ੀ ਵਿਚ ਵਿਸ਼ੇਸ਼ ਯੋਗਤਾ ਪ੍ਰਾਪਤ ਹੋਈ ਹੈ। He got distinction in English.
ਹੀ ਗੱਾਟ ਡਿਸਟਿੰਕਸ਼ਨ ਇਨ ਇੰਗਲਿਸ਼.

62. ਤੇਰੇ ਕੋਲ ਕਲਾ ਦੇ ਵਿਸ਼ੇ ਹਨ ਜਾਂ ਕਿ ਵਿਗਿਆਨ ਦੇ ? Have you taken up arts or science ?
ਹੈਵ ਯੂ ਟੇਕਨ ਅਪ ਆਰਟ੍ਸ ਔਰ ਸਾਇੰਸ.

63. ਮੇਰੇ ਕੋਲ ਪਦਾਰਥ ਵਿਗਿਆਨ, ਰਸਾਇਣ ਸ਼ਾਸਤਰ ਅਤੇ ਜੀਵ ਵਿਗਿਆਨ ਹਨ। I have taken physics, chemistry and biology.
ਆਈ ਹੈਵ ਟੇਕਨ ਫ਼ਿਜ਼ਿਕਸ, ਕੈਮਿਸਟ੍ਰੀ ਐਂਡ ਬਾਯੋਲਾਜੀ.

64. ਕੀ ਇਥੇ ਕੁੜੀਆਂ ਨੂੰ ਗ੍ਰਹਿ ਵਿਗਿਆਨ ਵੀ ਸਿਖਾਉਂਦੇ ਹਨ। Do they also teach here domestic science to girls ?
ਡੂ ਦੇ ਆਲਸੋ ਟੀਚ ਹਿਅਰ ਡੋਮੈਸਟਿਕ ਸਾਇੰਸ ਟੂ ਗਰਲਜ਼.

65. ਇਸ ਨੂੰ ਅੰਗ੍ਰੇਜ਼ੀ ਵਿਚ ਕਿਸ ਤਰ੍ਹਾਂ ਕਹੋਗੇ ? How do you say this in English ?
ਹਾਉ ਡੂ ਯੂ ਸੇ ਦਿਸ ਇਨ ਇੰਗਲਿਸ਼.

ਯਾਦ ਰਖਣ ਲਈ (To Remember)

'This loan is repayable within twenty years' (ਇਹ ਕਰਜ਼ਾ ਵੀਹ ਸਾਲ ਦੇ ਸਮੇਂ ਵਿਚ ਚੁਕਾਇਆ ਜਾਣਾ ਹੈ), 'He recalled his school days', (ਉਸ ਨੇ ਆਪਣੇ ਸਕੂਲ ਦੇ ਦਿਨ ਯਾਦ ਕੀਤੇ) 'When would you return?' (ਤੁਸੀਂ ਕਦੋਂ ਵਾਪਸ ਆਉਗੇ?) ਇਹਨਾਂ ਵਾਕਾਂ ਵਿਚ:—

repayable	=	re+payable
recall	=	re+call
return	=	re+turn

re ਤਿੰਨਾਂ ਸ਼ਬਦਾਂ ਦੇ ਆਰੰਭ ਵਿਚ ਹੈ, re ਦਾ ਅਰਥ ਹੈ, 'ਵਾਪਸ' ਜਿਸ ਨਾਲ

re+payable	=	ਵਾਪਸ+ਦਿੱਤਾ ਜਾਣ ਵਾਲਾ
re+call	=	ਵਾਪਸ+ਬੁਲਾਣਾ ਅਰਥਾਤ ਯਾਦ ਕਰਨਾ
re+turn	=	ਵਾਪਸ+ਮੁੜਨਾ ਅਰਥਾਤ ਮੁੜਕੇ ਆਉਣਾ

re ਨੂੰ ਅਗੇਤਰ (prefix) ਕਹਿੰਦੇ ਹਨ ਇਸ ਦੇ ਜੋੜਣ ਨਾਲ ਬਣੇ ਕੁਝ ਹੋਰ ਸ਼ਬਦ:—

remark—ਟਿੱਪਣੀ ਦੇਣਾ
replace—ਇਕ ਦੇ ਬਦਲੇ ਦੂਸਰੇ ਨੂੰ ਰੱਖਣਾ
remove—ਹਟਾਉਣਾ
remind—ਯਾਦ ਕਰਾਉਣਾ
rejoin—ਦੁਬਾਰਾ ਸ਼ਾਮਿਲ ਹੋਣਾ
reform—ਸੁਧਾਰਨਾ।

46 ਛਿਆਲੀਵਾਂ ਦਿਨ th day

28. ਸਿਹਤ-(1) **HEALTH-I** (ਹੈਲ੍ਥ-I)

1. ਕਲ੍ਹ ਰਾਤੀਂ ਮੈਨੂੰ ਬੁਖ਼ਾਰ ਚੜ੍ਹ ਗਿਆ । Last night I had an attack of fever. ਲਾਸ੍ਟ ਨਾਇਟ ਆਈ ਹੈਡ ਐਨ ਅਟੈਕ ਆੱਫ਼ ਫ਼ੀਵਰ.
2. ਡਾਕਟਰ ਸਾਹਿਬ, ਕੀ ਮੈਂ ਚੋਲ ਖਾ ਸਕਦਾ ਹਾਂ ? May I take rice doctor ? ਮੇ ਆਈ ਟੇਕ ਰਾਈਸ ਡਾਕ੍ਟਰ ?
3. ਬੁਖ਼ਾਰ ਉਤਰ ਜਾਣ ਤੋਂ ਬਾਦ ਤਿੰਨ ਵਾਰ ਕੁਨੀਨ ਲੈਣੀ । Take quinine three times after the fever is down. ਟੇਕ ਕੁਨੀਨ ਥ੍ਰੀ ਟਾਇਮ੍ਸ ਆਫ਼ਟ੍ਰ ਦ ਫ਼ੀਵਰ ਇਜ਼ ਡਾਊਨ.
4. ਮੈਨੂੰ ਆਪਣੀ ਸਿਹਤ ਦੀ ਚਿੰਤਾ ਹੈ । I am worried about my health. ਆਈ ਐਮ ਵਰਿਡ ਅਬਾਉਟ ਮਾਈ ਹੈਲ੍ਥ.
5. ਉਹ ਲੰਮੀ ਤਾਣ ਕੇ ਸੁਤਾ ਹੈ । He is fast asleep. ਹੀ ਇਜ਼ ਫਾਸ੍ਟ ਏਸ੍ਲੀਪ.
6. ਉਹ ਅੱਖਾਂ ਦਾ ਡਾਕਟਰ ਹੈ । He is an eye specialist. ਹੀ ਇਜ਼ ਐਨ ਆਈ ਸ੍ਪੈਸ਼ਲਿਸ੍ਟ.
7. ਉਸ ਦੀ ਸਿਹਤ ਖਰਾਬ ਹੋ ਗਈ । He is run down in health. ਹੀ ਇਜ਼ ਰਨ ਡਾਊਨ ਇਨ ਹੈਲ੍ਥ.
8. ਮੇਰੇ ਪੈਰ ਦੇ ਅੰਗੂਠੇ ਤੇ ਚੋਟ ਆਈ ਹੈ । I hurt my big toe. ਆਈ ਹਰ੍ਟ ਮਾਈ ਬਿਗ ਟੋ.
9. ਮੇਰੇ ਪੈਰ ਭਾਰੇ ਹੋ ਰਹੇ ਹਨ । I am feeling foot-sore. ਆਈ ਐਮ ਫੀਲਿੰਗ ਫੁੱਟ-ਸੋਰ
10. ਉਸ ਦੇ ਸਭ ਦੰਦ ਠੀਕ ਹਨ । All his teeth are intact. ਆਲ ਹੀਜ਼ ਟੀਥ ਆਰ ਇਨਟੇਕ੍ਟ.
11. ਉਸ ਦੀ ਯਾਦਾਸ਼ਤ ਗਜ਼ਬ ਦੀ ਹੈ । He has a wonderful memory. ਹੀ ਹੈਜ਼ ਏ ਵੰਡਰਫੁਲ ਮੈਮੋਰੀ.
12. ਉਹ ਕਾਣਾ ਹੈ । He is blind of one eye. ਹੀ ਇਜ਼ ਬ੍ਲਾਇੰਡ ਆੱਫ਼ ਵਨ ਆਈ.
13. ਉਹ ਲੰਙਾ ਹੈ । He is a lame in one leg. ਹੀ ਇਜ਼ ਏ ਲੇਮ ਇਨ ਵਨ ਲੇਗ.
14. ਮੈਨੂੰ ਅਕਸਰ ਕਬਜ਼ ਰਹਿੰਦੀ ਹੈ । Usually I have constipation. ਯੂਜ਼ਲੀ ਆਈ ਹੈਵ ਕੱਾਨਸ੍ਟੀਪੇਸ਼ਨ.
15. ਮੇਰੀ ਪਾਚਨ ਕਿਰਿਆ ਵਿਚ ਗੜਬੜ ਹੈ । My stomach is upset. ਮਾਈ ਸ੍ਟੱਮਕ ਇਜ਼ ਅਪਸੇਟ.
16. ਹੌਲੀ-ਹੌਲੀ ਮੇਰਾ ਸਿਰ ਦਬਾ ਦਿਓ, ਇਸ ਨਾਲ ਮੈਨੂੰ ਆਰਾਮ ਮਿਲਦਾ ਹੈ । Press my head gently. It relieves me a bit. ਪ੍ਰੈਸ ਮਾਈ ਹੈਡ ਜੈਂਟਲੀ. ਇਟ ਰਿਲੀਵ੍ਜ਼ ਮੀ ਏ ਬਿਟ.
17. ਉਸ ਦੀਆਂ ਅੱਖਾਂ ਦੁਖਦੀਆਂ ਹਨ ਅਤੇ ਪਾਣੀ ਵਗਦਾ ਹੈ । His eyes are sore and running. ਹਿਜ਼ ਆਈਜ਼ ਆਰ ਸੋਰ ਐਂਡ ਰਨਿੰਗ,
18. ਉਸ ਦੇ ਸ਼ਰੀਰ ਉੱਤੇ ਫੋੜੇ ਹਨ । His body is covered all over with boils. ਹਿਜ਼ ਬੱਾਡੀ ਇਜ਼ ਕਵਰ੍ਡ ਆਲ ਓਵਰ ਵਿਦ ਬੱਾਇਲ੍ਸ.
19. ਅੱਜਕਲ੍ਹ ਸ਼ਹਿਰ ਵਿਚ ਖਾਂਸੀ ਜ਼ੁਕਾਮ ਫੈਲ ਗਿਆ ਹੈ । Now-a-days cough and cold are raging in the city. ਨਾਉ-ਏ-ਡੇਜ਼ ਕੱਫ ਐਂਡ ਕੋਲ੍ਡ ਆਰ ਰੇਜਿੰਗ ਇਨ ਦ ਸਿਟੀ.
20. ਕਸਰਤ ਸਾਰੇ ਰੋਗਾਂ ਦੀ ਅਚੂਕ ਦਵਾਈ ਹੈ । Exercise is a panacea for all physical ailments. ਏਕ੍ਸਰਸਾਇਜ਼ ਇਜ਼ ਏ ਪੈਨੇਸ਼ਿਆ ਫੱਾਰ ਆਲ ਫ਼ਿਜ਼ੀਕਲ ਏਲਮੈਂਟ੍ਸ.

21. ਤੇਰਾ ਭਰਾ ਕਿਸ ਤੋਂ ਇਲਾਜ ਕਰਵਾ ਰਿਹਾ ਹੈ। — Under whose treatment is your brother ? ਅੰਡਰ ਹੂਜ਼ ਟ੍ਰੀਟਮੇਂਟ ਇਜ਼ ਯੁਅਰ ਬ੍ਰਦਰ ?

22. ਮੈਂ ਛੁੱਟੀ ਦੇ ਦਿਨ ਸ਼ਿਮਲਾ ਜਾ ਰਿਹਾ ਹਾਂ। — I am going to Simla on a holiday. ਆਈ ਐਮ ਗੋਇੰਗ ਟੂ ਸ਼ਿਮਲਾ ਔਨ ਏ ਹੱਲੀਡੇ.

23. ਘਬਰਾਉਣ ਦੀ ਕੋਈ ਗੱਲ ਨਹੀਂ। — There is no cause for worry. ਦੇਅਰ ਇਜ਼ ਨੋ ਕੱਜ਼ ਫ਼ਾਰ ਵਰੀ.

24. ਉਸ ਨੂੰ ਦਿਲ ਦੀ ਬੀਮਾਰੀ ਹੈ। — He has heart trouble. ਹੀ ਹੈਜ਼ ਹਾਰਟ ਟ੍ਰਬਲ.

25. ਕੁਨੀਨ ਬੜੀ ਕੌੜੀ ਹੈ, ਪਰ ਬੁਖਾਰ ਦੀ ਕਾਰਗਰ ਦਵਾਈ ਹੈ। — Quinine is very bitter but it is a sure remedy on fever. ਕੁਨੀਨ ਇਜ਼ ਵੇਰੀ ਬਿੱਟਰ, ਬੱਟ ਇਟ ਇਜ਼ ਸੁਅਰ ਰੈਮਡੀ ਔਨ ਫ਼ੀਵ੍ਰ.

26. ਅੱਜਕੱਲ ਬੁਖਾਰ ਦਾ ਜ਼ੋਰ ਹੈ, ਡਾਕਟਰਾਂ ਦੀ ਚਾਂਦੀ ਹੈ। — Now-a-days fever is raging violently and the doctors are minting money. ਨਾਉ-ਏ-ਡੇਜ਼ ਫ਼ੀਵਰ ਇਜ਼ ਰੇਜ਼ਿੰਗ ਵਾਇਲੈਂਟ੍ਲੀ ਐਂਡ ਦ ਡੱਕਟ੍ਰਸ ਆਰ ਮਿੰਟਿੰਗ ਮਨੀ·

27. ਕੀ ਤੈਨੂੰ ਥਰਮਾਮੀਟਰ ਵੇਖਣਾ ਆਉਂਦਾ ਹੈ। — Can you read thermometer ? ਕੈਨ ਯੂ ਰੀਡ ਥਰਮਾਮੀਟਰ.

28. ਸ਼ਹਿਰ ਵਿਚ ਚੇਚਕ ਅਤੇ ਬੁਖਾਰ ਦਾ ਬਹੁਤ ਜ਼ੋਰ ਹੈ। — Small pox and fever are working havoc in the city. ਸਮਾਲ ਪੱਕ੍ਸ ਐਂਡ ਫ਼ੀਵਰ ਆਰ ਵਰ੍ਕਿੰਗ ਹੈਵਕ ਇਨ ਦ ਸਿਟੀ.

29. ਤੁਹਾਡਾ ਭਰਾ ਕਦੋਂ ਤੋਂ ਬੁਖਾਰ ਦਾ ਰੋਗੀ ਹੈ ? — How long has your brother been down with fever ? ਹਾਉ ਲਾਂਗ ਹੈਜ਼ ਯੁਅਰ ਬ੍ਰਦਰ ਬੀਨ ਡਾਉਨ ਵਿਦ ਫ਼ੀਵਰ ?

30. ਕੁਨੀਨ ਮਲੇਰੀਏ ਦੀ ਪੱਕੀ ਦਵਾਈ ਹੈ। — Quinine is a sure remedy of malaria, ਕੁਨੀਨ ਇਜ਼ ਏ ਸ਼ੁਅਰ ਰੈਮੇਡੀ ਔਫ਼ ਮਲੇਰਿਆ.

31. ਮੈਨੂੰ ਬੁਖਾਰ ਜਿਹਾ ਲਗਦਾ ਹੈ। — I am feeling feverish. ਆਈ ਐਮ ਫ਼ੀਲਿੰਗ ਫ਼ੀਵਰਿਸ਼.

32. ਕਿਸੇ ਡਾਕਟਰ ਦੀ ਸਲਾਹ ਲਓ। — Consult a doctor. ਕਨਸਲ੍ਟ ਏ ਡੱਕਟਰ.

33. ਉਸ ਨੂੰ ਪੁਰਾਣਾ ਬੁਖਾਰ ਹੈ। — He has chronic fever. ਹੀ ਹੈਜ਼ ਕ੍ਰੌਨਿਕ ਫ਼ੀਵਰ.

34. ਉਸ ਦਾ ਬੁਖਾਰ ਉਤਰ ਗਿਆ ਹੈ। — His fever is down. ਹਿਜ਼ ਫ਼ੀਵਰ ਇਜ਼ ਡਾਉਨ.

35. ਔਰਤ ਦੀ ਬੀਮਾਰੀ ਠੀਕ ਹੋ ਗਈ। — The lady was cured of her illness, ਦ ਲੇਡੀ ਵਾਜ਼ ਕਉਰ੍ਡ ਔਫ ਹਰ ਇਲ੍ਨੇਸ.

36. ਹੁਣ ਰੋਗੀ ਖਤਰੇ ਤੋਂ ਬਾਹਰ ਹੈ। — Now the patient is out of danger. ਨੱਉ ਦ ਪੇਸ਼ੇਂਟ ਇਜ਼ ਆਉਟ ਔਫ਼ ਡੇਨ੍ਜਰ.

37. ਉਸ ਨੂੰ ਬਹੁਤ ਚੋਟ ਲੱਗੀ ਹੈ। — He is badly hurt. ਹੀ ਇਜ਼ ਬੈਡ੍ਲੀ ਹਰ੍ਟ.

38. ਤੁਹਾਨੂੰ ਹੋਰ ਜ਼ਿਆਦਾ ਕਸਰਤ ਕਰਨੀ ਚਾਹੀਦੀ ਹੈ। — You ought to take more exercise. ਯੂ ਔਟ ਟੂ ਟੇਕ ਮੋਰ ਏਕ੍ਸਰਸਾਇਜ਼.

39. ਜ਼ਿਆਦਾ ਕੰਮ ਨੇ ਉਸ ਦੀ ਸਿਹਤ ਖਰਾਬ ਕਰ ਦਿੱਤੀ ਹੈ। — Over work told upon his health. ਓਵਰ ਵਰ੍ਕ ਟੋਲ੍ਡ ਅਪੱਨ ਹਿਜ਼ ਹੈਲ੍ਥ.

40. ਉਸ ਨੂੰ ਬਦਹਜ਼ਮੀ ਹੈ। — He is suffering from indigestion. ਹੀ ਇਜ਼ ਸਫ਼ਰਿੰਗ ਫ਼੍ਰੌਮ ਇਨਡਾਇਜੇਸ਼ਨ.

41. ਮੱਛਰਾਂ ਨੇ ਨੱਕ ਦਮ ਕੀਤਾ ਹੋਇਆ ਹੈ। — Mosquitoes are sickening. ਮੱਸਕਿਟੋਜ਼ ਆਰ ਸਿਕੱਨਿੰਗ.

42. ਮੇਰਾ ਬੁਖ਼ਾਰ ਉਤਰ ਗਿਆ ਹੈ । — I have recoverd from my fever. ਆਈ ਹੈਵ ਰਿਕਵਰਡ ਫ਼੍ਰਾਮ ਮਾਈ ਫ਼ੀਵਰ.

43. ਉਸ ਦੀ ਤਬੀਅਤ ਢਿੱਲੀ ਹੈ । — He is indisposed. ਹੀ ਇਜ਼ ਇਨਡਿਸਪੋਜ਼ਡ.

44. ਉਹ ਮਜ਼ਬੂਤ ਹੱਡੀ ਵਾਲਾ ਬੱਚਾ ਹੈ । — He is a robust child. ਹੀ ਇਜ਼ ਏ ਰੋਬਸਟ ਚਾਇਲਡ.

45. ਮੈਨੂੰ ਜ਼ਰਾ ਅੰਤੜੀਆਂ ਦੀ ਤਕਲੀਫ਼ ਹੈ । — I am suffering from some intestinal disorder. ਆਈ ਐਮ ਸਫ਼ਰਿੰਗ ਫ਼੍ਰਾਮ ਸੱਮ ਇਨਟੇਸਟਾਈਨਲ ਡਿਸਆੱਰਡਰ.

46. ਇਲਾਜ ਤੋਂ ਪਰਹੇਜ਼ ਬੇਹਤਰ । — Prevention is better than cure. ਪ੍ਰੀਵੇਨਸ਼ਨ ਇਜ਼ ਬੈਟਰ ਦੇਨ ਕਯੁਅੱਰ.

47. ਦਿਨ ਦਾ ਖਾ ਕੇ ਸੌਂ ਜਾਓ, ਰਾਤ ਦਾ ਖਾ ਕੇ ਘੁਮ ਆਓ । — After lunch sleep a while, after dinner walk a mile. ਆਫ਼ਟਰ ਲੰਚ ਸਲੀਪ ਏ ਵਾਇਲ, ਆਫ਼ਟਰ ਡਿੱਨਰ ਵਾਕ ਏ ਮਾਈਲ.

48. ਉਹ ਮਾਹਵਾਰੀ ਵਿਚ ਹੈ । — She is in her period. ਸ਼ੀ ਇਜ਼ ਇਨ ਹਰ ਪੀਰੀਅਡ.

49. ਉਹ ਆਪਣਾ ਭਾਰ ਘਟਾਉਣ ਦੀ ਕੋਸ਼ਿਸ਼ ਕਰ ਰਹੀ ਹੈ । — She is trying to reduce her weight. ਸ਼ੀ ਇਜ਼ ਟ੍ਰਾਈਂਗ ਟੂ ਰਿਡੀਊਸ ਹਰ ਵੇਟ.

50. ਵਹੀਦਾ ਬਹੁਤ ਹਲਕੀ-ਫੁਲਕੀ ਹੈ । — Waheeda is very slim. ਵਹੀਦਾ ਇਜ਼ ਵੇਰੀ ਸਲਿਮ.

51. ਰਾਣੀ ਦਾ ਕਦ-ਕਾਠ ਬੜਾ ਕਮਜ਼ੋਰ ਹੈ । — Rani has a frail constitution. ਰਾਨੀ ਹੈਜ਼ ਏ ਫ਼੍ਰੇਲ ਕੱਾਨਸਟੀਟਿਉਸ਼ਨ.

52. ਸਿਹਤ ਲਈ ਪ੍ਰਸੰਨਤਾ ਸਭ ਤੋਂ ਵਧੀਆ ਚੀਜ਼ ਹੈ । — Happiness is the best tonic. ਹੈੱਪੀਨੇਸ ਇਜ਼ ਦ ਬੇਸਟ ਟੱਾਨਿਕ.

ਯਾਦ ਰਖਣ ਲਈ (To Remember)

Action (ਕਿਰਿਆ), collection (ਇਕੱਠ, ਉਗਰਾਹੀ), protection (ਰਖਿਆ) ਆਦਿ ਸ਼ਬਦ ਨਾਂਵ ਹਨ। ਇਹਨਾਂ ਦੇ ਅੰਤ ਵਿਚ tion ਹੈ। ਇਹ ਸਾਰੇ t ਦੇ ਨਾਲ ਸਮਾਪਤ ਹੋਣ ਵਾਲੇ ਕਿਰਿਆ ਸ਼ਬਦਾਂ ਤੋਂ ਬਣੇ ਹਨ। ਪਰ ਕਈ ਵਾਰੀ ਉਹਨਾਂ ਕਿਰਿਆ ਸ਼ਬਦਾਂ ਦੇ ਨਾਲ tion ਲਗਾਕੇ ਵੀ ਨਾਂਵ ਸ਼ਬਦ ਬਣਦੇ ਹਨ ਜਿਹਨਾਂ ਦੇ ਅੰਤ ਵਿਚ t ਨਹੀਂ ਹੁੰਦਾ ਜਿਵੇਂ:—

attend ਤੋਂ attention (ਧਿਆਨ)
convene ਤੋਂ convention (ਸਮਾਗਮ)
describe ਤੋਂ description (ਵਰਨਣ)
destroy ਤੋਂ destruction (ਬਰਬਾਦ ਕਰਨਾ)
receive ਤੋਂ reception (ਸੁਆਗਤ)

Timely action by the engine driver prented a major railway accident (ਇੰਜਨ ਚਾਲਕ ਦੁਆਰਾ ਠੀਕ ਟਾਈਮ ਦੀ ਕਾਰਵਾਈ ਨੇ ਇਕ ਬੜੇ ਹਾਦਸੇ ਤੋਂ ਬਚਾ ਲਿਆ) ਕਹਿਣਾ ਠੀਕ ਹੈ ਕਿਉਂਕਿ act ਤੋਂ action ਨਾਂਵ ਬਣਦਾ ਹੈ। ਪਰ His total investment amounts to rupees one lac (ਉਸ ਦੀ ਕੁਲ ਖਰਚ-ਪੂੰਜੀ ਇਕ ਲੱਖ ਰੁਪਏ ਹੈ) ਵਿਚ invest ਕਿਰਿਆ (ਅੱਤਲਾ t ਹੈ) ਤੋਂ ਨਾਂਵ investment ment ਜੋੜ ਕੇ ਬਣਿਆ ਹੈ। ਏਥੇ tion ਪ੍ਰਯੋਗ ਨਹੀਂ ਹੋਇਆ। ਸਿੱਟਾ ਇਹ ਹੈ ਕਿ t ਨਾਲ ਖ਼ਤਮ ਹੋਣ ਵਾਲੀ ਕਿਰਿਆ ਦੇ ਨਾਲ ਕਈ ਵਾਰੀ ਪਿਛੇਤਰ ment ਜੋੜਕੇ ਨਾਂਵ ਬਣਾਇਆ ਜਾਂਤਾ ਹੈ। ਜਿਵੇਂ—depart ਤੋਂ department (ਵਿਭਾਗ), assort ਤੋਂ assortment (ਚੋਣ) ਆਦਿ।

47 ਸੰਤਾਲੀਵਾਂ ਦਿਨ th day

29. ਸਿਹਤ-II — HEALTH-2 (ਹੈਲ੍ਥ-2)

53. ਮੈਨੂੰ ਉਲਟੀ ਆ ਰਹੀ ਹੈ ।	I feel like vomiting. ਆਈ ਫ਼ੀਲ ਲਾਇਕ ਵੱਮਟਿੰਗ.
54. ਦੁਆਈ ਦੀ ਖ਼ੁਰਾਕ ਹਰ ਚਾਰ ਘੰਟੇ ਬਾਦ ਪੀਂਦੇ ਰਹੋ ।	Take a dose of the medicine every four hours. ਟੇਕ ਏ ਡੋਜ਼ ਆੱਫ਼ ਦ ਮੈਡੀਸਿਨ ਏਵਰੀ ਫ਼ੋਰ ਆਵਰਜ਼.
55. ਸ਼ੁਧ ਹਵਾ ਜਿਸਮ ਨੂੰ ਫੁਰਤੀਲਾ ਬਣਾਉਂਦੀ ਹੈ ।	Fresh air is rejuvenating. ਫ਼੍ਰੇਸ਼ ਏਅਰ ਇਜ਼ ਰੀਜੁਵਿਨੇਟਿੰਗ.
56. ਅੱਜ ਮੇਰਾ ਜੀ ਠੀਕ ਨਹੀਂ ਹੈ ।	I am not felling well today. ਆਈ ਐਮ ਨੱਾਟ ਫੀਲਿੰਗ ਵੇਲ ਟੁਡੇ.
57. ਤੁਰਦੇ ਤੁਰਦੇ ਉਸ ਦੇ ਪੈਰ ਸੁੱਜ ਗਏ ।	His feet are swollen from walking. ਹਿਜ਼ ਫੀਟ ਆਰ ਸਵੋੱਲਨ ਫ੍ਰਾਮ ਵਾਕਿੰਗ.
58. ਮੇਰੀ ਸਿਹਤ ਵਿਗੜੀ ਹੋਈ ਹੈ ।	My health is down. ਮਾਈ ਹੈਲ੍ਥ ਇਜ਼ ਡਾਉਨ.
59. ਜੁਲਾਬ ਲੈ ਲਓ ।	Have a purgative. ਹੈਵ ਏ ਪਰਗੇਟਿਵ.
60. ਕਿਸੇ ਅੱਛੇ ਡਾਕਟਰ ਦੀ ਸਲਾਹ ਲਓ ।	Consult some able doctor. ਕਨਸਲ੍ਟ ਸਮ ਏਬਲ ਡੱਾਕ੍ਟਰ.
61. ਉਹ ਜ਼ਿੰਦਗੀ ਤੋਂ ਤੰਗ ਆ ਗਿਆ ਹੈ ।	He is fed up with his life. ਹੀ ਇਜ਼ ਫੇਡ ਅੱਪ ਵਿਦ ਹਿਜ਼ ਲਾਇਫ਼.
62. ਨੀਮ-ਹਕੀਮਾਂ ਤੋਂ ਬਚੋ ।	Avoid quacks. ਅਵੱਾਇਡ ਕ੍ਵੇਕਸ.
63. ਡਾਕਟਰ ਉਸ ਦੀ ਬੀਮਾਰੀ ਦਾ ਪਤਾ ਨਾ ਪਾ ਸਕਿਆ ।	The doctor could not diagnose his disease. ਦ ਡੱਾਕ੍ਟਰ ਕੁਡ ਨੱਾਟ ਡਾਇਗਨੋਜ਼ ਹਿਜ਼ ਡਿਸੀਜ਼.
64. ਮੌਤਾਂ ਦੀ ਗਿਣਤੀ ਵਧ ਰਹੀ ਹੈ ।	The death rate is increasing. ਦ ਡੇਥ ਰੇਟ ਇਜ਼ ਇੰਕ੍ਰੀਜ਼ਿੰਗ.
65. ਡਾਕਟਰ ਤੋਂ ਸਲਾਹ ਲਓ ।	Consult a doctor. ਕੱਨਸਲ੍ਟ ਏ ਡਾਕਟਰ.
66. ਤੇਰੀ ਨੱਕ ਵਗ ਰਹੀ ਹੈ ।	Your nose is running. ਯੂਅਰ ਨੋਜ਼ ਇਜ਼ ਰਨਿੰਗ.
67. ਮੇਰੀ ਬਾਂਹ ਦੀ ਹੱਡੀ ਟੁੱਟ ਗਈ ਹੈ ।	My arm-bone has been fractured. ਮਾਈ ਆਰ੍ਮ-ਬੋਨ ਹੈਜ਼ ਬੀਨ ਫ੍ਰੈਕ੍ਚਰ੍ਡ.
68. ਕਲ੍ਹ ਉਸ ਦੀ ਤਬੀਅਤ ਠੀਕ ਨਹੀਂ ਸੀ ।	He was not well yesterday. ਹੀ ਵਾਜ਼ ਨੱਾਟ ਵੈਲ ਯੇਸਟਰਡੇ
69. ਮੈਂ ਥੱਕ ਕੇ ਚੂਰ ਹੋ ਗਿਆ ਹਾਂ ।	I am dead tired. ਆਈ ਐਮ ਡੇਡ ਟਾਇਰ੍ਡ.
70. ਉਹ ਅੱਜ ਕਿਹੋ ਜਿਹਾ ਹੈ ?	How is he today ? ਹਾਉ ਇਜ਼ ਹੀ ਟੁਡੇ.
71. ਵਾਲੀਬਾਲ ਖੇਡਦਿਆਂ ਉਸ ਦਾ ਹੱਥ ਉਤਰ ਗਿਆ ।	His hand was dislocated while playing volly-ball. ਹਿਜ਼ ਹੈਂਡ ਵਾਜ਼ ਡਿਸਲੋਕੇਟਿਡ ਵ੍ਹਾਇਲ ਪ੍ਲੇਇੰਗ ਵੱਾਲੀਬਾਲ.
72. ਉਹ ਕਲ੍ਹ ਨਾਲੋਂ ਅੱਜ ਬੇਹਤਰ ਹੈ ।	Today he is better than yesterday. ਟੁਡੇ ਹੀ ਇਜ਼ ਬੇਟਰ ਦੇਨ ਯੇਸ੍ਟਰ੍ਡੇ.

73. ਮੈਂ ਹਵਾ-ਪਾਣੀ ਬਦਲਣ ਲਈ ਸ਼ਿਮਲੇ ਗਿਆ। — I went to Simla for a change of climate. ਆਈ ਵੇਂਟ ਟੂ ਸ਼ਿਮਲਾ ਫ਼ੌਰ ਏ ਚੇਂਜ ਔੱਫ਼ ਕਲ਼ਾਇਮੇਟ.

74. ਅੱਜਕਲ੍ਹ ਤੇਰੇ ਕੰਮ-ਕਾਜ ਦਾ ਕੀ ਹਲ ਹਾਲ ਹੈ ? — How are you getting on in your business ? ਹਾਉ ਆਰ ਯੂ ਗੈਟਿੰਗ ਔਨ ਇਨ ਯੁਅਰ ਬਿਜ਼ਨੈਸ ?

75. ਇਹ ਦਵਾਈ ਤੁਹਾਡਾ ਬੁਖ਼ਾਰ ਉਤਾਰ ਦੇਵੇਗੀ। — This medicine will bring your fever down. ਦਿਸ ਮੈਡਿਸਿਨ ਵਿਲ ਬ੍ਰਿੰਗ ਯੁਅਰ ਫੀਵਰ ਡਾਉਨ.

76, ਉਸ ਦੇ ਸਿਰ ਵਿਚ ਦਰਦ ਹੈ। — He has a headache. ਹੀ ਹੈਜ਼ ਏ ਹੈਡੇਕ.

77. ਬੁਖ਼ਾਰ ਕਲ੍ਹ ਉਤਰ ਜਾਵੇਗਾ। — The fever will be down tomorrow. ਦ ਫੀਵਰ ਵਿਲ ਬੀ ਡਾਉਨ ਟੁਮੱਰੋ.

78. ਤੇਰਾ ਗਲਾ ਕਿਉਂ ਬੈਠ ਗਿਆ। — Why are you hoarse ? ਵਾਈ ਆਰ ਯੂ ਹੋਰਸ.

79. ਮੈਂ ਉਸ ਦੀ ਸਿਹਤ ਬਾਰੇ ਪੁੱਛ-ਗਿੱਛ ਕਰਨ ਜਾਵਾਂਗਾ। — I shall go to enquire after his health. ਆਈ ਸ਼ੈਲ ਗੋ ਟੂ ਏਨਕੁਆਇਰ ਆਫ਼ਟਰ ਹਿਜ਼ ਹੈਲਥ.

80. ਮੇਰੀ ਸਿਹਤ ਕੰਮ ਜ਼ਿਆਦਾ ਕਰਨ ਨਾਲ ਵਿਗੜ ਗਈ ਹੈ। — My health has broken down on account of hard work. ਮਾਈ ਹੈਲਥ ਹੈਜ਼ ਬ੍ਰੋਕਿਨ ਡਾਉਨ ਔਨ ਅੱਕਾਉਂਟ ਔਫ਼ ਹਾਰਡ ਵਰਕ.

81. ਮੇਰਾ ਘੱਟ ਤੋਂ ਘੱਟ ਦੋ ਕਿਲੋ ਵਜ਼ਨ ਵੱਧ ਗਿਆ ਹੈ। — I have put on weight at least by two kilos. ਆਈ ਹੈਵ ਪੁਟ ਔਨ ਵੇਟ ਐਟ ਲੀਸਟ ਬਾਈ ਟੂ ਕਿਲੋਜ਼.

82. ਤੁਹਾਨੂੰ ਕੀ ਤਕਲੀਫ਼ ਹੈ ? — What ails you ? ਵੱਟ ਏਲਸ ਯੂ ?'

83. ਬੀਮਾਰ ਠੰਡ ਨਾਲ ਕੰਬ ਰਿਹਾ ਹੈ। — The patient is shivering with cold. ਦ ਪੇਸ਼ੇਂਟ ਇਜ਼ ਸ਼ਿਵਰਿੰਗ ਵਿਦ ਕੋਲਡ.

84. ਬਹੁਤ ਸਾਰੇ ਲੋਕ ਮਲੇਰੀਏ ਨਾਲ ਮਰ ਗਏ। — Many people died of maleria. ਮੈਨੀ ਪੀਪੱਲ ਡਾਇਡ ਔਫ਼ ਮਲੇਰੀਆ.

85. ਇਹ ਦੁਆਈ ਜਾਦੂ ਵਾਲਾ ਅਸਰ ਕਰਦੀ ਹੈ। — This medicine works miracles. ਦਿਸ ਮੈਡਿਸਨ ਵਰਕਸ ਮਿਰੈਕਲਸ.

30. ਮੌਸਮ — WEATHER (ਵੈਦਰ)

1. ਕਲ੍ਹ ਰਾਤ ਭਰ ਥੋੜ੍ਹਾ-ਥੋੜ੍ਹਾ ਮੀਂਹ ਪੈਂਦਾ ਰਿਹਾ। — It kept drizzliug all through the night. ਇਟ ਕੈਪਟ ਡ੍ਰੀਜ਼ਲਿੰਗ ਆਲ ਥਰੂ ਦ ਨਾਇਟ.

2. ਆਸਮਾਨ ਉੱਤੇ ਕਾਲੇ ਬੱਦਲ ਛਾਏ ਹੋਏ ਹਨ। — The sky is overcast. ਦ ਸਕਾਈ ਇਜ਼ ਓਵਰਕਾਸਟ.

3. ਅੱਜ ਤਾਂ ਬੜੀ ਗਰਮੀ ਹੈ। — It is smeltering hot today. ਇਟ ਇਜ਼ ਸਮੇਲਟਰਿੰਗ ਹੱਾਟ ਟੂ ਡੇ.

4. ਗਰਮੀ ਨਾਲ ਸਿਰ ਚਕਰਾ ਰਿਹਾ ਹੈ। — I am feeling giddy on account of the heat. ਆਈ ਐਮ ਫੀਲਿੰਗ ਗਿੱਡੀ ਔਨ ਅੱਕਾਉਂਟ ਔਫ਼ ਹੀਟ.

5. ਜ਼ਿਆਦਾ ਮੀਂਹ ਵਿਚ ਛਤਰੀ ਵੀ ਕੰਮ ਨਹੀਂ ਦਿੰਦੀ। — Umbrella is of no use in heavy rain. ਅੰਬਰੇਲਾ ਇਜ਼ ਔਫ਼ ਨੋ ਯੂਜ਼ ਇਨ ਹੈਵੀ ਰੇਨ.

6. ਦਿਨ-ਪ੍ਰਤੀ-ਦਿਨ ਸਰਦੀ ਵੱਧ ਰਹੀ ਹੈ। — It is getting colder day-by-day. ਇਟ ਇਜ਼ ਗੈਟਿੰਗ ਕੋਲਡਰ ਡੇ ਬਾਈ ਡੇ.

7. ਸ਼ਿਮਲੇ ਵਿਚ ਕੜਾਕੇ ਦੀ ਸਰਦੀ ਪੈ ਰਹੀ ਹੈ।* — It is biting cold in Simla these days. ਇਟ ਇਜ਼ ਬਾਇਟਿੰਗ ਕੋਲਡ ਇਨ ਸ਼ਿਮਲਾ ਦੀਜ਼ ਡੇਜ਼.

8. ਹਵਾ ਤੇਜ਼ ਹੈ, ਲੈਂਪ ਬਲਦਾ ਨਹੀਂ ਰਹੇਗਾ, ਅੰਦਰ ਹੀ ਰਹਿਣ ਦਿਓ ।	The wind is strong; the lamp will not keep burning, let it remain inside. ਦ ਵਿੰਡ ਇਜ਼ ਸਟ੍ਰਾਂਗ, ਦ ਲੈਂਪ ਵਿਲ ਨੱਾਟ ਕੀਪ ਬਰਨਿੰਗ, ਲੇਟ ਇਟ ਰਿਮੇਨ ਇਨਸਾਈਡ.
9. ਅੱਜਕੱਲ ਬੜੀ ਲੂ ਚਲ ਰਹੀ ਹੈ ।	Very hot winds are blowing these days. ਵੈਰੀ ਹੱਾਟ ਵਿੰਡਜ਼ ਆਰ ਬਲੋਇੰਗ ਦੀਜ਼ ਡੇਜ਼.
10. ਤੁਹਾਨੂੰ ਪਸੀਨਾ ਆ ਰਿਹਾ ਹੈ, ਮੌਸਮ ਚਿਪਚਿਪਾ ਹੈ ।	You are perspiring. It is sticky weather. ਯੂ ਆਰ ਪਰਸ੍ਪਾਇਰਿੰਗ. ਇਟ ਇਜ਼ ਸਟਿਕੀ ਵੈਦਰ.
11. ਮੈਂ ਠਿਠਰ ਰਿਹਾ ਹਾਂ ।	I am shivering. ਆਈ ਐਮ ਸ਼ਿਵਰਿੰਗ.
12. ਮੈਂ ਗਿੱਲਾ ਨਹੀਂ ਹੋਇਆ ।	I did not get drenched. ਆਈ ਡਿਡ ਨੱਾਟ ਗੇਟ ਡ੍ਰੈਂਚਡ.
13. ਭਿਆਨਕ ਧੂਲ ਹੈ ।	The dust is terrible. ਦ ਡਸਟ ਇਜ਼ ਟੈਰਿਬਲ.
14. ਮੈਂ ਆਸ ਕਰਦਾ ਹਾਂ ਕਿ ਮੌਸਮ ਚੰਗਾ ਰਹੇਗਾ ।	I hope the weather will be pleasant. ਆਈ ਹੋਪ ਦ ਵੈਦਰ ਵਿਲ ਬੀ ਪਲੇਜ਼ੈਂਟ.
15. ਹਵਾ ਵਿਚ ਖੁਨਕੀ ਹੈ ।	There is a nip in the air. ਦੇਅਰ ਇਜ਼ ਏ ਨਿਪ ਇਨ ਦ ਏਅਰ.
16. ਬਾਹਰ ਤੂਫ਼ਾਨ ਆ ਰਿਹਾ ਹੈ, ਮੌਸਮ ਬਹੁਤ ਖਰਾਬ ਹੈ ।	A tempest is raging outside; the weather has turned inclement. ਏ ਟੈਮਪ੍ਰੇਸਟ ਇਜ਼ ਰੇਜਿੰਗ ਆਉਟਸਾਈਡ, ਦ ਵੈਦਰ ਹੈਜ਼ ਇਨਕਲੀਮੈਂਟ.
17. ਮੂਸਲਾਧਾਰ ਮੀਂਹ ਪੈ ਰਿਹਾ ਹੈ ।	It is raining cats and dogs. ਇਟ ਇਜ਼ ਰੇਨਿੰਗ ਕੈਟਸ ਐਂਡ ਡੱਾਗਸ.
18. ਅੱਜ ਸਵੇਰੇ ਗੜੇ ਪਏ ਸੀ ।	There was a hail-storm this morning. ਦੇਅਰ ਵਾਜ਼ ਏ ਹੇਲ-ਸਟੱਾਰਮ ਦਿਸ ਮੱਾਰਨਿੰਗ. OR It hailed this morning. ਇਟ ਹੇਲਡ ਦਿਸ ਮੱਾਰਨਿੰਗ.
19. ਹੁੰਮ ਬਹੁਤ ਵੱਧ ਗਿਆ ਹੈ ।	It is very humid. ਇਟ ਇਜ਼ ਵੈਰੀ ਹਿਉਮਿਡ.
20. ਗਰਮੀ ਬਹੁਤ ਹੈ ਅਤੇ ਹਵਾ ਬਿਲਕੁਲ ਨਹੀਂ ਹੈ ।	It is sultry weather. ਇਟ ਇਜ਼ ਸਲਟ੍ਰੀ ਵੈਦਰ.
21. ਹਵਾ ਲੱਗਭਗ ਬੰਦ ਹੈ ।	The wind is almost still. ਦ ਵਿੰਡ ਇਜ਼ ਆਲਮੋਸਟ ਸਟਿੱਲ.
22. ਮੱਧਮ ਜਿਹੀ ਹਵਾ ਚਲ ਰਹੀ ਹੈ ।	The wind is sitting fair. ਦ ਵਿੰਡ ਇਜ਼ ਸਿਟਿੰਗ ਫਅਰ.
23. ਮੀਂਹ ਦੇ ਕਾਰਣ ਮੈਂ ਨਹੀਂ ਗਈ ।	The rain prevented me from going. ਦ ਰੇਨ ਪ੍ਰੀਵੇਂਟਿਡ ਮੀ ਫ੍ਰੱਾਮ ਗੋਇੰਗ.

ਯਾਦ ਰਖਣ ਲਈ (To Remember)

'Many a patriot would gladly lay down his life for the sake of his country (ਕਿੰਨੇ ਹੀ ਦੇਸ਼ਭਗਤ ਆਪਣੇ ਦੇਸ਼ ਲਈ ਖੁਸ਼ੀ-ਖੁਸ਼ੀ ਆਪਣੀ ਜਾਨ ਦੇਣ ਲਈ ਤਿਆਰ ਹਨ); 'The camel walks very clumsily (ਊਠ ਬੜੀ ਬੇਢੰਗੀ ਤੋਰ ਤੁਰਦਾ ਹੈ); ਵਿਚ glad ਤੋਂ gladly, clumsy ਤੋਂ clumsily : glad ਅਤੇ clumsy ਵਿਸ਼ੇਸ਼ਣਾਂ ਦੇ ਨਾਲ ਪਿਛੇਤਰ ly ਲਗਾ ਕੇ ਇਹ ਸ਼ਬਦ ਬਣੇ ਹਨ। ਇਸ ਲਈ ਕਿਰਿਆ ਵਿਸ਼ੇਸ਼ਣ ਹਨ। ਯਾਦ ਰੱਖੋ ਕਿ ਜੇ ਕਿਸੇ ਵੀ ਵਿਸ਼ੇਸ਼ਣ ਨਾਲ ly ਲੱਗਿਆ ਹੋਵੇ ਤਾਂ ਉਹ ਸ਼ਬਦ ਕਿਰਿਆ-ਵਿਸ਼ੇਸ਼ਣ ਹੋਵੇਗਾ ਜਿਵੇਂ :—

able	ਤੋਂ	ably (ਯੋਗਤਾ ਪੂਰਵਕ)	glad	ਤੋਂ	gladly (ਖੁਸ਼ੀ ਨਾਲ)
aimless	ਤੋਂ	aimlessly (ਉਦੇਸ਼ਹੀਨਤਾ)	humble	ਤੋਂ	humbly (ਨਿਮਰਤਾ ਨਾਲ)
bad	ਤੋਂ	badly (ਬੁਰੀ ਤਰ੍ਹਾਂ)	inteligent	ਤੋਂ	intelligently (ਬੁਧੀਮਾਨੀ ਨਾਲ)
calm	ਤੋਂ	calmly (ਸ਼ਾਂਤੀ ਪੂਰਵਕ)	kind	ਤੋਂ	kindly (ਕਿਰਪਾ ਕਰਕੇ)
clever	ਤੋਂ	cleverly (ਚਾਲਾਕੀ ਨਾਲ)	need	ਤੋਂ	needly (ਜ਼ਰੂਰਤ ਅਨੁਸਾਰ)
efficient	ਤੋਂ	efficiently (ਨਿਪੁਣਤਾ ਨਾਲ)	right	ਤੋਂ	rightly (ਠੀਕ-ਠੀਕ)
wrong	ਤੋਂ	wrongly (ਗ਼ਲਤ ਢੰਗ ਨਾਲ)			

48 ਅਠਤਾਲੀਵਾਂ ਦਿਨ th day

31. ਜੀਵ-ਜੰਤੂ — ANIMALS (ਐਨੀਮਲਜ਼)

1. ਪ੍ਰ: ਕਿਹੜਾ ਜਾਨਵਰ ਦੁੱਧ ਦਿੰਦਾ ਹੈ ? — Q. Which animal gives us milk ? ਵਿਚ ਐਨਿਮਲ ਗਿਵ੍ਸ ਅਸ ਮਿਲ੍ਕ ?

   ਉ: ਗਊ ਸਾਨੂੰ ਦੁੱਧ ਦਿੰਦੀ ਹੈ। ਮੱਝ ਵੀ ਦੁਧਾਰੂ ਪਸ਼ੂ ਹੈ। — A. The cow gives us milk. The Buffalo too is a milch cattle. ਦ ਕਾਉ ਗਿਵ੍ਸ ਅਸ ਮਿਲ੍ਕ. ਦ ਬਫ਼ੈਲੋ ਟੂ ਇਜ਼ ਏ ਮਿਲ੍ਚ ਐਨਿਮਲ.

2. ਪ੍ਰ: ਕਿਹੜਾ ਪਸ਼ੂ ਭੌਂਕਦਾ ਹੈ ? — Q. Which animal barks ? ਵਿਚ ਐਨਿਮਲ ਬਾਰ੍ਕ੍ਸ.

   ਉ: ਕੁੱਤਾ ਭੌਂਕਦਾ ਹੈ। — A. The dog barks. ਦ ਡੌਗ ਬਾਰ੍ਕ੍ਸ.

3. ਪ੍ਰ: ਕਿਹੜੇ ਜਾਨਵਰ ਦੀ ਗਰਦਨ ਲੰਬੀ ਹੁੰਦੀ ਹੈ ? — Q. Which animal has a long neck ? ਵਿਚ ਐਨਿਮਲ ਹੈਜ਼ ਏ ਲੱਾਨ੍ਗ ਨੇ'ਕ ?

   ਉ: ਜ਼ਿਰਾਫ਼ ਦੀ ਗਰਦਨ ਲੰਬੀ ਹੁੰਦੀ ਹੈ। — A. The girffe has a long neck. ਦ ਗਿਰਫ਼ ਹੈਜ਼ ਏ ਲੱਾਨ੍ਗ ਨੇ'ਕ.

4. ਪ੍ਰ: ਕਿਹੜਾ ਪਸ਼ੂ ਸਾਨੂੰ ਉੱਨ ਦਿੰਦਾ ਹੈ ? — Q. Which animal gives us wool ? ਵਿਚ ਐਨਿਮਲ ਗਿਵ੍ਸ ਅਸ ਵੂਲ ?

   ਉ: ਭੇਡ ਸਾਨੂੰ ਉੱਨ ਦਿੰਦੀ ਹੈ। — A. The sheep gives us wool. ਦ ਸ਼ੀਪ ਗਿਵ੍ਜ਼ ਅਸ ਵੂਲ.

5. ਪ੍ਰ: ਕਿਸ ਜਾਨਵਰ ਦੀ ਪੂਛ ਝਾੜੀ ਦੀ ਤਰ੍ਹਾਂ ਹੁੰਦੀ ਹੈ ? — Q. Which animal has a bushy tail ? ਵਿਚ ਐਨਿਮਲ ਹੈਜ਼ ਏ ਬੁਸ਼ੀ-ਟੇਲ.

   ਉ: ਗਲਹਿਰੀ ਦੀ ਪੂਛ ਝਾੜੀ ਦੀ ਤਰ੍ਹਾਂ ਹੁੰਦੀ ਹੈ। — A. The squirrel has a bushy tail. ਦ ਸੁਕ੍ਵਿਰਲ ਹੈਜ਼ ਏ ਬੁਸ਼ੀ ਟੇਲ.

6. ਪ੍ਰ: ਕਿਹੜਾ ਪਸ਼ੂ ਅੱਧਾ ਘੋੜਾ ਅੱਧਾ ਖੋਤਾ ਹੁੰਦਾ ਹੈ। — Q. Which animal is half horse and half donkey ? ਵਿਚ ਐਨਿਮਲ ਇਜ਼ ਹਾਫ਼ ਹੱਰ੍ਸ ਐਂਡ ਹਾਫ਼ ਡੱਾਨ੍ਕੀ.

   ਉ: ਖੱਚਰ ਅੱਧਾ ਘੋੜਾ, ਅੱਧਾ ਗਧਾ ਹੁੰਦਾ ਹੈ। — A. The mule is half horse and half donkey. ਦ ਮਿਊਲ ਇਜ਼ ਹਾਫ਼ ਹੱਰ੍ਸ ਐਂਡ ਹਾਫ਼ ਡੱਾਨ੍ਕੀ.

7. ਪ੍ਰ: ਖੱਚਰ ਕਿਸ ਕੰਮ ਆਉਂਦੇ ਹਨ ? — Q. What do mules do ? ਵੱਟ ਡੂ ਮਿਊਲ੍ਜ਼ ਡੂ ?

   ਉ: ਖੱਚਰ ਭਾਰ ਢੋਣ ਦੇ ਕੰਮ ਆਉਂਦਾ ਹੈ। — A. The mule is a beast of burden. ਦ ਮਿਊਲ੍ਜ਼ ਇਜ਼ ਏ ਬੀਸਟ ਔਫ ਬਰ੍ਡਨ.

8. ਪ੍ਰ: ਕਿਹੜੇ ਪਸ਼ੂ ਦੀ ਸੁੰਡ ਹੁੰਦੀ ਹੈ ? — Q. Which animal has a trunk ? ਵਿਚ ਐਨਿਮਲ ਹੈਜ਼ ਏ ਟ੍ਰੰਕ.

   ਉ: ਹਾਥੀ ਦੀ ਸੁੰਡ ਹੁੰਦੀ ਹੈ। — A. The elephant* has a trunk. ਦਿ ਏਲਿਫ਼ੈਂਟ ਹੈਜ਼ ਏ ਟ੍ਰੰਕ.

'The elephant' ਦਾ ਉਚਾਰਣ 'ਦਿ ਏਲਿਫ਼ੈਂਟ' ਹੁੰਦਾ ਹੈ। 'The cow ਦਾ 'ਦ ਕਾਉ'। ਇਸੇ ਤਰ੍ਹਾਂ ਦਿ ਆਊਲ (the owl), 'ਦਿ ਐਪ' (the ape) ਆਦਿ ਹੋਣਗੇ।

9. ਪ੍ਰ: ਕਿਹੜੇ ਪਸ਼ੂ ਦੀ ਪਿੱਠ ਉੱਤੇ ਕੁੱਬ ਹੁੰਦਾ ਹੈ ?
Q. Which animal has a hump on its back ?
ਵਿਚ ਐਨਿਮਲ ਹੈਜ਼ ਏ ਹੰਪ ਆੱਨ ਇਟ੍ਸ ਬੈਕ ?

ਉ: ਊਠ ਦੀ ਪਿੱਠ ਉਤੇ ਕੁੱਬ ਹੁੰਦਾ ਹੈ ।
A. The camel has a hump on its back.
ਦ ਕੇਮਲ ਹੈਜ਼ ਏ ਹੰਪ ਆੱਨ ਇਟ੍ਸ ਬੈਕ.

10. ਪ੍ਰ: ਕਿਸ ਪਸ਼ੂ ਦੇ ਸਿੰਗ ਹੁੰਦੇ ਹਨ ?
Q. Which animal has horns ? ਵਿਚ ਐਨਿਮਲ ਹੈਜ਼ ਹੱਾਰ੍ਨਜ਼ ?

ਉ: ਗਊ ਦੇ ਸਿੰਗ ਹੁੰਦੇ ਹਨ ।
A. The cow has horns. ਦ ਕਾਉ ਹੈਜ਼ ਹੱਾਰ੍ਨਜ਼.

11. ਪ੍ਰ ਕਿਹੜਾ ਪਸ਼ੂ ਗੱਡੀ ਖਿੱਚਦਾ ਹੈ ?
Q. Which animal drives wagons ?
ਵਿਚ ਐਨੀਮਲ ਡ੍ਰਾਈਵ੍ਜ਼ ਵੈਗਨ੍ਜ਼ ?

ਉ: ਟੱਟੂ ਗੱਡੀ ਖਿੱਚਦਾ ਹੈ ।
A. The cart-horse drives wagons.
ਦ ਕਾਰਟ-ਹੱਾਰਸ ਡ੍ਰਾਈਵਜ਼ ਵੈਗਨ੍ਜ਼.

12. ਪ੍ਰ: ਕਿਹੜਾ ਜੰਤੂ ਛੱਤੇ ਵਿਚ ਰਹਿੰਦਾ ਹੈ ।
Q. Which insect lives in hives ?
ਵਿਚ ਇਨਸੈਕਟ ਲਿਵ੍ਜ਼ ਇਨ ਹਾਇਵ੍ਜ਼ ?

ਉ: ਸ਼ਹਿਦ ਦੀਆਂ ਮੱਖੀਆਂ ਛੱਤੇ ਵਿਚ ਰਹਿੰਦੀਆਂ ਹਨ ।
A. Bees live in hives.
ਬੀਜ਼ ਲਿਵ੍ਜ਼ ਇਨ ਹਾਈਵ੍ਜ਼ ?

13. ਪ੍ਰ: ਰਾਤ ਨੂੰ ਕਿਹੜਾ ਜੰਤੂ ਚੀਕਦਾ ਹੈ ?
Q. Which winged creature hoots at night ?
ਵਿਚ ਵਿੰਗਡ ਕ੍ਰੀਚਰ ਹੂਟ੍ਜ ਐਟ ਨਾਇਟ ?

ਉ: ਉੱਲੂ ਰਾਤ ਨੂੰ ਚੀਕਦਾ ਹੈ ।
A. The owl hoots at night. ਦ ਆਉਲ ਹੂਟਸ ਐਟ ਨਾਇਟ.

14. ਪ੍ਰ: ਕਿਹੜਾ ਜੰਤੂ ਆਦਮੀ ਨਾਲ ਮਿਲਦਾ ਜੁਲਦਾ ਹੈ ?
Q. Which animal resembles human beings ?
ਵਿਚ ਐਨਿਮਲ ਰਿਜ਼ੇਮ੍ਬਲ੍ਜ਼ ਹਿਉਮਨ ਬੀਇੰਗ੍ਜ਼ ?

ਉ: ਆਦਿ ਮਾਨਵ ਆਦਮੀ ਨਾਲ ਮਿਲਦਾ ਜੁਲਦਾ ਹੈ ।
A. The ape resembles human beings.
ਦ ਏਪ ਰਿਜ਼ੇਮੁਲ੍ਜ਼ ਹਿਉਮਨ ਬੀਇੰਗ੍ਸ.

15. ਪ੍ਰ: ਕਿਹੜਾ ਜੀਵ ਜਾਲਾ ਬੁਣਦਾ ਹੈ ।
Q. Which insect spins webs ?
ਵਿਚ ਇਨਸੈਕ੍ਟ ਸ੍ਪਿਨ੍ਸ ਵੈਬ੍ਜ਼ ?

ਉ: ਮਕੜੀ ਜਾਲਾ ਬੁਣਦੀ ਹੈ ।
A. The spider spins webs. ਦ ਸ੍ਪਾਈਡਰ ਸਪਿਨ੍ਸ ਵੈਬ੍ਜ਼ ?
ਦ ਸ੍ਪਾਈਡਰ ਸਪਿਨ੍ਸ ਵੈਬ੍ਜ਼.

16. ਪ੍ਰ: ਸ਼ਿਕਾਰੀ ਪਸ਼ੂ ਕਿਹੜੇ ਹਨ ?
Q. Which are the beasts of prey ?
ਵਿਚ ਆਰ ਦ ਬੀਸ੍ਟ੍ਸ ਆੱਫ਼ ਪ੍ਰੇ ?

ਉ: ਸ਼ੇਰ, ਚੀਤਾ, ਬਘਿਆੜ ਆਦਿ ਸ਼ਿਕਾਰੀ ਜਾਨਵਰ ਹਨ ।
A. Lion, tiger, leopard, etc. are beasts of prey.
ਲਾਂਇਨ, ਟਾਈਗਰ, ਲਿਓਪਾਰ੍ਡ, ਅਟਸੇਟਰਾ ਆਰ ਬੀਸ੍ਟ੍ਜ਼ ਆੱਫ ਪ੍ਰੇ?

32. ਖੇਲ-ਕੁੱਦ — GAMES (ਗੇਮ੍ਜ਼)

1. ਰਮਾ ਖੇਲ ਰਹੀ ਹੈ । — Rama is playing. ਰਮਾ ਇਜ਼ ਪ੍ਲੇਇੰਗ.
2. ਤੁਹਾਨੂੰ ਜ਼ਿਆਦਾ ਸਟ ਤੇ ਨਹੀਂ ਲੱਗੀ, ਮੇਰਾ ਖਿਆਲ ਹੈ । — You are not badly hurt, I suppose.
ਯੂ ਆਰ ਨੱਾਟ ਬੈਡਲੀ ਹਰ੍ਟ, ਆਈ ਸਪੋਜ਼.

3. ਮੈਂ ਪੈਦਲ ਤੁਰਨ ਨਾਲੋਂ ਸਵਾਰੀ ਨੂੰ ਜ਼ਿਆਦਾ ਅੱਛਾ ਸਮਝਦਾ ਹਾਂ।	I prefer riding to walking. ਆਈ ਪ੍ਰਿਫਰ ਰਾਈਡਿੰਗ ਟੂ ਵਾਕਿੰਗ.
4. ਮੈਂ ਪਤੰਗ ਉੜਾ ਰਿਹਾ ਹਾਂ।	I am flying a kite. ਆਈ ਐਮ ਫਲਾਇੰਗ ਏ ਕਾਈਟ.
5. ਅੱਜ ਅਸੀਂ ਸ਼ਤਰੰਜ ਖੇਡਾਂਗੇ।	We shall have a game of chess today. ਵੀ ਸ਼ੈਲ ਹੈਵ ਏ ਗੇਮ ਔਫ ਚੈਸ ਟੁਡੇ,
6. ਕੌਣ ਜਿੱਤਿਆ ?	Who won ? ਹੂ ਵੱਨ ?
7. ਤੁਸੀਂ ਕਿਹੜੇ ਖੇਲ ਖੇਲਦੇ ਹੋ ?	What games do you play ? ਵੱਟ ਗੇਮਜ਼ ਡੂ ਯੂ ਪਲੇ ?
8. ਆਓ, ਤਾਸ਼ ਖੇਡੀਏ।	Come, let us play cards. ਕਮ ਲੇ'ਟ ਅਸ ਪਲੇ ਕਾਰਡਜ਼.
9. ਤੁਸੀਂ ਪਤੇ ਮਲਾਓ, ਮੈਂ ਕਟੂੰਗਾ।	You shuffle the cards and I shall cut. ਯੂ ਸ਼ਫਲ ਦਾ ਕਾਰਡਜ਼ ਐਂਡ ਆਈ ਸ਼ੈਲ ਕਟ.
10. ਸਾਡੀ ਟੀਮ ਜਿੱਤ ਗਈ ਹੈ।	Our team has won. ਅਵਰ ਟੀਮ ਹੈਜ਼ ਵੱਨ.
11. ਕੀ ਤੈਨੂੰ ਲਾਠੀ ਚਲਾਉਣੀ ਆਉਂਦੀ ਹੈ ?	Do you know how to wield a lathi ? ਡੂ ਯੂ ਨੋ ਹਾਉ ਟੂ ਵੀਲਡ ਏ ਲਾਠੀ ?
13. ਚਲੋ ਖੇਡੀਏ।	Come, let's play. ਕਮ ਲੈਟ'ਸ ਪਲੇ.
13. ਖੇਲ ਸ਼ੁਰੂ ਹੋ ਗਿਆ ਹੈ।	The game has started. ਦ ਗੇਮ ਹੈਜ਼ ਸਟਾਰਟਿਡ.
14. ਖੇਲਣਾ ਉੱਨਾ ਹੀ ਜ਼ਰੂਰੀ ਹੈ ਜਿੰਨਾ ਕਿ ਪੜ੍ਹਨਾ।	Playing is as important as studying. ਪਲੇਇੰਗ ਇਜ਼ ਐਜ਼ ਇਮਪੌਰਟੈਂਟ ਐਜ਼ ਸਟੱਡੀਇੰਗ.
15. ਲੰਮੀ ਛਾਲ ਮਾਰਦੇ ਹੋਏ ਮੇਰੇ ਮੋਚ ਆ ਗਈ।	I twisted a muscle while doing long jumps. ਆਈ ਟ੍ਵਿਸਟਿਡ ਏ ਮੱਸਲ ਵ੍ਹਾਇਲ ਡੂਇੰਗ ਲੌਂਗ ਜੰਪ.
16. ਉਹਨੇ ਉੱਚੀ ਛਾਲ ਮਾਰਨ ਦਾ ਰਿਕਾਰਡ ਕਾਇਮ ਕੀਤਾ ਹੈ।	He has set a record in high jump. ਹੀ ਹੈਜ਼ ਸੈਟ ਏ ਰਿਕੌਰਡ ਇਨ ਹਾਈ ਜੰਪ.
17. ਉਹ ਤੇਜ਼ ਦੌੜਾਕ ਹੈ।	He is a fast sprinter. ਹੀ ਇਜ਼ ਏ ਫਾਸਟ ਸਪ੍ਰਿੰਟਰ.
18. ਕੀ ਤੁਹਾਡੇ ਸਕੂਲ ਵਿਚ ਕਸਰਤ ਸਿਖਾਉਂਦੇ ਹਨ ?	Do they teach you gymnastics in your school ? ਡੂ ਦੇ ਟੀਚ ਜਿਮਨਾਸਟਿਕਸ ਇਨ ਯੂਅਰ ਸਕੂਲ ?
19. ਸਾਡੇ ਸਕੂਲ ਵਿਚ ਖੇਡਾਂ ਦਾ ਮੈਦਾਨ ਕਾਫੀ ਵੱਡਾ ਹੈ।	Our school has a vast play-ground. ਅਵਰ ਸਕੂਲ ਹੈਜ਼ ਏ ਵਾਸਟ ਪਲੇ ਗ੍ਰਾਊਂਡ.
20. ਤੁਹਾਡੀ ਬੇਸਬੌਲ ਟੀਮ ਦਾ ਕਪਤਾਨ ਕੌਣ ਹੈ।	Who is the captain of your baseball team ? ਹੂ ਇਜ਼ ਦ ਕੈਪਟੇਨ ਔਫ ਯੂਅਰ ਬੇਸਬਾਲ ਟੀਮ.
21. ਕੀ ਮੈਂ ਤੇਰੇ ਬੱਲੇ ਨਾਲ ਬੈਡਮਿੰਟਨ ਖੇਡ ਲਵਾਂ ?	May I play badminton with your racquet ? ਮੇ ਆਈ ਪਲੇ ਬੈਡਮਿੰਟਨ ਵਿਦ ਯੂਅਰ ਰੈਕਿਟ.
22. ਕੀ ਤੁਹਾਡੀ ਟੀਮ ਕੋਈ ਫੁੱਟਬਾਲ ਮੁਕਾਬਲੇ ਵਿਚ ਹਿੱਸਾ ਲੈ ਰਹੀ ਹੈ ?	Is your team also playing in the national foot-ball tournament ? ਇਜ਼ ਯੂਅਰ ਟੀਮ ਆਲਸੋ ਪਲੇਇੰਗ ਇਨ ਦ ਨੇਸ਼ਨਲ ਫੁੱਟਬਾਲ ਟੂਰਨਾਮੈਂਟ ?

23. ਕਿਸ਼ਤੀ ਚਲਾਉਣਾ ਮੈਨੂੰ ਚੰਗਾ ਲਗਦਾ ਹੈ। — I like rowing. ਆਈ ਲਾਇਕ ਰੋਇੰਗ.

24. ਉਹ ਟੀਮ ਲਈ ਨੇਮ ਨਾਲ ਖੇਡਦੀ ਹੈ। — She plays regularly for the team. ਸ਼ੀ ਪਲੇਜ਼ ਰੈਗੂਲਰਲੀ ਫ਼ਾਰ ਦ ਟੀਮ.

25. ਅਸੀਂ ਹਫ਼ਤੇ ਵਿਚ ਇਕ ਦਿਨ ਕਵਾਇਦ ਕਰਦੇ ਹਾਂ। — We do drill once a weak ਵੀ ਡੂ ਡ੍ਰਿੱਲ ਵਨਸ ਏ ਵੀਕ.

ਯਾਦ ਰਖਣ ਲਈ (To Remember)

'ly' ਦੀ ਕਰਾਮਾਤ ਦੇਖੋ। ਇਹ ਕਿਰਿਆ ਨੂੰ ਕਿਰਿਆ ਵਿਸ਼ੇਸ਼ਣ ਵਿਚ ਬਦਲ ਦਿੰਦਾ ਹੈ ਜਿਵੇਂ—kind ਤੋਂ kindly। ਏਹੀ 'ly' ਨਾਂਵ ਨੂੰ ਵਿਸ਼ੇਸ਼ਣ ਵਿਚ ਬਦਲ ਦਿੰਦਾ ਹੈ ਜਿਵੇਂ—His brotherly behaviour endeared him to all his colleagues (ਉਸ ਦੇ ਭਾਈ-ਤੁੱਲ ਵਿਵਹਾਰ ਨੇ ਉਸ ਨੂੰ ਉਸ ਦੇ ਸਾਰੇ ਸਾਥੀਆਂ ਵਿਚ ਪਿਆਰਾ ਬਣਾ ਦਿੱਤਾ ਹੈ) ਵਿਚ brother ਨਾਂਵ ਨਾਲ 'ly' ਲਗਾਉਣ ਨਾਲ brotherly ਵਿਸ਼ੇਸ਼ਣ ਬਣ ਗਿਆ ਹੈ। ਇਸੇ ਤਰ੍ਹਾਂ—

father	ਤੋਂ	fatherly (ਪਿਤਾ-ਤੁੱਲ)	man	ਤੋਂ	manly (ਮਰਦ-ਵਰਗਾ)
mother	ਤੋਂ	motherly (ਮਾਤਾ-ਤੁੱਲ)	woman	ਤੋਂ	womanly (ਇਸਤਰੀ-ਵਰਗਾ)
sister	ਤੋਂ	sisterly (ਭੈਣ-ਤੁੱਲ)	king	ਤੋਂ	kingly (ਰਾਜਾ-ਵਰਗਾ)
body	ਤੋਂ	bodily (ਸ਼ਰੀਰ ਤੋਂ)	scholar	ਤੋਂ	scholarly (ਵਿਦਵਾਨ ਵਰਗਾ)

'It was windy day' (ਇਹ ਹਵਾ ਵਾਲਾ ਦਿਨ ਸੀ), A fish has a scaly body (ਮੱਛੀ ਦਾ ਸ਼ਰੀਰ ਛਿਲਕੇ ਵਾਲਾ ਹੁੰਦਾ ਹੈ)। ਵਿਚ wind ਤੋਂ windy (ਹਵਾ ਵਾਲਾ), scale ਤੋਂ scaly (ਛਿਲਕੇ ਵਾਲਾ) ਵਿਸ਼ੇਸ਼ਣ wind or scale ਨਾਵਾਂ ਨਾਲ ly ਜੋੜਨ ਨਾਲ ਬਣਦੇ ਹਨ। ਇਸ ਤਰ੍ਹਾਂ ਬਣੇ ਕੁਝ ਵਿਸ਼ੇਸ਼ਣ ਦੇਖੋ:—

breeze	ਤੋਂ	breezy (ਹਲਦੀ ਹਵਾ ਵਾਲਾ)	hand	ਤੋਂ	handy (ਉਪਯੋਗੀ)
craft	ਤੋਂ	crafty (ਚਾਲਕ)	dust	ਤੋਂ	dusty (ਧੂੜ ਵਾਲਾ, ਘੱਟੇ ਵਾਲਾ)
greed	ਤੋਂ	greedy (ਲਾਲਚੀ)	room	ਤੋਂ	roomy (ਖੁਲਾ)
rain	ਤੋਂ	rainy (ਮੀਂਹ ਵਾਲਾ)	sun	ਤੋਂ	sunny (ਧੁਪ ਵਾਲਾ)

49 ਉਨਿੱਜਵਾਂ ਦਿਨ
th day

33. **ਵਿਅਕਤੀ ਅਤੇ ਆਯੂ** — **PERSON & AGE (ਪਰਸਨ ਐਂਡ ਏਜ)**

1. ਆਪ ਜੀ ਦਾ ਸ਼ੁਭ ਨਾਮ ? — Your name, please ? ਯੂਅਰ ਨੇਮ, ਪ੍ਲੀਜ਼ ?
2. ਆਪ ਜੀ ਦੀ ਤਾਰੀਫ਼ ? — Who are you, please ? ਹੂ ਆਰ ਯੂ, ਪ੍ਲੀਜ਼ ?
3. ਤੁਹਾਡੀ ਉਮਰ ਕਿੰਨੀ ਹੈ ? — How old are you ? ਹਉ ਓਲ੍ਡ ਆਰ ਯੂ ?
4. ਮੈਂ ਅਜੇ 20ਵਾਂ ਪੂਰਾ ਕੀਤਾ ਹੈ । — I have just completed twenty. ਆਈ ਹੈਵ ਜਸ੍ਟ ਕਮ੍ਪ੍ਲੀਟਿਡ ਟ੍ਵੇਂਟੀ.
5. ਕੀ ਤੁਸੀਂ ਮੈਥੋਂ ਵੱਡੇ ਹੋ ? — Are you older than I ? ਆਰ ਯੂ ਓਲ੍ਡਰ ਦੈਨ ਆਈ ?
6. ਤੁਸੀਂ ਮੈਥੋਂ ਛੋਟੇ ਹੋ । — You are younger than I. ਯੂ ਆਰ ਯੰਗਰ ਦੈਨ ਆਈ.
7. ਮੈਂ ਕੁਆਰਾ ਹਾਂ । — I am a bachelor. ਆਈ ਐਮ ਏ ਬੈਚਲਰ.
8. ਉਹ ਵਿਆਹੁਤਾ ਹੈ । — She is married. ਸ਼ੀ ਇਜ਼ ਮੈਰਿਡ.
9. ਉਸ ਦੇ ਕੇਵਲ ਚਾਰ ਲੜਕੀਆਂ ਹਨ । — She has only four daughters. ਸ਼ੀ ਹੈਜ਼ ਓਨਲੀ ਫੋਰ ਡੌਟਰ੍ਸ.
10. ਤੇਰੇ ਪਿਤਾ ਕੀ ਕਰਦੇ ਹਨ ? — What is your father ? ਵੱਟ੍ ਇਜ਼ ਯੂਅਰ ਫ਼ਾਦਰ.
11. ਉਹ ਸਰਕਾਰੀ ਨੌਕਰੀ ਤੋਂ ਰਿਟਾਇਰ ਹੋ ਚੁਕੇ ਹਨ । — He has retired from Government service. ਹੀ ਹੈਜ਼ ਰਿਟਾਅਰ੍ਡ ਫ਼੍ਰਾਮ ਗਵਰਨਮੈਂਟ ਸਰ੍ਵਿਸ.
12. ਉਹ ਜ਼ਿਆਦਾ ਉਮਰ ਦੇ ਲਗਦੇ ਹਨ । — He looks aged. ਹੀ ਲੁਕ੍ਸ ਏਜ੍ਡ.
13. ਉਨ੍ਹਾਂ ਦੇ ਵਾਲ ਸਫ਼ੈਦ ਹਨ ।* — His hair is grey. ਹਿਜ਼ ਹੇਅਰ ਇਜ਼ ਗ੍ਰੇ.
14. ਕੀ ਉਹ ਆਪਣੇ ਵਾਲਾਂ ਨੂੰ ਖਿਜ਼ਾਬ ਲਗਾਂਦੀ ਹੈ ? — Does she dye her hair ? ਡਜ਼ ਸ਼ੀ ਡਾਇ ਹਰ ਹਿਅਰ ?
15. ਕੀ ਤੁਹਾਡਾ ਪਰਿਵਾਰ ਇਕੱਠਾ ਹੈ ? — Have you a joint family ? ਹੈਵ ਯੂ ਏ ਜੁਆਇੰਟ ਫ਼ੈਮਿਲੀ ?
16. ਹਾਂ, ਸਾਡਾ ਪਰਿਵਾਰ ਇਕੱਠਾ ਹੈ । — Yes, ours is a joint family. ਯੈਸ, ਅਵਰ੍ਸ ਇਜ਼ ਏ ਜੁਆਇੰਟ ਫ਼ੈਮਿਲੀ.
17. ਤੁਸੀਂ ਕਿੰਨੇ ਭਰਾ ਹੋ ? — How many brothers are you ? ਹਾਉ ਮੈਨੀ ਬ੍ਰਦਰ੍ਸ ਹੈਵ ਯੂ ?
18. ਤੇਰੀਆਂ ਕਿੰਨੀਆਂ ਭੈਣਾਂ ਹਨ ? — How many sisters have you ? ਹਾਉ ਮੈਨੀ ਸਿਸ੍ਟਰ੍ਸ ਆਰ ਯੂ ?
19. ਸਾਡਾ ਵੱਡਾ ਭਰਾ ਵੱਖਰਾ ਰਹਿੰਦਾ ਹੈ । — Our eldest brother lives apart. ਅਵਰ੍ ਏਲ੍ਡੈਸ੍ਟ ਬ੍ਰਦਰ ਲਿਵ੍ਸ ਅਪਾਰ੍ਟ.
20. ਉਹ ਬੱਚਾ ਹੈ । — He is just a kid. ਹੀ ਇਜ਼ ਜਸ੍ਟ ਏ ਕਿਡ.

---

* hair ਹਮੇਸ਼ਾ ਇਕ ਵਚਨ ਵਿਚ ਵਰਤਿਆ ਜਾਂਦਾ ਹੈ ।

21. ਤੁਸੀ ਆਪਣੀ ਉਮਰ ਤੋਂ ਘਟ ਲਗਦੇ ਹੋ। You look younger than Your age.
ਯੂ ਲੁਕ ਯੰਗਰ ਦੈਨ ਯੁਅਰ ਏਜ.

22. ਮੇਰਾ ਭਰਾ ਸੋਲ੍ਹਾਂ ਵਰ੍ਹਿਆਂ ਦਾ ਹੈ। My brother is sixteen years old.
ਮਾਈ ਬ੍ਰਦਰ ਇਜ਼ ਸਿਕਸਟੀਨ ਈਯਰਜ਼ ਓਲਡ.

33. ਚਰਿੱਤਰ — CHARACTER (ਕ੍ਰੈਕਟਰ)

1. ਗੁੱਸਾ ਕਰਨਾ ਕਮਜ਼ੋਰੀ ਦੀ ਨਿਸ਼ਾਨੀ ਹੈ। Giving way to anger is a sign of weakness.
ਗਿਵਿੰਗ ਵੇ ਟੂ ਐਂਗਰ ਇਜ਼ ਏ ਸਾਇਨ ਆੱਫ਼ ਵੀਕਨੈਸ.

2. ਆਲਸੀ ਆਦਮੀ ਅੱਧ-ਮੋਏ ਦੇ ਬਰਾਬਰ ਹੁੰਦਾ ਹੈ। An idle man is as good as half-dead.
ਐਨ ਆਇਡਲ ਮੈਨ ਇਜ਼ ਐਜ਼ ਗੁੱਡ ਐਜ਼ ਹਾਫ਼-ਡੇਡ.

3. ਨਾ ਉਧਾਰ ਦਿਓ, ਨਾ ਲਓ। Neither borrow nor lend. ਨਾਇਦਰ ਬੱਰੋ, ਨੱਰ ਲੈਂਡ.

4. ਤੈਨੂੰ ਸੱਚ ਗੱਲ ਦੱਸ ਦੇਣੀ ਚਾਹੀਦੀ ਹੈ। You should tell the truth. ਯੂ ਸ਼ੁਡ ਟੈਲ ਦ ਟ੍ਰੁਥ.

5. ਸੁਆਰਥਹੀਨ ਸੇਵਾ ਵਿਚ ਬੜਾ ਆਨੰਦ ਹੈ। There is great joy in selfless service.
ਦੇਅਰ ਇਜ਼ ਏ ਗ੍ਰੇਟ ਜੱਾਇ ਇਨ ਸੈਲਫ਼ਲੈਸ ਸਰਵਿਸ.

6. ਉਸ ਨੇ ਆਪਣੇ ਪਾਪਾਂ ਦਾ ਪਛਤਾਵਾ ਕਰ ਲਿਆਂ। He has atoned for his sin.
ਹੀ ਹੈਜ਼ ਅਟੱਾਨ੍ਡ ਫੱਾਰ ਹਿਜ਼ ਸਿਨ.

7. ਨਾ ਧੋਖਾ ਦਿਓ, ਨਾ ਧੋਖਾ ਖਾਓ। Neither deceive nor be deceived.
ਨਾਇਦਰ ਡਿਸੀਵ ਨੱਰ ਬੀ ਡਿਸੀਵ੍ਡ.

8. ਸਿਰਫ਼ ਨੇਕ ਆਦਮੀ ਹੀ ਸੁਖੀ ਹੈ। The virtuous alone are happy.
ਦ ਵਰਚੁਅਸ ਅਲੋਨ ਆਰ ਹੈੱਪੀ.

9. ਖ਼ਾਲੀ ਦਿਮਾਗ਼ ਸ਼ੈਤਾਨ ਦੀ ਦੁਕਾਨ ਹੈ। An idle mind is devil's workshop.
ਐਨ ਆਇਡਲ ਮਾਇੰਡ ਇਜ਼ ਡੈਵਿਲਜ਼ ਵਰਕਸ਼ੱਾਪ.

10. ਜ਼ਿੰਦਗੀ ਸੇਵਾ ਦੇ ਲਈ ਹੈ। Life is for service.
ਲਾਇਫ਼ ਇਜ਼ ਫੱਾਰ ਸਰਵਿਸ.

11. ਕਿਸੇ ਪਾਸੋਂ ਕੁਝ ਨਾ ਮੰਗੋ। Don't ask anybody for anything.
ਡੋਂਟ ਆਸ੍ਕ ਐਨੀਬੱਡੀ ਫ਼ੱਰ ਐਨੀਥਿੰਗ.

12. ਮੇਰਾ ਜ਼ਮੀਰ ਇਜਾਜ਼ਤ ਨਹੀਂ ਦਿੰਦਾ। My conscience does not permit it.
ਮਾਈ ਕੱਾਨਸ਼ੰ'ਸ ਡਜ਼ ਨੱਾਟ ਪਰਮਿਟ ਇਟ.

13. ਆਰਾਮ ਹਰਾਮ ਹੈ। To rest is to rust. ਟੂ ਰੈਸਟ ਇਜ਼ ਟੂ ਰਸਟ.

14. ਜੋ ਮਿਹਨਤ ਕੀਤੇ ਬਗ਼ੈਰ ਖਾਂਦਾ ਹੈ, ਚੋਰੀ ਕਰਦਾ ਹੈ। He who eats without earning is commiting a theft. ਹੀ ਹੂ ਈਟ੍ਸ ਵਿਦਾਉਟ ਅਰਨਿੰਗ ਇਜ਼ ਕਮਿੱਟਿੰਗ ਏ ਥੈਫ਼ਟ.

15. ਉਹ ਹਰ ਵੇਲੇ ਗੱਲਾਂ ਕਰਦੀ ਰਹਿੰਦੀ ਹੈ। She is always fond of talking.
ਸ਼ੀ ਇਜ਼ ਆਲਵੇਜ਼ ਫੱਾਨ੍ਡ ਆੱਫ਼ ਟਾਕਿੰਗ.

16. ਉਹ ਆਪਣੀ ਭੈਣ ਨਾਲ ਬੜੀ ਈਰਖਾ ਕਰਦੀ ਹੈ। She is very jealous of her sister.
ਸ਼ੀ ਇਜ਼ ਵੈਰੀ ਜੇਲਸ ਆੱਫ਼ ਹਰ ਸਿਸਟਰ.

17. ਸਾਨੂੰ ਤੇਰੀ ਇਮਾਨਦਾਰੀ ਦਾ ਪੂਰਾ ਭਰੋਸਾ ਹੈ।
We are quite sure of your honesty.
ਵੀ ਆਰ ਕੁਆਇਟ ਸ਼ਿਉਰ ਆੱਫ਼ ਯੂਅਰ ਆੱਨੇਸਟੀ.

18. ਉਹ ਸਭ ਕੁਝ ਜਾਨਣ ਦਾ ਦਿਖਾਵਾ ਕਰਦਾ ਹੈ।
He pretends to know everything.
ਹੀ ਪ੍ਰੀਟੇਂਡਸ ਟੂ ਨੋ ਏਵਰੀਥਿੰਗ.

35. ਪੁਸ਼ਾਕ DRESS (ਡ੍ਰੈਸ)

1. ਇਹ ਕਪੜਾ ਬਾਰ੍ਹਾਂ ਰੁਪਏ ਮੀਟਰ ਹੈ।
This cloth is sold at twelve rupees a metre.
ਦਿਸ ਕਲ੍ਾੱਥ ਇਜ਼ ਸੋਲਡ ਐਟ ਟਵੈਲਵ ਰੂਪੀਜ਼ ਏ ਮੀਟਰ.

2. ਬਰਸਾਤੀ ਕੋਟ ਪਹਿਨਣਾ ਨਾ ਭੁੱਲਣਾ।
Please don't forget to wear a rain-coat.
ਪਲੀਜ਼ ਡੋਂ'ਟ ਫ਼ੋਰਗੇਟ ਟੂ ਵੀਅਰ ਏ ਰੇਨ-ਕੋਟ

3. ਇਹ ਕਪੜਾ ਬਹੁਤ ਗਰਮ ਹੈ।
This cloth is very warm. ਦਿਸ ਕਲ੍ਾੱਥ ਇਜ਼ ਵੈਰੀ ਵਾਰਮ.

4. ਹਿੰਦੁਸਤਾਨੀ ਔਰਤਾਂ ਅਕਸਰ ਸਾੜ੍ਹੀ ਪਹਿਨਦੀਆਂ ਹਨ।
Indian women mostly wear saree.
ਇੰਡੀਅਨ ਵੂਮਨ ਮੋਸਟਲੀ ਵੀਅਰ ਸਾੱਰੀ.

5. ਗਿੱਲੇ ਕਪੜੇ ਨਾ ਪਾਓ।
Do not put on wet clothes.
ਡੂ ਨਾੱਟ ਪੁਟ ਆੱਨ ਵੈਟ ਕਲ੍ਾੱਦਜ਼,

6. ਪੁਰਾਣਾ ਕੋਟ ਪਾਓ, ਨਵੀਂ ਕਿਤਾਬ ਖਰੀਦੋ।
Wear old coat, purchase a new book.
ਵੀਅਰ ਓਲ੍ਡ ਕੋਟ, ਪਰਚੇਜ਼ ਏ ਨਿਊ ਬੁੱਕ.

7. ਮੈਂ ਕਪੜੇ ਬਦਲ ਕੇ ਆਉਂਦਾ ਹਾਂ।
I will come after changing my clothes.
ਆਈ ਵਿਲ ਕੱਮ ਆਫ਼ਟਰ ਚੇਂਜਿੰਗ ਮਾਈ ਕਲ੍ਾੱਦਜ਼.

8. ਅੱਜਕਲ੍ਹ ਦੇ ਨੌਜਵਾਨ ਨਵੇਂ ਫ਼ੈਸ਼ਨ ਦੇ ਕਪੜੇ ਪਾਉਂਦੇ ਹਨ।
Now-a-days the youth wears mod dresses.
ਨਾਓ-ਏ-ਡੇਜ਼ ਦ ਯੂਥ ਵੀਅਰਸ ਮੱਡ ਡ੍ਰੈਸਿਜ਼.

9. ਉਸ ਨੇ ਰੇਸ਼ਮੀ ਸਾੜ੍ਹੀ ਪਹਿਨੀ ਹੋਈ ਸੀ।
She was clad a silken sari.
ਸ਼ੀ ਵਾਜ਼ ਕਲੈਡ ਏ ਸਿਲ੍ਕਨ ਸਾਰੀ.

10. ਮੇਰੇ ਕਪੜੇ ਧੋਬੀ ਕੋਲ ਗਏ ਹਨ।
My clothes have gone to the Laundry.
ਮਾਈ ਕਲ੍ਾੱਦਜ਼ ਹੈਵ ਗਾੱਨ ਟੂ ਦ ਲਾੱਨਡ੍ਰੀ.

11. ਉਹ ਨੀਲੀ ਵਰਦੀ ਵਿਚ ਸੀ।
He was in a blue uniform.
ਹੀ ਵਾਜ਼ ਇਨ ਏ ਬਲੂ ਯੂਨੀਫ਼ਾੱਰਮ.

12. ਇਹ ਕੋਟ ਪਾਣੀ ਨਾਲ ਨਹੀਂ ਭਿੱਜਦਾ।
It is a water-proof coat. ਇਟ ਇਜ਼ ਏ ਵਾਟਰ-ਪਰੂਫ਼ ਕੋਟ.

13. ਇਹ ਵਰਦੀਆਂ ਤੁਹਾਡੇ ਲਈ ਹਨ।
These dresses are for you. ਦੀਜ਼ ਡ੍ਰੈਸਿਜ਼ ਆਰ ਫ਼ਾੱਰ ਯੂ.

14. ਆਦਮੀ ਦੀ ਪਛਾਣ ਉਸ ਦੇ ਕਪੜਿਆਂ ਨਾਲ ਹੋ ਜਾਂਦੀ ਹੈ।
A man is judged by the clothes he wears.
ਏ ਮੈਨ ਇਜ਼ ਜਜਡ ਬਾਈ ਦ ਕਲ੍ਾੱਦਜ਼ ਹੀ ਵੀਅਰਸ.

15. ਇਹ ਪੁਸ਼ਾਕ ਮੇਰੇ ਥੋੜ੍ਹੀ ਤੰਗ ਹੈ।
This dress is a little tight for me.
ਦਿਸ ਡ੍ਰੈਸ ਇਜ਼ ਏ ਲਿਟੱਲ ਟਾਇਟ ਫ਼ਾੱਰ ਮੀ.

16. ਇਹ ਕੋਟ ਕਮਰ ਤੇ ਢਿੱਲਾ ਹੈ। This coat is loose at the waist.
ਦਿਸ ਕੋਟ ਇਜ਼ ਲੂਜ਼ ਐਟ ਦ ਵੈਸਟ.

17. ਤੁਹਾਡੇ ਕੋਲ ਕਮੀਜ਼ਾਂ ਦਾ ਕਪੜਾ ਹੈ ? Have you got shirtings ? ਹੈਵ ਯੂ ਗੱਾਟ ਸ਼ਰਟਿੰਗਜ਼ ?

18. ਜੀ ਹਾਂ, ਸਾਡੇ ਕੋਲ ਸੂਟ ਦੇ ਅੱਛੇ ਕਪੜੇ ਵੀ ਹਨ। Yes Sir, we have good suitings also.
ਯੇਸ ਸਰ, ਵੀ ਹੈਵ ਗੁੱਡ ਸੂਟਿੰਗਜ਼ ਆਲਸੋ.

19. ਮੇਰਾ ਸੂਟ ਤੁਹਾਡੇ ਸੂਟ ਤੋਂ ਵਖਰਾ ਹੈ। My suit is different from yours.
ਮਾਈ ਸੂਟ ਇਜ਼ ਡਿੱਫਰੈਂਟ ਫ਼੍ਰਾਮ ਯੂਅਰਸ.

20. ਉਸ ਦੀ ਕਮੀਜ਼ ਮੇਰੀ ਕਮੀਜ਼ ਜਿਹੀ ਨਹੀਂ ਹੈ। His shirt is not similiar to mine.
ਹਿਜ਼ ਸ਼ਰਟ ਇਜ਼ ਨੱਾਟ ਸਿਮੀਲਰ ਟੂ ਮਾਇਨ.

ਯਾਦ ਰਖਣ ਲਈ (To Remember)

ਕਿਸੇ ਸ਼ਬਦ ਦੇ ਅੰਤ ਵਿਚ less ਆਵੇ, ਉਸ ਨੂੰ ਵਿਸ਼ੇਸ਼ਣ ਸਮਝੋ। ਜਿਵੇਂ He is a *shameless* person (ਉਹ ਨਿਰਲੱਜ ਹੈ), *needless* to say you are a thorough gentleman (ਕਹਿਣ ਦੀ ਜ਼ਰੂਰਤ ਨਹੀਂ ਤੁਸੀਂ ਪੂਰੀ ਤਰ੍ਹਾਂ ਸੱਜਣ ਆਦਮੀ ਹੋ), *cloudless* sky in the month of 'Sawan' can really worry the poor Indian farmer (ਸਾਉਣ ਦੇ ਮਹੀਨੇ ਵਿਚ ਬੱਦਲਾ ਤੋਂ ਵਾਂਜਾ ਆਸਮਾਨ ਭਾਰਤ ਦੇ ਗਰੀਬ ਕਿਸਾਨਾਂ ਨੂੰ ਚਿੰਤਤ ਕਰ ਸਕਦਾ ਹੈ); Astronauts remain *weightless* while they are in space arching the earth or the moon. (ਪੁਲਾੜ ਯਾਤਰੀ ਜਦੋਂ ਪੁਲਾੜ ਵਿਚ ਧਰਤੀ ਜਾਂ ਚੰਦਰਮਾ ਦੀ ਪਰਿਕਰਮਾ ਕਰਦੇ ਹਨ, ਭਾਰ ਹੀਨ ਹੋ ਜਾਂਦੇ ਹਨ।

ਜਿਨ੍ਹਾਂ ਸ਼ਬਦਾਂ ਦੇ ਨਾਲ ful ਲਗਦਾ ਹੈ ਉਨ੍ਹਾਂ ਦੇ ਨਾਲ ਅਕਸਰ less ਵੀ ਪ੍ਰਯੋਗ ਕੀਤਾ ਜਾ ਸਕਦਾ ਹੈ ਅਤੇ ਨਵੇਂ ਵਿਸ਼ੇਸ਼ਣ ਬਣਾਏ ਜਾ ਸਕਦੇ ਹਨ। ਜਿਵੇਂ colour ਤੋਂ colourless (ਰੰਗਹੀਨ), base ਤੋਂ baseless (ਬੇਬੁਨਿਆਦ), arm ਤੋਂ armless (ਬਾਂਹ ਤੋਂ ਹੀਨ), care ਤੋਂ careless (ਲਾਪਰਵਾਹ), faith ਤੋਂ faithless (ਬੇਵਫ਼ਾ), friend ਤੋਂ friendless (ਮਿੱਤਰਹੀਨ), land ਤੋਂ landless (ਜ਼ਮੀਨ ਤੋਂ ਵਾਂਜਾ), mercy ਤੋਂ merciless (ਨਿਰਦਈ), name ਤੋਂ nameless (ਗੁਮਨਾਮ), rest ਤੋਂ restless (ਬੇਚੈਨ) ਆਦਿ। unless ਇਸ ਨਿਯਮ ਦਾ ਅਪਵਾਦ ਹੈ ਪਰ ਇਹ ਯੋਜਕ ਸ਼ਬਦ ਹੈ।

50 ਪੰਜਾਹਵਾਂ ਦਿਨ th day

41 ਤੋਂ 45 ਦਿਨ

TEST No. 1

ਕੁੱਲ ਅੰਕ 20 16 ਜਾਂ ਇਸ ਤੋਂ ਜ਼ਿਆਦਾ ਠੀਕ very good; 12 ਜਾਂ ਇਸ ਤੋਂ ਜ਼ਿਆਦਾ ਠੀਕ fair

1. ਹੇਠਾਂ ਦਿੱਤੇ ਗਏ ਵਾਕਾਂ ਨਾਲ ਮਿਲਦੇ-ਜੁਲਦੇ ਵਾਕ ਤੁਸੀਂ ਪਿੱਛੇ ਸਿੱਖੇ ਹਨ। ਇਨ੍ਹਾਂ ਵਿਚ ਛੋਟੀ-ਮੋਟੀ ਅਸ਼ੁੱਧੀ ਹੈ। ਵਾਕਾਂ ਨੂੰ ਠੀਕ ਕਰਕੇ ਲਿਖੋ ਅਤੇ ਆਪਣੇ ਅੰਗ੍ਰੇਜ਼ੀ ਬੋਲੀ ਦੇ ਗਿਆਨ ਦੀ ਪਰੀਖਿਆ ਕਰੋ। ਬ੍ਰੈਕਿਟ ਵਿਚ ਦਿਤੇ ਗਏ ਵਾਕ ਨਿਰਦੇਸ਼ ਨਾਲ ਮਿਲਾ ਕੇ ਆਪਣੇ ਵਾਕਾਂ ਦੀ ਜਾਂਚ ਕਰੋ :—

1. How many childrens you have ? (20 : 6) 2. Why did you not wake up me. (20 : 28) 3. He is independent from his parent. (20 : 61) 4. Sonia is taller of two girls. (21 : 15) 5. Wait bit. (22 : 15) 6. I saw the women whom the boss said was away. (25 : 35) 7. This rice is of inferior quality. (26 : 3) 8. I am short for fifty paise. (26 : 7) 9. This chair is quite cheap at sixty rupees. (26 : 23) 10. Do not buy at credit. (26 : 26) 11. Does your shoe pinches you. (26 : 32) 12. Show me a shoe with narrow toe. (26 : 37) 13. As we labour, so shall we reward. (27 : 1) 14. I am so tired to attend the class. (27 : 3) 15. The question is so easy. (27 : 8) 16. He is week in Hindi. (27 : 12) 17. She has been absent for Wednesday. (27 : 17) 18. Should you pass, your parents would happy. (27 ; 24) 19. I have been in this College since two years. (27 : 28) 20. He is junior than me by one year. (27 : 52)

46 ਤੋਂ 49 ਦਿਨ

TEST No. 2

ਕੁਲ ਅੰਕ 20, 16 ਜਾਂ ਇਸ ਤੋਂ ਜ਼ਿਆਦਾ ਠੀਕ very good ; 12 ਜਾਂ ਇਸ ਤੋਂ ਜ਼ਿਆਦਾ ਠੀਕ fair

II. ਇਨ੍ਹਾਂ ਵਾਕਾਂ ਵਿਚ ਨਿੱਕੀਆਂ-ਨਿੱਕੀਆਂ ਗ਼ਲਤੀਆਂ ਹਨ। ਅੰਗ੍ਰੇਜ਼ੀ ਬੋਲੀ ਦੇ ਆਪਣੇ ਗਿਆਨ ਨੂੰ ਪਰਖਣ ਲਈ ਵਾਕਾਂ ਦੀਆਂ ਗ਼ਲਤੀਆਂ ਸੁਧਾਰੋ ਅਤੇ ਬ੍ਰੈਕਿਟ ਵਿਚ ਦਿਤੇ ਗਏ ਨਿਰਦੇਸ਼ ਅਨੁਸਾਰ ਆਪਣੇ ਸ਼ੁੱਧ ਵਾਕ ਦੀ ਜਾਂਚ ਕਰੋ :—

1. He is eye specialist. (28 : 6) 2. All his tooth are intact. (28 : 10) 3. He is blind from one eye. (28 : 12) 4. No cause is to worry. (26 : 23) 5. Can you see thermometer. (28 : 27) 6. He is bad hurt. (28 : 37) 7. Prevention is better to cure. (28 : 46) 8. Happiness is best tonic. (28 : 52) 9. I am not feeling good. (28 : 56) 10. How are you getting in your business. (28 : 74) 11. My health has broken on account of hard work. (29 : 80) 12. The patient is shivering from cold (29 : 83) 13. Many people died from malaria. (29 : 84) 14. Cold is getting day by day. (30 : 6) 15. Sheep gives us wool. (31 ; 4 b) 16. I prefer riding to walk. (32 : 3) 17. Who did win. (32 : 6) 18. Is your family a joint family ? (33 ; 15) 19. My brother is sixteen years. (33 : 22) 20. We are quite sure your honesty. (34 : 17)

TEST No 3.

ਕੁਲ ਅੰਕ 20 16 ਜਾਂ ਇਸ ਤੋਂ ਜ਼ਿਆਦਾ ਠੀਕ very good; 12 ਜਾਂ ਇਸ ਤੋਂ ਜ਼ਿਆਦਾ fair

III. ਹੇਠਾਂ ਦਿਤੇ ਗਏ ਵਾਕਾਂ ਵਿਚ ਖਾਲੀ ਥਾਂ ਲਈ ਦੋ-ਦੋ ਸ਼ਬਦ ਦਿਤੇ ਗਏ ਹਨ। ਉਨ੍ਹਾਂ ਵਿਚੋਂ ਸਹੀ ਸ਼ਬਦ ਚੁਣ ਕੇ ਵਾਕ ਪੂਰਾ ਕਰੋ। ਇਸ ਵਿਚ ਜੋ ਨਿਯਮ ਕੰਮ ਕਰ ਰਿਹਾ ਹੈ ਉਸ ਨੂੰ ਵੀ ਸਮਝੋ :—

(1) I...(*have passed/pass*) the B. A. degree examination in 1976. (2) How (*many/much*) letters did she write to me ? (3) They have not spoken to each other. . . (*for/since*) two weeks. (4) She has been looking for a job ... (*for/since*) July 1975. (5) I. . .(*had/have*) already bought my ticket, so I went in. (6) He was found guilty. . .(*for/of*) murder, (7) They are leaving. . .(*for/to*) America soon. (8) She was married. . .(*with/to*) a rich man. (9) This shirt is superior. . . (*than/to*) that. (10) Write the letter. . .(*with/in*) ink. (11) She cannot avoid...(*to make/making*) mistakes. (12) The train. . .(*left/had left*) before I arrived. (13) She. . .(*finished/had finished*) her journey yesterday. (14) You talk as if you. . .(*know/knew*) everything. (15) Her sister is taller than. . .(*her/she*). (16) It will remain a secret between you and. . . (*I/me*). (17) A girl friend of. . . (*his/him*) told us this news. (18) Vagish and. . . (*myself/I*) were present there. (19) Amitabh played a very good. . .*game/play*). (20) I played well yesterday. . .(*isn't it/didn't I*) ?

ਵਾਕ ਪੂਰੇ ਕਰਨ ਲਈ ਸ਼ੁਧ ਸ਼ਬਦ :

(1) passed (2) many (3) for (4) since (5) had (6) of (7) for (8) to (9) to (10) in (11) making (12) had left (13) finished (14) knew (15) she (16) me (17) his (18) I (19) game (20) didn't I.

TEST No 4.

IV. ਬ੍ਰੈਕਟਾਂ ਵਿਚ ਦਿਤੇ ਗਏ ਸ਼ਬਦਾਂ ਵਿਚੋਂ ਸਹੀ ਸ਼ਬਦ ਚੁਣ ਕੇ ਖ਼ਾਲੀ ਥਾਂ ਭਰੋ :—

How...(much, more, many) children have you ? 2. Custard is my favourite. . (food, dish). 3. Where does this road...(lead, go) to ? 4. Is he a...(dependible, dependable) friend ? 5. He is an...(important, importent) minister. 6. When does your examination...(start, begin, commence) ? 7...(would, should you pass, your parents...(would, should) be happy. 8. The boy is so weak in mathematics that he will not be able to get...(up, on, in) with the class. 9. Good boys bring credit...(to, for) their school. 10. A little girl...(recalled, racounted, recited) a beautiful poem. 11. The squirrel has a...(wooly, hairy, bushy) tail. 12. The sun is bright because the sky is...(cloudy, cloudless). 13. As he is a...(shameful, shameless) person he pays for a good deed with a bad one 14. She had...(wore, worn) a simple sari. 15. Children need... (protection, defence) from traffic hazards. 16....(Quitely, Quietly) he went out of the convention hall. 17. Hamid and Majid help...(each other/one another). 18. Small children help... (each other/one another). 19. Minakshi has not come (too, either) 20. They went for a. . .(ride, walk) on their bicycles.

ਵਾਕਾਂ ਦੇ ਪੂਰਕ ਸਹੀ ਸ਼ਬਦ :

1. many, 2. food, 3. lead, 4. dependable, 5. important, 6. commence, 7. Should-would, 8. on, 9. to, 10. recited, 11. bushy, 12. cloudless, 13. shameless, 14. worn, 15. protection, 16. quietly, 17. each other, 18. one another, 19. either, 20. ride.

V. (i) ਇਹਨਾਂ ਵਾਕਾਂ ਦਾ ਪੰਜਾਬੀ ਵਿਚ ਅਨੁਵਾਦ ਕਰੋ :—

1. Do you have books ? 2. Did the dhobi take the last wash ? 3. Did you wake me up ? 4. Is Anupam there ? 5. Shall we meet again ? 6. Did you not come that day ? 7. Do you say this ? 8. Will your college reopen ? 9. Do you allow me to read ? 10. Are you looking at him ?

(ii) ਹੇਠਾਂ ਦਿਤੇ ਦੋ ਵਾਕਾਂ ਨੂੰ ਧਿਆਨ ਨਾਲ ਦੇਖੋ ਅਤੇ ਦੱਸੋ ਕਿ When ਲਗਾਉਣ ਨਾਲ ਪਹਿਲੇ ਵਾਕ ਤੋਂ ਦੂਸਰੇ ਵਾਕ ਦੇ ਲਿਖਣ ਵਿਚ ਕੀ ਅੰਤਰ ਆਇਆ —

1. Have you books ?
2. When have you books ?

(ਉੱਤਰ—ਪਹਿਲੇ ਵਾਕ ਵਿਚ Have ਸੀ ਅਤੇ ਦੂਜੇ ਵਾਕ ਵਿਚ have ਹੋ ਗਿਆ (h) ਐਚ ਛੋਟਾ ਹੋ ਗਿਆ ਹੈ।)

(iii) ਪ੍ਰਸ਼ਨ V ਦੇ ਵਾਕਾਂ ਦੇ ਆਰੰਭ ਵਿਚ what, why, how, when, where ਆਦਿ ਵਿਚੋਂ ਉਪਯੁਕਤ ਸ਼ਬਦ ਲਗਾ ਕੇ ਨਵੇਂ ਵਾਕ ਬਣਾਓ ।

VI ਅੰਗ੍ਰੇਜ਼ੀ ਵਿਚ ਅਨੁਵਾਦ ਕਰੋ—

(1) ਜ਼ਬਾਨ ਬੰਦ ਰੱਖੋ । (2) ਬਕ-ਬਕ ਬੰਦ ਕਰੋ । (3) ਜਲਦੀ ਸੌਂ ਜਾਓ, ਜਲਦੀ ਉਠੋ । (4) ਉਸ ਦਾ ਬੁਖ਼ਾਰ ਉਤਰ ਗਿਆ ਹੈ । (5) ਕਿਸੇ ਡਾਕਟਰ ਦੀ ਸਲਾਹ ਲਓ । (6) ਉਸ ਦੇ ਸਿਰ ਵਿਚ ਦਰਦ ਹੈ । (7) ਮੈਂ ਕੰਬ ਰਿਹਾ ਹਾਂ । (8) ਮੈਂ ਜਿੱਤਿਆ ? (9) ਆਓ, ਖੇਡੀਏ । (10) ਮੈਂ ਕੁਆਰਾ ਹਾਂ । (11) ਅਸੀਂ ਟਾਈਮ ਤੋਂ ਪਹਿਲੇ ਪਹੁੰਚਾਂਗੇ । (12) ਕੋਈ ਮਿਲਣ ਆਇਆ ਹੈ । (13) ਮੈਂ ਬਹੁਤ ਥੱਕਿਆ ਹੋਇਆ ਹਾਂ । (14) ਮੈਂ ਆਪਣਾ ਮਕਾਨ ਬਦਲ ਲਿਆ ਹੈ । (15) ਉਨ੍ਹਾਂ ਨੇ ਤੁਹਾਨੂੰ ਯਾਦ ਕੀਤਾ ਹੈ । (16) ਕਦੀ-ਕਦੀ ਖ਼ਤ ਜ਼ਰੂਰ ਪਾ ਦਿਆ ਕਰੋ । (17) ਰੰਗ ਪੱਕਾ ਹੈ ਨਾ ? (18) ਕੀ ਤੁਸੀਂ ਚੈੱਕ ਸ੍ਵੀਕਾਰ ਕਰ ਲੈਂਦੇ ਹੋ । (19) ਉਹ ਹਿਸਾਬ ਵਿਚ ਕਮਜ਼ੋਰ ਹੈ । (20) ਮੈਂ ਅੰਗ੍ਰੇਜ਼ੀ ਵਿਚ ਹੁਸ਼ਿਆਰ ਹਾਂ ।

VII (i) ਹੇਠ ਕੁਝ ਸ਼ਬਦ ਦਿਤੇ ਗਏ ਹਨ । ਇਨ੍ਹਾਂ ਦੇ ਨਾਲ ਕੋਈ ਅੱਖਰ ਅਗੇਤਰ (ਅਰੰਭ ਵਿਚ) ਜੋੜ ਕੇ ਨਵਾਂ ਸ਼ਬਦ ਬਣਾਓ ਜਿਵੇਂ—old ਤੋਂ gold ਆਦਿ ।

now, he, ox, our, an, how, hen, ear, all, refer.

(ii) ਇਹਨਾਂ ਵਿਸ਼ੇਸ਼ਣ ਸ਼ਬਦਾਂ ਦੇ ਤੁਲਨਾਤਮਕ ਰੂਪ ਲਿਖੋ :—ਜਿਵੇਂ old ਤੋਂ old, older, oldest ਆਦਿ ।
good, young, beautiful, bad, fine, careful, hard, difficult, shameless.

(iii) ਇਨ੍ਹਾਂ ਸ਼ਬਦਾਂ ਦਾ ਉਚਾਰਣ ਗੁਰਮੁਖੀ ਲਿਪੀ ਵਿਚ ਲਿਖੋ ਅਤੇ ਅਰਥ ਦੱਸੋ :—

year, psalm, of, off, man, in, inn, to, too, the answer, the station, cloth, clothe, **Mrs, bath, bathe, dare, dear, car, idea, idiom, white, who.**

VIII (i) ਇਨ੍ਹਾਂ ਸ਼ਬਦਾਂ ਦੇ (ਬਹੁਵਚਨ) ਬਣਾਓ :—

knife, journey, city, woman, ox, tooth, mouse, sheep, deer, foot, child, brother, church, fly, day, brother-in-law myself.

(ii) ਕੁਝ ਕਿਰਿਆਵਾਂ ਦੇ present, past ਅਤੇ participle ਰੂਪ ਲਿਖੋ :—ਜਿਵੇਂ go, went, gone.

to light, to lose, to mean, to pay, to say, to write, to throw, to win, to beat, to begin, to lie, to lay, to know, to hurt, to put, to cut, to hold, to forget, to shut, to take.

(iii) ਹੇਠਾਂ ਕੁਝ ਪਰਚਲਿਤ ਸ਼ਬਦਾਂ ਦੇ ਸੰਖੇਪ ਰੂਪ (short forms) ਦਿਤੇ ਗਏ ਹਨ । ਤੁਸੀਂ ਇਹਨਾਂ ਸ਼ਬਦਾਂ ਨੂੰ ਚੰਗੀ ਤਰ੍ਹਾਂ ਜਾਣਦੇ ਹੋ । ਇਹਨਾਂ ਦੇ ਪੂਰੇ ਸ਼ਬਦ ਲਿਖੋ ।

Jan.	Mar.	Aug.	Oct.	Dec.	Mon.	Wed.	Fri.
Feb.	Apr.	Sept.	Nov.	Sun.	Tues.	Thurs.	Sat.
No.	Nos.	P.	P.P.	Co.	P.T.O.	K.M.	Dr.

IX. ਹੇਠਾਂ ਕੁਝ ਪੜਨਾਂਵ ਦਿਤੇ ਗਏ ਹਨ । ਇਹ ਸਾਰੇ ਸ਼ਬਦ ਕਰਤਾ ਕਾਰਕ (Nominative case) ਦੇ ਹਨ । ਇਹਨਾਂ ਦੇ ਕਰਮ-ਕਾਰਕ (Objective case) ਅਤੇ ਸੰਬੰਧ ਕਾਰਕ (Possessive case) ਦੇ ਰੂਪ ਵਿਚ ਯਾਦ ਕਰੋ :—

(I) ਕਰਤਾ ਕਾਰਕ	(II) ਕਰਮ ਕਾਰਕ	(III) ਸੰਬੰਧ ਕਾਰਕ
ਮੈਂ I	ਮੈਨੂੰ me	ਮੇਰਾ my, mine
ਤੂੰ you	ਤੈਨੂੰ you	ਤੁਹਾਡਾ your, yours
ਉਹ he, she, it	ਉਸਨੂੰ him, her, it	ਉਸਦਾ his, her (hers) its
ਅਸੀਂ we	ਸਾਨੂੰ us	ਸਾਡਾ our, ours
ਉਹ they	ਉਨ੍ਹਾਂ ਨੂੰ them	ਉਨ੍ਹਾਂ ਦਾ their, theirs

51 ਇਕਵੰਜਵਾਂ ਦਿਨ st day

ਛੇਵੀਂ ਮੁਹਿੰਮ (VIth Expedition)

ਤੁਸੀਂ ਆਪਣੀਆਂ ਪੰਜ ਮੁਹਿੰਮਾਂ ਪੂਰੀਆਂ ਕਰ ਚੁੱਕੇ ਹੋ। ਹੁਣ ਤਕ ਬਹੁਤ ਸਾਰੀ ਜਾਣਕਾਰੀ ਤੁਸੀਂ ਪ੍ਰਾਪਤ ਕਰ ਚੁੱਕੇ ਹੋ। ਕੁਝ ਮਹੱਤਵਪੂਰਣ ਵਿਸ਼ੇ ਅਜੇ ਬਾਕੀ ਹਨ ਜਿਨ੍ਹਾਂ ਨਾਲ ਸੰਬੰਧਤ ਗੱਲਬਾਤ ਹਰੇਕ ਸਭਿਅ ਆਦਮੀ ਨੂੰ ਆਉਣੀ ਜ਼ਰੂਰੀ ਹੈ। ਜਦੋਂ ਤੁਸੀਂ ਜ਼ਿੰਦਗੀ ਦੀ ਜਦੋ-ਜਹਿਦ ਸ਼ੁਰੂ ਕਰੋਗੇ ਤਾਂ ਤੁਹਾਨੂੰ ਸਭਿਆਚਾਰ, ਦਫ਼ਤਰ, ਕਾਨੂੰਨ, ਲੈਣ-ਦੇਣ, ਵਪਾਰ ਆਦਿ ਨਾਲ ਸੰਬੰਧਤ ਪੱਖਾਂ ਬਾਰੇ ਆਪਣੇ ਵਿਚਾਰ ਪ੍ਰਗਟ ਕਰਨ ਲਈ ਲੋੜੀਂਦੀ ਅੰਗ੍ਰੇਜ਼ੀ ਬੋਲਣੀ ਆਉਣੀ ਜ਼ਰੂਰੀ ਹੈ। ਆਪਣੀ ਇਸ ਜ਼ਰੂਰਤ ਨੂੰ ਪੂਰਾ ਕਰਨ ਦੇ ਸੰਕਲਪ ਨਾਲ ਇਸ ਮੁਹਿੰਮ ਦਾ ਆਰੰਭ ਕਰੋ। ਤੁਸੀਂ ਇਨ੍ਹਾਂ ਵਿਸ਼ਿਆਂ ਦੇ ਅਲਾਵਾਂ ਇਸ ਮੁਹਿੰਮ ਵਿਚ ਕੁਝ ਬੁਝਾਰਤਾਂ, ਕੁਝ ਮੁਹਾਵਰੇ ਅਤੇ ਕੁਝ ਅਖਾਣਾ ਦਾ ਪਰਿਚੈ ਪ੍ਰਾਪਤ ਕਰ ਸਕੋਗੇ।

ਆਓ, ਇਸ ਮੁਹਿੰਮ ਦਾ ਆਰੰਭ ਕਰੀਏ।

36. ਸਭਿਅਤਾ-ਸ਼ਿਸ਼ਟਾਚਾਰ — ETIQUETTE (ਏਟੀਕੇਟ)

1. ਇੰਨਾ ਕਾਫ਼ੀ ਹੈ। — That will do. ਦੈਟ ਵਿਲ ਡੂ. Or This is enough. ਦਿਸ ਇਜ਼ ਇੱਨਫ਼
2. ਤੁਸੀਂ ਕਿਉਂ ਤਕਲੀਫ਼ ਕਰਦੇ ਹੋ। — Why do you bother. ਵ੍ਹਾਇ ਡੂ ਯੂ ਬੱਾਦਰ.
3. ਇਸ ਵਿਚ ਕੋਈ ਤਕਲੀਫ਼ ਨਹੀਂ। — No trouble at all. ਨੋ ਟ੍ਰੱਬਲ ਐਟ ਆਲ..
4. ਮੇਰੀ ਚਿੰਤਾ ਨਾ ਕਰੋ। — Don't worry about me. ਡੋਂਟ ਵਰੀ ਅੱਬਾਉਟ ਮੀ.
5. ਤੁਹਾਡੀ ਕਿਰਪਾ ਹੋਵੇਗੀ। — So kind of you. ਸੋ ਕਾਈਂਡ ਔਫ਼ ਯੂ.
6. ਤੁਹਾਡੀ ਬੜੀ ਕਿਰਪਾ ਹੋਵੇਗੀ। — It wonld be very kind of you. ਇਟ ਵੁਡ ਬੀ ਵੈਰੀ ਕਾਇੰਡ ਔਫ਼ ਯੂ.
7. ਮੈਂ ਤੁਹਾਡੀ ਕੀ ਸੇਵਾ ਕਰਾਂ। — What can I do for you. ਵੱਟ ਕੈਨ ਆਈ ਡੂ ਫ਼ੌਰ ਯੂ.
8. ਤੁਸੀਂ ਕਿਵੇਂ ਆਏ। — What brings you here ? ਵੱਟ ਬ੍ਰਿੰਗ੍ਸ ਯੂ ਹੇਅਰ.
9. ਬਸ ਇੰਨਾ ਬਹੁਤ ਹੈ। — This is quite enough. ਦਿਸ ਇਜ਼ ਕੁਆਇਟ ਇਨੱਫ਼.
10. ਤਕਲੀਫ਼ ਨਾ ਕਰੋ। — Don't bother. ਡੋਂਟ ਬੱਾਦਰ.
11. ਜ਼ਰਾ ਹੋਰ ਬੈਠੋ। — Please stay a little more. ਪ੍ਲੀਜ਼ ਸ੍ਟੇ ਏ ਲਿਟ੍ਲ ਮੋਰ.
12. ਖਿਮਾ ਕਰੋ। — Please excuse me. ਪ੍ਲੀਜ਼ ਏਕ੍ਸਕਿਊਜ਼ ਮੀ.
13. ਮੈਨੂੰ ਅਫ਼ਸੋਸ ਹੈ। — I am sorry. ਆਈ ਐਮ ਸੱਾਰੀ.
14. ਤਕੱਲੁਫ਼ ਨਾ ਕਰੋ। — Don't be formal. ਡੋਂਟ ਬੀ ਫ਼ੌਰਮਲ.
15. ਮੈਂ ਕੁਝ ਅਰਜ਼ ਕਰਾਂ ? — May I make a request ? ਮੇ ਆਈ ਮੇਕ ਏ ਰਿਕ੍ਵੇਸ੍ਟ.
16. ਬੁਰਾ ਨਾ ਮਨਾਉਣਾ। — Don't take it ill. ਡੋਂਟ ਟੇਕ ਇਟ ਇਲ.
17. ਮੈਂ ਤੁਹਾਡੀ ਸੇਵਾ ਲਈ ਹਾਜ਼ਿਰ ਹਾਂ। — I am at your service. ਆਈ ਐਮ ਐਟ ਯੁਅਰ ਸਰਵਿਸ.

18. ਅਸੀਂ ਤੁਹਾਡੀ ਚੰਗੀ ਤਰ੍ਹਾਂ ਖਾਤਰ-ਤਵਾਜਹ ਨਹੀਂ ਕਰ ਸਕੇ । — We could not look after you properly. ਵੀ ਕੁਡ ਨੌਟ ਲੁੱਕ ਆਫ਼ਟਰ ਯੂ ਪ੍ਰਾਪਰਲੀ.

19. ਕੀ ਮੈਂ ਏਥੇ ਬੈਠ ਸਕਦਾ ਹਾਂ । — May I sit here. ਮੇ ਆਈ ਸਿਟ ਹਿਅਰ ?

20. ਤੁਹਾਥੋਂ ਮਿਲੀ ਸਹਾਇਤਾ ਲਈ ਧੰਨਵਾਦ । — Thank you for your help. ਥੈਂਕ ਯੂ ਫੌਰ ਯੁਅਰ ਹੈਲ੍ਪ.

21. ਅਸੀਂ ਤੁਹਾਡੇ ਅਹਿਸਾਨਮੰਦ ਹਾਂ । — We are obliged to you. ਵੀ ਆਰ ਉਬਲਾਈਜ਼ਡ ਟੂ ਯੂ.

22. ਕਿਰਪਾ ਦੀ ਕੋਈ ਗੱਲ ਨਹੀਂ । ਸਗੋਂ ਇਸ ਨਾਲ ਮੈਨੂੰ ਖੁਸ਼ੀ ਹੋਵੇਗੀ । — No question of kindness, it would rather please me. ਨੋ ਕੁਵੇਸ਼ਚਨ ਔਫ ਕਾਇੰਡਨੈਸ, ਇਟ ਵੁਡ ਰਾਦਰ ਪ੍ਲੀਜ਼ ਮੀ.

23. ਨੇਕ ਸਲਾਹ ਲਈ ਸ਼ੁਕਰੀਆ । — Thank you for your good advice. ਥੈਂਕ ਯੂ ਫ਼ੌਰ ਯੁਅਰ ਗੁਡ ਐਡਵਾਈਸ.

24. ਨਿੱਘੇ ਪਿਆਰ ਅਤੇ ਸ਼ੁਭ ਕਾਮਨਾਵਾਂ ਨਾਲ —ਪਰਮ ਮਿੱਤਰ ਉਮੇਸ਼ । — With affections & best wishes—yours very sincerely Umesh. ਵਿਦ ਇਫ਼ੈਕਸ਼ਨਜ਼ ਐਂਡ ਬੈਸਟ ਵਿਸ਼ਿਜ਼—ਯੁਅਰ'ਸ ਵੈਰੀ ਸਿੰਸੀਅਰਲੀ ਉਮੇਸ਼ ।

25. ਤਕਲੀਫ਼ ਦੇਣ ਲਈ ਖਿਮਾਂ ਚਾਹੁੰਦਾ ਹਾਂ । — Kindly excuse me for the trouble. ਕਾਈਂਡਲੀ ਏਕਸਕਿਊਜ਼ ਮੀ ਫ਼ੌਰ ਦ ਟ੍ਰਬੱਲ.

26. ਭੈਣਾਂ ਨੂੰ ਨਮਸਤੇ ਅਤੇ ਬੱਚਿਆਂ ਨੂੰ ਪਿਆਰ । — With respect to sisters and love to the children. ਵਿਦ ਰਿਸ੍ਪੈਕਟ ਟੂ ਸਿਸਟਰਸ ਐਂਡ ਲੱਵ ਟੂ ਦ ਚਿਲਡ੍ਰਨ.

27. ਮੈਂ ਅਤਿਅੰਤ ਧੰਨਵਾਦੀ ਹੋਵਾਂਗਾ ਜੇ ਤੁਸੀਂ ਮੇਰਾ ਇਹ ਕੰਮ ਕਰਵਾ ਦਿਓ । — I shall be highly thankful to you if you kindly get this work done. ਆਈ ਸ਼ੈਲ ਬੀ ਹਾਈਲੀ ਥੈਂਕਫੁਲ ਟੂ ਯੂ ਇਫ਼ ਯੂ ਕਾਇੰਡਲੀ ਗੇ'ਟ ਦਿਸ ਵਰ੍ਕ ਡਨ.

37. ਚਿਤਾਉਣ ਵਾਲੇ ਸੰਕੇਤ — SIGNALS (ਸਿੰਗਲਜ਼)

1. ਹੌਲੀ ਚੱਲੋ । — Drive slowly. ਡ੍ਰਾਈਵ ਸ੍ਲੋਲੀ.
2. ਖੱਬੇ ਪਾਸੇ ਰਹੋ । — Keep to the left. ਕੀਪ ਟੂ ਦ ਲੈਫ਼ਟ.
3. ਖ਼ਤਰਨਾਕ ਮੋੜ । — Dangerous curve. ਡੇਂਜਰ੍ਸ ਕਰਵ.
4. ਏਥੇ ਗੱਡੀ ਨਾ ਖੜੀ ਕਰੋ । — No parking here. ਨੋ ਪਾਰ੍ਕਿੰਗ ਹਿਅਰ.
5. ਏਥੋਂ ਉਸ ਪਾਰ ਜਾਓ । — Cross here. ਕ੍ਰੌਸ ਹਿਅਰ.
6. ਕੁੱਤੇ ਅੰਦਰ ਨਹੀਂ ਆ ਸਕਦੇ । — Dogs not permitted. ਡੌਗ੍ਸ ਨੌਟ ਪਰਮਿਟਿਡ.
7. ਅੰਦਰ ਜਾਣਾ ਮਨਾ ਹੈ ।** — No entrance. ਨੋ ਇੰਟ੍ਰੇਂਸ,
8. ਬਾਹਰ ਜਾਣ ਦਾ ਰਸਤਾ । — Exit. ਏਗ੍ਜ਼ਿਟ
9. ਅੰਦਰ ਜਾਣ ਦਾ ਰਸਤਾ । — Entrance. ਏਂ'ਟ੍ਰੈਂਸ.
10. ਘਾ ਉਪਰ ਨਾ ਤੁਰੋ । — Keep off the grass. ਕੀਪ ਔਫ਼ ਦ ਗ੍ਰਾਸ.
11. ਬਿਨਾਂ ਆਗਿਆ ਅੰਦਰ ਨਾ ਆਓ । — No entry without permission. ਨੋ ਏਂਟ੍ਰੀ ਵਿਦਾਉਟ ਪਰਮਿਸ਼ਨ.
12. ਤਮਾਕੂ ਨਾ ਪੀਓ । — No smoking. ਨੋ ਸ੍ਮੋਕਿੰਗ.
13. ਜੰਜੀਰ ਖਿੱਚੋ । — Pull the chain. ਪੁਲ ਦ ਚੇਨ.
14. ਕਰਾਏ ਲਈ ਖਾਲੀ ਹੈ । — To let. ਟੂ ਲੈਟ.
15. ਅੱਗੇ ਸਕੂਲ ਹੈ । — School ahead. ਸ੍ਕੂਲ ਅਹੈਡ.
16. ਸੜਕ ਬਦ ਹੈ । — Road closed. ਰੋਡ ਕ੍ਲੋਜ਼ਡ.

17. ਅੱਗੇ ਰਸਤਾ ਖਤਮ ਹੈ । Dead end ahead. ਡੈੱਡ ਏਂਡ ਅਹੈਡ.

18. ਗੁਸਲਖਾਨਾ W. C. ਡਬਲਯੂ. ਸੀ.

19. ਵਿਸ਼੍ਰਾਮਘਰ । Waiting room. ਵੇਟਿੰਗ ਰੂਮ ।

20. ਇਕ ਕਤਾਰ ਵਿਚ ਖੜੇ ਹੋਵੋ । Please stand in a queue. ਪ੍ਲੀਜ਼ ਸਟ੍ਰੈਂਡ ਇਨ ਏ ਕਿਯੂ.

21. ਕੇਵਲ ਔਰਤਾਂ ਲਈ । For ledies only. ਫ਼ੱਾਰ ਲੇਡੀਜ਼ ਓਨਲੀ.

22. ਭਾਰੀਆਂ ਗੱਡੀਆਂ ਦੀ ਆਗਿਆ ਨਹੀਂ । Heavy vehicles are not allowed. ਹੈਵੀ ਵ੍ਹੈਹੀਕਲਜ਼ ਆਰ ਨੱਾਟ ਅਲਾਉਡ.

ਯਾਦ ਰਖਣ ਲਈ (To Remember)

ਵਿਸ਼ੇਸ਼ਣ ਕਿਰਿਆ ਆਦਿ ਦੀ ਪਛਾਣ ਕਈ ਵਾਰੀ ਬੜੀ ਆਸਾਨ ਹੁੰਦੀ ਹੈ। ਉਦਾਹਰਣ ਲਈ ਜਿਸ ਸ਼ਬਦ ਦੇ ਅੰਤ ਵਿਚ ness ਹੋਵੇ ਉਹ ਸ਼ਬਦ ਨਾਂਵ ਹੁੰਦਾ ਹੈ : Long illness has made him weak. (ਲੰਮੀ ਬਿਮਾਰੀ ਨੇ ਉਸ ਨੂੰ ਕਮਜ਼ੋਰ ਕਰ ਦਿੱਤਾ ਹੈ) ਵਿਚ illness ਨਾਂਵ ਹੈ। ਇਹ ਸ਼ਬਦ ਵਿਸ਼ੇਸ਼ਣ ਸ਼ਬਦਾਂ ਦੇ ਨਾਲ ਪਿਛੇਤਰ ness ਲਗਾਉਣ ਨਾਲ ਬਣਦੇ ਹਨ ਜਿਵੇਂ : ill ਤੋਂ illness, godd ਤੋਂ goodness, sad ਤੋਂ sadness, thick ਤੋਂ thickness, hard ਤੋਂ hardness, great ਤੋਂ greatness ਆਦਿ।

**Assistance (ਸਹਾਇਤਾ) ਨਾਂਵ assist ਕਿਰਿਆ ਤੋਂ ਬਣੀ ਹੈ। assist ਦੇ ਨਾਲ ਪਿਛੇਤਰ ance ਜੋੜਿਆ ਗਿਆ ਹੈ। ਇਸ ਤਰ੍ਹਾਂ ਦੇ ਕੁਝ ਹੋਰ ਸ਼ਬਦ ਵੀ ਦੇਖੋ :

allow ਤੋਂ allowance (ਭੱਤਾ)
ally ਤੋਂ alliance (ਗੱਠਜੋੜ) (ਏਥੇ ance ਜੋੜਨ ਲਈ y ਦੀ ਜਗ੍ਹਾ i ਲਗਾਈ ਗਈ ਹੈ)
clear ਤੋਂ clearance (ਸਫ਼ਾਈ)
persue ਤੋਂ persuance (ਪੈਰਵੀ) (ance ਲਗਾਉਣ ਲਈ persue ਦੀ ਅੰਤਿਮ e ਹਟਾਈ ਗਈ ਹੈ)।

---

1. W. C. ਦਰਅਸਲ Water Closet ਦਾ ਹੀ ਸੰਖੇਪ ਰੂਪ ਹੈ। ਅੱਜਕਲ ਸੰਡਾਸ ਦੇ ਲਈ ਜ਼ਿਆਦਾਤਰ Gentlemen's ਜਾਂ Men (ਪੁਰਖਾਂ ਲਈ) ਅਤੇ Ladies ਜਾਂ woman (ਔਰਤਾਂ ਲਈ) ਪ੍ਰਯੋਗ ਕੀਤਾ ਜਾਂਦਾ ਹੈ। ਵੈਸੇ ਬੋਲਚਾਲ ਵਿਚ ਸੰਡਾਸ ਦੇ ਲਈ Toilet (ਟਾਇਲੇਟ) ਜਾਂ Lavatory (ਲੈਵੇਟਰੀ) ਸ਼ਬਦ ਦਾ ਪ੍ਰਯੋਗ ਕੀਤਾ ਜਾਂਦਾ ਹੈ। ਪਰ ਸਰਵਜਨਕ ਪ੍ਰਯੋਗ ਲਈ W. C. ਜਾਂ Gentlemen's ਆਦਿ ਸ਼ਬਦਾਂ ਦਾ ਪ੍ਰਯੋਗ ਹੀ ਬਹੁਪ੍ਰਚਲਤ ਹੈ।

52 ਬਵੰਜਵਾਂ ਦਿਨ
nd day

38. ਦਫ਼ਤਰ — OFFICE (ਆੱਫਿਸ)

1. ਇਹ ਪੰਜਾਬ ਨੈਸ਼ਨਲ ਬੈਂਕ ਦਾ ਚੈਕ ਹੈ। — This is a cheque on the Punjab National Bank. ਦਿਸ ਇਜ਼ ਏ ਚੈਕ ਆੱਨ ਦ ਪੰਜਾਬ ਨੈਸ਼ਨਲ ਬੈਂਕ.
2. ਇਹ ਕਲਰਕ ਅਫ਼ਸਰਾਂ ਦੇ ਬਹੁਤ ਮੂੰਹ ਚੜ੍ਹਿਆ ਹੋਇਆ ਹੈ। — This clerk is a favourite of the officers. ਦਿਸ ਕਲਰਕ ਇਜ਼ ਏ ਫੇਵਰਿਟ ਆੱਫ਼ ਦ ਆਫ਼ਿਸਰਜ਼.
3. ਤੁਹਾਨੂੰ ਕਿੰਨੇ ਦਿਨਾਂ ਦੀ ਛੁੱਟੀ ਲੈਣੀ ਪਵੇਗੀ ? — How long would you be on leave ? ਹਾਉ ਲੱਾਨ੍ਗ ਵੁਡ ਯੂ ਬੀ ਆੱਨ ਲੀਵ ?
4. ਅੱਜਕਲ੍ਹ ਕੰਮ ਦਾ ਬੜਾ ਜ਼ੋਰ ਹੈ। — There is a heavy pressure of work these days. ਦੇਅਰ ਇਜ਼ ਏ ਹੈਵੀ ਪ੍ਰੈਸ਼ਰ ਆੱਫ਼ ਵਰ੍ਕ ਦੀਜ਼ ਡੇਜ਼.
5. ਮੈਂ ਟ੍ਰੰਕ ਕਾਲ ਕਰਨੀ ਹੈ। — I want to book a trunk call. ਆਈ ਵਾਂਟ ਟੂ ਬੁੱਕ ਏ ਟ੍ਰੰਕ ਕਾਲ.
6. ਨੋਟਿਸ ਨੂੰ ਨੋਟਿਸ ਬੋਰਡ ਉਤੇ ਲਗਾ ਦਿਓ। — Put up the notice on the notice-board. ਪੁਟ ਅਪ ਦ ਨੋਟਿਸ ਆੱਨ ਦ ਨੋਟਿਸ ਬੋਰ੍ਡ.
7. ਸਾਹਿਬ ਹਨ ? — Is the boss in ? ਇਜ਼ ਦ ਬੱਾਸ ਇਨ.
8. ਏਥੇ ਦਸਤਖ਼ਤ ਕਰੋ। — Please sign here. ਪ੍ਲੀਜ਼ ਸਾਈਨ ਹਿਅਰ.
9. ਮੇਰੀ ਅਰਜ਼ੀ ਮੰਜ਼ੂਰ ਹੋ ਗਈ। — My application has been accepted. ਮਾਈ ਐਪ੍ਲੀਕੇਸ਼ਨ ਹੈਜ਼ ਬੀਨ ਐਕ੍ਸੈਪ੍ਟਿਡ.
10. ਉਸ ਨੂੰ ਛੁੱਟੀ ਨਹੀਂ ਮਿਲੀ। — He did not get leave. ਹੀ ਡਿਡ ਨੱਾਟ ਗੇਂਟ ਲੀਵ.
11. ਉਸ ਨੂੰ ਚੇਤਾਵਨੀ ਦੇ ਦਿੱਤੀ ਗਈ ਹੈ। — He has been warned. ਹੀ ਹੈਜ਼ ਬੀਨ ਵਾਰ੍ਨ੍ਡ.
12. ਮੈਂ ਇਸ ਮਾਮਲੇ ਤੇ ਵਿਚਾਰ ਕਰਾਂਗਾ। — I shall think over this matter. ਆਈ ਸ਼ੈਲ ਥਿੰਕ ਓਵਰ ਦਿਸ ਮੈਟਰ.
13. ਮੈਂ ਇਸ ਮਾਮਲੇ ਉਤੇ ਤੁਹਾਡੇ ਨਾਲ ਫਿਰ ਗੱਲ ਕਰਾਂਗਾ। — I shall talk to you about this later on. ਆਈ ਸ਼ੈਲ ਟਾਕ ਟੂ ਯੂ ਅੱਬਾਉਟ ਦਿਸ ਲੇਟਰ ਆੱਨ.
14. ਇਸ ਬਾਰੇ ਕੋਈ ਗੱਲ ਨਹੀਂ ਹੋਈ। — This topic was not touched. ਦਿਸ ਟੱਾਪਿਕ ਵਾਜ਼ ਨਾਟ ਟਚ੍ਡ.
15. ਮੈਂ ਜ਼ਰੂਰ ਇਸ ਗੱਲ ਬਾਰੇ ਸੋਚਾਂਗਾ। — I shall surely keep this in mind. ਆਈ ਸ਼ੈਲ ਸ਼ਿਓਰ੍ਲੀ ਕੀਪ ਦਿਸ ਇਨ ਮਾਇੰਡ.
17. ਤੁਸੀਂ ਜੋ ਕੁਝ ਕਹਿ ਰਹੇ ਹੋ ਮੈਂ ਸਮਝ ਰਿਹਾ ਹਾਂ। — I follow all that you say. ਆਈ ਫ਼ੱਾਲੋ ਆਲ ਦਟ ਯੂ ਸੇ.
16. ਇਸ ਦਫ਼ਤਰ ਵਿਚ ਹੈਡ ਕਲਰਕ ਹੀ ਸਭ ਕੁਝ ਹੈ। — The head clerk is all in all in this office. ਦ ਹੈਡ ਕ੍ਲਰ੍ਕ ਇਜ਼ ਆਲ ਇਨ ਆਲ ਇਨ ਦਿਸ ਅੱਫ਼ਿਸ.
18. ਉਹ ਤਾਂ ਇਕ ਸਾਧਾਰਣ ਕਲਰਕ ਹੈ। — He is a mere clerk. ਹੀ ਇਜ਼ ਏ ਮੇਅਰ ਕ੍ਲਰ੍ਕ.

19. ਤਮਾਕੂ ਪੀਣਾ ਮਨ੍ਹਾ ਹੈ । — Smoking is not allowed.* ਸਮੋਕਿੰਗ ਇਜ਼ ਨਾੱਟ ਅਲਾਊਡ.

20. ਕੀ ਟਾਇਮ ਹੋਇਆ ਹੈ ਜੀ । — Time please ? ਟਾਇਮ ਪਲੀਜ਼ ?

21. ਮੇਰੀ ਘੜੀ ਬੰਦ ਹੋ ਗਈ ਹੈ । — My watch has stopped. ਮਾਈ ਵਾਚ ਹੈਜ਼ ਸਟਾੱਪਡ.

22. ਕੀ ਦੇਰ ਹੋ ਗਈ ਹੈ । — Is it late ? ਇਜ਼ ਇਟ ਲੇਟ ?

23. ਤੁਸੀਂ ਇਕ ਘੰਟਾ ਲੇਟ ਹੋ । — You are late by an hour. ਯੂ ਆਰ ਲੇਟ ਬਾਈ ਐਨ ਆਵਰ.

24. ਪੰਜ ਦਾ ਘੰਟਾ ਵੱਜ ਗਿਆ । — Is it five o'clock ? ਇਜ਼ ਇਟ ਫ਼ਾਈਵ 'ਓ' ਕਲਾੱਕ ?

25. ਅੱਜ ਕੀ ਤਾਰੀਖ਼ ਹੈ ? — What is the date today ? ਵਾਟ੍ ਇਜ਼ ਦ ਡੇਟ ਟੁਡੇ ?

26. ਬਿਲਕੁਲ ਸਰਦੀ ਵਰਗਾ ਮੌਸਮ ਹੈ । — It is just like a winter day.
ਇਟ ਇਜ਼ ਜਸਟ ਲਾਇਕ ਏ ਵਿੰਟਰ ਡੇ.

27. ਕੀ ਮੇਰਾ ਕੋਈ ਫ਼ੋਨ ਆਇਆ ? — Is there any phone call for me ?
ਇਜ਼ ਦੇਅਰ ਐਨੀ ਫ਼ੋਨ ਕਾਲ ਫ਼ਾੱਰ ਮੀ ?

28. ਮੈਂ ਡਾਇਰੈਕਟਰ ਸਾਹਿਬ ਨਾਲ ਤਿੰਨ ਬਜੇ ਦੀ ਮੁਲਾਕਾਤ ਪੱਕੀ ਕੀਤੀ ਹੈ । — I have an appointment with the director at 3 o'clock. ਆਈ ਹੈਵ ਐਨ ਅਪਾੱਇੰਟਮੈਂਟ ਵਿਦ ਦ ਡਾਇਰੇਕਟਰ ਐਟ ਥ੍ਰੀ ਓ'ਕਲਾੱਕ.

29. ਕੀ ਤੁਸੀਂ ਉਸ ਦਫਤਰ ਵਿਚ ਨੌਕਰੀ ਕਰ ਲਈ ਹੈ । — Are you employed in that office ?
ਆਰ ਯੂ ਇਮਪਲਾੱਇਡ ਇਨ ਦੈਟ ਆੱਫ਼ਿਸ.

30. ਬੇਹਤਰ ਹੋਵੇਗਾ ਕਿ ਤੁਸੀਂ ਇਸਤੀਫ਼ਾ ਦੇ ਦਿਓ । — Better resign your job.
ਬੈਟਰ ਰਿਜ਼ਾਇਨ ਯੂਅਰ ਜਾੱਬ.

31. ਤੁਸੀਂ ਕਿਸ ਅਹੁਦੇ ਉਤੇ ਕੰਮ ਕਰ ਰਹੇ ਹੋ । — What post do you hold ?
ਵਾਟ੍ ਪੋਸਟ ਡੂ ਯੂ ਹੋਲਡ ?

32. ਉਸ ਨੂੰ ਆਪਨੀ ਤਰੱਕੀ ਦਾ ਬੜਾ ਘੁਮੰਡ ਹੈ । — He is very proud of his promotion.
ਹੀ ਇਜ਼ ਵੈਰੀ ਪ੍ਰਾਉਡ ਆੱਫ਼ ਹਿਜ਼ ਪ੍ਰਮੋਸ਼ਨ.

33. ਅੱਜ ਮੈਨੂੰ ਬੜਾ ਕੰਮ ਹੈ । — I am very busy today. ਆਈ ਐਮ ਵੈਰੀ ਬਿਜ਼ੀ ਟੁਡੇ.

39. ਵਸਤੂਆਂ — THINGS (ਥਿੰਗਜ਼)

1. ਇਹ ਬੜੀ ਅੱਛੀ ਤਸਵੀਰ ਹੈ । — This is a very fine picture.
ਦਿਸ ਇਜ਼ ਏ ਵੈਰੀ ਫ਼ਾਇਨ ਪਿਕ੍ਚਰ.

2. ਕਿਰਪਾ ਕਰਕੇ ਰੇਜ਼ਗਾਰੀ ਦਿਓ । — Please give me change. ਪਲੀਜ਼ ਗਿਵ ਮੀ ਚੇਂਜ.

3. ਤੂੰ ਆਪਨੀ ਤਸਵੀਰ ਨਹੀਂ ਦਿਖਾਈ । — You have not shown me your photograph.
ਯੂ ਹੈਵ ਨਾੱਟ ਸ਼ੋਨ ਮੀ ਯੂਅਰ ਫ਼ੋਟੋਗ੍ਰਾਫ਼.

4. ਕਿਰਪਾ ਕਰਕੇ ਇਹ ਸਮਾਨ ਮੇਰੇ ਹੋਟਲ ਵਿਚ ਪਹੁੰਚਾ ਦਿਓ । — Please deliver the goods at my hotel.
ਪਲੀਜ਼ ਡਿਲਿਵਰ ਦ ਗੁਡਜ਼ ਐਟ ਮਾਈ ਹੋਟਲ.

5. ਮੈਂ ਚਸ਼ਮਾ ਬਦਲਵਾਉਣਾ ਚਾਹੁੰਦਾ ਹਾਂ । — I want to get my spectacles changed.
ਆਈ ਵਾਂਟ ਟੂ ਗੇਟ ਮਾਈ ਸਪੈਕਟੇਕਲਜ਼ ਚੇਂਜਡ.

6. ਮੈਨੂੰ ਇਕ ਹੋਰ ਕੰਬਲ ਦੀ ਲੋੜ ਹੈ । — I need another blanket. ਆਈ ਨੀਡ ਐਨਅਦਰ ਬਲੈਂਕਿਟ.

7. ਮੇਰੀ ਘੜੀ ਮਰੰਮਤ ਲਈ ਗਈ ਹੈ । — My watch has been sent for repairs.
ਮਾਈ ਵਾਚ ਹੈਜ਼ ਬੀਨ ਸੈਂਟ ਫ਼ਾੱਰ ਰਿਪੇਅਰਜ਼.

---

* ਕਿਤੇ ਕਿਤੇ ਸੰਖੇਪ ਰੂਪ ਵਿਚ Smoking not allowed ਵੀ ਲਿਖ ਦਿਤਾ ਜਾਂਦਾ ਹੈ । ਦਰਅਸਲ ਇਹ ਵਾਕ-ਅੰਸ਼ ਹੈ, ਵਾਕ ਨਹੀਂ ਅਤੇ ਵਾਕ ਦੀ ਦ੍ਰਿਸ਼ਟੀ ਤੋਂ ਪੂਰਾ ਨਹੀਂ ।

8.	ਮੈਨੂੰ ਚੌਲ, ਦਾਲ ਅਤੇ ਕਰੀ ਚਾਹੀਦੀ ਹੈ ।	I want rice, pulses and curry. ਆਈ ਵੱਾਂਟ ਰਾਇਸ, ਪਲਸਿਜ਼ ਐਂਡ ਕਰੀ.
9.	ਮੈਨੂੰ ਇਕ ਦਰਜਨ ਸਿਗਾਰ ਅਤੇ ਦੋ ਦਰਜਨ ਸਿਗਰਟ ਚਾਹੀਦੇ ਹਨ ।	I want one dozen cigars and two dozen cigaretts. ਆਈ ਵਾਂਟ ਵੱਨ ਡਜ਼ਨ ਸਿਗਾਰਜ਼ ਐਂਡ ਟੂ ਡਜ਼ਨ ਸਿਗਰੇਟਜ਼.
10.	ਮੈਥੋਂ ਸ਼ੀਸ਼ਾ ਟੁੱਟ ਗਿਆ ।	The mirror was broken by me. ਦ ਮਿਰਰ ਵਾਜ਼ ਬ੍ਰੋਕਿਨ ਬਾਈ ਮੀ.
11.	ਕਿਰਪਾ ਕਰਕੇ ਕੁਝ ਠੰਢਾ ਲਓ ।	Please have some cold drink ਪ੍ਲੀਜ਼ ਹੈਵ ਸਮ ਕੋਲਡ ਡ੍ਰਿੰਕ.
12.	ਮੈਂ ਤੁਹਾਡੀ ਕਿਤਾਬ ਨਹੀਂ ਦੇਖੀ ।	I have not seen your book. ਆਈ ਹੈਵ ਨੱਾਟ ਸੀਨ ਯੁਅਰ ਬੁੱਕ.
13.	ਇਹ ਸੰਦੂਕ ਬਹੁਤ ਭਾਰਾ ਹੈ ।	This box is very heavy. ਦਿਸ ਬੱਾਕਸ ਇਜ਼ ਵੈਰੀ ਹੈਵੀ.
14.	ਇਹ ਸਾਰੀਆਂ ਚੀਜ਼ਾਂ ਲੈ ਆਓ ।	Bring all these things. ਬ੍ਰਿੰਗ ਆਲ ਦੀਜ਼ ਥਿੰਗਜ਼.
15.	ਇਹਨਾਂ ਚੀਜ਼ਾਂ ਨੂੰ ਬੰਨ੍ਹ ਦਿਓ ।	Pack these articles. ਪੈਕ ਦੀਜ਼ ਆਰਟੀਕਲਜ਼.
16.	ਆਪਣਾ ਬਿਸਤਰ-ਬੰਦ ਚੁਕ ਲਓ ।	Please pick up your holdall. ਪ੍ਲੀਜ਼ ਪਿਕ ਅਪ ਯੁਅਰ ਹੋਲਡੱਾਲ.
17.	ਸਮਾਨ ਥੋੜਾ ਲੈ ਕੇ ਸਫ਼ਰ ਕਰੋ ।	You should travel light ਯੂ ਸ਼ੁਡ ਟ੍ਰੈਵਲ ਲਾਈਟ.
18.	ਉਸ ਨੂੰ ਸੁੰਦਰ ਚੀਜ਼ਾਂ ਦਾ ਬੜਾ ਲੋਭ ਹੈ ।	He has a weakness for beautiful things. ਹੀ ਹੈਜ਼ ਏ ਵੀਕਨੈਸ ਫ਼ਾਰ ਬਿਊਟੀਫ਼ੁਲ ਥਿੰਗਜ਼.
19.	ਉਹ ਸਾਰਾ ਸਮਾਨ ਲੈ ਕੇ ਉਸ ਦੇ ਘਰੋਂ ਚਲਾ ਗਿਆ ।	He left his house with bag and baggage. ਹੀ ਲੈਫ਼ਟ ਹਿਜ਼ ਹਾਉਸ ਵਿਦ ਬੈਗ ਐਂਡ ਬੈਗੇਜ.
20.	ਇਹ ਕਪੜਾ ਮਜ਼ਬੂਤ ਲਗਦਾ ਹੈ ।	This fabric seems durable. ਦਿਸ ਫ਼ੈਬਰਿਕ ਸੀਮਜ਼ ਡਿਊਰੇਬਲ.
21.	ਬਰਤਨ ਨੂੰ ਵਾਪਸ ਫੱਟੇ ਤੇ ਰੱਖ ਦਿਓ ।	Put the utensils back on the self. ਪੁਟ ਦ ਯੂਟੇਨ੍ਸਿਲਜ਼ ਬੈਕ ਆੱਨ ਦ ਸੈਲਫ਼.
22.	ਤੁਸੀਂ ਆਪਣੇ ਕਮਰੇ ਵਿਚ ਹਰਾ ਰੰਗ ਕਰਵਾ ਲਓ ।	Get your room painted green. ਗੇਟ ਯੁਅਰ ਰੂਮ ਪੇਂਟਿਡ ਗ੍ਰੀਨ.
23.	ਤੁਸੀਂ ਆਪਣੇ ਘਰ ਵਿਚ ਸਫ਼ੇਦੀ ਕਰਵਾ ਲਈ ਹੈ ?	Have you got your house white-washed ? ਹੈਵ ਯੂ ਗੱਾਟ ਯੁਅਰ ਹਾਉਸ ਵ੍ਹਾਈਟ-ਵਾਸ਼ਡ ?
24.	ਮੈਂ ਆਪਣੇ ਫ਼ਰਨੀਚਰ ਦੀ ਮੁਰੰਮਤ ਕਰਾਉਣੀ ਹੈ ।	I have got to get my furniture repaired. ਆਈ ਹੈਵ ਗੱਾਟ ਮਾਈ ਫ਼ਰਨੀਚਰ ਰਿਪੇਅਰਡ.

ਯਾਦ ਰਖਣ ਲਈ (To Remember)

*(a) 'ਇਹ ਅੰਬ ਬਹੁਤ ਮਿੱਠਾ ਹੈ।' (b) ਇਕ ਟੋਕਰੀ ਵਿਚ ਪੰਜਾਹ ਅੰਬ ਆਉਂਦੇ ਹਨ। ਇਨ੍ਹਾਂ ਵਾਕਾਂ ਤੋਂ ਇਹ ਸਾਫ਼ ਹੋ ਜਾਂਦਾ ਹੈ ਕਿ ਪਹਿਲੇ ਵਾਕ ਵਿਚ ਅੰਬ ਸ਼ਬਦ ਵਿਚ ਇਕਵਚਨ ਨਾਂਵ ਹੈ ਅਤੇ ਏਹੀ ਬਦ, ਏਸੇ ਰੂਪ ਵਿਚ ਦੂਸਰੇ ਵਾਕ ਵਿਚ ਬਹੁਵਚਨ ਨਾਂਵ ਹੈ। ਏਸੇ ਤਰ੍ਹਾਂ ਅੰਗ੍ਰੇਜ਼ੀ ਬੋਲੀ ਵਿਚ ਵੀ ਕਈ ਸ਼ਬਦ ਹਨ ਜਿਨ੍ਹਾਂ ਦਾ ਇਕਵਚਨ (singular number) ਅਤੇ ਬਹੁਵਚਨ (Plural number) ਦੇ ਸਮਾਨ ਹੁੰਦੇ ਹਨ ਜਿਵੇਂ:—The hunter ran after the deer. ਦ ਹੰਟਰ ਰੈਨ ਆਫ਼ਟਰ ਦ ਡੀਅਰ (ਸ਼ਿਕਾਰੀ ਹਿਰਨ ਦੇ ਪਿੱਛੇ ਦੌੜਿਆ) ਅਤੇ The deer are fine looking animals. ਦ ਡੀਅਰ ਆਰ ਫ਼ਾਇਨ ਲੁੱਕਿੰਗ ਐਨੀਮਲਜ਼ (ਹਿਰਨ ਦੇਖਣ ਵਿਚ ਬੜਾ ਸੋਹਣਾ ਜੰਤੂ ਹੈ) ਇਸ ਵਾਕ ਵਿਚ deer ਦਾ plural number ਵੀ deer ਹੀ ਹੈ। ਇਸ ਤਰ੍ਹਾਂ ਦੇ ਕੁਝ ਹੋਰ ਸ਼ਬਦ ਵੀ ਦੇਖੋ:—

sheep (ਸ਼ੀਪ) ਭੇਡ Chinese (ਚਾਈਨੀਜ਼) ਚੀਨੀ hair (ਹੇਅਰ) ਵਾਲ

a sheep, ਇਕ ਭੇਡ, many sheep ਕਈ ਭੇਡਾਂ, a hair ਇਕ ਵਾਲ, many hair ਕਈ ਵਾਲ ਆਦਿ।

2. Dozen (ਡਜ਼ਨ) ਦਰਜਨ, score (ਸੁਕੋਰ) ਕੋੜੀ, gross (ਗ੍ਰਾਸ) ਗੁਰਸ, 144 ਚੀਜ਼ਾਂ, hundred (ਹੰਡ੍ਰੇਡ) ਸੌ, thousand (ਥਾਉਜ਼ੇਂਡ) ਹਜ਼ਾਰ ਆਦਿ ਸੰਖਿਆਵਾਚਕ ਸ਼ਬਦ ਅੰਗ੍ਰੇਜ਼ੀ ਵਿਚ ਜਦੋਂ ਵਿਸ਼ੇਸ਼ਣ ਦੇ ਰੂਪ ਵਿਚ ਪ੍ਰਯੋਗ ਕੀਤੇ ਜਾਂਦੇ ਹਨ ਤਾਂ ਇਕਵਚਨ ਹੀ ਰਹਿੰਦੇ ਹਨ। ਜਿਵੇਂ:—two dozen eggs five hundred rupees three thousand soldiers. ਪਰ ਜਦੋਂ ਕਿਰਿਆ ਵਿਸ਼ੇਸ਼ਣ ਦੇ ਰੂਪ ਵਿਚ ਪ੍ਰਯੋਗ ਕੀਤੇ ਜਾਣ ਤਾਂ ਬਹੁਵਚਨ ਹੋ ਜਾਂਦੇ ਹਨ ਜਿਵੇਂ:—dozens of eggs, hundreds of rupees ਆਦਿ।

53 ਤਰਵੰਜਵਾਂ ਦਿਨ
rd day

40. ਕਾਨੂੰਨ — LAW (ਲਾ)

1. ਉਸ ਤੇ ਖ਼ੂਨ ਦਾ ਦੋਸ਼ ਲਗਾਇਆ ਗਿਆ । — He was accused of murder. ਹੀ ਵਾਜ਼ ਐਕਿਉਜ਼ਡ ਔਫ਼ ਮਰਡਰ.
2. ਉਹ ਦੋ ਦਿਨ ਹਵਾਲਾਤ ਵਿਚ ਰਿਹਾ । — He was in the lock-up for 2 days. ਹੀ ਵਾਜ਼ ਇਨ ਦ ਲੌਕ ਅਪ ਫੌਰ ਟੂ ਡੇਜ਼.
3. ਉਸ ਨੇ ਇਸ ਘਟਨਾ ਦੀ ਰਿਪੋਰਟ ਪੁਲਿਸ ਨੂੰ ਦਿੱਤੀ । — He reported this matter to the police. ਹੀ ਰੀਪੋਰਟਿਡ ਦਿਸ ਮੈਟਰ ਟੂ ਦ ਪੋਲਿਸ.
4. ਮੁਜਰਿਮ ਬਰੀ ਕਰ ਦਿੱਤਾ ਗਿਆ । — The defendant was acquited. ਦ ਡਿਫੈਨ੍ਡੈਂਟ ਵਾਜ਼ ਅੱਕੁਵਿਟਿੱਡ.
5. ਉਹ ਫ਼ਰਾਰ ਹੋ ਗਿਆ । — He absconded. ਹੀ ਐਬਸੁਕੌਨਡਿਡ.
6. ਉਹ ਜ਼ਮਾਨਤ ਉਤੇ ਛੱਡ ਦਿਤਾ ਗਿਆ । — He has been bailed out. ਹੀ ਹੈਜ਼ ਬੀਨ ਬੇਲੁਡ ਆਉਟ.
7. ਸ਼ਹਿਰ ਵਿਚ ਬਦਅਮਲੀ ਫੈਲੀ ਹੋਈ ਹੈ । — Lawlessness prevails in the city. ਲਾਲੈਸਨੈਸ ਪ੍ਰੀਵੇਲੁਜ਼ ਇਨ ਦ ਸਿਟੀ.
8. ਤੁਸੀਂ ਗ਼ੈਰ-ਕਾਨੂੰਨੀ ਕਾਰਵਾਈ ਕੀਤੀ । — You have acted illegally. ਯੂ ਹੈਵ ਐਕੁਟਿਡ ਇਲੁਲੀਗਲੀ.
9. ਇਨਸਾਫ਼ ਦਾ ਏਹੀ ਤਕਾਜ਼ਾ ਸੀ । — Justice demanded it. ਜਸੁਟਿਸ ਡੀਮਾਂਡਿਡ ਇਟ.
10. ਤੁਸੀਂ ਮੇਰੇ ਗਵਾਹ ਹੋ । — You are my witness. ਯੂ ਆਰ ਮਾਈ ਵਿਟ੍ਨੈਸ.
11. ਇਹ ਕਾਨੂੰਨ ਦੇ ਖ਼ਿਲਾਫ਼ ਹੈ । — This is against the law. ਦਿਸ ਇਜ਼ ਅਗੇਨਸੁਟ ਦ ਲੌ.
12. ਉਹ ਬਿਲਕੁਲ ਬੇਗੁਨਾਹ ਹੈ । — He is quite innocent. ਹੀ ਇਜ਼ ਕੁਵਾਇਟ ਇੱਨੋਸੇਂਟ.
13. ਤੁਸੀਂ ਹੀ ਇਨਸਾਫ਼ ਕਰੋ । — Judge for yourself. ਜੱਜ ਫੌਰ ਯੁਅਰਸੈਲੁਫ਼.
14. ਇਹ ਸਭ ਨਕਲੀ ਕਾਗਜ਼ਾਤ ਹਨ । — These are all forged documents. ਦੀਜ਼ ਆਰ ਆਲ ਫੌਰਜੁਡ ਡੌਕੁਓਮੈਂਟੁਸ.
15. ਉਸ ਨੇ ਮੇਰੇ ਖ਼ਿਲਾਫ਼ ਮੁਕੱਦਮਾ ਦਾਇਰ ਕੀਤਾ । — He filed a suit against me. ਹੀ ਫੀਲੁਡ ਏ ਸੁਟ ਅਗੇਨਸੁਟ ਮੀ.
16. ਵਕੀਲਾਂ ਨੇ ਗਵਾਹਾਂ ਨੂੰ ਸਵਾਲ ਕੀਤੇ । — The lawyers cross-examined the witnesses. ਦ ਲੌਯਰਜ਼ ਕ੍ਰਾਸ-ਇਗਜ਼ਾਮਿਨੁਡ ਦ ਵਿਟ੍ਨੈਸ.
17. ਅੱਜਕਲ੍ਹ ਮੁਕੱਦਮੇਬਾਜ਼ੀ ਵੱਧ ਗਈ ਹੈ । — Now-a-days litigation is on the increase. ਨਾਉ-ਏ-ਡੇਜ਼ ਲਿਟੀਗੇਸ਼ਨ ਇਜ਼ ਔਨ ਦ ਇਨਕ੍ਰੀਜ਼.
18. ਪੁਲਿਸ ਇਸ ਮਾਮਲੇ ਦੀ ਤਫ਼ਤੀਸ਼ ਕਰ ਰਹੀ ਹੈ । — The police are investigating the matter. ਦ ਪੋਲਿਸ ਆਰ ਇਨਵੈਸੁਟੀਗੇਟਿੰਗ ਦ ਮੈਟਰ.

19 ਮੈਂ ਇਸ ਦੇ ਖ਼ਿਲਾਫ਼ ਫ਼ੌਜਦਾਰੀ ਮੁਕੱਦਮਾ ਦਾਇਰ ਕਰ ਦਿੱਤਾ ਹੈ। — I have filed a criminal case against him. ਆਈ ਹੈਵ ਫ਼ਾਇਲ੍ਡ ਏ ਕ੍ਰਿਮਿਨਲ ਕੇਸ ਅਗੇਨਸ੍ਟ ਹਿਮ.

20. ਮਜਿਸਟ੍ਰੇਟ ਨੇ ਉਸ ਉਤੇ ਦੋਸ਼ ਲਗਾਏ। — The magistrate framed charges against him. ਦ ਮੈਜਿਸ੍ਟ੍ਰੇਟ ਫ਼੍ਰੇਮ੍ਡ ਚਾਰ੍ਜਿਜ਼ ਅਗੇਨ੍ਸ੍ਟ ਹਿਮ.

21. ਆਖ਼ਿਰਕਾਰ ਦੋਸ਼ੀ ਅਤੇ ਦੋਸ਼ ਲਾਉਣ ਵਾਲਿਆਂ ਨੇ ਸੁਲਹ ਕਰ ਲਈ। — At last the plaintiff and the defendant reached a compromise. ਐਟ ਲਾਸ੍ਟ ਦ ਪ੍ਲੇਂਟਿਫ਼ ਐਂਡ ਦ ਡਿਫ਼ੇਂਡੈਂਟ ਰੀਚਡ੍ ਏ ਕਮ੍ਪਰੋਮਾਈਜ਼.

22. ਉਸ ਨੂੰ ਮੌਤ ਦੀ ਸਜ਼ਾ ਮਿਲੀ। — He was sentenced to death. ਹੀ ਵਾਜ਼ ਸੈਨਟੈਨ੍ਸਡ੍ ਟੂ ਡੈਥ.

23. ਜੂਰੀ ਨੇ ਦੋਸ਼ੀ ਠਹਿਰਾਏ ਗਏ ਆਦਮੀ ਦੇ ਪੱਖ ਵਿਚ ਫ਼ੈਸਲਾ ਦਿੱਤਾ। — The jury gave its verdict in favour of the accused. ਦ ਜਿਊਰੀ ਗੇਵ ਇਟ੍ਸ ਵਰ੍ਡਿਕ੍ਟ ਇਨ ਫੇਵਰ ਔਫ ਦ ਅਕ੍ਯੂਜ਼੍ਡ.

24. ਕਾਤਿਲ ਨੂੰ ਫ਼ਾਂਸੀ ਹੋ ਚੁਕੀ ਹੈ। — The murderer has been hanged. ਦ ਮਰ੍ਡਰਰ ਹੈਜ਼ ਬੀਨ ਹੈਂਗ੍ਡ.

25. ਕਾਨੂੰਨ ਤੋਂ ਅਨਜਾਣ ਹੋਣਾ ਮਾਫ਼ੀ ਦਾ ਕੋਈ ਕਾਰਣ ਨਹੀਂ। — Ignorance of law is no excuse. ਇਗ੍ਨੋਰੈਂਸ ਔਫ ਲੌ ਇਜ਼ ਨੋ ਏਕ੍ਸ੍ਕਯੂਜ਼.

26. ਜੱਜ ਨੇ ਚੋਰ ਨੂੰ ਸਜ਼ਾ ਦਿੱਤੀ। — The judge sentenced the thief. ਦ ਜੱਜ ਸੈਨਟੈਂਸ੍ਡ ਦ ਥੀਫ਼.

27. ਮੁਕੱਦਮੇ ਦਾ ਕੀ ਫ਼ੈਸਲਾ ਹੋਇਆ। — What was the judgement in the case ? ਵੱਟ ਵਾਜ਼ ਦ ਜੱਜਮੈਂਟ ਇਨ ਦਾ ਕੇਸ.

28. ਉਹ ਚਸ਼ਮਦੀਦ ਗਵਾਹ ਹੈ। — He is an eye-witness. ਹੀ ਇਜ਼ ਐਨ ਆਈ ਵਿਟ੍ਨੇਸ.

29. ਉਹ ਕਾਨੂੰਨ ਨੂੰ ਮੰਨਣ ਵਾਲਾ ਨਾਗਰਿਕ ਹੈ। — He is a law-abiding citizen. ਹੀ ਇਜ਼ ਏ ਲੌ-ਅਬਾਇਡਿੰਗ ਸਿਟਿਜ਼ਨ.

30. ਇਨਸਾਫ਼ ਵਿਚ ਦੇਰ ਦਾ ਅਰਥ ਅੰਧੇਰ ਹੈ। — Justice delayed is justice denied. ਜਸ੍ਟਿਸ ਡਿਲੇਡ ਇਜ਼ ਜਸ੍ਟਿਸ ਡਿਨਾਇਡ.

31. ਸਫ਼ਾਈ ਪੱਖ ਵਕੀਲ ਨੇ ਬੜੀ ਵਧੀਆ ਪੈਰਵੀ ਕੀਤੀ। — The defence council argued the case well. ਦਿ ਡਿਫੈਂਸ ਕੌਂਸਲ ਆਰਗ੍ਯੁਡ ਦ ਕੇਸ ਵੈੱਲ.

41 ਰੇਡਿਓ / ਡਾਕਖ਼ਾਨਾ — RADIO/POST OFFICE (ਰੇਡਿਓ/ਡਾਕਖ਼ਾਨਾ)

1. ਮੈਂ ਘਰ ਵਿਚ ਰੇਡਿਓ ਲਗਵਾਇਆ। — I have installed a radio set in my house. ਆਈ ਹੈਵ ਇਨਸ੍ਟਾਲ੍ਡ ਏ ਰੇਡਿਓ ਸੇਟ ਇਨ ਮਾਈ ਹਾਉਸ.

2. ਤੁਹਾਡਾ ਰੇਡਿਓ ਚਲ ਰਿਹਾ ਹੈ। — Your radio is on. ਯੁਅਰ ਰੇਡਿਓ ਇਜ਼ ਔਨ.

3. ਮੇਰਾ ਰੇਡਿਓ ਬੰਦ ਹੈ। — My radio is off ਮਾਈ ਰੇਡਿਓ ਇਜ਼ ਔਫ਼.

4. ਖ਼ਬਰਾਂ ਸਾਰੇ ਰੇਡਿਓ ਕੇਂਦ੍ਰਾਂ ਤੋਂ ਇਕ ਸਾਥ ਪਰਸਾਰਿਤ ਕੀਤੀਆਂ ਜਾਂਦੀਆਂ ਹਨ। — News bulletin is broadcast simultaneously from all radio stations. ਨਿਊਜ਼ ਬੁਲਿਟਨ ਇਜ਼ ਬ੍ਰਾਡਕਾਸ੍ਟ ਸਾਇਮਲ੍ਟੇਨਿਅਸ੍ਲੀ ਫ੍ਰਾਮ ਆਲ ਰੇਡਿਓ ਸਟੇਸ਼ਨਸ.

5. ਮੈਂ ਰੇਡਿਓ ਸੁਣਨ ਦਾ ਬੜਾ ਸ਼ੁਕੀਨ ਹਾਂ। — I am very fond of listening to the radio. ਆਈ ਐਮ ਵੈਰੀ ਫ਼ੌਂਡ ਔਫ਼ ਲਿਸਨਿੰਗ ਟੂ ਦ ਰੇਡਿਓ.

6. ਹੁਣ ਵਿਵਿਧ ਭਾਰਤੀ ਲਗਾ ਦਿਓ। — Now switch on to Vividh Bharti. ਨਾਉ ਸਵਿਚ ਔਨ ਟੂ ਵਿਵਿਧ ਭਾਰਤੀ.

ਡਾਕੀਆ ਚਿੱਠੀਆਂ ਛਾਂਟ ਰਿਹਾ ਹੈ । — The postman is sorting the letters.
ਦ ਪੋਸਟਮੈਨ ਇਜ਼ ਸੌਰਟਿੰਗ ਦ ਲੈਟਰਜ਼.

8. ਅਗਲੀ ਡਾਕ ਸਾਢੇ ਚਾਰ ਵਜੇ ਨਿਕਲੇਗੀ । — The next clearance is due at 4.30 P. M.
ਦ ਨੇਕਸਟ ਕਲੀਅਰੇਂਸ ਇਜ਼ ਡਿਊ ਐਟ ਫੋਰ-ਥਰਟੀ ਪੀ. ਐਮ.

9. ਡਾਕ ਦਿਨ ਵਿਚ ਦੋ ਟਾਈਮ ਵੰਡੀ ਜਾਂਦੀ ਹੈ । — The mail is delivered twice a day.
ਦ ਮੇਲ ਇਜ਼ ਡਿਲਿਵਰਡ ਟ੍ਵਾਈਸ ਏ ਡੇ.

10. ਮੈਂ ਪੰਜਾਹ ਰੁਪਏ ਮਨੀਆਰਡਰ ਦੁਆਰਾ ਭੇਜੇ । — I remitted Rs. 50 by money order.
ਆਈ ਰਿਮਿਟਿਡ ਰੁਪੀਜ਼ ਫਿਫ਼ਟੀ ਬਾਈ ਮਨੀਆਰਡਰ.

11. ਰਜਿਸਟਰਡ ਪੈਕਿਟ ਉਤੇ ਪੂਰੇ ਟਿਕਟ ਨਹੀਂ ਹਨ । — The registered packet is short stamped.
ਦ ਰਜਿਸਟਰਡ ਪੈਕਿਟ ਇਜ਼ ਸ਼ੌਰਟ ਸਟੈਮਪ੍ਡ.

12. ਕਿਰਪਾ ਕਰਕੇ ਮਨੀਆਰਡਰ ਦੀ ਰਸੀਦ ਭੇਜ ਦੇਣੀ । — Please acknowledge the money order.
ਪ੍ਲੀਜ਼ ਐਕਨੌਲਿਜ ਦ ਮਨੀ ਆਰਡਰ.

13. ਤੁਸੀਂ ਆਪਣਾ ਰੇਡਿਓ ਲਾਇਸੈਂਸ ਡਾਕਖ਼ਾਨੇ ਤੋਂ ਫਿਰ ਬਣਵਾ ਲੈਣਾ । — You can renew your radio licence at the post office. ਯੂ ਕੈਨ ਰਿਨਿਊ ਯੁਅਰ ਰੇਡਿਓ ਲਾਇਸੇਂਸ ਐਟ ਦ ਪੋਸਟ ਆਫ਼ਿਸ.

14. ਰੇਡਿਓ ਦਾ ਸਾਡੇ ਜੀਵਨ ਵਿਚ ਬੜਾ ਮਹੱਤਵਪੂਰਣ ਯੋਗਦਾਨ ਹੈ । — The Radio plays a very important part in our everyday life. ਦ ਰੇਡਿਓ ਪ੍ਲੇਜ਼ ਏ ਵੈਰੀ ਇਮਪ੍ਰੌਰਟੇਂਟ ਪਾਰਟ ਇਨ ਅਵਰ ਏਵਰੀਡੇ ਲਾਇਫ਼.

15. ਮੇਰਾ ਰੇਡਿਓ ਬੜੀ ਸਾਫ਼ ਆਵਾਜ਼ ਫੜਦਾ ਹੈ । — My radio gets a very clear reception.
ਮਾਈ ਰੇਡਿਓ ਗੇਟਸ ਏ ਵੈਰੀ ਕਲੀਅਰ ਰਿਸੇਪਸ਼ਨ.

16. ਕੀ ਤੁਸੀਂ ਪਾਰਸਲ ਦਾ ਵਜ਼ਨ ਕਰ ਲਿਆ ਹੈ । — Have you weighed the parcel ? ਹੈਵ ਯੂ ਵੇਡ ਦ ਪਾਰਸਲ ?

ਯਾਦ ਰਖਣ ਲਈ (To Remember)

*Here's a good government after decades. (ਅੱਜ ਕਈ ਦਹਾਕਿਆਂ ਦੇ ਬਾਦ ਅੱਛੀ ਸਰਕਾਰ ਬਣੀ ਹੈ) ਇਸ ਵਾਕ ਵਿਚ government ਸ਼ਬਦ govern ਕਿਰਿਆ ਨਾਲ ਪਿਛੇਤਰ ment ਲਗਾ ਕੇ ਨਾਂਵ government ਬਣਿਆ ਹੈ। ਇਸੇ ਤਰ੍ਹਾਂ ਕੁਝ ਦੂਜੇ ਸ਼ਬਦ ਵੀ ਦੇਖੋ:-

agree ਤੋਂ agreement (ਸਹਿਮਤੀ) — employ ਤੋਂ employment (ਨੌਕਰੀ)
amaze ਤੋਂ amazement (ਅਸਚਰਜ) — excite ਤੋਂ excitement (ਜੋਸ਼)
amend ਤੋਂ amendment (ਸੁਧਾਰ) — settle ਤੋਂ settlement (ਨਿਬਟਾਰਾ)
argue ਤੋਂ argument (ਤਰਕ) (ਏਥੇ argue ਦਾ e ਲੋਪ ਹੋ ਗਿਆ ਹੈ।)

He is a civil servant (ਉਹ ਇਕ ਸਰਕਾਰੀ ਨੌਕਰ ਹੈ) ਵਿਚ servent ਨਾਂਵ ਹੈ। ਇਹ service ਕਿਰਿਆ ਤੋਂ ਬਣਿਆ ਹੈ। ਏਸੇ ਤਰ੍ਹਾਂ ਅੰਤ ਵਿਚ ant ਵਾਲੇ ਕੁਝ ਨਾਂਵ ਸ਼ਬਦ ਹੋਰ ਦੇਖੋ: accountant (ਲੇਖਪਾਲ), applicant (ਪ੍ਰਾਰਥਨਾ ਕਰਨ ਵਾਲਾ), consonant (ਵਿਅੰਜਨ), defendant (ਰਖਿਆ ਕਰਨ ਵਾਲਾ), merchant (ਸੌਦਾਗਰ)। ਪਰ ਅੰਤਲੇ ant ਵਾਲੇ ਸਾਰੇ ਸ਼ਬਦ ਨਾਂਵ ਨਹੀਂ ਹੁੰਦੇ ਜਿਵੇਂ--important (ਮਹੱਤਵਪੂਰਣ) ਵਿਸ਼ੇਸ਼ਣ ਹੈ। ਅੰਤਲੇ ant ਵਾਲੇ ਨਾਂਵ ਕਈ ਵਾਰੀ ਕਿਸੇ ਦੂਸਰੇ ਸ਼ਬਦ ਨਾਲ ਬਣਦੇ ਹਨ ਜਿਵੇਂ account ਤੋਂ accountant, apply ਤੋਂ applicant, defend ਤੋਂ defendant ਆਦਿ, ਪਰ merchant ਆਪ ਹੀ ਪੂਰਾ ਸ਼ਬਦ ਹੈ।

54 ਚੁਰੰਜਵਾਂ ਦਿਨ th day

42 ਸਫ਼ਰ TRAVEL (ਟ੍ਰੈਵਲ)

1. ਜਲਦੀ ਚਲੋ। — Hurry up please. ਹਰੀ ਅਪ ਪਲੀਜ਼.
2. ਅਸੀਂ ਰਸਤਾ ਭੁੱਲ ਗਏ। — We strayed. ਵੀ ਸਟ੍ਰੇਡ.
3. ਸਫ਼ਰ ਲੰਮਾ ਹੈ। — The journey is long. ਦ ਜਰਨੀ ਇਜ਼ ਲੌਂਨਗ.
4. ਮੈਂ ਆਗਰਾ ਜਾਣਾ ਹੈ। — I have to go to Agra. ਆਈ ਹੈਵ ਟੂ ਗੋ ਟੂ ਆਗਰਾ.
5. ਤੂੰ ਜਲਦੀ ਵਾਪਸ ਕਿਉਂ ਆ ਗਿਆ ? — Why did you come back soon ? ਵਾਈ ਡਿਡ ਯੂ ਕਮ ਬੈਕ ਸੂਨ ?
6. ਤੁਸੀਂ ਕਿੱਥੇ ਠਹਿਰੇ ਹੋ ? — Where are you staying ? ਵੇਅਰ ਆਰ ਯੂ ਸਟੇਇੰਗ.
7. ਕੀ ਤੁਸੀਂ ਟਿਕਟ ਲੈ ਲਿਆ ? — Have you purchased the ticket ? ਹੈਵ ਯੂ ਪਰਚੇਜ਼ਡ ਦ ਟਿਕਟ ?
8. ਤੂੰ ਪੈਦਲ ਚਲੇਂਗਾ ਜਾਂ ਗੱਡੀ ਉਤੇ ? — Will you go on foot or by train ?
9. ਮੈਂ ਸਾਢੇ ਦਸ ਵਜੇ ਦੀ ਗੱਡੀ ਕਲਕੱਤਾ ਜਾਵਾਂਗਾ। — I shall go to Calcutta by the 10.30 train. ਆਈ ਸ਼ੈਲ ਗੋ ਟੂ ਕੇਲਕਟਾ ਬਾਇ ਦ ਟੈਨ-ਥਰਟੀ ਟ੍ਰੇਨ.
10. ਅਸੀਂ ਇਕੱਠੇ ਚੱਲਾਂਗੇ। — We shall go together. ਵੀ ਸ਼ੈਲ ਗੋ ਟੁਗੈਦਰ.
11. ਪੰਜਾਬ ਮੇਲ ਕਿਸ ਸਮੇਂ ਛੁੱਟਦਾ ਹੈ। — When does the Punjab Mail leave ? ਵ੍ਹੇਨ ਡਜ਼ ਦ ਪੰਜਾਬ ਮੇਲ ਲੀਵ ?
12. ਇਸ ਸਾਲ ਬੱਦ੍ਰੀਨਾਥ ਜੂਨ ਦੇ ਮਹੀਨੇ ਵਿਚ ਫਿਰ ਖੁੱਲ੍ਹੇਗਾ: — The Badrinath temple will reopen in June this year. ਦ ਬਦ੍ਰੀਨਾਥ ਟੈਮ੍ਪਲ ਵਿਲ ਰੀਓਪਨ ਇਨ ਜੂਨ ਦਿਸ ਯੀਅਰ.
13. ਅਸੀਂ ਸਮੇਂ ਸਿਰ ਪਹੁੰਚ ਜਾਵਾਂਗੇ। — We shall reach in time. ਵੀ ਸ਼ੈਲ ਰੀਚ ਇਨ ਟਾਈਮ.
14. ਗੱਡੀ ਕਿਸ ਪਲੇਟਫ਼ਾਰਮ ਉਤੇ ਆਵੇਗੀ। — On which platform will the train come ? ਔਨ ਵ੍ਹਿਚ ਪਲੇਟਫ਼ਾਰਮ ਵਿਲ ਦ ਟ੍ਰੇਨ ਕਮ ?
15. ਰੇਲਵੇ ਸਟੇਸ਼ਨ ਏਥੋਂ ਕਿੰਨੀ ਦੂਰ ਹੈ ? — How for is the Railway station from here ? ਹਾਉ ਫ਼ਾਰ ਇਜ਼ ਦ ਰੇਲਵੇ ਸਟੇਸ਼ਨ ਫ਼੍ਰੋਮ ਹਿਅਰ ?
16. ਜਲਦੀ ਕਰੋ ਨਹੀਂ ਤਾਂ ਗੱਡੀ ਛੁੱਟ ਜਾਵੇਗੀ। — Make haste, lest you should miss the train. ਮੇਕ ਹੇਸਟ, ਲੈਸਟ ਯੂ ਸ਼ੁਡ ਮਿਸ ਦ ਟ੍ਰੇਨ.
17. ਗੱਡੀ ਹੁਣ ਦਿਖਾਈ ਨਹੀਂ ਦਿੰਦੀ। — The train is now out of sight. ਦ ਟ੍ਰੇਨ ਇਜ਼ ਨਾਉ ਆਉਟ ਔਫ਼ ਸਾਈਟ.
18. ਮੈਂ ਸਟੇਸ਼ਨ ਉਤੇ ਆਪਣੇ ਭਰਾ ਨੂੰ ਵਿਦਾਈ ਦੇਣ ਜਾ ਰਿਹਾ ਹਾਂ। — I am going to the station to see off my brother. ਆਈ ਐਮ ਗੋਇੰਗ ਟੂ ਦ ਸਟੇਸ਼ਨ ਟੂ ਸੀ ਔਫ਼ ਮਾਈ ਬ੍ਰਦਰ.
19. ਪੈਦਲ ਤਾਂ ਸਿਰਫ਼ ਦਸ ਮਿੰਟ ਦਾ ਰਸਤਾ ਹੈ। — It is only a ten-minute walk. ਇਟ ਇਜ਼ ਓਨਲੀ ਏ ਟੇਨ-ਮਿੰਟ ਵਾਕ.

20. ਮੈਂ ਉਨ੍ਹਾਂ ਨੂੰ ਲੈਣ ਸਟੇਸ਼ਨ ਜਾ ਰਿਹਾ ਹਾਂ। I am going to the station to receive them. ਆਈ ਐਮ ਗੋਇੰਗ ਟੂ ਦ ਸਟੇਸ਼ਨ ਟੂ ਰਿਸੀਵ ਦੈਮ.

21. ਇਹ ਆਮ ਰਸਤਾ ਨਹੀਂ ਹੈ। It is no thoroughfare. ਇਟ ਇਜ਼ ਨੋ ਥੋਰੋਫੇਅਰ.

22. ਅਸੀਂ ਸ਼ਿਕਾਰ ਕਰਨ ਜੰਗਲ ਵਿਚ ਗਏ। We went to the forest for hunting. ਵੀ ਵੈਂਟ ਟੂ ਦ ਫੱਰੈਸਟ ਫੱਰ ਹੰਟਿੰਗ.

23. ਸੜਕ ਮੁਰੰਮਤ ਲਈ ਬੰਦ ਹੈ। The road is closed for repairs. ਦ ਰੋਡ ਇਜ਼ ਕਲੋਜ਼ਡ ਫੱਰ ਰਿਪੇਅਰਜ਼.

24. ਉਹ ਗੱਡੀ ਨਾ ਚੜ੍ਹ ਸਕੇ। They could not catch the train. ਦੇ ਕੁਡ ਨੱਟ ਕੈਚ ਦ ਟ੍ਰੇਨ.

25. ਅਗਲੇ ਚੱਕੇ ਵਿਚ ਹਵਾ ਘੱਟ ਸੀ। The front wheel was not properly pumped. ਦ ਫ੍ਰੰਟ ਵ੍ਹੀਲ ਵਾਜ਼ ਨੱਟ ਪ੍ਰੱਪਰਲੀ ਪੱਮਪ੍ਡ.

26. ਮੋਟਰ ਦਾ ਟਾਇਰ ਫਟ ਗਿਆ। The tyre of the car burst. ਦ ਟਾਇਰ ਅੱਫ਼ ਦ ਕਾਰ ਬਰਸਟ.

27. ਮੈਂ ਸਾਇਕਲ ਚਲਾਉਣ ਦਾ ਸ਼ੁਕੀਨ ਹਾਂ। I am fond of cycling. ਆਈ ਐਮ ਫੱਾਨਡ ਅੱਫ਼ ਸਾਈਕਲਿੰਗ.

28. ਮੈਂ ਸਹਾਰਨਪੁਰ ਗੱਡੀ ਬਦਲੀ। I changed trains at Saharanpur. ਆਈ ਚੇਂਜਡ ਟ੍ਰੇਨਸ ਐਟ ਸਹਾਰਨਪੁਰ.

29. ਟਿਕਟਘਰ ਰਾਤ-ਦਿਨ ਖੁਲ੍ਹਾ ਰਹਿੰਦਾ ਹੈ। The booking office remains open day and night. ਦ ਬੁਕਿੰਗ ਅੱਫ਼ਿਸ ਰਿਮੇਨਸ ਓਪਨ ਡੇ ਐਂਡ ਨਾਈਟ.

30. ਕੀ ਇਹ ਗੱਡੀ ਸਿੱਧੀ ਕਲਕੱਤੇ ਜਾਂਦੀ ਹੈ ? Is it a through train to Calcutta ? ਇਜ਼ ਇਟ ਏ ਥਰੂ ਟ੍ਰੇਨ ਟੂ ਕੈਲਕੱਟਾ ?

31. ਮੈਂ ਤੁਹਾਡੇ ਨਾਲ ਸਟੇਸ਼ਨ ਚਲਾਂਗਾ। I shall accompany you to the station. ਆਈ ਸ਼ੈਲ ਅਕਮ੍ਪਨੀ ਯੂ ਟੂ ਦ ਸਟੇਸ਼ਨ.

32. ਇਕ ਹਫ਼ਤੇ ਬਾਦ ਮੈਂ ਕਸ਼ਮੀਰ ਵਿਚ ਹੋਵਾਂਗਾ। I shall be in Kashmir after a week. ਆਈ ਸ਼ੈਲ ਬੀ ਇਨ ਕਸ਼ਮੀਰ ਆਫ਼ਟਰ ਏ ਵੀਕ.

33. ਰੇਲ ਦੀ ਪਟਰੀ ਤੋਂ ਗੁਜ਼ਰਨਾ ਮਨਾ ਹੈ। Crossing the railway track is prohibited. ਕ੍ਰੱਸਿੰਗ ਦ ਰੇਲਵੇ ਟ੍ਰੈਕ ਇਜ਼ ਪ੍ਰੱਹੀਬਿਟਿਡ.

34. ਹੁਣ ਅੱਗੇ ਦਿੱਲੀ ਦਾ ਸਟੇਸ਼ਨ ਹੈ। The next station is Delhi. ਦ ਨੈਕਸਟ ਸਟੇਸ਼ਨ ਇਜ਼ ਡੈਲਹੀ.

35. ਅਜੇ ਗੱਡੀ ਚਲਣ ਵਿਚ ਅੱਧਾ ਘੰਟਾ ਹੈ। There is still half an hour for the train to start. ਦੇਅਰ ਇਜ਼ ਸਟਿੱਲ ਹਾਫ਼ ਐਨ ਆਵਰ ਫੱਰ ਦ ਟ੍ਰੇਨ ਟੂ ਸਟਾਰਟ.

36. ਜਲਦੀ ਕਰੋ ਏਥੇ ਗੱਡੀ ਥੋੜੀ ਦੇਰ ਠਹਿਰਦੀ ਹੈ। Look sharp, the train stops here for a while. ਲੁੱਕ ਸ਼ਾਰਪ, ਦ ਟ੍ਰੇਨ ਸਟੱਾਪਸ ਹੇਅਰ ਫੱਰ ਏ ਵ੍ਹਾਇਲ.

37. ਗੱਡੀ ਦਾ ਠੀਕ ਟਾਇਮ ਸਾਢੇ ਗਿਆਰਾਂ ਵਜੇ ਹੈ। The train is due at half past eleven. ਦ ਟ੍ਰੇਨ ਇਜ਼ ਡਿਊ ਐਟ ਹਾਫ਼ ਪਾਸਟ ਇਲੈਵਨ.

38. ਰਸਤੇ ਵਿਚ ਸਾਡੀ ਮੋਟਰ ਪੰਚਰ ਹੋ ਗਈ। Our car got punctured on the way. ਅਵਰ ਕਾਰ ਗੱਟ ਪੰਕਚਰਡ ਅੱਨ ਦ ਵੇ.

39. ਉਹ ਸੋਮਵਾਰ ਬੰਬਈ ਵਿਚ ਉਤਰੇਗਾ। He will land in Bombay on Monday. ਹੀ ਵਿਲ ਲੈਂਡ ਇਨ ਬੱਮਬੇ ਅੱਨ ਮੰਡੇ.

40. ਕੁਲੀ ਜਹਾਜ਼ ਤੋਂ ਸਮਾਨ ਉਤਾਰ ਰਹੇ ਹਨ।	The porters are unloading the cargo. ਦ ਪੋਰਟਰਜ਼ ਆਰ ਅਨਲੋਡਿੰਗ ਦ ਕਾਰਗੋ.
41. ਮੈਂ ਇਕ ਘੋੜਾ ਕਰਾਏ ਉਤੇ ਲਿਆ।	I hired a horse. ਆਈ ਹਾਇਰਡ ਏ ਹੋਰਸ.
42. ਕੀ ਏਥੇ ਕੋਈ ਕਰਾਏ ਦੀ ਮੋਟਰ ਮਿਲ ਜਾਏਗੀ ?	Is a taxi available here ? ਇਜ਼ ਏ ਟੈਕਸੀ ਅਵੇਲੇਬਲ ਹੇਅਰ ?
43. ਗੱਡੀ ਤਾਂ ਪਲੇਟਫਾਰਮ ਉਤੇ ਪਹੁੰਚ ਚੁੱਕੀ ਹੈ।	The train has already arrived at the platform. ਦ ਟ੍ਰੇਨ ਹੈਜ਼ ਆਲਰੇਡੀ ਅਰਾਈਵ੍ਡ ਐਟ ਦ ਪਲੇਟਫਾਰਮ.
44. ਇਹ ਡੱਬਾ ਫ਼ੌਜੀਆਂ ਲਈ ਰਿਜ਼ਰਵ ਹੈ, ਅਸੀਂ ਸਲੀਪਰ ਕੋਚ ਵਿਚ ਜਾ ਰਹੇ ਹਾਂ।	This bogey is reserved for soldiers, we are travelling by the sleeper coach. ਦਿਸ ਬੋਗੀ ਇਜ਼ ਰਿਜ਼ਰਵ੍ਡ ਫੱਾਰ ਸੋਲਜਰਸ, ਵੀ ਆਰ ਟ੍ਰੈਵਲਿੰਗ ਬਾਈ ਦ ਸਲੀਪਰ ਕੋਚ.
45. ਇਸ ਸਾਲ ਤੁਸੀਂ ਗਰਮੀ ਦੀਆਂ ਛੁੱਟੀਆਂ ਕਿੱਥੇ ਬਿਤਾਉਣ ਜਾ ਰਹੇ ਹੋ ?	Where will your spend your summer vacation this year ? ਵੇਅਰ ਵਿਲ ਯੂ ਸਪੈਂਡ ਯੁਅਰ ਸਮਰ ਵੇਕੇਸ਼ਨ ਦਿਸ ਯੀਅਰ ?
46. ਮੈਂ ਕਿਸੇ ਪਹਾੜੀ ਥਾਂ ਉਤੇ ਜਾਵਾਂਗਾ, ਸ਼ਾਇਦ ਸ੍ਰੀਨਗਰ।	I shall go to some hill station, probably to Srinagar. ਆਈ ਸ਼ੈਲ ਗੋ ਟੂ ਸਮ ਹਿਲ ਸਟੇਸ਼ਨ, ਪ੍ਰੋਬਬਲੀ ਟੂ ਸ੍ਰੀਨਗਰ.

ਯਾਦ ਰਖਣ ਲਈ (To Remember)

'Our school will reopen tomorrow (ਸਾਡਾ ਸਕੂਲ ਕੱਲ੍ਹ ਖੁੱਲੇਗਾ); 'Curzon Road in New Delhi has been renamed Kasturba Gandhi Marg (ਨਵੀਂ ਦਿੱਲੀ ਵਿਚ ਕਰਜ਼ਨ ਰੋਡ ਦਾ ਨਾਂ ਬਦਲ ਕੇ ਕਸਤੂਰਬਾ ਗਾਂਧੀ ਮਾਰਗ ਰਖ ਦਿਤਾ ਗਿਆ ਹੈ) ਇਹਨਾਂ ਵਾਂਕਾਂ ਵਿਚ reopen=re+open, renamed=re+named. ਇਥੇ re ਅਗੇਤਰ ਦਾ ਅਰਥ ਹੈ ਦੁਬਾਰਾ। ਇਸ ਅਰਥ ਵਾਲੇ ਕੁਝ ਸ਼ਬਦ ਹਨ:—

rebound ਉੱਛਲ ਕੇ ਵਾਪਸ ਆਉਣਾ	reload ਫਿਰ ਤੋਂ ਲੱਦਣਾ
reclaim ਫਿਰ ਤੋਂ ਪ੍ਰਾਪਤ ਕਰਨਾ	remake ਫਿਰ ਤੋਂ ਬਣਾਉਣਾ
recoil ਪਿੱਛੇ ਧੱਕਣਾ	replant ਫਿਰ ਤੋਂ ਲਗਾਉਣਾ (ਬੀਜ ਆਦਿ)
recount ਫਿਰ ਤੋਂ ਗਿਣਨਾ	reprint ਫਿਰ ਤੋਂ ਛਪਵਾਉਣਾ
recross ਫਿਰ ਤੋਂ ਪਾਰ ਕਰਨਾ	reread ਫਿਰ ਤੋਂ ਪੜ੍ਹਨਾ
reenter ਫਿਰ ਅੰਦਰ ਆਉਣਾ	retake ਫਿਰ ਤੋਂ ਪ੍ਰਾਪਤ ਕਰਨਾ
refill ਫਿਰ ਤੋਂ ਭਰਨਾ	retrace ਉਸੀ ਰਸਤੇ ਮੁੜਨਾ
refund ਵਾਪਸ ਕਰਨਾ (ਰੁਪਏ)	rejoin ਫਿਰ ਤੋਂ ਮਿਲਣਾ

55 ਪਚਵੰਜਵਾਂ ਦਿਨ th day

43 ਮਨੋਰੰਜਨ — RECREATION (ਰਿ'ਕ੍ਰੀਏਸ਼ਨ)

1. ਅਸੀਂ ਸੰਗੀਤ ਸੁਣ ਰਹੇ ਸੀ। — We were listening to music. ਵੀ ਵਰ ਲਿਸਨਿੰਗ ਟੂ ਮਿਊਜ਼ਿਕ.
2. ਉਹ ਸਿਨੇਮਾ ਉਤੇ ਤੁਹਾਡਾ ਇਤਜ਼ਾਰ ਕਰੇਗੀ। — She will wait for you at the cinema. ਸ਼ੀ ਵਿਲ ਵੇਟ ਫੱਾਰ ਯੂ ਐਟ ਦ ਸਿਨੇਮਾ.
3. ਉਹ ਪਿਆਨੋ ਵਜਾਂਦੀ ਹੈ ਪਰ ਵਾਇਲਨ ਨਹੀਂ। — She plays the Piano but not the Violin. ਸ਼ੀ ਪ੍ਲੇਜ਼ ਦ ਪਿਆਨੋ ਬਟ ਨੱਾਟ ਦ ਵਾਇਲਨ.
4. ਮੈਂ ਹਰ ਐਤਵਾਰ ਸਿਨੇਮਾ ਜਾਂਦਾ ਸੀ। — Every Sunday I used to go to the cinema. ਏਵਰੀ ਸੰਡੇ ਆਈ ਯੂਜ਼ਡ ਟੂ ਗੋ ਟੂ ਸਿਨੇਮਾ.
5. ਟਿਕਟਾਂ ਇਕੱਠੀਆਂ ਕਰਨਾ ਮੇਰਾ ਸ਼ੌਕ ਹੈ। — Stamps collecting is my hobby. ਸਟੈਂਪ੍ਸ ਕਲੈਕ੍ਟਿੰਗ ਇਜ਼ ਮਾਈ ਹੱਾਬੀ.
6. ਮੈਂ ਕੁਝ ਟਿਕਟਾਂ ਅਮਿਤਾਭ ਨੂੰ ਦਿਖਾਈਆਂ। — I showed some of my stamps to Amitabh. ਆਈ ਸ਼ੋਡ ਸਮ ਔਫ ਮਾਈ ਸਟੈਮ੍ਪ੍ਸ ਟੂ ਅਮਿਤਾਭ.
7. ਮੈਂ ਉਸ ਦਾ ਸੁਰੀਲਾ ਗੀਤ ਸੁਣ ਰਿਹਾ ਸੀ। — I was listening to her sweet song. ਆਈ ਵਾਜ਼ ਲਿਸਨਿੰਗ ਟੂ ਹਰ ਸ੍ਵੀਟ ਸੱਾਨ੍ਗ.
8. ਇਹ ਬੜੀ ਦਿਲਚਸਪ ਕਹਾਣੀ ਸੀ। — It was a very interesting story. ਇਟ ਵਾਜ਼ ਏ ਵੈਰੀ ਇਨਟ੍ਰੈਸ੍ਟਿੰਗ ਸਟੋਰੀ.
9. ਕੀ ਅੱਜ ਦਾ ਡ੍ਰਾਮਾ ਦੇਖਣਯੋਗ ਹੈ? — Is today's play worth viewing? ਇਜ਼ ਟੁਡੇਜ਼ ਪ੍ਲੇ ਵਰ੍ਥ ਵਿਊਇੰਗ.
10. 'ਕਰਮ' ਫ਼ਿਲਮ ਜਲਦੀ ਹੀ ਦਿਖਾਈ ਜਾਵੇਗੀ। — The film 'Karam' will be screened shortly. ਦ ਫ਼ਿਲਮ 'ਕਰਮ' ਵਿਲ ਬੀ ਸਕ੍ਰੀਨਡ ਸ਼ਾੱਰਟਲੀ.

44 ਨਾ ਕਰੋ — DO NOT'S (ਡੂ ਨੱਾਟਸ)

1. ਕੰਮ ਤੋਂ ਜੀ ਨਾ ਚੁਰਾਓ। — Do not shirk work. ਡੂ ਨੱਾਟ ਸ਼ਰ੍ਕ ਵਰ੍ਕ.
2. ਜਲਦੀ ਨਾ ਕਰੋ। — Do not be in a hurry. ਡੂ ਨੱਾਟ ਬੀ ਇਨ ਏ ਹੱਰੀ.
3. ਦੂਸਰਿਆਂ ਦੀ ਨਿੰਦਿਆ ਨਾ ਕਰੋ। — Do not speak ill of others. ਡੂ ਨੱਾਟ ਸ੍ਪੀਕ ਇਲ ਔਫ ਅਦਰ੍ਸ
4. ਦੂਜਿਆਂ ਦੀ ਮਜ਼ਾਕ ਨਾ ਉਡਾਓ। — Do not laugh at others. ਡੂ ਨੱਾਟ ਲੱਾਫ ਐਟ ਅਦਰ੍ਸ.
5. ਦੂਜਿਆਂ ਨਾਲ ਝਗੜਾ ਨਾ ਕਰੋ। — Do not quarrel with others. ਡੂ ਨੱਾਟ ਕ੍ਵੈਰਲ ਵਿਦ ਅਦਰ੍ਸ
6. ਦੂਜਿਆਂ ਉਤੇ ਨਿਰਭਰ ਨਾ ਰਹੋ। — Do not depend upon others. ਡੂ ਨੱਾਟ ਡਿਪੈਂਡ ਅਪੱਾਨ ਅਦਰ੍ਸ.

7. ਨੰਗੇ ਪੈਰੀਂ ਬਾਹਰ ਨਾ ਜਾਓ। Do not go out bare-foot. ਡੂ ਨੌਟ ਗੋ ਆਉਟ ਬੇਅਰ-ਫ਼ੁਟ.

8. ਆਪਣਾ ਟਾਈਮ ਬਰਬਾਦ ਨਾ ਕਰੋ। Do not waste your time. ਡੂ ਨੌਟ ਵੇਸਟ ਯੂਅਰ ਟਾਇਮ.

9. ਦੂਜਿਆਂ ਦੀ ਕੋਈ ਚੀਜ਼ ਨਾ ਚੁਰਾਓ। Do not steal anything belonging to others. ਡੂ ਨੌਟ ਸਟੀਲ ਐਨੀਥਿੰਗ ਬੀਲੌਂਗਿੰਗ ਟੂ ਅਦਰਸ.

10. ਆਪਣਾ ਸੰਤੁਲਨ ਨਾ ਵਿਗਾੜੋ। Do not lose your temper. ਡੂ ਨੌਟ ਲੂਜ਼ ਯੂਅਰ ਟੈਂਪਰ.

11. ਬੇਕਾਰ ਨਾ ਬੈਠੋ। Do not sit idle. ਡੂ ਨੌਟ ਸਿਟ ਆਈਡਲ.

12. ਕੰਮ ਕਰਦੇ ਹੋਏ ਨਾ ਊਂਘੋ। Do not doze while you work. ਡੂ ਨੌਟ ਡੋਜ਼ ਵ੍ਹਾਇਲ ਯੂ ਵਰਕ.

13. ਫੁੱਲ ਨਾ ਤੋੜੋ। Do not pluck flowers. ਡੂ ਨੌਟ ਪਲੱਕ ਫ਼ਲਾਵਰਸ.

14. ਫ਼ਰਸ਼ ਉਪਰ ਨਾ ਥੁੱਕੋ। Do not spit on the floor. ਡੂ ਨੌਟ ਸਪਿਟ ਔਨ ਦ ਫ਼ਲੋਰ.

15. ਦੂਜਿਆਂ ਦੇ ਕੰਮ ਵਿਚ ਵਿਘਨ ਨਾ ਪਾਓ। Do not disturb others. ਡੂ ਨੌਟ ਡਿਸਟਰਬ ਅਦਰਸ.

16. ਪੰਨਿਆਂ ਦੇ ਕੋਨੇ ਨਾ ਮੋੜੋ। Do not turn the corners of the pages. ਡੂ ਨੌਟ ਟਰਨ ਦ ਕੌਰਨਰ ਔਫ ਦ ਪੇਜਿਜ਼.

17. ਆਪਣੀਆਂ ਕਿਤਾਬਾਂ ਉਪਰ ਕੁਝ ਨਾ ਲਿਖੋ। Do not write anything on your books. ਡੂ ਨੌਟ ਰਾਇਟ ਐਨੀਥਿੰਗ ਔਨ ਯੂਅਰ ਬੁੱਕਸ.

45 ਕਰੋ — DO's (ਡੂਜ਼)

1. ਜਿੰਨਾ ਹੋ ਸਕੇ ਸਾਫ਼ ਲਿਖੋ। Write as neatly as you can. ਰਾਇਟ ਐਜ਼ ਨੀਟਲੀ ਐਜ਼ ਯੂ ਕੈਨ.

2. ਪੁਸਤਕ ਪੜ੍ਹਦੇ ਸਮੇਂ ਹੱਥ ਸਦਾ ਸਾਫ਼ ਰੱਖੋ। Always have clean hands while reading a book. ਆਲਵੇਜ਼ ਹੈਵ ਕਲੀਨ ਹੈਂਡਜ਼ ਵ੍ਹਾਇਲ ਰੀਡਿੰਗ ਏ ਬੁੱਕ.

3. ਸੜਕ ਉਪਰ ਖੱਬੇ ਪਾਸੇ ਤੁਰੋ। Keep left. ਕੀਪ ਲੈਫ਼ਟ.

4. ਦੂਜਿਆਂ ਨਾਲ ਸਦਾ ਸੱਜਾ ਹੱਥ ਮਿਲਾਓ। Always shake hands with your right hand. ਆਲਵੇਜ਼ ਸ਼ੇਕ ਹੈਂਡਸ ਵਿਦ ਯੂਅਰ ਰਾਇਟ ਹੈਂਡ.

5. ਮਿਹਨਤ ਕਰਨ ਦੀ ਆਦਤ ਪਾਓ। Be hard working *Or* Cultivate the habit of working hard. ਬੀ ਹਾਰਡ ਵਰਕਿੰਗ ਔਰ ਕਲਟੀਵੇਟ ਦ ਹੈਬਿਟ ਔਫ ਵਰਕਿੰਗ ਹਾਰਡ.

6. ਸਦਾ ਮੂਰਖਾਂ ਨੂੰ ਆਪਣੇ ਤੋਂ ਦੂਰ ਰੱਖੋ। Always keep the idiots off you. ਆਲਵੇਜ਼ ਕੀਪ ਦ ਈਡਿਅਟਸ ਔਫ਼ ਯੂ.

7. ਵੱਡਿਆਂ ਨਾਲ ਸਤਿਕਾਰ ਨਾਲ ਗੱਲ ਕਰੋ। Talk respectfully with elders. ਟਾਕ ਰਿਸਪੈਕਟਫੁਲੀ ਵਿਦ ਐਲਡਰਸ.

8. ਆਪਣੇ ਮਤਭੇਦ ਭੁਲਾ ਦਿਓ। Sink your differences. ਸਿੰਕ ਯੂਅਰ ਡਿਫ਼ਰੈਂਸਿਜ਼.

9. ਸਵੇਰੇ ਜਲਦੀ ਉੱਠਿਆ ਕਰੋ। Get up early in the morning. ਗੇਟ ਅਪ ਅਰਲੀ ਇਨ ਦ ਮੌਰਨਿੰਗ.

10. ਸਵੇਰੇ ਅਤੇ ਸ਼ਾਮ ਸੈਰ ਲਈ ਜਾਇਆ ਕਰੋ। Go out for a walk in the morning and evening. ਗੋ ਆਉਟ ਫੌਰ ਏ ਵਾਕ ਇਨ ਦ ਮੌਰਨਿੰਗ ਐਂਡ ਈਵਨਿੰਗ.

11. ਦੋਨੋਂ ਸਮੇਂ ਖਾਣਾ ਖਾਣ ਤੋਂ ਬਾਦ ਦੰਦ ਸਾਫ਼ ਕਰਿਆ ਕਰੋ । Brush your teeth after both the meals. ਬੁਰਸ਼ ਯੁਅਰ ਟੀਥ ਆਫ਼ਟਰ ਬੋਥ ਦ ਮੀਲਸ.

12. ਸਿੱਧੇ ਖੜੇ ਰਹੋ, ਝੁਕੋ ਨਹੀਂ । Stand upright, do not bend. ਸਟੈਂਡ ਅਪਰਾਇਟ, ਡੂ ਨੌਟ ਬੇਂਡ.

13. ਆਪਣੇ ਝਗੜੇ ਨਬੇੜੋ । Patch up yonr disputes. ਪੈਚ ਅਪ ਯੁਅਰ ਡਿਸਪਯੂਟਸ.

14. ਆਪਣੀਆਂ ਆਦਤਾਂ ਸੁਧਾਰੋ । Mend your ways. ਮੈਂਡ ਯੁਅਰ ਵੇਜ਼.

15. ਆਪਣੇ ਤੋਂ ਵੱਡਿਆਂ ਦਾ ਕਹਿਣਾ ਮੰਨੋ । Obey your elders ਓਬੇ ਯੁਅਰ ਏਲਡਰਜ਼.

16. ਆਪਣੇ ਤੋਂ ਛੋਟਿਆਂ ਨੂੰ ਪਿਆਰ ਕਰੋ । Love those younger than you. ਲਵ ਦੋਜ਼ ਯੰਗਰ ਦੇਨ ਯੂ.

17. ਆਪਣੇ ਬਰਾਬਰ ਵਾਲਿਆਂ ਦਾ ਆਦਰ ਕਰੋ । Give due regard to your equals. ਗਿਵ ਡਿਊ ਰਿਗਾਰਡ ਟੂ ਯੁਅਰ ਈਕੁਅਲਸ.

18. ਸਮੇਂ ਸਿਰ ਕੰਮ ਕਰੋ ਅਤੇ ਸਚੇਤ ਰਹੋ । Be punctual and attentive. ਬੀ ਪੰਕਚੁਅਲ ਐਂਡ ਅਟੇਨਟਿਵ.

19. ਭੋਜਨ ਚੰਗੀ ਤਰ੍ਹਾਂ ਚਬਾ ਕੇ ਖਾਓ । Chew your food properly. ਚਿਊ ਯੁਅਰ ਫੂਡ ਪ੍ਰੌਪਰਲੀ.

20. ਮਜ਼ਬੂਤੀ ਨਾਲ ਫੜੋ । Hold fast. ਹੋਲਡ ਫਾਸਟ.

ਯਾਦ ਰਖਣ ਲਈ (To Remember)

'I dislike slang' '(ਮੈਂ ਬਾਜ਼ਾਰੂ ਬੋਲੀ ਪਸੰਦ ਨਹੀਂ ਕਰਦਾ)', 'Do you give discount on your sales?' (ਕੀ ਤੁਸੀਂ ਵੇਚੇ ਹੋਏ ਮਾਲ ਤੇ ਕਟੌਤੀ ਦਿੰਦੇ ਹੋ)', 'He is a dishonest person' (ਉਹ ਬੇਈਮਾਨ ਵਿਅਕਤੀ ਹੈ)', ਵਿਚ dislike=dis+like, discount=dis+count, dishonest=dis+honest ਇਸ ਤਰ੍ਹਾਂ ਇਨ੍ਹਾਂ ਸ਼ਬਦਾਂ ਵਿਚ dis ਦਾ ਮਤਲਬ ਹੈ opposite, (ਉਲਟਾ) ਜਿਵੇਂ like (ਪਸੰਦ ਕਰਨਾ) ਦਾ ਉਲਟਾ dis+like (ਨਾਪਸੰਦ ਕਰਨਾ) ਆਦਿ।

dis ਅਗੇਤਰ (prefix) ਨਾਲ ਬਣੇ ਕੁਝ ਹੋਰ ਸ਼ਬਦ:—

disable	ਅਯੋਗ ਹੋਣਾ	displace	ਸਥਾਨ ਤੋਂ ਹਟਾਉਣਾ
disagree	ਅਸਹਿਮਤ ਹੋਣਾ	disarm	ਹਥਿਆਰੋਂ ਵਾਂਜਿਆਂ ਕਰਨਾ
displease	ਅਪ੍ਰਸੰਨ ਹੋਣਾ	disgrace	ਅਪਮਾਨ ਕਰਨਾ
discharge	ਬਾਹਰ ਨਿਕਲਣਾ	dishonour	ਅਪਮਾਨਤ ਕਰਨਾ
displease	ਨਰਾਜ਼ ਹੋਣਾ		

56 ਛਪੰਜਵਾਂ ਦਿਨ th day

46 ਲੈਣ-ਦੇਣ — **DEALINGS** (ਡੀਲਿੰਗਜ਼)

1. ਹਿਸਾਬ ਸਾਫ਼ ਕਰੋ । — Have the accounts clear. ਹੈਵ ਦ ਅੱਕਾਉਂਟ੍ਸ ਕਲ਼ੀਅਰ.
2. ਅਨਾਜ ਦਾ ਕੀ ਭਾਅ ਹੈ । — How goes the grain market? ਹਾਊ ਗੋਜ਼ ਦ ਗ੍ਰੇਨ ਮਾਰ੍ਕਿਟ.
3. ਪੈਸੇ ਗਿਣ ਲਓ । — Please count the money. ਪ੍ਲੀਜ਼ ਕਾਉਂਟ ਦ ਮਨੀ.
4. ਮੈਂ ਉਸ ਦੀ ਚਾਲ ਵਿਚ ਆ ਗਿਆ । — I fell into his trap. ਆਈ ਫੈਲ ਇਨਟੂ ਹਿਜ਼ ਟ੍ਰੈਪ.
5. ਇਹ ਖੋਟਾ ਸਿੱਕਾ ਹੈ । — This is a base coin. ਦਿਸ ਇਜ਼ ਏ ਬੇਸ ਕੱਇਨ.
6. ਉਸ ਨੇ ਆਪਣਾ ਧੰਨ ਵਪਾਰ ਵਿਚ ਲਗਾ ਦਿਤਾ । — He invested all the money in trade. ਹੀ ਇਨਵੇਸ੍ਟਿਡ ਆਲ ਦ ਮਨੀ ਇਨ ਟ੍ਰੇਡ.
7. ਮਜ਼ਦੂਰੀ ਠਹਿਰਾ ਲਓ । — Settle the wages. ਸੈਟਲ ਦ ਵੇਜਿਜ਼.
8. ਤੁਹਾਡਾ ਵਪਾਰ ਕਿਵੇਂ ਚਲ ਰਿਹਾ ਹੈ । — How goes your business ? ਹਾਊ ਗੋਜ਼ ਯੁਅਰ ਬਿਜ਼ਨੈਸ.
9. ਇਹਨਾਂ ਲੜਕਿਆਂ ਨੂੰ ਦੋ-ਦੋ ਰੁਪਏ ਦਿਓ । — Give the boys two rupees each. ਗਿਵ ਦ ਬੁਆਇਜ਼ ਟੂ ਰੁਪੀਜ਼ ਈਚ.
10. ਤੁਹਾਡੀ ਮਜ਼ਦੂਰੀ ਮਿਲ ਗਈ ? — Did you get your wages ? ਡਿਡ ਯੂ ਗੈਟ ਯੁਅਰ ਵੇਜਿਜ਼ ?
11. ਹੁਣ ਮੇਰਾ ਤੁਹਾਡਾ ਹਿਸਾਬ ਸਾਫ਼ ਹੈ । — Now I am square with you. ਨਾਉ ਆਈ ਐਮ ਸ੍ਕ੍ਵੇਅਰ ਵਿਦ ਯੂ.
12. ਪੇਸ਼ਗੀ ਰੁਪਿਆ ਦੇਣਾ ਹੋਵੇਗਾ । — Advance money will have to be paid. ਐਡਵਾਂਸ ਮਨੀ ਵਿਲ ਹੈਵ ਟੂ ਬੀ ਪੇਡ.
13. ਤੁਸੀਂ ਮੇਰੇ ਲਈ ਕਿੰਨਾ ਰੁਪਿਆ ਦੇ ਸਕਦੇ ਹੋ ? — How much money can you spare for me ? ਹਾਉ ਮਚ ਮਨੀ ਕੈਨ ਯੂ ਸ੍ਪੇਅਰ ਫੱਾਰ ਮੀ ?
14. ਆਮਦਨੀ ਤੋਂ ਜ਼ਿਆਦਾ ਖ਼ਰਚ ਨਾ ਕਰੋ । — Don't spend more than you earn. ਡੋਂਟ ਸ੍ਪੇਂਡ ਮੋਰ ਦੇਨ ਯੂ ਅਰ੍ਨ.
15. ਕੀ ਉਹਨੇ ਤੇਰੀ ਤਨਖ਼ਾਹ ਦੇ ਦਿੱਤੀ ? — Has he paid your salary ? ਹੈਜ਼ ਹੀ ਪੇਡ ਯੁਅਰ ਸੈਲਰੀ ?
16. ਬਸ, ਬਿੱਲ ਬਣਾ ਦਿਓ । — That's all, please make the bill. ਦੇਟ੍'ਸ ਆਲ, ਪ੍ਲੀਜ਼ ਮੇਕ ਦ ਬਿਲ.
17. ਅੱਜਕੱਲ ਮੇਰਾ ਹੱਥ ਤੰਗ ਹੈ । — I am hard up these days. ਆਈ ਐਮ ਹਾਰ੍ਡ ਅਪ ਦੀਜ਼ ਡੇਜ਼.
18. ਉਧਾਰ ਨਾ ਦਿਓ ਕਿਉਂਕਿ ਇਸ ਨਾਲ ਨਾ ਕੇਵਲ ਰੁਪਿਆ ਜਾਂਦਾ ਹੈ ਸਗੋਂ ਮਿੱਤਰ ਵੀ । — Do not lend, for a loan often loses both itself and a friend. ਡੂ ਨੱਾਟ ਲੇਂਡ ਫੱਾਰ ਏ ਲੋਨ ਆਫ਼ਨ ਲੂਜ਼ਿਜ ਬੋਥ ਇਟਸੈਲਫ ਐਂਡ ਫ੍ਰੇਂਡ.
18. ਮੇਰੇ ਕੋਲ ਨਗਦ ਰੁਪਿਆ ਨਹੀਂ ਹੈ । — I have no cash. ਆਈ ਹੈਵ ਨੋ ਕੈਸ਼.
20. ਅਸੀਂ ਆਪਣਾ ਰੁਪਿਆ ਬੈਂਕ ਵਿਚ ਜਮ੍ਹਾਂ ਕਰਾ ਦੇਵਾਂਗੇ । — We shall desposit all our money in the bank. ਵੀ ਵਿਲ ਡਿਪੱਾਜ਼ਿਟ ਆਲ ਅਵਰ ਮਨੀ ਇਨ ਦ ਬੈਂਕ.

21. ਰੁਪਏ ਦੀ ਘਾਟ ਹੈ। There is shortage of funds. ਦੇਅਰ ਇਜ਼ ਸ਼ਾੱਰਟੇਜ ਔਫ਼ ਫ਼ੰਡਜ਼.

22. ਤੁਹਾਡੇ ਕੋਲ ਕਿੰਨੀ ਨਕਦੀ ਹੈ। How much is the cash in hand ? ਹਾਊ ਮਚ ਇਜ਼ ਦ ਕੈਸ਼ ਇਨ ਹੈਂਡ ?

23. ਮੈਂ ਦੌਲਤ ਦਾ ਭੁੱਖਾ ਨਹੀਂ। I am not after money. ਆਈ ਸ਼ੈਲ ਨੌਟ ਆਫ਼ਟਰ ਮਨੀ.

24. ਮੈਂ ਆਪਣੀ ਸਾਰੀ ਪੂੰਜੀ ਵਪਾਰ ਵਿਚ ਲਗਾਵਾਂਗਾ। I shall invest all in the business. ਆਈ ਸ਼ੈਲ ਇਨਵੈਸਟ ਆਲ ਇਨ ਦ ਬਿਜ਼ਨੇਸ.

25. ਸਾਰੇ ਰੁਪਏ ਖ਼ਰਚ ਹੋ ਗਏ। All the money has been spent. ਆਲ ਦ ਮਨੀ ਹੈਜ਼ ਬੀਨ ਸਪੇਂਟ।

26. ਕੀ ਤੁਸੀਂ ਮੈਨੂੰ ਸੌ ਰੁਪਏ ਉਧਾਰ ਦਿਓਗੇ। Will you lend me a hundred rupees ? ਵਿਲ ਯੂ ਲੇਂਡ ਮੀ ਏ ਹੰਡ੍ਰਡ ਰੁਪੀਜ਼ ?

27. ਮੈਂ ਕਈ ਬਿੱਲਾਂ ਦਾ ਭੁਗਤਾਨ ਕਰਨਾ ਹੈ। I have to pay several bills. ਆਈ ਹੈਵ ਟੂ ਪੇ ਸੇਵਰਲ ਬਿਲਜ਼।

28. ਲਾਇਕ ਮੁੰਡਿਆ ਦੀ ਫ਼ੀਸ ਮਾਫ਼ ਕਰ ਦਿੱਤੀ ਜਾਵੇਗੀ। Deserving students will be given a concession in the fees. ਡਿਜ਼ਰਵਿੰਗ ਸਟੂਡੇਂਟ੍ਸ ਵਿਲ ਬੀ ਗਿਵੇਨ ਏ ਕਨਸੈਸ਼ਨ ਇਨ ਦ ਫ਼ੀਸ।

47. ਵਪਾਰ — BUSINESS (ਬਿਜ਼ਨੇਸ)

1. ਕੀ ਉਹਨਾਂ ਨਾਲ ਤੁਹਾਡਾ ਕੋਈ ਲੈਣ-ਦੇਣ ਹੈ ? Have you any dealings with him ? ਹੈਵ ਯੂ ਐਨੀ ਡੀਲਿੰਗ੍ਸ ਵਿਦ ਹਿਮ ?

2. ਤੁਸੀਂ ਨੌਕਰੀ ਕਰਦੇ ਹੋ ਜਾਂ ਵਪਾਰ ? Are you in service or business ? ਆਰ ਯੂ ਇਨ ਸਰਵਿਸ ਆਰ ਬਿਜ਼ਨੇ'ਸ।

3. ਅੱਜਕੱਲ ਵਪਾਰ ਚੰਗਾ ਹੈ। Business is flourishing these days. ਬਿਜ਼ਨੇਸ ਇਜ਼ ਫ਼ਲਰਸਿੰਗ ਦੀਜ਼ ਡੇਜ਼।

4. ਸਟੇਸ਼ਨ ਤੋਂ ਪਾਰਸਲ ਛੁੜਾ ਲਿਆਓ। Get the delivery of the parcel from the station. ਗੇ'ਟ ਦ ਡਿਲੀਵਰੀ ਔਫ ਦ ਪਾਰਸਲ ਫ਼੍ਰਾਮ ਦ ਸਟੇਸ਼ਨ।

5. ਆਓ, ਅਸੀਂ ਸੌਦਾ ਕਰੀਏ। Let us strike a bargain. ਲੇ'ਟ ਅਸ ਸਟ੍ਰਾਇਕ ਏ ਬਾਰਗੇਨ।

6. ਮੇਰੀ ਉਜਰਤ ਦਿਵਾ ਦਿਓ। Please arrange for the payment of my wages. ਪਲੀਜ਼ ਅੱਰੇਂਜ ਫ਼ੌਰ ਦ ਪੇਮੇਂਟ ਔਫ ਮਾਈ ਵੇਜਿਜ਼।

7. ਧੰਨ ਤੋਂ ਧੰਨ ਕਮਾਇਆ ਜਾਂਦਾ ਹੈ। Money begets money. ਮਨੀ ਬਿਗੇਟ੍ਜ਼ ਮਨੀ।

8. ਕਿਰਪਾ ਕਰਕੇ ਪੰਜ ਰੁਪਏ ਪੇਸ਼ਗੀ ਦਿਓ। Kindly advance me five rupees. ਕਾਇੰਡ੍ਲੀ ਐਡਵਾਂਸ ਮੀ ਫ਼ਾਇਵ ਰੁਪੀਜ਼।

9. ਕੀ ਤੁਸੀ ਕੋਈ ਵਪਾਰ ਕਰਦੇ ਹੋ ? Are you in any trade ? ਆਰ ਯੂ ਇਨ ਐਨੀ ਟ੍ਰੇਡ ?

10. ਮੇਰੇ ਉਤੇ ਕਰਜ਼ ਹੈ ? I am under debt. ਆਈ ਐਮ ਅੰਡਰ ਡੇੱਟ।

11. ਤੁਹਾਡੇ ਕਿੰਨੇ ਪੈਸੇ ਹੋਏ ? What is your bill ? ਵਾਟ੍ ਇਜ਼ ਯੁਅਰ ਬਿੱਲ ?

12. ਇਸ ਚੀਜ਼ ਦਾ ਲਾਗਤ ਮੁੱਲ ਕੀ ਹੈ ? How much does it cost ? ਹਾਊ ਮਚ ਡਜ਼ ਇਟ ਕੌਸਟ ?

13. ਇਹ ਚੇਕ ਕੈਸ਼ ਕਰਾਉਣਾ ਹੈ ।	This cheque is to be encashed. ਦਿਸ ਚੈੱਕ ਇਜ਼ ਟੂ ਬੀ ਏਨਕੈਸ਼ੜ ।
14. ਇਹ ਚਿੱਠੀਆਂ ਪੋਸਟ ਕਰੋ ।	Post these letters. ਪੋਸਟ ਦੀਜ਼ ਲੈ'ਟਰਜ਼ ।
15. ਅਜਕਲ੍ਹ ਵਪਾਰ ਨੂੰ ਬੜੀ ਮੁਸ਼ਕਿਲ ਦਾ ਸਾਮ੍ਹਣਾ ਕਰਨਾ ਪੈ ਰਿਹਾ ਹੈ ।	Business is facing much hardship at persent. ਬਿਜ਼ਨਿਸ ਇਜ਼ ਫੇਸਿੰਗ ਸਚ ਹਾਰਡਸ਼ਿਪ ਏਟ ਪ੍ਰੇਜ਼ੇਂਟ ।
16. ਤੁਹਾਡਾ ਧੰਦਾ ਕੀ ਹੈ ?	What is your profession ? ਵਾਟ੍ ਇਜ਼ ਯਅਰ ਪ੍ਰੋਫੈਸ਼ਨ ?
17. ਇਸ ਕੰਪਨੀ ਵਿਚ ਕਿੱਨੇ ਹਿੱਸੇਦਾਰ ਹਨ ?	How many share-holders are there in this firm ? ਹਾਊ ਮੈਨੀ ਸ਼ੇਅਰ-ਹੋਲਡਰਜ਼ ਆਰ ਦੇਅਰ ਇਨ ਦਿਸ ਫ਼ਰਮ ?
18. ਉਹ ਆਯਾਤ ਨਿਰਯਾਤ ਦਾ ਧੰਦਾ ਕਰਦਾ ਹੈ ।	He is in the import-export trade. ਹੀ ਇਜ਼ ਇਨ ਦ ਇਮ੍ਪੋਰ੍ਟ ਏਕ੍ਸ੍ਪੋਰ੍ਟ ਟਰੇਡ ।
19. ਅਸੀਂ ਆੜ੍ਹਤੀਏ ਹਾਂ ।	We are brokers. ਵੀ ਆਰ ਬ੍ਰੋਕਰਜ਼ ।
20. ਤੁਸੀਂ ਮਾਲ ਦਾ ਬੀਜਕ ਭੇਜ ਦਿੱਤਾ ਹੈ ?	Have you sent an invoice for the goods ? ਹੈਵ ਯੂ ਸੇਂਟ ਐਨ ਇਨਵੱਇਸ ਫ਼ੱਰ ਦ ਗੁਡ੍ਸ ।
21. ਉਸ ਦਾ ਕੰਮ ਕਿਹੋ ਜਿਹਾ ਚਲ ਰਿਹਾ ਹੈ ?	How is he getting on with his work ? ਹਾਉ ਇਜ਼ ਹੀ ਗੇਟਿੰਗ ਔਨ ਵਿਦ ਹਿਜ਼ ਵਰ੍ਕ ?
22. ਮੈਂ ਸਾਰੀ ਜਾਇਦਾਦ ਬੇਚ ਦੇਵਾਂਗਾ ।	I shall dispose of all my property. ਆਈ ਸ਼ੈਲ ਡਿਸਪੋਜ਼ ਔਫ ਆਲ ਮਾਈ ਪ੍ਰਾਪਰ੍ਟੀ ।

ਯਾਦ ਰਖਣ ਲਈ (To Remember)

*During his lecturership all the students were satisfied. (ਉਸ ਦੇ ਅਧਿਆਪਨ-ਕਾਲ ਵਿਚ ਸਾਰੇ ਵਿਦਿਆਰਥੀ ਸੰਤੁਸ਼ਟ ਸਨ), ਏਥੇ lecturer (ਜਾਤੀਵਾਚਕ) ਨਾਂਵ ਵਿਚ ship ਪਿਛੇਤਰ ਲਗਾਉਣ ਨਾਲ ਨਵਾਂ ਸ਼ਬਦ (ਭਾਵ ਵਾਚਕ ਨਾਂਵ) lecturership ਬਣਾਈ ਗਈ ਹੈ। ship ਪਿਛੇਤਰ (suffix) ਨਾਲ ਖ਼ਤਮ ਹੋਣ ਵਾਲੇ ਸ਼ਬਦ ਜ਼ਿਆਦਾਤਰ ਭਾਵ-ਵਾਚਕ ਨਾਂਵ ਹੁੰਦੇ ਹਨ ਜਿਵੇਂ—scholarship (ਪੜ੍ਹਾਈ ਦੀ ਕਾਬਲੀਅਤ, ਵਜ਼ੀਫ਼ਾ), membership (ਸਦੱਸਤਾ), kinship (ਸੰਬੰਧ), hardship (ਕਠਨਾਈ, ਔਕੜ), friendship (ਮਿੱਤਰਤਾ ਦੋਸਤੀ) ਆਦਿ।

ਜਿਹਨਾਂ ਸ਼ਬਦਾਂ ਦੇ ਅੰਤ ਵਿਚ hood ਪਿਛੇਤਰ (suffix) ਲੱਗਾ ਹੋਵੇ, ਉਹ ਸ਼ਬਦ ਵੀ ਭਾਵ-ਵਾਚਕ ਨਾਂਵ ਹੁੰਦੇ ਹਨ ਜਿਵੇਂ—The enviable brotherhood of the Pandavas is well-known. (ਪਾਂਡਵਾਂ ਦਾ ਈਰਖਾ ਯੋਗ ਭ੍ਰਾਤਰਵ ਭਾਵ ਪਰਸਿੱਧ ਹੈ)। ਇਸ ਰੂਪ ਵਾਲੇ ਕੁਝ ਹੋਰ ਸ਼ਬਦ ਇਹ ਹਨ:—

father ਤੋਂ fatherhood (ਪਿਤਾਪਨ)
mother ਤੋਂ motherhood (ਮਾਤਾਪਨ)
man ਤੋਂ manhood (ਮਰਦਾਨਗੀ)
baby ਤੋਂ babyhood (ਬਚਪਨ)
boy ਤੋਂ boyhood (ਲੜਕਪਨ)
girl ਤੋਂ girlhood (ਲੜਕੀਪਨ)
child ਤੋਂ childhood (ਬਚਪਨ)

57 ਸਤਵੰਜਵਾਂ ਦਿਨ th day

48 ਬੁਝਾਰਤਾਂ — RIDDLES (ਰਿਡਲਜ਼)

ਬੁਝਾਰਤ 1. ਮੇਰੇ ਦੰਦ ਹਨ ਪਰ ਮੈਂ ਕੱਟਦੀ ਨਹੀਂ । ਦੱਸੋ ਮੈਂ ਕੀ ਹਾਂ :

Riddle : I have teeth, but I do not bite. Tell me what am I ?

ਰਿੱਡਲ : ਆਈ ਹੈਵ ਟੀਥ ਬਟ ਆਈ ਡੂ ਨੱਟ ਬਾਇਟ. ਟੈਲ ਮੀ ਵਾਟ੍ ਐਮ ਆਈ ?

ਉੱਤਰ—ਤੂੰ ਕੰਘੀ ਏਂ ।

Ans. : You are a comb !

ਆਂਸਰ : ਯੂ ਆਰ ਏ ਕੱਮ੍ਬ !

ਬੁਝਾਰਤ 2. ਤੁਸੀਂ ਮੈਨੂੰ ਪੜ੍ਹ ਸਕਦੇ ਹੋ । ਮੇਰੇ ਬਹੁਤ ਸਾਰੇ ਪੰਨੇ ਹਨ । ਮੈਂ ਕਾਗਜ਼ ਦੀ ਬਣੀ ਹਾਂ । ਦੱਸੋ ਮੈਂ ਕੀ ਹਾਂ ?

Riddle : You can read me. I have many pages. I am made of paper. Tell me what am I ?

ਰਿੱਡਲ : ਯੂ ਕੈਨ ਰੀਡ ਮੀ. ਆਈ ਹੈਵ ਮੈਨੀ ਪੇਜਿਜ਼. ਆਈ ਐਮ ਮੇਡ ਆੱਫ ਪੇਪਰ. ਟੈਲ ਮੀ ਵਾਟ੍ ਐਮ ਆਈ ?

ਉੱਤਰ—ਤੂੰ ਪੁਸਤਕ ਏਂ ।

Ans : You are a book !

ਆਂਸਰ : ਯੂ ਆਰ ਏ ਬੁਕ !

ਬੁਝਾਰਤ 3. ਤੁਸੀਂ ਮੈਨੂੰ ਚਾਹ ਦੇ ਨਾਲ ਪਸੰਦ ਕਰਦੇ ਹੋ । ਮੈਂ ਆਟੇ, ਚੀਨੀ ਅਤੇ ਫਲਾਂ ਨਾਲ ਬਣੀ ਹਾਂ । ਦਸੋ ਮੈਂ ਕੀ ਹਾਂ ?

Riddle : You like me with tea. I am made of flour, sugar and fruit. Tell me—what am I ?

ਰਿੱਡਲ : ਯੂ ਲਾਇਕ ਮੀ ਵਿਦ ਟੀ, ਆਈ ਐਮ ਮੇਡ ਆੱਫ ਫ਼ਲੋਰ, ਸ਼ੂਗਰ ਐਂਡ ਫ਼ਰੂਟ. ਟੈਲ ਮੀ ਵਾਟ੍ ਐਮ ਆਈ ?

ਉੱਤਰ—ਤੂੰ ਕੇਕ ਏਂ ।

Ans : You are a cake !

ਆਂਸਰ : ਯੂ ਆਰ ਏ ਕੇਕ.

ਬੁਝਾਰਤ 4. ਮੈਂ ਘਾਸ ਪਸੰਦ ਕਰਦੀ ਹਾਂ । ਮੈਂ ਖੇਤ ਵਿਚ ਰਹਿੰਦੀ ਹਾਂ । ਮੈਂ ਦੁੱਧ ਦਿੰਦੀ ਹਾਂ । ਦੱਸੋ ਮੈਂ ਕੀ ਹਾਂ ।

Riddle : I like grass. I live on a farm. I give milk. Tell me what am I ?

ਰਿੱਡਲ : ਆਈ ਲਾਇਕ ਗ੍ਰਾਸ. ਆਈ ਲਿਵ ਔਨ ਏ ਫ਼ਾਰ੍ਮ, ਆਈ ਗਿਵ ਮਿਲ੍ਕ. ਟੈਲ ਮੀ ਵਾਟ੍ ਐਮ ਆਈ ?

ਉੱਤਰ—ਤੂੰ ਗਊ ਏਂ ।

Ans : You are a cow ?

ਆਂਸਰ : ਯੂ ਆਰ ਏ ਕਾਊ !

ਬੁਝਾਰਤ 5. ਮੈਂ ਇਕ ਪਾਲਤੂ ਪਸ਼ੂ ਹਾਂ । ਮੈਂ ਦੌੜ ਸਕਦਾ ਹਾਂ । ਮੈਂ ਭੌਂਕ ਸਕਦਾ ਹਾਂ । ਦੱਸੋ ਮੈਂ ਕੀ ਹਾਂ ।

Riddle : I am a pet. I can run. I can bark. Tell me—what am I ?

ਰਿੱਡਲ : ਆਈ ਐਮ ਏ ਪੇ'ਟ. ਆਈ ਕੈਨ ਰਨ. ਆਈ ਕੈਨ ਬਾਰ੍ਕ. ਟੈਲ ਮੀ ਵਾਟ੍ ਐਮ ਆਈ ?

ਉੱਤਰ—ਤੂੰ ਕੁੱਤਾ ਏਂ ।

Ans : You are a dog ?

ਆਂਸਰ : ਯੂ ਆਰ ਏ ਡੌਗ.

ਬੁਝਾਰਤ 6. ਮੈਂ ਚਿੱਟਾ ਹਾਂ। ਮੈਂ ਤਰਲ ਹਾਂ। ਲੋਕ ਮੈਨੂੰ ਪੀਂਦੇ ਹਨ। ਦੱਸੋ ਮੈਂ ਕੀ ਹਾਂ।

Riddle : I am white. I am liquid. people drink me. Tell me—what am I ?

ਰਿੱਡਲ : ਆਈ ਐਮ ਵ੍ਹਾਇਟ. ਆਈ ਐਮ ਲਿਕ੍ਵਿਡ. ਪੀਪੱਲ ਡ੍ਰਿੰਕ ਮੀ. ਟੈਲ ਮੀ ਵਾਟ੍ ਐਮ ਆਈ ?

ਉੱਤਰ—ਤੂੰ ਦੱਧ ਹੈਂ।

Ans : You are milk.

ਆਂਸਰ : ਯੂ ਆਰ ਮਿਲ੍ਕ.

ਬੁਝਾਰਤ 7. ਥੱਕੇ ਹੋਏ ਲੋਕ ਮੈਨੂੰ ਪਸੰਦ ਕਰਦੇ ਹਨ। ਅਕਸਰ ਮੈਨੂੰ ਚੰਗੀ ਤਰ੍ਹਾਂ ਬੁਣਿਆ ਜਾਂਦਾ ਹੈ। ਮੈਂ ਲਗਭਗ ਛੇ ਫੁੱਟ ਲੰਮੀ ਹੁੰਦੀ ਹਾਂ। ਦੱਸੋ ਮੈਂ ਕੀ ਹਾਂ ?

Riddle : Tired People like me. I am usually well knit. I am about six feet long. Tell me what am I ?

ਰਿੱਡਲ : ਟਾਇਰਡ ਪੀਪੱਲ ਲਾਇਕ ਮੀ. ਆਈ ਐਮ ਯੂਜ਼ੁਅੱਲੀ ਵੈਲ ਨਿਟ. ਆਈ ਐਮ ਅੱਬਾਉਟ ਸਿਕ੍ਸ ਫੀਟ ਲੌਂਨ੍ਗ. ਟੈਲ ਮੀ ਵਾਟ੍ ਐਮ ਆਈ ?

ਉੱਤਰ—ਤੂੰ ਇਕ ਮੰਜੀ ਏਂ।

Ans : You are a cot !

ਆਂਸਰ : ਯੂ ਆਰ ਏ ਕੱਟ.

49 ਨੀਤੀਵਾਕ — SAYINGS (ਸੇਇੰਗ੍ਜ਼)

1. ਸੱਚੀ ਗੱਲ ਸਦਾ ਕੌੜੀ ਹੁੰਦੀ ਏ। — Plain speaking is always unpleasent.
   ਪ੍ਲੇਨ ਸ੍ਪੀਕਿੰਗ ਇਜ਼ ਆਲ੍ਵੇਜ਼ ਅਨਪ੍ਲੇਜ਼ੇਂਟ.
   OR Truth usually hurts.
   ਆਰ ਟ੍ਰੁਥ ਯੂਜ਼ਅਲੀ ਹਰ੍ਟਸ.
2. ਮਿਹਨਤ ਸਭ ਤੋਂ ਵੱਡਾ ਧਨ ਹੈ। — Hard work is a blessing.
   ਹਾਰ੍ਡ ਵਰ੍ਕ ਇਜ਼ ਏ ਬਲੈਸਿੰਗ.
3. ਸੁਸਤੀ ਸਾਰੇ ਰੋਗਾਂ ਦੀ ਜੜ੍ਹ ਹੈ। — Idleness is the root cause of all ills.
   ਆਇਡਲ੍ਨੈਸ ਇਜ਼ ਦ ਰੂਟ ਕੱਜ਼ ਔਫ ਆਲ ਇਲ੍ਜ਼.
4. ਜਿਸ ਘਰ ਵਿਚ ਫੁੱਟ ਹੋਵੇ ਉਹ ਖੜਾ ਨਹੀਂ ਰਹਿ ਸਕਦਾ। — A divided house cannot stand.
   ਏ ਡਿਵਾਇਡਿਡ ਹਾਉਸ ਕੈਨਨੌਟ ਸ੍ਟੈਂਡ.
5. ਸਦਾ ਸੱਚ ਦੀ ਜਿੱਤ ਹੁੰਦੀ ਹੈ।* — Truth always wins ! ਟ੍ਰੁਥ ਆਲ੍ਵੇਜ਼ ਵਿਨ੍ਜ਼ !
6. ਜ਼ਿਆਦਾ ਆਉਣ-ਜਾਣ ਨਾਲ ਝਗੜੇ ਪੈਦਾ ਹੁੰਦੇ ਹਨ। — Familiarity breeds contempt.
   ਫੈਮਿਲਿਏਰਿਟੀ ਬ੍ਰੀਡ੍ਸ ਕਨ੍ਟੈਮ੍ਪ੍ਟ੍ਸ.
7. ਖੁਸ਼ਹਾਲੀ ਦੋਸਤ ਬਣਾਂਦੀ ਹੈ, ਪਰ ਦੁਖ ਉਸ ਨੂੰ ਪਰਖਦਾ ਹੈ। — Prosperity gains friends, but adversity tries them.
   ਪ੍ਰੱਸਪੈਰਿਟੀ ਗੇਨ੍ਸ ਫ੍ਰੈਂਡ੍ਸ, ਬੱਟ ਐਡਵਰਸਿਟੀ ਟ੍ਰਾਈਜ਼ ਦੇਮ.
8. ਈਮਾਨਦਾਰੀ ਸਭ ਤੋਂ ਅੱਛੀ ਨੀਤੀ ਹੈ। — Honesty is the best policy. ਔਨੇਸਟੀ ਇਜ਼ ਦ ਬੇਸ੍ਟ ਪੌਲਿਸੀ.
9. ਮੂੰਹ ਤੇ ਕੀਤੀ ਗਈ ਪ੍ਰਸ਼ੰਸਾ ਖੁਸ਼ਾਮਦ ਹੁੰਦੀ ਹੈ। — Extolling you at your face is flattery.
   ਏਕ੍ਸਟੌਲਿੰਗ ਯੂ ਐਟ ਯੁਅਰ ਫੇਸ ਇਜ਼ ਫ਼ਲੈਟਰੀ.
10. ਵਿਦਿਆ ਵਿਵਾਦ ਦੀ ਜਨਨੀ ਹੈ। — Learning breeds controversy.
    ਲਰ੍ਨਿੰਗ ਬ੍ਰੀਡ੍ਸ ਕੌਨ੍ਟ੍ਰੋਵਰ੍ਸੀ.
11. ਪੰਜੇ ਉਂਗਲੀਆਂ ਬਰਾਬਰ ਨਹੀਂ ਹੁੰਦੀਆਂ। — All are not alike. ਆਲ ਆਰ ਨੌਟ ਅਲਾਇਕ.

12. ਇਸ ਸੰਸਾਰ ਵਿਚ ਕੁਝ ਵੀ ਸਥਿਰ ਨਹੀਂ ।	Nothing is stable in this world. ਨਥਿੰਗ ਇਜ਼ ਸਟੇਬਲ ਇਨ ਦਿਸ ਵਰਲ੍ਡ.
13. ਅਨਾੜੀ ਨੂੰ ਤਜਰਬਾ ਸਿਖਾਉਂਦਾ ਹੈ ।	Experience teaches the unskilled. ਏਕ੍ਸਪੀਰਿਏਨ੍ਸ ਟੀਚਿਜ਼ ਦ ਅਨ੍ਸਕਿੱਲਡ.
14. ਆਦਮੀ ਢਿੱਡ ਦਾ ਗੁਲਾਮ ਹੈ ।	Man is slave to his stomach. ਮੈਨ ਇਜ਼ ਸ੍ਲੇਵ ਟੂ ਹਿਜ਼ ਸ੍ਟੱਮਕ.
15. ਖੋਟਾ ਸਿੱਕਾ ਕਦੀ ਨਹੀਂ ਚਲਦਾ ।	A base coin never runs. ਏ ਬੇਸ ਕੱਾਇਨ ਨੇਵਰ ਰਨ੍ਸ.
16. ਪਿਆਰ ਅਤੇ ਯੁੱਧ ਵਿਚ ਸਭ ਕੁਝ ਜਾਇਜ਼ ਹੈ ।	All is fare in love and war. ਆਲ ਇਜ਼ ਫੇਅਰ ਇਨ ਲਵ ਐਂਡ ਵਾਰ.
17. ਧੀਰਜ ਵਿਚ ਪ੍ਰਾਪਤੀ ਹੈ ।	Perseverance prevails. ਪਰਸੀਵੀਅਰੇਂਸ ਪ੍ਰਿਵੇਲ੍ਜ਼.
18. ਸ਼ਰਾਫ਼ਤ ਲਈ ਕੁਝ ਨਹੀਂ ਲਗਦਾ ।	Civility costs nothing. ਸਿਵਿਲੀਸਿਟੀ ਕਾਸ੍ਟ੍ਸ ਨਥਿੰਗ.
19. ਮਰ ਗਏ, ਮੁੱਕਰ ਗਏ ।	Death pays all debts. ਡੈਥ ਪੇਏਜ਼ ਆਲ ਡੇੱਟ੍ਜ,
20. ਹਰ ਗਧੇ ਨੂੰ ਆਪਣੀ ਆਵਾਜ਼ ਸੁਰੀਲੀ ਲਗਦੀ ਹੈ ।	Every ass loves his bray. ਏਵਰੀ ਐੱਸ ਲੱਵ੍ਜ਼ ਹਿਜ਼ ਬ੍ਰੇ.
21. ਕਿਸੇ ਨੂੰ ਮਾਰਨਾ ਹੋਵੇ ਤਾਂ ਇਲਜ਼ਾਮ ਲਗਾ ਕੇ ਮਾਰੋ ।	Give a dog a bad name and hang him. ਗਿਵ ਏ ਡਾੱਗ ਏ ਬੈਡ ਨੇਮ ਐਂਡ ਹੈਂਗ ਹਿਮ.
22. ਸੋਹਣਾ ਉਹ ਜੋ ਸੋਹਣੇ ਕੰਮ ਕਰੇ ।	Handsome is that handsome does. ਹੈਂਡਸਮ ਇਜ਼ ਦੈਟ ਹੈਂਡਸਮ ਡਜ਼.

ਯਾਦ ਰਖਣ ਲਈ (To Remember)

*This soap comes in several attractive shades. '(ਇਹ ਸਾਬਣ ਕਈ ਮਨਮੋਹਕ ਰੰਗਾਂ ਵਿਚ ਆਉਂਦਾ ਹੈ), 'Your suit is quite expensive (ਤੁਹਾਡਾ ਸੂਟ ਕਾਫ਼ੀ ਮਹਿੰਗਾ ਹੈ)', 'Even at seventy he leads in active life (ਉਹ ਸੱਤਰ ਸਾਲ ਦੀ ਉਮਰ ਵਿਚ ਬੜੀ ਕਿਰਿਆਸ਼ੀਲ ਜ਼ਿੰਦਗੀ ਜੀਉਂਦਾ ਹੈ)। ਇਹਨਾਂ ਵਾਕਾਂ ਵਿਚ expend ਤੋਂ expensive, act ਤੋਂ active, ਵਿਸ਼ੇਸਣ ਬਣੇ ਹਨ। ਇਹਨਾਂ ਸਾਰਿਆਂ ਨਾਲ ਪਿਛੇਤਰ ive ਲੱਗੀ ਹੈ। ਕੁਝ ਹੋਰ ਉਦਾਹਰਣ—defend ਤੋਂ defensive (ਰਖਿਆਤਮਕ), destror ਤੋਂ destructive (ਤਬਾਹ ਕਰਨ ਵਾਲਾ) elect, elective (ਚੋਣਾਤਮਕ), impress, impressive (ਅਸਰ ਪਾਉਣ ਵਾਲਾ), 'It is dangerous to drive fast (ਗੱਡੀ ਤੇਜ਼ ਚਲਾਉਣਾ ਖਤਰਨਾਕ ਹੈ), 'The Nilgiris is a mountainous district (ਨੀਲਗਿਰੀ ਇਕ ਪਹਾੜੀ ਜ਼ਿਲਾ ਹੈ), 'The cobra is a poisonous snake (ਫ਼ਨ ਵਾਲਾ ਸੱਪ ਜਹਿਰੀਲਾ ਹੁੰਦਾ ਹੈ), Ramayan is a famous epic (ਰਾਮਾਇਣ ਇਕ ਪਰਸਿੱਧ ਗ੍ਰੰਥ ਹੈ) ਆਦਿ ਵਾਕਾਂ ਵਿਚ danger ਤੋਂ dangerous ਵਿਚ ous ਲਗਾ ਕੇ ਵਿਸ਼ੇਸ਼ਣ ਬਣਿਆ ਹੈ। ਕੁਝ ਹੋਰ ਵਿਸ਼ੇਸ਼ਣ—enormous (ਵੱਡੇ ਆਕਾਰ ਵਾਲਾ) nervous (ਘਬਰਾਇਆ ਹੋਇਆ), prosperous (ਖੁਸ਼ਹਾਲ); previous (ਪਿਛਲਾ), rebellious (ਬਾਗ਼ੀ)।

58 ਅਠਵੰਜਵਾਂ ਦਿਨ th Day

50 ਵਿਆਹ ਸਮਾਗਮ — ATTENDING A WEDDIND (ਅਟੈਂਡਿੰਗ ਏ ਵੇਡਿੰਗ)

1. ਬਰਾਤ ਕਿਥੋਂ ਆਈ ਹੈ ? — Where has the wedding party come from ?
ਵ੍ਹੇਅਰ ਹੈਜ਼ ਦ ਵੈਡਿੰਗ ਪਾਰ੍ਟੀ ਕਮ ਫ੍ਰਾਮ ?
2. ਜੰਞ ਕਿੱਥੇ ਜਾਵੇਗੀ ? — Where'll be the wedding party going ?
ਵ੍ਹੇਅਰ ਵਿਲ ਬੀ ਦ ਵੈਡਿੰਗ ਪਾਰ੍ਟੀ ਗੋਇਂਗ.
3. ਕੀ ਤੁਹਾਡੇ ਵਿਚ ਦਾਜ ਦੇਣ ਦਾ ਰਿਵਾਜ ਹੈ। — Do you have the dowry system ?
ਡੂ ਯੂ ਹੈਵ ਦ ਡਾਊਰੀ ਸਿਸ੍ਟਮ ?
4. ਵਿਆਹ ਦਾ ਮਹੂਰਤ ਕਦੋਂ ਦਾ ਹੈ ? — When is the wedding going to be performed/take place ? ਵ੍ਹੈਨ ਇਜ਼ ਦ ਵੈਡਿੰਗ ਗੋਇੰਗ ਟੂ ਬੀ ਪਰਫੱਾਰਮ੍ਡ/ਟੇਕ ਪ੍ਲੇਸ ?
5. ਮੈਂ ਲਾੜੇ ਅਤੇ ਲਾੜੀ ਨੂੰ ਦੇਖਣਾ ਚਾਹੁੰਦਾ ਹਾਂ। — I want to/would like to see the bride and groom.
ਆਈ ਵੱਾਂਟ ਟੂ/ਵੂਡ ਲਾਇਕ ਟੂ ਸੀ ਦ ਬ੍ਰਾਈਡ ਐਂਡ ਗਰੂਮ:
6. ਸ਼ਾਦੀ/ਦਾਵਤ ਬਹੁਤ ਅੱਛੀ ਰਹੀ। — The wedding/The party was very good/interesting.
ਦ ਵੈਡਿੰਗ/ਦ ਪਾਰਟੀ ਵਾਜ਼ ਵੈਰੀ ਗੁੱਡ/ਇੰਟਰੇਸ੍ਟਿਗ.
7. ਕ੍ਰਿਪਾ ਕਰਕੇ ਇਹ ਤੋਹਫ਼ਾ ਸ੍ਵੀਕਾਰ ਕਰੋ। — Please accept this (small/little) gift.
ਪ੍ਲੀਜ਼ ਐਸ੍ਪਟ ਦਿਸ (ਸ੍ਮਾਲ/ਲਿਟਿਲ) ਗਿਫ਼੍ਟ.

51 ਸਿਨੇਮਾ ਵਿਚ — IN THE CINEMA (ਇਨ ਦ ਸਿਨੇਮਾ)

1. ਏਥੇ ਕਿਹੜੀ ਫ਼ਿਲਮ ਲਗੀ ਹੈ ? — Which film/movie is running in this cineme ?
ਵ੍ਹਿਚ ਫ਼ਿਲਮ/ਮੂਵੀ ਇਜ਼ ਰਨਿੰਗ ਇਨ ਦਿਸ ਸਿਨੇਮਾ ?
2. ਕੀ ਇਹ ਫ਼ਿਲਮ ਅੱਛੀ ਹੈ। — Is this movie good ? ਇਜ਼ ਦਿਸ ਮੂਵੀ ਗੁੱਡ ?
3. ਇਸ ਫ਼ਿਲਮ ਵਿਚ ਕੌਣ-ਕੌਣ ਕਲਾਕਾਰ ਹਨ ? — Who all are acting in this movie ?
ਹੂ ਆਲ ਆਰ ਐਕ੍ਟਿੰਗ ਇਨ ਦਿਸ ਮੂਵੀ ?
4. ਬਾਲਕੱਨੀ ਦਾ ਟਿਕਟ ਦੇ ਦਿਓ। — Please give me a ticket for the balcony.
ਪ੍ਲੀਜ਼ ਗਿਵ ਮੀ ਏ ਟਿਕਿਟ ਫ਼ੱਾਰ ਦ ਬਾਲਕੋਨੀ.
5. ਫ਼ਿਲਮ ਕਿਸ ਸਮੇਂ ਸ਼ੁਰੂ ਹੋਵੇਗੀ ? — When will the film/movie start ?
ਵ੍ਹੇਨ ਵਿਲ ਦ ਫ਼ਿਲਮ/ਮੂਵੀ ਸ੍ਟਾਰ੍ਟ ?

52 ਖੇਡ ਦਾ ਮੈਦਾਨ — ON THE PLAY GROUND (ਔਨ ਦ ਪ੍ਲੇ ਗ੍ਰਾਉਂਡ)

1. ਮੈਂ ਅਜ ਫੁਟਬਾਲ/ਹੱਾਕੀ/ਕ੍ਰਿਕਟ ਮੈਚ ਦੇਖਣਾ ਚਾਹੁੰਦਾ ਹਾਂ। — I want to see a football/hockey/cricket match today. ਆਈ ਵਾਂਟ ਟੂ ਸੀ ਏ ਫ਼ੁੱਟਬਾਲ/ਹੱਾਕੀ/ਕ੍ਰਿਕੇਟ ਮੈਚ ਟੂ ਡੇ.
2. ਮੈਚ ਕਿਨ੍ਹਾਂ ਵਿਚਕਾਰ ਹੋ ਰਿਹਾ ਹੈ ? — What teams are playing the match ?
ਵੱਾਟ ਟੀਮ੍ਜ਼ ਆਰ ਪਲੇਇੰਗ ਦ ਮੈਚ ?

3. ਮੈਚ ਕਿਸ ਵੇਲੇ ਸ਼ੁਰੂ ਹੋਵੇਗਾ ?	When will the match start ? ਵੈੱਨ ਵਿਲ ਦ ਮੈਚ ਸਟਾਰਟ ?
4. ਉਸ ਖਿਲਾੜੀ ਦਾ ਨਾਂ ਕੀ ਹੈ ?	What's that player's name ? ਵਾਟ੍'ਸ ਦੈਟ ਪਲੇਅਰਸ ਨੇਮ ?
5. ਕਲ੍ਹ ਦੀ ਖੇਡ ਕਿਸ ਨੇ ਜਿੱਤੀ ?	Who won the match yesterday ? ਹੂ ਵੱਨ ਦ ਮੈਚ ਯੇਸਟਰਡੇ ?
6. ਤੁਹਾਨੂੰ ਕਿਹੜੇ ਖੇਲ ਪਸੰਦ ਹਨ ?	What game do you like ? ਵਾਟ੍ ਗੇਮ ਡੂ ਯੂ ਲਾਇਕ ?

53 ਸੈਲਾਨੀਆਂ ਦੇ ਦਫ਼ਤਰ ਵਿਚ — IN THE TOURIST OFEIЄE (ਇਨ ਦ ਟੂਰਿਸਟ ਆੱਫ਼ਿਸ)

1. ਇਸ ਸ਼ਹਿਰ ਵਿਚ ਕਿਹੜੇ-ਕਿਹੜੇ ਸਥਾਨ ਦੇਖਣਯੋਗ ਹਨ ?	What places of tourist interest are there in this city ? ਵਾਟ੍ ਪਲੇਸਿਜ਼ ਆੱਫ਼ ਟੂਰਿਸਟ ਇਨਟ੍ਰੇਸਟ ਆਰ ਦੇਅਰ ਇਨ ਦਿਸ ਸਿਟੀ ?
2. ਅਜੰਤਾ ਅਤੇ ਏਲੋਰਾ ਦੀਆਂ ਗੁਫਾਵਾਂ ਦੇਖਣਾ ਚਾਹੁੰਦਾ (ਚਾਹੁੰਦੀ) ਹਾਂ ।	I would like to see/visit the Ajanta and Ellora Caves. ਆਈ ਵੁਡ ਲਾਇਕ ਟੁ ਸੀ/ਵਿਜ਼ਿਟ ਦ ਅਜੰਤਾ ਐਂਡ ਅਲੋਰਾ ਕੇਵ੍ਜ਼.
3. ਮਥੁਰਾ ਜਾਣ ਲਈ ਰੇਲ ਠੀਕ ਹੋਵੇਗੀ ਜਾਂ ਬੱਸ ?	What's the best way to get to Mathura—by rail, or by bus ? ਵੱਟ'ਸ ਦ ਬੇਸਟ ਵੇ ਟੂ ਗੇ'ਟ ਟੂ ਮਥੁਰਾ-ਬਾਈ ਰੇਲ ਆੱਰ ਬਾਈ ਬੱਸ ?
4. ਆਗਰੇ ਵਿਚ ਕਿਥੇ ਠਹਿਰਨਾ ਚਾਹੀਦਾ ਹੈ ?	Where should I stay in Agra ? ਵ੍ਹੇਅਰ ਸ਼ੁਡ ਆਈ ਸ੍ਟੇ ਇਨ ਆਗਰਾ ?
5. ਮੈਨੂੰ ਦਿੱਲੀ ਬਹੁਤ ਚੰਗਾ ਸ਼ਹਿਰ ਲੱਗਾ ।	I liked Delhi very much. ਆਈ ਲਾਇਕ੍ਡ ਡੇਲਹੀ ਵੈਰੀ ਮਚ.
6. ਮੈਨੂੰ ਇਕ ਟੂਰਿਸਟ ਗਾਈਡ ਚਾਹੀਦੀ ਹੈ । ਕਿਥੇ ਮਿਲੇਗੀ ?	I want a Tourist Guide. Where will I get it ? ਆਈ ਵੱਟ ਏ ਟੂਰਿਸਟ ਗਾਈਡ. ਵ੍ਹੇਅਰ ਵਿਲ ਆਈ ਗੇਟ ਇਟ ?

54 ਹੋਟਲ ਵਿਚ — IN THE HOTEL (ਇਨ ਦ ਹੋਟਲ)

1. ਕੀ ਕੋਈ ਕਮਰਾ ਖਾਲੀ ਹੈ ?	Is there a room available in this hotel ? ਇਜ਼ ਦੇਅਰ ਏ ਰੂਮ ਅਵੇਲੇਬਲ ਇਨ ਦਿਸ ਹੋਟਲ ?
2. ਸਿੰਗਲ/ਡਬਲ ਬੇਡ ਦੇ ਕਮਰੇ ਦਾ ਕੀ ਕਿਰਾਇਆ ਹੋਵੇਗਾ ?	What are the charges for a single/double (bed) room ? ਵਾਟ੍ ਆਰ ਦ ਚਾਰ੍ਜਿਜ਼ ਫ਼ੌਰ ਏ ਸਿੰਗਲ/ਡਬਲ (ਬੇਡ) ਰੂਮ ?
3. ਮੇਰਾ ਸਮਾਨ ਕਮਰਾ ਨੰਬਰ ਛੇ ਵਿਚ ਲੈ ਜਾਓ ।	Take my baggage to Room No. 6, please. ਟੇਕ ਮਾਈ ਬੈ'ਗੇਜ ਟੂ ਰੂਮ ਨੰਬਰ ਸਿਕ੍ਸ ਪ੍ਲੀਜ਼.
4. ਮੇਰਾ ਨਾਸ਼ਤਾ/ਖਾਣਾ ਕਮਰੇ ਵਿਚ ਭੇਜ ਦਿਓ ।	Please send my breakfast/lunch/dinner to my room ? ਪ੍ਲੀਜ਼ ਸੈਂਡ ਮਾਈ ਬ੍ਰੇਕਫ਼ਾਸਟ/ਲੰਚ/ਡਿੱਨਰ ਟੂ ਮਾਈ ਰੂਮ ?
5. ਮੈਂ ਇਕ ਘੰਟੇ ਲਈ ਬਾਹਰ ਜਾ ਰਿਹਾ ਹਾਂ ।	I'm going out for an hour (or so). ਆਈ ਐਮ ਗੋਇੰਗ ਆਉਟ ਫ਼ਾਰ ਐਨ ਆਵਰ (ਔਰ ਸੋ).
6. ਮੇਰਾ ਕੋਈ ਖ਼ਤ/ਫ਼ੋਨ ਤਾਂ ਨਹੀਂ ਆਇਆ ।	Was there a call for me ? ਵਾਜ਼ ਦੇਅਰ ਏ ਕਾਲ ਫ਼ੌਰ ਮੀ ? Is there a letter for me ? ਇਜ਼ ਦੇਅਰ ਏ ਲੈੱਟਰ ਫ਼ੌਰ ਮੀ ?
7. ਕੋਈ ਮਿਲਣ ਲਈ ਆਵੇ ਤਾਂ ਕਮਰੇ ਵਿਚ ਭੇਜ ਦਿਓ ।	Please send my visitors to my room. ਪ੍ਲੀਜ਼ ਸੈਂਡ ਮਾਈ ਵਿਜ਼ਿਟਰ੍ਸ ਟੂ ਮਾਈ ਰੂਮ.

8. ਮੈਨੂੰ ਗਰਮ ਪਾਣੀ/ਠੰਢਾ ਪਾਣੀ ਚਾਹੀਦਾ ਹੈ ।	I want some hot water/cold water. ਆਈ ਵਾਂਟ ਸਮ ਹੌਟ ਵਾਟਰ/ਕੋਲਡ ਵਾਟਰ.
9. ਪ੍ਰੈਸਵਾਲਾ ਹਾਲੀਂ ਤਕ ਨਹੀਂ ਆਇਆ ।	The laundry-man hasn't come yet. ਦ ਲੌਨਡ੍ਰੀਮੈਨ ਹੈਜ਼ੰਟ ਕਮ ਯੈਟ.

55 ਨੌਕਰ ਨਾਲ — WITH THE SERVANT (ਵਿਦ ਦ ਸਰਵੈਂਟ)

1. ਬਾਜ਼ਾਰੋਂ ਸਬਜ਼ੀ ਲੈ ਆ ।	Get some vegetables from the market. ਗੇਟ ਸਮ ਵੈਜੀਟੇਬਲਜ਼ ਫ਼੍ਰੌਮ ਦ ਮਾਰਕਿਟ.
2. ਸਾਮਾਨ ਸਹਿਕਾਰੀ ਭੰਡਾਰ ਤੋਂ ਲਿਆਈਂ ।	Buy these things at the Co-operative Stores. ਬਾਈ ਦੀਜ਼ ਥਿੰਗਸ ਐਟ ਦ ਕੋ-ਔਪਰੇਟਿਵ ਸਟੋਰਸ.
3. ਮੈਨੂੰ ਪੰਜ ਵਜੇ ਜਗਾ ਦੇਣਾ ।	Wake me up at five o'clock. ਵੇਕ ਮੀ ਅਪ ਐਟ ਫ਼ਾਇਵ ਓ'ਕਲੌਕ.
4. ਇਹ ਖ਼ਤ ਡਾਕ ਵਿਚ ਪਾ ਆ ।	Go and post this letter. ਗੋ ਐਂਡ ਪੋਸਟ ਦਿਸ ਲੈਟਰ.
5. ਕੀ ਕਪੜੇ ਧੁਲ ਕੇ ਆ ਗਏ ?	Have the clothes come back from the laundry ? ਹੈਵ ਦ ਕਲੌਦਜ਼ ਕਮ ਬੈਕ ਫ਼੍ਰੌਮ ਦ ਲੌਨਡ੍ਰੀ ?
6. ਇਕ ਪਿਆਲਾ ਚਾਹ ਬਣਾ ਦੇ ।	Make me a cup of tea. ਮੇਕ ਮੀ ਏ ਕਪ ਔਫ਼ ਟੀ.
7. ਕੀ ਭੋਜਨ ਤਿਆਰ ਹੈ ?	Is the food/lunch/dinner ready ? ਇਜ਼ ਦ ਫ਼ੂਡ/ਲੰਚ/ਡਿੱਨਰ ਰੈਡੀ ?

56 ਡਾਕਟਰ ਨਾਲ — WITH THE DOCTOR (ਵਿਦ ਦ ਡਾਕਟਰ)

1. ਮੈਨੂੰ ਬੁਖਾਰ ਹੈ । ਖਾਂਸੀ ਵੀ ਆਉਂਦੀ ਹੈ ।	I have some temperature. I also have a cough. ਆਈ ਹੈਵ ਸਮ ਟੈਮਪ੍ਰੇਚਰ. ਆਈ ਆਲਸੋ ਹੈਵ ਏ ਕਫ਼.
2. ਇਹ ਦਵਾ ਦਿਨ ਵਿਚ ਕਿੰਨੀ ਵਾਰੀ ਲੈਣੀ ਹੈ ?	How many times a day need I take this medicine ? ਹਾਊ ਮੈਨੀ ਟਾਈਮਜ਼ ਏ ਡੇ ਨੀਡ ਆਈ ਟੇਕ ਦਿਸ ਮੈਡਿਸਨ ?
3. ਮੈਂ ਕੀ ਖਾ ਸਕਦਾ ਹਾਂ ?	What can I have to eat ? ਵਾਟ ਕੈਨ ਆਈ ਹੈਵ ਟੂ ਈਟ ?
4. ਤੁਹਾਨੂੰ ਹਰ ਮਹੀਨੇ ਆਪਣੇ ਵਜ਼ਨ ਦਾ ਰਿਕਾਰਡ ਰਖਣਾ ਚਾਹੀਦਾ ਹੈ ।	You should keep a monthly record of your weight. ਯੂ ਸ਼ੁਡ ਕੀਪ ਏ ਮੰਥਲੀ ਰਿਕਾਰ੍ਡ ਔਫ਼ ਯੁਅਰ ਵੇਟ.
5. ਤੁਹਾਡਾ ਖ਼ੂਨ ਦਾ ਦਬਾਉ ਸਹੀ ਹੈ ।	Your blood-pressure is normal. ਯੁਅਰ ਬਲੱਡ-ਪ੍ਰੈਸ਼ਰ ਇਜ਼ ਨਾਰਮਲ.
6. ਲੂਣ ਅਤੇ ਸ਼ੱਕਰ ਘੱਟ ਖਾਓ ।	Eat less sugar and salt. ਈਟ ਲੈਸ ਸ਼ੁਗਰ ਐਂਡ ਸਾਲਟ.
7. ਹਰੀ ਸਬਜ਼ੀ ਤੁਹਾਨੂੰ ਜ਼ਿਆਦਾ ਲੈਣੀ ਚਾਹੀਦੀ ਹੈ ।	You should eat lots of green vegetables. ਯੂ ਸ਼ੁਡ ਈਟ ਲੌਟਸ ਔਫ਼ ਗ੍ਰੀਨ ਵੈਜਿਟੇਬਲਸ.
8. ਮੇਰੇ ਬੱਚੇ ਨੂੰ ਸੱਟ ਲਗ ਗਈ ਹੈ ।	My son has hurt himself. ਮਾਈ ਸਨ ਹੈਜ਼ ਹਰਟ ਹਿਮਸੈਲਫ਼.
9. ਕਿਰਪਾ ਕਰਕੇ ਦੂਜੇ ਕਮਰੇ ਵਿਚੋਂ ਪੱਟੀ ਕਰਵਾ ਲਓ ।	Have the dressing done in the next room please. ਹੈਵ ਦ ਡ੍ਰੈਸਿੰਗ ਡੱਨ ਇਨ ਦ ਨੈਕਸਟ ਰੂਮ ਪਲੀਜ਼.

10. ਡਿਸਪੈਂਸਰੀ/ਕਮ੍ਪਾਉਂਡਰ ਤੋਂ ਤਿੰਨ ਦਿਨ ਦੀ ਦਵਾ ਲੈ ਲਓ । Get the medicine for three days from the dispensary/compounder.
ਗੇਟ ਦ ਮੈਡਿਸਿਨ ਫੱਾਰ ਥ੍ਰੀ ਡੇਜ਼ ਫ੍ਰੱਮ ਦ ਡਿਸੁਪੈਂਸ੍ਰੀ/ਕਮ੍ਪਾਉਂਡਰ.

57 ਹਸਪਤਾਲ ਵਿਚ — IN THE HOSPITAL (ਇਨ ਦ ਹੱਾਸੁਪਿਟਲ)

1. ਮੈਂ ਦੰਦਾਂ ਦੇ ਡਾਕਟਰ ਨੂੰ ਮਿਲਣਾ ਹੈ । I want to see a dentist. ਆਈ ਵੱਾਂਟ ਟੂ ਸੀ ਏ ਡੈਨੁਟਿਸੁਟ.
2. ਏਮਰਜੇਂਸੀ ਵਾਰਡ ਕਿਧਰ ਹੈ ? Where's the emergency ward ?
ਵ੍ਹੇਅਰ ਇਜ਼ ਦ ਏਮਰੁਜੇਂਸੀ ਵਾਰੁਡ.
3. ਮੈਂ ਭਰਾ ਨੂੰ ਹਸਪਤਾਲ ਵਿਚ ਭਰਤੀ ਕਰਾਉਣਾ ਚਾਹੁੰਦਾ ਹਾਂ । I want to put (admit) my brother in the hospital.
ਆਈ ਵਾਂਟ ਟੂ ਪੁਟ (ਐਡਮਿਟ) ਮਾਈ ਬ੍ਰਦਰ ਇਨ ਦ ਹੱਾਸੁਪਿਟਲ.
4. ਅਪਰੇਸ਼ਨ ਥਿਏਟਰ ਕਿਸ ਪਾਸੇ ਹੈ ? Which way is the operation theatre ?
ਵਿਚ ਵੇ ਇਜ਼ ਦ ਅੱਾਪ੍ਰੇਸ਼ਨ ਥਿਏਟਰ ?
5. ਦੁਆਈ ਕਿਥੋਂ ਮਿਲੇਗੀ ? Where will I get the medicine(s) ?
ਵ੍ਹੇਅਰ ਵਿਲ ਆਈ ਗੇਟ ਦ ਮੈਡਿਸਿਨ ?
6. ਰੋਗੀਆਂ ਨੂੰ ਮਿਲਣ ਦਾ ਕੀ ਸਮਾਂ ਹੈ ? What are the visiting hours for meeting the patients ?
ਵਾਟ੍ ਆਰ ਦ ਵਿਜ਼ਿਟਿੰਗ ਆਵਰੁਸ ਫੱਾਰ ਮੀਟਿੰਗ ਦ ਪੇਸ਼ੇਨੁਟੁਸ.
When can one see the patients ?
ਵ੍ਹੇਨ ਕੈਨ ਵਨ ਸੀ ਦ ਪੇਸ਼ੇਨੁਟੁਸ ?
When can one visit the patients ?
ਵ੍ਹੇਨ ਕੈਨ ਵਨ ਵਿਜ਼ਿਟ੍ ਦ ਪੇਸ਼ੇਨੁਟੁਸ ?
7. ਦਿਲ ਦੇ ਅਤੇ ਅੱਖਾਂ ਦੇ ਰੋਗਾਂ ਦੇ ਮਾਹਿਰ ਕਿਸ ਦਿਨ ਆਉਂਦੇ ਹਨ ? On what days/when does the heart/eye specialist come ?
ਅੱਾਨ ਵਾਟ੍ ਡੇਜ਼/ਵ੍ਹੇਨ ਡਜ਼ ਦ ਹਾਰੁਟ/ਆਈ ਸੁਪੇਸ਼ਲਿਸੁਟ ਕਮ ?
On what days/when is the heart/eye specialist available ?
ਅੱਾਨ ਵਾਟ੍ ਡੇਜ਼/ਵ੍ਹੇਨ ਇਜ਼ ਦ ਹਾਰੁਟ/ਆਈ ਸੁਪੇਸ਼ਲਿਸੁਟ ਅਵੇਲੇਬਲ ?
8. ਐਕਸ'ਰੇ ਲਈ ਕਿਧਰ ਜਾਣਾ ਪਵੇਗਾ ? Where should/does one go for X-ray ?
ਵ੍ਹੇਅਰ ਸ਼ੁਡ/ਡਜ਼ ਵਨ ਗੋ ਫੱਾਰ ਐਕੁਸੁ'ਰੇ ?
Where is the X-ray department ?
ਵ੍ਹੇਅਰ ਇਜ਼ ਦ ਐਕੁਸੁ'ਰੇ ਡਿਪਾਰਟਮੈਂਟ.
9. ਇਥੇ ਰੋਗੀ ਤੋਂ ਪੈਸਾ ਨਹੀਂ ਲਿਆ ਜਾਂਦਾ । This is a free dispensary. ਦਿਸ ਇਜ਼ ਏ ਫ੍ਰੀ ਡਿਸਪੈਂਸਰੀ.
medical care is free here/in this hospital.
ਮੈਡੀਕਲ ਕੇਅਰ ਇਜ਼ ਫ੍ਰੀ ਹੇਅਰ/ਇਨ ਦਿਸ ਹੱਾਸਪਿਟਲ.
There is no consultation fee.
ਦੇਅਰ ਇਜ਼ ਨੋ ਕਨੁਸਲਟੇਸ਼ਨ ਫ਼ੀ.
We do not charge the patients anything.
ਵੀ ਡੂ ਨੱਾਟ ਚਾਰੁਜ ਦ ਪੇਸ਼ੇਂਟੁਸ ਐਨੀਥਿੰਗ.

58 ਮਿਲੇ-ਜੁਲੇ ਪ੍ਰਸੰਗ GENERAL TOPICS (ਜਨਰਲ ਟਾੱਪਿਕ੍ਸ)

1. ਮੈਂ ਉਸ ਦੇ ਕੰਮ ਤੋਂ ਨਿਰਾਸ਼ ਹੋਇਆ। — I was disappointed *with* his work.
ਆਈ ਵਾਜ਼ ਡਿਸੱਪੱਾਇੰਟਿਡ ਵਿਦ ਹਿਜ਼ ਵਰ੍ਕ.

2. ਉਸ ਤੋਂ ਪਿੱਛਾ ਛੁੜਾ ਕੇ ਪ੍ਰਸੰਨ ਹੋਵਾਂਗਾ। — I shall be glad to *get rid of* him.
ਆਈ ਸ਼ੈਲ ਬੀ ਗਲ਼ੈਡ ਟੂ ਗੇੱਟ ਰਿਡ ਔੱਫ਼ ਹਿਮ.

3. ਤੁਹਾਡਾ ਕੋਟ ਮੇਰੇ ਕੋਟ ਜਿਹਾ ਨਹੀਂ ਹੈ। — Your coat is not *similar to* mine.
ਯੁਅਰ ਕੋਟ ਇਜ਼ ਨੱਾਟ ਸਿਮਿਲਰ ਟੂ ਮਾਇਨ.

4. ਤੁਸੀਂ ਗ਼ਲਤੀਆਂ ਠੀਕ ਨਹੀਂ ਕਰ ਸਕਦੇ। — You cannot correct the mistakes.
ਯੂ ਕੈਨਨੱਾਟ ਕੱਰੈਕ੍ਟ ਦ ਮਿਸ੍ਟੇਕ੍ਸ.

5. ਏਸੇ ਨੇ ਮੈਚ ਜਿੱਤਿਆ। — It was he *who* won the match.
ਇਟ ਵਾਜ਼ ਹੀ ਹੂ ਵੱਨ ਦ ਮੈਚ.

6. ਦੋਨਾਂ ਕੁੜੀਆਂ ਵਿਚੋਂ ਕਿਹੜੀ ਲੰਮੀ ਹੈ ? — Which is taller between the two girls.
ਵਿਚ ਇਜ਼ ਟਾਲਰ ਬਿਟਵੀਨ ਟੂ ਗਰ੍ਲ੍ਜ਼.

7. ਜ਼ਿਆਦਾਤਰ ਲੋਕ ਇਸ ਗੱਲ ਤੋਂ ਸਹਿਮਤ ਹੋਣਗੇ। — Most of the people would *agree with* it.
ਮੋਸ੍ਟ ਔੱਫ਼ ਦ ਪੀਪਲ ਵਿਲ ਐਗ੍ਰੀ ਵਿਦ ਇਟ.

8. ਮੈਂ ਉਸ ਨੂੰ ਪੁੱਛਿਆ ਕਿ ਉਹ ਬਾਜ਼ਾਰ ਜਾ ਰਹੀ ਹੈ ਜਾਂ ਨਹੀਂ ? — I asked her *whether* she was going to the market.
ਆਈ ਆਸ੍ਕ੍ਡ ਹਰ ਵੈਂਦਰ ਸ਼ੀ ਵਾਜ਼ ਗੋਇੰਗ ਟੂ ਦ ਮਾਰ੍ਕਿਟ.

9. ਜੇ ਉਹ ਆਵੇ ਤਾਂ ਤੁਸੀਂ ਉਸ ਨਾਲ ਗੱਲ ਕਰੋਗੇ। — You will speak to her if she comes.
ਯੂ ਵਿਲ ਸ੍ਪੀਕ ਟੂ ਹਰ ਇਫ਼ ਸ਼ੀ ਕਮ੍ਸ.

10. ਬੇਚਾਰਾ ਗੋਲੀ ਨਾਲ ਮਾਰਿਆ ਗਿਆ। — The *unfortunate man* was shot dead.
ਦਿ ਅਨਫ਼ਾਰ੍ਚੁਨੇਟ ਮੈਨ ਵਾਜ਼ ਸ਼ੱਾਟ ਡੇਡ.

11. ਕੀ ਉਸ ਦੀ ਸ਼ਕਲ ਉਸ ਦੀ ਮਾਂ ਨਾਲ ਮਿਲਦੀ ਹੈ। — Does he resemble his mother ?
ਡਜ਼ ਹੀ ਰਿਜ਼ੇਮ੍ਬਲ ਹਿਜ਼ ਮਦਰ.

12. ਚਾਂਦੀ ਇਕ ਮੁੱਲਵਾਨ ਧਾਤੂ ਹੈ। — Silver is a precious metal. ਸਿਲ੍ਵਰ ਇਜ਼ ਏ ਪ੍ਰੇਸ਼ਿਅਸ ਮੈਟਲ.

13. ਮੈਂ ਅੱਠ ਸੌ ਬਤਾਲੀ ਰੁਪਏ ਪ੍ਰਾਪਤ ਕੀਤੇ। — I got eight hundred *and* forty two rupees.
ਆਈ ਗੱਾਟ ਏਟ ਹੰਡ੍ਰੇਡ ਐਂਡ ਫੱਾਰ੍ਟੀ ਟੂ ਰੁਪੀਜ਼.

14. ਉਹ ਐਤਵਾਰ ਨੂੰ ਚਰਚ ਜਾਂਦੀ ਹੈ। — On sunday she goes *to the church*.
ਔੱਨ ਸੱਨ੍ਡੇ ਸ਼ੀ ਗੋਜ਼ ਟੂ ਦ ਚਰ੍ਚ।

15. ਮੈਂ ਦੁਪਹਿਰ ਬਾਦ ਟਹਿਲਦਾ ਹਾਂ। — I take a walk *in* the afternoon.
ਆਈ ਟੇਕ ਏ ਵਾਕ ਇਨ ਦ ਆਫ਼ਟਰਨੂਨ।

16. ਮੈਂ ਇਹ ਪੁਸਤਕ ਤਿੰਨ ਰੁਪਏ ਤੋਂ ਖਰੀਦੀ। — I bought this book *for* three rupees.
ਆਈ ਬੱਾਟ ਦਿਸ ਬੁਕ ਫੱਾਰ ਥ੍ਰੀ ਰੁਪੀਜ਼।

17. ਉਹ ਅੰਗਰੇਜ਼ੀ ਤੋਂ ਇਲਾਵਾ ਜਰਮਨ ਪੜ੍ਹਨਗੇ। — They will study German *besides* English.
ਦੇ ਵਿਲ ਸ੍ਟੱਡੀ ਜਰ੍ਮਨ ਬਿਸਾਈਡ੍ਸ ਇੰਗਲਿਸ਼।

18. ਮੈਂ ਪੱਕਾ ਇਰਾਦਾ ਕੀਤਾ ਹੈ ਕਿ ਮੈਂ ਜਾਵਾਂਗਾ। — I am determined to go. ਆਈ ਐਮ ਡਿਟਰਮਿੰਡ ਟੂ ਗੋ।

19. ਮੈਂ ਪੱਕਾ ਇਰਾਦਾ ਕਰ ਲਿਆ ਹੈ ਕਿ ਉਹ ਜਾਵੇਗਾ । — I have decided that he shall go.
ਆਈ ਹੈਵ ਡਿਸਾਇਡਿਡ ਦੈਟ ਹੀ ਸ਼ੈਲ ਗੋ ।

20. ਅਸੀਂ ਤਸਵੀਰ ਦੀਵਾਰ ਤੇ ਟੰਗ ਦਿਤੀ ਹੈ । — We have *hung* the picture on the wall.
ਵੀ ਹੈਵ ਹੰਗ ਦ ਪਿਕ੍ਚਰ ਔਨ ਦ ਵਾਲ ।

21. ਕਾਤਿਲ ਫੜਿਆ ਗਿਆ ਅਤੇ ਫਾਂਸੀ ਤੇ ਲਟਕਾ ਦਿੱਤਾ ਗਿਆ । — The murderer was caught and *hanged*.
ਦ ਮਰ੍ਡਰਰ ਵਾਜ਼ ਕੌਟ ਐਂਡ ਹੈਂਗ੍ਡ ।

22. ਕੀ ਤੁਸੀਂ ਮੈਨੂੰ ਪੈਨ ਉਧਾਰ ਦਿਓਗੇ ! — Will you *lend* me your pen ?
ਵਿਲ ਯੂ ਲੈਂਡ ਮੀ ਯੁਅਰ ਪੈਨ ?

23. ਮੈਂ ਤੁਹਾਥੋਂ ਪੈਨ ਉਧਾਰ ਲੈਣਾ ਚਾਹੁੰਦਾ ਹਾਂ । — I want to borrow a pen from you.
ਆਈ ਵਾਂਟ ਟੂ ਬੌਰੋ ਏ ਪੈਨ ਫ੍ਰਾਮ ਯੂ ।

24. ਸਭਾ ਜਲਦੀ ਹੋਵੇਗੀ । — The meeting will *start* early.
ਦ ਮੀਟਿੰਗ ਵਿਲ ਸਟਾਰਟ ਅਰ੍ਲੀ ।

25. ਮੈਂ ਸਭਾ ਵਿਚ ਹਿੱਸਾ ਲਵਾਂਗਾ । — I shall take part *in* the meeting.
ਆਈ ਸ਼ੈਲ ਟੇਕ ਪਾਰਟ ਇਨ ਦ ਮੀਟਿੰਗ ।

26. ਮੈਂ ਰਾਤੀਂ ਜਲਦੀ ਲੇਟ ਗਿਆ ਸੀ ਪਰ ਮੈਨੂੰ ਨੀਂਦ ਨਹੀਂ ਆਈ । — I went *to* bed early last night but could not sleep.
ਆਈ ਵੇਂਟ ਟੂ ਬੈਡ ਅਰ੍ਲੀ ਲਾਸਟ ਨਾਈਟ ਬੱਟ ਕੁਡ ਨੌਟ ਸ੍ਲੀਪ ।

27. ਤੂੰ ਕਦੋਂ ਸੌਂਦਾ ਏਂ । — When do you go to bed ? ਵੇਨ ਡੂ ਯੂ ਗੋ ਟੂ ਬੈਡ

28. ਕੀ ਉਹ ਆਪਣਾ ਪੈਸਾ ਬੈਂਕ ਵਿਚ ਰਖਦੀ ਹੈ ? — Does she keep *her* money in the bank ?
ਡਜ਼ ਸ਼ੀ ਕੀਪ ਹਰ ਮਨੀ ਇਨ ਦ ਬੈਂਕ ?

29. ਇਥੇ ਗਰਮੀਆਂ ਵਿਚ ਬੜੀ ਗਰਮੀ ਪੈਂਦੀ ਹੈ । — Here it is *very* hot in the summer.
ਹਿਅਰ ਇਟ ਇਜ਼ ਵੈਰੀ ਹੌਟ ਇਨ ਦ ਸੱਮਰ ।

30. ਏਥੇ ਇਸ ਵੇਲੇ ਇੰਨੀ ਗਰਮੀ ਹੈ ਕਿ ਹੱਾਕੀ ਦਾ ਮੈਚ ਨਹੀਂ ਖੇਡਿਆ ਜਾ ਸਕਦਾ । — It is *too* hot here to play hockey.
ਇਟ ਇਜ਼ ਟੂ ਹੌਟ ਹਿਅਰ ਟੂ ਪ੍ਲੇ ਹੌਕੀ ।

31. ਮਦ੍ਰਾਸ ਕਲਕੱਤੇ ਨਾਲੋਂ ਜ਼ਿਆਦਾ ਦੂਰ ਹੈ । — Madras is *farther* than Calcutta.
ਮਡ੍ਰਾਸ ਇਜ਼ ਫਾਰ੍ਦਰ ਦੈਨ ਕੈਲ੍ਕਟਾ ।

32. ਅਸੀਂ ਹੋਰ ਜ਼ਿਆਦਾ ਖ਼ਬਰਾਂ ਇਕੱਠਿਆਂ ਕਰਾਂਗੇ । — We shall collect *further* news.
ਵੀ ਸ਼ੈਲ ਕੱਲੇਕਟ ਫਰ੍ਦਰ ਨਿਊਜ਼ ।

33. ਤੂੰ ਮੈਥੋਂ ਦੇਰ ਨਾਲ ਘਰ ਆਇਆ । — You came home *later* than I.
ਯੂ ਕੇਮ ਹੋਮ ਲੇਟਰ ਦੈਨ ਆਈ ।

34. ਦਿੱਲੀ ਅਤੇ ਬੰਬਈ ਵਡੇ ਸ਼ਹਿਰ ਹਨ । ਦੂਸਰਾ ਸਮੁੰਦਰ ਦੇ ਕਿਨਾਰੇ ਬਸਿਆ ਹੋਇਆ ਹੈ । — Delhi and Bombay are large cities, the *latter* is situated at the sea. ਡੇਲ੍ਹੀ ਐਂਡ ਬੱਮ੍ਬੇ ਆਰ ਲਾਰ੍ਜ ਸਿਟੀਜ਼ ਲੇਟਰ ਇਜ਼ ਸਿਚੁਏਟਿਡ ਐਟ ਦ ਸੀ ।

35. ਇਸ ਪੰਸਾਰੀ ਦੇ ਬਹੁਤ ਸਾਰੇ ਗਾਹਕ ਹਨ । — This grocer has plenty of *customers*.
ਦਿਸ ਗ੍ਰੋਸਰ ਹੈਜ਼ ਪ੍ਲੈਂਟੀ ਔਫ ਕਸ੍ਟਮਰਜ਼ ।

36. ਇਸ ਵਕੀਲ ਦੇ ਬਹੁਤ ਸਾਰੇ ਅਸਾਮੀ ਹਨ । — This lawyer has a number of *clients*.
ਦਿਸ ਲੱਾਯੇਰ ਹੈਜ਼ ਏ ਨੰਬਰ ਔਫ ਕ੍ਲਾਇੰਟ੍ਸ ।

37. ਮਾਂ ਨੇ ਮੈਨੂੰ ਕੁਝ ਚੰਗੀਆਂ ਨਸੀਹਤਾਂ ਦਿੱਤੀਆਂ । — The mother gave me some good *advice*.
ਦ ਮਦਰ ਗਿਵ ਮੀ ਸਮ ਗੁੱਡ ਐਡਵਾਇਸ ।

38. ਮੈਂ ਤੈਨੂੰ ਇਕ ਨਸੀਹਤ ਦੇਣੀ ਹੈ । — Let me give you a piece of *advice*.
ਲੇ'ਟ ਮੀ ਗਿਵ ਯੂ ਏ ਪੀਸ ਔਫ ਐਡਵਾਇਸ ।

39. ਰੁਖ਼ਸਾਨਾ ਦੇ ਬਾਲ ਲੰਮੇ ਹਨ । — Rukhsana has long *hair*. ਰੁਖ਼ਸਾਨਾ ਹੈਜ਼ ਲੌਂਗ ਹੇਅਰ ।

40. ਮੇਰੇ ਕੋਲ ਲੋੜੀਂਦੇ ਫਲ ਨਹੀਂ ਹਨ । — I do not have enough *fruits*.
ਆਈ ਡੂ ਨੌਟ ਹੈਵ ਏਨੱਫ਼ ਫ਼੍ਰੂਟਸ ।

41. ਕੀ ਤੂੰ ਦੋ ਦਰਜਨ ਕੇਲੇ ਖਰੀਦਣਾ ਚਾਹੁੰਦਾ ਹੈਂ ? — Do you want to buy two *dozen* bananas ?
ਡੂ ਯੂ ਵਾਂਟ ਟੂ ਬਾਈ ਟੂ ਡਜ਼ਨ ਬਨਾਨਾਜ਼ ?

42. ਦਰਜਨਾਂ ਕੇਲੇ ਪਏ ਹਨ । — There are *Dozens* of bananas.
ਦੇਅਰ ਆਰ ਡਜ਼ਨਜ਼ ਔਫ ਬਨਾਨਾਜ਼ ।

43. ਏਥੇ ਇਕ ਭੇਡ ਹੈ, ਉਥੇ ਇਕ ਹਿਰਨ । — Here is a *sheep* and there is a *deer*.
ਹਿਅਰ ਇਜ਼ ਏ ਸ਼ੀਪ ਐਂਡ ਦੇਅਰ ਇਜ਼ ਏ ਡਿਅਰ ।

44. ਗਡਰੀਏ ਕੋਲ ਵੀਹ ਭੇਡਾਂ ਅਤੇ ਦੋ ਹਿਰਨ ਹਨ । — The shepherd has twenty *sheep* and two *deer*.
ਦ ਸ਼ੈਫ਼ਰਡ ਹੈਜ਼ ਟ੍ਵੈਂਟੀ ਸ਼ੀਪ ਐਂਡ ਟੂ ਡਿਅਰ ।

45. ਉਸ ਦੀ ਤਨਖਾਹ ਘੱਟ ਹੈ । — Her *wages are* low. ਹਰ ਵੇਜਿਜ਼ ਆਰ ਲੋ ।

46. ਸੀਤਾ ਤੇ ਰੀਤਾ ਇਥੇ ਆ ਰਹੀਆਂ ਹਨ । — Sita as well as Rita are coming here.
ਸੀਤਾ ਐਜ਼ ਵੈੱਲ ਐਜ਼ ਰੀਟਾ ਆਰ ਕਮਿੰਗ ਹਿਅਰ ।

47. ਵਿਦਿਆਰਥੀਆਂ ਦੀ ਸੰਖਿਆ ਘਟ ਰਹੀ ਹੈ । — *The number* of students *is* decreasing.
ਦ ਨੰਬਰ ਔਫ ਸਟੂਡੈਂਟ੍ਸ ਇਜ਼ ਡਿਕ੍ਰੀਜ਼ਿੰਗ ।

48. ਬਹੁਤ ਸਾਰੇ ਵਿਦਿਆਰਥੀ ਅਜ ਗੈਰ ਹਾਜ਼ਿਰ ਹਨ । — Many students *are* absent today.
ਮੈਨੀ ਸਟੂਡੈਂਟ੍ਸ ਆਰ ਐਬਸੈਂਟ ਟੁਡੇ ।

49. ਕਲ੍ਹ ਅਸੀਂ ਰਾਤ ਖਾਣੇ ਵਿਚ ਮੱਛੀ ਖਾਵਾਂਗੇ । — We will have *fish* for dinner tomorrow.
ਵੀ ਵਿਲ ਹੈਵ ਫ਼ਿਸ਼ ਫ਼ੌਰ ਡਿੱਨਰ ਟੁਮਾਰੋ ।

50. ਮੈਂ ਇਸ ਕਿਤਾਬ ਨੂੰ ਡੇਢ ਘੰਟੇ ਵਿਚ ਪੜ੍ਹ ਲਿਆ । — I read this book in *one hour and a half*.
ਆਈ ਰੀਡ ਦਿਸ ਬੁੱਕ ਇਨ ਵੱਨ ਆਵ੍ਰ ਐਂਡ ਏ ਹਾਫ਼ ।

ਯਾਦ ਰਖਣ ਲਈ (To Remember)

*ਸੰਬੰਧ ਕਾਰਕ The genetive or possessive case ਦਿਖਾਉਣ ਲਈ ਅੰਗਰੇਜ਼ੀ ਵਿਚ ਇਕ ਸਰਲ ਵਿਧੀ ਹੈ ਜਿਸ ਨੂੰ ਅਪਾੱਸਟ੍ਰਾਫੀ Apostrophe ('), ਅਤੇ s ਕਿਹਾ ਜਾਂਦਾ ਹੈ। ਉਦਾਹਰਣ ਲਈ 'The boy spoiled the bird's nest (ਦ ਬੁਆਇ ਸੁਪਾੱਇਲਡ ਦ ਬਰ੍ਡ'ਸ ਨੇਸ੍ਟ) ਲੜਕੇ ਨੇ ਪੰਛੀ ਦਾ ਆਲ੍ਹਣਾ ਉਜਾੜ ਦਿੱਤਾ। ਖ਼ਾਸ ਧਿਆਨ ਦੇਣ ਵਾਲੀ ਗੱਲ ਇਹ ਹੈ ਕਿ ਜੇ ਉਸ ਸ਼ਬਦ ਦੇ ਬਹੁਵਚਨ ਦੇ ਅੰਤਲਾ ਅੱਖਰ s ਹੋਵੇ ਜਿਸ ਦਾ ਅਸੀਂ ਕਾਰਕ ਬਨਾਉਣਾ ਹੈ, ਅਜੇਹੀ ਹਾਲਤ ਵਿਚ ਕੇਵਲ apostrophe ਲਗਾਇਆ ਜਾਂਦਾ ਹੈ ਜਿਵੇਂ:— The boy spoiled the bird's nest. 'ਲੜਕੇ ਨੇ ਪੰਛੀ ਦਾ ਆਲ੍ਹਣਾ ਉਜਾੜ ਦਿੱਤਾ।' ਨਿਰਜੀਵ ਚੀਜ਼ ਦੇ ਨਾਂ ਨਾਲ apostrophe ਅਤੇ s ਨਹੀਂ ਵਰਤੇ ਜਾਂਦੇ। ਇਹਨਾਂ ਦੇ ਸੰਬੰਧ ਕਾਰਕ ਦਿਖਾਉਣ ਲਈ preposition (ਸੰਬੰਧਕ) ਦਾ ਪ੍ਰਯੋਗ ਕੀਤਾ ਜਾਂਦਾ ਹੈ ਜਿਵੇਂ:—The doors of the gate-way are made of iron. ਫਾਟਕ ਦੇ ਦਰਵਾਜ਼ੇ ਲੋਹੇ ਦੇ ਬਣੇ ਹੋਏ ਹਨ। ਫਿਰ ਵੀ ਇਸ ਨਿਯਮ ਦੇ ਕੁਝ ਅਪਵਾਦ ਹਨ ਜਿਵੇਂ—a week's leave, a month's pay, a day's journey, to their heart's content, in my mind's eye, a hair's breadth, a stone's throw, sun's rays, ਵਾਕਾਂ ਵਿਚ ਪ੍ਰਯੋਗ ਕਰਕੇ ਇਹਨਾਂ ਵਾਕ-ਅੰਸ਼ਾਂ ਨੂੰ ਯਾਦ ਕਰ ਲੈਣਾ ਚਾਹੀਦਾ ਹੈ।

59 ਉਨਾਠਵਾਂ ਦਿਨ th day

59. ਮੁਹਾਵਰੇ

IDIOMS (ਈਡਿਅਮੁਸ)

1. ਤੁਸੀਂ ਬੇਵਜਹ ਮੁਸੀਬਤ ਵਿਚ ਫਸੇ ਹੋ । — You got into trouble for nothing. ਯੂ ਗੱਟ ਇਨਟੂ ਟ੍ਰਬੱਲ ਫੱਰ ਨਥਿੰਗ.
2. ਸੰਸਾਰ ਵਿਚ ਹਰੇਕ ਆਪਣਾ ਉੱਲੂ ਸਿੱਧਾ ਕਰਨਾ ਚਾਹੁੰਦਾ ਹੈ । — In this world everybody wants to grind his own axe. ਇਨ ਦਿਸ ਵਰੁਲਡ ਏਵਰੀਬਾਡੀ ਵੱਟਸ ਟੂ ਗ੍ਰਾਈਂਡ ਹਿਜ਼ ਓਨ ਏਕੁਸ.
3. ਅਭਿਆਸ ਆਦਮੀ ਨੂੰ ਨਿਪੁੰਨ ਬਣਾਉਂਦਾ ਹੈ । — Practice makes a man perfect. ਪ੍ਰੈਕੁਟਿਸ ਮੇਕਸ ਏ ਮੈਨ ਪਰਫੇਕੁਟ.
4. ਅੱਛਾ, ਜੋ ਹੋਇਆ ਸੋ ਹੋਇਆ, ਭਵਿੱਖ ਵਿਚ ਧਿਆਨ ਰੱਖਣਾ । — Let bygones be bygones, take care in future. ਲੇ'ਟ ਬਾਇਗੱਨਸ, ਬੀ ਬਾਇਗੱਨੁਸ, ਟੇਕ ਕੇਅਰ ਇਨ ਫ਼ਿਊਚਰ.
5. ਉਨ੍ਹਾਂ ਵਿਚਕਾਰ ਤੂੰ-ਤੂੰ ਮੈਂ-ਮੈਂ ਹੋ ਗਈ । — They exchanged hot words. ਦੇ ਏਕਸੁਚੇਂਜੁਡ ਹੱਟ ਵਰੁਡੁਸ.
6. ਲਗਦਾ ਏ ਕਿ ਉਸ ਦੀ ਹੋਸ਼ ਟਿਕਾਣੇ ਨਹੀਂ । — It appears, he is off his wits. ਇਟ ਅੱਪੀਅਰੁਸ, ਹੀ ਇਜ਼ ਅੱਫ ਹਿਜ਼ ਵਿਟੁਸ.
7. ਨਾਰ੍ਹਿਆਂ ਨਾਲ ਆਸਮਾਨ ਗੂੰਜ ਪਿਆ । — The shouts rent the sky. ਦ ਸ਼ਾਉਟਸ ਰੈਂਟ ਦ ਸੁਕਾਈ.
8. ਮੈਂ ਉਸ ਦੀ ਤਾਰੀਫ਼ ਦੇ ਪੁਲ ਬੰਨ੍ਹ ਦਿਤੇ । — I praised him to the skies. ਆਈ ਪ੍ਰੇਜ਼ੁਡ ਹਿਮ ਟੂ ਦ ਸੁਕਾਈਜ਼.
9. ਅਜਕਲ੍ਹ ਤੇਰੀਆਂ ਪੰਜੇ ਉਂਗਲੀਆਂ ਘਿਉ ਵਿਚ ਹਨ । — Now-a-days your bread is buttered. ਨਾਉ-ਏ-ਡੇਜ਼ ਯੁਅਰ ਬ੍ਰੈਡ ਇਜ਼ ਬੱਟਰੁਡ.
10. ਉਹ ਬੜਾ ਹੱਸਮੁਖ ਹੈ । — He is a jolly fellow. ਹੀ ਇਜ ਏ ਜੌਲੀ ਫੈਲੋ.
11. ਆਪਣਾ ਬੋਰੀ-ਬਿਸਤਰ ਬੰਨ੍ਹ ਲਓ । — Pack up your bag and baggage. ਪੈਕ ਯੁਅਰ ਬੈਗ ਐਂਡ ਬੈਗੇਜ.
12. ਮੇਰੇ ਅਤੇ ਤੁਹਾਡੇ ਵਿਚ ਜ਼ਮੀਨ-ਆਸਮਾਨ ਦਾ ਅੰਤਰ ਹੈ । — We are poles appart. ਵੀ ਆਰ ਪੋਲੁਜ਼ ਅਪਾਰੁਟ.
13. ਤੂੰ ਇਸ ਮੁੰਡੇ ਨੂੰ ਬੜਾ ਸਿਰ ਚੜ੍ਹਾਇਆ ਹੋਇਆ ਹੈ । — You have given a long rope to this boy. ਯੂ ਹੈਵ ਗਿਵਨ ਏ ਲੱਨੁਗ ਰੋਪ ਟੂ ਦਿਸ ਬੁਆਇ.
14. ਉਹ ਹੰਜੂ ਪੀ ਕੇ ਰਹਿ ਗਿਆ । — He pocketed the insult. ਹੀ ਪੱਕਿਟਿਡ ਦ ਇਨਸੁਲਟ.
15. ਅਜਕਲ੍ਹ ਰੇਡੀਓ ਖ਼ੂਬ ਵਿਕ ਰਹੇ ਹਨ । — Now-a-days radios are selling like hot cakes. ਨਾਓ-ਏ-ਡੇਜ਼ ਰੇਡੀਓਜ਼ ਆਰ ਸੇਲਿੰਗ ਲਾਇਕ ਹੱਟ ਕੇਕੁਸ

16. ਕਣਕ ਦੇ ਨਾਲ ਘੁਣ ਵੀ ਪਿਸ ਜਾਂਦਾ ਹੈ। The innocent are punished along with the guilty. ਦਿ ਇੱਨੋਸੈਂਟ ਆਰ ਪਨਿਸ਼ਡ ਅਲੱਾਂਗ ਵਿਦ ਦ ਗਿਲਟੀ.

17. ਡਾਕੂ ਰਤਨਾਕਰ ਨੇ ਜੀਵਨ ਦਾ ਰੁਖ਼ ਹੀ ਬਦਲ ਦਿੱਤਾ ਅਤੇ ਸਾਧੂ ਬਣ ਗਿਆ। Ratnaker dacoit turned over a new leaf and became a saint. ਰਤਨਾਕਰ ਡੇਕੱਾਇਟ ਟਰਨ੍ਡ ਓਵਰ ਏ ਨਿਊ ਲੀਫ ਐਂਡ ਬਿਕੇਮ ਏ ਸੇਂਟ.

18. ਮੌਕਾ ਸੰਭਾਲੋ, ਸਫਲਤਾ ਤੁਹਾਡੀ ਹੈ। Take the time by the forelock and success is yours. ਟੇਕ ਦ ਟਾਇਮ ਬਾਈ ਦ ਫੋਰਲੱਾਕ ਐਂਡ ਸਕੱਸੈਸ ਇਜ਼ ਯੁਅਰਸ.

19. ਮੌਕਾਪਰਸਤ ਉਗਦੇ ਸੂਰਜ ਦੀ ਖ਼ੁਸ਼ਾਮਦ ਕਰਨੋਂ ਝਿਜਕਦੇ ਨਹੀਂ। Opportunists never hesitate to worship the rising sun. ਅਪੱਾਰਚੂਨਿਸਟ੍ਸ ਨੇਵਰ ਹੈਸਿਟੇਟ ਟੂ ਵਰਸ਼ਿਪ ਦ ਰਾਇਜ਼ਿੰਗ ਸਨ.

20. ਉਹ ਅਜਕਲ੍ਹ ਬੜੀ ਮੌਜ ਵਿਚ ਹੈ। He is making merry these days. ਹੀ ਇਜ਼ ਮੇਕਿੰਗ ਮੈਰੀ ਦੀਜ਼ ਡੇਜ਼.

21. ਮੋਹਨ ਚਾਲ੍ਹੀਆਂ ਸਾਲਾਂ ਤੋਂ ਘੱਟ ਦਾ ਹੈ। Mohan is on the right side of forty, ਮੋਹਨ ਇਜ਼ ਆੱਨ ਦ ਰਾਇਟ ਸਾਈਡ ਆੱਫ ਫ਼ਾਰਟੀ.

22. ਭਾਵੇਂ ਉਹ ਭਰਾ ਹਨ, ਪਰ ਸੁਭਾ ਦੋਹਾਂ ਦਾ ਉਲਟ ਹੈ। Though they are brother, they are poles apart in manners. ਦੋ ਦੇ ਆਰ ਬ੍ਰਦਰ,ਦੇ ਆਰ ਪੋਲ੍ਸ ਏਪੱਾਟ ਇਨ ਮੇਨ੍ਰਸ.

23. ਚੋਰ ਚੋਰੀ ਕਰਦੇ ਸਮੇਂ ਫੜਿਆ ਗਿਆ। The thief was caught red-handed. ਦ ਥੀਫ਼ ਵਾਜ਼ ਕੱਾਟ ਰੇਡ-ਹੈਂਡਿਡ.

24. ਬੱਚਾ ਆਪਣੇ ਚਾਚੇ ਦੀ ਦੇਖ-ਰੇਖ ਵਿਚ ਹੈ। The child is under his uncle's care. ਦ ਚਾਇਲ੍ਡ ਇਜ਼ ਅੰਡਰ ਹਿਜ਼ ਅੰਕਲ੍ਸ ਕੇਅਰ.

25. ਸਟੇਸ਼ਨ ਮੇਰੇ ਪਿੰਡ ਦੇ ਬਹੁਤ ਨੇੜੇ ਹੈ। The station is within a stone's throw from my village. ਦ ਸ੍ਟੇਸ਼ਨ ਇਜ਼ ਵਿਦਿਨ ਏ ਸ੍ਟੋਨ੍ਸ ਥ੍ਰੋ ਫ਼੍ਰੱਾਮ ਮਾਈ ਵਿਲੇਜ.

26. ਲੜਕਾ ਪ੍ਰਿੰਸੀਪਲ ਦੀ ਚੰਗੀ ਨਜ਼ਰ ਵਿਚ ਆ ਗਿਆ ਹੈ। The boy is in the good books of the principal. ਦ ਬੁਆਇ ਇਜ਼ ਇਨ ਦ ਗੁੱਡ ਬੁਕ੍ਸ ਆਫ ਦ ਪ੍ਰਿੰਸੀਪਲ.

60 ਅਖਾਣ — PROVERBS (ਪ੍ਰੱਾਵਰਬਸ)

1. ਸੋਨੇ ਵਿਚ ਸੁਗੰਧ। It's a paradise on earth. ਇਟ੍'ਸ ਏ ਪੈਰਾਡਾਈਜ਼ ਆੱਨ ਅਰਥ
2. ਜੈਸਾ ਦੇਸ਼ ਵੈਸਾ ਭੇਸ। While in Rome do as Romans do. ਵ੍ਹਾਇਲ ਇਨ ਰੋਮ ਡੂ ਐਜ਼ ਰੋਮਨ੍ਸ ਡੂ.
3. ਜੈਸੀ ਕਰਨੀ ਵੈਸੀ ਭਰਨੀ। As you sow so shall you reap. ਐਜ਼ ਯੂ ਸੋਅ੍ ਸੋ ਸ਼ੈਲ ਯੂ ਰੀਪ.
4. ਜੰਗਲ ਵਿਚ ਮੋਤੀ ਦੀ ਕਦਰ ਨਹੀਂ ਹੁੰਦੀ। A thing is valued where it belongs. ਏ ਥਿੰਗ ਇਜ਼ ਵੈਲਊਡ ਵ੍ਹੇਅਰ ਇਟ ਬਿਲੱਾਨ੍ਗ੍ਸ.

5. ਆਪ ਭਲਾ ਤੇ ਜਗ ਭਲਾ ।	To the good the world appears good. ਟੂ ਦ ਗੁੱਡ ਦ ਵਰਲ੍ਡ ਅੱਪੀਅਰਸ ਗੁੱਡ.
6. ਥੋਥਾ ਚਨਾ ਬਾਜੇ ਘਨਾ ।	An empty vessel makes much noise. ਐਨ ਐਮਪ੍ਟੀ ਵੈਸਲ ਮੇਕ੍ਸ ਮਚ ਨੱਇਸ.
7. ਇਕ ਤੰਦਰੁਸਤੀ ਹਜ਼ਾਰ ਨਿਆਮਤ ।	Health is wealth ਹੈਲ੍ਥ ਇਜ਼ ਵੈਲ੍ਥ.
8. ਦੁੱਖ ਸਹੇ ਬਿਨਾਂ ਸੁੱਖ ਨਹੀਂ ਮਿਲਦਾ ।	No pain, no gain. ਨੋ ਪੇਨ, ਨੋ ਗੇਨ.
9. ਗਿਆ ਸਮਾਂ ਫਿਰ ਹੱਥ ਨਹੀਂ ਆਉਂਦਾ ।	Time once lost cannot be regained. ਟਾਈਮ ਵਨ੍ਸ ਲੱਸਟ ਕੈਨਨੱਟ ਬੀ ਰਿਗੇਨ੍ਡ.
10. ਖਰਬੂਜ਼ੇ ਨੂੰ ਦੇਖ ਕੇ ਖਰਬੂਜ਼ਾ ਰੰਗ ਬਦਲਦਾ ਹੈ ।	Society moulds man. ਸੋਸਾਇਟੀ ਮੋਲ੍ਡ੍ਸ ਮੈਨ.
11. ਏਕਤਾ ਵਿਚ ਤਾਕਤ ਹੁੰਦੀ ਹੈ ।	Union is strength. ਯੂਨਿਅਨ ਇਜ਼ ਸਟ੍ਰੇਂਗਥ.
12. ਗਧੇ ਨੂੰ ਗਧਾ ਖਾਜ ਕਰਦਾ ਹੈ ।	Fools praise fools. ਫੂਲ੍ਜ਼ ਪ੍ਰੇਜ਼ ਫੂਲ.
13. ਆਪਣੀ-ਆਪਣੀ ਡਫਲੀ ਆਪਣਾ ਆਪਣਾ ਰਾਗ ।	Many heads many minds. ਮੈਨੀ ਹੈਡ੍ਸ ਮੈਨੀ ਮਾਇੰਡ੍ਸ.
14. ਜੋ ਗਰਜਦੇ ਹਨ ਸੋ ਬਰਸਦੇ ਨਹੀਂ ।	Barking dogs seldom bite. ਬਾਰ੍ਕਿੰਗ ਡੱਗ੍ਸ ਸੈਲਡਮ ਬਾਇਟ.
15. ਮਨ ਦੇ ਲੱਡੂਆਂ ਨਾਲ ਭੁੱਖ ਨਹੀਂ ਮਿਟਦੀ ।	It is no use building castles in the air. ਇਟ ਇਜ਼ ਨੋ ਯੂਸ ਬਿਲ੍ਡਿੰਗ ਕਾਸਲ੍ਜ਼ ਇਨ ਦ ਏਅਰ.
16. ਗਵਾਰ ਗੰਨਾ ਨਾ ਦੇਵੇ ਭੇਲੀ ਦੇਵੇ ।	Penny wise pound foolish. ਪੈਨੀ ਵਾਈਜ਼ ਪਾਉਂਡ ਫੂਲਿਸ਼.
17. ਹੱਥ ਕੰਙਣ ਨੂੰ ਆਰਸੀ ਕੀ ?	Truth prevails. ਟ੍ਰੁਥ ਪ੍ਰਿਵੇਲ੍ਸ.
18. ਏਕਤਾ ਬੜੀ ਚੀਜ਼ ਹੈ ।	Union is strength. ਯੂਨੀਅਨ ਇਜ਼ ਸਟ੍ਰੈਂਗ੍ਥ.
19. ਚਾਰ ਦਿਨ ਦੀ ਚਾਂਦਨੀ ਫੇਰ ਅਨ੍ਹੇਰੀ ਰਾਤ ।	A nine days's wonder. ਏ ਨਾਇਨ ਡੇਜ਼ ਵਨ੍ਡਰ.
20. ਉਧਾਰ ਦਿਓ, ਦੁਸ਼ਮਨ ਬਣਾਓ ।	Give a loan, an enemy own. ਗਿਵ ਏ ਲੋਨ, ਐਨ ਐਨ੍ਮੀ ਓਨ.
21. ਇਕ ਥੈਲੀ ਦੇ ਚੱਟੇ-ਵੱਟੇ ।	Birds of a feather flock together. ਬਰ੍ਡ੍ਸ ਅੱਫ਼ ਏ ਫ਼ੈਦਰ ਫ਼ਲੱਕ ਟੁਗੈਦਰ.
22. ਜਿਥੇ ਚਾਹ, ਉਥੇ ਰਾਹ ।	Where there is a will, there is a way. ਵ੍ਹੇਅਰ ਦੇਅਰ ਇਜ਼ ਏ ਵਿਲ, ਦੇਅਰ ਇਜ਼ ਏ ਵੇ.
23. ਨੱਚਣਾ ਨਾ ਆਵੇ, ਫਿਟੇ ਮੂੰਹ ਗੋਡਿਆਂ ਦਾ ।	A bad carpenter quarrels with his tools. ਏ ਬੈਡ ਕਾਰਪੇਂਟਰ ਕਵੇਰਲ੍ਸ ਵਿਦ ਹਿਜ਼ ਟੂਲ੍ਸ.
24. ਚੁੱਪ ਦਾ ਮਤਲਬ ਅੱਧੀ ਮਰਜ਼ੀ ।	Silence is half commitment. ਸਾਇਲੇਂਸ ਇਜ਼ ਹਾਫ ਕੱਮਿਟਮੇਂਟ.

25. ਅੱਧਜਲ ਗਗਰੀ ਛਲਕਦੀ ਜਾਏ । An empty vessel makes much noise.
ਐਨ ਐਮਪ੍ਟੀ ਵੈੱਸਲ ਮੇਕ੍ਸ ਮਚ ਨੱਾਇਸ.

26. ਆਦਮੀ ਪੇਟ ਦਾ ਗੁਲਾਮ । A man is a slave to his stomach.
ਏ ਮੈਨ ਇਜ਼ ਏ ਸ੍ਲੇਵ ਟੂ ਹਿਜ਼ ਸ੍ਟੱਾਮਕ.

27. ਆਪਣੀ ਗਲੀ ਵਿਚ ਕੁੱਤਾ ਵੀ ਸ਼ੇਰ । A dog is a lion in his lane.
ਏ ਡੱਾਗ ਇਜ਼ ਏ ਲੱਾਇਨ ਇਨ ਹਿਜ਼ ਲੇਨ.

28. ਅੱਗਾ ਦੌੜ, ਪਿੱਛਾ ਚੌੜ । The more haste, the worse speed.
ਦ ਮੋਰ ਹੇਸ੍ਟ, ਦ ਵਰ੍ਸ ਸ੍ਪੀਡ.

29. ਨੌ ਨਕਦ ਨਾ ਤੇਰ੍ਹਾਂ ਉਧਾਰ । A bird in hand is worth two in the bush.
ਏ ਬਰ੍ਡ ਇਨ ਹੈਂਡ ਇਜ਼ ਵਰ੍ਥ ਟੂ ਇਨ ਦ ਬੁਸ਼.

30. ਦੁੱਧ ਦਾ ਸੜਿਆ ਲੱਸੀ ਨੂੰ ਫੂਕ ਮਾਰ ਕੇ ਪੀਂਦਾ ਹੈ । A burnt child dreads the fire.
ਏ ਬਰ੍ਨ੍ਟ ਚਾਇਲ੍ਡ ਡ੍ਰੈਡ੍ਸ ਦ ਫਾਇਰ.

31. ਮੂੰਹ ਵਿਚ ਰਾਮ ਬਗਲ ਵਿਚ ਛੁਰੀ । A honey tongue, a heart of gall.
ਏ ਹਨੀ ਟੰਗ, ਏ ਹਾਰ੍ਟ ਅੱਾਫ ਗਾਲ.

32. ਨੀਮ ਹਕੀਮ ਖਤਰਾ ਜਾਨ । A little knowledge is a dangerous thing.
ਏ ਲਿੱਟਲ ਨੱਾਲੇਜ ਇਜ਼ ਏ ਡੇਂਜਰਸ ਥਿੰਗ.

33. ਅੰਤ ਭਲੇ ਦਾ ਭਲਾ । All's well that ends well.
ਆਲ'ਸ ਵੈਲ ਦੈਟ ਏਂਡ੍ਸ ਵੈਲ.

34. ਕਪੜੇ ਦੇਖ ਕੇ ਇੱਜ਼ਤ ਮਿਲਦੀ ਹੈ । Style makes the man. ਸ੍ਟਾਈਲ ਮੇਕ੍ਸ ਦ ਮੈਨ.

35. ਕੰਡੇ ਨਾਲ ਕੰਡਾ ਨਿਕਲਦਾ ਹੈ । One nail drives another.
ਵਨ ਨੇਲ ਡ੍ਰਾਇਵ੍ਸ ਐਨੱਾਦਰ੍.

36. ਜਲਦੀ ਵਿਸ਼ਵਾਸ ਕਰਨ ਲਈ ਵੱਡਾ ਜਿਗਰਾ ਚਾਹੀਦਾ ਹੈ। Quick believers need broad shoulders.
ਕ੍ਵਿਕ ਬਿਲੀਵਰ੍ਜ਼ ਨੀਡ ਬ੍ਰੱਾਡ ਸ਼ੋਲ੍ਡਰ੍ਸ.

37. ਮੋਤੀ ਗਹਿਰੇ ਪਾਣੀ ਵਿਚ ਹੁੰਦਾ ਹੈ । Truth lies at the bottom of a well.
ਟ੍ਰੁਥ ਲਾਇਜ਼ ਐਟ ਦ ਬੱਾਟਮ ਅੱਾਫ ਏ ਵੈਲ.

38. ਜੁਆਨੀ ਦਿਵਾਨੀ ਹੁੰਦੀ ਹੈ । Youth must have its fling.
ਯੂਥ ਮਸ੍ਟ ਹੈਵ ਇਟ੍ਸ ਫ੍ਲਿੰਗ.

39. ਹਰ ਚੀਜ਼ ਦਾ ਸਮਾਂ ਹੁੰਦਾ ਹੈ । There is a time for all things.
ਦੇਅਰ ਇਜ਼ ਏ ਟਾਈਮ ਫੱਾਰ ਆਲ ਥਿੰਗ੍ਸ.

40. ਝੂਠ ਦਾ ਅੰਤ ਨਹੀਂ । One lie leads to another.
ਵਨ ਲਾਈ ਲੀਡ੍ਸ ਟੁ ਐਨੱਾਦਰ੍.

41. ਇਸ ਸੰਸਾਰ ਵਿਚ ਹਰਤਰ੍ਹਾਂ ਦੇ ਲੋਕ ਹੁੰਦੇ ਹਨ । It takes all sorts to make a world.
ਇਟ ਟੇਕ੍ਸ ਆਲ ਸੱਾਰ੍ਟ੍ਸ ਟੁ ਮੇਕ ਏ ਵਰ੍ਲ੍ਡ.

42. ਤਾਲੀ ਦੋਹਾਂ ਹੱਥਾਂ ਨਾਲ ਵਜਦੀ ਹੈ । It takes to make a quarrel.
ਇਟ ਟੇਕ੍ਸ ਟੂ ਮੇਕ੍ਸ ਏ ਕ੍ਵੇਰਲ.

43. ਮਿੱਤਰ ਉਹੀ ਜੋ ਮੁਸੀਬਤ ਵਿਚ ਕੰਮ ਆਵੇ । A Friend in need is a friend indeed.
ਏ ਫ੍ਰੈਂਡ ਇਨ ਨੀਡ ਇਜ਼ ਏ ਫ੍ਰੈਂਡ ਇਨਡੀਡ.

ਯਾਦ ਰਖਣ ਲਈ (To Remember)

ਜੇ ਇਹੋ ਜਿਹੇ ਸ਼ਬਦ ਦਾ ਸੰਬੰਧ ਕਾਰਕ ਬਣਾਉਣਾ ਹੈ ਜਿਨ੍ਹਾਂ ਦਾ ਆਖਰੀ ਪਦ-ਅੰਸ਼ ਦਾ ਅੱਖਰ s ਹੋਵੇ ਅਤੇ ਅੰਤਲਾ ਅੱਖਰ ਵੀ s ਹੋਵੇ ਤਾਂ ਕੇਵਲ apostrophe ਵਰਤਿਆ ਜਾਂਦਾ ਹੈ ਜਿਵੇਂ Moses' laws are found in the Bible. (ਮੋਜ਼ ਲਾੱਜ਼ ਆਰ ਫਾਉਂਡ ਇਨ ਦਾ ਬਾਈਬਲ) ਹਜ਼ਰਤ ਮੂਸਾ ਦੇ ਨਿਯਮ ਬਾਈਬਲ ਵਿਚ ਲਿਖੇ ਹੋਏ ਹਨ। ਜਿਸ ਸ਼ਬਦ ਦਾ ਅੰਤਲਾ ਪਦ-ਅੰਸ਼ s ਵਿਚ ਪੂਰਾ ਹੋਵੇ ਪਰ s ਤੋਂ ਸ਼ੁਰੂ ਨਾ ਹੋਵੇ ਤਾਂ apostrophe ਅਤੇ s ਦਾ ਪ੍ਰਯੋਗ ਹੁੰਦਾ ਹੈ ਜਿਵੇਂ—Porus's army was large (ਪੋਰਸ'ਸ ਆਰ੍ਮੀ ਵਾਜ਼ ਲਾੱਰ੍ਜ) 'ਪੋਰਸ ਦੀ ਫ਼ੌਜ ਬਹੁਤ ਵੱਡੀ ਸੀ।' ਕਈ ਵਾਰੀ ਉਸ ਨਾਂਵ ਦੇ ਅੱਗੇ ਵਾਲੀ ਨਾਂਵ ਨੂੰ ਛੱਡ ਦਿੱਤਾ ਜਾਂਦਾ ਹੈ ਜਿਸ ਦਾ ਸੰਬੰਧ ਕਾਰਕ ਬਣਾਉਣ ਹੁੰਦਾ ਹੈ। ਉਦਾਹਰਣ ਦੇ ਲਈ I stopped at my uncle's last night, (ਆਈ ਸਟਾੱਪ੍ਡ ਐਟ ਮਾਈ ਅੰਕਾਲ'ਸ ਲਾਸ੍ਟ ਨਾਇਟ) ਮੈਂ ਕਲ੍ਹ ਰਾਤ ਆਪਣੇ ਚਾਚਾ ਜੀ ਦੇ ਘਰ ਠਹਿਰ ਗਿਆ ਸੀ। ਇਸ ਵਾਕ ਵਿਚ uncle's ਦਾ ਅਰਥ ਹੈ—uncle's house ਪਰ house ਨੂੰ ਛੱਡ ਦਿੱਤਾ ਗਿਆ ਹੈ।

60 ਸੱਠਵਾਂ ਦਿਨ th day

51 ਤੋਂ 55 ਦਿਨ

TEST NO. 1

16 ਤੋਂ ਜ਼ਿਆਦਾ Very good 12 ਤੋਂ ਜ਼ਿਆਦਾ Fair

I. ਹੇਠਾਂ ਦਿਤੇ ਵਾਕਾਂ ਵਿਚ ਕਿਤੇ ਨਾ ਕਿਤੇ ਗ਼ਲਤੀ ਹੈ। ਇਹ ਵਾਕ ਤੁਸੀਂ ਪਿਛੇ ਵੀ ਸਿਖ ਚੁਕੇ ਹੋ। ਇਹਨਾਂ ਨੂੰ ਠੀਕ ਕਰਕੇ ਆਪਣੀ ਯੋਗਤਾ ਦੀ ਪਰੀਖਿਆ ਕਰੋ। ਸ਼ੁੱਧ ਵਾਕਾਂ ਦਾ ਸੰਕੇਤ ਵਾਕਾਂ ਦੇ ਅੰਤ ਵਿਚ ਦਿੱਤਾ ਗਿਆ ਹੈ। ਉਨ੍ਹਾਂ ਨਾਲ ਆਪਣੇ ਉੱਤਰ ਮਿਲਾਓ।

1. Please do not trouble myself. (36 : 10) 2. Please stay little more. (36 : 11) 3. Put up the notice at the notice-board. (38 : 6) 4. He is very proud for his promotion. (38 : 32) 5. He was accused for murder. (40 : 1) 6. He has been released at bail. (40 : 6) 7. He was sentenced for death. (40 : 22) 8. My radio is stopped (41 : 3) 9. Now switch to Vivid Bharti. (41 : 6) 10. Have you weighted the parcel? (41 : 16) 11. You can new your radio licence from the Post Office. (41 : 13) 12. We have loosed our way. (42 : 2) 13. Why did you came back soon? (42 : 5) 14. The road is close for repair. (42 : 23) 15. The train is due on half past eleven. (42 : 37) 16. We were listening music. (43 : 1) 17. It was a very interested story. (43 : 8) 18. Do not depend on others. (44 ; 6) 19. Do not spit at the floor. (44 : 14) 20. Go for walk in morning and evening. (45 : 10)

56 ਤੋਂ 59 ਦਿਨ

TEST NO 2.

16 ਤੋਂ ਉੱਪਰ Very good 12 ਤੋਂ ਉੱਪਰ Fair

II. ਇਹ ਵਾਕ ਤੁਸੀਂ ਪਿੱਛੇ ਵੀ ਪੜ੍ਹ ਆਏ ਹੋ। ਪਰ ਇਥੇ ਉਹ ਥੋੜੇ ਬਦਲੇ ਹੋਏ ਅਤੇ ਗਲਤ ਹਨ। ਜਿਥੇ ਤੁਹਾਨੂੰ ਗਲਤੀ ਦਿੱਸੇ, ਉਸ ਨੂੰ ਸੁਧਾਰੋ ਅਤੇ ਸੰਕੇਤਾਂ ਦੀ ਸਹਾਇਤਾ ਨਾਲ ਉਹਨਾਂ ਦੀ ਪਰੀਖਿਆ ਕਰੋ—

1. Have the account clear. (46 : 1) 2. Did you got your wages? (46 : 10) 3. Shortage is of money. (46 : 21) 4. How is he getting with his work? (47 : 21) 5. The honesty is best policy. (49 : 8) 6. The man is slave to his stomach. (49 : 14) 7. Your coat is not similar to mine. (58 :3) 8. You will speak to her if she will come. (58 : 9) 9. Will you please borrow me a pen? (58 : 22) 10. You come to home latter than I. (58 : 33) 11. Numbers of the students are decreasing. (58 : 47) 12. I read this book in one and a half hour. (58 : 50) 13. Sita as well as Rita are coming here. (58 : 46) 14. The mother gave me some good advices. (58 : 37) 15. The unfortunate

was shot-dead. (58 : 10) 16. They will study German beside English. (58 : 17) 17. The murderer was caught and hung. (58 : 21) 18. A dog is a wolf in his lane. (60 : 27) 19. All's well that end's well. (60 : 33) 20. A crow in hand is worth than two in the bush. (60 : 29)

TEST NO 3

20 ਤੋਂ ਵੱਧ Very good   15 ਤੋਂ ਵੱਧ Fair

III. ਹੇਠਾਂ ਕੁਝ ਅਸ਼ੁੱਧ ਵਾਕ ਦਿੱਤੇ ਗਏ ਹਨ, ਉਹਨਾਂ ਨੂੰ ਸ਼ੁੱਧ ਕਰਕੇ ਸਾਡੇ ਉੱਤਰ ਵਾਕਾਂ ਨਾਲ ਮਿਲਾਓ । ਇਸਦੇ ਨਾਲ ਹੀ ਇਹ ਜਾਨਣ ਦਾ ਜਤਨ ਵੀ ਕਰੋ ਕਿ ਇਹਨਾਂ ਵਿਚ ਕਿਸ ਪ੍ਰਕਾਰ ਦੀ ਗ਼ਲਤੀ ਹੈ ।

(1) I shall see you when I shall come back. (2)Rama does not afraid of anybody.(3) Have you read an interested story ? (4) Millions were injured in the war. (5) I am going to lay down for an hour. (6) I do not wish any reward. (7) Last week visited our school an inspector. (8) I consider you as my best friend. (9) They have not replied us. (10) English are fond of sports. (11) This is glass. There's coffee in it. (12) Hundred years make a century. (13) When she got married ? (14) I wonder whether there is some time left. (15) Do you go often fishing ? (16) Kumar often is childish. (17) She frequently is late. (18) The speaker told them not to make noise. (19) Open your book at six page. (20) He is in class ninth. (21) He is more better than I. (22) These all mangoes are ripe. (23) This book costs rupees ten. (24) He got nearly cent percent marks. (25) Himalayas are mountains.

ਸ਼ੁੱਧ ਵਾਕ—

(1) I shall see you when I come back. (2) Rama is not afraid of anybody. (3) Have you read an interesting story ? (4) Millions were wounded in the war. (5) I am going to lie down for an hour. (6) I do not wish for any reward. (7) An inspector visited our school last week. (8) I consider you my best friend. (9)They have not replied to us yet. (10) The English are fond of sports. (11) This is a glass. There's coffee in it. (12) A hundred years make a century. (13) When did she get married ? (14) I wonder whether there is any time left. (15) Do you often go fishing ? (16) Kumar is often childish. (17) She is frequently late. (18) The speaker told them not to make a noise. (19) Open your book at page six. (20) He is in **class nine** (or the ninth class). (21) He is better than I. (22) All these mangoes are ripe. (23) This book costs ten rupees. (24) He got nearly full marks. (25) The Himalayas are mountains.

TEST NO. 4

12 ਤੋਂ ਵੱਧ Very good

IV. ਕੁਝ ਲੋਕ ਅੰਗ੍ਰੇਜ਼ੀ ਬੋਲਦੇ ਹੋਏ ਵਿਆਕਰਣ ਸੰਬੰਧੀ ਗਲਤੀਆਂ (Grammatical mistakes) ਕਰ ਜਾਂਦੇ ਹਨ । ਇਹਨਾਂ ਗਲਤੀਆਂ ਨੂੰ ਧਿਆਨ ਨਾਲ ਸੁਧਾਰ ਕੇ ਯਾਦ ਕਰਨਾ ਚਾਹੀਦਾ ਹੈ । ਕੁਝ ਗੁਲਤ ਵਾਕ ਏਥੇ ਦਿੱਤੇ ਗਏ ਹਨ । ਇਹਨਾਂ ਵਿਚ ਵਿਆਕਰਣ ਦੀਆਂ ਗਲਤੀਆਂ ਠੀਕ ਕਰੋ—

1. He can *speaks* English very well. 2. This film will be *played* shortly. 3. Your elder brother is five and half feet *high*. 4. The player play very *good*. 5. Many *homes*

have been built. 6. She is *coward girl.* 7. We had a nice *play* of football. 8. I have *no* any mistakes in my dictation. 9. Strong *air* blew my clothes away. 10. I hurt a *finger* of my right foot. 11. She does not look *as* her brother. 12. I have a *plenty work* to do. 13. She spends *the rest day* at home. 14. His father was *miser.* 15. *After* they went home for dinner.

ਸ਼ੁੱਧ ਪੂਰਕ ਸ਼ਬਦ ਜੋ ਕਿ ਵਾਕਾਂ ਦੇ ਵਿਚ ਟੇਢੇ ਸ਼ਬਦਾਂ ਦੀ ਜਗ੍ਹਾ ਲਗਾਉਣੇ ਹਨ । ਇਹਨਾਂ ਨਾਲ ਉਪਰਲੇ ਵਾਕ ਸ਼ੁੱਧ ਹੋ ਜਾਣਗੇ ।

1. can speak. 2. shown 3. tall 4. well 5. house 6. a coward 7. game 8. not any 9. wind 10. toe 11. like 12. plenty of work 13. the rest of the day 14. a miser 15. Afterwards.

V. (i) ਹੇਠਾਂ ਦਿੱਤੇ ਗਏ ਵਾਕਾਂ ਵਿਚ a ਜਾਂ an ਜਾਂ the ਲਗਾਓ—

1. ...what grown in this area is of a good quality. 2. Is...lead heavier than... iron ? 3. I like to take...apple daily. 4. This is...cheque on the Oversea's Bank. 5. This is... very fine picture. 6. ...murderer has been hanged. 7. She is...honest lady. 8. All... letters have been stamped. 9. She will wait for you at...cinema. 10. Make...habit of working hard.

(ii) ਬ੍ਰੈਕਟ ਵਿਚ ਦਿੱਤੇ ਗਏ ਸ਼ਬਦਾਂ ਦਾ ਸਹੀ ਰੂਪ ਵਰਤੋ—

1. What is the cause of your... (*sad*). 2. His...has turned grey though he is still young. (*hair*) 3. This...not enough. (*be*) 4. Ram...not get leave (*do*) 5. Your watch... stopped (*have*) 6. There are more than a dozen...in the zoo. (*deer*) 7. Has he...your salary (*pay*). 8. Let...strike a bargain. (*we*) 9. You can avoid...mistake. (*make*) 10. Yesterday I...the letter in one hour and a half. (*write*)

VI. (i) *for, into, of, in, by, with, to, from, besides, after* ਵਿਚੋਂ ਉਪਯੁਕਤ ਸ਼ਬਦਾਂ ਨਾਲ ਹੇਠਾਂ ਦਿੱਤੇ ਗਏ ਵਾਕ ਪੂਰੇ ਕਰੋ—

1. What was the judgement...the case ? 2. Billoo is fond...cycling. 3. The road is closed...repairs. 4. Do not quarrel...others. 5. I fell...his trap. 6. I am not...money. 7. Right...his childhood he has been very kind to others. 8. They will study German... English. 9. Your coat is not similar...mine. 10. The letter is sent...post.

(ii) ਹੇਠ ਲਿਖੇ ਪ੍ਰਸ਼ਨਾਂ ਦੇ ਉੱਤਰ verb ਦੇ ਉਸੇ ਰੂਪ ਵਿਚ ਦਿਓ ਜਿਸ ਵਿਚ ਪ੍ਰਸ਼ਨ ਪੁੱਛਿਆ ਗਿਆ ਹੈ :
ਉਦਾਹਰਣ ਲਈ—ਪ੍ਰ.—*When are you going home ?*
ਉਤਰ—*I am going home at six o'clock.*

1. What time are you leaving the house this morning ? 2. What are you going to do in the holidays ? 3. When do you sit for the examination ? 4. Who pays for the tickets to night ? 5. Are they leaving tomorrow ? 6. When will you pay back the money ? 7. When will she spend her holidays ? 8. Will they work tomorrow ? 9. Will you lend me some money ? 10. How long will he stay at Simla ?

VII. ਹੇਠਲੇ ਵਾਕਾਂ ਨੂੰ ਪੂਰਾ ਕਰੋ—

ਉਦਾਹਰਣ—*Barking dogs...*(ਦਿੱਤਾ ਹੋਇਆ ਅਧੂਰਾ ਵਾਕ)

Barking dogs seldom bite. (ਪੂਰਾ ਕੀਤਾ ਹੋਇਆ ਵਾਕ)

1. Practice makes a man... 2....is a friend indeed. 3. While in rome... 4....is strength. 5. As you sow... 6. ...no gains. 7. Penny wise... 8. ...dreads the fire. 9. All's well... 10. is wealth. 11. A little knowledge is a... 12. Where there is a will... 13. Barking dogs seldom... 14. Time and tide wait... 15. ...vessel makes much noise.

VIII. ਹੇਠਾਂ ਦੋ-ਦੋ ਵਾਕ ਦਿੱਤੇ ਗਏ ਹਨ । ਇਹਨਾਂ ਵਿਚੋਂ ਠੀਕ ਵਾਕ ਦੀ ਚੋਣ ਕਰੋ—

1. (a) There were not three. (b) There were but three. 2. (a) His opinion was contrary to ours. (b) His opinion was contrary of ours. 3. (a) He acted in a couple school plays. (b) He acted in a couple of school plays. 4. (a) He refused to except my excuse. (b) He refused to accept my excuse. 5. (a) I failed in English. (b) I was failed in English. 6. (a) Get into the room. (b) Get in the room. 7. (a) He is always into mischief. (b) He is always upto mischief. 8. (a) I made it a habit of reading. (b) I made a habit of reading. 9. (a) It will likely rain before night. (b) It will probably rain before night. 10. (a) She need not earn her living. (b) She needs not earn her living.

Correct sentences—1. (b) 2. (a) 3. (b) 4. (b) 5. (a) 6. (a) 7. (b) 8. (b) 9. (b) 10. (a)

IX. (a) ਇਹਨਾਂ ਸ਼ਬਦਾਂ ਦੇ ਅਰਥ ਲਿਖੋ ਅਤੇ ਇਹਨਾਂ ਦਾ ਅੰਤਰ ਵੀ ਸਪਸ਼ਟ ਕਰੋ :

always, usually; never, rarely; addition, edition; all ready, already; anxious, eager; both, each; breath, beathe; cease, seize; couple, pair; fair, fare; habit, custom; its, it's; legible, readable; whose, who's.

(b) ਹੇਠਾਂ ਦਿਤੇ ਗਏ ਵਾਕਾਂ ਦੇ ਜੋੜਿਆਂ ਵਿਚ ਥੋੜਾ ਸ਼ਬਦਾਂ ਦੇ ਕ੍ਰਮ ਦਾ ਹੀ ਅੰਤਰ ਹੈ । ਧਿਆਨ ਨਾਲ ਪੜ੍ਹੋ ਅਤੇ ਦੇਖੋ ਕਿ ਅਰਥ ਵਿਚ ਕੀ ਅੰਤਰ ਆਇਆ ਹੈ ?

1. (i) I don't try to speak loudly.
   (ii) I try not to speak loudly.
2. (i) The young men carry a white and a blue flag.
   (ii) The youngmen carry a white and blue flag.
3. (i) I alone can do it.
   (ii) I can do it alone.
4. (i) The mother loves Amitab better than me.
   (ii) The mother loves Amitab better than I.
5. (i) He forget to do the exercise.
   (ii) He forget how to do the exercise.
6. (i) She was tired with riding.
   (ii) She was tired of riding.

CONVERSATION

ਪੰਜਾਬੀ-ਅੰਗ੍ਰੇਜ਼ੀ ਬੋਲਚਾਲ

ਪਿਆਰੇ ਪਾਠਕੋ, ਹੁਣ ਤਕ ਤੁਸੀਂ ਸੱਠਾਂ ਦਿਨਾਂ ਵਿਚ ਛੇ ਮੁਹਿੰਮਾਂ ਪੂਰੀਆਂ ਕਰ ਚੁਕੇ ਹੋ। ਤੁਸਾਂ ਗੱਲਬਾਤ ਕਰਨ ਦੀ ਆਦਰਸ਼ ਵਿਧੀ ਦਾ ਅਭਿਆਸ ਕਰਨਾ ਹੈ। ਇਸ ਦੇ ਲਈ ਤੁਹਾਨੂੰ ਘਰ ਵਿਚ, ਪਰਵਾਰ ਵਿਚ, ਮਿੱਤਰਾਂ ਅਤੇ ਪਰਚਿਤਾਂ ਵਿਚ ਉੱਠਦਿਆਂ-ਬੈਠਦਿਆਂ ਅੰਗ੍ਰੇਜ਼ੀ ਬੋਲੀ ਬੋਲਣ ਦਾ ਅਭਿਆਸ ਕਰਨਾ ਚਾਹੀਦਾ ਹੈ। ਜਿਉਂ ਜਿਉਂ ਤੁਹਾਡਾ ਅੰਗ੍ਰੇਜ਼ੀ ਵਿਚ ਬੋਲਣ ਦਾ ਅਭਿਆਸ ਹੁੰਦਾ ਜਾਵੇਗਾ, ਤੁਸੀਂ ਘਰੋਂ ਬਾਹਰ, ਹਸਪਤਾਲ ਵਿਚ, ਰੋਗੀ ਦੇ ਨਾਲ, ਬਾਜ਼ਾਰ ਵਿਚ ਦੁਕਾਨ-ਦਾਰ ਦੇ ਨਾਲ, ਸੜਕ ਤੇ ਅਜਨਬੀ ਦੇ ਨਾਲ, ਸਕੂਲ, ਕੱਲਿਜ ਵਿਚ ਅਧਿਆਪਕ ਦੇ ਨਾਲ ਅਤੇ ਇਸੇ ਤਰ੍ਹਾਂ ਸਮਾਜ ਦੇ ਦੂਸਰੇ ਖੇਤਰਾਂ ਵਿਚ ਸੰਬੰਧਿਤ ਵਿਅਕਤੀਆਂ ਨਾਲ ਬੜੇ ਆਤਮ-ਵਿਸ਼ਵਾਸ ਨਾਲ ਗੱਲਬਾਤ ਕਰ ਸਕੋਗੇ। ਉਦਾਹਰਣ ਲਈ ਤੁਸਾਂ ਟ੍ਰਕਕਾਲ ਬੁਕ ਕਰਵਾਉਣੀ ਹੈ ਜਾਂ ਹੋਟਲ ਦੇ ਮੈਨੇਜਰ ਨਾਲ ਗੱਲ ਕਰਨੀ ਹੈ ਜਾਂ ਫ਼ੋਨ ਰਾਹੀਂ ਕਿਸੇ ਨਾਲ ਗੱਲ ਕਰਨੀ ਹੈ ਤਾਂ ਤੁਹਾਨੂੰ ਇਸੇ ਤਰ੍ਹਾਂ ਦੇ ਸ਼ਬਦਾਂ ਦੇ ਪ੍ਰਯੋਗ ਸਿਖਣੇ ਪੈਣਗੇ। ਇਹ ਅਭਿਆਸ ਨਾਲ ਹੀ ਹੋ ਸਕਦਾ ਹੈ। ਇਸ ਦੇ ਇਲਾਵਾ ਤੁਸੀਂ ਇਕ ਸਮਾਜਿਕ ਪ੍ਰਾਣੀ ਵੀ ਹੋ। ਸਭਾ-ਸੋਸਾਇਟੀ ਵਿਚ ਉਠਦੇ-ਬੈਠਦੇ ਵੀ ਹੋ। ਜੇ ਤੁਸੀਂ ਅੱਜਕਲ੍ਹ ਦੇ ਪ੍ਰਸੰਗਾਂ ਬਾਰੇ ਗੱਲਬਾਤ ਨਹੀਂ ਕਰ ਸਕਦੇ ਤਾਂ ਤੁਸੀਂ ਪਿਛੜੇ ਹੋਏ ਮੰਨੇ ਜਾਉਗੇ। ਸਾਡਾ ਵਿਸ਼ਵਾਸ ਹੈ ਕਿ ਤੁਸੀਂ ਪਿਛੜਿਆ ਹੋਇਆ ਕਹਾਉਣਾ ਕਦੀ ਪਸੰਦ ਨਹੀਂ ਕਰੋਗੇ। ਇਹੀ ਸੋਚ ਕੇ ਅਸੀਂ ਤੁਹਾਡੇ ਲਈ ਉਪਰ ਦੱਸੀਆਂ ਸਾਰੀਆਂ ਸਥਿਤੀਆਂ ਲਈ ਕੁਝ ਗੱਲਬਾਤ ਦੇ ਨਮੂਨੇ ਦਿੱਤੇ ਹਨ। ਤੁਸੀਂ ਇਹਨਾਂ ਨੂੰ ਸੁਣੋ, ਬੋਲੋ ਅਤੇ ਆਪਣੀ ਰੁਚੀ ਅਤੇ ਜ਼ਰੂਰਤ ਦੇ ਅਨੁਸਾਰ ਇਹਨਾਂ ਦਾ ਆਪਣੀ ਗੱਲਬਾਤ ਵਿਚ ਪ੍ਰਯੋਗ ਕਰੋ।

ਸਾਨੂੰ ਖੁਸ਼ੀ ਹੈ ਕਿ ਤੁਸੀਂ ਗੱਲਬਾਤ ਕਰਨ ਦੀ ਆਦਰਸ਼ ਵਿਧੀ ਸਿੱਖਣ ਦੇ ਚਾਹਵਾਨ ਹੋ। ਸਾਡੇ ਲਈ ਇਹ ਕੰਮ ਇਸ ਲਈ ਬਹੁਤ ਆਸਾਨ ਅਤੇ ਆਨੰਦ ਦੇਣ ਵਾਲਾ ਹੈ, ਕਿਉਂਕਿ ਤੁਸੀਂ ਅੱਛੇ ਪੜ੍ਹੇ-ਲਿਖੇ ਇਨਸਾਨ ਹੋ ਅਤੇ ਉਠਣ-ਬੈਠਣ, ਬੋਲਣ-ਚਾਲਣ ਦਾ ਸਲੀਕਾ ਜਾਣ ਗਏ ਹੋ। ਫੇਰ ਵੀ ਅਸੀਂ ਤੁਹਾਡੇ ਲਈ ਗੱਲਬਾਤ ਸੰਬੰਧੀ ਕੁਝ ਕੁ ਜ਼ਰੂਰੀ ਗੱਲਾਂ ਦੁਹਰਾਉਣਾ ਚਾਹੁੰਦੇ ਹਾਂ। ਤੁਸੀਂ ਇਹਨੂੰ ਬੜਾ ਰੋਚਕ ਅਤੇ ਉਪਯੋਗੀ ਮਹਿਸੂਸ ਕਰੋਗੇ।

ਤੁਸੀਂ ਜਾਣਦੇ ਹੀ ਹੋ ਕਿ ਅੰਗਰੇਜ਼ੀ ਸੰਸਾਰ ਦੀ ਇਕ ਅਮੀਰ ਭਾਸ਼ਾ ਹੈ। ਇਸ ਵਿਚ ਹਰ ਵਿਸ਼ੇ ਤੇ ਬੜਾ ਪ੍ਰਮਾਣਿਕ ਸਾਹਿਤ ਮਿਲਦਾ ਹੈ। ਵਾਰਤਾਲਾਪ (Conversation) ਦੇ ਵਿਸ਼ੇ ਤੇ ਭਾਸ਼ਾ-ਵਿਗਿਆਨੀਆਂ ਨੇ ਬੜੀਆਂ ਮਹੱਤਵਪੂਰਣ ਕਾਢਾਂ ਕੱਢੀਆਂ ਹਨ। ਨਿਰਸੰਦੇਹ ਤੁਸੀਂ ਵੀ ਇਹਨਾਂ ਨੂੰ ਸੰਖੇਪ ਵਿਚ ਜਾਨਣਾ ਚਾਹੋਗੇ। ਆਉ ਆਦਰਸ਼ ਵਿਧੀ ਨਾਲ ਗੱਲਬਾਤ ਸ਼ੁਰੂ ਕਰੀਏ।

THE WAYS TO BE A GOOD CONVERSATIONALIST

ਆਦਰਸ਼ ਗੱਲਬਾਤ-ਕਰਤਾ ਹੋਣ ਦੇ ਉਪਾਉ

1. Be courteous. ਬੀ ਕਰ੍ਟਿਅਸ.	ਨਿਮ੍ਰ ਬਣੋ।
2. Think before you speak. ਥਿੰਕ ਬਿਫੋਰ ਯੂ ਸ੍ਪੀਕ.	ਬੋਲਣ ਤੋਂ ਪਹਿਲੇ ਸੋਚੋ।
3. Be flexible. ਬੀ ਫ਼ਲੈਕਸੀਬਲ.	ਉਦਾਰ ਬਣੋ।
4. Be cheerful and good-humoured. ਬੀ ਚੀਅਰਫੁਲ ਐਂਡ ਗੁੱਡ ਹਿਊਮਰ੍ਡ.	ਪ੍ਰਸੰਨ ਅਤੇ ਹੱਸਮੁਖ ਰਹੋ।
5. Be interested in the other fellow. ਬੀ ਇੰਟ੍ਰੇਸ੍ਟਿਡ ਇਨ ਦਿ ਅਦਰ ਫੈਲੋ।	ਦੂਜੇ ਵਿਅਕਤੀ ਵਿਚ ਰੁਚੀ ਦਿਖਾਓ।

Act upon these certain points, and you will find that you know the secrets of good conversation. ਇਹਨਾਂ ਗੱਲਾਂ ਤੇ ਅਮਲ ਕਰੋ। ਤੁਸੀਂ ਦੇਖੋਗੇ ਕਿ ਤੁਸੀਂ ਇਕ ਚੰਗੇ ਗੱਲਬਾਤੀ ਬਣਨ ਦਾ ਭੇਦ ਪਾ ਗਏ ਹੋ।

ਚੰਗੀ ਗੱਲਬਾਤ ਦਾ ਅਭਿਆਸ ਕਰਦੇ ਸਮੇਂ ਸਾਨੂੰ ਬੋਲਚਾਲ ਦੀਆਂ ਕੁਝ ਬੁਰਾਈਆਂ ਤੋਂ ਸੁਚੇਤ ਰਹਿਣਾ ਚਾਹੀਦਾ ਹੈ। ਇਸ ਸੰਬੰਧ ਵਿਚ ਮਾਹਿਰਾਂ ਦੀ ਸਲਾਹ ਸਦਾ ਧਿਆਨ ਵਿਚ ਰਖੋ।

1. Don't be argumentative. ਡੋਂ'ਟ ਬੀ ਆਰਗੁਮੇਂਟੇਟਿਵ.	ਹੁੱਜਤੀ ਨਾ ਬਣੋ।
2. Don't be insincere. ਡੋਂ'ਟ ਬੀ ਇਨ੍ਸਿਨ੍ਸੀਅਰ.	(ਗੱਲਬਾਤ ਵਿਚ) ਬੇਈਮਾਨ ਨਾ ਬਣੋ।
3. Don't be dogmatic. ਡੋਂ'ਟ ਬੀ ਡੱਗਮੈਟਿਕ.	ਹੱਠ-ਧਰਮੀ ਨਾ ਬਣੋ।
4. Don't be an egoist. ਡੋਂ'ਟ ਬੀ ਐਨ ਈਗੋਇਸਟ.	ਜ਼ਿਆਦਾ ਅਹੰਕਾਰੀ ਨਾ ਬਣੋ।
5. Don't be a mumbler. ਡੋਂ'ਟ ਬੀ ਏ ਮਮਬਲਰ.	ਬੁੜਬੁੜਾਉਣ ਵਾਲੇ ਨਾ ਬਣੋ।

ਇਹ ਹਨ ਬੋਲਚਾਲ ਵਿਚ ਆਮ ਤੌਰ ਤੇ ਯਾਦ ਰਖਣ ਵਾਲੀਆਂ ਗੱਲਾਂ। ਹੁਣ ਕੁਝ ਉਹਨਾਂ ਦੋਸ਼ਾਂ ਵਲ ਵੀ ਧਿਆਨ ਦਿਉ ਜਿਹੜੇ ਲੋਕ ਅਕਸਰ ਗੱਲਬਾਤ ਵਿਚ ਕਰ ਜਾਂਦੇ ਹਨ।

1. Avoid too much slang. Use it only when it lend vigour to your talking. ਅਵਾਇਡ ਟੂ ਮਚ ਸਲੈਂਗ. ਯੂਸ ਇਟ ਓਨਲੀ ਵੇਨ ਇਟ ਲੈਂ'ਡ ਵਿਗਰ ਟੂ ਯੂਅਰ ਟਾਕਿੰਗ.	ਪੇਂਡੂ ਬੋਲੀ ਦਾ ਪ੍ਰਯੋਗ ਜ਼ਿਆਦਾ ਨਾ ਕਰੋ। ਐਸੀ ਬੋਲੀ ਉਦੋਂ ਹੀ ਵਰਤੋਂ ਜਦੋਂ ਇਹ ਤੁਹਾਡੀ ਭਾਸ਼ਾ ਨੂੰ ਪ੍ਰਭਾਵਸ਼ਾਲੀ ਬਣਾ ਸਕੇ।
2. Eliminate superfluous words from your speech. ਏਲੀਮੀਨੇਟ ਸੁਪਰਫ੍ਲੂਅਸ ਵਰ੍ਡ੍ਸ ਫ੍ਰਾਮ ਯੁਅਰ ਸ੍ਪੀਚ.	ਆਪਣੀ ਬੋਲਚਾਲ ਵਿਚੋਂ ਫਾਲਤੂ ਸ਼ਬਦਾਂ ਨੂੰ ਕੱਢ ਦਿਓ।
3. Avoid exaggeration. ਅਵਾਇਡ ਏਕ੍ਸੇਜਰੇਸ਼ਨ.	ਵਧਾ-ਚੜ੍ਹਾ ਕੇ ਗੱਲ ਕਰਨ ਦੀ ਆਦਤ ਤੋਂ ਬਚੋ।
4. Stop telling personal experiences awkwardly. ਸ੍ਟੱਾਪ ਟੇਲਿੰਗ ਪਰਸਨਲ ਏਕ੍ਸਪੀਰੀਏਂਸੇਸ ਆੱਕ੍ਵਰ੍ਡਲੀ.	ਆਪਣੇ ਨਿਜੀ ਤਜਰਬਿਆਂ ਨੂੰ ਭੱਦੇ ਢੰਗ ਨਾਲ ਬਿਆਨ ਨਾ ਕਰੋ।

Concentrate on these points, and you will find that your conversation is more effective and impressive. ਕਨ੍ਸੇਨ੍ਟ੍ਰੇਟ ਆੱਨ ਦੀਜ਼ ਪੱਾਇੰਟ੍ਸ ਐਂਡ ਯੂ ਵਿਲ ਫਾਈਂਡ ਦੈਟ ਯੁਅਰ ਕਨ੍ਵਰਸੇਸ਼ਨ ਇਜ਼ ਮੋਰ ਇਫੇਕ੍ਟਿਵ ਐਂਡ ਇਮ੍ਪ੍ਰੇਸਿਵ.

ਇਹਨਾਂ ਗੱਲਾਂ ਤੇ ਧਿਆਨ ਦਿਉ। ਤੁਸੀਂ ਦੇਖੋਗੇ ਕਿ ਤੁਹਾਡੀ ਗੱਲ ਵਧੇਰੀ ਅਸਰਦਾਰ ਅਤੇ ਪ੍ਰਭਾਵਸ਼ਾਲੀ ਹੋ ਗਈ ਹੈ।

ਗੱਲਬਾਤ ਨਾਲ ਤੁਹਾਡੀ ਸ਼ਖਸੀਅਤ ਦਾ ਦੂਜਿਆਂ ਉਤੇ ਚੰਗਾ ਅਸਰ ਪਵੇ ਇਸ ਦੇ ਲਈ ਮਾਹਿਰਾਂ ਦੀ ਜੋ ਸਲਾਹ ਹੈ ਉਹ ਤੁਹਾਡੇ ਲਈ ਇਥੇ ਦਿਤੀ ਜਾ ਰਹੀ ਹੈ ।

(1) Be a good listener. ਬੀ ਏ ਗੁੱਡ ਲਿਸਨਰ.	ਚੰਗੇ ਸਰੋਤਾ ਬਣੋ ।
(2) Be friendly but not familiar. ਬੀ ਫ੍ਰੇਂਡਲੀ ਬੱਟ ਨੱਾਟ ਫੈਮਿਲਿਅਰ.	ਮਿੱਤਰਤਾਪੂਰਣ ਵਤੀਰਾ ਰਖੋ ਪਰ ਬਹੁਤ ਜ਼ਿਆਦਾ ਨਾ ਖੁੱਲੋ ।
(3) Check up your voice and your facial expressions. ਚੈਕ ਅਪ ਯੂਅਰ ਵਾਇਸ ਐਂਡ ਯੂਅਰ ਫੇਸ਼ਿਅਲ ਏਕਸਪ੍ਰੈਸ਼ਨ.	ਆਪਣੀ ਆਵਾਜ਼ ਅਤੇ ਆਪਣੇ ਚਿਹਰੇ ਦੇ ਹਾਵ-ਭਾਵ ਦੀ ਜਾਂਚ ਕਰੋ ।
(4) Avoid any irregularities in your behaviour. ਅਵਾਇਡ ਐਨੀ ਇਰ੍ਰੈਗੁਲੈਰਿਟੀਜ਼ ਇਨ ਯੂਅਰ ਬੀਹੇਵਿਅਰ.	ਆਪਣੇ ਵਤੀਰੇ ਵਿਚਲੇ ਬੇਢੰਗੇਪਨ ਨੂੰ ਦੂਰ ਕਰੋ ।
(5) Always try to improve your speaking skills. ਆਲਵੇਜ਼ ਟਰਾਈ ਟੂ ਇੰਪਰੂਵ ਯੂਅਰ ਸਪੀਕਿੰਗ ਸਕਿਲਸ	ਹਮੇਸ਼ਾ ਆਪਣੇ ਬੋਲਣ ਦੀ ਯੋਗਤਾ ਵਧਾਉਣ ਦਾ ਜਤਨ ਕਰਦੇ ਰਹੋ ।

ਤੁਹਾਡੇ ਘਰ ਜਦੋਂ ਕਦੀ ਛੋਟੇ ਜਾਂ ਵੱਡੇ, ਇਸਤਰੀ ਜਾਂ ਪੁਰਖ ਮਹਿਮਾਨ ਆਉਂਦੇ ਹਨ, ਤੁਸੀਂ ਘਰ ਦੇ ਵਿਅਕਤੀਆਂ ਨਾਲ ਉਹਨਾਂ ਦਾ ਪਰਿਚੈ ਕਿਵੇਂ ਕਰਾਉਗੇ । ਅੰਗਰੇਜ਼ੀ ਵਿਚ ਪਰਿਚੈ ਕਾਫੀ ਸ਼ਿਸ਼ਟਾਰਾਰ ਨਾਲ ਕਰਾਇਆ ਜਾਂਦਾ ਹੈ । ਉਸ ਸ਼ਿਸ਼ਟਾਚਾਰ ਨੂੰ ਸਮਝਣਾ ਹਰੇਕ ਅੰਗਰੇਜ਼ੀ ਬੋਲਣ ਦੇ ਚਾਹਵਾਨ ਲਈ ਅਤੀ ਜ਼ਰੂਰੀ ਹੈ । ਹੇਠਾਂ ਕੁਝ ਮੋਟੀਆਂ ਗੱਲਾਂ ਦਿੱਤੀਆਂ ਗਈਆਂ ਹਨ ।

ਜਦੋਂ ਤੁਹਾਡੇ ਘਰ ਕੋਈ ਮਹਿਮਾਨ ਆਵੇ ਤਾਂ ਫੌਰਨ ਉਸ ਦਾ ਪਰਿਚੈ ਘਰ ਦੇ ਮੈਂਬਰਾਂ ਨਾਲ ਕਰਾਓ ।

1. ਜਦੋਂ ਕਿਸੇ ਦਾ ਪਰਿਚੈ ਅੱਠਾਰ੍ਹਾਂ ਸਾਲਾਂ ਤੋਂ ਵੱਡੀ (ਵਿਆਹੁਤਾ) ਕਿਸੇ ਇਸਤਰੀ ਨਾਲ ਕਰਾਉਣਾ ਹੋਵੇ ਤਾਂ ਕਹੋ :—

"Mrs. Kapila, may I present Shrikant Vatsya ?
ਮਿਸੇਜ਼ ਕਪਿਲਾ, ਮੇ ਆਈ ਪ੍ਰੇਜ਼ੇਂਟ ਸ਼੍ਰੀਕਾਂਤ ਵਤਸਯਾ ?
ਜੇ ਪਰਿਚੈ ਨੂੰ ਥੋੜਾ ਘਟ ਰਸਮੀ ਬਣਾਉਣਾ ਚਾਹੋ ਤਾਂ ਕਹੋ :—
"Mrs. Kapila, Shrikant Vatsya." ਮਿਸੇਜ਼ ਕਪਿਲਾ, ਸ਼੍ਰੀਕਾਂਤ ਵਤਸਯ ।

2. ਜੇ ਘਟ ਉਮਰ ਦੇ ਵਿਅਕਤੀ ਦਾ ਕਿਸੇ ਵੱਡੀ ਉਮਰ ਦੇ ਵਿਅਕਤੀ ਨਾਲ ਪਰਿਚੈ ਕਰਾਉਣਾ ਹੋਵੇ ਤਾਂ ਕਹੋਗੇ (ਪਰ ਹਾਂ, ਦੋਵੇਂ ਇਕ ਹੀ ਲਿੰਗ ਦੇ ਹੋਣੇ ਚਾਹੀਦੇ ਹਨ—ਜਾਂ ਦੋਵੇਂ ਇਸਤਰੀਆਂ ਜਾਂ ਦੋਵੇਂ ਪੁਰਸ਼) :—

"Mother, this is Menaka Vimal." ਮਦਰ ਦਿਸ ਇਜ਼ ਮੇਨਕਾ ਵਿਮਲ.

ਜਾਂ (ਸੰਖੇਪ ਵਿਚ)

"Mother, Menaka Vimal." ਮਦਰ, ਮੇਨਕਾ ਵਿਮਲ.

3. ਅੱਠਾਰ੍ਹਾਂ ਸਾਲਾਂ ਤੋਂ ਘਟ ਉਮਰ ਦੀ ਕਿਸੇ ਕੁੜੀ ਜਾਂ ਮੁੰਡੇ ਦਾ ਪਰਿਚੈ ਕਿਸੇ ਵੱਡੀ ਉਮਰ ਦੇ ਵਿਅਕਤੀ ਨਾਲ ਕਰਾਉਣਾ ਹੋਵੇ ਤਾਂ ਪਹਿਲੇ ਛੋਟੀ ਉਮਰ ਦੇ ਵਿਅਕਤੀ ਦਾ ਨਾਂ ਲੈਣਾ ਚਾਹੀਦਾ ਹੈ । ਜਿਵੇਂ :—

"This is Sonia Arora, Mr and Mrs Prem Nath Magoon."
''ਦਿਸ ਇਜ਼ ਸੋਨੀਆ ਅਰੋੜਾ, ਮਿ: ਐਂਡ ਮਿਸੇਜ਼ ਪ੍ਰੇਮ ਨਾਥ ਮੱਗੂ.''

ਜਾਂ

"This is Vikas Verma, Mr and Mrs Satish Chandra Monga.''
ਦਿਸ ਇਜ਼ ਵਿਕਾਸ ਵਰਮਾ, ਮਿ: ਐਂਡ ਮਿਸੇਜ਼ ਸਤੀਸ਼ਚੰਦ੍ਰ ਮੋਂਗਾ ।

4: ਜਦੋਂ ਤੁਸੀਂ ਆਪਸ ਵਿਚ ਅਪਰਿਚਿਤ ਵਿਅਕਤੀਆਂ ਜਾਂ ਘਟ ਪਰਿਚਿਤ ਵਿਅਕਤੀਆਂ ਵਿਚਕਾਰ ਗ਼ੈਰ ਰਸਮੀ ਪਰਿਚੈ ਕਰਾਉਣਾ ਚਾਹੋ ਤਾਂ ਕਹਿ ਸਕਦੇ ਹੋ :—

(a) Manoj Kumar, have you met Mrs. Raj Kumari ?
ਮਨੋਜ ਕੁਮਾਰ, ਹੈਵ ਯੂ ਮੇਟ ਮਿਸੇਜ਼ ਰਾਜਕੁਮਾਰੀ ?

(b) Raas Bihari, do you know Mrs. Prem Lata Sharma ?
ਰਾਸ ਬਿਹਾਰੀ, ਡੂ ਯੂ ਨੋ ਮਿਸੇਜ਼ ਪ੍ਰੇਮ ਲਤਾ ਸ਼ਰਮਾ ?

(c) Minakshi Pandit, I would like you to meet Anil Kumar.
ਮੀਨਾਕਸ਼ੀ ਪੰਡਿਤ, ਆਈ ਵੁਡ ਲਾਇਕ ਯੂ ਟੂ ਮੀਟ ਅਨਿਲ ਕੁਮਾਰ ।

ਬੋਲਚਾਲ ਦਾ ਅਭਿਆਸ
EXERCISE IN CONVERSATION

(1) **ਮਾਂ ਤੇ ਪੁੱਤਰ**		(1) MOTHER AND SON (**ਮਦਰ ਐਂਡ ਸਨ**)	
ਮਾਂ	: ਅੱਜ ਤੂੰ ਏਨੀ ਜਲਦੀ ਕਿਉਂ ਉਠ ਬੈਠਾ ਏਂ ?	Mother	: Why are you get up so early today ? ਵ੍ਹਾਈ ਆਰ ਯੂ ਗੇਟ ਅਪ ਸੋ ਅਰਲੀ ਟੁਡੇ ?
ਪੁੱਤਰ	: ਅੱਜ ਤੋਂ ਮੇਰਾ ਇਮਤਿਹਾਨ ਸ਼ੁਰੂ ਹੋ ਰਿਹਾ ਹੈ ।	Son	: My examination starts today. ਮਾਈ ਐਗਜ਼ਾਮੀਨੇਸ਼ਨ ਸਟਾਰਟ੍ਸ ਟੁਡੇ.
ਮਾਂ	: ਤੂੰ ਕਦੋਂ ਜਾਣਾ ਹੈ ?	Mother	: When do you have to go ? ਵ੍ਹੈਨ ਡੂ ਯੂ ਹੈਵ ਟੂ ਗੋ ?
ਪੁੱਤਰ	: ਨੌਂ ਬਜੇ, ਅੱਜ ਤੁਸੀਂ ਕੀ ਪਕਾਇਆ ਹੈ ?	Son	: At nine, what have you cooked today ? ਐਟ ਨ੍ਹਾਈਨ, ਵਾਟ੍ ਹੈਵ ਯੂ ਕੁੱਕਡ ਟੁਡੇ ?
ਮਾਂ	: ਅਜੇ ਮੈਂ ਪਕਾਉਣਾ ਹੈ, ਤੂੰ ਕੀ ਖਾਏਂਗਾ ?	Mother	: I have yet to cook anything, what will you have ? ਆਈ ਹੈਵ ਯੈੱਟ ਟੂ ਕੁੱਕ ਐਨੀਥਿੰਗ, ਵਾਟ੍ ਵਿਲ ਯੂ ਹੈਵ ?
ਪੁਤਰ	: ਕੁਝ ਵੀ, ਜੋ ਜਲਦੀ ਬਣ ਸਕੇ ।	Son	: Anything you can prepare quickly. ਐਨੀਥਿੰਗ ਯੂ ਕੈਨ ਪ੍ਰੀਪੇਅਰ ਕੁਇੱਕਲੀ.

ਮਾਂ	: ਪਰਾਂਠੇ ਖਾਏਂਗਾ ?	Mother	: Will parathas do ? ਵਿੱਲ ਪ੍ਰਾਂਠਾਸ ਡੂ ?
ਪੁੱਤਰ	: ਉਹ ਤਾਂ ਬਹੁਤ ਭਾਰੇ ਹੁੰਦੇ ਹਨ।	Son	: They are too heavy. ਦੇ ਆਰ ਟੂ ਹੈਵੀ
ਮਾਂ	: ਫਿਰ ਕੀ ?	Mother	: Then what ? ਦੈੱਨ ਵੱਟ ?
ਪੁੱਤਰ	: ਮੈਂ ਕਿਸੇ ਸਬਜ਼ੀ ਨਾਲ ਰੋਟੀ ਖਾਵਾਂਗਾ, ਜਿਵੇਂ ਆਲੂ ਅਤੇ ਪਾਲਕ।	Son	: I think I will have chapatis with some vegetable. Say, spinach with potatoes. ਆਈ ਥਿੰਕ ਆਈ ਵਿਲ ਹੈਵ ਚਪਾਤੀਜ਼ ਵਿਦ ਸਮ ਵੈਜੀਟੇਬਲ. ਸੇ, ਸਪਾਈਨੈੱਚ ਵਿਦ ਪਟੈਟੋਜ਼.
ਮਾਂ	: ਠੀਕ ਏ।	Mother	: Right. ਰਾਈਟ.
ਪੁੱਤਰ	: ਕੋਈ ਮਿੱਠੀ ਚੀਜ਼ ਵੀ ਬਣ ਸਕਦੀ ਹੈ ?	Son	: Could I have some sweet dish too. ਕੁੱਡ ਆਈ ਹੈਵ ਸਮ ਸੁਵੀਟ ਡਿਸ਼ ਟੂ ?
ਮਾਂ	: ਗਜਰੇਲਾ ਖਾਵੇਂਗਾ ?	Mother	: Would you like carrot halwa ? ਵੁੱਡ ਯੂ ਲਾਈਕ ਕੈਰੱਟ ਹਲਵਾ ?
ਪੁੱਤਰ	: ਨਹੀਂ, ਉਸ ਨੂੰ ਬਣਾਉਣ ਵਿਚ ਚਿਰ ਲੱਗੇਗਾ, ਮੇਰਾ ਖ਼ਿਆਲ ਹੈ ਖੀਰ ਜਲਦੀ ਬਣ ਜਾਏਗੀ।	Son	: No, it will take too long to cook. I think kheer would be quicker. ਨੋ, ਇਟ ਵਿਲ ਟੇਕ ਟੂ ਲੌਂਗ ਟੂ ਕੁੱਕ, ਆਈ ਥਿੰਕ ਖੀਰ ਵੁੱਡ ਵੀ ਕੁਇੱਕਰ.
ਮਾਂ	: ਪਰ ਖੀਰ ਲਈ ਦੁੱਧ ਨਹੀਂ ਹੈ।	Mother	: But there is not enough milk for kheer. ਬਟ ਦੇਅਰ ਇਜ਼ ਨਾਟ ਐਨਫ਼ ਮਿਲਕ ਫਾਰ ਖੀਰ.
ਪੁੱਤਰ	: ਠੀਕ ਹੈ, ਮੈਂ ਦਹੀਂ ਵਿਚ ਚੀਨੀ ਪਾ ਕੇ ਖਾ ਲਵਾਂਗਾ।	Son	: O.K. I will just have curd with sugar. ਓ. ਕੇ. ਆਈ ਵਿਲ ਜਸਟ ਹੈਵ ਕਰਡ ਵਿਦ ਸ਼ੂਗਰ।
ਮਾਂ	: ਚੰਗਾ, ਦੇਰ ਹੋ ਰਹੀ ਹੈ, ਤੂੰ ਪਹਿਲਾਂ ਨਹਾ ਲੈ।	Mother	: Well, it is getting late, take your bath first. ਵੈੱਲ, ਇਟ ਇਜ਼ ਗੇਟਿੰਗ ਲੇਟ, ਟੇਕ ਯੁਅਰ ਬਾਥ ਫਸਟ.
ਪੁੱਤਰ	: ਪਰ ਮੈਂ ਪਹਿਲਾਂ ਆਪਣੇ ਬੂਟ ਚਮਕਾਉਣੇ ਹਨ।	Son	: But first I have to shine my shoes. ਬੱਟ ਫਸਟ ਆਈ ਹੈਵ ਟੂ ਸ਼ਾਈਨ ਮਾਈ ਸ਼ੂਜ਼.
ਮਾਂ	: ਇਹ ਕੰਮ ਕਲ੍ਹ ਨਹੀਂ ਕੀਤਾ ਸੀ ?	Mother	: Didn't you do that yesterday ? ਡਿਡੰਟ ਯੂ ਡੂ ਦੈਟ ਯੇਸਟਰਡੇ ?
ਪੁੱਤਰ	: ਕੀਤਾ ਸੀ, ਪਰ ਅੱਜ ਮੈਂ ਯੂਨੀਵਰਸਿਟੀ ਵਿਚ ਬਹੁਤ ਸਾਰੇ ਦੋਸਤਾਂ ਨੂੰ ਮਿਲਾਂਗਾ।	Son	: I did, but today I will meet so many friends in the University. ਆਈ ਡਿਡ, ਬਟ ਟੁਡੇ ਆਈ ਵਿਲ ਮੀਟ ਸੋ ਮੈਨੀ ਫਰੈਂਡਜ ਇਨ ਦਾ ਯੂਨੀਵਰਸਿਟੀ।
ਮਾਂ	: ਠੀਕ ਏ, ਛੇਤੀ ਕਰ। ਮੈਂ ਰਸੋਈ ਵਿਚ ਜਾ ਰਹੀ ਹਾਂ।	Mother	: All right, hurry up. I am going to the kitchen. ਆਲ ਰਾਈਟ, ਹਰੀ ਅਪ, ਆਈ ਐਮ ਗੋਇੰਗ ਟੂ ਦ ਕਿਚਨ।

ਪੁੱਤਰ :	ਮੈਂ ਨਹਾ ਚੁੱਕਾ ਹਾਂ, ਮਾਂ । ਕੀ ਖਾਣਾ ਤਿਆਰ ਹੈ ?	Son	: I have had my bath, mother. Is food ready ? ਆਈ ਹੈਵ ਹੈਡ ਮਾਈ ਬਾਥ, ਮਦਰ । ਇਜ਼ ਫੂਡ ਰੈਡੀ ?
ਮਾਂ :	ਮੈਂ ਤਾਂ ਪਰੋਸ ਵੀ ਦਿਤਾ ।	Mother	: I have already served it. ਮਾਈ ਹੈਵ ਆਲਰੈਡੀ ਸਰਵਡ ਇਟ ।
ਪੁੱਤਰ :	ਚੰਗਾ ਮਾਂ, ਮੈਨੂੰ ਆਪਣਾ ਅਸ਼ੀਰਵਾਦ ਦਿਉ ।	Son	: Bye, Bye, mother. Give me your blessings. ਬਾਈ, ਬਾਈ, ਮਦਰ । ਗਿਵ ਮੀ ਯੂਅਰ ਬਲੈਸਿੰਗਜ਼ ।
ਮਾਂ :	ਪੁੱਤਰ ਮੇਰਾ ਅਸ਼ੀਰਵਾਦ ਹਮੇਸ਼ਾਂ ਤੇਰੇ ਨਾਲ ਹੈ । ਮੈਨੂੰ ਯਕੀਨ ਹੈ ਕਿ ਤੂੰ ਜ਼ਰੂਰ ਪਾਸ ਹੋ ਜਾਏਂਗਾ ।	Mother	: My blessings are always with you, son. I am sure you will pass. ਮਾਈ ਬਲੈਸਿੰਗਜ਼ ਆਰ ਆਲਵੇਜ਼ ਵਿਦ ਯੂ, ਸਨ । ਆਈ ਐਮ ਸ਼ੂਅਰ ਯੂ ਵਿਲ ਪਾਸ ।

ਇਕ ਲੜਕੀ ਨਾਲ ਗੱਲਬਾਤ — TALKING TO A GIRL (ਟਾਕਿੰਗ ਟੂ ਏ ਗਰਲ)

ਪ੍ਰ : ਤੇਰਾ ਨਾਂ ਕੀ ਏ ?	Q. What is your name ? ਵੱਟ ਇਜ਼ ਯੂਅਰ ਨੇਮ ?
ਉ : ਮੇਰਾ ਨਾਂ ਰਾਣੀ ਹੈ ।	A. My name is Rani. ਮਾਈ ਨੇਮ ਇਜ਼ ਰਾਨੀ.
ਪ੍ਰ : ਤੂੰ ਕਿੰਨੇ ਸਾਲਾਂ ਦੀ ਏਂ ?	Q. How old are you ? ਹਓ ਓਲਡ ਆਰ ਯੂ ?
ਉ : ਮੈਂ ਚੌਦਾਂ ਸਾਲਾਂ ਦੀ ਹਾਂ ।	A. I am fourteen years old. ਆਈ ਐਮ ਫੋਰਟੀਨ ਯੀਅਰਜ਼ ਓਲਡ.
ਪ੍ਰ : ਤੂੰ ਕਿਹੜੀ ਜਮਾਤ ਵਿਚ ਪੜ੍ਹਦੀ ਏਂ ?	Q. In which class do you study ? ਇਨ ਵ੍ਹਿਚ ਕਲਾਸ ਡੂ ਯੂ ਸਟੱਡੀ ?
ਉ : ਮੈਂ ਨੌਵੀਂ ਜਮਾਤ ਵਿਚ ਪੜ੍ਹਦੀ ਹਾਂ ।	A. I study in nineth class. ਆਈ ਸਟੱਡੀ ਇਨ ਨਾਈਨਥ ਕਲਾਸ ।
ਪ੍ਰ : ਤੂੰ ਸਾਇੰਸ ਦੀ ਵਿਦਿਆਰਥਣ ਹੈਂ ਜਾਂ ਕਲਾ ਦੀ ?	Q. Are you a Science or an arts student ? ਆਰ ਯੂ ਏ ਸਾਇੰਸ ਆਰ ਐਨ ਆਰਟਸ ਸਟੂਡੈਂਟ ?
ਉ : ਮੈਂ ਕਲਾ ਦੀ ਵਿਦਿਆਰਥਣ ਹਾਂ ।	A. I am an arts student. ਆਈ ਐਮ ਐਨ ਆਰਟਸ ਸਟੂਡੈਂਟ.
ਪ੍ਰ : ਤੇਰੇ ਪਿਤਾ ਕੀ ਕੰਮ ਕਰਦੇ ਹਨ ?	Q. What is your father ? ਵਾਟ ਇਜ਼ ਯੂਅਰ ਫਾਦਰ ?
ਉ : ਉਹ ਇਕ ਪ੍ਰਾਈਵੇਟ ਕੰਪਨੀ ਵਿਚ ਕੰਮ ਕਰਦੇ ਹਨ ।	A. He works in a private concern. ਹੀ ਵਰਕਸ ਇਨ ਏ ਪ੍ਰਾਈਵੇਟ ਕਨਸਰਨ.
ਪ੍ਰ : ਤੇਰੇ ਮਾਤਾ ਜੀ ਕੀ ਕਰਦੇ ਹਨ ?	Q. What is your mother ? ਵਾਟ ਇਜ਼ ਯੂਅਰ ਮਦਰ ?

ਉ. : ਉਹ ਘਰ ਸੰਭਾਲਦੀ ਹੈ ।

A. She is a housewife.
ਸ਼ੀ ਇਜ਼ ਏ ਹਾਊਸਵਾਈਫ.

ਪ੍ਰ : ਤੇਰੇ ਕਿੰਨੇ ਭਰਾ ਹਨ ?

Q. How many brothers have you ?
ਹਊ ਮੈਨੀ ਬ੍ਰਦਰਜ਼ ਯੂ ਹੈਵ ?

ਉ : ਮੇਰੇ ਤਿੰਨ ਭਰਾ ਹਨ । ਸਾਰੇ ਮੇਰੇ ਤੋਂ ਵੱਡੇ ਹਨ ।

A. I have three brothers. They are all older than I. ਆਈ ਹੈਵ ਥ੍ਰੀ ਬ੍ਰਦਰਜ਼. ਦੇ ਆਰ ਆਲ ਓਲਡਰ ਦੈਨ ਆਈ ।

ਪ੍ਰ : ਤੁਸੀਂ ਕਿੰਨੀਆਂ ਭੈਣਾਂ ਹੋ ?

Q. How many sisters are you ?
ਹਊ ਮੈਨੀ ਸਿਸਟਰਜ਼ ਆਰ ਯੂ ?

ਉ : ਅਸੀਂ ਦੋ ਭੈਣਾਂ ਹਾਂ ।

A. We are two sisters. ਵੀ ਆਰ ਟੂ ਸਿਸਟਰਜ਼ ?

ਪ੍ਰ : ਤੂੰ ਆਪਣੀ ਸ਼ਾਮ ਕਿਵੇਂ ਬਿਤਾਉਂਦੀ ਏਂ ?

Q. How do you pass your evening ?
ਹਊ ਡੂ ਯੂ ਪਾਸ ਯੁਅਰ ਈਵਨਿੰਗ ?

ਉ : ਮੈਂ ਆਪਣੀਆਂ ਸਹੇਲੀਆਂ ਨਾਲ ਖੇਡਣ, ਖੇਡ ਦੇ ਮੈਦਾਨ ਵਿਚ ਜਾਂਦੀ ਹਾਂ ।

A. I go to the playground to play with my friends.
ਆਈ ਗੋ ਟੂ ਦ ਪ੍ਲੇਗਰਾਊਂਡ ਟੂ ਪਲੇ ਵਿਦ ਮਾਈ ਫ੍ਰੈਂਡਸ ।

ਪ੍ਰ : ਕੀ ਤੇਰੀਆਂ ਬਹੁਤ ਸਾਰੀਆਂ ਸਹੇਲੀਆਂ ਹਨ ।

Q. Do you have many friends. ਡੂ ਯੂ ਹੈਵ ਮੈਨੀ ਫ੍ਰੈਂਡਸ ।

ਉ : ਹਾਂ, ਬਹੁਤ ਹਨ ।

A. Yes, I do. ਯੈਸ, ਆਈ ਡੂ ।

ਪ੍ਰ : ਤੇਰੀ ਸਭ ਤੋਂ ਪੱਕੀ ਸਹੇਲੀ ਕੌਣ ਹੈ ?

Q. Who is your fast friend ?
ਹੂ ਇਜ਼ ਯੁਅਰ ਫਾਸਟ ਫ੍ਰੈਂਡ ।

ਉ : ਮੇਰੀ ਪੱਕੀ ਸਹੇਲੀ ਵਾਨੀ ਹੈ ।

A. Vany is my fast friend ?
ਵਾਨੀ ਇਜ਼ ਮਾਈ ਫਾਸਟ ਫ੍ਰੈਂਡ ।

ਪ੍ਰ : ਕੀ ਤੂੰ ਘਰ ਦੇ ਕੰਮਕਾਜ ਵਿਚ ਆਪਣੀ ਮਾਂ ਦੀ ਮਦਦ ਕਰਦੀ ਏਂ ?

Q. Do you help your mother in household work ?
ਡੂ ਯੂ ਹੈਲਪ ਯੁਅਰ ਮਦਰ ਇਨ ਹਾਊਸਹੋਲਡ ਵਰਕ ।

ਉ : ਹਾਂ ਕਰਦੀ ਹਾਂ, ਮੇਰੀ ਮਾਂ ਨੇ ਮੈਨੂੰ ਸਭ ਕੁਝ ਸਿਖਾਇਆ ਹੈ ।

A. I do, my mother has taught me everything.
ਆਈ ਡੂ, ਮਾਈ ਮਦਰ ਹੈਜ਼ ਟਾਟ ਮੀ ਐਵਰੀਥਿੰਗ ।

ਪ੍ਰ : ਕੀ ਤੂੰ ਖਾਣਾ ਪਕਾ ਸਕਦੀ ਏਂ ?

Q. Can you cook ? ਕੈਨ ਯੂ ਕੁੱਕ ?

ਉ : ਯਕੀਨਣ, ਜਦੋਂ ਮੇਰੀ ਮਾਂ ਬਿਮਾਰ ਹੁੰਦੀ ਹੈ ਤਾਂ ਮੈਂ ਸਾਰਾ ਖਾਣਾ ਬਣਾਉਂਦੀ ਹਾਂ ।

A. Certainly. I cook a whole meal when mother is not well. ਸਰਟੇਨਲੀ, ਆਈ ਕੁੱਕ ਏ ਹੋਲ ਮੀਲ ਵ੍ਹੈਨ ਮਦਰ ਇਜ਼ ਨਾਟ ਵੈੱਲ ।

ਪ੍ਰ : ਉਹ ਇਕ ਚੰਗੀ ਕੁੜੀ ਹੈ ?

Q. That is a good girl. ਦੈਟ ਇਜ਼ ਏ ਗੁੱਡ ਗਰਲ ।

(3) ਇਕ ਲੜਕੇ ਨਾਲ ਗਲਬਾਤ

CONVERSATION WITH A BOY

ਕਨਵਰਸੇਸ਼ਨ ਵਿਦ ਏ ਬੁਆਏ

ਪਰਿਵਾਰ ਦੇ ਇਕ ਬੱਚੇ ਨਾਲ ਘਰ ਆਇਆ ਮਹਿਮਾਨ ਗੱਲਬਾਤ ਕਰਦਾ ਹੈ । — A guest in the house talks with a boy in the family

ਮਹਿਮਾਨ :	ਮੇਰੇ ਬੱਚੇ, ਤੇਰਾ ਨਾਂ ਕੀ ਏ ?	Guest :	What is your name, my boy ? ਵ੍ਹਾਟ ਇਜ਼ ਯੂਅਰ ਨੇਮ, ਮਾਈ ਬੁਆਏ ?
ਲੜਕਾ :	ਸੰਜੇ ।	Boy :	Sanjay. ਸੰਜੇ ।
ਮਹਿਮਾਨ :	ਤੂੰ ਕੀ ਕਰਦਾ ਏਂ, ਸੰਜੇ ?	Guest :	What do you do, Sanjay ? ਵ੍ਹਾਟ ਡੂ ਯੂ ਡੂ ਸੰਜੇ ?
ਲੜਕਾ :	ਚਾਚਾ ਜੀ, ਮੈਂ ਸਕੂਲ ਜਾਂਦਾ ਹਾਂ ।	Boy :	I go to school, Uncle. ਆਈ ਗੋ ਟੂ ਸਕੂਲ, ਅੰਕਲ ।
ਮਹਿਮਾਨ :	ਤੂੰ ਕਿਹੜੇ ਸਕੂਲ ਜਾਂਦਾ ਏਂ ?	Guest :	To which school do you go ? ਟੂ ਵਿੱਚ ਸਕੂਲ ਡੂ ਯੂ ਗੋ ?
ਲੜਕਾ :	ਦਿੱਲੀ ਪਬਲਿਕ ਸਕੂਲ ।	Boy :	Delhi Public School. ਡੇਲਹੀ ਪਬਲਿਕ ਸਕੂਲ।
ਮਹਿਮਾਨ :	ਤੂੰ ਕਿਹੜੀ ਜਮਾਤ ਵਿਚ ਪੜ੍ਹਦਾ ਏਂ ?	Guest :	In which class do you study ? ਇਨ ਵਿਚ ਕਲਾਸ ਡੂ ਯੂ ਸਟੱਡੀ ?
ਲੜਕਾ :	ਸੱਤਵੀਂ ਵਿਚ ।	Boy :	Seventh. ਸੇਵਨਥ ।
ਮਹਿਮਾਨ :	ਤੇਰਾ ਸਕੂਲ ਘਰੋਂ ਕਿੰਨੀ ਦੂਰ ਏ ?	Guest :	How far is your school from home ? ਹਾਊ ਫਾਰ ਇਜ਼ ਯੂਅਰ ਸਕੂਲ ਫਰਾਮ ਹੋਮ ?
ਲੜਕਾ :	ਲਗਭਗ ਦੋ ਮੀਲ ।	Boy :	About to miles. ਅਬਾਊਟ ਟੂ ਮਾਈਲਜ਼ ।
ਮਹਿਮਾਨ :	ਫੇਰ ਤਾਂ ਤੂੰ ਜ਼ਰੂਰ ਬੱਸ ਉਤੇ ਜਾਂਦਾ ਹੋਵੇਂਗਾ ?	Guest :	Then you must be going by bus. ਦੈਨ ਯੂ ਮਸਟ ਬੀ ਗੋਇੰਗ ਬਾਈ ਬੱਸ ?
ਲੜਕਾ :	ਹਾਂ ਚਾਚਾ ਜੀ, ਮੈਂ ਸਕੂਲ ਬੱਸ ਵਿਚ ਜਾਂਦਾ ਹਾਂ ।	Boy :	Yes, uncle, I go to school by bus. ਯੈਸ ਅੰਕਲ, ਆਈ ਗੋ ਟੂ ਸਕੂਲ ਬਾਈ ਬੱਸ ।
ਮਹਿਮਾਨ :	ਤੇਰਾ ਸਕੂਲ ਕਿੰਨੇ ਵਜੇ ਖੁਲ੍ਹਦਾ ਹੈ ?	Guest :	When does your school open ? ਵ੍ਹੈੱਨ ਡਜ਼ ਯੂਅਰ ਸਕੂਲ ਓਪਨ ?
ਲੜਕਾ :	ਸਵੇਰੇ ਦਸ ਵਜੇ ।	Boy :	At ten in the morning. ਐਟ ਟੈੱਨ ਇਨ ਦ ਮਾਰਨਿੰਗ ।
ਮਹਿਮਾਨ :	ਤੇਰੇ ਸਕੂਲ ਵਿਚ ਕਿੰਨੇ ਵਿਦਿਆਰਥੀ ਹਨ ?	Guest :	How many students are there in your school ? ਹਾਊ ਮੈਨੀ ਸਟੂਡੈਂਟ੍ਸ ਆਰ ਦਿਅਰ ਇਨ ਯੂਅਰ ਸਕੂਲ ?
ਲੜਕਾ :	ਲਗਭਗ ਨੌਂ ਸੌ ।	Boy :	About Nine hundred. ਅਬਊਟ ਨਾਈਨ ਹੰਡਰੇਡ ।
ਮਹਿਮਾਨ :	ਤੇ ਤੇਰੀ ਜਮਾਤ ਵਿਚ ?	Guest :	And in your Class ? ਐਂਡ ਇਨ ਯੂਅਰ ਕਲਾਸ ?

ਲੜਕਾ : ਤੀਹ ।

Boy : Thirty. ਥਰਟੀ ।

ਮਹਿਮਾਨ : ਤੈਨੂੰ ਕਿਹੜਾ ਮਜ਼ਮੂਨ ਸਭ ਤੋਂ ਜ਼ਿਆਦਾ ਚੰਗਾ ਲਗਦਾ ਹੈ ?

Guest : Which subject do you like the most ? ਵ੍ਹਿਚ ਸਬਜੈਕਟ ਡੂ ਯੂ ਲਾਈਕ ਦ ਮੋਸਟ ?

ਲੜਕਾ : ਮੈਨੂੰ ਇਤਿਹਾਸ ਸਭ ਤੋਂ ਚੰਗਾ ਲਗਦਾ ਹੈ ?

Boy : I like history best. ਆਈ ਲਾਈਕ ਹਿਸਟ੍ਰੀ ਬੈਸਟ ।

ਮਹਿਮਾਨ : ਤੇ ਸੰਜੇ, ਤੇਰੀ ਮਨ-ਪਸੰਦ ਖੇਡ ਕਿਹੜੀ ਹੈ ?

Guest : And what is your favourite game, Sanjay ? ਐਂਡ ਵੱਟ ਇਜ਼ ਯੂਅਰ ਫੇਵਰੇਟ ਗੇਮ, ਸੰਜੇ ?

ਲੜਕਾ : ਹਾਕੀ ।

Boy : Hockey. ਹੌਕੀ ।

ਮਹਿਮਾਨ : ਤੇਰਾ ਕੋਈ ਸ਼ੌਕ ਵੀ ਹੈ ?

Guest : Do you have a hobby ? ਡੂ ਯੂ ਹੈਵ ਏ ਹੱਬੀ ?

ਲੜਕਾ : ਹਾਂ, ਮੈਂ ਟਿਕਟਾਂ ਇਕੱਠੀਆਂ ਕਰਦਾ ਹਾਂ ।

Boy : Yes, I collect stamps. ਯੈੱਸ, ਆਈ ਕਲੈਕਟ ਸਟੈਂਪਸ ।

ਮਹਿਮਾਨ : ਸੰਜੇ ਤੂੰ ਚੰਗਾ ਲੜਕਾ ਏਂ ।

Guest : Good boy, Sanjay. ਗੁਡ ਬੁਆਏ, ਸੰਜੇ ।

ਲੜਕਾ : ਮੈਂ ਬਹੁਤ ਸਾਰੀਆਂ ਵਿਦੇਸ਼ੀ ਟਿਕਟਾਂ ਇਕੱਠੀਆਂ ਕੀਤੀਆਂ ਹਨ । ਤੁਸੀਂ ਵੇਖਣਾ ਪਸੰਦ ਕਰੋਗੇ ।

Sanjay : I have a large collection of foreign stamps, would you like to see it ? ਆਈ ਹੈਵ ਲਾਰਜ ਕਲੈਕਸ਼ਨ ਆਫ ਫਾਰੇਨ ਸਟੈਂਪਸ, ਵੁੱਡ ਯੂ ਲਾਈਕ ਟੂ ਸੀ ਇਟ ?

ਮਹਿਮਾਨ : ਮੈਂ ਵੇਖਣੀਆਂ ਪਸੰਦ ਕਰਾਂਗਾ ।

Guest : I would like too see it. ਆਈ ਵੁੱਡ ਲਾਈਕ ਟੂ ਸੀ ਇਟ ।

(4) ਮਹਿਮਾਨ

A GUEST

ਏ ਗੈਸਟ

ਮਹਿਮਾਨ ਦੇ ਆਉਣ ਤੇ

On the arrival of the guest

ਮੇਜ਼ਮਾਨ : ਆਹ ! ਕਿੱਡਾ ਸੁਖਾਵਾਂ ਅਚੰਭਾ । ਪਰ ਤੁਸੀਂ ਤਾਂ ਆਪਣੇ ਆਉਣ ਬਾਰੇ ਕੋਈ ਚਿੱਠੀ ਨਹੀਂ ਸੀ ਪਾਈ ।

Host : Ah, a pleasant surprise But there was no letter from you that you are coming. ਆਹ, ਏ ਪਲੈਜ਼ੇਂਟ ਸਰਪਰਾਈਜ਼ । ਬੱਟ ਦੇਅਰ ਵਾਜ਼ ਨੋ ਲੈਟਰ ਫ੍ਰਾਮ ਯੂ ਦੈਟ ਯੂ ਆਰ ਕਮਿੰਗ ?

ਮਹਿਮਾਨ : ਮੈਨੂੰ ਅਫਸੋਸ ਹੈ, ਚਿੱਠੀ ਲਈ ਸਮਾਂ ਨਹੀਂ ਸੀ । ਆਉਣ ਬਾਰੇ ਬਹੁਤ ਜਲਦੀ ਫੈਸਲਾ ਹੋ ਗਿਆ ਸੀ ।

Guest : I am sorry, there was no time for a letter. The visit was decided upon a little too suddenly. ਆਈ ਐਮ ਸਾਰੀ ਦੇਅਰ ਵਾਜ਼ ਨੋ ਟਾਈਮ ਫਾਰ ਏ ਲੈਟਰ । ਦ ਵਿਜ਼ਿਟ ਵਾਜ਼ ਡਿਸਾਈਡਿਡ ਅਪਾਨ ਏ ਲਿਟਲ ਟੂ ਸਡੇਨਲੀ ।

ਮੇਜ਼ਮਾਨ : ਤੇ ਰਾਣੀ ਕਿੱਥੇ ਹੈ ? ਉਸ ਨੂੰ ਆਪਣੇ ਨਾਲ ਕਿਉਂ ਨਹੀਂ ਲਿਆਏ ?

Host : And where is Rani. Why didn't you bring her along ? ਐਂਡ ਵੇਅਰ ਇਜ਼ ਰਾਣੀ ? ਵ੍ਹਾਈ ਡਿਡੰਟ ਯੂ ਬ੍ਰਿੰਗ ਹਰ ਅਲਾਂਗ ?

ਮਹਿਮਾਨ :	ਉਸ ਨੇ ਵੀ ਆਉਣ ਦਾ ਸੋਚਿਆ ਸੀ, ਪਰ ਚਲਣ ਵੇਲੇ ਉਸ ਨੇ ਆਪਣਾ ਇਰਾਦਾ ਬਦਲ ਲਿਆ। ਅਗਲੀ ਵਾਰ ਉਹ ਜ਼ਰੂਰ ਆਏਗੀ।	Guest :	She did think of coming, but changed her mind at the last moment. She will certainly come next time. ਸ਼ੀ ਡਿਡ ਥਿੰਕ ਆਫ਼ ਕਮਿੰਗ, ਬੱਟ ਚੇਂਜ੍ਡ ਹਰ ਮਾਈਂਡ ਐਟ ਦਾ ਲਾਸਟ ਮੂਮੈਂਟ। ਸ਼ੀ ਵਿਲ ਸਰਟੇਨਲੀ ਕਮ ਨੈਕਸਟ ਟਾਈਮ।
ਮੇਜ਼ਮਾਨ :	ਚੰਗਾ, ਤੁਸੀਂ ਬੈਠੋ, ਚਾਹ ਪੀਣੀ ਪਸੰਦ ਕਰੋਗੇ ਜਾਂ ਕਾਫ਼ੀ ?	Host :	Well, please take a seat. Would you like to have tea or coffee ? ਵੈੱਲ, ਪਲੀਜ਼ ਟੇਕ ਏ ਸੀਟ। ਵੁੱਡ ਯੂ ਲਾਈਕ ਟੂ ਹੈਵ ਟੀ ਆਰ ਕਾਫ਼ੀ ?
ਮਹਿਮਾਨ :	ਚਾਹ ਠੀਕ ਰਹੇਗੀ।	Guest :	Tea will do. ਟੀ ਵਿਲ ਡੂ।
ਮੇਜ਼ਮਾਨ :	ਸਫ਼ਰ ਕਿਵੇਂ ਰਿਹਾ ? ਕੀ ਗੱਡੀ ਜ਼ਿਆਦਾ ਭਰੀ ਹੋਈ ਸੀ ?	Host :	How was the journey ? Was the train crowded ? ਹਾਊ ਵਾਜ਼ ਦ ਜਰਨੀ ? ਵਾਜ਼ ਦ ਟ੍ਰੇਨ ਕਰਾਊਡਿਡ ?
ਮਹਿਮਾਨ ;	ਹਾਂ, ਭਰੀ ਹੋਈ ਸੀ, ਪਰ ਮੈਂ ਆਪਣੀ ਸੀਟ ਸੁਰੱਖਿਅਤ ਕਰਵਾ ਲਈ ਸੀ। ਇਸੇ ਲਈ ਮੈਂ ਆਰਾਮ ਨਾਲ ਸਫ਼ਰ ਕੀਤਾ।	Guest :	Yes, it was. But I had reserved my seat, so I travelled quite comfortably. ਯੈਸ, ਇਟ ਵਾਜ਼, ਬੱਟ ਆਈ ਹੈਡ ਰੀਜ਼ਰਵਡ ਮਾਈ ਸੀਟ, ਸੋ ਆਈ ਟਰੈਵਲਡ ਕੁਆਇਟ ਕਮਫ਼ਰਟੇਬਲੀ।
ਮੇਜ਼ਮਾਨ :	ਇਹ ਚੰਗਾ ਹੋਇਆ।	Host :	That's nice. ਦੈਟ੍ਸ ਨਾਈਸ।
ਮਹਿਮਾਨ :	ਇਨ੍ਹਾਂ ਦਿਨਾਂ ਵਿਚ ਸੀਟ ਸੁਰੱਖਿਅਤ ਕੀਤੇ ਬਿਨਾਂ ਸਫ਼ਰ ਕਰਨਾ ਇਕ ਦਮ ਨਾਮੁਮਕਿਨ ਹੈ।	Guest :	These days it is just impossible to travel without reservation. ਦੀਜ਼ ਡੇਜ਼ ਇਟ ਇਜ਼ ਜਸਟ ਇਮਪਾਸੀਬਲ ਟੂ ਟ੍ਰੈਵਲ ਵਿਦਾਊਟ ਰੀਜ਼ਰਵੇਸ਼ਨ।
ਮੇਜ਼ਮਾਨ :	ਤੁਸੀਂ ਠੀਕ ਕਹਿੰਦੇ ਹੋ, ਚੰਗਾ, ਮੇਰਾ ਖਿਆਲ ਹੈ ਗੱਡੀ ਵਿਚ ਸਾਰੇ ਦਿਨ ਦੇ ਸਫ਼ਰ ਤੋਂ ਬਾਦ ਤੁਸੀਂ ਕਾਫ਼ੀ ਥੱਕ ਗਏ ਹੋਵੋਗੇ। ਤੁਸੀਂ ਗਰਮ ਪਾਣੀ ਨਾਲ ਨਹਾ ਲਓ। ਇਸ ਨਾਲ ਤੁਸੀਂ ਇਕਦਮ ਤਰੋਤਾਜ਼ਾ ਹੋ ਜਾਓਗੇ।	Host :	You are right, well, I think you must be quite tired. For a whole day's journey by train is quite tiring. I suggest you take a hot bath. It will refresh you immediately. ਯੂ ਆਰ ਰਾਈਟ, ਵੈੱਲ, ਆਈ ਥਿੰਕ ਯੂ ਮਸਟ ਬੀ ਕੁਆਇਟ ਟਾਇਰਡ, ਫਾਰ ਏ ਹੋਲ ਡੇਜ਼ ਜਰਨੀ ਬਾਈ ਟ੍ਰੇਨ ਇਜ਼ ਕੁਆਇਟ ਟਾਇਰਿੰਗ। ਆਈ ਸੁਜੈਸਟ ਯੂ ਟੂ ਟੇਕ ਏ ਹਾਟ ਬਾਥ। ਇਟ ਵਿਲ ਰਿਫ਼ਰੈੱਸ਼ ਯੂ ਇੰਮੀਡਿਏਟਲੀ।
ਮਹਿਮਾਨ :	ਠੀਕ ਗੱਲ ਹੈ, ਮੈਂ ਥਕਾਵਟ ਮਹਿਸੂਸ ਕਰ ਰਿਹਾ ਹਾਂ।	Guest :	Quite so. I do feel tired. ਕੁਆਇਟ ਸੋ, ਆਈ ਡੂ ਫੀਲ ਟਾਇਰਡ।

ਅਗਲੀ ਸਵੇਰ NEXT MORNING (ਅਗਲੀ ਸ਼ਾਮ)

ਮੇਜ਼ਮਾਨ :	ਨਾਸ਼ਤੇ ਵਿਚ ਤੁਸੀਂ ਕੀ ਲਓਗੇ ?	Host :	What would you like to have for breakfast ? ਵੱਟ ਵੁੱਡ ਯੂ ਲਾਈਕ ਟੂ ਹੈਵ ਫਾਰ ਬ੍ਰੇਕਫਾਸਟ ?
ਮਹਿਮਾਨ :	ਟੋਸਟ ਦਾ ਟੁਕੜਾ ਕਾਫ਼ੀ ਰਹੇਗਾ। ਅਤੇ ਚਾਹ ਵੀ ਜ਼ਰੂਰ, ਮੈਂ ਅਕਸਰ ਦੋ ਕਪ ਪੀਂਦਾ ਹਾਂ।	Guest :	Just a piece of toast would be enough. And of course tea, usually I take two cups. ਜਸਟ ਏ ਪੀਸ ਆਫ਼ ਟੋਸਟ ਵੁੱਡ ਬੀ ਐਨਫ਼। ਐਂਡ ਆਫ਼ ਕੋਰਸ ਟੀ, ਯੂਜ਼ਅਲੀ ਆਈ ਟੇਕ ਟੂ ਕਪ੍ਸ।
ਮੇਜ਼ਮਾਨ :	ਵਧੀਆ, ਮਿਹਰਬਾਨੀ ਕਰਕੇ ਇਸ ਨੂੰ ਘਰ ਵਾਂਗ ਹੀ ਸਮਝੋ।	Host :	Fine, please feel at home. ਫਾਈਨ, ਪਲੀਜ਼ ਫੀਲ ਐਟ ਹੋਮ।

ਮਹਿਮਾਨ :	ਮੈਂ ਘਰ ਵਾਂਗ ਹੀ ਹਾਂ । ਕੀ ਮੈਂ ਤੁਹਾਨੂੰ ਆਪਣੇ ਆਪ ਨਹੀਂ ਦੱਸਿਆ ਕਿ ਮੈਂ ਚਾਹ ਦੇ ਇਕ ਪਿਆਲੇ ਦੀ ਥਾਂ ਦੋ ਪਿਆਲੇ ਲਵਾਂਗਾ ।	Guest :	I am quite at home. Didn't I tell you myself. that I take two cups of tea instead of one ? ਆਈ ਐਮ ਕੁਆਇਟ ਐਟ ਹੋਮ । ਡਿਡੰਟ ਆਈ ਟੈੱਲ ਯੂ ਮਾਈਸੈਲਫ ਦੈਟ ਆਈ ਟੇਕ ਟੂ ਕਪਸ ਆਫ ਟੀ ਇਨਸਟੱਡ ਆਫ ਵਨ ।
ਮੇਜ਼ਮਾਨ :	ਠੀਕ, ਹੁਣ ਤੁਹਾਡਾ ਕੀ ਪ੍ਰੋਗਰਾਮ ਹੈ ?	Host :	Right, what is your programme now ? ਰਾਈਟ, ਵੱਟ ਇਜ਼ ਯੂਅਰ ਪ੍ਰੋਗਰਾਮ ਨਾਓ ।
ਮਹਿਮਾਨ :	ਦਫਤਰ ਖੁਲ੍ਹਣ ਤੋਂ ਬਾਦ ਮੈਂ ਕੁਝ ਕਾਰੋਬਾਰ ਸੰਬੰਧੀ ਫੋਨ ਕਰਾਂਗਾ । ਫਿਰ ਦੁਪਹਿਰ ਦੇ ਖਾਣੇ ਤੋਂ ਬਾਦ ਮੈਂ ਕੁਝ ਹੋਰ ਲੋਕਾਂ ਨੂੰ ਮਿਲਣਾ ਹੈ ।	Guest :	After office open I shall make a couple of business calls. Then after lunch I have to meet some more people. ਆਫਟਰ ਆਫਿਸ ਓਪਨ ਆਈ ਸ਼ੈਲ ਮੇਕ ਏ ਕਪਲ ਆਫ ਬਿਜਨੈੱਸ ਕਾਲਜ਼, ਦੈਨ ਆਫਟਰ ਲੰਚ ਆਈ ਹੈਵ ਟੂ ਮੀਟ ਸਮ ਮੋਰ ਪੀਪਲ ।
ਮੇਜ਼ਮਾਨ :	ਵਧੀਆ, ਦੁਪਹਿਰ ਦਾ ਖਾਣਾ ਇਕ ਵਜੇ ਤਕ ਤਿਆਰ ਹੋਵੇਗਾ	Host :	Good. Lunch will be ready around one. ਗੁੱਡ, ਲੰਚ ਵਿਲ ਵੀ ਰੈਡੀ ਐਰਾਉਂਡ ਵਨ ।
	ਦੁਪਹਿਰ ਦੇ ਖਾਣੇ ਤੇ		AT LUNCH (ਐਟ ਲੰਚ)
ਮੇਜ਼ਮਾਨ :	ਆਓ, ਖਾਣਾ ਤਿਆਰ ਹੈ ।	Host :	Please come, lunch is ready. ਪਲੀਜ਼ ਕਮ, ਲੰਚ ਇਜ਼ ਰੈਡੀ ।
ਮਹਿਮਾਨ :	ਸ਼ੁਕਰੀਆ, ਪਰ ਇਹ ਕੀ, ਤੁਸੀਂ ਤੇ ਪੂਰੀ ਦਾਅਵਤ ਹੀ ਕਰ ਦਿੱਤੀ। ਐਨੇ ਖਾਣੇ, ਤੁਸੀਂ ਮੇਰੇ ਲਈ ਕਿੰਨੀ ਤਕਲੀਫ ਕਰ ਰਹੇ ਹੋ ।	Guest :	Thank you, why this is a regular feast. What a number of dishes. You have taken so much trouble for me. ਥੈਂਕ ਯੂ ਵ੍ਹਾਈ ਦਿਸ ਇਜ਼ ਏ ਰੈਗੂਲਰ ਫੀਸਟ, ਵਾਟ ਏ ਨੰਬਰ ਆਫ ਡਿਸ਼ੇਜ਼. ਯੂ ਹੈਵ ਟੇਕਨ ਸੋ ਮਚ ਟ੍ਰਬਲ ਫਾਰ ਮੀ ।
ਮਜ਼ਸਾਨ :	ਨਹੀਂ ਬਿਲਕੁਲ ਨਹੀਂ, ਇਹ ਤਾਂ ਖੁਸ਼ੀ ਹੈ ਸਗੋਂ ।	Host :	Not at all. It is a pleasure. ਨਾਟ ਐਟ ਆਲ. ਇਟ ਇਜ਼ ਏ ਪਲੇਜ਼ਰ ।
ਮਹਿਮਾਨ .	ਤੁਹਾਡੀ ਕਿੰਨੀ ਕਿਰਪਾ ਹੈ ।	Guest :	So kind of you. ਸੋ ਕਾਈਂਡ ਆਫ਼ ਯੂ ।
ਮੇਜ਼ਮਾਨ :	ਇਹ ਨਾ ਕਹੋ ਹਾਂ, ਸ਼ਾਮ ਨੂੰ ਤੁਹਾਡੀ ਕੱਦ ਉਡੀਕ ਰੱਖੀਏ ?	Host :	No mention, please, well, when can we expect you back in the evening ? ਨੋ ਮੈਨਸ਼ਨ, ਪਲੀਜ਼, ਵੈੱਲ, ਵ੍ਹੈੱਨ ਕੈਨ ਵੀ ਐਕਸਪੈਕਟ ਯੂ ਬੈਕ ਇਨ ਦ ਈਵਨਿੰਗ ।
ਮਹਿਮਾਨ :	ਸੱਤ ਵਜੇ ਦੇ ਕਰੀਬ । ਮਿਹਰਬਾਨੀ ਕਰਕੇ ਰਾਤ ਦਾ ਖਾਣਾ ਸਾਦਾ ਰੱਖਣਾ—ਸਿਰਫ ਚਾਵਲ ਅਤੇ ਦਾਲ ।	Gucst :	Around seven o'clock. And please keep the dinner simple—just rice and dal. ਅਰਊਂਡ ਸੈਵਨ ਓ'ਕਲਾਕ । ਐਂਡ ਪਲੀਜ਼ ਕੀਪ ਦ ਡਿਨਰ ਸਿੰਪਲ—ਜਸਟ ਰਾਈਸ ਐਂਡ ਦਾਲ ।
ਮੇਜ਼ਮਾਨ :	ਜਿਵੇਂ ਤੁਸੀਂ ਪਸੰਦ ਕਰੋ ।	Host :	As you like. ਐਜ਼ ਯੂ ਲਾਈਕ ।
	ਰਾਤ ਨੂੰ		AT NIGHT (ਐਟ ਨਾਈਟ)
ਮੇਜ਼ਮਾਨ :	ਆਪਣਾ ਦਿਨ ਕਿਵੇਂ ਬਿਤਾਇਆ ? ਕੀ ਤੁਸੀਂ ਸਾਰੇ ਲੋਕਾਂ ਨੂੰ ਮਿਲ ਸਕੇ ?	Host :	Well, how did you spend the day ? Could you meet those people ? ਵੈੱਲ, ਹਾਉ ਡਿਡ ਯੂ ਸਪੈਂਡ ਦ ਡੇ ? ਕੁੱਡ ਯੂ ਮੀਟ ਦੋਜ਼ ਪੀਪਲ ?

ਮਹਿਮਾਨ : ਸਾਰਿਆਂ ਨੂੰ ਨਹੀਂ, ਕੁਝ ਕੁ ਨੂੰ ਮਿਲ ਸਕਿਆ। ਬਾਕੀਆਂ ਨੂੰ ਉਮੀਦ ਹੈ ਕਲ ਮਿਲਾਂਗਾ। | Guest : Not all, I could see some The rest I expect to see tomorrow.
ਨਾਟ ਆਲ, ਆਈ ਕੁੱਡ ਸੀ ਸਮ। ਦ ਰੈਸਟ ਆਈ ਇਕਸਪੈਕਟ ਟੂ ਸੀ ਟੁਮਾਰੋ।

ਮੇਜ਼ਮਾਨ : ਤੁਸੀਂ ਥੱਕੇ ਹੋਏ ਲਗ ਰਹੇ ਹੋ। ਮੈਂ ਤੁਹਾਡਾ ਬਿਸਤਰਾ ਦੂਸਰੇ ਕਮਰੇ ਵਿਚ ਲਗਾਣ ਲਈ ਆਖ ਦਿੱਤਾ ਹੈ। ਤੁਹਾਨੂੰ ਜਲਦੀ ਸੌਣਾ ਚਾਹੀਦਾ ਹੈ। | Host : You look tired. I have asked your bed to be made in that room. I suggest that you retire early. ਯੂ ਲੁੱਕ ਟਾਇਰਡ। ਆਈ ਹੈਵ ਆਸਕਡ ਯੂਅਰ ਬੈੱਡ ਟੂ ਬੀ ਮੇਡ ਇਨ ਦੈਟ ਰੂਮ। ਆਈ ਸੁਜੈੱਸਟ ਦੈਟ ਯੂ ਰਿਟਾਇਰ ਅਰਲੀ।

ਮਹਿਮਾਨ : ਤੁਸੀਂ ਠੀਕ ਕਹਿੰਦੇ ਹੋ। ਮੇਰਾ ਖਿਆਲ ਹੈ, ਮੈਂ ਸੌਂਵਾਂਗਾ। ਸ਼ੁਭ ਰਾਤ। | Guest : You are right. I think I will go to bed. Good night.
ਯੂ ਆਰ ਰਾਈਟ। ਆਈ ਥਿੰਕ ਆਈ ਵਿੱਲ ਗੋ ਟੂ ਬੈੱਡ. ਗੁੱਡ ਨਾਈਟ।

ਮੇਜ਼ਮਾਨ : ਸ਼ੁਭ ਰਾਤ। | Host : Good night. ਗੁੱਡ ਨਾਈਟ।

(5) **ਜਾਣ ਦੀ ਤਿਆਰੀ**

GETTING READY TO GO

ਗੈਟਿੰਗ ਰੇਡੀ ਟੂ ਗੋ

ਪਤਨੀ : ਅੱਜ ਉਠਣਾ ਨਹੀਂ ਤੁਸੀਂ ? | Wife : Don't you want to get up today ?
ਡੋਂਟ ਯੂ ਵਾਂਟ ਟੂ ਗੈੱਟ ਅਪ ਟੁਡੇ ?

ਪਤੀ : ਓਹ, ਮੈਨੂੰ ਜ਼ਰਾ ਸੌਣ ਦੇ। | Husband : Oh, let me sleep a while.
ਉਹ, ਲੈੱਟ ਮੀ ਸਲੀਪ ਏ ਵ੍ਹਾਈਲ।

ਪਤਨੀ : ਅੱਜ ਦਫਤਰ ਨਹੀਂ ਜਾਣਾ ? | Wife : Arn't you going to office today ?
ਆਰਨਟ ਯੂ ਗੋਇੰਗ ਟੂ ਆਫਿਸ ਟੁਡੇ ?

ਪਤੀ : ਜ਼ਰੂਰ ਜਾਵਾਂਗਾ, ਵਕਤ ਕੀ ਏ ? | Husband : Of course I am, what is the time ?
ਆਫ ਕੋਰਸ ਆਈ ਐਮ, ਵਾਟ ਇਜ਼ ਦਾ ਟਾਈਮ ?

ਪਤਨੀ : ਸਾਢੇ ਸੱਤ ਵਜੇ ਹਨ। | Wife : It is half past seven.
ਇਟ ਇਜ਼ ਹਾਫ ਪਾਸਟ ਸੈਵਨ।

ਪਤੀ : ਕੀ ! ਸਾਢੇ ਸੱਤ, ਤੂੰ ਮੈਨੂੰ ਜਗਾਇਆ ਕਿਉਂ ਨਹੀਂ ? | Husband : Gosh, Half past seven. Why didn't you wake me up ?
ਗੋਸ਼, ਹਾਫ ਪਾਸਟ ਸੈਵਨ, ਵ੍ਹਾਈ ਡਿਡੰਟ ਯੂ ਵੇਕ ਮੀ ਅਪ ?

ਪਤਨੀ : ਦੇਖੋ, ਜੇ ਮੈਂ ਤੁਹਾਨੂੰ ਜਗਾ ਦੇਵਾਂ ਤਾਂ ਤੁਸੀਂ ਸ਼ਿਕਾਇਤ ਕਰਦੇ ਹੋ ਕਿ ਮੈਂ ਤੁਹਾਨੂੰ ਸੌਣ ਨਹੀਂ ਦਿੰਦੀ। | Wife : Now look at that, if I wake you up, you complain that I didn't let you sleep
ਨਾਊ ਲੁਕ ਐਟ ਦੈਟ, ਇਫ ਆਈ ਵੇਕ ਯੂ ਅਪ ਯੂ ਕੰਪਲੇਨ ਦੈਟ ਆਈ ਡਿਡੰਟ ਲੈੱਟ ਯੂ ਸਲੀਪ।

ਪਤੀ	: ਠੀਕ ਹੈ, ਠੀਕ ਹੈ, ਗੁਸਲਖਾਨੇ ਵਿਚ ਕੌਣ ਹੈ ?	Husband	: OK, OK, who is in the bathroom ? ਓ ਕੇ, ਓ ਕੇ, ਹੂ ਇਜ਼ ਇਨ ਦ ਬਾਥਰੂਮ ?
ਪਤਨੀ	: ਬਾਬੂ ।	Wife	: Babu. ਬਾਬੂ ।
ਪਤੀ	: ਬਾਬੂ ਛੇਤੀ ਕਰ, ਮੈਨੂੰ ਦੇਰ ਹੋ ਰਹੀ ਹੈ ।	Husband	: Hurry up, Babu, I am getting late. ਹਰੀ ਅਪ ਬਾਬੂ, ਆਈ ਐਮ ਗੈੱਟਿੰਗ ਲੇਟ ।
ਪਤਨੀ	: ਜਦੋਂ ਤਕ ਬਾਬੂ ਨਹਾਉਂਦਾ ਹੈ ਤੁਸੀਂ ਦੰਦਾਂ ਨੂੰ ਬੁਰਸ਼ ਕਰ ਲਉ ।	Wife	: While Babu has his bath, you can brush your teeth. ਵ੍ਹਾਈਲ ਬਾਬੂ ਹੈਜ਼ ਹਿਜ਼ ਬਾਥ, ਯੂ ਕੈਨ ਬਰੁਸ਼ ਯੁਅਰ ਟੀਥ ।
ਪਤੀ	: ਇਹ ਠੀਕ ਹੈ । ਟੂਥ ਪੇਸਟ ਕਿਥੇ ਹੈ ?	Husband	: That's right, where is the tooth paste ? ਦੈਟਸ ਰਾਈਟ, ਵੇਅਰ ਇਜ਼ ਦਾ ਟੁੱਥ ਪੇਸਟ ?
ਪਤਨੀ	: ਵਾਸ਼ ਬੇਸਿਨ ਉਪਰ ।	Wife	: At the wash basin. ਐਟ ਦ ਵਾਸ਼ ਬੇਸਿਨ ?
ਬਾਬੂ	: (ਗੁਸਲਖਾਨੇ ਤੋਂ ਬਾਹਰ ਆਉਂਦਿਆਂ) ਪਿਤਾ ਜੀ ਮੈਂ ਗੁਸਲਖਾਨੇ ਦਾ ਕੰਮ ਕਰ ਲਿਆ ।	Babu	: (Coming out of the bathroom) I have finished with the bathroom, Papa. (ਕੰਮਿੰਗ ਆਊਟ ਆਫ਼ ਦ ਬਾਥਰੂਮ) ਆਈ ਹੈਵ ਫਿਨਿਸ਼ਡ ਵਿਦ ਦ ਬਾਥਰੂਮ, ਪਾਪਾ ।
ਪਿਤਾ	: ਬਾਬੂ ਛੇਤੀ ਨਾਲ ਮੇਰੇ ਬੂਟ ਚਮਕਾ ਦੇ ।	Father	: Babu. Shine my shoes, quickly. ਬਾਬੂ, ਸ਼ਾਈਨ ਮਾਈ ਸ਼ੂਜ਼ ਕੁਇੱਕਲੀ ।
ਬਾਬੂ	: ਪਰ ਪਾਪਾ ਘਰ ਵਿਚ ਬੂਟ ਪਾਲਸ਼ ਤਾਂ ਹੈ ਹੀ ਨਹੀਂ । ਪੁਰਾਣੀ ਡੱਬੀ ਖਤਮ ਹੋ ਚੁੱਕੀ ਹੈ ਤੇ ਕਲ ਤੁਸੀਂ ਨਵੀਂ ਲਿਆਉਣੀ ਭੁਲ ਗਏ ।	Babu	: But Papa there is no shoe polish in the house, the old pack is finished and you forgot to buy a new one yesterday. ਬੱਟ ਪਾਪਾ, ਦੇਅਰ ਇਜ਼ ਨੋ ਸ਼ੂ ਪਾਲਿਸ਼ ਇਨ ਦਾ ਹਾਊਸ, ਦ ਓਲਡ ਪੈਕ ਇਜ਼ ਫਿਨਿਸ਼ਡ ਐਂਡ ਯੂ ਫਾਰਗੋਟ ਟੂ ਬਾਈ ਏ ਨਿਊ ਵਨ ਯੈਸਟਰਡੇ ।
ਪਿਤਾ	; ਕਲ ਸ਼ਾਮ ਜਦੋਂ ਮੈਂ ਬਾਹਰ ਗਿਆ ਸੀ ਮੈਨੂੰ ਯਾਦ ਨਹੀਂ ਕਰਵਾ ਸਕਦਾ ਸੈਂ ?	Father	: Couldn't you have reminded me when I went out yesterday evening ? ਕੁੱਡੰਟ ਯੂ ਹੈਵ ਰਿਮਾਈਂਡੇਡ ਮੀ ਵ੍ਹੈੱਨ ਆਈ ਵੈਂਟ ਆਊਟ ਯੈਸਟਰਡੇ ਈਵਨਿੰਗ ?
ਪਤਨੀ	: ਤੁਸੀਂ ਆਪ ਐਨੇ ਭੁਲੱਕੜ ਹੋ ਤੇ ਉਸ ਵਿਚਾਰੇ ਬੱਚੇ ਉਪਰ ਚੀਕ ਰਹੇ ਹੋ ।	Wife	: You are so forgetful yourself and then you shout at the poor boy. ਯੂ ਆਰ ਸੋ ਫਾਰਗੈੱਟਫੁੱਲ ਯੁਅਰਸੇਲਫ ਐਂਡ ਦੈੱਨ ਯੂ ਸ਼ਾਊਟ ਐਟ ਦਾ ਪੂਅਰ ਬੁਆਏ ।
ਪਤੀ	: ਠੀਕ ਹੈ, ਠੀਕ ਹੈ, ਬਾਬੂ ਕਪੜੇ ਦਾ ਟੁਕੜਾ ਲੈ ਕੇ ਬੂਟਾਂ ਨੂੰ ਸਾਫ਼ ਕਰਦੇ, ਤੇ ਸੁਧਾ ਤੂੰ ਮੇਰੀ ਬੁਸ਼ਰਟ ਪ੍ਰੈਸ ਕਰ ਦੇਵੇਂਗੀ ?	Husband	: OK, OK, Babu, just wipe the shoes with a piece of cloth. And Sudha, will you please iron my bush-shirt ? ਓ ਕੇ, ਓ ਕੇ, ਬਾਬੂ ਜਸਟ ਵਾਈਪ ਮਾਈ ਸ਼ੂਜ਼ ਵਿਦ ਏ ਪੀਸ ਆਫ ਕਲਾਥ । ਐਂਡ ਸੁਧਾ, ਵਿਲ ਯੂ ਪ੍ਲੀਜ਼ ਆਇਰਨ ਮਾਈ ਬੁਸ਼-ਸ਼ਰਟ ?
ਪਤਨੀ	: ਪਰ ਮੈਂ ਰਸੋਈ ਵਿਚ ਰੁੱਝੀ ਹੋਈ ਹਾਂ । ਤੁਸੀਂ ਨਹੀਂ ਚਾਹੁੰਦੇ ਕਿ ਤੁਹਾਡਾ ਖਾਣਾ ਵਕਤ ਸਿਰ ਤਿਆਰ ਹੋ ਜਾਏ ?	Wife	: But I am busy in the kitchen. Don't you want your food to be ready in time. ਬੱਟ ਆਈ ਐਮ ਬਿਜ਼ੀ ਇਨ ਦ ਕਿਚਨ, ਡੋਂਟ ਯੂ ਵਾਂਟ ਯੁਅਰ ਫੂਡ ਟੂ ਬੀ ਰੈਡੀ ਇਨ ਟਾਈਮ ?

ਪਤੀ : ਹਾਂ ਹਾਂ, ਪਰ ਮੈਂ ਇਸ ਬੁਸ਼ਰਟ ਨੂੰ ਪ੍ਰੈਸ ਕੀਤੇ ਬਿਨਾਂ ਕਿਵੇਂ ਪਹਿਨ ਸਕਦਾ ਹਾਂ ?

Husband : Yes, Yes, but how can I wear this bush-shirt unless it is ironed ?
ਯੈੱਸ, ਯੈਸ, ਬੱਟ ਹਾਊ ਕੈਨ ਆਈ ਵੀਅਰ ਦਿਸ ਬੁਸ਼-ਸ਼ਰਟ ਅਨਲੈੱਸ ਇਟ ਇਜ਼ ਆਇਰਨਡ ?

ਪਤਨੀ : ਤੁਹਾਨੂੰ ਇਹ ਪਹਿਨਣ ਦੀ ਲੋੜ ਨਹੀਂ। ਮੈਂ ਦੂਸਰੀ ਹੈਂਗਰ ਉਪਰ ਤਿਆਰ ਰੱਖੀ ਹੋਈ ਹੈ।

Wife : You don't have to wear it, I have kept the other one ready on the hanger.
ਯੂ ਡੋਂਟ ਹੈਵ ਟ ਵੀਅਰ ਇਟ, ਆਈ ਹੈਵ ਕੈਪਟ ਦ ਅਦਰ ਵਨ ਰੈਡੀ ਆਨ ਦ ਹੈਂਗਰ।

ਪਤੀ : ਸੁਧਾ, ਤੂੰ ਇਕ ਚੰਗੀ ਪਤਨੀ ਏਂ।

Husband : Sudha, you are a wonderful wife.
ਸੁਧਾ, ਯੂ ਆਰ ਏ ਵੰਡਰਫੁੱਲ ਵਾਈਫ।

ਪਤਨੀ : ਸੋਚਾਂਗੇ ਇਸ ਬਾਰੇ, ਹੁਣ ਆਓ ਤੇ ਆਪਣਾ ਨਾਸ਼ਤਾ ਕਰੋ। ਮੈਂ ਤੁਹਾਡਾ ਖਾਣੇ ਦਾ ਡੱਬਾ ਤਿਆਰ ਕਰ ਦਿਆਂ।

Wife : We will see about that. Now come and take your breakfast, I will pack your lunch box.
ਵੀ ਵਿੱਲ ਸੀ ਅਬਾਊਟ ਦੈਟ, ਨਾਊ ਕਮ ਐਂਡ ਟੇਕ ਯਅਰ ਬ੍ਰੇਕਫਾਸਟ, ਆਈ ਵਿੱਲ ਪੈਕ ਯੁਅਰ ਲੰਚ ਬਾਕਸ।

ਪਤੀ : ਕਿਉਂ, ਅਜੇ ਤਾਂ ਨੌ ਵੱਜਣ ਵਿਚ ਪੰਦਰਾਂ ਮਿੰਟ ਬਾਕੀ ਨੇ। ਮੈਨੂੰ ਬਸ ਲਈ ਦੇਰ ਨਹੀਂ ਹੋਈ।

Husband : Why, it is still a quarter to nine. I am quite in time for the bus.
ਵ੍ਹਾਈ, ਇਟ ਇਜ਼ ਸਟਿੱਲ ਏ ਕੁਆਰਟਰ ਟੂ ਨਾਈਨ। ਆਈ ਐਮ ਕੁਆਇਟ ਇਨ ਟਾਇਮ ਫਾਰ ਦ ਬਸ।

(6) ਇਕ ਮਰੀਜ਼ ਬਾਰੇ

ABOUT A PATIENT

ਅਬਾਊਟ ਏ ਪਸ਼ੈਂਟ

ਸ਼ੀਲਾ : ਤੇਰੇ ਪਿਤਾ ਜੀ ਦਾ ਹੁਣ ਕੀ ਹਾਲ ਹੈ ?

Sheela : How is your father now ?
ਹਾਊ ਇਜ਼ ਯੁਅਰ ਫਾਦਰ ਨਾਉ ?

ਪਦਮਾ : ਪਹਿਲਾਂ ਨਾਲੋਂ ਚੰਗਾ ਹੈ।

Padama : Better than before. ਬੈਟਰ ਦੈਨ ਬੀਫੋਰ।

ਸ਼ੀਲਾ : ਉਨ੍ਹਾਂ ਦਾ ਇਲਾਜ ਕੌਣ ਕਰ ਰਿਹਾ ਹੈ ?

Sheela : Who is treating him ?
ਹੂ ਇਜ਼ ਟ੍ਰੀਟਿੰਗ ਹਿਮ ?

ਪਦਮਾ : ਡਾਕਟਰ ਖੰਨਾ।

Padam : Dr. Khanna. ਡਾ. ਖੰਨਾ।

ਸ਼ੀਲਾ : ਉਹ ਕੀ ਕਹਿੰਦਾ ਹੈ ?

Sheela : What does he say ? ਵਾਟ ਡਜ਼ ਹੀ ਸੇ ?

ਪਦਮਾ : ਉਹ ਕਹਿੰਦਾ ਹੈ ਕਿ ਜਿਗਰ ਠੀਕ ਤਰ੍ਹਾਂ ਕੰਮ ਨਹੀਂ ਕਰ ਰਿਹਾ।

Padama : He says that the liver is not functioning properly. ਹੀ ਸੇਜ਼ ਦੈਟ ਦ ਲਿਵਰ ਇਜ਼ ਨਟ ਫੰਕਸ਼ਨਿੰਗ ਪ੍ਰਾਪਰਲੀ।

ਸ਼ੀਲਾ : ਤੁਸੀਂ ਉਨ੍ਹਾਂ ਨੂੰ ਹਸਪਤਾਲ ਕਿਉਂ ਨਹੀਂ ਲੈ ਜਾਂਦੇ ?

Seeela : Why don't you take him to the hospital,
ਵ੍ਹਾਈ ਡੋਂਟ ਯੂ ਟੇਕ ਹਿਮ ਟੂ ਦ ਹੌਸਪਿਟਲ ?

ਪਦਮਾ : ਹਸਪਤਾਲ ਦੇ ਨਾਂ ਤੋਂ ਉਹ ਘਬਰਾ ਜਾਂਦੇ ਹਨ।

Padama : He becomes nervous at the mention of the hospital. ਹੀ ਬੀਕਮਜ਼ ਨਰਵਸ ਐਟ ਦ ਮੈਨਸ਼ਨ ਆਫ ਦ ਹੌਸਪਿਟਲ।

ਸ਼ੀਲਾ	ਉਹ ਕਿੰਨੇ ਚਿਰ ਤੋਂ ਬਿਮਾਰ ਹਨ ?	Sheela	How long has he been ill ? ਹਾਉ ਲੋਂਗ ਹੈਜ਼ ਹੀ ਬਿਨ ਇਲ ?
ਪਦਮਾ	ਪਿਛਲੇ ਦੋ ਮਹੀਨਿਆਂ ਤੋਂ ।	Padma	For the last two months. ਫਾਰ ਦਾ ਲਾਸਟ ਟੂ ਮੰਥਸ ।
ਸ਼ੀਲਾ	ਉਨ੍ਹਾਂ ਦਾ ਚਿਹਰਾ ਬਹੁਤ ਪੀਲਾ ਪੈ ਗਿਆ ਹੈ । ਮੇਰਾ ਖਿਆਲ ਹੈ ਤੁਹਾਨੂੰ ਕਿਸੇ ਵਿਸ਼ੇਸ਼ਗ ਦੀ ਸਲਾਹ ਲੈਣੀ ਚਾਹੀਦੀ ਹੈ ।	Sheela	His face has become very pale. I think you should consult a specialist. ਹਿਜ਼ ਫੇਸ ਹੈਜ਼ ਬਿਕਮ ਵੇਰੀ ਪੇਲ । ਆਈ ਥਿੰਕ ਯੂ ਸ਼ੁਡ ਕਨਸਲਟ ਏ ਸਪੈਸ਼ਲਿਸਟ ।
ਪਦਮਾ	ਪਿਤਾ ਜੀ ਨੂੰ ਕੇਵਲ ਡਾ: ਖੰਨਾ ਉਪਰ ਵਿਸ਼ਵਾਸ਼ ਹੈ । ਵਿਸ਼ਵਾਸ ਕਦੀ ਕਦੀ ਦਵਾਈਆਂ ਨਾਲੋਂ ਜ਼ਿਆਦਾ ਅਸਰ ਕਰਦਾ ਹੈ ।	Padma	Father has faith only in Dr. Khanna. Faith is sometimes more effective than medicine. ਫਾਦਰ ਹੈਜ਼ ਫੇਥ ਓਨਲੀ ਇਨ ਡਾ: ਖੰਨਾ । ਫੇਥ ਇਜ਼ ਸਮਟਾਇਮਜ਼ ਮੋਰ ਇਫੈਕਟਿਵ ਦੈਨ ਮੈਡੀਸਿਨ ।
ਸ਼ੀਲਾ	ਕੀ ਉਹ ਡਾ: ਖੰਨਾ ਦੇ ਇਲਾਜ ਵਿਚ ਠੀਕ ਹੋ ਰਹੇ ਹਨ ?	Shehla	Has he improved under Dr. Khanna's care ? ਹੈਜ਼ ਹੀ ਇਮਪਰੂਵਡ ਅੰਡਰ ਡਾ: ਖੰਨਾਜ਼ ਕੇਅਰ ?
ਪਦਮਾ	ਹਾਂ, ਪਰ ਪੂਰਾ ਠੀਕ ਹੋਣ ਵਿਚ ਵਕਤ ਲੱਗੇਗਾ ।	Padma	Yes, but complete recovery will take time. ਯੈੱਸ, ਬੱਟ ਕੰਪਲੀਟ ਰੀਕਵਰੀ ਵਿੱਲ ਟੇਕ ਟਾਈਮ ।
ਸ਼ੀਲਾ	ਉਨ੍ਹਾਂ ਨੂੰ ਠੀਕ ਹੋਣ ਵਿਚ ਜ਼ਿਆਦਾ ਵਕਤ ਲੱਗਣ ਦਿਓ । ਕਈ ਲੋਕ ਠੀਕ ਹੋਣ ਦੀ ਛੇਤੀ ਕੋਸ਼ਿਸ਼ ਕਰਦੇ ਹਨ ਪਰ ਫਿਰ ਬਿਮਾਰ ਪੈ ਜਾਂਦੇ ਹਨ ।	Sheela	Let him take enough time to recoup. Many people start exerting themselves too soon after recovery and then have a relapse. ਲੈੱਟ ਹਿਮ ਟੇਕ ਏਨੱਫ ਟਾਈਮ ਟੂ ਰੀਕੂਪ. ਮੈਨੀ ਪੀਪਲ ਸਟਾਰਟ ਐਗਜ਼ਰਟਿੰਗ ਦੈਮਸੈਲਵਜ਼ ਟੂ ਸੂਨ ਆਫਟਰ ਰੀਕਵਰੀ ਐਂਡ ਦੈੱਨ ਹੈਵ ਏ ਰਿਲੈਪਸ ।
ਪਦਮਾ	ਇਹ ਠੀਕ ਹੈ, ਸਾਨੂੰ ਇਸ ਬਾਰੇ ਧਿਆਨ ਰੱਖਣਾ ਚਾਹੀਦਾ ਹੈ ।	Padma	That is true, we shall take care about that. ਦੈਟ ਇਜ਼ ਟਰੂ, ਵੀ ਸ਼ੈਲ ਟੇਕ ਕੇਅਰ ਅਬਾਉਟ ਦੈਟ ।
ਸ਼ੀਲਾ	ਕੀ ਡਾਕਟਰ ਨੇ ਖੁਰਾਕ ਬਾਰੇ ਵੀ ਕੁਝ ਪਾਬੰਦੀਆਂ ਲਗਾਈਆਂ ਹਨ ?	Sheel:	Has the doctor imposed any re-strictions about food? ਹੈਜ਼ ਦਾ ਡਾਕਟਰ ਇੰਪੋਜ਼ਡ ਐਨੀ ਰੈਸਟਰਿਕਸ਼ਨਜ਼ ਅਬਾਉਟ ਫੂਡ ?
ਪਦਮਾ	ਹਾਂ, ਉਸ ਨੇ ਕੇਵਲ ਤਰਲ ਭੋਜਨ ਦੇਣ ਲਈ ਕਿਹਾ ਹੈ ।	Padma	Yes, he has recommended only liquid diet. ਯੈਸ ਹੀ ਹੈਜ਼ ਰੇਕੋਮੈਨਡਿਡ ਓਨਲੀ ਲੀਕੁਇਡ ਫੂਡ ।
ਸ਼ੀਲਾ	ਉਂ ਹੂੰ, ਚੰਗਾ, ਕੀ ਮੈਂ ਵੀ ਕੁਝ ਕਰ ਸਕਦੀ ਹ ?	Sheela	I see, well, is there anything I can do ? ਆਈ ਸੀ, ਵੈੱਲ, ਇਜ਼ ਦੇਅਰ ਐਨੀਥਿੰਗ ਆਈ ਕੈਨ ਡੂ ?
ਪਦਮਾ	ਨਹੀਂ ਸ਼ੁਕਰੀਆ, ਕਦੇ ਕਦੇ ਆ ਜ ਇਆ ਕਰ ।	Padma	No thanks, please drop in off and on. ਨੋ ਥੈਂਕਸ, ਪਲੀਜ਼ ਡਰਾਪ ਇਨ ਆਫ ਐਂਡ ਆਨ ।

(7) ਰਾਹ ਜਾਂਦਿਆ

ON THE WAY

ਔਨ ਦ ਵੇ

ਰਾਜਨ :	ਹੈਲੋ ਨੰਦਨ, ਕੀ ਹਾਲ ਏ ?	Rajan	: Hallo, Nandan, how are you ? ਹੈਲੋ, ਨੰਦਨ, ਹਾਉ ਆਰ ਯੂ ?
ਨੰਦਨ :	ਚੰਗਾ ਹੈ ਰਾਜਨ, ਤੇਰਾ ਕੀ ਹਾਲ ਏ ?	Nandan	: Fine, Rajan, and how are you ? ਫ਼ਾਈਨ, ਰਾਜਨ, ਐਂਡ ਹਾਉ ਆਰ ਯੂ ?
ਰਾਜਨ :	ਚੰਗਾ ਹੈ, ਕਿਧਰ ਜਾ ਰਿਹਾ ਏਂ ?	Rajan	: Fine, where are you going ? ਫ਼ਾਈਨ, ਵ੍ਹੇਅਰ ਆਰ ਯੂ ਗੋਇੰਗ ?
ਨੰਦਨ :	ਮੈਂ ਆਪਣੀ ਦੁਕਾਨ ਤੇ ਜਾ ਰਿਹਾਂ ਹਾਂ।	Nandan	: I am off to my shop. ਆਈ ਐਮ ਆਫ਼ ਟੂ ਮਾਇ ਸ਼ਾਪ।
ਰਾਜਨ :	ਕਾਰੋਬਾਰ ਕਿਵੇਂ ਹੈ ?	Rajan	: How is business ? ਹਾਉ ਇਜ਼ ਬਿਜ਼ਨੇਸ ?
ਨੰਦਨ :	ਜ਼ਿਆਦਾ ਚੰਗਾ ਨਹੀਂ, ਅਸਲ ਵਿਚ ਅਜਕਲ ਮੰਦੀ ਹੈ।	Nandan	: Not so good, In fact it is dull these days. ਨਾਟ ਸੋ ਗੁੱਡ, ਇਨ ਫੈਕਟ ਇਟ ਇਜ਼ ਡੱਲ ਦੀਜ਼ ਡੇਜ਼।
ਰਾਜਨ :	ਕਿਉਂ, ਕੀ ਗੱਲ ਏ ?	Rajan	: Why ? What is wrong ? ਵ੍ਹਾਈ, ਵ੍ਹੱਟ ਇਜ਼ ਰੌਂਗ ?
ਨੰਦਨ :	ਵਿਓਪਾਰ ਵਿਚ ਮੰਦੀ ਹੈ, ਇਸ ਦਾ ਅਸਰ ਕਾਰੋਬਾਰੀ ਰੁਝੇਵੇਂ ਉਪਰ ਪੈਂਦਾ ਹੈ।	Nandan	: There is a trade depression and it is affecting business activity. ਦੇਅਰ ਇਜ਼ ਏ ਟਰੇਡ ਡਿਪਰੈਸ਼ਨ ਐਂਡ ਇਟ ਇਜ਼ ਇਫ਼ੈੱਕਟਿੰਗ ਬਿਜ਼ਨੈੱਸ ਐਕਟਿਵਿਟੀ।
ਰਾਜਨ :	ਹੂੰ, ਉਮੀਦ ਹੈ ਹਾਲਾਤ ਸੁਧਰਣਗੇ।	Rajan	: I see, well, I hope things will improve, ਆਈ ਸੀ, ਵੈੱਲ, ਆਈ ਹੋਪ ਥਿੰਗਜ਼ ਵਿੱਲ ਇੰਪਰੂਵ।
ਨੰਦਨ :	ਮੈਨੂੰ ਵੀ ਇਹੀ ਉਮੀਦ ਹੈ। ਸਰਕਾਰ ਦੇ ਲਘੂ ਉਦਯੋਗ ਨੂੰ ਤਰੱਕੀ ਦੇਣ ਅਤੇ ਕੀਮਤਾਂ ਨੂੰ ਸੁਧਾਰਨ ਦੇ ਯਤਨਾਂ ਦੇ ਚੰਗੇ ਨਤੀਜੇ ਨਿਕਲਣਗੇ।	Nandan	: I hope so too. The Government's efforts to promote Small Scale Industry and to curb prices should produce results ਆਈ ਹੋਪ ਸੋ ਟੂ. ਦ ਗਵਰਨਮੇਂਟਸ ਐਫ਼ਰਟਸ ਟੂ ਪ੍ਰਮੋਟ ਸਮਾਲ ਸਕੇਲ ਇਨਡਸਟਰੀ ਐਂਡ ਟੂ ਕਰਬ ਪ੍ਰਾਇਸਿਜ਼ ਸ਼ੁੱਡ ਪ੍ਰੋਡਯੂਸ ਰਿਜ਼ਲਟਸ।
ਰਾਜਨ :	ਅਜ ਕਲ ਤੁਹਾਡਾ ਭਰਾ ਕਿਥੇ ਹੈ ?	Rajan	: Where is your brother these days ? ਵ੍ਹੇਅਰ ਇਜ਼ ਯੂਅਰ ਬ੍ਰਦਰ ਦੀਜ਼ ਡੇਜ਼ ?
ਨੰਦਨ ।	ਉਹ ਮਦਰਾਸ ਵਿਚ ਹੈ।	Nandan	: He is in Madras. ਹੀ ਇਜ਼ ਇਨ ਮਡਰਾਸ।
ਰਾਜਨ :	ਉਹ ਉਥੇ ਕੀ ਕਰ ਰਿਹਾ ਹੈ ?	Rajan	: What is he doing there ? ਵ੍ਹੱਟ ਇਜ਼ ਹੀ ਡੂਇੰਗ ਦੇਅਰ ?
ਨੰਦਨ :	ਉਹ ਛਾਪੇ ਦੀ ਤਕਨੀਕ ਸਿੱਖ ਰਿਹਾ ਹੈ।	Nandan	: Hc is getting training in printing technology. ਹੀ ਇਜ਼ ਗੈੱਟਿਗ ਟ੍ਰੇਨਿੰਗ ਇਨ ਪ੍ਰਿੰਟਿੰਗ ਟੇਕਨਾਲਾਜੀ।
ਰਾਜਨ :	ਇਹ ਚੰਗਾ ਹੈ। ਸਿਖਲਾਈ ਪੂਰੀ ਕਰਨ ਤੋਂ ਬਾਦ ਉਸ ਦਾ ਕੀ ਕਰਨ ਦਾ ਇਰਾਦਾ ਹੈ ?	Rajan	: That's nice. What does he propose to do after he complete his training ? ਦੈਟਸ ਨਾਈਸ। ਵੱਟ ਡਜ਼ ਹੀ ਪ੍ਰਪੋਜ਼ ਟੂ ਡੂ ਆਫ਼ਟਰ ਹੀ ਕਪਲੀਟ ਹਿਜ਼ ਟ੍ਰੇਨਿਗ ?

ਨੰਦਨ :	ਉਸ ਦਾ ਵਿਚਾਰ ਇਕ ਛੋਟਾ ਛਾਪਾਖਾਨਾ ਖੋਲ੍ਹਣ ਦਾ ਹੈ।	Nandan	: He is thinking of setting up a small printing press ਹੀ ਇਜ਼ ਥਿੰਕਿੰਗ ਆਫ਼ ਸੈੱਟਿੰਗ ਅਪ ਏ ਸਮਾਲ ਪ੍ਰਿੰਟਿੰਗ ਪ੍ਰੈੱਸ।
ਰਾਜਨ :	ਚੰਗਾ ਵਿਚਾਰ ਹੈ। ਪਰ ਮੈਂ ਸੁਣਿਆ ਹੈ ਕਿ ਇਕ ਟ੍ਰੀਡਲ ਹੀ ਕਾਫ਼ੀ ਪੈਸਿਆਂ ਦੀ ਆਉਂਦੀ ਹੈ।	Rajan	: A good idea. Bnt I am told even a treadle costs quite some money. ਏ ਗੁੱਡ ਅ ਈਡਿਆ। ਬੱਟ ਆਈ ਐਮ ਟੋਲਡ ਈਵਨ ਏ ਟ੍ਰੀਡਲ ਕਾਸਟ੍ਸ ਕਆਇਟ ਸਮ ਮਨੀ।
ਨੰਦਨ :	ਇਹ ਠੀਕ ਹੈ। ਪਰ ਅਜ ਕਲ ਬੈਂਕ ਉਨ੍ਹਾਂ ਨੌਜੁਆਨਾਂ ਨੂੰ ਚੰਗੀ ਆਰਥਿਕ ਸਹਾਇਤਾ ਦੇ ਰਹੇ ਹਨ ਜੋ ਕਿ ਆਪਣਾ ਛੋਟਾ ਕਾਰੋਬਾਰ ਸ਼ੁਰੂ ਕਰਨਾ ਚਾਹੁੰਦੇ ਹਨ।	Nandan	: That is true. But Now-a-days banks give good financial aid to youngmen of initiative who want to set up small enterprises. ਦੈਟ ਇਜ਼ ਟ੍ਰੂ। ਬੱਟ ਨਾਉ-ਏ-ਡੇਜ਼ ਬੈਂਕਸ ਗਿਵ ਗੁੱਡ ਫਾਈਨੈਨਸ਼ਲ ਏਡ ਟੂ ਯੰਗਮੈੱਨ ਆਫ ਇਨੀਸ਼ੀਏਟਿਵ ਹੂ ਵਾਂਟ ਟੂ ਸੈੱਟ ਅਪ ਸਮਾਲ ਏਂਟਰਪ੍ਰਾਈਜ਼ਿਜ਼।
ਰਾਜਨ ;	ਫਿਰ ਤਾਂ ਤੁਹਾਡਾ ਭਰਾ ਵੀ ਉਨ੍ਹਾਂ ਤੋਂ ਸਹਾਇਤਾ ਲੈ ਸਕਦਾ ਹੈ।	Rajan	: Then your brother can also get help from them. ਦੈੱਨ ਯੁਅਰ ਬ੍ਰਦਰ ਕੈਨ ਆਲਸੋ ਗੈੱਟ ਹੈਲਪ ਫ੍ਰਾਮ ਦੈੱਮ।
ਨੰਦਨ :	ਉਸ ਨੂੰ ਵੀ ਇਹੀ ਉਮੀਦ ਹੈ। ਤੁਹਾਡਾ ਕੰਮ ਕਾਰ ਕਿਵੇਂ ਹੈ ?	Nandan	: That is what he hopes, well, how are things with you ? ਦੈਟ ਇਜ਼ ਵੱਟ ਹੀ ਹੋਪਸ, ਵੈੱਲ, ਹਾਉ ਆਰ ਥਿੰਗਜ਼ ਵਿਦ ਯੂ ?
ਰਾਜਨ :	ਬੁਰਾ ਨਹੀਂ, ਮੈਨੂੰ ਪਿਛਲੇ ਮਹੀਨੇ ਹੀ ਤਰੱਕੀ ਮਿਲੀ ਹੈ।	Rajan	: Not bad. I got a promotion last month. ਨਾਟ ਬੈਡ। ਆਈ ਗੱਾਟ ਏ ਪ੍ਰਮੋਸ਼ਨ ਲਾਸਟ ਮੰਥ।
ਨੰਦਨ .	ਸੱਚੀਂ ? ਮੁਬਾਰਕ ਹੋਵੇ।	Nandan	: Really ? Congratulations. ਰੀਅਲੀ ? ਕਾਂਗ੍ਰਾਚੁਲੇਸ਼ਨਸ।
ਰਾਜਨ :	ਸ਼ੁਕਰੀਆ, ਹੁਣ ਮੈਂ ਸਹਾਇਕ ਸੇਲਜ਼ ਮੈਨੇਜਰ ਬਣ ਗਿਆ ਹਾਂ।	Rajan	: Thank you. I am now Assistant Sales Manager. ਥੈਂਕ ਯੂ, ਆਈ ਐਮ ਨਾਉ ਅਸਿਸਟੈਂਟ ਸੇਲਜ਼ ਮੈਨੇਜਰ।
ਨੰਦਨ :	ਵਧੀਆ। ਤੂੰ ਇਸ ਦੇ ਹੀ ਯੋਗ ਏਂ, ਵਾਹਿਣੀ ਜ਼ਰੂਰ ਖੁਸ਼ ਹੋਵੇਗੀ।	Nandan	: Wonderful. You certainly deserve it. Vahini must be very happy. ਵੰਡਰਫੁੱਲ. ਯੂ ਸਰਟੇਨਲੀ ਡਿਜ਼ਰਵ ਇਟ। ਵਾਹਿਨੀ ਮਸਟ ਬੀ ਵੈਰੀ ਹੈਪੀ।
ਰਾਜਨ :	ਸੁਭਾਵਿਕ ਏ. ਖੈਰ, ਮੈਂ ਸੁਣਿਆ ਤੁਹਾਡੇ ਪੁੱਤਰ ਸੁਨੀਲ ਨੂੰ ਅੰਤਰ ਸਕੂਲੀ ਵਿਵਾਦ ਪ੍ਰਤੀਯੋਗਤਾ ਵਿਚ ਪਹਿਲਾ ਇਨਾਮ ਮਿਲਿਆ ਹੈ।	Rajan	: Naturally. By the way, I heard your son Sunil got the first prize in the inter school debating competition. ਨੈਚੁਰਲੀ, ਬਾਈ ਦ ਵੇ, ਆਈ ਹਰਡ ਯੁਅਰ ਸਨ ਸੁਨੀਲ ਗਾਟ ਫਸਟ ਪ੍ਰਾਈਜ਼ ਇਨ ਦਾ ਇੰਟਰ ਸਕੂਲ ਡਿਬੇਟਿੰਗ ਕੰਪੀਟੀਸ਼ਨ ?
ਨੰਦਨ :	ਹਾਂ, ਸੁਨੀਲ ਚੰਗਾ ਵਕਤਾ ਹੈ।	Nandan	: Yes, Sunil is quite a speaker. ਯੈੱਸ, ਸੁਨੀਲ ਇਜ਼ ਕੁਆਇਟ ਏ ਸਪੀਕਰ।
ਰਾਜਨ :	ਚੰਗਾ ਲੜਕਾ ਹੈ. ਮੇਰੇ ਵਲੋਂ ਉਸ ਨੂੰ ਮੁਬਾਰਕਬਾਦ ਕਹਿਣਾ।	Rajan	: Good boy. Give him my congratulations. ਗੁੱਡ ਬੁਆਏ, ਗਿਵ ਹਿਮ ਮਾਈ ਕਾਂਗਚੁਰਲੇਸ਼ਨਜ਼।

ਨੰਦਨ :	ਸ਼ੁਕਰੀਆ, ਕਹਿ ਦਿਆਂਗਾ, ਸੁਨੀਲ ਵਿਚ ਭਾਸ਼ਾ ਲਈ ਖਾਸ ਯੋਗਤਾ ਲਗਦੀ ਹੈ। ਤੁਹਾਨੂੰ ਪਤਾ ਹੈ, ਉਹ ਤਾਮਿਲ ਬੜੀ ਚੰਗੀ ਤਰ੍ਹਾਂ ਬੋਲ ਸਕਦਾ ਹੈ।	Nandan	: Thank you, I will. Sunil seems to have a special aptitude for language. You know, he can speek fluent Tamil. ਥੈਂਕ ਯੂ। ਆਈ ਵਿੱਲ, ਸੁਨੀਲ ਸੀਮਜ਼ ਟੂ ਹੈਵ ਏ ਸਪੇਸ਼ਲ ਅਪਟੀਚਿਊਡ ਫ਼ਾਰ ਲੈਂਗੁਏਜ ਯੂ ਨੋ ਹੀ ਕੈਨ ਸਪੀਕ ਫਲੂਐਂਟ ਤਾਮਿਲ।
ਰਾਜਨ :	ਸੱਚ, ਇਸ ਉਮਰ ਦੇ ਇਕ ਉੱਤਰ ਭਾਰਤੀ ਲੜਕੇ ਲਈ ਯਕੀਨਨ ਇਹ ਇਕ ਸ਼ਲਾਘਾਯੋਗ ਗੱਲ ਹੈ।	Rajan	: Really. That is certainly creditable for a North Indian boy of his age. ਰੀਅਲੀ। ਦੈਟ ਇਜ਼ ਸਰਟੇਨਲੀ ਕਰੈਡੀਟੇਬਲ ਫਾਰ ਏ ਨਾਰਥ ਇੰਡੀਅਨ ਬੁਆਏ ਆਫ਼ ਹਿਜ਼ ਏਜ।
ਨੰਦਨ :	ਤੁਹਾਡਾ ਕੀ ਵਿਚਾਰ ਹੈ ਉਸ ਨੂੰ ਕਿਹੜੇ ਪਾਸੇ ਜਾਣਾ ਚਾਹੀਦਾ ਹੈ ?	Nandan	: What line do you think he should take up ? ਵੱਟ ਲਾਈਨ ਡੂ ਯੂ ਥਿੰਕ ਹੀ ਸ਼ੁੱਡ ਟੇਕ ਅਪ ?
ਰਾਜਨ :	ਜੇ ਉਸ ਨੂੰ ਭਾਸ਼ਾ ਬਾਰੇ ਚੰਗੀ ਜਾਣਕਾਰੀ ਹੈ ਤਾਂ ਉਹ ਇਕ ਚੰਗਾ ਪੱਤਰਕਾਰ ਬਣ ਸਕਦਾ ਹੈ।	Rajan	: Well, if he is good at language he could be a good journalist. ਵੈੱਲ, ਇਫ਼ ਹੀ ਇਜ਼ ਗੁੱਡ ਐਟ ਲੈਂਗੁਏਜ ਹੀ ਕੁੱਡ ਬੀ ਏ ਗੁੱਡ ਜਰਨਲਿਸਟ।
ਨੰਦਨ :	ਇਹ ਚੰਗਾ ਵਿਚਾਰ ਹੈ। ਪਰ ਮੈਨੂੰ ਦਸਿਆ ਗਿਆ ਹੈ ਕਿ ਪੱਤਰਕਾਰਾਂ ਨੂੰ ਚੰਗੀ ਤਨਖਾਹ ਨਹੀਂ ਮਿਲਦੀ।	Nandan	: That is a good idea. But I am told journalists are not well-paid. ਦੈਟ ਇਜ਼ ਏ ਗੁੱਡ ਆਈਡਿਆ। ਬੱਟ ਆਈ ਐਮ ਟੋਲਡ ਜਰਨਲਿਸਟਸ ਆਰ ਨਾਟ ਵੈੱਲ-ਪੇਡ ?
ਰਾਜਨ :	ਸ਼ਾਇਦ ਨਹੀਂ, ਪਰ ਮੇਰਾ ਖਿਆਲ ਹੈ ਕਿ ਇਹ ਇਕ ਬਹੁਤ ਦਿਲਚਸਪ ਕਿੱਤਾ ਹੈ।	Rajan	: Perhaps not. But I think it is a very interesting profession. ਪਰਹੈਪਸ ਨਾਟ। ਬੱਟ ਆਈ ਥਿੰਕ ਇਟ ਇਜ਼ ਏ ਵੈਰੀ ਇਨਟਰੈਸਟਿੰਗ ਪ੍ਰੋਫੈਸ਼ਨ।
ਨੰਦਨ :	ਇਕ ਦੁਕਾਨ ਚਲਉਣ ਨਾਲੋਂ ਤਾਂ ਜ਼ਰੂਰ ਦਿਲਚਸਪ ਹੋਵੇਗਾ।	Nandan	: Well, it must be certainly more interesting than running a shop. ਵੈੱਲ, ਇਟ ਮਸਟ ਬੀ ਸਰਟੇਨਲੀ ਮੋਰ ਇਨਟਰੈਸਟਿੰਗ ਦੈਨ ਰੱਨਿੰਗ ਏ ਸ਼ਾਪ।
ਰਾਜਨ :	ਮੈਨੂੰ ਯਾਦ ਆ ਗਿਆ, ਅਸੀਂ ਇਕ 'ਮਿਕਸਰ' ਖਰੀਦਨ ਦੀ ਸੋਚ ਰਹੇ ਹਾਂ, ਕੀ ਤੁਸੀਂ ਤੈਨੂੰ ਕਿਸੇ ਚੰਗੀ ਕੰਪਨੀ ਦੀ ਸਲਾਹ ਦਿਉਗੇ ?	Rajan	: That reminds me, we are thinking of buying a mixer. Can you recommend a good make ? ਦੈਟ ਰਿਮਾਈਂਡਜ਼ ਮੀ, ਵੀ ਆਰ ਥਿੰਕਿੰਗ ਆਫ਼ ਬਾਇੰਗ ਏ ਮਿਕਸਰ। ਕੈਨ ਯੂ ਰੇਕਮੈਂਡ ਏ ਗੁੱਡ ਮੇਕ ?
ਨੰਦਨ :	ਜ਼ਰੂਰ, ਅਸਲ ਵਿਚ ਜੇ ਤੁਸੀਂ ਸ਼ਾਮ ਨੂੰ ਮੇਰੀ ਦੁਕਾਨ ਤੇ ਆ ਜਾਉ ਤਾਂ ਮੈਂ ਤੁਹਾਨੂੰ ਚੰਗੀਆਂ ਦਿਖਾਵਾਂਗਾ। ਅਤੇ ਵਾਹਿਣੀ ਨੂੰ ਵੀ ਆਪਣੇ ਨਾਲ ਲਿਆਉਣਾ।	Nandan	: Certainly, in fact I will show you some really good makes if you come down to my shop in the evening, And bring Vahini along with you. ਸਰਟੇਨਲੀ। ਇਨ ਫੈਕਟ ਆਈ ਵਿਲ ਸ਼ੋ ਯੂ ਸਮ ਰੀਅਲੀ ਗੁੱਡ ਮੇਕਸ ਇਫ਼ ਯੂ ਕਮ ਡਾਊਨ ਟੂ ਮਾਈ ਸ਼ਾਪ ਇਨ ਦ ਈਵਨਿੰਗ। ਐਂਡ ਬ੍ਰਿੰਗ ਵਾਹਿਣੀ ਅਲੌਂਗ ਵਿਦ ਯੂ।
ਰਾਜਨ ;	ਬਹੁਤ ਚੰਗਾ, ਅਸੀਂ ਜ਼ਰੂਰ ਆਵਾਂਗੇ।	Rajan	: Very good we will certainly come down. ਵੈਰੀ ਗੁੱਡ, ਵੀ ਵਿਲ ਸਰਟੇਨਲੀ ਕਮ ਡਾਊਨ।

ਨੰਦਨ : ਫਿਰ ਵਿਦਾ, ਮੈਂ ਹੁਣ ਜਾਵਾਂਗਾ ।

Nandan : Good-bye, then, I will push off now. ਗੁੱਡ-ਬਾਈ, ਦੈੱਨ । ਆਈ ਵਿੱਲ ਪੁਸ਼ ਆਫ਼ ਨਾਉ ।

ਰਾਜਨ : ਵਿਦਾ, ਨੰਦਨ ।

Rajan : Good-bye, Nandan. ਗੁੱਡ-ਬਾਈ, ਨੰਦਨ ।

(8) ਇਕ ਉਪਹਾਰ ਖ਼ਰੀਦਣ ਵੇਲੇ
BUYING A PRESENT
ਬਾਇੰਗ ਏ ਪ੍ਰੈਜ਼ੇਂਟ

ਦੁਕਾਨਦਾਰ : ਆਓ, ਅੰਦਰ ਆਓ, ਤੁਸੀਂ ਕੀ ਦੇਖਣਾ ਪਸੰਦ ਕਰੋਗੇ ?

Shopkeeper : Please come in. What would you like to see ? ਪ੍ਲੀਜ਼ ਕਮ ਇਨ, ਵੱਾਟ ਵੁਡ ਯੂ ਲਾਈਕ ਟੂ ਸੀ ?

ਗਾਹਕ : ਮੈਨੂੰ ਇਕ ਚੰਗੀ ਘੜੀ ਤੋਹਫ਼ੇ ਵਜੋਂ ਦੇਣ ਲਈ ਚਾਹੀਦੀ ਹੈ ।

Customer : I want a nice watch to give as a present. ਆਈ ਵਾਂਟ ਏ ਨਾਈਸ ਵਾਚ ਟੂ ਗਿਵ ਐਜ਼ ਏ ਪ੍ਰੈਜ਼ੇਂਟ ।

ਦੁਕਾਨਦਾਰ : ਜ਼ਰੂਰ ਜ਼ਨਾਨਾ ਘੜੀ ਜਾਂ ਮਰਦਾਨਾ ਘੜੀ ?

Shopkeeper : Certainly, a lady's watch or a man's watch ? ਸਰਟੇਨਲੀ, ਏ ਲੇਡੀਜ਼ ਵਾਚ ਔਰ ਏ ਮੈਨਜ਼ ਵਾਚ ?

ਗਾਹਕ : ਜ਼ਨਾਨਾ ਘੜੀ ।

Customer : A lady's watch, please. ਏ ਲੇਡੀਜ਼ ਵਾਚ, ਪ੍ਲੀਜ਼ ।

ਦੁਕਾਨਦਾਰ : ਠੀਕ, ਇਸ ਪਾਸੇ ਆਓ ਤੇ ਇਨ੍ਹਾਂ ਨੂੰ ਦੇਖੋ ।

Shopkeeper : Sure. Please come this way, and look at these. ਸ਼ੁਅਰ । ਪ੍ਲੀਜ਼ ਕਮ ਦਿਸ ਵੇ, ਐਂਡ ਲੁੱਕ ਐਟ ਦੀਜ਼ ।

ਗਾਹਕ : ਸ਼ੁਕਰੀਆ (ਬਕਸੇ ਵਿਚ ਵੇਖਦਿਆਂ) ਕੀ ਮੈਂ ਸੱਜੇ ਪਾਸਿਉਂ ਉਸ ਚੌਥੀ ਘੜੀ ਨੂੰ ਦੇਖ ਸਕਦਾ ਹਾਂ ?

Customer : Thank you. (Looking into the show-case) Could. I have a look at the fourth one from the right ? ਥੈਂਕ ਯੂ । (ਲੁਕਿੰਗ ਇਨਟੂ ਦ ਸ਼ੋ-ਕੇਸ) ਕੁੱਡ ਆਈ ਹੈਵ ਏ ਲੁੱਕ ਐਟ ਦਾ ਫੋਰਥ ਵਨ ਫ੍ਰਾਮ ਦ ਰਾਈਟ ?

ਦੁਕਾਨਦਾਰ : ਜ਼ਰੂਰ, ਇਹ ਲਉ ।

Shopkeeper : Of course. Here it is. ਆਫ਼ ਕੋਰਸ, ਹਿਅਰ ਇਟ ਇਜ਼ ।

ਗਾਹਕ : ਇਹ ਸੋਹਣੀ ਲਗਦੀ ਹੈ । ਕੀ ਕੀਮਤ ਹੈ ?

Customer : It looks nice. What is the price ? ਇਟ ਲੁਕਸ ਨਾਈਸ । ਵੱਾਟ ਇਜ਼ ਦਾ ਪ੍ਰਾਇਸ ?

ਦੁਕਾਨਦਾਰ : ਦੋ ਸੌ ਅੱਸੀ ਰੁਪਏ ।

Shopkeeper : Two hundred and eighty rupees. ਟੂ ਹੰਡਰੇਡ ਐਂਡ ਏਟੀ ਰੁਪੀਜ਼ ।

ਗਾਹਕ : ਦੋ ਸੌ ਅੱਸੀ ? ਇਹ ਤਾਂ ਬਹੁਤ ਜ਼ਿਆਦਾ ਹਨ ।

Customer : Two hundred and eighty ? That's too much. ਟੂ ਹੰਡਰੇਡ ਐਂਡ ਏਟੀ ? ਦੈਟਸ ਟੂ ਮੱਚ ?

ਦੁਕਾਨਦਾਰ : ਇਹੋ ਜਿਹੀ ਵਧੀਆ ਸਵਿਸ ਘੜੀ ਲਈ ਜ਼ਿਆਦਾ ਨਹੀਂ ਹਨ ।

Shopkeeper : Not for a really good Swiss Watch like this. ਨਾਟ ਫ਼ਾਰ ਏ ਰੀਅਲੀ ਗੁੱਡ ਸ੍ਵਿਸ ਵਾਚ ਲਾਈਕ ਦਿਸ ।

ਗਾਹਕ	: ਪਰ ਮੈਨੂੰ ਕੋਈ ਸਸਤੀ ਚਾਹੀਦੀ ਹੈ । ਕੀ ਤੁਹਾਡੇ ਕੋਲ ਕੋਈ ਸਸਤੀ ਘੜੀ ਹੈ ?	Customer	: But I want a cheaper one. Don't you have a cheaper watch ? ਬੱਟ ਆਈ ਵਾਂਟ ਏ ਚੀਪਰ ਵਨ । ਡੋਂਟ ਯੂ ਹੈਵ ਏ ਚੀਪਰ ਵਾਚ ?
ਦੁਕਾਨਦਾਰ	: ਕਿਉਂ ਨਹੀਂ ? ਇਸ ਬਕਸੇ ਵਿਚ ਪਈ ਘੜੀ ਵਲ ਦੇਖੋ ।	Shopkeeper	: Why not ? Look at the one in this show-case. ਵ੍ਹਾਈ ਨਾਟ ? ਲੁੱਕ ਐਟ ਦਾ ਵਨ ਇਨ ਦਿਸ ਸ਼ੋ-ਕੇਸ ।
ਗਾਹਕ	: ਉਹ ਵੀ ਸੋਹਣੀਆਂ ਹਨ । ਕਿਥੋਂ ਦੀਆਂ ਬਣੀਆਂ ਹੋਈਆਂ ਹਨ ।	Customer	: They are also nice. What make are these ? ਦੇ ਆਰ ਆਲਸੋ ਨਾਈਸ । ਵੱਟ ਮੇਕ ਆਰ ਦੀਜ਼ ?
ਦੁਕਾਨਦਾਰ	: ਇਹ ਸਾਰੀਆਂ ਭਾਰਤ ਵਿਚ ਬਣੀਆਂ ਹਨ ।	Shopkeeper	: These are all made in India. ਦੀਜ਼ ਆਰ ਆਲ ਮੇਡ ਇਨ ਇੰਡੀਆ ।
ਗਾਹਕ	: ਕੀ ਇਹ ਚੰਗੀਆਂ ਘੜੀਆਂ ਹਨ ?	Customer	: But are they of good quality ? ਬੱਟ ਆਰ ਦੇ ਆਫ਼ ਗੁੱਡ ਕੁਆਲਿਟੀ ?
ਦੁਕਾਨਦਾਰ	: ਜ਼ਰੂਰ ਹਨ । ਨਾਲ ਹੀ ਐਚ.ਐਮ. ਟੀ. ਦੀਆਂ ਇਹ ਕਲਾਈ ਘੜੀਆਂ ਦੇਖਣ ਨੂੰ ਵੀ ਸੋਹਣੀਆਂ ਹਨ ।	Shopkeeper	: They certainly are. In addition these HMT wrist-watches are so attractive. ਦੇ ਸਰਟੇਨਲੀ ਆਰ । ਇਨ ਅਡੀਸ਼ਨ ਦੀਜ਼ ਐਚ. ਐਮ. ਟੀ. ਰਿਸਟ ਵਾਚਿਜ਼ ਆਰ ਸੋ ਅਟਰੈਕਟਿਵ ।
ਗਾਹਕ	: ਹਾਂ, ਇਹ ਸੋਹਣੀਆਂ ਲਗਦੀਆਂ ਹਨ ।	Customer	: Yes, they do look attractive. ਯੈੱਸ, ਦੇ ਡੂ ਲੁੱਕ ਅਟਰੈਕਟਿਵ ।
ਦੁਕਾਨਦਾਰ	: ਇਨ੍ਹਾਂ ਦੀ ਕੀਮਤ ਵੀ ਔਸਤ ਦਰਜੇ ਦੀ ਹੈ ।	Shopkeeper	: At the same time they are very moderately priced. ਐਟ ਦਾ ਸੇਮ ਟਾਈਮ ਦੇ ਆਰ ਵੈਰੀ ਮਾਡਰੇਟਲੀ ਪ੍ਰਾਇਜ਼ਡ ।
ਗਾਹਕ	: ਇਹ ਗੱਲ ਹੈ ? ਖੱਬੇ ਪਾਸਿਉਂ ਦੂਸਰੀ ਘੜੀ ਦੀ ਕੀ ਕੀਮਤ ਹੈ ?	Customer	: Is that so ? What is the price of the second watch from the left ? ਇਜ਼ ਦੈਟ ਸੋ ? ਵੱਟ ਇਜ਼ ਦਾ ਪ੍ਰਾਇਜ਼ ਆਫ਼ ਦਾ ਸੈਕੰਡ ਵਾਚ ਫ੍ਰਾਮ ਦ ਲੈਫ਼ਟ ?
ਦੁਕਾਨਦਾਰ	: ਸਿਰਫ਼ ਦੋ ਸੌ ਰੁਪਏ ।	Shopkeeper	: Only two hundred rupees. ਓਨਲੀ ਟੂ ਹੰਡਰੇਡ ਰੁਪੀਜ਼ ।
ਗਾਹਕ	: ਮੇਰਾ ਖ਼ਿਆਲ ਹੈ ਮੈਂ ਇਹ ਖਰੀਦ ਲਵਾਂਗਾ, ਇਸ ਨੂੰ ਬੰਨ੍ਹ ਦਿਉ ।	Customer	: I think I will buy it, please pack it up. ਆਈ ਥਿੰਕ ਆਈ ਵਿੱਲ ਬਾਇ ਇਟ, ਪਲੀਜ਼ ਪੈਕ ਇਟ ਅਪ ।
ਦੁਕਾਨਦਾਰ	: ਸ਼ੁਕਰੀਆ ਜਨਾਬ ।	Shopkeeper	: Thank you, Sir. ਥੈਂਕ ਯੂ, ਸਰ ।

(9) ਇਕ ਜਨਮ-ਦਿਨ ਪਾਰਟੀ ਉਤੇ

AT A BIRTHDAY PARTY

ਐਟ ਏ ਬਰਥਡੇ ਪਾਰਟੀ

ਮੀਨੂੰ	: ਪਾਪਾ ਤੁਸੀਂ ਕਿੱਥੇ ਜਾ ਰਹੇ ਹੋ ?	Meenu	: Where are you going, Papa ? ਵ੍ਹੇਅਰ ਆਰ ਯੂ ਗੋਇੰਗ ਪਾਪਾ ?

ਮਿ. ਸ਼ਿਆਮਕਾਂਤ	: ਮੈਂ ਨੀਨਾ ਦੀ ਜਨਮ ਦਿਨ ਪਾਰਟੀ ਉਪਰ ਜਾ ਰਿਹਾ ਹਾਂ । ਤੂੰ ਨਹੀਂ ਆ ਰਹੀ ?	Mr. Shyamkant	: I am going to Neena's Birthday party. Arn't you coming. ਆਈ ਐਮ ਗੋਇੰਗ ਟੂ ਨੀਨਾਜ਼ ਬਰਥਡੇ ਪਾਰਟੀ ਆਰੰਟ ਯੂ ਕਮਿੰਗ ?
ਮੀਨੂੰ	: ਉਹ, ਮੈਂ ਤਾਂ ਭੁੱਲ ਹੀ ਗਈ ਇਸ ਬਾਰੇ । ਪਾਪਾ ਜ਼ਰਾ ਉਡੀਕ ਕਰੋ । ਮੈਂ ਤਿਆਰ ਹੋਣ ਵਿਚ ਜ਼ਿਆਦਾ ਦੇਰ ਨਹੀਂ ਲਗਾਂਵਾਂਗੀ ।	Meenu	: Oh, I had completely forgotten about it, Please wait Papa. I won't take long to get ready. ਓਹ ! ਆਈ ਹੈਡ ਕੰਪਲੀਟਲੀ ਫਾਰਗੋਟਨ ਐਬਾਉਟ ਇਟ । ਪਲੀਜ਼ ਵੇਟ ਪਾਪਾ । ਆਈ ਵੋਂਟ ਟੇਕ ਲਾਂਗ ਟੂ ਗੈੱਟ ਰੈਡੀ ।
ਮਿ. ਸ਼ਿਆਮਕਾਂਤ	: ਮੀਨੂੰ ਜਲਦੀ ਕਰ, ਸਾਨੂੰ ਪਹਿਲਾਂ ਹੀ ਦੇਰ ਹੋ ਗਈ ਹੈ ।	Mr. Shyamkant	: We are already late, Meenu hurry up. ਵੀ ਆਰ ਆਲਰੈਡੀ ਲੇਟ, ਮੀਨੂੰ ਹਰੀ ਅਪ ।
ਮੀਨੂੰ	: ਮੈਂ ਤਿਆਰ ਹਾਂ ਪਾਪਾ, ਚਲੋ ਚਲੀਏ ।	Meenu	: I am ready Papa, Let's go. ਆਈ ਏਮ ਰੈਡੀ ਪਾਪਾ, ਲੈੱਟ'ਸ ਗੋ ।
ਮਿ. ਸ਼ਿਆਮਕਾਂਤ	: ਤੂੰ ਚੰਗੀ ਕੁੜੀ ਏਂ ।	Mr. Shyamkant	: That's a good girl. ਦੈਟਸ ਏ ਗੁੱਡ ਗਰਲ.
ਮੀਨੂੰ	: ਪਾਪਾ, ਨੀਨਾ ਰਹਿੰਦੀ ਕਿੱਥੇ ਹੈ ?	Meenu	: Were does Neena live, Papa ? ਵ੍ਹੇਅਰ ਡਜ਼ ਨੀਨਾ ਲਿਵ, ਪਾਪਾ ?
ਮਿ. ਸ਼ਿਆਨਕਾਂਤ	: ਉਹ ਟੈਗੋਰ ਲੇਨ ਵਿਚ ਰਹਿੰਦੀ ਹੈ ।	Mr. Shyamkant	: She lives in Tagore Lane. ਸ਼ੀ ਲਿਵਜ਼ ਇਨ ਟੈਗੋਰ ਲੇਨ ।
ਮੀਨੂੰ	: ਇਥੋਂ ਕਿੰਨੀ ਦੂਰ ਹੈ ?	Meenu	: How far is that from here ? ਹਾਉ ਫਾਰ ਇਜ਼ ਦੈਟ ਫ੍ਰਾਮ ਹਿਅਰ ?
ਮਿ. ਸ਼ਿਆਮਕਾਂਤ	: ਉਹ ਸਿਰਫ਼ ਦਸ ਮਿੰਟ ਪੈਦਲ ਦਾ ਰਸਤਾ ਹੈ । ਇਥੋਂ ਤੀਸਰੀ ਲੇਨ ਹੈ । ਤੂੰ ਪਹਿਲਾਂ ਉਥੇ ਜਾ ਚੁੱਕੀ ਏਂ ।	Mr. Shyamkant	: Oh, it's just a ten minutes walk. It's the third lane from here. You have been there before. ਓਹ, ਇਟਸ ਜਸਟ ਏ ਟੈੱਨ ਮਿਨਟਸ ਵਾਕ, ਇਟਸ ਦ ਥਰਡ ਲੇਨ ਫਰਾਮ ਹਿਅਰ । ਯ ਹੈਵ ਬੀਨ ਦੇਅਰ ਬਿਫੋਰ ।
ਮੀਨੂੰ	: ਮੈਂ ਗਈ ਸਾਂ ? ਮੈਨੂੰ ਤਾਂ ਹੁਣ ਯਾਦ ਨਹੀਂ, ਕਦੋਂ ਗਈ ਸਾਂ ।	Meenu	: Have I ? I don't remember it now when was that ? ਹੈਵ ਆਈ ? ਆਈ ਡੋਂਟ ਰੀਮੈਂਬਰ ਇਟ ਨਾਓ । ਵ੍ਹੇਨ ਵਾਜ਼ ਦੈਟ ?
ਮਿ. ਸ਼ਿਆਮਕਾਂਤ	: ਕੁਝ ਮਹੀਨੇ ਪਹਿਲਾਂ ਅਸ਼ੋਕ ਦੀ ਸ਼ਾਦੀ 'ਤੇ ।	Mr. Shyamkant	: At the time of Ashok's marriage some months back. ਐਟ ਦ ਟਾਈਮ ਆਫ਼ ਅਸ਼ੋਕਜ਼ ਮੈਰਿਜ ਸਮ ਮੰਥਜ਼ ਬੈਕ ।
ਮੀਨੂੰ	: ਓ, ਹਾਂ, ਯਾਦ ਆ ਗਿਆ ।	Meenu	: Oh, Yes, I remember it now. ਓਹ, ਯੈੱਸ, ਆਈ ਰੀਮੈਂਬਰ ਇਟ ਨਾਉ ।
ਮਿ. ਸ਼ਿਆਮਕਾਂਤ	: ਲਓ ਅਸੀਂ ਆ ਪਹੁੰਚੇ ਹਾਂ, ਚਲੋ ਅੰਦਰ ਚਲੀਏ ।	Mr. Shyamkant	: Here we are. Let's go in. ਹੇਅਰ ਵੀ ਆਰ । ਲੈੱਟਸ ਗੋ ਇਨ ।
ਅਸ਼ੋਕ	: ਹੈਲੋ ਮੀਨੂੰ, ਨਮਸਤੇ ਅੰਕਲ, ਕਿੰਨਾਂ ਚੰਗਾ ਹੋਇਆ ਤੁਸੀਂ ਆ ਗਏ । ਪਰ ਆਂਟੀ ਕਿੱਥੇ ਹੈ ?	Ashok	: Hullo, Meenu. Good Evening Uncle. Too nice of you to come. But where's Auntie ? ਹੈਲੋ ਮੀਨੂੰ, ਗੁੱਡ ਈਵਨਿੰਗ ਅੰਕਲ, ਸੋ ਨਾਈਸ ਆਫ ਯੂ ਟੂ ਕਮ । ਬੱਟ ਵ੍ਹੇਅਰ ਇਜ਼ ਆਂਟੀ ?

ਮਿ. ਸ਼ਿਆਮਕਾਂਤ	: ਮੁਆਫ਼ ਕਰਨਾ ਅਸ਼ੋਕ । ਉਨ੍ਹਾਂ ਦੀ ਤਬੀਅਤ ਠੀਕ ਨਹੀਂ ਹੈ । ਨੀਨਾ ਕਿੱਥੇ ਹੈ ?	My Shyamkant	: Sorry Ashok. She is not well Where's Neena ? ਸੱਾਰੀ ਅਸ਼ੋਕ, ਸ਼ੀ ਇਜ਼ ਨਾਟ ਵੈੱਲ, ਵੇਅਰਜ਼ ਨੀਨਾ ?
ਅਸ਼ੋਕ	: ਉਹ ਆ ਰਹੀ ਹੈ ।	Ashok	: There she comes. ਦੇਅਰ ਸ਼ੀ ਕਮਜ਼ !
ਮਿ. ਸ਼ਿਆਮਕਾਂਤ	: ਜਨਮ ਦਿਨ ਮੁਬਾਰਕ ਨੀਨਾ, ਇਹ ਤੇਰੇ ਜਨਮ ਦਿਨ ਦਾ ਉਪਹਾਰ ।	Mr. Shyamkant	: Happy Birthday, Neena. Here's a birthday present. ਹੈਪੀ ਬਰਥਡੇ ਨੀਨਾ ਹੇਅਰ ਇਜ਼ ਯੁਅਰ ਬਰਥਡੇ ਪ੍ਰੈਜੇਂਟ ।
ਨੀਨਾ	: ਓਹ ! ਘੜੀ ਕਿੰਨੀ ਸੋਹਣੀ ਏ । ਮੈਨੂੰ ਇਸੇ ਚੀਜ਼ ਦੀ ਜ਼ਰੂਰਤ ਵੀ ਸੀ । ਅੰਕਲ ਤੁਹਾਡਾਂ ਬਹੁਤ ਬਹੁਤ ਸ਼ੁਕਰੀਆਂ । ਮੀਨੂੰ ਤੇਰਾ ਕੀ ਹਾਲ ਏ । ਤੂੰ ਇਸ ਮੈਕਸੀ ਵਿਚ ਬਹੁਤ ਸੋਹਣੀ ਲਗ ਰਹੀ ਏਂ ।	Neena	: Oh, a wrist watch. How pretty. It's the very thing I wanted. Thank you so much, Uncle. How are you, Meenu ? You look so pretty in this Maxi. ਓਹ, ਏ ਰਿਸਟ ਵਾਚ । ਹਾਉ ਪ੍ਰੈਟੀ, ਇਟਸ ਵੇਰੀ ਥਿੰਗ ਆਈ ਵਾਂਟਿਡ । ਥੈਂਕ ਯੂ ਸੋ ਮਚ ਅੰਕਲ । ਹਾਉ ਆਰ ਯੂ ਮੀਨੂੰ ? ਯੂ ਲੁੱਕ ਸੋ ਪ੍ਰੈਟੀ ਇਨ ਦਿਸ ਮੈਕਸੀ ।
ਮੀਨੂੰ	: ਅਸ਼ੋਕ ਚਾਚਾ ਜੀ, ਨੀਨਾ ਕਿਧਰ ਜਾ ਰਹੀ ਏ ?	Meenu	: Uncle Ashok, where is Neena going ? ਅੰਕਲ ਅਸ਼ੋਕ, ਵੇਅਰ ਇਜ਼ ਨੀਨਾ ਗੋਇੰਗ ?
ਅਸ਼ੋਕ	: ਤੁਹਾਡੇ ਉਪਹਾਰ ਨੂੰ ਦੂਸਰੇ ਕਮਰੇ ਵਿਚ ਰੱਖਣ । ਉਸ ਨੇ ਸਾਰੇ ਉਪਹਾਰ ਉਥੇ ਇਕ ਮੇਜ਼ ਉਪਰ ਰੱਖੇ ਹੋਏ ਹਨ ।	Ashok	: To keep your present in the other room. She has kept all the presents on a table there. ਟੂ ਕੀਪ ਯੁਅਰ ਪ੍ਰੈਜ਼ੇਂਟ ਇਨ ਦਾ ਅਦਰ ਰੂਮ, ਸ਼ੀ ਹੈਜ਼ ਕੈਪਟ ਆਲ ਦਾ ਪ੍ਰੈਜ਼ੇਂਟ੍ਸ ਆਨ ਏ. ਟੇਬਲ ਦੇਅਰ ।
ਮੀਨੂੰ	: ਮੈਨੂੰ ਦੂਸਰੇ ਉਪਹਾਰ ਨਹੀਂ ਵਿਖਾਉਗੇ ?	Meenu	: Won't you show me other presents ? ਵੋਂਟ ਯੂ ਸ਼ੋ ਮੀ ਅਦਰ ਪ੍ਰੈਜੇਂਟ੍ਸ ?
ਅਸ਼ੋਕ	: ਕਿਉਂ ਨਹੀਂ ? ਮੇਰੇ ਨਾਲ ਆਓ, ਚਾਚਾ ਜੀ ਤੁਸੀਂ ਵੀ ਆਉ ।	Ashok	: Why not ? Come along, please come, uncle. ਵ੍ਹਾਈ ਨਾਟ ? ਕੰਮ ਅਲਾਂਗ, ਪਲੀਜ਼ ਕਮ ਅੰਕਲ ।
ਮੀਨੂੰ	: ਉਹ ਕੀ ਏ ?	Meenu	: What is that ? ਵੱਟ ਇਜ਼ ਦੇਟ ?
ਅਸ਼ੋਕ	: ਇਹ ਨੱਚਣ ਵਾਲੀ ਗੁੱਡੀ ਏ ।	Ashok	: It's a dancing doll. ਇਟ੍ਸ ਏ ਡਾਂਸਿੰਗ ਡਾੱਲ ।
ਮੀਨੂੰ	: ਕਿੰਨੀ ਸੋਹਣੀ ਏ, ਤੇ ਉਹ ਪਿੰਜਰੇ ਵਿਚ ਜਿਉਂਦਾ ਤੋਤਾ ਏ ?	Meenu	: How pretty. And is that a live parrot in that cage ? ਹਾਉ ਪ੍ਰੈਟੀ, ਐਂਡ ਇਜ਼ ਦੈਟ ਏ ਲਿਵ ਪੈਰਟ ਇਨ ਦੇਟ ਕੇਜ ?

ਅਸ਼ੋਕ	: ਨਹੀਂ, ਇਹ ਮਸ਼ੀਨੀ ਖਿਡੌਣਾ ਏ, ਜੇ ਤੁਸੀਂ ਇਸ ਨੂੰ ਚਾਬੀ ਦਿਉ ਤਾਂ ਇਹ ਗਾਉਂਦਾ ਹੈ, "ਤੁਹਾਨੂੰ ਜਨਮ ਦਿਨ ਮੁਬਾਰਕ" ।	Ashok	: No, it is a mechanical toy. If you wind it. it sings, "Happy birthday to you." ਨੋ । ਇਟ ਇਜ਼ ਏ ਮਕੈਨੀਕਲ ਟੁਆਏ । ਇਫ ਯੂ ਵਾਈਂਡ ਇਟ, ਇਟ ਸਿੰਗਜ਼ "ਹੈਪੀ ਬਰਥਡੇ ਟੂ ਯੂ" ।
ਮੀਨੂੰ	: ਕਿੰਨੀ ਹੈਰਾਨੀ ਵਾਲੀ ਗੱਲ ਹੈ ।	Meenu	: How wonderful. ਹਾਉ ਵੰਡਰਫੁੱਲ ।
ਅਸ਼ੋਕ	: ਆਓ ਮੀਨੂੰ, ਸਾਰੇ ਮਹਿਮਾਨ ਆ ਚੁੱਕੇ ਹਨ । ਹੁਣ ਅਸੀਂ ਪਾਰਟੀ ਸ਼ੁਰੂ ਕਰ ਸਕਦੇ ਹਾਂ ।	Ashok	: Come on, Meenu, all the guests have come, we can now start the party. ਕਮ ਆਨ ਮੀਨੂੰ, ਆਲ ਦ ਗੈਸਟਸ ਹੈਵ ਕਮ, ਵੀ ਕੈਨ ਨਾਉ ਸਟਾਰਟ ਦ ਪਾਰਟੀ ।
ਮਿ. ਸ਼ਿਆਮਕਾਂਤ	: ਨੀਨਾ, ਮੋਮਬੱਤੀਆਂ ਬੁਝਾ ਦੇ । ਫਿਰ ਕੇਕ ਕੱਟ ਅਤੇ ਸਾਰਿਆਂ ਨੂੰ ਟੁਕੜੇ ਵੰਡ ਦੇ ।	Mr. Shyamkant	: Neena, Blow ub the candles. Then cut the cake and distribute the pieces to all. ਨੀਨਾ, ਬਲੋ ਅਪ ਦਾ ਕੈਂਡਲਜ਼ । ਦੈੱਨ ਕੱਟ ਦ ਕੇਕ ਐਂਡ ਡਿਸਟਰੀਬਿਊਟ ਦ ਪੀਸੇਜ਼ ਟੂ ਆਲ ।
ਅਸ਼ੋਕ	: ਮੀਨੂੰ ! ਇਸ ਮੇਜ਼ ਉਪਰ ਬੈਠ ਜਾਓ ਤੇ ਆਪਣੇ ਆਪ ਮਿਠਾਈਆਂ ਲੈ ਲਉ ।	Ashok	: Meenu, Sit at this table and help yourself to these sweets. ਮੀਨੂੰ ਸਿੱਟ ਐਟ ਦਿਸ ਟੇਬਲ ਐਂਡ ਹੈਲਪ ਯੁਅਰਸੈਲਫ ਟੂ ਦੀਜ਼ ਸ੍ਵੀਟਸ ।
ਮੀਨੂੰ	: ਇਹ ਬਰਫ਼ੀ ਸੁਆਦੀ ਹੈ । ਮੈਨੂੰ ਬਰਫ਼ੀ ਬਹੁਤ ਪਸੰਦ ਹੈ ।	Meenu	: This burfi is so tasty, I like Burfi very much. ਦਿਸ ਬਰਫ਼ੀ ਇਜ਼ ਸੋ ਟੇਸਟੀ । ਆਈ ਲਾਈਕ ਬਰਫ਼ੀ ਵੈਰੀ ਮੱਚ ।
ਅਸ਼ੋਕ	: ਚਾਚਾ ਜੀ, ਤੁਸੀਂ ਵੀ ਕੁਝ ਖਾਣ-ਪੀਣ ਲਈ ਲੈ ਲਓ ।	Ashok	: Uncle, please have some refreshments. ਅੰਕਲ, ਪਲੀਜ਼ ਹੈਵ ਸਮ ਰਿਫਰੈਸ਼ਮੈਂਟਸ ।
ਮਿ. ਸ਼ਿਆਮਕਾਂਤ	: ਸ਼ੁਕਰੀਆ ਅਸ਼ੋਕ । ਇਹ ਸਮੋਸੇ ਵੀ ਬਹੁਤ ਸੁਆਦੀ ਹਨ ।	Mr. Shyamkant	: Thank you, Ashok, These Samosa are also very tasty. ਥੈਂਕ ਯੂ, ਅਸ਼ੋਕ, ਦੀਜ਼ ਸਮੋਸਾਜ਼ ਆਰ ਆਲਸੋ ਵੈਰੀ ਟੇਸਟੀ ।
ਅਸ਼ੋਕ	: ਕੁਝ ਹੋਰ ਲਉ ਨਾ ।	Ashok	: Please have some more. ਪਲੀਜ਼ ਹੈਵ ਸਮ ਮੋਰ ।
ਮਿ. ਸ਼ਿਆਮਕਾਂਤ	: ਨਹੀਂ, ਸ਼ੁਕਰੀਆ, ਹੁਣ ਸਾਨੂੰ ਚੱਲਣਾ ਚਾਹੀਦਾ ਹੈ ।	Mr. Shyamkant	: No, thank you, we should be leaving now. ਨੋ ਥੈਂਕ ਯੂ, ਵੀ ਸ਼ੁੱਡ ਬੀ ਲੀਵਿੰਗ ਨਾਉ ।
ਅਸ਼ੋਕ	: ਆਉਣ ਦਾ ਸ਼ੁਕਰੀਆ ਅੰਕਲ, ਵਿਦਾ ਮੀਨੂੰ ।	Ashok	: Thank you for coming uncle, Good bye, Meenu. ਥੈਂਕ ਯੂ ਫਾਰ ਕਮਿੰਗ, ਅੰਕਲ, ਗੁੱਡ ਬਾਈ ਮੀਨੂੰ ।
ਮਿ ਸ਼ਿਆਮਕਾਂਤ ਤੇ ਮੀਨੂੰ	: ਵਿਦਾ ।	Mr. Shyamkant	: & Meenu : Good-Bye. ਗੁੱਡ ਬਾਈ ।

(10) ਮਾਲਕ ਅਤੇ ਨੌਕਰ
MASTER & SERVANT
ਮਾਸਟਰ ਐਂਡ ਸਰਵੇਂਟ

ਮਾਲਕ	: ਰਾਮੂ।	Master	: Ramu. ਰਾਮੂ।
ਰਾਮੂ	: ਜੀ ਸਾਹਬ।	Ramu	: Yes Sir. ਯੈੱਸ ਸਰ।
ਮਾਲਕ	: ਮੇਰੇ ਲਈ ਟੈਕਸੀ ਲਿਆ, ਮੈਂ ਸਟੇਸ਼ਨ ਜਾਣਾ ਹੈ।	Master	: Get a taxi for me, I have to go to the station. ਗੈਟ ਏ ਟੈਕ੍ਸੀ ਫਾਰ ਮੀ, ਆਈ ਹੈਵ ਟੂ ਗੋ ਟੂ ਦ ਸ੍ਟੇਸ਼ਨ।
ਰਾਮੂ	: ਜੀ ਸਾਹਬ। ਟੈਕਸੀ ਸਟੈਂਡ ਕਿੱਥੇ ਹੈ।	Ramu	: Yes Sir, where is the taxi-stand, Sir. ਯੈਸ, ਸਰ। ਵ੍ਹੇਅਰ ਇਜ਼ ਦ ਟੈਕ੍ਸੀ ਸਟੈਂਡ, ਸਰ ?
ਮਾਲਕ	: ਤੈਨੂੰ ਨਹੀਂ ਪਤਾ ? ਆਪਣੇ ਘਰ ਦੇ ਪਿਛਵਾੜੇ ਵਾਲੇ ਚੌਰਾਹੇ ਕੋਲ ਹੀ ਹੈ।	Master	: Don't you know ? It is just near the crossing at the back of our house. ਡੋਂਟ ਯੂ ਨੋ ? ਇਟ ਇਜ਼ ਜਸਟ ਨੀਅਰ ਦਾ ਕਰਾਸਿੰਗ ਐਟ ਦਾ ਬੈਕ ਆਫ ਅਵਰ ਹਾਊਸ।
ਰਾਮੂ	: ਬਹੁਤ ਅੱਛਾ, ਸਾਹਬ।	Ramu	: Very good, Sir. ਵੈਰੀ ਗੁੱਡ, ਸਰ।
ਮਾਲਕ	: ਜ਼ਿਆਦਾ ਵਕਤ ਨਾ ਲਗਾਈਂ।	Master	: Don't take too much time. ਡੋਂਟ ਟੇਕ ਟੂ ਮੱਚ ਟਾਈਮ।
ਰਾਮੂ	: ਨਹੀਂ ਸਾਹਬ।	Ramu	: No, Sir. ਨੋ, ਸਰ।
ਮਾਲਕ	: ਚੰਗਾ, ਜਾ ਫਿਰ।	Master	: Well, then, off you go. ਵੈੱਲ, ਦੈਨ ਆਫ ਯੂ ਗੋ।
ਰਾਮੂ	: ਟੈਕਸੀ ਆ ਗਈ ਸਾਹਬ।	Ramu	: The taxi has come, Sir. ਦ ਟੈਕ੍ਸੀ ਹੈਜ਼ ਕਮ ਸਰ।
ਮਾਲਕ	: ਵਧੀਆ, ਮੇਰਾ ਸਮਾਨ ਇਸ ਵਿਚ ਰਖ ਦੇ। ਮੈਂ ਇਕ ਹਫਤੇ ਲਈ ਬਾਹਰ ਜਾ ਰਿਹਾ ਹਾਂ। ਮੇਰੀ ਗੈਰ-ਹਾਜ਼ਰੀ ਵਿਚ ਸਾਵਧਾਨ ਰਹੀਂ।	Master	: Good put my luggage in it, I am going out of station for about a week. Be careful in my absence. ਗੁੱਡ, ਪੁੱਟ ਮਾਈ ਲੱਗੇਜ ਇਨ ਇਟ। ਆਈ ਐਮ ਗੋਇੰਗ ਆਊਟ ਆਫ ਸਟੇਸ਼ਨ ਫਾਰ ਅਬਾਊਟ ਏ ਵੀਕ। ਬੀ ਕੇਅਰਫੁੱਲ ਇਨ ਮਾਈ ਐਬਸੈਨ੍ਸ।
ਰਾਮੂ	: ਮੁਆਫ਼ ਕਰਨਾ ਸਾਹਬ, ਕੀ ਮੈਂ ਜਾਣ ਸਕਦਾ ਹਾਂ ਕਿ ਤੁਸੀਂ ਕਿੱਥੇ ਜਾ ਰਹੇ ਹੋ ?	Ramu	: Excuse me, Sir, may I know where are you going ? ਐਕਸਕਿਊਜ਼ ਮੀ ਸਰ, ਮੇ ਆਈ ਨੋ ਵ੍ਹੇਅਰ ਆਰ ਯੂ ਗੋਇੰਗ ?
ਮਾਲਕ	: ਮੈਂ ਮਥੁਰਾ ਜਾ ਰਿਹਾ ਹਾਂ। ਕਿਉਂ ?	Master	: I am going to Mathura, why ? ਆਈ ਐਮ ਗੋਇੰਗ ਟੂ ਮਥੁਰਾ, ਵ੍ਹਾਈ ?
ਰਾਮੂ	: ਇਸ ਹਾਲਤ ਵਿਚ ਕੀ ਮੈਂ ਵੀ ਤੁਹਾਡੇ ਨਾਲ ਜਾ ਸਕਦਾਂ, ਸਾਬ।	Ramu	: In that case may I accompany you, Sir ? ਇਨ ਦੈਟ ਕੇਸ ਮੇ ਆਈ ਅਕੰਪਨੀ ਯੂ, ਸਰ ?
ਮਾਲਕ	: ਮੇਰੇ ਨਾਲ ? ਕਿਸ ਵਾਸਤੇ ?	Master	: Accompany me ? What for ? ਅਕੰਪਨੀ ਮੀ ? ਵਾਟ ਫਾਰ ?

ਰਾਮੂ	: ਮੇਰੇ ਮਾਤਾ-ਪਿਤਾ ਉਥੇ ਰਹਿੰਦੇ ਹਨ। ਮੈਂ ਉਨ੍ਹਾਂ ਨੂੰ ਦੇਖ ਸਕਾਂਗਾ।	Ramu	: My parents live there. I could look them up. ਮਾਈ ਪੇਰੇਂਟਸ ਲਿਵ ਦੇਅਰ। ਆਈ ਕੁੱਡ ਲੁੱਕ ਦੈੱਮ ਅਪ।
ਮਾਲਕ	: ਸਮਝਿਆ, ਮੈਨੂੰ ਨਹੀਂ ਸੀ ਪਤਾ ਕਿ ਤੇਰੇ ਮਾਤਾ-ਪਿਤਾ ਮਥੁਰਾ ਵਿਚ ਰਹਿੰਦੇ ਹਨ।	Master	: I see, I did not know your parents lived in Mathura. ਆਈ ਸੀ। ਆਈ ਡਿਡ ਨਟ ਨੋ ਯੂਅਰ ਪੇਰੇਂਟਸ ਲਿਵਡ ਇਨ ਮਥੁਰਾ।
ਰਾਮੂ	: ਜੀ ਸਾਹਬ, ਉਹ ਕਾਫ਼ੀ ਬੁੱਢੇ ਹਨ ਤੇ ਉਹ ਮੈਨੂੰ ਦੇਖ ਕੇ ਬਹੁਤ ਖ਼ੁਸ਼ ਹੋਣਗ।	Ramu	: Yes Sir, they are quite old, and they would be happy to see me. ਯੈੱਸ ਸਰ, ਦੇ ਆਰ ਕੁਆਈਟ ਓਲਡ, ਐਂਡ ਦੇ ਵੁੱਡ ਬੀ ਹੈਪੀ ਟੂ ਸੀ ਮੀ।
ਮਾਲਕ	: ਮੈਂ ਸਮਝ ਗਿਆ।	Master	: I understand. ਆਈ ਅੰਡਰਸਟੈਂਡ।
ਰਾਮੂ	: ਤੇ ਨਾਲ ਹੀ ਮੈਂ ਤੁਹਾਡੀ ਦੇਖਭਾਲ ਵੀ ਕਰ ਸਕਾਂਗਾ।	Ramu	: And of course I could also attend on you. ਐਂਡ ਆਫ਼ ਕੋਰਸ ਆਈ ਕੁੱਡ ਆਲਸੋ ਅਟੈਂਡ ਆਨ ਯੂ।
ਮਾਲਕ	: ਪਰ ਜੇ ਤੂੰ ਮੇਰੇ ਨਾਲ ਗਿਆ ਤਾਂ ਪਿੱਛੋਂ ਘਰ ਦੀ ਦੇਖਭਾਲ ਕੌਣ ਕਰੇਗਾ ?	Master	: But who will look after the house if you come with me ? ਬੱਟ ਹੂ ਵਿੱਲ ਲੁਕ ਆਫਟਰ ਦਾ ਹਾਊਸ ਇਫ਼ ਯੂ ਕਮ ਵਿਦ ਮੀ ?
ਰਾਮੂ	: ਮੇਰੀ ਪਤਨੀ ਕਰ ਲਏਗੀ, ਸਾਹਬ।	Ramu	: My wife will do that, Sir. ਮਾਈ ਵਾਈਫ਼ ਵਿਲ ਡੂ ਦਟ, ਸਰ।
ਮਾਲਕ	: ਕੀ ਉਹ ਇਕੱਲੀ ਰਹਿ ਲਏਗੀ ?	Master	: But will she stay alone ? ਬੱਟ ਵਿਲ ਸ਼ੀ ਸਟੇ ਏਲੋਨ ?
ਰਾਮੂ	: ਉਹ ਰਹਿ ਲੈਂਦੀ ਹੈ ਸਾਹਬ, ਉਹ ਬੁਰਾ ਨਹੀਂ ਮਨਾਏਗੀ।	Ramu	: She is used to it, Sir. She won't mind. ਸ਼ੀ ਇਜ਼ ਯੂਜ਼ਡ ਟੂ ਇਟ. ਸਰ। ਸ਼ੀ ਵੋਂਟ ਮਾਈਂਡ।
ਮਾਲਕ	: ਉਸ ਹਾਲਤ ਵਿਚ ਮੈਨੂੰ ਕੋਈ ਇਤਰਾਜ਼ ਨਹੀ।	Master	: In that case I don't mind. ਇਨ ਦੈਟ ਕੇਸ ਆਈ ਡੋਂਟ ਮਾਈਂਡ।
ਰਾਮੂ	: ਸ਼ੁਕਰੀਆ ਸਾਹਬ, ਤੁਹਾਡੀ ਬਹੁਤ ਬਹੁਤ ਮਿਹਰਬਾਨੀ।	Ramu	: Thank you, Sir. So kind of you. ਥੈਂਕ ਯੂ ਸਰ। ਸੋ ਕਾਈਂਡ ਆਫ਼ ਯੂ।
ਮਾਲਕ	: ਛੇਤੀ ਤਿਆਰ ਹੋ ਜਾ।	Master	: Get ready quickly. ਗੈੱਟ ਰੈਡੀ ਕੁਇੱਕਲੀ।
ਰਾਮੂ	: ਜੀ ਸਾਹਬ।	Ramu	: Yes, Sir. ਯੈੱਸ, ਸਰ।

(11) ਸੜਕ ਉਪਰ
ON THE ROAD
ਆਨ ਦਾ ਰੋਡ

ਰਾਮ	: ਨਮਸਤੇ ਸ਼ਿਆਮ।	Ram	: Good morning, Shyam. ਗੁੱਡ ਮਾਰਨਿੰਗ ਸ਼ਿਆਮ।
ਸ਼ਿਆਮ	: ਨਮਸਤੇ ਰਾਮ।	Shyam	: Good Morning Ram. ਗੁੱਡ ਮਾਰਨਿੰਗ, ਰਾਮ।

ਰਾਮ	: ਕੀ ਹਾਲ ਏ ਤੇਰਾ ?	Ram	: How do you do ? ਹਾਊ ਡੂ ਯੂ ਡੂ ?
ਸ਼ਿਆਮ	: ਚੰਗਾ ਹੈ, ਸ਼ੁਕਰੀਆ ।	Shyam	: Fine, thank you. ਫਾਈਨ, ਥੈਂਕ ਯੂ ।
ਰਾਮ	: ਮੈਨੂੰ ਪਤਾ ਲਗਿਆ ਸੀ ਕਿ ਤੂੰ ਬੰਬਈ ਤੋਂ ਬਾਹਰ ਗਿਆ ਹੋਇਆ ਸੈਂ ?	Ram	: I learn that you had been out of Bombay. ਆਈ ਲਰਨ ਦੈਟ ਯੂ ਹੈਡ ਬਿਨ ਆਉਟ ਆਫ ਬੰਬੇ ।
ਸ਼ਿਆਮ	: ਹਾਂ, ਮੇਰੀ ਭੈਣ ਬੀਮਾਰ ਸੀ ।	Shyam	: Yes, my sister was ill. ਯੈਸ, ਮਾਈ ਸਿਸਟ੍ਰ ਵਾਜ਼ ਇੱਲ ।
ਰਾਮ	: ਉਹ ਕਿਥੇ ਰਹਿੰਦੀ ਹੈ ?	Ram	: Where does she live ? ਵ੍ਹੇਅਰ ਡਜ਼ ਸ਼ੀ ਲਿਵ ?
ਸ਼ਿਆਮ	: ਨਾਸਿਕ ।	Shyam	: At Nasik. ਐਟ ਨਾਸਿਕ ।
ਰਾਮ	: ਤੂੰ ਵਾਪਸ ਕਦੋਂ ਆਇਆ ਏਂ ?	Ram	: When did you come back ? ਵ੍ਹੇੱਨ ਡਿਡ ਯੂ ਕਮ ਬੈਕ ?
ਸ਼ਿਆਮ	: ਪਰਸੋਂ ਆਇਆ ਸਾਂ ।	Shyam	: Day before yesterday. ਡੇ ਬੀਫ਼ੋਰ ਯੇਸਟ੍ਰਡੇ ।
ਰਾਮ	: ਅੱਜ ਕਲ੍ਹ ਤੂੰ ਕਿਥੇ ਰਹਿੰਦਾ ਏਂ ?	Ram	: Where do you live now-a-days ? ਵੇਅ੍ਰ ਡਜ਼ ਯੂ ਲਿਵ ਨਾਉ-ਏ-ਡੇਜ ?
ਸ਼ਿਆਮ	: ਦਾਦਰ ਵਿਚ ।	Shyam	: In Dadar. ਇਨ ਦਾਦਰ ।
ਰਾਮ	: ਤੂੰ ਗਿਰਗਾਮ ਛੱਡ ਦਿੱਤਾ ?	Ram	: Have you left Girgaum ? ਹੈਵ ਯੂ ਲੈਫ਼ਟ ਗਿਰਗਾਮ ।
ਸ਼ਿਆਮ	: ਹਾਂ, ਉਹ ਬਹੁਤ ਘੁੱਗ ਵਸੋਂ ਵਾਲਾ ਇਲਾਕਾ ਹੈ ।	Shyam	: Yes, that area is so congested. ਯੈੱਸ, ਦੈਟ ਏਰੀਆ ਇਜ਼ ਸੋ ਕਨ੍ਜੈਸਟੇਡ ?
ਰਾਮ	: ਇਹ ਤਾਂ ਠੀਕ ਹੈ, ਇਹ ਕਿਹੜੀ ਕਿਤਾਬ ਹੈ ?	Ram	: That's true. What book is this ? ਦੈਟ ਇਜ਼ ਟਰੂ । ਵੱਟ ਬੁੱਕ ਇਜ਼ ਦਿਸ ?
ਸ਼ਿਆਮ	: ਮੇਰੀ ਪਾਠ-ਪੁਸਤਕ ।	Shyam	: My text-book. ਮਾਈ ਟੈਕਸਟ-ਬੁੱਕ ।
ਰਾਮ	: ਕੀ ਤੂੰ ਆਪਨੀ ਪੜ੍ਹਾਈ ਜਾਰੀ ਰੱਖ ਰਿਹਾ ਹੈਂ ?	Ram	: Are you continuing your studies ? ਆਰ ਯੂ ਕਾਨ੍ਟੀਨਿਊਇੰਗ ਯੂਅਰ ਸਟੱਡੀਜ਼ ?
ਸ਼ਿਆਮ	: ਹਾਂ, ਜ਼ਰੂਰ ।	Shyam	: Yes, of course. ਯੈੱਸ, ਆਫ ਕੋਰ੍ਸ ।
ਰਾਮ	: ਇਹ ਬਹੁਤ ਚੰਗਾ ਹੈ । ਤੇਰੇ ਪਿਤਾ ਜੀ ਅੱਜ ਕਲ੍ਹ ਕਿਥੇ ਹਨ ?	Ram	: That's very good. Where is your father now-a-days ? ਦੈਟਸ ਵੈਰੀ ਗੁੱਡ । ਵ੍ਹੇਅਰ ਇਜ਼ ਯੁਅਰ ਫਾਦਰ ਨਾਓ-ਏ-ਡੇਜ਼ ?
ਸ਼ਿਆਮ	: ਉਨ੍ਹਾਂ ਦੀ ਕਲਕੱਤੇ ਬਦਲੀ ਹੋ ਗਈ ਹੈ ?	Shyam	: He has been transferred to Calcutta. ਹੀ ਹੈਜ਼ ਬਿਨ ਟਰਾਂਸਫਰ੍ਡ ਟੁ ਕੇਲਕਟਾ ।
ਰਾਮ	: ਤੂੰ ਮੇਰੇ ਘਰ ਨਹੀਂ ਆਏਂਗਾ ?	Ram	: Won't you come to my place ? ਵੋਂਟ ਯੂ ਕਮ ਟੁ ਮਾਈ ਪ੍ਲੇਸ ?
ਸ਼ਿਆਮ	: ਮੈਨੂੰ ਅਫ਼ਸੋਸ ਹੈ ਰਾਮ, ਮੈਂ ਇਥੇ ਥੋੜ੍ਹੇ ਸਮੇਂ ਲਈ ਆਇਆ ਹਾਂ ਤੇ ਮੈਂ ਘਰ ਵਾਪਸ ਜਲਦੀ ਮੁੜਨਾ ਚਾਹੁੰਦਾ ਹਾਂ ।	Shyam	: Sorry, Ram, I come here only for a short while and I want to get back home early. ਸੱਰੀ ਰਾਮ । ਆਈ ਕਮ ਹਿਅਰ ਓਨਲੀ ਫਾਰ ਏ ਸ਼ਾਰ੍ਟ ਵ੍ਹਾਈਲ ਐਂਡ ਆਈ ਵਾਂਟ ਟੂ ਗੈੱਟ ਬੈਕ ਹੋਮ ਅਰਲੀ ।

ਰਾਮ : ਆਓ ਫਿਰ ਉਸ ਰੇਸਤਰਾਂ ਵਿਚ ਚਾਹ ਦਾ ਕਪ ਪੀਤਾ ਜਾਏ ।

Ram : Then, let us have a cup of tea in that Restaurant. ਦੈੱਨ, ਲੈਟ ਅਸ ਹੈਵ ਏ ਕਪ ਆਫ ਟੀ ਇਨ ਦੈਟ ਰੈਸਟੋਰੈਂਟ ।

ਸ਼ਿਆਮ : ਨਹੀਂ ਰਾਮ, ਅਗਲੀ ਵਾਰ ਪੀਆਂਗਾ ।

Shyam : Sorry Ram, we will keep it next time. ਸੌਰੀ ਰਾਮ, ਵੀ ਵਿੱਲ ਕੀਪ ਇਟ ਨੈਕਸਟ ਟਾਈਮ ।

ਰਾਮ : ਠੀਕ ਹੈ ਅਗਲੀ ਵਾਰ ਕੋਈ ਬਹਾਨਾ ਨਹੀਂ ਚਲੇਗਾ, ਵਿਦਾ ।

Ram : Very well, then, no excuse next time. Bye-Bye, ਵੈਰੀ ਵੈੱਲ, ਦੈਨ ਨੋ ਐਕਸਕਿਊਜ਼ ਨੇਕਸਟ ਟਾਈਮ, ਬਾਈ-ਬਾਈ ।

ਸ਼ਿਆਮ : ਵਿਦਾ ।

Shyam : Bye-Bye. ਬਾਈ ਬਾਈ ।

(12) ਬੱਸ ਸਟਾਪ ਤੇ
AT THE BUS STOP
ਐਟ ਦਾ ਬਸ ਸਟਾਪ

ਮਿ. ਪਟਿਲ : ਮੁਆਫ ਕਰਨਾ, ਦਿੱਲੀ ਗੇਟ ਜਾਣ ਵਾਸਤੇ ਇਹੋ ਬਸ ਅੱਡਾ ਹੈ ?

Mr. Patil : Excuse me, is this the bus stop for Delhi Gate ? ਏਕ੍ਸਕਿਊਜ਼ ਮੀ । ਇਜ਼ ਦਿਸ ਦ ਬੱਸ ਸਟੈਂਡ ਫਾਰ ਡੇਲਹੀ ਗੇਟ ?

ਦੂਸਰਾ ਯਾਤਰੀ : ਇਹੀ ਹੈ ।

Bystander : It is. ਇਟ ਇਜ਼ ।

ਮਿ. ਪਾਟਿਲ : ਮੈਨੂੰ ਕਤਾਰ ਵਿਚ ਕਿਧਰ ਖਲੋਣਾ ਚਾਹੀਦਾ ਹੈ । ਇਸ ਪਾਸੇ ਜਾਂ ਉਸ ਪਾਸੇ ?

Mr. Patil : Where do I stand in Queue ? this end or that ? ਵ੍ਹੇਅਰ ਡੂ ਆਈ ਸਟੈਂਡ ਇਨ ਕਿਊ ? ਦਿਸ ਏਂਡ ਆਰ ਦੈਟ ?

ਦੂਸਰਾ ਯਾਤਰੀ : ਬਿਲਕੁਲ ਮੇਰੇ ਪਿਛੇ ।

Bystander : Just behind me. ਜਸਟ ਬਿਹਾਈਂਡ ਮੀ ।

ਮਿ. ਪਾਟਿਲ : ਸ਼ੁਕਰੀਆ, ਇਥੋਂ ਦਿੱਲੀ ਗੇਟ ਪਹੁੰਚਣ ਲਈ ਕਿੰਨਾ ਸਮਾਂ ਲਗਦਾ ਹੈ ?

Mr. Patil : Thank you. How long does it take to reach Delhi Gate from here ? ਥੈਂਕ ਯੂ । ਹਾਉ ਲਾਂਗ ਡਜ਼ ਇਟ ਟੇਕ ਟੂ ਰੀਚ ਡੇਲਹੀ ਗੇਟ ਫ੍ਰਾਮ ਹਿਅਰ ?

ਦੂਸਰਾ ਯਾਤਰੀ : ਮੁਸ਼ਕਲ ਨਾਲ ਦਸ ਮਿੰਟ ।

Bystander : Hardly ten minutes. ਹਾਰਡਲੀ ਟੈੱਨ ਮਿਨਟਸ ।

ਮਿ. ਪਾਟਿਲ : ਹੂੰ । ਦੂਸਰੀ ਬੱਸ ਕਦੋਂ ਆਏਗੀ ?

Mr. Patil : I see, when will the next bus come ? ਆਈ ਸੀ । ਵ੍ਹੈੱਨ ਵਿੱਲ ਦ ਨੈਕਸਟ ਬੱਸ ਕਮ ?

ਦੂਸਰਾ ਯਾਤਰੀ : ਇਹ ਕਹਿਣਾ ਮੁਸ਼ਕਲ ਹੈ । ਪੰਜਾਂ ਮਿੰਟਾਂ ਵਿਚ ਵੀ ਆ ਸਕਦੀ ਹੈ ਜਾਂ ਪੰਝੀ ਮਿੰਟ ਵੀ ਲਗ ਸਕਦੇ ਹਨ ।

Bystander : It is difficult to say. It may come within five minutes or it may even take twentyfive minutes. ਇਟ ਇਜ਼ ਡੀਫੀਕਲਟ ਟੂ ਸੇ. ਇਟ ਮੇ ਕਮ ਇਨ ਫਾਈਵ ਮਿਨਟਸ ਆਰ ਇਟ ਮੇ ਈਵਨ ਟੇਕ ਟ੍ਵੈਂਟੀ ਫਾਈਵ ਮਿਨਟਸ ।

ਮਿ ਪਾਟਿਲ	: ਸੱਚ ? ਪਰ ਮੇਰਾ ਤਾਂ ਖ਼ਿਆਲ ਸੀ ਕਿ ਡੀ.ਟੀ.ਸੀ. ਬੇਸਟ ਵਾਂਗ ਹੀ ਚੰਗੀ ਹੈ ।	Mr. Patil :	Really ? But I thought DTC is an efficient as BEST. ਰੀਅਲੀ ? ਬੱਟ ਆਈ ਥਾਟ ਡੀ. ਟੀ. ਟੀ. ਔਸ ਐਫੀਸ਼ੈਂਟ ਐਜ਼ ਬੈਸਟ ।
ਦੂਸਰਾ ਯਾਤਰੀ	: ਉਹ ! ਤੁਸੀਂ ਬੰਬਈ ਤੋਂ ਆਏ ਲਗਦੇ ਹੋ ?	Bystander :	Oh, you seem to be from Bombay. ਓਹ, ਯੂ ਸੀਮ ਟੂ ਬੀ ਫ਼ਰਾਮ ਬਾਂਬੇ ।
ਮਿ. ਪਾਟਿਲ	: ਇਹ ਠੀਕ ਹੈ ।	Mr. Patil :	That is right. ਦੈਟਸ ਰਾਈਟ ।
ਦੂਸਰਾ ਯਾਤਰੀ	: ਹਾਂ, ਬੈਸਟ ਛੇਤੀ ਸੇਵਾ ਕਰਕੇ ਚੰਗੀ ਜਾਣੀ ਜਾਂਦੀ ਹੈ, ਪਰ ਡੀ.ਟੀ.ਸੀ. ਵਿਚ ਪਿੱਛੇ ਜਿਹੇ ਕਾਫ਼ੀ ਸੁਧਾਰ ਹੋਇਆ ਹੈ ।	Bystander :	Well BEST is certainly known for its quick service, but DTC has also improved a lot recently. ਵੈੱਲ, 'ਬੈਸਟ' ਇਜ਼ ਸਰਟੇਨਲੀ ਨੋਨ ਫ਼ਾਰ ਇਟਸ ਕੁਇੱਕ ਸਰਵਿਸ । ਬੱਟ ਡੀ. ਟੀ. ਸੀ. ਹੈਜ਼ ਆਲਸੋ ਇਮਪਰੂਵਡ ਏ ਲਾਟ ਰੀਸੈਂਟਲੀ ।
ਮਿ: ਪਾਟਿਲ	: ਪਿੱਛੇ ਜਿਹੇ ? ਕਦ ਤੋਂ ?	Mr. Patil :	Recently ? Since when ? ਰੀਸੈਂਟਲੀ ? ਸਿੰਸ ਵ੍ਹੈੱਨ ?
ਦੂਸਰਾ ਯਾਤਰੀ	: ਕਾਫ਼ੀ ਲੋਕਾਂ ਦੇ ਵਿਰੋਧ ਤੋਂ ਬਾਦ । ਹੁਣ ਹਾਲਾਤ ਐਨੇ ਬੁਰੇ ਨਹੀਂ ਜਿੰਨੇ ਕਿ ਪਹਿਲਾਂ ਹੋਇਆ ਕਰਦੇ ਸਨ ।	Bystander :	After quite a few public protests. Now things are not as bad as they used to be. ਆਫਟਰ ਕੁਆਈਟ ਏ ਪਬਲਿਕ ਪ੍ਰੋਟੈਸਟਸ । ਨਾਓ ਥਿੰਗਜ਼ ਆਰ ਨਾਟ ਸੋ ਬੈਡ ਐਜ਼ ਦੇ ਯੂਜ਼ਡ ਟੂ ਬੀ ।
ਮਿ: ਪਾਟਿਲ	: ਕੀ ਪਹਿਲਾਂ ਹਾਲਾਤ ਬਹੁਤ ਬੁਰੇ ਸਨ ?	Mr. Patil :	Were they bad in the past ? ਵਰ ਦੇ ਬੈਡ ਇਨ ਦਾ ਪਾਸਟ ?
ਦੂਸਰਾ ਯਾਤਰੀ	: ਹਾਂ, ਸਨ । ਡੀ. ਟੀ. ਸੀ. ਬੱਸਾਂ, ਦੇਰ ਨਾਲ ਆਉਣ, ਭਰੀਆਂ ਹੋਣ, ਫੇਰਾ ਗਾਇਬ ਕਰ ਜਾਣ ਵਿਚ ਬਦਨਾਮ ਸਨ ਅਤੇ ਟੁੱਟੀ ਫੁੱਟੀ ਹਾਲਤ ਕਰਕੇ ਵੀ ।	Bystander :	They were. DTC buses were notorious for coming late, for over-crowding, for missing trips and also for their broken down condition. ਦੇ ਵਰ । ਡੀ. ਟੀ ਸੀ. ਬੱਸੇਜ਼ ਵਰ ਨਟੋਰੀਅਸ ਫਾਰ ਕਮਿੰਗ ਲੇਟ, ਫਾਰ ਓਵਰ ਕਰਾਊਡਿੰਗ, ਫਾਰ ਮਿੱਸਿੰਗ ਟ੍ਰਿਪਸ ਐਂਡ ਆਲਸੋ ਫਾਰ ਦੇਅਰ ਬ੍ਰੋਕਨ ਡਾਊਨ ਕਨਡੀਸ਼ਨ ।
ਮਿ: ਪਾਟਿਲ	. ਇਹ ਤਾਂ ਨਿਰਾ ਬਕਵਾਸ ਹੋਇਆ ।	Mr. Patil :	That must have been quitc a noisance: ਦੈਟ ਮਸਟ ਹੈਵ ਬਿਨ ਕੁਆਈਟ ਏ ਨੋਨਸੈਂਸ ।
ਦੂਸਰਾ ਯਾਤਰੀ	: ਹਾਂ, ਪਰ ਹੁਣ ਹਾਲਾਤ ਬਦਲ ਗਏ ਹਨ । ਹੁਣ ਜ਼ਿਆਦਾਤਰ ਬੱਸਾਂ ਵਕਤ ਸਿਰ ਚਲਦੀਆਂ ਹਨ ਅਤ ਕਿਰਾਏ ਵੀ ਮਿਆਰੀ ਕਰ ਦਿਤੇ ਹਨ ।	Bystander :	Yes, but now things have changed. Now most buses run to time, and the fares have also been standardised. ਯੈੱਸ, ਬੱਟ ਨਾਓ ਥਿੰਗਜ਼ ਹੈਵ ਚੇਂਜਡ । ਨਾਓ ਮੋਸਟ ਬਸੇਜ਼ ਰਨ ਟੂ ਟਾਈਮ ਐਂਡ ਦ ਫੇਅਰਜ਼ ਹਵ ਆਲਸੋ ਬਿਨ ਸਟੈਂਡਰਡਾਈਜ਼ਡ ।
ਮਿ: ਪਾਟਿਲ	: ਇਹ ਵਧੀਆ ਹੋਇਆ ।	Mr. Patil :	That's Good. ਦੈਟਸ ਗੁੱਡ ।
ਦੂਸਰਾ ਯਾਤਰੀ	: ਬੱਸਾਂ ਦੀ ਸੰਖਿਆ ਵੀ ਵਧਾ ਦਿਤੀ ਗਈ ਹੈ । ਹੁਣ ਤੁਹਾਨੂੰ ਜ਼ਿਆਦਾ ਦੇਰ ਉਡੀਕ ਨਹੀਂ ਕਰਨੀ ਪੈਂਦੀ । ਦੇਖੋ, ਉਹ ਤੁਹਾਡੀ ਬਸ ਆ ਰਹੀ ਹੈ ।	Bystander :	Moreover, the number of buses has increased so you don't have to wait long,—look, there come your bus. ਮੋਰਓਵਰ, ਦ ਨੰਬਰ ਆਫ਼ ਬੱਸੇਜ਼ ਹੈਜ਼ ਇੰਕ੍ਰੀਜ਼ਡ ਸੋ ਯੂ ਡੋਂਟ ਹੈਵ ਟੂ ਵੇਟ ਲੌਂਗ—ਲੁਕ ਦੇਅਰ ਕੰਮਜ਼ ਯੂਅਰ ਬਸ ।

ਮਿ: ਪਾਟਿਲ	: ਹਾਂ, ਆ ਹੀ ਗਈ।	Mr. Patil	: So it does. ਸੋ ਇਟ ਡਜ਼।
ਦੂਸਰਾ ਯਾਤਰੀ	: ਤੇ ਜ਼ਿਆਦਾ ਭਰੀ ਹੋਈ ਵੀ ਨਹੀਂ। ਤੁਹਾਨੂੰ ਸੀਟ ਮਿਲ ਸਕਦੀ ਹੈ।	Bystander	: And it is not crowded. You can get a seat. ਐਂਡ ਇਟ ਇਜ਼ ਨਾਟ ਕਰਾਊਡਿਡ। ਯੂ ਕੈਨ ਗੈੱਟ ਏ ਸੀਟ।
ਮਿ. ਪਾਟਿਲ	: ਹਾਂ, ਡੀ.ਟੀ.ਡੀ ਸਚਮੁਚ ਸੁਧਰ ਗਈ ਹੈ। ਨਮਸਤੇ	Mr. Patil	: Yes, DTC has certainly improved. Good-Bye. ਯੈੱਸ, ਡੀ. ਟੀ. ਸੀ. ਹੈਜ਼ ਸਰਟੇਨਲੀ ਇੰਪਰੂਵਡ ਗੁੱਡ-ਬਾਈ।
ਦੂਸਰਾ ਯਾਤਰੀ	: ਨਮਸਤੇ।	Bystander	: Good-bye. ਗੁੱਡ-ਬਾਈ।

(13) ਵਕਤ
TIME
ਟਾਈਮ

ਅਫ਼ਸਰ	: ਮਿਸਟਰ ਮਧੁਕਰ, ਕੀ ਵਕਤ ਏ ਹੁਣ ?	Officer	: What time it is, Mr. Madhukar ? ਵਟ ਟਾਈਮ ਇਟ ਇਜ਼, ਮਿ: ਮਧੁਕਰ ?
ਕਲਰਕ	: ਸਾਢੇ ਦਸ, ਸਾਹਿਬ।	Clerk	: Ten:thirty, Sir. ਟੈੱਨ-ਥਰਟੀ, ਸਰ।
ਅਫ਼ਸਰ	: ਤੇ ਦਫ਼ਤਰ ਦਾ ਕੀ ਵਕਤ ਹੈ ?	Officer	: And what's the Office time ? ਐਂਡ ਵੱਟਸ ਦਾ ਆਫ਼ਿਸ ਟਾਈਮ ?
ਕਲਰਕ	: ਦਸ ਬਜੇ ਸਾਹਿਬ।	Clerk	: Ten O'Clock, Sir. ਟੈੱਨ ਓ'ਕਲਾਕ, ਸਰ।
ਅਫ਼ਸਰ	: ਫਿਰ ਤੂੰ ਇੰਨੀ ਦੇਰ ਨਾਲ ਕਿਉਂ ਆਇਆਂ ?	Officer	: Then why are you so late ? ਦੈੱਨ ਵ੍ਹਾਈ ਆਰ ਯੂ ਸੋ ਲੇਟ ?
ਕਲਰਕ	: ਮੈਨੂੰ ਅਫ਼ਸੋਸ ਹੈ, ਸਾਹਿਬ।	Clerk	: Sorry, Sir. ਸੱਗਰੀ, ਸਰ।
ਅਫ਼ਸਰ	: ਤੂੰ ਰੋਜ਼ ਦੇਰ ਨਾਲ ਆਉਂਦਾ ਏਂ, ਇਹ ਠੀਕ ਏ ?	Officer	: You come late every day, don't you ? ਯੂ ਕਮ ਲੇਟ ਐਵਰੀ ਡੇ, ਡੋਂਟ ਯੂ ?
ਕਲਰਕ	: ਹਾਂ, ਸਾਹਿਬ, ਅਜ ਬੱਸ ਦੇਰ ਨਾਲ ਆਈ ਸੀ।	Clerk	: Yes, Sir, the bus came late today. ਯੈੱਸ, ਸਰ, ਬੱਸ ਕੇਮ ਲੇਟ ਟੁਡੇ।
ਅਫ਼ਸਰ	: ਤੇ ਕੱਲ੍ਹ ਤੇਰੀ ਘੜੀ ਕੰਮ ਨਹੀਂ ਸੀ ਕਰ ਰਹੀ।	Officer	: And Yesterday your watch was out of order. ਐਂਡ ਯੈਸਟਰਡੇ ਯੁਅਰ ਵਾਚ ਵਾਜ਼ ਆਊਟ ਆਫ਼ ਆਰਡਰ।
ਕਲਰਕ	: ਕਲ੍ਹ ਤੋਂ ਮੈਂ ਵਕਤ ਸਿਰ ਆਵਾਂਗਾ।	Clerk	: I will come in time from tomorrow, Sir. ਆਈ ਵਿੱਲ ਕਮ ਇਨ ਟਾਈਮ ਫਰਾਮ ਟੁਮਾਰੋ, ਸਰ।
ਅਫ਼ਸਰ	: ਤੂੰ ਹਮੇਸ਼ਾਂ ਮੈਨੂੰ ਇਹੋ ਕਹਿੰਦਾ ਏਂ।	Officer	: You have always been telling me so. ਯੂ ਹੈਵ ਆਲਵੇਜ਼ ਬਿਨ ਟੈਲਿੰਗ ਮੀ ਸੋ।
ਕਲਰਕ	: ਇਸ ਵਾਰੀ ਮੈਂ ਇਮਾਨਦਾਰੀ ਨਾਲ ਯਕੀਨ ਦੁਆਂਦਾ ਹਾਂ।	Clerk	: I sincerely assure you this time. ਆਈ ਸਿਨਸੀਅਰਲੀ ਐਸ਼ੁਅਰ ਯੂ ਦਿਸ ਟਾਈਮ।
ਅਫ਼ਸਰ	: ਸਵੇਰੇ ਕਿੰਨੇ ਵਜੇ ਉਠਦਾ ਏਂ ?	Officer	: What time do you get up in the morning ? ਵਾਟ ਟਾਈਮ ਡੂ ਯੂ ਗੈੱਟ ਅਪ ਇਨ ਦ ਮਾਰਨਿੰਗ ?
ਕਲਰਕ	: ਅੱਠ ਵਜੇ ਦੇ ਲਗਭਗ।	Clerk	: About eight. ਅਬ ਉਟ ਏਟ।
ਅਫ਼ਸਰ	: ਕੀ ਇਹ ਦੇਰ ਨਾਲ ਨਹੀਂ ਹੈ ?	Officer	: Is that not quite late ? ਇਜ਼ ਦੈਟ ਨਾਟ ਕੁਆਈਟ ਲੇਟ ?

ਕਲਰਕ :	ਇਹ ਤਾਂ ਹੈ ਸਾਹਿਬ, ਰੋਜ਼ ਮੈਂ ਜਲਦੀ ਉਠਣ ਲਈ ਮਨ ਬਣਾਉਂਦਾ ਹਾਂ, ਪਰ ਕਿਸੇ ਤਰ੍ਹਾਂ ਵੀ ਕਰ ਨਹੀਂ ਸਕਦਾ ।	Clerk	: So it is, Sir. Every day I make up my mind to get up early, but somehow can't manage it. ਸੋ ਇਟ ਇਜ਼, ਸਰ, ਐਵਰੀਡੇ ਆਈ ਮੇਕ ਅਪ ਮਾਈ ਮਾਈਂਡ ਟੂ ਗੈੱਟ ਅਪ ਅਰਲੀ, ਬੱਟ ਸਮਹਾਓ ਕਾਂਟ ਮੈਨੇਜ ਇਟ ।
ਅਫਸਰ :	ਤੇ ਸੌਂਦਾ ਕਿਸ ਵਕਤ ਏਂ ?	Officer	: And what time do you go to bed ? ਐਂਡ ਵਾੱਟ ਟਾਈਮ ਡੂ ਯੂ ਗੋ ਟੂ ਬੈੱਡ ?
ਕਲਰਕ :	ਸਾਢੇ ਗਿਆਰਾਂ ਵਜੇ ਦੇ ਲਗਭਗ ।	Clerk	: Around eleven-thirty. ਐਰਾਊਂਡ ਇਲੈਵਨ-ਥਰਟੀ ।
ਅਫਸਰ :	ਜੇ ਐਨੀ ਦੇਰ ਨਾਲ ਸੌਂਵੇਂਗਾ, ਤਾਂ ਸਵੇਰੇ ਜਲਦੀ ਨਹੀਂ ਉਠ ਸਕਦਾ ।	Officer	: If you keep such late hours, you won't be able to get up early. ਇਫ਼ ਯੂ ਕੀਪ ਸੱਚ ਲੇਟ ਆਵਰਜ਼, ਯੂ ਵੋਂਟ ਬੀ ਏਬਲ ਟੂ ਗੈੱਟ ਅਪ ਅਰਲੀ ?
ਕਲਰਕ :	ਇਹ ਠੀਕ ਹੈ ।	Clerk	: That is true. ਦੈਟ ਇਜ਼ ਟਰੂ ।
ਅਫਸਰ :	ਲਗਦਾ ਹੈ ਤੈਨੂੰ ਵਕਤ ਦੀ ਕਦਰ ਨਹੀਂ ।	Officer	: You don't seem to value time. ਯੂ ਡੋਂਟ ਸੀਮ ਟੂ ਵੈਲਯੂ ਟਾਈਮ ?
ਕਲਰਕ :	ਹੈ, ਸਾਹਿਬ ।	Clerk	: I do, Sir. ਆਈ ਡੂ, ਸਰ ।
ਅਫਸਰ :	ਜੇ ਤੈਨੂੰ ਵਕਤ ਦੀ ਕਦਰ ਹੋਵੇ, ਤੂੰ ਰੋਜ਼ ਰੋਜ਼ ਦਫ਼ਤਰ ਦੇਰ ਨਾਲ ਨਾ ਆਵੇਂ ।	Officer	: Had you valued time, you wouldn't have come late to office day after day. ਹੈਡ ਯੂ ਵੈਲਯੂਡ ਟਾਈਮ, ਯੂ ਵੁੱਡੰਟ ਹੈਵ ਕੰਮ ਲੇਟ ਟੂ ਆਫਿਸ ਡੇ ਆਫਟਰ ਡੇ ?
ਕਲਰਕ :	ਮੈਨੂੰ ਸਚਮੁਚ ਅਫਸੋਸ ਹੈ, ਜਨਾਬ ।	Clerk	: I am really sorry, Sir, ਆਈ ਐਮ ਰਿਅਲੀ ਸਾਰੀ, ਸਰ ।
ਅਫਸਰ :	ਮੈਂ ਉਮੀਦ ਕਰਦਾ ਹਾਂ ਕਿ ਤੂੰ ਇਮਾਨਦਾਰੀ ਨਾਲ ਪਸ਼ਚਾਤਾਪ ਕਰ ਰਿਹਾ, ਏਂ ਜੇ ਨਹੀਂ ਤਾਂ ਜਲਦੀ ਹੀ ਤੈਨੂੰ ਦੂਸਰੀ ਨੌਕਰੀ ਵੇਖਣੀ ਪਏਗੀ । ਇਹ ਇਕ ਦੋਸਤਾਨਾ ਚੇਤਾਵਨੀ ਹੈ ।	Officer	: I hope your regrets are sincere. If they are not, you may have to look for another job soon. This is just a friendly warning. ਆਈ ਹੋਪ ਯੂਅਰ ਰੇਗਰੇੱਟਸ ਆਰ ਸਿਨਸੀਅਰ, ਇਫ਼ ਦੇ ਆਰ ਨਾਟ, ਯੂ ਮੇ ਹੈਵ ਟੂ ਲੁੱਕ ਫਾਰ ਐਨਅਦਰ ਜਾਬ ਸੂਨ । ਦਿਸ ਇਸ ਜਸਟ ਏ ਫ਼ਰੈਂਡਲੀ ਵਾਰਨਿੰਗ ।
ਕਲਰਕ :	ਮੈਂ ਧਿਆਨ ਵਿਚ ਰੱਖਾਂਗਾ, ਜਨਾਬ ।	Clerk	: I will keep it in mind, Sir. ਆਈ ਵਿੱਲ ਕੀਪ ਇਟ ਇਨ ਮਾਈਂਡ, ਸਰ ।
ਅਫਸਰ :	ਹੁਣ ਤੂੰ ਜਾ ਸਕਦਾ ਏਂ ।	Officer	. You may go now. ਯੂ ਮੇ ਗੋ ਨਉ ।
ਕਲਰਕ :	ਸ਼ੁਕਰੀਆ, ਜਨਾਬ ।	Clerk	: Thank you, Sir. ਥੈਂਕ ਯੂ, ਸਰ ।

(14) ਜਮਾਤ ਦੇ ਅਧਿਆਪਕ ਨਾਲ
WITH THE CLASS TEACHER
ਵਿਦ ਦੀ ਕਲਾਸ ਟੀਚਰ

ਸਰਪ੍ਰਸਤ :	ਨਮਸਤੇ, ਕੀ ਮੈਂ ਅੰਦਰ ਆ ਸੋਕਦਾ ਹਾਂ ?	Guardian	: Good morning, may I come in ? ਗੁੱਡ ਮਾਰਨਿੰਗ, ਮੇ ਆਈ ਕਮ ਇਨ ?
ਅਧਿਆਪਕ :	ਨਮਸਤੇ, ਅੰਦਰ ਆਓ ।	Class-teacher	: Good morning, please come in. ਗੁੱਡ ਮਾਰਨਿੰਗ, ਪੁਲੀਜ਼ ਕਮ ਇਨ ।

ਸਰਪ੍ਰਸਤ	: ਮੈਂ ਵਿਸ਼ਵਾਨਾਥ ਹਾਂ, ਤੁਸੀਂ ਮੇਰੇ ਲੜਕੇ ਨੂੰ ਮੈਨੂੰ ਆਉਣ ਵਾਸਤੇ ਕਿਹਾ ਸੀ ।	Guardian	: I am Vishwa Nath. You had asked my son to ask me to see you. ਆਈ ਐਮ ਵਿਸ਼ਵਾਨਾਥ, ਯੂ ਹੈਡ ਆਸ੍ਕਡ ਮਾਈ ਸਨ ਟੂ ਆਸ੍ਕ ਮੀ ਟੂ ਸੀ ਯੂ ।
ਅਧਿਆਪਕ	: ਤੁਹਾਡਾ ਲੜਕਾ...?	Class-teacher	: Your son...? ਯੂਅਰ ਸਨ...?
ਸਰਪ੍ਰਸਤ	: ਵਿਨੋਦ ਕੁਮਾਰ ।	Guardian	: Vinod Kumar. ਵਿਨੋਦ ਕੁਮਾਰ ।
ਅਧਿਆਪਕ	: ਓਹ, ਹਾਂ, ਮੈਂ ਹੀ ਉਸ ਨੂੰ ਕਿਹਾ ਸੀ।	Class-teacher	: Oh, Yes, I had asked him to do so ਓਹ, ਯੈੱਸ, ਆਈ ਹੈਡ ਆਸ੍ਕਡ ਹਿਮ੍ ਟੂ ਡੂ ਸੋ ।
ਸਰਪ੍ਰਸਤ	: ਏਸੇ ਕਰਕੇ ਮੈਂ ਆਇਆ ਹਾਂ ।	Guardian	: That is why I am here. ਦੈਟ ਇਜ਼ ਵ੍ਹਾਈ ਆਈ ਐਮ ਹਿਅਰ ।
ਅਧਿਆਪਕ	: ਸ਼ੁਕਰੀਆ, ਮੈਂ ਤੁਹਾਨੂੰ ਇਹ ਦੱਸਣ ਲਈ ਬੁਲਾਇਆ ਹੈ ਕਿ ਬਿਨੋਦ ਲਈ ਜਮਾਤ ਨਾਲ ਚਲਣਾ ਮੁਸ਼ਕਲ ਹੋ ਰਿਹਾ ਹੈ ।	Class-teacher	: Thank you. I called you to tell you that Vinod is finding it a little difficult to keep up with the class. ਥੈਂਕ ਯੂ, ਆਈ ਕਾਲ੍ਡ ਯੂ ਟੂ ਟੈਲ ਯੂ ਦੈਟ ਵਿਨੋਦ ਇਜ਼ ਫਾਈਂਡਿੰਗ ਇਟ ਏ ਲਿਟਲ ਡਿਫੀਕਲ੍ਟ ਟੂ ਕੀਪ ਅਪ ਵਿਦ ਦ ਕ੍ਲਾਸ ।
ਸਰਪ੍ਰਸਤ	: ਇਹ ਗੱਲ ਹੈ ? ਪਰ ਉਹ ਤਾਂ ਆਪਣੀ ਪੜ੍ਹਾਈ ਬਾਰੇ ਖ਼ਾਸ ਧਿਆਨ ਦਿੰਦਾ ਹੈ ।	Guardian	: Is that so ? But he is particular. about his studies. ਇਜ਼ ਦੈਟ ਸੋ । ਬੱਟ ਹੀ ਇਜ਼ ਪਾਰ੍ਟੀਕੁਲਰ ਐਬਾਉਟ ਹਿਜ਼ ਸ੍ਟੱਡੀਜ਼ ।
ਅਧਿਆਪਕ	: ਮੈਨੂੰ ਪਤਾ ਹੈ ਅਤੇ ਆਮ ਤੌਰ ਤੇ ਉਹ ਪੜ੍ਹਾਈ ਵਿਚ ਚੰਗਾ ਹੈ । ਪਰ ਉਹ ਅੰਗ੍ਰੇਜ਼ੀ ਵਿਚ ਕਮਜ਼ੋਰ ਹੈ ।	Class-teacher	: I know that, and in general he is studies. But he is weak in English. ਆਈ ਨੋ ਦੈਟ, ਐਂਡ ਇਨ ਜਨਰਲ ਹੀ ਇਜ਼ ਗੁੱਡ ਇਨ ਹਿਜ਼ ਸ੍ਟੱਡੀਜ਼ । ਬੱਟ ਹੀ ਇਜ਼ ਵੀਕ ਇਨ ਇੰਗਲਿਸ਼ ।
ਸਰਪ੍ਰਸਤ	: ਤੇ ਕੀ ਮੈਂ ਉਸ ਨੂੰ ਘਰ ਲਈ ਪੜ੍ਹਾ-ਉਣ ਵਾਸਤੇ ਅਧਿਆਪਕ ਰਖ ਦਿਆਂ ।	Ouardian	: I see, then should I arrange private coaching for him ? ਆਈ ਸੀ, ਦੈੱਨ ਸ਼ੁਡ ਆਈ ਅਰੈਂਜ ਪ੍ਰਾਈਵੇਟ ਕੋਚਿੰਗ ਫਾਰ ਹਿਮ ?
ਅਧਿਆਪਕ	: ਇਹ ਜ਼ਰੂਰੀ ਨਹੀਂ ਹੈ, ਉਸ ਦਾ ਵਿਆਕਰਣ ਚੰਗਾ ਹੈ ਤੇ ਉਸ ਦੀ ਲਿਖਾਈ ਵੀ ਬਹੁਤ ਸਾਫ਼ ਹੈ, ਪਰ ਉਹ ਆਪਣੀ ਗੱਲ ਠੀਕ ਢੰਗ ਨਾਲ ਅੰਗ੍ਰੇਜ਼ੀ ਵਿਚ ਆਖ ਨਹੀਂ ਸਕਦਾ ।	Class-teacher	: That might not be necessary. His grammer is good, and he has a neat hand. But he cannot express himself properly in English. ਦੈਟ ਮਾਈਟ ਨਾਟ ਬੀ ਨੈਸੇਸਰੀ। ਹਿਜ਼ ਗ੍ਰੈਮਰ ਇਜ਼ ਗੁੱਡ, ਐਂਡ ਹੀ ਹੈਜ਼ ਏ ਨੀਟ ਹੈਂਡ । ਬੱਟ ਹੀ ਕੈਨਨਾਟ ਐਕ੍ਸਪ੍ਰੈਸ ਹਿਮਸੈਲ੍ਫ਼ ਪ੍ਰਾਪਰਲੀ ਇਨ ਇੰਗਲਿਸ਼ ।
ਸਰਪ੍ਰਸਤ	: ਦੂਸਰੇ ਸ਼ਬਦਾਂ ਵਿਚ ਉਹ ਬੋਲ-ਚਾਲ ਵਿਚ ਕਮਜ਼ੋਰ ਹੈ ।	Guardian	In other words he is weak in conversation. ਇਨ ਅਦਰ ਵਰ੍ਡਜ਼ ਹੀ ਇਜ਼ ਵੀਕ ਇਨ ਕਨਵਰਸੇਸ਼ਨ ।
ਅਧਿਆਪਕ	: ਬਿਲਕੁਲ ਠੀਕ ।	Class-teacher	: Exactly. ਅਗਜ਼ੈਕਟਲੀ ।

ਸਰਪ੍ਰਸਤ	: ਫਿਰ ਮੈਨੂੰ ਇਸ ਬਾਰੇ ਕੀ ਕਰਨਾ ਚਾਹੀਦਾ ਹੈ ? ਕੀ ਤੁਸੀਂ ਕੋਈ ਰਸਤਾ ਦਸ ਸਕਦੇ ਹੋ ਜਿਸ ਨਾਲ ਉਹ ਅੰਗ੍ਰੇਜ਼ੀ ਵਿਚ ਗੱਲਬਾਤ ਦੀ ਯੋਗਤਾ ਨੂੰ ਚੰਗਾ ਬਣਾ ਸਕੇ ?	Guardian	: Then what should I do about it ? Can you suggest a way to improve his ability to converse in English ? ਦੇਨ ਵੱਟ ਸ਼ੁੱਡ ਆਈ ਡੂ ਐਬਾਊਟ ਇਟ ? ਕੈਨ ਯੂ ਸਜੈਸਟ ਏ ਵੇ ਟੂ ਇੰਪਰੂਵ ਹਿਜ਼ ਐਬਿਲਟੀ ਟੂ ਕਨਵਰਸ ਇਨ ਇੰਗਲਿਸ਼ ?
ਅਧਿਆਪਕ	: ਹਾਂ, ਇਕ ਰਸਤਾ ਹੈ। ਅੰਗ੍ਰੇਜ਼ੀ ਵਿਚ ਗੱਲ ਸਿਖਣ ਲਈ ਇਕ ਚੰਗੀ ਕਿਤਾਬ ਹੈ। ਤੁਸੀਂ ਉਹ ਖ਼ਰੀਦ ਸਕਦੇ ਹੋ ਉਸ ਲਈ।	Class-teacher	: Yes, there is a way. There is a good book teaching conversation in English. You could buy it for him. ਯੈੱਸ, ਦੇਅਰ ਇਜ਼ ਏ ਵੇ। ਦੇਅਰ ਇਜ਼ ਏ ਗੁੱਡ ਬੁੱਕ ਟੀਚਿੰਗ ਕਨਵਰਸੇਸ਼ਨ ਇਨ ਇੰਗਲਿਸ਼। ਯੂ ਕੁੱਡ ਬਾਈ ਇਟ ਫ਼ਾਰ ਹਿਮ।
ਸਰਪ੍ਰਸਤ	: ਮੈਂ ਜ਼ਰੂਰ ਖ਼ਰੀਦ ਦਿਆਂਗਾ। ਇਹ ਕਿਤਾਬ ਕਿਸ ਨੇ ਛਾਪੀ ਹੈ ਅਤੇ ਮੈਂ ਕਿਥੋਂ ਲੈ ਸਕਦਾ ਹਾਂ ?	Guardian	: I will certainly buy it for him. who has published it and where can I get it ? ਆਈ ਵਿਲ ਸਰਟੇਨਲੀ ਬਾਈ ਇਟ ਫਾਰ ਹਿਮ। ਹੂ ਹੈਜ਼ ਪਬਲਿਸ਼ਡ ਇਟ ਐਂਡ ਵ੍ਹੇਅਰ ਕੈਨ ਆਈ ਗੈੱਟ ਇਟ ?
ਅਧਿਆਪਕ	: ਤੁਸੀਂ ਇਸ ਨੂੰ ਕਿਸੇ ਵੀ ਚੰਗੀ ਕਿਤਾਬਾਂ ਦੀ ਦੁਕਾਨ ਤੋਂ ਖ਼ਰੀਦ ਸਕਦੇ ਹੋ। ਇਹ ਦਿੱਲੀ ਦੀ ਮਸ਼ਹੂਰ ਪ੍ਰਕਾਸ਼ਨ ਕੰਪਨੀ 'ਪੁਸਤਕ ਮਹਲ' ਦੁਆਰਾ ਛਾਪੀ ਗਈ ਹੈ।	Class-teacher	: You can get it at any good book-shop. It has been published by a well-known publishing firm of Delhi names - Pustak Mahal. ਯੂ ਕੈਨ ਗੈੱਟ ਇਟ ਐਟ ਐਨੀ ਗੁੱਡ ਬੁੱਕ-ਸ਼ਾਪ, ਇਟ ਹੈਜ਼ ਬਿਨ ਪਬਲਿਸ਼ਡ ਬਾਈ ਏ ਵੈੱਲ-ਨੋਨ ਪਬਲਿਸ਼ਿੰਗ ਫਰਮ ਆਫ ਡੇਲਹੀ—'ਪੁਸਤਕ ਮਹਲ'।
ਸਰਪ੍ਰਸਤ	: ਕੀ ਇਹ ਬਹੁਤ ਮਹਿੰਗੀ ਹੈ ?	Guardian	: Is it very expensive ? ਇਜ਼ ਇਟ ਵੈਰੀ ਐਕਸਪੈਂਸਿਵ।
ਅਧਿਆਪਕ	: ਜ਼ਰੂਰ ਹੋਵੇਗੀ। ਜੇ ਉਹ ਇਸ ਨੂੰ ਚੰਗੀ ਤਰ੍ਹਾਂ ਪੜ੍ਹ ਲਏ ਤਾਂ ਕੁਝ ਦਿਨਾਂ ਵਿਚ ਹੀ ਉਹ ਅੰਗ੍ਰੇਜ਼ੀ ਨੂੰ ਰਵਾਨੀ ਨਾਲ ਬੋਲਣ ਦੇ ਯੋਗ ਹੋ ਜਾਏਗਾ।	Class-teacher	: It certainly will. If he studies it well he will be able to converse fluently in English in a matter of days. ਇਟ ਸਰਟੇਨਲੀ ਵਿੱਲ। ਇਫ਼ ਹੀ ਸਟੱਡੀਜ਼ ਇਟ ਵੈੱਲ ਹੀ ਵਿਲ ਬੀ ਏਬਲ ਟੂ ਕਨਵਰਸ ਫ਼ਲੂਐਂਟਲੀ ਇਨ ਇੰਗਲਿਸ਼ ਇਨ ਏ ਮੈਟਰ ਆਫ ਡੇਜ਼।
ਸਰਪ੍ਰਸਤ	: ਸ਼ੁਕਰੀਆ, ਤੁਹਾਡੇ ਸੁਝਾਓ ਲਈ। ਉਂਜ ਵਿਨੋਦ ਕਿਹੋ ਜਿਹਾ ਹੈ।	Guardian	: Thank you so much for your suggestion. How do you find Vinod otherwise ? ਥੈਂਕ ਯੂ ਸੋ ਮੱਚ ਫਾਰ ਯੁਅਰ ਸਜੈਸ਼ਨ। ਹਾਊ ਡੂ ਯੂ ਫਾਈਂਡ ਵਿਨੋਦ ਅਦਰਵਾਈਜ਼।
ਅਧਿਆਪਕ	: ਉਹ ਬਹੁਤ ਸਲੀਕੇ ਵਾਲਾ ਹੈ।	Class-teacher	: He is very well-behaved, ਹੀ ਇਜ਼ ਵੈਰੀ ਵੈੱਲ-ਬੀਹੇਵਡ।
ਸਰਪ੍ਰਸਤ	: ਇਹ ਸੁਣ ਕੇ ਖ਼ੁਸ਼ੀ, ਅੱਛਾ, ਕੀ ਮੈਂ ਹੁਣ ਜਾ ਸਕਦਾ ਹਾਂ ?	Guardian	: It's nice to hear that, well, may I take leave now ? ਇਟਸ ਨਾਇਸ ਟੂ ਹੀਅਰ ਦੈਟ, ਵੈੱਲ, ਮੇ ਆਈ ਟੇਕ ਲੀਵ ਨਾਉ ?

ਅਧਿਆਪਕ : ਆਉਣ ਦਾ ਸ਼ੁਕਰੀਆ।

Class-Teacher : Thank you for your calling. ਥੈਂਕ ਯੂ ਫਾਰ ਯੁਅਰ ਕਾਲਿੰਗ।

(15) ਇਕ ਯੋਗ ਵਰ ਬਾਰੇ ਪੁਛ-ਗਿੱਛ

ENQUIRY ABOUT AN ELIGIBLE BACHELOR

ਇਨਕੁਵੈਰੀ ਅਬਾਊਟ ਏਨ ਐਲੀਜਿਬਲੀ ਬੈਚਲਰ

ਮਿ: ਗੁਪਤਾ : ਹੈਲੋ, ਮਿ. ਪ੍ਰਧਾਨ, ਆਓ, ਜੀ ਆਇਆਂ, ਇਹ ਅਚਾਨਕ ਕਿਵੇਂ ?

Mr. Gupta : Hullo, Mr. Pradhan, welcome. It's a pleasant surprise ਹੈਲੋ, ਮਿ. ਪ੍ਰਧਾਨ, ਵੈਲਕਮ, ਇਟ ਇਜ਼ ਏ ਪ੍ਲੈਜ਼ੇਂਟ ਸਰਪ੍ਰਾਈਜ਼।

ਮਿ: ਪ੍ਰਧਾਨ : ਤੁਹਾਡਾ ਕੀ ਹਾਲ ਚਾਲ ਹੈ, ਮਿ: ਗੁਪਤਾ ?

Mr. Pradhan : How are you, Mr. Gupta. ਹਾਊ ਆਰ ਯੂ, ਮਿ. ਗੁਪਤਾ ?

ਮਿ: ਗੁਪਤਾ : ਵਧੀਆ, ਸ਼ੁਕਰੀਆ, ਆਓ ਬੈਠੋ। ਕਾਫ਼ੀ ਸਮਾਂ ਹੋ ਗਿਆ ਸਾਨੂੰ ਮਿਲਿਆਂ।

Mr. Gupta : Fine thank you. Please take a seat. It's quite sometime since we met. ਫਾਈਨ, ਥੈਂਕ੍ ਯੂ, ਪ੍ਲੀਜ਼ ਟੇਕ ਏ ਸੀਟ। ਇਟ ਇਜ਼ ਕੁਆਈਟ ਸਮਟਾਈਮ ਸਿੰਸ ਵੀ ਮੈੱਟ।

ਮਿ: ਪ੍ਰਧਾਨ : ਹਾਂ ਇਹ ਠੀਕ ਹੈ। ਜੇ ਤੁਸੀਂ ਬੁਰਾ ਨਾ ਮਨਾਉ ਤਾਂ ਮੈਂ ਤੁਹਾਨੂੰ ਛੋਟੀ ਜਿਹੀ ਤਕਲੀਫ਼ ਦੇਣ ਆਇਆ ਹਾਂ।

Mr. Ppadhan : That's true, I came to bother you a little, if you don't mind it. ਦੈਟ੍ਸ ਟਰੂ, ਆਈ ਕੇਮ ਟੂ ਬੋਦਰ ਯੂ ਏ ਲਿਟਲ, ਇਫ਼ ਯੂ ਡੋਂਟ ਮਾਈਂਡ ਇਟ।

ਮਿ: ਗੁਪਤਾ : ਬਿਲਕੁਲ ਨਹੀਂ। ਜੇ ਕੋਈ ਅਜਿਹਾ ਕੰਮ ਹੈ ਜੋ ਮੈਂ ਤੁਹਾਡੇ ਲਈ ਕਰ ਸਕਾਂ, ਮਿਹਰਬਾਨੀ ਕਰਕੇ ਕਹਿਣ ਵਿਚ ਬਿਲਕੁਲ ਨਾ ਝਿਜਕੋ। ਮੇਰੇ ਲਈ ਇਹ ਖ਼ੁਸ਼ੀ ਵਾਲੀ ਗੱਲ ਹੋਵੇਗੀ।

Mr. Gnpta : Of course not. If there is anything that I can do for you, please do not hesitate to say so. It would be a pleasure for me. ਆਫ ਕੋਰਸ ਨਾਟ. ਇਫ਼ ਦੇਅਰ ਇਜ਼ ਐਨੀਥਿੰਗ ਦੈਟ ਆਈ ਕੈਨ ਡੂ ਫਾਰ ਯੂ, ਪਲੀਜ਼ ਡੋਂਟ ਹੈਸੀਟੇਟ ਟੂ ਸੇ ਸੋ। ਇਟ ਵੁੱਡ ਬੀ ਏ ਪ੍ਲੇਜ਼ਰ ਫਾਰ ਮੀ।

ਮਿ: ਪ੍ਰਧਾਨ : ਇਹ ਤਾਂ ਮੈਨੂੰ ਪਤਾ ਹੈ। ਏਸੇ ਲਈ ਮੈਂ ਤੁਹਾਡੇ ਕੋਲ ਆਇਆ ਹਾਂ।

Mr. Pradhan : I know that. That's why I came to you. ਆਈ ਨੋ ਦੈਟ। ਦੈਟ੍ਸ ਵ੍ਹਾਈ ਆਈ ਕੇਮ ਟੂ ਯੂ।

ਮਿ: ਗੁਪਤਾ : ਤੁਸੀਂ ਠੀਕ ਕੰਮ ਕੀਤਾ ਹੈ। ਪਰ ਪਹਿਲਾਂ ਮੈਂ ਤੁਹਾਨੂੰ ਚਾਹ ਦਾ ਪਿਆਲਾ ਪੇਸ਼ ਕਰਾਂ ?

Mr. Gupta : You have done the right thing. But first may I offer you a cup of tea ? ਯੂ ਹੈਵ ਡਨ ਦਾ ਰਾਈਟ ਥਿੰਗ। ਬੱਟ ਫਸਟ ਮੇ ਆਈ ਆਫ਼ਰ ਯੂ ਏ ਕਪ ਆਫ਼ ਟੀ ?

ਮਿ: ਪ੍ਰਧਾਨ : ਇਹ ਵਧੀਆ ਹੋਵੇਗਾ।

Mr. Pradhan : That would be fine. ਦੈਟ ਵੁੱਡ ਬੀ ਫਾਈਨ ?

ਮਿ: ਗੁਪਤਾ : ਅੱਛਾ, ਮੈਂ ਤੁਹਾਡੇ ਲਈ ਕੀ ਕਰ ਸਕਦਾ ਹਾਂ ?

Mr. Gupta : Well, what can I do for you ? ਵੈੱਲ, ਵੱਟ੍ ਕੈਨ ਆਈ ਡੂ ਫਾਰ ਯੂ ?

ਮਿ: ਪ੍ਰਧਾਨ :	ਮਿ: ਗੁਪਤਾ ਅਸਲੀ ਨੁਕਤੇ ਵਲ ਆਉਂਦਿਆਂ ਦੱਸਾਂ ਕਿ ਅਸੀਂ ਆਪਣੀ ਬੇਟੀ ਮੀਰਾ ਲਈ ਕਿਸੇ ਯੋਗ ਵਰ ਦੀ ਤਲਾਸ਼ ਵਿਚ ਹਾਂ ।	Mr. Pradhan	: To come straight to the point, Mr. Gupta. We are looking for a suitable match for our daughter Meera. ਟੂ ਕਮ ਸਟ੍ਰੇਟ ਟੂ ਦ ਪੁਆਇੰਟ, ਮਿ. ਗੁਪਤਾ, ਵੀ ਆਰ ਲੁਕਿੰਗ ਫਾਰ ਏ ਸੂਟੇਬਲ ਮੈਚ ਫਾਰ ਅਵਰ ਡਾਟਰ ਮੀਰਾ ।
ਮਿ: ਗੁਪਤਾ :	ਸੱਚ ?	Mr. Gupta	: Really ? ਰੀਅਲੀ ?
ਮਿ: ਪ੍ਰਧਾਨ :	ਹਾਂ, ਜਿਵੇਂ ਤੁਸੀਂ ਜਾਣਦੇ ਹੋ ਪਿਛਲੇ ਸਾਲ ਉਹ ਗਰੈਜੂਏਟ ਹੋ ਗਈ ਹੈ। ਉਸ ਦੀ ਮਾਂ ਦਾ ਖ਼ਿਆਲ ਹੈ ਕਿ ਹੁਣ ਉਸ ਦੇ ਵਿਆਹ ਦਾ ਸਮਾਂ ਆ ਗਿਆ ਹੈ ।	Mr. Prabhan	: Yes, as you know, she has graduated last year. Her mother feels the time has now come to marry her off. ਯੈੱਸ, ਐਜ਼ ਯੂ ਨੋ,ਸ਼ੀ ਹੈਜ਼ ਗ੍ਰੈਜੁਏਟਿਡ ਲਾਸਟ ਯੀਅਰ । ਹਰ ਮਦਰ ਫੀਲਜ਼ ਦੈਟ ਦ ਟਾਈਮ ਹੈਜ਼ ਨਾਉ ਕਮ ਟੂ ਮੈਰੀ ਹਰ ਆਫ਼ ।
ਮਿ: ਗੁਪਤਾ :	ਮੀਰਾ ਇਕ ਬਹੁਤ ਚੰਗੀ ਲੜਕੀ ਹੈ । ਉਹ ਸਿਰਫ਼ ਸੋਹਣੀ ਹੀ ਨਹੀਂ ਉਹ, ਇਕ ਚੰਗੀ ਸਭਿਅਕ ਜੁਆਨ ਲੜਕੀ ਹੈ । ਮੇਰਾ ਖਿਆਲ ਹੈ ਉਸ ਲਈ ਵਰ ਲੱਭਣਾ ਤੁਹਾਡੇ ਲਈ ਕੋਈ ਪਰੇਸ਼ਾਨੀ ਵਾਲੀ ਗੱਲ ਨਹੀਂ ਹੋਵੇਗੀ ।	Mr. Gupta	: Meera is a very nice girl. She is not only pretty, she is also a very cultured young lady. I don't think finding a husband for her would be a problem for you. ਮੀਰਾ ਇਜ਼ ਏ ਵੈਰੀ ਨਾਈਸ ਗਰਲ । ਸ਼ੀ ਇਜ਼ ਨਾਟ ਓਨਲੀ ਪਰੈਟੀ, ਸ਼ੀ ਇਜ਼ ਆਲਸੋ ਏ ਵੈਰੀ ਕਲਚਰਡ ਯੰਗ ਲੇਡੀ, ਆਈ ਡੋਂਟ ਥਿੰਕ ਫਾਈਡਿੰਗ ਏ ਹਸਬੈਂਡ ਫਾਰ ਹਰ ਵੁੱਡ ਬੀ ਏ ਪ੍ਰਾਬਲਮ ਫਾਰ ਯੂ ।
ਮਿ: ਪ੍ਰਧਾਨ :	ਉਮੀਦ ਨਹੀਂ; ਅਸਲ ਵਿਚ ਮੈਨੂੰ ਕਿਸੇ ਨੇ ਤੁਹਾਡੇ ਗੁਆਂਢੀ ਮਿ: ਚਿਟਨਿਸ ਦੇ ਸਭ ਤੋਂ ਵੱਡੇ ਲੜਕੇ ਕੁਮਾਰ ਦਾ ਨਾਂ ਸੁਝਾਇਆ ਹੈ ।	Mr. Pradhan	: I hope not. In fact somebcdy has suggested the name of Kumar, the eldest son of your neighbour, Mr. Chitnis. ਆਈ ਹੋਪ ਨਾਟ । ਇਨ ਫੈਕਟ ਸਮਬਾਡੀ ਹੈਜ਼ ਸਜੈਸਟਿਡ ਦ ਨੇਮ ਆਫ ਕੁਮਾਰ, ਦਾ ਏਲਡੈਸਟ ਸਨ ਆਫ ਯੁਅਰ ਨੇਬਰ ਮਿ: ਚਿਟਨਿਸ ।
ਮਿ: ਗੁਪਤਾ :	ਉਹ, ਕੁਮਾਰ ।	Mr. Gupta	: Oh, Kumar. ਓਹ, ਕੁਮਾਰ ।
ਮਿ: ਪ੍ਰਧਾਨ :	ਹਾਂ, ਤੇ ਮੇਰਾ ਖ਼ਿਆਲ ਹੈ ਤੁਸੀਂ ਉਸ ਪਰੀਵਾਰ ਨੂੰ ਚੰਗੀ ਤਰ੍ਹਾਂ ਜਾਣਦੇ ਹੋਵੋਗੇ ।	Mr. Pradhan	: Yes, and I thought you might be knowing the family. ਯੈੱਸ, ਐਂਡ ਆਈ ਥਾਟ ਯੂ ਮਾਈਟ ਬੀ ਨੋਇੰਗ ਦ ਫੈਮਿਲੀ ।
ਮਿ: ਗੁਪਤਾ :	ਜ਼ਰੂਰ, ਮੈਂ ਉਨ੍ਹਾਂ ਸਾਰਿਆਂ ਨੂੰ ਜਾਣਦਾ ਹਾਂ ।	Mr. Gupta	: Of course, I know all of them very well. ਆਫ ਕੋਰਸ, ਆਈ ਨੋ ਆਲ ਆਫ ਦੇਮ ਵੈਰੀ ਵੈੱਲ ।
ਮਿ: ਪ੍ਰਧਾਨ :	ਕੀ ਮਿ: ਚਿਟਨਿਸ ਰਿਟਾਇਰ ਸਰਕਾਰੀ ਅਫ਼ਸਰ ਨਹੀਂ ਹਨ ?	Mr. Pradhan	: Is not Mr. Chitnis a retired Government Officer ? ਇਜ਼ ਨਾਟ ਮਿ: ਚਿਟਨਿਸ ਏ ਰੀਟਾਇਰਡ ਗਵਰਨਮੈਂਟ ਆਫੀਸਰ ?

ਮਿ: ਗੁਪਤਾ :	ਇਹ ਠੀਕ ਹੈ । ਉਹ ਹੁਣ ਪਨਸ਼ਨ ਲੈ ਰਹੇ ਹਨ ।	Mr. Gupta	: That is right. He is a pensioner now. ਦੈਟ ਇਜ਼ ਰਾਈਟ, ਹੀ ਇਜ਼ ਏ ਪੈਨਸ਼ਨਰ ਨਾਉ ।
ਮਿ: ਪ੍ਰਧਾਨ :	ਕੁਲ ਮਿਲਾ ਕੇ ਤੁਹਾਡਾ ਉਸ ਪਰੀਵਾਰ ਬਾਰੇ ਕੀ ਖ਼ਿਆਲ ਹੈ ?	Mr. Pradhan	: What do you think of the family as a whole. ਵੱਟ ਡੂ ਯੂ ਥਿੰਕ ਆਫ਼ ਦ ਫੈਮਿਲੀ ਐਜ਼ ਏ ਹੋਲ ?
ਮਿ: ਗੁਪਤਾ :	ਬਹੁਤ ਸੁਚੱਜਾ ਪਰੀਵਾਰ ਹੈ । ਇਸ ਨੁਕਤੇ ਤੋਂ ਕੋਈ ਫਿਕਰ ਕਰਨ ਦੀ ਲੋੜ ਨਹੀਂ ।	Mr. Gupta	: It's a very cultured family. There is no cause to worry on that point. ਇਟਸ ਏ ਵੈਰੀ ਕਲਚਰਡ ਫੈਮਿਲੀ। ਦੇਅਰ ਇਜ਼ ਨੋ ਕਾਜ਼ ਟੂ ਵਰੀ ਆਨ ਦੈਟ ਪੁਆਇੰਟ ।
ਮਿ: ਪ੍ਰਧਾਨ :	ਤੇ ਕੁਮਾਰ ਬਾਰੇ ਤੁਹਾਡਾ ਕੀ ਖਿਆਲ ਹੈ ?	Mr. Pradhan	: And what do you think of Kumar. ਐਂਡ ਵੱਟ ਡੂ ਯੂ ਥਿੰਕ ਆਫ ਕੁਮਾਰ ।
ਮਿ: ਗੁਪਤਾ :	ਕੁਮਾਰ ਇਕ ਚੰਗਾ ਲੜਕਾ ਹੈ । ਦੇਖਣ ਨੂੰ ਸੋਹਣਾ ਹੈ । ਚੰਗੇ ਤੌਰ ਤਰੀਕਿਆਂ ਵਾਲਾ ਪੜ੍ਹਿਆ ਲਿਖਿਆ ਹੈ ।	Mr. Gupta	: Kumar is a fine young man. He is good looking, well-mannered and educated. ਕੁਮਾਰ ਇਜ਼ ਏ ਫਾਈਨ ਯੰਗ ਮੈਨ । ਹੀ ਇਜ਼ ਗੁੱਡ ਲੁਕਿੰਗ, ਵੈੱਲ ਮੈਨਰਡ ਐਂਡ ਐਜੂਕੇਟਡ ।
ਮਿ: ਪ੍ਰਧਾਨ :	ਇਹ ਚੰਗਾ ਹੈ । ਉਸ ਦੀਆਂ ਯੋਗਤਾਵਾਂ ਕੀ ਹਨ ?	Mr. Pradhan	: That's nice, what are his qualifications ? ਦੈਟਸ ਨਾਈਸ । ਵੱਟ ਆਰ ਹਿਜ਼ ਕੁਆਲੀਫਿਕੇਸ਼ਨਜ਼ ?
ਮਿ: ਗੁਪਤਾ :	ਉਹ ਇਕ ਇੰਜਨੀਅਰ ਹੈ । ਦਿੱਲੀ ਦੇ ਇੰਜਨੀਅਰਿੰਗ ਕਾਲਜ ਤੋਂ ਉਸ ਨੇ ਬੀ. ਈ. ਕੀਤਾ ਹੈ ।	Mr. Gupta	: He is an Engineer. He took his B.E. from the Engineering College in Delhi. ਹੀ ਇਜ਼ ਐਨ ਇੰਜੀਨੀਅਰ, ਹੀ ਟੁੱਕ ਹਿਜ਼ ਬੀ. ਈ. ਫ਼੍ਰਾਮ ਦ ਇੰਜੀਨੀਅਰਿੰਗ ਕਾਲਜ ਇਨ ਡੇਲਹੀ ।
ਮਿ: ਪ੍ਰਧਾਨ :	ਕੀ ਹੁਣ ਉਹ ਨੌਕਰੀ ਕਰਦਾ ਹੈ ?	Mr. Pradhan	: Does he have a job now ? ਡਜ਼ ਹੀ ਹੈਵ ਏ ਜਾਬ ਨਾਉ ?
ਮਿ: ਗੁਪਤਾ :	ਚੰਗੀ ਨੌਕਰੀ ਹੈ ਉਸ ਦੀ । ਉਹ ਇੰਜੀਨੀਅਰਜ਼ ਇੰਡੀਆ ਲਿਮਟਿਡ ਨਾਲ ਹੈ ।	Mr. Gupta	: He has a nice job. He is with Engineers India Limited. ਹੀ ਹੈਜ਼ ਏ ਨਾਈਸ ਜਾਬ । ਹੀ ਇਜ਼ ਵਿਦ ਇੰਜਨੀਅਰਜ਼ ਇੰਡੀਆ ਲਿਮਟਿਡ ।
ਮਿ: ਪ੍ਰਧਾਨ :	ਕੀ ਇਹ ਪਰਾਈਵੇਟ ਕੰਪਨੀ ਹੈ ?	Mr. Pradhan	: Is it a Private Concern: ਇਜ਼ ਇਟ ਏ ਪ੍ਰਾਈਵੇਟ ਕਨਸਰਨ ।
ਮਿ: ਗੁਪਤਾ :	ਨਹੀਂ, ਇਹ ਇਕ ਸਰਕਾਰੀ ਕੰਪਨੀ ਹੈ ।	Mr. Gupta	: No, it is a Government Enterprise. ਨੋ, ਇਟ ਇਜ਼ ਏ ਗਵਰਨਮੈਂਟ ਐਂਟਰਪ੍ਰਾਈਜ਼ ?
ਮਿ: ਪ੍ਰਧਾਨ :	ਇਸ ਵੇਲੇ ਉਸ ਦੀ ਤਨਖਾਹ ਕੀ ਹੈ ?	Mr. Pradhan	: I see, and what does he draw at present ? ਆਈ ਸੀ । ਐਂਡ ਵੱਟ ਡਜ਼ ਹੀ ਡ੍ਰਾਅ ਐਟ ਪ੍ਰੈਜ਼ੇਂਟ ?
ਮਿ: ਗੁਪਤਾ :	ਲਗਭਗ 1200 ਰੁਪਏ ਮਹੀਨਾ ।	Mr. Gupta	: About Twelve hundred rupees per month. ਅਬਾਊਟ ਟ੍ਵੈਲਵ ਹੰਡ੍ਰੇਡ ਰੁਪੀਜ਼ ਪਰ ਮੰਥ ।

ਮਿ: ਪ੍ਰਧਾਨ :	ਇਹ ਤਾਂ ਸਚਮੁਚ ਬਹੁਤ ਚੰਗਾ ਹੈ । ਕੁਮਾਰ ਦੇ ਭੈਣ ਭਰਾ ਕਿੰਨੇ ਹਨ ?	Mr. Pradhan	: That is really good. How many brothers and sisters has Kumar ? ਦੈਟ ਇਜ਼ ਰੀਅਲੀ ਗੁੱਡ. ਹਾਉ ਮੈਨੀ ਬ੍ਰਦਰਜ਼ ਐਂਡ ਸਿਸਟਰਜ਼ ਹੈਜ਼ ਕੁਮਾਰ ?
ਮਿ: ਗੁਪਤਾ :	ਕੁਲ ਮਿਲਾ ਕੇ ਤਿੰਨ ਭਰਾ ਤੇ ਇਕ ਭੈਣ ।	Mr. Gupta	: They are three brothers and one sister in all. ਦੇ ਆਰ ਥਰੀ ਬ੍ਰਦਰਜ਼ ਐਂਡ ਵਨ ਸਿਸ੍ਟਰ ਇਨ ਆਲ ।
ਮਿ: ਪ੍ਰਧਾਨ :	ਭਰਾ ਕੀ ਕਰਦੇ ਹਨ ।	Mr. Pradhan	: What do the brothers do ? ਵੱਟ ਡੂ ਦਾ ਬਰਦਰਜ਼ ਡੂ ?
ਮਿ: ਗੁਪਤਾ :	ਵਿਚਕਾਰਲਾ ਮੈਡੀਕਲ ਕਾਲਜ ਵਿਚ ਹੈ ਤੇ ਛੋਟਾ ਸਕੂਲ ਵਿਚ ।	Mr. Gupta	: The middleone is in medical college and the youngest is in school. ਦ ਮਿਡਲਵਨ ਇਜ਼ ਇਨ ਮੈਡੀਕਲ ਕਾਲਜ ਐਂਡ ਦ ਯੰਗੇਸ੍ਟ ਇਜ਼ ਇਨ ਸਕੂਲ ।
ਮਿ: ਪ੍ਰਧਾਨ :	ਤੇ ਭੈਣ ?	Mr. Pradhan	: And the Sister ? ਐਂਡ ਦਾ ਸਿਸ੍ਟਰ ?
ਮਿ: ਗੁਪਤਾ :	ਉਹ ਆਸ਼ਾ ਹੈ । ਉਮਰ ਵਿਚ ਉਹ ਕੁਮਾਰ ਤੋਂ ਦੂਸਰੇ ਦਰਜੇ ਤੇ ਹੈ ਤੇ ਦੂਹਰੀ ਗਰੈਜੂਏਟ ਹੈ । ਉਹ ਇਕ ਮਰਾਠਾ ਪਰੀਵਾਰ ਵਿਚ ਵਿਆਹੀ ਹੋਈ ਹੈ । ਮੈਂ ਤੁਹਾਨੂੰ ਦਸਿਆ ਕਿ ਚਿਟਨਿਸ ਪਰੀਵਾਰ ਕੱਟੜ ਨਹੀਂ ਹੈ ।	Mr. Gupta	: That is Asha. She is next to Kumar in age, and is a double-graduate. She has married into a Maratha family. I told you the Chitnis family is not orthodox. ਦੈਟ ਇਜ਼ ਆਸ਼ਾ । ਸ਼ੀ ਇਜ਼ ਨੈਕਸਟ ਟੂ ਕੁਮਾਰ ਇਨ ਏਜ, ਐਂਡ ਇਜ਼ ਏ ਡਬਲ ਗਰੈਜੂਏਟ । ਸ਼ੀ ਹੈਜ਼ ਮੈਰੀਡ ਇਨਟੂ ਏ ਮਰਾਠਾ ਫੈਮਿਲੀ, ਆਟੀ ਟੋਲਡ ਯੂ ਦ ਚਿਟਨਿਸ ਫੈਮਿਲੀ ਇਜ਼ ਨਾਟ ਆਰਥੋਡੋਕ੍ਸ ।
ਮਿ: ਪ੍ਰਧਾਨ :	ਮੈਂ ਇਸ ਦਾ ਬੁਰਾ ਨਹੀਂ ਮਨਾਉਂਦਾ । ਮੈਨੂੰ ਅੰਤਰ-ਜਾਤੀ ਵਿਆਹਾਂ ਬਾਰੇ ਵੀ ਕੋਈ ਇਤਰਾਜ਼ ਨਹੀਂ । ਤੁਸੀਂ ਉਨ੍ਹਾਂ ਦੀ ਆਰਥਿਕ ਸਥਿਤੀ ਬਾਰੇ ਕੁਝ ਜਾਣਦੇ ਹੋ ? ਕੀ ਉਨ੍ਹਾਂ ਦੀ ਕੋਈ ਜਾਇਦਾਦ ਵੀ ਹੈ ?	Mr. Pradhan	: I don't mind that. I have also no objection to inter-caste marriages. Do you know anything about their financial condition ? Do they have any property ? ਆਈ ਡੋਂਟ ਮਾਈਂਡ ਦੈਟ । ਆਈ ਹੈਵ ਆਲਸੋ ਨੋ ਔਬਜੈਕਸ਼ਨ ਟੂ ਇੰਟਰ-ਕਾਸਟ ਮੈਰਜਿਜ਼ । ਡੂ ਯੂ ਨੋ ਐਨੀਥਿੰਗ ਐਬਾਊਟ ਦੇਅਰ ਫਾਈਨੈਨਸ਼ਲ ਕੰਡੀਸ਼ਨ ? ਡੂ ਦੇ ਹੈਵ ਐਨੀ ਪ੍ਰਾਪਰਟੀ ।
ਮਿ: ਗੁਪਤਾ :	ਜਿਥੋਂ ਤਕ ਮੈਨੂੰ ਪਤਾ ਹੈ ਉਹ ਇਕ ਮੱਧ-ਵਰਗੀ ਪਰੀਵਾਰ ਹੈ । ਬਿਲਕੁਲ ਸਾਡੇ ਵਾਂਗ । ਪਰ ਮਿ: ਚਿਟਨਿਸ ਬੱਚਿਆਂ ਦੀ ਪੜ੍ਹਾਈ ਉਪਰ ਖਰਚਾ ਕਰਨ ਵਿਚ ਹਿਚਕਿਚਾਉਂਦੇ ਨਹੀਂ ।	Mr. Gupta	: So far as I know, they are a middle class family, just like us. But Mr. Chitnis does not mind spending on his children's education. ਸੋ ਫਾਰ ਐਜ਼ ਆਈ ਨੋ, ਦੇ ਆਰ ਏ ਮਿਡਲ-ਕਲਾਸ ਫੈਮਿਲੀ, ਜਸਟ ਲਾਈਕ ਅਸ । ਬੱਟ ਮਿ. ਚਿਟਨਿਸ ਡਜ਼ ਨਾਟ ਮਾਈਂਡ ਸਪੈਂਡਿੰਗ ਆਨ ਹਿਜ਼ ਚਿਲਡਰਨਜ਼ ਐਜੂਕੇਸ਼ਨ ।

ਮਿ: ਪ੍ਰਧਾਨ : ਤੁਹਾਡਾ ਕੀ ਵਿਚਾਰ ਹੈ ਕਿ ਉਹ ਸਾਡੇ ਕੋਲੋਂ ਕੁਝ ਜ਼ਿਆਦਾ ਦੀ ਉਮੀਦ ਕਰਨਗੇ, ਜੇਵਰਾਤ ਤੇ ਦੂਸਰੀਆਂ ਚੀਜ਼ਾਂ ਰਾਹੀਂ ।

Mr. Pradhan : Do you think they might expect much from us by way of ornaments and other things? ਡੂ ਯੂ ਥਿੰਕ ਦੇ ਮਾਈਟ ਐਕਸਪੈਕਟ ਮੱਚ ਫ੍ਰਾਮ ਅਸ ਬਾਈ ਵੇ ਆਫ਼ ਆਰਨਾਮੈਂਟਸ ਐਂਡ ਅਦਰ ਥਿੰਗਜ਼ ।

ਮਿ: ਗੁਪਤਾ : ਮੇਰਾ ਐਸਾ ਵਿਚਾਰ ਨਹੀਂ । ਮਿ: ਤੇ ਮਿਸਜ਼ ਚਿਟਨਿਸ ਬਹੁਤ ਹੀ ਚੰਗਾ ਜੋੜਾ ਹੈ ਅਤੇ ਇਕ ਵਾਰੀ ਕੁਮਾਰ ਮੀਰਾ ਲਈ ਹਾਂ ਕਹਿ ਦੇਵੇ ਤਾਂ ਉਹ ਕਿਸੇ ਚੀਜ਼ ਉਪਰ ਜ਼ੋਰ ਨਹੀਂ ਦੇਣਗੇ ।

Mr. Gupta : I don't think so. Mr. and Mrs. Chitnis are a very reasonable couple, and once Kumar approves of Meera they wouldn't insist on anything. ਆਈ ਡੋਂਟ ਥਿੰਕ ਸੋ । ਮਿ. ਐਂਡ ਮਿਸੇਜ਼ ਚਿਟਨਿਸ ਆਰ ਏ ਵੈਰੀ ਰੀਜ਼ਨੇਬਲ ਕਪਲ । ਐਂਡ ਵੰਸ ਕੁਮਾਰ ਅਪਰੂਵਡ ਮੀਰਾ ਦੇ ਵੁੱਡੰਟ ਇਨਸਿਸਟ ਆਨ ਐਨੀਥਿੰਗ ।

ਮਿ: ਪ੍ਰਧਾਨ : ਇਹ ਇਕ ਬਹੁਤ ਚੰਗੇ ਪਰੀਵਾਰ ਵਾਂਗ ਲਗਦਾ ਹੈ । ਕੀ ਤੁਸੀਂ ਮੇਰੇ ਵਲੋਂ ਮਿ: ਚਿਟਨਿਸ ਨਾਲ ਇਸ ਵਿਸ਼ੇ ਬਾਰੇ ਗੱਲ ਚਲਾ ਸਕਦੇ ਹੋ ?

Mr. Pradhan : It looks like a very good family. Could you then open topic with Mr. Chitnis on my behalf. ਇਟ ਲੁਕਸ ਲਾਈਕ ਏ ਵੈਰੀ ਗੁੱਡ ਫੈਮਿਲੀ । ਕੁੱਡ ਯੂ ਦੈੱਨ ਓਪਨ ਟੱਪਿਕ ਵਿਦ ਮਿ. ਚਿਟਨਿਸ ਆਨ ਮਾਈ ਬੀਹਾਫ਼ ।

ਮਿ: ਗੁਪਤਾ : ਮੈਨੂੰ ਇਹ ਕੰਮ ਕਰਕੇ ਖ਼ੁਸ਼ੀ ਹੋਵੇਗੀ । ਮੈਂ ਕੁਮਾਰ ਅਤੇ ਮੀਰਾ ਦੋਹਾਂ ਨੂੰ ਪਸੰਦ ਕਰਦਾ ਹਾਂ ਤੇ ਮੈਨੂੰ ਲਗਦੈ ਦੋਵਾਂ ਦੀ ਵਧੀਆ ਜੋੜੀ ਬਣੇਗੀ ।

Mr. Gupta : I would be happy to do so. I like both Kumar and Meera, and I feel they would make a fine couple. ਆਈ ਵੁੱਡ ਬੀ ਹੈਪੀ ਟੂ ਡੂ ਸੋ । ਆਈ ਲਾਈਕ ਬੋਥ ਕੁਮਾਰ ਐਂਡ ਮੀਰਾ ਐਂਡ ਆਈ ਫੀਲ ਦੇ ਵੁੱਡ ਮੇਕ ਏ ਫਾਈਨ ਕਪਲ ।

ਮਿ: ਪ੍ਰਧਾਨ : ਮਿ: ਗੁਪਤਾ ਤੁਹਾਡਾ, ਬਹੁਤ ਬਹੁਤ ਸ਼ੁਕਰੀਆ ।

Mr. Pradhan : Thank you so much, Mr. Gupta. ਥੈਂਕ ਯੂ ਸੋ ਮੱਚ ਮਿ. ਗੁਪਤਾ ।

ਮਿ: ਗੁਪਤਾ : ਤੁਹਾਡਾ ਜੀ ਆਇਆਂ ਨੂੰ ।

Mr. Oupta : You are welcome. ਯੂ ਆਰ ਵੈੱਲਕੰਮ ।

(16) ਦੁਕਾਨ ਉਤੇ
AT A GENERAL STORE
ਐਟ ਏ ਜਨਰਲ ਸਟੋਰ

ਗਾਹਕ : ਰੇਕਸੋਨਾ ਦੀਆਂ ਦੋ ਟਿੱਕੀਆਂ ।

Customer : Two cakes of Rexona, please. ਟੂ ਕੇਕਸ ਆਫ਼ ਰੈਕਸੋਨਾ ਪਲੀਜ਼ ।

ਦੁਕਾਨਦਾਰ : ਦੋ ਰੁਪਏ ਅੱਸੀ ਪੈਸੇ ।

Shopkeeper : Two rupees and eighty paise. ਟੂ ਰੁਪੀਜ਼ ਐਂਡ ਏਟੀ ਪੈਸੇ ।

ਗਾਹਕ : ਦੋ ਰੁਪਏ ਅੱਸੀ ਪੈਸੇ ? ਕਿਉਂ ? ਕੀ ਤੁਸੀਂ ਕੰਟਰੋਲ ਦਰ ਉਤੇ ਨਹੀਂ ਵੇਚਦੇ ?

Customer : Two rupees and eighty paise ? Why ? Don't you sell at controlled rates. ਟੂ ਰੁਪੀਜ਼ ਐਂਡ ਏਟੀ ਪੈਸੇ ? ਵ੍ਹਾਈ ? ਡੋਂਟ ਯੂ ਸੈੱਲ ਐਟ ਕੰਟ੍ਰੋਲਡ ਰੇਟਸ ?

ਦੁਕਾਨਦਾਰ :	ਅਫਸੋਸ ਹੈ ਸ੍ਰੀਮਤੀ ਜੀ । ਕੁਝ ਉਪਯੋਗੀ ਵਸਤੂਆਂ ਨੂੰ ਛੱਡ ਕੇ ਕੰਟਰੋਲ ਦਰ ਉਤੇ ਵੇਚਣ ਵਿਚ ਕੋਈ ਲਾਭ ਨਹੀਂ । ਅਸੀਂ ਮਜਬੂਰ ਹਾਂ ।	Shopkeeper :	Sorry, Madam, Except in a few commodities, there is no margin of profit on controlled rates. We are helpless. ਸਾਰੀ, ਮੈਡਮ, ਐਕਸੈਪਟ ਇਨ ਏ ਫਿਊ ਕਮੋਡਿਟੀਜ਼ ਦੇਅਰ ਇਜ਼ ਨੋ ਮਾਰਜਿਨ ਆਫ ਪਰੌਫਿਟ ਆਨ ਕੰਟਰੋਲਡ ਰੇਟਜ਼ । ਵੀ ਆਰ ਹੈਲਪਲੈੱਸ ।
ਗਾਹਕ :	ਨਹੀਂ, ਵਾਧੂ ਵਸੂਲਣ ਲਈ ਇਹ ਸਿਰਫ਼ ਬਹਾਨਾ ਹੈ ।	Customer :	No, this is just an excuse for over-charging. ਨੋ, ਦਿਸ ਇਜ਼ ਜਸਟ ਐਨ ਐਕਸਕਿਊਜ਼ ਫਾਰ ਓਵਰ-ਚਾਰਜਿੰਗ ।
ਦੁਕਾਨਦਾਰ :	ਬਿਲਕੁਲ ਨਹੀਂ । ਮੈਂ ਸਿਰਫ਼ ਪੰਜ ਪੈਸੇ ਲੈ ਰਿਹਾ ਹਾਂ ।	Shopkeeper :	Certainly not. I am taking only five paise. ਸਰਟੇਨਲੀ ਨਾਟ, ਆਈ ਐਮ ਟੇਕਿੰਗ ਓਨਲੀ ਫਾਈਵ ਪੈਸੇ ।
ਗਾਹਕ :	ਨਹੀਂ, ਮੈਂ ਤੈਨੂੰ ਇਕ ਪੈਸਾ ਵੀ ਵਾਧੂ ਨਹੀਂ ਦਿਆਂਗੀ । ਚੰਗਾ ਇਹੋ ਹੈ ਕਿ ਤੂੰ ਕੰਟਰੋਲ ਦਰ ਹੀ ਵਸੂਲ ਕਰੇਂ ਨਹੀਂ ਤਾਂ ਮੈਂ ਅਫ਼ਸਰ ਨੂੰ ਇਤਲਾਹ ਕਰ ਦਿਆਂਗੀ ।	Customer :	No, I shall not pay even one paise extra. You better charge me the controlled price or I shall report the matter to the authorities. ਨੋ, ਆਈ ਸ਼ੈਲ ਨਾਟ ਪੇ ਈਵਨ ਵਨ ਪੈਸਾ ਐਕਸਟ੍ਰਾ । ਯੂ ਬੇਟਰ ਚਾਰਜ ਮੀ ਦਾ ਕੰਟਰੋਲਡ ਪ੍ਰਾਈਸ ਆਰ ਆਈ ਸ਼ੈਲ ਰੀਪੋਰਟ ਦਾ ਮੈਟਰ ਟੂ ਦ ਅਥੌਰਟੀਜ਼ ।
ਦੁਕਾਨਦਾਰ :	ਠੀਕ ਹੈ, ਠੀਕ ਹੈ, ਮੈਂ ਤੁਹਾਨੂੰ ਨਾਖ਼ੁਸ਼ ਨਹੀਂ ਕਰਨਾ ਚਾਹੁੰਦਾ । ਤੁਸੀਂ ਮੈਨੂੰ ਕੰਨਟਰੋਲ ਦਰ ਹੀ ਦੇ ਦਿਉ ।	Shopkeeper :	OK, OK, I do not want to displease you. You pay meiat the controlled rates. ਓ ਕੇ, ਓ ਕੇ, ਆਈ ਡੋਂਟ ਵਾਂਟ ਟੂ ਡਿਸਪ੍ਲੀਜ਼ ਯੂ. ਯੂ ਪੇ ਮੀ ਐਟ ਦ ਕੰਟਰੋਲਡ ਰੇਟ੍ਸ।
ਗਾਹਕ :	ਮੈਨੂੰ ਡਾਲਡਾ ਅਤੇ ਚੀਨੀ ਵੀ ਚਾਹੀਦੇ ਸਨ ।	Customer :	I also wanted Dalda and Sugar. ਆਈ ਆਲਸੋ ਵਾਂਟਿਡ ਡਾਲਡਾ ਐਂਡ ਸ਼ੂਗਰ ।
ਦੁਕਾਨਦਾਰ :	ਚੀਨੀ ਤਾਂ ਖਤਮ ਹੈ । ਡਾਲਡੇ ਲਈ ਤੁਹਾਨੂੰ ਉਸ ਪਾਸੇ ਕਤਾਰ ਵਿਚ ਜਗ੍ਹਾ ਲੈਣੀ ਪਏਗੀ ।	Shopkeeper :	Sugar is out of stock. For Dalda you may take your place in the queue at that counter. ਸ਼ੂਗਰ ਇਜ਼ ਆਊਟ ਆਫ ਸਟਾਕ । ਫਾਰ ਡਾਲਡਾ ਯੂ ਟੇਕ ਯੁਅਰ ਪਲੇਸ ਇਨ ਦ ਕਿਊ ਐਟ ਦੈਟ ਕਾਊਂਟਰ ।
ਗਾਹਕ :	ਵਾਰੀ ਤੋਂ ਬਿਨਾਂ ਤੁਸੀਂ ਮੇਰੀ ਮਦਦ ਨਹੀਂ ਕਰ ਸਕਦੇ ?	Customer :	Could you not somehow help me out of turn ? ਕੁੱਡ ਯੂ ਨਾਟ ਸਮਹਾਉ ਹੈਲਪ ਮੀ ਆਊਟ ਆਫ ਟਰਨ ?
ਦੁਕਾਨਦਾਰ :	ਅਫਸੋਸ ਹੈ । ਮੇਰਾ ਖ਼ਿਆਲ ਹੈ ਇੰਜ ਕਰਨਾ ਕਤਾਰ ਵਿਚ ਖੜੇ ਲੋਕਾਂ ਨਾਲ ਇਨਸਾਫ਼ ਨਹੀਂ ਹੋਵੇਗਾ ।	Shopkeeper :	Sorry, I do not think that would be fair to the people in the queue. ਸਾਰੀ, ਆਈ ਡੋਂਟ ਥਿੰਕ ਦੈਟ ਵੁੱਡ ਬੀ ਫੇਅਰ ਟੂ ਦ ਪੀਪਲ ਇਨ ਦ ਕਿਊ ।

ਗਾਹਕ : ਅਜੀ ਛੱਡੋ ਤੁਸੀਂ ਮੈਨੂੰ ਕਾਊਂਟਰ ਦੇ ਥੱਲੋਂ ਦੇ ਸਕਦੇ ਹੋ, ਜੇ ਤੁਸੀਂ ਚਾਹੋ ਤਾਂ ।	Customer	: Oh, come, you can give me under this counter, If you like. ਓਹ, ਕੱਮ, ਯੂ ਕੈਨ ਗਿਵ ਮੀ ਅਡਰ ਦਿਸ ਕਾਊਂਟਰ ਇਫ਼ ਯੂ ਲਾਈਕ ।
ਦੁਕਾਨਦਾਰ : ਕ੍ਰਿਪਾ ਕਰਕੇ ਮੈਨੂੰ ਮਜਬੂਰ ਨਾ ਕਰੋ । ਕੋਈ ਹੋਰ ਚੀਜ਼ ?	Shopkeeper	: Please don't force me. Anything more ? ਪ੍ਲੀਜ਼ ਡੋਂਟ ਫੋਰ੍ਸ ਮੀ । ਐਨੀਥਿੰਗ ਮੋਰ ?
ਗਾਹਕ : ਮੈਨੂੰ ਇਕ ਡੱਬਾ ਵਧੀਆ ਚਾਹ ਅਤੇ ਇਕ ਡੱਬਾ ਕੈਡਬਰੀ ਦਾ ਦਿਓ ।	Customer	: Well, give me a packet of superior tea and a tin of Cadbury's too. ਵੈਲ, ਗਿਵ ਮੀ ਏ ਪੈਕਟ ਆਫ ਸੁਪੀਰੀਅਰ ਟੀ ਐਂਡ ਏ ਟਿਨ ਆਫ਼ ਕੈਡਬਰੀਜ਼ ਟੂ ।
ਦੁਕਾਨਦਾਰ : ਇਹ ਰਿਹਾ ਕੈਡਬਰੀ ਤੇ ਚਾਹ ਕਿਹੜੀ ?	Shopkeeper	: Here's the Cadbury's. And which lable of tea ? ਹਿਅਰ ਇਜ਼ ਦਾ ਕੈਡਬਰੀਜ਼ ਐਂਡ ਵਿਚ ਲੇਬਲ ਆਫ ਟੀ ?
ਗਾਹਕ : ਤਾਜ ਮਹੱਲ ।	Customer	: Taj Mahal. ਤਾਜ ਮਹਲ ।
ਦੁਕਾਨਦਾਰ : ਕੋਈ ਹੋਰ ਚੀਜ਼ ਸ੍ਰੀਮਤੀ ਜੀ ?	Shopkeeper	: Anything else, Madam ? ਐਨੀਥਿੰਗ ਐਲ੍ਸ, ਮੈਡਮ ?
ਗਾਹਕ : ਬਸ ਮੈਨੂੰ ਬਿੱਲ ਦਿਓ । ਤੁਸੀਂ ਮੈਨੂੰ ਦੱਸਿਆ ਨਹੀਂ ਕਿ ਚੀਨੀ ਕਦੋਂ ਤਕ ਮਿਲ ਸਕੇਗੀ ।	Customer	: That is all. Give me the bill. You didn't tell me when sugar will be available. ਦੈਟਸ ਆਲ । ਗਿਵ ਮੀ ਦ ਬਿੱਲ ਯੂ ਡੋਂਟ ਟੈਲ ਮੀ ਵ੍ਹੈਨ ਸ਼ੂਗਰ ਵਿਲ ਬੀ ਅਵੇਲੇਬਲ ?
ਦੁਕਾਨਦਾਰ : ਮੰਗਲਵਾਰ ਦੁਕਾਨ ਬੰਦ ਹੁੰਦੀ ਹੈ । ਉਸ ਦਿਨ ਅਸੀਂ ਨਵਾਂ ਸਮਾਨ ਲੈਣ ਜਾਂਦੇ ਹਾਂ । ਉਸ ਤੋਂ ਬਾਅਦ ਤੁਸੀਂ ਕਿਸੇ ਵੀ ਦਿਨ ਆ ਸਕਦੇ ਹੋ ।	Shopkeeper	: Tuesday is our closed day. On that day we go in for fresh stock. You can come on any day after that ਟਿਊਜ਼ਡੇ ਇਜ਼ ਅਵਰ ਕਲੋਜ਼ਡ ਡੇ । ਆਨ ਦੈਟ ਡੇ ਵੀ ਗੋ ਫਾਰ ਫ਼੍ਰੈਸ਼ ਸਟਾਕ । ਯੂ ਕੈਨ ਕਮ ਆਨ ਐਨੀ ਡੇ ਆਂਫਟਰ ਦੈਟ ।
ਗਾਹਕ : ਸ਼ੁਕਰੀਆ ।	Customer	: Thank you. ਥੈਂਕ ਯੂ ।

(17) ਸਾੜੀਆਂ ਦੀ ਦੁਕਾਨ 'ਤੇ
AT A SARI SHOP
ਐਟ ਏ ਸਾਰੀ ਸ਼ਾਪ

ਗਾਹਕ : ਕੀ ਤੁਸੀਂ ਮੈਨੂੰ ਵਧੀਆ ਸਾੜ੍ਹੀਆਂ ਦਿਖਾਉਗੇ ?	Customer	: Will you please show me good saris ? ਵਿਲ ਯੂ ਪ੍ਲੀਜ਼ ਸ਼ੋ ਮੀ ਗੱਡ ਸਾਰੀਜ਼ ?
ਸੇਲਜ਼ਮੈਨ : ਖ਼ੁਸ਼ੀ ਨਾਲ, ਬੀਬੀ ਜੀ, ਕਿਹੜੀ ਕਿਸਮ ਦੇਖਣੀ ਪਸੰਦ ਕਰੋਗੇ ?	Salesman	: Gladly, madam, which variety would you like to see ? ਗ੍ਲੈਡਲੀ, ਮੈਡਮ, ਵਿਚ ਵੇਰਾਇਟੀ ਵੁੱਡ ਯੂ ਲਾਈਕ ਟੂ ਸੀ ?
ਗਾਹਕ : ਮੈਸੂਰ ਸਿਲ੍ਕ ਸਾੜ੍ਹੀਆਂ ।	Customer	: Mysore silk saris. ਮਾਈਸੋਰ ਸਿਲ੍ਕ ਸਾਰੀਜ਼ ।

ਸੇਲਜ਼ਮੈਨ :	ਕਿਰਪਾ ਕਰਕੇ ਇਸ ਪਾਸੇ ਆ ਜਾਓ, ਉਪਰ ਸਾਰੀਆਂ ਮੈਸੂਰ ਸਿਲਕ ਸਾੜ੍ਹੀਆਂ ਹਨ। ਦੇਖੋ ਤੁਹਾਡੇ ਲਈ ਕਿੰਨੀ ਵੱਡੀ ਚੋਣ ਹੈ।	Salesman :	Fine, please come to this counter. These are all Mysore silk saris, look at the wide choice you have. ਫਾਈਨ, ਪ੍ਲੀਜ਼ ਕਮ ਟੂ ਦਿਸ ਕਾਊਂਟਰ. ਦੇਅਰ ਆਰ ਆਲ ਮਾਈਸੋਰ ਸਿਲਕ ਸਾਰੀਜ਼, ਲੁੱਕ ਐਟ ਦ ਵਾਈਡ ਚੁਆਇਸ ਯੂ ਹੈਵ.
ਗਾਹਕ :	ਬਾਹਰ ਵਿਖਾਵੇ ਲਈ ਜੋ ਲਗਾ ਰਖੀ ਹੈ, ਉਹ ਦਿਖਾਉ।	Customer :	Show me the one displayed in your show-case. ਸ਼ੋ ਮੀ ਦ ਵੱਨ ਡਿਸਪ੍ਲੇਡ ਇਨ ਯੁਅਰ ਸ਼ੋ-ਕੇਸ.
ਸੇਲਜ਼ਮੈਨ :	ਜ਼ਰੂਰ, ਮੈਂ ਉਹ ਤੁਹਾਡੇ ਲਈ ਲਿਆਵਾਂਗਾ।	Salesman :	Sure, I will bring it for you. ਸ਼ੁਅਰ, ਆਈ ਵਿੱਲ ਬ੍ਰਿੰਗ ਇਟ ਫਾਰ ਯੂ।
ਗਾਹਕ :	ਕੀ ਤੁਹਾਡੇ ਕੋਲ ਇਸ ਕਿਸਮ ਵਿਚ ਹੋਰ ਰੰਗ ਵੀ ਹਨ ?	Customer :	Do you have more colours in this variety ? ਡੂ ਯੂ ਹੈਵ ਮੋਰ ਕਲਰਜ਼ ਇਨ ਦਿਸ ਵੇਰਾਇਟੀ ?
ਸੇਲਜ਼ਮੈਨ :	ਅਫ਼ਸੋਸ ਹੈ, ਐਸ ਵੇਲੇ ਸਿਰਫ਼ ਇਹੋ ਇਕ ਸਾਡੇ ਕੋਲ ਰਹਿ ਗਈ ਹੈ।	Salesman :	Sorry, madam, we have only this one left with us at present. ਸਾਰੀ, ਮੈਡਮ, ਵੀ ਹੈਵ ਓਨਲੀ ਦਿਸ ਵਨ ਲੇਫ਼ਟ ਵਿਦ ਅਸ ਐਟ ਪ੍ਰੇਜ਼ੇਂਟ.
ਗਾਹਕ :	ਇਹ ਤਾਂ ਬਹੁਤ ਬੁਰਾ ਹੋਇਆ।	Customer :	That's too bad. ਦੈਟ੍ਸ ਟੂ ਬੈਡ.
ਸੇਲਜ਼ਮੈਨ :	ਇਹ ਕਿਸਮ ਏਨੀ ਹਰਮਨ ਪਿਆਰੀ ਹੈ ਕਿ ਬਹੁਤ ਤੇਜ਼ੀ ਨਾਲ ਵਿਕ ਜਾਂਦੀ ਹੈ।	Salesman :	This variety is so popular that it sells very fast. ਦਿਸ ਵੇਰਾਇਟੀ ਇਜ਼ ਸੋ ਪਾਪੂਲਰ ਦੈਟ ਇਟ ਸੈੱਲਜ਼ ਵੇਰੀ ਫ਼ਾਸਟ.
ਗਾਹਕ :	ਫਿਰ ਕੋਈ ਹੋਰ ਵਧੀਆ ਕਿਸਮ ਹੈ ਜੋ ਮੈਂ ਵੇਖ ਸਕਾਂ ?	Customer :	Then are there any other good varieties that I could see ? ਦੇਨ ਆਰ ਦੇਅਰ ਐਨੀ ਅਦਰ ਗੁੱਡ ਵੇਰਾਇਟੀ ਦੇਟ ਆਈ ਕੁੱਡ ਸੀ ?
ਸੇਲਜ਼ਮੈਨ :	ਜ਼ਰੂਰ, ਸਾਡੇ ਲੋਕ ਕਸ਼ਮੀਰੀ ਸਿਲਕ ਸਾੜ੍ਹੀਆਂ ਵਖੋ ਵੱਖ ਕੀਮਤ ਦੀਆਂ ਹਨ, ਸਸਤੀਆਂ, ਦਰਮਿਆਨਾ ਅਤੇ ਵਧੀਆ ਵੀ।	Salesman :	Certainly, madam, we have Kashmir Silk saris in a wide price-range-cheap, medium as well as superior. ਸਰਟੇਨਲੀ, ਮੈਡਮ, ਵੀ ਹੈਵ ਕਸ਼ਮੀਰ ਸਿਲ੍ਕ ਸਾਰੀਜ਼ ਇਨ ਏ ਵਾਈਡ ਪਰਾਈਸ ਰੇਂਜ-ਚੀਪਰ, ਮੀਡੀਅਮ ਐਜ਼ ਵੈੱਲ ਐਜ਼ ਸੁਪੀਰੀਅਰ.
ਗਾਹਕ :	ਮੈਂ ਉਹ ਦੇਖਣਾ ਪਸੰਦ ਕਰਾਂਗੀ।	Customer :	I would like to see them. ਆਈ ਵੁੱਡ ਲਾਈਕ ਟੂ ਸੀ ਦੈੱਮ.
ਸੇਲਜ਼ਮੈਨ :	ਇਹ ਰਹੀਆਂ ਸ੍ਰੀਮਤੀ ਜੀ, ਸਾਡੇ ਕੋਲ ਬਹੁਤ ਸਾਰੇ ਰੰਗਾਂ ਵਿਚ ਹਨ।	Salesman :	Here you are, madam, we have them in so many shades. ਹਿਅਰ ਯੂ ਆਰ ਮੈਡਮ, ਵੀ ਹੈਵ ਦੈੱਮ ਇਨ ਸੋ ਮੈਨੀ ਸ਼ੇਡਜ਼.
ਗਾਹਕ :	ਇਸ ਦੀ ਕੀ ਕੀਮਤ ਹੈ ?	Customer :	What's the price of this one ? ਵਾਟ੍ਸ ਦ ਪ੍ਰਾਈਜ਼ ਆਫ ਦਿਸ ਵੱਨ ?

ਸੇਲਜ਼ਮੈਨ :	ਕੀਮਤ ਬਾਰੇ ਫ਼ਿਕਰ ਨਾ ਕਰੋ । ਇਹ ਤੁਹਾਡੇ ਉਪਰ ਬਹੁਤ ਸਜੇਗੀ । ਇਹ ਕਿਸੇ ਪਾਰਟੀ ਜਾਂ ਸ਼ਾਦੀ ਲਈ ਬਹਤ ਵਧੀਆ ਹੈ । ਅਤੇ ਇਸ ਦੀ ਲੰਬਾਈ ਵਿਚ ਹੀ ਇਕ ਬਲਾਊਜ਼ ਦਾ ਕਪੜਾ ਵੀ ਹੈ ।	Salesman :	Don't worry about the price, madam, it will look very nice on you. It is fine for a party or dinner. And there is also a blouse piece included in the length. ਡੋਂਟ ਵਰੀ ਐਬਾਊਟ ਦ ਪ੍ਰਾਈਜ਼, ਮੈਡਮ, ਇਟ ਵਿੱਲ ਲੁੱਕ ਵੈਰੀ ਨਾਈਸ ਆਨ ਯੂ । ਇਟ ਇਜ਼ ਫਾਈਨ ਫਾਰ ਏ ਪਾਰਟੀ ਆਰ ਡਿਨਰ, ਐਂਡ ਦੇਅਰ ਇਜ਼ ਏ ਬਲਾਊਜ਼ ਪੀਸ ਇਨਕਲੂਡਿਡ ਇਨ ਦ ਲੈਂਗਥ ।
ਗਾਹਕ :	ਪਰ ਕੀਮਤ ਕੀ ਹੈ ?	Customer :	But what is the price ? ਬੱਟ ਵਾਟ੍ ਇਜ਼ ਦ ਪ੍ਰਾਈਸ ?
ਸੇਲਜ਼ਮੈਨ :	ਕੀਮਤ ਬਿਲਕੁਲ ਮਾਮੂਲੀ । ਕੇਵਲ ਇਕ ਸੌ ਤੇ ਪੰਜਾਹ ।	Salesman :	The price is more or less nominal, madam. only a hundred and fifty. ਦ ਪ੍ਰਾਈਸ ਇਜ਼ ਮੋਰ ਆਰ ਲੈੱਸ ਨਾਮੀਨਲ, ਮੈਡਮ, ਓਨਲੀ ਏ ਹੰਡ੍ਰੇਡ ਐਂਡ ਫਿਫ੍ਟੀ ।
ਗਾਹਕ :	ਤੁਸੀਂ ਇਸ ਨੂੰ ਸਸਤਾ ਕਹਿ ਰਹੇ ਹੋ ?	Customer :	You call that cheap ? ਯੂ ਕਾਲ ਦੈਟ ਚੀਪ ?
ਸੇਲਜ਼ਮੈਨ :	ਪਰ, ਬੀਬੀ ਜੀ ਇਹ ਅਸਲੀ ਕਸ਼ਮੀਰ ਸਿਲਕ ਹੈ । ਅਸੀਂ ਘਟੀਆ ਚੀਜ਼ ਨਹੀਂ ਵੇਚਦੇ ।	Salesman :	But madam, this genuine Kashmir silk. We don't sell bogus stuff. ਬੱਟ, ਮੈਡਮ, ਦਿਸ ਇਜ਼ ਜੇਨੂਇਨ ਕਸ਼ਮੀਰ ਸਿਲ੍ਕ, ਵੀ ਡੋਂਟ ਸੈੱਲ ਬੋਗਸ ਸ੍ਟੱਫ ।
ਗਾਹਕ :	ਨਹੀਂ, ਕੀਮਤ ਬਹੁਤ ਜ਼ਿਆਦਾ ਹੈ ।	Customer :	No, the price is too high. ਨੋ, ਦ ਪ੍ਰਾਈਸ ਇਜ਼ ਟੂ ਹਾਈ।
ਸੇਲਜ਼ਮੈਨ :	ਠੀਕ ਹੈ, ਮੈਂ ਇਸ ਨੂੰ ਇਕ ਸੌ ਤੇ ਪੰਜਤਾਲੀ ਵਿਚ ਵੇਚ ਦਿਆਂਗਾ।	Salesman :	All right, I will sell it for a hundred and forty-five. ਆਲ ਰਾਈਟ, ਆਈ ਵਿਲ ਸੈੱਲ ਇਟ ਫਾਰ ਏ ਹੰਡ੍ਰੇਡ ਐਂਡ ਫੋਰਟੀ-ਫਾਈਵ ।
ਗਾਹਕ :	ਨਹੀਂ, ਮੈਂ ਇਸ ਨੂੰ ਇਕ ਸੌ ਤੇ ਤੀਹ ਵਿਚ ਲਵਾਂਗੀ !	Customer :	No, I will take it for a hundred and thirty. ਨੋ, ਆਈ ਵਿੱਲ ਟੇਕ ਇਟ ਫਾਰ ਏ ਹੰਡ੍ਰੇਡ ਐਂਡ ਥਰ੍ਟੀ ।
ਸੇਲਜ਼ਮੈਨ :	ਅਸੀਂ ਇੰਜ ਕਰਦੇ ਹਾਂ, ਮੈਂ ਇਸ ਨੂੰ ਇਕ ਸੌ ਤੇ ਚਾਲ੍ਹੀ ਵਿਚ ਵੇਚਾਂਗਾ ਅਤੇ ਇਸ ਦਾ ਮਤਲਬ ਹੋਵੇਗਾ ਕਿ ਅਸੀਂ ਕੋਈ ਲਾਭ ਨਹੀਂ ਕਮਾ ਰਹੇ ।	Salesman :	We will do like this, madam, I will sell it for a hundred and forty, and that would mean no profit for us. ਵੀ ਵਿਲ ਡੂ ਲਾਈਕ ਦਿਸ, ਮੈਡਮ, ਆਈ ਵਿੱਲ ਸੈੱਲ ਇਟ ਫਾਰ ਏ ਹੰਡ੍ਰੇਡ ਐਂਡ ਫੋਰ੍ਟੀ ਐਂਡ ਦੈਟ ਵੁੱਡ ਮੀਨ ਨੋ ਪ੍ਰਾਫਿੱਟ ਫਾਰ ਅਸ ।
ਗਾਹਕ :	ਠੀਕ ਹੈ, ਬੰਨ੍ਹ ਦਿਓ ।	Customer :	All right, pack it up. ਆਲ ਰਾਈਟ, ਪੈਕ ਇਟ ਅਪ ।
ਸੇਲਜ਼ਮੈਨ :	ਸ਼ੁਕਰੀਆ, ਕੋਈ ਹੋਰ ਚੀਜ਼ ?	Salesman :	Thank you. Anything else madam ? ਥੈਂਕ ਯੂ, ਐਨੀਥਿੰਗ ਐਲ੍ਸ ਮੈਡਮ ?
ਗਾਹਕ	ਨਹੀਂ, ਏਨਾ ਕਾਫ਼ੀ ਹੈ. ਕਿਰਪਾ ਕਰਕੇ ਮੈਨੂੰ ਬਿਲ ਦੇ ਦਿਓ ।	Customer :	No, That will do. Please give me the bill, ਨੋ, ਦੈਟ ਵਿਲ ਡੂ. ਪ੍ਲੀਜ਼ ਗਿਵ ਮੀ ਦਾ ਬਿੱਲ।

(18) ਕਿਤਾਬਾਂ ਦੀ ਦੁਕਾਨ ਉਤੇ

AT A BOOK-SHOP

ਐਟ ਏ ਬੁੱਕ-ਸ਼ਾਪ

ਗਾਹਕ	: ਮੁਆਫ਼ ਕਰਨਾ, ਮੈਨੂੰ ਦਸਿਆ ਗਿਆ ਹੈ ਕਿ ਤੁਸੀਂ ਇਕ ਕਿਤਾਬ ਪ੍ਰਕਾਸ਼ਿਤ ਕੀਤੀ ਹੈ ਜਿਸ ਦਾ ਨਾਂ ਹੈ 'ਰੈਪੀਡੈਕਸ ਇੰਗਲਿਸ਼ ਸੁਪੀਕਿੰਗ ਕੋਰਸ' ।	Customer	: Excuse me, I am told that you have brought out a book titled "Rapidex English Speaking Course" ? ਐਕਸਕਿਊਜ਼ ਮੀ. ਆਈ ਐਮ ਟੋਲ੍ਡ ਦੈਟ ਯੂ ਹੈਵ ਬ੍ਰਾਟ ਆਊਟ ਏ ਬੁੱਕ ਟਾਈਟਲਡ, "ਰੈਪੀਡੈਕਸ ਇੰਗਲਿਸ਼ ਸੁਪੀਕਿੰਗ ਕੋਰਸ" ।
ਸੇਲਜ਼ਮੈਨ	: ਹਾਂ ਜਨਾਬ, ਕੀ ਤੁਸੀਂ ਇਕ ਕਿਤਾਬ ਖ਼ਰੀਦਨਾ ਪਸੰਦ ਕਰੋਗੇ ?	Salesman	: Yes, Sir, would you like to buy a copy ? ਯੈੱਸ, ਸਰ, ਵੁੱਡ ਯੂ ਲਾਈਕ ਟੂ ਬਾਈ ਏ ਕਾਪੀ ?
ਗਾਹਕ	: ਪਹਿਲਾਂ ਮੈਂ ਇਸ ਨੂੰ ਇਕ ਨਜ਼ਰ ਵੇਖਣਾ ਚਾਹਵਾਂਗਾ ।	Customer	: First I would like to have a look at it. ਫਸਟ ਆਈ ਵੁੱਡ ਲਾਈਕ ਟੂ ਹੈਵ ਏ ਲੁੱਕ ਐਟ ਇਟ.
ਸੇਲਜ਼ਮੈਨ	: ਇਹ ਲਓ ਜਨਾਬ ।	Salesman	: Here you are, Sir. ਹਿਅਰ ਯੂ ਆਰ, ਸਰ ।
ਗਾਹਕ	: ਕੀ ਇਹ ਸਚਮੁਚ ਚੰਗੀ ਹੈ ।	Customer	: Is it really good ? ਇਜ਼ ਇਟ ਰੀਅਲੀ ਗੁੱਡ ?
ਸੇਲਜ਼ਮੈਨ	: ਇਹ ਸਾਡੀ ਸਭ ਤੋਂ ਵਧ ਹਰਮਨ ਪਿਆਰੀ ਕਿਤਾਬ ਹੈ, ਜਨਾਬ ।	Salesman	: It is our most popular book, Sir. ਇਟ ਇਜ਼ ਅਵਰ ਮੋਸੁਟ ਪਾਪੂਲਰ ਬੁੱਕ, ਸਰ ।
ਗਾਹਕ	: ਮੈਂ ਇਸ ਬਾਰੇ ਨਹੀਂ ਜਾਣਦਾ । ਮੇਰੇ ਲੜਕੇ ਦੇ ਅਧਿਆਪਕ ਨੇ ਉਸ ਦੀ ਅੰਗੇਜ਼ੀ ਬੇਹਤਰ ਬਣਾਉਣ ਲਈ ਇਹ ਤਜਵੀਜ਼ ਕੀਤੀ ਹੈ । ਕੀ ਇਹ ਲਾਭਦਾਇਕ ਹੈ ?	Customer	: I didn't know about it. My son's class-teacher recommended it to improve his English. Is it that useful ? ਆਈ ਡਿਡੰਟ ਨੋ ਐਬਾਊਟ ਇਟ । ਮਾਈ ਸੰਨਜ਼ ਕਲਾਸ-ਟੀਚਰ ਰੇਕੋਮੈਂਡਿਡ ਇਟ ਟੂ ਇੰਪ੍ਰੂਵ ਹਿਜ਼ ਇੰਗਲਿਸ਼ । ਇਜ਼ ਇਟ ਦੈਟ ਯੂਜ਼ਫੁੱਲ ?
ਸੇਲਜ਼ਮੈਨ	: ਹਾਂ, ਹੈ, ਸਾਰੇ ਅੰਗ੍ਰੇਜ਼ੀ ਦੇ ਅਧਿਆਪਕ ਇਸ ਕਿਤਾਬ ਬਾਰੇ ਜਾਣਦੇ ਹਨ ਤੇ ਸਭ ਇਸ ਦੀ ਸਿਫ਼ਤ ਕਰਦੇ ਹਨ ।	Salesman	: Yes, it is. All English teachers know about this book, and they have nothing but praise for it ਯੈਸ, ਇਟ ਇਜ਼, ਆਲ ਇੰਗਲਿਸ਼ ਟੀਚਰਜ਼ ਨੋ ਐਬਾਊਟ ਦਿਸ ਬੁੱਕ ਐਂਡ ਦੇ ਹੈਵ ਨਥਿੰਗ ਬੱਟ ਪ੍ਰੇਜ਼ ਫਾਰ ਇੱਟ ।
ਗਾਹਕ	: ਮੇਰਾ ਲੜਕਾ ਅੰਗ੍ਰੇਜ਼ੀ ਮਾਧਿਅਮ ਸਕੂਲ ਵਿਚ ਪੜ੍ਹਦਾ ਹੈ ।	Customar	: My son studies in an English medium school. ਮਾਈ ਸਨ ਸੁਟਡੀਜ਼ ਇਨ ਐਨ ਇੰਗਲਿਸ਼ ਮੀਡੀਅਮ ਸੁਕੂਲ ।
ਸੇਲਜ਼ਮੈਨ	: ਕੋਈ ਗੱਲ ਨਹੀਂ । ਇਹ ਕਿਤਾਬ ਅੰਗ੍ਰੇਜ਼ੀ ਅਤੇ ਪੰਜਾਬੀ ਮਾਧਿਅਮ ਸਕੂਲਾਂ ਦੇ ਵਿਦਿਆਰਥੀਆਂ ਲਈ ਇਕੋ ਜਿਹੀ ਲਾਭਵੰਦ ਹੈ ।	Salesmen	: Doesn't matter. This book is equally useful for students of English and Punjabi medium schools. ਡਜ਼ਨ੍ਟ ਮੈਟਰ, ਦਿਸ ਬੁੱਕ ਇਜ਼ ਈਕੂਅਲੀ ਯੂਜ਼ਫੁੱਲ ਫਾਰ ਸੁਟੂਡੈਂਟਸ ਆਫ਼ ਇੰਗਲਿਸ਼ ਐਂਡ ਪੰਜਾਬੀ ਮੀਡੀਅਮ ਸੁਕੂਲਜ਼ ।
ਗਾਹਕ	: ਸੱਚਮੁੱਚ ?	Customer	: Really ? ਰੀਅਲੀ ?

ਸੇਲਜ਼ਮੈਨ	: ਹਾਂ, ਅਸੀਂ ਇਸ ਨੂੰ ਹਰ ਵਿਦਿ-ਆਰਥੀ ਲਈ ਲਾਭਵੰਦ ਬਣਾਉਣ ਲਈ ਖ਼ਾਸ ਧਿਆਨ ਦਿੱਤਾ ਹੈ ।	Salesman :	Yes, we heve taken special care to make it useful for every student. ਯੈੱਸ, ਵੀ ਹੈਵ ਟੇਕਨ ਸੁਪੈਸ਼ਲ ਕੇਅਰ ਟੂ ਮੇਕ ਇਟ ਯੂਜ਼ਫੁੱਲ ਫਾਰ ਐਵਰੀ ਸੁਟੂਡੇਂਟ ।
ਗਾਹਕ	: ਬਹੁਤ ਵਧੀਆ । ਇਕ ਕਾਪੀ ਦੇ ਦਿਓ ।	Customer :	Very good. Pack a copy, please. ਵੈਰੀ ਗੁੱਡ । ਪੈਕ ਏ ਕਾਪੀ, ਪਲੀਜ਼ ।
ਸੇਲਜ਼ਮੈਨ	: ਕੋਈ ਹੋਰ ਕਿਤਾਬ, ਜਨਾਬ ?	Salesman :	Any other book, Sir ? ਐਨੀ ਅਦਰ ਬੁੱਕ, ਸਰ ?
ਗਾਹਕ	: ਹਾਂ, ਜੇ ਤੁਹਾਡੇ ਕੋਲ ਹੋਵੇ ਤਾਂ ਮੇਰੇ ਲੜਕੇ ਲਈ ਇਕ ਚੰਗਾ ਸ਼ਬਦ-ਕੋਸ਼ ਦਿਓ ।	Customer :	Well, a good dictionary for my son, if you have one. ਵੇੱਲ ਏ ਗੁੱਡ ਡਿਕਸ਼ਨਰੀ ਫਾਰ ਮਾਈ ਸਨ, ਇਫ਼ ਯੂ ਹੈਵ ਵੱਨ ।
ਸੇਲਜ਼ਮੈਨ	: ਜ਼ਰੂਰ । ਸਾਡੇ ਕੋਲ ਇਕ ਛੋਟਾ ਆਕੁਸਫੋਰਡ ਸ਼ਬਦ-ਕੋਸ਼ ਹੈ । ਇਹ ਸਕੂਲ ਦੇ ਲੜਕਿਆਂ ਲਈ ਵੀ ਚੰਗਾ ਹੈ ਅਤੇ ਵੱਡੇ ਲੋਕਾਂ ਲਈ ਵੀ। ਅਸੀਂ ਆਪਣਾ ਗੱਲਬਾਤ-ਸ਼ਬਦ-ਕੋਸ਼ ਵੀ ਛਾਪਿਆ ਹੈ ਜਿਸ ਵਿਚ ਸ਼ਬਦਾਂ ਦੇ ਅਰਥਾਂ ਦੇ ਨਾਲ ਨਾਲ ਵਾਕਾਂ ਦੇ ਉਦਾਹਰਣ ਵੀ ਹਨ।	Salesman :	Certainly. We have the Concise Oxford Dictionary. It is gcod for school boys as well as grown-up people. We have also published our own conversational Dictionary that gives meanings of words along with examples in the form of sentences. ਸਰਟੇਨਲੀ । ਵੀ ਹੈਵ ਦ ਕਨਸਾਈਜ਼ ਆਕੁਸਫੋਰਡ ਡਿਕਸ਼ਨਰੀ । ਇਟ ਇਜ਼ ਗੁੱਡ ਫਾਰ ਸਕੂਲ ਬੁਆਇਜ਼ ਐਜ਼ ਵੇੱਲ ਐਜ਼ ਗ੍ਰੋਨ-ਅਪ ਪੀਪਲ । ਵੀ ਹੈਵ ਆਲਸੋ ਪਬਲਿਸ਼ਡ ਅਵਰ ਕਨਵਰ-ਸੇਸ਼ਨਲ ਡਿਕਸ਼ਨਰੀ ਦੈਟ ਗਿਵਜ਼ ਮੀਨਿੰਗਜ਼ ਆਫ਼ ਵਰਡਜ਼ ਅਲੋਂਗ ਵਿਦ ਏਗਜ਼ੈਂਪਲਜ਼ ਇਨ ਦ ਫਾਰਮ ਆਫ਼ ਸੇਨਟੈਨਸਿਜ਼ ।
ਗਾਹਕ	: ਕੀ ਮੈਂ ਇਕ ਨਜ਼ਰ ਵੇਖ ਸਕਦਾ ਹਾਂ ?	Customar :	May I have a look at it ? ਮੇ ਆਈ ਹੈਵ ਏ ਲੁੱਕ ਐਟ ਇਟ ?
ਸੇਲਜ਼ਮੈਨ	: ਇਹ ਰਹੀ ਜਨਾਬ, ਮੈਨੂੰ ਯਕੀਨ ਹੈ ਕਿ ਤੁਹਾਡਾ ਲੜਕਾ ਪਸੰਦ ਕਰੇਗਾ।	Salesman :	Here it is, Sir. I am sure your son will like it. ਹਿਅਰ ਇਟ ਇਜ਼, ਸਰ. ਆਈ ਐਮ ਸ਼ੁਅਰ ਸੁਅਰ ਸਨ ਵਿੱਲ ਲਾਈਕ ਇੱਟ ।
ਗਾਹਕ	: ਹਾਂ, ਲਗਦਾ ਹੈ ਕਿ ਇਹ ਕਾਫ਼ੀ ਲਾਭਵੰਦ ਹੈ । ਮੈਂ ਇਕ ਖ਼ਰੀਦ ਲਵਾਂਗਾ ।	Customer :	Here it looks very useful, I will buy a copy. ਯੈੱਸ, ਇਟ ਲੁਕੁਸ ਵੈਰੀ ਯੂਜ਼ਫੁੱਲ, ਆਈ ਵਿੱਲ ਬਾਈ ਏ ਕਾਪੀ ।
ਸੇਲਜ਼ਮੈਨ	: ਹਾਂ, ਜਨਾਬ ।	Salesman :	Yes, Sir. ਯੈੱਸ ਸਰ ।
ਗਾਹਕ	: ਕੋਈ ਹੋਰ ਚੰਗੀ ਕਿਤਾਬ ਜੋ ਕਿ ਮੈਂ ਆਪਣੇ ਭਤੀਜੇ ਨੂੰ ਉਸ ਦੇ ਜਨਮ ਦਿਨ ਤੇ ਉਪਹਾਰ ਦੇ ਰੂਪ ਵਿਚ ਦੇ ਸਕਾਂ ।	Customer :	Any other good book that I could give to my nephew as a birthday present ? ਐਨੀ ਆਦਰ ਗੁੱਡ ਬੁੱਕ ਦੈਟ ਆਈ ਕੁੱਡ ਗਿਵ ਟੂ ਮਾਈ ਨੈਫਿਊ ਐਜ਼ ਏ ਬਰਥਡੇ ਪ੍ਰੇਜ਼ੈਂਟ ?
ਸੇਲਜ਼ਮੈਨ	: ਯਕੀਨਨ, ਇਹ ਪੰਜਾਬੀ ਵਿਚ ਕਹਾਣੀਆਂ ਦਾ ਸੇਟ ਹੈ ਜੋ ਕਿ ਖ਼ਾਸ ਤੌਰ ਤੇ ਬੱਚਿਆਂ ਲਈ ਲਿਖਿਆ ਹੈ । ਲੇਖਕ ਸ੍ਰੀ ਸੰਤ ਰਾਮ ਬੱਚਿਆਂ ਵਿਚ ਚੰਗੇ ਹਰਮਨ ਪਿਆਰੇ ਹਨ ।	Salesman :	Sure, here is a set of story-books in Punjabi specially written for children. The author, Shri Sant Ram, is very popular with children. ਸ਼ੁਅਰ, ਹਿਅਰ ਇਜ਼ ਏ ਸੈੱਟ ਆਫ਼ ਸਟੋਰੀ-ਬੁਕਸ ਇਨ ਪੰਜਾਬੀ ਸੁਪੈਸ਼ਲੀ ਰਿਟਨ ਫਾਰ ਚਿਲਡ੍ਰੇਨ । ਦ ਆਥਰ ਸ੍ਰੀ ਸੰਤ ਰਾਮ, ਇਜ਼ ਵੇਰੀ ਪਾਪੂਲਰ ਵਿਦ ਚਿਲਡ੍ਰੇਨ ।

ਗਾਹਕ :	ਮੈਂ ਉਸ ਦੀਆਂ ਕਿਤਾਬਾਂ ਬਾਰੇ ਜਾਣਦਾ ਹਾਂ, ਮੈਂ ਇਹ ਸੇਟ ਲਵਾਂਗਾ ।	Customer :	I know his books. I will have this set. ਆਈ ਨੋ ਹਿਜ਼ ਬੁਕਸ । ਆਈ ਵਿੱਲ ਹੈਵ ਦਿਸ ਸੈੱਟ ।
ਸੇਲਜ਼ਮੈਨ :	ਤੁਸੀਂ ਆਪਣੇ ਲਈ ਵੀ ਕੋਈ ਕਿਤਾਬ ਲਉਗੇ ?	Selesman :	Would you like to have some book for yourself ? ਵੁੱਡ ਯੂ ਲਾਈਕ ਟੂ ਹੈਵ ਸਮ ਬੁੱਕ ਫਾਰ ਯੂਅਰਸੈਲਫ ?
ਗਾਹਕ :	ਮੈਂ ਇਸ ਬਾਰੇ ਸੋਚਿਆ ਨਹੀਂ । ਪਰ ਤੁਸੀਂ ਮੈਨੂੰ ਸੌਖੀ ਹਿੰਦੀ ਵਿਚ ਕੋਈ ਨਾਵਲ ਵਿਖਾਉਗੇ ?	Customer :	Well, I had not thought of it. But you may show me some novel in simple Hindi. ਵੈੱਲ, ਆਈ ਹੈਡ ਨਾਟ ਥਾਟ ਆਫ਼ ਇਟ । ਬੱਟ ਯੂ ਮੇ ਸ਼ੋ ਮੀ ਸਮ ਨਾਵਲ ਇਨ ਸਿੰਪਲ ਹਿੰਦੀ ।
ਸੇਲਜ਼ਮੈਨ :	ਫਿਰ ਮੈਂ ਤੁਹਾਨੂੰ ਮੁਨਸ਼ੀ ਪ੍ਰੇਮ ਚੰਦ ਤਜਵੀਜ਼ ਕਰਾਂਗਾ । ਮੈਨੂੰ ਯਕੀਨ ਹੈ ਤੁਸੀਂ ਉਸ ਦੇ ਸਾਹਿਤ ਤੋਂ ਜਾਣੂ ਹੋਵੋਗੇ ?	Salesman :	Then I would recommend Munshi Prem Chand to you, I am sure you must be familiar with his literature. ਦੈੱਨ ਆਈ ਵੁੱਡ ਰੈਕਮੈਂਡ ਮੁੰਸ਼ੀ ਪ੍ਰੇਮ ਚੰਦ ਟੂ ਯੂ । ਆਈ ਐਮ ਸ਼ੁਅਰ ਯੂ ਮਸਟ ਬੀ ਫੈਮੀਲੀਅਰ ਵਿਦ ਹਿਜ਼ ਲਿਟਰੇਚਰ ।
ਗਾਹਕ :	ਜ਼ਰੂਰ, ਮੈਂ ਹਾਂ । ਪਰ ਮੈਂ ਉਸਦੀਆਂ ਕਿਤਾਬਾਂ ਉਰਦੂ ਵਿਚ ਪਹਿਲਾਂ ਹੀ ਪੜ੍ਹ ਚੁਕਿਆ ਹਾਂ ।	Customer :	Of course, I am. But I have already read his books in Urdu. ਆਫ ਕੋਰਸ, ਆਈ ਐਮ । ਬੱਟ ਆਈ ਹੈਵ ਆਲਰੈਡੀ ਰੇਡ ਹਿਜ਼ ਬੁਕ੍ਸ ਇਨ ਉਰਦੂ ।
ਸੇਲਜ਼ਮੈਨ :	ਫਿਰ ਮੈਂ ਤੁਹਾਨੂੰ 'ਚੰਦਰ ਕਾਂਤਾ' ਪੜ੍ਹਨ ਦੀ ਸਲਾਹ ਦਿਆਂਗਾ । ਇਹ ਬਹੁਤ ਸਰਲ ਭਾਸ਼ਾ ਵਿਚ ਲਿਖੀ ਹੋਈ ਹੈ ।	Salesman :	Then I suggest that you read "Chandra Kanta," It is written in very simple language ਦੈੱਨ ਆਈ ਸਜੈੱਸਟ ਦੈਟ ਯੂ ਰੀਡ "ਚੰਦਰ ਕਾਂਤਾ" ਇਟ ਇਜ਼ ਰਿਟਨ ਇਨ ਵੈਰੀ ਸਿੰਪਲ ਲੈਂਗੁਏਜ ।
ਗਾਹਕ :	ਮੈਂ ਸੁਣਿਆ ਹੈ । ਪਰ ਮੇਰਾ ਖ਼ਿਆਲ ਨਹੀਂ ਕਿ ਮੈਂ ਐਡਾ ਵੱਡਾ ਭਾਗ ਖ਼ਰੀਦ ਸਕਾਂਗਾ ।	Customer :	I have heard so. But I don't think I could buy such a big volume. ਆਈ ਹੈਵ ਹਰਡ ਸੋ । ਬੱਟ ਆਈ ਡੋਂਟ ਥਿੰਕ ਆਈ ਕੁੱਡ ਬਾਈ ਸੱਚ ਏ ਬਿੱਗ ਵਾਲਿਯੂਮ ।
ਸੇਲਜ਼ਮੈਨ :	ਇਹ ਬਹੁਤ ਮਹਿੰਗਾ ਨਹੀਂ । ਅਸਲ ਵਿਚ ਜੇ ਤੁਸੀਂ ਪੂਰਾ ਸੈੱਟ ਖ਼ਰੀਦੋ ਤਾਂ ਉਸਦੇ ਨਾਲ 'ਭੂਤਨਾਥ' ਅਤੇ 'ਰਹੱਸਮਠ' ਵੀ ਹੋਵੇਗਾ ਅਤੇ ਇਹ ਮੁਕਾਬਲਤਨ ਸਸਤਾ ਵੀ ਰਹੇਗਾ ।	Salesman :	It is not very expensive. In fact if you take the complete set, it will include "Bhootnath" and "Rahasyamath" and it would be comparatively cheaper. ਇਟ ਇਜ਼ ਨਾਟ ਵੈਰੀ ਐਕਸਪੈਨਸਿਵ । ਇਨ ਫੈਕਟ ਇਫ਼ ਯੂ ਟੇਕ ਦ ਕੰਪਲੀਟ ਸੈੱਟ, ਇਟ ਵਿਲ ਇਨਕਲੂਡ "ਭੂਤਨਾਥ" ਐਂਡ "ਰਹੱਸਯਾਮਠ" ਐਂਡ ਇਟ ਵੁੱਡ ਬੀ ਕੰਪੈਰੇਟਿਵਲੀ ਚੀਪਰ ।
ਗਾਹਕ :	ਇਹ ਗੱਲ ਹੈ ? ਫਿਰ ਸੈੱਟ ਬੰਨ੍ਹ ਦਿਓ ।	Customer :	Is that So ? Then you may pack the set. ਇਜ਼ ਦੈਟ ਸੋ ? ਦੈੱਨ ਯੂ ਮੇ ਪੈਕ ਦ ਸੈੱਟ ।
ਸੇਲਜ਼ਮੈਨ :	ਚੰਗਾ ਜਨਾਬ, ਕੀ ਤੁਹਾਨੂੰ ਅੰਗ੍ਰੇਜ਼ੀ ਵਿਚ ਵੀ ਕੁਝ ਕਿਤਾਬਾਂ ਵਿਖਾਵਾਂ ।	Salesman :	Right Sir, Could I show you some books in English too ? ਰਾਈਟ ਸਰ, ਕੁੱਡ ਆਈ ਸ਼ੋ ਯੂ ਸਮ ਬੁਕ੍ਸ ਇਨ ਇੰਗਲਿਸ਼ ਟੂ ?

ਗਾਹਕ	: ਠੀਕ ਉਹ ਕਿਹੜੀਆਂ ਕਿਤਾਬਾ ਹਨ ?	Customer	: Well, what are those books there ? ਵੈੱਲ ਵੱਟ੍ ਆਰ ਦੋਜ਼ ਬੁਕ੍ਸ ਦੇਅਰ ?
ਸੇਲਜ਼ਮੈਨ	: ਉਹ ਸਾਡੇ ਕੌਮੀ ਆਗੂਆਂ, ਜਿਵੇਂ ਕਿ ਗਾਂਧੀ ਜੀ, ਪੰ. ਨਹਿਰੂ, ਡਾ. ਰਜਿੰਦਰ ਪ੍ਰਸਾਦ, ਸਰਦਾਰ ਪਟੇਲ, ਜੇ. ਪੀ., ਮੋਰਾਰ ਜੀ ਦੇਸਾਈ ਅਤੇ ਹੋਰ ਕੌਮੀ ਆਗੂਆਂ ਦੀਆਂ ਜੀਵਨੀਆਂ ਅਤੇ ਸਵੈ-ਜੀਵਨੀਆਂ ਹਨ ।	Salesman	: They are biographies and autobiographies of our national leaders like Gandhi ji, Pt. Nehru, Dr. Rajendra Prasad, Sardar Patel, J. P., Morarji Desai and so on. ਦੇ ਆਰ ਬਾਇਓਗ੍ਰਾਫ਼ੀਜ਼ ਐਂਡ ਆਟੋਬਾਇਓਗ੍ਰਾਫ਼ੀਜ਼ ਆਫ਼ ਅਵਰ ਨੈਸ਼ਨਲ ਲੀਡਰਜ਼ ਲਾਈਕ ਗਾਂਧੀ ਜੀ, ਪੰ: ਨਹਿਰੂ, ਡਾ: ਰਾਜਿੰਦਰਾ ਪ੍ਰਸਾਦ, ਸਰਦਾਰ ਪਟੇਲ, ਜੇ. ਪੀ., ਮੋਰਾਰਜੀ ਡੇਸਾਈ ਐਂਡ ਸੋ ਆਨ ।
ਗਾਹਕ	: ਅਤੇ ਉਹ ਕੀ ਕਿਤਾਬ ਹੈ ?	Customer	: And what is that book ? ਐਂਡ ਵੱਟ੍ ਇਜ਼ ਦੈਟ ਬੁੱਕ ?
ਸੇਲਜ਼ਮੈਨ	: ਇਹ ਬਹੁਤ ਮਨੋਰੰਜਨ ਕਿਤਾਬ ਹੈ 'ਅੰਡਰ ਵਾਟਰ' । ਇਹ ਸਮੁੰਦਰ ਅੰਦਰ ਛੁਪੇ ਰਹੱਸ ਬਾਰੇ ਦਸਦੀ ਹੈ। ਬਹੁਤ ਰੋਮਾਂਚਕ ਹੈ ।	Salesman	: It is a very interesting book titled "Under Water". It tells about the mysteries hidden in the sea, very thrilling. ਇਟ ਇਜ਼ ਏ ਵੈਰੀ ਇਨਟਰੈਸ੍ਟਿੰਗ ਬੁੱਕ ਟਾਈਟਲ੍ਡ, "ਅੰਡਰ ਵਾਟਰ" । ਇਟ ਟੈੱਲਜ਼ ਐਬਾਊਟ ਦ ਮਿਸ੍ਟਰੀਜ਼ ਹਿਡਨ ਇਨ ਦ ਸੀ, ਵੈਰੀ ਥ੍ਰਿਲਿੰਗ ।
ਗਾਹਕ	: ਸੱਚਮੁਚ ? ਫਿਰ ਮੈਂ ਇਹ ਲਵਾਂਗਾ ।	Customer	: Really ? Then I will have it. ਰੀਅਲੀ ? ਦੈੱਨ ਆਈ ਵਿੱਲ ਹੈਵ ਇਟ ।
ਸੇਲਜ਼ਮੈਨ	: ਕੋਈ ਹੋਰ ਚੀਜ਼ ?	Salesman	: Anything else ? ਐਨੀਥਿੰਗ ਐਲ੍ਸ ?
ਗਾਹਕ	: ਨਹੀਂ, ਸ਼ੁਕਰੀਆ, ਕਿਰਪਾ ਕਰਕੇ ਬਿਲ ਬਣਾ ਦਿਓ ।	Customer	: No, Thank you. Please make the bill. ਨੋ, ਥੈਂਕ ਯੂ । ਪਲੀਜ਼ ਮੇਕ ਦ ਬਿੱਲ ।
ਸੇਲਜ਼ਮੈਨ	: ਅੱਛਾ, ਜਨਾਬ।	Salesman	: Yes, Sir. ਯੈੱਸ, ਸਰ ।

(19) ਟ੍ਰੰਕ-ਕਾਲ ਬੁਕ ਕਰਵਾਉਣ ਵੇਲੇ
BOOKING A TRUNK CALL
ਬੁਕਿੰਗ ਏ ਟਰੰਕ ਕਾਲ

ਗਾਹਕ	: ਹੈਲੋ, ਟੈਲੀਫ਼ੂਨ ਕੇਂਦਰ ।	Subscriber	: Hullo, Exchange. ਹੁਲੋ, ਐਕ੍ਸਚੇਂਜ ।
ਕਰਮਚਾਰੀ	: ਜੀ, ਟੈਲੀਫ਼ੂਨ ਕੇਂਦਰ ਤੋਂ ਬੋਲ ਰਹੇ ਹਾਂ ।	Operator	: Yes, Exchange speaking. ਯੈੱਸ, ਐਕ੍ਸਚੇਂਜ ਸ੍ਪੀਕਿੰਗ ।
ਗਾਹਕ	: ਮੈਡਮ, ਇਕ ਸਧਾਰਨ ਟਰੰਕ-ਕਾਲ ਬੁਕ ਕਰ ਦਿਓ ।	Subscriber	: Madam, book an ordinay trunk call, please. ਮੈਡਮ, ਬੁੱਕ ਐਨ ਆਰਡਿਨਰੀ ਟ੍ਰੰਕ ਕਾਲ, ਪ੍ਲੀਜ਼ ।
ਕਰਮਚਾਰੀ	: ਕਿਹੜੇ ਸ਼ਹਿਰ ਲਈ, ਜਨਾਬ ?	Operator	: For which city, Sir ? ਫਾਰ ਵ੍ਹਿਚ ਸਿਟੀ, ਸਰ ?
ਗਾਹਕ	: ਬੰਬਈ ਲਈ ।	Subscriber	: For Bombay, please. ਫਾਰ ਬਾਂਬੇ, ਪ੍ਲੀਜ਼ ।
ਕਰਮਚਾਰੀ	: ਨੰਬਰ ਕੀ ਹੈ ?	Operator	: What number ? ਵਾਟ ਨੰਬਰ ?
ਗਾਹਕ	: ਦੋ ਇਕ ਪੰਜ ਛੇ ਨੌਂ ਪੰਜ ।	Subscriber	: 215695. ਟੂ ਵਨ ਫਾਈਵ ਸਿਕ੍ਸ ਨਾਈਨ ਫਾਈਵ ।

ਕਰਮਚਾਰੀ	: ਕੀ ਇਹ ਪੀ. ਪੀ. ਕਾਲ ਹੈ ?	Operator	: Is it a P.P. Call ? ਇਜ਼ ਇਟ ਏ ਪੀ. ਪੀ. ਕਾਲ ?
ਗਾਹਕ	: ਹਾਂ, ਇਹ ਪੀ. ਪੀ. ਕਾਲ ਮ੍ਰਿਦੁਲਾ ਲਈ ਹੈ ।	Subscriber	: Yes, please. it is a P.P. call for Mridula. ਯੈੱਸ ਪਲੀਜ਼, ਇਟ ਇਜ਼ ਏ ਪੀ. ਪੀ. ਕਾਲ ਫਾਰ ਮ੍ਰਿਦੁਲਾ ।
ਕਰਮਚਾਰੀ	: ਕਿਰਪਾ ਕਰਕੇ ਅੱਖਰ ਬੋਲਣਾ ।	Operator	: Spell out, please. ਸਪੈੱਲ ਆਊਟ, ਪਲੀਜ਼ ।
ਗਾਹਕ	: ਐਮ ਮਦਰਾਸ ਲਈ, ਆਰ ਰਾਂਚੀ ਲਈ, ਆਈ ਇੰਡੀਆ ਲਈ, ਡੀ ਡੇਹਰਾਦੂਨ ਲਈ, ਯੂ ਅੰਕਲ ਲਈ, ਐਲ ਲਖਨਊ ਲਈ ਅਤੇ ਏ ਅੰਬਾਲਾ ਲਈ ।	Subscriber	: M for Madras, R for Ranchi, I for India, D for Dehra Dun, U for Uncle, L for Luchnow and A for Ambala. ਐਮ ਫਾਰ ਮਦਰਾਸ, ਆਰ ਫਾਰ ਰਾਂਚੀ, ਆਈ ਫਾਰ ਇੰਡੀਆ, ਡੀ ਫਾਰ ਦੇਹਰਾਦੂਨ, ਯੂ ਫਾਰ ਅੰਕਲ, ਐਲ ਫਾਰ ਲਖਨਊ ਐਂਡ ਏ ਫਾਰ ਅੰਬਾਲਾ।
ਕਰਮਚਾਰੀ	: ਠੀਕ ਹੈ, ਤੁਹਾਡਾ ਨੰਬਰ ।	Operator	: O K. your own number. ਓ. ਕੇ. ਯੂਅਰ ਓਨ ਨੰਬਰ ।
ਗਾਹਕ	: ਤਿੰਨ ਸੱਤ ਤਿੰਨ ਛੇ ਦੋ ਨੌਂ ।	Subscriber	: 373629. ਥ੍ਰੀ ਸੈਵਨ ਥ੍ਰੀ ਸਿਕਸ ਟੂ ਨਾਈਨ ।
ਕਰਮਚਾਰੀ	: ਠੀਕ ਹੈ, ਕੁਝ ਸਮਾਂ ਇੰਤਜ਼ਾਰ ਕਰੋ ।	Operator	: Well, please wait some time. ਵੈੱਲ, ਪਲੀਜ਼ ਵੇਟ ਸਮ ਟਾਈਮ ।
ਗਾਹਕ	: ਮੇਰਾ ਰਜਿਸਟ੍ਰੇਸ਼ਨ ਨੰਬਰ ਕੀ ਹੈ ?	Subscriber	: What is my registration number ? ਵੱਟ ਇਜ਼ ਮਾਈ ਰਜਿਸਟ੍ਰੇਸ਼ਨ ਨੰਬਰ ?
ਕਰਮਚਾਰੀ	: ਡੀ ਦਿੱਲੀ ਲਈ ਸੱਤ ਤਿੰਨ ਚਾਰ ।	Operator	: D for Delhi 734. ਡੀ ਫਾਰ ਦੇਹਲੀ ਸੈਵਨ ਥ੍ਰੀ ਫੋਰ ।
ਗਾਹਕ	: ਸ਼ੁਕਰੀਆ ਮੈਡਮ ।	Subscriber	: Thank you, Madam. ਥੈਂਕ ਯੂ, ਮੈਡਮ ।
ਦੋ ਘੰਟੇ ਬਾਅਦ		**AFTER TWO HOURS (ਆਫ਼ਟਰ ਟੂ ਆਵਰਜ਼)**	
ਗਾਹਕ	: ਹੈਲੋ, ਟੈਲੀਫ਼ੂਨ ਕੇਂਦਰ ।	Subscriber	: Hello, Exchange. ਹੈਲੋ, ਐਕਸਚੇਂਜ ।
ਕਰਮਚਾਰੀ	: ਜੀ ਟੈਲੀਫ਼ੂਨ ਕੇਂਦਰ ਤੋਂ ਬੋਲ ਰਹੇ ਹਾਂ ।	Operator	: Yes, Exchange speaking. ਯੈੱਸ ਐਕਸਚੇਂਜ ਸਪੀਕਿੰਗ ।
ਗਾਹਕ	: ਦੋ ਘੰਟੇ ਪਹਿਲਾਂ ਮੈਂ ਇਕ ਬੰਬਈ ਲਈ ਦੋ ਇਕ ਪੰਜ ਛੇ ਨੌਂ ਪੰਜ ਲਈ ਪੀ. ਪੀ. ਕਾਲ ਬੁਕ ਕਰਾਈ ਸੀ ਅਜੇ ਤਕ ਉਸ ਬਾਰੇ ਜੁਆਬ ਨਹੀਂ ਆਇਆ ।	Subscriber	: Two hours back I booked a P. P. call to Bombay No. 215695. I have not yet heard about it. ਟੂ ਆਵਰਜ਼ ਬੈਕ ਆਈ ਬੁੱਕਡ ਏ ਪੀ. ਪੀ. ਕਾਲ ਟੂ ਬਾਂਬੇ ਨੰ: 2156 5, ਆਈ ਹੈਵ ਨਾਟ ਯੈੱਟ ਹਰ੍ਡ ਐਬਾਊਟ ਇਟ ।
ਕਰਮਚਾਰੀ	: ਤੁਹਾਡਾ ਰਜਿਸਟਰੇਸ਼ਨ ਨੰਬਰ ਕੀ ਹੈ ?	Operator	: What is your registration number ? ਵੱਟ ਇਜ਼ ਯੂਅਰ ਰਜਿਸਟਰੇਸ਼ਨ ਨੰਬਰ ?
ਗਾਹਕ	: ਡੀ ਦਿੱਲੀ ਲਈ ਸੱਤ ਤਿੰਨ ਚਾਰ ।	Subscriber	: D for Delhi 734. ਡੀ ਫਾਰ ਦੇਲਹੀ ਸੈਵਨ ਥ੍ਰੀ ਫੋਰ ।
ਕਰਮਚਾਰੀ	: ਅਫ਼ਸੋਸ ਹੈ ਜਨਾਬ । ਲਾਈਨ ਸਾਫ਼ ਨਹੀਂ ਹੈ ਇਸ ਲਈ ਨਾਲ ਮਿਲਣ ਵਿਚ ਦੇਰ ਹੋ ਰਹੀ ਹੈ ।	Operator	: Sorry, Sir. The line is not clear and so calls are maturing late. ਸੱਰੀ, ਸਰ, ਦ ਲਾਈਨ ਇਜ਼ ਨਾਟ ਕਲੀਅਰ ਐਂਡ ਸੋ ਕਾਲਜ਼ ਆਰ ਮੇਚਿਓਰਿੰਗ ਲੇਟ ।
ਗਾਹਕ	: ਮੇਰੀ ਕਾਲ ਸਧਾਰਨ ਸੀ । ਮੈਂ ਸੋਚਦਾ ਹਾਂ ਕਿ ਇਸ ਨੂੰ ਕਾਫ਼ੀ ਸਮਾਂ ਲਗੇਗਾ ।	Subscriber	: My call was ordinary. I think it will take quite some time. ਮਾਈ ਕਾਲ ਵਾਜ਼ ਆਰਡੀਨਰੀ । ਆਈ ਥਿੰਕ ਇਟ ਵਿਲ ਟੇਕ ਕੁਆਈਟ ਸਮ ਟਾਈਮ ।

ਕਰਮਚਾਰੀ : ਜੀ ।	Operator : Yes. ਯੈੱਸ ।
ਗਾਹਕ : ਪਰ ਮੈਨੂੰ ਜਲਦੀ ਚਾਹੀਦੀ ਹੈ । ਮੈਨੂੰ ਕੀ ਕਰਨਾ ਚਾਹੀਦਾ ਹੈ ?	Subscriber : But I want it quick. What should I do ? ਬੱਟ ਆਈ ਵਾਂਟ ਇਟ ਕੁਇੱਕ । ਵੱਟ ਸ਼ੁੱਡ ਆਈ ਡੂ ?
ਕਰਮਚਾਰੀ : ਜੇ ਤੁਸੀਂ ਪਸੰਦ ਕਰੋ ਤਾਂ ਤੁਸੀਂ ਇਸ ਨੂੰ 'ਜ਼ਰੂਰੀ' ਕਾਲ ਵਿਚ ਬਦਲ ਸਕਦੇ ਹੋ ।	Operator : If you like you can convert it into an urgent call. ਇਫ਼ ਯੂ ਲਾਈਕ ਯੂ ਕੈਨ ਕਨਵਰਟ ਇਟ ਇਨਟੂ ਐਨ ਅਰਜੈਂਟ ਕਾਲ ।
ਗਾਹਕ : ਠੀਕ, ਪਰ ਤੁਸੀਂ ਮੈਨੂੰ ਕਿਹਾ ਸੀ ਕਿ ਲਾਈਨ ਕੰਮ ਨਹੀਂ ਕਰ ਰਹੀ ।	Subscriber : Right. But you told me that the line was out of order ਰਾਈਟ । ਬੱਟ ਯੂ ਟੋਲਡ ਮੀ ਦੈਟ ਦ ਲਾਈਨ ਵਾਜ਼ ਆਊਟ ਆਫ਼ ਆਰਡਰ ?
ਕਰਮਚਾਰੀ : ਜੀ, ਪਰ ਜਦੋਂ ਹੀ ਸਾਫ਼ ਹੋ ਜਾਏਗੀ ਤੁਹਾਨੂੰ ਪਹਿਲ ਦਿੱਤੀ ਜਾਏਗੀ ।	Operator : Yes, but you will get priority the moment it is clear. ਯੈੱਸ, ਬੱਟ ਯੂ ਵਿਲ ਗੈੱਟ ਪ੍ਰਾਇਰਿਟੀ ਦ ਮੂਮੈਂਟ ਇਟ ਇਜ਼ ਕਲੀਅਰ ।
ਗਾਹਕ : ਠੀਕ ਹੈ, ਫਿਰ ਇਸ ਨੂੰ 'ਜ਼ਰੂਰੀ' ਕਰ ਦਿਓ ।	Subscriber : All right, make it urgent then. ਆਲ ਰਾਈਟ, ਮੇਕ ਇਟ ਅਰਜੈਂਟ ਦੈੱਨ ।
ਕਰਮਚਾਰੀ : ਬਹੁਤ ਅੱਛਾ, ਜ਼ਰਾ ਇੰਤਜ਼ਾਰ ਕਰੋ ।	Operator : Very well. Wait a little. ਵੈਰੀ ਵੈੱਲ, ਵੇਟ ਏ ਲਿਟਲ ।
ਕੁਝ ਦੇਰ ਬਾਅਦ	**AFTER A WHILE (ਆਫਟਰ ਏ ਵ੍ਹਾਈਲ)**
ਕਰਮਚਾਰੀ : ਕੀ ਇਹ ਤਿੰਨ ਸੱਤ ਤਿੰਨ ਛੇ ਦੋ ਨੌਂ ਹੈ ?	Operator : Hello, is it 3 3629 ? ਹੈਲੋ, ਇਜ਼ ਇਟ ਥਰੀ ਸੈਵਨ ਥ੍ਰੀ ਸਿਕਸ ਟੂ ਨਾਈਨ ?
ਗਾਹਕ : ਜੀ ।	Subscriber : Yes. ਯੈੱਸ ।
ਕਰਮਚਾਰੀ : ਤੁਹਾਡੀ ਪੀ. ਪੀ. ਕਾਲ ਹੈ ਬੰਬਈ ਤੋਂ । ਆਪਣੀ ਪਾਰਟੀ ਨਾਲ ਗੱਲ ਕਰੋ ।	Operator : Here is your P. P. call to Bombay, please speak to your party. ਹਿਅਰ ਇਜ਼ ਪੀ. ਪੀ. ਕਾਲ ਟੂ ਬਾਂਬੇ, ਪਲੀਜ਼ ਸਪੀਕ ਟੂ ਯੂਅਰ ਪਾਰਟੀ ।
ਗਾਹਹ : ਸ਼ੁਕਰੀਆ ।	Subscriber : Thank you. ਥੈਂਕ ਯੂ ।
ਤਿੰਨ ਮਿੰਟ ਬਾਅਦ	**AFTER THREE MINUTES (ਆਫ਼ਟਰ ਥ੍ਰੀ ਮਿੰਨਟਸ)**
ਕਰਮਚਾਰੀ : ਤਿੰਨ ਮਿੰਟ ਖ਼ਤਮ ਹੋ ਗਏ ।	Operator : Three minutes over. ਥ੍ਰੀ ਮਿਨਟਸ ਓਵਰ ।
ਗਾਹਕ : ਕਿਰਪਾ ਕਰਕੇ ਵਧਾ ਦਿਓ ।	Subscriber : Please, extend, ਪਲੀਜ਼, ਐਕਸਟੈਂਡ ।
ਹੋਰ ਗੱਲ ਕਰਨ ਤੋਂ ਬਾਅਦ	**AFTER CONCLUDING TALK (ਆਫਟਰ ਕਨਕਲੂਡਿੰਗ ਟਾਕ)**
ਗਾਹਕ : ਹੈਲੋ, ਮੈਡਮ, ਮੇਰੀ ਗੱਲ ਖ਼ਤਮ ਹੋ ਗਈ । ਮੈਨੂੰ ਫ਼ੀਸ ਦਸੋਗੇ ।	Subscriber : Hullo, Madam, my talk is over. Could you kindly let me know the charge ? ਹੈਲੋ, ਮੈਡਮ, ਮਾਈ ਟਾਕ ਇਜ਼ ਓਵਰ, ਕੁੱਡ ਯੂ ਕਾਂਈਡਲੀ ਲੈੱਟ ਮੀ ਨੋ ਦ ਚਾਰਜ਼ ?
ਕਰਮਚਾਰੀ : ਬਤਾਲੀ ਰੁਪਏ ਜਨਾਬ ।	Operator : Forty-tow rupees. Sir. ਫੋਰਟੀ-ਟੂ ਰੁਪੀਜ਼, ਸਰ ।
ਗਾਹਕ : ਸ਼ੁਕਰੀਆ ।	Subscriber : Thank you. ਥੈਂਕ ਯੂ ।

(20) **ਰੇਲਵੇ-ਸਟੇਸ਼ਨ ਉੱਪਰ**

AT THE RAILWAY STATION

ਐਟ ਦ ਰੇਲਵੇ ਸਟੇਸ਼ਨ

(ਪੁੱਛ-ਗਿੱਛ ਦਫ਼ਤਰ ਦੀ ਖਿੜਕੀ ਤੇ)

(At the window of the Enquiry office.)
(ਐਟ ਦ ਵਿੰਡੋ ਆਫ਼ ਇਨਕੁਆਇਰੀ ਆਫ਼ਿਸ)

ਯਾਤਰੀ	: ਮੁਆਫ਼ ਕਰਨਾ, ਮਦਰਾਸ ਜਾਣ ਲਈ ਗੱਡੀ ਕਦੋਂ ਆਉਂਦੀ ਹੈ ?	Passenger	: Excuse me, when does the train for Madras arrive ? ਐਕਸਕਿਊਜ਼ ਮੀ, ਵੈੱਨ ਡਜ਼ ਦਾ ਟ੍ਰੇਨ ਫਾਰ ਮਦਰਾਸ ਅਰਾਈਵ ?
ਪੁੱਛ ਗਿੱਛ ਕਲਰਕ	: ਸਵਾ ਦੋ ਵਜੇ।	Enquiry Clerk	: At quarter past two. ਐਟ ਕੁਆਰਟਰ ਪਾਸਟ ਟੂ।
ਯਾਤਰੀ	: ਕਿਹੜੇ ਪਲੇਟ ਫ਼ਾਰਮ 'ਤੇ।	Passenger	: Which platform ? ਵਿੱਚ ਪਲੈਟਫਾਰਮ ?
ਪੁੱਛ ਗਿੱਛ ਕਲਰਕ	: ਪਲੇਟ ਫ਼ਾਰਮ ਨੰਬਰ ਦੋ।	Enquiry Clerk	: Platform number two, ਪਲੈਟਫਾਰਮ ਨੰਬਰ ਟੂ।
ਯਾਤਰੀ	: ਚਲਣ ਦਾ ਸਮਾਂ ਕੀ ਹੈ ?	Passenger	: What is the departure time, please ? ਵੱਟ ਇਜ਼ ਦ ਡੀਪਾਰਚਰ ਟਾਇਮ, ਪਲੀਜ਼ ?
ਪੁੱਛ ਗਿੱਛ ਕਲਰਕ	: ਇਹ ਪੌਣੇ ਤਿੰਨ ਵਜੇ ਚਲਦੀ ਹੈ।	Enquiry Clerk	: It leaves at quarter to three. ਇਟ ਲੀਵ੍ਜ਼ ਐਟ ਕੁਆਰਟਰ ਟੂ ਥਰੀ।
ਯਾਤਰੀ	: ਮੈਨੂੰ ਟਿਕਟ ਕਿਥੋਂ ਮਿਲੇਗੀ ?	Passenger	: Where do I get a ticket. ਵ੍ਹੇਅਰ ਡੂ ਆਈ ਗੇੱਟ ਏ ਟਿਕਟ ?
ਪੁੱਛ ਗਿੱਛ ਕਲਰਕ	: ਨੰਬਰ ਤਿੰਨ ਖਿੜਕੀ 'ਤੇ।	Enquiry Clerk	: At window number three. ਐਟ ਵਿੰਡੋ ਨੰਬਰ ਥਰੀ।
ਯਾਤਰੀ	: ਥੈਂਕ ਯੂ।	Passenger	: Thank you. ਥੈਂਕਯੂ।

ਟਿਕਟ ਲੈਣ ਦੀ ਖਿੜਕੀ

AT THE BOOKING WINDOW

(ਐਟ ਦ ਬੁਕਿੰਗ ਵਿੰਡੋ)

ਯਾਤਰੀ	: ਮੁਆਫ਼ ਕਰਨਾ। ਮੈਨੂੰ ਮਦਰਾਸ ਲਈ ਦੂਸਰੇ ਦਰਜੇ ਦੀ ਟਿਕਟ ਚਾਹੀਦੀ ਹੈ। ਛੇਤੀ ਹੀ ਆਉਣ ਵਾਲੀ ਗੱਡੀ ਵਿਚ ਸੀਟਾਂ ਹਨ ?	Passenger	: Excuse me, I would like a second class ticket to Madras. Are there any seats on the train that is shortly due ? ਐਕਸਕਿਊਜ਼ ਮੀ, ਆਈ ਵੁੱਡ ਲਾਈਕ ਏ ਸੈਕੰਡ ਕਲਾਸ ਟਿਕਟ ਟੂ ਮਡਰਾਸ। ਆਰ ਦੇਅਰ ਐਨੀ ਸੀਟਸ ਆਨ ਦਾ ਟ੍ਰੇਨ ਦੈਟ ਇਜ਼ ਸ਼ਾਰਟਲੀ ਡਿਊ ?
ਕਲਰਕ	: ਹਾਂ।	Booking Clerk	: Yes. ਯੈੱਸ।
ਯਾਤਰੀ	: ਵਧੀਆ, ਕਿਰਾਇਆ ਕਿੰਨਾ ਹੈ ?	Passenger	: Good. What is the fare ? ਗੁੱਡ, ਵੱਟ ਇਜ਼ ਦਾ ਫੇਅਰ।
ਕਲਰਕ	: ਪੰਜਾਹ ਰੁਪਏ ਅਤੇ ਨੱਬੇ ਪੈਸੇ।	Booking Clerk	: Fifty rupees and ninety paise, ਫਿਫ਼ਟੀ ਰੁਪੀਜ਼ ਐਂਡ ਨਾਈਨਟੀ ਪੈਸੇ।

ਯਾਤਰੀ	ਇਹ ਰਹੇ ਪੈਸੇ । ਕੀ ਤੁਸੀਂ ਮੇਰੇ ਲਈ ਇਕ ਬਰਥ ਸੁਰੱਖਿਅਤ ਕਰ ਸਕਦੇ ਹੋ?	Passenger	Here's the money. Could you reserve a berth for me ? ਹੇਅਰ ਇਜ਼ ਦਾ ਮਨੀ । ਕੁੱਡ ਯੂ ਰੀਜ਼ਰਵ ਏ ਬਰਥ ਫਾਰ ਮੀ ?
ਕਲਰਕ	ਉਸ ਦਾ ਇਕ ਰੁਪਿਆ ਵਾਧੂ ਲਗੇਗਾ।	Booking Clerk	That would be one rupees extra. ਦੈਟ ਵੁੱਡ ਬੀ ਵੱਨ ਰੂਪੀ ਐਕਸਟ੍ਰਾ ।
ਯਾਤਰੀ	ਇਹ ਰਿਹਾ ਰੁਪਿਆ ।	Passenger	Here's the rupee. ਹੇਅਰਜ਼ ਦ ਰੂਪੀ ।
ਕਲਰਕ	ਇਹ ਰਹੀ ਤੁਹਾਡੀ ਟਿਕਟ ਅਤੇ ਇਹ ਰਿਹਾ ਤੁਹਾਡਾ ਸੁਰੱਖਿਅਤ ਕਰਨ ਦਾ ਟਿਕਟ ।	Booking Clerk	Here's your ticket and here's the reservation ticket. ਹੇਅਰਜ਼ ਯੂਅਰ ਟਿਕਟ ਐਂਡ ਹੇਅਰਜ਼ ਦਾ ਰੀਜ਼ਰਵੇਸ਼ਨ ਟਿਕਟ ।

ਕੁਲੀ ਦੇ ਨਾਲ — **WITH THE PORTER (ਵਿਦ ਦ ਪੋਰਟਰ)**

ਯਾਤਰੀ	ਕੁਲੀ, ਕੀ ਤੂੰ ਇਹ ਸਮਾਨ ਪਲੇਟ ਫ਼ਾਰਮ ਨੰਬਰ ਦੋ ਤਕ ਲੈ ਚਲੇਂਗਾ ?	Passenger	Coolie, will you take this luggage to platform number two ? ਕੁਲੀ, ਵਿੱਲ ਯੂ ਟੇਕ ਦਿਸ ਲੱਗੇਜ ਟੂ ਪਲੈਟਫਾਰਮ ਨੰਬਰ ਟੂ ?
ਕੁਲੀ	ਬੰਬਈ ਵਾਲੀ 'ਡੀਲਕਸ', ਜਨਾਬ ?	Coolie	The Deluxe to Bombay, Sir ? ਦ ਡੀਲਕਸ ਟੂ ਬਾਂਬੇ ਸਰ ?
ਯਾਤਰੀ	ਹਾਂ ।	Passenger	Yes. ਯੈੱਸ ।
ਕੁਲੀ	ਜ਼ਰੂਰ, ਜਨਾਬ ਇਕ ਨਗ ਦਾ ਇਕ ਰੁਪਿਆ ਲਗੇਗਾ ।	Coolie	Sure, Sir. The charge will be a rupee per load. ਸ਼ੂਅਰ, ਸਰ, ਦਾ ਚਾਰਜ ਵਿੱਲ ਬੀ ਏ ਰੂਪੀ ਪਰ ਲੋਡ ।
ਯਾਤਰੀ	ਕੀ ਇਹ ਜ਼ਿਆਦਾ ਨਹੀਂ ?	Passenger	Is that not high ? ਇਜ਼ ਦੈਟ ਨਾਟ ਹਾਈ ?
ਕੁਲੀ	ਇਹ ਮਨਜ਼ੂਰ ਕੀਤੀ ਹੋਈ ਦਰ ਹੈ, ਜਨਾਬ । ਮੈਂ ਵਾਧੂ ਵਸੂਲ ਨਹੀਂ ਕਰ ਰਿਹਾ ।	Coolie	This is the approved rate, Sir. I am not over charging you. ਦਿਸ ਇਜ਼ ਦਾ ਐਪਰੂਵਡ ਰੇਟ, ਸਰ । ਆਈ ਐਮ ਨਾਟ ਓਵਰ ਚਾਰਜਿੰਗ ਯੂ ।
ਯਾਤਰੀ	ਠੀਕ ਹੈ । ਚਲੋ ।	Passenger	All right, come on. ਆਲ ਰਾਈਟ, ਕਮ ਆਨ ।

ਗੱਡੀ ਅੰਦਰ — **IN THE TRAIN (ਇਨ ਦਾ ਟਰੇਨ)**

ਯਾਤਰੀ-ੳ	ਕੀ ਤੁਸੀਂ ਮਿਹਰਬਾਨੀ ਕਰਕੇ ਮੈਨੂੰ ਅੰਦਰ ਆਉਣ ਦਿਓਗੇ ?	Passenger-A	Will you please let me get in ? ਵਿੱਲ ਯੂ ਪਲੀਜ਼ ਲੈੱਟ ਮੀ ਗੈਟ ਇਨ ?
ਯਾਤਰੀ-ਅ	ਜ਼ਰੂਰ ।	Passenger-B	Sure. ਸ਼ੂਅਰ ।
ਯਾਤਰੀ-ੳ	ਕੁਲੀ, ਸੂਟਕੇਸ ਇਧਰ ਫੱਟੇ ਉਪਰ ਰੱਖ ਦੇ ।	Passenger-A	Coolie, put the suitcase on the rack here. ਕੁਲੀ, ਪੁੱਟ ਦਾ ਸੂਟਕੇਸ ਆਨ ਦਾ ਰੈਕ ਹਿਅਰ ।
ਕੁਲੀ	ਤੇ ਇਹ ਛੋਟਾ ਥੈਲਾ, ਜਨਾਬ ?	Coolie	And this small bag, sir ? ਐਂਡ ਦਿਸ ਸਮਾਲ ਬੈਗ, ਸਰ ?
ਯਾਤਰੀ-ੳ	ਇਹ ਮੇਰੀ ਸੀਟ ਦੇ ਹੇਠਾਂ ਰੱਖ ਦੇ ।	Passenger-A	Put it under my seat. ਪੁੱਟ ਇਟ ਅੰਡਰ ਮਾਈ ਸੀਟ ।
ਕੁਲੀ	ਇਹ ਰਿਹਾ ਸਭ, ਜਨਾਬ ।	Coolie	Here you are sir, ਹੇਅਰ ਯੂ ਆਰ, ਸਰ ।
ਯਾਤਰੀ-ੳ	ਕੀ ਤੁਸੀਂ ਆਪਣਾ ਸੂਟਕੇਸ ਥੋੜ੍ਹਾ ਜਿਹਾ ਅਗੇ ਕਰਨ ਦੀ ਖੇਚਲ ਕਰੋਗੇ ?	Passenger-A	Would you mind moving your suitcase just a little. ਵੁੱਡ ਯੂ ਮਾਈਂਡ ਮੂਵਿੰਗ ਯੂਅਰ ਸੂਟਕੇਸ ਜਸਟ ਏ ਲਿਟਲ ।

ਯਾਤਰੀ-ਅ : ਮੈਨੂੰ ਲਗਦੈ ਫੱਟੇ ਉਪਰ ਬਹੁਤੀ ਥਾਂ ਨਹੀਂ ਹੈ ।	Passenger-B : I am afraid there is not much space on the rack. ਆਈ ਐਮ ਐਫਰੇਡ ਦੇਅਰ ਇਜ਼ ਨਾਟ ਮੱਚ ਸਪੇਸ ਆਨ ਦਾ ਰੈਕ ।
ਯਾਤਰੀ-ੳ : ਇਹ ਠੀਕ ਹੈ, ਸਾਨੂੰ ਕਿਸੇ ਤਰ੍ਹਾਂ ਗੁਜ਼ਾਰਾ ਕਰਨਾ ਪਏਗਾ ।	Passenger-A : That is true, we will have to adjust somehow. ਦੈਟ ਇਜ਼ ਟਰੂ, ਵੀ ਵਿੱਲ ਹੈਵ ਟੂ ਐਡਜੇਸਟ ਸਮਹਾਊ ।
ਯਾਤਰੀ-ਅ : ਇਹ ਠੀਕ ਰਹੇਗਾ ?	Passenger-B : Will that be alright ? ਵਿੱਲ ਦੈਟ ਬੀ ਆਲਰਾਈਟ ?
ਯਾਤਰੀ-ੳ : ਇਹ ਵਧੀਆ ਰਹੇਗਾ, ਸ਼ੁਕਰੀਆ । ਕੀ ਮੈਂ ਜਾਣ ਸਕਦਾ ਹਾਂ ਕਿ ਤੁਸੀਂ ਕਿਥੇ ਜਾ ਰਹੇ ਹੋ ?	Passenger-A : That will be fine, thank you. May I know where you are going ? ਦੈਟ ਵਿੱਲ ਬੀ ਫ਼ਾਈਨ, ਥੱਕ ਯੂ । ਮੇ ਆਈ ਨੋ ਵ੍ਹੇਅਰ ਆਰ ਯੂ ਗੋਇੰਗ ?
ਯਾਤਰੀ-ਅ : ਮੈਂ ਬੰਬਈ ਜਾ ਰਿਹਾ ਹਾਂ ।	Passenger-B : I am going to Bombay. ਆਈ ਐਮ ਗੋਇੰਗ ਟੂ ਬਾਂਬੇ ।
ਯਾਤਰੀ-ੳ : ਵਧੀਆ, ਮੈਂ ਵੀ ਬੰਬਈ ਜਾ ਰਿਹਾ ਹਾਂ ।	Passenger-A : Fine, I am also going to Bombay. ਫਾਈਨ, ਆਈ ਐਮ ਆਲਸੋ ਗੋਇੰਗ ਟੂ ਬਾਂਬੇ ।
ਯਾਤਰੀ-ਅ : ਜਾਣ ਕੇ ਖ਼ੁਸ਼ੀ ਹੋਈ ।	Passenger-B : Glad to know that. ਗਲੈਡ ਟੂ ਨੋ ਦੈਟ ।
ਯਾਤਰੀ-ੳ : ਕੀ ਮੈਂ ਤੁਹਾਡਾ ਨਾਂ ਜਾਣ ਸਕਦਾ ਹਾਂ ?	Passenger-A : May I know your name ? ਮੇ ਆਈ ਨੋਂ ਯੁਅਰ ਨੇਮ ?
ਯਾਤਰੀ-ਅ : ਮੇਰਾ ਨਾਂ ਕੁਲਭੂਸ਼ਨ ਹੈ ।	Passenger-B : My name is Kulbhushan. ਮਾਈ ਨੇਮ ਇਜ਼ ਕੁਲਭੂਸ਼ਨ ।
ਯਾਤਰੀ-ੳ : ਮੈਂ ਮੋਹਨ ਮੇਹਤਾ ਹਾਂ । ਮੈਂ ਤੁਹਾਡਾ ਸਾਥ ਪਾ ਕੇ ਖ਼ੁਸ਼ ਹਾਂ ।	Passenger-A : I am Mohan Mehta, I am happy to have your company. ਆਈ ਐਮ ਮੋਹਨ ਮੇਹਤਾ । ਆਈ ਐਮ ਹੈਪੀ ਟੂ ਹੈਵ ਯੁਅਰ ਕੰਪਨੀ ।
ਮਿ: ਭੂਸ਼ਨ : ਮੇਰੀ ਵੀ ਖ਼ੁਸ਼ੀ ਹੈ, ਮਿਸਟਰ ਮੇਹਤਾ ।	Mr. Bhushan : The pleasure is mine, Mr. Mehta. ਦਾ ਪਲੇਜ਼ਰ ਇਜ਼ ਮਾਈਨ, ਮਿ. ਮੇਹਤਾ ।
ਮਿ: ਮੇਹਤਾ : ਇਥੋਂ ਬੰਬਈ ਕਿੰਨੀ ਦੂਰ ਹੈ ?	Mr. Mehta : How far is Bombay from here ? ਹਾਊ ਫਾਰ ਇਜ਼ ਬਾਂਬੇ ਫ਼ਰਾਮ ਹਿਅਰ ?
ਮਿ: ਭੂਸ਼ਨ : ਲਗਭਗ ਨੌਂ ਸੋ ਕਿਲੋਮੀਟਰ ।	Mr. Bhushan : About nine hundred kilometers. ਐਬਾਊਟ ਨਾਈਨ ਹੰਡਰੇਡ ਕਿਲੋਮੀਟਰਜ਼ ।
ਮਿ: ਮੇਹਤਾ : ਉਥੇ ਪਹੁੰਚਣ ਲਈ ਗੱਡੀ ਕਿੰਨਾ ਸਮਾਂ ਲਏਗੀ ?	Mr. Mehta : How long will the train take to reach there ? ਹਾਊ ਲਾਂਗ ਵਿੱਲ ਦ ਟ੍ਰੇਨ ਟੇਕ ਟੂ ਰੀਚ ਦੇਅਰ ?
ਮਿ: ਭੂਸ਼ਨ : ਲਗਭਗ ਬਾਈ ਘੰਟੇ ।	Mr. Bhushan : About twenty two hours. ਐਬਾਊਟ ਟਵੈਂਟੀ ਟੂ ਆਵਰਜ਼ ।
ਮਿ: ਮੇਹਤਾ : ਇਸਦਾ ਮਤਲਬ ਹੈ ਅਸੀਂ ਪੂਰਾ ਦਿਨ ਇਕੱਠੇ ਰਹਾਂਗੇ ।	Mr. Mehta : That means we will be together for a whole day. ਦੈਟ ਮੀਨਜ਼ ਵੀ ਵਿੱਲ ਬੀ ਟੁਗੈਦਰ ਫਾਰ ਏ ਹੋਲ ਡੇ ।
ਮਿ: ਭੂਸ਼ਨ : ਇਹ ਤਾਂ ਹੈ ।	Mr. Bhushan : That is so. ਦੈਟ ਇਜ਼ ਸੋ ।
ਮਿ: ਮੇਹਤਾ : ਮੈਨੂੰ ਤੁਹਾਡਾ ਬਿਸਤਰਾ ਵਿਖਾਈ ਨਹੀਂ ਦਿੰਦਾ ?	Mr. Mehta : I don't see your bedding. ਆਈ ਡੋਂਟ ਸੀ ਯੁਅਰ ਬੈੱਡਿੰਗ ?

ਮਿ: ਭੂਸ਼ਨ :	ਮੈਨੂੰ ਬਿਸਤਰੇ ਦੀ ਜ਼ਰੂਰਤ ਨਹੀਂ। ਮੈਂ ਉਥੇ ਰਹਿੰਦਾ ਹਾਂ।	Mr. Bhushan :	I don t need a bedding. I live there. ਆਈ ਡੋਂਟ ਨੀਡ ਏ ਬੈਡਿੰਗ। ਆਈ ਲਿਵ ਦੇਅਰ।
ਮਿ: ਮੇਹਤਾ :	ਉਹ, ਸਮਝਿਆ।	Mr. Mehta :	Oh, I see. ਓਹ, ਆਈ ਸੀ।
ਮਿ: ਭੂਸ਼ਨ :	ਤੇ ਤੁਹਾਡੇ ਬਾਰੇ ?	Mr. Bhushan :	What about you ? ਵਾਟ ਐਬਾਊਟ ਯੂ ?
ਮਿ: ਮੇਹਤਾ :	ਮੈਂ ਹੋਟਲ ਵਿਚ ਠਹਿਰਾਂਗਾ।	Mr. Mehta :	I shall be staying in a hotel. ਆਈ ਸ਼ੈਲ ਬੀ ਸਟੇਇੰਗ ਇਨ ਏ ਹੋਟਲ।
ਮਿ: ਭੂਸ਼ਨ :	ਕੀ ਤੁਸੀਂ ਵਿਉਪਾਰ ਲਈ ਜਾ ਰਹੇ ਹੋ ?	Mr. Bhushan :	Are you going on business ? ਆਰ ਯੂ ਗੋਇੰਗ ਆਨ ਬਿਜ਼ਨੇਸ ?
ਮਿ: ਮੇਹਤਾ :	ਨਹੀਂ, ਬਸ ਸੈਰ ਲਈ ਹੀ ਜਾ ਰਿਹਾ। ਮੈਂ ਅਜੇ ਤਕ ਬੰਬਈ ਨਹੀਂ ਵੇਖੀ।	Mr. Mehta :	No, just a pleasure trip. I have not yet seen Bombay. ਨੋ, ਜਸਟ ਏ ਪਲੇਜ਼ਰ ਟ੍ਰਿੱਪ। ਆਈ ਹੈਵ ਨਾਟ ਯੈੱਟ ਸੀਨ ਬਾਂਬੇ।
ਮਿ: ਭੂਸ਼ਨ :	ਓਹ, ਸੋ ਤੁਸੀਂ ਪਹਿਲੀ ਵਾਰ ਜਾ ਰਹੇ ਹੋ।	Mr. Bhushan :	Oh, So, you are going there for the first time. ਓਹ, ਸੋ, ਯੂ ਆਰ ਗੋਇੰਗ ਦੇਅਰ ਫਾਰ ਦਾ ਫਸਟ ਟਾਇਮ ?
ਮਿ. ਮੇਹਤਾ :	ਇਹ ਠੀਕ ਹੈ।	Mr. Mehta :	That is right. ਦੈਟ ਇਜ਼ ਰਾਈਟ।
ਮਿ. ਭੂਸ਼ਨ :	ਬੰਬਈ ਬੜਾ ਦਿਲਚਸਪ ਸ਼ਹਿਰ ਹੈ। ਮੈਨੂੰ ਯਕੀਨ ਹੈ ਤੁਸੀਂ ਇਸ ਨੂੰ ਪਸੰਦ ਕਰੋਗੇ।	Mr. Bhushan :	Bombay is a very interesting city. I am sure you will like it. ਬਾਂਬੇ ਇਜ਼ ਏ ਵੈਰੀ ਇਨਟਰੈਸਟਿੰਗ ਸਿਟੀ। ਆਈ ਐਮ ਸ਼ੂਅਰ ਯੂ ਵਿੱਲ ਲਾਈਕ ਇਟ।
ਮਿ. ਮੇਹਤਾ :	ਵੇਖਦੇ ਹਾਂ। ਕੀ ਤੁਸੀਂ ਮੈਨੂੰ ਕੁਝ ਥਾਵਾਂ ਬਾਰੇ ਦੱਸੋਗੇ ਜੋ ਮੈਂ ਸੈਰ ਕਰਦੇ ਸਮੇਂ ਦੇਖ ਸਕਾਂ ?	Mr. Mehta :	Let us see. By the way, could you suggest some places that I could visit by way of sight-seeing ? ਲੈੱਟ ਅਸ ਸੀ। ਬਾਈ ਦਾ ਵੇ, ਕੁੱਡ ਯੂ ਸਜੇਸਟ ਸਮ ਪਲੇਸੇਜ਼ ਦੈਟ ਆਈ ਕੁੱਡ ਵਿਜ਼ਿਟ ਬਾਈ ਵੇ ਆਫ਼ ਸਾਈਟ-ਸੀਇੰਗ ?
ਮਿ. ਭੂਸ਼ਨ :	ਕਿਉਂ ਨਹੀਂ ? ਮੈਨੂੰ ਤੁਹਾਡਾ ਸਾਥ ਦੇ ਕੇ ਵੀ ਖ਼ੁਸ਼ੀ ਹੋਵੇਗੀ।	Mr. Bhushan :	Why not ? I would be happy to accompany you also. ਵ੍ਹਾਈ ਨਾਟ ? ਆਈ ਵੁੱਡ ਬੀ ਹੈਪੀ ਟੂ ਅਕੰਪਨੀ ਯੂ ਆਲਸੋ।
ਮਿ. ਮੇਹਤਾ :	ਓਹ, ਸ਼ੁਕਰੀਆ। ਮੈਂ ਇਸ ਲਈ ਸ਼ੁਕਰਗੁਜ਼ਾਰ ਹੋਵਾਂਗਾ। ਪਰ ਮੈਂ ਤੁਹਾਨੂੰ ਪਰੇਸ਼ਾਨ ਨਹੀਂ ਕਰਨਾ ਚਾਹੁੰਦਾ।	Mr. Mehta :	Oh, Thank you. I would be grateful for that. But I don't want to bother you. ਓਹ, ਥੈਂਕ ਯੂ। ਆਈ ਵੁੱਡ ਬੀ ਗ੍ਰੇਟਫੁੱਲ ਫਾਰ ਦੈਟ, ਬੱਟ ਆਈ ਡੋਂਟ ਵਾਂਟ ਟੂ ਬਾਦਰ ਯੂ।
ਮਿ. ਭੂਸ਼ਨ :	ਕੋਈ ਪਰੇਸ਼ਾਨੀ ਨਹੀਂ ਮਿ. ਮੇਹਤਾ। ਇਹ ਤਾਂ ਖ਼ੁਸ਼ੀ ਹੋਵੇਗੀ।	Mr. Bhushan :	No botherasion Mr. Mehta. It would be a pleasure. ਨੋ ਬਾਦਰੇਸ਼ਨ ਮਿ. ਮੇਹਤਾ। ਇਟ ਵੁੱਡ ਬੀ ਏ ਪਲੇਜ਼ਰ।
ਮਿ. ਮੇਹਤਾ :	ਤੁਹਾਡੀ ਬਹੁਤ ਮਿਹਰਬਾਨੀ ਮਿ. ਭੂਸ਼ਨ।	Mr. Mehta :	So kind of you Mr. Bhushan. ਸੋ ਕਾਈਂਡ ਆਫ਼ ਯੂ ਮਿ. ਭੂਸ਼ਨ।

ਮਿ. ਭੂਸ਼ਨ :	ਇਹ ਤੇ ਕਹਿਣ ਦੀ ਜ਼ਰੂਰਤ ਨਹੀਂ । ਮੈਂ ਕੁਝ ਦਿਨਾਂ ਲਈ ਵਿਹਲਾ ਹਾਂ ਅਤੇ ਅਸੀਂ ਮਹਾਂ-ਰਾਸ਼ਟਰ ਸਰਕਾਰ ਦੀ ਯਾਤਰੂ ਬੱਸ ਵਿਚ ਸ਼ਹਿਰ ਵਿਚ ਘੁੰਮ ਸਕਾਂਗੇ । ਉਹ ਬੜੀਆਂ ਅਰਾਮਦਾਇਕ ਬੱਸਾਂ ਹਨ ।	Mr. Bhushan :	Don't mention it. I am free a couple of days and we could go round the city in a tourist bus of the Maharashtra Government. They have very comfortable buses. ਡੋਂਟ ਮੈਨਸ਼ਨ ਇਟ. ਆਈ ਐਮ ਫ੍ਰੀ ਏ ਕਪਲ ਆਫ ਡੇਜ਼ ਐਂਡ ਵੀ ਕੁਡ ਗੋ ਰਾਉਂਡ ਦ ਸਿਟੀ ਇਨ ਏ ਟੂਰਿਸਟ ਬੱਸ ਆਫ਼ ਦ ਮਹਾਂਰਾਸ਼ਟਰਾ ਗਵਰਨਮੈਂਟ । ਦੇ ਆਰ ਵੈਰੀ ਕੰਫਰਟੇਬਲ ਬੱਸੇਜ਼ ।
ਮਿ. ਮੇਹਤਾ :	ਇਹ ਬਹੁਤ ਚੰਗਾ ਹੋਵੇਗਾ ।	Mr. Mehta :	That would be very nice. ਦੈਟ ਵੁੱਡ ਬੀ ਵੈਰੀ ਨਾਈਸ ।
ਮਿ. ਭੂਸ਼ਨ :	ਅਸੀਂ ਐਲੀਫੈਂਟਾ ਗੁਫਾਵਾਂ ਵੀ ਘੁੰਮਣ ਲਈ ਜਾਵਾਂਗੇ ।	Mr. Bhushan :	We would also go on a trip to Elephanta Caves. ਵੀ ਵੁੱਡ ਆਲਸੋ ਗੋ ਆਨ ਏ ਟ੍ਰਿੱਪ ਟੂ ਐਲੀਫੈਂਟਾ ਕੇਵਜ਼ ।
ਮਿ. ਮੇਹਤਾ :	ਹਾਂ । ਮੈਂ ਉਨ੍ਹਾਂ ਬਾਰੇ ਕਾਫ਼ੀ ਸੁਣਿਆ ਹੈ । ਸੱਚਮੁਚ ਮਿ. ਭੂਸ਼ਨ ਮੇਰੀ ਖ਼ੁਸ਼ਕਿਸਮਤੀ ਹੈ ਕਿ ਮੈਨੂੰ ਤੁਹਾਡੇ ਵਰਗਾ ਦੋਸਤ ਮਿਲਿਆ ।	Mr. Mehta :	Yes, I have heard a lot about them. Really, Mr. Bhushan, I am lucky to get a friend like you. ਯੈਸ, ਆਈ ਹੈਵ ਹਰ੍ਡ ਏ ਲਾਟ ਐਬਾਊਟ ਦੇਮ । ਰੀਅਲੀ, ਮਿ: ਭੂਸ਼ਨ, ਆਈ ਐਮ ਲੱਕੀ ਟੂ ਹੈਵ ਏ ਫਰੈਂਡ ਲਾਈਕ ਯੂ ।
ਮਿ. ਭੂਸ਼ਨ :	ਉਹ, ਇਹ ਤਾਂ ਕੁਝ ਨਹੀਂ, ਸਗੋਂ ਇਹ ਤਾਂ ਮੇਰੇ ਲਈ ਵੀ ਇਕ ਛੁੱਟੀ ਹੋਵੇਗੀ ।	Mr. Bhushan :	Oh, It is nothing. Rather, it would be a holiday for me. ਓਹ, ਇਟ ਇਜ਼ ਨੱਥਿੰਗ ਰੈਦਰ ਇਟ ਵੁਡ ਬੀ ਏ ਹਾਲੀਡੇ ਫਾਰ ਮੀ ।

(21) ਯਾਤਰੀ ਅਤੇ ਟੈਕਸੀ ਡ੍ਰਾਈਵਰ
PASSENGER AND THE TAXI DRIVER
(ਪੈਸਿੰਜਰ ਐਂਡ ਦ ਟੈਕ੍ਸੀ ਡਰਾਈਵਰ)

ਯਾਤਰੀ :	ਟੈਕਸੀ ।	Passenger :	Taxi. ਟੈਕਸੀ ।
ਟੈਕਸੀ ਡ੍ਰਾਈਵਰ :	ਜੀ, ਜਨਾਬ ।	Taxi-Driver :	Yes, Sir. ਯੈਸ ਸਰ ।
ਯਾਤਰੀ :	ਮੈਨੂੰ ਕਿਸੇ ਹਟਲ ਲੈ ਚਲ ।	Passenger :	Drive me to a hotel. ਡ੍ਰਾਈਵਰ ਮੀ ਟੂ ਏ ਹੋਟਲ ।
ਟੈਕਸੀ ਡ੍ਰਾਈਵਰ :	ਕਿਹੜੇ ਹੋਟਲ ਜਾਣਾ ਪਸੰਦ ਕਰੋਗੇ, ਜਨਾਬ ?	Taxi-Driver :	Which hotel would you like to go Sir ? ਵ੍ਹਿਚ ਹੋਟਲ ਵੁਡ ਯੂ ਲਾਈਕ ਟੂ ਗੋ, ਸਰ ?
ਯਾਤਰੀ :	ਚੰਗਾ ਅਤੇ ਸਸਤਾ ਕਿਹੜਾ ਹੈ ?	Passenger :	Which one is cheap and good ? ਵ੍ਹਿਚ ਵਨ ਇਜ਼ ਚੀਪ ਐਂਡ ਗੁੱਡ ?
ਟੈਕਸੀ ਡ੍ਰਾਈਵਰ :	ਰਣਜੀਤ ਹੋਟਲ ।	Taxi-Driver :	Ranjit Hotel. ਰਣਜੀਤ ਹੋਟਲ ।
ਯਾਤਰੀ :	ਰਣਜੀਤ ਹੋਟਲ ਇਥੋਂ ਕਿੰਨੀ ਦੂਰ ਹੈ ?	Passenger :	How far is Ranjit Hotel from here ? ਹਾਉ ਫਾਰ ਇਜ਼ ਰਣਜੀਤ ਹੋਟਲ ਫ੍ਰਾਮ ਹਿਅਰ ?

ਟੈਕਸੀ ਡ੍ਰਾਈਵਰ	: ਲਗਭਗ ਅੱਠ ਕਿਲੋਮੀਟਰ।	Taxi-Driver	: About eight kilometers. ਐਬਾਊਟ ਏਟ ਕਿਲੋਮੀਟਰਜ਼।
ਯਾਤਰੀ	: ਇਕ ਘੰਟੇ ਦੇ ਹਿਸਾਬ ਨਾਲ ਉਡੀਕਣ ਦਾ ਕੀ ਕਿਰਾਇਆ ਹੈ ?	Passenger	: What is the fare for waiting an hour ? ਵੱਟ ਇਜ਼ ਦ ਫ਼ੇਅਰ ਫ਼ਾਰ ਵੇਟਿੰਗ ਐਨ ਆਵਰ ?
ਟੈਕਸੀ ਡ੍ਰਾਈਵਰ	: ਪੰਜ ਰੁਪਏ, ਜਨਾਬ।	Taxi-Driver	: Five Rupees, Sir. ਫਾਈਵ ਰੁਪੀਜ਼ ਸਰ ?
ਯਾਤਰੀ	: ਚਾਰ ਘੰਟਿਆਂ ਦੇ ਕਿੰਨੇ ?	Passenger	: How much for four hours. ਹਾਊ ਮੱਚ ਫਾਰ ਫੋਰ ਆਵਰਜ਼ ?
ਟੈਕਸੀ ਡ੍ਰਾਈਵਰ	: ਵੀਹ ਰੁਪਏ, ਜਨਾਬ।	Taxi-Driver	: Twenty rupees, Sir. ਟਵੈਂਟੀ ਰੁਪੀਜ਼ ਸਰ।
ਯਾਤਰੀ	: ਇਹ ਤਾਂ ਬਹੁਤ ਜ਼ਿਆਦਾ ਹਨ।	Passenger	: That is too much. ਦੈਟ ਇਜ਼ ਟੂ ਮੱਚ।
ਟੈਕਸੀ ਡ੍ਰਾਈਵਰ	: ਨਹੀਂ ਜਨਾਬ, ਇਹ ਦਰ-ਸੂਚੀ ਹੈ।	Taxi-Driver	: No, Sir, here is the rate-list. ਨੋ, ਸਰ, ਹਿਅਰ ਇਜ਼ ਦਾ ਰੇਟ-ਲਿਸਟ।
ਯਾਤਰੀ	: ਕੀ ਇਹ ਮਨਜ਼ੂਰ ਕੀਤੀ ਹੋਈ ਹੈ ?	Passenger	: Is it an approved one ? ਇਜ਼ ਇਟ ਐਨ ਐਪਰੂਵਡ ਵਨ ?
ਟੈਕਸੀ ਡ੍ਰਾਈਵਰ	: ਜੀ, ਜਨਾਬ।	Taxi-Driver	: Yes, Sir. ਯੈਸ, ਸਰ।
ਯਾਤਰੀ	: ਕਿਸ ਨੇ ਮਨਜ਼ੂਰ ਕੀਤਾ ਹੈ ਇਸ ਨੂੰ ?	Passenger	: Who has approved it ? ਹੂ ਹੈਜ਼ ਐਪਰੂਵਡ ਇੱਟ ?
ਟੈਕਸੀ ਡ੍ਰਾਈਵਰ	: ਦਿੱਲੀ ਦੀ ਮਿਊਨਸੀਪਲ ਕਾਰਪੋਰੇਸ਼ਨ ਨੇ।	Taxi-Driver	: Municipal Corporation of Delhi. ਮਿਊਨਸੀਪਲ ਕਾਰਪੋਰੇਸ਼ਨ ਆਫ਼ ਡੇਲਹੀ।
ਯਾਤਰੀ	: ਪਰ ਇਹ ਛਪੀ ਹੋਈ ਨਹੀਂ। ਇਹ ਝੂਠੀ ਲਗਦੀ ਹੈ।	Passenger	: But it is not printed. It looks bogus. ਬੱਟ ਇਟ ਇਜ਼ ਨਾਟ ਪ੍ਰਿੰਟਿਡ ਇਟ ਲੁਕ੍ਸ ਬੋਗਸ।
ਟੈਕਸੀ ਡ੍ਰਾਈਵਰ	: ਯਕੀਨ ਰੱਖੋ, ਇਹ ਅਸਲੀ ਹੈ।	Taxi-Driver	: Rest assured it is genuine. ਰੈਸ੍ਟ ਐਸ਼ੁਅਰ੍ਡ ਇਟ ਇਜ਼ ਜੈਨੂਇਨ।
ਯਾਤਰੀ	: ਜੇ ਤੂੰ ਮੈਨੂੰ ਧੋਖਾ ਦਿਤਾ ਤਾਂ ਮੈਂ ਤੈਨੂੰ ਪੁਲੀਸ-ਸਟੇਸ਼ਨ ਲੈ ਜਾਵਾਂਗਾ।	Passenger	: If you cheat me I will take you to the Police Station. ਇਫ ਯੂ ਚੀਟ ਮੀ, ਆਈ ਵਿੱਲ ਟੇਕ ਯੂ ਟੂ ਦ ਪੁਲੀਸ ਸਟੇਸ਼ਨ।
ਟੈਕਸੀ ਡ੍ਰਾਈਵਰ	: ਖ਼ੁਸ਼ੀ ਨਾਲ, ਜਨਾਬ।	Taxi-Driver	: With pleasure, Sir. ਵਿੱਦ ਪਲੇਜ਼ਰ ਸਰ।
ਯਾਤਰੀ	: ਤੂੰ ਠੀਕ ਜਾਪਦਾ ਏਂ।	Passenger	: Well, you do seem to be O.K. ਵੈਲ, ਯੂ ਡੂ ਸੀਮ ਟੂ ਬੀ ਓ. ਕੇ.
ਟੈਕਸੀ ਡ੍ਰਾਈਵਰ	: ਸ਼ੁਕਰੀਆ, ਜਨਾਬ।	Taxi-Driver	: Thank You, Sir. ਥੈਂਕਯੂ, ਸਰ।
ਯਾਤਰੀ	: ਚੰਗਾ, ਹੁਣ ਸਾਨੂੰ ਚਲਣਾ ਹੈ।	Passenger	: Well, Let us move. ਵੈੱਲ ਲੈਟ ਅਸ ਮੂਵ।
ਟੈਕਸੀ ਡ੍ਰਾਈਵਰ	: ਜ਼ਰੂਰ, ਜਨਾਬ।	Taxi-Driver	: Sure, Sir. ਸ਼ੂਅਰ ਸਰ।

ਹੋਟਲ ਵਿਚ — IN A HOTEL (ਇਨ ਏ ਹੋਟਲ)

ਅਜਨਬੀ	: ਨਮਸਤੇ !	Stranger	: Good evening. ਗੁੱਡ ਈਵਨਿੰਗ।
ਸਵਾਗਤ ਕਰਨ ਵਾਲਾ	: ਨਮਸਤੇ, ਜਨਾਬ, ਮੈਂ ਤੁਹਾਡੇ ਲਈ ਕੀ ਕਰ ਸਕਦਾ ਹਾਂ ?	Receptionist	: Good evening, Sir, what can I d for you ? ਗੁੱਡ ਈਵਨਿੰਗ, ਸਰ, ਵੱਟ ਕੈਨ ਆਈ ਡੂ ਫਾਰ ਯੂ ?
ਅਜਨਬੀ	: ਮੈਂ ਇਥੇ ਕੁਝ ਦਿਨਾਂ ਲਈ ਠਹਿਰਣਾ ਚਾਹ-ਵਾਂਗਾ।	Stranger	: I would like to stay here for a few days. ਆਈ ਵੁੱਡ ਲਾਈਕ ਟੂ ਸ੍ਟੇ ਹਿਅਰ ਫਾਰ ਏ ਫਿਊ ਡੇਜ਼।

ਸਵਾਗਤ ਕਰਨ ਵਾਲਾ :	ਜੀ ਆਇਆਂ, ਜਨਾਬ, ਕੀ ਮੈਂ ਤੁਹਾਡਾ ਨਾਂ ਜਾਣ ਸਕਦਾਂ ?	Receptionist :	Welcome, Sir, May I know your name ? ਵੈਲਕਮ, ਸਰ, ਮੇ ਆਈ ਨੋ ਯੁਅਰ ਨੇਮ ?
ਅਜਨਬੀ	: ਅਜੀਤ ਸਿੰਘ ਬੇਦੀ ।	Stranger :	Ajit Singh Bedi. ਅਜੀਤ ਸਿੰਘ ਬੇਦੀ ।
ਸਵਾਗਤ ਕਰਨ ਵਾਲਾ :	ਕਿੱਥੋਂ ਆਏ ਹੋ ?	Receptionist :	Where from ? ਵੇਅਰ ਫ਼੍ਰਾਮ ?
ਅਜਨਬੀ	: ਕਲਕੱਤਾ ਤੋਂ ।	Stranger :	From Calcutta. ਫ਼੍ਰਾਮ ਕੈਲਕਟਾ ।
ਸਵਾਗਤ ਕਰਨ ਵਾਲਾ :	ਤੁਹਾਡਾ ਕਾਰੋਬਾਰ ਕੀ ਹੈ, ਜਨਾਬ ?	Receptionist :	What is your occupation, Sir ? ਵਾਟ੍ ਇਜ਼ ਯੁਅਰ ਅੱਕੂਪੇਸ਼ਨ ਸਰ ?
ਅਜਨਬੀ	: ਮੈਂ ਬਿਰਲਾ ਦੀ ਇਕ ਕੰਪਨੀ ਦਾ ਇਕ ਕਾਰਿੰਦਾ ਹਾਂ ।	Stranger :	I am an agent of a Birla Enterprise. ਆਈ ਐਮ ਐਨ ਏਜੰਟ ਆਫ ਏ ਬਿਰਲਾ ਐਂਟਰਪ੍ਰਾਈਜ਼ । t
ਸਵਾਗਤ ਕਰਨ ਵਾਲਾ :	ਤੁਹਾਨੂੰ ਰਹਿਣ ਵਾਸਤੇ ਕਿਹੋ ਜਿਹੀ ਥਾਂ ਚਾਹੀਦੀ ਹੈ ?	Receptionist :	What kind of accommodation do you need ? ਵਾਟ੍ ਕਾਈਂਡ ਆ ਅਕੋਮੋਡੇਸ਼ਨ ਡੂ ਯੂ ਨੀਡ ?
ਅਜਨਬੀ	: ਇਕ ਸੌਣ ਵਾਲਾ ਕਮਰਾ ਤੇ ਇਕ ਬੈਠਣ ਵਾਲਾ ।	Stranger :	A bed room and a drawing room. ਏ ਬੈੱਡ ਰੂਮ ਐਂਡ ਏ ਡ੍ਰਾਇੰਗ ਰੂਮ ।
ਸਵਾਗਤ ਕਰਨ ਵਾਲਾ :	ਨਿਚਲੀ ਮੰਜ਼ਿਲ ਉਪਰ ਜਾਂ ਉਪਰਲੀ ਕਿਸੇ ਮੰਜ਼ਿਲ ਉਤੇ ?	Receptionist :	On the ground floor or an upper floor ? ਆਨ ਦ ਗ੍ਰਾਉਂਡ ਫ਼ਲੋਰ ਆਰ ਐਨ ਅੱਪਰ ਫ਼ਲੋਰ ?
ਅਜਨਬੀ	: ਮੈਨੂੰ ਖ਼ਾਸ ਫ਼ਰਕ ਨਹੀਂ । ਕੀ ਕਿਰਾਇਆ ਲੈਂਦੇ ਹੋ ?	Stranger :	I am not particular. What do you charge ? ਆਈ ਐਮ ਨਾਟ ਪਾਰਟੀਕੁਲਰ । ਵੱਟ੍ ਡੂ ਯੂ ਚਾਰਜ ?
ਸਵਾਗਤ ਕਰਨ ਵਾਲਾ :	ਖਾਣ, ਪੀਣ ਅਤੇ ਰਹਿਣ ਦੇ ਨੱਬੇ ਰੁਪਏ ।	Receptionist :	Ninety ruppes for boarding and lodging. ਨਾਈਨਟੀ ਰੁਪੀਜ਼ ਫਾਰ ਬੋਰ੍ਡਿੰਗ ਐਂਡ ਲਾਜਿੰਗ ।
ਅਜਨਬੀ	: ਇਹ ਤਾਂ ਬਹੁਤ ਜ਼ਿਆਦਾ ਹਨ ।	Stranger :	That is too much. ਦੈਟ ਇਜ਼ ਟੂ ਮੱਚ ।
ਸਵਾਗਤ ਕਰਨ ਵਾਲਾ :	ਨਹੀਂ, ਜਨਾਬ, ਨਾਲ ਆਧੁਨਿਕ ਗੁਸਲਖਾਨਾ ਵੀ ਹੈ ।	Receptionist :	No, Sir, A modern bath-room is also attached. ਨੋ, ਸਰ, ਏ ਮਾਡਰ੍ਨ ਬਾਥਰੂਮ ਇਜ਼ ਆਲਸੋ ਅਟੈਚ੍ਡ ।
ਅਜਨਬੀ	: ਕੀ ਮੈਂ ਕਮਰਾ ਦੇਖ ਸਕਦਾ ਹਾਂ ?	Stranger :	May I see the room ? ਮੇ ਆਈ ਸੀ ਦ ਰੂਮ ?
ਸਵਾਗਤ ਕਰਨ ਵਾਲਾ :	ਜੀ, ਜਨਾਬ । ਸਾਡੇ ਵਲੋਂ ਚੰਗੀ ਸੇਵਾ ਦਾ ਪ੍ਰਬੰਧ ਹੈ । ਤੁਸੀਂ ਨਾਸ਼ਤਾ ਕਦੋਂ ਲੈਣਾ ਪਸੰਦ ਕਰੋਗੇ ?	Receptionist :	Yes, Sir. We provide efficient service. When would you like to have breakfast ? ਯੈਸ, ਸਰ, ਵੀ ਪ੍ਰੋਵਾਈਡ ਇਫਿਸ਼ਿਂਟ੍ ਸਰਵਿਸ । ਵ੍ਹੇਨ ਵੁੱਡ ਯੂ ਲਾਈਕ ਟੂ ਹੈਵ ਯੁਅਰ ਬ੍ਰੇਕਫਾਸਟ ?
ਅਜਨਬੀ	: ਨਾਸ਼ਤਾ ਸਵੇਰੇਂ ਅੱਠ ਵਜੇ, ਦੁਪਹਿਰ ਦਾ ਖਾਣਾ ਬਾਰਾਂ ਵਜੇ ਅਤੇ ਰਾਤ ਦਾ ਦਸ ਵਜੇ ।	Stranger :	Break-fast at 8 A.M., Lunch at 12 noon and dinner at 10 P.M. ਬ੍ਰੇਕਫਾਸਟ ਐਟ ਏਟ ਏ. ਐਮ. ਲੰਚ ਐਟ ਟ੍ਵੇਲ੍ਵ ਨੂਨ ਐਂਡ ਡਿਨਰ ਐਟ ਟੈਨ ਪੀ. ਐਮ. ।
ਸਵਾਗਤ ਕਰਨ ਵਾਲਾ :	ਕੋਈ ਖ਼ਾਸ ਹਦਾਇਤਾਂ ਦੇਣੀਆਂ ਵੀ ਪਸੰਦ ਕਰੋਗੇ ?	Receptionist :	Would you like to give any special instructions ? ਵੁੱਡ ਯੂ ਲਾਈਕ ਟੂ ਗਿਵ ਐਨੀ ਸ੍ਪੈਸ਼ਲ ਇੰਸਟ੍ਰਕਸ਼ਨਜ਼ ।

ਅਜਨਬੀ	: ਨਹੀਂ, ਸ਼ੁਕਰੀਆ।	Stranger	: No, thanks. ਨੋ, ਥੈਂਕਸ।
ਸਵਾਗਤ ਕਰਨ ਵਾਲਾ	: ਆਪਣੇ ਗਾਹਕਾਂ ਲਈ ਸ਼ਾਮ ਨੂੰ ਅਸੀਂ ਖ਼ਾਸ ਨਾਚ ਦਾ ਪ੍ਰੋਗਰਾਮ ਰਖਦੇ ਹਾਂ। ਮੈਨੂੰ ਉਮੀਦ ਹੈ ਤੁਸੀਂ ਇਹ ਦੇਖਣਾ ਪਸੰਦ ਕਰੋਗੇ।	Receptionist	: We have a special cabaret show for our patrons in the evening. I hope you will like to see that. ਵੀ ਹੈਵ ਏ ਸਪੈਸ਼ਲ ਕੈਬਰੇ ਸ਼ੋ ਫ਼ਾਰ ਅਵਰ ਪੇਟ੍ਰਨਜ਼ ਇਨ ਦਾ ਈਵਨਿੰਗ। ਆਈ ਹੋਪ ਯੂ ਵਿਲ ਲਾਈਕ ਟੂ ਸੀ ਦੈਟ।
ਅਜਨਬੀ	: ਸ਼ੁਕਰੀਆ, ਕਿੰਨੇ ਵਜੇ ਸ਼ੁਰੂ ਹੁੰਦਾ ਹੈ ?	Stranger	: Thanks, When does it start ? ਥੈਂਕ੍ਸ, ਵ੍ਹੈਨ ਡਜ਼ ਇਟ ਸ੍ਟਾਰਟ ?
ਸਵਾਗਤ ਕਰਨ ਵਾਲਾ	: ਸ਼ਾਮ ਦੇ ਸਾਢੇ ਸੱਤ ਵਜੇ।	Receptionist	: At 7.30 in the evening. ਐਟ ਸੇਵਨ ਥਰ੍ਟੀ ਇਨ ਦ ਈਵਨਿੰਗ।
ਅਜਨਬੀ	: ਦੱਸਣ ਦਾ ਬਹੁਤ ਬਹੁਤ ਸ਼ੁਕਰੀਆ। ਮੈਂ ਵਕਤ ਸਿਰ ਪਹੁੰਚਣ ਦੀ ਕੋਸ਼ਿਸ਼ ਕਰਾਂਗਾ।	Stranger	: Thank you for telling me. I shall try to turn up in time. ਥੈਂਕ ਯੂ ਫ਼ਾਰ ਟੈਲਿੰਗ ਮੀ। ਆਈ ਸ਼ੈਲ ਟ੍ਰਾਈ ਟੂ ਟਰ੍ਨ ਅਪ ਇਨ ਟਾਈਮ।
ਸਵਾਗਤ ਕਰਨ ਵਾਲਾ	: ਸਾਨੂੰ ਉਮੀਦ ਹੈ ਤੁਸੀਂ ਇਥੇ ਠਹਿਰ ਕੇ ਖ਼ੁਸ਼ ਹੋਵੋਗੇ।	Receptionist	: We hope you will be happy with your stay here. ਵੀ ਹੋਪ ਯੂ ਵਿੱਲ ਬੀ ਹੈਪੀ ਵਿਦ ਯੂਅਰ ਸ੍ਟੇ ਹੀਅਰ।

(23) ਰੋਜ਼ਾਨਾ-ਮੁਸ਼ਕਲਾਂ

DAY-TO-DAY DIFFICULTIES

(ਡੇ-ਟੂ-ਡੇ ਡੀਫ਼ੀਕਲ੍ਟੀਜ਼)

ਪਹਿਲਾ ਆਦਮੀ	: ਹੈਲੋ ਦੋਸਤ, ਜ਼ਿੰਦਗੀ ਕਿਵੇਂ ਚਲ ਰਹੀ ਹੈ ?	Ist Person	: Hullo, friend, how is life ? ਹੁਲੋ, ਫ੍ਰੈਂਡ, ਹਾਉ ਇਜ਼ ਲਾਈਫ਼ ?
ਦੂਸਰਾ ਆਦਮੀ	: ਜੇ ਮੈਨੂੰ ਪੁੱਛੋ ਤਾਂ ਕੋਈ ਖ਼ਾਸ ਚੰਗੀ ਨਹੀਂ, ਹਰ ਚੀਜ਼ ਐਨੀ ਮਹਿੰਗੀ ਹੈ ਅਤੇ ਕੀਮਤਾਂ ਹਰ ਸਮੇਂ ਵਧਦੀਆਂ ਰਹਿੰਦੀਆਂ ਹਨ।	2nd Person	: Not so good, if you ask me. Every-thing is so expensive, and prices are going up all the time. ਨਾਟ ਸੋ ਗੁੱਡ, ਇਫ਼ ਯੂ ਆਸ੍ਕ ਮੀ। ਐਵਰੀਥਿੰਗ ਇਜ਼ ਸੋ ਐਕ੍ਸਪੇਨ੍ਸਿਵ, ਐਂਡ ਪ੍ਰਾਈਸਿਜ਼ ਆਰ ਗੋਇੰਗ ਅਪ ਆਲ ਦ' ਟਾਈਮ।
ਪਹਿਲਾ ਆਦਮੀ	: ਇਹ ਤਾਂ ਠੀਕ ਹੈ। ਖਾਣਾ ਪਕਾਉਣ ਦੇ ਤੇਲ ਵਰਗੀ ਜ਼ਿੰਦਗੀ ਦੀ ਜ਼ਰੂਰਤ, ਆਮ ਆਦਮੀ ਦੀ ਪਹੁੰਚ ਤੋਂ ਬਾਹਰ ਹੋ ਗਈ ਜਾਪਦੀ ਹੈ।	Ist Person	: That's true. From such a necessity of life as cooking oil seems to be going out of reach of the common man. ਦੈਟਸ ਟਰੂ। ਫ੍ਰਾਮ ਸੱਚ ਏ ਨਿਸੈਸਿਟੀ ਆਫ਼ ਲਾਈਫ਼ ਐਜ਼ ਕੁਕਿੰਗ ਆਇਲ ਸੀਮ੍ਜ਼ ਟੂ ਬੀ ਗੋਇੰਗ ਆਊਟ ਆਫ਼ ਰੀਚ ਆਫ਼ ਦਾ ਕਾਮਨ ਮੈਨ।
ਦੂਸਰਾ ਆਦਮੀ	: ਤੁਹਾਡਾ ਕੀ ਖ਼ਿਆਲ ਹੈ ਕਿ ਸਰਕਾਰ ਕੀਮਤਾਂ ਨੂੰ ਵੱਸ ਵਿਚ ਰਖ ਸਕਦੀ ਹੈ ? ?	2nd Person	: Do you think the Government can even control prices ? ਡੂ ਯੂ ਥਿੰਕ ਦ ਗਵਰ੍ਨਮੇਂਟ ਕੈਨ ਈਵਨ ਕੰਟਰੋਲ ਪ੍ਰਾਈਸਿਜ਼ ?

ਪਹਿਲਾ ਆਦਮੀ :	ਉਹ ਤਾਂ ਕਹਿੰਦੇ ਹਨ ਕਿ ਉਹ ਬੇਹੱਦ ਕੋਸ਼ਿਸ਼ ਕਰ ਰਹੇ ਹਨ।	Ist Person :	Well, they do say they are trying hard. ਵੈੱਲ, ਦੇ ਡੂ ਸੇ ਦੇ ਆਰ ਟ੍ਰਾਈਂਗ ਹਾਰ੍ਡ।
ਦੂਸਰਾ ਆਦਮੀ :	ਪਰ ਇਕ ਵਾਰ ਕੀਮਤਾਂ ਉਪਰ ਜਾ ਕੇ ਕਦੇ ਹੇਠਾਂ ਨਹੀਂ ਆਉਂਦੀਆਂ। ਕੀ ਇਸੇ ਨੂੰ ਮੁਦਰਾ ਦਾ ਫੈਲਾਓ ਕਹਿੰਦੇ ਹਨ ?	2nd Person :	But once prices go up they never come down. Isn't that what is called inflation ? ਬੱਟ ਵੱਨਸ ਪ੍ਰਾਈਸਿਜ਼ ਗੋ ਅਪ ਦੇ ਨੈਵਰ ਕਮ ਡਾਊਨ। ਇਜ਼ੰਟ ਦੈਟ ਵੱਟ ਇਜ਼ ਕਾਲਡ ਇਨਫ੍ਲੇਸ਼ਨ ?
ਪਹਿਲਾ ਆਦਮੀ :	ਹਾਂ, ਇਹ ਠੀਕ ਹੈ।	Ist Person :	Well, yes, that is right. ਵੈੱਲ, ਯੈੱਸ, ਦੈਟ ਇਜ਼ ਰਾਈਟ।
ਦੂਸਰਾ ਆਦਮੀ :	ਸਾਡੇ ਪਹਿਲਾਂ ਹੀ ਬਹੁਤ ਸਾਰੇ ਲੋਕ ਗਰੀਬ ਹਨ ਤੇ ਉਪਰੋਂ ਸਾਡੇ ਕਿੰਨੀ ਬੇਰੁਜ਼ਗਾਰੀ ਹੈ।	2nd Person :	We already have so many people below the poverty line, and to add to that have so much unemployment. ਵੀ ਆਲਰੈਡੀ ਹੈਵ ਸੋ ਮੈਨੀ ਪੀਪਲ ਬੀਲੋ ਦ ਪਾਵਰ੍ਟੀ ਲਾਈਨ, ਐਂਡ ਟੂ ਐਡ ਟੂ ਦੈਟ ਸੋ ਮੱਚ ਅਨਐਂਪਲਾਇਮੈਂਟ।
ਪਹਿਲਾ ਆਦਮੀ :	ਹਾਂ, ਸਥਿਤੀ ਸਚਮੁਚ ਔਖੀ ਹੈ।	Ist Person :	Yes the situation is certainly difficult. ਯੈੱਸ, ਦ ਸਿੱਚੂਏਸ਼ਨ ਇਜ਼ ਸਰਟੇਨਲੀ ਡੀਫੀਕਲ੍ਟ।
ਦੂਸਰਾ ਆਦਮੀ :	ਕੀ ਤੁਹਾਨੂੰ ਪਤਾ ਹੈ ਕਿ ਸਾਡੇ ਦੇਸ਼ ਵਿਚ ਕਿੰਨੇ ਬੇਰੁਜ਼ਗਾਰ ਲੋਕ ਹਨ ?	2nd Person :	Do you know how many unemployed people in our country ? ਡੂ ਯੂ ਨੋ ਹਾਉ ਮੈਨੀ ਅਨਐਂਪਲਾਇਡ ਪੀਪਲ ਆਰ ਇਨ ਅਵਰ ਕੰਟ੍ਰੀ ?
ਪਹਿਲਾ ਆਦਮੀ :	ਨਹੀਂ, ਕਿੰਨੇ ਹਨ ?	Ist Person :	No, how many ? ਨੋ, ਹਾਉ ਮੈਨੀ ?
ਦੂਸਰਾ ਆਦਮੀ :	ਸਾਡੇ ਦੇਸ਼ ਵਿਚ ਲਗਭਗ ਤਿੰਨ ਕਰੋੜ ਲੋਕ ਬੇ-ਰੁਜ਼ਗਾਰ ਹਨ।	2nd Person :	There are about three crore unemployed people in our country. ਦੇਅਰ ਆਰ ਐਬਾਉਟ ਥ੍ਰੀ ਕਰੋੜ ਅਨਐਂਪਲਾਇਡ ਪੀਪਲ ਇਨ ਅਵਰ ਕਾਂਟਰੀ।
ਪਹਿਲਾ ਆਦਮੀ :	ਓ ਮੇਰਿਆ ਰੱਬਾ, ਐਨੇ ਸਾਰੇ ?	Ist Person :	My God, that many ? ਮਾਈ ਗਾਡ, ਦੈਟ ਮੈਨੀ ?
ਦੂਸਰਾ ਆਦਮੀ :	ਹਾਂ, ਕੀ ਇਹ ਭਿਆਨਕ ਨਹੀਂ ਹੈ ?	2nd Person :	Yes, Isn't it terrible ? ਯੈੱਸ, ਇਜ਼ੰਟ ਇਟ ਟੈਰੀਬਲ ?
ਪਹਿਲਾ ਆਦਮੀ :	ਫਿਰ ਤੁਹਾਡਾ ਕੀ ਖਿਆਲ ਹੈ ਕਿ ਸਰਕਾਰ ਦਸ ਸਾਲਾਂ ਵਿਚ ਐਨੀ ਵੱਡੀ ਸਮੱਸਿਆ ਨੂੰ ਸੁਲਝਾ ਲਏਗੀ, ਜਿਵੇਂ ਕਿ ਉਹ ਕਹਿੰਦੇ ਹਨ ਕਿ ਉਹ ਕਰ ਲੈਣਗੇ ?	Ist Person :	Then do you think the Government can solve such a big problem in ten years as they say they would ? ਦੈਨ ਡੂ ਯੂ ਥਿੰਕ ਦ ਗਵਰਨਮੈਂਟ ਕੈਨ ਸਾਲਵ ਸੱਚ ਏ ਬਿੱਗ ਪ੍ਰਾਬਲੈਮ ਇਨ ਟੈਨ ਯੀਅਰਜ਼ ਐਜ਼ ਦੇ ਸੇ ਦੇ ਵੁੱਡ।
ਦੂਸਰਾ ਆਦਮੀ :	ਹਾਂ, ਇਹ ਨਿਰਭਰ ਕਰਦਾ ਹੈ ਕਿ ਉਹ ਇਸ ਸਥਿਤੀ ਦੀ ਚੁਣੌਤੀ ਨੂੰ ਕਿੰਨੇ ਪ੍ਰਭਾਵਕਾਰੀ ਤਰੀਕੇ ਨਾਲ ਸੰਭਾਲਦੇ ਹਨ।	2nd Person :	Well, it depends upon how effectively they can meet the challenge of the situation. ਵੈੱਲ, ਇਟ ਡਿਪੈਂਡਜ਼ ਅਪਾਨ ਹਾਊ ਇਫੈਕਟਿਵਲੀ ਦੇ ਕੈਨ ਮੀਟ ਦਾ ਚੈਲੰਜ ਆਫ ਦਾ ਸਿੱਚੂਏਸ਼ਨ।

ਪਹਿਲਾ ਆਦਮੀ	: ਹਾਂ, ਇਹ ਚੁਣੌਤੀ ਸਾਰੇ ਦੇਸ਼ ਲਈ ਹੈ ਅਤੇ ਹਰ ਨਾਗਰਿਕ ਲਈ ।	Ist Person	: Well, it is a challange for the whole country, and for every citizen. ਵੈੱਲ ਇਟ ਇਜ਼ ਏ ਚੈਲੰਜ ਫਾਰ ਦ ਹੋਲ ਕੰਟ੍ਰੀ ਐਂਡ ਫਾਰ ਐਵਰੀ ਸਿਟੀਜ਼ਨ ।
ਦੂਸਰਾ ਆਦਮੀ	: ਹਾਂ, ਸਾਨੂੰ ਇਸ ਨੂੰ ਕੌਮੀ ਸਮੱਸਿਆ ਦੇ ਤੌਰ ਤੇ ਦੇਖਣਾ ਚਾਹੀਦਾ ਹੈ ਅਤੇ ਸਰਕਾਰ ਨੂੰ ਇਸ ਨੂੰ ਸੁਲਝਾਉਣ ਵਿਚ ਵੱਧ ਤੋਂ ਵੱਧ ਮਦਦ ਕਰਨੀ ਚਾਹੀਦੀ ਹੈ ।	2nd Person	: Yes. so we sould look on it as a national problem, and do our best to help government solv it. ਯੈਸ ਸੋ ਵੀ ਸ਼ੁੱਡ ਲੁੱਕ ਆਨ ਇੱਟ ਐਜ਼ ਏ ਨੇਸ਼ਨਲ ਪ੍ਰਾਬਲਮ ਐਂਡ ਡੂ ਅਵਰ ਬੈਸਟ ਟੂ ਹੈਲਪ ਗਵਰਨਮੈਂਟ ਟੂ ਸਾਲਵ ਇੱਟ ।

(24) ਪੈਸੇ ਸੰਬੰਧੀ ਮਸਲੇ

MONEY MATTERS

(ਮਨੀ-ਮੈਟਰਜ਼)

ਸ੍ਰੀਮਤੀ ਪਾਟਿਲ	: ਮਿਸਿਜ਼ ਜੋਸ਼ੀ ਅਜ ਕਲ੍ਹ ਬੜੇ ਨਖ਼ਰੇ ਵਿਚ ਰਹਿੰਦੀ ਹੈ ।	Mrs. Patil	: Mrs. Joshi lives in style these days. ਮਿਸਿਜ਼ ਜੋਸ਼ੀ ਲਿਵ੍ਜ਼ ਇਨ ਸਟਾਈਲ ਦੀਜ਼ ਡੇਜ਼ ।
ਸ੍ਰੀਮਤੀ ਸਾਨੇ	: ਸੱਚ, ਪਹਿਲਾਂ ਤਾਂ ਉਨ੍ਹਾਂ ਦਾ ਮੁਸ਼ਕਲ ਨਾਲ ਗੁਜ਼ਾਰਾ ਹੁੰਦਾ ਸੀ । ਹੁਣ ਪੈਸਾ ਕਿੱਥੋਂ ਆ ਗਿਆ ?	Mrs. Sane	: Really, In the past the Joshis were unable to make both ends meet, where has the money now come from ? ਰੀਅਲੀ । ਇਨ ਦ ਪਾਸਟ ਦ ਜ਼ੋਸ਼ੀਜ਼ ਵਰ ਅਨਏਬਲ ਟੂ ਮੇਕ ਬੋਥ ਐਂਡਜ਼ ਮੀਟ, ਵ੍ਹੇਅਰ ਹੈਜ਼ ਦ ਮਨੀ ਨਾਂਉ ਕਮ ਫ੍ਰਾਮ ?
ਸ੍ਰੀਮਤੀ ਪਾਟਿਲ	: ਉਹਦੇ ਪਤੀ ਦੀ ਲਾਟਰੀ ਨਿਕਲ ਆਈ ਹੈ ।	Mrs. Patil	: Her husband has won a Lottery. ਹਰ ਹਜ਼ਬੈਂਡ ਹੈਜ਼ ਵਨ ਏ ਲਾਟਰੀ ।
ਸ੍ਰੀਮਤੀ ਸਾਨੇ	: ਇਹ ਤਾਂ ਖ਼ੁਸ਼ੀ ਦੀ ਖ਼ਬਰ ਹੈ ।	Mrs. Sane	: That is a happy news. ਦੈਟ ਇਜ਼ ਏ ਹੈਪੀ ਨਿਊਜ਼ ।
ਸ੍ਰੀਮਤੀ ਪਾਟਿਲ	: ਹੁਣ ਉਹ ਬਹੁਤ ਛੇਤੀ ਹੀ ਕਾਰ ਖ਼ਰੀਦ ਰਹੇ ਹਨ ਤੇ ਇਕ ਮਕਾਨ ਵਧੀਆ ਕਲੋਨੀ ਵਿਚ ।	Mrs. Patil	: Now they are going to purchase a car very soon and also a flate in a Posh Colony. ਨਾਊ ਦੇ ਆਰ ਗੋਇੰਗ ਟੂ ਪਰਚੇਜ਼ ਏ ਕਾਰ ਵੈਰੀ ਸੂਨ ਐਂਡ ਆਲਸੋ ਏ ਫ਼ਲੈਟ ਇਨ ਏ ਪੱਸ਼ ਕੋਲੋਨੀ ।
ਸ੍ਰੀਮਤੀ ਸਾਨੇ	: ਕੀ ਮਿ: ਜੋਸ਼ੀ ਨੂੰ ਆਪਣੇ ਭਰਾ ਬਾਰੇ ਪਤਾ ਹੈ ਕਿ ਨਹੀਂ ?	Mrs. Sane	: Does Mr Joshi know about his brother or not ? ਡਜ਼ ਮਿ. ਜੋਸ਼ੀ ਨੋ ਐਬਾਊਟ ਹਿਜ਼ ਬ੍ਰਦਰ ਆਰ ਨਾਟ ?
ਸ੍ਰੀਮਤੀ ਪਾਟਿਲ	: ਕਿਉਂ ? ਉਸ ਨੂੰ ਕੀ ਹੋਇਆ ?	Mrs Patil	: Why ? What is wrong with him ? ਵ੍ਹਾਈ ? ਵੱਟ ਇਜ਼ ਰੌਂਗ ਵਿਦ ਹਿਮ ?
ਸ੍ਰੀਮਤੀ ਸਾਨੇ	: ਉਹ ਬਿਲਕੁਲ ਬਰਬਾਦ ਹੋ ਗਿਆ ਹੈ ।	Mrs. Sane	: He is completely ruined. ਹੀ ਇਜ਼ ਕੰਪਲੀਟਲੀ ਰੂਇਨਡ ।

ਸ੍ਰੀਮਤੀ ਪਾਟਿਲ	: ਸੱਚ, ਉਸ ਦਾ ਤਾਂ ਕਾਰੋ-ਬਾਰ ਚੰਗਾ ਚੜ੍ਹਿਆ ਹੋਇਆ ਹੈ ।	Mrs. Patil	: Really ? He had a flourishing business. ਰੀਅਲੀ। ਹੀ ਹੈਡ ਏ ਫਲੌਰਿਸ਼ਿੰਗ ਬਿਜ਼ਨੇਸ ।
ਸ੍ਰੀਮਤੀ ਸਾਨੇ	: ਉਸਦਾ ਸੀ ਪਰ ਬਦ-ਕਿਸਮਤੀ ਨਾਲ ਪਿਛਲ ਹਫ਼ਤੇ ਉਸ ਦੀ ਦੁਕਾਨ ਨੂੰ ਅੱਗ ਲੱਗ ਗਈ । ਪੂਰੀ ਤਰ੍ਹਾਂ ਨਸ਼ਟ ਹੋ ਗਈ ।	Mrs. Sane	: He had, but unfortunately his shop caught fire last week. It was completely gutted. ਹੀ ਹੈਡ, ਬੱਟ ਅਨਫਾਰਚੂਨੇਟਲੀ ਹਿਜ਼ ਸ਼ਾਪ ਕਾਟ ਫਾਇਰ ਲਾਸਟ ਵੀਕ । ਇਟ ਵਾਜ਼ ਕੰਪਲੀਟਲੀ ਗੱਟੇਡ ।
ਸ੍ਰੀਮਤੀ ਪਾਟਿਲ	: ਕੀ ਉਸ ਦਾ ਬੀਮਾ ਨਹੀਂ ਸੀ ?	Mrs. Patil	: Was it not insured ? ਵਾਜ਼ ਇਟ ਨਾਟ ਇਨਸ਼ੁਅਰਡ ?
ਸ੍ਰੀਮਤੀ ਸਾਨੇ	: ਹਾਂ, ਸੀ ।	Mrs. Sane	: Yes, it was. ਯੈੱਸ, ਇਟ ਵਾਜ਼ ।
ਸ੍ਰੀਮਤੀ ਪਾਟਿਲ	: ਫਿਰ ਫਿਕਰ ਕਰਨ ਦੀ ਕੋਈ ਜ਼ਰੂਰਤ ਨਹੀਂ।	Mrs. Patil	: Then there is no need to worry. ਦੈਨ ਦੇਅਰ ਇਜ਼ ਨੋ ਨੀਡ ਟੂ ਵਰੀ ।
ਸ੍ਰੀਮਤੀ ਸਾਨੇ	: ਪਰ ਕਾਗ਼ਜ਼ ਨਹੀਂ ਲੱਭ ਰਹੇ। ਲਗਦਾ ਹੈ ਸਾਰੇ ਅੱਗ ਵਿਚ ਸੜ ਗਏ ।	Mrs. Sane	: But the papers are not to be found. It secms they were all burnt in the fire. ਬੱਟ ਦਾ ਪੇਪਰਜ਼ ਆਰ ਨਾਟ ਟੂ ਬੀ ਫਾਊਂਡ। ਇਟ ਸੀਮਜ਼ ਦੇ ਵਰ ਆਲ ਬਰਨ੍ਟ ਇਨ ਦ ਫਾਇਰ।
ਸ੍ਰੀਮਤੀ ਪਾਟਿਲ	: ਕਿੰਨੀ ਦੁਖ ਵਾਲੀ ਗੱਲ ਹੈ ।	Mrs. Patil	: What a Pity. ਵੱਟ੍ ਏ ਪਿਟੀ ।
ਸ੍ਰੀਮਤੀ ਸਾਨੇ	: ਮਿ: ਜੋਸ਼ੀ ਚਾਹੁਣ ਤਾਂ ਉਸ ਦੀ ਮਦਦ ਕਰ ਸਕਦੇ ਹਨ ।	Mrs. Sane	: Mr. Joshi can help him, if he likes. ਮਿ. ਜੋਸ਼ੀ ਕੈਨ ਹੈਲਪ ਹਿਮ, ਇਫ਼ ਹੀ ਲਾਇਕਸ ।
ਸ੍ਰੀਮਤੀ ਪਾਟਿਲ	: ਪਰ ਉਸ ਦੀ ਪਤਨੀ ਉਸ ਨੂੰ ਨਹੀਂ ਕਰਨ ਦੇਵੇਗੀ ।	Mrs. Patil	: But his wife won't let him. ਬੱਟ ਹਿਜ਼ ਵਾਈਫ਼ ਵੋਂਟ ਲੈੱਟ ਹਿਮ ।
ਸ੍ਰੀਮਤੀ ਸਾਨੇ	: ਕਿਉਂ ?	Mrs. Sane	: Why ? ਵ੍ਹਾਈ ?
ਸ੍ਰੀਮਤੀ ਪਾਟਿਲ	: ਪੈਸੇ ਨੇ ਉਸ ਦਾ ਸਿਰ ਫਿਰਾ ਦਿਤਾ ਹੈ ।	Mrs. Patil	: Money has turned her head. ਮਨੀ ਹੈਜ਼ ਟਰਨ੍ਡ ਹਰ ਹੈੱਡ ।
ਸ੍ਰੀਮਤੀ ਸਾਨੇ	: ਪੈਸਾ ਸਾਰੀਆਂ ਬੁਰਾਈਆਂ ਦੀ ਜੜ੍ਹ ਹੈ ।	Mrs. Sane	: Money is the root of all evils. ਮਨੀ ਇਜ਼ ਦਾ ਰੂਟ ਆਫ਼ ਆਲ ਈਵਲਜ਼ ।

(25) ਵਿਦਿਆ ਬਾਰੇ
ABOUT EDUCATION
(ਐਬਾਊਟ ਐਜੂਕੇਸ਼ਨ)

ਸ੍ਰੀਮਤੀ ਸਾਹਨੀ	: ਹੈਲੋ, ਮਿ: ਸ਼ਿੰਦੇ, ਸ਼ੈਲੀ ਅਜੇ ਸਕੂਲ ਤੋਂ ਨਹੀਂ ਆਇਆ ?	Mrs. Sahni	: Hullo, Mrs. Shinde, has not Shally yet come from School ? ਹੈਲੋ, ਮਿਸਿਜ਼ ਸ਼ਿੰਦੇ, ਹੈਜ਼ ਨਾਟ ਸ਼ੈਲੀ ਯੈੱਟ ਕਮ ਫ੍ਰਾਮ ਸਕੂਲ ?
ਸ੍ਰੀਮਤੀ ਸ਼ਿੰਦੇ	: ਨਹੀਂ, ਉਹ ਅੱਜ ਦੇਰ ਨਾਲ ਆਏਗਾ । ਉਸ ਦੇ ਸਕੂਲ ਵਿਚ ਜਲਸਾ ਹੈ ।	Mrs. Shinde	: No, he will be late today. There's a fete in his school. ਨੋ, ਹੀ ਵਿੱਲ ਬੀ ਲੇਟ ਟੁਡੇ, ਦੇਅਰ ਇਜ਼ ਏ ਫ਼ੇਟੱ, ਇਨ ਹਿਜ਼ ਸਕੂਲ।

ਸੀਮਤੀ ਸਾਹਨੀ :	ਅੱਜ ਕਲ੍ਹ ਤਾਂ ਹਰ ਦੂਸਰੇ ਦਿਨ ਇਨ੍ਹਾਂ ਦੇ ਸਕੂਲਾਂ ਵਿਚ ਜਲਸੇ, ਮੁਕਾਬਲੇ ਅਤੇ ਹੋਰ ਇਹੋ ਜਿਹੇ ਪ੍ਰੋਗਰਾਮ ਹੁੰਦੇ ਰਹਿੰਦੇ ਹਨ। ਪਰ ਪੜ੍ਹਾਈ ਦੇ ਪੱਧਰ ਦਾ ਕੀ ਹਾਲ ਹੈ ?	Mrs. Sahni	: Now-a-days they have fetes and competitions and such other programmes in schools every other day but what about the standard of education ? ਨਾਉ-ਏ-ਡੇਜ਼ ਦੇ ਹੈਵ ਫੀਟ੍ਸ ਐਂਡ ਕੰਪੀਟੀਸ਼ਨਜ਼ ਐਂਡ ਸੱਚ ਅਦਰ ਪ੍ਰੋਗਰਾਮਜ਼ ਇਨ ਸਕੂਲਜ਼ ਐਵਰੀ ਅਦਰ ਡੇ। ਬੱਟ ਵੱਟ ਐਬਾਊਟ ਦ ਸਟੈਂਡਰਡ ਆਫ਼ ਐਜੂਕੇਸ਼ਨ ?
ਸ੍ਰੀਮਤੀ ਸ਼ਿੰਦੇ :	ਸੱਚੀਂ, ਪੜ੍ਹਾਈ ਵਾਸਤੇ ਤਾਂ ਉਨ੍ਹਾਂ ਕੋਲ ਕੋਈ ਵਕਤ ਹੀ ਨਹੀਂ।	Mrs. Shinde	: Frankly, they seem to have no time for teaching. ਫਰੈਂਕ੍ਲੀ, ਦੇ ਸੀਮ ਟੂ ਹੈਵ ਨੋ ਟਾਈਮ ਫਾਰ ਟੀਚਿੰਗ।
ਸ੍ਰੀਮਤੀ ਸਾਹਨੀ :	ਮੇਰੇ ਵਿਚਾਰ ਅਨੁਸਾਰ, ਪੜ੍ਹਾਈ ਦਾ ਪੱਧਰ ਬਹੁਤ ਨੀਵਾਂ ਚਲਾ ਗਿਆ ਹੈ।	Mrs. Sahni	: In my opinion, the standard of education has now gone down very much. ਇਨ ਮਾਈ ਓਪੀਨਿਅਨ ਦਾ ਸਟੈਂਡਰਡ ਆਫ਼ ਐਜੂਕੇਸ਼ਨ ਹੈਜ਼ ਨਾਉ ਗੌਨ ਡਾਊਨ ਵੇਰੀ ਮੱਚ।
ਸ੍ਰੀਮਤੀ ਸ਼ਿੰਦੇ :	ਮੈਂ ਤੁਹਾਡੇ ਨਾਲ ਸਹਿਮਤ ਹਾਂ। ਕਿਉਂ, ਇਕ ਪੁਰਾਣੇ ਜ਼ਮਾਨੇ ਦੇ ਦਸਵੀਂ ਪਾਸ ਦੇ ਮੁਕਾਬਲੇ ਅੱਜ ਦਾ ਗਰੈਜੂਏਟ ਖਲੋ ਨਹੀਂ ਸਕਦਾ।	Mrs. Shinde	: I agree with you, why, a graduate of today cannot stand comparision with a matriculate of the old days. ਆਈ ਐਗਰੀ ਵਿਦ ਯੂ, ਵਾਈ, ਏ ਗਰੈਜੂਏਟ ਆਫ਼ ਟੂ ਡੇ ਕੇਨਨਾਟ ਸਟੈਂਡ ਕੰਪੇਰੀਜ਼ਨ ਵਿਦ ਏ ਮੈਟ੍ਰੀਕੁਲੇਟ ਆਫ ਦਾ ਓਲਡ ਡੇਜ਼।
ਸ੍ਰੀਮਤੀ ਸਾਹਨੀ :	ਮੈਂ ਤਾਂ ਇਹੀ ਕਹਾਂਗੀ ਕਿ ਇਹ ਅਧਿਆਪਕ ਉਪਰ ਨਿਰਭਰ ਕਰਦਾ ਹੈ। ਪੁਰਾਣੇ ਸਮੇਂ ਉਹ ਵਿਦਿਆਰਥੀ ਵਲ ਵਿਅਕਤੀਗਤ ਧਿਆਨ ਦਿੰਦੇ ਸਨ।	Mrs. Sahni	: I would say it all depends upon the teacher. In the passed they used to pay individual attention to the students. ਆਈ ਵੁੱਡ ਸੇ ਇਟ ਆਲ ਡਿਪੈਂਡਜ਼ ਅਪਾਨ ਦ ਟੀਚਰ, ਇਨ ਦ ਪਾਸਟ ਦੇ ਯੂਜ਼ਡ ਟੂ ਪੇ ਇੰਡੀਵਿਜੁਅਲ ਅਟੈਂਨਸ਼ਨ ਟੂ ਦ ਸਟੂਡੈਂਟ।
ਸ੍ਰੀਮਤੀ ਸ਼ਿੰਦੇ :	ਹਾਂ, ਉਹ ਆਪਣੇ ਕੰਮ ਵਲ ਪੂਰੀ ਤਰ੍ਹਾਂ ਅਰਪਿਤ ਸਨ ਅਤੇ ਪੜ੍ਹਾਉਣ ਨੂੰ ਗੰਭੀਰਤਾ ਨਾਲ ਲੈਂਦੇ ਸਨ।	Mrs. Shinde	: Yes, they were devoted to their work and took teaching seriously. ਯੈੱਸ, ਦੇ ਵਰ ਡਿਵੋਟੇਡ ਟੂ ਦੇਅਰ ਵਰ੍ਕ ਐਂਡ ਟੁੱਕ ਟੀਚਿੰਗ ਸੀਰੀਅਸਲੀ।
ਸ੍ਰੀਮਤੀ ਸਾਹਨੀ :	ਵਿਦਿਆਰਥੀ ਅਧਿਆਪਕਾਂ ਪ੍ਰਤੀ ਆਗਿਆਕਾਰੀ ਸਨ ਅਤੇ ਆਪਣੀ ਪੜ੍ਹਾਈ ਪ੍ਰਤੀ ਵਫ਼ਾਦਾਰ।	Mrs. Sahni	: The students were also obedient to their teachers and sincere in their studies ਦ ਸਟੂਡੈਂਟ੍ਸ ਵਰ ਆਲਸੋ ਓਬੀਡੀਐਂਟ ਟੂ ਦੇਅਰ ਟੀਚਰਜ਼ ਐਂਡ ਸਿਨ੍ਸੀਅਰ ਟੂ ਦੇਅਰ ਸਟੱਡੀਜ਼।
ਸ੍ਰੀਮਤੀ ਸ਼ਿੰਦੇ :	ਪਰ ਹੁਣ ਆਪਣੀਆਂ ਕਿਤਾਬਾਂ ਨਾਲੋਂ ਫ਼ਿਲਮਾਂ ਬਾਰੇ ਉਹ ਜ਼ਿਆਦਾ ਜਾਣਦੇ ਹਨ।	Mrs. Shinde	: But now they know more about films and less about books. ਬੱਟ ਨਾਉ ਦੇ ਨੋ ਮੋਰ ਐਬਾਊਟ ਫਿਲਮਜ਼ ਐਂਡ ਲੈੱਸ ਐਬਾਊਟ ਬੁਕ੍ਸ।

ਸ੍ਰੀਮਤੀ ਸਾਹਨੀ :	ਇਹੋ ਕਾਰਨ ਹੈ ਕਿ ਉਹ ਪੜ੍ਹਾਈ ਵਿਚ ਕਮਜ਼ੋਰ ਹਨ।	Mrs. Sahni	: That is why they are so poor in their studies. ਦੈਟ ਇਜ਼ ਵ੍ਹਾਈ ਦੇ ਆਰ ਸੋ ਪੂਅਰ ਇਨ ਸਟੱਡੀਜ਼।
ਸ੍ਰੀਮਤੀ ਸ਼ਿੰਦੇ :	ਪੜ੍ਹਾਈ ਵਿਚ ਉਨ੍ਹਾਂ ਨੂੰ ਕੋਈ ਦਿਲਚਸਪੀ ਹੀ ਨਹੀਂ।	Mrs. Shinde	: They are just not interested in studies. ਦੇ ਆਰ ਜਸਟ ਨਾਟ ਇਨਟਰੈਸਟਿਡ ਇਨ ਸਟੱਡੀਜ਼।
ਸ੍ਰੀਮਤੀ ਸਾਹਨੀ :	ਅਧਿਆਪਕਾਂ ਦੀ ਵੀ ਇਹੋ ਗੱਲ ਹੈ। ਉਨ੍ਹਾਂ ਨੂੰ ਕੇਵਲ ਆਪਣੀਆਂ ਤਨਖ਼ਾਹਾਂ ਵਿਚ ਦਿਲਚਸਪੀ ਹੈ।	Mrs. Sahni	: It's the same with teachers. They are interested only in their grades. ਇਟ ਇਜ਼ ਦ ਸੇਮ ਵਿਦ ਟੀਚਰਜ਼। ਦੇ ਆਰ ਇਨਟਰੈਸਟਿਡ ਓਨਲੀ ਇਨ ਦੇਅਰ ਗ੍ਰੇਡਜ਼।
ਸ੍ਰੀਮਤੀ ਸ਼ਿੰਦੇ :	ਜਦੋਂ ਹਰ ਕੋਈ ਪੈਸੇ ਪਿੱਛੇ ਹੈ ਤਾਂ ਅਧਿਆਪਕ ਵਖਰੇ ਕਿਵੇਂ ਹੋ ਸਕਦੇ ਹਨ।	Mrs. Shinde	: Well, when everyone is after money how could teachers be different ? ਵੈੱਲ, ਵ੍ਹੈੱਨ ਐਵਰੀਵਨ ਇਜ਼ ਆਫ਼ਟਰ ਮਨੀ ਹਾਊ ਕੁੱਡ ਟੀਚਰਜ਼ ਬੀ ਡਿਫ਼ਰੈਂਟ।
ਸ੍ਰੀਮਤੀ ਸਾਹਨੀ :	ਮੇਰਾ ਵੀ ਇਹੋ ਵਿਚਾਰ ਹੈ।	Mrs. Sahni	: I think so too. ਆਈ ਥਿੰਕ ਸੋ ਟੂ।
ਸ੍ਰੀਮਤੀ ਸ਼ਿੰਦੇ :	ਦੂਜੇ ਪਾਸੇ ਸਾਡੇ ਵਿਦਿਅਕ ਤਰੀਕੇ ਵਿਚ ਵੀ ਕੁਝ ਬੁਨਿਆਦੀ ਤਬਦੀਲੀ ਚਾਹੀਦੀ ਹੈ।	Mrs. Shinde	: On the other hand our educational system also needs some radical change. ਆਨ ਦ ਅਦਰ ਹੈਂਡ ਅਵਰ ਐਜੂਕੇਸ਼ਨ ਸਿਸਟਮ ਆਲਸੋ ਨੀਡਜ਼ ਸਮ ਰੈਡੀਕਲ ਚੇਂਜ।
ਸ੍ਰੀਮਤੀ ਸਾਹਨੀ :	ਮੈਨੂੰ ਖੁਸ਼ੀ ਹੈ ਕਿ ਸਰਕਾਰ ਇਸ ਬਾਰੇ ਜਾਗਰੂਪ ਹੈ।	Mrs. Sahni	: I am glad that the Government is aware of this. ਆਈ ਐਮ ਗਲੈਡ ਦੈਟ ਗਵਰਨਮੈਂਟ ਇਜ਼ ਅਵੇਅਰ ਆਫ਼ ਦਿਸ।
ਸ੍ਰੀਮਤੀ ਸ਼ਿੰਦੇ :	ਪਰ ਜੇ ਵਿਦਿਆਰਥੀ ਹੜ-ਤਾਲਾਂ ਕਰਦੇ ਰਹੇ ਤਾਂ ਸਰਕਾਰ ਕੀ ਕਰ ਸਕਦੀ ਹੈ ?	Mrs. Shinde	: But if students keep going on strike what can the Govercment do ? ਬੱਟ ਇਫ ਸਟੂਡੈਂਟਸ ਕੀਪ ਗੋਇਗ ਆਨ ਸਟ੍ਰਾਈਕ ਵੱਟ ਕੈਨ ਦ ਗਵਰਨਮੈਂਟ ਡੂ ?
ਸ੍ਰੀਮਤੀ ਸਾਹਨੀ :	ਹਾਂ, ਮੈਨੂੰ ਉਮੀਦ ਹੈ ਕਿ ਵਿਦਿਆਰਥੀ ਵੀ ਆਪਣੀ ਜ਼ਿੰਮੇਦਾਰੀ ਨੂੰ ਸਮਝਣਗੇ।	Mrs. Sahni	: Yes, I hope the students too realise their responsibility. ਯੈੱਸ, ਆਈ ਹੋਪ ਦ ਸਟੂਡੈਂਟਸ ਟੂ ਰੀਅਲਾਈਜ਼ ਦੇਅਰ ਰੈਸਪੌਂਨਸਿਬਿਲਿਟੀ।

(26) ਜੁਰਮ

CRIMES

(ਕ੍ਰਾਈਮਜ਼)

ਸ੍ਰੀ ਅਸ਼ੋਕ ਰਾਏ :	ਤੁਸੀਂ ਸੁਣਿਆ ?	Mr. Ashok Rai	: Did you hear ? ਡਿਡ ਯੂ ਹੀਅਰ ?
ਸ੍ਰੀ ਪ੍ਰਾਣ ਨਾਥ :	ਕੀ ?	Mr. Pran Nath	: What ? ਵੱਟ ?

ਸ੍ਰੀ ਅਸ਼ੋਕ ਰਾਏ	: ਪਿਛਲੀ ਰਾਤ ਆਪਣੀ ਕਤਾਰ ਦੇ ਆਖਰੀ ਘਰ ਵਿਚ ਚੋਰੀ ਹੋ ਗਈ ।	Mr. Ashok Rai	: Last night there was a theft in the last house in our line, ਲਾਸਟ ਨਾਈਟ ਦੇਅਰ ਵਾਜ਼ ਏ ਥੈਫ਼ਟ ਇਨ ਦ ਲਾਸਟ ਹਾਊਸ ਇਨ ਅਵਰ ਲਾਈਨ ।
ਸ੍ਰੀ ਪ੍ਰਾਣ ਨਾਥ	: ਸੱਚ ? ਉਸ ਘਰ ਵਿਚ ਸ੍ਰੀ ਕੇਸ਼ਵ ਚੰਦਰ ਰਹਿੰਦੇ ਹਨ । ਮੈਂ ਉਨ੍ਹਾਂ ਨੂੰ ਚੰਗੀ ਤਰ੍ਹਾਂ ਜਾਣਦਾ ਹਾਂ । ਤੁਹਾਨੂੰ ਕਿਸ ਦਸਿਆ ?	Mr. Pran Nath	: Really ? Mr. Keshav Chandra lives in that house. I know him well, who told you ? ਰੀਅਲੀ ? ਮਿ. ਕੇਸ਼ਵਚੰਦਰਾ ਲਿਵਜ਼ ਇਨ ਦੈਟ ਹਾਊਸ, ਆਈ ਨੋ ਹਿਮ ਵੈੱਲ, ਹੂ ਟੋਲਡ ਯੂ ?
ਸ੍ਰੀ ਅਸ਼ੋਕ ਰਾਏ	: ਮੇਰਾ ਲੜਕਾ ਰਾਜੀਵ ਮੈਨੂੰ ਦੱਸ ਰਿਹਾ ਸੀ ।	Mr. Ashok Rai	: My son Rajeev was telling me. ਮਾਈ ਸਨ ਰਾਜੀਵ ਵਾਜ਼ ਟੈਲਿੰਗ ਮੀ ।
ਸ੍ਰੀ ਪ੍ਰਾਣ ਨਾਥ	: ਪਿਛਲੇ ਮਹੀਨੇ ਵੀ ਆਪਣੇ ਇਲਾਕੇ ਵਿਚ ਇਹ ਵੱਡੀ ਚੋਰੀ ਹੋਈ ਸੀ ।	Mr. Pran Nath	: I see Last month too there was a big theft in our locality. ਆਈ ਸੀ, ਲਾਸਟ ਮੰਥ ਟੂ ਦੇਅਰ ਵਾਜ਼ ਏ ਬਿੱਗ ਥੈਫ਼ਟ ਇਨ ਅਵਰ ਲੋਕੈਲਿਟੀ ।
ਸ੍ਰੀ ਅਸ਼ੋਕ ਰਾਏ	: ਤੁਹਾਡਾ ਕੀ ਖ਼ਿਆਲ ਨਹੀਂ ਕਿ ਚੋਰੀਆਂ ਅਤੇ ਹੋਰ ਜੁਰਮ ਕਾਫ਼ੀ ਵਧ ਗਏ ਹਨ ?	Mr. Ashok Rai	: Don't you think thefts and other crimes have increased lately ? ਡੋਂਟ ਯੂ ਥਿੰਕ ਥੈਫ਼ਟਸ ਐਂਡ ਅਦਰ ਕ੍ਰਾਈਮਜ਼ ਹੈਵ ਇਨਕ੍ਰੀਜ਼ਡ ਲੇਟਲੀ ?
ਸ੍ਰੀ ਪ੍ਰਾਣ ਨਾਥ	: ਅਸੀਂ ਅਖ਼ਬਾਰਾਂ ਵਿਚ ਵੀ ਪੜ੍ਹਦੇ ਹਾਂ ਕਿ ਦਿੱਲੀ ਵਿਚ ਇਹੋ ਜਿਹੇ ਜੁਰਮ ਵਧ ਰਹੇ ਹਨ ।	Mr. Pran Nath	: Well, we do read in the news-papers about an increase in such crimes in Delhi. ਵੈੱਲ, ਵੀ ਡੂ ਰੀਡ ਇਨ ਦ ਨਿਊਜ਼ਪੇਪਰਜ਼ ਐਬਾਊਟ ਐਨ ਇਨਕ੍ਰੀਜ਼ ਇਨ ਸੱਚ ਕ੍ਰਾਈਮਜ਼ ਇਨ ਡੇਲਹੀ ।
ਸ੍ਰੀ ਅਸ਼ੋਕ ਰਾਏ	: ਇਸ ਦਾ ਮਤਲਬ ਇਹ ਨਹੀਂ ਕਿ ਕਾਨੂੰਨ ਤੇ ਵਿਵ-ਸਥਾ ਦੀ ਸਥਿਤੀ ਰਾਜਧਾਨੀ ਵਿਚ ਵਿਗੜਦੀ ਜਾ ਰਹੀ ਹੈ ?	Mr. Ashok Rai	: Does it not mean that the Law and Order situation in the Capital in worsening ? ਡਜ਼ ਇਟ ਨਾਟ ਮੀਨ ਦੈਟ ਦ ਲਾ ਐਂਡ ਆਰਡਰ ਸਿੱਚੂਏਸ਼ਨ ਇਨ ਦ ਕੈਪੀਟਲ ਇਨ ਵਰਸਨਿੰਗ ?
ਸ੍ਰੀ ਪ੍ਰਾਣ ਨਾਥ	: ਪੁਲਿਸ ਵਿਭਾਗ ਦਾ ਦਾਅਵਾ ਹੈ ਕਿ ਇਹ ਗੱਲ ਨਹੀਂ ਹੈ ।	Mr. Pran Nath	: Well, the Police department claim that it is not so. ਵੈੱਲ, ਦ ਪੁਲੀਸ ਡਿਪਾਰਟਮੈਂਟ ਕਲੇਮ ਦੈਟ ਇਟ ਇਜ਼ ਨਾਟ ਸੋ ।
ਸ੍ਰੀ ਅਸ਼ੋਕ ਰਾਏ	: ਇਸ ਦਾ ਯਕੀਨ ਕਰੋ ਜਾਂ ਨਾ, ਮੈਂ ਤਾਂ ਕਿਧਰੇ ਇਹ ਵੀ ਪੜ੍ਹਿਆ ਹੈ ਕਿ ਦਿਲੀ ਵਿਚ ਜੇਬ-ਕਤਰਿਆਂ ਲਈ ਇਕ ਸਕੂਲ ਵੀ ਹੈ ।	Mr. Ashok Rai	: Believe it or not. I read some-where the other day that there is a regular school for pick-pockets in Delhi. ਬਿਲੀਵ ਇਟ ਆਰ ਨਾਟ, ਆਈ ਰੀਡ ਸਮਵੇਅਰ ਦ ਅਦਰ ਡੇ ਦੈਟ ਦੇਅਰ ਇਜ਼ ਏ ਰੈਗੂਲਰ ਸਕੂਲ ਫਾਰ ਪਿੱਕ-ਪਾਕੇਟਸ ਇਨ ਡੇਲਹੀ ।

ਸ੍ਰੀ ਪ੍ਰਾਣ ਨਾਥ	: ਇਹ ਤਾਂ ਹੱਦ ਹੈ ।	Mr. Pran Nath	: That is the limit. ਦੈਟ ਇਜ਼ ਦ ਲਿਮਿਟ।
ਸ੍ਰੀ ਅਸ਼ੋਕ ਰਾਏ	: ਪਰ ਇਹ ਤਾਂ ਛੋਟੇ ਮੋਟੇ ਜੁਰਮ ਹਨ ।	Mr. Ashok Rai	: But of course these are petty crimes. ਬੱਟ ਆਫ ਕੋਰ੍ਸ ਦੀਜ਼ ਆਰ ਪੈਟੀ ਕ੍ਰਾਈਮਜ਼ ।
ਸ੍ਰੀ ਪ੍ਰਾਣ ਨਾਥ	: ਹਾਂ, ਅਤੇ ਗ੍ਰਹਿ ਮੰਤਰੀ ਨੇ ਪਿੱਛੇ ਜਿਹੇ ਹੀ ਕਿਹਾ ਹੈ ਕਿ ਭਾਵੇਂ ਛੋਟੇ ਮੋਟੇ ਜੁਰਮ ਵਧ ਗਏ ਹਨ ਪਰ ਵੱਡੇ ਜੁਰਮ ਘਟ ਗਏ ਹਨ ।	Mr. Pran Nath	: Yes, and the Home Minister recently said that though petty crimes have somewhat increased, major crimes have gone down. ਯੈੱਸ, ਐਂਡ ਦਾ ਹੋਮ ਮਨਿਸਟਰ ਰੀਸੈਂਟਲੀ ਸੈੱਡ ਦੈਟ ਦੋ ਪੈਟੀ ਕ੍ਰਾਈਮਜ਼ ਹੈਵ ਸਮਵੱਟ੍ ਇਨਕ੍ਰੀਜ਼ਡ, ਮੇਜਰ ਕ੍ਰਾਈਮਜ਼ ਹੈਵ ਗਾਨ ਡਾਊਨ ।
ਸ੍ਰੀ ਅਸ਼ੋਕ ਰਾਏ	: ਉਹ ਠੀਕ ਕਹਿੰਦੇ ਹੋਣਗੇ ।	Mr. Ashok Rai	: He may be right. ਹੀ ਮੇ ਬੀ ਰਾਈਟ ।
ਸ੍ਰੀ ਪ੍ਰਾਣ ਨਾਥ	: ਮੇਰੇ ਵਿਚਾਰ ਵਿਚ ਆਰਥਿਕ ਜੁਰਮ ਜਿਵੇਂ ਕਿ ਤਸਕਰੀ ਅਤੇ ਕਾਲਾ-ਬਜ਼ਾਰੀ, ਕਤਲ ਨਾਲੋਂ ਵੀ ਗੰਭੀਰ ਜੁਰਮ ਹਨ ।	Mr. Pran Nath	: In my opinion economic crimes like smuggling and black-marketing are more serious than even murder. ਇਨ ਮਾਈ ਓਪੀਨਿਅਨ ਈਕੋਨੋਮਿਕ ਕ੍ਰਾਈਮਜ਼ ਲਾਈਕ ਸਮੱਗਲਿੰਗ ਐਂਡ ਬਲੈਕ-ਮਾਰਕੀਟਿੰਗ ਆਰ ਮੋਰ ਸੀਰੀਅਸ ਦੈਨ ਈਵਨ ਮਰਡਰ ।
ਸ੍ਰੀ ਅਸ਼ੋਕ ਰਾਏ	: ਇਹ ਤੁਸੀਂ ਕਿਵੇਂ ਕਹਿ ਸਕਦੇ ਹੋ ?	Mr. Ashok Rai	: How do you say that ? ਹਾਊ ਡੂ ਯੂ ਸੇ ਦੈਟ ?
ਸ੍ਰੀ ਪ੍ਰਾਣ ਨਾਥ	: ਉਹ ਸਾਰੇ ਮੁਲਕ ਨੂੰ ਗ਼ਰੀਬ ਕਰਦੇ ਹਨ ਅਤੇ ਗਰੀਬਾਂ ਦੀ ਖੱਲ ਲਾਹੁੰਦੇ ਹਨ ।	Mr. Pran Nath	: They impovarish the whole country and fleece the poor. ਦੇ ਇਮਪ੍ਰਾਵਰਿਸ਼ ਦ ਹੋਲ ਕੰਟ੍ਰੀ ਐਂਡ ਫ੍ਲੀਸ ਦ ਪੂਅਰ ।
ਸ੍ਰੀ ਅਸ਼ੋਕ ਰਾਏ	: ਕਿਸਮਤ ਨਾਲ ਬਹੁਤ ਸਾਰੇ ਨਾਮੀ ਤਸਕਰਾਂ ਨੇ ਆਪ-ਣੀਆਂ ਹਰਕਤਾਂ ਛੱਡਣ ਦੀ ਜੇ. ਪੀ. ਦੀ ਹਾਜ਼ਰੀ ਵਿਚ ਸਹੁੰ ਚੁੱਕੀ ਹੈ ।	Mr. Ashok Rai	: Fortunately many notorious smugglers have taken a pledge in JP's presence to give up their activities. ਫਾਰਚੂਨੇਟਲੀ ਮੈਨੀ ਨਟੋਰੀਅਸ ਸਮੱਗਲਰਜ਼ ਹੈਵ ਟੇਕਨ ਏ ਪ੍ਲੇੱਜ ਇਨ ਜੇ.ਪੀ.ਜ਼ ਪ੍ਰੇਜ਼ੈਂਸ ਟੂ ਗਿਵ ਅਪ ਦੇਅਰ ਐਕਟਿਵਟੀਜ਼ ।
ਸ੍ਰੀ ਪ੍ਰਾਣ ਨਾਥ	: ਅਤੇ ਸਰਕਾਰ ਵੀ ਉਨ੍ਹਾਂ ਉਪਰ ਕੜੀ ਨਿਗਰਾਨੀ ਰਖ ਰਹੀ ਹੈ ।	Mr. Pran Nath	: And the Government is also keeping a close watch on them. ਐਂਡ ਦਾ ਗਵਰਨਮੈਂਟ ਇਜ਼ ਆਲਸੋ ਕੀਪਿੰਗ ਏ ਕਲੋਜ਼ ਵਾਚ ਆਨ ਦੈੱਮ ।
ਸ੍ਰੀ ਅਸ਼ੋਕ ਰਾਏ	: ਪਰ ਕਾਲਾ-ਬਾਜ਼ਾਰੀ ਦਾ ਕੀ ਹੋਵੇਗਾ ? ਇਸ ਉਪਰ ਕਿਵੇਂ ਨਿਗਰਾਨੀ ਰੱਖੀ ਜਾ ਸਕਦੀ ਹੈ ?	Mr. Ashok Rai	: But what about the black-market ? How can it be checked ? ਬਟ ਵੱਟ ਐਬਾਊਟ ਦਾ ਬਲੈਕ-ਮਾਰਕਿਟ ? ਹਾਊ ਕੈਨ ਇਟ ਬੀ ਚੈੱਕ੍ਡ ?

ਸ੍ਰੀ ਪ੍ਰਾਣ ਨਾਥ : ਇਹ ਸਾਡੀ ਆਰਥਿਕਤਾ ਵਿਚ ਐਨੀ ਡੂੰਘੀ ਚਲੀ ਗਈ ਹੈ ਕਿ ਇਸ ਨੂੰ ਅਸਾਨੀ ਨਾਲ ਖ਼ਤਮ ਨਹੀਂ ਕੀਤਾ ਜਾ ਸਕਦਾ ਪਰ ਹਜ਼ਾਰ ਰੁਪਏ ਦੇ ਨੋਟ ਬੰਦ ਕਰਨਾ, ਕਾਲਾ ਧਨ ਬਾਹਰ ਲਿਆ-ਉਣ ਵਲ ਚੰਗਾ ਕਦਮ ਸੀ ।

Mr. Pran Nath : Well, it has gone so deep in our economy that it cannot be easily removed. But de-monetising thousand rupees notes was a good step towards uncovering black money. ਵੈੱਲ, ਇਟ ਹੈਜ਼ ਗੱਨ ਸੋ ਡੀਪ ਇਨ ਅਵਰ ਇਕੋਨੋਮੀ ਦੈਟ ਇਟ ਕੈਨਨਾਟ ਬੀ ਈਜ਼ਿਲੀ ਰੀਮੂਵਡ. ਬਟ ਡੀ-ਮੋਨੀਟਾਈਜ਼ਿੰਗ ਥਾਊਜ਼ੈਂਡ ਰੁਪੀਜ਼ ਨੋਟਸ ਵਾਜ਼ ਏ ਗੁੱਡ ਸਟੈੱਪ ਟੁਵਾਰਡਜ਼ ਅਨਕਵੇਰਿੰਗ ਬਲੈਕ-ਮਨੀ ।

ਸ੍ਰੀ ਅਸ਼ੋਕ ਰਾਏ : ਮੈਂ ਤਾਂ ਕਹਾਂਗਾ ਕਿ ਤਸਕਰੀ ਅਤੇ ਕਾਲਾ-ਬਜ਼ਾਰੀ ਲੋਕਾਂ ਦੇ ਵਿਰੁਧ ਜੁਰਮ ਹਨ । ਪਰ ਹੈਰਾਨੀ ਦੀ ਗੱਲ ਹੈ ਕਿ ਲੋਕ ਹੀ ਹਨ ਜੋ ਇਸ ਨੂੰ ਮਦਦ ਦਿੰਦੇ ਹਨ ।

Mr. Ashok Rai : I would say smuggling and black-marketing are crimes against the people, but strangely enough it is the people who encourage them. ਆਈ ਵੁੱਡ ਸੇ ਸਮੱਗਲਿੰਗ ਐਂਡ ਬਲੈਕ-ਮਾਰਕਿਟਿੰਗ ਆਰ ਕਰਾਈਮਜ਼ ਅਗੇਂਸਟ ਦ ਪੀਪਲ, ਬਟ ਸਟਰੇਂਜਲੀ ਐਨੱਫ ਇਟ ਇਜ਼ ਦ ਪੀਪਲ ਹੂ ਏਨਕੋਰੇਜ ਦੈੱਮ ।

ਸ੍ਰੀ ਪ੍ਰਾਣ ਨਾਥ : ਇਹ ਕਿਸ ਤਰ੍ਹਾਂ ?

Mr. Pran Nath : How is that ? ਹਾਊ ਇਜ਼ ਦੈਟ ?

ਸ੍ਰੀ ਅਸ਼ੋਕ ਰਾਏ : ਉਦਾਹਰਣ ਦੇ ਤੌਰ ਤੇ, ਅਮੀਰ ਅਤੇ ਫੈਸ਼ਨ ਵਾਲੀਆਂ ਔਰਤਾਂ ਤਸਕਰੀ ਕੀਤੀਆਂ ਹੋਈਆਂ ਬਿਦੇਸ਼ੀ ਚੀਜ਼ਾਂ, ਜਿਵੇਂ ਕਿ, ਘੜੀਆਂ, ਕਪੜੇ ਅਤੇ ਟੇਪ-ਰਿਕਾਰਡਰ ਆਦਿ ਲਈ ਪਾਗਲ ਹਨ । ਅਤੇ ਉਹ ਉਨ੍ਹਾਂ ਵਾਸਤੇ ਚੰਗੀ ਕੀਮਤ ਅਦਾ ਕਰਨ ਵਿਚ ਵੀ ਬੁਰਾਈ ਨਹੀਂ ਸਮਝ-ਦੀਆਂ । ਇਹ ਕੁਦਰਤੀ ਤੌਰ ਤੇ ਕਾਲਾ-ਬਾਜ਼ਾਰੀਆਂ ਨੂੰ ਹਿੰਮਤ ਦੇਣਾ ਹੈ।

Mr. Ashok Rai : For instance, rich and fashionable ladies are crazy for smuggling foreign articles like watches, textiles and tape-recorders, and they don't mind paying fancy prices for them. Naturally this encourages the black marketeers. ਫਾਰ ਇਨਸਟੈਂਸ, ਰਿੱਚ ਐਂਡ ਫੈਸ਼ਨੇਬਲ ਲੇਡੀਜ਼ ਆਰ ਕਰੇਜ਼ੀ ਫਾਰ ਸਮੱਗਲਿੰਗ ਫੱਾਰਿਨ ਆਰਟੀਕਲਜ਼ ਲਾਈਕ ਵਾਚੇਜ਼, ਟੈਕਸਟਾਈਲਜ਼ ਐਂਡ ਟੇਪ-ਰਿਕਾਰਡਰਜ਼ ਐਂਡ ਦੇ ਡੋਂਟ ਮਾਈਂਡ ਪੇਇੰਗ ਫੈਂਸੀ ਪ੍ਰਾਇਸੇਜ਼ ਫਾਰ ਦੈੱਮ । ਨੈਚੁਰਲੀ ਦਿਸ ਏਨਕਰੇਜਜ਼ ਦ ਬਲੈਕ ਮਾਰਕੇਟਿਅਰਜ਼ ।

ਸ੍ਰੀ ਪ੍ਰਾਣ ਨਾਥ : ਕਿੰਨਾ ਸੱਚ ਹੈ । ਕਲ੍ਹ ਮੇਰੀ ਪਤਨੀ ਦੀ ਇਕ ਸਹੇਲੀ ਬੜੀ ਸ਼ਾਨ ਨਾਲ ਬਾਹਰੋਂ ਆਈ ਚੋਰੀ ਦੀ ਘੜੀ ਦਿਖਾ ਰਹੀ ਸੀ ਜੋ ਕਿ ਉਸ ਨੇ ਖ਼ਰੀਦੀ ਸੀ ।

Mr. Pran Nath : How true. Yesterday a friend of my wife was proudly showing off a smuggled watch she had bought. ਹਾਉ ਟਰੂ । ਯੈਸਟਰਡੇ ਏ ਫ੍ਰੈਂਡ ਆਫ ਮਾਈ ਵਾਈਫ਼ ਵਾਜ਼ ਪਰਾਉਡਲੀ ਸ਼ੋਇਗ ਆਫ਼ ਏ ਸਮੱਗਲਡ ਵਾਚ ਸ਼ੀ ਹੈਡ ਬੌਟ ।

ਸ੍ਰੀ ਅਸ਼ੋਕ ਰਾਏ : ਦੇਖਿਆ ਮੈਂ ਇਹੀ ਕਹਿ ਰਿਹਾ ਸਾਂ। ਅਸਲ ਵਿਚ ਮੈਂ ਤਾਂ ਇਹ ਵੀ ਕਹਾਂਗਾ ਕਿ ਸਾਰੇ ਜੁਰਮ ਸਮਾਜਕ ਜੁਰਮ ਹੀ ਹਨ। ਕਿਉਂਕਿ ਉਹ ਸਾਰੇ ਸਮਾਜ ਦੇ ਨੈਤਿਕ ਪੱਧਰ ਉਪਰ ਪ੍ਰਭਾਵ ਪਾਉਂਦੇ ਹਨ।

Mr. Ashok Rai : See what I mean ? In fact I would even say that all crimes are ultimately social crimes, for they effect the moral standard of the society as a whole. ਸੀ ਵੱਟ ਆਈ ਮੀਨ ? ਇਨ ਫੈਕਟ ਆਈ ਵੁੱਡ ਈਵਨ ਸੇ ਦੈਟ ਆਲ ਕਰਾਈਮਜ਼ ਆਰ ਅਲਟੀਮੇਟਲੀ ਸੋਸ਼ਲ ਕ੍ਰਾਈਮਜ਼, ਫਾਰ ਦੇ ਇਫੈਕਟ ਦ ਮੌਰਲ ਸਟੈਂਡਰਡ ਆਫ਼ ਦ ਸੋਸਾਇਟੀ ਐਜ਼ ਏ ਹੋਲ।

ਸ੍ਰੀ ਪ੍ਰਾਣ ਨਾਥ : ਫਿਰ ਤਾਂ ਪੁਲੀਸ ਇਕੱਲੀ ਇਨ੍ਹਾਂ ਨਾਲ ਨਜਿੱਠ ਨਹੀਂ ਸਕਦੀ।

Mr. Pran Nath : Then the Police alone cannot cope with them. ਦੈੱਨ ਦ ਪੁਲੀਸ ਏਲੋਨ ਕੈਨਨਾਟ ਕੋਪ ਵਿਦ ਦੈੱਮ।

ਸ੍ਰੀ ਅਸ਼ੋਕ ਰਾਏ : ਬਿਲਕੁਲ। ਸਾਡੇ ਕੋਲ ਨਾ ਕੇਵਲ ਨਿਪੁੰਨ ਪੁਲਿਸ ਵਿਭਾਗ ਹੀ ਚਾਹੀਦਾ ਹੈ ਸਗੋਂ ਕਾਨੂੰਨ ਨੂੰ ਮੰਨਣ ਵਾਲੇ ਨਾਗਰਿਕ ਵੀ ਚਾਹੀਦੇ ਹਨ। ਅਤੇ ਕਾਨੂੰਨ ਨੂੰ ਮੰਨਣ ਵਾਲੇ ਨਾਗਰਿਕ ਪੈਦਾ ਕਰਨ ਲਈ ਚੰਗੀ ਨੈਤਿਕ ਵਿਦਿਆ ਹੋਣੀ ਚਾਹੀਦੀ ਹੈ।

Mr. Ashok Rai : Exactly. We must have not only as efficient police department but law-abiding citizens, and for creating law-abiding citizens we should have good moral education. ਐਗਜ਼ੈਕਟਲੀ। ਵੀ ਮਸਟ ਹੈਵ ਨਾਟ ਓਨਲੀ ਐਜ਼ ਏਫੀਸਿਏਂਟ ਪੁਲੀਸ ਡਿਪਾਰਟਮੈਂਟ ਬਟ ਲਾ-ਐਬਾਈਡਿੰਗ ਸਿਟੀਜ਼ਨਜ਼, ਐਂਡ ਫਾਰ ਕ੍ਰੀਏਟਿੰਗ ਲਾ-ਐਬਾਈਡਿੰਗ ਸਿਟੀਜ਼ਨਜ਼ ਵੀ ਸ਼ੁੱਡ ਹੈਵ ਗੁੱਡ ਮੌਰਲ ਐਜੂਕੇਸ਼ਨ।

ਸ੍ਰੀ ਪ੍ਰਾਣ ਨਾਥ : ਮੈਂ ਤਾਂ ਇਹੀ ਕਹਾਂਗਾ ਕਿ ਤੁਸੀਂ ਸਮੱਸਿਆ ਦੀ ਜੜ੍ਹ ਤਕ ਪਹੁੰਚ ਗਏ ਹੋ। ਮੈਂ ਡਾ: ਰਾਧਾ ਕ੍ਰਿਸ਼ਨਨ ਦੁਆਰਾ ਲਿਖਤ ਇਕ ਕਿਤਾਬ ਪੜ੍ਹੀ ਹੈ ਜਿਸ ਵਿਚ ਨੈਤਿਕ-ਵਿਦਿਆ ਦੇ ਮਹੱਤਵ ਉਪਰ ਜ਼ੋਰ ਦਿਤਾ ਗਿਆ ਹੈ।

Mr. Pran Nath : I must say you have gone to the heart of the problem. I have read a book by Dr.Radhakrishnan stressing the inportance of moral education. ਆਈ ਮਸਟ ਸੇ ਯੂ ਹੈਵ ਗੌਨ ਟੂ ਦ ਹਰਟ ਆਫ਼ ਦ ਪ੍ਰਾਬਲੇਮ। ਆਈ ਹੈਵ ਰੇਡ ਏ ਬੁੱਕ ਬਾਈ ਡਾ: ਰਾਧਾ ਕ੍ਰਿਸ਼ਨਨ ਸਟ੍ਰੇੱਸਿੰਗ ਦ ਇਮਪਾਰਟੈਂਸ ਆਫ ਮੌਰਲ ਐਜੂਕੇਸ਼ਨ।

ਸ੍ਰੀ ਅਸ਼ੋਕ ਰਾਏ : ਮੈਨੂੰ ਯਕੀਨ ਹੈ ਕਿ ਅਸੀਂ ਰੋਜ਼ਾਨਾ ਜ਼ਿੰਦਗੀ ਵਿਚ ਸਧਾਰਨ ਨੈਤਿਕ ਕੀਮਤਾਂ ਨੂੰ ਅਪਣਾ ਲਈਏ ਤਾਂ ਜੁਰਮ ਖ਼ਤਮ ਹੋ ਜਾਣਗੇ।

Mr. Ashok Rai : I am convinced that if we accept simple moral values in day-to-day life, crime would disappear. ਆਈ ਐਮ ਕਨਵਿੰਸਡ ਦੈਟ ਇਫ ਵੀ ਏਕਸੇਪਟ ਸਿੰਪਲ ਮੌਰਲ ਵੈਲਊਜ਼ ਇਨ ਡੇ-ਟੂ-ਡੇ ਲਾਈਫ, ਕ੍ਰਾਈਮ ਵੁੱਡ ਡਿਸਐਪੀਅਰ।

(27) ਇਕ ਦੁਰਘਟਨਾ

AN ACCIDENT

(ਐਨ ਐਕਸੀਡੈਂਟ)

ਮਾਂ	ਬੇਟਾ ਐਨੀ ਦੇਰ ਨਾਲ ਕਿਉਂ ਆਇਆ ਏਂ ?	Mother	Why have you come so late, Son ? ਵ੍ਹਾਈ ਹੈਵ ਯੂ ਕਮ ਸੋ ਲੇਟ, ਸਨ ?
ਪੁੱਤਰ	ਮਾਂ ਉਥੇ ਇਕ ਦੁਰਘਟਨਾ ਹੋ ਗਈ ਸੀ।	Son	There was an accident, Mummy. ਦੇਅਰ ਵਾਜ਼ ਐਨ ਐਕਸੀਡੈਂਟ, ਮੰਮੀ।
ਮਾਂ	ਕਿੱਥੇ...?	Mother	Where...? ਵ੍ਹੇਅਰ...?
ਪੁੱਤਰ	ਕ੍ਰਿਸ਼ਨਾ ਮਾਰਕੀਟ ਦੇ ਨੇੜੇ।	Son	Near Krishna Market. ਨੀਅਰ ਕ੍ਰਿਸ਼ਨਾ ਮਾਰਕਿਟ।
ਮਾਂ	ਮੇਰਿਆ ਰੱਬਾ, ਕੀ ਕੋਈ ਮਰ ਗਿਆ ਸੀ ?	Mother	My God. Was anybody killed ? ਮਾਈ ਗਾਡ। ਵਾਜ਼ ਐਨੀਬਾਡੀ ਕਿੱਲਡ ?
ਪੁੱਤਰ	ਖੁਸ਼ ਕਿਸਮਤੀ ਨਾਲ, ਨਹੀਂ।	Son	Fortunately not. ਫਾਰਚੂਨੇਟਲੀ ਨਾਟ।
ਮਾਂ	ਸ਼ੁਕਰ ਹੈ ਰੱਬਾ, ਪਰ ਇਹ ਹੋਇਆ ਕਿਵੇਂ ?	Mother	Thank God. But how did it happen ? ਥੈਂਕ ਗਾਡ। ਬਟ ਹਾਊ ਡਿੱਡ ਇਟ ਹੈਪਨ ?
ਪੁੱਤਰ	ਇਕ ਕਾਰ ਨੇ ਸਾਈਕਲ ਨੂੰ ਟੱਕਰ ਮਾਰੀ ਅਤੇ ਦੋ ਲੜਕਿਆਂ ਉਪਰੋਂ ਲੰਘ ਗਈ।	Son	A car hit a bicycle and ran over two boys. ਏ ਕਾਰ ਹਿੱਟ ਏ ਬਾਈਸਿਕਲ ਐਂਡ ਰੇਨ ਓਵਰ ਟੂ ਬੁਆਏਜ਼।
ਮਾਂ	ਕੀ ਉਹ ਇਕੋ ਸਾਈਕਲ ਉਪਰ ਸਵਾਰ ਸਨ ?	Mother	Were they riding on one bicycle ? ਵਰ ਦੇ ਰਾਈਡਿੰਗ ਆਨ ਵਨ ਬਾਈਸਿਕਿਲ ?
ਪੁੱਤਰ	ਹਾਂ, ਉਹ ਸਨ।	Son	Yes. They were. ਯੈੱਸ, ਦੇ ਵਰ।
ਮਾਂ	ਮੈਂ ਕਦੇ ਵੀ ਦੋਹਰੀ ਸਵਾਰੀ ਪਸੰਦ ਨਹੀਂ ਕਰਦੀ !	Mother	I never like double-riding, ਆਈ ਨੈਵਰ ਲਾਈਕ ਡਬਲ-ਰਾਈਡਿੰਗ।
ਪੁੱਤਰ	ਕਾਰ ਪੂਰੀ ਰਫ਼ਤਾਰ ਵਿਚ ਸੀ। ਡਰਾਈਵਰ ਕਾਬੂ ਵਿਚ ਨਾ ਰਖ ਸਕਿਆ।	Son	The car was in full speed. The driver couldn't control it. ਦ ਕਾਰ ਵਾਜ਼ ਇਨ ਫੁੱਲ ਸਪੀਡ। ਦ ਡਰਾਈਵਰ ਕੁਡੰਟ ਕੰਟ੍ਰੋਲ ਇਟ !
ਮਾਂ	ਬੇਚਾਰੇ ਲੜਕੇ। ਉਨ੍ਹਾਂ ਨਾਲ ਕੀ ਵਾਪਰਿਆ ?	Mother	Poor boys. What happened to them ? ਪੁਅਰ ਬੁਆਏਜ਼। ਵੱਟ ਹੈਪਨਡ ਟੂ ਦੈੱਮ ?
ਪੁੱਤਰ	ਇਕ ਲੜਕੇ ਦੀ ਬਾਂਹ ਟੁੱਟ ਗਈ ਅਤੇ ਦੂਸਰੇ ਦੇ ਸਿਰ ਵਿਚ ਗਹਿਰਾ ਜ਼ਖਮ ਹੋ ਗਿਆ।	Son	One boy had his arm fractured and the other had a deep cut on his head. ਵਨ ਬੁਆਏ ਹੈਡ ਹਿਜ਼ ਆਰਮ ਫਰੈਕਚਰਡ ਐਂਡ ਦ ਅਦਰ ਹੈਡ ਏ ਡੀਪ ਕੱਟ ਆਨ ਹਿਜ਼ ਹੈੱਡ।
ਮਾਂ	ਹੁਣ ਉਹ ਕਿੱਥੇ ਹਨ ?	Mother	Where are they now ? ਵ੍ਹੇਅਰ ਆਰ ਦੇ ਨਾਊ ?
ਪੁੱਤਰ	ਇਰਵਿਨ ਹਸਪਤਾਲ ਵਿਚ।	Son	In Irwin hospital. ਇਨ ਇਰਵਿਨ ਹਾਸਪਿਟਲ।
ਮਾਂ	ਹਸਪਤਾਲ ਉਨ੍ਹਾਂ ਨੂੰ ਕੌਣ ਲੈ ਗਿਆ ਸੀ ?	Mother	Who took them to the hospital ? ਹੂ ਟੁੱਕ ਦੈੱਮ ਟੂ ਦ ਹਾਸਪਿਟਲ ?
ਪੁੱਤਰ	ਮਿਊਨਸੀਪਲ ਕਾਰਪੋਰੇਸ਼ਨ ਦੀ ਮੈਂਬਰ ਸ੍ਰੀਮਤੀ ਅਰਚਨਾ ਕੁਮਾਰ।	Son	Mrs. Archana Kumar, member of the Municipal Corporation. ਮਿਸਿਜ਼ ਅਰਚਨਾ ਕੁਮਾਰ, ਮੈਂਬਰ ਆਫ ਦ ਮਿਊਨਸੀਪਲ ਕਾਰਪੋਰੇਸ਼ਨ।

ਮਾਂ	: ਉਹ ਜ਼ਰੂਰ ਨੇਕ ਦਿਲ ਔਰਤ ਹੋਵੇਗੀ। ਲੜਕਿਆਂ ਦੇ ਮਾਂ-ਬਾਪ ਨੂੰ ਕਿਸੇ ਨੇ ਸੂਚਨਾ ਦਿੱਤੀ ?	Mother	: She must be a very kind hearted lady. Has anybody informed the parents of the boys ? ਸ਼ੀ ਮਸਟ ਬੀ ਏ ਵੈਰੀ ਕਾਈਂਡ ਹਰਟਿਡ ਲੇਡੀ, ਹੈਜ਼ ਐਨੀਬਾਡੀ ਇਨਫਾਰਮਡ ਦ ਪੇਰੈਂਟਸ ਆਫ ਦਾ ਬੁਆਇਜ਼ ?
ਪੁੱਤਰ	: ਹਾਂ ਮਾਂ, ਮੈਂ ਆਪ ਉਨ੍ਹਾਂ ਦੇ ਘਰ ਗਿਆ ਸਾਂ ਅਤੇ ਉਨ੍ਹਾਂ ਦੇ ਮਾਂ-ਬਾਪ ਨੂੰ ਖਬਰ ਦਿੱਤੀ।	Son	: Yes, Mother, I went to their homes myself and informed their parents. ਯੈਸ, ਮਦਰ, ਆਈ ਵੇਂਟ ਟੂ ਦੇਅਰ ਹੋਮਜ਼ ਮਾਈਸੈਲਫ਼ ਐਂਡ ਇਨਫਾਰਮਡ ਦੇਅਰ ਪੇਰੈਂਟਸ।
ਮਾਂ	: ਤੂੰ ਚੰਗੇ ਲੜਕੇ ਵਾਂਗ ਕੰਮ ਕੀਤਾ।	Mother	: That's like a good boy. ਦੈਟਸ ਲਾਈਕ ਏ ਗੁੱਡ ਬੁਆਏ।

(28) ਬੈਂਕ ਵਿਚ

AT THE BANK

(ਐਟ ਦ ਬੈਂਕ)

ਅਜਨਬੀ	: ਨਮਸਤੇ ! ਕੀ ਮੈਂ ਮੈਨੇਜਰ ਨੂੰ ਮਿਲ ਸਕਦਾ ਹਾਂ।	Stranger	: Good morning, may I see the Manager ? ਗੁੱਡ ਮਾਰਨਿੰਗ, ਮੇ ਆਈ ਸੀ ਦ ਮੈਨੇਜਰ ?
ਮੈਨੇਜਰ	: ਨਮਸਤੇ ! ਮੈਂ ਹੀ ਮੈਨੇਜਰ ਹਾਂ। ਬੈਠ ਜਾਓ।	Manager	: Good morning, I am the manager please take a seat.ਗੁੱਡ ਮਾਰਨਿੰਗ, ਆਈ ਐਮ ਦ ਮੈਨੇਜਰ, ਪਲੀਜ਼ ਟੇਕ ਏ ਸੀਟ।
ਅਜਨਬੀ	: ਸ਼ੁਕਰੀਆ।	Stranger	: Thank you. ਥੈਂਕ ਯੂ।
ਮੈਨੇਜਰ	: ਮੈਂ ਤੁਹਾਡੀ ਕੀ ਸੇਵਾ ਕਰ ਸਕਦਾ ਹਾਂ ?	Manager	: What can I do for you ? ਵਾਟ ਕੈਨ ਆਈ ਡੂ ਫਾਰ ਯੂ ?
ਅਜਨਬੀ	: ਮੈਂ ਇਕ ਖਾਤਾ ਖੋਲ੍ਹਣਾ ਚਾਹੁੰਦਾ ਹਾਂ।	Stranger	: I would like to open an account. ਆਈ ਵੁੱਡ ਲਾਈਕ ਟੂ ਓਪਨ ਐਨ ਅਕਾਊਂਟ।
ਮਨੇਜਰ	: ਬਹੁਤ ਚੰਗੀ ਗੱਲ ਹੈ।	Manager	: That's nice. ਦੈਟਸ ਨਾਈਸ।
ਅਜਨਬੀ	: ਇਕ ਬਚਤ ਖਾਤਾ ਖੋਲ੍ਹਣ ਲਈ ਕਿੰਨੇ ਪੈਸਿਆਂ ਦੀ ਤੁਹਾਨੂੰ ਜ਼ਰੂਰਤ ਹੋਵੇਗੀ ?	Stranger	: What amount do you require to open a saving account ? ਵੱਟ ਅਮਾਊਂਟ ਡੂ ਯੂ ਰਿਕੁਆਇਰ ਟੂ ਓਪਨ ਏ ਸੇਵਿੰਗ ਅਕਾਊਂਟ ?
ਮੈਨੇਜਰ	: ਪੰਜ ਰੁਪਏ ਹੀ ਬਹੁਤ ਹੋਣਗੇ। ਇਕ ਬਚਤ ਖਾਤੇ ਲਈ ਘੱਟੋ ਘੱਟ ਇਤਨੇ ਜ਼ਰੂਰ ਜਮ੍ਹਾਂ ਹੋਣੇ ਚਾਹੀਦੇ ਹਨ।	Manager	: Even five rupees would be enough. That is the minimum initial deposit required for a saving account. ਈਵਨ ਫਾਈਵ ਰੁਪੀਜ਼ ਵੁੱਡ ਬੀ ਐਨਫ। ਦੈਟ ਇਜ਼ ਦਾ ਮਿਨੀਮਮ ਇਨੀਸ਼ਲ ਡਿਪਾਜ਼ਿਟ ਰਿਕੁਆਇਰਡ ਫਾਰ ਏ ਸੇਵਿੰਗ ਅਕਾਊਂਟ।
ਅਜਨਬੀ	: ਹੂੰ ! ਅਸੀਂ ਕਿੰਨੀ ਵਾਰ ਪੈਸੇ ਕਢਵਾ ਸਕਦੇ ਹਾਂ ?	Stranger	: I see, and how often can we withdraw money ? ਆਈ ਸੀ, ਐਂਡ ਹਾਉ ਆਫ਼ਨ ਕੈਨ ਵੀ ਵਿਦਡਰਾ ਮਨੀ ?

ਮੈਨੇਜਰ	: ਇਕ ਮਹੀਨੇ ਵਿਚ ਵੱਧ ਤੋਂ ਵੱਧ ਪੰਜ ਵਾਰ ਅਜਿਹਾ ਕਰ ਸਕਦੇ ਹੋ।	Manager	: You can do so maximum five times a month ਯੂ ਕੈਨ ਡੂ ਸੋ ਮੈਕਸੀਮਮ ਫਾਈਵ ਟਾਈਮਜ਼ ਏ ਮੰਥ।
ਅਜਨਬੀ	: ਇਕ ਵਾਰ ਵਿਚ ਕਿੰਨੇ ਪੈਸੇ ਕਢਵਾ ਸਕਦੇ ਹਾਂ ?	Stranger	: How much money can we withdraw at a time ? ਹਾਉ ਮੱਚ ਮਨੀ ਕੈਨ ਵੀ ਵਿਦਡਰਾ ਐਟ ਏ ਟਾਈਮ।
ਮੈਨੇਜਰ	: ਸਧਾਰਨ ਤੌਰ ਤੇ, ਇਕ ਹਜ਼ਾਰ ਰੁਪਏ ਤੋਂ ਵੱਧ ਨਹੀਂ।	Manager	: Ordinarily not more than a thousand rupees. ਆਰਡੀਨਰਿਲੀ ਨਾਟ ਮੋਰ ਦੈਨ ਏ ਥਾਊਜ਼ੇਂਡ ਰੁਪੀਜ਼।
ਅਜਨਬੀ	: ਹੂੰ ! ਹੁਣ ਇਕ ਗੱਲ ਹੋਰ ਦੱਸੋ— ਕੀ ਮੈਂ ਆਪਣੀ ਪਤਨੀ ਨਾਲ ਸਾਂਝਾ ਖਾਤਾ ਖੋਲ੍ਹ ਸਕਦਾ ਹਾਂ ਜੋ ਸਾਡੇ ਦੋਹਾਂ ਦੇ ਨਾਂ ਹੋਵੇ ?	Stranger	: I see. Now tell me one thing — Can I have a joint savings account with my wife in the name of both of us ? ਆਈ ਸੀ, ਨਾਉ ਟੈਲ ਮੀ ਵਨ ਥਿੰਗ — ਕੈਨ ਆਈ ਹੈਵ ਏ ਜਾਇੰਟ ਅਕਾਊਂਟ ਵਿਦ ਮਾਈ ਵਾਈਫ਼ ਇਨ ਦਾ ਨੇਮ ਆਫ਼ ਬੋਥ ਆਫ਼ ਅਸ।
ਮੈਨੇਜਰ	: ਜ਼ਰੂਰ ਕਰ ਸਕਦੇ ਹੋ।	Manager	: Certainly you can. ਸਰਟੇਨਲੀ ਯੂ ਕੈਨ।
ਅਜਨਬੀ	: ਵਧੀਆ ! ਬੱਸ ਮੈਂ ਏਨਾ ਕੁਝ ਹੀ ਜਾਣਨਾ ਚਾਹੁੰਦਾ ਸਾਂ।	Stranger	: Fine. That is all that I wanted to know. ਫਾਈਨ। ਦੈਟ ਇਜ਼ ਆਲ ਦੈਟ ਆਈ ਵਾਂਟਿਡ ਟੂ ਨੋ।
ਮੈਨਜਰ	: ਫਿਰ ਇਹ ਰਹੇ ਫਾਰਮ। ਇਨ੍ਹਾਂ ਨੂੰ ਭਰ ਦਿਉ ਅਤੇ ਜ਼ਰੂਰੀ ਰੁਕਮ ਜਮਾਂ ਕਰਵਾ ਦਿਉ ਤਾਂ ਕਿ ਅਸੀਂ ਤੁਹਾਨੂੰ ਪਾਸ ਬੁੱਕ ਦੇ ਸਕੀਏ।	Manager	: Then here are the forms. Please fill them up and make the initial deposit, so that we can issue a pass book. ਦੈਨ ਹਿਅਰ ਆਰ ਦ ਫ਼ਾਰਮਜ਼। ਪ੍ਲੀਜ਼ ਫਿਲ ਦੈਮ ਅਪ ਐਂਡ ਮੇਕ ਦਾ ਇਨੀਸ਼ਲ ਡਿਪਾਜ਼ਿਟ ਸੋ ਦੈਟ ਵੀ ਇਸ਼ੂ ਪਾਸ ਬੁੱਕ।
ਅਜਨਬੀ	: ਮੈਂ ਇਕ ਚੈੱਕ-ਬੁੱਕ ਲੈਣੀ ਵੀ ਪਸੰਦ ਕਰਾਂਗਾ।	Stranger	: I would like to have a cheque book too. ਆਈ ਵੁੱਡ ਲਾਈਕ ਟੂ ਹੈਵ ਏ ਚੈਕ-ਬੁੱਕ ਟੂ।
ਮੈਨੇਜਰ	: ਜ਼ਰੂਰ। ਪਰ ਯਾਦ ਰੱਖਣਾ ਕਿ ਤੁਹਾਡੇ ਖਾਤੇ ਵਿਚ ਬਾਕੀ ਬਚਦੀ ਜਮਾਂ ਪੂੰਜੀ ਸੌ ਰੁਪਏ ਤੋਂ ਘੱਟ ਨਹੀਂ ਹੋਣੀ ਚਾਹੀਦੀ।	Manager	: Sure. But please remember that at no time should the balance in your account be less than one hundred rupees. ਸ਼ੁਅਰ. ਬੱਟ ਪ੍ਲੀਜ਼ ਰੀਮੈਂਬਰ ਦੈਟ ਐਟ ਨੋ ਟਾਈਮ ਸ਼ੁੱਡ ਦ ਬੈਲੇਂਸ ਇਨ ਯੁਅਰ ਅਕਾਊਂਟ ਬੀ ਲੈਸ ਦੈਨ ਵਨ ਹੰਡਰੇਡ ਰੁਪੀਜ਼।
ਅਜਨਬੀ	: ਉਸ ਬਾਰੇ ਫ਼ਿਕਰ ਨਾ ਕਰੋ।	Stranger	: Don't worry about that. ਡੋਂਟ ਵਰੀ ਐਬਾਊਟ ਦੈਟ।
ਮੈਨੇਜਰ	: ਚੰਗਾ। ਇਹ ਰਹੀ ਤੁਹਾਡੀ ਪਾਸ-ਬੁੱਕ ਅਤੇ ਚੈੱਕ-ਬੁੱਕ। ਨਮਸਤੇ।	Manager	: Good Here's your pass book and cheque book. Good Day. ਗੁੱਡ. ਹਿਅਰੇਜ਼ ਯੁਅਰ ਪਾਸ ਬੁਕ ਐਂਡ ਚੇਕ ਬੁੱਕ. ਗੁੱਡ ਡੇ।
ਅਜਨਬੀ	: ਨਮਸਤੇ।	Stranger	: Good Day. ਗੁੱਡ ਡੇ।

(29) ਡਾਕਟਰ ਦੇ ਦਵਾਖਾਨੇ ਵਿਚ
AT THE DOCTOR'S CLINIC
(ਐਟ ਦ ਡਾਕ੍ਟਰ'ਜ਼ ਕ੍ਲੀਨਿਕ)

ਮਰੀਜ਼ : ਨਮਸਤੇ, ਡਾਕਟਰ।	**Patient** : Good morning Doctor. ਗੁੱਡ ਮਾਰਨਿੰਗ, ਡੌਕਟਰ।
ਡਾਕਟਰ : ਨਮਸਤੇ। ਕੀ ਤਕਲੀਫ ਹੈ ਤੁਹਾਨੂੰ ?	**Doctor** : Good morning. What's wrong with you. ਗੁੱਡ ਮਾਰਨਿੰਗ, ਵੱਟ੍ ਇਜ਼ ਰੱਾਂਗ ਵਿਦ ਯੂ ?
ਮਰੀਜ਼ : ਪਿਛਲੀ ਰਾਤ ਮੈਨੂੰ ਠੰਡ ਲਗ ਗਈ ਅਤੇ ਉਸ ਵੇਲੇ ਤੋਂ ਮੇਰੀ ਛਾਤੀ ਦੇ ਖੱਬੇ ਪਾਸੇ ਤੇਜ਼ ਦਰਦ ਹੋ ਰਹੀ ਹੈ।	**Patient** : I caught cold last night and since then I have severe pain at the left in my chest. ਆਈ ਕਾਟ ਕੋਲ੍ਡ ਲਾਸ੍ਟ ਨਾਈਟ ਐਂਡ ਸਿੰਸ ਦੈੱਨ ਆਈ ਹੈਵ ਸ੍ਵੀਅਰ ਪੇਨ ਐਟ ਦ ਲੈਫਟ ਇਨ ਮਾਈ ਚੈਸ੍ਟ।
ਡਾਕਟਰ : ਆਉ ਦੇਖੀਏ। ਲੇਟ ਜਾਉ।	**Doctor** : Let us see. Please lie down. ਲੈੱਟ ਅਸ ਸੀ। ਪ੍ਲੀਜ਼ ਲਾਈ ਡਾਊਨ।
ਮਰੀਜ਼ : ਅੱਛਾ, ਡਾਕਟਰ।	**Patient** : Yes, Doctor. ਯੈੱਸ, ਡੌਕਟਰ।
ਡਾਕਟਰ : ਡੂੰਘੇ ਸਾਹ ਲਉ ਅਤੇ ਹੌਲੀ ਹੌਲੀ ਛੱਡ ਦਿਓ। ਕੀ ਤੁਹਾਨੂੰ ਪੇਟ ਵਿਚ ਵੀ ਦਰਦ ਮਹਿਸੂਸ ਹੋ ਰਹੀ ਹੈ ?	**Doctor** : Take deep breaths and release them slowly. Do you feel pain in the stomach ? ਟੇਕ ਡੀਪ ਬਰੈੱਥ੍ਜ਼ ਐਂਡ ਰਿਲੀਜ਼ ਦੈੱਮ ਸ੍ਲੋਲੀ। ਡੂ ਯੂ ਫੀਲ ਪੇਨ ਇਨ ਦ ਸ੍ਟਾਮੈਕ ?
ਮਰੀਜ਼ : ਨਹੀਂ, ਡਾਕਟਰ। ਪਰ ਮੈਨੂੰ ਕੁਝ ਪਤਲੀਆਂ ਟੱਟੀਆਂ ਆਈਆਂ ਹਨ।	**Patient** : No, Doctor, but I had a couple of loose motions. ਨੋ ਡੌਕਟਰ ਬੱਟ ਆਈ ਹੈਵ ਏ ਕੱਪਲ ਆਫ਼ ਲੂਜ਼ ਮੋਸ਼ਨ੍ਜ਼।
ਡਾਕਟਰ : ਅਸੀਂ ਤੁਹਾਡੀ ਛਾਤੀ ਦਾ ਐਕਸ-ਰੇ ਲਵਾਂਗੇ। ਉਤਨੇ ਸਮੇ ਲਈ ਮੈਂ ਕੁਝ ਗੋਲੀਆਂ ਦਰਦ ਲਈ ਦੇ ਰਿਹਾ ਹਾਂ ਅਤੇ ਇਕ ਦਵਾਈ ਹਾਜ਼ਮੇ ਲਈ। ਕਲ ਫਿਰ ਆਉਣਾ।	**Doctor** : We'll take an X-ray of your chest. For the time being I am prescribing some tablets for the pain and a mixture for digestion. Please come tomorrow again. ਵੀ ਵਿਲ ਟੇਕ ਐਨ ਐਕਸ-ਰੇ ਆਫ਼ ਯੁਅਰ ਚੈਸਟ, ਫਾਰ ਦ ਟਾਈਮ ਬੀਇੰਗ ਆਈ ਐਮ ਪ੍ਰੈੱਸਕ੍ਰਾਈਬਿੰਗ ਸਮ ਟੇਬਲੈੱਟਸ ਫਾਰ ਦ ਪੇਨ ਐਂਡ ਏ ਮਿਕ੍ਸਚਰ ਫਾਰ ਡਾਈਜ਼ੈਸ਼ਨ। ਪ੍ਲੀਜ਼ ਕਮ ਟੁਮਾਰੋ ਅਗੇਨ।

ਅਗਲੇ ਦਿਨ — THE NEXT DAY (ਦ ਨੈਕਸਟ ਡੇ)

ਡਾਕਟਰ : ਮੈਂ ਤੁਹਾਡਾ ਐਕਸ-ਰੇ ਦੇਖਿਆ ਹੈ। ਤੁਹਾਨੂੰ ਨਮੋਨੀਆ ਹੈ।	**Doctor** : I have examined your X-ray. You have Pneumonia. ਆਈ ਹੈਵ ਐਗਜ਼ਾਮਿਨਡ ਯੁਅਰ ਐਕ੍ਸ-ਰੇ, ਯੂ ਹੈਵ ਨਿਮੋਨੀਆ।
ਮਰੀਜ਼ : ਉਹ ਰੱਬਾ, ਨਮੋਨੀਆ ?	**Patient** : My God. Pneumonia ? ਮਾਈ ਗਾਡ, ਨਿਮੋਨੀਆ।

ਡਾਕਟਰ :	ਫ਼ਿਕਰ ਨਾ ਕਰੋ । ਮੈਂ ਤੁਹਾਨੂੰ ਟੀਕੇ ਲਗਾਵਾਂਗਾ । ਤੁਸੀਂ ਬਹੁਤ ਛੇਤੀ ਠੀਕ ਹੋ ਜਾਓਗੇ ।	Doctor :	Don't worry. I will give you injections, you will be all right soon. ਡੋਂਟ ਵਰੀ, ਆਈ ਵਿਲ ਗਿਵ ਯੂ ਇਨਜੈੱਕਸ਼ਨਜ਼, ਯੂ ਵਿੱਲ ਬੀ ਆਲ ਰਾਈਟ ਸੂਨ ।
ਮਰੀਜ਼ :	ਕੀ ਤੁਹਾਨੂੰ ਯਕੀਨ ਹੈ ?	Patient :	Are you Sure ? ਆਰ ਯੂ ਸ਼ੂਅਰ ?
ਡਾਕਟਰ :	ਜੀ ਹਾਂ, ਮੈਨੂੰ ਯਕੀਨ ਹੈ । ਜੇ ਤੁਸੀਂ ਯੋਗ ਧਿਆਨ ਦਿਉ ਤਾਂ ਫ਼ਿਕਰ ਵਾਲੀ ਕੋਈ ਗੱਲ ਨਹੀਂ ।	Doctor :	Of course I am sure. If you take proper care you have nothing to worry about. ਆਫ਼ ਕੋਰ੍ਸ, ਆਈ ਐਮ ਸ਼ੂਅਰ । ਇਫ਼ ਯੂ ਟੇਕ ਪ੍ਰਾਪਰ ਕੇਅਰ, ਯੂ ਹੈਵ ਨਥਿੰਗ ਟੂ ਵਰੀ ਐਬਾਊਟ ।
ਮਰੀਜ਼ :	ਸ਼ੁਕਰੀਆ, ਡਾਕਟਰ । ਮੈਂ ਜ਼ਰੂਰ ਤੁਹਾਡੀਆਂ ਹਦਾਇਤਾਂ ਉਪਰ ਅਮਲ ਕਰਾਂਗਾ ।	Patient :	Thank you. Doctor. I shall certainly follow your instructions. ਥੈਂਕ ਯੂ, ਡੋਕਟਰ, ਆਈ ਵਿੱਲ ਸਰਟੇਨਲੀ ਫਾਲੋ ਯੂਅਰ ਇਨਸਟਰੱਕਸ਼ਨਜ਼ ।

ਇਕ ਹਫ਼ਤੇ ਬਾਦ — A WEEK LATER (ਏ ਵੀਕ ਲੇਟਰ)

ਮਰੀਜ਼ :	ਨਮਸਤੇ, ਡਾਕਟਰ ।	Patient :	Good morning, Doctor. ਗੁੱਡ ਮਾਰਨਿੰਗ, ਡੱਾਕਟਰ ।
ਡਾਕਟਰ :	ਨਮਸਤੇ, ਹੁਣ ਕੀ ਹਾਲ ਹੈ ਤੁਹਾਡਾ ?	Doctor :	Good morning. How are you now ? ਗੁੱਡ ਮਾਰਨਿੰਗ, ਹਾਊ ਆਰ ਯੂ ਨਾਉ ?
ਮਰੀਜ਼ :	ਅਜੇ ਠੀਕ ਨਹੀਂ । ਡਾਕਟਰ, ਮੈਂ ਅਜੇ ਵੀ ਕਦੀ ਕਦੀ ਛਾਤੀ ਦੇ ਖੱਬੇ ਪਾਜੇ ਦਰਦ ਮਹਿਸੂਸ ਕਰਦਾ ਹਾਂ ।	Patient :	Not quite well yet, Doctor. I still feel pain in the left side of my chest every now and then. ਨਾਟ ਕੁਆਈਟ ਵੈੱਲ ਯੇੱਟ, ਡੌਕਟਰ । ਆਈ ਸਟਿੱਲ ਫੀਲ ਪੇਨ ਇਨ ਦ ਲੇਫ਼ਟ ਸਾਈਡ ਆਫ਼ ਮਾਈ ਚੇਸਟ ਐਵਰੀ ਨਾਉ ਐਂਡ ਦੈੱਨ ।
ਡਾਕਟਰ :	ਕੀ ਤੁਸੀਂ ਦਵਾਈ ਲਗਾਤਾਰ ਲੈ ਰਹੇ ਹੋ ?	Doctor :	Have you been taking the medicine regularly ? ਹੈਵ ਯੂ ਬਿਨ ਟੇਕਿੰਗ ਦ ਮੈਡੀਸਿਨ ਰੈਗੂਲਰਲੀ ।
ਮਰੀਜ਼ :	ਹਾਂ, ਡਾਕਟਰ । ਮੈਂ ਇਸ ਬਾਰੇ ਖਾਸ ਧਿਆਨ ਰੱਖਦਾ ਹਾਂ ।	Patient :	Yes, Doctor. I have been particular about that. ਯੇੱਸ, ਡੱਾਕਟਰ । ਆਈ ਹੈਵ ਬਿਨ ਪਾਰਟੀਕੁਲਰ ਐਬਾਊਟ ਦੈਟ ।
ਡਾਕਟਰ :	ਫਿਰ ਤੁਹਾਡੇ ਖਾਣੇ ਵਿਚ ਜ਼ਰੂਰ ਕੋਈ ਗੜਬੜ ਹੋਵੇਗੀ ।	Doctor :	Then there must be something wrong with your food. ਦੈੱਨ ਦੇਅਰ ਮਸਟ ਬੀ ਸਮਥਿੰਗ ਰਾਂਗ ਵਿਦ ਯੂਅਰ ਫੂਡ ।
ਮਰੀਜ਼ :	ਉਸ ਬਾਰੇ ਤੁਸੀਂ ਖਾਸ ਹਦਾਇਤਾਂ ਨਹੀਂ ਦਿੱਤੀਆਂ ਸਨ ।	Patient :	You had not given any special instructions about that. ਯੂ ਹੈਡ ਨਾਟ ਗਿਵਨ ਸਪੈਸ਼ਲ ਇਨਸਟ੍ਰੱਕਸ਼ਨਜ਼ ਐਬਾਊਟ ਦੈਟ ।

ਡਾਕਟਰ : ਬਹੁਤੀਆਂ ਗਰਮ ਅਤੇ ਬਹੁਤੀਆਂ ਠੰਡੀਆਂ ਚੀਜ਼ਾਂ ਤੋਂ ਪਰਹੇਜ਼ ਕਰੋ ਅਤੇ ਮੈਨੂੰ ਯਕੀਨ ਹੈ ਤੁਸੀਂ ਠੀਕ ਹੋ ਜਾਉਗੇ ।

Doctor : Well, avoid very hot and very cold things, and I am sure you will be O. K. ਵੈੱਲ, ਅਵਾਇਡ ਵੈਰੀ ਹਾਟ ਐਂਡ ਵੈਰੀ ਕੋਲਡ ਥਿੰਗਜ਼ ਐਂਡ ਆਈ ਐਮ ਸ਼ੁਅਰ ਯੂ ਵਿੱਲ ਬੀ ਓ. ਕੇ. ।

ਮਰੀਜ਼ : ਸ਼ੁਕਰੀਆ, ਡਾਕਟਰ ।

Patient : Thank you, Doctor. ਥੈਂਕ ਯੂ, ਡੱਾਕਟਰ ।

(30) ਇਕ ਦਾਅਵਤ ਸਮੇਂ

AT A PARTY

(ਐਟ ਏ ਪਾਰਟੀ)

ਸ਼ੀਲਾ : (ਅੰਦਰ ਆਉਂਦਿਆਂ) ਹੈਲੋ ਉਰਮਿਲਾ, ਕੀ ਹਾਲ ਏ ਤੇਰਾ ?

Sheela : (Entering) Hullo, Urmila. How are you ? (ਇਨਟਰਿੰਗ) ਹੈਲੋ, ਉਰਮਿਲਾ ਹਾਉ ਆਰ ਯੂ ?

ਉਰਮਿਲਾ : ਹੈਲੋ ਸ਼ੀਲਾ ! ਆਉ ਅੰਦਰ ਆਉ, ਏਨੀ ਦੇਰ ਕਿਉਂ ? ਏਨੀ ਦੇਰ ਤੋਂ ਤੇਰਾ ਇੰਤਜ਼ਾਰ ਕਰ ਰਹੀ ਸਾਂ । ਬਾਕੀ ਸਭ ਆ ਗਏ ਹਨ । ਇਧਰ ਉਧਰ ਬੈਠੇ ਗੱਪਾਂ ਮਾਰ ਰਹੇ ਹਨ । ਇਹ ਮੇਰੀ ਨਵੀਂ ਗੁਆਂਢਣ ਮੀਨਾ ਨੂੰ ਮਿਲੋ ।

Urmila : Hullo, Sheela. Please come in. Why so late ? I have been waiting for you so long. Everybody elso has come. They are all sitting around and chatting. By the way, meet my new neighbour Mina. ਹੈਲੋ, ਸ਼ੀਲਾ, ਪਲੀਜ਼ ਕਮ ਇਨ । ਵ੍ਹਾਈ ਸੋ ਲੇਟ ? ਆਈ ਹੈਵ ਬਿਨ ਵੇਟਿੰਗ ਫਾਰ ਯੂ ਸੋ ਲਾਂਗ । ਐਵਰੀਬਾਡੀ ਐਲਸ ਹੈਜ਼ ਕਮ । ਦੇ ਆਰ ਆਲ ਸਿਟਿੰਗ ਅਰਾਉਂਡ ਐਂਡ ਚੈਟਿੰਗ, ਬਾਈ ਦ ਵੇ, ਮੀਟ ਮਾਈ ਨਿਊ ਨੇਬਰ ਮੀਨਾ ।

ਸ਼ੀਲਾ : ਹੈਲੋ !

Sheela : Hullo. ਹੈਲੋ ।

ਮੀਨਾ : ਹੈਲੋ, ਅਸੀਂ ਤੁਹਾਡੀ ਉਡੀਕ ਕਰ ਹਾਂ । ਆਉ ਬੈਠੋ ।

Mina : Hullo, we are waiting for you. Please take a seat. ਹੈਲੋ, ਵੀ ਆਰ ਵੇਟਿੰਗ ਫਾਰ ਯੂ, ਪਲੀਜ਼ ਟੇਕ ਏ ਸੀਟ ।

ਉਰਮਿਲਾ : ਸ਼ੀਲਾ, ਐਨੀ ਦੇਰ ਨਾਲ ਕਿਉਂ ਆਈ ਏਂ ? ਮੈਨੂੰ ਤਾਂ ਹੈਰਾਨੀ ਹੋ ਰਹੀ ਸੀ ਕਿ ਤੂੰ ਆਵੇਂਗੀ ਵੀ। ਘਰ ਤਾਂ ਸਭ ਠੀਕ ਹੈ ਨਾ ?

Urmila : Why are you late Sheela ? I began to wonder if you would come at all. Is everything allright at home ? ਵ੍ਹਾਈ ਆਰ ਯੂ ਲੇਟ, ਸ਼ੀਲਾ ? ਆਈ ਬੀਗੈਨ ਟੂ ਵੰਡਰ ਇਫ ਯੂ ਕਮ ਐਟ ਆਲ, ਇਜ਼ ਐਵਰੀਥਿੰਗ ਆਲਰਾਈਟ ਐਟ ਹੋਮ ?

ਸ਼ੀਲਾ : ਹਾਂ, ਸਭ ਠੀਕ ਹੈ । ਮੇਰੇ ਪਤੀ ਹੁਣੇ ਦਫ਼ਤਰ ਤੋਂ ਆਏ ਸਨ ਤੇ ਮੇਰੇ ਆਉਣ ਤੋਂ ਪਹਿਲਾਂ ਉਨ੍ਹਾਂ ਨੂੰ ਇਕ ਕੱਪ ਚਾਹ ਦੀ ਜ਼ਰੂਰਤ ਸੀ । ਏਸੇ ਲਈ ਥੋੜੀ ਦੇਰ ਹੋ ਗਈ ।

Sheela : Yes, everything is O.K. My husband had just returned from office and he wanted a cup of tea before I come over. That delayed me slightly. ਯੈੱਸ ਐਵਰੀਥਿੰਗ ਇਜ਼ ਓ. ਕੇ. ਮਾਈ ਹਜ਼ਬੈਂਡ ਹੈਡ ਜਸਟ ਰਿਟਰਨਡ ਫ਼ਰਾਮ ਆਫਿਸ ਐਂਡ ਹੀ ਵਾਂਟਿਡ ਏ ਕਪ ਆਫ਼ ਟੀ ਬਿਫੋਰ ਆਈ ਕਮ ਓਵਰ । ਦੈਟ ਡੀਲਡ ਮੀ ਸਲਾਈਟਲੀ ।

ਉਰਮਿਲਾ	: ਫਿਰ ਤਾਂ ਸਭ ਠੀਕ ਹੈ। ਨਾ ਆਉਣ ਨਾਲੋਂ ਦੇਰ ਨਾਲ ਆਉਣਾ ਚੰਗਾ। ਇਹ ਤੇਰੀ ਸਾੜ੍ਹੀ ਬਹੁਤ ਸੋਹਣੀ ਲੱਗ ਰਹੀ ਹੈ। ਕੀ ਇਹ ਨਵੀਂ ਹੈ ?	Urmila	: Then it's all right. Better late than never. And this Sari of yours looks so nice. Is it a new one ? ਦੈੱਨ ਇਟਸ ਆਲ ਰਾਈਟ. ਬੇਟਰ ਲੇਟ ਦੈਨ ਨੇਵਰ, ਐਂਡ ਦਿਸ ਸਾਰੀ ਆਫ਼ ਯੁਅਰਜ਼ ਲੁੱਕਸ ਸੋ ਨਾਈਸ। ਇਜ਼ ਇਟ ਏ ਨਿਊ ਵੱਨ ?
ਸ਼ੀਲਾ	: ਹਾਂ, ਪਿਛਲੇ ਹਫ਼ਤੇ ਮੇਰੇ ਪਤੀ ਨੇ ਤੋਹਫੇ ਵਜੋਂ ਦਿੱਤੀ ਹੈ।	Sheela	: Yes, my husband gave it to me as a present last week. ਯੈੱਸ, ਮਾਈ ਹਜ਼ਬੈਂਡ ਗੇਵ ਇਟ ਟੂ ਮੀ ਐਜ਼ ਏ ਪ੍ਰੈਜ਼ੈਂਟ ਲਾਸਟ ਵੀਕ।
ਮੀਨਾ	: ਉਹ ਅਜੇ ਵੀ ਤੁਹਾਨੂੰ ਤੋਹਫੇ ਦਿੰਦੇ ਹਨ ?	Mina	: Does he still give you presents ? ਡਜ਼ ਹੀ ਸਟਿੱਲ ਗਿਵ ਯੂ ਪ੍ਰੈਜੈਂਟਸ ?
ਸ਼ੀਲਾ	ਕਿਉਂ ਨਹੀਂ ? ਹੋਰ ਉਹ ਕਿਸ ਨੂੰ ਤੋਹਫ਼ੇ ਦੇਣਗੇ।	Sheela	: Why not ? To whom else would he give presents ? ਵ੍ਹਾਈ ਨਾਟ ? ਟੂ ਹੂਮ ਐਲਸ ਵੁੱਡ ਹੀ ਗਿਵ ਪ੍ਰੈਜ਼ੈਂਟਸ।
ਉਰਮਿਲਾ	: ਇਹ ਬਹੁਤ ਸੋਹਣੀ ਸਾੜ੍ਹੀ ਹੈ। ਪਰ ਜੇ ਜ਼ਰਾ ਗੂੜ੍ਹੇ ਰੰਗ ਵਿਚ ਹੁੰਦੀ ਤਾਂ ਜ਼ਿਆਦਾ ਦਿਲਕਸ਼ ਲਗਦੀ।	Urmila	: It's a nice Sari, but it would have looked still more attractive in a darker shade. ਇਟ ਇਜ਼ ਏ ਨਾਈਸ ਸਾਰੀ, ਬੱਟ ਇਟ ਵੁੱਡ ਹੈਵ ਲੁੱਕਡ ਸਟਿੱਲ ਮੋਰ ਅਟਰੈਕਟਿਵ ਇਨ ਏ ਡਾਰਕਰ ਸ਼ੇਡ।
ਸ਼ੀਲਾ	: ਅਜ ਕਲ ਤਾਂ ਜੋ ਤੁਹਾਨੂੰ ਮਿਲ ਜਾਏ ਉਸੇ ਨਾਲ ਕੰਮ ਚਲਾਉਣਾ ਪੈਂਦਾ ਹੈ। ਵਧਦੀਆਂ ਕੀਮਤਾਂ ਜ਼ਿੰਦਗੀ ਨੂੰ ਔਖਾ ਬਣਾ ਰਹੀਆਂ ਹਨ। ਤਕਰੀਬਨ ਕੋਈ ਵੀ ਚੀਜ਼ ਤੁਹਾਡੀ ਪਹੁੰਚ ਅੰਦਰ ਨਹੀਂ ਹੈ।	Sheela	: Well, these days you have to make do with what you get. Rising prices are making life miserable. Almost nothing is within your reach. ਵੈਲ ਦੀਜ਼ ਡੇਜ਼ ਯੂ ਹੈਵ ਟੂ ਮੇਕ ਡੂ ਵਿਦ ਵੱਟ ਯੂ ਗੇਟ. ਰਾਈਜ਼ਿੰਗ ਪ੍ਰਾਈਸਿਜ਼ ਆਰ ਮੇਕਿੰਗ ਲਾਈਫ ਮਿਜ਼ਰੇਬਲ। ਆਲਮੋਸਟ ਨਥਿੰਗ ਇਜ਼ ਵਿਦਇਨ ਯੁਅਰ ਰੀਚ।
ਮੀਨਾ	: ਤੁਸੀਂ ਠੀਕ ਕਹਿ ਰਹੇ ਹੋ। ਮੈਂ ਤਾਂ ਆਪ ਤੰਗ ਆ ਗਈ ਹਾਂ। ਜਦੋਂ ਤਕ ਤੁਸੀਂ ਕੁਝ ਪ੍ਰਾਪਤ ਕਰਦੇ ਹੋ, ਕੁਝ ਹੋਰ ਖਤਮ ਹੋ ਜਾਂਦਾ ਹੈ। ਅਤੇ ਜਦੋਂ ਤਕ ਤੁਸੀਂ ਇਕ ਚੀਜ਼ ਦਾ ਇੰਤਜ਼ਾਮ ਕਰਦੇ ਹੋ ਕੋਈ ਦੂਸਰੀ ਮੁਸ਼ਕਲ ਹੱਲ ਹੋਣ ਲਈ ਤੁਹਾਡਾ ਇੰਤਜ਼ਾਰ ਕਰ ਰਹੀ ਹੁੰਦੀ ਹੈ।	Mina	: You are quite right. I am also fed up. By the time you get something, something else is finished, and by the time you manage one thing there is another problem waiting to be tackled. ਯੂ ਆਰ ਕੁਆਈਟ ਰਾਈਟ। ਆਈ ਐਮ ਆਲਸੋ ਫੇਡ ਅਪ। ਬਾਈ ਦ ਟਾਈਮ ਯੂ ਗੇਟ ਸਮਥਿੰਗ, ਸਮਥਿੰਗ ਐਲਸ ਇਜ਼ ਫਿਨਿਸ਼ਡ, ਐਂਡ ਬਾਈ ਦ ਟਾਈਮ ਯੂ ਮੈਨੇਜ ਵੱਨ ਥਿੰਗ ਦੇਅਰ ਇਜ਼ ਐਨਅਦਰ ਪ੍ਰਾਬਲੈਮ ਵੇਟਿੰਗ ਟੂ ਬੀ ਟੈਕਲਡ।
ਉਰਮਿਲਾ	: ਜ਼ਿਆਦਾ ਗੰਭੀਰ ਨਾ ਹੋਵੋ, ਕੁੜੀਓ। ਸ਼ੀਲਾ, ਮੈਨੂੰ ਦੱਸ, ਕੋਈ ਨਵੀਆਂ ਫਿਲਮਾਂ ਵੀ ਵੇਖੀਆਂ ਹਨ ?	Urmila	: Don't get serious, girls. Tell me, Sheela, seen any new films lately ? ਡੋਂਟ ਗੈੱਟ ਸੀਰਿਅਸ, ਗਰਲਜ਼। ਟੈਲ ਮੀ ਸ਼ੀਲਾ, ਸੀਨ ਐਨੀ ਨਿਊ ਫਿਲਮਜ਼ ਲੇਟਲੀ ?

ਸ਼ੀਲਾ : ਇਕ ਇਹੋ ਚੀਜ਼ ਹੈ ਜੋ ਮੈਂ ਹੱਥੋਂ ਨਹੀਂ ਜਾਣ ਦਿੰਦੀ । ਮੈਂ ਹਰ ਹਫ਼ਤੇ ਜਾਂ ਦਸ ਦਿਨ ਬਾਦ ਇਕ ਫ਼ਿਲਮ ਦੇਖਣਾ ਚਾਹੁੰਦੀ ਹਾਂ । ਕੀਮਤਾਂ ਅਤੇ ਭਾਅ ਤਾਂ ਸਿਰਦਰਦੀ ਹਨ ਜਿਨ੍ਹਾਂ ਤੋਂ ਕੋਈ ਨਹੀਂ ਬਚ ਸਕਦਾ । ਕੁਝ ਮਨੋਰੰਜਨ ਤੋਂ ਬਿਨਾਂ ਜੀਵਨ ਅਸਹਿ ਹੋ ਜਾਵੇਗਾ ।

Sheela : That is one tbing I don't miss. I must see a film every week or ten days. Prices and costs are a headache nobody can escape. Without recreation life would become unbearable. ਦੈਟ ਇਜ਼ ਵਨਥਿੰਗ ਆਈ ਡੋਂਟ ਮਿੱਸ. ਆਈ ਮਸਟ ਸੀ ਏ ਫਿਲਮ ਐਵਰੀ ਵੀਕ ਆਰ ਟੇਨ ਡੇਜ਼ । ਪ੍ਰਾਈਸੇਜ਼ ਐਂਡ ਕਾਸਟ੍ਸ ਆਰ ਏ ਹੈਡੇਕ ਨੋਬਾਡੀ ਕੈਨ ਐਸਕੇਪ । ਵਿਦਾਊਟ ਰੀਕ੍ਰੀਏਸ਼ਨ ਲਾਈਫ ਵੁੱਡ ਬੀਕਮ ਅਨਬੀਅਰੇਬਲ ।

ਮੀਨਾ : ਫਿਰ ਤਾਂ ਮੈਂ ਕਹਾਂਗੀ ਤੁਸੀਂ ਕਿਸਮਤ ਵਾਲੇ ਹੋ । ਮੇਰੇ ਪਤੀ ਤਾਂ ਸਿਰਫ਼ ਅੰਗਰੇਜ਼ੀ ਫ਼ਿਲਮਾਂ ਪਸੰਦ ਕਰਦੇ ਹਨ ਜੋ ਕਿ ਮੈਂ ਸਮਝ ਨਹੀਂ ਸਕਦੀ । ਇਸ ਲਈ ਮੈਨੂੰ ਤਾਂ ਟੀ. ਵੀ. ਨਾਲ ਹੀ ਸਬਰ ਕਰਨਾ ਪੈਂਦਾ ਹੈ ।

Mina : Then I must say you are very lucky. My husband prefers only. English films, which I cannot follow. So I have to content myself with TV. ਦੈਨ ਆਈ ਮਸਟ ਸੇ ਯੂ ਆਰ ਵੈਰੀ ਲੱਕੀ ? ਮਾਈ ਹਜ਼ਬੈਂਡ ਪ੍ਰੈਫਰਜ਼ ਓਨਲੀ ਇੰਗਲਿਸ਼ ਫਿਲ੍ਮਜ਼, ਵਿਚ ਆਈ ਕੈਨਨਾਟ ਫਾਲੋ । ਸੋ ਆਈ ਹੈਵ ਟੂ ਕਨਟੈਂਟ ਮਾਈਸੇਲ੍ਫ ਵਿਦ ਟੀ.ਵੀ. ।

ਸ਼ੀਲਾ : ਹੋਰ ਤੁਸੀਂ ਕੀ ਕਰ ਸਕਦੇ ਹੋ ? ਹਾਂ ਉਰਮਿਲਾ ਤੇਰੇ ਪਤੀ ਤਾਂ ਬਾਹਰ ਦੌਰੇ 'ਤੇ ਗਏ ਹੋਏ ਹਨ । ਕੀ ਉਹ ਵਾਪਸ ਆ ਗਏ ?

Sheela : What else can you do ? Well, Urmila, your husband had gone out of station on tour. Has he returned. ਵੱਟ ਐਲ੍ਸ ਕੈਨ੍ ਯੂ ਡੂ ਵੈਲ, ਉਰਮਿਲਾ, ਯੁਅਰ ਹਜ਼ਬੈਂਡ ਹੈਡ ਗਾਨ ਆਊਟ ਆਫ਼ ਸਟੇਸ਼ਨ ਆਨ ਟੂਰ । ਹੇਜ਼ ਹੀ ਰੀਟਰਨਡ ?

ਉਰਮਿਲਾ : ਕਲ੍ਹ ਹੀ ਉਨ੍ਹਾਂ ਵਲੋਂ ਤਾਰ ਮਿਲੀ ਹੈ ਕਿ ਉਨ੍ਹਾਂ ਦੇ ਵਾਪਸ ਆਉਣ ਵਿਚ ਪੰਜ-ਛੇ ਦਿਨ ਹੋਰ ਲੱਗਣਗੇ । ਮੈਂ ਉਨ੍ਹਾਂ ਦੇ ਮੁੜ ਆਉਣ ਦਾ ਬੜੀ ਬੇਸਬਰੀ ਨਾਲ ਇੰਤਜ਼ਾਰ ਕਰ ਰਹੀ ਹਾਂ ਕਿਉਂਕਿ ਮੈਂ ਉਨ੍ਹਾਂ ਨੂੰ ਹੈਦਰਾਬਾਦ ਤੋਂ ਕੁਝ ਸਾੜੀਆਂ ਕਾਂਜੀਵਰਮ ਦੀਆਂ ਲਿਆਉਣ ਲਈ ਕਿਹਾ ਸੀ ।

Urmila : I got a wire from him yesterday saying he will take five-six days more to return. I am waiting very eagerly for him to come back, for I have asked him to bring a couple of Kanjivaram Saris from Hyderabad.
ਆਈ ਗੱਟ ਏ ਵਾਇਰ ਫ਼ਰਾਮ ਹਿਮ ਯੇਸਟੇਰਡੇ ਸੇਇੰਗ ਹੀ ਵਿੱਲ ਟੇਕ ਫਾਈਵ-ਸਿਕ੍ਸ ਡੇਜ਼ ਮੋਰ ਟੂ ਰੀਟਰਨ । ਆਈ ਐਮ ਵੇਟਿੰਗ ਵੈਰੀ ਈਗਰਲੀ ਫਾਰ ਹਿਮ ਟੂ ਕਮ ਬੈਕ, ਫਾਰ ਆਈ ਹੈਵ ਆਸਕ੍ਡ ਹਿਮ ਟੂ ਬ੍ਰਿੰਗ ਏ ਕਪਲ' ਆਫ਼ ਕਾਂਜੀਵਰਮ ਸਾਰੀਜ਼ ਫ਼ਰਾਮ ਹੈਦਰਾਬਾਦ ।

ਮੀਨਾ : ਕਿਉਂ ? ਉਹ ਤਾਂ ਇਥੋਂ ਵੀ ਤੈਨੂੰ ਮਿਲ ਜਾਣਗੀਆਂ।

Mina : Why ? You can get them here as well. ਵ੍ਹਾਈ ? ਯੂ ਕੈਨ ਗੇਟ ਦੈਮ ਹਿਅਰ ਐਜ਼ ਵੈਲ।

ਉਰਮਿਲਾ : ਉਥੇ ਉਹ ਸਸਤੀਆਂ ਹੋਣਗੀਆਂ, ਏਸੇ ਲਈ। ਅੱਛਾ ਤੁਸੀਂ ਜਦੋਂ ਤਕ ਗੱਲਾਂ ਕਰੋ ਮੈਂ ਜਾਵਾਂ ਤੇ ਰਸੋਈ ਵਿਚ ਦੇਖਾਂ ਕੀ ਹੋ ਰਿਹਾ ਹੈ।

Urmila : They'll be cheaper there, that is why. Well, while you too carry on I will go and check up on what is going on in the kitchen. ਦੇ ਵਿੱਲ ਬੀ ਚੀਪਰ ਦੇਅਰ, ਦੈਟ ਇਜ਼ ਵ੍ਹਾਈ। ਵੈਲ, ਵ੍ਹਾਈਲ ਯੂ ਟੂ ਕੇਰੀ ਆਨ ਆਈ ਵਿਲ ਗੋ ਐਂਡ ਚੈੱਕ ਅਪ ਆਨ ਵਾਟ੍ ਇਜ਼ ਗੋਇੰਗ ਆਨ ਇਨ ਦ ਕਿਚਨ।

ਸ਼ੀਲਾ : ਤੇਰਾ ਨੌਕਰ ਭੋਲੂ ਉਸ ਵਿਚ ਰੁੱਝਿਆ ਹੋਇਆ ਹੋਵੇਗਾ। ਫਿਰ ਤੂੰ ਕਿਉਂ ਫ਼ਿਕਰ ਕਰ ਰਹੀ ਏਂ ?

Sheela : Your servant Bholu must be busy witn it. Then why do you worry ? ਯੂਅਰ ਸਰਵੈਂਟ ਭੋਲੂ ਮਸਟ੍ ਬੀ ਬਿਜ਼ੀ ਵਿਦ ਇਟ। ਦੈੱਨ ਵ੍ਹਾਈ ਡੂ ਯੂ ਵਰੀ ?

ਉਰਮਿਲਾ : ਉਸ ਨੂੰ ਵੀ ਗੱਲਾਂ ਆਉਣ ਲਗ ਪਈਆਂ ਹਨ ਅਤੇ ਉਸ ਨੇ ਚੇਤਾਵਨੀ ਦੇ ਦਿਤੀ ਹੈ। ਉਹ ਕਹਿੰਦਾ ਹੈ ਕਿ ਜੇ ਮੈਂ ਉਸ ਦੀ ਤਨਖਾਹ ਨਾ ਵਧਾਈ ਤਾਂ ਉਹ ਚਲਾ ਜਾਏਗਾ। ਤੂੰ ਦੇਖ ਹਰ ਪਾਸੇ ਮੁਸ਼ਕਲਾਂ ਹੀ ਮੁਸ਼ਕਲਾਂ। ਅੱਛਾ ਮੈਨੂੰ ਜ਼ਰਾ ਰਸੋਈ ਵਲ ਵੇਖਣ ਦਿਉ।

Urmila : He too has started getting ideas and has served notice. He says if I don't increase his pay he will quit. You see, problems, problems everywhere. Well, let me look into the kitchen. ਹੀ ਟੂ ਹੈਜ਼ ਸਟਾਰਟਿਡ ਗੇਟਿੰਗ ਆਈਡਿਆਜ਼ ਐਂਡ ਹੈਜ਼ ਸੁਰਵਡ ਨੋਟਿਸ। ਹੀ ਸੇਜ਼ ਇਫ਼ ਆਈ ਡੋਂਟ ਇਨਕ੍ਰੀਜ਼ ਹਿਜ਼ ਪੇ ਹੀ ਵਿੱਲ ਕੁਇੱਟ। ਯੂ ਸੀ, ਪ੍ਰਾਬਲੇਮਜ਼, ਪ੍ਰਾਬਲੇਮਜ਼ ਐਵਰੀਵੇਅਰ। ਵੈੱਲ, ਲੈੱਟ ਮੀ ਲੁੱਕ ਇਨਟੂ ਦ ਕਿਚਨ।

ਮੀਨਾ : ਇਹ ਠੀਕ ਕਹਿੰਦੀ ਹੈ, ਵਿਚਾਰੀ। ਪਹਿਲਾਂ ਤਾਂ ਅਜ ਕਲ੍ਹ ਨੌਕਰ ਮਿਲਣਾ ਹੀ ਮੁਸ਼ਕਲ ਹੈ ਅਤੇ ਜੇ ਤੁਹਾਨੂੰ ਕੋਈ ਮਿਲ ਜਾਵੇ ਤਾਂ ਗੁਆਂਢੀ ਉਸ ਨੂੰ ਨਹੀਂ ਰਹਿਣ ਦੇਣਗੇ। ਇਕ ਘਰੇਲੂ ਔਰਤ ਕੀ ਕਰ ਸਕਦੀ ਹੈ ? ਉਸ ਨੂੰ ਘਰ ਦੇ ਸਾਰੇ ਕੰਮ ਵੇਖਣੇ ਪੈਂਦੇ ਹਨ।

Mina : She is right, the poor dear. In the first place it is difficult to get a servant these days and if you get one, your neighbour are not above living him away, what can a housewife do ? She has to look after the whole household. ਸ਼ੀ ਇਜ਼ ਰਾਈਟ, ਦ ਪੂਅਰ ਡੀਅਰ। ਇਨ ਦ ਫਸਟ੍ ਪਲੇਸ ਇਟ ਇਜ਼ ਡੀਫ਼ੀਕਲਟ੍ ਟੂ ਗੈੱਟ ਏ ਸਰਵੈਂਟ ਦੀਜ਼ ਡੇਜ਼, ਐਂਡ ਇੱਫ਼ ਯੂ ਗੈੱਟ ਵੱਨ, ਯੂਅਰ ਨੇਬਰ ਆਰ ਨਾਟ ਐਬੱਵ ਲਿਵਿੰਗ ਹਿਮ ਅਵੇ, ਵਾਟ੍ ਕੈਨ ਏ ਹਾਊਸ ਵਾਈਫ਼ ਡੂ ? ਸ਼ੀ ਹੈਜ਼ ਟੂ ਲੁੱਕ ਆਫ਼ਟਰ ਦ ਹੋਲ ਹਾਉਸਹੋਲ੍ਡ।

ਸ਼ੀਲਾ	: ਤੂ ਬਿਲਕੁਲ ਠੀਕ ਕਹਿ ਰਹੀ ਏਂ। ਮੇਰਾ ਨੌਕਰ ਵੀ ਅੱਜ ਕਲ੍ਹ ਆਪਣੇ ਘਰ ਗਿਆ ਹੋਇਆ ਹੈ ਅਤੇ ਮੈਨੂੰ ਆਪ ਹੀ ਸਭ ਕੁਝ ਕਰਨਾ ਪੈਂਦਾ ਹੈ। ਸਵੇਰ ਤਾਂ ਮੇਰੇ ਲਈ ਡਰਾਉਣੇ ਸੁਪਨੇ ਵਾਂਗ ਬਣ ਗਈ ਏ। ਬੱਚਿਆਂ ਲਈ ਨਾਸ਼ਤਾ ਬਨਾਉਣਾ, ਉਨ੍ਹਾਂ ਨੂੰ ਕਪੜੇ ਪਹਿਨਾਉਣਾ, ਸਕੂਲ ਲਈ ਤਿਆਰ ਕਰਨਾ ਅਤੇ ਖਾਣਾ ਦੇ ਕੇ ਤੋਰਨਾ। ਜਦੋਂ ਤਕ ਮੈਂ ਦੁਪਹਿਰ ਦਾ ਖਾਣਾ ਖਾਣ ਲਈ ਤਿਆਰ ਹੁੰਦੀ ਹਾਂ, ਦੋ ਵੱਜ ਚੁਕੇ ਹੁੰਦੇ ਹਨ।	Sheela	: You are quite right, my servant is also at his native place now-a-days and I have to do everything myself. Mornings are a nightmare. Make breakfast for the children, dress them up. prepare them for school, and pack them off. By the time I get around to take my lunch it is past two O'clock. ਯੂ ਆਰ ਕੁਆਈਟ ਰਾਈਟ, ਮਾਈ ਸਰਵੈਂਟ ਇਜ਼ ਆਲਸੋ ਐਟ ਹਿਜ਼ ਨੇਟਿਵ ਪਲੇਸ ਨਾਉ-ਏ-ਡੇਜ਼ ਐਂਡ ਆਈ ਹੈਵ ਟੂ ਡੂ ਐਵ੍ਰੀਥਿੰਗ ਮਾਈਸੈਲਫ਼। ਮਾਰਨਿੰਗਜ਼ ਆਰ ਏ ਨਾਈਟਮੇਅਰ। ਮੇਕ ਬ੍ਰੇਕਫਾਸਟ ਫਾਰ ਦ ਚਿਲਡ੍ਰੇਨ, ਡ੍ਰੈੱਸ ਦੈੱਮ ਅੱਪ, ਪ੍ਰੀਪੇਅਰ ਦੈੱਮ ਫਾਰ ਸਕੂਲ ਐਂਡ ਪੈਕ ਦੈੱਮ ਆਫ਼, ਬਾਈ ਦ ਟਾਈਮ ਆਈ ਗੈੱਟ ਐਰਾਊਂਡ ਟੂ ਟੇਕ ਮਾਈ ਲੰਚ, ਇਟ ਇਜ਼ ਪਾਸਟ ਟੂ ਓ'ਕ੍ਲਾਕ।
ਮੀਨਾ	: ਤੇਰੇ ਕਿੰਨੇ ਬੱਚੇ ਹਨ ?	Mina	: How many children do you have ? ਹਾਉ ਮੈਨੀ ਚਿਲਡ੍ਰੇਨ ਡੂ ਯੂ ਹੈਵ ?
ਸ਼ੀਲਾ	: ਤਿੰਨ। ਦੋ ਲੜਕੇ ਅਤੇ ਇਕ ਲੜਕੀ। ਮੇਰੀ ਬੇਟੀ ਸਭ ਤੋਂ ਛੋਟੀ ਹੈ, ਪਰ ਬਹੁਤ ਹੀ ਸ਼ਰਾਰਤੀ ਬੱਚਾ ਹੈ। ਹਾਂ, ਮੁੰਡੇ ਵੀ ਕੁਝ ਪਿੱਛੇ ਨਹੀਂ ਹਨ।	Sheela	: Three. Two boys and a girl. My daughter is the youngest, but she is a very mischievous child, of course the boys don't lag behind. ਥ੍ਰੀ। ਟੂ ਬੁਆਇਜ਼ ਐਂਡ ਏ ਗਰ੍ਲ, ਮਾਈ ਡਾਟਰ ਇਜ਼ ਦ ਯੰਗੈਸਟ, ਬੱਟ ਸ਼ੀ ਇਜ਼ ਏ ਵੈਰੀ ਮਿੱਸਚੀਵੀਅਸ ਚਾਈਲਡ, ਆਫ਼ ਕੋਰ੍ਸ ਦ ਬੁਆਇਜ਼ ਡੋਂਟ ਲੇਗ ਬੀਹਾਈਂਡ।
ਮੀਨਾ	: ਮੈਨੂੰ ਸ਼ਰਾਰਤੀ ਬੱਚੇ ਚੰਗੇ ਲਗਦੇ ਹਨ। ਉਹ ਬੱਚਾ ਹੀ ਨਹੀਂ ਜੋ ਸ਼ਰਾਰਤੀ ਨਾ ਹੋਵੇ।	Mina	: I like mischievous children. It would be unlike a child not to be mischievous. ਆਈ ਲਾਈਕ ਮਿੱਸਚੀਵੀਅਸ ਚਿਲਡ੍ਰੇਨ, ਇੱਟ ਵੁੱਡ ਬੀ ਅਨਲਾਈਕ ਏ ਚਾਈਲ੍ਡ ਨਾਟ ਟੂ ਬੀ ਮਿਸਚੀਵੀਅਸ।
ਸ਼ੀਲਾ	: ਫੇਰ ਮੈਂ ਆਪਣੀ ਅੱਗ ਤੇਰੇ ਘਰ ਭੇਜਦੀ ਸਾਂ। ਫਿਰ ਤੈਨੂੰ ਪਤਾ ਲੱਗੇਗਾ।	Sheela	: Then I will send mine pyre to your place. Then you will realise. ਦੈੱਨ ਆਈ ਵਿੱਲ ਸੈਂਡ ਮਾਈਨ ਪਾਇਰ ਟੂ ਯੂਅਰ ਪਲੇਸ। ਦੈੱਨ ਯੂ ਵਿੱਲ ਰੀਅਲਾਈਜ਼।
ਮੀਨਾ	: ਹਰ ਹਾਲਤ ਵਿਚ। ਮੇਰੇ ਲਈ ਉਹ ਪਰੇਸ਼ਾਨੀ ਦੇ ਕਾਰਨ ਨਹੀਂ ਹੋਣਗੇ। ਮੇਰੇ ਘੱਟ ਸ਼ਰਾਰਤੀ ਨਹੀਂ।	Mina	: By all means. They won't be a bother for me, mine are no less mischievous. ਬਾਈ ਆਲ ਮੀਨਜ਼। ਦੇ ਵੋਂਟ ਬੀ ਏ ਬਾਦਰ ਫਾਰ ਮੀ, ਮਾਈਨ ਆਰ ਨੋ ਲੈੱਸ ਮਿਸਚੀਵੀਅਸ।

ਸ਼ੀਲਾ	: ਤੇਰੇ ਕਿੰਨੇ ਬੱਚੇ ਹਨ ?	Sheela	: How many children do you have ? ਹਾਉ ਮੈਨੀ ਚਿਲਡਰ੍ਰਨ ਡੂ ਯੂ ਹੈਵ ?
ਮੀਨਾ	: ਦੋ—ਦੋਨੋਂ ਲੜਕੇ ਹਨ ।	Mina	: Two—both of them boys ? ਟੂ—ਬੋਥ ਆਫ ਦੈੱਮ ਬੁਆਇਜ਼ ।
ਸ਼ੀਲਾ	: ਵਧੀਆ ! ਛੋਟੇ ਸ਼ੈਤਾਨਾਂ ਦਾ ਇਕ ਗੁੱਟ, ਦੂਸਰੇ ਨੂੰ ਮਿਲੇਗਾ ।	Sheela	: Fine. One set of little devils would meet another. ਫਾਈਨ, ਵੱਨ ਸੈੱਟ ਆਫ ਲਿਟਲ ਡੇਵਿਲ੍ਹਜ਼ ਵੁੱਡ ਮੀਟ ਐਨਅਦਰ ।
ਉਰਮਿਲਾ	: ਆਉ, ਖਾਣਾ ਪਰੋਸ ਦਿਤਾ ਹੈ । ਬਾਕੀ ਸਭ ਪਹਿਲਾਂ ਹੀ ਮੇਜ਼ ਉਪਰ ਆ ਗਏ ਹਨ ।	Urmila	: Come on, dinner is served. Everybody else is already at the table. ਕਮ ਆਨ. ਡਿਨਰ ਇਜ਼ ਸਰਵ੍ਡ । ਐਵਰੀਬਾਡੀ ਐਲਸ ਇਜ਼ ਆਲਰੈਡੀ ਐਟ ਦ ਟੇਬਲ ।

ਖਾਣੇ ਦੀ ਮੇਜ਼ ਉਪਰ — AT THE DINING TABLE (ਐਟ ਦ ਡਾਈਨਿੰਗ ਟੇਬਲ)

ਸ਼ੀਲਾ	: ਉਰਮਿਲਾ ਤੂੰ ਤੇ ਇਸ ਨੂੰ ਜਸ਼ਨ ਦਾ ਮੌਕਾ ਬਣਾ ਦਿਤਾ । ਜੇ ਖਾਣਾ ਵੇਖਣ ਵਿਚ ਐਨਾ ਦਿਲਕਸ਼ ਹੈ, ਇਹ ਖਾਣ ਵਿਚ ਵੀ ਜ਼ਰੂਰ ਸੁਆਦੀ ਹੋਵੇਗਾ ।	Sheela	: You have made it a ceremonial occasion, Urmila. If the menu is so attractive to look at, it must certainly be delicious to eat. ਯੂ ਹੈਵ ਮੇਡ ਇੱਟ ਏ ਸੈਰੀਮੋਨੀਅਲ ਓਕੇਜ਼ਨ ਉਰਮਿਲਾ, ਇਫ਼ ਦ ਮੀਨੂ ਇਜ਼ ਸੋ ਐਟਰੈਕਟਿਵ ਟੂ ਲੁੱਕ ਐਟ, ਇੱਟ ਮਸਟ ਸਰਟੇਨਲੀ ਬੀ ਡਿਲੀਸ਼ੀਅਸ ਟੂ ਈਟ ।
ਮੀਨਾ	: ਤੂੰ ਠੀਕ ਕਹਿ ਰਹੀ ਏਂ । ਮੇਰੇ ਪਤੀ ਵੀ ਕਹਿੰਦੇ ਹਨ ਕਿ ਜੋ ਭੋਜਨ ਵੇਖਣ ਵਿਚ ਚੰਗਾ ਨਹੀਂ ਲਗਦਾ ਖਾਣ ਵਿਚ ਕਦੇ ਚੰਗਾ ਨਹੀਂ ਹੋਵੇਗਾ ।	Mina	: You are right, my husband also says that a dish that doesn't look nice never be nice to eat. ਯੂ ਆਰ ਰਾਈਟ । ਮਾਈ ਹਜ਼ਬੈਂਡ ਆਲਸੋ ਸੇਜ਼ ਦੈਟ ਏ ਡਿੱਸ਼ ਦੈਟ ਡਜ਼ੰਟ ਲੁੱਕ ਨਾਈਸ ਨੇਵਰ ਬੀ ਨਾਈਸ ਟੂ ਈਟ ।
ਉਰਮਿਲਾ	: ਅੱਛਾ, ਗੱਲਾਂ ਬਹੁਤ ਹੋ ਗਈਆਂ, ਆਪਣੇ ਆਪ ਪਰੋਸ ਲਉ ।	Urmila	: O.K. enough with talk, help yourself. ਓ. ਕੇ. ਐਨਫ ਵਿਦ ਟਾਕ, ਹੈਲ੍ਪਯੂਅਰ ਸੈਲ੍ਫ ।
ਸ਼ੀਲਾ	: ਕੋਫਤੇ ਤਾਂ ਸਚਮੁਚ ਸੁਆਦ ਹਨ ਅਤੇ ਬਿਰਿਆਨੀ ਮਜ਼ੇਦਾਰ ।	Sheela	: The Koftas are really tasty and the Biryani is simply wonderful. ਦ ਕੋਫਤਾਜ਼ ਆਰ ਰੀਅਲੀ ਟੇਸਟੀ ਐਂਡ ਦ ਬਿਰਿਆਨੀ ਇਜ਼ ਸਿੰਪ੍ਲੀ ਵੰਡਰਫੁਲ ।
ਉਰਮਿਲਾ	: ਮੈਨੂੰ ਉਮੀਦ ਹੈ ਤੁਸੀਂ ਖਾਣਾ ਪਸੰਦ ਕੀਤਾ ਹੋਵੇਗਾ । ਕਿਉਂ ਮੀਨਾ, ਤੂੰ ਰਾਇਤਾ ਬਿਲਕੁਲ ਹੀ ਨਹੀਂ ਲਿਆ । ਆਪਣੇ ਆਪ ਲੈ ਲਉ । ਅਤੇ ਸ਼ੀਲਾ, ਤੂੰ ਬਹੁਤ ਹੌਲੀ ਚਲ ਰਹੀ ਏਂ ।	Urmila	: I do hope you people have liked the food. Why, Mina, you have not taken Raita at all, please help yourself. And Sheela, you are too slow. ਆਈ ਡੂ ਹੋਪ ਯੂ ਪੀਪਲ ਹੈਵ ਲਾਈਕ੍ਡ ਦ ਫੂਡ. ਵ੍ਹਾਈ, ਮੀਨਾ ਯੂ ਹੈਵ ਨਾਟ ਟੇਕਨ ਰਾਇਤਾ ਐਟ ਆਲ । ਪਲੀਜ਼ ਹੈਲ੍ਪ ਯੂਅਰਸੈਲ੍ਫ. ਐਂਡ ਸ਼ੀਲਾ, ਯੂ ਆਰ ਟੂ ਸ੍ਲੋ ।

ਸ਼ੀਲਾ	: ਤੂੰ ਫ਼ਿਕਰ ਨਾ ਕਰ। ਮੈਂ ਜਿੰਨੀ ਦੇਰ ਸਭ ਚੀਜ਼ਾਂ ਸਾਫ਼ ਨਹੀਂ ਕਰ ਦਿਆਂਗੀ, ਉਠਾਂਗੀ ਨਹੀਂ।	Sheela	:	Don't you worry. I won't get up till I polish off everything. ਡੋਂਟ ਯੂ ਵਰੀ, ਆਈ ਵੋਂਟ ਗੈਟ ਅਪ ਟਿੱਲ ਆਈ ਪਾਲਿਸ਼ ਆਫ਼ ਐਵਰੀਥਿੰਗ।	

ਖਾਣੇ ਤੋਂ ਬਾਦ — AFTER DINNER (ਆਫ਼ਟਰ ਡਿਨਰ)

ਮੀਨਾ	: ਸ਼ੀਲਾ, ਤੂੰ ਖਾਣਾ ਪਸੰਦ ਕੀਤਾ ?	Mina	:	Did you enjoy the dinner, Sheela. ਡਿੱਡ ਯੂ ਐਨਜੁਆਏ ਦ ਡਿਨਰ, ਸ਼ੀਲਾ ?
ਸ਼ੀਲਾ	: ਮਜ਼ੇਦਾਰ ਸੀ।	Sheela	:	It was wonderful. ਇਟ ਵਾਜ਼ ਵੰਡਰਫੁੱਲ।
ਉਰਮਿਲਾ	: ਪਰ ਤੁਸੀਂ ਲੋਕਾਂ ਨੇ ਤਾਂ ਕੁਝ ਵੀ ਨਹੀਂ ਖਾਧਾ। ਤੁਸੀਂ ਸ਼ਿਸ਼ਟਾਚਾਰ ਵਿਚ ਹੀ ਰਹੀਆਂ।	Urmila	:	But you people didn't eat anything, you were so formal. ਬੱਟ ਯੂ ਪੀਪਲ ਡਿਡੰਟ ਈਟ ਐਨੀਥਿੰਗ, ਯੂ ਵਰ ਸੋ ਫਾਰਮਲ।
ਸ਼ੀਲਾ	: ਇਹ ਨਾ ਕਹਿ। ਤੇਰੇ ਨਾਲ ਸ਼ਿਸ਼ਟਾ-ਚਾਰੀ ਦਾ ਸਵਾਲ ਹੀ ਪੈਦਾ ਨਹੀਂ ਹੁੰਦਾ। ਅੱਛਾ, ਹੁਣ ਮੈਨੂੰ ਚਲਣਾ ਚਾਹੀਦਾ ਹੈ। ਬੱਚੇ ਉਡੀਕ ਰਹੇ ਹੋਣਗੇ।	Sheela	:	Don't say that. There was no question of formalities with you. well, I must move now. The children must be waiting. ਡੋਂਟ ਸੇ ਦੈਟ। ਦੇਅਰ ਵਾਜ਼ ਨੋ ਕੁਐਸਚਨ ਆਫ਼ ਫਾਰਮੈਲਿਟੀਜ਼ ਵਿਦ ਯੂ। ਵੈਲ, ਆਈ ਮਸਟ ਮੂਵ ਨਾਉ। ਦ ਚਿਲਡਰੇਨ ਮਸਟ ਬੀ ਵੇਟਿੰਗ।
ਮੀਨਾ	: ਤੂੰ ਜਾ ਰਹੀ ਏਂ ? ਮੇਰੇ ਘਰ ਵੀ ਕਦੇ ਜ਼ਰੂਰ ਆਈਂ।	Mina	:	Are you leaving ? Please drop in at my place sometime. ਆਰ ਯੂ ਲੀਵਿੰਗ ? ਪ੍ਲੀਜ਼ ਡ੍ਰਾਪ ਇਨ ਐਟ ਮਾਈ ਪ੍ਲੇਸ ਸਮਟਾਈਮ।
ਸ਼ੀਲਾ	: ਜ਼ਰੂਰ, ਵਿਦਾ।	Sheela	:	Sure, Good bye. ਸ਼ੁਅਰ, ਗੁੱਡ ਬਾਈ।
ਮੀਨਾ	: ਵਿਦਾ।	Mina	:	Good bye. ਗੁੱਡ-ਬਾਈ।
ਉਰਮਿਲਾ	: ਵਿਦਾ, ਸ਼ੀਲਾ।	Urmila	:	Good bye, Sheela ਗੁੱਡ-ਬਾਈ, ਸ਼ੀਲਾ।
ਸ਼ੀਲਾ	: ਚੰਗਾ, ਫਿਰ ਕਦੀ ਆਵਾਂਗੀ।	Sheela	:	Bye, Bye, I will drop in some other time. ਬਾਈ, ਬਾਈ. ਆਈ ਵਿੱਲ ਡ੍ਰਾਪ ਇਨ ਸਮ ਅਦਰ ਟਾਈਮ।
ਮੀਨਾ	: ਮੇਰੇ ਘਰ ਆਉਣਾ ਨਾ ਭੁੱਲੀ।	Mina	:	Don't forget to come to my place. ਡੋਂਟ ਫਾਰਗੇਟ ਟੂ ਕਮ ਟੂ ਮਾਈ ਪ੍ਲੇਸ।
ਸ਼ੀਲਾ	: ਨਹੀਂ ਭੁੱਲਾਂਗੀ, ਵਿਦਾ। ਉਰਮਿਲਾ ਖਾਣੇ ਦਾ ਬਹੁਤ ਬਹੁਤ ਸ਼ੁਕਰੀਆ।	Sheela	:	I won't. Good bye. Thank you for the dinner Urmila. ਆਈ ਵੋਂਟ, ਗੁੱਡ ਬਾਈ, ਥੈਂਕ ਯੂ ਫਾਰ ਦਾ ਡਿਨਰ ਉਰਮਿਲਾ।
ਉਰਮਿਲਾ	: ਆਉਣ ਦਾ ਸ਼ੁਕਰੀਆ।	Urmila	:	Thank you for coming. ਥੈਂਕ ਯੂ ਫਾਰ ਕਮਿੰਗ।

APPENDIX—ਅੰਤਿਕਾ

ਅੰਗ੍ਰੇਜ਼ੀ ਵਿਚ ਸ਼ਬਦ-ਜੋੜ
WORD-BUILDING IN ENGLISH

1. ਕ੍ਰਿਆਵਾਂ ਦੇ ਨਾਲ ਪਿਛੇਤਰ ance ਜਾਂ ence ਜੋੜਨ ਨਾਲ ਭਾਵਵਾਚਕ ਨਾਂਵ ਬਣਦੇ ਹਨ ।

admit (v.) (ਐਡਮਿਟ) ਅੰਦਰ ਆਉਣਾ, ਦਾਖਿਲ ਹੋਣਾ [-ance] Admittance (n.) (ਐਡਮਿਟੈਂਸ) ਦਾਖ਼ਿਲਾ
utter (v.) (ਅਟਰ) ਬੋਲਣਾ [-ance] utterance (n.) (ਅਟਰੇਨ੍ਸ) ਉਚਾਰਣ
grieve (v.) (ਗ੍ਰੀਵ) ਸੋਗ [-ance] grievance (n.) (ਗ੍ਰੀਵੇਂਨ੍ਸ) ਕਸ਼ਟ, ਸ਼ਿਕਾਇਤ
guide (v) (ਗਾਇਡ) ਰਾਹ ਦਿਖਾਉਣਾ [-ance] guidance (n.) (ਗਾਇਡੈਂਸ) ਰਹਿਨੁਮਾਈ
interfere (v.) (ਇੰਟਰਫ਼ਿਅਰ) ਦਖ਼ਲ ਦੇਣਾ [-ence] interference (n.) (ਇੰਟਰਫਿਅਰੈਂਸ) ਦਖ਼ਲ
differ (v) (ਡਿਫ਼ਰ) ਮਤਭੇਦ ਕਰਨਾ [-ence] difference (n.) (ਡਿਫ਼ਰੈਂਸ) ਮਤਭੇਦ
prefer (v) (ਪ੍ਰੀਫ਼ਰ) ਪਹਿਲ ਦੇਣੀ [-ence] preference (n) (ਪ੍ਰੇਫ਼ਰੈਂਸ) ਪਹਿਲ
occur (v) (ਅੱਕਰ) ਹੋਣਾ [-ence] occurence (n.) (ਐਕਰੈਂਸ) ਘਟਨਾ

ਏਸੇ ਤਰ੍ਹਾਂ ਇਹਨਾਂ ਸ਼ਬਦਾਂ ਦੇ ਨਾਲ ance ਜਾਂ ence ਜੋੜੋ—depend, refer, indulge, reside, ਦੇ ਨਾਲ ence ਅਤੇ contrive, endure, insure, preserve ਦੇ ਨਾਲ ance ।

2. ਕਈ ਵਾਰੀ ਭਾਵਵਾਚਕ ਨਾਂਵ ਬਣਾਉਣ ਲਈ ment ਪਿਛੇਤਰ (suffix) ਜੋੜਿਆ ਜਾਂਦਾ ਹੈ । ਜਿਵੇਂ Improve ਤੋਂ improvement ਆਦਿ ।

ਹੁਣ ਹੇਠਾਂ ਦਿੱਤੇ ਗਏ ਕਿਰਿਆ ਸ਼ਬਦਾਂ ਦੇ ਨਾਲ ment ਜੋੜ ਕੇ ਨਵੇਂ ਸ਼ਬਦ ਬਣਾਓ ਅਤੇ ਉਹਨਾਂ ਦੇ ਅਰਥ ਸ਼ਬਦ-ਕੋਸ਼ ਵਿਚ ਦੇਖੋ—

achive (ਏਚੀਵ) ਪ੍ਰਾਪਤ ਕਰਨਾ
amuse (ਐਮਯੂਜ਼) ਖੁਸ਼ੀ ਮਾਨਣੀ
postpone (ਪੋਸਟਪੋਨ) ਟਾਲਣਾ, ਮੁਲਤਵੀ ਕਰਨਾ
move (ਮੂਵ) ਹਿੱਲਣਾ
advertise (ਐਡਵਰਟਾਈਜ਼) ਇਸ਼ਤਿਹਾਰ ਦੇਣਾ
announce (ਐਨਾਉਨ੍ਸ) ਐਲਾਨ ਕਰਨਾ
state (ਸਟੇਟ) ਕਹਿਣਾ
settle (ਸੈਟਲ) ਫੈਸਲਾ ਕਰਨਾ
measure (ਮੇਜ਼ਰ) ਮਾਪਣਾ
excite (ਐਕਸਾਇਟ) ਜੋਸ਼ ਦਿਵਾਉਣਾ

n.b. : ਉਪਰ ਦਿਤੇ ਗਏ ਸ਼ਬਦਾਂ ਵਿਚ ment ਲਗਾਇਆ ਜਾਂਦਾ ਹੈ । achieve+ment=achievement.

ਅਪਵਾਦ (exception)—ਪਰ ਹੇਠਾਂ ਦਿਤੇ ਗਏ ਸ਼ਬਦਾਂ ਵਿਚ ment ਮਿਲਾਉਣ ਨਾਲ ਕਿਰਿਆ ਸ਼ਬਦ ਦੇ ਅੰਤਲੇ e ਦਾ ਲੋਪ ਹੋ ਜਾਂਦਾ ਹੈ ।

1, Judge (ਜਜ) ਫ਼ੈਸਲਾ ਕਰਨਾ
Judge+ment=Judgment

2. Argue (ਆਰਗੂ) ਤਰਕ ਕਰਨਾ
argue+ment=argument

3. y ਦੇ ਅੰਤ ਵਾਲੀਆਂ ਕਿਰਿਆਵਾਂ ਦੇ ਨਾਲ ਪਿਛੇਤਰ (suffix) ਲਗਾਉਣ ਨਾਲ y ਦਾ i ਹੋ ਜਾਂਦਾ ਹੈ । ਹੇਠਾਂ ਦਿਤੀ ਗਈ ਸੂਚੀ ਦੀ ਸਹਾਇਤਾ ਨਾਲ ਇਸ ਦਾ ਅਭਿਆਸ ਕਰੋ ।

ally (v.) (ਅਲਾਇ) ਸਾਥ ਦੇਣਾ [-ance] alliance (n.) (ਅਲਾਇਨ੍ਸ) ਸਾਥ, ਸਹਯੋਗ
carry (v.) (ਕੈਰੀ) ਢੋ ਕੇ ਲੈ ਜਾਣਾ [-age] carriage (n.) (ਕੈਰਿਏਜ) ਭਾਰ ਢੋਣ ਵਾਲੀ ਗੱਡੀ

marry (v.) (ਮੈਰੀ) ਵਿਆਹ ਕਰਨਾ	[-age] marriage (n.) (ਮੈਰਿਜ) ਵਿਆਹ
envy (v) (ਐਨਵੀ) ਈਰਖਾ ਕਰਨਾ	[-ous] envious (n) (ਐਨਵਿਅਸ) ਈਰਖਾਲੂ
apply (v.) (ਐਪਲਾਇ) ਬਿਨੈ ਪੱਤਰ ਦੇਣਾ	[-cation] application (ਐਪਲੀਕੇਸ਼ਨ) ਬਿਨੈ ਪੱਤਰ
qualify (v.) (ਕੁਵਾਲਿਫਾਇ) ਯੋਗਤਾ ਪ੍ਰਾਪਤ	[-cation] qualification (ਕਵਾਲਿਫਿਕਸ਼ਨ) ਯੋਗਤਾ
try (v.) (ਟ੍ਰਾਇ) ਜਤਨ ਕਰਨਾ	[-al] trial (n.) (ਟ੍ਰਾਇਲ) ਜਤਨ
deny (v.) (ਡਿਨਾਇ) ਨਾਮਨਜ਼ੂਰ	[-al] denial (n.) (ਡਿਨਾਇਲ) ਨਾਮਨਜ਼ੂਰੀ

but ਕਿੰਤੂ

betray (v.) (ਬਿਟ੍ਰੇ) ਧੋਖਾ ਦੇਣਾ

betrayal (n.) (ਬਿਟ੍ਰੇਅਲ) ਧੋਖਾ

4. ਕਈ ਵਾਰੀ ਭਾਵਵਾਚਕ ਨਾਂਵ -al ਪਿਛੇਤਰ (suffix) ਜੋੜਕੇ ਬਣਾਈ ਜਾਂਦੀ ਹੈ—ਜਿਵੇਂ refuse+al= refusal ਨਾਮਨਜ਼ੂਰੀ। ਸ਼ਬਦ ਦੇ ਅੰਤ ਵਿਚ e ਹੋਵੇ ਤਾਂ ਉਸ ਦਾ ਲੋਪ ਹੋ ਜਾਂਦਾ ਹੈ (ਜਿਵੇਂ refusal ਵਿਚ refuse ਦੇ e ਦਾ ਹੋਇਆ ਹੈ)।

ਹੁਣ ਹੇਠਾਂ ਦਿਤੇ ਸ਼ਬਦਾਂ ਨਾਲ -al ਪਿਛੇਤਰ ਜੋੜੋ ਅਤੇ ਨਵੇਂ ਸ਼ਬਦਾਂ ਨੂੰ ਸ਼ਬਦ-ਕੋਸ਼ ਵਿਚ ਦੇਖੋ :—

approve (ਸ੍ਵੀਕਾਰ ਕਰਨਾ), arrive (ਆਉਣਾ, ਪਹੁੰਚਣਾ), dispose (ਵੇਚਣਾ), propose (ਪ੍ਰਸਤਾਵਿਤ ਕਰਨਾ), betray (ਧੋਖਾ ਦੇਣਾ)।

ਕਈ ਵਾਰੀ ਵਿਸ਼ੇਸ਼ਣ ਵੀ -al ਪਿਛੇਤਰ (suffix) ਜੋੜ ਕੇ ਬਣਦੇ ਹਨ।

ਜਿਵੇਂ centre+al=central (centre ਦੇ ਅੰਤਲੇ e ਦਾ ਲੋਪ ਹੋ ਗਿਆ)।

ਹੁਣ ਹੇਠਾਂ ਦਿਤੇ ਗਏ ਸ਼ਬਦਾਂ ਦੇ ਵਿਸ਼ੇਸ਼ਣ -al ਪਿਛੇਤਰ ਜੋੜ ਕੇ ਬਣਾਉ ਅਤੇ ਸ਼ਬਦ ਕੋਸ਼ ਵਿਚ ਇਹਨਾਂ ਦੇ ਅਰਥ ਵੀ ਦੇਖੋ :—

continue (ਜਾਰੀ ਰਖਣਾ), fate (ਕਿਸਮਤ), nature (ਕੁਦਰਤੀ, ਸੁਭਾਓ), universe (ਸੰਸਾਰ) practice (ਅਭਿਆਸ ਕਰਨਾ)।

5. y ਨਾਲ ਪੂਰੇ ਹੋਣ ਵਾਲੇ ਵਿਸ਼ੇਸ਼ਣ ਸ਼ਬਦਾਂ ਦੇ ਨਾਲ ਪਿਛੇਤਰ (suffix) ਜੋੜਨ ਤੇ y ਦਾ i ਹੋ ਜਾਂਦਾ ਹੈ।

adj. ਵਿਸ਼ੇਸ਼ਣ	adv. ਕਿਰਿਆ ਵਿਸ਼ੇਸ਼ਣ	noun ਨਾਂਵ
busy (ਬਿਜ਼ੀ) ਰੁਝਾ ਹੋਇਆ	busily ਰੁਝੇਵੇਂ ਨਾਲ	business ਰੁਝੇਵਾਂ
easy (ਈਜ਼ੀ) ਆਸਾਨ, ਸੌਖਾ	easily ਸੌਖਿਆਈ ਨਾਲ	easiness ਸਰਲਤਾ
heavy (ਹੈਵੀ) ਭਾਰਾ	heavily ਭਾਰੀਪਨ ਨਾਲ	heaviness ਭਾਰਾਪਨ
happy (ਹੈੱਪੀ) ਪਰਸੰਨ	happily ਪਰਸੰਨਤਾ ਨਾਲ	happiness ਪਰਸੰਨਤਾ
lucky (ਲੱਕੀ) ਖ਼ੁਸ਼ਨਸੀਬ	luckily ਖ਼ੁਸ਼ਕਿਸਮਤੀ ਨਾਲ	luckiness ਖ਼ੁਸ਼ਕਿਸਮਤੀ
ready (ਰੈਡੀ) ਤਿਆਰ	readily ਇਕਦਮ	readiness ਤਿਆਰੀ
steady (ਸਟੱਡੀ) ਸਥਿਰ	steadily ਸਥਿਰਤਾ ਨਾਲ	steadiness ਸਥਿਰਤਾ

ਇਸ ਤਰ੍ਹਾਂ ਤੁਹਾਨੂੰ ਕਿਰਿਆ ਵਿਸ਼ੇਸ਼ਣ ਅਤੇ ਨਾਂਵ ਬਨਾਉਣਾ ਆ ਗਿਆ ਹੈ। ਏਸੇ ਤਰ੍ਹਾਂ ਹੁਣ ਵਿਸ਼ੇਸ਼ਣ ਤੋਂ ਨਾਂਵ ਬਨਾਉਣ ਦਾ ਤੁਸੀਂ ਅਭਿਆਸ ਕਰ ਸਕਦੇ ਹੋ।

6. ਹੇਠਾਂ ਦਿਤੇ ਗਏ ਅਗੇਤਰ (prefix) ਜੋੜ ਕੇ ਨਵੇਂ ਸ਼ਬਦ ਬਣਾਉਣ ਦਾ ਅਭਿਆਸ ਕਰੋ ਅਤੇ ਅਰਥ ਮਨ ਵਿਚ ਬਿਠਾਓ, ਫਿਰ ਲਿਖੋ :

	dependent	independent
in (=ਨਹੀਂ)	dependence	independence
	definite	indefinite
	justice	injustice
im (=ਨਹੀਂ)	practicable	impracticable, proper, patience, immoral
	possible	impossible

-irr (=ਨਹੀਂ)	responsible	irresponsible
	removable	irremovable
-il (=ਨਹੀਂ)	legible	illegible
-mis (=ਬੁਰਾ)	deed	misdeed
	conduct	misconduct

ਵਿਸ਼ਰਾਮ-ਚਿੰਨ੍ਹ
PUNCTUATION AND CAPITAL LETTERS

ਕਿਸੇ ਨਗਰ ਦੇ ਮੇਅਰ ਇਕ ਵਾਰੀ ਕਿਸੇ ਸਕੂਲ ਦਾ ਮੁਆਇਨਾ ਕਰਦੇ ਹੋਏ ਉਸ ਜਮਾਤ ਵਿਚ ਪਹੁੰਚੇ ਜਿੱਥੇ punctuation ਅਤੇ capital letters ਦਾ ਵਿਸ਼ਾ ਪੜ੍ਹਾਇਆ ਜਾ ਰਿਹਾ ਸੀ। ਉਹ ਬਹੁਤ ਨਾਰਾਜ਼ ਹੋਇਆ ਅਤੇ ਕਹਿਣ ਲੱਗਾ ਕਿ ਇਕ ਮੂਰਖ ਤੋਂ ਛੁੱਟ ਹੋਰ ਕੋਈ ਇਹ ਨਿਰਥਕ ਵਿਸ਼ਾ ਨਹੀਂ ਪੜ੍ਹਾ ਸਕਦਾ। ਅਧਿਆਪਕ ਨੇ ਸ਼ਾਂਤ ਰਹਿੰਦੇ ਹੋਏ blackboard ਉਤੇ ਇਹ ਲਿਖਿਆ—**The Mayor says, "The teacher is a fool"** ਅਰਥਾਤ ਮੇਅਰ ਕਹਿੰਦਾ ਹੈ ਕਿ ਅਧਿਆਪਕ ਮੂਰਖ ਹੈ। ਇਸ ਨਾਲ ਮੇਅਰ ਬਹੁਤ ਪਰਸੰਨ ਹੋਇਆ। ਫਿਰ ਅਧਿਆਪਕ ਨੇ ਕਿਹਾ ਹੁਣ ਮੈਂ ਇਸ ਵਾਕ ਵਿਚ ਕੇਵਲ punctuation ਅਤੇ capital letters ਬਦਲਾਂਗਾ। ਉਸ ਨੇ ਲਿਖੇ ਹੋਏ ਵਾਕ ਨੂੰ ਦੁਬਾਰਾ ਇਸ ਤਰ੍ਹਾਂ ਲਿਖਿਆ **"The Mayor", says the teacher, "is a fool"** ਅਰਥਾਤ ਅਧਿਆਪਕ ਕਹਿੰਦਾ ਹੈ ਕਿ ਮੇਅਰ ਮੂਰਖ ਹੈ। ਵਾਕ ਦਾ ਬਦਲਿਆ ਹੋਇਆ ਰੂਪ ਦੇਖ ਕੇ ਮੇਅਰ ਬਹੁਤ ਸ਼ਰਮਿੰਦਾ ਹੋਇਆ ਅਤੇ ਉਸ ਨੇ punctuation ਅਤੇ capital letters ਦਾ ਮਹੱਤਵ ਸਵੀਕਾਰ ਕਰ ਲਿਆ। ਸਾਨੂੰ ਵੀ ਇਸੇ ਤਰ੍ਹਾਂ ਕਰਨਾ ਚਾਹੀਦਾ ਹੈ। ਮੁੱਖ ਵਿਸ਼ਰਾਮ ਚਿੰਨ੍ਹ ਹੇਠਾਂ ਦਿਤੇ ਗਏ ਹਨ।

The Full Stop.— ਹਰ assertive ਅਤੇ imperative ਵਾਕ ਦੇ ਅੰਤ ਵਿਚ ਲਗਦਾ ਹੈ, ਜਿਵੇਂ—

(i) Alexander invaded India.
(ii) Sit down.

2. abbreviations ਅਤੇ initials ਦੇ ਬਾਦ ਜਿਵੇਂ—

Shri S. N. Mishra is a prominent M.P. from Bihar.

The Question Mark—ਹਰ interrogative ਵਾਕ ਦੇ ਅੰਤ ਵਿਚ ਜਿਵੇਂ—Have you seen the Taj?

The Exclamation Mark—ਹਰ exclamatory ਵਾਕ ਦੇ ਅੰਤ ਵਿਚ, ਜਿਵੇਂ—

What a marvel the newspaper is!

The Semicolon—ਇਹ full stop ਤੋਂ ਅੱਧੇ ਸਮੇਂ ਦਾ ਸੰਕੇਤ ਦਿੰਦਾ ਹੈ। ਜਿਵੇਂ—

Her mind was still untouched by any doubt as to what she ought to do; and she felt at rest in the assurance that Nala still loved her better than his own soul.

The colon—ਇਹ semicolon ਤੋਂ ਲੰਮਾ ਠਹਿਰਾਓ ਪਰਗਟ ਕਰਦਾ ਹੈ, ਇਹ ਗਿਣਤੀ ਸ਼ੁਰੂ ਕਰਨ ਦੇ ਕੰਮ ਆਉਂਦਾ ਹੈ ਜਿਵੇਂ—

These are the important rivers of India : the Indus, the Ganges, the Brahmputra, the Godavari, the Krishna and the Cauvery.

The Question Marks (?)—ਇਸ ਦਾ ਪ੍ਰਯੋਗ ਪ੍ਰਸ਼ਨਵਾਚਕ ਵਾਕਾਂ ਵਿਚ ਹੁੰਦਾ ਹੈ। ਇਹ ਵਾਕ ਦੇ ਅੰਤ ਵਿਚ ਲਗਾਇਆ ਜਾਂਦਾ ਹੈ ਜਿਵੇਂ—

(a) How do you do ? (b) May I sit here ?

The Apostrophe—ਇਸ ਦਾ ਪ੍ਰਯੋਗ Possession ਜਾਂ missing letter/letters ਦੇ ਲਈ ਕੀਤਾ ਜਾਂਦਾ ਹੈ ਜਿਵੇਂ—

Mohan doesn't sit in his father's chair.

The Comma—ਇਸ ਦੇ ਅਨੇਕ ਉਪਯੋਗ ਹਨ, ਜਿਵੇਂ—

(i) Yes, I know him.

(ii) Monday, 15th January, January 20, 1939.

(iii) Ravana, the king of Sri Lanka, carried away Sita, the wife of Rama.

(iv) Yoke the bulls, Mohan. (ਬੁਲਾਏ ਗਏ ਵਿਅਕਤੀ ਦਾ ਨਾਂ ਵੱਖਰਾ ਕਰਨ ਲਈ)

(v) In the south the Godavari, the Krishna and the Cauvery are the longest rivers. (and ਦੁਆਰਾ ਨਾ ਜੁੜੇ ਹੋਏ ਸਮਾਨ ਸ਼ਬਦਾਂ ਨੂੰ ਵੱਖਰਾ ਕਰਨ ਲਈ।

(vi) Light and fresh air are plentiful in villages, but they are shut out from the house. (Conjunction ਦੁਆਰਾ ਜੁੜੀ ਹੋਈ coordinate clauses ਨੂੰ ਅੱਡਰਾ ਕਰਨ ਲਈ)

(vii) The teacher said, "Ice floats on water".
"Help me to get the Golden Fluce, "said Jason to Medra. Direct speech ਨੂੰ main verb ਤੋਂ ਵੱਖਰਾ ਕਰਨ ਲਈ।

viii) When he has no work in the off season, he idles away his time. (ਵਾਕ ਦੇ ਆਰੰਭ ਵਿਚ ਆਉਣ ਵਾਲੇ adverb clause ਨੂੰ ਵੱਖਰਾ ਕਰਨ ਲਈ)

(ix) Damayanti, that was the name of the Princess, entered the pavilion with a garland in her hand. (ਵਾਕ ਦੇ ਅੰਤ ਵਿਚ ਆਏ parenthetical ਅਰਥਾਤ ਬ੍ਰੈਕਟਾਂ ਵਿਚ ਰੱਖੇ ਜਾਣ ਵਾਲੇ ਸ਼ਬਦਾਂ ਨੂੰ ਵੱਖਰਾ ਕਰਨ ਲਈ।

(x) The time being favourable, Buddha slipped away quietly from the palace. (nominative absolute ਵੱਖਰਾ ਕਰਨ ਲਈ)

(xi) The evil spirit, who had only been seen by Nala, disappeared from sight (adjective Clause ਨੂੰ main Clause ਤੋਂ ਵੱਖਰਾ ਕਰਨ ਲਈ)

(xii) Believing the words of the fore, the goat jumped into the well. (participle ਜਾਂ adjective ਦਾ ਕੰਮ ਕਰਨ ਵਾਲੀ phases ਨੂੰ ਵੱਖਰਾ ਕਰਨ ਲਈ)

Inverted commas : (" ") ਗੱਲ ਕਰਨ ਵਾਲੇ ਦੇ ਸ਼ਬਦ (" ") ਦੇ ਅੰਦਰ ਲਿਖੇ ਜਾਂਦੇ ਹਨ (ਜਿਵੇਂ :—
Ram says, "Dev bowls well".

Capitals—ਅੰਗ੍ਰੇਜ਼ੀ ਵਿਚ capital ਅਰਥਾਤ ਵੱਡੇ ਅੱਖਰਾਂ ਦੇ ਹੇਠ ਲਿਖੇ ਪ੍ਰਯੋਗ ਹਨ :

(i) ਵਾਕ ਆਰੰਭ ਕਰਨ ਲਈ ਜਿਵੇਂ—India has produced great men and women.

(ii) proper noun ਲਿਖਣ ਲਈ—It takes two houre to reach Mount by train.

(iii) title (ਖ਼ਿਤਾਬ) ਲਿਖਣ ਲਈ—Alexander, the great, invaded India.

(iv) initials ਅਰਥਾਤ ਨਾਮ ਦੇ ਪਹਿਲੇ ਅੱਖਰਾਂ ਲਈ, ਜਿਵੇਂ—This article is from the pen of M. K. Gandhi.

(v) ਪਰਮਾਤਮਾ ਜਾਂ ਭਗਵਾਨ ਦੇ ਨਾਮ ਅਤੇ ਸੰਬੰਧਤ ਪੜਨਾਂਵਾਂ ਦੇ ਲਈ :—My God and king, to thee I bow my head.

(vi) I ਅਰਥਾਤ ਮੈਂ ਦੇ ਲਈ, ਜਿਵੇਂ :—It was over nine years ago that I visited Hardwar.

(vii) poetry ਦੀ ਹਰ ਲਾਇਨ ਦੇ ਆਰੰਭ ਵਿਚ ਜਿਵੇਂ—Now is the time to study hard; Work will bring its own reward; Then work, work, work !

(viii) quotation marks ਦੇ ਅੰਦਰ ਵਾਕ ਸ਼ੁੱਧ ਕਰਦੇ ਸਮੇਂ, ਜਿਵੇਂ—I said to you, "I want your help".

ਸ਼ਬਦਾਂ ਦੇ ਸੰਖੇਪ ਰੂਪ

ABBREVIATIONS

A

Abbr. — abbreviated abbreviation
Adj — 1. adjective 2. Adjurned 3. adjustment
Advt. — Advertisement
A.M. — a.m. (ante meridian) before mid-day
amt. — amount
ans. — answer
Apr. — April
Aug. — August

B

B. — born
B.A. — Bachelor of Arts
B.B.C. — British Broadcasting Corporation
B.C. — Before Christ

C

C. — cap. (caput) chapter
Capt — captain
Cf — confer (=compare)
Chap. — chapter
chq. — cheque
Chr. — Christ
C.I.D. — Criminal Investigation Department
cm. — centimetres
Co. — company
C/o- — care of
cp. — compaer

D

D. — dollar
Dec. — December
deg. — degree
dft. — draft
dict. — dictionary
dis. — 1. discount 2. discoverer
D. Litt. — Doctor of Literature
D.L.O. — Dead Letter Office
do — (ditto) The same as aforesaid
D. Phil. — Doctor of Philosophy
dpt. — department
Dr. — 1. debtor 2. doctor

E

E. — East
E. and O.E. — errors and omissions excepted
Ed. — editor
Eng. — England
Engr. — eugineer
esp. — especially
Esq., — esqr. esquire
Est. — established
E.T. — English Translation
etc., & c. — (et cetera) and the other
ex. — example

F

F. — (Fahr) Fahren heit
f. — following
fam. — family

Feb. February
Fem. Feminine
ff. 1. folios (pl). 2. following (pl).
Fig. figure
f.o.r. free on rail
ft. 1. foot 2. feet 3. fort

G

g. gram
gaz. 1. gezette 2. gazetteer
Gen. General
gen. gender
G.P.O. General Post Office
Gr. Greek

H

H. hydrogen
h., hr. hour
Hon. Honourable
H.Q. headquarters

I

I.A. Indian Army
ib., ibid. (ibidem) in the same place
id. (idem) the same
i.e. (id, est) that is
I.G. Inspector General
inst. (instant) the present month
int. 1. interest 2. interior 3. interpreter
intro., introd. introduction
inv. invoice
ital. italic

J

J. 1. Judge 2. Justice
Jan. January
Junc. junction

K

kc. kilocycle
kg. kilogram
kilo kilogram
kilom. kilometre
km. Kingdom

L

L; Lat. Latin
l. lat. 1. latitude
lab. laboratory
lang. language
lb (libra) pound
Lt. Lieutenant
Lt.-Gen. Lieutenant-General
Ltd. Limited
Lt.-Gov. Lieutenant Governor

M

Mad. Madam
mag. magazine
Maj. Major
Mar. March
marg. 1. margin 2. marginal
M.B. medicinal baccalaureus (=Bachelor of Medicine)
M.D. medicine doctor (=Doctor of Medicine)
Mdm. Madam
med. 1. Medical 2. medicine 3. mediaeval
Messrs. Messieurs (Fr.) Sirs; used as plural of Mr.
min. 1. minimum 2. minute
misc. miscellaneous
ml. millilitre
M L A. Member of Legislative Assembly
M.L.C. Member of Legislative council
m.m. milimetre
mme. madame (Fr.)
M.O. Medical Officer
morn. morning
M.P. Member of Parliament
m.p.h. miles per hour
Mr. Master; Mister
Mrs. Mistress
M.S. Manuscript Mss. Manuscripts
mth. month

N

N. 1. North 2. Northern
n. 1. name 2. noun
N. B., n. b. (notabene) note well, take notice
n. d. 1. no date 2. not dated
neg. negative
No., no. (numero) in number
Nos, nos. (pl.) numbers
Nov. November

O

O. Oxygen
ob. (obiit) died
obj. 1. object 2. objective
Oct. October
off. official
O. K. (Okeh) All correct
o. p. out of print
opp. opposite
ord. 1. order 2. ordinary
3. ordnance
Oz. ounce (s)

P

p. page, pp. pages (pl)
P. C. postcard
per cent,, per ct. (per centum) by the hundred
Ph. D. Doctor of Philosophy
plu. Plur. plural
pm. premium
P. M. (past meridian) after noon
P. O. Post Office
P. T. physical training
P. T. O. please turn over
P. W. D. Public Works Department

Q

Q., Qu. 1. query 2. question
Q. queue
qr. quarter
qt. quantity

R

Rd. road
Re. Rupee
recd. received
recpt. receipt
ref. reference
Rep. 1.representative 2. report 3.reporter
retd. 1. retired 2. returnes
Regt. Regiment
Rs. Rupees
R. S. V. P. (respondez S'il vous plait) (Fr.) reply, if you please

S

S. 1. South 2. seconds
Sa, Sat. Saturday
s. c. small capital
s. d. (sine die) with out a day (fixed)
S E A T O South-East Asia Treaty Organisation
sec. Secy. Secretary
sec, second
Sep., Sept. September
sig. signature
sing. singular
Sq. sq. square
St. Street
st. stone
sub., subj. subject

T

T.B. tuberculosis
tech. 1. technical 2. technology
tel. telegraph
T. O. turn over
tr. 1. translator 2. transfer
T.V. television

U

U. S. A. United States of America
U.S.S.R. Union of Soviet Socialist Republics

U 1. uranium 2. universe
U. D. C. upper devision clerk
U. K. United Kingdom
U. P. United Provinces or Uttar Pradesh

V

V. (versus) against
vb. verb
vid. (vide) see
viz. (videlicet) namely
V. P. Vice president
vt. verb transitive

W

W. West
Wed. Wednesday
w. f. wrong fount
W H O World Health Organisation
wt. weight

X

X. numeral for ten
X., Xt. christ
Xm., Xmas. Christmas

Y

Y. Yr. year
Y. M. C. A. Young men's Christian Association
Y. W. C. A. Young Women's christian Association

Z

Zn. Zinc
& (et) and
etc. (et cetera) and so forth

ਗ੍ਰੀਕ, ਲੈਟਿਨ, ਫ੍ਰੈਂਚ, ਜਰਮਨ ਆਦਿ ਬੋਲੀਆਂ ਦੇ ਸ਼ਬਦ ਜਾਂ ਵਾਕ-ਅੰਸ਼ ਜੋ ਕਿ ਅੰਗ੍ਰੇਜ਼ੀ ਵਿਚ ਕਦੀ-ਕਦੀ ਵਰਤੋਂ ਵਿਚ ਆ ਜਾਂਦੇ ਹਨ :—

A

ab antiquo (L.) from olden time ਪੁਰਾਣੇ ਜ਼ਮਾਨੇ ਤੋਂ
ab initic (L.) from the beginning ਆਰੰਭ ਕਾਲ ਤੋਂ
ab intra (L.) from within ਅੰਦਰ ਤੋਂ
ab origine (L.) from the beginning ਆਦਿ ਕਾਲ ਤੋਂ
ab avo (L.) from the beginning ਆਰੰਭ ਕਾਲ ਤੋਂ
a dato (L.) from date ਤਾਰੀਖ਼ ਤੋਂ
ad infinitum (L.) upto infinity ਅੰਤ ਤਕ
ad interim (L.) for the meantime ਵਿਚਲੇ ਸਮੇਂ ਲਈ
affaire d' honneur (Fr.) an affair of honour ਸਨਮਾਨ ਦਾ ਵਿਸ਼ੇ
a' la lettere (Fr.) to the letter ਅੱਖਰ ਤੋਂ ਅੱਖਰ ਤਕ
antiquarium (L.) Collection of antiquities ਪੁਰਾਣੇ ਪਦਾਰਥਾਂ ਦਾ ਸੰਗ੍ਰਹਿ
apologia (Gr.) apologetic writing ਖਿਮਾਂ ਪੱਤਰ
a' prima vista (It.) at first sight ਪਹਿਲੀ ਨਜ਼ਰ ਵਿਚ
auf wiedersehen (Gr.) good-bye till we meet again. ਦੁਬਾਰਾ ਮਿਲਣ ਤਕ ਵਿਦਾ

B

bona fides (L.) good faith ਸੱਚਾ ਵਿਸ਼ਵਾਸ, genuine ਖਰਾ, ਅਸਲੀ

C

Centum (L.) a hundred ਇਕ ਸੌ

Confer (L.) Compare ਮਿਲਾ ਕੇ ਦੇਖੋ

D

de fecto (L.) in fact ਦਰਅਸਲ

de jure (L.) in law ਕਾਨੂੰਨ

double entete (Fr.) double meaning ਦੂਹਰਾ ਅਰਥ

E

e' dition de luxe (Fr.) a splendid edition of a book ਪੁਸਤਕ ਦਾ ਸੁੰਦਰ ਸੰਕਲਨ

en regle (Fr.) according to rule ਨਿਯਮ-ਅਨੁਸਾਰ

en ville (Fr.) in town ਨਗਰ ਵਿਚ (ਘਰ ਵਿਚ ਨਹੀਂ)

ex officio (L.) by virtue of his office ਅਹੁਦੇਦਾਰ, ਪਦ-ਅਧਿਕਾਰੀ

F

flair (Fr.) scent ਬੋ

G

gens (Fr.) people ਲੋਕ

H

hoc tempore (L.) at this time ਇਸ ਸਮੇਂ

I

ibidem (L.) in the same place ਉਸੇ ਸਥਾਨ ਤੇ

idem (L.) the same ਉਹੀ

id est (L.) that is (ਅਰਥਾਤ abriviation; i. e.)

in statu quo (L.) in the former state ਪਹਿਲੇ ਵਾਲੀ ਹਾਲਤ ਵਿਚ

in toto (L.) entirely ਪੂਰੇ ਰੂਪ ਵਿਚ

J

jure divino (L.) by devine law ਪਵਿੱਤਰ ਨਿਯਮ

jure humans (L.) by human law ਆਦਮੀ ਦੇ ਬਣਾਏ ਨਿਯਮਾਂ ਨਾਲ

K

L

la grande nation (Fr.) the great nation ਅਜ਼ੀਮ ਕੌਮ

M

materia medica (L.) a collection of all the substances which are used in preparation of medicines ਦੁਆਈਆਂ ਬਣਾਉਣ ਲਈ ਪ੍ਰਯੋਗ ਹੋਣ ਵਾਲੇ ਤੱਤਾਂ ਦਾ ਸੰਗ੍ਰਹਿ

Matinee (Fr) morning perfomance
meo voto (L.) accorping to my will ਮੇਰੀ ਇੱਛਾ ਅਨੁਸਾਰ
Monsieur (Fr.) sir (pl. messieurs) ਸ੍ਰੀ, ਸ੍ਰੀਮਾਨ,

N

Nota Bene, nota bene (L.) (abbr. N. B. or n. b.) take notice ਚੰਗੀ ਤਰ੍ਹਾਂ ਧਿਆਨ ਦਿਓ

O

Octroi (Fr.) duties paid at the gate of city ਚੁੰਗੀ

P

par example (Fr.) for example ਉਦਾਹਰਣ ਲਈ
partim (L.) in part ਇਕ ਅੰਸ਼ ਵਿਚ
passim (L.) every where ਹਰ ਪਾਸੇ
per annum (L.) per year ਹਰ ਸਾਲ
per centum (L.) by the hundred ਪ੍ਰਤੀ ਸੈਂਕੜਾ
personnel (Fr.) persons employed in any service or business ਕਿਸੇ ਕੰਮ ਵਿਚ ਲੱਗਿਆ ਹੋਇਆ ਵਿਅੱਕਤੀ ਸਮੂਹ
post mortem (L.) after death ਮੌਤ ਤੋਂ ਬਾਦ
primo (L.) in the first place ਪਹਿਲ-ਪਹਿਲ
pro formo (L.) according to the form ਰੀਤੀ ਅਨੁਸਾਰ

Q

quod erat faciendum (L.) (appr. Q. E. F) which was to be done ਕੀਤਾ ਜਾਣ ਵਾਲਾ

R

S

sans ceremonie (Fr.) without ceremony ਬਿਨਾਂ ਰੀਤੀ-ਰਸਮ ਦੇ
sine die (L.) a meeting adjourned for an indefinite period ਅਨਿਸ਼ਚਤ ਕਾਲ ਲਈ ਟਾਲਿਆ ਜਾਣ ਵਾਲਾ
status quo (L) the state in which a thing is existing ਜਿਸ ਅਵਸਥਾ ਵਿਚ ਕੋਈ ਚੀਜ਼ ਹੋਵੇ, ਵਰਤਮਾਨ ਹਾਲਤ
sub judice (L) under consideration ਵਿਚਾਰ-ਅਧੀਨ

T

tete—a tete (Fr.) head, private talk ਗੁਪਤ ਗੱਲ ਬਾਤ

U

und so weiter (Ger.) (appr. U. S. W.) and so forth ਇਸ ਤਰ੍ਹਾਂ ਅੱਗੇ
ut supra (L.) as above ਜਿਵੇਂ ਉਪਰ ਹੈ, ਉਪਰ ਵਰਗਾ

V

via (L.) by way of ਰਸਤੇ ਵਿਚ
vice versa (L.) the terms being exchanged ਅਦਲਾ-ਬਦਲੀ
viva voca (L.) by oral testimony ਜ਼ਬਾਨੀ ਪਰੀਖਿਆ

W

welt geist (Ger.) world spirit ਸੰਸਾਰਕ ਭਾਵਨਾ

X

xanthippe (Ger) shrewish wife ਝਗੜਾਲੂ ਪਤਨੀ

Y

Yaboo (Pers.) an Afghan pony ਅਫ਼ਗਾਨੀ ਟੱਟੂ

Z

Zum beispiel (Gr.) for example (Abbr. Z.B.) ਉਦਾਹਰਣ ਲਈ

ਸੰਖਿਆਵਾਂ NUMBERALS

ਪੰਜਾਬੀ ਉਚਾਰਣ	ਅੰਗ੍ਰਜ਼ੀ ਅੰਕ	ਉਚਾਰਣ	ਰੋਮਨ ਅੰਕ	ਪੰਜਾਬੀ ਉਚਾਰਣ	ਅੰਗਰੇਜ਼ੀ ਅੰਕ	ਉਚਾਰਨ	ਰੋਮਨ ਅੰਕ
1 ਇਕ	1 One	ਵੱਨ	I	51 ਇਕਵੰਜਾ	51 Fifty one	ਫ਼ਿਫ਼ਟੀ ਵੱਨ	LI
2 ਦੋ	2 Two	ਟੂ	II	52 ਬਵੰਜਾ	52 Fifty two	ਫ਼ਿਫ਼ਟੀ ਟੂ	LII
3 ਤਿੰਨ	3 Three	ਥ੍ਰੀ	III	53 ਤਰਵੰਜਾ	53 Fifty three	ਫ਼ਿਫ਼ਟੀ ਥ੍ਰੀ	LIII
4 ਚਾਰ	4 Four	ਫ਼ੋਰ	IV	54 ਚੁਰੰਜਾ	54 Fifty four	ਫ਼ਿਫ਼ਟੀ ਫ਼ੋਰ	LIV
5 ਪੰਜ	4 Five	ਫ਼ਾਇਵ	V	55 ਪਚਵੰਜਾ	55 Fifty five	ਫ਼ਿਫ਼ਟੀ ਫ਼ਾਇਵ	LV
6 ਛੇ	6 Six	ਸਿਕ੍ਸ	VI	56 ਛਪੰਜਾ	56 Fifty six	ਫ਼ਿਫ਼ਟੀ ਸਿਕ੍ਸ	LVI
7 ਸੱਤ	7 Seven	ਸੇਵੱਨ	VII	57 ਸਤਵੰਜਾ	57 Fifty seven	ਫ਼ਿਫ਼ਟੀ ਸੈਵੱਨ	LVII
8 ਅੱਠ	8 Eight	ਏਟ	VIII	58 ਅਠਵੰਜਾ	58 Fifty eight	ਫ਼ਿਫ਼ਟੀ ਏਟ	LVIII
9 ਨੌਂ	9 Nine	ਨਾਈਨ	IX	59 ਉਨਾਠ	59 Fifty nine	ਫ਼ਿਫ਼ਟੀ ਨਾਈਨ	LIX
10 ਦਸ	10 Ten	ਟੈੱਨ	X	60 ਸੱਠ	60 Sixty	ਸਿਕ੍ਸਟੀ	LX
11 ਗਿਆਰ੍ਹਾਂ	11 Eleven	ਇਲੈਵੱਨ	XI	61 ਇਕਾਠ	61 Sixty one	ਸਿਕ੍ਸ੍ਟੀ ਵੱਨ	LXI
12 ਬਾਰ੍ਹਾਂ	12 Twelve	ਟ੍ਵੈਲਵ	XII	62 ਬਾਠ	62 Sixty two	ਸਿਕ੍ਸ੍ਟੀ ਟੂ	LXII
13 ਤੇਰ੍ਹਾਂ	13 Thirteen	ਥਰਟੀਨ	XIII	63 ਤਰੇਠ	63 Sixty three	ਸਿਕ੍ਸ੍ਟੀ ਥ੍ਰੀ	LXIII
14 ਚੌਦ੍ਹਾਂ	14 Fourteen	ਫ਼ੋਰਟੀਨ	XIV	64 ਚੌਂਠ	64 Sixty four	ਸਿਕ੍ਸ੍ਟੀ ਫ਼ੋਰ	LXIV
15 ਪੰਦਰ੍ਹਾਂ	15 Fifteen	ਫ਼ਿਫ਼ਟੀਨ	XV	65 ਪੈਂਠ	65 Sixty five	ਸਿਕ੍ਸ੍ਟੀ ਫ਼ਾਇਵ	LXV
16 ਸੋਲ੍ਹਾਂ	16 Sixteen	ਸਿਕ੍ਸਟੀਨ	XVI	66 ਛਿਆਠ	66 Sixty six	ਸਿਕ੍ਸ੍ਟੀ ਸਿਕ੍ਸ	LXVI
17 ਸਤਾਰ੍ਹਾਂ	17 Seventeen	ਸੈੱਵਨਟੀਨ	XVII	67 ਸਤਾਠ	67 Sixty seven	ਸਿਕ੍ਸ੍ਟੀ ਸੈਵੱਨ	LXVII
18 ਅੱਠਾਰ੍ਹਾਂ	18 Eighteen	ਏਟੀਨ	XVIII	68 ਅੱਠਾਠ	68 Sixty eight	ਸਿਕ੍ਸ੍ਟੀ ਏਟ	LXVIII
19 ਉੱਨੀ	19 Nineteen	ਨਾਇਨਟੀਨ	XIX	69 ਉਨੱਤਰ	69 Sixty nine	ਸਿਕ੍ਸ੍ਟੀ ਨਾਇਨ	LXIX
20 ਵੀਹ	20 Twenty	ਟ੍ਵੇਂਟੀ	XX	70 ਸੱਤਰ	70 Seventy	ਸੈਵਨਟੀ	LXX
21 ਇੱਕੀ	21 Twenty One	ਟ੍ਵੇਂਟੀ ਵੱਨ	XXI	71 ਇਕਹੱਤਰ	71 Seventy One	ਸੈਵੱਨਟੀ ਵੱਨ	LXXI
22 ਬਾਈ	22 Twenty two	ਟ੍ਵੇਂਟੀ ਟੂ	XXII	72 ਬਹੱਤਰ	72 Seventy two	ਸੈਵੱਨਟੀ ਟੂ	LXXII
23 ਤੇਈ	23 Twenty three	ਟ੍ਵੇਂਟੀ ਥ੍ਰੀ	XXIII	73 ਤਿਹੱਤਰ	73 Seventy three	ਸੈਵੱਨਟੀ ਥ੍ਰੀ	LXXIII
24 ਚੌਵੀ	24 Twenty four	ਟ੍ਵੇਂਟੀ ਫ਼ੋਰ	XXIV	74 ਚੋਹੱਤਰ	74 Seventy four	ਸੈਵਨਟੀ ਫ਼ੋਰ	LXXIV
25 ਪੱਚੀ	25 Twenty five	ਟ੍ਵੇਂਟੀ ਫ਼ਾਇਵ	XXV	75 ਪੰਜੱਤਰ	75 Seventy five	ਸੈਵਨਟੀ ਫ਼ਾਇਵ	LXXV
26 ਛੱਬੀ	26 Twenty six	ਟ੍ਵੇਂਟੀ ਸਿਕ੍ਸ	XXVI	76 ਛਿਅੱਤਰ	76 Seventy six	ਸੈਵਨਟੀ ਸਿਕ੍ਸ	LXXVI
27 ਸਤਾਈ	27 Twenty seven	ਟ੍ਵੇਂਟੀ ਸੈਵੱਨ	XXVII	77 ਸਤੱਤਰ	77 Seventy seven	ਸੈਵਨਟੀ ਸੈਵੱਨ	LXXVII
28 ਅਠਾਈ	28 Twenty eight	ਟ੍ਵੇਂਟੀ ਏਟ	XXVIII	78 ਅਠੱਤਰ	78 Seventy eight	ਸੈਵਨਟੀ ਏਟ	LXXVIII
29 ਉਨੱਤੀ	29 Twenty nine	ਟ੍ਵੇਂਟੀ ਨਾਇਨ	XXIX	79 ਉਣਾਸੀ	79 Seventy nine	ਸੈਵੱਨਟੀ ਨਾਇਨ	LXXIX
30 ਤੀਹ	30 Thirty	ਥਰ੍ਟੀ	XXX	80 ਅੱਸੀ	80 Eighty	ਏਟੀ	LXXX
31 ਇਕੱਤੀ	31 Thirty One	ਥਰ੍ਟੀ ਵੱਨ	XXI	81 ਇਕਾਸੀ	81 Eighty one	ਏਟੀ ਵੱਨ	LXXXI
32 ਬੱਤੀ	32 Thirty two	ਥਰ੍ਟੀ ਟੂ	XXXII	82 ਬਿਆਸੀ	82 Eighty two	ਏਟੀ ਟੂ	LXXXII
33 ਤੇਤੀ	33 Thirty three	ਥਰ੍ਟੀ ਥ੍ਰੀ	XXXIII	83 ਤਰਿਆਸੀ	83 Eighty three	ਏਟੀ ਥ੍ਰੀ	LXXXIII
34 ਚੌਂਤੀ	34 Thirty four	ਥਰ੍ਟੀ ਫ਼ੋਰ	XXXIV	84 ਚੌਰਾਸੀ	84 Eighty four	ਏਟੀ ਫ਼ੋਰ	LXXXIV
35 ਪੈਂਤੀ	35 Thirty five	ਥਰ੍ਟੀ ਫ਼ਾਇਵ	XXXV	85 ਪੰਜਾਸੀ	85 Eighty five	ਏਟੀ ਫ਼ਾਇਵ	LXXXV
36 ਛੱਤੀ	36 Thirty six	ਥਰ੍ਟੀ ਸਿਕ੍ਸ	XXXVI	86 ਛਿਆਸੀ	86 Eighty six	ਏਟੀ ਸਿਕ੍ਸ	LXXXVI
37 ਸੈਂਤੀ	37 Thirty seven	ਥਰ੍ਟੀ ਸੈਵੱਨ	XXXVII	87 ਸਤਾਸੀ	87 Eighty seven	ਏਟੀ ਸੈਵੱਨ	LXXXVII
38 ਅਠੱਤੀ	38 Thirty eight	ਥਰ੍ਟੀ ਏਟ	XXXVIII	88 ਅਠਾਸੀ	88 Eighty eight	ਏਟੀ ਏਟ	LXXXVIII
39 ਉਨਤਾਲੀ	39 Thirty nine	ਥਰ੍ਟੀ ਨਾਇਨ	XXXIX	89 ਓਣਾਨਵੇਂ	89 Eighty nine	ਏਟੀ ਨਾਇਨ	LXXXIX
40 ਚਾਲ੍ਹੀ	40 Forty	ਫ਼ੋਰ੍ਟੀ	XL	90 ਨੱਬੇ	90 Ninety	ਨਾਇਨਟੀ	XC
41 ਇਕਤਾਲੀ	41 Forty one	ਫ਼ੋਰ੍ਟੀ ਵੱਨ	XLI	91 ਇਕਾਨਵੇਂ	91 Ninety one	ਨਾਇਨਟੀ ਵੱਨ	XCI
42 ਬਤਾਲੀ	42 Forty two	ਫ਼ੋਰ੍ਟੀ ਟੂ	XLII	92 ਬਾਨਵੇਂ	92 Ninety two	ਨਾਇਨ੍ਟੀ ਟੂ	XCII
43 ਤਰਤਾਲੀ	43 Forty three	ਫ਼ੋਰ੍ਟੀ ਥ੍ਰੀ	XLIII	93 ਤਰਿਆਨਵੇਂ	93 Ninety three	ਨਾਇਨ੍ਟੀ ਥ੍ਰੀ	XCIII
44 ਚੌਤਾਲੀ	44 Forty four	ਫ਼ੋਰ੍ਟੀ ਫ਼ੋਰ	XIV	94 ਚੋਰਾਨਵੇਂ	94 Ninety four	ਨਾਇਨ੍ਟੀ ਫ਼ੋਰ	XCIV
45 ਪੰਜਤਾਲੀ	45 Forty five	ਫ਼ੋਰ੍ਟੀ ਫ਼ਾਇਵ	XLV	95 ਪਚਾਨਵੇਂ	95 Ninety five	ਨਾਇਨ੍ਟੀ ਫ਼ਾਇਵ	XCV
46 ਛਿਤਾਲੀ	46 Forty six	ਫ਼ੋਰ੍ਟੀ ਸਿਕ੍ਸ	XLVI	96 ਛਿਆਨਵੇਂ	96 Ninety six	ਨਾਇਨ੍ਟੀ ਸਿਕ੍ਸ	XCVI
47 ਸੰਤਾਲੀ	47 Forty seven	ਫ਼ੋਰਟੀ ਸੈਵੱਨ	XLVII	97 ਸਤਾਨਵੇਂ	97 Ninety seven	ਨਾਇਨ੍ਟੀ ਸੈਵੱਨ	XCVII
48 ਅੱਠਤਾਲੀ	48 Forty eight	ਫ਼ੋਰ੍ਟੀ ਏਟ	XLVIII	98 ਅਠਾਨਵੇਂ	98 Ninety eight	ਨਾਇਨ੍ਟੀ ਏਟ	XCIII
49 ਉਨੰਜਾ	49 Forty nine	ਫ਼ੋਰਟੀ ਨਾਈਨ	XLIX	99 ਨਿੜੇਨਵੇਂ	99 Ninety nine	ਨਾਇਨ੍ਟੀ ਨਾਇਨ	XCIX
50 ਪੰਜਾਹ	50 Fifty	ਫ਼ਿਫ਼ਟੀ	L	100 ਸੌ	100 Hundred	ਹੰਡ੍ਰੱਡ	C

ਜਾਬੀ ਉਚਾਰਣ ਅੰਕ	ਅੰਗ੍ਰੇਜ਼ੀ ਅੰਕ ਲਿਪੀ	ਰੋਮਨ ਅਕ	
200 ਦੋ ਸੌ	200 Two Hundred	ਟੂ ਹੰਡ੍ਰੇਡ	CC
300 ਤਿੰਨ ਸੌ	300 Three Hundred	ਥ੍ਰੀ ਹੰਡ੍ਰੇਡ	CCC
400 ਚਾਰ ਸੌ	400 Four Hundred	ਫੋਰ ਹੰਡ੍ਰੇਡ	CD
500 ਪੰਜ ਸੌ	500 Five Hundred	ਫਾਇਵ ਹੰਡ੍ਰੇਡ	D
600 ਛੇ ਸੌ	600 Six Hundred	ਸਿਕਸ ਹੰਡ੍ਰੇਡ	DC
700 ਸੱਤ ਸੌ	700 Seven Hundred	ਸੈਵੱਨ ਹੰਡ੍ਰੇਡ	DCC
800 ਅੱਠ ਸੌ	800 Eight Hundred	ਏਟ ਹੰਡ੍ਰੇਡ	DCCC
900 ਨੌ ਸੌ	900 Nine Hundred	ਨਾਇਨ ਹੰਡ੍ਰੇਡ	CM
1000 ਇਕ ਹਜ਼ਾਰ	1000 Thousand	ਥਾਉਜ਼ੇਂਨਡ	M
10,000 ਦਸ ਹਜ਼ਾਰ	10,000 Ten Thousand	ਟੇਨ ਥਾਉਜ਼ੇਨਡ	I
1,00,000 ਇਕ ਲੱਖ	1,00,000 Hun. of Thousands	ਹੰਡ੍ਰੇਡ ਆਫ਼ ਥਾਉਜ਼ੇਨਡ	X
10,00,000 ਦਸ ਲੱਖ	10,00,000 Millions	ਮਿਲਿਅਨ	M
1,00,00,000 ਕਰੋੜ	1,00,00,000 Tens of Millions	ਟੈਂਸ ਆੱਫ਼ ਮਿਲਿਅਨਸ	—
10,00,00,000 ਦਸ ਕਰੋੜ	10,00,00,000 Hun. of Millions	ਹੰਡ੍ਰੇਡ ਆੱਫ਼ ਮਿਲਿਅਨਸ	—
1,00,00,00,000 ਅਰਬ	1,00,00,00,000 Thous. of Millions	ਥਾਉਜ਼ੇਨਡ ਆਫ਼ ਮਿਲਿਅਨਸ	—
10,00,00,00,000 ਦਸ ਅਰਬ	10,00,00,00,000 Billion	ਬਿਲਿਅਨ	—

ਕ੍ਰਮਵਾਚਕ ਗਿਣਤੀ

ਪਹਿਲਾ—First (ਫ਼ਰਸ੍ਟ)
ਦੂਸਰਾ—Second (ਸੈਕੰਡ)
ਤੀਜਾ—Third (ਥਰਡ)
ਚੌਥਾ—Fourth (ਫ਼ੋਰਥ)
ਪੰਜਵਾਂ—Fifth (ਫ਼ਿਫ਼ਥ)
ਛੇਵਾਂ—Sixth (ਸਿਕਸ੍ਥ)
ਸਤਵਾਂ—Seventh (ਸੈਵੱਨ੍ਥ)
ਅੱਠਵਾਂ—Eighth (ਏਟ੍ਥ)
ਨੌਵਾਂ—Ninth (ਨਾਇਨ੍ਥ)
ਦਸਵਾਂ—Tenth (ਟੈਨ੍ਥ)

ਗੁਣਵਾਚਕ ਗਿਣਤੀ

ਇਕ ਗੁਣਾ—Single (ਸਿੰਗਲ)
ਦੋ ਗੁਣਾ—Double (ਡਬਲ)
ਤਿੰਨ ਗੁਣਾ—Three fold (ਥ੍ਰੀ ਫੋਲਡ)
ਚਾਰ ਗੁਣਾ—Four fold (ਫ਼ੋਰ ਫੋਲ੍ਡ)
ਪੰਜ ਗੁਣਾ—Five fold (ਫ਼ਾਇਵ ਫੋਲ੍ਡ)
ਛੇ ਗੁਣਾ—Six fold (ਸਿਕ੍ਸ ਫੋਲਡ)
ਸੱਤ ਗੁਣਾ—Seven fold (ਸੇਵਨ ਫੋਲਡ)
ਅੱਠ ਗੁਣਾ—Eight fold (ਏਟ ਫੋਲਡ)
ਨੌ ਗੁਣਾ—Nine fold (ਨਾਈਨ ਫੋਲ੍ਡ)
ਦਸ ਗੁਣਾ—Ten fold (ਟੇਨ ਫ਼ੋਲ੍ਡ)

ਅੰਸ਼ਵਾਚਕ ਗਿਣਤੀ

1/2 ਅੱਧਾ—Half (ਹੱਫ਼)
3/4 ਤਿੰਨ ਚੌਥਾਈ—Three fourth (ਥ੍ਰੀ ਫੋਰ੍ਥ)
2/3 ਦੋ ਤਿਹਾਈ—Two third (ਟੂ ਥਰਡ)
1/4 ਚੌਥਾਈ—One fourth (ਵੱਨ ਫੋਰ੍ਥ)
1/5 ਪੰਜਵਾਂ ਹਿੱਸਾ—One fifth (ਵੱਨ ਫ਼ਿਫ਼ਥ)
1/6 ਛੇਵਾਂ ਹਿੱਸਾ—One sixth (ਵੱਨ ਸਿਕ੍ਸਥ)
1/7 ਸੱਤਵਾਂ ਹਿੱਸਾ—One seventh (ਵੱਨ ਸੇਵੱਨ੍ਥ)
1/8 ਅੱਠਵਾਂ ਹਿੱਸਾ—One eighth (ਵੱਨ ਏਟ੍ਥ)
1/9 ਨੌਵਾਂ ਹਿੱਸਾ—One ninth (ਵੱਨ ਨਾਇਨ੍ਥ)
1/10 ਦਸਵਾਂ ਹਿੱਸਾ—One tenth (ਵੱਨ ਟੇਂਨ੍ਥ)

ਅੰਗ੍ਰੇਜ਼ੀ ਸ਼ਬਦਾਂ ਵਿਚ ਉਚਾਰਣ

1. ਕਈ ਅੰਗ੍ਰੇਜ਼ੀ ਸ਼ਬਦਾਂ ਵਿਚ ie (ਈ) ਆਉਂਦਾ ਹੈ ਜਿਵੇਂ (chief) । ਪਰ C ਦੇ ਨਾਲ ਅਕਸਰ ei ਹੋ ਜਾਂਦਾ ਹੈ—(deceive) । ਹੇਠਾਂ ਦਿਤੇ ਸ਼ਬਦਾਂ ਵਿਚ ਇਹਨਾਂ ਦੀ ਪਛਾਣ ਕਰੋ ।

ie

piece (n) (ਪੀਸ) ਟੁਕੜਾ
brief (r) (ਬ੍ਰੀਫ਼) ਸੰਖੇਪ
grief (n) (ਗ੍ਰੀਫ਼) ਸੋਗ
yield (v) (ਯੀਲਡ) ਹਵਾਲੇ ਕਰਨਾ
seize (v) (ਸੀਜ਼) ਫੜਨਾ

ie=ਈ

thief (n) (ਥੀਫ਼) ਚੋਰ
relief (n) (ਰਿਲੀਫ਼) ਰਾਹਤ
field (n) (ਫੀਲਡ) ਮੈਦਾਨ
achieve (v) (ਅਚੀਵ) ਪ੍ਰਾਪਤ ਕਰਨਾ
seizure (n) (ਸੀਜ਼ੱਰ) ਪਕੜ, ਘੇਰਾ

But ਪਰ

ei—ਈ

receipt (n) (ਰਿਸੀਟ) ਰਸੀਦ
receive (v) (ਰਿਸੀਵ) ਪ੍ਰਾਪਤ ਕਰਨਾ
ceiling (n) (ਸੀਲਿਗ) ਛੱਤ ਦਾ ਅੰਦਰਲਾ ਹਿੱਸਾ
perceive (v) (ਪਰਸੀਵ) ਦੇਖਣਾ

conceive (v) (ਕਨਸੀਵ) ਵਿਚਾਰਨਾ
deceive (v) ਧੋਖਾ ਦੇਣਾ

2. (a) ਅਨੇਕਾਂ ਸ਼ਬਦਾਂ ਵਿਚ ei ਉਚਾਰਣ ਏ ਹੁੰਦਾ ਹੈ । (ਜਿਵੇਂ weight ਵੇਟ—ਵਜ਼ਨ) ਇਹੋ ਜਿਹੇ ਸ਼ਬਦਾਂ ਦਾ ਅਭਿਆਸ ਕਰੋ :—

neighbour (n) (ਨੇਬਰ) ਗੁਆਂਢ
reign (n.) (ਰੇਨ) ਰਾਜ
leisure (n.) (ਲੇਜ਼ਰ) ਵਿਹਲਾ ਸਮਾਂ

eight (ad.) (ਏਟ) ਅੱਠ
foreign (n.) (ਫ਼ਾਰੇਨ) ਵਿਦੇਸ਼
veil (n.) (ਵੇਲ) ਘੁੰਡ

(b) ਪਰ ਇਹਨਾਂ ਸ਼ਬਦਾਂ ei ਦਾ ਉਚਾਰਣ ਏਅ ਹੁੰਦਾ ਹੈ ਜਿਵੇਂ :—

heir (n.) (ਏਅਰ) ਵਾਰਿਸ
their (n.) (ਦੇਅਰ) ਉਹਨਾਂ ਦਾ

(c) ਕੁਝ ਸ਼ਬਦਾਂ ਵਿਚ ei ਦਾ ਉਚਾਰਣ ਆਇ ਵੀ ਹੁੰਦਾ ਹੈ :—

either (ਆਇਦਰ) ਕੋਈ ਇਕ (ਦੋ ਵਿਚੋਂ)
neither (ਨਾਇਦਰ) ਕੋਈ ਨਹੀਂ (ਦੋ ਵਿਚੋਂ)
height (n.) (ਹਾਇਟ) ਉਚਾਈ

ਇਹਨਾਂ ਵਰਗੇ ਕੁਝ ਹੋਰ ਸ਼ਬਦਾਂ ਦੇ ਸ੍ਪੇਲਿੰਗ ਅਤੇ ਉਚਾਰਣ ਦਾ ਅਭਿਆਸ ਕਰੋ ਤਾਂ ਜੋ ei ਦੀ ਜਗ੍ਹਾ ie ਦਾ ਭਰਮ ਨਾ ਰਹਿ ਜਾਵੇ ।

3. ਕਈ ਕਿਰਿਆਵਾਂ ਦੇ ਨਾਲ ing ਲਗਾਉਣ ਤੇ ਕਿਰਿਆ ਸ਼ਬਦਾਂ ਦਾ ਅੰਤਲਾ (consonant) ਦੁਹਰ (double) ਹੋ ਜਾਂਦਾ ਹੈ । ਜਿਵੇਂ :— wet (ਗਿੱਲਾ) wetting (ਗਿੱਲਾ ਕਰਦੇ ਹੋਏ) । ਹੋਰ ਦੇਖੋ :—

admit (ਐਡਮਿਟ) admitting
sit (ਸਿਟ)—sitting
put (ਪੁੱਟ)—putting
spit (ਸ੍ਪਿਟ)—spitting

get (ਗੇ'ਟ)—getting
set (ਸੈਟ)—setting
cut (ਕਟ)—cutting
regret (ਰਿਗ੍ਰੇਟ)—regretting

stop (ਸਟੱਾਪ)—stopping
win (ਵਿਨ)—winning
rub (ਰੱਬ)—rubbing

drop (ਡ੍ਰਾਪ)—dropping
spin (ਸਪਿੱਨ)—spinning
rob (ਰੱਾਬ) robbing

(ਕੀ ਤੁਸੀਂ ਜਾਣਦੇ ਹੋ ਕਿ ਇਹਨਾਂ ਸ਼ਬਦਾਂ ਵਿਚ ing ਲਗਾਉਣ ਨਾਲ tt ਕਿਉਂ ਹੋ ਗਿਆ ? ਉਹ ਇਸ ਲਈ ਕਿ ਇਹਨਾਂ ਸ਼ਬਦਾਂ ਦਾ ਅੰਤਲਾ ਵਿਅੰਜਨ ਇਕੱਲਾ (single consonant) ਹੈ—ਅਰਥਾਤ ਅੰਤ ਵਿਚ ਵਿਅੰਜਨ (consonant) ਤੋਂ ਪਹਿਲੇ ਸਵਰ (vowel) ਹੈ। ਜਿਵੇਂ :—wet, sit stop ਆਦਿ।)

4. ਹੇਠਾਂ ਦੋ ਕਾਲਮਾਂ ਵਿਚ ਕੁਝ ਕਿਰਿਆਵਾਂ ਦਿਤੀਆਂ ਗਈਆਂ ਹਨ ਇਹਨਾਂ ਦੇ ਅੰਤ ਵਿਚ y ਹੈ। ਜਿਵੇਂ—try, play ਆਦਿ ਇਹਨਾਂ ਨੂੰ ਧਿਆਨ ਨਾਲ ਦੇਖੋ ਅਤੇ ਸਮਝੋ ਕਿ ਇਹਨਾਂ ਵਿਚ ਪਰਸਪਰ ਕੀ ਅੰਤਰ ਹੈ :—

try (ਟ੍ਰਾਈ) ਕੋਸ਼ਿਸ਼ ਕਰਨਾ
dry (ਡ੍ਰਾਈ) ਸੁਕਾਉਣਾ
apply (ਐਪ੍ਲਾਈ) ਪ੍ਰਾਰਥਨਾ ਪੱਤਰ ਦੇਣਾ
reply (ਰਿਪ੍ਲਾਈ) ਉਤਰ ਦੇਣਾ
deny (ਡਿਨਾਈ) ਇਨਕਾਰ ਕਰਨਾ
carry (ਕੈਰੀ) ਲੈ ਜਾਣਾ
worry (ਵਰੀ) ਚਿੰਤਾ ਕਰਨਾ

enjoy (ਇਨ੍ਜੱਾਇ) ਖ਼ੁਸ਼ੀ ਮਾਨਣੀ
destroy (ਡਿਸ੍ਟ੍ਰਾਇ) ਤਬਾਹ ਕਰਨਾ
annoy (ਐਨੱਾਇ) ਨਾਰਾਜ਼ ਹੋਣਾ
betray (ਬਿਟ੍ਰੇ) ਧੋਖਾ ਦੇਣਾ
delay (ਡਿਲੇ) ਢਿੱਲ ਹੋਣੀ
play (ਪ੍ਲੇ) ਖੇਡਣਾ
stay (ਸ੍ਟੇ) ਠਹਿਰਨਾ

try ਵਾਲੇ ਪਹਿਲੇ ਕੱਾਲਮ ਵਿਚ y ਤੋਂ ਪਹਿਲੇ ਵਿਅੰਜਨ (Consonant r ਆਦਿ) ਹੈ ਜਦੋਂ ਕਿ enjoy ਵਾਲੇ ਦੂਸਰੇ ਕੱਾਲਮ ਵਿਚ y ਤੋਂ ਪਹਿਲੇ ਸਵਰ (Vowel) o ਆਦਿ ਹੈ।

5. y ਨਾਲ ਪੂਰੇ ਹੋਣ ਵਾਲੇ ਜਿਨ੍ਹਾਂ ਕਿਰਿਆ ਸ਼ਬਦਾਂ ਵਿਚ y ਤੋਂ ਪਹਿਲੇ ਸਵਰ (Vowel) ਹੁੰਦਾ ਹੈ past tense ਵਿਚ ਉਹਨਾਂ ਦੇ ਨਾਲ ed ਜੁੜਦਾ ਹੈ। ਪਰ (2) ਜਿਨ੍ਹਾਂ ਕਿਰਿਆਵਾਂ ਵਿਚ y ਤੋਂ ਪਹਿਲੇ ਵਿਅੰਜਨ ਹੁੰਦਾ ਹੈ ਉਹਨਾਂ ਦੇ ਨਾਲ ied ਜੋੜਿਆ ਜਾਂਦਾ ਹੈ ਜਿਵੇਂ :—

annoy—annoyed ਨਾਰਾਜ਼ ਕੀਤਾ
betray—betrayed ਧੋਖਾ ਦਿੱਤਾ
delay—delayed ਢਿੱਲ ਕੀਤੀ
destroy—destroyed ਤਬਾਹ ਕੀਤਾ
enjoy—enjoyed ਆਨੰਦ ਲਿਆ
employ—employed ਨੌਕਰੀ ਵਿਚ ਰਖਿਆ
play—played ਖੇਡਿਆ
stay—stayed ਠਹਿਰਿਆ

apply—applied ਪ੍ਰਾਰਥਨਾ ਪੱਤ੍ਰ ਦਿੱਤਾ
deny—denied ਨਾਂਹ ਕੀਤੀ
dry—dried ਸੁਕਾਇਆ
carry—carried ਉਠਾਇਆ
try—tried ਜਤਨ ਕੀਤਾ
marry—married ਵਿਆਹ ਕੀਤਾ
reply—replied ਉਤਰ ਦਿੱਤਾ
worry—worried ਚਿੰਤਾ ਕੀਤੀ

ਅਪਵਾਦ—(exception) pay, say ਦੇ paid, said ਰੂਪ ਬਣਦੇ ਹਨ Payed, sayed ਨਹੀਂ।

6. ਹੇਠਾਂ ਕੁਝ ਕਿਰਿਆਵਾਂ ਦਿੱਤੀਆਂ ਗਈਆਂ ਹਨ। ਇਹਨਾਂ ਦੇ ਅਗੇ er ਜਾਂ or ਪਿਛੇਤਰ (suffix) ਲਗਾਉਣ ਨਾਲ ਕਰਤਰੀਵਾਚ ਸ਼ਬਦ ਬਣਦੇ ਹਨ ਜਿਵੇਂ make (ਬਣਾਉਣਾ) ਤੋਂ maker (ਬਣਾਉਣ ਵਾਲਾ) er=creat (ਉਤਪੰਨ ਕਰਨਾ) ਤੋਂ creator (ਉਤਪੰਨ ਕਰਨ ਵਾਲਾ)। ਹੋਰ ਦੇਖੋ :—

speak (ਸ੍ਪੀਕ) ਬੋਲਣਾ
lecture (ਲੈਕ੍ਚਰ) ਭਾਸ਼ਣ
rule (ਰੂਲ) ਰਾਜ ਕਰਨਾ
vote (ਵੋਟ) ਮਤ
bake (ਬੇਕ) ਬਿਸ੍ਕੁਟ ਬਣਾਉਣਾ
dye (ਡਾਈ) ਰੰਗਣਾ
manage (ਮੈਨੇਜ) ਪਰਬੰਧ ਕਰਨਾ

speaker (ਸ੍ਪੀਕਰ) ਬੋਲਣ ਵਾਲਾ
lecturer (ਲੈਕ੍ਚਰਰ) ਭਾਸ਼ਣ ਦੇਣ ਵਾਲਾ
ruler (ਰੂਲਰ) ਰਾਜਾ
voter (ਵੋਟਰ) ਮਤਦਾਤਾ
baker (ਬੇਕਰ) ਬਿਸ੍ਕੁਟ ਬਣਾਉਣ ਵਾਲਾ
dyer (ਡਾਇਰ) ਰੰਗਸਾਜ਼
manager (ਮੈਨੇਜਰ) ਪਰਬੰਧਕ

Or— dictate	dictator
arbitrate	arbitrator
collect	collector
invent	inventor
act	actor
direct	director
elect	elector

7. ਦੋਹਾਂ ਸ਼ਬਦ-ਜੋੜਾਂ ਦੇ ਅੰਤਰ ਨੂੰ ਧਿਆਨ ਨਾਲ ਦੇਖੋ :

II	I	ਅਰਥ
dependant	dependent	ਪਰਵਸ, ਨਿਰਭਰ ਹੋਣ ਵਾਲਾ
(to) fulfil	to fulfill	ਪੂਰਾ ਕਰਨਾ (ਕਿਰਿਆ)
fulfilment	fulfillment	ਪੂਰਤੀ
goodbye	goodby	ਅਲਵਿਦਾ
harbour	harbor	ਬੰਦਰਗਾਹ
homoeopathy	homeopathy	ਹੋਮਿਓਪੈਥੀ ਇਲਾਜ
honour	honor	ਇੱਜ਼ਤ
humour	humor	ਹਾਸ-ਵਿਲਾਸ

ਤੁਸੀਂ ਸੋਚਦੇ ਹੋਵੋਗੇ ਕਿ ਇਕ ਨੰਬਰ ਵਾਲੇ ਸ਼ਬਦ-ਜੋੜ ਠੀਕ ਹਨ ਅਤੇ ਨੰਬਰ 2 ਵਾਲੇ ਗ਼ਲਤ। ਪਰ ਇਹ ਗੱਲ ਨਹੀਂ ਹੈ। I ਵਾਲੇ ਰੂਪ ਬ੍ਰਿਟੇਨ ਵਿਚ ਪਰਚਲਿਤ ਹਨ ਅਤੇ II ਵਾਲੇ ਅਮਰੀਕਾ ਵਿਚ। ਦੋਵੇਂ ਹੀ ਰੂਪ ਸ਼ੁੱਧ ਹਨ। ਬ੍ਰਿਟਿਸ਼ ਰੂਪ ਭਾਰਤ ਵਿਚ ਜ਼ਿਆਦਾ ਪਰਚਲਿਤ ਹਨ।

8. ਦੋਵੇਂ ਸ਼ਬਦ ਜੋੜ (ਸੁਪੇਲਿਗ) ਦੇਖੋ। A ਵਾਲੇ ਰੂਪਾਂ ਤੋਂ B ਵਾਲੇ ਵਧੇਰੇ ਦਿਸਦੇ ਹਨ। ਇਹ ਅੰਤਰ ਵੀ ਅਮਰੀਕਨ ਅਤੇ ਬ੍ਰਿਟਿਸ਼ ਰੂਪਾਂ ਦਾ ਹੀ ਹੈ। ਅਤੇ ਇਹ ਵੀ ਯਾਦ ਰਖੋ ਕਿ ਭਾਰਤ ਵਿਚ ਬ੍ਰਿਟਿਸ਼ ਰੂਪਾਂ ਦਾ ਜ਼ਿਆਦਾ ਪ੍ਰਚਲਨ ਹੈ :—

A (ਅਮਰੀਕਨ ਸੁਪੇਲਿੰਗ)	B (ਬ੍ਰਿਟਿਸ਼ ਸੁਪੇਲਿੰਗ)
airplane	aeroplane (ਹਵਾਈ ਜਹਾਜ਼)
afterward	afterwards (ਬਾਦ ਵਿਚ)
analyze	analyse (ਵਿਸ਼ਲੇਸ਼ਣ)
armor	armour (ਕਵਚ)
behavior	behaviour (ਵਿਵਹਾਰ)
center	centre (ਕੇਂਦਰ)
check	cheque (ਚੇਕ)
collectible	collectable (ਸੰਗ੍ਰਹਿਯੋਗ)
color	colour (ਰੰਗ)
neighbor	neighbour (ਪੜੋਸੀ)

9. ਬ੍ਰਿਟਿਸ਼ ਅਤੇ ਅਮਰੀਕੀ ਸੁਪੇਲਿੰਗ :—

British	American ਅਰਥ	Br. & Am.
1. (to) paralyse	(to) paralyze=ਅੰਗ ਮਾਰਿਆ ਜਾਣਾ	paralysis (n.)=ਅਧਰੰਗ
2. (to) practize	(to) practice=ਅਭਿਆਸ ਕਰਨਾ	practice (n.)=ਅਭਿਆਸ

3. programme (n.)	program (n.)=ਕਾਰਜ-ਸੂਚੀ	—
4. quarrelled	quarreled=ਝਗੜਾ ਕੀਤਾ	quarrel (n.) ਝਗੜਾ
5. rumour (n.)	rumor (n.)=ਅਫ਼ਵਾਹ	—
6. (to) Mould	(to) mold=ਮੋੜਨਾ	--
7. levelled	leveled=ਪੱਧਰ ਨਾਪੀ	—
8. modelled	modeled=ਨਮੂਨਾ ਬਣਾਇਆ	--

ਯਾਦ ਰੱਖਣ ਲਈ (To Remember)

1. ਹੇਠਾਂ ਕੁਝ ਸ਼ਬਦ ਹਨ । ਧਿਆਨ ਨਾਲ ਦੇਖਕੇ ਦਸੋ ਕਿ blamable ਵਾਲੇ ਕਾਲਮ ਵਿਚ ਕੀ ਸਮਾਨਤਾ ਹੈ ?

1. (to) blame (=ਦੋਸ਼ ਲਗਾਉਣਾ)	blamable	(not-blameable)
2. (to) loose (=ਢਿੱਲਾ ਛੱਡਣਾ)	loosable	(not eable)
3. (to) lose (=ਗਵਾਉਣਾ)	losable	(,, ,,)
4. (to) love (=ਪਿਆਰ ਕਰਨਾ)	lovable	(,, ,,)
5. (to) Cure (=ਇਲਾਜ ਕਰਨਾ)	curable	(,, ,,)
6. (to) decline (=ਇਨਕਾਰ ਕਰਨਾ)	declinable	(,, ,,)
7. (to) deplore (=ਅਫ਼ਸੋਸ ਕਰਨਾ)	deplorable	(,, ,,)
8. (to) desire (=ਇੱਛਾ ਕਰਨਾ)	desirable	(,, ,,)
9. (to) mistake (=ਗਲਤੀ)	mistakable	(,, ,,)
10. (to) note (=ਲਿਖ ਲੈਣਾ)	notable	(,, ,,)

ਹਾਂ, ਤੁਸੀਂ ਠੀਕ ਹੀ ਪਛਾਣਿਆ ਹੈ । ਇਹਨਾਂ ਸਾਰੇ ਕਿਰਿਆ ਸ਼ਬਦਾਂ ਦੇ ਅੰਤਲਾ e able ਤੋਂ ਪਹਿਲਾਂ ਅਲੋਪ ਹੋ ਜਾਂਦਾ ਹੈ । ਇਹੋ ਜਿਹੇ ਪੰਜ ਸ਼ਬਦ ਹੋਰ ਯਾਦ ਕਰੋ ।

2. ਹੇਠਾਂ ਦਿਤੇ g, c ਆਦਿ ਅੰਤਲੇ ਲਗਾਂ ਮਾਤਰਾ ਵਾਲੇ ਸ਼ਬਦਾਂ ਨਾਲ able ਜੁੜਨ ਤੋਂ e ਦਾ ਅਲੋਪ ਨਹੀਂ ਹੁੰਦਾ ਜਿਵੇਂ--change+able=changeable ਆਦਿ । ਇਹਨਾਂ ਦਾ ਅਭਿਆਸ ਕਰੋ :—

1. bridge (v) (=ਪੁਲ ਬਣਾਉਣਾ)	bridgeable	(bridgable ਨਹੀਂ)
2. change (to) (=ਪਰਿਵਰਤਨ)	changeable	(changable ਨਹੀਂ)
3. knowledge (=ਜਾਨਣਾ)	knowledgeable	(kawledgable ਨਹੀਂ)
4. manage (v) (=ਪਰਬੰਧ ਕਰਨਾ)	manageable	(managable ਨਹੀਂ)
5. marriage (=ਵਿਆਹ)	marriageable	(marriagable ਨਹੀਂ)
6. notice (=ਧਿਆਨ)	noticeable	(noticable ਨਹੀਂ)
7. service (=ਸੇਵਾ)	serviceable	(servicable ਨਹੀਂ)
8. sacrifice (=ਤਿਆਗ)	sacrificeable	(sacrificable ਨਹੀਂ)
9. trace (=ਲੱਭਣਾ)	traceable	(tracable ਨਹੀਂ)
10. peace (=ਸ਼ਾਂਤੀ)	peaceable	(peacable ਨਹੀਂ)
11. time (=ਸਮਾਂ)	timeable	(timable ਨਹੀਂ)

ਪਰੰਤੂ

12. practice (=ਅਭਿਆਸ) practicable ਠੀਕ ਹੈ (practiceable ਨਹੀਂ)

3. reduce ਤੋਂ reducible ਬਣਦਾ ਹੈ। reducable ਜਾਂ reduceable ਨਹੀਂ। ਇਸੇ ਤਰ੍ਹਾਂ ਦੇ ਹੇਠਲੇ ਸ਼ਬਦਾਂ ਨੂੰ ਧਿਆਨ ਨਾਲ ਦੇਖੋ :—

1. reduce (=ਘੱਟ ਕਰਨਾ)	reducible	(reduceable ਨਹੀਂ)
2. negligence (=ਲਾਪਰਵਾਹੀ)	negligible	(negligiable ਨਹੀਂ)
3. admission (=ਪਰਵੇਸ਼)	admissible	(admissable ਨਹੀਂ)
4. permission (=ਆਗਿਆ)	permissible	(permitiable ਨਹੀਂ)
5. perfect (=ਪੂਰਾ)	perfectible	(perfectable ਨਹੀਂ)
6. avert (v) (=ਦੂਰ ਕਰਨਾ)	avertible	(avertable ਨਹੀਂ)
7. division (=ਵੰਡਣਾ)	divisible	(dividable ਨਹੀਂ)

reducible ਦਾ ਅਰਥ ਹੈ—ਘੱਟ ਕਰਨ ਯੋਗ। negligible ਦਾ ਅਰਥ ਹੈ ਉਪੇਖਿਆ ਯੋਗ, ਨਗੂਣਾ। ਇਸੇ ਤਰ੍ਹਾਂ ਦੂਜੇ ਸ਼ਬਦਾਂ ਦੇ ਅਰਥ ਵੀ ਯਾਦ ਕਰੋ।

4. ਇਹਨਾਂ ਸ਼ਬਦਾਂ ਦੇ ਦੋਵੇਂ ਰੂਪ ਸ਼ੁੱਧ ਮੰਨੇ ਜਾਂਦੇ ਹਨ :—

1. (to) bribe (=ਰਿਸ਼ਵਤ)	bribeable	or	bribable
2. (to) handle (=ਫੜਨਾ)	handleable	or	handlable
3. (to) hire (=ਕਿਰਾਏ ਤੇ ਲੈਣਾ	hireable	or	hirable
4. (to) like (=ਚਾਹੁਣਾ)	likeable	or	likable
5. (to) live (=ਰਹਿਣਾ)	liveable	or	livable
6. (to) name (=ਨਾਮ ਦੇਣਾ)	nameable	or	namable
7. (to) raise (=ਉਪਰ ਚੁਕਣਾ)	raiseable	or	raisable
8. (to) rate (=ਦਰ, ਭਾ)	rateable	or	ratable (ਮਸੂਲ ਦੇਣ ਯੋਗ
9. (to) sale (=ਵੇਚਣਾ)	saleable	or	salable
10. (to) shake (=ਹਿਲਾਉਣਾ)	shakeable	or	shakable
11. (to) taste (=ਸੁਆਦ ਦੇਖਣਾ)	tasteable	or	tastable

5. ਧਿਆਨ ਦਿਉ।

1. giveable (=ਦੇਣ ਯੋਗ)	ਪਰ	givable ਨਹੀਂ
2. for givable (=ਖਿਮਾਂ ਕਰਣ ਯੋਗ)	ਪਰ	forgiveable ਨਹੀਂ
3. implacable (=ਜਿਸ ਨੂੰ ਮਨਾਇਆ ਨਾ ਜਾ ਸਕੇ)	ਪਰ	unplaceable (ਜਿਸ ਨੂੰ ਸਥਾਨ ਤੇ ਨਾ ਰਖਿਆ ਜਾ ਸਕੇ)
4. incomplete (=ਅਧੂਰਾ)	ਪਰ	uncompleted (ਅਧੂਰਾ)
5. indigestion (=ਅਪਚਨ)	ਪਰ	undigested (ਨਾ ਪਚਿਆ)
6. irreperable (=ਜਿਸ ਦੀ ਕਮੀ ਪੂਰੀ ਨਾ ਕੀਤੀ ਜਾ ਸਕੇ।	ਪਰ	unrepairable (ਜਿਸ ਦੀ ਮੁਰੰਮਤ ਨਾ ਹੋ ਸਕੇ)

7. recognize (v) (=ਪਛਾਨਣਾ) recognizable ਪਰ [recognizeable ਨਹੀਂ]

But ਪਰੰਤੂ—able ਲਗਾਉਣ ਨਾਲ ਕਈ ਸ਼ਬਦ-ਅੰਸ਼ਾਂ ਵਿਚ ਥੋੜਾ ਪਰਿਵਰਤਨ ਹੋ ਜਾਂਦਾ ਹੈ । ਜਿਵੇਂ—

revoke (v) (=ਤੋੜਨਾ) revocable [revokable ਨਹੀਂ]
unforget (v) (=ਨਾ ਭੁੱਲਣਾ) unforgettable [unforgetable ਨਹੀਂ]

7. y ਅੰਤ ਵਾਲੇ ਸ਼ਬਦਾਂ ਵਿਚ ous ਪਿਛੇਤਰ ਲਗਾਉਣ ਨਾਲ y ਦੀ ਜਗ੍ਹਾ e ਜਾਂ i ਹੋ ਜਾਂਦਾ ਹੈ । ਜਿਹਨਾਂ ਸ਼ਬਦਾਂ ਦੇ ਅੰਤ ਵਿਚ e ਹੋਵੇ, ous ਜੋੜਨ ਤੋਂ ਪਹਿਲੇ e ਦਾ ਲੋਪ ਹੋ ਜਾਂਦਾ ਹੈ ।

bauty (ਬਿਊਟੀ) ਸੁੰਦਰਤਾ—ਤੋਂ—beauteous (ਬਿਊਟਿਅਸ) ਸੁੰਦਰ, plenty (ਪ੍ਲੈਂਟੀ) ਬਹੁਲਤਾ—ਤੋਂ—plenteous (ਪ੍ਲੈਨ੍ਟਿਅਸ) ਬਹੁਲ, but ਪਰੰਤੂ—

mystery (ਮਿਸ੍ਟਰੀ) ਰਹੱਸ-ਤੋਂ-mysterious (ਮਿਸ੍ਟੀਰਿਅਸ) ਰਹੱਸ-ਭਰਿਆ, industry (ਇਨ੍ਡਸਟ੍ਰੀ) ਉਦਯੋਗ—ਤੋਂ—industrious, fame (ਫ਼ੇਮ) ਪਰਸਿੱਧੀ—ਤੋਂ—famous (ਫ਼ੇਮਸ) ਪਰਸਿੱਧ ।

continue (ਕੱਾਨ੍ਟੀਨਿਊ) ਜਾਰੀ ਰਖਣਾ—ਤੋਂ—continuous ਨਿਰੰਤ੍ਰ ।

ਇਹਨਾਂ ਸ਼ਬਦਾਂ ਦਾ ਅਭਿਆਸ ਕਰੋ ਅਤੇ ਸ਼ਬਦ-ਕੋਸ਼ ਦੀ ਸਹਾਇਤਾ ਨਾਲ ਇਹੋ ਜਿਹੇ ਕੁਝ ਹੋਰ ਸ਼ਬਦ ਬਣਾਓ ।

8. ਇਹਨਾਂ ਸੰਖੇਪ ਸ਼ਬਦਾਂ ਤੋਂ ਤੁਸੀਂ ਜਾਣੂ ਹੋ । ਇਹਨਾਂ ਦੇ ਅਰਥ ਵੀ ਤੁਸੀਂ ਜਾਣਦੇ ਹੋ । ਕੀ ਤੁਸੀਂ ਇਹਨਾਂ ਦੇ ਪੂਰੇ ਰੂਪ ਵੀ ਜਾਣਦੇ ਹੋ ? ਜੇ ਨਹੀਂ ਤਾਂ ਇਹਨਾਂ ਨੂੰ ਸਮਝੋ —

1. A.M.=ਦੁਪਹਿਰ ਤੋਂ ਪਹਿਲੇ [ante meridiem]
2. i. e.=that is, ਅਰਥਾਤ [id est]
3. lb.=pound, ਪੌਂਡ [libra]
4. N.B., n. b =note well ਨੋਟ ਕਰੋ [nota bene]
5. No. no in number ਨੰਬਰ [numero]
6. O.K.=all correct ਬਿਲਕੁਲ ਠੀਕ [okeh]
7. P.M.=after noon ਬਾਦ ਦੁਪਹਿਰ [post meridiem]
8. etc. =and the other ਆਦਿ [et cetera]
9. R.S.V.P.=reply if you please ਜੇ ਚਾਹੋ ਤਾਂ ਉਤਰ ਦਿਓ [respondez s'il vous plait]

9. ਇਹ ਵੀ abbreviations (ਸੰਖੇਪ ਸ਼ਬਦ ਰੂਪ) ਹਨ । ਪਰ ਇਹਨਾਂ ਦੇ ਅੰਤ ਵਿਚ ਸੰਖੇਪਤਾ ਸੂਚਕ ਡੱਟ (·) ਨਹੀਂ ਲਗਾਇਆ ਜਾਂਦਾ । ਧਿਆਨ ਦਿਓ :—

1. do=the same as aforesaid ਜਿਵੇਂ ਪਹਿਲੇ ਦਸਿਆ ਗਿਆ ਹੈ । (ditto)
2. c/o=Care of ਮਾਰਫਤ ਜਾਂ ਦੁਆਰਾ
3. mme=madame (ਫ਼੍ਰੈਂਚ) (ਮਦਾਮ) ਸ਼੍ਰੀਮਤੀ
4. Mr=Mister ਸ਼੍ਰੀ
5. Mrs=Mistress ਸ਼੍ਰੀਮਤੀ
6. O=Oxygen ਔਕ੍ਸੀਜ਼ਨ
7. Q=queue (ਕ੍ਯੂ) ਕਤਾਰ
8. TV=television ਟੇਲਿਵਿਜ਼ਨ
9. U=Universe ਸੰਸਾਰ

ਖ਼ਾਸ—ਫ਼ਿਲਮਾਂ ਦੇ ਪਰਮਾਣ ਪੱਤਰ ਤੇ A ਜਾਂ U ਲਿਖਿਆ ਹੁੰਦਾ ਹੈ । ਕੀ ਤੁਸੀਂ ਇਸ ਦਾ ਮਤਲਬ ਸਮਝਦੇ ਹੋ ? A=For adults only; ਅਤੇ—U=Universal.

DIRECT & INDIRECT SPEECH

"I do not know how to swim," said the monkey.

ਇਹ ਵਾਕ ਬਾਂਦਰ ਅਤੇ ਮਗਰਮੱਛ ਦੀ ਪਰਸਿੱਧ ਕਹਾਣੀ ਨਾਲ ਸੰਬੰਧਿਤ ਹੈ ਇਸ ਵਿਚ ਬਾਂਦਰ ਨੇ ਜੋ ਜਿਸਤਰ੍ਹਾਂ ਕਿਹਾ ਉਸ ਨੂੰ ਉਸੇ ਤਰ੍ਹਾਂ ਲਿਖਕੇ inverted commas " " ਦੇ ਅੰਦਰ ਲਿਖਿਆ ਗਿਆ ਹੈ। ਅਤੇ ਬਾਹਰ ਲਿਖਿਆ ਗਿਆ ਹੈ ਕਿ ਇਹ ਗੱਲ ਬਾਂਦਰ ਨੇ ਕਹੀ ਹੈ। ਇਸ ਤਰ੍ਹਾਂ ਦਾ ਕਥਨ direct speech ਕਹਾਉਂਦਾ ਹੈ। ਇਸ ਦੀ ਸਰਲ ਪਛਾਣ ਹੈ " " ਇਨਵਰਟਿਡ ਕੱਮਾਂਜ਼ ਜਾਂ quotation marks.

ਉਪਰਲੀ ਗੱਲ ਇਸ ਤਰ੍ਹਾਂ ਵੀ ਕਹੀ ਜਾ ਸਕਦੀ ਹੈ—

The monkey said that he did not know how to swim.

ਇਸ ਤਰ੍ਹਾਂ ਦੇ ਕਥਨ ਨੂੰ indirect speech ਕਿਹਾ ਜਾਂਦਾ ਹੈ।

1. Harbhajan said to me, "I am going to help you."
2. Harbhajan siad to you, "I am going to help you."
3. Harbhajan said to Sajan, "I am going to help you."

Direct speech ਦੇ ਇਹਨਾਂ ਤਿੰਨ ਵਾਕਾਂ ਨੂੰ indirect speech ਵਿਚ ਇੰਜ ਲਿਖਿਆ ਜਾਵੇਗਾ—

1. Harbhajan told me that he was going to help me.
2. Harbhajan told you that he was going to help you.
3. Harbhajan told Sajan that he (Harbhajan) was going to help him (Sajan)

ਇਸ ਤਰ੍ਹਾਂ indirect speech ਬਣਾਉਂਦੇ ਸਮੇਂ ਇਹ ਗੱਲਾਂ ਧਿਆਨ ਵਿਚ ਰੱਖੋ :

(1) quotation marks ਦੇ ਬਾਹਰ Subject ਦਾ ਜੋ person ਹੋਵੇ ਓਹੀ person quotation marks ਦੇ ਅੰਦਰ ਵਾਲੇ subject ਦਾ ਵੀ ਕਰ ਦਿੱਤਾ ਜਾਂਦਾ ਹੈ। ਉੱਪਰ Harbhajan third person ਹੈ ਇਸ ਲਈ indirect speech ਵਿਚ I ਨੂੰ he ਬਣਾਇਆ ਗਿਆ ਹੈ।

(2) quotation marks ਦੇ ਬਾਹਰ object ਦਾ ਜੋ person ਹੋਵੇ ਓਹੀ person quotation marks ਦੇ ਅੰਦਰ ਵਾਲੇ object ਦਾ ਵੀ ਕਰ ਦਿੱਤਾ ਜਾਂਦਾ ਹੈ। ਓਪਰਲੇ ਵਾਕ 1 ਵਿਚ ਬਾਹਰ object me ਦਾ first person ਹੈ ਇਸ ਲਈ quotation marks ਦੇ ਅੰਦਰ second person ਦੇ object you ਨੂੰ first person ਦੇ me ਵਿਚ ਬਦਲ ਦਿੱਤਾ ਗਿਆ ਹੈ। ਇਸੇ ਤਰ੍ਹਾਂ 2 ਵਿਚ you ਨੂੰ you ਅਤੇ 3 ਵਿਚ you ਨੂੰ he ਵਿਚ ਬਦਲ ਦਿੱਤਾ ਗਿਆ ਹੈ।

(3) ਜੇ quotation marks ਦੇ ਬਾਹਰ ਕਿਰਿਆ past tense ਵਿਚ ਹੋਵੇ ਤਾਂ ਅੰਦਰ ਦੀ present or future tense ਦੀ ਕਿਰਿਆ ਨੂੰ past tense ਵਿਚ ਬਦਲ ਦਿੱਤਾ ਜਾਂਦਾ ਹੈ ਅਤੇ ਬਾਹਰ ਦੇ said to ਨੂੰ told ਕਰ ਦਿੱਤਾ ਜਾਂਦਾ ਹੈ। ਉੱਪਰ present continuous ਦੇ am going to help ਨੂੰ was going to help ਵਿਚ ਬਦਲਿਆ ਗਿਆ ਹੈ।

ਉੱਪਰ ਲਿਖੇ ਵਾਕਾਂ ਤੋਂ ਇਹ ਸਾਫ਼ ਹੋ ਗਿਆ ਹੈ ਕਿ ਜਦੋਂ ਗੱਲ past tense ਵਿਚ ਕਹੀ ਗਈ ਹੋਵੇ ਤਾਂ indirect speech ਬਣਾਉਂਦੇ ਸਮੇਂ ਹੇਠ ਲਿਖੀਆਂ ਗੱਲਾਂ ਧਿਆਨ ਵਿਚ ਰੱਖੋ :—

(1) Quotation marks ਦੇ ਬਾਹਰ ਵਾਲੇ Subject ਦਾ ਜੋ person (ਪੁਰਖ) ਹੁੰਦਾ ਹੈ ਓਹੀ person quotation marks ਦੇ ਅੰਦਰ ਵਾਲੇ subject ਦਾ ਵੀ ਕਰ ਦਿੱਤਾ ਜਾਂਦਾ ਹੈ, ਜਿਵੇਂ ਉੱਪਰ I ਦਾ he। ਅਪਵਾਦ ਦੇ ਲਈ ਦੇਖੋ (i) ਅਗੇ।

(2) ਬਾਹਰ ਵਾਲੇ object ਦਾ ਜੋ person ਹੁੰਦਾ ਹੈ ਓਹੀ person ਅੰਦਰ ਵਾਲੇ object ਦਾ ਵੀ ਕਰ ਦਿੱਤਾ ਜਾਂਦਾ ਹੈ, ਜਿਵੇਂ (1) ਵਿਚ you ਦਾ me, (2) ਵਿਚ you ਦਾ you ਅਤੇ (3) ਵਿਚ you ਦਾ him । ਇਸ ਦਾ ਅਪਵਾਦ ਦੇਖੋ (ii) ਅੱਗੇ ।

(3) ਅੰਦਰ ਵਾਲੀ ਕਿਰਿਆ ਜਾਂ ਕਿਰਿਆਵਾਂ ਦੇ present tenes ਜਾਂ future tense ਨੂੰ corresponding past tense ਵਿਚ ਬਦਲਿਆ ਜਾਂਦਾ ਹੈ ਜਿਵੇਂ ਉੱਪਰ am going to help ਨੂੰ was going to help ਵਿਚ ਬਦਲਿਆ ਗਿਆ ਹੈ ।

(4) ਬਾਹਰ ਵਾਲੇ said to ਨੂੰ told ਦੇ ਰੂਪ ਵਿਚ ਵਰਤਿਆ ਗਿਆ ਹੈ ।

(5) ਬਾਹਰ ਵਾਲੇ said ਨੂੰ said ਹੀ ਰੱਖਿਆ ਗਿਆ ਹੈ ।

1. Mohan says, "I met the teacher on the way."
2. Ram says, "Bhatt writes well."
3. All says, "The train arrive soon."
4. The teacher will say, "There is no school tomorrow."
5. My father will say to me, "You upset my plan."
6. The Government will say, "Exploitation in any form whatsoever shall be punishable."

ਇਹਨਾਂ ਵਾਕਾਂ ਨੂੰ indirect speech ਵਿਚ ਇਸ ਤਰ੍ਹਾਂ ਲਿਖਿਆ ਜਾਵੇਗਾ :—

1. Mahesh says that he met the teacher on the way.
2. Ram says that Bhatt writes well.
3. All says that the train will arrive soon.
4. The teacher will say that there is no school tomorrow.
5. My father will tell me that I upset his plan.
6. The Government will say that exploitation in any form what ever shall be punishable.

ਇਹਨਾ ਵਾਕਾ ਤੋਂ ਸਪਸ਼ਟ ਹੈ ਕਿ ਜੇ ਬਾਹਰ ਵਾਲੀ ਕਿਰਿਆ (reporting verb) ਦਾ present tense ਜਾਂ future tense ਹੋਵੇ ਤਾਂ Indirect speech ਬਣਾਉਂਦੇ ਸਮੇਂ ਹੇਠ ਲਿਖੀਆਂ ਗੱਲਾਂ ਦਾ ਧਿਆਨ ਰੱਖਿਆ ਜਾਵੇ :—

(i) ਜੋ person ਬਾਹਰ ਵਾਲੇ subject ਦਾ ਹੋਵੇ ਓਹੀ person ਅੰਦਰ ਵਾਲੇ subject ਦਾ ਹੁੰਦਾ ਹੈ । ਜਿਵੇਂ :—ਵਾਕ ਨੰਬਰ 1. ਵਿਚ I ਦਾ he ਹੋ ਗਿਆ ।

(ii) ਜੇ ਅੰਦਰ subject ਹੋਵੇ, you ਤਾਂ ਅੰਦਰ ਵਾਲੇ subject ਨੂੰ ਬਾਹਰ ਵਾਲੇ subject ਦੇ ਅਨੁਰੂਪ ਬਦਲਿਆ ਜਾਂਦਾ ਹੈ। ਜੋ person ਬਾਹਰ ਵਾਲੇ object ਦਾ ਹੋਵੇ ਤਾਂ ਓਹੀ person ਅੰਦਰ ਵਾਲੇ object ਦਾ ਹੁੰਦਾ ਹੈ । ਅਪਵਾਦ ਇਹ ਹੈ ਕਿ ਜੇ ਅੰਦਰ subject ਹੋਵੇ you ਤਾਂ ਉਸ ਨੂੰ ਬਾਹਰ ਵਾਲੇ object ਅਨੁਸਾਰ ਬਦਲਿਆ ਜਾਂਦਾ ਹੈ ਜਿਵੇਂ : ਵਾਕ 5 ਵਿਚ you ਨੂੰ I ਵਿਚ ਬਦਲਿਆ ਗਿਆ ਹੈ ।

(iii) ਅੰਦਰ ਦੀ ਕਿਰਿਆ ਦਾ Tense ਨਹੀਂ ਬਦਲਿਆ ਜਾਂਦਾ ।

My teacher said, "The earth is round." ਦੀ indirect speech ਹੈ My teacher said that the earth is round. ਕੁਦਰਤੀ ਨਿਯਮਾਂ ਆਦਿ ਨਾਲ ਸੰਬੰਧਿਤ ਕਿਰਿਆਵਾਂ ਦਾ tense ਨਹੀਂ ਬਦਲਦਾ ਪਰ person ਦਾ ਨਿਯਮ ਲਾਗੂ ਹੁੰਦਾ ਹੈ ।

ਕੁਝ ਚੁਣੀਦੀਆਂ ਕਿਰਿਆਵਾਂ ਦੇ 3 ਰੂਪ

(3 FORMS OF SOME SELECTED VERBS)

ਅੰਗਰੇਜ਼ੀ ਵਿਚ ਕਿਰਿਆਵਾਂ ਦੇ ਤਿੰਨ forms ਹੁੰਦੇ ਹਨ। ਉਹਨਾਂ ਦੇ ਕਾਲ-ਸੂਚਕ ਰੂਪਾਂ (Tenses) ਦੇ ਨਾਲ ਗਹਿਰਾ ਸੰਬੰਧ ਹੈ ਭਿੰਨ-ਭਿੰਨ Tenses ਵਿਚ ਭਿੰਨ ਭਿੰਨ forms ਲਗਦੇ ਹਨ। ਇਥੇ ਕੁਝ ਕਿਰਿਆਵਾਂ ਦਾ ਵਰਗੀਕਰਣ ਕਰਕੇ ਉਹਨਾਂ ਦੇ ਤਿੰਨੋਂ forms ਦਿਤੇ ਜਾ ਰਹੇ ਹਨ। ਤੁਸੀਂ ਇਹਨਾਂ ਦਾ ਅਭਿਆਸ ਕਰੋ :—

1. ਅੰਗਰੇਜ਼ੀ ਵਿਚ ਅਨੇਕ ਕਿਰਿਆਵਾਂ ਇਹੋ ਜਿਹੀਆਂ ਹਨ ਜਿਨ੍ਹਾਂ ਦੀ II ਅਤੇ III forms ਇਕੋ ਜਿਹੀ ਹੁੰਦੀ ਹੈ; ਜਿਵੇਂ allow–II ਅਤੇ III form ਵਿਚ allowed। ਇਹ ਕਿਰਿਆਵਾਂ I ਗਰੁਪ ਵਿਚ ਰਖੀਆਂ ਗਈਆਂ ਹਨ —

I ਫਾਰਮ Present tense, Pronunciation & meaning	II ਫਾਰਮ Past tense	III ਫਾਰਮ Past Participle
1. allow (ਅਲਾਉ) ਅਨੁਮਤੀ ਦੇਣੀ	allowed	allowed
2. appear (ਅਪਿਅਰ) ਪਰਗਟ ਹੋਣਾ	appeared	appeared
3. build (ਬਿਲਡ) ਬਣਾਉਣਾ	built	built
4. borrow (ਬਾਰੋ) ਉਧਾਰ ਲੈਣਾ	borrowed	borrowed
5. boil (ਬਾਇਲ) ਉਬਾਲਣਾ	boiled	boiled
6. burn (ਬਰਨ) ਸੜਨਾ	burnt	burnt
7. catch (ਕੈਚ) ਫੜਨਾ	caught	caught
8. copy (ਕਾਪੀ) ਨਕਲ ਕਰਨਾ	copied	copied
9. carry (ਕੈਰੀ) ਲੈ ਜਾਣਾ	carried	carried
10. clean (ਕ੍ਲੀਨ) ਸਾਫ਼ ਕਰਨਾ	cleaned	cleaned
11. climb (ਕੁਲਾਇਮ੍ਬ) ਚੜ੍ਹਨਾ	climbed	climbed
12. close (ਕਲੋਜ਼) ਬੰਦ ਕਰਨਾ	closed	closed
13. cook (ਕੁੱਕ) ਪਕਾਉਣਾ	cooked	cooked
14. care (ਕੇਅਰ) ਦੇਖ ਭਾਲ ਕਰਨਾ	cared	cared
15. cross (ਕ੍ਰਾਸ) ਪਾਰ ਕਰਨਾ	crossed	crossed
16. complete (ਕਮਪਲੀਟ) ਪੂਰਾ ਕਰਨਾ	completed	completed
17. dig (ਡਿਗ) ਮਿੱਟੀ ਪੁੱਟਣਾ	dug	dug
18. deceive (ਡਿਸੀਵ) ਧੋਖਾ ਦੇਣਾ	deceived	deceived
19. decorate (ਡੈਕੋਰੇਟ) ਸਜਾਉਣਾ	decorated	decorated
20. die (ਡਾਈ) ਮਰ ਜਾਣਾ	died	died
21. divide (ਡਿਵਾਇਡ) ਵੰਡਣਾ	divided	divided
22. earn (ਅਰ੍ਨ) ਕਮਾਉਣਾ	earned	earned
23. enter (ਏਂਟਰ) ਅੰਦਰ ਵੜਨਾ	entered	entered
24. fight (ਫ਼ਾਇਟ) ਲੜਨਾ	fought	fought
25. find (ਫ਼ਾਇੰਡ) ਲੱਭਣਾ	found	found
26. feed (ਫ਼ੀਡ) ਖਿਲਾਉਣਾ	fed	fed
27. finish (ਫ਼ਿਨਿਸ਼) ਖ਼ਤਮ ਕਰਨਾ	finished	finished
28. fear (ਫ਼ੀਅਰ) ਡਰਨਾ	feared	feared

I ਫਾਰਮ	II ਫਾਰਮ	III ਫਾਰਮ
Present tense, Pronunciation & Meaning	Past tense	Past Participle
29. hang (ਹੈਂਗ) ਲਟਕਾਉਣਾ	hung	hung
30. hang (ਹੈਂਗ) ਫ਼ਾਂਸੀ ਦੇਣਾ	hanged	hanged
31. hold (ਹੋਲਡ) ਫੜਨਾ	held	held
32. hire (ਹਾਇਰ) ਕਰਾਏ ਤੇ ਲੈਣਾ	hired	hired
33. hunt (ਹੰਟ) ਸ਼ਿਕਾਰ ਕਰਨਾ	hunted	hunted
34. iron (ਆਇਰਨ) ਲੋਹਾ	ironed	ironed
35. invite (ਇਨ੍ਵਾਇਟ) ਸੱਦਣਾ	invited	invited
36. jump (ਜੰਪ) ਛਾਲ ਮਾਰਨਾ	jumped	jumped
37. knock (ਨਾਂਕ) ਖਟਖਟਾਉਣਾ	knocked	knocked
38. kick (ਕਿੱਕ) ਠੁੱਡਾ ਮਾਰਨਾ	kicked	kicked
39. lend (ਲੈਂਡ) ਉਧਾਰ ਲੈਣਾ	lent	lent
40. lose (ਲੂਜ਼) ਗਵਾ ਦੇਣਾ	lost	lost
41. light (ਲਾਇਟ) ਜਲਾਉਣਾ	lighted	lighted
42. learn (ਲਰ੍ਨ) ਸਿੱਖਣਾ	learnt	learnt
43. marry (ਮੈਰੀ) ਵਿਆਹ ਕਰਨਾ	married	married
44. move (ਮੂਵ) ਹਿੱਲਣਾ	moved	moved
45. open (ਓਪੱਨ) ਖੋਲਣਾ	opened	opened
46. obey (ਉਬੇਅ) ਆਗਿਆ ਮੰਨਣੀ	obeyed	obeyed
47. order (ਆਰਡਰ) ਆਗਿਆ ਦੇਣਾ	ordered	ordered
48. pick (ਪਿੱਕ) ਚੁਣਨਾ, ਚੁੱਕਣਾ	picked	picked
49. prry (ਪ੍ਰੇਅ) ਪ੍ਰਾਰਥਨਾ ਕਰਨਾ	prayed	prayed
50. pull (ਪੁੱਲ) ਖਿੱਚਣਾ	pulled	pulled
51. punish (ਪੱਨਿਸ਼) ਸਜ਼ਾ ਦੇਣਾ	punished	punished
52. prepare (ਪ੍ਰਿਪੇਅਰ) ਤਿਆਰ ਕਰਨਾ	prepared	prepared
53. plough (ਪ੍ਲੋ) ਹੱਲ ਵਾਹੁਣਾ	ploughed	ploughed
54. please (ਪ੍ਲੀਜ਼) ਖੁਸ਼ ਹੋਣਾ	pleased	pleased
55. push (ਪੁਸ਼) ਧੱਕਾ ਦੇਣਾ	pushed	pushed
56. quarrel (ਕ੍ਵੈਰਲ) ਝਗੜਾ ਕਰਨਾ	quarrelled	quarrelled
57. rain (ਰੇਨ) ਮੀਂਹ ਪੈਣਾ	rained	rained
58. reach (ਰੀਚ) ਪਹੁੰਚਣਾ	reached	reached
59. refuse (ਰਿਫ੍ਯੂਜ਼) ਇਨਕਾਰ ਕਰਨਾ	refused	refused
60. ruin (ਰੁਯੇਨ) ਬਰਬਾਦ ਕਰਨਾ	ruined	ruined
61. shine (ਸ਼ਾਇਨ) ਚਮਕਣਾ	shone	shone
62. sell (ਸੇਲ) ਵੇਚਣਾ	sold	sold
63. shoot (ਸ਼ੂਟ) ਗੋਲੀ ਮਾਰਨਾ	shooted	shooted
64. sleep (ਸ਼੍ਲੀਪ) ਸੌਣਾ	sleeped	sleeped
65. sweep (ਸ੍ਵੀਪ) ਝਾੜੂ ਫੇਰਨਾ	sweeped	sweeped
66: smell (ਸ੍ਮੈਲ) ਸੁੰਘਣਾ	smelt	smelt
67. spend (ਸ੍ਪੇਂਡ) ਖ਼ਰਚ ਕਰਨਾ	spent	spent
68. thank (ਥੈਂਕ) ਧੰਨਵਾਦ ਕਰਨਾ	thanked	thanked
69. tie (ਟਾਈ) ਬੰਨ੍ਹਣਾ	tied	tied
70. test (ਟੈਸ੍ਟ) ਪਰੀਖਿਆ ਲੈਣਾ	tested	tested
71, wait (ਵੇਟ) ਇੰਤਜ਼ਾਰ ਕਰਨਾ	waited	waited

I ਫਾਰਮ Present tense, Pronunciation & Meaning	II ਫਾਰਮ Past tense	III ਫਾਰਮ Past Participle
72. work (ਵਰ੍ਕ) ਕੰਮ ਕਰਨਾ	worked	worked
73. wish (ਵਿਸ਼) ਚਾਹੁਣਾ	wished	wished
74. win (ਵਿਨ) ਜਿੱਤਣਾ	won	won
75. wind (ਵਾਇੰਡ) ਫੂਕ ਮਾਰਨੀ	wound	wound
76. weep (ਵੀਪ) ਰੋਣਾ	wept	wept
77. weigh (ਵੇਅ) ਵਜ਼ਨ ਕਰਨਾ, ਤੋਲਣਾ	weighed	weighed
78. wring (ਰਿੰਗ) ਮਰੋੜਨਾ	wrung	wrung
79. yield (ਯੀਲ੍ਡ) ਹਾਰ ਮੰਨਣੀ	yielded	yielded
80. yoke (ਯੋਕ) ਜੋੜਨਾ	yoked	yoked

2. ਕਈ ਕਿਰਿਆਵਾਂ ਐਸੀਆਂ ਵੀ ਹਨ ਜਿਨ੍ਹਾਂ ਦੀ II, III forms ਇਕੋ ਜਿਹੀ ਨਹੀਂ ਹੁੰਦੀ ਅਤੇ III form ਵਿਚ ਧਾਤੂ ਦੇ ਨਾਲ ਅਕਸਰ 'en' ਜਾਂ 'n' ਜੁੜਦਾ ਹੈ : ਜਿਵੇਂ :—

81. arise (ਅਰਾਇਜ਼) ਉੱਠਣਾ	arose	arisen
82. beat (ਬੀਟ) ਮਾਰਨਾ	beat	beaten
83. breake (ਬਰੇਕ) ਤੋੜਨਾ	broke	broken
84. bite (ਬਾਈਟ) ਕਾਟਨਾ	bit	bitten
85. bear (ਬਿਅਰ) ਜਨਮ ਦੇਣਾ	bore	born
86. bare (ਬਿਅਰ) ਸਹਿਣਾ	bore	borne
87. be (is, am, are) (ਬੀ) ਹੋਣਾ	was, were	been
88. choose (ਚੂਜ਼) ਚੁਣਨਾ	chose	choosen
89. drive (ਡ੍ਰਾਇਵ) ਚਲਾਉਣਾ, ਹੱਕਣਾ	drove	driven
90. draw (ਡ੍ਰਾ) ਖਿੱਚਣਾ	drew	drawn
91. forget (ਫ਼ਾਰਗੇਟ) ਭੁਲਣਾ	forgot	forgotten
92. fall (ਫਾਲ) ਗਿਰਣਾ	fell	fallen
93. freeze (ਫ੍ਰੀਜ਼) ਜੰਮ ਜਾਣਾ	froze	frozen
94. fly (ਫਲਾਇ) ਉੱਡਣਾ	flew	flown
95. give (ਗਿਵ) ਦੇਣਾ	gave	given
96. grow (ਗ੍ਰੋ) ਉੱਗਣਾ	grew	grown
97. hide (ਹਾਇਡ) ਲੁਕਣਾ	hid	hidden
98. know (ਨੋ) ਜਾਨਣਾ	knaw	known
99. lie (ਲਾਇ) ਲੇਟਣਾ	lay	lain
100. ride (ਰਾਇਡ) ਸਵਾਰੀ ਕਰਨਾ	rode	ridden
101. rise (ਰਾਇਜ਼) ਉੱਠਣਾ	rose	risen
102. see (ਸੀ) ਦੇਖਣਾ	saw	seen
103. shake (ਸ਼ੇਕ) ਹਿਲਾਉਣਾ	shook	shaken
104. steal (ਸ੍ਟੀਲ) ਚੋਰੀ ਕਰਨਾ	stole	stolen
105. speak (ਸ੍ਪੀਕ) ਬੋਲਣਾ	spoke	spoken
106. swear (ਸ੍ਵੀਅਰ) ਸੌਂਹ ਚੁੱਕਣਾ	swore	sworn
107. tear (ਟੀਅਰ) ਪਾੜਨਾ	tore	torn

I ਫਾਰਮ Present tense, Pronunciation & Meaning	II ਫਾਰਮ Past tense	III ਫਾਰਮ Past Participle
108. take (ਟੇਕ) ਲੈਣਾ	took	taken
109. throw (ਥ੍ਰੋ) ਸੁੱਟਣਾ	threw	thrown
110. wake (ਵੇਕ) ਜਾਗਣਾ	woke	woken
111. wear (ਵਿਅਰ) ਪਹਿਨਣਾ	wore	worn
112. wcave (ਵੀਵ) ਬੁਨਣਾ	wove	woven
113. write (ਰਾਇਟ) ਲਿਖਣਾ	wrote	written

3. ਕਈ ਕਿਰਿਆਵਾਂ ਅਜਿਹੀਆਂ ਵੀ ਹਨ ਜਿਨ੍ਹਾਂ ਦੀ II ਅਤੇ III form ਇਕੋ ਜਿਹੀ ਨਹੀਂ ਹੁੰਦੀ; ਪਰ II form ਦੇ ਰੂਪ ਦਾ a III form ਵਿਚ ਅਕਸਰ u ਬਣ ਜਾਂਦਾ ਹੈ; ਹੇਠਾਂ ਦੇਖੋ :—

114. begin (ਬਿਗਿਨ) ਸ਼ੁਰੂ ਕਰਨਾ	began	begun
115. drink (ਡ੍ਰਿੰਕ) ਪੀਣਾ	drank	drunk
116. ring (ਰਿੰਗ) ਘੰਟੀ ਬਜਾਉਣਾ	rang	rung
117. run (ਰੱਨ) ਦੌੜਨਾ	ran	run
118. sink (ਸਿੰਕ) ਡੁੱਬਣਾ	sank	sunk
119. sing (ਸਿੰਗ) ਗਾਉਣਾ	sang	sung
120. spring (ਸੁਪਰਿੰਗ) ਟੱਪਣਾ	sprang	sprung
121. swim (ਸੁਵਿਮ) ਤਰਨਾ	swam	swum
122. shrink (ਸ਼੍ਰਿੰਕ) ਸੁੰਗੜਨਾ	shrank	shrunk

4. ਅੰਗਰੇਜ਼ੀ ਵਿਚ ਕੁਝ ਕਿਰਿਆਵਾਂ ਅਜਿਹੀਆਂ ਵੀ ਹਨ ਜਿਨ੍ਹਾਂ ਦੇ ਤਿੰਨੋ form ਇਕੋ ਜਿਹੇ ਹੁੰਦੇ ਹਨ । ਤਿੰਨ ਵਾਕਾਂ ਦਾ ਅਰਥ ਦੇਖੋ :—

(i) You bet now. — ਤੂੰ ਹੁਣ ਸ਼ਰਤ ਲਾਉਂਦਾ ਹੈਂ ।

(ii) You bet yesterday. — ਤੂੰ ਕੱਲ ਸ਼ਰਤ ਲਾਈ ਹੈ ।

(iii) You have bet. — ਤੂੰ ਸ਼ਰਤ ਲਾਈ ਹੈ ।

ਐਸੀਆਂ ਕਿਰਿਆਵਾਂ ਨੂੰ ਖ਼ਾਸ ਤੌਰ ਤੇ ਯਾਦ ਕਰੋ ਤਾਂ ਜੋ ਗੱਲ ਬਾਤ ਵਿਚ ਗਲਤ ਪ੍ਰਯੋਗ ਕਰਕੇ ਤੁਸੀਂ ਲੋਕਾਂ ਦੇ ਵਿਚ ਹਾਸੋਹੀਣੇ ਨਾ ਹੋਵੋ :—

123. bet (ਬੇ'ਟ) ਸ਼ਰਤ ਲਾਉਣੀ	bct	bet
124. bid (ਬਿਡ) ਕੀਮਤ ਲਗਾਉਣੀ	bid	bid
125. burst (ਬਰਸੁਟ) ਫੱਟਣਾ	burst	burst
126. cut (ਕੱਟ) ਕੱਟਣਾ	cut	cut
127. cast (ਕਾਸੁਟ) ਪਾਉਣਾ (ਵੋਟ)	cast	cast
128. cost (ਕਾਸਟ) ਕੀਮਤ ਹੋਣਾ	cost	cost
129. hit (ਹਿੱਟ) ਸੱਟ ਮਾਰਨੀ	hit	hit
130. hurt (ਹਰਟ) ਦੁੱਖ ਪਹੁੰਚਾਉਣਾ	hurt	hurt
131. knit (ਨਿੱਟ) ਬੁਣਨਾ	knit	knit
132. put (ਪੁੱਟ) ਰੱਖਣਾ	put	put
133. rid (ਰਿਡ) ਛੁਟਕਾਰਾ ਪਾਉਣਾ	rid	rid
134. read* (ਰੀਡ) ਪੜ੍ਹਨਾ	read*	read*
135. spit (ਸੁਪਿਟ) ਥੁੱਕਣਾ	spit	spit

* ਲਿਖਣ ਵਿਚ ਰੀਡ ਦੀਆਂ ਤਿੰਨੋ forms ਵਿਚ ਅੱਖਰ ਜੋੜ (spelling) ਇਕੋ ਜਿਹੇ ਹੀ ਹੁੰਦੇ ਹਨ; ਪਰ ਇਸ ਦਾ ਉਚਾਰਣ ਇਸ ਤਰ੍ਹਾਂ ਹੁੰਦਾ ਹੈ— ਰੀਡ, ਰੇ'ਡ, ਰੇ'ਡ ।

25 ਮਹੱਤਵਪੂਰਣ ਸਮੂਹਕ ਅਰਥ ਵਾਲੇ ਸ਼ਬਦ

(25 IMPORTANT COLLECTIVE PHRASES)

ਹਰੇਕ ਬੋਲੀ ਦੀ ਆਪਣੀ ਪਰੰਪਰਾਗਤ ਸ਼ਬਦਾਵਲੀ ਬਣ ਜਾਂਦੀ ਹੈ ਅਤੇ ਉਸੇ ਰੂਪ ਵਿਚ ਉਸ ਦਾ ਪ੍ਰਯੋਗ ਚੰਗਾ ਲਗਦਾ ਹੈ। ਇਥੇ ਕੁਝ ਸਮੂਹਕ ਅਰਥ ਵਾਲੇ ਪੰਜਾਬੀ ਸ਼ਬਦਾਂ ਦੇ ਸਮਾਨਾਰਥਕ ਅੰਗਰੇਜ਼ੀ ਸ਼ਬਦ ਦਿਤੇ ਗਏ ਹਨ **'A bouquet of grapes'** ਨਹੀਂ, ਸਗੋਂ **'A bunch of grapes** ਕਹਾਂਗੇ। ਅੰਗਰੇਜ਼ੀ ਬੋਲੀ ਵਿਚ ਇਹਨਾਂ ਦੀ ਵਰਤੋਂ ਦਾ ਅਭਿਆਸ ਕਰੋ :—

1. ਚਾਬੀਆਂ ਦਾ ਗੁੱਛਾ	A *bunch* (ਬੰਚ) of keys.
2. ਅੰਗੂਰਾਂ ਦਾ ਗੁੱਛਾ	A *bunch* (ਬੰਚ) of grapes.
3. ਫੁੱਲਾਂ ਦਾ ਗੁਲਦਸਤਾ	A *bouquet* (ਬੁਕੇ) of flowers.
4. ਲੱਕੜੀਆਂ ਦਾ ਗੱਠੜ	A *bundle* (ਬੰਡਲ) of sticks.
5. ਲੋਕਾਂ ਦੀ ਭੀੜ	A *crowd* (ਕ੍ਰਾਉਡ) of people.
6. ਪਹਾੜਾਂ ਦਾ ਸਿਲਸਿਲਾ	A *chain* (ਚੇਨ) of mountains.
7. ਭੇਡਾਂ ਦਾ ਇੱਜੜ	A *flock* (ਫ੍ਲੱਾਕ) of sheep.
8. ਪੰਛੀਆਂ ਦੀ ਡਾਰ	A *flight* (ਫ੍ਲਾਇਟ) of birds.
9. ਦੀਪ-ਸਮੂਹ	A *group* (ਗਰੁਪ) of Islands.
10. ਤਾਰਿਆਂ ਦਾ ਸਮੂਹ	A *glaxy* (ਗਲੈਕ੍ਸੀ) of stars.
11. ਦਰਖ਼ਤਾਂ ਦਾ ਝੁੰਡ	A *grove* (ਗ੍ਰੋਵ) of trees.
12. ਮਜ਼ਦੂਰਾਂ ਦੀ ਟੋਲੀ	A *gang* (ਗੈਂਗ) of labourers.
13. ਹਿਰਨਾਂ ਦੀ ਡਾਰ	A *herd* (ਹਰ੍ਡ) of deer.
14. ਸੂਰਾਂ ਦਾ ਚੋਣਾ	A *herd* (ਹਰਡ) of swine.
15. ਮਧੂ-ਮੱਖੀਆਂ ਦਾ ਛੱਤਾ	A *hive* (ਹਾਇਵ) of bees.
16. ਪਸ਼ੂਆਂ ਦਾ ਇੱਜੜ	A *herd* (ਹਰ੍ਡ) of cattle.
17. ਕੂੜੇ ਦਾ ਢੇਰ	A *heap* (ਹੀਪ) of ruins.
18. ਬਜਰੀ ਜਾਂ ਰੇਤ ਦਾ ਢੇਰ	A *heap* (ਹੀਪ) of stones or sand.
19. ਸ਼ਿਕਾਰੀ ਕੁੱਤਿਆਂ ਦਾ ਝੁੰਡ	A *pack* (ਪੈਕ) of hounds.
20. ਜੁੱਤੀਆਂ ਦਾ ਜੋੜਾ	A *pair* (ਪੇਅਰ) of shoes.
21. ਸਿਪਾਹੀਆਂ ਦੀ ਟੁਕੜੀ	A *regiment* (ਰੇਜੀਮੇਂਟ) of soldiers.
22. ਚੋਟੀਆਂ ਦਾ ਸਿਲਸਿਲਾ	A *range* (ਰੇਂਜ) of hills.
23. ਮੱਖੀਆਂ ਦਾ ਝੁੰਡ	A *swarm* (ਸਵਾਰ੍ਮ) of flies.
24. ਘਟਨਾਵਾਂ ਦਾ ਅਨੁਕ੍ਰਮ	A *series* (ਸੀਰੀਜ਼) of events.
25. ਘੋੜਿਆਂ ਦੀ ਟੁਕੜੀ	A *troop* (ਟਰੂਪ) of horses.

ਕੁਝ ਪਸ਼ੂਆਂ ਦੇ ਬੱਚਿਆਂ ਦੇ ਨਾਮ

(YOUNG ONES OF SOME ANIMALS)

ਜੰਤੂ	ਜੰਤੂ ਦਾ ਬੱਚਾ	ਜੰਤੂ	ਜੰਤੂ ਦਾ ਬੱਚਾ
ass (ਐਸ) ਗਧਾ-ਖੋਤਾ	foal (ਫ਼ੋਲ)	bear (ਬਿਅਰ) ਰੀਛ	cub (ਕਬ)
cow (ਕਾਉ) ਗਊ	calf (ਕਾਫ਼)	cat (ਕੈਟ) ਬਿੱਲੀ	kitten (ਕਿਟਨ)
dog (ਡਾਗ) ਕੁੱਤਾ	puppy (ਪਪੀ)	frog (ਫ੍ਰਾਗ) ਡੱਡੂ	tadpole (ਟੇਡਪੱਾਲ)
hen (ਹੈੱਨ) ਕੁਕੜੀ	chicken (ਚਿਕਨ)	horse (ਹਾਰ੍ਸ) ਘੋੜਾ	colt (ਕੋਲ੍ਟ)
goat (ਗੋਟ) ਬਕਰੀ	kid (ਕਿਡ)	lion (ਲਾਇਨ) ਸ਼ੇਰ	cub (ਕੱਬ)
sheep (ਸ਼ੀਪ) ਭੇਡ	lamb (ਲੈਂਮੁਬ)	tiger (ਟਾਈਗਰ) ਚੀਤਾ	cub (ਕਬ)
		wolf (ਵੂਲ੍ਫ) ਬਘਿਆੜ	cub (ਕਬ)

75 ਅਲੰਕਾਰਿਕ ਉਪਮਾਵਾਂ

(75 IDIOMATIC COMPARISONS)

ਸ਼ਿਸ਼ਟ ਅੰਗਰੇਜ਼ੀ (Standard English) ਵਿਚ ਕੁਝ ਉਪਮਾ-ਸ਼ਬਦ ਬਹੁ ਪ੍ਰਚਲਿਤ ਹਨ। ਆਪਣੇ ਅੰਗਰੇਜ਼ੀ ਬੋਲਚਾਲ ਨੂੰ ਵਧੇਰਾ ਚੰਗਾ ਬਣਾਉਣ ਲਈ ਇਹਨਾਂ ਵਾਕ-ਅੰਸ਼ਾਂ ਨੂੰ ਯਾਦ ਕਰਨਾ ਬਹੁਤ ਜ਼ਰੂਰੀ ਹੈ।

1. As bitter as gall (ਐਜ਼ ਬਿੱਟਰ ਐਜ਼ ਗਾਲ) ਇੰਨਾ ਕੌੜਾ ਜਿੰਨੀ ਕਿ ਮਾਜੂਫਲ
2. As black as coal (ਐਜ਼ ਬਲੈਕ ਐਜ਼ ਕੋਲ) ਇੰਨਾ ਕਾਲਾ ਜਿੰਨਾ ਕਿ ਕੋਲਾ
3. As blind as a mule (ਐਜ਼ ਬਲਾਇੰਡ ਐਜ਼ ਮਿਊਲ) ਇੰਨਾ ਅੰਨ੍ਹਾ ਜਿੰਨਾ ਕਿ ਖੱਚਰ
4. As blinthe as a bee (ਐਜ਼ ਬਲਿੰਥ ਐਜ਼ ਬੀ) ਇੰਨਾ ਪ੍ਰਸੰਨ ਜਿੰਨੀ ਕਿ ਸ਼ਹਿਦ ਦੀ ਮੱਖੀ
5. As brave as a lion (ਐਜ਼ ਬ੍ਰੇਵ ਐਜ਼ ਲੱਾਇਨ) ਇੰਨਾ ਬਹਾਦਰ ਜਿੰਨਾ ਕਿ ਸ਼ੇਰ
6. As bright as day (ਐਜ਼ ਬ੍ਰਾਇਟ ਐਜ਼ ਡੇ) ਇੰਨਾ ਚਮਕੀਲਾ ਜਿੰਨਾ ਕਿ ਦਿਨ
7. As bright as silver (ਐਜ਼ ਬ੍ਰਾਇਟ ਐਜ਼ ਸਿਲਵਰ) ਇੰਨਾ ਚਮਕੀਲਾ ਜਿੰਨੀ ਕਿ ਚਾਂਦੀ
8. As brisk as a butterfly (ਐਜ਼ ਬ੍ਰਿਸਕ ਐਜ਼ ਏ ਬਟਰਫਲਾਈ) ਇੰਨਾ ਛੁਹਲਾ ਜਿੰਨੀ ਕਿ ਤਿਤਲੀ
9. As busy as a bee (ਐਜ਼ ਬਿਜ਼ੀ ਐਜ਼ ਏ ਬੀ) ਇੰਨਾ ਰੁੱਝਾ ਹੋਇਆ ਜਿੰਨੀ ਕਿ ਮਧੂਮੱਖੀ
10. As changeable as the moon (ਐਜ਼ ਚੇਂਜੇਬਲ ਐਜ਼ ਦ ਮੂਨ) ਇੰਨਾ ਪਰਿਵਰਤਨਸ਼ੀਲ ਜਿੰਨਾ ਕਿ ਚੰਨ
11. As cheerful as a lark (ਐਜ਼ ਚੀਅਰਫੁੱਲ ਐਜ਼ ਏ ਲਾਰਕ) ਇੰਨਾ ਪਰਸੰਨ ਜਿੰਨੀ ਕਿ ਲਾਰਕ ਚਿੜੀ
12. As clear as day (ਐਜ਼ ਕਲੀਅਰ ਐਜ਼ ਡੇ) ਇੰਨਾ ਸਾਫ਼ ਜਿੰਨਾ ਕਿ ਦਿਨ
13. As cold as ice (ਐਜ਼ ਕੋਲਡ ਐਜ਼ ਆਇਸ) ਇੰਨਾ ਠੰਢਾ ਜਿੰਨੀ ਕਿ ਬਰਫ਼
14. As cunning as a fox (ਐਜ਼ ਕਨਿੰਗ ਐਜ਼ ਏ ਫੌਕਸ) ਇੰਨਾ ਚਲਾਕ ਜਿੰਨੀ ਕਿ ਲੂੰਬੜੀ
15. As dark as midnight (ਐਜ਼ ਡਾਰਕ ਐਜ਼ ਮਿਡਨਾਇਟ) ਇੰਨਾ ਅਨ੍ਹੇਰਾ ਜਿੰਨੀ ਕਿ ਅੱਧੀ ਰਾਤ
16. As deep as well (ਐਜ਼ ਡੀਪ ਐਜ਼ ਵੈਲ) ਇੰਨਾ ਡੂੰਘਾ ਜਿੰਨਾ ਕਿ ਖੂਹ
17. As dry as dust (ਐਜ਼ ਡ੍ਰਾਇ ਐਜ਼ ਡਸਟ) ਇੰਨਾ ਖ਼ੁਸ਼ਕ ਜਿੰਨੀ ਕਿ ਧੂੜ
18. As drunk as a lord (ਐਜ਼ ਡ੍ਰੰਕ ਐਜ਼ ਏ ਲੌਰਡ) ਇੰਨਾ ਨਸ਼ਈ ਜਿੰਨਾ ਕਿ ਨਵਾਬ
19. As dumb as a statue (ਐਜ਼ ਡਮਬ ਐਜ਼ ਏ ਸਟੈਚੂ) ਐਸਾ ਬੋਲਾ ਜਿਵੇਂ ਕਿ ਬੁੱਤ
20. As easy as A. B. C. (ਐਜ਼ ਈਜ਼ੀ ਐਜ਼ ਏ. ਬੀ. ਸੀ.) ਇੰਨਾ ਸਰਲ ਜਿੰਨੀ ਕਿ ਏ. ਬੀ. ਸੀ.
21. As fair as a rose (ਐਜ਼ ਫੇਅਰ ਐਜ਼ ਏ ਰੋਜ਼) ਇੰਨਾ ਮੋਹਕ ਜਿੰਨਾ ਕਿ ਗੁਲਾਬ
22. As fast as a hare (ਐਜ਼ ਫ਼ਾਸਟ ਐਜ਼ ਏ ਹੇਅਰ) ਇੰਨਾ ਤੇਜ਼ ਜਿੰਨਾ ਕਿ ਖਰਗੋਸ਼
23. As fat as a pig (ਐਜ਼ ਫ਼ੈਟ ਐਜ਼ ਏ ਪਿਗ) ਇੰਨਾ ਮੋਟਾ ਜਿੰਨਾ ਕਿ ਸੂਰ
24. As fierce as a tiger (ਐਜ਼ ਫ਼ਿਅਰਸ ਐਜ਼ ਏ ਟਾਇਗਰ) ਇੰਨਾ ਖੂੰਖਾਰ ਜਿੰਨਾ ਕਿ ਚੀਤਾ
25. As firm as rock (ਐਜ਼ ਫ਼ਰਮ ਐਜ਼ ਰੌਕ) ਇੰਨਾ ਦ੍ਰਿੜ੍ਹ ਜਿੰਨੀ ਕਿ ਚੱਟਾਨ
26. As fit as fiddle (ਐਜ਼ ਫ਼ਿਟ ਐਜ਼ ਫ਼ਿਡਲ) ਇੰਨਾ ਦਰੁੱਸਤ ਜਿੰਨੀ ਸਾਰੰਗੀ
27. As free as air (ਐਜ਼ ਫ਼੍ਰੀ ਐਜ਼ ਏਅਰ) ਇੰਨਾ ਸੁਤੰਤਰ ਜਿੰਨੀ ਕਿ ਹਵਾ
28. As fresh as rose (ਐਜ਼ ਫ਼੍ਰੈਸ਼ ਐਜ਼ ਰੋਜ) ਇੰਨਾ ਤਾਜ਼ਾ ਜਿੰਨਾ ਕਿ ਗੁਲਾਬ
29. As gay as a lark (ਐਜ਼ ਗੇ ਐਜ਼ ਏ ਲਾਰਕ) ਇੰਨਾ ਪਰਸੰਨ ਜਿੰਨੀ ਕਿ ਲਾਰਕ ਚਿੜੀ
30. As gentle as a lamb (ਐਜ਼ ਜੈਂਟਲ ਐਜ਼ ਏ ਲੈਮਬ) ਇੰਨਾ ਸਾਊ ਜਿੰਨਾ ਕਿ ਮੇਮਨਾ
31. As good as gold (ਐਜ਼ ਗੁੱਡ ਐਜ਼ ਗੋਲਡ) ਇੰਨਾ ਖਰਾ ਜਿੰਨਾ ਕਿ ਸੋਨਾ
32. As graceful as swan (ਐਜ਼ ਗ੍ਰੇਸਫੁਲ ਐਫ਼ ਸ੍ਵੈਨ) ਇੰਨਾ ਸ਼ਾਨਦਾਰ ਜਿੰਨਾ ਕਿ ਹੰਸ.
33. As grave as a judge (ਐਜ਼ ਗ੍ਰੇਵ ਐਜ਼ ਏ ਜੱਜ) ਇੰਨਾ ਗੰਭੀਰ ਜਿੰਨਾ ਕਿ ਜਜ।
34. As greedy as a wolf (ਐਜ਼ ਗ੍ਰੀਡੀ ਐਜ਼ ਏ ਵੂਲਫ਼) ਇੰਨਾ ਲਾਲਚੀ ਜਿੰਨਾ ਕਿ ਬਘਿਆੜ
35. As green as grass (ਐਜ਼ ਗ੍ਰੀਨ ਐਜ਼ ਗ੍ਰਾਸ) ਇੰਨਾ ਹਰਾ ਜਿੰਨਾ ਕਿ ਘਾਹ
36. As happy as a king (ਐਜ਼ ਹੈਪੀ ਐਜ਼ ਏ ਕਿੰਗ) ਐਸਾ ਪਰਸੰਨ ਜਿੰਨਾ ਕਿ ਰਾਜਾ
37. As hard as flint (ਐਜ਼ ਹਾਰਡ ਐਜ਼ ਫ਼ਲਿੰਟ) ਇੰਨਾ ਸਖ਼ਤ ਜਿੰਨਾ ਕਿ ਚਕਮਕ ਪੱਥਰ
38. As hard as stone (ਐਜ਼ ਹਾਰਡ ਐਜ਼ ਸਟੋਨ) ਇੰਨਾ ਸਖ਼ਤ ਜਿੰਨਾ ਕਿ ਪੱਥਰ
39. As hoarse as a crow (ਐਜ਼ ਹੋਰਸ ਐਜ਼ ਏ ਕ੍ਰੋ) ਇੰਨਾ ਬੇਸੁਰਾ ਜਿੰਨਾ ਕਿ ਕਾਂ

40. As hot as fire (ਐਜ਼ ਹੱਟ ਐਜ਼ ਫ਼ਾਇਰ) ਇੰਨਾ ਗਰਮ ਜਿੰਨੀ ਕਿ ਅੱਗ
41. As hungry as a hawk (ਐਜ਼ ਹੰਗ੍ਰੀ ਐਜ਼ ਏ ਹੱਕ) ਇੰਨਾ ਭੁੱਖਾ ਜਿੰਨਾ ਕਿ ਬਾਜ਼
42. As innocent as a dove (ਐਜ਼ ਇਨੋਸੇਂਟ ਐਜ਼ ਏ ਡੱਵ) ਇੰਨਾ ਨਿਰਦੋਸ਼ ਜਿੰਨੀ ਕਿ ਘੁੱਗੀ
43. As light as feather (ਐਜ਼ ਲਾਇਟ ਐਜ਼ ਫ਼ੀਦਰ) ਇੰਨਾ ਹਲਕਾ ਜਿੰਨਾ ਕਿ ਖੰਭ
44. As loud as thunder (ਐਜ਼ ਲਾਉਡ ਐਜ਼ ਥੰਡਰ) ਇੰਨੀ ਉੱਚੀ ਆਵਾਜ਼ ਜਿਵੇਂ ਬਿਜਲੀ ਦੀ ਕੜਕ
45. As merry as a cricket (ਐਜ਼ ਮੇਰੀ ਐਜ਼ ਏ ਕ੍ਰਿਕਟ) ਇੰਨਾ ਪਰਸੰਨ ਜਿੰਨਾ ਬੀਂਡਾ
46. As mute as a fish (ਐਜ਼ ਮਿਊਟ ਐਜ਼ ਏ ਫ਼ਿਸ਼) ਇੰਨਾ ਚੁੱਪ ਜਿੰਨੀ ਕਿ ਮੱਛੀ
47. As nimble as a bee (ਐਜ਼ ਨਿਮ੍ਬਲ ਐਜ਼ ਏ ਬੀ) ਇੰਨਾ ਨਿਪੁੰਨ ਜਿੰਨੀ ਕਿ ਮਧੂਮੱਖੀ
48. As obstinate as a mule (ਐਜ਼ ਔਬਸਟੀਨੇਟ ਐਜ਼ ਏ ਮਿਊਲ) ਇੰਨਾ ਢੀਠ ਜਿੰਨਾ ਖੱਚਰ
49. As old as hills (ਐਜ਼ ਉਲਡ ਐਜ਼ ਹਿਲਸ) ਇੰਨਾ ਪੁਰਾਣਾ ਜਿੰਨੀ ਪਹਾੜੀ ਚੋਟੀਆਂ
50. As pale as death (ਐਜ਼ ਪੇਲ ਐਜ਼ ਡੈਥ) ਇੰਨਾ ਮੁਰਝਾਇਆ ਹੋਇਆ ਜਿੰਨੀ ਕਿ ਮੌਤ
51. As playful as a kitten (ਐਜ਼ ਪਲੇਫ਼ੁਲ ਐਜ਼ ਏ ਕਿੱਟਨ) ਇੰਨਾ ਮਨਮੌਜੀ ਜਿੰਨਾ ਕਿ ਬਿੱਲੀ ਦਾ ਬਚਾ
52. As poor as a church mouse (ਐਜ਼ ਪੂਅਰ ਐਜ਼ ਏ ਚਰਚ ਮਾਉਸ) ਇੰਨਾ ਗ਼ਰੀਬ ਜਿੰਨਾ ਕਿ ਗਿਰਜੇ ਦਾ ਚੂਹਾ
53. As proud as a peacock (ਐਜ਼ ਪ੍ਰਾਉਡ ਐਜ਼ ਏ ਪੀਕੱਕ) ਇੰਨਾ ਗਰਵੀਲਾ ਜਿੰਨਾ ਕਿ ਮੋਰ
54. As quick as thought (ਐਜ਼ ਕੁਵਿਕ ਐਜ਼ ਥੱਟ) ਇੰਨਾ ਤੇਜ਼ ਜਿੰਨਾ ਕਿ ਵਿਚਾਰ
55. As quiet as a lamb. (ਐਜ਼ ਕੁਵਾਇਟ ਐਜ਼ ਏ ਲੈਂਬ) ਇੰਨਾ ਸ਼ਾਂਤ ਜਿੰਨਾ ਮੇਮਨਾ
56. As rapid as lightening (ਐਜ਼ ਰੈਪਿਡ ਐਜ਼ ਲਾਇਟਨਿੰਗ) ਇੰਨਾ ਤੇਜ਼ ਜਿੰਨੀ ਬਿਜਲੀ
57. As red as blood (ਐਜ਼ ਰੈਡ ਐਜ਼ ਬਲੱਡ) ਇੰਨਾ ਲਾਲ ਜਿੰਨਾ ਖ਼ੂਨ
58. As round as ball. (ਐਜ਼ ਰਾਉਂਡ ਐਜ਼ ਬਾਲ) ਇੰਨਾ ਗੋਲ ਜਿੰਨੀ ਗੇਂਦ
59. As sharp as razor (ਐਜ਼ ਸ਼ਾਰਪ ਐਜ਼ ਰੇਜ਼ਰ) ਇੰਨਾ ਤਿੱਖਾ ਜਿੰਨਾ ਉਸਤਰਾ
60. As silent as grave (ਐਜ਼ ਸਾਇਲੇਂਟ ਐਜ਼ ਗ੍ਰੇਵ) ਇੰਨਾ ਖ਼ਾਮੋਸ਼ ਜਿੰਨੀ ਕਿ ਕਬਰ
61. As silly as a sheep (ਐਜ਼ ਸਿਲੀ ਐਜ਼ ਏ ਸ਼ੀਪ) ਇੰਨਾ ਮੂਰਖ ਜਿੰਨੀ ਭੇਡ
62. As soft as wax (ਐਜ਼ ਸੱਫ਼ਟ ਐਜ਼ ਵੈਕਸ) ਇੰਨਾ ਨਰਮ ਜਿੰਨਾ ਮੋਮ
63. As sour as vinegar (ਐਜ਼ ਸੌਅਰ ਐਜ਼ ਵਾਇਨਗਰ) ਇੰਨਾ ਖੱਟਾ ਜਿੰਨਾ ਸਿਰਕਾ
64. As sure as death (ਐਜ਼ ਸ਼ੁਉਰ ਐਜ਼ ਡੇਥ) ਇੰਨਾ ਨਿਸ਼ਚਿਤ ਜਿੰਨੀ ਮੌਤ
65. As sweet as honey (ਐਜ਼ ਸਵੀਟ ਐਜ਼ ਹਨੀ) ਇੰਨਾ ਮਿੱਠਾ ਜਿੰਨਾ ਸ਼ਹਿਦ
66. As swift as arrow. (ਐਜ਼ ਸਵਿਫ਼ਟ ਐਜ਼ ਐਰੋ) ਇੰਨਾ ਨੁਕੀਲਾ ਜਿੰਨਾ ਤੀਰ
67. As tame as a chicken (ਐਜ਼ ਟੇਮ ਐਜ਼ ਏ ਚਿਕਨ) ਇੰਨਾ ਪਾਲਤੂ ਜਿੰਨਾ ਚੂਚਾ
68. As timid as a hare (ਐਜ਼ ਟਿਮਿਡ ਐਜ਼ ਏ ਹੇਅਰ) ਇੰਨਾ ਡਰਪੋਕ ਜਿੰਨਾ ਖ਼ਰਗੋਸ਼
69. As trickey as a monkey (ਐਜ਼ ਟ੍ਰਿੱਕੀ ਐਜ਼ ਏ ਮੰਕੀ) ਇੰਨਾ ਕਾਮਯਾਬ ਜਿੰਨਾ ਬਾਂਦਰ
70. As vain as a peacock (ਐਜ਼ ਵੇਨ ਐਜ਼ ਏ ਪੀਕੱਕ) ਇੰਨਾ ਘੁਮੰਡੀ ਜਿੰਨਾ ਮੋਰ
71. As warm as wool (ਐਜ਼ ਵਾਰਮ ਐਜ਼ ਵੂਲ) ਇੰਨਾ ਗਰਮ ਜਿੰਨੀ ਉੱਨ
72. As weak as a kitten (ਐਜ਼ ਵੀਕ ਐਜ਼ ਏ ਕਿਟਨ) ਇੰਨਾ ਕਮਜ਼ੋਰ ਜਿੰਨਾ ਬਿੱਲੀ ਦਾ ਬੱਚਾ
73. As white as snow (ਐਜ਼ ਵ੍ਹਾਇਟ ਐਜ਼ ਸਨੋ) ਇੰਨਾ ਚਿੱਟਾ ਜਿੰਨੀ ਬਰਫ਼
74. As wige as serpent (ਐਜ਼ ਵਾਇਜ਼ ਐਜ਼ ਸਰਪੇਂਟ) ਇੰਨਾ ਸਿਆਣਾ ਜਿੰਨਾ ਸੱਪ
75. As yellow as saffron (ਐਜ਼ ਯੈਲੋ ਐਜ਼ ਸੈਫ਼੍ਰਾਨ) ਇੰਨਾ ਪੀਲਾ ਜਿੰਨਾ ਕੇਸਰ

40 ਜੰਤੂਆਂ ਦੀਆਂ ਆਵਾਜ਼ਾਂ
(40 IMPORTANT WORDS DENOTING THE CRIES OF ANIMALS)

ਪੰਜਾਬੀ ਬੋਲੀ ਵਿਚ ਪਸ਼ੂਆਂ ਦੀਆਂ ਆਵਾਜ਼ਾਂ ਲਈ ਕੁਝ ਖ਼ਾਸ ਸ਼ਬਦ ਹਨ, ਜਿਵੇਂ ਹੀਂਗਣਾ, ਭਿੰਨਭਿਨਾਉਣਾ ਕੂਕਣਾ ਆਦਿ। 'ਹੀਂਗਣਾ' ਕਹਿੰਦਿਆਂ ਸਾਰ ਖੋਤੇ ਦਾ, 'ਭਿੰਨਭਿੰਨਾਉਣਾ' ਮੱਖੀਆਂ ਦਾ ਅਤੇ ਕੂਕਣਾ ਕੋਇਲ ਦਾ ਸੰਕੇਤ ਮਿਲਦਾ ਹੈ। ਇਸੇ ਤਰ੍ਹਾਂ ਅੰਗਰੇਜ਼ੀ ਵਿਚ ਵੀ ਪਸ਼ੂਆਂ ਦੀਆਂ ਆਵਾਜ਼ਾਂ ਦੇ ਸ਼ਬਦ ਹਨ। ਦੇਖੋ --

1. **Asses bray.** (ਐਸੇਜ਼ ਬ੍ਰੇ) ਖੋਤੇ ਹੀਂਗਦੇ ਹਨ।
2. **Bears growl.** (ਬਿਅਰਸ ਗ੍ਰੋਲ) ਰਿੱਛ ਗੁੱਰਾਉਂਦੇ ਹਨ।
3. **Bees hum.** (ਬੀਜ਼ ਹੱਮ) ਮੱਖੀਆਂ ਭਿੰਨਭਿੰਨਾਉਂਦੀਆਂ ਹਨ।
4. **Birds sing.** (ਬਰ੍ਡਸ ਸਿੰਗ) ਚਿੜੀਆਂ ਚਹਿਕਦੀਆਂ ਹਨ।
5. **Camels grunt.** (ਕੈਮਲਸ ਗ੍ਰੰਟ) ਊਠ ਗੁੜਗੁੜਾਉਂਦੇ ਹਨ।
6. **Cats mew.** (ਕੈਟਸ ਮਿਊ) ਬਿੱਲੀਆਂ ਮਿਆਉਂ-ਮਿਆਉਂ ਕਰਦੀਆਂ ਹਨ।
7. **Cattle low.** (ਕੈਟਲ ਲੋ) ਜਾਨਵਰ ਅੜਾਉਂਦੇ ਹਨ।
8. **Cocks crow.** (ਕੱਕਸ ਕ੍ਰੋ) ਕੁੱਕੜ ਕੁੜ-ਕੁੜ ਕਰਦੇ ਹਨ।
9. **Crows caw.** (ਕ੍ਰੋਜ਼ ਕਾੱ) ਕਾਂ ਕਾਉਂ-ਕਾਉਂ ਕਰਦਾ ਹੈ।
10. **Dogs bark.** (ਡੱਗਜ਼ ਬਾਰ੍ਕ) ਕੁੱਤੇ ਭੌਂਕਦੇ ਹਨ।
11. **Doves coo.** (ਡੱਵਜ਼ ਕੂ) ਘੁੱਗੀਆਂ ਘੂੰ-ਘੂੰ ਕਰਦੀਆਂ ਹਨ।
12. **Ducks quack.** (ਡੱਕ੍ਸ ਕ੍ਵੈਕ) ਬੱਤਕਾਂ ਕੈਂ-ਕੈਂ ਕਰਦੀਆਂ ਹਨ।
13. **Elephants trumpet.** (ਏਲਿਫ਼ੈਂਟਸ ਟ੍ਰਮ੍ਪੇਟ) ਹਾਥੀ ਚਿੰਘਾੜਦੇ ਹਨ।
14. **Flies buzz.** (ਫ਼ਲਾਈਜ਼ ਬੱਜ਼) ਮੱਖੀਆਂ ਭਿੰਨਭਿੰਨਾਉਂਦੀਆਂ ਹਨ।
15. **Frogs croak.** (ਫ਼੍ਰੱਗਸ ਕ੍ਰੋਕ) ਡੱਡੂ ਟੱਰ-ਟੱਰ ਕਰਦੇ ਹਨ।
16. **Geese cackle.** (ਗੀਜ਼ ਕੈੱਕਲ) ਹੰਸ ਕੁੜਕੁੜਾਉਂਦੇ ਹਨ।
17. **Hawks scream.** (ਹੱਕਸ ਸਕ੍ਰੀਮ) ਬਾਜ਼ ਚੀਕਦੇ ਹਨ।
18. **Hens cackle.** (ਹੈਨਸ ਕੈੱਕਲ) ਕੁਕੜੀਆਂ ਕੁੜ-ਕੁੜ ਕਰਦੀਆਂ ਹਨ।
19. **Horses neigh.** (ਹੱਰਸਿਜ ਨੇਅ) ਘੋੜੇ ਹਿਣਕਦੇ ਹਨ।
20. **Jackals howl.** (ਜੈਕੱਲ ਹਾਉਲ) ਗਿੱਦੜ ਰੋਂਦੇ ਹਨ।
21. **Kittens mew.** (ਕਿਟਨ ਮਿਊ) ਬਿੱਲੀ ਦੇ ਬੱਚੇ ਮਿਉਂ-ਮਿਉਂ ਰਦੇ ਹਨ।
22. **Lambs bleat.** (ਲੈਮ੍ਬਸ ਬਲੀਟ) ਮੇਮਣੇ ਬਾਂ-ਬਾਂ ਕਰਦੇ ਹਨ।
23. **Lions roar.** (ਲਾਇਨਸ ਰੋਰ) ਸ਼ੇਰ ਦਹਾੜਦੇ ਹਨ।
24. **Mice squeak.** (ਮਾਇਸ ਕਵੇਕ) ਚੂਹੇ ਚੂੰ-ਚੂੰ ਕਰਦੇ ਹਨ।
25. **Monkeys chatter.** (ਮੰਕੀਜ਼ ਚੈਟਰ) ਬਾਂਦਰ ਗੁੱਰਾਉਂਦੇ ਹਨ।
26. **Nightingales sing.** (ਨਾਇਟਿੰਗੇਲ੍ਸ ਸਿੰਗ) ਬੁਲਬੁਲਾਂ ਗਾਉਂਦੀਆਂ ਹਨ।
27. **Owls hoot.** (ਆਉਲ੍ਸ ਹੂਟ) ਉੱਲੂ ਹੂ-ਹੂ ਕਰਦੇ ਹਨ।
28. **Oxen low.** (ਔਕਸੱਨ ਲੋ) ਬਲਦ ਅੜਾਉਂਦੇ ਹਨ।
29. **Parrots talk.** (ਪੈਰੱਟ੍ਸ ਟਾਕ) ਤੋਤੇ ਗੱਲਾਂ ਕਰਦੇ ਹਨ।
30. **Pigeons coo.** (ਪਿਜਨਸ ਕੂ) ਕਬੂਤਰ ਗੁਟਰ ਗੂੰ ਕਰਦੇ ਹਨ।
31. **Pigs grunt.** (ਪਿਗਸ ਗ੍ਰੰਟ) ਸੂਰ ਟਾਏਂ-ਟਾਏਂ ਕਰਦੇ ਹਨ।
32. **Puppies yelp** (ਪੱਪੀਜ਼ ਯੇਲ੍ਪ) ਕਤੂਰੇ ਚਉਂ-ਚਉਂ ਕਰਦੇ ਹਨ।
33. **Sheep bleat.** (ਸ਼ੀਪ ਬਲੀਟ) ਭੇਡਾਂ ਮਿਮਿਆਉਂਦੀਆਂ ਹਨ।
34. **Snakes hiss.** (ਸ੍ਨੇਕਸ ਹਿੱਸ) ਸੱਪ ਫ਼ੁਫ਼ਕਾਰਦੇ ਹਨ।
35. **Sparrows chirp.** (ਸ੍ਪੈਰੋਜ਼ ਚਿਰ੍ਪ) ਚਿੜੀਆਂ ਚਹਿਕਦੀਆਂ ਹਨ।
36. **Swallows twitter.** (ਸ੍ਵੈਲੋਜ਼ ਟ੍ਵਿੱਟਰ) ਅਬਾਬੀਲ ਚਹਿਕਦੀ ਹੈ।
37. **Swans cry** (ਸ੍ਵੈਨ੍ਸ ਕ੍ਰਾਈਜ਼) ਬੱਤਕਾਂ ਕੂਕਦੀਆਂ ਹਨ।
38. **Tigers roar.** (ਟਾਇਗਰ ਰੋਰ) ਚੀਤੇ ਦਹਾੜਦੇ ਹਨ।
39. **Vultures scream.** (ਵਲਚਰ ਸਕ੍ਰੀਮ) ਗਿੱਧ ਚੀਕਦੇ ਹਨ।
40. **Wolves yell.** (ਵਾਲਵ੍ਸ ਯੇ'ਲ) ਬਘਿਆੜ ਚੀਕਦੇ ਹਨ।

ਸ਼ਬਦ ਜੋ ਸੁਣੇ ਬਹੁਤ ਜਾਂਦੇ ਹਨ, ਪਰ ਜ਼ਿਆਦਾਤਰ ਸਮਝੇ ਨਹੀਂ ਜਾਂਦੇ

(WORDS MOSTLY HEARD BUT NOT MOSTLY KNOWN)

ਤੁਸੀਂ ਪਿੰਡ ਜਾਂ ਸ਼ਹਿਰ ਜਿੱਥੇ ਵੀ ਰਹਿੰਦੇ ਹੋ—ਜੇ ਤੁਸੀਂ ਆਧੁਨਿਕ ਜਗਤ ਦੇ ਮੱਡਰਨ ਵਿਅਕਤੀ ਬਨਣਾ ਚਾਹੁੰਦੇ ਹੋ ਤਾਂ ਤੁਹਾਨੂੰ ਭਾਸ਼ਾ ਦੇ ਮਾਮਲੇ ਵਿਚ ਵੀ ਅਪ-ਟੂ-ਡੇਟ ਵਿਅਕਤੀ ਬਣਨਾ ਪਵੇਗਾ । ਬਹੁਤ ਲੋਕ ਕੁਝ ਅਜਿਹੇ ਸ਼ਬਦ ਸੁਣਦੇ ਹਨ ਅਤੇ ਉਹਨਾਂ ਦਾ ਇਸਤੇਮਾਲ ਵੀ ਕਰਦੇ ਹਨ, ਪਰ ਅਜੀਬ ਗੱਲ ਹੈ ਕਿ ਅਸੀਂ ਇਹਨਾਂ ਦਾ ਠੀਕ-ਠੀਕ ਅਰਥ ਨਹੀਂ ਜਾਣਦੇ । ਤੁਸੀਂ ਇਹਨਾਂ ਸ਼ਬਦਾਂ ਦੇ ਅਰਥ ਅਤੇ ਠੀਕ-ਠੀਕ ਪ੍ਰਯੋਗ ਕਰਨ ਦਾ ਅਭਿਆਸ ਕਰੋ ।

ਗਿਆਨ ਦੇ ਖੇਤਰ ਦੇ 10 ਸ਼ਬਦ (Ten words obout spheres of knowledge)

1. Anthropology (ਐਂਥਰੋਪੱਲੋਜੀ) ਮਨੁੱਖ ਦੇ ਸੁਭਾਅ, ਇਤਿਹਾਸ ਅਤੇ ਸਭਿਅਤਾ ਦਾ ਅਧਿਐਨ
2. Archaeology (ਆਰਕਿਓਲੱਜੀ) ਪ੍ਰਾਚੀਨ ਵਸਤੂਆਂ ਦਾ ਅਧਿਐਨ
3. Astrology (ਐਸਟ੍ਰਾਲੱਜੀ) ਤਾਰਿਆਂ ਅਤੇ ਨੱਖਤਰਾਂ ਦਾ ਅਧਿਐਨ
4. Entamology (ਏਂਟਾਮੱਾਲੱਜੀ) ਕੀੜੇ-ਮਕੌੜਿਆਂ ਦਾ ਅਧਿਐਨ
5. Etymology (ਏਟਿਮੱਾਲੱਜੀ) ਭਾਸ਼ਾ ਵਿਗਿਆਨ ।
6. Geology (ਜਿਓਲਾਜੀ) ਜ਼ਮੀਨ ਦੀ ਅੰਦਰਲੀ ਬਨਾਵਟ ਦਾ ਅਧਿਐਨ ਭੂ-ਵਿਗਿਆਨ
7. Philology (ਫ਼ਿਲੱਲੱਜੀ) ਭਾਸ਼ਾ ਦੇ ਵਿਕਾਸ ਦਾ ਅਧਿਐਨ
8. Psychology (ਸਾਇਕੱਾਲੱਜੀ) ਮਨੁੱਖ ਦੇ ਮਨ ਅਤੇ ਵਿਵਹਾਰ ਦਾ ਅਧਿਐਨ
9. Radiology (ਰੇਡਿਓਲੱਜੀ) ਏਕਸ-ਰੇ ਵਿਗਿਆਨ
10. Sociology (ਸੋਸ਼ਿਓਲੱਜੀ) ਮਨੁੱਖ-ਸਮਾਜ ਦੇ ਵਿਕਾਸ ਅਤੇ ਉਸ ਦੇ ਵਿਵਹਾਰ ਦਾ ਅਧਿਐਨ ।

ਉਪਰਲੇ ਸ਼ਬਦ ਤੁਹਾਨੂੰ ਸੁਣਨ ਵਿਚ ਕੁਝ ਕਠਿਨ ਲੱਗਣਗੇ ਪਰ ਇਕ ਵਾਰੀ ਤੁਹਾਡੀ ਸਮਝ ਵਿਚ ਆ ਗਏ ਤਾਂ ਦੂਜਿਆਂ ਤੇ ਤੁਹਾਡਾ ਵਧੇਰਾ ਅਸਰ ਪਵੇਗਾ ।

ਸ਼ਖਸੀਅਤ ਪਰਗਟ ਕਰਨ ਵਾਲੇ 10 ਸ਼ਬਦ (Ten words showing personality)

ਹੇਠਾਂ ਕੁਝ ਸ਼ਬਦ ਦਿਤੇ ਗਏ ਹਨ ਜੋ ਬੰਦੇ ਦੇ ਸੁਭਾਅ ਦਾ ਪਰਿਚੈ ਦਿੰਦੇ ਹਨ । ਤੁਸੀਂ ਇਸ ਤਰ੍ਹਾਂ ਦੇ ਬੰਦਿਆਂ ਤੋਂ ਚੰਗੀ ਤਰ੍ਹਾਂ ਪਰਿਚਿਤ ਹੋ । ਇਹਨਾਂ ਨੂੰ ਯਾਦ ਰਖਣ ਦਾ ਜਤਨ ਕਰੋ ।

1. Blase (ਬਲੇਸ) ਲੋਕਾਂ ਅਤੇ ਸੰਸਾਰਕ ਪਦਾਰਥਾਂ ਵਿਚ ਰੁਚੀ ਨਾ ਰਖਣ ਵਾਲਾ ਆਦਮੀ
2 Dogmatic (ਡੱਗਮੇਟਿਕ) ਵਚਨ ਅਤੇ ਕਰਮ ਵਿਚ ਆਪਣੀ ਗੱਲ ਸਭ ਤੋਂ ਉਚੀ ਰਖਣ ਵਾਲਾ ਆਦਮੀ
3. Dilfident (ਡਿਫ਼ਿਡੇਂਟ) ਸ਼ਰਮੀਲਾ
4. Extrovert (ਏਕਸਟ੍ਰੋਵਰਟ) ਆਪਣੇ ਤੋਂ ਬਾਹਰ ਦੀਆਂ ਚੀਜ਼ਾਂ ਅਤੇ ਬੰਦਿਆਂ ਵਿਚ ਰੁਚੀ ਰਖਣ ਵਾਲਾ
5. Gregarious (ਗ੍ਰੇਗੇਰਿਅਸ) ਹਰ ਸਮੇਂ ਦੂਸਰਿਆਂ ਦੀ ਸੰਗਤ ਵਿਚ ਰਹਿਣ ਦੀ ਇੱਛਾ ਕਰਨ ਵਾਲਾ
6 Inhibited (ਇਨਹਿਬਿਟੇਂਡ) ਆਪਣੀ ਗੱਲ ਦੂਜਿਆਂ ਨੂੰ ਨਾ ਕਹਿ ਸਕਣ ਵਾਲਾ
7. Introvert (ਇਨਟ੍ਰੋਵਰਟ) ਆਪਣੇ ਆਪ ਵਿਚ ਹੀ ਰਹਿਣ ਵਾਲਾ
8. Quixotic (ਕ੍ਵਿਕਜ਼ੋਟਿਕ) ਕਲਪਨਾਸ਼ੀਲ; ਮਨਸੂਬੇ ਬਣਾਉਣ ਵਾਲਾ
9 Sadistic (ਸੈਡਿਸਟਿਕ) ਦੂਜਿਆਂ ਨੂੰ ਸਤਾਉਣ ਵਿਚ ਖ਼ੁਸ਼ ਹੋਣ ਵਾਲਾ ਵਿਅਕਤੀ ।
10. Truculent (ਟ੍ਰਕੁਲੇਂਟ) ਵਿਵਹਾਰ ਵਿਚ ਰੁੱਖਾ ਵਿਅਕਤੀ

ਜੀਵਨ, ਕਲਾਂ ਅਤੇ ਫ਼ਲਸਫ਼ੇ ਸੰਬੰਧੀ ਮਤਵਾਦ (Theories about Art Life & Philosophy)

ਹੇਠਾਂ ਕੁਝ 'ਵਾਦਾਂ' (ISM) ਦੇ ਨਾਮ ਦਿਤੇ ਗਏ ਹਨ । ਕੁਝ ਤੁਸੀਂ ਸੁਣੇ ਹੋਣਗੇ, ਕੁਝ ਨਹੀਂ ਵੀ ਸੁਣੇ ਹੋਣਗੇ । ਇਹਨਾਂ ਨੂੰ ਸਮਝੋ ਅਤੇ ਯਾਦ ਕਰੋ ।

1. Altruism (ਅਲਟਰੂਇਜ਼ਮ) ਪਰਉਪਕਾਰਵਾਦ—ਇਸ ਵਿਚ ਹਰੇਕ ਕੰਮ ਦੂਜਿਆਂ ਦੀ ਭਲਾਈ ਲਈ ਕੀਤਾ ਜਾਂਦਾ ਹੈ ।
2. Atheism (ਅਥੇਇਜ਼ਮ) ਨਾਸਤਿਕਵਾਦ—ਅਰਥਾਤ 'ਈਸ਼ਵਰ ਨਹੀਂ ਹੈ'

3. Chauvinism (ਚਾਉਵਿਨਿਜ਼ਮ) ਸ਼ੌਵੀਵਾਦ—ਇਸ ਵਿਚ ਵਿਅਕਤੀ ਦਾ ਇਹ ਖਿਆਲ ਹੁੰਦਾ ਹੈ ਕਿ ਮੇਰੇ ਦੇਸ਼ ਤੋਂ ਵੱਡਾ ਕੋਈ ਵੀ ਦੇਸ਼ ਨਹੀਂ ।
4. Conservatism (ਕਨੁਜ਼ਰਵੇਟਿਜ਼ਮ) ਪੁਰਾਤਨਵਾਦ—ਇਹ ਮੰਨਦਾ ਹੈ ਕਿ ਜੋ ਹੈ ਠੀਕ ਹੈ ਪਰਿਵਰਤਨ ਦੀ ਲੋੜ ਨਹੀਂ ।
5. Liberalism (ਲਿਬਰਲਇਜ਼ਮ) ਉਦਾਰਤਾਵਾਦ—ਇਹ ਮੰਨਦਾ ਹੈ ਕਿ ਪਰਿਵਰਤਨ ਹੋਣਾ ਚਾਹੀਦਾ ਹੈ ।
6. Radicalism (ਰੇਡਿਕਲਇਜ਼ਮ) ਪਰਿਵਰਤਨਵਾਦ—ਇਹ ਵਾਦ ਹਿੰਸਾਤਮਕ ਕ੍ਰਾਂਤੀ ਵਿਚ ਵਿਸ਼ਵਾਸ ਰਖਦਾ ਹੈ ।
7. Realism (ਰੀਅਲਇਜ਼ਮ) ਯਥਾਰਥਵਾਦ—ਕਲਾ ਅਤੇ ਸਾਹਿਤ ਨੂੰ ਕੁਦਰਤ ਜਾਂ ਜੀਵਨ ਦੇ ਅਨੁਰੂਪ ਹੋਣਾ ਚਾਹੀਦਾ ਹੈ ।
8. Romanticism (ਰੋਮੈਂਟਿਸਿਜ਼ਮ) ਰੋਮਾਂਸਵਾਦ—ਅਰਥਾਤ ਕਲਾ ਅਤੇ ਸਾਹਿੱਤ ਵਿਚ ਕੁਦਰਤ ਅਤੇ ਯਥਾਰਥ ਨੂੰ ਆਦਰਸ਼ ਅਤੇ ਭਾਵਨਾ ਦੇ ਅਨੁਰੂਪ ਦੇਖਿਆ ਜਾਦਾ ਹੈ ।
9. Skepticism (ਸੁਕੇਪਟਿਸਿਜ਼ਮ) ਸੰਸ਼ੈਵਾਦ—ਅਰਥਾਤ ਸਾਰਾ ਗਿਆਨ ਅਨਿਸ਼ਚਿਤ ਹੈ ਇਸ ਲਈ ਕਿਸੇ ਵਸਤੂ ਬਾਰੇ ਨਿਸ਼ਚਿਤ ਤੌਰ ਤੇ ਕੁਝ ਨਹੀਂ ਕਿਹਾ ਜਾ ਸਕਦਾ ।
10. Totalitarianism (ਟੋਟੈਲਿਟੇਰਿਅਨਿਜ਼ਮ) ਸਰਵਸੱਤਾਵਾਦ—ਅਰਥਾਤ ਰਾਜ ਹੀ ਸਭੋ ਕੁਝ ਹੈ । ਵਿਅਕਤੀ ਕੇਵਲ ਰਾਜ ਲਈ ਹੈ ।

ਮਨ ਦੀਆਂ ਦਸ ਅਸਾਧਾਰਨ ਸਥਿਤੀਆਂ (Ten abnormal conditions of Mind)

ਗੱਲਬਾਤ ਦੇ ਵਧੇਰੇ ਅਸਰ ਲਈ ਇਹ ਸ਼ਬਦ ਵੀ ਯਾਦ ਕਰ ਲਓ :—

1. Alexia (ਐਲੇਕਸਿਆ) ਪੜ੍ਹਨ ਦੀ ਯੋਗਤਾ ਨਾ ਹੋਣੀ ।
2. Amnesia (ਐਮਨੇਸ਼ਿਆ) ਯਾਦਾਸ਼ਤ ਦਾ ਨਾਸ਼ ਹੋਣਾ ।
3. Aphasia (ਐਫੇਸ਼ਿਆ) ਬੋਲਣ ਦੀ ਤਾਕਤ ਦਾ ਖ਼ਤਮ ਹੋ ਜਾਣਾ
4. Dementia (ਡੇਮੇਂਸ਼ਿਆ) ਮਨ ਦੀ ਹਾਲਤ ਦਾ ਵਿਗੜ ਜਾਣਾ
5. Dipsomania (ਡਿਪਸੋਮੇਨੀਆ) ਸ਼ਰਾਬ ਪੀਣ ਦੀ ਪ੍ਰਬਲ ਇੱਛਾ ਦਾ ਜਾਗ ਜਾਣਾ
6. Hypochondria (ਹਾਇਪੋਕੋਂਡ੍ਰਿਆ) ਕਿਸੇ ਦੀ ਸਿਹਤ ਬਾਰੇ ਚਿੰਤਾ ਨਾਲ ਘਬਰਾਹਟ ਹੋਣੀ
7. Insomnia (ਇਨਸੋਮਿਨਿਆ) ਲਗਾਤਾਰ ਨੀਂਦ ਦਾ ਨਾ ਆਉਣਾ
8. Kleptomania (ਕਲੇਪਟੋਮੇਨਿਆ) ਕੋਈ ਚੀਜ਼ ਚੁਰਾਉਣ ਦੀ ਪ੍ਰਬਲ ਇੱਛਾ ਹੋਣੀ
9. Megalomania (ਮੇਗਲੋਮੇਨਿਆ) ਆਪਣੀ ਮਹਾਨਤਾ ਦਾ ਭਰਮ
10. Melancholia (ਮੇਲਨਕੋਲਿਆ) ਦੁਖ ਅਤੇ ਨਿਰਾਸ਼ਾ ਦੀ ਅਵਸਥਾ

ਡਾਕਟਰੀ ਪੇਸ਼ੇ ਦੇ 10 ਸ਼ਬਦ (Ten words about Doctors' Profession)

ਤੁਸੀਂ ਕਿਸੇ ਨਾਲ ਜਦੋਂ ਵਿਸ਼ੇਸ਼ੱਗ ਡਾਕਟਰਾਂ ਨਾਲ ਸਲਾਹ ਕਰਨ ਦੀ ਗੱਲ ਕਰਦੇ ਹੋ ਤਾਂ ਤੁਹਾਨੂੰ ਮੈਡੀਕਲ ਸਾਇੰਸ ਦੇ ਵੱਖਰੇ-ਵੱਖਰੇ ਵਿਸ਼ੇਸ਼ੀਕਰਨ ਲਈ ਵਰਤਿਆ ਜਾਣ ਵਾਲਾ ਸ਼ਬਦ ਯਾਦ ਹੋਣਾ ਜ਼ਰੂਰੀ ਹੈ । ਇਹ ਸ਼ਬਦ ਯਾਦ ਕਰੋ ਅਤੇ ਪ੍ਰਯੋਗ ਦਾ ਅਭਿਆਸ ਵੀ ਕਰੋ :—

1. Dermatologist (ਡੇ'ਮਾਰਟੋਲੋਜਿਸਟ) ਚਰਮ ਰੋਗਾਂ ਦਾ ਵਿਸ਼ੇਸ਼ੱਗ
2. Gynecologist (ਗਿਨੇਕੋਲੌਜਿਸਟ) ਇਸਤਰੀਆਂ ਦੇ ਰੋਗਾਂ ਦਾ ਵਿਸ਼ੇਸ਼ੱਗ
3. Internist (ਇੰਟਰਨਿਸਟ) ਸਰੀਰ ਦੇ ਅੰਦਰਲੇ ਅੰਗਾਂ ਦੀਆਂ ਬੀਮਾਰੀਆਂ ਦਾ ਵਿਸ਼ੇਸ਼ਗ
4. Obstetrician (ਔਬਸਟੇਟ੍ਰਿਸ਼ਿਅਨ) ਪ੍ਰਸੂਤੀ ਵਿਸ਼ੇਸ਼ੱਗ
5. Ophthalmologist (ਔਫਥਾਲਮੋਲੌਜਿਸਟ) ਅੱਖਾਂ ਦੇ ਰੋਗਾਂ ਦਾ ਵਿਸ਼ੇਸ਼ੱਗ
6. Orthodentist (ਆਰਥੋਡੌਨਟਿਸਟ) ਦੰਦਾਂ ਦਾ ਮਾਹਿਰ
7. Pathologist (ਪੈਥੌਲੌਜਿਸਟ) ਸ਼ਰੀਰ ਵਿਕ੍ਰਿਆ ਵਿਗਿਆਨ ਦਾ ਮਾਹਿਰ
8. Pediatrician (ਪੇਡਿਆਟ੍ਰਿਸ਼ਿਅਨ) ਕੇਵਲ ਛੋਟੇ ਬੱਚਿਆਂ ਦੇ ਰੋਗਾਂ ਦਾ ਡਾਕਟਰ (ਵਿਸ਼ੇਸ਼ੱਗ)
9. Podiatrist (ਪੋਡਿਆਟ੍ਰਿਸਟ) ਪੈਰਾਂ ਦੀਆਂ ਛੋਟੀਆਂ-ਮੋਟੀਆਂ ਬੀਮਾਰੀਆਂ ਦਾ ਡਾਕਟਰ
10. Psychitrist (ਸਾਇਕਿਟ੍ਰਿਸਟ) ਮਾਨਸਿਕ ਰੋਗਾਂ ਦਾ ਵਿਸ਼ੇਸ਼ੱਗ ।

75 ਪ੍ਰਤਿਸਥਾਪਨ ਸ਼ਬਦ
(75 ONE-WORD SUBSTITUTE)

ਸ਼ੇਕਸਪੀਅਰ ਦਾ ਕਥਨ ਹੈ : 'ਸੰਖੇਪਤਾ ਬੁੱਧੀ ਦੀ ਆਤਮਾ ਹੈ' ਅਤੇ ਇਹ ਭਾਸ਼ਾ ਦੀ ਇਕ ਬਹੁਤ ਵਡੀ ਸੱਚਾਈ ਹੈ। ਜਿਥੇ ਥੋੜੇ ਸ਼ਬਦਾਂ ਨਾਲ ਕੰਮ ਚਲ ਸਕਦਾ ਹੋਵੇ, ਉਥੇ ਵਾਕ ਅੰਸ਼ ਜਾਂ ਵਾਕ ਪ੍ਰਯੋਗ ਕਰਨ ਨਾਲ ਨਾ ਕੇਵਲ ਸਮਾਂ ਬਰਬਾਦ ਹੁੰਦਾ ਹੈ ਸਗੋਂ ਸ਼ਕਤੀ ਦੀ ਵੀ ਹਾਨੀ ਹੁੰਦੀ ਹੈ। ਅੰਗਰੇਜ਼ੀ ਵਿਚ ਐਸੇ ਅਨੇਕ ਸ਼ਬਦ ਹਨ ਜੋ ਇਕੱਲੇ ਹੀ ਪੂਰੇ-ਪੂਰੇ ਵਾਕਾਂ ਦਾ ਕੰਮ ਦਿੰਦੇ ਹਨ। ਇਹਨਾਂ ਸ਼ਬਦਾਂ ਦਾ ਅਭਿਆਸ ਸੰਖੇਪ-ਲੇਖਨ, ਤਾਰ ਅਤੇ ਤਕਨੀਕੀ ਵਿਸ਼ਿਆਂ ਦੇ ਲੇਖਨ ਵਿਚ ਤਾਂ ਕੰਮ ਆਉਂਦਾ ਹੀ ਹੈ, ਬੋਲਚਾਲ ਦਾ ਵੀ ਅਸਰ ਵੱਧ ਜਾਂਦਾ ਹੈ।

1. Abdicate (ਐਬਡੀਕੇਟ)—ਪਦ-ਤਿਆਗ—To give up a throne voluntarily—ਸਤੱਾ ਨੂੰ ਆਪਣੇ ਆਪ ਤਿਆਗ ਦੇਣਾ।
2. Autobiograbhy (ਔਟੋਬਾਯੋਗ੍ਰਾਫੀ) ਆਤਮਕਥਾ—Life story of the man written by himself—ਆਪਣੇ ਆਪ ਲਿਖੀ ਹੋਈ ਆਪਣੀ ਕਹਾਣੀ।
3. Aggressor (ਐਗ੍ਰੇਸਰ)—ਹਮਲਾਵਰ—A person who attacks first—ਜੋ ਵਿਅਕਤੀ ਹਮਲੇ ਦੀ ਪਹਿਲ ਕਰੇ।
4. Amateur (ਐਮੇਚਓਰ) ਸ਼ੌਕੀਆ ਤੌਰ ਵਾਲਾ, ਸ਼ੁਕੀਨ—One who pursues some art or sport as hobby—ਕਲਾ ਜਾਂ ਖੇਲ ਨੂੰ ਦਿਲ ਪਰਚਾਵੇ ਲਈ ਸਿੱਖਣ ਵਾਲਾ ਆਦਮੀ।
5. Arbitrator (ਆਰਬਿਟ੍ਰੇਟਰ) ਵਿਚੋਲਾ—One appointed by two parties to setttle disputes between them—ਜਿਸ ਨੂੰ ਦੋ ਪੱਖ ਆਪਸੀ ਝਗੜੇ ਦਾ ਫ਼ੈਸਲਾ ਕਰਨ ਲਈ ਚੁਣ ਲੈਣ।
6. Adolescence (ਐਡੋਲਸੇਂਸ) ਕਿਸ਼ੋਰ ਅਵਸਥਾ—Stage between boyhood and youth—ਬਚਪਨ ਅਤੇ ਜਵਾਨੀ ਦੇ ਵਿਚਲੀ ਉਮਰ।
7. Bibliophile (ਬਿਬਲਿਓਫਾਇਲ) ਪੁਸਤਕ ਪ੍ਰੇਮੀ—A great lover of books—ਜਿਸ ਨੂੰ ਪੁਸਤਕਾਂ ਪਿਆਰੀਆਂ ਹੋਣ।
8. Botany (ਬੱਾਟਨੀ) ਵਨਸਪਤੀ-ਸ਼ਾਸਤਰ—The science of vegetable life—ਰੁੱਖਾਂ ਅਤੇ ਬੂਟਿਆਂ ਦੀ ਵਿੱਦਿਆ।
9. Bilingual (ਬਾਇਲਿੰਗੁਅਲ) ਦੁਭਾਸ਼ੀ—People who speak two languages—ਦੋ ਭਾਸ਼ਾਵਾਂ ਬੋਲਣ ਵਾਲਾ।
10. Catalogue (ਕੈਟਾਲੱਾਗ) ਸੂਚੀ-ਪੱਤਰ—A list of books—ਪੁਸਤਕਾਂ ਦੀ ਸੂਚੀ।
11. Centenary (ਸੈਂਟੇਨਰੀ) ਸੌ ਸਾਲਾ—Celebration of a hundredth year—ਸੌ ਸਾਲ ਬਾਦ ਕੀਤਾ ਗਿਆ ਉਤਸਵ।
12. Colleague (ਕੱਾਲੀਗ) ਸਹਿਕਾਰੀ—A co-worker or a fellow-worker in the same institution—ਇਕ ਸੰਸਥਾ ਵਿਚ ਨਾਲ ਕੰਮ ਕਰਨ ਵਾਲਾ।
13. Contemporaries (ਕਨਟੇਮ੍ਪਰੇਰੀਜ਼) ਸਮਕਾਲੀਨ—Persons living in the same age—ਇਕ ਹੀ ਕਾਲ ਵਿਚ ਰਹਿਣ ਵਾਲੇ।
14. Credulous—(ਕ੍ਰੇਡੁਲਸ) ਝੱਬ-ਯਕੀਨੀ—A person who readily believes in what ever is told him—ਕੰਨ ਦਾ ਕੱਚਾ ਆਦਮੀ।
15. Callous (ਕਾਲੱਸ) ਕਠੋਰ—A man devoid of kindly feeling and sympathy—ਕੋਮਲ ਭਾਵਨਾ ਅਤੇ ਹਮਦਰਦੀ ਤੋਂ ਵਾਂਜਾ ਬੰਦਾ।
16. Cosmopolitan (ਕਾਸੁਮੋਪੱਾਲਿਟਨ) ਸਰਬਦੇਸ਼ੀ—A man who is broad and international in outlook—ਉਦਾਰ ਤੇ ਅੰਤਰਰਾਸ਼ਟ੍ਰੀ ਵਿਚਾਰਾਂ ਵਾਲਾ ਵਿਅਕਤੀ।
17. Celibacy (ਸੈਲਿਬੇਸੀ, ਬ੍ਰਹਮਚਾਰੀ ਜੀਵਨ—The state of being without a wife—ਇਸਤਰੀ ਦਾ ਤਿਆਗ ਕਰਨ ਦੀ ਅਵਸਥਾ।
18. Deteriorate (ਡਿਟੇਰਿਓਰੇਟ) ਬਦਤਰ ਹੋਣਾ —To go from bad to worse—ਬਦ ਤੋਂ ਬਦਤਰ ਹੋਣਾ।
19. Democracy (ਡੇਮਾਕ੍ਰੇਸੀ) ਪ੍ਰਜਾਤੰਤਰ—Government of the people—ਜਨਤਾ ਦਾ ਰਾਜ
20. Autocracy (ਔਟੋਕ੍ਰੇਸੀ) ਰਾਜਤੰਤਰ—Government by one—ਇਕ ਰਾਜਾ ਦਾ ਰਾਜ
21. Drawn (ਡ੍ਰਾਨ) ਬਰਾਬਰ—A game or battle in which neither party wins—ਅਜਿਹਾ ਖੇਲ ਜਾਂ ਯੁੱਧ ਜਿਸ ਵਿਚ ਹਾਰ ਜਿੱਤ ਦਾ ਫ਼ੈਸਲਾ ਨਾ ਹੋਵੇ।
22. Egoist (ਇਗੋਇਸਟ) ਅਹੰਵਾਦੀ—A person who always thinks of himself—ਜੋ ਸਦਾ ਆਪਣੇ ਲਈ ਹੀ ਸੋਚਦਾ ਹੋਵੇ।

23. **Epidemic** (ਐਪਿਡੈਮਿਕ) ਮਹਾਮਾਰੀ—A disease which spreads over huge area—ਤੇਜ਼ੀ ਨਾਲ ਵੱਡੇ ਖੇਤਰ ਵਿਚ ਫੈਲਣ ਵਾਲਾ ਰੋਗ ।
24. **Extempore** (ਐਕਸਟੇਮਪੋਰ) ਸਮੇਂ ਸਫੂਰਤ—A speach made without previous preparation—ਬਿਨਾਂ ਤਿਆਰੀ ਤੋਂ ਦਿੱਤਾ ਗਿਆ ਭਾਸ਼ਨ ।
25. **Etiquette** (ਐਟਿਕੇਟ) ਸ਼ਿਸ਼ਟਾਚਾਰ—Established manners or rules of conduct—ਵਿਵਹਾਰ ਦੇ ਰਸਮੀ ਤੌਰ ਤਰੀਕੇ ।
26. **Epicure** (ਐਪਿਕਉਰ) ਸੁਰੁਚੀ—A person fond of refined enjoyment—ਸਿਸ਼ਟ ਰੁਚੀ ਵਾਲਾ ਵਿਅਕਤੀ।
27. **Exonerate** (ਐਕਸੋਨਰੇਟ) ਨਿਰਦੋਸ਼ੀ—To free a person of all blames in a matter—ਕਿਸੇ ਨੂੰ ਇਲਜ਼ਾਮ ਤੋਂ ਬਰੀ ਕਰਨਾ ।
28. **Eradicate** (ਏਰੇਡੀਕੇਟ) ਜੜੋਂ ਪੁੱਟ ਦੇਣਾ—To root out an evil or a bad practice etc.—ਬੁਰਾਈ ਜਾਂ ਬੀਮਾਰੀ ਨੂੰ ਜੜ੍ਹੋਂ ਪੁਟ ਦੇਣਾ, ਉਖਾੜ ਦੇਣਾ ।
29. **Fastidious** (ਫ਼ਾਸਟੀਡਿਅਸ) ਨੁਕਤਾਚੀਨ—A person difficult to please—ਜਿਸ ਨੂੰ ਪਰਸੰਨ ਕਰਨਾ ਮੁਸ਼ਕਿਲ ਹੋਵੇ ।
30. **Fatalist** (ਫੈਟਾਲਿਸਟ) ਭਾਗਵਾਦੀ—A person who believes in fate—ਜੋ ਵਿਅਕਤੀ ਕਿਸਮਤ ਤੇ ਭਰੋਸਾ ਕਰਦਾ ਹੋਵੇ ।
31. **Honorary** (ਆੱਨਰੇਰੀ) ਅਵੈਤਨਿਕ—A post which carries no salary—ਬਿਨਾ ਤਨਖਾਹ ਤੋਂ ਕੀਤਾ ਜਾਣ ਵਾਲਾ ਕੰਮ ।
32. **Illegal** (ਇੱਲੀਗਲ) ਗੈਰ ਕਾਨੂੰਨੀ—That which is against law—ਜੋ ਕਾਨੂੰਨ ਦੇ ਖ਼ਿਲਾਫ਼ ਹੋਵੇ ।
33. **Illiterate** (ਇੱਲਿਟ੍ਰੇਟ) ਅਨਪੜ੍ਹ—A person who cannot read or write—ਜੋ ਵਿਅਕਤੀ ਨਾ ਪੜ੍ਹ ਸਕਦਾ ਹੋਵੇ ਅਤੇ ਨਾ ਲਿਖ ਸਕਦਾ ਹੋਵੇ ।
34. **Hostility** (ਹੋਸਟਿਲਿਟੀ) ਦੁਸ਼ਮਣੀ—State of antagonism—ਦੁਸ਼ਮਣੀ ਦੀ ਅਵਸਥਾ ।
35. **Incorrigible** (ਇਨਕੋਰਿਜਿਬਲ) ਅਸ਼ੋਧ—That which is past correction—ਜਿਸ ਨੂੰ ਸ਼ੁੱਧ ਨਾ ਕੀਤਾ ਜਾ ਸਕੇ ।
36. **Irritable** (ਇਰੀਟੇਬਲ) ਤੁਨਕ ਮਿਜ਼ਾਜ—A man who is easily irritated—ਜੋ ਵਿਅਕਤੀ ਜਲਦੀ ਗੁੱਸੇ ਵਿਚ ਆ ਜਾਵੇ ।
37. **Irrelevant** (ਇਰਰੇਲੇਵੇਂਟ) ਅਨਰਗਲ—Not to the point—ਪ੍ਰਸੰਗ ਤੋਂ ਹਟ ਕੇ ਕਹਿਣਾ ।
38. **Invisible** (ਇਨਵਿਜ਼ਿਬਲ) ਅਡਿੱਠ—That which cannot be seen—ਜਿਸ ਨੂੰ ਦੇਖਿਆ ਨਾ ਜਾ ਸਕੇ ।
39. **Inaudible** (ਇਨ-ਆਡਿਬਲ) ਅਣਸੁਣੀਂਦਾ—That which cannot be heard—ਜਿਸ ਨੂੰ ਸੁਣਿਆ ਨਾ ਜਾ ਸਕੇ ।
40. **Incredible** (ਇਨਕ੍ਰੇਡਿਬਲ) ਨਾਕਾਬਿਲ ਇਤਬਾਰ—That which cannot be believed—ਜਿਸ ਦਾ ਭਰੋਸਾ ਨਾ ਕੀਤਾ ਜਾ ਸਕੇ ।
41. **Irreadable** (ਇਰ੍ਰੇਡਿਬਲ) ਅਣਪੜ੍ਹੀਂਦਾ—That which cannot be read—ਜਿਸ ਨੂੰ ਪੜ੍ਹਿਆ ਨਾ ਜਾ ਸਕੇ ।
42. **Impracticable** (ਇਮਪ੍ਰੈਕਟਿਕਲ) ਅਸਾਧ—That which cannot be practised—ਅਮਲ ਵਿਚ ਨਾ ਆਉਣ ਵਾਲਾ ।
43. **Invincible** (ਇਨਵਿਨਸੀਬਲ) ਅਜਿੱਤ—That which cannot be conquered—ਜਿਸ ਨੂੰ ਜਿੱਤਿਆ ਨਾ ਜਾ ਸਕੇ ।
44. **Indispensable** (ਇਨਡਿਸਪੇਂਸੇਬਲ) ਜ਼ਰੂਰੀ—That which cannot be done without—ਜਿਸ ਨੂੰ ਛੱਡਿਆ ਨਾ ਜਾ ਸਕੇ ।
45, **Inevitable** (ਇਨ-ਏਵਿਟੇਬਲ) ਅਟਲ—That which cannot be avoided—ਜਿਸ ਨੂੰ ਨਜ਼ਰ-ਅੰਦਾਜ਼ ਨਾ ਕੀਤਾ ਜਾ ਸਕੇ ।
46. **Irrivocable** (ਇਰ੍ਰੀਵੋਕੇਬਲ) ਅਪਰੀਵਤਨੀ—That which cannot be changed—ਜਿਸ ਨੂੰ ਬਦਲਿਆ ਨਾ ਜਾ ਸਕੇ ।
47. **Illicit** (ਇੱਲੀਸਿਟ) ਨਾਜਾਇਜ਼—A trade which is prohibited by law—ਗੈਰਕਾਨੂੰਨੀ ਵਪਾਰ ।
48. **Insoluble** (ਇਨਸੋੱਲੁਬਲ) ਪੇਚੀਦਾ—A problem which cannot be solved—ਪੇਚੀਦਾ ਸਵਾਲ ਜੋ ਹੱਲ ਨਾ ਕੀਤਾ ਜਾ ਸਕੇ ।
49, **Inflammable** (ਇਨਫਲੇਮੇਬਲ) ਅੱਗ ਲੱਗਣ ਵਾਲਾ—Liable to catch fire easily—ਜਲਦੀ ਅੱਗ ਲੱਗਣ ਵਾਲੀ ਵਸਤੂ ।
50. **Infanticide** (ਇਨਫੇਂਟਿਸਾਇਡ) ਸ਼ਿਸ਼ੂ ਹੱਤਿਆ—The murderer of infants—ਬਾਚਿਆਂ ਨੂੰ ਮਾਰਨ ਵਾਲਾ ।

51. Matricide (ਮੈਟ੍ਰਿਸਾਇਡ) ਮਾਤਾ ਦੀ ਹੱਤਿਆ— The murder or murderer of one's own mother—ਆਪਣੀ ਮਾਂ ਦੀ ਹੱਤਿਆ ਕਰਨ ਵਾਲਾ ਜਾਂ ਆਪਣੀ ਮਾਂ ਦੀ ਹੱਤਿਆ

52. Patricide (ਪੈਟ੍ਰੀਸਾਇਡ)—ਪਿਤਾ ਦੀ ਹੱਤਿਆ—The murder or murderer of one's own father—ਆਪਣੇ ਪਿਤਾ ਦਾ ਹੱਤਿਆਰਾ ਜਾਂ ਪਿਤਾ ਦੀ ਹੱਤਿਆ

53. Kidnap (ਕਿਡਨੈਪ) ਅਗਵਾ ਕਰਨਾ—To carry away a person forcibly—ਕਿਸੇ ਨੂੰ ਜ਼ਬਰਦਸਤੀ ਚੁੱਕ ਕੇ ਲੈ ਜਾਣਾ

54. Medieval (ਮੇਂਡਿਏਵਲ) ਮਧਿਆਯੁਗੀਨ—Belonging to the middle ages—ਮਧ ਯੁਗ ਨਾਲ ਸੰਬੰਧਤ

55. Matinee (ਮੈਟਿਨੀ, ਦੁਪਹਿਰੋਂ ਬਾਦ ਦਾ ਸ਼ੋ—A cinema show which is held in the afternoon—ਸਿਨਮਾ ਸ਼ੋ ਜਿਹੜਾ ਦੁਪਹਿਰ ਬਾਦ ਸ਼ੁਰੂ ਹੋਵੇ

56. Notorious (ਨੱਟੋਰਿਅਸ) ਬਦਨਾਮ—A man with evil reputation—ਬਦਨਾਮ ਵਿਅਕਤੀ

57. Manuscript (ਮੈਨੁੱਸਕ੍ਰਿਪਟ) ਹੱਥ-ਲਿਖਤ ਖਰੜਾ—Hand written pages of a book—ਹੱਥ ਨਾਲ ਲਿਖੇ ਹੋਏ ਪੁਸਤਕ ਦੇ ਪੰਨੇ

58. Namesake (ਨੇਮਸੇਕ) ਹਮਨਾਮ—Person having the same name—ਇਕ ਹੀ ਨਾਮ ਦੇ ਦੋ ਵਿਅਕਤੀ

59. Novice (ਨੌਵਿਸ) ਨੌਸਿਖਿਆ—One who is new to same trade of profession—ਜੋ ਕਿਸੇ ਕੰਮ ਜਾਂ ਵਪਾਰ ਵਿਚ ਨਵਾਂ ਹੋਵੇ

60. Omnipotent (ਓਮ੍ਨਿਪੋਟੇ ਟ) ਸਰਬ ਸ਼ਕਤੀਮਾਨ—One who is all powerful—ਜੋ ਸਭ ਪਰਕਾਰ ਦੀ ਤਾਕਤ ਰਖਦਾ ਹੋਵੇ

61. Omniscient (ਓਮ੍ਨਿਸ਼ੇਂਟ) ਸਰਬ ਵਿਆਪਕ—One who is present every where—ਜਿਸ ਦਾ ਹਰ ਜਗ੍ਹਾ ਵਾਸ ਹੋਵੇ

62. Optimist (ਆਪਟੀਮਿਸਟ) ਆਸ਼ਾਵਾਦੀ—One looks to the bright side of a thing—ਜੋ ਉਜਲੇ ਪੱਖ ਨੂੰ ਹੀ ਦੇਖਦਾ ਹੋਵੇ

63. Panacea (ਪੈਨੇਸ਼ਿਆ) ਰਾਮਬਾਣ ਦਵਾਈ—A remedy for all diseases—ਸਾਰੇ ਰੋਗਾਂ ਦਾ ਇਲਾਜ

64. Polyandry (ਪੋਲਿਐਂਡ੍ਰੀ) ਬਹੁਕੰਤੀ ਪ੍ਰਥਾ— Practice of marrying more than one husband at a time—ਇਕ ਤੀਵੀਂ ਦੇ ਇਕ ਤੋਂ ਵਧੇਰੇ ਪਤੀ ਰੱਖਣ ਦੀ ਪ੍ਰਥਾ

65. Polygamy (ਪੋਲਿਗੈਮੀ) ਬਹੁ-ਪਤਨੀ ਪ੍ਰਥਾ—Practice of marrying more than one wife at a time—ਇਕ ਤੋਂ ਵਧੇਰੀਆਂ ਪਤਨੀਆਂ ਰੱਖਣ ਦੀ ਪ੍ਰਥਾ

66. Postmortem (ਪੋਸਟ੍ਮਾਰਟਮ) ਮੌਤੋਂ ਬਾਅਦ ਦੀ ਡਾਕਟਰੀ ਜਾਂਚ—Medical examination of a body held after death—ਮਰੇ ਹੋਵੇ ਆਦਮੀ ਦੀ ਲਾਸ਼ ਦੀ ਡਾਕਟਰੀ ਜਾਂਚ

67. Pessimist (ਪੇਸਿਮਿਸਟ) ਨਿਰਾਸ਼ਾਵਾਦੀ—One who looks to the dark side of things—ਜੋ ਕਿਸੇ ਚੀਜ਼ ਦੇ ਅਨ੍ਹੇਰੇ ਪੱਖ ਨੂੰ ਹੀ ਵੇਖੇ

68. Postscript (ਪੋਸਟਸਕ੍ਰਿਪਟ) ਪਿਛੋਂ ਲਿਖਿਆ ਗਿਆ--Any thing written in the letter after it has been signed--ਲਿਖੇ ਗਏ ਪੱਤਰ ਤੇ ਦਸਤਖ਼ਤ ਆਦਿ ਹੋ ਜਾਣ ਤੋਂ ਬਾਅਦ ਜੋੜੇ ਗਏ ਸ਼ਬਦ

69. Red-tapism (ਰੇ'ਡਟੇਪਿਜ਼ਮ) ਲਾਲਫੀਤਾਸ਼ਾਹੀ—Too much official formality—ਬਹੁਤ ਅਧਿਕ ਦਫ਼ਤਰੀ ਨਿਅਮ

70. Synonyms (ਸਿਨੋਨਿਮਸ) ਸਮਾਨਾਰਥਕ ਸ਼ਬਦ--Words which have the same meaning--ਜਿਨ੍ਹਾਂ ਸ਼ਬਦਾਂ ਦੇ ਅਰਥ ਇਕੋ ਜਿਹੇ ਹੋਣ

71. Smuggler (ਸਮੁਗਲਰ) ਤਸਕਰ--The importer or exporter of goods without paying custom duty--ਮਹਿਸੂਲ ਦਿਤੇ ਬਿਨਾਂ ਚੀਜ਼ਾਂ ਸਰਹਦੋਂ ਪਾਰ ਲਿਆਉਣ ਲੈ ਜਾਣ ਵਾਲਾ

72. Vegetarian (ਵੈਜਿਟੇਰਿਅਨ) ਸ਼ਾਕਾਹਾਰੀ--One who eats vegetables only--ਜੋ ਕੇਵਲ ਸਾਗ-ਸਬਜ਼ੀਆਂ ਖਾਂਦਾ ਹੋਵੇ

73. Venial (ਵੈਨਿਅਲ) ਖਿਮਾ ਯੋਗ--A pardonable fault--ਉਹ ਅਪਰਾਧ ਜੋ ਮੁਆਫ਼ ਕੀਤਾ ਜਾ ਸਕੇ

74. Veteran (ਵੇਟਰਨ) ਅਨੁਭਵੀ--A person possesing long experience of military service or of any occupation--ਜਿਸ ਵਿਅਕਤੀ ਨੂੰ ਕਿਸੇ ਕੰਮ ਦਾ ਚੰਗਾ ਅਨੁਭਵ ਹੋਵੇ

75. Zoology (ਜ਼ੂਲਾਜੀ) ਜੰਤੂ ਵਿਗਿਆਨ--The science dealing with the life of animals--ਪਸ਼ੂਆਂ ਦੇ ਜੀਵਨ ਨਾਲ ਸਬੰਧਤ ਵਿਦਿਆ ।

ਜੰਤੂਆਂ ਦੇ ਨਾਵਾਂ ਦਾ ਮੁਹਾਵਰੇਦਾਰ ਪ੍ਰਯੋਗ
(IDIOMATIC USE OF ANIMAL NAME)

ਅੰਗਰੇਜ਼ੀ ਭਾਸ਼ਾ ਵਿਚ ਜੰਤੂਆਂ ਦੇ ਨਾਵਾਂ ਦੇ ਬਹੁਤ ਸਾਰੇ ਮੁਹਾਵਰੇਦਾਰ ਪ੍ਰਯੋਗ ਪ੍ਰਚਲਿਤ ਹਨ। ਹੇਠਾਂ ਕੁਝ ਐਸੇ ਹੀ ਪ੍ਰਯੋਗ ਦਿਤੇ ਜਾ ਰਹੇ ਹਨ। ਇਨ੍ਹਾਂ ਨਾਲ ਅੰਗਰੇਜ਼ੀ ਸਿੱਖਣ ਦਾ ਚਾਹਵਾਨ ਵਿਅਕਤੀ ਆਪਣੀ ਬੋਲਚਾਲ ਨੂੰ ਵਧੇਰਾ ਅਸਰਦਾਰ ਬਣਾ ਸਕਦਾ ਹੈ।

ਵਾਕ-ਅੰਸ਼ ਉਚਾਰਣ ਨਾਲ Phrases with Pronunciation	ਮੁਹਾਵਰੇਦਾਰ ਅਰਥ Idiomatic Meaning	ਸ਼ਬਦ-ਅਰਥ Literal Meaning
1. A bear (ਏ ਬਿਅਰ)	ਇਕ ਅਸਿਸ਼ਟ ਵਿਅਕਤੀ	ਇਕ ਰਿੱਛ
2. A cat (ਏ ਕੈਟ)	ਇਕ ਚੁੜੈਲ ਇਸਤਰੀ	ਇਕ ਬਿੱਲੀ
3. A drone (ਏ ਡ੍ਰੋਨ)	ਇਕ ਨਿਕੰਮਾ ਆਦਮੀ	ਇਕ ਨਰ ਮੱਖੀ
4. A dotterel (ਏ ਡਾਟਰੇਲ)	ਇਕ ਮੂਰਖ ਆਦਮੀ	ਇਕ ਟਟਿਹਰੀ
5. A dog (ਏ ਡਾਗ)	ਇਕ ਘਿਣਾਉਣਾ ਵਿਅਕਤੀ	ਇਕ ਕੁੱਤਾ
6. A fox (ਏ ਫ਼ਾਕਸ)	ਇਕ ਚਾਲਾਕ ਆਦਮੀ	ਇਕ ਲੂੰਬੜ
7. A goose (ਏ ਗੂਜ਼)	ਇਕ ਸਿੱਧੜ ਆਦਮੀ	ਇਕ ਹੰਸ
8. A gull (ਏ ਗੱਲ)	ਇਕ ਭੌਂਦੂ ਆਦਮੀ	ਇਕ ਮੁਰਗਾਬੀ
9. A lamb (ਏ ਲੈਮ੍ਬ)	ਇਕ ਸਰਲ ਅਬੋਧ ਵਿਅਕਤੀ	ਇਕ ਮੇਮਨਾ
10. A monkey (ਏ ਮੰਕੀ)	ਨਕਲਚੀ ਵਿਅਕਤੀ	ਇਕ ਬਾਂਦਰ
11. A parrot (ਏ ਪੇਰੱਟ)	ਰੱਟਾਮਾਰ ਆਦਮੀ	ਇਕ ਤੋਤਾ
12. A pig (ਏ ਪਿਗ)	ਭੁੱਖੜ ਵਿਅਕਤੀ	ਇਕ ਸੂਰ
13. A scorpion (ਏ ਸੱਕਾਰੇਪਿਅਨ)	ਚਾਪਲੂਸ ਆਦਮੀ	ਇਕ ਬਿੱਛੂ
14. A viper (ਏ ਵਾਇਪਰ)	ਧੋਖੇਬਾਜ਼ ਵਿਅਕਤੀ	ਇਕ ਵਿਲਾਇਤੀ ਸੱਪ
15. A vixen (ਏ ਵਿਕਸਨ)	ਧੋਖੇਬਾਜ਼ ਇਸਤਰੀ	ਇਕ ਗਿੱਦੜੀ

ਜਾਨਵਰਾਂ ਦੇ ਨਾਲ ਕੁਝ ਅਖਾਣ ਵੀ ਅੰਗਰੇਜ਼ੀ ਵਿਚ ਪ੍ਰਚਲਿਤ ਹਨ। ਇਨ੍ਹਾਂ ਨੂੰ ਸਮਝੋ ਅਤੇ ਮਨ ਵਿਚ ਬਿਠਾਓ :—

1. crocodile tears (ਕ੍ਰੋਕੋਡਾਇਲ ਟੀਅਰ੍ਸ)	ਝੂਠੇ ਅੱਥਰੂ
2. dog-cheap (ਡਾਗ-ਚੀਪ)	ਬਹੁਤ ਸਸਤਾ
3. horse-laugh (ਹਾਰ੍ਸ-ਲਾਫ)	ਉੱਚੀ-ਭੱਦੀ ਹੱਸਣ ਦੀ ਆਵਾਜ਼
4. hen-pecked (ਹੇ'ਨ-ਪੇਕ੍ਡ)	ਇਸਤਰੀ ਦੇ ਹੱਥਾਂ ਦਾ ਖਿਲੌਣਾ ਪਤੀ
5. pig-headed (ਪਿਗ-ਹੈਡਿਡ)	ਮੂਰਖ ਅਤੇ ਜੜ

ਉਲਟ ਭਾਵੀ ਸ਼ਬਦ
(ANTONYMS OR WORDS OF OPPOSITE MEANING)

ਸ਼ਬਦਾਂ ਦੇ ਉਲਟ-ਭਾਵੀ ਸ਼ਬਦਾਂ ਦੀ ਜਾਣਕਾਰੀ ਵੀ ਚੰਗੀ ਬੋਲਚਾਲ ਲਈ ਜ਼ਰੂਰੀ ਹੈ। ਤੁਸੀਂ ਇਸ ਤਰ੍ਹਾਂ ਬੜੀ ਆਸਾਨੀ ਨਾਲ ਆਪਣਾ ਸ਼ਬਦ-ਗਿਆਨ ਵਧਾ ਸਕਦੇ ਹੋ। ਕੁਝ ਸ਼ਬਦਾ ਦੇ ਨਾਲ ਅਗੇਤਰ (Preffix) ਬਦਲਣ ਨਾਲ ਉਲਟ-ਭਾਵੀ ਸ਼ਬਦ ਬਣ ਜਾਂਦੇ ਹਨ। ਹੇਠਾਂ ਇਸ ਤਰ੍ਹਾਂ ਦੇ ਸ਼ਬਦ ਦੇਖੋ :—

ਸ਼ਬਦ, ਉਚਾਰਣ ਅਤੇ ਅਰਥ Words, Pronunciation & Meaning	ਉਲਟ-ਭਾਵੀ ਸ਼ਬਦ, ਉਚਾਰਣ ਅਤੇ ਅਰਥ Opposite Word, Pronunciation & Meaning
ability (ਏਬਿਲਟੀ) ਯੋਗਤਾ	inability (ਇਨ-ਏਬਿਲਿਟੀ) ਅਯੋਗਤਾ
happy (ਹੈਪੀ) ਪ੍ਰਸੰਨ	unhappy (ਅਨਹੈਪੀ) ਅਪ੍ਰਸੰਨ

ਸ਼ਬਦ, ਉਚਾਰਣ ਅਤੇ ਅਰਥ Words, Pronunciation & Meaning	ਉਲਟ-ਭਾਵੀ ਸ਼ਬਦ, ਉਚਾਰਣ ਅਤੇ ਅਰਥ Opposite Words, Pronunciation & Meaning
import (ਇਮਪੋਰਟ) ਆਯਾਤ-ਆਮਦ	export (ਏਕਸਪੋਰਟ) ਨਿਰਯਾਤ-ਬਰਾਮਦ
interior (ਇੰਟੀਰਿਅਰ) ਅੰਦਰਲਾ	exterior(ਏਕਟੀਰਿਅਰ) ਬਾਹਰਲਾ
maximum (ਮੈਕਸੀਮਮ) ਸਭ ਤੋਂ ਵੱਧ	minimum, (ਮਿਨਿਮਮ) ਸਭ ਤੋਂ ਘੱਟ
include (ਇਨਕਲੂਡ) ਸ਼ਾਮਿਲ ਕਰਨਾ	exclude (ਐਕਸਕਲੂਡ) ਕੱਢਣਾ
junior (ਜੂਨਿਅਰ) ਛੋਟਾ	senior (ਸੀਨਿਅਰ) ਵੱਡਾ
majority (ਮੈਜੋਰਿਟੀ) ਬਹੁਮਤ	minority (ਮਾਇਨਾੱਰਿਟੀ) ਅਲਪ-ਮਤ
optimist (ਆੱਪਟਿਮਿਸਟ) ਆਸ਼ਾਵਾਦੀ	pessimist (ਪੇ'ਸੀਮਿਸਟ) ਨਿਰਾਸ਼ਾਵਾਦੀ
superior (ਸੁਪੀਰਿਅਰ) ਵਧੀਆ	inferior (ਇਨਫ਼ੀਰਿਅਰ) ਘਟਿਆ

ਬਹੁਤ ਸਾਰੇ ਸ਼ਬਦਾਂ ਦੇ ਉਲਟ ਭਾਵੀ ਸ਼ਬਦ ਬਣਾਉਣ ਲਈ ਦੂਜੇ ਸ਼ਬਦ ਲੱਭਣੇ ਪੈਂਦੇ ਹਨ । ਅਰਥਾਤ ਉਹ ਭਿੰਨ-ਭਿੰਨ ਸ਼ਬਦ ਹੁੰਦੇ ਹਨ ਪਰ ਉਹਨਾਂ ਦੇ ਅਰਥ ਠੀਕ ਉਲਟੇ ਹੁੰਦੇ ਹਨ । ਇਹੋ ਸ਼ਬਦ ਹੇਠਾਂ ਦਿੱਤੇ ਗਏ ਹਨ ।

above (ਅਬੱਵ) ਉੱਪਰ	below (ਬਿਲੋਅ) ਹੇਠਾਂ
accept (ਐਕਸੇਪਟ) ਸ੍ਵੀਕਾਰ ਕਰਨਾ	refuse (ਰਿਫਿਊਜ਼) ਨਾਂਹ ਕਰਨੀ
acquire (ਐਕਵਾਇਰ) ਪ੍ਰਾਪਤ ਕਰਨਾ	lose (ਲੂਜ਼) ਗੁਆਉਣਾ
ancient (ਏ'ਨਸ਼ਿਏ'ਟ) ਪ੍ਰਾਚੀਨ	modern (ਮਾੱਡਰਨ) ਆਧੁਨਿਕ
agree (ਐਗ੍ਰੀ) ਸਹਮਤ ਹੋਣਾ	differ (ਡਿੱਫ਼ਰ) ਅਸਹਮਤ ਹੋਣਾ
alive (ਅਲਾਇਵ) ਜੀਉਂਦਾ	dead (ਡੈਡ) ਮਰਿਆ ਹੋਇਆ
admire (ਐਡਮਾਇਰ) ਸ਼ਲਾਘਾ ਕਰਨੀ	dispise (ਡਿਪਾਇਜ਼) ਨਿੰਦਿਆ ਕਰਨੀ
barren (ਬੈਰਨ) ਬੰਜਰ	fertile (ਫ਼ਰਟਾਇਲ) ਉਪਜਾਊ
big (ਬਿਗ) ਵੱਡਾ	small (ਸਮਾਲ) ਨਿੱਕਾ
blunt (ਬਲੰਟ) ਖੁੰਡਾ, ਕੁੰਦ	sharp (ਸ਼ਾਰਪ) ਤੇਜ਼
bold (ਬੋਲਡ) ਦਲੇਰ	timid (ਟਿਮਿਡ) ਡਰਪੋਕ
bright (ਬ੍ਰਾਇਟ) ਚਮਕਦਾਰ	dim (ਡਿਮ) ਧੁੰਦਲਾ
broad (ਬ੍ਰੌਡ) ਚੌੜਾ	narrow (ਨੈਰੋ) ਤੰਗ
civilised (ਸਿਵਿਲਾਇਜ਼ਡ) ਸਭਿਅ	savage (ਸੈਵੇਜ) ਅਸਭਿਅ
care (ਕੇਅਰ)ਦੇਖ-ਭਾਲ	neglect (ਨੈਗਲੈਕਟ) ਲਾਪਰਵਾਹੀ
clean (ਕਲੀਨ) ਸਾਫ	dirty (ਡਰਟੀ) ਗੰਦਾ
confess (ਕਨਫ਼ੈਸ) ਸ੍ਵੀਕਾਰ	Deny (ਡਿਨਾਇ) ਇਨਕਾਰ ਕਰਨਾ
cool (ਕੂਲ) ਠੰਢਾ	warm (ਵਾਰਮ) ਗਰਮ
cruel (ਕਰੂਅਲ) ਜ਼ਾਲਿਮ	merciful (ਮਰਸੀਫ਼ੁਲ) ਰਹਿਮ ਦਿਲ
domestic (ਡਾੱਮਿਸਟਿਕ) ਪਾਲਤੂ	wild (ਵਾਇਲਡ) ਜੰਗਲੀ
difficult (ਡਿਫ਼ੀਕਲਟ) ਕਠਿਨ	easy (ਇਜ਼ੀ) ਆਸਾਨ
danger (ਡੇਂਜਰ) ਖ਼ਤਰਾ	safety (ਸੇਫ਼ਟੀ) ਸੁਰਖਿਆ
dark (ਡਾਰਕ) ਅਨੇਰਾ	bright (ਬ੍ਰਾਇਟ) ਉਜਲਾ
death (ਡੇਥ) ਮੌਤ	birth (ਬਰਥ) ਜਨਮ
debit (ਡੇਬਿਟ) ਉਧਾਰ	credit (ਕ੍ਰੇਡਿਟ) ਜਮ੍ਹਾ
early (ਅਰਲੀ) ਜਲਦੀ	late (ਲੇਟ) ਦੇਰ
earn (ਅਰਨ) ਕਮਾਨਾ	spend (ਸਪੇਂਡ) ਖਰਚ ਕਰਨਾ
empty (ਏਮਪਟੀ) ਖਾਲੀ	full (ਫ਼ੁਲ) ਭਰਿਆ ਹੋਇਆ
enjoy (ਏਨਜੌਏ) ਮੌਜ ਮਾਨਣੀ	suffer (ਸਫ਼ਰ) ਦੁੱਖ ਸਹਿਣਾ
freedom (ਫ਼੍ਰੀਡਮ) ਆਜ਼ਾਦੀ	slavery (ਸਲੇਵਰੀ) ਗੁਲਾਮੀ

ਸ਼ਬਦ, ਉਚਾਰਣ ਅਤੇ ਅਰਥ Words, Pronunciation & Meaning	ਉਲਟ-ਭਾਵੀ ਸ਼ਬਦ, ਉਚਾਰਣ ਅਤੇ ਅਰਥ Opposite words, Pronunciation & Meaning
fierce (ਫ਼ੀਅਰੁਸ) ਨਿਰਦਈ	gentle (ਜੇਂਟੁਲ) ਰਹਿਮਦਿਲ
false (ਫ਼ਾਲੁਸ) ਝੂਠਾ	true (ਟਰੂ) ਸੱਚਾ
fat (ਫ਼ੈਟ) ਮੋਟਾ	thin (ਥਿੰਨ) ਪਤਲਾ
fine (ਫ਼ਾਇਨ) ਵਧਿਆ	coarse (ਕੋਰੁਸ) ਘਟੀਆ-ਮੋਟਾ
foolish (ਫ਼ੂਲਿਸ਼) ਮੂਰਖ	wise (ਵਾਇਜ਼) ਬੁਧੀਮਾਨ
fresh (ਫ਼੍ਰੇਸ਼) ਤਾਜ਼ਾ	stale (ਸੁਟੇਲ) ਬਾਸੀ
fear (ਫ਼ਿਅਰ) ਭਉ, ਡਰ	courage (ਕਰੇਜ) ਹਿੰਮਤ
guilty (ਗਿਲੁਟੀ) ਦੋਸ਼ੀ	innocent (ਇਨੁਨੋਸੇਂਟ) ਨਿਰਦੋਸ਼
gain (ਗੇਨ) ਲਾਭ	loss (ਲੱਾਸ) ਹਾਨੀ
good (ਗੁੱਡ) ਚੰਗਾ	bad (ਬੈਡ) ਬੁਰਾ
guide (ਗਾਇਡ) ਰਾਹੇ ਪਾਉਣਾ	misguide (ਮਿਸਗਾਇਡ) ਕੁਰਾਹੇ ਪਾਉਣਾ
handsome (ਹੈਂਡਸਮ) ਸੋਹਣਾ	ugly (ਅੱਗਲੀ) ਬਦਸੂਰਤ
high (ਹਾਈ) ਉੱਚਾ	low (ਲੋ) ਨੀਵਾਂ
hard (ਹਾਰੁਡ) ਸਖ਼ਤ	soft (ਸੱਾਫ਼ਟ) ਕੋਮਲ
humble (ਹੱਮੁਬਲ) ਨਿਮਰ	proud (ਪ੍ਰਾਉਡ) ਘੁਮੰਡੀ
honour (ਅੱਾਨਰ) ਆਦਰ	dishonour (ਡਿਸਅੱਾਨਰ) ਨਿਰਾਦਰ
joy (ਜੱਾਏ) ਖ਼ੁਸ਼ੀ	sorrow (ਸੱਾਰੋ) ਦੁੱਖ
knowledge (ਨੱਾਲੇਜ) ਗਿਆਨ	ignorance (ਇਗਨੋਰੇਂਸ) ਅਗਿਆਨ
kind (ਕਾਇੰਡ) ਕਿਰਪਾਲੂ	cruel (ਕਰੂਅਲ) ਜ਼ਾਲਿਮ
lie (ਲਾਇ) ਝੂਠ	truth (ਟਰੂਥ) ਸੱਚ
little (ਲਿੱਟਲ) ਥੋੜ੍ਹਾ	much (ਮਚ) ਜ਼ਿਆਦਾ
masculine (ਮੈਸੁਕੁਲਿਨ) ਪੁਲਿੰਗ	feminine (ਫ਼ੈਮਿਨਨ) ਇਸਤ੍ਰੀਲਿੰਗ
make (ਮੇਕ) ਬਣਾਉਣਾ	mar (ਮਾਰ) ਤਬਾਹ ਕਰਨਾ
natural (ਨੈਚੁਰਲ) ਕੁਦਰਤੀ	artificial (ਆਰਟੀਫ਼ਿਸ਼ਿਅਲ) ਬਨਾਉਟੀ
noise (ਨਾਇਜ਼) ਸ਼ੋਰ	silence (ਸਾਇਲੇਂਸ) ਸ਼ਾਂਤੀ
oral (ਔਰਲ) ਜ਼ੁਬਾਨੀ	written (ਰਿੱਟਨ) ਲਿਖਤ
pride (ਪ੍ਰਾਇਡ) ਘੁਮੰਡ	humility (ਹਯੂਮਿਲਿਟੀ) ਨਿਮਰਤਾ
permanent (ਪਰਮਾਨੇਂਟ) ਸਥਾਈ	temporary (ਟੈਮੁਪਰੇਰੀ) ਅਸਥਾਈ
presence (ਪ੍ਰੇਜ਼ੇਂਸ) ਹਾਜ਼ਰੀ	absence (ਐਬਸੇਂਸ) ਗ਼ੈਰ ਹਾਜ਼ਰੀ
profit (ਪ੍ਰਾਫ਼ਿਟ) ਲਾਭ	loss (ਲੱਾਸ) ਹਾਨੀ
prose (ਪ੍ਰੋਜ਼) ਗੱਦ	poetry (ਪੋਇਟ੍ਰੀ) ਕਾਵਿ-ਰਚਨਾ
quick (ਕੁਵਿੱਕ) ਤੇਜ਼	slow (ਸਲੋ) ਸੁਸਤ
receive (ਰਿਸੀਵ) ਪ੍ਰਾਪਤ ਕਰਨਾ	give (ਗਿਵ) ਦੇਣਾ
reject (ਰਿਜੇਕੁਟ) ਰੱਦ ਕਰਨਾ	accept (ਐਕੁਸੇਪੁਟ) ਮੰਨ ਲੈਣਾ
ripe (ਰਾਇਪ) ਪੱਕਾ	raw (ਰੱਾਅ) ਕੱਚਾ
rough (ਰਫ਼) ਖੁਰਦਰਾ	smooth (ਸਮੂਥ) ਚਿਕਨਾ
remember (ਰਿਮੇਂਮਬਰ) ਯਾਦ ਕਰਨਾ	forget (ਫਾਰੁਗੇਟ) ਭੁੱਲਣਾ
rich (ਰਿਚ) ਧਨੀ	poor (ਪੁਅਰ) ਗ਼ਰੀਬ
superior (ਸੁਪੀਰਿਅਰ) ਵਧੀਆ	inferior (ਇਨਫ਼ੀਰਿਅਰ) ਘਟੀਆ
sharp (ਸ਼ਾਰੁਪ) ਤੇਜ਼	dull (ਡੱਲ) ਮੂੜ੍ਹ
thick (ਥਿੱਕ) ਮੋਟਾ	thin (ਥਿੰਨ) ਪਤਲਾ
tragedy (ਟਰੇਜਡੀ) ਦੁਖਾਂਤ	comedy (ਕੱਾਮੇਡੀ) ਸੁਖਾਂਤ

ਸ਼ਬਦ, ਉਚਾਰਣ ਅਤੇ ਅਰਥ Words, Pronunciation & meaning	ਉਲਟ-ਭਾਵੀ ਸ਼ਬਦ, ਉਚਾਰਣ ਅਤੇ ਅਰਥ Opposite Words, Pronunciation & Meaning
universal (ਯੂਨਿਵਰਸਲ) ਸਾਰਵਲੌਕਿਕ	particular (ਪਰਟੀਕੁਲਰ) ਖਾਸ
victory (ਵਿਕਟ੍ਰੀ) ਜਿੱਤ	defeat (ਡਿਫ਼ੀਟ) ਹਾਰ
wild (ਵਾਇਲਡ) ਜੰਗਲੀ	tame (ਟੇਮ) ਪਾਲਤੂ
weak (ਵੀਕ) ਕਮਜ਼ੋਰ	strong (ਸਟ੍ਰਾਂਗ) ਮਜ਼ਬੂਤ
wisdom (ਵਿਜ਼ਡਮ) ਅਕਲ	folly (ਫ਼ੌਲੀ) ਮੂਰਖਤਾ
youthful (ਯੂਥਫੁਲ) ਜਵਾਨ	aged (ਏਜਡ) ਬੁੱਢਾ

ਰਾਸ਼ਟ੍ਰੀਅਤਾ ਦੱਸਣ ਵਾਲੇ ਸ਼ਬਦ
(WORDS DENOTING NATIONALITY)

ਪੰਜਾਬੀ ਵਿਚ ਜਿਸ ਤਰ੍ਹਾਂ ਚੀਨ, ਬਰਮਾ ਅਮਰੀਕਾ ਅਤੇ ਰੂਸ ਆਦਿ ਦੇਸ਼ਾਂ ਦੇ ਵਾਸੀਆਂ ਨੂੰ ਚੀਨੀ, ਬਰਮੀ, ਅਮਰੀਕੀ ਅਤੇ ਰੂਸੀ ਆਦਿ ਕਹਿੰਦੇ ਹਨ ਉਸੀ ਤਰ੍ਹਾਂ ਅੰਗ੍ਰੇਜ਼ੀ ਵਿਚ ਇਹਨਾਂ ਦੇਸ਼ਾਂ ਦੇ ਦੇਸ਼ਵਾਸੀਆਂ ਲਈ ਪ੍ਰਯੋਗ ਕੀਤੇ ਜਾਂਦੇ ਸ਼ਬਦ ਹੇਠਾਂ ਦਿਤੇ ਜਾ ਰਹੇ ਹਨ ।

ਦੇਸ਼ Countries	ਵਾਸੀ Inhabitants	ਦੇਸ਼ Countries	ਵਾਸੀ Inhabitants
America ਅਮੇਰਿਕਾ	American ਅਮੇਰਿਕਨ	Iraq ਇਰਾਕ	Iraqi ਇਰਾਕੀ
Argentina ਅਰ੍ਜਨਟਾਇਨਾ	Argentinian ਅਰ੍ਜੇਨ੍ਟਾਇਨਿਅਨ	Israel ਇਜ਼ਰਾਇਲ	Israeli ਇਜ਼ਰਾਇਲੀ
Belgium ਬੇਲ੍ਜਿਅਮ	Belgian ਬੇਲਜਿਅਨ	Italy ਇਟੈਲੀ	Italian ਇਟੈਲਿਅਨ
Bhutan ਭੂਟਾਨ	Bhutanese ਭੂਟਾਨੀਜ਼	Kuwait ਕੁਵੈਤ	Kuwaiti ਕੁਵੈਤੀ
Burma ਬਰਮਾ	Burman ਬਰਮੀਜ਼	Malaya ਮਲਾਇਆ	Malayan ਮਲਾਅਨ
Canada ਕਨਾਡਾ	Canadian ਕਨੇਡਿਅਨ	Morocco ਮੋਰੱਕੋ	Moroccan ਮੋਰੱਕ੍ਨ
Ceylon ਸੀਲੋਂਨ	Ceylonese ਸੀਲੋਂਨੀਜ਼	Nepal ਨੇਪਾਲ	Nepalese ਨੇਪਾਲੀਜ਼
China ਚਾਇਨਾ	Chinese ਚਾਇਨੀਜ਼	Pakistan ਪਾਕਿਸਤਾਨ	Pakistani ਪਾਕਿਸਤਾਨੀ
Egypt ਇਜਿਪ੍ਟ	Egyptian ਇਜਿਪਸ਼ਿਅਨ	Poland ਪੋਲੈਂਡ	Pole ਪੋਲ
England ਇੰਗਲੈਂਡ	English ਇੰਗਲਿਸ਼	Russia ਰੱਸ਼ਿਆ	Russian ਰੱਸ਼ਿਅਨ
France ਫ਼੍ਰਾਂਸ	French ਫ਼੍ਰੇਂਚ	Sweden ਸ੍ਵੀਡਨ	Swede ਸ੍ਵੀਡੀ
Greece ਗ੍ਰੀਸ	Greak ਗ੍ਰੀਕ	Turkey ਟਰ੍ਕੀ	Turk ਟਰ੍ਕੀ
India ਇੰਡੀਆ	Indian ਇੰਡੀਅਨ	Yugoslavia ਯੁਗੋਸ੍ਲਾਵਿਆ	Yugoslav ਯੁਗੋਸ੍ਲਾਵ੍

ਕੁਝ ਮਹੱਤਵਪੂਰਨ ਵਾਕ-ਅੰਸ਼

(SOME IMPORTANT PHRASES)

ਜਾਂ

ਸ਼ਬਦਾਂ ਦੀਆਂ ਜੋੜਿਆਂ ਦੇ ਪ੍ਰਯੋਗ

OR

(WORDS USED IN PAIRS)

ਕੁਝ ਮੁਹਾਵਰੇਦਾਰ ਅਖਾਣਾਂ ਵਿਚ ਸ਼ਬਦਾਂ ਦੇ ਜੋੜੇ ਪ੍ਰਯੋਗ ਹੁੰਦੇ ਹਨ। ਇਹ ਇਕ ਤਰ੍ਹਾਂ ਦੇ ਮੁਹਾਵਰੇ ਬਣ ਜਾਂਦੇ ਹਨ। ਇਸ ਲਈ ਇਹਨਾਂ ਦੇ ਸ਼ਬਦਾਂ ਵਿਚ ਜ਼ਰਾ ਵੀ ਹੇਰ-ਫੇਰ ਨਹੀਂ ਹੋਣੀ ਚਾਹੀਦੀ। ਇਹ ਮੁਹਾਵਰੇਦਾਰ ਅਖਾਣ ਬੋਲਚਾਲ ਨੂੰ ਵਧੇਰਾ ਅਸਰਦਾਰ ਬਣਾ ਦਿੰਦੇ ਹਨ।

1. again and again (ਅਗੇਨ ਐਂਡ ਅਗੇਨ)—ਬਾਰ-ਬਾਰ।
   We should not commit mistake again and again—ਸਾਨੂੰ ਗ਼ਲਤੀ ਬਾਰ-ਬਾਰ ਨਹੀਂ ਕਰਨੀ ਚਾਹੀਦੀ।
2. Now and again (ਨਾਉ ਐਂਡ ਅਗੇਨ) ਕਦੀ-ਕਦੀ—ਮਹਾਨ ਹਸਤੀਆਂ ਕਦੀ-ਕਦੀ ਜਨਮ ਦੀਆਂ ਹਨ।
3. All in all (ਆਲ ਇਨ ਆਲ)--ਸਰਵੇ ਸਰਵਾ ਅਰਥਾਤ ਸਭੋ-ਕੁਝ।
   Mahatma Gandhi was all in all in India—ਮਹਾਤਮਾ ਗਾਂਧੀ ਭਾਰਤ ਦੇ ਸਰਵੇਸਰਵਾ ਸਨ।
4. All and sundry (ਆਲ ਐਂਡ ਸੰਡਰੀ) ਉਰਲੇ-ਪਰਲੇ।
   All and sundry came to the meeting—ਉਰਲੇ-ਪਰਲੇ ਬਹੁਤ ਸਾਰੇ ਲੋਕ ਸਭਾ ਵਿਚ ਆਏ ਸਨ।
5. Back and belly (ਬੈਕ ਐਂਡ ਬੈ'ਲੀ)--ਰੋਟੀ ਅਤੇ ਲੰਗੋਟੀ
   The days are gone when the problems of a labourer were only back and belly—ਉਹ ਦਿਨ ਗਏ ਜਦੋਂ ਮਜ਼ਦੂਰਾਂ ਦੀ ਸਮੱਸਿਆ ਕੇਵਲ ਰੋਟੀ ਅਤੇ ਲੰਗੋਟੀ ਸੀ।
6. Bag and baggage (ਬੈਗ ਐਂਡ ਬੈਗੇਜ) ਬੋਰੀ-ਬਿਸਤਰੇ ਸਮੇਤ
   The British left India in 1947 bag and baggage—ਬ੍ਰਿਟੇਨਵਾਸੀ 1947 ਵਿਚ ਬੋਰੀ-ਬਿਸਤਰੇ ਸਮੇਤ ਭਾਰਤ ਛੱਡ ਗਏ।
7. Before and behind (ਬਿਫ਼ੋਰ ਐਂਡ ਬਿਹਾਇੰਡ—ਅਗਲਵਾਂਢੇ)
   In the second world war, our soldiers fought before and behind—ਦੂਜੇ ਮਹਾਯੁੱਧ ਵਿਚ ਸਾਡੇ ਸਿਪਾਹੀ ਅਗਲਵਾਂਢੇ ਹੋ ਕੇ ਲੜੇ।
8. Betwixt and between (ਬਿਟਵਿਕ੍ਸ ਐਂਡ ਬਿਟਵੀਨ)—ਆਪਸ ਵਿਚ ਅੱਧਾ-ਅੱਧਾ
   What ever they earn, they will share betwixt and between—ਉਹ ਜੋ ਕਮਾਉਣਗੇ, ਆਪਸ ਵਿਚ ਅੱਧਾ-ਅੱਧਾ ਵੰਡ ਲੈਣਗੇ।
9. Bread and butter (ਬ੍ਰੇ'ਡ ਐਂਡ ਬਟਰ) ਰੋਜ਼ੀ-ਰੋਟੀ
   On should be satisfied if one gets bread and butter these days—ਅੱਜਕੱਲ ਜੇ ਕੋਈ ਰੋਟੀ ਕਮਾ ਲੈਂਦਾ ਹੈ ਤਾਂ ਉਸ ਨੂੰ ਸੰਤੁਸ਼ਟ ਰਹਿਣਾ ਚਾਹੀਦਾ ਹੈ।
10. Fetch and carry (ਫ਼ੇਚ ਐਂਡ ਕੈਰੀ)—ਛੋਟੇ ਰੁਤਬੇ ਵਾਲਾ ਆਦਮੀ
    I am content to fetch and carry, for uneasy lies the head that wears a crown—ਮੈਂ ਛੋਟੀ ਹਸਤੀ ਦਾ ਕਰਮਚਾਰੀ ਬਣਿਆ ਰਹਿਣਾ ਚਾਹੁੰਦਾ ਹਾਂ, ਕਿਉਂਕਿ ਜੋ ਵੱਡਾ ਰੁਤਬਾ ਪਾਉਂਦਾ ਹੈ ਉਹ ਕਦੀ ਚੈਨ ਦੀ ਨੀਂਦ ਨਹੀਂ ਸੌਂਦਾ।

11. Goods and chattel (ਗੁਡਜ਼ ਐਂਡ ਚੈਟਲ)—ਚਲ ਸੰਪਤੀ
We bought goods and chattel when we migrated to India—ਜਦੋਂ ਅਸੀਂ ਭਾਰਤ ਵਿਚ ਆਏ ਅਸੀਂ ਚਲ ਸੰਪੱਤੀ ਖ਼ਰੀਦੀ ।

12. Chock-a-block (ਚੌਕ-ਏ-ਬਲੌਕ) ਇਕ ਦੂਜੇ ਨਾਲ ਜੁੜੇ ਹੋਏ, ਟੇਢੇ-ਮੇਢੇ
The streets of Indian cities are notorious for chock-a-block houses—ਭਾਰਤ ਦੇ ਨਗਰਾਂ ਦੀਆਂ ਗਲੀਆਂ ਇਕ ਦੂਜੇ ਨਾਲ ਜੁੜੇ ਹੋਏ ਟੇਢੇ-ਮੇਢੇ ਮਕਾਨਾਂ ਲਈ ਬਦਨਾਮ ਹਨ ।

13. Pick and choose (ਪਿਕ ਐਂਡ ਚੂਜ਼)—ਧਿਆਨ ਨਾਲ ਚੁਣਨਾ
We must pick and choose our career before it is too late—ਸਾਨੂੰ ਆਪਣੀ ਰੋਜ਼ੀ ਦਾ ਸਾਧਨ ਸਮੇਂ ਸਿਰ ਚੁਣ ਲੈਣਾ ਚਾਹੀਦਾ ਹੈ ।

14. Every now and again (ਏਵਰੀ ਨਾਓ ਐਂਡ ਅਗੇਨ)—ਵਿਚ ਵਿਚ ਆਉਣਾ ।
She comes to see me every now and again—ਉਹ ਮੈਨੂੰ ਦੇਖਣ ਲਈ ਵਿਚ-ਵਿਚ ਆਉਂਦੀ ਹੈ ।

15. See eye to eye (ਸੀ ਆਈ ਟੂ ਆਈ)—ਪੂਰੀ ਤਰ੍ਹਾਂ ਸਹਿਮਤ ਹੋਣਾ ।
Who can see eye to eye with a diplomat (ਇਕ ਰਾਜਨੀਤਕ ਨਾਲ ਕੌਣ ਸਹਿਮਤ ਹੋ ਸਕਦਾ ਹੈ ।

16. Face to face (ਫ਼ੇਸ ਟੂ ਫ਼ੇਸ) ਆਮ੍ਹਣੇ-ਸਾਮ੍ਹਣੇ
We have a face to face talk, so we can understand each other's point of view—ਅਸੀਂ-ਤੁਸੀਂ ਰੂਬਰੂ ਗੱਲਬਾਤ ਕੀਤੀ ਹੈ ਸੋ ਅਸੀਂ ਇਕ ਦੂਜੇ ਨੂੰ ਸਮਝ ਸਕਦੇ ਹਾਂ ।

17. Fair and square (ਫ਼ੇਅਰ ਐਂਡ ਸੁਕੁਵੇਅਰ) ਸ਼ੁੱਧ ਅਤੇ ਉਚਿਤ
Let all our actions be fair and square—ਸਾਡੇ ਸਾਰੇ ਕੰਮ ਸ਼ੁੱਧ ਅਤੇ ਉਚਿਤ ਹੋਣੇ ਚਾਹੀਦੇ ਹਨ ।

18. Fee-faw-fum (ਫ਼ੀ-ਫ਼ੌ-ਫ਼ਮ) ਬੱਚਕਾਨੇ ਡਰਾਵੇ
India is not to be cowed down with Pakistan's fee-faw-fum--ਪਾਕਿਸਤਾਨ ਦੇ ਬਚਕਾਨੇ ਡਰਾਵਿਆਂ ਤੋਂ ਭਾਰਤ ਡਰਨ ਨਹੀਂ ਲੱਗਾ ।

19. Flux and reflux (ਫ਼ਲਕੁਸ ਐਂਡ ਰਿਫ਼ਲਕੁਸ)—ਵੱਡਾ ਬਹਿਸ-ਮੁਬਾਹਿਸਾ
There was a great flux and reflux in the drawing room—ਬੈਠਕ ਵਿਚ ਬੜਾ ਬਹਿਸ-ਮੁਬਾਹਿਸਾ ਹੁੰਦਾ ਰਿਹਾ ।

20. Give and take (ਗਿਵ ਐਂਡ ਟੇਕ)—ਦੇਣਾ-ਲੈਣਾ
Our life is a matter of give and take—ਸਾਡਾ ਜੀਵਨ ਲੈਣ-ਦੇਣ ਦਾ ਵਿਸ਼ਾ ਹੈ ।

21. Goody goody (ਗੁਡੀ-ਗੁਡੀ)—ਉਪਰੋਂ ਭਲੇ ਦਿਸਣ ਵਾਲੇ ਲੋਕ
The world is full of goody-goody people, but hardly a good man—ਦੁਨੀਆਂ ਉਪਰੋਂ ਭਲੇ ਦਿਸਣ ਵਾਲੇ ਲੋਕਾਂ ਨਾਲ ਭਰੀ ਪਈ ਹੈ, ਪਰ ਕੋਈ ਅੱਛਾ ਵਿਅਕਤੀ ਮੁਸ਼ਕਿਲ ਨਾਲ ਮਿਲਦਾ ਹੈ ।

22. Hand in hand (ਹੈਂਡ ਇਨ ਹੈਂਡ)—ਹੱਥ ਨਾਲ ਹੱਥ ਮਿਲਾ ਕੇ, ਸਦਭਾਵ ਨਾਲ .
They walked hand in hand—ਉਹ ਹੱਥ ਨਾਲ ਹੱਥ ਮਿਲਾ ਕੇ ਤੁਰੇ ।

23. Haves and have-nots (ਹੈਵੁਸ ਐਂਡ ਹੈਵ ਨੌਟੁਸ)—ਅਮੀਰਾਂ ਅਤੇ ਗਰੀਬ
There has always been a conflict between the haves and have-nots—ਸਦਾ ਅਮੀਰਾਂ ਅਤੇ ਗ਼ਰੀਬਾਂ ਵਿਚਕਾਰ ਸੰਘਰਸ਼ ਹੁੰਦਾ ਰਿਹਾ ਹੈ ।

24. Hodge-podge (ਹੱਜ-ਪੱਜ) ਅਸਤ-ਵਿਅਸਤ, ਸੰਘਰਸ਼ਪੂਰਣ
Life in the big cities is hodge-podge—ਵੱਡੇ ਸ਼ਹਿਰਾਂ ਦਾ ਜੀਵਨ ਅਸਤ-ਵਿਅਸਤ ਜਾਂ ਸੰਘਰਸ਼-ਪੂਰਣ ਹੈ ।

25. Humpty-dumpty (ਹੁਮਪ੍ਟੀ-ਡਮਪ੍ਟੀ)—ਲੜਖੜਾਉਂਦਾ ਹੋਇਆ
Capitalism is humpty-pumpty—ਪੂੰਜੀਵਾਦ ਲੜਖੜਾ ਰਿਹਾ ਹੈ ।

26. Ins and outs (ਇਨੁਸ ਐਂਡ ਆਉਟੁਸ) ਅੰਦਰਲੇ-ਬਾਹਰਲੇ ਭੇਦ ਜਾਨਣਾ
He knows all the ins and outs of this profession—ਉਹ ਇਸ ਧੰਦੇ ਦੇ ਅੰਦਰਲੇ-ਬਾਹਰਲੇ ਸਾਰੇ ਭੇਦ ਜਾਣਦਾ ਹੈ ।

27. Law and order (ਲੌਂ ਐਂਡ ਆਰਡਰ)—ਅਨੁਸ਼ਾਸਨ ਅਤੇ ਵਿਵਸਥਾ

There can be no democracy without law and order—ਅਨੁਸ਼ਾਸਨ ਅਤੇ ਵਿਵਸਥਾ ਦੇ ਬਗੈਰ ਪਰਜਾਤੰਤਰ ਨਹੀਂ ਚਲ ਸਕਦਾ।

28. Off and on (ਔਫ ਐਂਡ ਔਨ)—ਕਦੀ-ਕਦਾਈਂ।

He comes to your shop off and on—ਉਹ ਤੇਰੀ ਦੁਕਾਨ ਤੇ ਕਦੀ-ਕਦਾਈਂ ਆਉਂਦਾ ਹੈ।

29. Rain or shine (ਰੇਨ ਐਂਡ ਸ਼ਾਇਨ) ਮੀਂਹ ਹੋਵੇ ਭਾਵੇਂ ਧੁੱਪ।

Rain or shine, we must attend to our duties—ਮੀਂਹ ਹੋਵੇ ਭਾਵੇਂ ਕੜਕਦੀ ਧੁੱਪ ਸਾਨੂੰ ਆਪਣਾ ਕੰਮ ਕਰਨਾ ਚਾਹੀਦਾ ਹੈ।

30. Really and truly (ਰਿਅਲੀ ਔਰ ਟਰੂਲੀ)—ਨਿਸ਼ਚਿਤ, ਜ਼ਰੂਰ

Really and truly, I will meet my friend at the bus stop—ਮੈਂ ਆਪਣੇ ਮਿੱਤਰ ਨੂੰ ਬੱਸ ਸਟੌਪ ਤੇ ਸੱਚਮੁਚ ਮਿਲਾਂਗਾ।

31. Tit for tat (ਟਿਟ ਫ਼ਾਰ ਟੈਟ)—ਜੈਸੇ ਨੂੰ ਤੈਸਾ (ਕਰਨਾ)

Tit for tat cannot end a dispute—ਜੈਸੇ ਨੂੰ ਤੈਸਾ ਕਰਨ ਨਾਲ ਝਗੜਾ ਖ਼ਤਮ ਨਹੀਂ ਹੁੰਦਾ।

32. Tittle-tattle (ਟਿਟਲ-ਟੈਟਲ)—ਫੁਸ-ਫੁਸ ਕਰਨਾ

Tittle-tattle does not help anybody; we only kill time—ਫੁਸ-ਫੁਸ ਕਰਨ ਨਾਲ ਕਿਸੇ ਨੂੰ ਕੋਈ ਲਾਭ ਨਹੀਂ ਹੁੰਦਾ, ਕੇਵਲ ਅਸੀਂ ਸਮਾਂ ਬਰਬਾਦ ਕਰਦੇ ਹਾਂ।

33. Ups and downs (ਅਪਸ ਐਂਡ ਡਾਉਨਸ)—ਜ਼ਿੰਦਗੀ ਦੇ ਉਤਾਰ-ਚੜ੍ਹਾਉ

The great men rise through the ups and downs of life—ਮਹਾਨ ਵਿਅਕਤੀ ਜ਼ਿੰਦਗੀ ਦੇ ਉਤਾਰ-ਚੜ੍ਹਾਉ ਵਿਚੋਂ ਗੁਜ਼ਰ ਕੇ ਉੱਚਾ ਉਠਦਾ ਹੈ।

ਅਜਿਹੇ ਸ਼ਬਦ, ਜੋ ਭਰਮ ਪੈਦਾ ਕਰਦੇ ਹਨ
(WORDS WHICH COMMANLY CONFUSE)

ਕਿਸੇ ਭਾਸ਼ਾ ਵਿਚ ਸ਼ਬਦਾਂ ਦਾ ਸਹੀ ਪ੍ਰਯੋਗ ਇਕ ਮੁੱਖ ਗੱਲ ਹੈ। ਇਸ ਦੇ ਲਈ ਲਗਾਤਾਰ ਜਤਨ ਅਤੇ ਅਭਿਆਸ ਦੀ ਜ਼ਰੂਰਤ ਹੈ। ਸਾਨੂੰ ਸ਼ਬਦ ਦਾ ਪ੍ਰਯੋਗ ਕਰਨ ਤੋਂ ਪਹਿਲੇ ਉਸ ਦਾ ਅਰਥ ਆਉਣਾ ਚਾਹੀਦਾ ਹੈ। ਕੁਝ ਸ਼ਬਦ ਵੱਖਰੇ-ਵੱਖਰੇ ਹੁੰਦੇ ਹੋਏ ਵੀ ਸਮਾਨ-ਅਰਥ ਵਾਲੇ ਹੁੰਦੇ ਹਨ। ਐਸੇ ਸ਼ਬਦ ਦਿਤੇ ਜਾ ਰਹੇ ਹਨ ਇਹਨਾਂ ਦੇ ਅਰਥ ਦੇ ਅੰਤਰ ਨੂੰ ਵਾਕਾਂ ਰਾਹੀ ਸਮਝੋ ਅਤੇ ਮਨ ਵਿਚ ਗ੍ਰਹਿਣ ਕਰੋ।

1. admit (ਐਡਮਿਟ)—ਮੰਨ ਲੈਣਾ

confess (ਕਨਫੇ'ਸ)—ਗਲਤੀ ਮੰਨ ਲੈਣਾ

(a) I am ready to *admit* that you are abler than I am—ਮੈਂ ਇਹ ਮੰਨਣ ਲਈ ਤਿਆਰ ਹਾਂ ਕਿ ਤੂੰ ਮੈਥੋਂ ਜ਼ਿਆਦਾ ਯੋਗ ਹੈ।

(b) He *confessed* his guilt before the judge—ਉਸ ਨੇ ਜੱਜ ਦੇ ਸਾਮ੍ਹਣੇ ਆਪਣਾ ਦੋਸ਼ ਮੰਨ ਲਿਆ।

2. among (ਅਮੰਗ)—ਦੋ ਤੋਂ ਵੱਧ ਵਸਤੂਆਂ ਜਾਂ ਵਿਅਕਤੀਆਂ ਵਿਚਕਾਰ

between (ਬਿਟਵੀਨ)—ਦੋ ਵਸਤੂਆਂ ਜਾਂ ਵਿਅਕਤੀਆਂ ਵਿਚਕਾਰ

(a) The property was divided among four children—ਸੰਪੱਤੀ ਨੂੰ ਚਾਰ ਬੱਚਿਆਂ ਵਿਚਕਾਰ ਵੰਡਿਆ ਗਿਆ।

(b) The property was divided *between* two children—ਸੰਪਤੀ ਦੋ ਬੱਚਿਆਂ ਵਿਚ ਵੰਡੀ ਗਈ।

3. amount (ਅਮਾਉਂਟ)—ਅਜਿਹੀ ਸੰਖਿਆ ਜਿਸ ਨੂੰ ਇਕ-ਇਕ ਕਰਕੇ ਨਾ ਗਿਣਿਆ ਜਾ ਸਕੇ।

number (ਨਮਬਰ)—ਜਿਸਨੂੰ ਇਕ-ਇਕ ਕਰਕੇ ਗਿਣਿਆ ਜਾ ਸਕੇ।

(a) A large *amount* of rice was deliver to the store house—ਸਟੋਰ ਨੂੰ ਚਾਵਲ ਦੀ ਕਾਫੀ ਮਾਤਰਾ ਦਿਤੀ ਗਈ।

(b) A large *number* of bags of rice was delivered—ਚਾਵਲ ਦੀ ਬਹੁਤ ਸਾਰੀਆਂ ਬੋਰੀਆਂ ਦਿੱਤੀਆਂ ਗਈਆਂ ।

4. anxious—(ਐਂਕ੍ਸ਼ਸ) ਚਿੰਤਾ ਕਰਨ ਵਾਲਾ ।
eager (ਈਗਰ)—ਰੀਝਵਾਨ ।

(a) We were *anxious* about our first aeroplane flight—ਅਸੀਂ ਆਪਣੀ ਪਹਿਲੀ ਹਵਾਈ ਯਾਤਰਾ ਬਾਰੇ ਬੜੇ ਚਿੰਤਿਤ ਸੀ ।

(b) We are *eager* to fly again—ਅਸੀਂ ਦੁਬਾਰਾ ਹਵਾਈ-ਯਾਤਰਾ ਦੇ ਰੀਝਵਾਨ ਹਾਂ ।

5. apt (ਐਪਟ)—ਆਦਤ ਹੋਣੀ ।
liable (ਲਾਇਬਲ)—ਖ਼ਤਰਾ ਮੁੱਲ ਲੈਣਾ ।

(a) Businessmen are *apt* to dictate letters carelessly—ਵਪਾਰੀਆਂ ਦੀ ਆਦਤ ਹੁੰਦੀ ਹੈ ਕਿ ਲਾਪਰਵਾਹੀ ਨਾਲ ਖ਼ਤ ਲਿਖਵਾਉਂਦੇ ਹਨ ।

(b) A businessman who dictates letters carelessly, is *liable* to lose his customers—ਅਜਿਹਾ ਵਪਾਰੀ ਜੋ ਲਾਪਰ-ਵਾਹੀ ਨਾਲ ਖ਼ਤ ਲਿਖਵਾਉਂਦਾ ਹੈ, ਆਪਣੇ ਗਾਹਕ ਗਵਾ ਲੈਣ ਦਾ ਖ਼ਤਰਾ ਮੁੱਲ ਲੈਂਦਾ ਹੈ ।

6. artisan (ਆਰਟਿਜ਼ਨ)—ਦਸਤਕਾਰ ਦਸਤਕਾਰੀ ਦਾ ਮਾਹਿਰ ।
artist (ਆਰਟਿਸਟ) ਕਲਾਕਾਰ-ਕਲਾ ਵਿਚ ਨਿਪੁੰਨ

(a) That carpenter is a good *artisan*—ਉਹ ਤਰਖਾਣ ਚੰਗਾ ਦਸਤਕਾਰ ਹੈ ।

(b) Kalidas was a supreme *artist*—ਕਾਲਿਦਾਸ ਇਕ ਮਹਾਨਤਮ ਕਲਾਕਾਰ ਸੀ ।

7. as (ਐਜ਼)—ਜਿਹਾ ਯੋਜਕ ਸ਼ਬਦ
like (ਲਾਇਕ)—ਵਰਗਾ ਕਾਰਕ ਚਿਨ੍ਹ

(a) Do *as* I do, not *as* I say—ਕਰੋ ਜੋ ਮੈਂ ਕਰਦਾ ਹਾਂ ਸੋ ਨਹੀਂ ਜੋ ਮੈਂ ਕਹਿੰਦਾ ਹਾਂ ।

(b) Try not to behave *like* a child—ਬੱਚੇ ਦੀ ਤਰ੍ਹਾਂ ਵਿਵਹਾਰ ਨਾ ਕਰਨ ਦਾ ਜਤਨ ਕਰੋ ।

8. audience (ਔਡਿਇਨ੍ਸ)—ਸੁਣਨ ਵਾਲੇ
spectators (ਸਪੇਕ੍ਟੇਟਰ੍ਸ)—ਦਰਸ਼ਕ, ਦੇਖਣ ਵਾਲੇ

(a) The speaker bored the *audience*—ਭਾਸ਼ਣ ਦੇਣ ਵਾਲੇ ਨੇ ਸੁਣਨ ਵਾਲਿਆਂ ਨੂੰ ਉਬਾਇਆ ।

(b) The slow hockey game bored the *spectators*—ਹਾਕੀ ਦੇ ਸੁਸਤ ਖੇਲ ਤੋਂ ਦੇਖਣ ਵਾਲੇ ਤੰਗ ਆ ਗਏ ।

9. better (ਬੈਟਰ)—ਪਹਿਲੇ ਤੋਂ ਕੁਝ ਠੀਕ ।
well (ਵੈਲ)—ਪੂਰੀ ਤਰ੍ਹਾਂ ਠੀਕ ।

(a) She is *better* today than she was a week ago—ਉਹ ਇਕ ਹਫ਼ਤਾ ਪਹਿਲੇ ਨਾਲੋਂ ਕੁਝ ਠੀਕ ਹੈ ।

(b) In a month or two she will be *well*—ਇਕ ਦੋ ਮਹੀਨਿਆਂ ਵਿਚ ਉਹ ਪੂਰੀ ਤਰ੍ਹਾਂ ਠੀਕ ਹੋ ਜਾਵੇਗੀ ।

10. both (ਬੋਥ)—ਦੋਵੇਂ (ਇਹ ਦੋਵੇਂ ਆਪਸ ਵਿਚ ਸੰਬੰਧਤ ਹੁੰਦੇ ਹਨ)
each (ਈਚ)—ਦੋ ਜਾਂ ਦੋ ਨਾਲੋਂ ਵੱਧ ।

(a) *Both* of the sisters are beautiful—ਦੋਵੇਂ ਭੈਣਾਂ ਸੋਹਣੀਆਂ ਹਨ ।

(b) *Each* girl has a new book—ਹਰੇਕ ਕੁੜੀ ਕੋਲ ਨਵੀਂ ਪੁਸਤਕ ਹੈ ।

11. Bring (ਬ੍ਰਿੰਗ)—ਲਿਆਉਣਾ ।
take (ਟੇਕ)—ਲੈ ਜਾਣਾ ।

(a) *Bring* a bread from the bazaar—ਬਾਜ਼ਾਰੋਂ ਇਕ ਡਬਲ ਰੋਟੀ ਲੈ ਆਓ ।

(b) *Take* your breakfast with you when you go to the school—ਜਦੋਂ ਤੁਸੀਂ ਸਕੂਲ ਜਾਓ ਤਾਂ ਆਪਣ ਨਾਸ਼ਤਾ ਨਾਲ ਲੈਂਦੇ ਜਾਓ ।

12. Can (ਕੈਨ)—ਕੁਝ ਕਰਨ ਦੇ ਯੋਗ ਦੇ ਅਰਥ ਵਿਚ ।
may (ਮੇ)—ਆਗਿਆ ਜਾਂ ਅਨੁਮਤੀ ਲੈਣ ਦੇ ਅਰਥ ਵਿਚ ।

(a) She is so weak that she *cannot* walk—ਉਹ ਇੰਨੀ ਕਮਜ਼ੋਰ ਹੈ ਕਿ ਤੁਰ ਨਹੀਂ ਸਕਦੀ ।

(b You *may* not walk on the green grass—ਹਰੀ ਘਾਹ ਉਤੇ ਤੂੰ ਨਹੀਂ ਤੁਰ ਸਕਦੀ (ਅਰਥਾਤ ਤੁਰਨ ਦੀ ਆਗਿਆ ਨਹੀਂ ।

13. climate (ਕ੍ਲਾਇਮੇਟ)—ਮੌਸਮ ਦਾ ਇਕ ਔਸਤ ਅਰਥਾਤ ਆਬੋ-ਹਵਾ
weather (ਵੇਦਰ)—ਮੌਸਮ ਦੀ ਦਿਨ ਪ੍ਰਤੀਦਿਨ ਦੀ ਸਥਿਤੀ ।

(a) I like the *climate* of simla better than that of Dehradun—ਮੈਂ ਦੇਹਰਾਦੂਨ ਦੀ ਆਬੋ-ਹਵਾ ਦੀ ਬਨਿਸਬਤ ਸ਼ਿਮਲੇ ਦੀ ਆਬੋ-ਹਵਾ ਜ਼ਿਆਦਾ ਪਸੰਦ ਕਰਦਾ ਹਾਂ ।

(b) The *weather* was stormy—ਮੌਸਮ ਝੱਖੜ ਭਰਿਆ ਸੀ ।

14. couple (ਕੱਪਲ)—ਦੋ ਭਿੰਨ-ਭਿੰਨ ਚੀਜ਼ਾਂ ਦਾ ਜੋੜਾ ਪਤੀ-ਪਤਨੀ ।
pair (ਪੇਅਰ)—ਦੋ ਇਕੋ ਜਿਹੀਆਂ ਚੀਜ਼ਾਂ ਦਾ ਜੋੜਾ ।
(a) Two *couples* remained on dance floor—ਦੋ ਜੋੜੇ ਨਾਚ ਦੇ ਫ਼ਰਸ਼ ਤੇ ਰਹਿ ਗਏ ।
(b) I have a new *pair* of shoes—ਮੇਰੇ ਕੋਲ ਜੁੱਤੀਆਂ ਦਾ ਇਕ ਨਵਾਂ ਜੋੜਾ ਹੈ ।

15. despise (ਡਿਸਪਾਇਜ਼)—ਘਿਰਣਾ ਕਰਨਾ*
detest (ਡਿਟੇਸਟ)—ਨਾ ਪਸੰਦ ਕਰਨਾ*
(a) Some persons *despise* the poor—ਕੁਝ ਲੋਕ ਗਰੀਬਾਂ ਨਾਲ ਘਿਰਣਾ ਕਰਦੇ ਹਨ ।
(b) I *detest* hot weather—ਮੈਂ ਗਰਮੀ ਦਾ ਮੌਸਮ ਪਸੰਦ ਨਹੀਂ ਕਰਦਾ ।

16. each other (ਈਚ-ਅਦਰ)—ਆਪਸ ਵਿਚ (ਦੋ ਬੰਦਿਆਂ ਵਿਚਕਾਰ)
one other (ਵਨ ਅਦਰ)—ਇਕ ਦੂਜੇ ਵਿਚ (ਦੋ ਤੋਂ ਜ਼ਿਆਦਾ ਲੋਕਾਂ ਵਿਚਕਾਰ ।
(a) Kavita and Savita have known *eachother* for ten years—ਕਵਿਤਾ ਅਤੇ ਸਵਿਤਾ ਆਪਸ ਵਿਚ ਦਸ ਸਾਲਾਂ ਤੋਂ ਪਰਿਚਿਤ ਹਨ ।
(b) These four girls have known *one ano ther* for ten years—ਇਹ ਚਾਰ ਕੁੜੀਆਂ ਇਕ ਦੂਜੇ ਨੂੰ ਦਸ ਸਾਲਾਂ ਤੋਂ ਜਾਣਦੀਆਂ ਹਨ ।

17. former (ਫ਼ਾਰਮਰ)—ਦੋ ਵਿਚੋਂ ਪਹਿਲਾ ।
latter (ਲੇਟਰ)—ਦੋ ਵਿਚੋਂ ਦੂਸਰਾ
(a) The *former* half of the picture was dull—ਫ਼ਿਲਮ ਦਾ ਪਹਿਲਾ ਅੱਧਾ ਭਾਗ ਉਬਾਊ ਸੀ ।
(b) The *latter* half of the film was interesting—ਫ਼ਿਲਮ ਦਾ ਦੂਸਰਾ ਅੱਧਾ ਭਾਗ ਰੋਚਕ ਸੀ ।

18. habit (ਹੈਬਿਟ)—ਵਿਅਕਤੀ ਦਾ ਸੁਭਾਉ ਜਾਂ ਆਦਤ
custom (ਕਸਟਮ)—ਸਮਾਜਕ ਚਲਨ ਜਾਂ ਪ੍ਰਥਾ, ਰਿਵਾਜ ।
(a) He is in the *habit* of gambling—ਉਸ ਨੂੰ ਜੂਆ ਖੇਡਣ ਦੀ ਆਦਤ ਹੈ ।
(b) It is a *custom* among Hindus to burn the dead—ਹਿੰਦੂਆਂ ਵਿਚ ਮੁਰਦੇ ਨੂੰ ਜਲਾਉਣ ਦੀ ਪ੍ਰਥਾ ਹੈ ।

19. If (ਇਫ)—ਸ਼ਰਤ-ਸੂਚਕ ਜੇ ।
whether (ਵੇਦਰ)—ਦੋਹਾਂ ਵਿਚੋਂ ਕਿਹੜਾ, ਭਾਵੇਂ, ਚਾਹੇ ਯੋਜਕ ।
(a) She will get through the examination *if* she works hard—ਜੇ ਉਹ ਸਖ਼ਤ ਮਿਹਨਤ ਕਰੇਗੀ ਤਾਂ ਪਰੀਖਿਆ ਵਿਚ ਪਾਸ ਹੋਵੇਗੀ ।
(b) She asked me *whether* I intended to go to Cinema—ਉਸ (ਔਰਤ) ਨੇ ਮੈਨੂੰ ਪੁੱਛਿਆ ਕਿ ਕੀ ਮੈਂ ਸਿਨੇਮਾ ਜਾਣਾ ਚਾਹੁੰਦਾ ਸੀ ।

20. if it was (ਇਫ਼ ਇਟ ਵਾਜ਼) ਜੇ ਇਹ ਸੀ ।
if it were (ਇਫ਼ ਇਟ ਵਰ) ਜੇ ਇੱਦਾਂ ਹੁੰਦਾ (ਪਰ ਸੀ ਨਹੀਂ)
(a) *If* my shirt was there in the morning, it is there now—ਜੇ ਮੇਰੀ ਕਮੀਜ਼ ਸਵੇਰੇ ਉਥੇ ਸੀ ਤਾਂ ਹੁਣ ਵੀ ਉਥੇ ਹੀ ਹੋਵੇਗੀ ।
(b) If it *were* summer now, we would ali go to simla—ਜੇ ਹੁਣ ਗਰਮੀ ਦਾ ਮੌਸਮ ਹੁੰਦਾ ਤਾਂ ਅਸੀਂ ਸ਼ਿਮਲੇ ਗਏ ਹੁੰਦੇ ।

21. in (ਇਨ)—ਵਿਚ, ਅੰਦਰ (ਇਸ ਦੀ ਕਿਰਿਆ ਵਿਚ ਗਤੀ ਨਹੀਂ ਹੁੰਦੀ)
into (ਇਨਟੂ) ਵਿਚ, ਅੰਦਰ (ਇਸ ਦੀ ਕਿਰਿਆ ਵਿਚ ਗਤੀ ਹੁੰਦੀ ਹੈ)
(a) The papers are *in* my drawer—ਕਾਗ਼ਜ਼ਾਤ ਮੇਰੇ ਦਰਾਜ ਵਿਚ ਹਨ ।
(b) You put the papers *into* my drawer—ਤੂੰ ਮੇਰੇ ਦਰਾਜ਼ ਵਿਚ ਕਾਗ਼ਜ਼ਾਤ ਰਖੇ ।

22. learn (ਲਰਨ)—ਗਿਆਨ ਪ੍ਰਾਪਤ ਕਰਨਾ ਸਿਖਣਾ
teach (ਟੀਚ)—ਗਿਆਨ ਦੇਣਾ ਸਿਖਾਉਣਾ
(a) have *learn* much from this book—ਮੈਂ ਇਸ ਪੁਸਤਕ ਤੋਂ ਬਹੁਤ ਕੁਝ ਸਿਖਿਆ ਹੈ ।
(b) You *taught* me English—ਤੂੰ ਮੈਨੂੰ ਅੰਗਰੇਜ਼ੀ ਸਿਖਾਈ ।

23. leave (ਲੀਵ) ਛੱਡਣਾ (ਇਕ ਮੁਖ ਕਿਰਿਆ)
let (ਲੇਟ)—ਅਨੁਮਤੀ ਦੇਣਾ (ਇਸ ਦੇ ਨਾਲ ਕੋਈ ਨਾ ਕੋਈ ਮੁਖ ਕਿਰਿਆ ਲਗਦਾ ਹੈ ਕਿਉਂਕਿ ਇਹ ਸਹਾਇਕ ਕਿਰਿਆ ਹੈ)
(a) *leave* this room at once—ਇਸ ਕਮਰੇ ਨੂੰ ਫੌਰਨ ਛੱਡ ਦਿਓ ।
(b) *let* me go now—ਹੁਣ ਮੈਨੂੰ ਜਾਣ ਦਿਓ । (ਇਸ ਵਾਕ ਵਿਚ let ਦੇ ਨਾਲ go ਮੁਖ ਕਿਰਿਆ ਆਈ ਹੈ)

---

* ਘਿਰਣਾ ਕਰਨਾ' ਅਤੇ 'ਪਸੰਦ ਨਾ ਕਰਨਾ' ਦੋਵੇਂ ਵੱਖਰੀਆਂ-ਵੱਖਰੀਆਂ ਸਥਿਤੀਆਂ ਹਨ ।
* Poor ਸ਼ਬਦ ਇਕ ਵਚਨ ਅਤੇ ਬਹੁਵਚਨ ਵਿਚ ਇਕੋ ਜਿਹਾ ਰਹਿੰਦਾ ਹੈ ।

24. legible (ਲੇਜਿਬਲ)—ਜੋ ਪੜ੍ਹਿਆ ਜਾ ਸਕੇ ।
readable (ਰੀਡੇ'ਬਲ)—ਜੋ ਪੜ੍ਹਨ ਯੋਗ ਹੋਵੇ ।

(a) Your hand-writing is not *legible*--ਤੇਰੀ ਲਿਖਾਈ ਪੜ੍ਹੀ ਨਹੀਂ ਜਾ ਸਕਦੀ ।

(b) This book is not *readable* because it is obscene--ਇਹ ਪੁਸਤਕ ਪੜ੍ਹਨ ਯੋਗ ਨਹੀਂ ਹੈ ਕਿਉਂਕਿ ਇਹ ਅਸ਼ਲੀਲ ਹੈ ।

25. many (ਮੈਨੀ)--ਬਹੁਤ ਸਾਰੇ (ਸੰਖਿਆ ਵਾਚੀ) ਜਿਵੇਂ :-- ਬਹੁਤ ਸਾਰੇ ਲੋਕ
much (ਮੱਚ)--ਬਹੁਤ ਸਾਰਾ (ਮਿਕਦਾਰ ਵਾਚੀ) ਜਿਵੇਂ :-- ਬਹੁਤ ਸਾਰਾ ਦੁੱਧ

(a) There were *many* students in the class—ਜਮਾਤ ਵਿਚ ਬਹੁਤ ਸਾਰੇ ਵਿਦਿਆਰਥੀ ਸਨ । (ਗਿਣਤੀ)

(b) We have got *much* milk—ਸਾਡੇ ਕੋਲ ਬਹੁਤ ਸਾਰਾ ਦੁੱਧ ਹੈ । (ਮਿਕਦਾਰ)

26. May (ਮੇ) ਸਕਣਾ; ਹੋ ਸਕਣ ਦੇ ਅਰਥ ਵਿਚ । (Present tense) ਵਿਚ ਵਰਤਿਆ ਜਾਂਦਾ ਹੈ ।

(a) I hope that he *may* come today—ਮੈਨੂੰ ਆਸ ਹੈ ਕਿ ਉਹ ਅਜ ਆ ਸਕਦਾ ਹੈ ।

(b) He *might* have come if you had written a letter— ਜੇ ਤੁਸੀਂ ਖ਼ਤ ਲਿਖਿਆ ਹੁੰਦਾ ਤਾਂ ਉਹ ਜ਼ਰੂਰ ਆ ਜਾਂਦਾ ।

27. Patron (ਪੈਟਰੱਨ)—ਸਰਪ੍ਰਸਤ
cutomer (ਕਸਟਮਰ)—ਗਾਹਕ, ਖਰੀਦਦਾਰ ।

(a) The artist thanked his *patrons*, who eagerly waited for his art items—ਕਲਾਕਾਰ ਨੇ ਆਪਣੇ ਸਰਪ੍ਰਸਤਾਂ ਨੂੰ ਧੰਨਵਾਦ ਦਿੱਤਾ ਜੋ ਉਸ ਦੀ ਕਲਾਕ੍ਰਿਤੀ ਦਾ ਇੰਤਜ਼ਾਰ ਕਰਦੇ ਸੀ ।

(b) The shokeeper attended his *customers*—ਦੁਕਾਨਦਾਰ ਨੇ ਆਪਣੇ ਗਾਹਕਾਂ ਨੂੰ ਸੌਦਾ ਦਿੱਤਾ ।

28. people (ਪੀਪੱਲ)—ਲੋਗ (ਵਿਅਕਤੀਆਂ ਦਾ ਸਮੂਹ)
persons (ਪਰਸਨਜ਼)—ਬਹੁਤ ਸਾਰੇ ਬੰਦੇ (ਜੋ ਆਪਸ ਵਿਚ ਵੱਖਰੇ-ਵੱਖਰੇ ਹਨ)

(a) The *people* of India were poor—ਭਾਰਤ ਦੇ ਲੋਕ ਗਰੀਬ ਸਨ ।

(b) Only thirteen *persons* remained in the cinema-hall after the interval—ਇੰਟਰਵਲ ਤੋਂ ਬਾਦ ਕੇਵਲ ਤੇਰ੍ਹਾਂ ਵਿਅਕਤੀ ਸਿਨੇਮਾ ਹਾਲ ਵਿਚ ਰਹਿ ਗਏ ।

29. rob (ਰੋਬ)—ਜ਼ੋਰ ਜ਼ਬਰਦਸਤੀ ਨਾਲ, ਖੋਹ ਲੈਣਾ, ਲੁੱਟ ਲੈਣਾ
steal (ਸਟੀਲ)—ਚੁਰਾਉਣਾ

(a) The robbers usually *rob* wayfarers at night—ਲੁਟੇਰੇ ਅਕਸਰ ਰਾਤ ਵੇਲੇ ਯਾਤਰੀਆਂ ਨੂੰ ਲੁੱਟਦੇ ਹਨ ।

(b) Bad boys *steal* books of their class-fellows—ਬੁਰੇ ਲੜਕੇ ਆਪਣੇ ਜਮਾਤੀਆਂ ਦੀਆਂ ਕਿਤਾਬਾਂ ਚੁਰਾਉਂਦੇ ਹਨ ।

(30) shall (ਸ਼ੈਲ)—ਭਵਿੱਖਤ ਕਾਲ ਦੀਆਂ ਸਹਾਇਕ ਕਿਰਿਆਵਾਂ, ਜਿਵੇ I shall, will (ਵਿਲ) we shall—ਏਸੇ ਤਰ੍ਹਾਂ ਇਹ ਸਹਾਇਕ ਕਿਰਿਆਵਾਂ he, she, it, they, you ਦੇ ਨਾਲ ਵੀ ਵਰਤੀਆਂ ਜਾਂਦੀਆਂ ਹਨ ਜਿਵੇਂ he will, they will ਪਰ ਦ੍ਰਿੜ੍ਹ ਨਿਸ਼ਚਾ ਪਰਗਟ ਕਰਨ ਲਈ shall ਅਤੇ will ਆਪਸ ਵਿਚ ਬਦਲ ਜਾਂਦੇ ਹਨ । ਜਿਵੇਂ :

(a) I *will* reach in time—(ਹਰ ਹਾਲਤ ਵਿਚ) ਪੁੱਜਾਂਗਾ ।

(b) You *shall* not reach in time—ਤੂੰ ਸਮੇਂ ਸਿਰ (ਸ਼ਾਇਦ) ਨਹੀਂ ਪਹੁੰਚੇਗਾ ।

31. state (ਸਟੇਟ)—ਬਾਕਾਇਦਾ ਬਿਆਨ ਦੇਣਾ ।
say (ਸੇ)—ਆਮ ਜਿਹਾ ਕਥਨ ।

(a) Indian ambassador *stated* the terms for a cease-fire agreement—ਭਾਰਤ ਦੇ ਰਾਜਦੂਤ ਨੇ ਲੜਾਈ ਰੋਕਣ ਦੀਆਂ ਸ਼ਰਤਾਂ ਬਿਆਨ ਕੀਤੀਆਂ ।

(b) You *say* that you will not complete the job—ਤੁਸੀਂ ਕਹਿੰਦੇ ਹੋ ਕਿ ਤੁਸੀਂ ਕੰਮ ਪੂਰਾ ਨਹੀਂ ਕਰੋਗੇ ।

32 stay (ਸਟੇ)—ਥੋੜੀ ਦੇਰ ਠਹਿਰਨਾ ।
stop (ਸਟੱਪ)—ਪੂਰੀ ਤਰ੍ਹਾਂ ਠਹਿਰਨਾ ।

(a) we *stayed* at the hotel for two days only—ਅਸੀਂ ਕੇਵਲ ਦੋ ਦਿਨ ਲਈ ਹੋਟਲ ਵਿਚ ਠਹਿਰੇ ।

(b) We *stopped* journey and returned home—ਅਸੀਂ ਆਪਣੀ ਯਾਤਰਾ ਖ਼ਤਮ ਕਰਕੇ ਘਰ ਵਾਪਸ ਆਏ ।

33. (tender)—ਬਾਕਾਇਦਾ ਤੌਰ ਤੇ ਪੇਸ਼ ਕਰਨਾ ਜਾਂ ਦੇਣਾ।
give (ਗਿਵ)—ਆਪਣੀ ਇੱਛਾ ਨਾਲ ਦੇਣਾ ਜਾਂ ਦਾਨ ਕਰਨਾ।
(a) The discredited official *tendered* his resignation—ਆਲੋਚਨਾ ਦੇ ਸ਼ਿਕਾਰ ਪਦਾਧਿਕਾਰੀ ਨੇ ਆਪਣਾ ਤਿਆਗ-ਪੱਤਰ ਪੇਸ਼ ਕੀਤਾ।
(b) He *gave* testimony readily before the Jury—ਉਸ ਨੇ ਜਜਾਂ ਦੇ ਸਾਮ੍ਹਣੇ ਆਪਣੀ ਇੱਛਾ ਨਾਲ ਪਰਮਾਣ ਪੇਸ਼ ਕੀਤੇ।

34. testimony (ਟੇਸਟੀਮੌਨੀ)—ਕੇਵਲ ਜ਼ਬਾਨੀ ਦਿੱਤੀ ਗਈ ਸੂਚਨਾ, ਗਵਾਹੀ
evidence (ਐਵਿਡੇਂਸ)—ਕੇਵਲ ਜ਼ਬਾਨੀ ਜਾਂ ਲਿਖਿਤ ਦਿਤਾ ਗਿਆ ਪਰਮਾਣ।
(a) He gave *testimony* readily to the jury—ਉਸ ਨੇ ਜਜਾਂ ਦੇ ਸਾਮ੍ਹਣੇ ਆਪਣੀ ਮਰਜ਼ੀ ਨਾਲ ਪਰਮਾਣ ਪੇਸ਼ ਕੀਤੇ।
(b) The defendant presented written *evidence* to prove that she was not present at the scene--ਪ੍ਰਤਿਵਾਦੀ ਨੇ ਲਿਖਤ ਪਰਮਾਣ ਪੇਸ਼ ਕੀਤਾ ਕਿ ਘਟਨਾ ਵਾਪਰਨ ਦੇ ਸਮੇਂ ਉਹ ਉਥੇ ਨਹੀਂ ਸੀ।

35. win (ਵਿਨ)—ਖੇਡ ਵਿਚ ਜਿੱਤਣ ਵਾਲਾ।
beat (ਬੀਟ)—ਦੂਜੇ ਖਿਲਾੜੀ ਨੂੰ ਹਰਾਉਣਾ।
(a) Hurrah ! we *won* the match—ਆਹ ਹਾ ! ਅਸੀਂ ਮੈਚ ਜਿੱਤ ਲਿਆ।
(b) I *beat* you in play cards—ਮੈਂ ਤਾਸ਼ ਵਿਚ ਤੈਨੂੰ ਹਰਾ ਦਿੰਦਾ ਹਾਂ।

ਅੰਗ੍ਰੇਜ਼ੀ ਵਿਚ ਬਹੁਤ ਸਾਰੇ ਸ਼ਬਦ ਅਜਿਹੇ ਵੀ ਹਨ ਜਿਹਨਾਂ ਦੀ ਧੁਨੀ ਤਾਂ ਇਕ ਦੂਜੇ ਨਾਲ ਮਿਲਦੀ ਹੈ ਪਰ ਉਹਨਾਂ ਦੇ ਅਰਥ ਵੱਖਰੇ-ਵੱਖਰੇ ਹੁੰਦੇ ਹਨ। ਇਹਨਾਂ ਸ਼ਬਦਾਂ ਵਿਚ ਕਈ ਵਾਰੀ ਚੰਗੇ ਪੜ੍ਹੇ ਲਿਖੇ ਵੀ ਗ਼ਲਤੀ ਕਰ ਜਾਂਦੇ ਹਨ। ਇਸ ਲਈ ਇਹਨਾਂ ਸ਼ਬਦਾਂ ਦੇ ਅਰਥ-ਭੇਦ ਨੂੰ ਧਿਆਨ ਨਾਲ ਸਮਝੋ ਅਤੇ ਮਨ ਵਿਚ ਬਿਠਾਓ।

36. accept (ਐਕਸੇਪਟ)—ਸ੍ਵੀਕਾਰ ਕਰਨਾ (*verb*)
except (ਐਕਸੇਪਟ)—ਛੱਡ ਕੇ (*prep.*)
(a) He *accepted* my advice in this matter—ਉਸ ਨੇ ਇਸ ਬਾਰੇ ਮੇਰੀ ਸਲਾਹ ਮੰਨ ਲਈ।
(b) All the staff *except* juniors has been called—ਛੋਟੇ ਕਰਮਚਾਰੀਆਂ ਨੂੰ ਛੱਡ ਕੇ ਸਾਰੇ ਕਰਮਚਾਰੀ ਬੁਲਾਏ ਗਏ ਹਨ।

37. access (ਐਕਸੇਸ)—ਪਹੁੰਚ ਜਾਂ ਅੱਪੜ (*noun*)
excess (ਇਕਸੇ'ਸ)—ਅਧਿਕਤਾ (*noun*)
(a) He was a poor fellow and had no *access* the higher authorities—ਉਹ ਇਕ ਗਰੀਬ ਆਦਮੀ ਸੀ ਅਤੇ ਵੱਡੇ ਅਧਿਕਾਰੀਆਂ ਤਕ ਉਸ ਦੀ ਪਹੁੰਚ ਨਹੀਂ ਸੀ।
(b) *Excess* of money is responsible for many evils--ਧੰਨ ਦੀ ਅਧਿਕਤਾ ਕਈ ਬੁਰਾਈਆਂ ਦਾ ਕਾਰਣ ਹੁੰਦੀ ਹੈ।

38. adapt (ਅਡੈਪਟ)--ਅਨੁਕੂਲ ਬਣਾਉਣਾ ਜਾਂ ਨਵਾਂ ਰੂਪ ਦੇਣਾ (*verb*)
adopt (ਅਡੌਪਟ) ਅਪਨਾ ਲੈਣਾ (*verb*)
(a) One must learn to *adapt* one self to circumstances—ਬੰਦੇ ਨੂੰ ਆਪਣੇ-ਆਪ ਨੂੰ ਹਾਲਾਤ ਦੇ ਮੁਤਾਬਕ ਢਾਲਣਾ ਸਿੱਖਣਾ ਹੋਵੇਗਾ।
(b) He *adopted* teaching as his profession --ਉਸ ਨੇ ਅਧਿਆਪਨ ਨੂੰ ਧੰਦੇ ਦੇ ਰੂਪ ਵਿਚ ਅਪਨਾਇਆ।

39. addition (ਐਡੀਸ਼ਨ)--ਜੋੜਨਾ ਵਧਾਉਣਾ।
edition (ਐਡੀਸ਼ਨ)--ਪੁਸਤਕ ਦਾ ਛਪਣਾ (ਪਹਿਲੀ ਵਾਰ, ਦੂਜੀ ਵਾਰ)
(a) Some alterations and *additions* have been done in this book--ਇਸ ਪੁਸਤਕ ਵਿਚ ਕੁਛ ਪਰਿਵਰਤਨ ਅਤੇ ਵਾਧਾ ਵੀ ਕੀਤਾ ਗਿਆ ਹੈ।
(b) Third and latest *edition* of the Bhagavad Gita has been published --ਭਗਵਦ ਗੀਤਾ ਦਾ ਤੀਸਰਾ ਅਤੇ ਸਭ ਤੋਂ ਨਵਾਂ ਸੰਸਕਰਣ ਜਾਰੀ ਕੀਤਾ ਗਿਆ ਹੈ।

40. adverse (ਐਡਵਰਸ)—ਉਲਟ, ਪ੍ਰਤਿਕੂਲ
averse (ਐਵਰਸ)--ਕਿਸੇ ਕੰਮ ਨੂੰ ਕਰਨ ਵਿਚ ਅਰੁਚੀ, ਬੇਜ਼ਾਰ

(a) You took the *adverse* decision because you have no good taste—ਤੂੰ ਪ੍ਰਤਿਕੂਲ ਫ਼ੈਸਲਾ ਕੀਤਾ ਕਿਉਂਕਿ ਤੇਰੀ ਰੁਚੀ ਅੱਛੀ ਨਹੀਂ ਹੈ।

(b) In modern time, mostly students are *averse* to hard work—ਆਧੁਨਿਕ ਸਮੇਂ ਵਿਚ ਜ਼ਿਆਦਾਤਰ ਵਿਦਿਆਰਥੀ ਕਠਿਨ ਮਿਹਨਤ ਕਰਨ ਤੋਂ ਬਚਦੇ ਹਨ।

41. affect (ਅਫੈਕਟ)—ਅਸਰ ਕਰਨਾ, ਪ੍ਰਭਾਵਿਤ ਕਰਨਾ (*verb*)
effect (ਇਫੈਕਟ) ਨਤੀਜਾ, ਉਦੇਸ਼ (*noun*)
effect (ਇਫੈਕਟ) ਲਾਗੂ ਕਰਨਾ (*verb*)

(a) your manners must *affect* your future—ਤੇਰਾ ਆਚਾਰ-ਵਿਵਹਾਰ ਤੇਰੇ ਭਵਿੱਖ ਨੂੰ ਪ੍ਰਭਾਵਿਤ ਕਰਦਾ ਹੈ।

(b) His speech produced no *effect* on the audience—ਉਸ ਦੇ ਭਾਸ਼ਣ ਦਾ ਸੁਣਨ ਵਾਲਿਆਂ ਉਤੇ ਕੋਈ ਅਸਰ ਨਾ ਹੋਇਆ।

(c) The new principal effected many changes in the school—ਨਵੇਂ ਪ੍ਰਿੰਸੀਪਲ ਨੇ ਸਕੂਲ ਵਿਚ ਕਈ ਨਵੇਂ ਪਰੀਵਰਤਨ ਲਾਗੂ ਕੀਤੇ।

42. all ready (ਆਲ ਰੇ'ਡੀ)—ਸਾਰੇ ਲੋਕ ਤਿਆਰ ਸਭੋ ਕੁਝ ਤਿਆਰ।
already (ਆਲਰੇ'ਡੀ)—ਪਹਿਲੇ ਹੀ।

(a) We were *all ready* to quit when the class-teacher arrived—ਜਦੋਂ ਕਲਾਸ-ਟੀਚਰ ਪਹੁੰਚਿਆ ਤਾਂ ਅਸੀਂ ਸਾਰੇ ਜਾਣ ਨੂੰ ਤਿਆਰ ਸੀ।

(b) We had *already* begun writing when the class-teacher arrived—ਕਲਾਸ ਟੀਚਰ ਦੇ ਪਹੁੰਚਣ ਤੋਂ ਪਹਿਲੇ ਹੀ ਅਸੀਂ ਲਿਖਣਾ ਸ਼ੁਰੂ ਕਰ ਦਿੱਤਾ ਸੀ।

43. All together (ਆਲ ਟੁਗੈਦਰ)—ਸਾਰੇ ਲੋਕ ਮਿਲ ਕੇ।
Altogether (ਆਲ ਟੁਗੈਦਰ)—ਪੂਰੀ ਤਰ੍ਹਾਂ।

(a) The boys and girls sand *all together*—ਸਾਰੇ ਮੁੰਡਿਆਂ ਅਤੇ ਕੁੜੀਆਂ ਨੇ ਮਿਲ ਕੇ ਗਾਇਆ।

(b) This was *altogether* strange for a person of my type ਮੇਰੇ ਵਰਗੇ ਬੰਦੇ ਲਈ ਇਹ ਗੱਲ ਪੂਰੀ ਤਰ੍ਹਾਂ ਅਜੀਬ ਸੀ।

44. all ways (ਆਲਵੇਜ਼)—ਸਭ ਤਰ੍ਹਾਂ ਨਾਲ।
always (ਆਲਵੇਜ਼)—ਸਦਾ, ਹਮੇਸ਼ਾਂ।

(a) The scheme was in *all ways* acceptable to the masses—ਯੋਜਨਾ ਸਭ ਤਰ੍ਹਾਂ ਆਮ ਜਨਤਾ ਨੂੰ ਪਰਵਾਨ ਸੀ।

(b) *Always* remember what you want to do—ਜੋ ਤੁਸੀਂ ਕਰਨਾ ਚਾਹੁੰਦੇ ਹੋ ਸਦਾ ਯਾਦ ਰਖੋ।

45. altar (ਆਲਟਰ)—ਪੂਜਾ ਦੀ ਬੇਦੀ (*noun*)
alter (ਆਲਟਰ)—ਬਦਲਣਾ (*verb*)

(a) He knelt down before the *altar* and took a vow not to touch wine all his life—ਉਹ ਪੂਜਾ ਦੀ ਬੇਦੀ ਦੇ ਸਾਹਮਣੇ ਝੁਕਿਆ ਅਤੇ ਉਸ ਨੇ ਸੌਂਹ ਚੁਕੀ ਕਿ ਉਹ ਜੀਵਨ ਭਰ ਸ਼ਰਾਬ ਨੂੰ ਹੱਥ ਨਹੀਂ ਲਾਵੇਗਾ।

(b) I cannot *alter* my plans now—ਹੁਣ ਮੈਂ ਆਪਣੀਆਂ ਯੋਜਨਾਵਾਂ ਬਦਲ ਨਹੀਂ ਸਕਦਾ।

46. amend (ਅਮੇਂਡ)—ਤਰਮੀਮ ਕਰਨਾ। (*verb*)
emend (ਇਮੇਂਡ)—ਸੋਧਣਾ। (*verb*)

(a) *Amend* your mistakes when and where you find—ਆਪਣੀਆਂ ਗਲਤੀਆਂ ਨੂੰ ਜਦੋਂ ਜਿਥੇ ਦੇਖੋ ਸੁਧਾਰ ਲਉ।

(b) Before publication, first part of the book had to be *emended*—ਪ੍ਰਕਾਸ਼ਨ ਤੋਂ ਪਹਿਲੇ ਪੁਸਤਕ ਦਾ ਪਹਿਲਾ ਭਾਗ ਸੋਧਿਆ ਜਾਣਾ ਸੀ।

47. Alternate (ਆਲਟਰਨੇਟ)—ਇਕ ਦਿਨ ਛੱਡ ਕੇ (*adjective*)
Alternative (ਆਲਟਰਨੇਟਿਵ)—ਵਿਕਲਪ ਜਾਂ ਦੂਜੀ ਸੂਰਤ, ਚਾਰਾ (*noun*)

(a) The doctor comes to see on every *alternate* day—ਡਾਕਟਰ ਇਕ ਦਿਨ ਛੱਡ ਕੇ ਉਸ ਨੂੰ ਦੇਖਣ ਆਉਂਦਾ ਹੈ।

(b) There was no other *alternative*, so I agreed to the terms—ਹੋਰ ਕੋਈ ਚਾਰਾ ਨਹੀਂ ਸੀ, ਇਸ ਲਈ ਮੈਂ ਸ਼ਰਤਾਂ ਮਨਜ਼ੂਰ ਕਰ ਲਈਆਂ।

48. bazaar (ਬਾਜ਼ਾਰ)—ਮਾਰਕਿਟ ਜਿਥੇ ਵਸਤੂਆਂ ਖਰੀਦੀਆਂ ਅਤੇ ਵੇਚੀਆਂ ਜਾਂਦੀਆਂ ਹੋਣ। (*noun*)
bizarre (ਬਿਜ਼ਾਰੇ)—ਭੱਦਾ ਜਾਂ ਘਟੀਆ, ਊਟ ਪਟਾਂਗ (*adjective*)

(a) She went to *bazaar* for shopping—ਉਹ ਚੀਜ਼ਾਂ ਖਰੀਦਣ ਲਈ ਬਜ਼ਾਰ ਗਈ।

(b) She dresses in a *bizarre* manner—ਉਹ ਊਟਪਟਾਂਗ ਕਪੜੇ ਪਾਉਂਦੀ ਹੈ।

49. berth (ਬਰਥ) ਸਾਉਣ ਜਾਂ ਬੈਠਣ ਦੀ ਜਗ੍ਹਾ (*noun*)
birth (ਬਰਥ)—ਜਨਮ (*noun*)

(a) She got a *berth* reserved for herself in the Kalka Mail—ਉਸ ਨੇ ਕਾਲਕਾ ਮੇਲ ਵਿਚ ਆਪਣੇ ਲਈ ਜਗ੍ਹਾ ਬੁੱਕ ਕਰਾਈ।

(b) What is your date of *birth* ?–
ਤੇਰੀ ਜਨਮ ਤਿਥੀ ਕੀ ਹੈ ?

50. beside (ਬਿਸਾਇਡ)—ਕੋਲ, ਨੇੜੇ ।
besides (ਬਿਸਾਇਡਜ਼)—ਦੇ ਇਲਾਵਾ ।
(a) His house is *beside* the post-office—ਉਸ ਦਾ ਮਕਾਨ ਡਾਕਖ਼ਾਨੇ ਦੇ ਕੋਲ ਹੈ ।
(b) The agents get commission *besides* their salary—ਪ੍ਰਤੀਨਿਧੀ ਆਪਣੀ ਤਨਖਾਹ ਤੋਂ ਇਲਾਵਾ ਕਮੀਸ਼ਨ ਵੀ ਲੈਂਦੇ ਹਨ ।

51. born (ਬੋਰਨ)—ਪੈਦਾ ਹੋਣਾ (*verb*)
borne (ਬੋਰਨ)—ਉਠਾਉਣਾ (*verb*)
(a) When I was *born* I don't know—ਮੈਂ ਕਦੋਂ ਪੈਦਾ ਹੋਇਆ ਮੈਂ ਨਹੀਂ ਜਾਣਦਾ ।
(b) We have *borne* our burdens with patience—ਅਸੀਂ ਆਪਣੇ ਬੋਝ (ਫ਼ਰਜ਼) ਬੜੇ ਸਬਰ ਨਾਲ ਚੁਕੇ ।

52. breath (ਬ੍ਰੇਥ)—ਸਾਹ (*noun*)
breathe (ਬ੍ਰੀਦ)—ਸਾਹ ਲੈਣਾ (*verb*)
breadth (ਬ੍ਰੇਡਥ)—ਚੌੜਾਈ (*noun*)
(a) Before you dive it, take a deep *breath*—ਗੋਤਾ ਮਾਰਨ ਤੋਂ ਪਹਿਲੇ ਇਕ ਲੰਮਾ ਸਾਹ ਲਓ ।
(b) It is difficult to *breathe* in the store room—ਸਟੋਰ ਦੇ ਕਮਰੇ ਵਿਚ ਸਾਹ ਲੈਣਾ ਕਠਿਨ ਹੈ ।
(c) In a square, the *breadth* should be equal to the length—ਚੌਕੋਰ ਵਿਚ ਚੌੜਾਈ ਲੰਬਾਈ ਦਾ ਸਮਾਨ ਹੋਣਾ ਚਾਹੀਦਾ ਹੈ ।

53. cease (ਸੀਜ਼)—ਬੰਦ ਕਰਨਾ, ਰੋਕਣਾ (*verb*)
seize (ਸੀਜ਼)—ਬਰਾਮਦ ਹੋਣਾ (*verb*)
(a) Please *cease* making noice—ਕਿਰਪਾ ਕਰਕੇ ਸ਼ੋਰ ਬੰਦ ਕਰੋ ।
(b) The policeman *seized* the stolen articles—ਸਿਪਾਹੀ ਨੇ ਚੋਰੀ ਦਾ ਮਾਲ ਬਰਾਮਦ ਕਰ ਲਿਆ ।

54. cent (ਸੇਂਟ)—ਇਕ ਸਿੱਕਾ (*noun*)
scent (ਸੇਂਟ)—ਬੋ, ਮਹਿਕ (*noun*)
(a) *Cent* is a little coin of America—ਸੇਂਟ ਅਮਰੀਕਾ ਦਾ ਛੋਟਾ ਸਿੱਕਾ ਹੈ ।
(b) the *scent* of flowers is very pleasing—ਫ਼ੁੱਲਾਂ ਦੀ ਮਹਿਕ ਬੜੀ ਸੁੱਖ ਦੇਣ ਵਾਲੀ ਹੈ।

55. childish (ਚਾਇਲਡਿਸ਼)—ਬਚਕਾਨਾ, ਬੱਚਿਆਂ ਵਰਗਾ ।
childlike (ਚਾਇਲਡ ਲਾਇਕ)—ਭੋਲਾ-ਭਾਲਾ (ਸੁਭਾਉ ਚੰਗੇ ਅਰਥ ਵਿਚ)
(a) You have *childish* habits and are not yet mature—ਤੇਰੇ ਵਿਚ ਬਚਕਾਨੀਆਂ ਆਦਤਾਂ ਹਨ, ਅਜੇ ਤੂੰ ਸਿਆਣਾ ਨਹੀਂ ਹੋਇਆ ।
(b) We like his *childlike* habits—ਅਸੀਂ ਉਸ ਦੀਆਂ ਭੋਲੀਆਂ-ਭਾਲੀਆਂ ਆਦਤਾਂ ਨੂੰ ਪਸੰਦ ਕਰਦੇ ਹਾਂ ।

56. choose (ਚੂਜ਼)—ਚੁਨਣਾ ਜਾਂ ਚੋਣ ਕਰਨੀ (*verb*)
chose (ਚੋਜ਼)—choose ਕਿਰਿਆ ਦਾ ਭੂਤਕਾਲਿਕ ਰੂਪ ਅਰਥਾਤ ਚੁਣਿਆ ।
(a) *Choose* what you want—ਚੁਣ ਲਓ ਜੋ ਤੁਸੀਂ ਚਾਹੁੰਦੇ ਹੋ ।
(b) I finally *chose* singing for a career—ਮੈਂ ਅੰਤਮ ਰੂਪ ਵਿਚ ਸੰਗੀਤ ਨੂੰ ਪੇਸ਼ੇ ਦੇ ਰੂਪ ਵਿਚ ਚੁਣ ਲਿਆ ।

57. cite (ਸਾਇਟ)—ਉਦਾਹਰਣ ਦੇਣਾ (*verb*)
sight (ਸਾਇਟ)—ਨਜ਼ਾਰਾ (*noun*)
site (ਸਾਇਟ)—ਸਥਾਨ (*noun*)
(a) He was fond of *citing* from the Ramayana—ਉਹ ਰਾਮਾਇਣ ਤੋਂ ਉਦਾਹਰਣ ਦੇਣ ਦਾ ਸ਼ੁਕੀਨ ਸੀ ।
(b) The *sight* of Kutub Minar is worth seing—ਕੁਤਬਮੀਨਾਰ ਦਾ ਨਜ਼ਾਰਾ ਦੇਖਣ ਯੋਗ ਸੀ ।
(c) His father is seeking a *site* for his new shop—ਉਸ ਦੇ ਪਿਤਾ ਆਪਣੀ ਨਵੀਂ ਦੁਕਾਨ ਲਈ ਸਥਾਨ ਲਭ ਰਹੇ ਹਨ ।

58. comic (ਕੌਮਿਕ)—ਮਜ਼ਾਕੀਆ ਹਸਾਉਣ ਵਾਲਾ (*adjective*)
comical (ਕੌਮਿਕਲ)—ਭੱਦਾ ਫੁਹੜ, ਬਿਨਾਂ ਜਤਨ ਦੇ ਬਣਿਆ ਹਸਾਉਣ ਵਾਲਾ ਰੂਪ (*adjective*)
(a) A clown is a *comic* figure—ਜੋਕਰ ਇਕ ਮਜ਼ਾਕੀਆ ਹੁੰਦਾ ਹੈ ।
(b) The peculiar dress she wore gave her a *comical* appearance—ਇਕ ਅਜੀਬ ਤਰ੍ਹਾਂ ਦੇ ਕਪੜੇ ਪਾ ਕੇ ਉਸ ਦਾ ਰੂਪ ਫ਼ੁਹੜ ਹੋ ਗਿਆ ।

59. complement (ਕਮਪ੍ਲੀਮੇਂਟ)—ਪੂਰਾ ਕਰਨ ਵਾਲਾ ਹਿੱਸਾ (*noun*)
compliment (ਕਮਪ੍ਲੀਮੇਂਟ)—ਸਤਿਕਾਰ (*noun*)
(a) Her husband's wit was *complement* to her beauty—ਉਸ ਦੇ ਪਤੀ ਦੀ ਬੁੱਧੀ ਉਸ ਦੀ (ਪਤਨੀ ਦੀ) ਸੁੰਦਰਤਾ ਦੀ ਪੂਰਕ ਸੀ ।

(b) Please pay my *Compliment* to your father--ਕਿਰਪਾ ਕਰਕੇ ਆਪਣੇ ਪਿਤਾ ਜੀ ਨੂੰ ਮੇਰਾ ਸਤਿਕਾਰ ਦੇਣਾ ।

60. consistently (ਕੱਨਸਿਸਟੇਂਟ੍ਲੀ)--'ਦੇ ਅਨੁਸਾਰ' (*adverb*)

consistantly (ਕੱਨਸਿਸਟੇਂਟ੍ਲੀ) — ਲਗਾਤਾਰ ਨਿਰੰਤਰ । (*adverb*)

(a) If you want to give advice to others, act *consistently* with that advice-- ਜੇ ਤੁਸੀਂ ਦੂਜਿਆਂ ਨੂੰ ਉਪਦੇਸ਼ ਦੇਣਾ ਚਾਹੁੰਦੇ ਹੋ ਤਾਂ ਉਸ ਉਪਦੇਸ਼ ਦੇ ਅਨੁਸਾਰ ਅਮਲ ਕਰੋ ।

(b) Doctors *constantly* warm against smoking--ਡਾਕਟਰ ਨੇ ਤਮਾਕੂ ਪੀਣ ਵਿਰੁਧ ਲਗਾਤਾਰ ਚਿਤਾਉਣੀ ਦਿੱਤੀ ।

61. continual (ਕੱਾਨ੍ਟਿਨੁਅਲ)--ਥੋੜਾ ਰੁਕ-ਰੁਕ ਕੇ, ਬਾਰ-ਬਾਰ (*adjective*)

continuous (ਕੱਾਨ੍ਟਿਨੁਅਸ)--ਲਗਾਤਾਰ (*adjective*)

(a) the teacher gave the class *continual* warning--ਅਧਿਆਪਕ ਨੇ ਜਮਾਤ ਨੂੰ ਬਾਰ-ਬਾਰ ਚਿਤਾਉਣੀ ਦਿੱਤੀ ।

(b) We had *continuous* rain yesterday for many hours—ਕੱਲ ਸਾਡੇ ਵੱਲ ਕਈ ਘੰਟੇ ਲਗਾਤਾਰ ਮੀਂਹ ਪੈਂਦਾ ਰਿਹਾ ।

62. credible (ਕ੍ਰੇਡਿਬਲ)--ਵਿਸ਼ਵਾਸ ਯੋਗ, ਭਰੋਸੇ ਯੋਗ । (*adjective*)

creditable (ਕ੍ਰੇ'ਡਿਟੇਬਲ)--ਪ੍ਰਸ਼ੰਸਾ ਦੇ ਯੋਗ । (*adjective*)

credulous (ਕ੍ਰੇ'ਡੁਲਸ)--ਜਲਦੀ ਭਰੋਸਾ ਕਰ ਲੈਣ ਵਾਲਾ । (*adjective*)

(a). The story does not appear *credible* —ਕਹਾਣੀ ਵਿਸ਼ਵਾਸ ਦੇ ਯੋਗ ਨਹੀਂ ਲਗਦੀ ।

(b) His success in the examination is *creditable*—ਪਰੀਖਿਆ ਵਿਚ ਉਸ ਦੀ ਸਫਲਤਾ ਪ੍ਰਸ਼ੰਸਾ ਦੇ ਯੋਗ ਹੈ ।

(c) Shiela is very *credulous.* She believes in what she is told—ਸ਼ੀਲਾ ਬੜੀ ਛੋਹਲੀ ਭਰੋਸਾ ਕਰਨ ਵਾਲੀ ਹੈ । ਉਸ ਨੂੰ ਜੋ ਕਿਹਾ ਜਾਏ ਉਸੇ ਤੇ ਵਿਸ਼ਵਾਸ ਕਰ ਲੈਂਦੀ ਹੈ ।

63. decease (ਡਿਸੀਜ਼)--ਮੌਤ (*noun*)

disease (ਡਿਜ਼ੀਜ਼)--ਬੀਮਾਰੀ (*noun*)

(a) The government announced the decease of Lal Bahadur Shastri--ਸਰਕਾਰ ਨੇ ਲਾਲ ਬਹਾਦੁਰ ਸ਼ਾਸਤ੍ਰੀ ਦੀ ਮੌਤ ਦਾ ਐਲਾਨ ਕੀਤਾ ।

(b) Cholera is a deadly disease—ਹੈਜ਼ਾ ਇਕ ਭਿਆਨਕ ਰੋਗ ਹੈ ।

64. deference (ਡਿਫ਼ਰੇਂਸ)--ਸਨਮਾਨ (*noun*)

difference (ਡਿਫ਼ਰੇਂਸ)--ਅੰਤਰ (*noun*)

(a) In *deference* to his father's memory, we did not play yesterday--ਉਸ ਦੇ ਪਿਤਾ ਦੀ ਯਾਦ ਦੇ ਸਨਮਾਨ ਵਜੋਂ ਅਸੀਂ ਕਲ੍ਹ ਨਹੀਂ ਖੇਡੇ ।

(b) There is *difference* of opinion on this subject--ਇਸ ਵਿਸ਼ੇ ਤੇ ਵਿਚਾਰਾਂ ਵਿਚ ਅੰਤਰ ਹੈ ।

65. desert (ਡੈਜ਼ਰ੍ਟ)--ਮਾਰੂਥਲ, ਰੇਗਿਸਤਾਨ (*noun*)

desert (ਡਿਜ਼ਰ੍ਟ)--ਛੱਡਣਾ (*verb*)

dessert (ਡਿਜ਼ਰ੍ਟ)--ਭੋਜਨ ਤੋਂ ਬਾਦ ਪਰੋਸੇ ਗਏ ਫ਼ਲ ਜਾਂ ਮਿਠਾਈ ।

(a) Rajasthan is a *desert*--ਰਾਜਸਥਾਨ ਇਕ ਮਾਰੂਥਲ ਹੈ ।

(b) An ideal husband must not *desert* his wife--ਇਕ ਆਦਰਸ਼ ਪਤੀ ਨੂੰ ਆਪਣੀ ਪਤਨੀ ਨਹੀਂ ਛੱਡਣੀ ਚਾਹੀਦੀ ।

(c) The party was served with apples and fruit-cream as *dessert*--ਪਾਰਟੀ ਨੂੰ ਭੋਜਨ ਤੋਂ ਬਾਦ ਖਾਣ ਲਈ ਸੇਬ ਅਤੇ ਫਰੂਟ-ਕ੍ਰੀਮ ਦਿਤੀ ਗਈ ।

66. disinterested (ਡਿਸ'ਇਨ੍ਟੇਰੇਸ੍ਟਿਡ)--ਸੁਆਰਥ-ਹੀਣ, ਨਿਰਪੱਖ । (*adjective*)

uninterested (ਅਨ'ਇਟਰੇਸ੍ਟਿਡ)-- ਰੁਚੀਹੀਣ, ਜਿਸ ਨੂੰ ਰੁਚੀ ਨਾ ਹੋਵੇ (*adjective*)

(a) The judge must always be a *disinterested* party in a trial--ਕਿਸੇ ਵਿਵਾਦ ਵਿਚ ਜੱਜ ਨੂੰ ਹਮੇਸ਼ਾਂ ਨਿਰਪੱਖ ਰਹਿਣਾ ਚਾਹੀਦਾ ਹੈ ।

(b) I am *uninterested* in games, so I returned home early--ਮੇਰੀ ਖੇਡਾਂ ਵਿਚ ਰੁਚੀ ਨਹੀਂ ਹੈ ਸੋ ਮੈਂ ਜਲਦੀ ਘਰ ਵਾਪਸ ਆ ਗਿਆ ।

67. dual (ਡੁਅਲ)-- ਦੋਗਲਾ, ਦੋ ਤਰ੍ਹਾਂ ਦਾ (*adjective*)

duel (ਡੁਏ'ਲ)--ਦੋ ਬੰਦਿਆ ਦਾ ਘੋਲ (*noun*)

(a) Some persons have *dual* personality. They say some thing and do another--ਕੁਝ ਲੋਕਾਂ ਦੀ ਸ਼ਖਸੀਅਤ ਦੋਗਲੀ ਹੁੰਦੀ ਹੈ । ਉਹ ਕਹਿੰਦੇ ਕੁਝ ਤੇ ਕਰਦੇ ਕੁ

(b) They fought a *dule* and one person was fatally injure‌d--ਉਹਨਾਂ ਦੋਹਾਂ ਨੇ ਘੋਲ ਕੀਤਾ ਅਤੇ ਇਕ ਵਿਅਕਤੀ ਬੁਰੀ ਤਰ੍ਹਾਂ ਜ਼ਖ਼ਮੀ ਹੋ ਗਿਆ।

68. eligible (ਅਲਿਜੀਬਲ)--ਚੁਣਿਆ ਜਾਣ ਯੋਗ (*adjective*)
illegible (ਇਲੇਜਿਬਲ)--ਜੋ ਪੜ੍ਹਿਆ ਨਾ ਸਕੇ। (*adjective*)
(a) Only a graduate is *eligible* for this post--ਕੇਵਲ ਬੀ.ਏ. ਪਾਸ ਵਿਅਕਤੀ ਹੀ ਇਸ ਪਦ ਲਈ ਚੁਣੇ ਜਾਣ ਯੋਗ ਹਨ।
(b) Your hand-writing is *illegible*--ਤੇਰਾ ਹੱਥ-ਲੇਖ ਪੜ੍ਹਿਆ ਨਹੀਂ ਜਾ ਸਕਦਾ।

69. expand (ਇਕ੍ਸਪੈਂਡ)--ਫੈਲਣਾ ਵਧਾਉਣਾ (*verb*)
expend (ਇਕ੍ਸਪੇਂਡ)--ਖਰਚ ਕਰਨਾ (*verb*)
(a) As the work increases, we shall have to *expand* our office space--ਜਿਉਂ ਹੀ ਕੰਮ ਵਧੇਗਾ, ਸਾਨੂੰ ਸਾਡੇ ਦਫਤਰ ਦੀ ਜਗ੍ਹਾ ਵਧਾਉਣੀ ਪਵੇਗੀ।
(b) We should not *exend* all our energy on one project--ਸਾਨੂੰ ਆਪਣੀ ਸਾਰੀ ਤਾਕਤ ਇਕ ਹੀ ਯੋਜਨਾ ਤੇ ਖਰਚ ਨਹੀਂ ਕਰ ਦੇਣੀ ਚਾਹੀਦੀ।

70. fair (ਫੇਅਰ)--ਮੇਲਾ (*noun*)
fare (ਫੇਅਰ)—ਕਿਰਾਇਆ (*noun*)
(a) The *fair* was in full swing—ਮੇਲਾ ਖ਼ੂਬ ਭਰਿਆ ਹੋਇਆ ਸੀ।
(b) He paid the *fare* for the ticket—ਉਸ ਨੇ ਟਿਕਟ ਦਾ ਕਿਰਾਇਆ ਚੁਕਾ ਦਿੱਤਾ।

71. farther (ਫਾਰਦਰ)—ਦੂਰ
further (ਫਰਦਰ)—ਅਗੇ
(a) Bombay is *farther* from Delhi than Banaras—ਬੰਬਈ ਬਨਾਰਸ ਦੀ ਬਨਿਸਬਤ ਦਿੱਲੀ ਤੋਂ ਅਧਿਕ ਦੂਰ ਹੈ।
(b) Proceed *further*, please—ਕਿਰਪਾ ਕਰਕੇ ਅਗੇ ਵਧੋ।

72. fewer (ਫਿਉਅਰ)—ਘੱਟ ਵਿਅਕਤੀ ਜਾਂ ਵਸਤੂਆਂ ਜੋ ਕਿ ਗਿਣੀਆਂ ਜਾ ਸਕਣ।
less (ਲੇਂਸ)—ਘੱਟ ਵਸਤੂਆਂ ਜੋ ਕਿ ਗਿਣੀਆਂ ਜਾ ਸਕਣ।
(a) The doctor attended *fewer* patients than last week—ਡਾਕਟਰ ਨੇ ਪਿਛਲੇ ਹਫ਼ਤੇ ਦੀ ਬਨਿਸਬਤ ਇਸ ਹਫ਼ਤੇ ਘੱਟ ਮਰੀਜ਼ ਦੇਖੇ।
(b) I have *less* money in my pocket than you have--ਤੇਰੀ ਬਨਿਸਬਤ ਮੇਰੀ ਜੇਬ ਵਿਚ ਘੱਟ ਪੈਸੇ ਹਨ।

73. feel goad (ਫ਼ੀਲ ਗੁੱਡ)--ਪਰਸੰਨ ਹੋਣਾ
feel well (ਫ਼ੀਲ ਵੈਲ)--ਮਿਹਤਯਾਬ ਹੋਣਾ, ਠੀਕ ਹੋਣਾ।
(a) she *feels* very *good* about her recent promotion—ਆਪਣੀ ਹੁਣ ਦੀ ਤੱਰਕੀ ਤੋਂ ਉਹ ਬੜੀ ਖ਼ੁਸ਼ ਹੈ।
(b) Winter weather always made him *feel well*—ਸਰਦੀ ਦੇ ਮੌਸਮ ਵਿਚ ਉਹ ਸਦਾ ਸਿਹਤਯਾਬ ਹੋ ਜਾਂਦੀ ਹੈ।

74. formally (ਫ਼ਾਰਮਲੀ)—ਰਸਮੀ ਤਰੀਕੇ ਨਾਲ, ਬਾਕਾਇਦਾ (*adverb*)
formerly (ਫ਼ਾਰਮਰਲੀ)—ਭੂਤਪੂਰਵ, ਪਹਿਲੇ ਸਮੇਂ ਦਾ (*adverb*)
(a) The letter was (*formally*) written—ਖ਼ਤ ਰਸਮੀ ਤਰੀਕੇ ਨਾਲ ਲਿਖਿਆ ਗਿਆ ਸੀ।
(b) He was (*formerly*) a minister—ਪਹਿਲੇ ਉਹ ਇਕ ਮੰਤਰੀ ਸੀ।

75. forth (ਫ਼ੋਰ੍ਥ)—ਅੱਗੇ
fourth (ਫ਼ੋਰਥ)—ਚੌਥਾ
(a) They went *forth* like an ancient *warrior*—ਉਹ ਇਕ ਪੁਰਾਣੇ ਜੋਧਾ ਦੀ ਤਰ੍ਹਾਂ ਅੱਗੇ ਵਧੇ।
(b) The *fourth* of a month is our pay day—ਮਹੀਨੇ ਦੀ ਚਾਰ ਤਰੀਕ ਸਾਡੀ ਤਨਖ਼ਾਹ ਦਾ ਦਿਨ ਹੁੰਦਾ ਹੈ।

76. hanged (ਹੈਂਗਡ)--ਆਦਮੀ ਨੂੰ ਲਟਕਾਉਣਾ, ਫ਼ਾਂਸੀ ਦੇਣਾ।
hung--ਕਿਸੇ ਚੀਜ਼ ਦਾ ਲਟਕਾਉਣਾ ਜਾਂ ਟੰਗਣਾ।
(a) The prisoner was *hanged* at down--ਪੌਹ ਫੁੱਟਦੇ ਹੀ ਕੈਦੀ ਨੂੰ ਫ਼ਾਂਸੀ ਦੇ ਦਿੱਤੀ ਗਈ।
(b) The picture was *hung* on the wall--ਤਸਵੀਰ ਕੰਧ ਉਤੇ ਟੰਗ ਦਿੱਤੀ ਗਈ।

77. holy (ਹੋਲੀ)—ਪਵਿੱਤਰ(*adjective*)
wholly (ਹੋਲੀ)--ਪੂਰੇ ਦਾ ਪੂਰਾ, ਸਾਰੇ ਦਾ ਸਾਰਾ, ਸਮੁਚਾ (*adverb*)
(a) Dewali is our *holy* festival--ਦੀਵਾਲੀ ਸਾਡਾ ਪਵਿੱਤਰ ਤਿਉਹਾਰ ਹੈ।
(b) I am *wholly* in agreement with your decision--ਮੈਨੂੰ ਤੁਹਾਡਾ ਫ਼ੈਸਲਾ ਪੂਰੀ ਤਰ੍ਹਾਂ ਮਨਜ਼ੂਰ ਹੈ।

78. however (ਹਾਉਏਵਰ)--ਇਸ ਤੋਂ ਬਾਵਜੂਦ, ਤਾਂ ਵੀ
how ever (ਹਾਉ ਏਵਰ)--ਕਿਸੇ ਵੀ ਤਰ੍ਹਾਂ।
(a) I am certain, *however*, that you will like this book—ਇਸ ਤੋਂ ਬਾਵਜੂਦ ਤੈਨੂੰ ਇਹ ਪੁਸਤਕ ਪਸੰਦ ਆਵੇਗੀ ਮੈਨੂੰ ਵਿਸ਼ਵਾਸ ਏ।
(b) I am certain that, *how ever* you decide to work you will succeed--ਮੇਰਾ ਯਕੀਨ ਹੈ ਕਿ ਤੂੰ ਜਿਸ ਕਿਸੇ ਕੰਮ ਨੂੰ ਕਰਨ ਦਾ ਨਿਸ਼ਚਾ ਕਰੇਂਗਾ ਜ਼ਰੂਰ ਸਫਲ ਹੋਵੇਂਗਾ।

79. its (ਇਟ੍ਸ)—(*Pronoun*)
it's (ਇਟ੍'ਸ)—ਅਰਥਾਤ It is ਇਹ ਹੈ ।
(a) The shed lost *its* roof—ਸ਼ੈਡ ਦੀ ਛਤ ਡਿੱਗ ਪਈ ।
(b) *It's* an old house—ਇਹ ਇਕ ਪੁਰਾਣਾ ਘਰ ਹੈ ।

80. last (ਲਾਸ੍ਟ)—ਅੰਤਮ (*adjective*)
latest (ਲੇਟੇਸ੍ਟ)—ਸਭ ਤੋਂ ਨਵਾਂ (*adjective*)
(a) *Last* date of submission is near. So we should be prompt—ਪੇਸ਼ ਕਰਨ ਦੀ ਤਾਰੀਖ ਨੇੜੇ ਆ ਗਈ ਹੈ ਸੋ ਸਾਨੂੰ ਜਲਦੀ ਕਰਨੀ ਚਾਹੀਦੀ ਹੈ।
(b) The *latest* edition of the book is under-print—ਪੁਸਤਕ ਦਾ ਬਿਲਕੁਲ ਨਵਾਂ ਸੰਸਕਰਨ ਛਪ ਰਿਹਾ ਹੈ ।

81. least (ਲੀਸ੍ਟ) — ਸਭ ਤੋਂ ਛੋਟਾ
less (ਲ'ਸ)—ਥੋੜੀ (ਬਨਿਸਬਤਨ)
(a) Milk is the *least* desirable for her—ਉਸ ਦੇ ਲਈ ਦੁੱਧ ਬਹੁਤ ਘੱਟ ਲੋੜੀਂਦਾ ਹੈ ।
(b) Tea is *less* desirable for me—ਮੇਰੇ ਲਈ ਥੋੜੀ ਘੱਟ ਚਾਹ ਲੋੜੀਂਦੀ ਹੈ ।

82. lightening (ਲਾਇਟਨਿੰਗ)—ਹਲਕਾ ਕਰਨਾ
lightning (ਲਾਇਟਨਿੰਗ) ਬੱਦਲਾਂ ਵਿਚ ਬਿਜਲੀ ਦੀ ਚਮਕ ।
(a) He is *lightening* my burden—ਉਹ ਮੇਰਾ ਭਾਰ ਹਲਕਾ ਕਰ ਰਿਹਾ ਹੈ ।
(b) Last night there was flash of *lightning* in the sky—ਪਿਛਲੀ ਰਾਤ ਆਸਮਾਨ ਵਿਚ ਬਿਜਲੀ ਕੜਕੀ ।

83. loan (ਲੋਨ)—ਉਧਾਰ (*noun*)
lend (ਲੇਂ'ਡ) — ਉਧਾਰ ਦੇਣਾ (*verb*)
(a) The bank granted him a *loan* of five thousand rupees—ਬੈਂਕ ਨੇ ਉਸ ਨੂੰ ਪੰਜ ਹਜ਼ਾਰ ਰੁਪਏ ਦਾ ਕਰਜ਼ਾ ਦੇਣਾ ਸਵੀਕਾਰ ਕਰ ਲਿਆ ।
(b) The bank *lent* him five thousand rupees—ਬੈਂਕ ਨੇ ਪੰਜ ਹਜ਼ਾਰ ਰੁਪਏ ਦਾ ਕਰਜ਼ਾ ਦਿੱਤਾ ।

84. Moral (ਮੋਂਰਲ)—ਆਚਾਰ ਵਿਵਹਾਰ (*noun*)
Morale (ਮੋਰੇਲ)—ਮਨੋਬਲ (*noun*) ਹੌਸਲਾ
(a) He is a man of good *moral*—ਉਹ ਚੰਗੇ ਆਚਾਰ-ਵਿਵਹਾਰ ਵਾਲਾ ਬੰਦਾ ਹੈ ।
(b) The *morale* of the troops on the front is very high—ਸਰਹੱਦ ਤੇ ਫ਼ੌਜੀ ਟੁਕੜੀਆਂ ਦਾ ਮਨੋਬਲ ਬੜਾ ਉਚਾ ਹੈ ।

85. most (ਮੋਸ੍ਟ)—ਸਭ ਤੋਂ ਅਧਿਕ
almost (ਆਲਮੋਸਟ)—ਲਗਭਗ
(a) Mohan Das Gandhi was *most* honest boy in the class—ਮੋਹਨਦਾਸ ਗਾਧੀ ਜਮਾਤ ਵਿਚ ਸਭ ਤੋਂ ਈਮਾਨਦਾਰ ਬਾਲਕ ਸੀ ।
(b) It is *almost* time to go for a walk—ਲਗਭਗ ਇਹੀ ਸਮਾਂ ਸੈਰ ਲਈ ਜਾਣ ਦਾ ਹੈ ।

86. notable (ਨੋਟੇਬਲ)—ਯਾਦ ਰਖਣ ਯੋਗ (*adjective*)
notorious (ਨੋਟੋਰਿਅਸ)—ਬਦਨਾਮ (*adjective*)
(a) August 15, 1947 is a *notable* day in the history of India—ਭਾਰਤ ਦੇ ਇਤਿਹਾਸ ਵਿਚ 15 ਅਗਸ੍ਤ 1947 ਦਾ ਦਿਨ ਯਾਦ ਰਖਣ ਯੋਗ ਹੈ ।
(b) He is *notorious* gambler—ਉਹ ਇਕ ਬਦਨਾਮ ਜੁਆਰੀ ਹੈ ।

87. ordinance (ਆਰ੍ਡਿਨੈਂਸ)—ਵਿਸ਼ੇਸ਼ ਆਦੇਸ਼ (*noun*)
ordnance (ਆਰ੍ਡੇਨੇਂਸ) ਤੋਪਖ਼ਾਨਾ (*noun*)
(a) The president has issued an emergency *ordinance* today—ਰਾਸ਼ਟਰਪਤੀ ਨੇ ਅਜ ਏਮਰਜੇਂਸੀ ਦਾ ਆਦੇਸ਼ ਜਾਰੀ ਕੀਤਾ ।
(b) He is employed in the *ordnance* depot—ਉਹ ਤੋਪਖਾਨੇ ਦੇ ਗੋਦਾਮ ਵਿਚ ਕੰਮ ਕਰਦਾ ਹੈ ।

88. passed (ਪਾਸ੍ਡ)—ਗੁਜ਼ਰਿਆ ਹੋਇਆ (Pass ਦਾ IInd form)
past (ਪਾਸ੍ਟ)--ਪਿਛਲਾ ਇਸ ਤੋਂ ਪਹਿਲਾ ।
(a) The month *passed* away very easily—ਮਹੀਨਾ ਆਸਾਨੀ ਨਾਲ ਗੁਜ਼ਰ ਗਿਆ ।
(b) The *past* month was joyous—ਪਿਛਲਾ ਮਹੀਨਾ ਬਹੁਤ ਆਨੰਦਦਾਇਕ ਸੀ ।

89. persecute (ਪਰਸੇਕ੍ਯੁਟ) ਅਨੁਚਿਤ ਢੰਗ ਨਾਲ ਤੰਗ ਕਰਨਾ (*verb*)

prosecute (ਪ੍ਰਾਸੇਕਯੂਟ)--ਅਨੁਚਿਤ ਕੰਮ ਲਈ ਸਜ਼ਾ ਦੇਣੀ। (*verb*)

(a) The jews were *persecuted* in Nazi Germeny--ਯਹੂਦੀਆਂ ਨੂੰ ਨਾਜ਼ੀ ਜਰਮਨੀ ਵਿਚ ਯਾਤਨਾਵਾਂ ਦਿੱਤੀਆਂ ਗਈਆਂ।

(b) Bill-stickers will be *prosecuted*--ਇਸ਼ਤਹਾਰ ਲਾਉਣ ਵਾਲਿਆਂ ਨੂੰ ਸਜ਼ਾ ਦਿਤੀ ਗਈ।

90. personal (ਪਰਸੁਨਲ) ਨਿਜੀ, ਆਪਣਾ (*adjective*)
personmel (ਪਰਸੋਨਲ) ਕਰਮਚਾਰੀ ਵਰਗ (*noun*)

(a) It is my *personal* matter. Please don't interferc--ਇਹ ਮੇਰਾ ਨਿਜੀ ਮਾਮਲਾ ਹੈ। ਕਿਰਪਾ ਕਰਕੇ ਤੁਸੀਂ ਦਖਲ ਨਾ ਦਿਓ।

(b) The officer maintained the morale of the *personnel* in his divison--ਅਫ਼ਸਰ ਨੇ ਆਪਣੇ ਡਿਵਿਜ਼ਨ ਦੇ ਕਰਮਚਾਰੀਆਂ ਦਾ ਮਨੋਬਲ ਬਣਾਈ ਰਖਿਆ।

91. physic (ਫ਼ਿਜ਼ਿਕ)—ਦੁਆਈ (*noun*)--
physique (ਫ਼ਿਜ਼ੀਕ)—ਸ਼ਰੀਰ (*noun*)

(a) No *physic* can cure the patient, if he is careless—ਜੇ ਰੋਗੀ ਲਾਪਰਵਾਹ ਹੋਵੇ ਜਾਂ ਕੋਈ ਦੁਆਈ ਕੰਮ ਨਹੀਂ ਕਰਦੀ।

(b) He has a fine *physique*—ਉਸ ਦਾ ਸ਼ਰੀਰ ਅੱਛਾ ਹੈ।

92. prescribe (ਪ੍ਰੇਸਕ੍ਰਾਇਬ)—ਦਵਾ ਦਾ ਨਿਰਦੇਸ਼ ਦੇਣਾ, ਦੱਸਣਾ
proscribe (ਪ੍ਰੱਸਕ੍ਰਾਇਬ)—ਨਿਸ਼ੇਧ, ਰੋਕ ਲਗਾਉਣ, ਪਾਬੰਦੀ ਲਗਾਉਣੀ।

(a) The doctor *prescribed* a very costly medicine—ਡਾਕਟਰ ਨੇ ਇਕ ਬਹੁਤ ਮਹਿੰਗੀ ਦਵਾ ਲਿਖੀ ਹੈ।

(b) The magistrate has *proscribed* all meetings in the district for two week--ਜੱਜ ਨੇ ਦੋ ਹਫ਼ਤਿਆਂ ਲਈ ਜ਼ਿਲੇ ਭਰ ਵਿਚ ਸਭਾਵਾਂ ਤੇ ਪਾਬੰਦੀ ਲਗਾ ਦਿਤੀ ਹੈ।

93. principal (ਪ੍ਰਿੰਸਿਪਲ)--ਪਰਧਾਨ ਅਧਿਆਪਕ, ਮੁੱਖ (*noon*)
principle (ਪ੍ਰਿੰਸਿਪਲ)--ਸਿਧਾਂਤ, ਅਸੂਲ

(a) Who is the *principal* of your college—ਤੁਹਾਡੇ ਕੱਾਲਜ ਦੇ ਮੁੱਖ ਅਧਿਆਪਕ ਕੌਣ ਹਨ।

(b) My uncle was a man of *principles*--ਮੇਰੇ ਚਾਚਾ ਜੀ ਅਸੂਲ ਵਾਲੇ ਆਦਮੀ ਹਨ।

94. propose (ਪ੍ਰੋਪੋਜ਼)--ਤਜਵੀਜ਼ ਕਰਨਾ, ਸੁਝਾਉ ਦੇਣਾਂ।
purpose (ਪਰੁਪਸ)—ਇਰਾਦਾ ਹੋਣਾ, ਉਦੇਸ਼ ਹੋਣਾ (*verb*)

(a) Let them *propose* the subject for their debate—ਉਹਨਾਂ ਨੂੰ ਆਪਣੇ ਬਹਿਸ-ਮੁਬਾਹਿਸੇ ਦਾ ਵਿਸ਼ੇ ਤਜਵੀਜ਼ ਕਰਨ ਦਿਓ।

(b) The manager *purposed* to announce the yearlv increasments next week--ਮੈਨੇਜਰ ਸਾਹਿਬ ਅਗਲੇ ਹਫ਼ਤੇ ਤਨਖ਼ਾਹ ਵਿਚ ਵਾਧੇ ਦਾ ਐਲਾਨ ਕਰਨ ਦਾ ਇਰਾਦਾ ਰਖਦੇ ਹਨ।

95. rain (ਰੇਨ)--ਮੀਂਹ ਪੈਣਾ (*verb*)
reign (ਰੇਅਨ)--ਰਾਜ ਕਰਨਾ (*verb*)
rein (ਰੇ'ਨ) ਬਾਗਡੋਰ, ਲਗਾਮ (*noun*)

(a) It's *raining*--ਮੀਂਹ ਪੈ ਰਿਹਾ ਹੈ।

(b) The queen *reigned* over England--ਮਲਿਕਾ ਨੇ ਇੰਗਲੈਂਡ ਤੇ ਰਾਜ ਕੀਤਾ।

(c) When the *reins* were pulled tightly, the horse reared--ਜਦੋਂ ਲਗਾਮ ਜ਼ੋਰ ਨਾਲ ਖਿੱਚੀ ਗਈ, ਘੋੜਾ ਪਿਛਲੀਆਂ ਲੱਤਾਂ ਉਤੇ ਖੜਾ ਹੋ ਗਿਆ।

96. recollect (ਰੇ'ਕੋ'ਲੇਕ੍ਟ)—ਕਿਸੇ ਭੁੱਲੀ ਚੀਜ਼ ਜਾਂ ਗੱਲ ਨੂੰ ਯਾਦ ਕਰਨਾ।
remember (ਰਿਮੇਮ੍ਬਰ)—ਯਾਦ ਵਿਚ ਬਿਠਾਉਣਾ

(a) I often *recollect* my childhood and feel amused--ਮੈਂ ਆਪਣੇ ਬਚਪਨ ਨੂੰ ਯਾਦ ਕਰਦਾ ਹਾਂ ਅਤੇ ਪਰਸੰਨ ਹੁੰਦਾ ਹਾਂ।

(b) I *remember* my lesson every day--ਮੈਂ ਹਰ ਰੋਜ਼ ਆਪਣਾ ਪਾਠ ਯਾਦ ਕਰਦਾ ਹਾਂ।

97. respectable (ਰਿਸਪੇਕਟੇਬਲ) — ਸਨਮਾਨਿਤ, ਆਦਰਯੋਗ (*adjective*)
respectful (ਰਿਸਪੇਕ੍ਟਫ਼ੁਲ)--ਆਦਰਵਾਲਾ, ਸਤਿਕਾਰ ਵਾਲਾ (*adjective*)
respective (ਰਿੱਸਪੇਕ੍ਟਿਵ)—ਵੱਖਰਾ-ਵੱਖਰਾ (*adjective*)

(a) Our senior is a *respectable* gentleman ਸਾਡਾ ਸੀਨਿਅਰ ਇਕ ਆਦਰਵਾਲਾ ਸੱਜਨ ਹੈ।

(b) You should be *respcc'ful* to your parents—ਤੈਨੂੰ ਆਪਣੇ ਮਾਤ-ਪਿਤਾ ਦੇ ਪ੍ਰਤਿ ਸਤਿਕਾਰਪੂਰਨ ਰਹਿਣਾ ਚਾਹੀਦਾ ਹੈ।

(c) After the lecture was over, the students returned to their *respective* classes—ਭਾਸ਼ਣ ਸਮਾਪਤ ਹੋਣ ਤੋਂ ਬਾਦ ਵਿਦਿਆਰਥੀ ਆਪਣੀਆਂ ਜਮਾਤਾਂ ਵਿਚ ਵਾਪਸ ਚਲੇ ਗਏ ।

98. root (ਰੂਟ)—ਜੜ੍ਹ, ਮੂਲ *(noun)*
rout (ਰਾਉਟ)—ਹਾਰ, ਪਰਾਜੈ *(noun)*
route (ਰੂਟ)--ਰਸਤਾ *(noun)*
(a) Love of money is the *root* of all evils--ਧਨ ਨਾਲ ਪ੍ਰੇਮ ਸਭ ਬੁਰਾਈਆਂ ਦੀ ਜੜ੍ਹ ਹੈ ।
(b) The *rout* of the army was near—ਸੈਨਾ ਦੀ ਹਾਰ ਨੇੜੇ ਸੀ ।
(c) What is the railway *route* between Delhi and Bombay—ਦਿੱਲੀ ਅਤੇ ਬੰਬਈ ਦਾ ਰੇਲ-ਰਸਤਾ ਕੀ ਹੈ ?

99. stationary (ਸਟੇਸ਼ਨਰੀ)--ਠਹਿਰਿਆ ਹੋਇਆ, ਸਥਿਰ *(adjective)*
stationery (ਸਟੇਸ਼ਨਰੀ)--ਪੜ੍ਹਨ-ਲਿਖਣ ਦੀਆਂ ਚੀਜ਼ਾਂ *(noun)*
(a) The sun is *stationary*--ਸੂਰਜ ਸਥਿਰ ਹੈ ।
(b) He deals in *stationery*--ਉਹ ਸਿਆਹੀ, ਕਲਮ, ਕਾਗ਼ਜ਼-ਕਾਪੀਆਂ ਦਾ ਕੰਮ ਕਰਦਾ ਹੈ ।

100. testful (ਟੇਸਟਫੁਲ)--ਸੁਘੜਤਾ, ਸੁਰੁਚੀਪੂਰਣ *(adjective)*
tasty (ਟੇਸਟੀ)--ਸੁਆਦ ਵਾਲਾ *(adjective)*
(a) The home of our madam was decorated in a *testful* manner--ਸਾਡੀ ਮੈਡਮ ਦਾ ਘਰ ਬੜੀ ਸੁਘੜਤਾ ਨਾਲ ਸਜਿਆ ਹੋਇਆ ਹੈ ।
(b) Our madam served us very *tasty* meals--ਸਾਡੀ ਮੈਡਮ ਨੇ ਸਾਨੂੰ ਬੜਾ ਸੁਆਦਲਾ ਭੋਜਨ ਕਰਾਇਆ ।

101. two (ਟੂ)--ਦੋ
to (ਟੂ)--ਨੂੰ, ਦੀ ਤਰਫ਼
too (ਟੂ)--ਵੀ, ਇੰਨਾ ਜ਼ਿਆਦਾ
(a) There are *two* sides of every thing --ਹਰੇਕ ਚੀਜ਼ ਦੇ ਦੋ ਪੱਖ ਹੁੰਦੇ ਹਨ ।
(b) Come *to* me, I shall advise you--ਮੇਰੀ ਵੱਲ ਆਈਂ ਮੈਂ ਤੈਨੂੰ ਸਲਾਹ ਦੇਵਾਂਗਾ ।
(e) She is *too* weak to walk--ਉਹ ਇੰਨੀ ਕਮਜ਼ੋਰ ਹੈ ਕਿ ਚੱਲ ਵੀ ਨਹੀਂ ਸਕਦੀ ।

102. uninterested (ਅਨ-ਇੰਟਰੇ'ਸਟਿਡ)—ਰੁਚਿਹੀਣ (ਰੁਚਿ ਨਾ ਹੋਣਾ) *(adjective)*
disinterested (ਡਿਸ'ਇੰਟਰੇਸਟਿਡ) -- ਨਿਰਪਖ *(adjective)*
(a) I am *uninterested* in inactive games--ਮੈਂ ਸੁਸਤ ਖੇਡਾਂ ਵਿਚ ਰੁਚੀ ਨਹੀਂ ਰਖਦਾ ।
(b) Let us ask any *disinterested* man to settle our dispute—ਅਸੀਂ ਆਪਣਾ ਝਗੜਾ ਸੁਲਝਾਉਣ ਲਈ ਕਿਸੇ ਨਿਰਪੱਖ ਵਿਅਕਤੀ ਨੂੰ ਕਹੀਏ ।

103. Valuable (ਵੈਲਉਏਬਲ)--ਬਹੁਮੁੱਲ *(adjective)*
in-valuable (ਇਨ-ਵੈਲਉਏਬਲ)--ਅਮੁੱਲ, ਜਿਸ ਦੀ ਕੋਈ ਕੀਮਤ ਨਾ ਮੰਗੀ, ਨਾ ਦਿਤੀ ਜਾ ਸਕੇ *(adjective)*
(a) This is a *valuable* manuscript--ਇਹ ਇਕ ਬਹੁਮੁੱਲੀ ਦਸਤਾਵੇਜ਼ ਹੈ ।
(b) A good name is an *invaluable* thing—ਇੱਜ਼ਤ ਇਕ ਅਮੁੱਲੀ ਵਸਤੂ ਹੈ ।

104. whose (ਹੂਜ਼)--ਕਿਸ ਦਾ, ਕਿਹਦਾ ?
who's (ਹੂ'ਜ਼)--ਕੌਣ ਹੈ ? *(who is)*
(a) *Whose* is this pen ?--ਇਹ ਕਿਸਦਾ ਪੈੱਨ ਹੈ ?
(b) *Who's* at the door ?--ਦਰਵਾਜ਼ੇ ਤੇ ਕੌਣ ਹੈ ?

ਸ਼ਬਦਾਂ ਦੇ ਪ੍ਰਯੋਗ ਵਿਚ ਆਮ ਅਸ਼ੁਧੀਆਂ
(COMMEN ERRORS IN THE USE OF WORDS)

ਅੰਗ੍ਰੇਜ਼ੀ ਬੋਲਚਾਲ ਵਿਚ ਕੁਝ ਅਜਿਹੀਆਂ ਗ਼ਲਤੀਆਂ ਵੀ ਹਨ ਜਿਹਨਾਂ ਨੂੰ ਅਸੀਂ-ਤੁਸੀਂ ਅਕਸਰ ਕਰਦੇ ਹਾਂ । ਤੁਸੀਂ ਛੋਟੀ-ਮੋਟੀ ਹੈਸੀਅਤ ਦੇ ਕਰਮਚਾਰੀ ਹੋ ਜਾਂ ਉੱਚੇ ਅਫ਼ਸਰ, ਇਸਤਰੀ ਹੋ ਜਾਂ ਪੁਰਖ, ਵਿਦਿਆਰਥੀ ਹੋ ਜਾਂ ਵਪਾਰੀ, ਦੁਕਾਨ-ਦਾਰ ਹੋ ਜਾਂ ਕੋਈ ਕਾਰੀਗਰ—ਆਪਸ ਦੀ ਗੱਲਬਾਤ ਵਿਚ ਤੁਹਾਨੂੰ ਇਹਨਾਂ ਗ਼ਲਤੀਆਂ ਨਾਲ ਵਾਹ ਪੈਂਦਾ ਹੀ ਰਹਿੰਦਾ ਹੈ । ਇਸੇ ਤਰ੍ਹਾਂ ਸ਼ੁੱਧ ਅਤੇ ਅਸ਼ੁੱਧ ਵਾਕ ਹੇਠਾਂ ਦਿੱਤੇ ਗਏ ਹਨ ਇਹਨਾਂ ਨੂੰ ਮਨ ਵਿਚ ਬਿਠਾਉ ।

ਅਸ਼ੁੱਧ (Incorret)	ਸ਼ੁੱਧ (Corret)
1. My *hair* are black.	My *hair is* all black.
2. I need a *blotting*.	I need a *blotting paper*.
3. He works better than *me*.	He works better than *I*.
4. I *availed* of the opportunity.	I *availed myself* of the opportunity.
5. The two brothers are quarrelling with *one another*.	The two brothers are quarrelling with *each other*.
6. He is guilty. Isn't *it* ?	He is guilty. Isn't *he* ?
7. I beg *you leave*.	I beg leave *of you*.
8. He is *more cleverer* than his brother.	He is *cleverer* than his brother.
9. *The* gold is a precious metal.	Gold is a precious metal.
10. She has *got* headache.	She has *got a* headache.
11. *Stop* to write.	*Stop* writing.
12. It *is raining* for four hours.	It has *been raining* for four hours.
13. I live *in* Lajpat Nagar *at* New Delhi.	I live *at* Lajpat Nagar *in* New Delhi.
14. Work hard *lest* you *may not* fail.	Work hard *lest* you *should* fail.
15. The boy is *neither* fool *or* lazy.	The boy is *neitner* fool *nor* lazy.

ਉਪਰਲੇ ਇਹ ਪੰਦਰਾਂ ਵਾਕ ਪਹਿਲੇ ਕੱਾਲਮ ਵਿਚ ਅਸ਼ੁੱਧ ਦਿੱਤੇ ਗਏ ਹਨ ਅਤੇ ਦੂਸਰੇ ਕੱਾਲਮ ਵਿਚ ਸ਼ੁੱਧ । ਇਹਨਾਂ ਵਾਕਾਂ ਵਿਚ ਭਿੰਨ-ਭਿੰਨ ਪ੍ਰਕਾਰ ਦੀਆਂ ਅਸ਼ੁਧੀਆਂ ਹਨ ਜਿਹਨਾਂ ਨੂੰ ਹਰੇਕ ਭਾਸ਼ਾ ਸਿੱਖਣ ਵਾਲੇ ਨੂੰ ਸਮਝਣਾ ਅਤੇ ਮਨ ਵਿਚ ਬਿਠਾਉਣਾ ਜ਼ਰੂਰੀ ਹੈ । ਅੰਗ੍ਰੇਜ਼ੀ ਇਕ ਵੱਡੀ ਭਾਸ਼ਾ ਹੈ । ਇਸ ਵਿਚ ਸ਼ਬਦ-ਪ੍ਰਯੋਗਾਂ ਦਾ ਖੇਤਰ ਵੀ ਬਹੁਤ ਵਿਆਪਕ ਹੋਣਾ ਸੁਭਾਵਕ ਹੈ ।

ਪੰਜਾਬੀ ਭਾਸ਼ਾ ਦੇ ਵੀ ਕੁਝ ਆਪਣੇਂ ਨਿਯਮ ਹਨ । ਇਸ ਵਿਚ ਵੀ ਕੁਝ ਅਜਿਹੇ ਪ੍ਰਯੋਗ ਹੁੰਦੇ ਹਨ ਜੋ ਭਾਸ਼ਾ ਸਿੱਖਣ ਵਾਲੇ ਵਿਦਿਆਰਥੀ ਨੂੰ ਸਮਝਣੇ ਪੈਂਦੇ ਹਨ । ਪਰ ਪੰਜਾਬੀ ਸਾਡੀ ਮਾਤਰੀ ਭਾਸ਼ਾ ਹੈ ਇਸ ਲਈ ਉਸ ਦੀਆਂ ਪੇਚੀਦਗੀਆਂ ਉਨੀਆਂ ਮਹਿਸੂਸ ਨਹੀਂ ਹੁੰਦੀਆਂ ਜਿੰਨੀਆਂ ਕਿ ਅੰਗ੍ਰੇਜ਼ੀ ਭਾਸ਼ਾ ਦੀਆਂ ਹੁੰਦੀਆਂ ਹਨ ।

ਹੁਣ ਜ਼ਰਾ ਉਪਰਲੇ ਪੰਦਰਾਂ ਵਾਕਾਂ ਨੂੰ ਧਿਆਨ ਨਾਲ ਪੜ੍ਹੋ । ਤੁਹਾਨੂੰ ਸਾਰਿਆਂ ਨੂੰ ਇਕ ਕਠਿਨਾਈ ਮਹਿਸੂਸ ਹੁੰਦੀ ਹੈ । ਇਸ ਕਠਿਨਾਈ ਨੂੰ ਅਸੀਂ ਭਲੀ-ਭਾਂਤੀ ਜਾਣਦੇ ਹਾਂ ।

ਉਹ ਕਠਿਨਾਈ ਕੀ ਹੈ ਅਸੀਂ ਤੁਹਾਨੂੰ ਦੱਸੀਏ ?—ਜਦੋਂ ਤੁਸੀਂ ਪਹਿਲੇ ਕੱਾਲਮ ਦਾ ਵਾਕ ਪੜ੍ਹਦੇ ਹੋ ਤਾਂ ਉਹ ਤੁਹਾਨੂੰ ਠੀਕ ਲਗਦਾ ਹੈ । ਪਰ ਜਦੋਂ ਦੂਸਰੇ ਕੱਾਲਮ ਦਾ ਵਾਕ ਪੜ੍ਹਦੇ ਹੋ ਤਾਂ ਥੋੜਾ ਹੈਰਾਨ ਹੁੰਦੇ ਹੋ । ਕਦੀ, ਅਸ਼ੁਧੀ ਮਹਿਸੂਸ ਹੁੰਦੀ ਹੈ ਅਤੇ ਕਦੀ ਤੁਸੀਂ ਸਮਝ ਹੀ ਨਹੀਂ ਸਕਦੇ ਕਿ ਦੂਸਰਾ ਵਾਕ ਸ਼ੁੱਧ ਕਿਵੇਂ ਹੈ ।

ਤੁਸੀਂ ਇਸ ਉਲਝਣ ਤੋਂ ਬਿਲਕੁਲ ਨਾ ਘਬਰਾਓ ਅਤੇ ਇਸ ਅਖਾਣ ਦਾ ਭਾਵ ਮਨ ਵਿਚ ਵਸਾਓ ।

"ਬਿਲਕੁਲ ਸ਼ੁੱਧ ਭਾਸ਼ਾ ਸਿੱਖਣਾ ਸੰਸਾਰ ਵਿਚ ਸਭ ਤੋਂ ਔਖਾ ਕੰਮ ਹੈ । ਇਹ ਹਿਮਾਲਿਆ ਉੱਤੇ ਚੜ੍ਹਨ ਵਰਗਾ ਹੈ । ਪਰ ਜੇ ਤੁਸੀਂ ਇਸ ਤੇ ਧੀਰੇ-ਧੀਰੇ ਚੜ੍ਹਨਾ ਸ਼ੁਰੂ ਕਰੋਗੇ ਤਾਂ ਤੁਸੀਂ ਇਸ ਦੀਆਂ ਉਚਾਈਆਂ ਨੂੰ ਇਕ-ਇਕ ਕਰਕੇ ਨਾਪ ਲਵੋਗੇ ।

ਨਾਂਵ-ਸ਼ਬਦਾਂ ਦੇ ਪ੍ਰਯੋਗ ਵਿਚ ਅਸ਼ੁੱਧੀਆਂ
(ERRORS IN THE USE OF NOUN-WORDS)

(1) (a) Scenery, issue, hair, furniture, machinery, fruit, (b) Poor, rich, bread, work ਸ਼ਬਦ ਇਕ ਵਚਨ [singular form] ਵਿਚ ਹੀ ਰਹਿੰਦੇ ਹਨ ।

ਅਸ਼ੁੱਧ (Incorrect)	ਸ਼ੁੱਧ (Correct)
1. The *sceneries* of Simla *are* very charming.	The *scenery* of Simla *is* very charming.
2. Sarla has no *issues.*	Sarla has no *issue.*
3. She had gone to buy *fruits.*	She had gone to buy *fruit.*
4. Her *hairs are* all jet black.	Her *hair is* all jet black.
5. The mother feeds the *poors.*	The mother feeds the *poor.*
6. I told *these news* to my father.	I told *this news* to my father.
7. The fleet *were* destroyed by the enemy.	The fleet *was* destroyed by the enemy.
8. These building are built of *bricks* and *stones.*	These buildings are built of *brick* and *stone.*
9. I have no more *breads* to give to the beggars.	I have no more *bread* to give to the beggars.
10. I shall go to the town *on feet.*	I shall go to the town *on foot.*
11. All her *furnitures have* been sold.	All her *furniture has* been sold.
12. The *machineries* are not working properly.	The *machinery is* not working properly.
13. I have *many works* to do.	I have *much work* to do.

(2) Advice, mischief, abuse, alphabet—ਇਹ ਸ਼ਬਦ Singular ਵਿਚ ਹੀ ਪ੍ਰਯੋਗ ਹੁੰਦੇ ਹਨ, advices ਆਦਿ ਬਹੁਵਚਨ ਪ੍ਰਯੋਗ ਨਹੀਂ ਕੀਤੇ ਜਾਂਦੇ ਇਹਨਾਂ ਦਾ ਪ੍ਰਯੋਗ ਇਸ ਤਰ੍ਹਾਂ ਹੁੰਦਾ ਹੈ ਜਿਵੇਂ pieces of advice ਆਦਿ ।

14. The teacher gave us many *advices.*	The teacher gave us many *pieces of advice*
15. My younger brother did many *mischiefs.*	My younger brother did many *acts of mischief.*
16. Kamla gave me many *abuses.*	Kamla gave me many *words of abuse.*
17. I have learnt the *alphabets.*	I have learnt the *letters of the alphabet.*

(3) Rupee, dozen, mile, year, food—ਇਹ ਸ਼ਬਦ ਜਦੋਂ ਸੰਖਿਆਵਾਚੀ ਸ਼ਬਦ (numeral) ਦੇ ਬਾਦ ਆਉਂਦੇ ਹਨ ਤਾਂ ਸਦਾ ਇਕਵਚਨ (singular) ਰੂਪ ਵਿਕ ਹੀ ਪ੍ਰਯੋਗ ਹੁੰਦੇ ਹਨ ਜਿਵੇਂ—five rupee note ਵਰਤਿਆ ਜਾਵੇਗਾ, five rupees note ਅਸ਼ੁੱਧ ਹੈ ।

18. I have a five *rupees* note.	I have a five *rupee* note.
19. We bought two *dozens* pencils.	We bought two *dozen* pencils.
20. He ran in two *miles* race.	He ran in two *mile* race.
21. Abida is ten *years* old girl.	Abida is ten *year* old girl.
22. It's a three *feet-rule.*	It's a three *foot-rule.*

(4) Vegetable (ਸਬਜ਼ੀ ਜਾਂ ਸਬਜ਼ੀਆਂ), spectacles (ਐਨਕ), trousers (ਪਤਲੂਨ ਜਾਂ ਪਜਾਮਾ), himalayas (ਹਿਮਾਲਿਆ), people (ਲੋਕ), orders (ਆਦੇਸ਼),repairs (ਮਰੰਮਤ)—ਇਹ ਸ਼ਬਦ ਸਦਾ ਬਹੁਵਚਨ (plural) ਵਿਚ ਹੀ ਪ੍ਰਯੋਗ ਹੁੰਦੇ ਹਨ, ਇਕ ਵਚਨ (singular) ਵਿਚ ਨਹੀਂ ।

23. I had gone to buy *vegetable*.	I had gone to buy *vegetables*.
24. The road is closed for *repair*.	The road is closed for *repairs*.
25 The judge passed *order* for his release.	The judge passed *orders* for his release.
26. Very few *peoples* are hard-working.	Very few *people* are hard-working.
27. His *spectacle is* very fine.	His *spectacles are* very fine.
28. The *scissor is* blunt.	The *secssors are* blunt.
29. Your *trouser is* not loose.	Your *trousers are* not loose.
30. The *Himalaya is* the highest *mountain*.	The *Himalayas are* the highest *mountains*.

(5) Fish (ਮੱਛੀ ਜਾਂ ਮੱਛਲੀਆਂ), deer (ਹਿਰਨ), sheep (ਭੇਡਾਂ), cattle (ਪਸ਼ੂ), ਬਹੁਵਚਨ ਦੇ ਅਰਥ ਵਿਚ ਵੀ ਇਕਵਚਨ (Singular) ਪ੍ਰਯੋਗ ਹੁੰਦੇ ਹਨ ।

31. The fisherman catches many *fishes* in the pond.	The fisherman catches many *fish* in the pond.
32. I saw many *sheeps* and *deers* in the jungle.	I saw many *sheep* and *deer* in the jungle.
33. The *cattles are* returning to the village.	The *cattle is* returning to the village.

(6) Gentry (ਸਭਿਅ ਲੋਕ) ਸ਼ਬਦ ਦਾ ਪ੍ਰਯੋਗ ਬਹੁਵਚਨ ਵਿਚ ਹੁੰਦਾ ਹੈ, ਇਕ ਵਚਨ ਵਿਚ ਨਹੀਂ ।

34. The *gentry* of the town *has* been invited.	The *gentry* of the town have been invited.

ਕਈ ਵਾਰੀ ਲੋਕ ਗੱਲਬਾਤ ਵਿਚ ਅਧੂਰੀ ਸ਼ਬਦਾਵਲੀ ਪ੍ਰਯੋਗ ਕਰਦੇ ਹਨ । ਅਜਿਹੀ ਸ਼ਬਦਾਵਲੀ ਸਭਿਅ ਸਮਾਜ ਵਿਚ ਬੋਲਣ ਵਾਲੇ ਨੂੰ ਹਾਸੋ-ਹੀਣਾ ਬਣਾ ਦਿੰਦੀ ਹੈ । ਇਹਨਾਂ ਅਸ਼ੁੱਧੀਆਂ ਤੋਂ ਬਚਣਾ ਚਾਹੀਦਾ ਹੈ—

35. This is not my copy.	This is not my *copy-book*.
36. Bring some *blotting* from the office.	Bring some *pieces of blotting paper* from the office.
37. she lives in the *boarding*.	She lives in the *boarding house*.
38. Please, put your *sign* here.	Please, put your *signature* here.

ਅਧੂਰੀ ਸ਼ਬਦਾਵਲੀ ਦੀ ਤਰ੍ਹਾਂ ਸਾਨੂੰ ਬੋਲਚਾਲ ਅਤੇ ਲਿਖਣ ਵਿਚ ਫਾਲਤੂ ਸ਼ਬਦਾਂ ਦੇ ਪ੍ਰਯੋਗ ਤੋਂ ਵੀ ਬਚਣਾ ਚਾਹੀਦਾ ਹੈ ।

39. Your servant is a *coward boy*.	Your servant is a *coward*.
40. She is my *cousin sister*.	She is my *cousin*.

ਪੜਨਾਂਵ-ਸ਼ਬਦਾਂ ਦੇ ਪ੍ਰਯੋਗ ਵਿਚ ਅਸ਼ੁਧੀਆਂ

(ERRORS IN THE USE OF PRONOUNS)

ਅਸ਼ੁੱਧ (Incorrect)	ਸ਼ੁੱਧ (Correct)
41. It is *me*.	It is *I*.
42. *I*, *you* and *he* will go to Catcutta tomorrow.	*You*, *he* and *I* will go to Calcutta tomorrow.
43. You are wiser than *me*.	You are wiser than *I*.

ਅਸ਼ੁੱਧ Incorrect	ਸ਼ੁਧ (Correct)
44. Let her and *I* do this work.	Let her and *me* do this work.
45. *One* should do *his* duty.	*One* should do *one's* duty.
46. *Every one* must do *their* best.	*Every one* must do *his* best.
47. *Every man* and boy is busy with *their* work.	*Every man* and boy is busy with *his* work.
48. These *three* sisters love *each other*.	These *three* sisters love *one another*.
49. These *two* sisters love *one another*.	These *two* sisters love *each other*.
50. *Neither* Kanta *nor* Abita *are* in the class.	*Neither* Kanta *nor* Abita *is* in the class.
51. *Neither you nor I are* lucky.	*Neither of us is* lucky.
52. She has studied *neither* of these ten books.	She has studied *none* of these ten books.
53. *Who* is this *for* ?	*For whom* is this !
54. *Who* are you expecting now ?	*Whom* are you expecting now !
55. Say *whom* you think will get the prize.	Say *who* you think will get the prize.
56. *Who* do you think we met ?	*Whom* do you think we met !
57. I am *enjoying* now.	I am *enjoying myself* now.
58. Jasbir *hid* behind the wall.	Jasbir *hid herself* behind the wall.
59. They *resigned* to the will of God.	They *resigned themselves* to the will of God.
60. We *applied* heart and soul to the task before us.	We *applied ourselves* heart and soul to the task before us.
61. *Who* is cleverer, Rajiv or Rakesh !	*Which* is cleverer, Rajiv or Rakesh !
62. Please, bring *mine* pen.	Please, bring *my* pen.
63. This pen is *my*.	This pen is *mine*.
64. I do not like *any* of these two books.	I do not like *either* of these two books.
65. I like *not any* of these two books.	I like *neither* of these two books.

(1) ਜਦੋਂ ਮੈਂ, ਤੂੰ ਅਤੇ ਉਹ ਸ਼ਬਦ ਅੰਗ੍ਰੇਜ਼ੀ ਵਿਚ ਇਕੱਠੇ ਹੀ ਪ੍ਰਯੋਗ ਹੁੰਦੇ ਹਨ ਤਾਂ ਇਸ ਕ੍ਰਮ ਵਿਚ ਆਉਂਦੇ ਹਨ—you (ਤੂੰ), he (ਉਹ) and I (ਮੈਂ) ।

(2) **Let ਦੇ ਨਾਲ him, her** ਅਤੇ **me** *(Pronoun)* ਵਰਤੇ ਜਾਂਦੇ ਹਨ, **he, she, I** ਨਹੀਂ ।

(3) **Every one, every man** ਸ਼ਬਦਾਂ ਦੇ ਬਾਦ ਸੰਬੰਧ ਕਾਰਕ **his** ਜਾਂ **her** ਲਗਦਾ ਹੈ, **their** ਨਹੀਂ । ਪਰ **one** *(Pronoun)* ਦੇ ਬਾਦ **one's** ਲਗਦਾ ਹੈ, **his, her** ਜਾਂ **their** ਨਹੀਂ ।

(4) ਦੋ ਵਿਅਕਤੀਆਂ ਲਈ **each other** ਆਉਂਦਾ ਹੈ ਅਤੇ ਤਿੰਨ ਜਾਂ ਤਿੰਨ ਤੋਂ ਜ਼ਿਆਦਾ ਲਈ **one another.**

(5) **Neither--nor** ਦੇ ਨਾਲ *singulvr* ਕ੍ਰਿਆ **is** ਆਦਿ ਲਗਦੀ ਹੈ ਅਤੇ ਇਹ ਸ਼ਬਦ ਦੋ ਵਿਅਕਤੀਆਂ ਦੇ ਅਰਥ ਵਿਚ ਪ੍ਰਯੋਗ ਹੁੰਦੇ ਹਨ ।

(6) ਬਹੁਤ ਸਾਰੀਆਂ ਵਸਤੂਆਂ ਵਿਚੋਂ 'ਕੋਈ ਵੀ ਨਹੀਂ' ਦੇ ਅਰਥ ਵਿਚ **none** ਆਉਂਦਾ ਹੈ, **neither** ਨਹੀਂ ।

(7) **Enjoy, hid, resign, apply, avail, absent** ਇਹਨਾਂ ਕ੍ਰਿਆਵਾਂ ਦੇ ਬਾਦ **himself, herself themselves, yourself, myself, ourselves** ਆਦਿ ਲਗਦੇ ਹਨ ।

(8) **My** ਅਤੇ **mine** ਦਾ ਅਰਥ ਮੇਰਾ **your** ਅਤੇ **yours** ਦਾ ਅਰਥ ਹੈ ਤੇਰਾ ਜਾਂ ਤੁਹਾਡਾ ਅਤੇ **our** ਤੇ **ours** ਦਾ ਅਰਥ ਹੈ ਸਾਡਾ । ਪਰ ਪ੍ਰਯੋਗ ਵਿਚ (a) **my, your, our** ਤਾਂ ਆਉਂਦੇ ਹਨ ਜਦੋਂ ਇਹਨਾਂ ਦੇ ਬਾਦ ਦਾ ਸ਼ਬਦ ਨਾਂਵ *(Noun)* ਹੋਵੇ ਜਿਵੇਂ—**my pen, your father, our mother,** (b) ਜਦੋਂ ਇਹਨਾਂ ਪੜਨਾਂਵ ਸ਼ਬਦਾਂ ਦੇ ਬਾਦ ਕੋਈ ਨਾਂਵ ਸ਼ਬਦ ਨਹੀਂ ਹੁੰਦਾ ਤਾਂ ਅਕਸਰ **mine, yours, ours** ਆਦਿ ਜੁੜਦੇ ਹਨ ।

ਵਿਸ਼ੇਸ਼ਣ ਸ਼ਬਦਾਂ ਦੇ ਪ੍ਰਯੋਗ ਵਿਚ ਅਸ਼ੁੱਧੀਆਂ
(ERRORS IN THE USE OF ADJECTIVE)

ਅਸ਼ੁਧ (Incorrect)	**ਸ਼ੁਧ** (Correct)
66. You are *more stronger* than I.	You are *stronger* than I.
67. She is growing *weak* and *weak* every day.	She is growing *weaker* and *weaker* every day.
68. Mohan is *elder* than Salim.	Mohan is *older* than Salim.
69. Delhi is *older* than all cities in India.	Delhi is the *oldest* of all cities in India.
70. You have taken *whole* apple.	You have taken *the whole of* apple.
71. Bombay is *further* from Delhi than Amritsar.	Bombay is *farther* from Delhi than Amritsar.
72. Have you *any* ink ?	Have you *some* ink ?
73. *Have* she much books ?	*Has* she *many* books ?
74. Lila was her *oldest* daughter.	Lila was her *eldest* daughter.
75. Lila was the *eldest* of the two sisters.	Lila was the *elder* of the two sisters.
76. I have *less* friends than Shanta has.	I have *fewer* friends than Shanta has.
77. He is the *youngest* and *most* intelligent of my two sons.	He is *younger* and *more* intelligent of my two sons.
78. I saw many *worth seeing places*.	I saw many *places worth seeing*.
79. I told you the *last* news.	I told you the *latest* news.
80. You are junior *than I*.	You are junior *to me*.
81. I have *less* worries than Mohan.	I have *fewer* worries than Mohan.
82. No *less* than fifty persons died of cholera.	No *fewer* than fifty persons died of cholera.
83. There was *few* reason to be afraid of.	There was *less* reason to be afraid of.
84. This is the *worst* of the two.	This is *worse* of the two.
85. After lunch we had no *farther* talk.	After lunch we had no *further* talk.
86. He wasted *his all* wealth.	He wasted *all his* wealth.
87. I prefer cycling *more than* walking.	I prefer cycling *to* walking.
88. I am *more stronger* than he.	I am *stronger* than he.
89. He is *the weakest* boy of the two.	He is *weaker* boy of the two.
90. I have got *few* books.	I have got *a few* books.

(1) Elder ਅਤੇ older ਦੋਹਾਂ ਦਾ ਅਰਥ ਹੁੰਦਾ ਹੈ ਦੋਹਾਂ ਵਿਚੋਂ ਵੱਡਾ ਪਰ elder ਸਕੇ ਰਿਸ਼ਤੇ ਲਈ ਹੀ ਆਉਂਦਾ ਹੈ ਜਿਵੇਂ : elder brother, elder sister. ਜਦੋਂ ਦੋ ਵਿਅਕਤੀ ਜਾਂ ਵਸਤੂਆਂ ਭਿੰਨ-ਭਿੰਨ ਹੋਣ ਤਾਂ older ਪ੍ਰਯੋਗ ਹੁੰਦਾ ਹੈ ਜਿਵੇਂ : Mohan is older than Salim.

(2) Eldest ਅਤੇ oldest ਦੋਹਾਂ ਦਾ ਅਰਥ ਹੁੰਦਾ ਹੈ ਸਭ ਤੋਂ ਵੱਡਾ। ਪਰ elder ਦੀ ਤਰ੍ਹਾਂ eldest ਵੀ ਸਕੇ ਰਿਸ਼ਤੇ ਲਈ ਹੀ ਪ੍ਰਯੋਗ ਹੁੰਦਾ ਹੈ।

(3) Further (ਅਗਲਾ) ਅਤੇ farther (ਦੋ ਵਿਚੋਂ ਦੂਰ ਦਾ) ਇਹਨਾਂ ਸ਼ਬਦਾਂ ਦੇ ਅਰਥ ਦਾ ਅੰਤਰ ਸਮਝ ਕੇ ਪ੍ਰਯੋਗ ਕਰੋ ।

(4) Many ਸੰਖਿਆਵਾਚੀ ਵਿਸ਼ੇਸ਼ਣ ਹੈ, ਜਿਵੇਂ many books (ਬਹੁਤ ਸਾਰੀਆਂ ਪੁਸਤਕਾਂ ਅਤੇ much ਪਰਿਣਾਮਵਾਚਕ ਵਿਸ਼ੇਸ਼ਣ ਹੈ ਜਿਵੇਂ much water (ਬਹੁਤ ਸਾਰਾ ਪਾਣੀ)।

(5) ਵਿਸ਼ੇਸ਼ਣ ਦੀਆਂ ਤਿੰਨ ਅਵਸਥਾਵਾਂ (three degrees) ਦਾ ਪ੍ਰਯੋਗ ਸਮੇਂ ਦੇ ਮੁਤਾਬਕ ਸੋਚ ਸਮਝਕੇ ਕਰਨਾ ਚਾਹੀਦਾ ਹੈ।

(6) Many ਦੀ ਤਰ੍ਹਾਂ few ਸੰਖਿਆਵਾਚੀ ਹੈ ਅਤੇ much ਦੀ ਤਰ੍ਹਾਂ less ਮਾਤਰਾ ਜਾਂ ਮਿਕਦਾਰਵਾਚੀ ਹੈ। ਇਹਨਾਂ ਦਾ ਪ੍ਰਯੋਗ ਧਿਆਨ ਨਾਲ ਕਰਨਾ ਚਾਹੀਦਾ ਹੈ।

ਕਿਰਿਆ ਸ਼ਬਦਾਂ ਦੇ ਪ੍ਰਯੋਗ ਵਿਚ ਅਸ਼ੁੱਧੀਆਂ

(ERRORS IN THE USE OF VERBS)

ਅਸ਼ੁੱਧ (Incorrect)	ਸ਼ੁੱਧ (Correct)
91. If the rain *will* not fall, the crops will dry up.	If the rain *does* not fall, the crops will dry up.
92. Her father told me that honesty *was* the best policy.	Her father told me that honesty *is* the best policy.
93. The cashier-cum-accountant *have* come.	The cashier-cum-accountant *has* come.
94. The cashier and the accountant *has* ceme.	The cashier and the accountant *have* come.
95. *Can* I come in, sir ?	*May* I come in, sir ?
96. I'm so weak that I *may not* walk.	I'm so weak that I *cannot* walk.
97. Tell me why *are you* abusing him.	Tell me why *you are* abusing him.
98. Pushpa *as well as* her other sisters *are* beautiful.	Pushpa *as well as* her other sisters *is* beautiful.
99. I *am* ill for two weeks.	I *have been* ill for two weeks.
100. The ship *was drowned.*	The ship *sank.*
101. He *has stole* a pen.	He *has stolen* a pen.
102. Dhulip *sung* well.	Dhulip *sang* well.
103. Mohamad has often *beat* me at tennis.	Mohamed has often *beaten* me at tennis.
104. I *laid* in bed till eight in the morning.	I *lay* in bed till eight in the morning.
105. The river has *overflown* its banks.	The river has *over flowed* its banks.
106. I *will* be drowned and nobody *shall* save me.	I *shall* be drowned and nobody *will* save me.
107. You *will* leave this place at once.	You *shall* leave this place at once.
108. We *shall* not accept defeat.	We *will* not accept defeat.
109. I should learn to ride if I *buy* a cycle.	I should learn to ride if I *bought* a cycle.
110. I never *have*, and I never *will* do it.	I never *have done*, and I never *will* do it.
111. Neither he *came* nor he *wrote*.	Neither *did* he *come* nor *did* he *write*.
112. Seldom I go to the hills.	Seldom *do* I go to the hills.
113. This food is hard to *be digested.*	This food is hard to *digest.*
114. He ordered *to withdraw the army.*	He ordered *his army to withdraw.*
115. Each and every father *love their* children.	Each and every father *loves his* children.

(1) **Can** ਅਤੇ **may** ਦਾ ਅਰਥ਼ ਹੁੰਦਾ ਹੈ ਸਕਣਾ । ਪਰ **can** ਦਾ ਪ੍ਰਯੋਗ ਤਾਕਤ ਜਾਂ ਸਮਰਥਾ ਦੇ ਅਰਥ ਵਿਚ ਹੁੰਦਾ ਹੈ ਅਤੇ **may** ਦਾ ਆਗਿਆ ਦੇ ਅਰਥ ਵਿਚ ਜਿਵੇਂ ਵਾਕ--95, 96 ।

(2) **As well as** ਤੋਂ ਪਹਿਲੇ ਦਾ ਕਰਤਾ ਜੇ ਇਕਵਚਨ ਵਿਚ ਹੋਵੇ ਤਾਂ ਕਿਰਿਆ ਵੀ ਇਕ ਵਚਨ ਹੁੰਦੀ ਹੈ । ਦੇਖੋ ਵਾਕ--98 ।

(3) ਜਦੋਂ ਵਾਕ **why** ਆਦਿ ਸ਼ਬਦਾਂ ਦੇ ਨਾਲ **Indirect form** ਵਿਚ ਹੁੰਦਾ ਹੈ ਤਾਂ **'why are you'** ਦੀ ਜਗ੍ਹਾ **'why You are'** ਹੋ ਜਾਂਦਾ ਹੈ । ਅਜਿਹੇ ਵਾਕ ਵਿਚ ਪ੍ਰਸ਼ਨ ਚਿੰਨ੍ਹ ਵੀ ਨਹੀਂ ਲਗਦਾ। ਜਿਵੇਂ ਵਾਕ-97 ।

(4) **Drown** ਅਤੇ **sink** ਦੋਹਾਂ ਦਾ ਅਰਥ ਹੈ ਡੁੱਬਣਾ, ਪਰ ਜਾਨਦਾਰ ਵਸਤੂ ਦੇ ਡੁਬਣ ਦੇ ਅਰਥ ਵਿਚ **drown** ਆਉਂਦਾ ਹੈ ਅਤੇ ਬੇਜਾਨ ਵਸਤੂ ਦੇ ਡੁਬਣ ਲਈ **sink** ਸ਼ਬਦ ਦਾ ਪ੍ਰਯੋਗ ਕੀਤਾ ਜਾਂਦਾ ਹੈ ।

(5) ਸਾਧਾਰਣ ਭਵਿਖੱਤ ਦੇ ਅਰਥ ਵਿਚ **I, we** ਦੇ ਨਾਲ **shall** ਅਤੇ **he, she, they,** ਅਤੇ **you** ਦੇ ਨਾਲ **will**

ਲਗਦਾ ਹੈ । ਦੇਖੋ ਵਾਕ--106 । ਪਰ ਜੇ 'ਦ੍ਰਿੜ੍ਹ ਨਿਸ਼ਚਾ' ਜਾਂ 'ਧਮਕੀ ਪਰਗਟ ਕਰਨੀ ਹੋਵੇ ਤਾਂ ਉਲਟਾ ਪ੍ਰਯੋਗ ਹੈ—I, we ਦੇ ਨਾਲ will ਅਤੇ be, she, they, you ਦੇ ਨਾਲ shall । ਦੇਖੋ ਵਾਕ--107, 108 ।

(6) Shall ਦੇ Past tense ਦਾ ਰੂਪ should ਹੁੰਦਾ ਹੈ । ਜਿਸ ਵਾਕ ਵਿਚ should ਦਾ ਇਸ ਅਰਥ ਵਿਚ ਪ੍ਰਯੋਗ ਹੋਵੇ ਉਸ ਵਾਕ ਵਿਚ ਦੂਸਰੀ ਕਿਰਿਆ ਵੀ past tense form ਵਿਚ ਪ੍ਰਯੋਗ ਕੀਤੀ ਜਾਵੇਗੀ। ਦੇਖੋ ਵਾਕ--109 ।

(7) Neither. seldom ਨਕਾਰਾਤਮਕ (negative) ਸ਼ਬਦ ਹਨ । ਵਾਕ ਵਿਚ ਇਹਨਾਂ ਦੇ ਪ੍ਰਯੋਗ ਵਿਚ ਹੋਰ negative ਵਾਕਾਂ ਦੀ ਤਰ੍ਹਾਂ) do, did ਦਾ ਪ੍ਰਯੋਗ ਹੁੰਦਾ ਹੈ । ਦੇਖੋ ਵਾਕ--111-112 ।

(8) ਜ਼ਰਾ ਸੋਚੋ ਕਿ ਵਾਕ 115 ਵਿਚ his chlidren ਕਿਉਂ ਆਇਆ their children ਕਿਉਂ ਨਹੀਂ ? (ਠੀਕ ਹੈ his ਦਾ ਸੰਬੰਧ father ਨਾਲ ਹੈ, children ਨਾਲ ਨਹੀਂ, ਇਸ ਲਈ ਇਥੇ his ਠੀਕ ਹੈ ।)

ਕਿਰਿਆ ਵਿਸ਼ੇਸ਼ਣ ਸ਼ਬਦਾਂ ਦੇ ਪ੍ਰਯੋਗ ਵਿਚ ਅਸ਼ੁੱਧੀਆਂ
(ERRORS IN THE USE OF ADVERBS)

	ਅਸ਼ੁੱਧ (Incorrect)	ਸ਼ੁੱਧ (Correct)
116.	I play basket-ball *good.*	I play basket-ball *well.*
117.	I am *very much* sorry.	I am *very* sorry.
118.	It is *much* cold today.	It is *very* cold today.
119.	The horse is *too* tired.	The horse is *very* tired.
120.	This girl is *very* poor *to* pay her dues.	This girl is *too* poor *to* pay her dues.
121.	She is *too* weak *for* walk.	She is *too* weak *to* walk.
122.	I am *too* pleased.	I am *much* pleased.
123.	We *slowly walked.*	We *walked slowly.*
124.	We should *only* fear *God.*	We should fear *God only.*
125.	This house is *enough large* for them.	This house is *large enough* for them.
126.	He does not know *to* swim.	He does not know *how to* swim.
127.	I do not know *to* do it.	I do not know *how to* do it.
128.	Do not run *fastly.*	Do not run *fast.*
129.	She is not *clever* to do it.	She is not *clever enough* to do it.
130.	He explained *clearly his case.*	He explained *his case clearly.*
131.	You have done it very *quick.*	You have done it very *quickly.*
132.	It is *too* hot.	It is *very* hot.
133.	It is *very* hot to play tennis.	It is *too* hot to play tennis.
134.	Poona is *known* for its figs.	Poona is *well known* for its figs.
135.	I went *directly* to school.	I went *direct* to school.
136.	I feel *comparatively better* today.	I feel *better* today.
137.	He runs *fastly.*	He runs *fast.*
138.	The child walks *slow.*	The child walks *slowly.*
139.	I am *very* delighted to sce you.	I am *much* delighted to see you.
140.	He is now *too strong to* walk.	He is now *strong enough to* walk.

(1) Well (adverb) ਦੀ ਜਗ੍ਹਾ good (adjective) ਦਾ ਪ੍ਰਯੋਗ ਅੱਛਾ ਨਹੀਂ ਹੈ । ਦੇਖੋ ਵਾਕ--116 ।

(2) Too ਅਤੇ very ਦੋਹਾਂ ਦਾ ਅਰਥ ਹੈ-ਬਹੁਤ । ਪਰ (a) too ਦੇ ਬਾਦ ਸੰਬੰਧਕ (relative) ਸ਼ਬਦ to ਜੁੜਦਾ ਹੈ:.

ਜਿਵੇਂ—she is *too* weak *to* walk (ਉਹ ਇੰਨੀ ਕਮਜ਼ੋਰ ਹੈ ਕਿ ਚਲ-ਫਿਰ ਨਹੀਂ ਸਕਦੀ।) ਦੇਖੋ ਵਾਕ—121, 133।

(b) ਬਹੁਤ ਦੇ ਅਰਥ ਵਿਚ ਆਮਤੌਰ ਤੇ very ਜਾਂ much ਜੁੜਦਾ ਹੈ । ਵੇਖੋ ਵਾਕ—122,132।

(3) Slowly, cleary ਆਦਿ ਸਾਰੇ adverbs ਅਕਸਰ ਕਿਰਿਆ ਤੋਂ ਬਾਦ ਰੱਖੇ ਜਾਂਦੇ ਹਨ।

(4) ਕਈ ਲੋਕ 'comparatively better' ਕਹਿੰਦੇ ਹਨ। ਜ਼ਰਾ ਸੋਚੋ ਕਿ better ਹੀ ਦੋ ਵਿਚੋਂ ਅੱਛਾ ਹੋਣ ਦਾ ਭਾਵ ਪ੍ਰਗਟ ਕਰਦਾ ਹੈ ਤਾਂ comparatively ਕਿਉਂ ? ਦੇਖੋ ਵਾਕ—136।

(5) ਜ਼ਰਾ ਸੋਚੋ ਇਹ ਵਾਕ ਕਿਉਂ ਗਲਤ ਹੈ--he is now *too* strong *to* walk. [ਇਹ ਵਾਕ ਇਸ ਲਈ ਗਲਤ ਹੈ ਕਿਉਂਕਿ ਇਸ ਦਾ ਅਰਥ ਹੋਵੇਗਾ--ਉਹ ਇੰਨਾ ਤਾਕਤਵਰ ਹੈ ਕਿ ਤੁਰ-ਫਿਰ ਨਹੀਂ ਸਕਦਾ। ਪਰ ਅਰਥ ਇਸ ਤੋਂ ਉਲਟਾ ਹੈ ਇਸ ਲਈ '*too strong*' ਦੀ ਥਾਂ strong enough ਵਰਤਿਆ ਜਾਏਗਾ।

ਯੋਜਕ-ਸ਼ਬਦਾਂ ਦੇ ਪ੍ਰਯੋਗ ਵਿਚ ਅਸ਼ੁਧੀਆਂ

(ERRORS IN THE USE OF CONJUNCTION)

ਅਸ਼ੁੱਧ (Incorrect)	ਸ਼ੁੱਧ (Correct)
141. *Though* he works hard *but* he is weak.	*Though* he works hard *yet* he is weak.
142. The teacher asked *that why* I was late.	The teacher asked *why* I was late.
143. Wait here *till* I *do not* come.	Wait here *till* I come.
144. *No sooner* we reached the station, the train started.	*No sooner did* we reach the Station, *than* the train started.
145. *Not only* he abused me *but also* beat me.	*Not only did* he *abuse* me *but* beat me.
146. We had *hardly* gone out *before* it began to rain.	We had *haadly* gone out *when* it began to rain.
147. Run fast *lest* you *should not* be late.	Run fast *lest* you *should* be late.
148. *As* Satish is fat *so* he walks slowly.	*As* Satish is fat, he walks slowly.
149. I dobut *that* She will pass this year.	I doubt *whether* she will pass this year.
150. *When* I reached there *then* it was raining.	*When* I reached there, it was raining.
151. *Although* he is poor, *but* he is honest.	*Although* he is yoor, *yet* he is honest.
152. Wait here *until* I *do not* come.	Wait here *till* I come.
153. *Unless* you *do not* try, you will never succeed.	*Unless* you try, you will never succeed.
154. There is no *such* country *which* you mention.	There is no *such* country *as* you mention.
155. He had *scarcely* reached the station *than* the train started.	He had *scarcely* reached the station *when* the train started.

(1) ਕੁਝ ਯੋਜਕ ਸ਼ਬਦ ਆਪਸ ਵਿਚ ਸੰਬੰਧਿਤ ਹੁੰਦੇ ਹਨ ਅਤੇ ਵਾਕ ਵਿਚ ਇਕ ਸਾਥ ਪ੍ਰਯੋਗ ਕੀਤੇ ਜਾਂਦੇ ਹਨ ਜਿਵੇਂ—though yet; no sooner—than; not only—but also; hardly—when; lest—should; although—yet; such--as ਅਤੇ scarcely--when ਆਦਿ । [though ਆਦਿ ਦੇ ਨਾਲ yet ਆਦਿ ਹੀ ਆਏਗਾ, but ਆਦਿ ਨਹੀਂ।]

(2) No sooner, not only ਨਕਾਰਾਤਮਕ (*negative*) ਸ਼ਬਦ ਹਨ। ਇਸ ਲਈ do, did ਦਾ ਪ੍ਰਯੋਗ ਇਹਨਾਂ ਦੇ ਬਾਦ ਹੁੰਦਾ ਹੈ ਦੇਖੋ : ਵਾਕ--144, 145।

(3) Lest ਦਾ ਅਰਥ ਹੈ--'ਇਹ ਨਾ ਹੋਵੇ ਕਿ' । ਇਸ ਲਈ lest ਦੇ ਬਾਦ should ਆਵੇਗਾ, should not ਨਹੀਂ । ਦੇਖੋ ਵਾਕ--147 ।

(4) As ਦੇ ਨਾਲ ਸੰਬੰਧਿਤ (relative) ਸ਼ਬਦ ਦੇ ਰੂਪ ਵਿਚ so ਨਹੀਂ ਜੁੜਦਾ । ਦੇਖੋ : ਵਾਕ--148 ।

(5) ਅੰਗ੍ਰੇਜ਼ੀ ਵਿਚ when ਦੇ ਅੱਗੇ then ਨਹੀਂ ਜੁੜਦਾ । ਦੇਖੋ ਵਾਕ—150 ।

ਸੰਬੰਧਕ ਸ਼ਬਦਾਂ ਦੇ ਪ੍ਰਯੋਗ ਵਿਚ ਅਸ਼ੁਧੀਆਂ

(ERRORS IN THE USE OF PREPOSITIONS)

ਅਸ਼ੁੱਧ (Incorrect)	ਸ਼ੁੱਧ (Correct)
(i) ਕੋਈ ਸੰਬੰਧ ਸੂਚਕ ਨਹੀਂ ਲਗਦਾ--	
156. My mother loves *with* me.	My mother loves me.
157. He reached *at* the station.	He reached the station.
158. He ordered *for* my dismissal.	He ordered my dismissal.
159. Rajiv married *with* your cousin.	Rajiv married your cousin.
160. Amitabh entered *into* the room.	Amitabh entered the room.
(ii) by ਦਾ ਪ੍ਰਯੋਗ ਹੁੰਦਾ ਹੈ ।	
161. What is the time *in* your watch ?	What is the time *by* your watch ?
162. They went to Banaras *in* the train.	They went to Banaras *by* train.
163. She was killed *with* a robber.	She was killed *by* a robber.
(iii) with ਦਾ ਪ੍ਰਯੋਗ ਹੁੰਦਾ ਹੈ—	
164. He is angry *upon* me.	He is angry *with* me.
165. Are you angry *on* her.	Are you angry *with* her.
166. My principal is pleased *from* me.	My principal is pleased *with* me.
167. Wash your face *in* water.	Wash your face *with* water.
168. The dacoit was killed *by* a sword.	The dacoit was killed *with* a sword.
169. I could not prevail him.	I could not prevail *with* him.
170. She covered her face *by* her shawl.	She covered her face *with* her shawl.
(iv) at ਦਾ ਪ੍ਰਯੋਗ ਹੁੰਦਾ ਹੈ--	
171. Open your book *on* page ten.	Open your book *at* page ten.
172. Girls should not play cards.	Girls should not play *at* cards.
173. Why did you laugh *on* the beggar.	Why did you laugh *at* the beggar.
174. Who is knocklng *on* the door.	Who is knocking *at* the door.
175. The train arrived *on* the platform.	The train arrived *at* the platform.

ਅਸ਼ੁੱਧ (Incorrect)	ਸ਼ੁਧ (Correct)
(v) on ਦਾ ਪ੍ਰਯੋਗ ਹੁੰਦਾ ਹੈ—	
176. We go to school *by* foot.	We go to school *on foot.*
177. We congratulate you *for* your success.	We congratulate you *on* success.
178. The rioters set the house *to* fire.	The rioters set the house *on* fire.
179. The house was built *over* the ground.	The house was built *on* the ground.
180. Father spent money *at* her wedding.	Father spent money *on* her wodding.
(vi) to ਦਾ ਪ੍ਰਯੋਗ ਹੁੰਦਾ ਹੈ—	
181. Vimal was married *with* Shyam.	Vimal was married *to* Shyam.
182. You are kind *on* me.	You are kind *to* me.
183. We should pray God every day.	We should pray *to* God every day.
184. I will not listen what you say.	I will not listen *to* what you say.
185. I object *at* your statement.	I object *to* your statement.
(vii) in ਦਾ ਪ੍ਰਯੋਗ ਹੁੰਦਾ ਹੈ—	
186. Swatantra Kumari lives *at* Bombay.	Swatantra Kumari lives *in* Bombay.
187. I sat *on* a chair.	I sat *in* a chair.
188. Please, write *with* ink.	Please, write *in* ink.
189. I have no faith *upon* your story.	I have no faith *in* your story.
190. The rain will cease *after* a little while.	The rain will cease *in* a little while.
(viii) into ਦਾ ਪ੍ਰਯੋਗ ਹੁੰਦਾ ਹੈ—	
191. Divide the cake *in* five parts.	Divide the cake *into* five parts.
192. Please look *in* the matter.	Please look *into* the matter.
193. She jumped *in* the river.	She jumped *into* the river.
194. I fear that she will fall *in* the hands of robbers.	I fear that she will fall *into* the hands of robbers.
195. Translate this passage *in* Hindi.	Translate this passage *into* Hindi.
(ix) of ਦਾ ਪ੍ਰਯੋਗ ਹੁੰਦਾ ਹੈ—	
196. She died *from* plague.	She died *of* plague.
197. We are proud *on* our country.	We are proud *of* our country.
198. The child is afraid *from* you.	The child is afraid *of* you.
199. Hamida is not jealous *to* Abdul.	Hamida is not jealous *of* Abdul.
200. We should take care *for* our books.	We should take care *of* our books.
(x) from ਦਾ ਪ੍ਰਯੋਗ ਹੁੰਦਾ ਹੈ—	
201. My shirt is different *to* your.	My shirt is different *from* yours.

ਅਸ਼ੁੱਧ (Incorrect)	ਸ਼ੁੱਧ (Correct)
202. His mother prevented him *of* going to cinema.	His mother prevented him *from* going to cinema.
203. I commenced work *since* 14th July.	I commenced work *from* 14th July.
204. He hinderd me *to* do this.	He hindered me *from* doing this.
205. He died *of* hunger.	He died *from* hunger.

(xi) for ਦਾ ਪ੍ਰਯੋਗ ਹੁੰਦਾ ਹੈ--

206. He will not be there *before* four months.	He will not there *for* four months.
207. The employer blames her *of* carelessness.	The employer blames her *for* carelessness.
208. Three scholarships are competed.	Three scholarships are competed *for*.
209. Free meals should be provided *to* poor children.	Free meals should be provided *for* poor children.
210. Who cares *of* you ?	Who cares *for* you ?

(xii) between, among, since, up, against ਆਦਿ ਦਾ ਪ੍ਰਯੋਗ ਹੁੰਦਾ ਹੈ—

211. Distribute the fruit *among* Kamla and Vimla.	Distribute the fruit *between* Kamla and Vimla.
212. Divide this money *between* these girls.	Divide this money *among* these girls.
213. Rakesh has been absent from college *from* Monday last.	Rakesh has been absent from college *since* Monday last.
214. He tore *away* the bills.	He tore *up* the bills.
215. The English fought *with* the Russians.	The English fought *against* Russians.

A, an, the ਸ਼ਬਦਾਂ ਦੇ ਪ੍ਰਯੋਗ ਵਿਚ ਅਸ਼ੁਧੀਆਂ
(THE ERRORS IN THE USE OF ARTICLES)

ਜਿਥੋਂ ਤਕ ਸੰਬੰਧ-ਸੂਚਕ (prepositions) ਸ਼ਬਦਾਂ ਦਾ ਕਿਰਿਆਵਾਂ ਦੇ ਨਾਲ ਪ੍ਰਯੋਗ ਦਾ ਸਵਾਲ ਹੈ, ਇਹ ਇਸ ਲਈ ਪ੍ਰਯੋਗ ਹੁੰਦੀਆਂ ਹਨ ਕਿਉਂਕਿ ਅੰਗ੍ਰੇਜ਼ੀ ਭਾਸ਼ਾ ਵਿਚ ਇਹਨਾਂ ਦਾ ਇਸੇ ਤਰ੍ਹਾਂ ਪ੍ਰਯੋਗ ਹੁੰਦਾ ਹੈ। ਇਸ ਵਿਚ ਤਰਕ-ਵਿਤਰਕ ਦੀ ਕੋਈ ਗੁੰਜਾਇਸ਼ ਨਹੀਂ ਹੈ। ਇਸ ਲਈ ਅੰਗ੍ਰੇਜ਼ੀ ਸਿੱਖਣ ਦੇ ਚਾਹਵਾਨਾਂ ਨੂੰ ਇਹਨਾਂ ਦਾ ਸ਼ੁੱਧ ਪ੍ਰਯੋਗ ਮਨ ਵਿਚ ਬਿਠਾਉਣਾ ਚਾਹੀਦਾ ਹੈ।

ਅਸ਼ੁੱਧ (Incorrect)	ਸ਼ੁੱਧ (Correct)

(i) the ਦਾ ਪ੍ਰਯੋਗ ਹੁੰਦਾ ਹੈ--

216. *The* Delhi is the capital of India.	Delhi is the capital of India.
217. She met me in *the* Faiz Bazaar.	She met me in Faiz Bazaar.

ਅਸ਼ੁੱਧ (Incorrect)	ਸ਼ੁੱਧ (Correct)
218. He has failed in *the* English.	He has failed in English.
219. She was suffering from *the* typhoid.	She was suffering from typhoid.
220. *The* union is strength.	Union is strength.

(ii) ਅਜਿਹੇ ਸ਼ਬਦਾਂ ਦੇ ਅੱਗੇ the ਜੁੜਦਾ ਹੈ --

221. This is a best player I have ever met.	This is *the* best player I have ever met.
222. Ganga flows into Bay of Bengal.	*The* Ganga flows into *the* Bay of Bengal.
223. Rose is sweatest of all flowers.	*The* rose is *the* sweatest of all *the* flowers.
224. Rich are happy but poor are unhappy.	*The* rich are happy but *the* poor are unhappy.
225. Ramayan and Mahabharat are epics of India.	*The* Ramayan and the Mahabharat are *the* epics of India.

1. ਵਿਅਕਤੀਵਾਚਕ ਨਾਂਵ ਸ਼ਬਦ (ਜਿਵੇਂ : Delhi, Faiz Bazaar, English language), ਧਾਤੂ ਵਾਚਕ ਨਾਂਵ ਸ਼ਬਦ (ਜਿਵੇਂ : gold, silver ਆਦਿ), ਭਾਵਵਾਚਕ ਨਾਂਵ ਸ਼ਬਦ (union, honesty ਆਦਿ) ਅਤੇ ਰੋਗਾਂ ਦੇ ਨਾਂ ਆਦਿ ਦੇ ਨਾਲ the ਦਾ ਪ੍ਰਯੋਗ ਨਹੀਂ ਹੁੰਦਾ ।

2. ਵਿਸ਼ੇਸ਼ਣ ਦੀ ਤੀਸਰੀ ਅਵਸਥਾ ਵਿਚ ਪਹਾੜਾਂ, ਪਰਦੇਸ਼ਾਂ, ਨਦੀਆਂ, ਸਮੁੰਦਰਾਂ ਆਦਿ ਦੇ ਨਾਵਾਂ ਦੇ ਅੱਗੇ the ਲਗਦਾ ਹੈ ਜਿਵੇਂ : (the Ganga, the Himalayas), ਪੁਸਤਕਾਂ ਦੇ ਨਾਂਵ ਤੋਂ ਅੱਗੇ (the Ramayan, the Mahabharat ਆਦਿ), ਨਾਂਵ ਦੇ ਰੂਪ ਵਿਚ ਵਰਤੇ ਗਏ ਵਿਸ਼ੇਸ਼ਣਾਂ ਦੇ ਅੱਗੇ (the rich, the poor ਆਦਿ) the ਵਰਤਿਆ ਜਾਂਦਾ ਹੈ । ਇਹਨਾਂ ਪ੍ਰਯੋਗਾਂ ਤੋਂ ਇਲਾਵਾ ਕਿਸੇ ਵਿਅਕਤੀ ਜਾਂ ਵਸਤੂ ਤੇ ਦਬਾਉ ਜਾਂ ਜ਼ੋਰ ਦੇਣਾ ਹੋਵੇ ਤਾਂ ਵੀ the ਦੀ ਵਰਤੋਂ ਕੀਤੀ ਜਾਂਦੀ ਹੈ । ਜਿਵੇਂ : the rose, the flower, the epics, ਆਦਿ ।

(iii) ਇਹਨਾਂ ਅਵਸਥਾਵਾਂ ਵਿਚ a ਨਹੀਂ ਜੁੜਦਾ—

226. *A* Man is mortal.	Man is mortal.
227. Your sister is in *a* trouble.	Your sister is in trouble.
228. He made *a* rapid progress.	He made rapid progress.
229. There is *a* vast scope for improvement.	There is vast scope for improvement.
230. I read *a* fine poetry.	I read fine poetry.

3. ਵਾਕ 226 ਵਿਚ ਕਿਸੇ ਇਕ ਵਿਅਕਤੀ (a man) ਦੀ ਗੱਲ ਨਹੀਂ ਹੈ--ਸਗੋਂ ਮਨੁੱਖਜਾਤੀ ਦੀ ਹੈ, ਇਸ ਲਈ a ਨਹੀਂ ਲੱਗੇਗਾ । ਵਾਕ 227 ਵਿਚ trouble (ਸੰਕਟ) ਸੰਖਿਆਤਮਕ ਸ਼ਬਦ ਨਹੀਂ ਹੈ ਇਸ ਲਈ a ਨਹੀਂ ਵਰਤਿਆ ਜਾਵੇਗਾ । ਇਸੇ ਤਰ੍ਹਾਂ ਭਾਵਵਾਚਕ ਅਤੇ ਧਾਤੂਵਾਚਕ ਨਾਵਾਂ ਦੇ ਪਹਿਲੇ ਆਮ ਤੌਰ ਤੇ a ਜਾਂ an ਨਹੀਂ ਜੁੜਦਾ ।

(iv) ਜਾਤੀਵਾਚਕ ਨਾਵਾਂ ਦੇ ਨਾਲ (ਪਹਿਲੇ) ਆਮ ਤੌਰ ਤੇ a ਜੁੜਦਾ ਹੈ ।

ਅਸ਼ੁੱਧ (Incorrect)	ਸ਼ੁੱਧ (Correct)
231. Don't make noise.	Don't make *a* noise.
232. The English is brave nation.	The English is *a* brave nation.

ਅਸ਼ੁੱਧ (Incorrect)	ਸ਼ੁੱਧ (Correct)
233. I got headache.	I got *a* headache.
234. Your words are not worth penny.	Your words are not worth *a* penny.
235. He is an European.	He is *a* European.

(v) ਜਿਹਨਾਂ ਸ਼ਬਦਾਂ ਦਾ ਆਰੰਭ ਸੁਰ (vowel) ਨਾਲ ਹੁੰਦਾ ਹੈ ਜਾਂ ਉਚਾਰਣ ਸੁਰ (vowel) ਨਾਲ ਹੁੰਦਾ ਹੋਵੇ ਉਥੇ an ਦਾ ਪ੍ਰਯੋਗ ਕੀਤਾ ਜਾਂਦਾ ਹੈ ।

236. She was not *a* Indian.	She was not *an* Indian.
237. Please buy *a* umbrella from the bazaar.	Please buy *an* umbrella from the bazaar.
238. I shall finish my work in *a* hour.	I shall finish my work in *an* hour.
239. He was *a* M.L.A.	He was *an* M.L.A.
240. She is a M.A.	She is *an* M.A.

4. a ਅਤੇ an ਸਮਾਨ ਵਜ਼ਨ ਦੇ articles ਹਨ । ਕੇਵਲ ਅੰਤਰ ਇਹ ਹੈ ਕਿ (a) ਜਿਨ੍ਹਾਂ ਸ਼ਬਦਾਂ ਦਾ ਪਹਿਲਾ ਅੱਖਰ ਸੁਰ (vowel) ਹੁੰਦਾ ਹੈ ਉਥੇ an ਜੁੜਦਾ ਹੈ । ਜਿਵੇਂ a : a book, a nation, a noise ਆਦਿ ।
an : an Indian, an umbrella, an apple ਆਦਿ ।

5. an ਦੇ ਪ੍ਰਯੋਗ ਵਿਚ ਕੁਝ ਅਪਵਾਦ ਵੀ ਹਨ । ਅੰਗ੍ਰੇਜ਼ੀ ਵਿਚ ਕੁਝ ਸ਼ਬਦ ਅਜਿਹੇ ਹਨ ਜਿਹਨਾਂ ਦਾ ਪਹਿਲਾ ਅੱਖਰ ਉਚਾਰਣ ਵਿਚ ਨਹੀਂ ਆਉਂਦਾ (silent) ਰਹਿੰਦਾ ਹੈ, ਜਿਵੇਂ : hour (ਆਵਰ), honour (ਔਨਰ), honest (ਔਨੇਸਟ) ।

ਅਜਿਹੇ ਸ਼ਬਦਾਂ ਦੇ ਨਾਲ an ਲਗੇਗਾ a ਨਹੀਂ, ਜਿਵੇਂ:--*an* hour, *an* honour, *an* honest ਆਦਿ ।

6. an ਦੇ ਪ੍ਰਯੋਗ ਦੀ ਗੱਲ ਇਥੇ ਹੀ ਖ਼ਤਮ ਨਹੀਂ ਹੁੰਦੀ, ਅੱਗੇ ਇਸ ਦਾ ਇਕ ਹੋਰ ਪ੍ਰਯੋਗ ਦੇਖੋ । ਕੁਝ ਛੋਟੇ ਰੂਪ (short form) ਦੇਖੋ--M.A., M.L.A. ਹੁਣ ਸੋਚੋ, ਇਹਨਾਂ ਦੇ ਨਾਲ a ਜੁੜੇਗਾ ਜਾਂ an ? ਤੁਸੀਂ ਸੋਚਦੇ ਹੋਵੋਗੇ ਕਿ ਦੋਹਾਂ ਵਿਚ ਪਹਿਲਾ ਵਿਅੰਜਨ M ਹੈ ਇਸ ਲਈ a ਜੁੜੇਗਾ । ਪਰ ਕਿਉਂਕਿ M.A. ਅਤੇ M L.A. ਦੋਹਾਂ ਵਿਚ m ਦਾ ਉਚਾਰਣ A ਸੁਰ (vowel) ਵਰਗਾ ਹੈ, ਇਸ ਲਈ ਇਥੇ an M.A. ਅਤੇ an M.L.A. ਹੋਵੇਗਾ । ਦੇਖੋ ਵਾਕ 239 ਅਤੇ 240.

7. ਹੁਣ 235ਵਾਂ ਵਾਕ ਪੜ੍ਹੋ । ਉਥੇ 'a European' ਕਿਉਂ ਠੀਕ ਮੰਨਿਆ ਜਾਂਦਾ ਹੈ । ਉਤਰ ਉਹੀ ਹੈ ਜੋ 'an hour' ਦੇ ਬਾਰੇ ਵਿਚ ਸੀ । 'ਏ ਯੂਰੋਪਿਅਨ' ਵਿਚ E. silent ਹੈ ਅਤੇ u ਦਾ ਉਚਾਰਣ ਵੀ ਯੂ (Solid) ਹੈ । ਇਸ ਲਈ ਇਸ ਨੂੰ ਵੀ ਅਪਵਾਦ ਸਮਝਣਾ ਚਾਹੀਦਾ ਹੈ ।

ਅੰਤ ਵਿਚ ਅਸੀਂ ਤੁਹਾਨੂੰ ਇਹ ਗੱਲ ਕਹਾਂਗੇ ਕਿ ਤੁਸੀਂ ਆਪਣੇ ਅਤੇ ਆਪਸੀ ਵਿਵਹਾਰ ਵਿਚ ਆਉਣ ਵਾਲੀ ਅੰਗ੍ਰੇਜ਼ੀ ਵਿਚ ਅਜਿਹੀਆਂ ਸਾਧਾਰਣ ਅਸ਼ੁਧੀਆਂ ਤੇ ਧਿਆਨ ਦਿਉ । ਜਦੋਂ ਤੁਸੀਂ ਭਾਸ਼ਾ ਦੇ ਸੰਬੰਧ ਵਿਚ ਅਜਿਹਾ ਰੁਖ ਅਪਨਾਉਗੇ ਤਾਂ ਅਸ਼ੁਧੀਆਂ ਆਪਣੇ ਆਪ ਹੀ ਤੁਹਾਡੇ ਸਾਹਮਣੇ ਆਉਂਦੀਆਂ ਜਾਣਗੀਆਂ । ਤੁਸੀਂ ਮਹਿਸੂਸ ਕਰੋਗੇ ਕਿ ਅੱਛੀ ਅੰਗ੍ਰੇਜ਼ੀ ਵਿਚ ਗੱਲਬਾਤ ਨਾ ਕੇਵਲ ਤੁਹਾਡੇ ਕਾਰੋਬਾਰ ਲਈ ਲਾਭਵੰਦ ਹੈ, ਸਗੋਂ ਤੁਹਾਡੇ ਲਈ ਆਨੰਦ ਅਤੇ ਆਦਰ ਵਧਾਉਣ ਵਾਲੀ ਵੀ ਹੈ ।

ਅੰਗ੍ਰੇਜ਼ੀ ਵਿਚ ਸ਼ਬਦ ਨਿਰਮਾਣ
(WORD BUILDING IN ENGLISH)

ਅੰਗ੍ਰੇਜ਼ੀ ਭਾਸ਼ਾ ਵਿਚ ਸ਼ਬਦ ਦੋ ਤਰ੍ਹਾਂ ਦੇ ਹੁੰਦੇ ਹਨ—ਸਾਧਾਰਨ (Simple) ਅਤੇ ਉਤਪੰਨ ਸ਼ਬਦ (Derived) (a) ਸਾਧਾਰਨ ਸ਼ਬਦਾਂ ਨੂੰ ਆਦਿਮ ਸ਼ਬਦ (Primitive) ਵੀ ਕਹਿੰਦੇ ਹਨ। ਅਜਿਹੇ ਸ਼ਬਦਾਂ ਨੂੰ ਸਾਰਥਕ ਖਾਨਿਆਂ ਵਿਚ ਅਲਗ ਨਹੀਂ ਕੀਤਾ ਜਾ ਸਕਦਾ ਜਿਵੇਂ—man, good, fear ਆਦਿ।

(b) ਉਹ ਸ਼ਬਦ ਜੋ ਮੂਲ ਸ਼ਬਦ ਨਾਲ ਅਗਤਰ (prefix) ਜਾਂ ਪਿਛੇਤਰ (suffix) ਜਾਂ ਦੋਵੇਂ ਲਗ ਕੇ ਬਣਨ ਉਤਪੰਨ (Derived ਜਾਂ Derivative) ਸ਼ਬਦ ਕਹੇ ਜਾਂਦੇ ਹਨ। ਇਹ ਸ਼ਬਦ ਚਾਰ ਚਾਰ ਪ੍ਰਕਾਰ ਦੇ ਹੁੰਦੇ ਹਨ।

(i) ਮੂਲ ਸ਼ਬਦ ਵਿਚ ਥੋੜਾ ਜਿਹਾ ਪਰਿਵਰਤਨ ਕਰਕੇ; ਅਜਿਹੇ ਸ਼ਬਦਾਂ ਨੂੰ (Primary Derivative) ਸ਼ਬਦ ਕਿਹਾ ਜਾਂਦਾ ਹੈ। ਜਿਵੇਂ :—hot ਤੋਂ heat, tale ਤੋਂ tell, full ਤੋਂ fill ਆਦਿ।

(ii) ਮੂਲ ਸ਼ਬਦ ਤੋਂ ਪਹਿਲੇ ਅਗੇਤਰ ਜੋੜ ਕੇ ਜਿਵੇਂ--wise ਤੋਂ ਪਹਿਲੇ un ਅਗੇਤਰ ਜੋੜ ਕੇ unwise, side ਤੋਂ ਪਹਿਲੇ out ਜਾਂ in ਜੋੜ ਕੇ outside ਜਾਂ inside ਆਦਿ ਸ਼ਬਦ।

(iii) ਮੂਲ ਸ਼ਬਦ ਨਾਲ ਪਿਛੇਤਰ ਜੋੜ ਕੇ : man ਦੇ ਪਿਛੇ hood manhood, good ਦੇ ਨਾਲ ness ਲਗਾਉਣ ਨਾਲ goodness, fear ਦੇ ਪਿਛੇ less ਪਿਛੇਤਰ ਲਗਾਉਣ ਨਾਲ fearless ਆਦਿ।

ਦੂਜੇ ਅਤੇ ਤੀਜੇ ਪਰਕਾਰ ਦੇ ਸ਼ਬਦਾਂ ਨੂੰ Secondary Derivative Words ਆਖਿਆ ਜਾਂਦਾ ਹੈ।

(iv) ਇਕ ਸ਼ਬਦ ਦੇ ਨਾਲ ਦੂਜਾ ਸ਼ਬਦ ਜੋੜਨ ਨਾਲ : ਅਜਿਹੇ ਸ਼ਬਦਾਂ ਨੂੰ (compound words) ਆਖਿਆ ਜਾਂਦਾ ਹੈ ਜਿਵੇਂ—foot-path, mid-day, some-times ਆਦਿ।

ਇਹਨਾਂ ਚਾਰੇ ਪਰਕਾਰਾਂ ਦੇ ਸ਼ਬਦਾਂ ਦੀ ਇਕ ਸੂਚੀ ਹੇਠਾਂ ਦਿਤੀ ਜਾ ਰਹੀ ਹੈ, ਇਸ ਦੇ ਅਭਿਆਸ ਨਾਲ ਤੁਸੀਂ ਆਪਣਾ ਸ਼ਬਦ-ਗਿਆਨ (Vocabulary) ਵਧਾ ਸਕਦੇ ਹੋ।

1. (Primary Derivative) ਸ਼ਬਦ ਕਈ ਤਰ੍ਹਾਂ ਨਾਲ ਬਣਦੇ ਹਨ।

(i) ਕਿਰਿਆ ਸ਼ਬਦਾਂ ਨਾਲ ਨਾਂਵ ਸ਼ਬਦਾਂ ਦੀ ਬਣਤਰ :--

ਕਿਰਿਆ	ਉਚਾਰਣ	ਅਰਥ	ਨਾਂਵ	ਉਚਾਰਣ	ਅਰਥ
float	ਫਲੋਟ	ਤੈਰਨਾ	fleet	ਫਲੀਟ	ਜਹਾਜ਼ੀ ਬੇੜਾ
drive	ਡ੍ਰਾਇਵ	ਹੱਕਣਾ	drove	ਡ੍ਰੋਵ	ਭੀੜ
strike	ਸਟ੍ਰਾਇਕ	ਵਾਰ ਕਰਨਾ	stroke	ਸਟ੍ਰੋਕ ,	ਵਾਰ
weave	ਵੀਵ	ਬੁਣਨਾ	web	ਵੇੱਬ	ਬੁਣਾਈ
wake	ਵੇਕ	ਜਾਗਣਾ	watch	ਵਾਚ	ਨਿਗਰਾਨੀ
speak	ਸਪੀਕ	ਬੋਲਣਾ	speech	ਸਪੀਚ	ਭਾਸ਼ਨ
burn	ਬਰਨ	ਜਲਾਉਣਾ	brand	ਬ੍ਰੈਂਡ	ਮਸ਼ਾਲ
break	ਬ੍ਰੇਕ	ਤੋੜਨਾ	breech	ਬ੍ਰੀਚ	ਤ੍ਰੇੜ

(ii) ਵਿਸ਼ੇਸ਼ਣ ਸ਼ਬਦਾਂ ਨਾਲ ਨਾਂਵ ਸ਼ਬਦ ਬਣਾਉਣਾ :

ਵਿਸ਼ੇਸ਼ਣ	ਉਚਾਰਣ	ਅਰਥ	ਨਾਂਵ	ਉਚਾਰਣ	ਅਰਥ
grave	ਗ੍ਰੇਵ	ਦੁਖੀ	grief	ਗ੍ਰਿਫ	ਦੁੱਖ
proud	ਪ੍ਰਾਉਡ	ਘੁਮੰਡੀ	pride	ਪ੍ਰਾਇਡ	ਘੁਮੰਡ
hot	ਹੱਟ	ਗਰਮ	heat	ਹੀਟ	ਗਰਮੀ

(iii) ਨਾਂਵ ਸ਼ਬਦਾਂ ਤੋਂ ਵਿਸ਼ੇਸ਼ਣ ਸ਼ਬਦ :

ਨਾਂਵ	ਉਚਾਰਣ	ਅਰਥ	ਵਿਸ਼ੇਸ਼ਣ	ਉਚਾਰਣ	ਅਰਥ
wit	ਵਿਟ	ਬੁੱਧੀ	wise	ਵਾਇਜ਼	ਬੁਧੀਮਾਨ
milk	ਮਿਲਕ	ਦੁੱਧ	milch	ਮਿਲ੍ਚ	ਦੁਧਰੀ

(iv) ਨਾਂਵ ਸ਼ਬਦਾਂ ਤੋਂ ਕਿਰਿਆ ਸ਼ਬਦ :

ਨਾਂਵ	ਉਚਾਰਣ	ਅਰਥ	ਕਿਰਿਆ	ਉਚਾਰਣ	ਅਰਥ
blood	ਬ੍ਲੱਡ	ਖ਼ੂਨ	bleed	ਬ੍ਲੀਡ	ਖ਼ੂਨ ਵਗਣਾ
gold	ਗੋਲ੍ਡ	ਸੋਨਾ	gild	ਗਿਲ੍ਡ	ਸੋਨੇ ਦਾ ਪਾਣੀ ਚੜ੍ਹਾਉਣਾ
tale	ਟੇਲ	ਕਥਾ-ਕਹਾਣੀ	tell	ਟੇ'ਲ	ਕਹਿਣਾ
food	ਫੂਡ	ਭੋਜਨ	feed	ਫ਼ੀਡ	ਖਿਲਾਉਣਾ
wreath	ਰੀਥ	ਮਾਲਾ	wreathe	ਰੀਦ	ਮਾਲਾ ਪਾਉਣਾ
sooth	ਸੂਥ	ਸਚਾਈ	soothe	ਸੂਦ	ਸਚਾਈ ਸਿੱਧ ਕਰਨੀ।
cloth	ਕ੍ਲਾਥ	ਕਪੜਾ	clothe	ਕ੍ਲੱਦ	ਕਪੜਾ ਪਹਿਨਣਾ
bath	ਬਾਥ	ਇਸ਼ਨਾਨ	bathe	ਬੇਦ	ਇਸ਼ਨਾਨ ਕਰਨਾ
breath	ਬ੍ਰੇਥ	ਸਾਹ	breathe	ਬ੍ਰੀਦ	ਸਾਹ ਲੈਣਾ

(v) ਵਿਸ਼ੇਸ਼ਣ ਸ਼ਬਦਾਂ ਤੋਂ ਕਿਰਿਆ ਸ਼ਬਦ :

ਵਿਸ਼ੇਸ਼ਣ	ਉਚਾਰਣ	ਅਰਥ	ਕਿਰਿਆ	ਉਚਾਰਣ	ਅਰਥ
full	ਫੁਲ	ਪੂਰਣ	fill	ਫ਼ਿਲ	ਪੂਰਾ ਕਰਨਾ
grave	ਗ੍ਰੇਵ	ਦੁਖੀ	grieve	ਗ੍ਰੀਵ	ਦੁਖੀ ਕਰਨਾ
fain	ਫੇਨ	ਲਾਚਾਰੀ ਵਿਚ ਤਿਆਰ	fawn	ਫ਼ਾਨ	ਚਾਪਲੂਸੀ ਕਰਨਾ
hale	ਹੇਲ	ਸਿਹਤਯਾਬ (ਤੰਦਰੁਸਤ)	heal	ਹੀਲ	ਜ਼ਖ਼ਮ ਭਰਨਾ
half	ਹਾਫ਼	ਅੱਧਾ	halve	ਹਾਵ	ਦੋ ਹਿੱਸੇ ਕਰਨਾ

2. ਅੰਗ੍ਰੇਜ਼ੀ ਵਿਚ ਐਂਗਲੋ-ਸੈਕਸਨ, ਲੈਟਿਨ, ਫ੍ਰੈਂਚ ਅਤੇ ਗ੍ਰੀਕ ਭਾਸ਼ਾ ਦੇ ਸ਼ਬਦ ਬਹੁਤ ਅਧਿਕ ਪ੍ਰਚਲਿਤ ਹਨ। ਇਸ ਲਈ ਇਹਨਾਂ ਸ਼ਬਦਾਂ ਤੋਂ ਵੱਖਰੇ-ਵੱਖਰੇ ਅਗੇਤਰ (prefix) ਪ੍ਰਯੋਗ ਵਿਚ ਆਉਂਦੇ ਹਨ। ਇਹਨਾਂ ਦਾ ਪਰਿਚੈ ਪ੍ਰਾਪਤ ਕਰੋ।

ਮੁਖ ਐਂਗਲੋ-ਸੈਕਸ਼ਨ ਜਾਂ ਇੰਗਲਿਸ਼ ਅਗੇਤਰਾਂ (English Prefixes)

A-(ਏ-ਅ)=ਪਰ, **ashore, away** (ਕਿਨਾਰੇ ਤੇ, ਦੂਰੀ ਤੇ)

Al (ਅੱਲ=ਸਭ, **almighty, almost, altogether**

By- (ਬਾਇ)=ਉਪ, *by*elecction, *by*law *by*name
For- (ਫੱਾਰ-)=ਵੱਖਰਾ, ਦੂਰ, *for*get, *for*give
For- (ਫ਼ੱਾਰ-)=ਵੱਖਰਾ, ਦੂਰ, *fore*see, *fore*tell, *fore* runner
Gain-(ਗੇਨ-)=ਵਰੁੱਧ, *gain*say
Mis- (ਮਿਸ-)=ਬੁਰਾ, ਗਲਤ, *mis*take, *mis*deed
Out- (ਆਉਟ)=ਬਾਹਰ, *out*cast, *out*side
Over- (ਓਵਰ-)=ਉੱਪਰ, *over*flow, *over*coat
Un- (ਅਨ)=ਉਲਟੇ ਅਰਥ ਵਿਚ, ਨਹੀਂ, *un*wise, *un*ripe, *un*able
Wel- (ਵੇਲ-)=ਅੱਛੇ ਅਰਥ ਵਿਚ, *wel*come, *wel*fare

ਮੁਖ ਲੈਟਿਨ ਅਤੇ ਫ਼੍ਰੈਚ ਅਗੇਤਰ (Latin & French Prefixes)

Ab-Abs- (ਐਬ-ਐਬਸ)=ਤੋਂ ਦੂਰ, *ab*bormal, *ab*stain
Ante- (ਅੰਟੇ)=ਪਹਿਲੇ, *ante*cedent, *ante*date
Bene-(ਬੇਨੇ)=ਅੱਛਾ *bene*fit, *bene*volent,
Circum-circu-(ਸਰਕੁਮ-ਸਰਕੁ-)=ਚਾਰੋ ਪਾਸੇ, *circum*ference, *circu*it
Contra-counter- (ਕੱਾਉਂਟ੍ਰਾ-ਕਾਉਂਟਰ)=ਖ਼ਿਲਾਫ਼ *contra*dict, *counter*act
De- (ਡੀ)=ਤੋਂ ਥੱਲੇ ਆਉਣਾ, *de*send, *de*fame
Dis- (ਡਿਸ)=ਉਲਟੇ ਅਰਥ ਵਿਚ, *dis*order, *dis*obey, *dis*grace
Ex- (ਐਕਸ-)=ਕੱਢਣਾ, *ex*clude, *ex*pel.
Extra- (ਐਕਸਟ੍ਰਾ-)=ਇਲਾਵਾ, *extra*-ordinary, *extra*-qualification
Male-mal- (ਮੇਲ-ਮਾਲ-)=*male*factor *mal*treatment
Mis- (ਮਿਸ)=ਬੁਰਾ, *mis*fortune, *wis*use
Pre- (ਪ੍ਰੀ)=ਪਹਿਲੇ, *pre*dict, *pre*announcement, *pre*condition
Sine- (ਸਾਇਨ)=ਬਿਨਾ, *sine*cure (ਅਜਿਹਾ ਦਫ਼ਤਰ ਜਿੱਥੇ ਕੰਮ ਦੀ ਪਰਵਾਹ ਨਾ ਹੋਵੇ)
Sub- (ਸਬ-)=ਛੋਟਾ, *sub*heading, *sub*inspector, *svb*branch
Super-sur- (ਸੁਪਰ-ਸਰ-)=ਉਪਰ *super*natural, *sur*charge
Trans- (ਟ੍ਰਾਂਸ)=ਪਰੇ, *trans*mit, *trans*fer, *trans*form, *trans*port
Vice- (ਵਾਇਸ)=ਦੀ ਥਾਂ ਤੇ, *Vice*roy, (ਰਾਜੇ ਦੀ ਥਾਂ ਤੇ) *vice*-chancellor, *vice*-principal

ਮੁਖ ਗ੍ਰੀਕ ਅਗੇਤਰਾਂ (Greek Prefixes)

A-, an- (ਏ-, ਏਨ-)=ਬਗ਼ੈਰ, ਦੇ ਬਿਨਾ, *a*pathy (ਦੁਖ ਦੇ ਬਿਨਾ) *an*archy (ਸਰਕਾਰ ਦੇ ਬਿਨਾ)

Amphi- (ਏਮਫ਼ਿਲ)=ਦੋਨੋਂ ਤਰਫ਼, *amphi*bious

Ana- (ਏਨਾ-)=ਉਪਰ ਅਤੇ ਦੁਬਾਰਾ, *ana*lysis,

Anti-ant- (ਅੰਟੀ-ਏਂਟਾ-)=ਦੇ ਵਿਰੁੱਧ, *anti*pathy, *ant*agonist

Hetro- (ਹੇਟ'ਰੋ-)=ਭਿੰਨ, *hetro*-sexual
Homo- (ਹੋਮੋ-)=ਸਮਾਨ, *homo*geneous
Hyper- (ਹਾਇਪਰ-)=ਉਪਰ, *hyper*bole (ਵਧਾ-ਚੜ੍ਹਾਅ ਕੇ ਬੋਲਣਾ)
Para-; par- (ਪੈਰਾ-, ਪੈਰ-)=ਸਮਾਨ, *para*phrase, *par*allel
Tele- (ਟੇਲੀ-)=ਦੂਰ, *tele*phone, *tele*graph

3. ਉਪਸਰਗਾਂ ਦੀ ਤਰ੍ਹਾਂ ਅੰਗਰੇਜ਼ੀ ਵਿਚ ਐਂਗਲੋ-ਸੈਕਸ਼ਨ, ਲੈਟਿਨ, ਫ੍ਰੇਂਚ ਅਤੇ ਗ੍ਰੀਕ ਦੇ ਪਿਛੇਤਰ (Suffixes) ਵੀ ਪ੍ਰਯੋਗ ਵਿਚ ਆਉਂਦੇ ਹਨ। ਇਹਨਾਂ ਦੀ ਜਾਣਕਾਰੀ ਵੀ ਪ੍ਰਾਪਤ ਕਰੋ।

ਮੁਖ ਏਂਗਲੋ-ਸੇਕਸ਼ਨ-ਪਿਛੇਤਰਾਂ (Anglo-Saxon or English Suffixes)

-craft (-ਕ੍ਰਾਫ਼ਟ)=ਕਲਾ, hand-*craft*, wood*craft*
-dom (-ਡਮ)=(ਦੀ) ਅਵਸਥਾ, free*dom*, king*dom*
-hood (-ਹੁਡ)=(ਦੀ) ਅਵਸਥਾ, boy*hood*, child*hood*, man*hood*
-ness (-ਨੈ'ਸ)=(ਦੀ) ਅਵਸਥਾ, good*ness*, harsh*ness*, kind*ness*
-ship (-ਸ਼ਿਪ)=(ਦੀ) ਅਵਸਥਾ, friend*ship*, partner*ship*, hard*ship*
-red (-ਰੇ ਡ)=(ਦੀ) ਅਵਸਥਾ, kind*red*, hat*red*
-th (-ਥ)=ਹਾਲਤ, heal*th*, weal*th*, streng*th*, bread*th*
-ock (-ਔਕ)=ਸੰਖੇਪ ਅਰਥ ਵਿਚ, bull*ock*
-kin (-ਕਿਨ) ਛੋਟੇ ਅਰਥ ਵਿਚ, lamb*kin*, nap*kin*
-ing (-ਇੰਗ)=ਵਾਲਾ ਦੇ ਅਰਥ ਵਿਚ, kill*ing*, read*ing*
-ling (-ਲਿੰਗ)=ਲਘੂ ਅਰਥ ਵਿਚ, duck*ling*, prince*ling*, lord*ling*
-y (-ਇ)=ਲਘੂ ਅਰਥ ਵਿਚ, bab*y*, Johnn*y*, Tonn*y*
-el, le (-ਏ'ਲ, ਅਲ)=ਛੋਟੇ ਅਰਥ ਵਿਚ satch*el*, satch*le*,
-en (ਏ'ਨ)=ਨਿੱਕੇ ਦੇ ਅਰਥ ਵਿਚ chick*en*, kitt*en*

ਮੁਖ ਲੈਟਿਨ ਅਤੇ ਫ਼੍ਰੇਂਚ ਪਿਛੇਤਰਾਂ (Latin & French Suffixes)

-acy (-ਏਸੀ)=ਦੀ ਅਵਸਥਾ Celib*acy*, suprem*acy*, diplom*acy*,
-age (-ਏਜ)=ਦੀ ਅਵਸਥਾ, baron*age*, bond*age*
-cide (-ਸਾਇਡ)=ਦਾ ਕਤਲ, ਹੱਤਿਆ mati*cide*, Patri*cide*, regi*cide* (ਰਾਜ ਹੱਤਿਆ) ਰਾਜਾ ਦਾ ਕਾਤਿਲ
-mony (-ਮਨੀ)=(ਦੀ) ਸਥਿਤੀ matri*mony*, acri*mony*
-ry (-ਰੀ)=ਭਾਵਵਾਚਕ) Slave*ry*, Poet*ry*
-ty (-ਟੀ)= (,,) authori*ty*
-y (-ਈ)= (,,) unit*y*, stud*y*, master*y*
-aster (-ਆਸ੍ਟਰ)=(ਛੋਟੇਪਨ ਦਾ ਸੂਚਕ) poet*aster* (ਤੁਕਬੰਦ ਕਵੀ)
-cuel (-ਕ੍ਯੂਲ)=(ਛੋਟਾ, ਬਾਰੀਕ) animal*cule*,
-il (ਇਲ)=(ਵਿਸ਼ੇਸ਼ਣ ਸੂਚਕ) ਪੁਲਿੰਗ ਵਿਚ civ*il*

-uel (-ਇਊਲ)=(ਨਿੱਕਾ ਦੇ ਅਰਥ ਵਿਚ) ਸਾਮਾਜਿਕ glob*ule* (ਛੋਟੀ ਬਾਜੀ)
-et (-ਏਟ)=(ਨਿੱਕੇ ਦੇ ਅਰਥ ਵਿਚ) bull*et* (ਛੋਟੀ ਗੋਲੀ) coron*et* (ਛੋਟਾ ਤਾਜ)
-ette (-ਏੱਟ)=(ਨਿੱਕੇ ਦੇ ਅਰਥ ਵਿਚ ਨਾਂਵ ਸੂਚਕ) cigar*ette*, etiqu*ette*

ਮੁਖ ਗ੍ਰੀਕ ਪਿਛੇਤਰਾਂ (Greek Suffixes)

-archy (ਆਰ੍ਕੀ)=ਸ਼ਾਸਨ, ਰਾਜ mon*archy*
-cracy (ਕ੍ਰੇਸੀ)=ਸ਼ਾਸਨ, ਰਾਜ auto*cracy*, demo*cracy*
-crat (ਕ੍ਰੇਟ)=ਸ਼ਾਸਕ, ਰਾਜ auto*crat*, demo*crat*
-ist (ਇਸਟ)=ਵਾਦੀ commun*ist*, fatal*ist*, art*ist*, dent*ist*

4. ਸੰਯੁਕਤ ਸ਼ਬਦ (Compound Words) ਸੰਯੁਕਤ ਸ਼ਬਦ ਕਈ ਪਰਕਾਰ ਦੇ ਹੁੰਦੇ ਹਨ—(a) ਸੰਯੁਕਤ ਨਾਂਵ ਸ਼ਬਦ, (b) ਸੰਯੁਕਤ ਵਿਸ਼ੇਸ਼ਣ ਸ਼ਬਦ, ਅਤੇ (c) ਸੰਯੁਕਤ ਕਿਰਿਆ ਸ਼ਬਦ ।

(a) ਸੰਯੁਕਤ ਨਾਂਵ ਸ਼ਬਦ (Compound nouns)

(i) ਨਾਂਵ ਤੋਂ ਪਹਿਲਾਂ ਨਾਂਵ ਸ਼ਬਦ ਜੋੜਣ ਨਾਲ ਸੰਯੁਕਤ ਸ਼ਬਦ ਬਣਦੇ ਹਨ ਜਿਵੇਂ—

ਦੋ ਸ਼ਬਦ	ਸੰਯੁਕਤ ਸ਼ਬਦ	ਅਰਥ
foot+path	foot-path	ਪਗਡੰਡੀ
mother+land	mother-land	ਮਾਂ, ਧਰਤੀ (ਜਨਮ-ਭੂਮੀ)
fountain+pen	fountain-pen	ਡੋਬੇ ਬਿਨਾਂ ਚੱਲਣ ਵਾਲਾ ਪੈੱਨ
sun+beam	sun-beam	ਸੂਰਜ ਦੀ ਕਿਰਣ
sun+shade	sun-shade	ਧੁੱਪ ਰੋਕਣ ਵਾਲਾ ਛੱਜਾ

(ii) ਨਾਂਵ ਦੇ ਪਹਿਲੋਂ ਨਾਂਵ ਤੋਂ ਛੁੱਟ ਦੂਜੇ ਸ਼ਬਦ ਵਰਤਣ ਨਾਲ ਨਵੇਂ ਸੰਯੁਕਤ ਸ਼ਬਦ ਬਣਦੇ ਹਨ ਜਿਵੇਂ—

ਦੋ ਸ਼ਬਦ	ਸੰਯੁਕਤ ਸ਼ਬਦ	ਅਰਥ
he+goat [ਪੜਨਾਂਵ+ਨਾਂਵ]	he-goat	ਬਕਰਾ
she+wolf [ਪੜਨਾਂਵ+ਨਾਂਵ]	she-wolf	ਮਾਦਾ ਬਘਿਆੜ
blotting+paper [ਕਿਰਿਆ+ਨਾਂਵ]	blotting-paper	ਸਿਆਹੀ ਚੂਸ
looking+glass [ਕਿਰਿਆ+ਨਾਂਵ]	looking-glass	ਮੂੰਹ ਦੇਖਣ ਵਾਲਾ ਸ਼ੀਸ਼ਾ
turn+coat [ਕਿਰਿਆ+ਨਾਂਵ]	turn-coat	ਉਲਟਾਇਆ ਹੋਇਆ ਕੋਟ
spend+thrift [ਕਿਰਿਆ+ਨਾਂਵ]	spend-thrift	ਘੱਟ ਖਰਚੀਲਾ
mid+day [ਵਿਸ਼ੇਸ਼ਣ+ਨਾਂਵ]	mid-day	ਦੁਪਹਿਰ
gentle+man [ਵਿਸ਼ੇਸ਼ਣ+ਨਾਂਵ]	gentle-man	ਸੱਜਣ

(b) ਸੰਯੁਕਤ ਵਿਸ਼ੇਸ਼ਣ ਸ਼ਬਦ (Compound Adjective)

ਦੋ ਸ਼ਬਦ	ਸੰਯੁਕਤ ਸ਼ਬਦ	ਅਰਥ
child+like [ਨਾਂਵ+ਵਿਸ਼ੇਸ਼ਣ]	child-like	ਬੱਚੇ ਦੀ ਤਰ੍ਹਾਂ
life+long [ਨਾਂਵ+ਵਿਸ਼ੇਸ਼ਣ]	life-long	ਜੀਵਨ ਦੇ ਅੰਤ ਤਕ
home+made [ਨਾਂਵ+ਵਿਸ਼ੇਸ਼ਣ]	home-made	ਘਰ ਦੀ ਬਣੀ
out+spread [ਕਿਰਿਆ ਵਿਸ਼ੇਸ਼ਣ+ਵਿਸ਼ੇਸ਼ਣ]	out-spread	ਬਾਹਰ ਫੈਲੀ ਹੋਈ
red+hot [ਵਿਸ਼ੇਸ਼ਣ+ਵਿਸ਼ੇਸ਼ਣ]	red-hot	ਲਾਲ-ਗਰਮ
bare+foot [ਵਿਸ਼ੇਸ਼ਣ+ਨਾਂਵ]	bare-foot	ਨੰਗੇ-ਪੈਰ

(c) ਸੰਯੁਕਤ ਕਿਰਿਆ ਸ਼ਬਦ (Compound Verbs)

ਦੋ ਸ਼ਬਦ	ਸੰਯੁਕਤ ਸ਼ਬਦ	ਅਰਥ
back+bite [ਕਿਰਿਆ+ਕਿਰਿਆ]	back-bite	ਪਿੱਠ ਪਿੱਛੇ ਨਿੰਦਿਆ ਕਰਨਾ
ful+fill [ਕਿਰਿਆ+ਵਿਸ਼ੇਸ਼ਣ]	ful-fill	ਪੂਰਾ ਕਰਨਾ
put+on [ਕਿਰਿਆ+ਵਿਸ਼ੇਸ਼ਣ]	put-on	ਪਹਿਨਣਾ
switch+off [ਕਿਰਿਆ+ਕਿਰਿਆ ਵਿਸ਼ੇਸ਼ਣ]	switch-off	ਬਿਜਲੀ ਬੁਝਾਉਣਾ (ਬਿਜਲੀ ਦਾ ਬਟਨ ਦਬਾਕੇ)
switch+on [ਕਿਰਿਆ+ਕਿਰਿਆ ਵਿਸ਼ੇਸ਼ਣ]	switch-on	ਬਜਲੀ ਜਗਾਉਣਾ (ਬਿਜਲੀ ਦਾ ਬਟਨ ਦਬਾਕ)

ਸਾਧਾਰਨ ਸ਼ਬਦਾਵਲੀ
VOCABULARY

ਚੁਣੀ ਹੋਈ ਸ਼ਬਦਾਵਲੀ
CLARIFIED VOCABULARY

ਸਰੀਰ ਦੇ ਅੰਗ
(PARTS OF BODY)

ਉਂਗਲ—Finger (ਫਿੰਗਰ)
ਅੱਕੂਲ ਦਾੜ੍ਹ—Dens serotinous (ਡੇਂਸ ਸਿਰੋਟਿਨਸ)
ਅੱਖ—Eye (ਆਈ)
ਅੰਗੂਠਾ (ਹੱਥ ਦਾ)—Thumb (ਥੰਬ)
ਅੰਗੂਠਾ (ਪੈਰ ਦਾ)—Toe (ਟੋ)
ਆਂਦਰਾਂ, ਅੰਤੜੀ—Intestitine (ਇਨਟੈਂਸਟਾਈਨ)
ਅੱਡੀ—Heel (ਹੀਲ)
ਸਾਹ ਦੀ ਨਲੀ—Trachea (ਟ੍ਰੇਚਿਆ)
ਹੱਥ—Hand (ਹੈਂਡ)
ਹਥੇਲੀ—Palm (ਪਾਮ)
ਹੋਠ (ਬੁੱਲ)—Lip (ਲਿਪ)
ਹੱਡੀ—Bone (ਬੋਨ)
ਕਮਰ-ਲੱਕ—Waist (ਵੇਸਟ)
ਕੁਹਣੀ-ਅਰਕ—Elbow (ਏਲਬੋ)
ਕੰਨ—Ear (ਇਅਰ)
ਕੰਨ ਦਾ ਸੁਣਨ ਵਾਲਾ ਹਿੱਸਾ—Eardrum (ਇਅਰ ਡ੍ਰਮ)
ਖੋਪਰੀ—Skull (ਸਕੁਲ)
ਗਰਦਨ (ਧੌਣ)—Neck (ਨੇਕ)
ਗਰਭ—Womb (ਵੱਮਬ)
ਗਰਭਕੋਸ਼—Uterus (ਯੂਟੱਰੱਸ)
ਗੱਲ੍ਹ-ਮੁੱਛ—Whiskers (ਵਿਸਕਰਸ)
ਗਲਾ—Throat (ਥ੍ਰੋਟ)
ਗੱਲ—Cheeks (ਚੀਕਸ)
ਗੁਰਦਾ—Kidney (ਕਿਡਨੀ)
ਗੋਦ—Lap (ਲੈਪ)
ਗੋਡਾ—Knee (ਨੀ)
ਗੁੱਟ (ਵੀਣੀ)—Wrist (ਰਿਸਟ)
ਚੂਪਣੀ, ਚੂਚੁਕ—Nipple (ਨਿਪੱਲ)
ਚਮੜੀ—Skin (ਸਕਿਨ)
ਚੇਹਰਾ—Face (ਫੇਸ)
ਚੀਚੀ ਉਂਗਲ—Little finger (ਲਿਟਲ ਫਿੰਗਰ)
ਛਾਤੀ ਮਰਦ ਦੀ—Chest (ਚੇਸਟ)
ਛਾਤੀ (ਇਸਤਰੀ ਦੀ)—Breast (ਬ੍ਰੇਸਟ)
ਜਬੜਾ—Jaw (ਜਾੱ)
ਜਿਗਰ—Lever (ਲਿਵਰ)
ਜੀਭ—Tongue (ਟੰਗ)
ਜੂੜਾ (ਵਾਲਾਂ ਦਾ)—Lock (ਲੌਕ)
ਜੋੜ--Joint (ਜਾੱਇੰਟ)
ਠੋਡੀ—Chin (ਚਿਨ)
ਤੱਲਾ—Sole (ਸੋਲ)
ਤਾਲੂ—(Palate (ਪੈਲੇਟ)
ਬੂਥੀ—Snout (ਸਨਾਊਟ)
ਦਾੜ੍ਹ—Niolar teeth (ਨਿਓਲਰ ਟੀਥ)
ਦਾੜ੍ਹੀ—Beard (ਬਿਅਰਡ)
ਦੰਦ—Tooth (ਟੂਥ)
ਦਿਮਾਗ—Brain (ਬ੍ਰੇਨ)
ਧੜ—Trunk (ਟ੍ਰੰਕ)
ਧਮਨੀ—Artery (ਆਰਟਰੀ)
ਧੁੰਨੀ--Nevel (ਨੇਵੇਲ)
ਨਹੁੰ--Nail (ਨੇਲ)
ਨਬਜ਼—Pulse (ਪਲਸ)
ਨਾਸ--Nostril (ਨੱਸਟ੍ਰਿਲ)
ਨਸ—Vein (ਵੇਨ)
ਨੱਕ—Nose (ਨੋਜ਼)
ਨਿਗਲ ਨਲੀ—Gullet (ਗਲੇਟ)
ਪੁੜਪੁੜੀ—Temple (ਟੇਮ੍ਪਲ)
ਪੱਟ—Thigh (ਥਾਈ)
ਪਲਕ—Eyelid (ਆਇਲਿਡ)
ਪਸਲੀ—Rib (ਰਿਬ)
ਪਲੀਹਾ—Spleen (ਸਪਲੀਨ)
ਪਿੱਤ—Bile (ਬਾਇਲ)
ਪਿੱਠ—Back (ਬੈਕ)
ਪੇਟ (ਬਾਹਰੀ)—Belly (ਬੈਲੀ)
ਪੇਟ (ਅੰਦਰਲਾ)—Stomach (ਸਟੱਮਕ)
ਪੁਤਲੀ—Eyeball (ਆਇਬਾਲ)
ਪੁੱਠਾ—Musele (ਮੱਸਲ)
ਪੈਰ--Foot (ਫੁਟ)
ਫੇਫੜਾ--Lung (ਲੰਗ)
ਬਗਲ--Armpit (ਆਰਮ੍ਪਿਟ)

ਬਾਂਹ--Arm (ਆਰਮ)
ਭਗ--Vagina (ਵੈਜਿਨਾ)
ਭੁਰਭੁਰੀ ਹੱਡੀ--Glans clitoridis (ਗਲੈਨਸ ਕਿਲਟੋਰਿਡਿਸ)
ਭ੍ਰੂਣ--Embryo (ਐਮਬ੍ਰੋ)
ਮਸੂੜਾ--Gum (ਗਮ)
ਮਜਗ ਦਿਮਾਗ—Brain (ਬ੍ਰੇਨ)
ਮਲ ਦੁਆਰ—Anus (ਐਨਸ)
ਮੱਥਾ—Forehead (ਫੋਰਹੈਡ)
ਮੁੱਠੀ—Fist (ਫਿਸਟ)
ਮੂੰਹ—Mouth (ਮਾਉਥ)
ਮੂਤਰ ਥੈਲੀ—Urinary bladder (ਯੂਰਿਨਰੀ ਬਲੈਡਰ)
ਮੁੱਛ—Moustache (ਮੁਸਟੈਚ)
ਮੋਢਾ—Shoulder (ਸ਼ੋਲਡਰ)
ਰੀੜ੍ਹ—Backbone (ਬੈਕਬੋਨ)
ਰੋਮਕੂਪ—Pose (ਪੋਜ਼)
ਰੋਆਂ—Hair (ਹੇਅਰ)
ਲਾਰ—Saliva (ਸਲਿਵਾ)
ਲਿੰਗ—Penis (ਪੇਨਿਸ)
ਲਹੂ—Blood (ਬਲਡ)
ਲਿੰਗ ਮੁੰਡ—Glans penis (ਗਲੇਂਸ ਪੇਨਿਸ)
ਵਾਲ—Hair (ਹੇਅਰ)
ਵਾਲ ਪਲਕਾਂ ਦੇ—Eyelash (ਆਇਲੈਸ਼)

ਰੋਗ ਅਤੇ ਸਰੀਰਕ ਦਸ਼ਾਵਾਂ
AILMENTS & BODY CONDITIONS

ਉਬਾਸੀ—Yawn (ਯਾਨ)
ਅਪਚ—Indigestion (ਇਨਡਾਇਜੈਸ਼ਨ)
ਅੰਨ੍ਹਾ—Blind (ਬਲਾਇੰਡ)
ਅਲਪ ਦ੍ਰਿਸ਼ਟੀ--Short Sight (ਸ਼ਾਰਟ ਸਾਇਟ)
ਆਤਸ਼ਕ--Syphilis (ਸਿਫਿਲਿਸ਼)
ਆਂਤ ਉਤਰਨਾ--Hernia (ਹਰਨਿਆ)
ਆਂਸੂ, (ਹੰਜੂ)—Tears (ਟੀਅਰਸ)
ਸੀਤਲਾ--Small-pox (ਸਮਾਲ-ਪਾਕਸ)
ਸਾਹ--Breath (ਬ੍ਰੀਥ)
ਸੋਜ--Sweling (ਸਵੇਲਿੰਗ)
ਸੂਰਜਮੁਖੀ--Albino (ਐਲਬਿਨੋ)
ਸੁਜ਼ਾਕ--Gonorrohoea (ਗੋਨੋਰਿਆ)

ਸੰਗ੍ਰਹਣੀ--Diarhoea (ਡਾਇਰਿਆ
ਸੱਟ ਲਗਣੀ--Hurt (ਹਰਟ)
ਸਿਹਤ--Health (ਹੈਲਥ)
ਹਿਚਕੀ--Hiccup (ਹਿਕੱਪ)
ਹੈਜ਼ਾ--Cholera (ਕੋਲਰਾ)
ਕਦ—Stature (ਸਟੇਚਰ)
ਕਫ—Phlegm (ਫਲੇਮ)
ਕੈ ਕਰਨਾ—Vomit (ਵੋਮਿਟ)
ਕਾਲਾ ਬੁਖਾਰ—Typhus (ਟਾਇਫਸ)
ਕਾਸ—Bronclictis (ਬ੍ਰਾਨਕਾਇਟਸ)
ਕਾਣਾ—One-eyed (ਵਨ-ਆਇਡ)
ਕੁੱਬਾ—Hunch-backed (ਹਨਚਬੈਕਡ)
ਕੋੜ੍ਹ—Leprosy (ਲੇਪਰੋਸੀ)
ਕਮਜ਼ੋਰ—Lean (ਲੀਨ)
ਕਬਜ਼—Constipation (ਕੋਨਸਟੀਪੇਸ਼ਨ)
ਖਸਰਾ—Itches (ਇਚੇਜ਼)
ਖਾਜ—Scabies (ਸਕੇਬੀਜ਼)
ਖਾਸੀ—Cough (ਕਫ)
ਖਾਜ—Itch (ਇਚ)
ਖ਼ੂਨ ਦੀ ਕਮੀ—Anaemia (ਏਨੀਮਿਆ)
ਖ਼ੂਨ ਵਗਣਾ—Bleeding (ਬਲੀਡਿੰਗ)
ਗਠਿਆ—Rheumatism (ਰੂਮੇਟਿਜ਼ਮ)
ਗਰਭਪਾਤ—Abortion (ਅਬੋਰਸ਼ਨ)
ਗਰਮੀ--Syphilis (ਸਿਫਿਲਿਸ)
ਗਲਦਾਹ—Sore throat (ਸੋਰ ਥ੍ਰੋਟ)
ਗਲਾ ਬੈਠਣਾ—Hoarseness (ਹੋਰਸਨੇਸ)
ਗਲਸੁਆ—Tonsil (ਟੋਨਸਿਲ)
ਰਸੋਲੀ--Tumour (ਟ੍ਯੂਮਰ)
ਗਿਲਟੀ—Gland (ਗਲੈਂਡ)
ਗੂੰਗਾ—Dumb (ਡੱਮ੍ਬ)
ਗੰਜਾ—Bald (ਬਾਲਡ)
ਜ਼ਖ਼ਮ—Wound (ਵਾਉਂਡ)
ਚੱਕਰ ਆਉਣ ਦੀ ਹਾਲਤ—Giddiness (ਗਿੱਡੀਨੇਸ)
ਚਰਬੀ ਚੜ੍ਹਨਾ—Obesity (ਓਬੇਸਿਟੀ)
ਚੰਬਲ—Eczema (ਏਗਜ਼ੀਮਾ)
ਛਿੱਕਣਾ--Sneezing (ਸਨੀਜ਼ਿੰਗ)
ਜ਼ਹਿਰਬਾਦ--Cancer (ਕੈਨਸਰ)
ਜਲੋਦਰ--Dropsy (ਡ੍ਰੋਪਸੀ)
ਜਿਗਰ ਵਿਚ ਸੋਜ--Hepatits (ਹੈਪਾਟਿਟਿਸ)
ਜ਼ੁਕਾਮ--Coryza (ਕੋਰੀਜ਼ਾ)

ਜੂੜੀਤਾਪ--Ague (ਏਗੂ)
ਠੰਡ--Chill (ਚਿਲ)
ਡਕਾਰ--Belching (ਬੇਲਚਿੰਗ)
ਤੰਦਰੁਸਤੀ--Health (ਹੈਲਥ)
ਥੁੱਕ--Spittle (ਸਪਿਟਿਲ)
ਦਮਾ--Asthma (ਅਸਥਮਾ)
ਦਰਦ--Pain (ਪੇਨ)
ਦਰਦ (ਸਿਰ)--Headache (ਹੇਡੇਕ)
ਦਰਦ (ਪੇਟ)—Stomachache (ਸਟਮਕਏਕ)
ਦਾਦ—Wringworm (ਰਿੰਗਵਰਮ)
ਦੂਰ ਦ੍ਰਿਸ਼ਟੀ—Long-sight (ਲੱਨੂਗ-ਸਾਇਟ)
ਨਕਸੀਰ—Epitexis (ਏਪਿਟਕ੍ਸਿਸ)
ਨਸ ਚਟਕਾਉਣਾ—Sprain (ਸਪ੍ਰੇਨ)
ਨਾਸੂਰ—Sinus (ਸਾਇਨਸ)
ਨੀਂਦ ਦਾ ਰੋਗ—Narcolepsy (ਨਾਰਕੋਲੇਪਸੀ)
ਨੀਂਦ—Sleep (ਸਲੀਪ)
ਨੀਂਦ ਨਾ ਆਉਣਾ—Insomnia (ਇਨਸੋਮਿਨਿਆ)
ਪਥਰੀ—Stone (ਸਟੋਨ)
ਪਸੀਨਾ—Sweat (ਸਵੇਟ)
ਪੀਲਿਆ—Jaundice (ਜਾੱਨਡਿਸ)
ਪਾਗਲ—Mad (ਮੈਡ)
ਪਿੱਤ—Bile (ਬਾਇਲ)
ਪੀਪ—Pus (ਪਸ)
ਪੇਚਿਸ਼—Dysentry (ਡਾਇਸੇਂਟ੍ਰੀ)
ਪ੍ਰਦਰ—Leucorrhoea (ਲਿਕੋਰੀਆ)
ਪਿਆਸ—Thirst (ਥਰਸਟ)
ਪਾਗਲਪਨ—Psychosis (ਸਾਇਕੱਸਿਸ)
ਪਲੇਗ—Plague (ਪਲੇਗ)
ਫਿਣਸੀ—Pimple (ਪਿਮ੍ਪਲ)
ਫੋੜਾ—Boil (ਬਾਇਲ)
ਫੁਲਬਹਿਰੀ—Leucoderma (ਲਉਕੋਡਰਮਾ)
ਬੁਖ਼ਾਰ--Fever (ਫੀਵਰ)
ਬਲਗਮ--Phelgm (ਫ਼ੇਲਗੱਮ)
ਬਵਾਸੀਰ—Piles (ਪਾਇਲ੍ਸ)
ਬਹੁਮੂਤਰ ਸ਼ੱਕਰ ਦਾ ਰੋਗ—Diabetes (ਡਾਇਬਟੀਜ਼)
ਬੁੱਢਾ—Old (ਓਲਡ)
ਬੁਖਾਰ—Fever (ਫੀਵਰ)
ਬੌਨਾ—Dwarf (ਡ੍ਵਾਰ੍ਫ)
ਭਗੰਦਰ—Fistula (ਫ਼ਿਸਟੁਲਾ)
ਭੁੱਖ—Hunger (ਹੰਗਰ)
ਭੁੱਖ ਨਾ ਲਗਣੀ—Lack of appetite (ਲੈਕ ਔਫ ਐਪਿਟਾਇਟ)
ਮਰੋੜ—Gripping (ਗ੍ਰਿਪਿੰਗ)
ਮੱਸਾ—Mole (ਮੋਲ)
ਮਹਾਮਾਰੀ—Plague (ਪਲੇਗ)
ਮਿਰਗੀ—Epilepsy (ਏਪਿਲਿਪਸੀ)
ਮਲੱਪ—Worm (ਵਰਮ)
ਮੁਹਾਸਾ—Acne (ਏਕ੍ਨੇ)
ਮੂਤਰ—Urine (ਯੂਰਿਨ)
ਮੋਤਿਆਬਿੰਦ--Cataract (ਕੈਟਰੈਕ੍ਟ)
ਮਿਆਦੀ ਬੁਖਾਰ—Typhoid (ਟਾਇਫ਼ਾਇਡ)
ਰੋਗ—Disease (ਡਿਸੀਜ਼)
ਲਾਰ—Saliva (ਸ਼ੈਲਿਵਾ)
ਲੂ ਲੱਗਣਾ—Sunstroke (ਸੱਨ ਸਟ੍ਰੋਕ)
ਲੰਙਾ—Lame (ਲੇਮ)
ਲੰਙਾ ਬੁਖਾਰ—Dengue (ਡੇਂਗੂ)
ਲੰਮਾ—Tall (ਟਾਲ)

ਪੋਸ਼ਾਕ (DRESS Etc.)

ਉੱਨ—Wool (ਵੂਲ)
ਅਸਤਰ—Lining (ਲਾਇਨਿੰਗ)
ਆਸਤੀਨ, ਬਾਂਹ—Sleeve (ਸਲੀਵ)
ਅਗਰਖਾ—Tunic (ਟਿਊਨਿਕ)
ਅੰਗੀ—Bodice, (ਬੱਡਿਸ)
ਸਰਜ—Serge (ਸਰ੍ਜ)
ਸਾਟਨ—Saten (ਸਾਟਨ)
ਸਾਫ਼ਾ—Turban (ਟਰ੍ਬਨ)
ਸੂਤ—Yarn (ਯਾਰ੍ਨ)
ਸੂਟ ਦਾ ਕਪੜਾ—Suiting (ਸੂਟਿੰਗ)
ਸ਼ੋਖ ਰੰਗ—Deepcolour (ਡੀਪਕਲਰ)
ਹਲਕਾ ਰੰਗ—Light colour (ਲਾਇਟ ਕਲਰ)
ਕਪੜਾ—Cloth (ਕ੍ਲੱਥ)
ਕਪੜੇ—Clothes (ਕ੍ਲਾਦ੍ਸ)
ਕਮਰਬੰਦ—Belt (ਬੈਲਟ)
ਕਮੀਜ਼—Shirt (ਸ਼ਰਟ)

ਕਮੀਜ਼ ਦਾ ਕਪੜਾ—Shirting (ਸ਼ਰਟਿਗ)
ਕੰਬਲ—Blanket (ਬਲੈਂਕਟ)
ਕ੍ਰੇਪ—Crepe (ਕ੍ਰੇਪ)
ਕਸ਼ਮੀਰਾ—Cashmira (ਕਸ਼ਮੀਰਾ)
ਕਾਮਦਾਨੀ—Diaper Brokade (ਡਿਆਪਰ ਬ੍ਰੋਕੇਡ)
ਕਿਨਾਰਾ—Border (ਬਾਰਡਰ)
ਕਿਰਮਿਚ—Canvas (ਕੈਨਵਾਸ)
ਕੋਟ—Coat (ਕੋਟ)
ਕੋਟ-ਪਤਲੂਨ—Suit (ਸੂਟ)
ਗੱਦਾ—Cushion (ਕੱਸ਼ਨ)
ਗੈਲਿਸ—Braces (ਬ੍ਰੇਸਿਸ)
ਗੁਲੂਬੰਦ—Muffler (ਮਫਲਰ)
ਘਘਰਾ—Skirt (ਸੁਕਰਟ)
ਘੁੰਡ—Veil (ਵੇਲ)
ਚਾਦਰ—Sheet (ਸ਼ੀਟ)
ਚਿਕਨ—Lappet (ਲੈਪੇਟ)
ਛੀਟ—Chinz (ਚਿਨਟ੍ਸ)
ਜੁਰਾਬ—Socks (ਸਾਕ੍ਸ)
ਜਾਮਦਾਨੀ—Damask (ਡਾਮਾਸੁਕ)
ਜਾਲੀ—Gouze (ਗਾਉਜ਼)
ਜਾਂਘਿਆ—Underwear (ਅੰਡਰ ਵਿਅਰ)
ਜੀਨ—Drill (ਡ੍ਰਿਲ)
ਜੇਬ—Pocket (ਪੱਕਿਟ)
ਝਾਲਰ—Trimming (ਟ੍ਰਿਮਿੰਗ)
ਟੋਪੀ—Cap (ਕੈਪ)
ਤਸਮੇ—Laces (ਲੇਸਿਸ)
ਤੋਲੀਆ—Towel (ਟੱਵੇਲ)
ਦੁਪੱਟਾ—Scarf (ਸੁਕਾਰਫ਼)
ਦਸਤਾਨ—Gloves (ਗਲੋਵਸ)
ਦੁਸ਼ਾਲਾ—Shawl (ਸ਼ਾਲ)
ਪੱਟੀ—Lace (ਲੇਸ)
ਪਤਲੂਨ—Pantaloon (ਪੇਂਟਲੂਨ)
ਪਾਜਾਮਾ—Pyjama (ਪਾਇਜਾਮਾ)
ਪੇਟੀਕੋਟ—Petticoat (ਪੇਟੀਕੋਟ)
ਫਤੂਹੀ—Jacket (ਜੈਕਟ)
ਫਲਾਲੀਨ—Flannel (ਫ਼ਲਾਨੇਲ)
ਫ਼ੀਤਾ—Tape (ਟੇਪ)
ਬਟਨ—Button (ਬਟਨ)
ਬੜਾ ਕੋਟ—Chester (ਚੇਸ੍ਟਰ, ਓਵਰਕੋਟ)
ਮਖ਼ਮਲ—Velvet (ਵੇਲਵੇਟ)
ਮਗਜ਼ੀ—Border (ਬਾਰਡਰ)
ਮੋਮਜਾਮਾ—Oil-Cloth (ਔਇਲ ਕਲੱਥ)
ਰਜਾਈ—quilt (ਕ੍ਵਿਲਟ)
ਰਫ਼ੂ—Darning (ਡਾਰਨਿੰਗ)
ਰੂੰ—Cotton (ਕੱਟਨ)
ਰੇਸ਼ਮ—Silk (ਸਿਲ੍ਕ)
ਮਲਮਲ—Linen (ਲਿਨੇਨ)
ਲੰਮੇ ਜੁਰਾਬ—Stockings (ਸਟੱਕਿੰਗ੍ਸ)
ਰੁਮਾਲ—Handkerchief (ਹੈਂਡਕਰਚੀਫ)
ਲਬਾਦਾ—Gown (ਗਾਉਨ)
ਲੱਠਾ—Longcloth (ਲਾਨ੍ਗ ਕਲੱਥ)
ਵਰਦੀ—Uniform (ਯੂਨਿਫਾਰ੍ਮ)
ਵਾਸਕਟ—Waist-coat (ਵੇਸਟ-ਕੋਟ)

ਸੰਬੰਧ ਅਤੇ ਰਿਸ਼ਤੇ (RELATIONS)

ਅਧਿਆਪਕ—Teacher (ਟੀਚਰ)
ਸ਼ਗਿਰਦ—Pupil (ਪੁਪਿਲ)
ਸਕਾ—Own (ਓਨ)
ਸਹੁਰਾ—Father-in-law (ਫ਼ਾਦਰ-ਇਨ-ਲੱ)
ਸੱਸ—Mother-in-law (ਮਦਰ-ਇਨ-ਲੱ)
ਸੰਬੰਧੀ—Relation (ਰਿਲੇਸ਼ਨ)
ਕਿਰਾਇਦਾਰ—Tenant (ਟੇਨੈਂਟ)
ਗੋਦ ਲਿਆ ਪੁੱਤਰ—adoptedson (ਏਡਾਪਟਿਡਸਨ)
ਗੋਦ ਲਈ ਪੁਤਰੀ—adopted daughter (ਏਡੱਪਟਿਡ ਡੱਟਰ)
ਗਾਹਕ—Customer (ਕਸਟਮਰ)
ਚਾਚਾ—Uncle (ਅੰਕਲ)
ਚਾਚੀ—Aunt (ਆਂਟ)
ਚੇਲਾ—Disciple (ਡਿਸਿਪਲ)
ਜ਼ਿਮੀਂਦਾਰ—Landlord (ਲੈਂਡਲਾਰਡ)
ਜਠਾਣੀ—Sister-in-law (ਸਿਸਟਰ-ਇਨ-ਲਾ)
ਜਵਾਈ—Son-in-Law (ਸਨ-ਇਨ-ਲੱ)
ਦਾਦੀ—Grand-mother (ਗ੍ਰਾਂਡ ਮਦਰ)
ਦਾਦਾ—Grand-father (ਗ੍ਰਾਂਡ ਫ਼ਾਦਰ)
ਦੋਸਤ—Friend (ਫ੍ਰੇਂਡ)

ਨਾਨਾ—Maternalgrandfather (ਮੈਟਰਨਲ ਗ੍ਰੈਂਡ-ਫ਼ਾਦਰ)
ਨਾਨੀ—Maternal grandmother (ਮੈਟਰਨਲ ਗ੍ਰੈਂਡ ਮਦਰ)
ਨੂੰਹ—Daughter-in-law (ਡਾਟਰ-ਇਨ-ਲਾੱ)
ਪਤੀ—Husband (ਹਜ਼ਬੈਂਡ)
ਪਤਨੀ—Wife (ਵਾਇਫ਼)
ਪਿਤਾ—Father (ਫਾਦਰ)
ਪੁਤਰੀ--Daughter (ਡੌਟਰ)
ਪੁੱਤਰ—Son (ਸਨ)
ਪ੍ਰੇਮ—Love (ਲਵ)
ਪ੍ਰੇਮੀ—Lover (ਲਵਰ)
ਪ੍ਰਾਹੁਣਾ—Guest (ਗੇਸਟ)
ਭੈਣ--Sister (ਸਿਸਟਰ)
ਭਤੀਜਾ--Nephew (ਨੈਫ਼ਯੂ)
ਭਤੀਜੀ--Niece (ਨੀਸ)
ਭਰਾ—Brother (ਬ੍ਰਾਦਰ)
ਭਾਣਜਾ—Nephew (ਨੈਫ਼ਯੂ)
ਭਾਣਜੀ—Niece (ਨੀਸ)
ਮਾਂ—Mother (ਮਦਰ)
ਮਾਮਾ--Maternal uncle (ਮੈਟਰਨਲ ਅੰਕਲ)
ਮਾਮੀ--Maternal aunt (ਮੈਟਰਨਲ ਆਂਟ)
ਮਵੱਕਲ--Client (ਕਲਾਇੰਟ)
ਮਾਸੀ--Mother's sister (ਮਦਰੱਸ ਸਿਸਟਰ)
ਮਤ੍ਰੇਈ ਲੜਕੀ--Step-daughter (ਸਟੇਪ ਡਾਟਰ)
ਮਤ੍ਰੇਆ ਪੁੱਤਰ--Step-son (ਸਟੇਪ ਸਨ)
ਮਤ੍ਰੇਆ ਪਿਤਾ--Step-father (ਸਟੇਪ ਫ਼ਾਦਰ)
ਮਤ੍ਰੇਈ ਭੈਣ--Step-sister (ਸਟੇਪ ਸਿਸਟਰ)
ਮਤ੍ਰੇਆ ਭਰਾ--Step-brother (ਸਟੇਪ ਬ੍ਰਦਰ)
ਯਾਰ--Friend (ਫ੍ਰੈਂਡ)
ਰਖੇਲ--kept (ਕੇਪਟ)
ਰੋਗੀ--Patient (ਪੇਸ਼ੇਂਟ)
ਵਕੀਲ--Pleader (ਪ੍ਲੀਡਰ)
ਵਾਰਿਸ--Heir (ਹੇਯਰ)

ਘਰੇਲੂ-ਸਾਮਾਨ
(HOUSEHOLD ARTICLES)

ਅਲਮਾਰੀ--Almirah (ਅਲਮਿਰਾ)
ਅੰਗਾਰਾ--Cinder (ਸਿੰਡਰ)
ਅੰਗੀਠੀ--Hearth (ਹਰਥ)
ਅੱਟੀ--Bobbin (ਬਾਬਿਨ)
ਇਸਤਰੀ--Iron (ਆਇਰਨ)
ਸਰ੍ਹਾਣਾ--Pillow (ਪਿਲੋ)
ਸ਼ੀਸ਼ੀ--Phial (ਫ਼ਿਆਲ)
ਸੰਦੂਕ--box (ਬਾਕ੍ਸ)
ਸਰੌਤਾ--Nut cracker (ਨੱਟ ਕ੍ਰੇਕਰ)
ਸਿਲਾਈ--Probe (ਪ੍ਰੋਬ)
ਸਾਬਣ--Soap (ਸੋਪ)
ਸਾਬਣਦਾਨੀ--Soapcase (ਸੋਪ ਕੇਸ)
ਸ਼ਿੰਗਾਰਦਾਨ--Casket (ਕਾਸ੍ਕਿਟ)
ਸੁਰਾਹੀ--Jug (ਜੱਗ)
ਸੂਈ--Needle (ਨੀਡਲ)
ਸਨ੍ਹੀ--Pincers (ਪਿੰਸਰ੍ਸ)
ਸਰ੍ਹਾਣੇ ਦਾ ਗਲਾਫ਼ Pillow-case (ਪਿਲੋ ਕੇਸ)
ਹੁੱਕਾ--Huble-Bubble (ਹਬਲ-ਬਲਬ)
ਕਲਮ--Pen (ਪੇਨ)
ਕੜਾਹੀ--Cauldron (ਕਾਲਡ੍ਰਾਨ)
ਕੰਬਲ--Blanket (ਬਲੈਂਕਿਟ)
ਕੜਛੀ--Ladle (ਲੈਡਲ)
ਕੰਘੀ--Comb (ਕਾਮ੍ਬ)
ਕਨਸਤਰ--Canister (ਕੈਨਿਸ੍ਟਰ)
ਕੁਰਸੀ—Chair (ਚੇਅਰ)
ਕਾਂਟਾ—Fork (ਫ਼ੋਰ੍ਕ)
ਕੀਪ—Funnel (ਫ਼ਉਨੇਲ)
ਖਰਲ—Mortar (ਮਾਰਟਰ)
ਗਾਗਰ—Jar (ਜਾਰ)
ਗੜਵੀ—Bowl (ਬਾਉਲ)
ਘੋਟਣਾ—Pestel (ਪੇਸਟ੍ਲ)
ਚਕਲਾ—Pastry-board (ਪੇਸਟਰੀ ਬੋਰ੍ਡ)
ਚਟਾਈ—Mat (ਮੈਟ)
ਚਮਚਾ—Spoon (ਸਪੂਨ)
ਚਾਦਰ—Bed-sheet (ਬੇਡ-ਸ਼ੀਟ)
ਚਾਬੀ—Key (ਕੀ)
ਚਾਰਪਾਈ—Bee-stead (ਬੇਡ-ਸਟੇਡ)
ਚਿਮਟਾ—Tong (ਟਾਂਨ੍ਗ)
ਚਿਮਨੀ—Chimney (ਚਿਮ੍ਨੀ)
ਚੁੱਲ੍ਹਾ—Stove (ਸਟੋਵ)

ਛੱਤਰੀ—Umbrella (ਅੰਬਰੇਲਾ)
ਛੋਟਾ ਬਕਸਾ—Attache case (ਅਟੈਚੀ ਕੇਸ)
ਛਾਨਣੀ—Sieve (ਸੀਵ)
ਜਾਲਾ—Cobweb (ਕੱਬਵੇਬ)
ਜਾਲੀ (ਚੁੱਲੇ ਦੀ)—Grate (ਗ੍ਰੇਟ)
ਝਾੜੂ—Broom (ਬਰੂਮ)
ਟੋਕਰੀ—Basket (ਬਾਸਕੇਟ)
ਡੰਡਾ—Stick (ਸਟਿਕ)
ਡੈਸਕ—Desk (ਡੈਸਕ)
ਡੱਬਾ—Box (ਬਾਕਸ)
ਢੱਕਣਾ—Lid (ਲਿਡ)
ਤਕੜੀ—Balance (ਬੈਲੇਂਸ)
ਤਾਰ—Wire (ਵਾਇਰ)
ਤਾਲਾ—Lock (ਲਾਕ)
ਤਿਜੋਰੀ—Safe (ਸੇਫ਼)
ਤੰਦੂਰ—Oven (ਓਵਨ)
ਥੁੱਕਦਾਨ—Spittoin (ਸਪਿਟੂਨ)
ਥਾਲੀ—Plate (ਪ੍ਲੇਟ)
ਦੰਦ ਖੋਤਰਨੀ—Toothpick (ਟੂਥਪਿਕ)
ਦੰਦ-ਮੰਜਨ—Tooth-powder (ਟੂਥ ਪਾਊਡਰ)
ਦੇਗਚੀ—Sauce-pan (ਸੌਸ ਪੈਨ)
ਧਾਗਾ—Thread (ਥ੍ਰੈਡ)
ਧੂਪਦਾਨੀ—Censer (ਸੈਂਸਰ)
ਨਲਕਾ—Tap (ਟੈਪ)
ਪਲੰਗ—Bedstead (ਬੈਡ ਸਟੈਡ)
ਪਲੇਟ—Saucer (ਸਾਸ਼ਰ)
ਪਾਲਕੀ—Palanquin (ਪੈਲੰਕਵਿਨ)
ਪਾਇਦਾਨ—Door-mat (ਡੋਰਮੈਟ)
ਪਿਆਲਾ—Cup (ਕਪ)
ਫਾਨੂਸ—Chandlier (ਚੰਡਲਿਅਰ)
ਫੁਲਦਾਨ—Flower-vase (ਫ਼ਲਾਵਰ-ਵੇਸ)
ਬੱਚੇ ਦੀ ਗੱਡੀ—Perambulator (ਪੈਰਮਬੁਲੇਟਰ)
ਬੱਤੀ—Wich (ਵਿਕ)
ਬਾਲਣ—Fuel (ਫ਼ਿਊਲ)
ਬਟਨ—Button (ਬੱਟਨ)
ਬਰਫ ਰੱਖਣ ਵਾਲਾ ਬਕਸ—Ice box (ਆਇਸ-ਬਾਕਸ)
ਬਾਲਟੀ—Bucket (ਬੱਕਿਟ)
ਬੁਰੁਸ਼—Brnsh (ਬ੍ਰੱਸ਼)

ਬੇਲਣਾ—Pastry roller (ਪੇਸਟ੍ਰੀ ਰੋਲਰ)
ਬੋਤਲ--Bottle (ਬਾਂਟਲ)
ਬੋਰਾ—Sack (ਸੈਕ)
ਮਾਚਸ ਦੀ ਡੱਬੀ—Match Box (ਮੈਚ ਬਾਕਸ)
ਮਧਾਣੀ--Churner (ਚਰ੍ਨਰ)
ਮਸਨਦ--Bolster (ਬੋਲਸ਼ਟਰ)
ਮਧਾਣੀ ਰਿੜਕਣ ਵਾਲਾ ਭਾਂਡਾ--Churn (ਚਰਨ)
ਮਿੱਟੀ ਦਾ ਤੇਲ—Kerosene oil (ਕੈਰੋਸਿਨ ਆਇਲ)
ਮੇਜ--Table (ਟੇਬਲ)
ਮੋਮਬੱਤੀ—Candle (ਕੈਂਡਲ)
ਰਕਾਬੀ--Dish (ਡਿਸ਼)
ਰੱਸਾ--Rope (ਰੋਪ)

ਗਹਿਣੇ ਅਤੇ ਜਵਾਹਰਾਤ
(ORNAMENTS AND JEWELS)

ਅੰਗੂਠੀ—Ring (ਰਿੰਗ)
ਹੀਰਿਆਂ ਦਾ ਹਾਰ--Zircon (ਜ਼ਿਰਕਾਨ)
ਹਾਰ—Necklace (ਨੈਕਲੇਸ)
ਹੀਰਾ--Diamond (ਡਾਇਮੰਡ)
ਹੰਸਲੀ—Ring (ਰਿੰਗ)
ਕੰਗਣ—Bracelet (ਬ੍ਰੇਸਲੇਟ)
ਕਮੀਜ਼ ਦਾ ਬਟਨ—Stud (ਸਟੱਡ)
ਕੰਨ ਦੀ ਵਾਲੀ—Ear-ring (ਈਅਰ-ਰਿੰਗ)
ਕਰਣਫੁੱਲ—Ear-stud (ਈਅਰ ਸਟੱਡ)
ਕੋਕਾ—Nose-pin (ਨੋਜ਼-ਪਿਨ)
ਗਹਿਣੇ—Jewellery (ਜਵੈਲਰੀ)
ਚਾਂਦੀ—Silver (ਸਿਲਵਰ)
ਚਿਮਟੀ—Clip (ਕਲਿਪ)
ਚੂੜੀ—Bangle (ਬੈਂਗਲ)
ਟਿੱਕਾ—Head-locket (ਹੈਡ ਲੱਕਿਟ)
ਤਾਜ—Tiara (ਤਿਆਰਾ)
ਤਮਗਾ—Medal (ਮੈਡਲ)
ਦਸਤਬੰਦ—Wristlet (ਰਿਸਟਲੇਟ)
ਨਥ—Nose-ring (ਨੋਜ਼-ਰਿੰਗ)
ਨੀਲਮ—Sapphire (ਸਾਫ਼ਾਇਰ)
ਪੰਨਾ—Emerald (ਏਮਰਾਲਡ)
ਪੇਟੀ—Belt (ਬੇਲਟ)

ਪਾਜ਼ੇਬ, ਝਾਂਜਰ—Anklet (ਅਕਲੇਟ)
ਪੁਖਰਾਜ—Topaz (ਟਪਾਜ਼)
ਪੱਲਕੀ—Opal (ਓਪਲ)
ਫਿਰੋਜ਼ਾ—Turquoise (ਟਰਕੁਵਾਇਜ਼)
ਬਾਜੂਬੰਦ—Armlet (ਆਰਮੁਲੇਟ)
ਬਿੱਲੌਰ—Pebble (ਪੇਬਲ)
ਮਾਣਿਕ—Ruby (ਰੂਬੀ)
ਮਾਲਾ—Wreath (ਰੈਥ)
ਮੂੰਗਾ—Coral (ਕੋਰਲ)
ਮੋਤੀ—Pearl (ਪਰਲੁ)
ਮੋਤੀ ਦੀ ਸੀਪ—Mother of pearl (ਮਦਰ ਔਫ ਪਰਲ)
ਲਾਕੇਟ—Locket (ਲੌਕੇਟ)
ਲਹਸੁਨਿਆ—Cat's eye (ਕੈਟ ਸ ਆਈ)

ਸੰਗੀਤ ਦੇ ਸਾਜ਼
(MUSICAL INSTRUMENTS)

ਸ਼ਹਿਨਾਈ—Clarionet (ਕਲੈਰੋਨੇਟ)
ਸਰੋਦ—Sarod (ਸਰੋਦ)
ਸਿਤਾਰ—Sitar (ਸਿਤਾਰ)
ਸੀਟੀ—Whistle (ਵ੍ਹਿਸਲ)
ਹਾਰਮੋਨਿਅਮ—Harmonium (ਹੇਰਮੋਨਿਅਮ)
ਘੰਟੀ—Belt (ਬੇਲਟ)
ਚੰਗ—Harp (ਹਾਰਪ)
ਝਾਂਝਰ—Cymbal (ਸਿਮਬਲ)
ਡਫ—Tambourine (ਟੈਮਬੋਰਾਇਨ)
ਡੁਗਡੁਗੀ—Drumet (ਡ੍ਰਮੇਟ)
ਢੋਲ—Drum (ਡ੍ਰਮ)
ਢੋਲਕੀ—Tomtom (ਟੱਮਟੱਮ)
ਤਬਲਾ—Tabor (ਟੈਬਰ)
ਤੁਰਹੀ—Clarion (ਕਲੈਰਿਅਨ)
ਨਗਾੜਾ—Drum (ਡ੍ਰਮ)
ਪਿਆਨੋ—Piano (ਪਿਆਨੋ)
ਬੰਸਰੀ—Flute (ਫ਼ਲੂਟ)
ਬੈਂਜੋ—Banjo (ਬੈਂਜੋ)
ਬੇਲਾ—Violin (ਵੱਇਲਿਨ)
ਬੀਣ—Bagpipe (ਬੈਗਪਾਇਪ)
ਮੁਰਦੰਗ—Jew's harp (ਜਿਊਜ਼ ਹਾਰਪ)

ਭੋਜਨ-ਪਦਾਰਥ
(CEREALS AND EATABLES)

ਉੜਦ—Phaseolies mungo (ਫੇਸਿਓਲਾਈਜ਼ ਮੰਗੋ)
ਅਚਾਰ—Pickle (ਪਿੱਕਲ)
ਅਨਾਜ—Grain (ਗ੍ਰੇਨ)
ਅਰਹਰ—Pigeon pea (ਪਿਜਿਅਨ ਪੀ)
ਅਰਾਰੋਟ—Arrowroot (ਐਰੋਰੂਟ)
ਆਟਾ—Flour (ਫ਼ਲੌਰ)
ਇਲਾਇਚੀਦਾਣਾ—Comfit (ਕੱਮਫ਼ਿਟ)
ਸਾਗ ਸਬਜ਼ੀ—Vegetable (ਵੈਜਿਟੇਬਲ)
ਸ਼ੱਕਰ—Loaf sugar (ਲੋਫ ਸ਼ੁਗਰ)
ਸ਼ਰਬਤ—Syrup (ਸੀਰਪ)
ਸ਼ਰਾਬ—Wine (ਵਾਇਨ)
ਸ਼ਹਿਦ—Honey (ਹਨੀ)
ਸਰਸੋਂ—Mustard (ਮਸਟਰਡ)
ਸਿਰਕਾ—Vinegar (ਵਿੰਜਰ)
ਸੂਜੀ—Semolina (ਸਿਮੋਲਿਨਾ)
ਸਫ਼ੈਦ ਸਰਸੋਂ—White mustard (ਵਾਇਟ ਮਸਟਰਡ)
ਕੀਕਰ ਦਾ ਗੂੰਦ—Gum acacia (ਗਮ ਅਕੈਸ਼ਿਆ)
ਕੜੀ—Curry (ਕਰੀ)
ਕੌਫ਼ੀ—Coffee (ਕੌਫ਼ੀ)
ਕੁਲਫ਼ੀ—Ice-Cream (ਆਇਸ-ਕ੍ਰੀਮ)
ਕੀਮਾ—Minced meat (ਮਿੰਸਡਮੀਟ)
ਕਣਕ—Wheat (ਵ੍ਹੀਟ)
ਗੁਆਰਫ਼ਲੀ—Cluster bean (ਕਲਸਟਰ ਬੀਨ)
ਚਟਣੀ—Sauce (ਸੱਸ)
ਚਣਾ, ਕਾਲੇ ਛੋਲੇ—Gram (ਗ੍ਰਾਮ)
ਚਪਾਤੀ—Cake (ਕੇਕ)
ਚੌਲ—Rice (ਰਾਇਸ)
ਚਿੜਵਾ—Beaten paddy (ਬੀਟਨ ਪੈਡੀ)
ਚਾਹ—Tea (ਟੀ)
ਚੀਨੀ—Sugar (ਸ਼ੁਗਰ)
ਛਾਣ—Bran (ਬ੍ਰਾਨ)
ਛੱਲੀ—Cornear (ਕਾਰਨੁਈਅਰ)

ਜਵਾਰ ਦਾ ਆਟਾ--Oat-meal (ਔਟ ਮੀਲ)
ਜੌਂ--Barley (ਬਾਰਲੇ)
ਜਆਰ--Great millet (ਗ੍ਰੇਟ-ਮਿਲੇਟ)
ਜੂਸ--Broth (ਬ੍ਰੱਥ)
ਜੂਸੀ--Treacle (ਟ੍ਰੀਕਲ)
ਤਿਲ--Seasamum (ਸੀਸੇਮਮ)
ਤੇਲ--Oil (ਔਇਲ)
ਦਲਿਆ--Gruel (ਗਰੂਏਲ)
ਦਹੀ--Curd (ਕਰਡ)
ਦਾਲ--Pulse (ਪਲਸ)
ਦਿਨ ਦਾ ਭੋਜਨ--Lunch (ਲੰਚ)
ਦੁੱਧ--Milk (ਮਿਲ੍ਕ)
ਧਾਨ, ਝੋਨਾ--Oryza sativa (ਓਰਿਜ਼ਾ ਸਾਟਿਵਾ)
ਟਮਾਟਰ ਦੀ ਚਟਣੀ--Tomato Ketchup (ਟਮੈਟੋ ਕੇਟਚਪ)
ਪਨੀਰ--Cheese (ਚੀਜ਼)
ਪਾਵ ਰੋਟੀ--Loaf (ਲੋਫ਼)
ਪੋਸਤ--Poppy (ਪੱਪੀ)
ਬਰਫ਼—Ice (ਆਇਸ)
ਬਾਜਰਾ—Pearl millet (ਪਰਲ ਮਿਲੇਟ)
ਬਿਸਕੁਟ—Biscuit (ਬਿਸਕੁਟ)
ਭੋਜ—Feast (ਫ਼ੀਸਟ)
ਮਕਈ—Maize (ਮੇਜ਼)
ਮੱਖਣ—Butter (ਬਟਰ)
ਮਟਰ—Pea (ਪੀ)
ਮਲਾਈ—Cream (ਕ੍ਰੀਮ)
ਮਸਰ—Lentil (ਲੈਨ੍ਟਿਲ)
ਮਾਸ—Meat (ਮੀਟ)
ਮਾਸ (ਬਕਰੇ ਦਾ)—Mutton (ਮਟਨ)
ਮਾਸ (ਸੂਰ ਦਾ)—Pork (ਪੱਰ੍ਕ)
ਮਿਠਾਈ—Sweet meat (ਸਵੀਟ ਮੀਟ)
ਮਿਸ਼ਰੀ—Sugar-candy (ਸ਼ੂਗਰ-ਕੈਂਡੀ)
ਮੁਰੱਬਾ—Jam (ਜੈਮ)
ਮੁਰਮੁਰਾ—Puffed-rice (ਪਫ਼ਡ-ਰਾਇਸ)
ਮੂੰਗ—Kidney-bean (ਕਿਡਨੀ ਬੀਨ)
ਮੋਟਾ ਅਨਾਜ—Millet (ਮਿਲੇਟ)
ਮੈਦਾ—Fine-flour (ਫਾਇਨ-ਫ਼ਲੋਰ)
ਮੇਥੀ—Buck-wheat (ਬੱਕ-ਵੀਟ)
ਰਾਈ (ਸਰ੍ਹੋਂ)—Mustard (ਮਸਟਰਡ)
ਰਾਤ ਦਾ ਭੋਜਨ—Supper (ਸੁਪਰ)
ਰੇਂਡੀ—Castor-seed (ਕੈਸਟਰ-ਸੀਡ)
ਰੋਟੀ—Bread (ਬ੍ਰੈਡ)
ਲੱਸੀ—Whey (ਵੇ)

ਮਸਾਲੇ
(SPICES)

ਅਜਵਾਇਣ—Caraway (ਕੈਰਾਵੇ)
ਅਜਵਾਇਣ ਦਾ ਸੱਤ—Thymol (ਥਿਮੋਲ)
ਅਦਰਕ—Ginger (ਜਿੰਜਰ)
ਅਫ਼ੀਮ—Opium (ਓਪਿਅਮ)
ਅੰਬਰ—Amber (ਅੰਬਰ)
ਅਲਸੀ—Linseed (ਲਿਨਸੀਡ)
ਆਉਲਾ—Phyllenthus emblica (ਫ਼ਿਲੇਂਥਸ ਏਮਬਿਲਿਕ)
ਇਸਤਰੀ ਕੇਸਰ—Pistil (ਪਿਸਟਲ)
ਇਲਾਇਚੀ—Cardamom (ਕੱਾਰਡਮੱਮ)
ਸ਼ਰਤ ਕੇਸਰ—Madow-saffron (ਮੈਡੋ-ਸੈਫ਼ਰੱਾਨ)
ਸ਼ਿਕਾਕਾਈ--Origanum (ਆਰੀਗੇਨਮ)
ਸ਼ੋਰਾ--Saltpetre (ਸਾਲ੍ਟ ਪੀਟਰ)
ਸੱਜੀਖਾਰ (ਸੋਡਾਕਾਸਟਿਕ)--Alkali (ਅਲਕਾਲੀ)
ਸਫ਼ੇਦਾ--Litharge (ਲਿਥਾਰਜੀ)
ਸ਼ਿੰਗਰਫ਼--Cinnabar (ਸਿਨਾਬਾਰ)
ਸੁਪਾਰੀ--Betel-nut (ਬੀਟਲ-ਨਟ)
ਸਨਾਹ--Senna (ਸੈਨਾ)
ਸਿਰਕਾ--Vinegar (ਵਿਨੇਗਰ)
ਸੰਖੀਆ--Arsenic (ਅਰਸੇਨਿਕ)
ਸੁਹਾਗਾ--Borax (ਬੋਰਾਕਸ)
ਸੁੰਢ--Dry-ginger (ਡ੍ਰਾਇ-ਜਿੰਜਰ)
ਸੌਂਫ—Aniseed (ਐਨਿਸੀਡ)
ਸਾਬੂਦਾਨਾ--Sago (ਸਾਗੋ)
ਹਲਦੀ--Turmeric (ਟਰਮੇਰਿਕ)
ਹਰੜ--Myrobalan (ਮਾਇਰੋਬਾਲਨ)
ਹਿੰਗ—Asafoetida (ਅਸਾਫ਼ੋਟਿਡਾ)

ਕੱਥਾ--Catechu (ਕੈਟੇਚੂ)
ਕਪੂਰ—Camphor (ਕੈਂਫ਼ਰ)
ਕਲਮੀ ਸ਼ੋਰਾ—Nitre (ਨਿਟ੍ਰੈ)
ਕਲੌਂਜੀ—Nigella (ਨਿਗੇਲਾ)
ਕੁਆਰ ਗੰਦਲ—Aloes (ਅਲੂਜ਼)
ਕਸਤੂਰੀ—Musk (ਮਸ੍ਕ)
ਕਸੀਸ—Vitriol (ਵਿਟ੍ਰੀਲ)
ਕਾਲੀ ਮਿਰਚ—Black pepper (ਬ੍ਲੈਕ ਪਿਪਰ)
ਕੁਚਲੇ— Nux vomica (ਨਕ੍ਸ ਵੋਮਿਕਾ)
ਕੂਟ ਫਿਟਕਰੀ—Pseudo-alum (ਸੂਡੋ-ਅਲਮ)
ਕੇਸਰ—Saffron (ਸੈਫਰੋਂਨ)
ਕੋਕੇਨ—Cocain (ਕੋਕੇਨ)
ਖੜਿਆ ਮਿੱਟੀ—Chalk (ਚਾਕ)
ਖਮੀਰ—Yeast (ਯੀਸ੍ਟ)
ਖਸਖਸ—Poppy Seed (ਪੋਪੀ ਸੀਡ)
ਗੇਰੂ—Ruddle (ਰਡਲ)
ਗੋਖਰੂ—Land caltrop (ਲੈਂਡ ਕੇਲਟ੍ਰੋਪ)
ਗੰਧਕ—Sulphur (ਸਲਫਰ)
ਚੰਦਨ—Sandal (ਸੈਂਡਲ)
ਚਰਾਇਤਾ—Chirata (ਚਿਰਾਤਾ)
ਜੇਫ਼ਲ—Nutmeg (ਨਟਮੇਗ)
ਜਾਵਿਤਰੀ--Mace (ਮੇਸ)
ਜ਼ੀਰਾ—Cumin seed (ਕਮਿਨ ਸੀਡ)
ਤਿਲੀ—Niger (ਨਿਗਰ)
ਤੇਜ਼ਾਬ—Acid (ਏਸਿਡ)
ਤੁਲਸੀ—Basil (sacred basil) ਬੇਸਿਲ
ਤੇਜਪੱਤਾ—Cassia (ਕੈਸਿਯਾ)
ਦਾਲਚੀਨੀ—Cinnamon (ਸਿਨਾਮੋਂਨ)
ਧਨੀਆ—Coriander seed (ਕੋਰਿਏਂਡਰ ਸੀਡ)
ਨਮਕ, ਲੂਣ—Salt (ਸਾਲ੍ਟ)
ਪੋਦੀਨੇ ਦਾ ਸਤ—Menthol (ਮੇਂਥੋਲ)
ਫਿਟਕਰੀ—Alum (ਏਲਮ)
ਬਚ—Oris-root (ਓਰਿਸ-ਰੂਟ)
ਬਰੋਜ਼ਾ—Resin (ਰੇਜ਼ਿਨ)
ਭੰਗ—Hemp (ਹੈਮ੍ਪ)
ਮਜੀਠ—Indian madder (ਇੰਡੀਅਨ ਮੈਡਰ)
ਮਾਜੂਫਲ—Gall-nut (ਗਾਲ-ਨਟ)

ਮਿਰਚ—Red pepper, chilli (ਰੇਡਪੇਪਰ, ਚਿਲੀ)
ਮੁਲੱਠੀ—Liquorice (ਲਿਕਰਾਇਸ)
ਮੁਸੱਵਰ—Aloe (ਏਲੂ)
ਰਾਲ—Bitumen (ਬਿਟ੍ਮੇਨ)
ਰੀਠਾ—Soap-nut (ਸੋਪ-ਨਟ)
ਲਾਲ ਫਿਟਕਰੀ—Chrome alum (ਕ੍ਰੋਮ ਅਲਮ)
ਲੌਂਗ—Clove (ਕਲੋਵ)

ਖਣਿਜ-ਪਦਾਰਥ
(MINERAL)

ਅਕੀਕ—Cornelian (ਕਾਰ੍ਨੇਲਿਅਨ)
ਅਭਰਕ—Mica (ਮਾਇਕਾ)
ਸ਼ਿਲਾਜੀਤ—Bitumen (ਬਿਟੂਮਨ)
ਸੁਰਮਾ—Antimony (ਏਂਟੀਮਨੀ)
ਸੰਖੀਆ—Arsenic (ਆਰ੍ਸੇਨਿਕ)
ਸੱਜੀ—Fuller's earth (ਫੁਲਰਸ ਅਰਥ)
ਸ਼ੋਰਾ ਕੱਚਾ—Natron (ਨੇਂਟ੍ਰੋਨ)
ਸਫੇਦ ਅਭਰਕ—Muscovite (ਮਸਕੋਵਾਇਟ)
ਸਲੇਟੀ ਪੱਥਰ—Shale (ਸ਼ੇਲ)
ਸ਼ਿੰਗਰਫ—Cinnabar (ਸਿੰਨੇਬਾਰ)
ਸੀਸਾ—Lead (ਲੈਡ)
ਸੁਘੱਟ ਮਿੱਟੀ—Plastic clay (ਪ੍ਲਾਸਟਿਕ ਕ੍ਲੇ)
ਸਫ਼ੇਦਾ—White lead (ਵ੍ਹਾਇਟ ਲੈਡ)
ਸੰਦੂਰ—Vermilion (ਵਾਰ੍ਮੇਲਿਅਨ)
ਸੇਲਖੜੀ—Steatite (ਸਟ੍ਰੀਟਾਇਟ)
ਸੰਗਮਰਮਰ—Marble (ਮਾਰ੍ਬਲ)
ਹੜਤਾਲ—Orpiment (ਓਰ੍ਪੀਮੇਂਟ)
ਕਸਕੁਟ—Touchstone (ਟੱਚਸ੍ਟੋਨ)
ਕਲੀ ਵਾਲਾ ਲੋਹਾ—Tin (ਟਿਨ)
ਕਾਂਸਾ—Bronze (ਬ੍ਰਾਨ੍ਜ਼)
ਕੋਲਾ (ਪੱਥਰ ਦਾ)—Coal (ਕੋਲ)
ਕੋਲਾ (ਲੱਕੜੀ ਦਾ)—Charcoal (ਚਾਰਕੋਲ)
ਖਣਿਜ ਲੋਹਾ—Iron ore (ਆਇਰ੍ਨ ਓਰ)
ਖੜੀਆ (ਚਾਕ ਮਿੱਟੀ)—Chalk (ਚਾਕ)
ਖਾਣ—Mine (ਮਾਇਨ)
ਗੰਧਕ—Sulphur (ਸਲ੍ਫ਼ਰ)

ਗਰੂ—Red ochre (ਰੇਡ-ਔਕਰ)
ਚਕਮਕ ਪੱਥਰ—Flint (ਫਲਿੰਟ)
ਚਾਂਦੀ—Silver (ਸਿਲ੍ਵਰ)
ਜਸਤਾ—Zinc (ਜ਼ਿੰਕ)
ਤਾਂਬਾ—Copper (ਕੱਪਰ)
ਧੂਸਰ ਬੰਗ—Grey tin (ਗ੍ਰੇ ਟਿਨ)
ਨੀਲਾ ਥੋਥਾ—Blue vitrol (ਬਲ੍ਯੂ ਵਿਟ੍ਰਿਓਲ)
ਪੱਕਾ ਲੋਹਾ—Steel (ਸਟੀਲ)
ਪਾਰਾ—Mercury (ਮਰ੍ਕਰੀ)
ਪੈਟ੍ਰੋਲੀਅਮ—Rock oil (ਰੱਕ ਔਇਲ)
ਭੂਰਾ ਤਾਂਬਾ—Grey copper (ਗ੍ਰੇ ਕੱਪਰ)
ਮਿੱਟੀ ਦਾ ਤੇਲ—Kerosene oil (ਕੈਰੋਸਿਨ ਔਇਲ)
ਰਾਮਰਜ—Yellow ochre (ਯੇਲੋ ਔਕਰ)
ਲੋਹਾ—Iron (ਆਇਰਨ)

ਰੁੱਖ ਅਤੇ ਉਹਨਾਂ ਦੇ ਹਿੱਸੇ
(TREES AND THEIR PARTS)

ਅੰਕੁਰ—Germ (ਜਰ੍ਮ)
ਅਮਰੂਦ—Guava (ਗੁਆਵਾ)
ਅਸ਼ੋਕ—Polyalthia (ਪੋਲਆਲਥਿਆ)
ਅੰਬ—Mango (ਮੈਂਗੋ)
ਇਮਲੀ—Tamarind (ਟੈਮਾਰਿੰਡ)
ਸ਼ਾਖਾ—Branch (ਬ੍ਰਾਂਚ)
ਸਰੂ—Cypress (ਸਾਇਪ੍ਰੇਸ)
ਸਾਗਵਾਨ—Teak (ਟੀਕ)
ਸਿਰਸ—Abbizzia labbek (ਐਬਿਜ਼ਿਆ ਲੇਬੇਕ)
ਸੇਹੁਰ, ਥੋਰ—Cactus (ਕੈਕ੍ਟਸ)
ਕਿਕਰ—Acacia Arabica (ਅਕੇਸ਼ੀਆ ਅਰੇਬਿਕਾ)
ਕਲਮ—Graft (ਗ੍ਰਾਫ਼੍ਟ)
ਕਲੀ—Bud (ਬਡ)
ਕੰਦ, ਡੋਡੀ--Bulb (ਬਲ੍ਬ)
ਕਾਠ—Wood (ਵੁਡ)
ਗਿਟਕ—Stone (ਸਟੋਨ)
ਗੁੱਦਾ—Pulp (ਪਲਪ)
ਗੂੰਦ—Gum (ਗਮ)
ਚੀੜ—Pine (ਪਾਇਨ)

ਛਿੱਲੜ (ਸੱਕ)—Bark (ਬਾਰ੍ਕ)
ਛਿਲਕਾ—Skin (ਸ੍ਕਿਨ)
ਜਟਾ (ਨਾਰੀਅਲ ਦੀ)—Coir (ਕਾਇਰ)
ਜੜ੍ਹ—Root (ਰੂਟ)
ਫੁੱਲ-ਗਰਭ—Pistil (ਪਿਸ੍ਟਲ)
ਫੁੱਲ ਦਾ ਬੂਰ—Pollen (ਪੋਲਿੱਨ)
ਤਾੜ—Palm (ਪਾਮ)
ਧੜ (ਰੁੱਖ ਦਾ)—Stem (ਸ੍ਟੇਮ)
ਨਸ—Fibre (ਫਾਇਬਰ)
ਪਰਾਗ-ਕਣ—Pollen-grain (ਪੋਲਿਨ-ਗ੍ਰੇਨ)
ਪਰਾਗ-ਨਲੀ--Pollon tube (ਪੋਲਿਨ ਟ੍ਯੂਬ)
ਪੱਤੀ--Leaf (ਲੀਫ਼)
ਪਤ੍ਰਕੰਦ--Bubil (ਬਬਿਲ)

ਫੁਲ-ਫਲ ਅਤੇ ਸਬਜ਼ੀਆਂ
(FLOWERS, FRUITS & VEGETABLES)

ਅਖਰੋਟ-Chest nut (ਚੇਸ੍ਟ ਨਟ)
ਅਰਬੀ—Colocesia antiquorum
(ਕੋਲੋਸੇਸਿਆਏਂਟੀਕੋਰਮ)
ਅਦਰਕ—Ginger (ਜਿੰਜਰ)
ਅਨਾਨਾਸ—Pine apple (ਪਾਇਨ ਐਪਲ)
ਅਨਾਰ--Pomegranate (ਪੋਮੇਗ੍ਰੇਨੇਟ)
ਅਮਰੂਦ--Guava (ਗੁਆਵਾ)
ਅੰਗੂਰ--Grape (ਗ੍ਰੇਪ)
ਅੰਜੀਰ—Fig (ਫਿਗ)
ਅੰਬ—Mango (ਮੈਂਗੋ)
ਆੜੂ—Peach (ਪੀਚ)
ਆਲੂ--Potato (ਪੋਟਾਟੋ)
ਆਲੂ ਬੁਖ਼ਾਰਾ—Bokhara plum (ਬੋਖਾਰਾ ਪਲੁਮ)
ਅਲੂਚਾ--Plum (ਪਲੁਮ)
ਇਮਲੀ--Tamarind (ਟੈਮਰਿੰਡ)
ਸੇਮਲ--Silk-cotton (ਸਿਲਕ ਕੱਟਨ)
ਸੇਮ--Bean (ਬੀਨ)
ਸੇਬ--Apple (ਐਪਲ)
ਸੰਤਰਾ—Orange (ਔਰੇਂਜ)
ਸਾਬੂਦਾਨਾ—Sago (ਸਾਗੋ)

ਸਿੰਘਾੜਾ—Water nut (ਵਾਟਰ ਨਟ)
ਸਲਾਦ—Lettuce (ਲੇਟਯੂਸ)
ਸਨ—Flax (ਫਲੇਕ੍ਸ)
ਸ਼ਹਤੂਤ—Mulberry (ਮਲਬੇਰੀ)
ਸ਼ਲਗਮ—Turnip (ਟਰਨਿਪ)
ਸ਼ਰੀਫ਼ਾ—Custar apple (ਕਸਟਾਰ ਐਪਲ)
ਸ਼ਫ਼ਤਾਲੂ—Peach (ਪੀਚ)
ਸ਼ਕਰਕੰਦ—Sweet potato (ਸ੍ਵੀਟ ਪੋਟੇਟੋ)
ਕਕੜੀ, ਤਰ—Cucumber (ਕੁਕੰਬਰ)
ਕਟਹਲ—Jack-fruit (ਜੈਕ ਫਰੂਟ)
ਕੱਦੂ—Pumpkin (ਪਮ੍ਪਕਿਨ)
ਕਮਰਖ—Carambola (ਕੈਰਮਬੋਲਾ)
ਕਮਲ—Lotus (ਲੋਟਸ)
ਕਮਲਿਨੀ--Lily (ਲਿਲੀ)
ਕਰੇਲਾ--Bitter gourd (ਬਿਟਰ ਗਰ੍ਡ)
ਕਾਜੂ--Cashewnut (ਕੈਸ਼੍ਯੁਨਟ)
ਕਦੂ (ਪੇਠਾ)--Red pumpkin gourd (ਰੇਡਪਨ੍ਪਕਿਨ ਗਰ੍ਡ)
ਕਿਸ਼ਮਿਸ਼--Currant (ਕਰੰਨ੍ਟ)
ਕੁਮੁਦਿਨੀ--Lily (ਲਿਲੀ)
ਕੇਤਕੀ--Pandanus (ਪੰਡਾਨਸ)
ਕੇਲਾ--Banana (ਬਨਾਨਾ)
ਕੋਹੜਾ--Cucurbit gourd (ਕੁਕੁਰਬਿਟ ਗਰ੍ਡ)
ਕਨੇਰ--Oleander (ਓਲੀਂਡਰ)
ਖੁੰਬ--Mashroom (ਮਸ਼ਰੂਮ)
ਖਜੂਰ--Date (ਡੇਟ)
ਖਰਬੂਜ਼ਾ--Muskmelon (ਸਮ੍ਕਮੇਲੱਨ)
ਖੱਟਾ ਨਿੰਬੂ--Lime (ਲਾਇਮ)
ਖੱਟੀ ਚੇਰੀ—Sour cherry (ਸੋਰ ਚੇਰੀ)
ਖੀਰਾ—Cucumber (ਕੁਕੰਬਰ)
ਖੁਰਮਾਨੀ—Apricot (ਏਪ੍ਰੀਕੱਟ)
ਗਲਗਲ—Citron (ਸਿਟ੍ਰੱਨ)
ਗੰਨਾ--Sugarcane (ਸ਼ੁਗਰ ਕੇਨ)
ਗਾਜਰ--Carrot (ਕੈਰੱਟ)
ਗੰਢਗੋਭੀ—Knol khol (ਨੋਲ ਖੋਲ)
ਗੁਲਦਾਉਦੀ—Chrysenthemum (ਕ੍ਰਿਸੇਂਥੇਮਸ)
ਗੁਲਮੇਂਹਦੀ--Touch-me-not (ਟੱਚ-ਮੀ-ਨੱਟ)
ਗੁਲਬਹਾਰ—Daizy (ਡੇਜ਼ੀ)
ਗੁਲਾਬ--Rose (ਰੋਜ਼)
ਗਲਾਬ ਜਾਮੁਨ—Rose berry (ਰੋਜ਼ ਬੇਰੀ)
ਗੂਲਰ ਡੋਡਾ—Boll (ਬੱਲ)
ਗੇਂਦਾ--Merigold (ਮੇਰੀਗੋਲ੍ਡ)
ਘਾਹ—Grass (ਗ੍ਰਾਸ)
ਘੀਆ--Luffa (ਲੁਫ਼ਾ)
ਚਕੋਦਰਾ--Citron (ਸਿਟਰਾਨ)
ਚਮੇਲੀ--Jasmine (ਜਾਸਮਿਨ)
ਚੰਪਾ--Magnolia (ਮੈਗਨੋਲੀਆ)
ਚਿਕਣੀ (ਹਰੀ) ਤੋਰੀ--Luffa gourd (ਲੁਫ਼ਾ ਗਰ੍ਡ)
ਚਿਲਗੋਜ਼ਾ--Pinus gerardiana (ਪਾਇਨਸ ਗੇਰਰਡਿਆਨਾ)
ਚੀਕੂ--Sapodilla (ਸੈਪੋਡਿਲਾ)
ਚੁਕੰਦਰ--Sugar beet (ਸ਼ੁਗਰ ਬੀਟ)
ਚੁਲਾਈ--Amaranthus (ਏਮਰਾਂਥਸ)
ਛੱਲੀ--Corn ear (ਕਾਰ੍ਨ ਈਅਰ)
ਜਿਮੀਂਕੰਦ--Amorphophallus camparulatus (ਏਮੋਰਫੋਫਾਲਸ ਕੈਮਪਾਨੁਲੇਟਸ)
ਜੰਗਲੀ ਸੇਬ--Crab apple (ਕ੍ਰੈਬ ਐਪਲ)
ਜੰਗਲੀ ਚੁਲਾਈ—Prickly amaranth (ਪ੍ਰਿਕਲੀ ਏਮਾਰੇਂਥ)
ਜਪਾਨੀ ਅਲੂਚਾ--Japanese plum (ਜੇਪਨੀਜ਼ ਪ੍ਲਮ)
ਜਾਮਣ--Black berry (ਬ੍ਲੈਕ ਬੇਰੀ)
ਜ਼ੈਤੂਨ--Olive (ਔਲਿਵ)
ਤਮਾਕੂ--Tobacco (ਟੋਬੈਕੋ)
ਤਰਬੂਜ਼--Water melon (ਵਾਟਰ ਮੈਲੋਨ)
ਦਾਖ--Currant (ਕਰੇਂਟ)
ਧਤੂਰਾ--Belladona (ਬੇਲਾਡੋਨਾ)
ਧਨੀਆ--Coriander (ਕੋਰਿਅੰਡਰ)
ਨਰਗਿਸ--Narcissus (ਨਾਰ੍ਕਿਸਸ)
ਨਾਗਫਣੀ--Prickly pear (ਪ੍ਰਿਕੱਲੀ ਪਿਅਰ)
ਨਾਗਭਿਕਾ--Cobra flower (ਕੋਬਰਾ ਫ੍ਲੱਵਰ)
ਨਰੰਗੀ (ਸੰਤਰਾ)—Orange (ਔਰੇਂਜ)
ਨਿੰਬੂ--Lemon (ਲੇਮਨ)
ਨੀਲ--Indigo (ਇਨਡਿਗੋ)
ਪਪੀਤਾ--Papaya (ਪਪਾਯਾ)

ਪੱਤਾ ਗੋਭੀ--Brassica-campestrice (ਬ੍ਰਾਸਿਕਾ ਕੈਮ੍ਪੇਸਟ੍ਰਾਇਸ)

ਪਰਵਲ—Trichosanthes dioica (ਟ੍ਰਿਕੋਸੈਨਥੇਸ ਡਿਓਇਕਾ)

ਪਹਾੜੀ ਪਪੀਤਾ—Mountain papaya (ਮਾਉਂਟੇਨ ਪਪਾਯਾ)

ਪਾਨ--Bettel (ਬੀਟਲ)

ਪਾਲਕ--Spinach (ਸ੍ਪਾਇਨੇਚ)

ਪਿਸਤਾ--Pistachio (ਪਿਸਟੈਸ਼ਿਓ)

ਪੁਦੀਨਾ--Mint (ਮਿੰਟ)

ਪੋਸਤ--Poppy (ਪੱਾਪੀ)

ਪਿਆਜ—Onion (ਓਨਿਅਨ)

ਫੁੱਲਗੋਭੀ--Cauliflower (ਕੱਾਲੀ ਫ੍ਲੱਾਵਰ)

ਫ਼ਾਲਸਾ--Grawia asiatica (ਗ੍ਰੇਵਿਆ ਏਸ਼ਿਆਟਿਕਾ)

ਬੱਗੂਗੋਸ਼ਾ--Pyrus malus (ਪਾਇਰਸ ਮੈਲਸ)

ਬਦਾਮ—Almond (ਐਲਮੰਡ)

ਬਨਫ਼ਸ਼ਾ--Sweet violet (ਸ੍ਵੀਟ ਵੱਾਇਲੇਟ)

ਬੰਦਗੋਭੀ--Cabbage (ਕੈਬੇਜ)

ਬਾਂਸ, ਕੇਵੜਾ-ਕੇਤਕੀ--Sisal-hemp (ਸਿਸਲ-ਹੇਮ੍ਪ)

ਬੇਰ—Plum (ਪਲਮ੍)

ਬੇਰੀ--Berry (ਬੇਰੀ)

ਬੇਂਤ--Cane (ਕੇਨ)

ਬੇਂਗਨ, ਬਤਾਊਂ--Brinjal (ਬ੍ਰਿੰਜਲ)

ਭੰਗ--Hemp (ਹੈਮ੍ਪ)

ਭਿੰਡੀ--Lady's finger (ਲੇਡੀਜ਼ ਫਿੰਗਰ)

ਮਟਰ--Pea (ਪੀ)

ਮਕੋਏ--Night shade (ਨਾਇਟ-ਸ਼ੇਡ)

ਮਖਾਣਾ--Euryle forex (ਯੂਰਾਇਲ ਫ਼ੋਰੇਕ੍ਸ)

ਮਾਲਟਾ--Malta (ਮਾਲਟਾ)

ਮਿਰਚ--Chilli (ਚਿੱਲੀ)

ਮਿੱਠੀ ਚੇਰੀ--Sweet cherry (ਸ੍ਵੀਟ ਚੇਰੀ)

ਮੁਣੱਕਾ--Raisin (ਰੈਜ਼ਿਨ)

ਮੂੰਗਫਲੀ--Groundnut (ਗ੍ਰਾਉਂਡ ਨਟ)

ਮੂਲੀ--Radish (ਰੈਡਿਸ਼)

ਮੌਸੰਬੀ--Mosambi (ਮੋਸਮ੍ਬੀ)

ਰਤਾਲੂ--Yam (ਯਾਮ)

ਰੂਈ--Cotton (ਕੱਾਟਨ)

ਲਸਣ--Garlic (ਗਾਰ੍ਲਿਕ)

ਲੀਚੀ--Lichi (ਲੀਚੀ)

ਇਮਾਰਤਾਂ ਅਤੇ ਉਹਨਾਂ ਦੇ ਹਿੱਸੇ (BUILDINGS AND THEIR PARTS)

ਅਟਾਰੀ--Attic (ਏਟਿਕ)

ਆਲਾ--Niche (ਨਿਚੇ)

ਅੰਗੀਠੀ--Hearth (ਹਰਥ)

ਅਸਪਤਾਲ—Hospital (ਹੱਸੑਪਿਟਲ)

ਆਂਗਨ, ਵੇਹੜਾ=Courtyard (ਕਰ੍ਟ ਯਾਰ੍ਡ)

ਇਮਾਰਤ—Building (ਬਿਲਡਿੰਗ)

ਇਸ਼ਨਾਨ ਘਰ—Bathroom (ਬਾਥਰੂਮ)

ਸਰਾਂ—Inn (ਇਨ)

ਸਿਨਮਾਘਰ—Picture house (ਪਿਕ੍ਚਰ ਹਾਉਸ)

ਸੀਮੇਂਟ—Cement (ਸੀਮੇਂਟ)

ਸੈਨਾ ਨਿਵਾਸ—Barrack (ਬੈਰਕ)

ਸ਼ਤੀਰ—Rafter (ਰਾਫ੍ਟਰ)

ਕਮਰਾ—Room (ਰੂਮ)

ਕਸਾਈਖ਼ਾਨਾ—Slaughter house (ਸ੍ਲੱਾਟਰ ਹਾਊਸ)

ਕਾਰਖ਼ਾਨਾ—Factory (ਫੈਕਟ੍ਰੀ)

ਕਾਰਨਿਸ—Cornice (ਕੱਾਰਨਿਸ)

ਕਿਲਾ—Fort (ਫ਼ੋਰ੍ਟ)

ਕੋਨਿਆ—Bracket (ਬ੍ਰੇਕਿਟ)

ਖਪਰੈਲ—Tile (ਟਾਇਲ)

ਖੱਤਾ—Granary (ਗ੍ਰੇਨਰੀ)

ਖਿੜਕੀ—Window (ਵਿੰਡੋ)

ਗਲਿਆਰਾ—Gallery (ਗੈਲਰੀ)

ਗਿਰਜਾਘਰ—Church (ਚਰਚ)

ਗੁੰਬਦ—Dome (ਡੋਮ)

ਚਬੂਤਰਾ (ਥੜ੍ਹਾ)—Platform (ਪ੍ਲੇਟ ਫ਼ਾਰ੍ਮ)

ਚਿੜੀਆਖ਼ਾਨਾ—Aviary (ਏਵਿਅਰੀ)

ਚੁੰਗੀਘਰ—Octroi-post (ਆਕਟ੍ਰਾਇ-ਪੋਸ੍ਟ)

ਚੂਨਾ—Lime (ਲਾਇਮ)

ਚੌਖਟ—Door frame (ਡੋਰ ਫ੍ਰੇਮ)

ਚੌਰਸ ਛੱਤ—Terrace (ਟੇਰੇਸ)

ਛੜ—Bar (ਬਾਰ)
ਛਤ—Roof (ਰੂਫ਼)
ਛੱਪਰ—Shed (ਸ਼ੈਡ)
ਜਾਲੀ—Lattic (ਲੈਟਿਸ)
ਜੰਗਲਾ—Railing (ਰੇਲਿੰਗ)
ਜ਼ੰਜੀਰ—Chain (ਚੇਨ)
ਝਰੋਖਾ—Peep-hole (ਪੀਪ-ਹੋਲ)
ਝੌਂਪੜੀ, ਕੁੱਲੀ—Cottage (ਕੱਾਟੇਜ)
ਡਿਉੜੀ—Ante chamber (ਐਂਟੇ ਚੈਮਬਰ)
ਤਹਿਖ਼ਾਨਾ—Underground cell (ਅੰਡਰ ਗ੍ਰਾਉਂਡ ਸੈਲ)
ਤੋੜਾਂ—Carbel (ਕਾਰਬੇਲ)
ਦਰਵਾਜ਼ਾ—Door (ਡੋਰ)
ਦਫ਼ਤਰ—Office (ਆੱਫਿਸ)
ਦਹਿਲੀ--Door-sill (ਡੋਰ-ਸਿਲ)
ਦਹਿਲੀਜ—Threshold (ਥ੍ਰੈਸ਼ਹੋਲਡ)
ਧਰਨ, ਸ਼ਤੀਰ—Beam (ਬੀਮ)
ਧੂਆਂਕਸ਼—Chimney (ਚਿਮਨੀ)
ਨਾਲੀ—Drain (ਡ੍ਰੇਨ)
ਨੀਂਹ—Foundation (ਫਾਉਂਡੇਸ਼ਨ)
ਟੱਟੀ--Laterine (ਲੈਟਰਿਨ)
ਟਿਕਟਘਰ—Booking office (ਬੁਕਿੰਗ ਆੱਫਿਸ)
ਪੱਥਰ—Stone (ਸਟੋਨ)
ਪੜ੍ਹਨ ਦਾ ਕਮਰਾ—Reading room (ਰੀਡਿੰਗ ਰੂਮ)
ਪਰਨਾਲਾ—Gutter (ਗਟਰ)
ਪਲਸਤਰ--Plaster (ਪ੍ਲਾਸਟਰ)
ਪਾਗਲਖ਼ਾਨਾ--Lunatic asylum (ਲੁਨੇਟਿਕ ਐਸਿਮੁਲਮ)
ਪੁਸਤਕ ਲਿਆ—Library (ਲਾਇਬ੍ਰੇਰੀ)
ਪੇਸ਼ਾਬਘਰ—Urinal (ਯੂਰਿਨਲ)
ਫ਼ਰਸ਼—Floor (ਫ਼ਲੋਰ)
ਫ਼ੁਹਾਰਾ—Fountain (ਫ਼ਾਉਨਟੇਨ)
ਕੰਧ—Plinth (ਪਲਿੰਥ)
ਬਰਫ਼ਖ਼ਾਨਾ—Ice Factory (ਆਇਸ ਫ਼ੈਕਟ੍ਰੀ)
ਬਰਸਾਤੀ—Portico (ਪੋਰਟਿਕੋ)
ਬਰਾਮਦਾ—Verandah (ਵੇਰੇਨਡਾ)
ਬੈਠਕ—Sitting room (ਸਿਟਿੰਗ ਰੂਮ)
ਬੰਗਲਾ—Bunglow (ਬੰਗਲੋ)
ਭੰਡਾਰ ਘਰ—Store room (ਸਟੋਰ ਰੂਮ)
ਮਕਾਨ—House (ਹਾਉਸ)
ਮਚਾਨ—Dais (ਡਾਇਸ)
ਮਠ—Cloister (ਕਲੱਾਇਸਟਰ)
ਮੰਦਿਰ—Temple (ਟੇਮਪਲ)
ਮਸਜਿਦ—Mosque (ਮੱਾਸ੍ਕ)
ਮੰਜ਼ਿਲ—Storey (ਸਟੋਰੀ)
ਮਹਲ—Palace (ਪੈਲੇਸ)
ਮਹਾਵਿਦਿਆਲਾ—College (ਕੱਾਲਿਜ)
ਮੀਨਾਰ—Steeple (ਸਟੀਪਲ)
ਮੁੰਡੇਰ—Bettlement (ਬੇਟਲਮੇਂਟ)
ਮਹਿਰਾਬ—Arch (ਆਰਚ)
ਰਸਾਇਣ ਸ਼ਾਲਾ—Laboratory (ਲੈਬੋਰੇਟਰੀ)
ਰਸੋਈਘਰ—Kitchen (ਕਿਚਨ)
ਰੋਸ਼ਨਦਾਨ—Ventilator (ਵੇਂਟਿਲੇਟਰ)
ਵਿਦਿਆਲਾ—School (ਸਕੂਲ)
ਵਿਆਯਾਮਸ਼ਾਲਾ—Gymnasium (ਜਿਮਨਾਜ਼ਿਅਮ)
ਵਿਸ਼ਵ-ਵਿਦਿਆਲਾ—University (ਯੂਨਿਵਰਸਿਟੀ)

ਔਜ਼ਾਰ
(TOOLS)

ਉਸਤਰਾ—Razor (ਰੇਜ਼ਰ)
ਆਰੀ—Saw (ਸੱਾ)
ਸਾਣ—Hone (ਹੋਨ)
ਸ਼ੰਕੂ—Cone (ਕੋਨ)
ਹਥਕਲ—Spanner (ਸਪੇਨਰ)
ਹਥੌੜੀ—Hammer (ਹੈਮਰ)
ਹਲ—Plough (ਪਲੋ)
ਹਲ ਦਾ ਫਲ—Plough share (ਪਲੋ ਸ਼ੇਅਰ)
ਹਥ ਬਾਂਕ—Hand vice (ਹੈਂਡ ਵਾਇਸ)
ਕਰਘੀ--Loom (ਲੂਮ)
ਕੁਤੁਬਨੁਮਾ—Compass (ਕੰਪਾਸ)
ਕੁਦਾਲੀ—Spade (ਸਪੇਡ)
ਕੁਹਾੜੀ—Axe (ਐਕਸ)
ਕੈਂਚੀ—Scissors (ਸੀਜ਼ਰ)
ਕੋਹਲੂ—Oil-mill (ਆੱਇਲ ਮਿਲ)

ਕਾਰ—Colter (ਕੋਲਟਰ)
ਗੋਂਤੀ—Axe (ਐਕਸ)
ਗੁਣੀਆ—Trying-angle (ਟ੍ਰਾਇਗ-ਏਂਗਲ)
ਗੋਲਚੀ—Gauge (ਗੇਂਜ)
ਗੋਲ ਰੰਦਾ—Bead plane (ਬੀਡ ਪਲੇਨ)
ਚੌਸਾ—Rasp (ਰਾਸਪ)
ਚੱਪੂ—Oar (ਓਰ)
ਛੁਰਾ—Razor (ਰੇਜ਼ਰ)
ਛੈਣੀ—Cold chisel (ਕੋਲਡ ਚਿਸਲ)
ਛੈਣੀ (ਪੱਥਰ ਕੱਟਣ ਵਾਲੀ)—Stone chisel (ਸਟੋਨ ਚਿਸਲ)
ਟੇਕੁਆ—Awl (ਆਵਲ)
ਢਿਬਰੀ—Nut (ਨਟ)
ਤੱਕੜੀ—Balance (ਬੈਲੇਂਸ)
ਦਾਤਰੀ—Bagging hook (ਬੈਗਿੰਗ ਹੁੱਕ)
ਦਸਤੀ ਕੈਂਚੀ—Prunning shear (ਪਰੂਨਿੰਗ ਸ਼ੀਅਰ)
ਦਰਾਤੀ—Sickle (ਸਿਕਲ)
ਧਾਰਦਾਰ ਰੰਦਾ—Tooling plane (ਟੂਲਿੰਗ ਪਲੇਨ)
ਧੁਰੀ—Axis (ਐਕਸਿਸ)
ਨੇਜ਼ਾ, ਨਸ਼ਤਰ—Lancet (ਲੈਨਸੇਨਟ)
ਨਿਹਾਈ—Anvil (ਐਨਵਿਲ)
ਪਤਵਾਰ—Rudder (ਰੱਡਰ)
ਪਤਾਮ ਰੰਦਾ—Rebate plane (ਰਿਬੇਟ ਪਲੇਨ)
ਪਰਕਾਰ—Divider (ਡਿਵਾਇਡਰ)
ਪਾਰਾ ਬਟਾਮ (ਸਤਹਮਾਪਕ)—Spirit-level (ਸਪਰਿਟ ਲੈਵਲ)
ਪਾਹੂ—Clamp (ਕਲਮਪ)
ਪਿਚਕਾਰੀ—Syringe (ਸਿਰਿੰਜ)
ਪੇਚ—Screw (ਸਕਰੂ)
ਪੇਚਕਸ—Screw drive (ਸਕਰੂ ਡ੍ਰਾਇਵ)
ਫੱਨੀ—Cleat (ਕਲੀਟ)
ਫਾਲੀ—Bar-share (ਬਾਰ-ਸ਼ੇਅਰ)
ਫਾਉੜਾ—Spade (ਸਪੇਡ)
ਫਰਮਾ (ਮੋਚੀ ਦਾ)—Last (ਲਾਸਟ)
ਫੂਕਣੀ—Blow pipe (ਬਲੋ ਪਾਇਪ)
ਬਰਮਾ—Auger (ਔਗਰ)
ਬਰਮੀ (ਛੇਕ ਪਾਣ ਵਾਲੀ)—Drill (ਡਿਲ)
ਬੰਸੀ—Fishing-rod (ਫਿਸ਼ਿੰਗ-ਰੌਡ)
ਬਾਦਿਆ—Stock and dies (ਸਟੱਾਕ ਏਨਡ ਡਾਈਜ਼)
ਬਰੀਕ ਰੰਦਾ—Smoothing plane (ਸਮੂਦਿੰਗ ਪਲੇਨ)
ਬਾਂਕ—Vice (ਵਾਇਸ)
ਬਿਰੰਜੀ—Needle-point (ਨੀਡਲ ਪੱਾਇੰਟ)
ਭੱਠੀ—Still (ਸਟਿਲ)
ਮੁੰਗਲੀ—Mallet (ਮੇਲੇਟ)
ਰੰਦਾ (ਛੋਟਾ)—Trying plane (ਟ੍ਰਾਇੰਗ ਪਲੇਨ)
ਰੰਦਾ (ਬੜਾ)—Jack plane (ਜੈਕ ਪਲੇਨ)
ਰੇਤੀ—File (ਫ਼ਾਇਲ)
ਰੰਬਾ—Dibble (ਡਿਬੱਲ)
ਲੰਗਰ—Anchor (ਐਂਨਕਰ)

ਜੰਗ ਦਾ ਸਾਜ਼-ਸਾਮਾਨ
(WAR FARE)

ਅਣੂੰਬੰਬ—Atombomb (ਐਟਮਬੱਾਮਬ)
ਸਮਝੌਤਾ—Treaty (ਟ੍ਰੀਟੀ)
ਸਹਾਇਕ ਸੈਨਾ—Auxiliary force (ਔਸਿਲਿਅਰੀ ਫੋਰਸ)
ਸੈਨਾ—Army, troops (ਆਰਮੀ, ਟਰੂਪਸ)
ਸੈਨਿਕ ਕਾਰਵਾਈ—Operation (ਔਪਰੇਸ਼ਨ)
ਸੈਨਾ ਭੰਗ—Demolization (ਡਿਮੋਲਾਇਜ਼ੇਸ਼ਨ)
ਸੈਨਾਪਤੀ—Commander-in-chief (ਕਮਾਂਡਰ-ਇਨ-ਚੀਫ)
ਸੈਨਾ ਦਾ ਪਰਧਾਨ ਅਧਿਕਾਰੀ—Field-marshal (ਫੀਲਡ ਮਾਰਸ਼ਲ)
ਸ਼ਤਰੂ (ਦੁਸ਼ਮਨ)—Enemy (ਐਨਿਮੀ)
ਸ਼ੀਤ ਜੁੱਧ—Cold war (ਕੋਲਡ ਵਾਰ)
ਹਵਾਈ-ਮਾਰ-ਵਾਲੀ ਤੋਪ—Anti-aircraft gun (ਐਂਟੀ ਏਅਰਕ੍ਰਾਫਟ ਗੱਨ)
ਹਮਲਾ (ਚੜ੍ਹਾਈ)—Aggression (ਐਗ੍ਰੇਸ਼ਨ)
ਹਮਲਾ (ਧਾਵਾ)—Attack ਅਟੈਕ
ਕਵਚ—Armour (ਆਰਮਰ)
ਕਾਰਤੂਸ—Cartridge (ਕਾਰਟ੍ਰਿਜ)
ਕਿਲਾਬੰਦੀ—Fortification (ਫ਼ਾਰਟੀਫਿਕੇਸ਼ਨ)
ਖਾਈ—Trench (ਟ੍ਰੈਂਚ)

ਖੂਨ-ਖਰਾਬਾ--Bloodshed (ਬਲਡਸ਼ੇਡ)
ਗੁਰੀਲਾ ਲੜਾਈ—Guerilla (ਗੁਰਿੱਲਾ)
ਗੋਲਾ-ਬਾਰੂਦ—Ammunition (ਐਮਯੂਨੀਸ਼ਨ)
ਗੋਲੀ—Bullet (ਬੁਲੇਟ)
ਗੈਸ-ਨਕਾਬ—Gas-mask (ਗੈਸ-ਮਾਸਕ)
ਘਰੇਲੂ ਜੰਗ—Civil-war (ਸਿਵਿਲ-ਵਾਰ)
ਘੋੜਸਵਾਰ, ਰਸਾਲਾ—Cavalry (ਕੈਵੇਲਰੀ)
ਘੇਰਾ—Seize (ਸੀਜ਼)
ਜੁੱਧ, ਜੰਗ—Battle, war (ਬੈਟਲ, ਵਾਰ)
ਜੰਗੀ ਸ਼ਸਤਰ—Armament (ਆਰਮਾਮੇਂਟ)
ਜੁੱਧ-ਕਲਾ—Strategy (ਸਟ੍ਰੈਟੇਜੀ)
ਜੁੱਧ-ਬੰਦੀ—Cease-fire (ਸੀਜ਼-ਫਾਇਰ)
ਜੰਗੀ-ਕੈਦੀ—Prisoners of war (ਪ੍ਰਿਜ਼ਨਰਜ਼ ਆਫ਼ ਵਾਰ)
ਜੁੱਧ ਮੰਤਰੀ—War minister (ਵਾਰ ਮਿਨਿਸਟਰ)
ਜੱਦੋ-ਜਹਿਦ—Campaign (ਕੈਮਪੇਨ)
ਜਲ ਸੈਨਾ—Navy (ਨੇਵੀ)
ਜੰਗੀ ਜਹਾਜ਼—Battle ship (ਬੈਟਲਸ਼ਿਪ)
ਤਬਾਹੀ ਕਰਨ ਵਾਲਾ—Destroyer (ਡਿਸਟ੍ਰਾਇਰ)
ਤੁਪ—Cannon (ਕੈਨਨ)
ਤੋਪ ਦਾ ਗੋਲਾ—Cannon-ball (ਕੈਨਨ-ਬਾਲ)
ਧਮਾਕੇ ਨਾਲ ਫਟਨ ਵਾਲੇ ਬੰਬ—Explosive-Bomb (ਏਕਸਪਲੋਸਿਵ ਬੱਮਬ)
ਨਾਕਾਬੰਦੀ—Blockade (ਬਲੱਾਕੇਡ)
ਪਨਡੁੱਬੀ—Submarine (ਸਬਮੇਰੀਨ)
ਪਰਮਾਣੂ ਜੁੱਧ—Atomic warfare
ਪਾਸ਼ਵਿਕ ਸ਼ਕਤੀ—Brute force (ਬਰੂਟ ਫੋਰਸ)
ਪੇਂਦੀ ਤੋੜਨ ਵਾਲਾ ਗੋਲਾ ਸੁੱਟਣ ਵਾਲੀ ਕਿਸ਼ਤੀ—Torpedo boat (ਤਾਰਪੀਡੋ ਬੋਟ)
ਪੈਦਲ ਸੈਨਾ—Land force (ਲੈਂਡ ਫੋਰਸ)
ਬੰਬ-ਆਕ੍ਰਮਣ--Bombardment (ਬੱਮਬਾਰਡਮੇਂਟ)
ਬਾਰੂਦ—Gun powder (ਗਨ ਪਾਉਡਰ)
ਬਾਰੂਦਖਾਨਾ—Magazine (ਮੈਗਜ਼ੀਨ)
ਭੋਜਨ-ਸਾਮੱਗਰੀ--Provisions (ਪ੍ਰੋਵਿਜ਼ਨਸ)
ਮੁਹਿੰਮ—Exdedition (ਏਕਸਪੇਡਿਸ਼ਨ)
ਮਨੋਬਲ—Morale (ਮੋਰੇਲ)
ਰੰਗਰੂਟ-ਭਰਤੀ--Recruitment (ਰੇਕਰੂਟਮੇਂਟ)
ਰੱਖਿਆ—Defence (ਡਿਫੇਂਸ)
ਰੱਖਿਆ-ਮੰਤ੍ਰਾਲਾ--Defence-ministry (ਡਿਫੇਂਸ-ਮਿਨਿ
ਰੱਖਿਆ-ਕੋਸ਼--Defence-fund (ਡਿਫੇਂਸ-ਫੰਡ)
ਰੱਖਿਆ-ਸੇਵਾ--Defence service (ਡਿਫੇਂਸ ਸਰਵਿਸ)
ਲੜਾਕੂ (ਜੋਧਾ)--Combatants (ਕੱਾਮਬੇਟੇਂਟਸ)
ਲੜਨ ਵਾਲੀ ਕੌਮ--Bellingerent nation (ਬੇਲਿੰਗਰੇਂਟ ਨੇਸ਼ਨ)
ਲਗਾਤਾਰ ਗੋਲੇ ਸੁੱਟਣ ਵਾਲੀ ਤੋਪ--Machine-gun (ਮਸ਼ੀਨ-ਗੰਨ)
ਲੜਾਕੂ ਹਵਾਈ ਜਹਾਜ਼—Fighter (ਫਾਇਟਰ)
ਵਿਦਰੋਹ, ਫ਼ੌਜੀ ਗ਼ਦਰ--Mutiny (ਮਯੂਟਿਨੀ)

ਪੇਸ਼ੇ ਅਤੇ ਵਿਵਸਾਇ
(PROFESSIONS & OCCUPATIONS)

ਅਖ਼ਬਾਰ ਵਾਲਾ—Newspaper vendor (ਨਿਊਜ਼ਪੇਪਰ ਵੇਂਡਰ)
ਅਧਿਆਪਕ—Teacher (ਟੀਚਰ)
ਸ਼ੀਸ਼ਾ ਲਗਾਉਣ ਵਾਲਾ—Glazier (ਗਲੇਜ਼ਿਅਰ)
ਸੰਗੀਤਕਾਰ—Musician (ਮਯੂਜ਼ਿਸ਼ਿਅਨ)
ਸਾਈਸ—Groom (ਗਰੂਮ)
ਸਫ਼ਾਈ ਦਾ ਦਰੋਗਾ—Sanitary Inspector (ਸੈਨਿਟਰੀ ਇਨਸਪੇਕਟਰ)
ਸਿਆਹੀ ਵਾਲਾ--Inkman (ਇੰਕਮੈਨ)
ਸੁਨਿਆਰਾ—Goldsmith (ਗੋਲਡ ਸਮਿਥ)
ਸੌਦਾਗਰ--Merchant (ਮਰਚੇਂਟ)
ਸੰਗਤਰਾਸ਼--sculptor (ਸਕਲਪਟਰ)
ਸੰਪਾਦਕ--Editor (ਐਡਿਟਰ)
ਹੱਜਾਮ--Barber (ਬਾਰਬਰ)
ਹਲਵਾਈ--Confectioner (ਕਨਫ਼ੇਕਸ਼ਨਰ)
ਕਵੀ--Poet (ਪੋਇਟ)
ਕਸਾਈ--Butcher (ਬੁਚਰ)
ਕਲਾਕਾਰ--Artist (ਆਰਟਿਸਟ)
ਕਾਰੀਗਰ--Artisan (ਆਰਟਿਜ਼ਨ)

ਕਾਰ-ਚਾਲਕ—Chouffeur (ਚੱਫ਼ਰ)
ਕਿਸਾਨ--Farmer (ਫ਼ਾਰ੍ਮਰ)
ਕੁਮ੍ਹਾਰ--Potter (ਪੋਟਰ)
ਕੁੰਜੜਾ—Green vendor (ਗ੍ਰੀਨ ਵੇਂਡਰ)
ਕੁਲੀ--Coolie (ਕੁਲੀ)
ਕੋਚਵਾਨ--Coachman (ਕੋਚਮੈਨ)
ਖਜ਼ਾਨਚੀ--Treasurer (ਟ੍ਰੇਜ਼ਰਰ)
ਖਰਾਦੀਆ—Turner (ਟਰਨਰ)
ਖੁਦਰਾ ਫ਼ਰੋਸ਼--Retailer (ਰਿਟੇਲਰ)
ਗੱਦ ਲੇਖਕ--Prose-writer (ਪ੍ਰੋਜ਼-ਰਾਇਟਰ)
ਗੰਧੀ, ਇਤਰਫ਼ਰੋਸ਼—Perfumer (ਪਰਫ਼ਯੁਮਰ)
ਗ੍ਰੰਥਕਾਰ—Author (ਔਥਰ)
ਚੀਰ ਫਾੜ ਕਰਨ ਵਾਲਾ ਡਾਕਟਰ—Suregon (ਸਰਜਨ)
ਚਪੜਾਸੀ—Peon (ਪਿਅਨ)
ਚਿੱਤਰਕਾਰ—Artist, painter (ਆਰਟਿਸਟ, ਪੇਂਟਰ)
ਚੇਚਕ ਦੇ ਟੀਕੇ ਲਗਾਉਣ ਵਾਲਾ—Vaccinator (ਵੈਕਸਿਨੇਟਰ)
ਚੌਕੀਦਾਰ—Watchman (ਵਾਚਮੈਨ)
ਜਰੱਹ—Surgeon (ਸਰਜਨ)
ਜਿਮੀਂਦਾਰ—Landlord (ਲੈਂਡ ਲਾਰਡ)
ਜਾਦੂਗਰ—Magician (ਮੈਜਿਸ਼ਨ)
ਜਿਲਦਸਾਜ਼—Book-binder (ਬੁੱਕ ਬਾਇਡਰ)
ਜੌਹਰੀ--Jeweller (ਜੁਵੈਲਰ)
ਜੁਲਾਹਾ—Weaver (ਵੀਵਰ)
ਟਾਇਪ ਬੈਠਾਉਣ ਵਾਲਾ—Compositor (ਕਮਪੋਜ਼ਿਟਰ)
ਠਠੇਰਾ—Brasier (ਬ੍ਰੇਜ਼ਿਅਰ)
ਠੇਕੇਦਾਰ—Contractor (ਕੰਨਟ੍ਰੈਕਟਰ)
ਡਾਕਟਰ—Doctor (ਡੱਕਟਰ)
ਡਾਕੀਆ—Postman (ਪੋਸਟਮੈਨ)
ਤਬਲਚੀ—Drummer (ਡ੍ਰਮਰ)
ਤਮੋਲੀ, ਪਾਨ ਵਾਲਾ—Betel-seller (ਬੀਟਲ ਸੇਲਰ)
ਤੇਲੀ—Oilman (ਔਇਲ ਮੈਨ)
ਤਰਖਾਣ—Carpenter (ਕਾਰਪੇਂਟਰ)
ਦਰਜੀ—Tailor (ਟੇਲਰ)
ਦਲਾਲ—Broker (ਬ੍ਰੋਕਰ)
ਦਵਾਫ਼ਰੋਸ਼—Druggist (ਡ੍ਰਗਿਸਟ)
ਦਾਈ—Midwife (ਮਿਡਵਾਇਫ਼)
ਦੰਦਾਂ ਦਾ ਡਾਕਟਰ—Dentist (ਡੈਨਟਿਸਟ)
ਦੁਕਾਨਦਾਰ—Shopkeeper (ਸ਼ਾਪਕੀਪਰ)
ਦੂਤ—Messenger (ਮੈਸੇਂਜਰ)
ਦੋਧੀ—Milkman (ਮਿਲ੍ਕਮੈਨ)
ਦੋਧਣ—Milkmaid (ਮਿਲ੍ਕਮੇਡ)
ਧੁਨੀਆ—Carder (ਕਾਰਡਰ)
ਧੋਬਣ—Washer-woman (ਵਾਸ਼ਰ ਵੁੱਮਨ)
ਨਕਸ਼ਾਨਵੀਸ—Draftsman (ਡ੍ਰਾਫ਼ਟ੍ਸਮੈਨ)
ਨੱਚਣ ਵਾਲੀ—Dancer (ਡਾਂਸਰ)
ਨਾਟਕਕਾਰ—Dramatist (ਡ੍ਰਾਮੈਟਿਸਟ)
ਨਾਨਵਾਈ—Baker (ਬੇਕਰ)
ਨਿਰੀਖਿਅਕ—Inspector (ਇਨਸਪੇਕਟਰ)
ਨੀਲਾਮਕਰਨ ਵਾਲਾ—Auctioner (ਔਕਸ਼ਨਰ)
ਪਰੀਖਿਅਕ—Examiner (ਏਗਜ਼ਾਮਿਨਰ)
ਪਰੋਹਿਤ—Priest (ਪ੍ਰੀਸਟ)
ਪੁਲਿਸ ਦਾ ਸਿਪਾਹੀ—Constable (ਕੱਨਸਟੇਬਲ)
ਪ੍ਰਕਾਸ਼ਕ—Publisher (ਪਬਲਿਸ਼ਰ)
ਪ੍ਰਬੰਧਕ—Manager (ਮੈਨੇਜਰ)
ਫੇਰੀਵਾਲਾ—Hawker (ਹੱਕਰ)
ਫੋਟੋ ਖਿੱਚਣ ਵਾਲਾ—Photographer (ਫੋਟੋਗ੍ਰਾਫ਼ਰ)
ਬਜਾਜ--Draper (ਡ੍ਰੇਪਰ)
ਬਸ ਦੀ ਟਿਕਟ ਦੇਣ ਵਾਲਾ—Conductor (ਕੰਨਡਕਟਰ)
ਬੀਜ ਵੇਚਣ ਵਾਲਾ—Seedsman (ਸੀਡਸਮੈਨ)
ਭੰਗੀ—Sweeper (ਸਵੀਪਰ)
ਭੰਡਾਰੀ—Butler (ਬੱਟਲਰ)
ਮੰਗਤਾ—Beggar (ਬੈਗਰ)
ਮੋਚੀ--Shoemaker (ਸ਼ੂ-ਮੇਕਰ)
ਮਛੁਆਰਾ--Fisherman (ਫ਼ਿਸ਼ਰਮੈਨ)
ਮਸ਼ੀਨ ਸਾਫ਼ ਕਰਨ ਵਾਲਾ--Cleaner (ਕਲੀਨਰ)
ਮਸ਼ੀਨ ਚਲਾਉਣ ਵਾਲਾ--Operator (ਔਪਰੇਟਰ)
ਮੱਲਾਹ--Boatsman (ਬੋਟਸਮੈਨ)
ਮਾਂਝੀ (ਜਹਾਜੀ)--Sailor (ਸੇਲਰ)
ਮਾਲ ਢੋਣ ਵਾਲਾ--Carrier (ਕੈਰਿਅਰ)
ਮਾਲਿਕ--Proprietor (ਪ੍ਰੋਪ੍ਰਾਇਟਰ)
ਮਾਲੀ—Gardner (ਗਾਰਡਨਰ)

ਮੀਨਾਕਾਰ--Enameller (ਇਨੇਮਲਰ)
ਮਿਸਤਰੀ--Mechanic (ਮਕੈਨਿਕ)
ਮੁਨੀਮ--Agent (ਏਜੇਂਟ)
ਮੁਦ੍ਰਕ--Printer (ਪ੍ਰਿੰਟਰ)
ਮੁਨਸ਼ੀ--Clerk (ਕਲਰ੍ਕ)
ਮੋਚੀ--Cobbler (ਕੋਬਲਰ)
ਮੁਹੱਰਰ--Clerk (ਕਲਰ੍ਕ)
ਰਸਾਇਣ ਦਾ ਜਾਣਕਾਰ--Chemist (ਕੈਮਿਸਟ)
ਰਸੋਈਆ--Cook (ਕੁੱਕ)
ਰਾਜਨੀਤੀ ਵਿਚ ਮਾਹਿਰ--Politican (ਪੱਲਿਟਿਸ਼ਿਅਨ)
ਰੋਕੜੀਆ--Cashier (ਕੈਸ਼ਿਅਰ)
ਰੇਲ ਦੇ ਟਿਕਟ ਦੇਖਣ ਵਾਲਾ--Train ticket examiner, T.T E. (ਟ੍ਰੇਨ ਟਿਕਟ ਇਗਜ਼ੇਮਿਨਰ ਟੀ. ਟੀ. ਈ.)
ਰੰਗਸਾਜ਼—Painter (ਪੇਂਟਰ)
ਰੰਗਰੇਜ—Dyer (ਡਾਇਰ)
ਲੇਖਕ--Writer (ਰਾਇਟਰ)
ਲੁਹਾਰ--Blacksmith (ਬਲ੍ਹੈਕ ਸ੍ਮਿਥ)
ਵਕੀਲ--Advocate (ਐਡਵੋਕੇਟ)
ਵੈਦ--Physician (ਫ਼ਿਜਿਸ਼ਿਅਨ)

ਵਪਾਰਕ ਸ਼ਬਦਾਵਲੀ
(BUSSINESS)

ਉਦਯੋਗ ਬੈਂਕ—Industral bank (ਇੰਡਸਟਰਿਅਲ ਬੈਂਕ)
ਉਗਰਾਹੀ ਖਿੱਲ—Bill of collection (ਬਿਲ ਅੱਫ ਕਲੇਕਸ਼ਨ)
ਉਧਾਰ-ਜਮ੍ਹਾਂ—Credit deposit (ਕੇਡਿਟ ਡਿਪੱਜ਼ਿਟ)
ਉਧਾਰ ਪੱਤਰ—Letter of credit (ਲੈਟਰ ਅੱਫ ਕ੍ਰੈਡਟ)
ਉਧਾਰ-ਬਿਕ੍ਰੀ—Sale on credit (ਸੇਲ ਅੱਨ ਕ੍ਰੇਡਿਟ)
ਉਧਾਰ-ਲੇਖਾ—Credit account (ਕ੍ਰੇਡਿਟ ਅਕੱਉਂਟ)
ਉਧਾਰ-ਰਿਣ—Credit (ਕ੍ਰੇਡਟ)
ਉਪਭੋਗੀ—Consumer (ਕੱਨਸ੍ਯੂਮਰ)
ਉਪਭੋਗ ਵੁਸਤਾਂ—Consumer's goods (ਕਨਸ੍ਯੂਮਰ੍ਸ ਗੁਡ੍ਸ)

ਅਗੇਤਰ ਮਿਤੀ ਹੁੰਡੀ—After date bill (ਆਫਟਰ ਡੇਟ ਬਿੱਲ)
ਅਗੇਤਰ ਮੰਗ ਅਦਾਇਗੀ—Call in advance (ਕਾਲ ਇਨ ਐਡਵਾਂਸ)
ਅਗੇਤਰ ਜਮ੍ਹਾ ਲੇਖਾ—Advances accounts (ਐਡਵਾਂਸਿਸ ਅਕਾਉਂਟਸ)
ਅਚਲ ਪੂੰਜੀ—Fixed capital (ਫਿਕ੍ਸਡ ਕੈਪਿਟਲ)
ਅਦਾਇਗੀ ਦੀ ਸਮਰੱਥਾ—Paying Capacity (ਪੇਇੰਗ ਕੈਪੇਸਿਟੀ)
ਅਧਿਕਰਣ ਪੱਤਰ—Letter of authorisation (ਲੈਟਰ ਔਫ ਅੱਥੋਰਾਇਜ਼ੇਸ਼ਨ)
ਅਧਿਕਾਰਿਤ ਪੂੰਜੀ—Authorised Capital (ਅੱਥੋਰਾਇਜ਼ਡ ਕੈਪਿਟਲ)
ਅਧਿਭੋਗ ਧੰਨ—Occupation Money (ਅੱਕੁਪੇਸ਼ਨ ਮਨੀ)
ਅਣਕਮਾਇਆ—Unearned (ਅਨਅਰ੍ਨਡ)
ਆਰਥਿਕਤਾ, ਕਿਫ਼ਾਇਤ--Economy (ਇਕੱਨਮੀ)
ਅਲਪਕਾਲਿਕ ਉਧਾਰ--Short credit (ਸ਼ਾਰ੍ਟ ਕ੍ਰੈਡਿਟ)
ਅਵਿਰੋਧ ਕਰਜ਼ਾ--Demand loan (ਡਿਮਾਂਡ ਲੋਨ)
ਅਵਿਲੰਬ ਦਰ--Call rate (ਕਾਲ ਰੇਟ)
ਅਸਲੀ ਆਮਦਨੀ--Net Income (ਨੇਟ ਇਨ੍ਕਮ)
ਅਸਥਾਈ ਕਰਜ਼ਾ--Floating debt (ਫ੍ਲੋਟਿੰਗ ਡੇਟ)
ਆਮਦਨੀ—Income (ਇਨ੍ਕਮ)
ਆਦੇਸ਼ੀ ਜਾਂ ਆਗਿਆ ਚੈਕ—Order cheque (ਔਰ੍ਡਰ ਚੈਕ)
ਆਪਾਤੀ ਉਧਾਰ—Emergency credit (ਏਮਰਜੈਂਸੀ ਕ੍ਰੈਡਿਟ)
ਆਰੰਭਕ ਲੇਖਾ--Initial account (ਇਨੀਸ਼ਿਅਲ ਅੱਕਾਉਂਟ)
ਆਵਰਤਕ ਜਮ੍ਹਾ--Recurring deposit (ਰਿਕਉਰਿੰਗ ਡਿਪੱਜ਼ਿਟ)
ਔਸਤ--Average (ਐਵਰੇਜ਼)
ਔਸਤ ਦਰ—Average rate (ਐਵਰੇਜ ਰੇਟ)
ਔਸਤ ਦੂਰੀ—Average distance (ਐਵਰੇਜ ਡਿਸਟੇਂਸ)
ਸਥਗਿਤ ਰਿਣ—Su pend debt (ਸਸਪੇਂਡਡੇਟ)
ਸਰਗਰਮ ਪੂੰਜੀ—Active capital (ਐਕਟਿਵ ਕੈਪਿਟਲ)
ਸੰਚਿਤ ਨਿਧੀ--Consolidated fund (ਕਨ੍ਸੋਲਿਡੇਟਿਡ ਫੰਡ)

ਸਾਂਝਾ ਖਾਤਾ—Joint account (ਜੌਂਇੰਟ ਅਕਾਉਂਟ)
ਸ੍ਵੈਦਾਨ ਯੋਗ—Payable to self (ਪੇਏਬਲ ਟੂ ਸੈਲਫ਼)
ਸਰਕਾਰੀ ਲੇਖਾ—Public account (ਪਬਲਿਕ ਅਕਾਉਂਟ)
ਸਰਕਾਰੀ ਸਾਖ—Public credit (ਪਬਲਿਕ ਕ੍ਰੈਡਿਟ)
ਸਰਾਫ਼ਾ ਬਾਜ਼ਾਰ—Bullion exchange (ਬੁਲਿਅਨ ਏਕ੍ਸਚੇਂਜ)
ਸ੍ਵੀਕਾਰ ਕੀਤਾ ਹੋਇਆ ਲੇਖਾ—Accounts stated (ਅਕਾਉਂਟ੍ਸ ਸ੍ਟੇਟਿਡ)
ਸਹਿਕਾਰੀ ਬੈਂਕ—Coopertive bank (ਕੋ-ਔਪਰੇਟਿਵ ਬੈਂਕ)
ਸਹਮਤੀ ਪੱਤਰ—Letter of consent (ਲੈਟਰ ਔਫ ਕਨਸੇਂਟ)
ਸਰਾਫ਼ਾ ਬਾਜ਼ਾਰ—Bullion exchange (ਬੁਲਿਅਨ ਏਕ੍ਸਚੇਂਜ)
ਸਸ਼ਰਤ ਕਰਜ਼ਾ—Tied loan (ਟਾਇਡ ਲੋਨ)
ਸਹਾਇਕ ਲੇਖਾਕਾਰ—Assistant accountant (ਅਸਿਸਟੈਂਟ ਅਕਾਉਂਟੈਂਟ)
ਸਾਖ ਪੱਤਰ—Bill of credit (ਬਿੱਲ ਔਫ ਕ੍ਰੈਡਿਟ)
ਸ਼ਦਭਾਵ ਲੇਖਾ--Good-will account (ਗੁੱਡਵਿਲ ਅਕਾਉਂਟ)
ਹਾਨੀ—Loss (ਲੌਸ)
ਹਿਸਾਬ ਬੰਦ ਕਰਨਾ—Closing of account (ਕਲੋਸਿੰਗ ਔਫ ਅਕਾਉਂਟਸ)
ਹੁੰਡੀ ਪੱਤਰ--Bill (ਬਿੱਲ)
ਹੁੰਡੀ ਦਾ ਅਗੇਤ੍ਰਾ ਭੁਗਤਾਨ--Retirement of bill (ਰਿਟਾਇਰਮੇਂਟ ਔਫ ਬਿਲ)
ਹੁੰਡੀ ਚੁਕਾਉਣਾ—Clearing a bill (ਕਲੀਰਿੰਗ ਏ ਬਿਲ)
ਹੁੰਡੀ ਦਲਾਲ—Bill broker (ਬਿਲ ਬ੍ਰੋਕਰ)
ਹੁੰਡੀ ਵਹੀ--Bill journed (ਬਿਲ ਜੋਰਨ੍ਡ)
ਹਾਨੀ ਪੂਰਤੀ ਦਾਵਾ--Claim for compensation (ਕ੍ਲੇਮ ਫੌਰ ਕੰਪਨਸੇਸ਼ਨ)
ਕੱਚੀ ਵਹੀ--Rough day-book (ਰਫੂ-ਡੇ-ਬੁਕ)
ਕਮਾਈ—Earning (ਅਰ੍ਨਿੰਗ)
ਕਰਜ਼ਾ ਸ਼ੁਰੂ ਕਰਨਾ—Floatation (ਫ੍ਲੋਟੇਸ਼ਨ)
ਕਰਜ਼ਾ-ਬਾਕੀ—Loan balance (ਲੋਨ ਬੈਲੇਂਸ)
ਕਰਜ਼ਾ ਦੇਣ ਵਾਲੇ—Debters for loan (ਡੇਟਰ੍ਸ ਫੌਰ ਲੋਨ)
ਕਰਮਚਾਰੀ—Employee (ਏਮ੍ਪਲੌਈ)
ਕਾਗਜ਼ ਦਾ ਪੈਮਾਨਾ—Paper scale (ਪੇਪਰ ਸ੍ਕੇਲ)
ਕਾਗਜ ਦੀ ਮੁਦ੍ਰਾ—Paper currency (ਪੇਪਰ ਕਰੰਸੀ)
ਕਾਰਖਾਨਾ—Factory (ਫੈਕਟਰੀ)
ਕੰਮ—Job (ਜੌਬ)
ਕਿਤਾਬੀ ਬਦਲੀ—Book Transfer (ਬੁੱਕ ਟ੍ਰਾਂਸਫ਼ਰ)
ਕਾਰਜੀ ਪੂੰਜੀ—Working capital (ਵਰ੍ਕਿੰਗ ਕੈਪਿਟਲ)
ਕਰਜ਼ਾ ਮਿਆਦੀ—Time money (ਟਾਇਮ ਮਨੀ)
ਕੀਮਤ—Price (ਪ੍ਰਾਇਸ)
ਕੀਮਤ-ਸੂਚੀ—Price list (ਪ੍ਰਾਇਸ ਲਿਸਟ)
ਕੁਲ-ਕਮਾਈ—Gross carning (ਗ੍ਰਾਸ ਅਰ੍ਨਿੰਗ)
ਕੁਲ ਹਾਨੀ—Gross loss (ਗ੍ਰਾਸ ਲੌਸ)
ਕੋਰੀ ਪਿੱਠ ਅੰਕਣ—Blank endorsement (ਬ੍ਲੈਂਕ ਏਨ੍ਡੋਰ੍ਸਮੇਂਟ)
ਖਜ਼ਾਨਚੀ—Cashier (ਕੈਸ਼ਿਅਰ)
ਖੜੀ ਜਮ੍ਹਾਂ—Standing credit (ਸ੍ਟੈਂਡਿੰਗ ਕ੍ਰੈਡਿਟ)
ਖਰਚੇ ਦਾ ਬਿੱਲ—Bill of costs (ਬਿੱਲ ਔਫ ਕੌਸ੍ਟ੍ਸ)
ਖਰਚੇ ਦਾ ਲੈਣ ਵਾਲਾ—Creditors for expences (ਕ੍ਰੈਡਿਟਰ੍ਸ ਫ਼ਾਰ ਐਕ੍ਸਪੇਂਸਿਸ)
ਖਾਤਾ ਉਧਾਰ—Credit book (ਕ੍ਰੈਡਿਟ ਬੁੱਕ)
ਖਾਤਾ ਜਮ੍ਹਾ—Book deposit (ਬੁੱਕ ਡਿਪੌਜ਼ਿਟ)
ਖਾਤਾ ਰਿਣ—Book debt (ਬੁੱਕ ਡੇਟ)
ਖਾਲਸ ਆਮਦਨੀ—Net income (ਨੇਟ ਇਨਕਮ)
ਖੁਦਰਾ ਰੋਕੜ ਵਹੀ—Petty cash book (ਪੈਟੀ ਕੈਸ਼ ਬੁੱਕ)
ਖੁੱਲ੍ਹਾ ਚੈੱਕ—Blank cheque (ਬ੍ਲੈਂਕ ਚੈਕ)
ਖੁੱਲ੍ਹੀ ਸੁਪੁਰਦਗੀ—Open delivery of goods (ਓਪਨ ਡਿਲਿਵਰੀ ਔਫ ਗੁਡ੍ਸ)
ਖੁੱਲ੍ਹਾ ਪੰਨਾ ਖਾਤਾ—Loose leaf ledger (ਲੂਜ਼ ਲੀਫ਼ ਲੇਜਰ)
ਗੁਆਚੀ ਹੋਈ ਬਦਲ ਹੁੰਡੀ—Lost bill of exchange (ਲਾਸ੍ਟ ਬਿੱਲ ਔਫ ਐਕ੍ਸਚੇਂਜ)
ਗਾਹਕ—Customer (ਕਸ੍ਟਮਰ)
ਗਾਹਕ ਖਾਤਾ—Sales ledger (ਸੇਲ੍ਸ ਲੈਜਰ)
ਗਾਹਕ ਲੇਖੇ—Customer's account (ਕਸ੍ਟਮਰ੍ਸ ਅਕਾਉਂਟ)
ਘੱਟ ਤੋਂ ਘੱਟ ਕੀਮਤ—Bottom price (ਬੌਟਮ ਪ੍ਰਾਇਸ)
ਘੱਟਣਾ-ਵਧਣਾ—Fluctuation (ਫ੍ਲਕਚੁਏਸ਼ਨ)

ਚਲ ਉਧਾਰ—Revolving credit (ਰਿਵੱਲਵਿੰਗ ਕ੍ਰੈਡਿਟ)
ਚਲ (ਅਸਥਾਈ) ਕੀਮਤ—Floating charge (ਫ਼ਲੋਟਿੰਗ ਚਾਰਜ)
ਚਾਲੂ ਉਧਾਰ—Running credit (ਰਨਿੰਗ ਕ੍ਰੈਡਿਟ)
ਚਾਲੂ ਕਰਜ਼ਾ—Current loan (ਕਰੰਟ ਲੋਨ)
ਚਾਲੂ ਜਮ੍ਹਾ—Current deposit (ਕਰੰਟ ਡਿਪੱਜਿਟ)
ਚਾਲੂ ਲੇਖਾ—Current account (ਕਰੰਟ ਅਕਾਊਂਟ)
ਚਾਰਟਰ ਲੇਖਾਕਾਰ—Chartered accountant ਚਾਰਟਰਡ ਅਕਾਊਂਟੇਂਟ)
ਚੁਕਾਈ ਹੁੰਡੀ—Discharged bill (ਡਿਸਚਾਰਜ ਬਿੱਲ)
ਚੁਕਾਇਆ ਹੋਇਆ ਕਰਜ਼ਾ—Discharged loan (ਡਿਸਚਾਰਜ਼ਡ ਲੋਨ)
ਚਕ ਜਮ੍ਹਾ—Cheque deposit (ਚੈਕ ਡਿਪੱਜ਼ਿਟ)
ਜਮ੍ਹਾ ਕਰਨਾ—Crediting (ਕ੍ਰੈਡਿਟਿੰਗ)
ਜਮ੍ਹਾ ਕਾਪੀ—Paying-in-book (ਪੇਇੰਗ-ਇਨ-ਬੁੱਕ)
ਜਮ੍ਹਾ ਖਾਤਾ—Deposit ledger (ਡਿਪੱਜ਼ਿਟ ਲੈਜ਼ਰ)
ਜਮਾਨਤੀ ਹੁੰਡੀ—Bill as security (ਬਿੱਲ ਐਜ ਸਿਕਉਰਿਟੀ)
ਜਮ੍ਹਾ ਪਰਚੀ—Pay in slip (ਪੇ-ਇਨ-ਸਲਿਪ)
ਜਮ੍ਹਾ ਪੱਤਰ—Credit note (ਕ੍ਰੈਡਿਟ ਨੋਟ)
ਜਮ੍ਹਾ ਬੈਂਕ—Bank of deposit (ਬੈਂਕ ਆੱਫ ਡਿਪੱਜ਼ਿਟ)
ਜਮ੍ਹਾ ਮੁਦ੍ਰਾ—Deposit currency (ਡਿਪੱਜ਼ਿਟ ਕਰੰਸੀ)
ਜਮ੍ਹਾ ਰਕਮ—Deposit amount (ਡਿਪੱਜ਼ਿਟ ਅਮਾਊਂਟ)
ਜਮ੍ਹਾ ਰਜਿਸਟਰ—Deposit register (ਡਿਪੱਜ਼ਿਟ ਰਜਿਸਟਰ)
ਜਾਇਜ਼ਗੀ ਪੀਰੀਅਡ—Validity period (ਵੈਲਿਡਿਟੀ ਪੀਰਿਅਡ)
ਜਾਲੀ ਨੋਟ—Forged note (ਫੋਰਜ਼ਡ ਨੋਟ)
ਜੋਖਿਮ ਪੱਤਰ—Risk note (ਰਿਸਕ ਨੋਟ)
ਟਕਸਾਲ ਦਰ—Mint par (ਮਿੰਟ ਪਾਰ)
ਟੁਟ-ਫੁੱਟ—Wear and tear (ਵੀਅਰ ਐਂਡ ਟੀਅਰ)
ਡੁੱਬੀ ਹੋਈ ਰਕਮ—Bad debt (ਬੈਡ ਡੇਟ)
ਤੁਰੰਤ ਨਗਦੀ ਉਧਾਰ ਖਾਤਾ—Demand cash credit (ਡਿਮਾਂਡ ਕੈਸ਼ ਕ੍ਰੈਡਿਟ)
ਥੋਕ ਬਾਜ਼ਾਰ—Wholesale market (ਹੋਲਸੇਲ ਮਾਰਕਿਟ)
ਦਰਸ਼ਨੀ ਹੁੰਡੀ—Bill payable at sight (ਬਿੱਲ ਪੇਏਬਲ ਐਟ ਸਾਇਟ)
ਦਰਸ਼ਨੀ ਹੁੰਡੀ ਦੀ ਦਰ—Cheque rate (ਚੈਕ ਰੇਟ)
ਦਰਨੋਤੱਰ ਹੁੰਡੀ—Bill payable after sight (ਬਿੱਲ ਪੇਏਬਲ ਐਟ ਸਾਇਟ)
ਦਾਵੇ ਦੀ ਰਕਮ—Claimed amount (ਕਲੇਮਡ ਅਮਾਊਂਟ)
ਦੀਵਾਲਾ—Bonkruptcy (ਬੈਂਕ੍ਰਪਟਸੀ)
ਦੀਵਾਲਿਆ—Bankrupt (ਬੈਂਕ੍ਰਪਟ)
ਦੁਕਾਨ—Shop (ਸ਼ੱਾਪ)
ਦੁਰਲਭ ਮੁਦ੍ਰਾ—Hard currency (ਗਰਡ ਕ੍ਰੈਂਸੀ)
ਦੁਰਲਭ ਰੁਪਿਆ—Tight money (ਟਾਇਟ ਮਨੀ)
ਦੇਣਗੀਆਂ—Charges (ਚਾਰਜਿਜ਼)
ਦੇਣ ਵਾਲਾ ਬਿੱਲ—payable Bill (ਪੇਏਬਲ ਬਿੱਲ)
ਦੇਣ ਯੋਗ ਡ੍ਰਾਫਟ—Payable bank draft (ਪੇਏਬਲ ਬੈਂਕ ਡ੍ਰਾਫਟ)
ਦੇਸੀ ਬੈਂਕ—Indigineous bank (ਇਨਡਿਜਿਨਿਅਸ ਬੈਂਕ)
ਦਸਤਾਵੇਜ਼ ਤੇ ਅਦਾਇਗੀ—Cash against documents (ਕੈਸ਼ ਅਗੇਨਸਟ ਡੱਕਯੁਮੇਂਟਸ)
ਦਸਤਾਵੇਜ਼ੀ ਹੁੰਡੀ—Documentary bill (ਡੱਕਯੁਮੇਂਟਰੀ ਬਿੱਲ)
ਧਨਾਦੇਸ਼—Draft (ਡ੍ਰਾਫਟ)
ਨਕਦੀ ਰੋਕੜ—Cash (ਕੈਸ਼)
ਨਕਦ ਉਧਾਰ—Cash credit (ਕੈਸ਼ ਕ੍ਰੈਡਿਟ)
ਨਕਦ ਜਮ੍ਹਾਂ—Cash deposit (ਕੈਸ਼ ਡਿਪੱਜ਼ਿਟ)
ਨਕਦ ਅਦਾਇਗੀ—Cash payment (ਕੈਸ਼ ਪੇਮੇਂਟ)
ਨਕਦ ਪਰਚੀ—Cash-memo (ਕੈਸ਼-ਮੈਮੋ)
ਨਕਦ ਵਟੱਾ—Cash discount (ਕੈਸ਼ ਡਿਸਕਾਊਂਟ)
ਨਕਦ ਮੁੱਲ—Cash value (ਕੈਸ਼ ਵੈਲਉ)
ਨਕਦ ਬਿਆਨਾ—Cash imprest (ਕੈਸ਼ ਇਮਪ੍ਰੇਸਟ)
ਨਕਦੀ ਆਦੇਸ਼—Cash order (ਕੈਸ਼ ਆੱਰਡਰ)
ਨਾਮ ਖਾਤਾ—Debit account (ਡੇਬਿਟ ਅਕਾਊਂਟ)
ਨਾਮ ਬਾਕੀ—Debit balance (ਡੇਬਿਟ ਬੈਲੇਂਸ)
ਨਿਕਾਸੀ, ਕੰਮ, ਉਤਪਾਦਨ—Out turn (ਆਉਟ ਟਰ ਨ)
ਨਿਕਾਸੀ ਏਜੇਂਟ—Clearing agent (ਕ੍ਲੀਅਰਿੰਗ ਏਜੇਂਟ)
ਨਿਧੀ—Fund (ਫ਼ੰਡ)

ਨਿਧੀਬੱਧ ਕਰਜ਼ਾ—Funding loan (ਫੰਡਿੰਗ ਲੋਨ)
ਨਿਰਧਾਰਤ ਕੰਮ ਲਾਗਤ ਖਾਤਾ—Job cost ledger (ਜਾਬ ਕਾਸਟ ਲੈਜ਼ਰ)
ਨਿਰਧਾਰਤ ਦਰ—Fixed rate (ਫ਼ਿਕਸ੍ਡ ਰੇਟ)
ਨਿਰਧਾਰਿਤ ਖਰਚੇ—Fixed charges(ਫ਼ਿਕਸ੍ਡ ਚਾਰ੍ਜਿਜ਼)
ਨਿਰਧਾਰਿਤ ਨਿਧੀ—Allotted Fund (ਏਲੱਾਟਿਡ ਫੰਡ)
ਨਿਰਮਾਤਾ ਦੀ ਛਾਪ—Maker's brand (ਮੇਕਰ੍'ਸ ਬ੍ਰੈਂਡ)
ਨਿਰਆਤ ਉਧਾਰ—Export credit (ਇਕਸ੍ਪੋਰਟ ਕ੍ਰੈਡਿਟ)
ਨਿਰਆਤ ਕਰ—Export duty (ਏਕਸ੍ਪੋਰਟ ਡਯੂਟੀ)
ਨਿਰੀ ਹੁੰਡੀ—Clean bill (ਕਲੀਨ ਬਿਲ)
ਨਿਰਮੁਕਤ ਦਿਵਾਲਿਆ—Discharged bankrupt (ਡਿਸਚਾਰ੍ਜਡ ਬੈਂਕਰਪ੍ਟ)
ਨਿਰੋਲ ਆਮਦਨੀ-ਖਰਚ ਲੇਖਾ—Net revenue account (ਨੇਟ ਰੇਵੇਨ੍ਯੂ ਲੇਖਾ)
ਨਿਰੋਲ ਉਤਪਾਦਨ—Net production (ਨੇਟ ਪ੍ਰੋਡਕਸ਼ਨ)
ਨਿਰੋਲ ਕਮਾਈ—Net earning (ਨੇਟ ਅਰ੍ਨਿੰਗ)
ਨਿਰੋਲ ਵਿਕ੍ਰੀ—Net selling (ਨੇਟ ਸੇਲਿੰਗ)
ਪੜਤਾਲ ਰਜਿਸਟਰ—Check register (ਚੇਕ ਰਜਿਸ੍ਟਰ)
ਪੁੱਗਣ ਮਿਤੀ—Date of maturity (ਡੇਟ ਔੱਫ਼ ਮੈਚੁਰਿਟੀ)
ਪਰਿਮਿਤ, (ਸੀਮਿਤ) ਭਾਈਵਾਲ—Limited partner (ਲਿਮਿਟੇਡ ਪਾਰ੍ਟਨਰ)
ਪੱਤਰਕ—Letter card (ਲੈਟਰ-ਕਾਰਡ)
ਪਾਬੰਦੀ ਲਗਿਆ ਕੰਮ—Restrictive duty (ਰਿਸ੍ਟਰਿਕ੍ਟਿਡ ਡਯੂਟੀ)
ਪੱਤਰ-ਗਰੰਟੀ—Letter of guarantee (ਲੈਟਰ ਔੱਫ਼ ਗੈਰੰਟੀ)
ਪ੍ਰਾਪਤ ਹੁੰਡੀ—Bill receivable (ਬਿਲ ਰਿਸੀਵੇਬਲ)
ਪ੍ਰਾਪਤੀ ਅਤੇ ਅਦਾਇਗੀ ਲੇਖਾ—Receipts and payments account (ਰਿਸੀਪ੍ਟ੍ਸ ਐਂਡ ਪੇਮੇਂਨ੍ਟ ਅੱਕਾਉਂਟ)
ਪ੍ਰਾਪਤੀਆਂ—Receipts (ਰਿਸੀਪ੍ਟ੍ਸ)
ਪ੍ਰਾਰਥਨਾ ਪੱਤਰ—Application (ਐਪਲੀਕੇਸ਼ਨ੍ਸ)
ਪਿਛਲਾ ਹਿਸਾਬ—Account randered (ਅਕਾਉਂਟ ਰੇਂਡਰ੍ਡ)
ਪੁਰਾਣਾ ਚੈਕ—Stale cheque (ਸਟੇਲ ਚੈਕ)
ਪੂੰਜੀ (ਮੂਲਧੰਨ)—Capital (ਕੇਪਿਟਲ)
ਪੂੰਜੀ, ਰਾਖਵੀਂ ਨਿਧੀ—Capital, reserve fund (ਕੇਪਿਟਲ ਰਿਸਰ੍ਵ ਫੰਡ)
ਪੂੰਜੀਕਿਰਤ ਮੁੱਲ—Capitalised value (ਕੇਪਿਟਲਾਇਜ਼੍ਡ ਵੈਲ੍ਯੂ)
ਪੂੰਜੀਕਿਰਤ ਲਾਭ--Capitalised profit (ਕੇਪਿਟਲਾਇਜ਼੍ਡ ਪ੍ਰੋਫ਼ਿਟ)
ਪੂੰਜੀ ਦਾ ਬਾਹਰ ਜਾਣਾ--Capital outflow (ਕੇਪਿਟਲ ਆਉਟ ਫ਼ਲੋ)
ਪੂੰਜੀ ਦਾ ਅਤੇ ਮਾਲੀਆ ਲੇਖਾ--Capital and revenue account (ਕੇਪਿਟਲ ਐਂਡ ਰਿਵੇਨ੍ਯੂ ਅਕਾਉਂਟ)
ਪੂੰਜੀ ਦੀਆਂ ਰਕਮਾਂ—Capital sums (ਕੇਪਿਟਲ ਸੱਮ੍ਸ)
ਪੂੰਜੀ ਦਾ ਲਾਭ—Capital profit (ਕੇਪਿਟਲ ਪ੍ਰੌਫ਼ਿਟ)
ਪੂੰਜੀਪਤੀ—Capitalist (ਕੈਪਿਟਲਿਸ੍ਟ)
ਪੂੰਜੀ ਤੇ ਪ੍ਰਤਿਫਲ—Return on capital (ਰਿਟਰ੍ਨ ਔਨ ਕੇਪਿਟਲ)
ਪੂੰਜੀ, ਕੁਲ ਅਸਾਸ—Capital asset (ਕੇਪਿਟਲ ਅਸੇਟ)
ਪੂੰਜੀ ਬਾਜ਼ਾਰ—Capital market (ਕੇਪਿਟਲ ਮਾਰ੍ਕੇਟ)
ਪੂੰਜੀ ਲੇਖਾ—Capital account (ਕੇਪਿਟਲ ਅਕਾਉਂਟ)
ਪਿੱਠ-ਅੰਕਿਤ ਚੈਕ—Endorsed cheque (ਏਨਡੋਰ੍ਸਡ ਚੈਕ)
ਪਿੱਠ-ਅੰਕਣ ਕਰਤ—Endorser (ਏਨਡੋਰ੍ਸ੍ਰ)
ਫਾਲਤੂ ਰੁਪਿਆ—Floating money (ਫ਼ਲੋਟਿੰਗ ਮਨੀ)
ਫੁਟਕਲ ਕੀਮਤ—Retail price (ਰਿਟੇਲ੍ ਪ੍ਰਾਇਸ)
ਬਕਾਇਆ—Arrears (ਏਰਿਅਰਸ)
ਬਕਾਇਆ ਮੰਗ—Call in arrears (ਕਾਲ ਇਨ ਏਰਿਅਰ੍ਸ)
ਬਕਾਇਆ, ਬਾਕੀ ਕਢਣਾ—Balancing (ਬੈਲੇਂਸਿੰਗ)
ਬਚਤ ਜਮ੍ਹਾਂ—Saving deposit (ਸੇਵਿੰਗ ਡਿਪੱਾਜ਼ਿਟ)
ਬਾਕੀ—Balance (ਬੈਲੇਂਸ)
ਬਕਾਇਆ—Balancing (ਬੈਲੇਂਸਿੰਗ)
ਬਾਜ਼ਾਰ ਵਸਤੂ—Market commodity (ਮਾਰ੍ਕਿਟ ਕਮੋਂਡਿਟੀ)
ਬਾਜ਼ਾਰ ਮੁੱਲ—Market price (ਮਾਰ੍ਕਿਟ ਪ੍ਰਾਇਸ)
ਬਾਹਰੀ ਚੈਕ—Out station cheque (ਆਉਟ ਸਟੇਸ਼ਨ ਚੈਕ)
ਬਿਨਾਂ ਮੁੱਲ—Free of charge (ਫ਼੍ਰੀ ਔੱਫ਼ ਚਾਰ੍ਜ)

ਬੀਤਿਆ ਕਰਜ਼ਾ--Expired loan (ਏਕਸਪਾਇਰਡ ਲੋਨ)
ਬੀਮਾ--Insurance (ਇਨਸ਼ੋਰੇਂਸ)
ਬਗੈਰ ਜ਼ਮਾਨਤ ਕਰਜ਼--Clean loan (ਕਲੀਨ ਲੋਨ)
ਬਗੈਰ ਮਿਆਦ ਦੇ ਲੋਨ--Morning loan (ਮੋਰਨਿੰਗ ਲੋਨ)
ਬੈਂਕ ਅਦਾਇਗੀ--Banker's payment (ਬੈਂਕਰ'ਸ ਪੇਮੈਂਟ)
ਬੈਂਕ ਆਦੇਸ਼--Banker's order (ਬੈਂਕਰਸ ਔਰਡਰ)
ਬੈਂਕ ਉਧਾਰ—Banker's advance (ਬੈਂਕਰਸ ਐਡਵਾਂਸ)
ਬੈਂਕ ਉਧਾਰ ਜਮ੍ਹਾਂ—Bank credit (ਬੈਂਕ ਕਰੈਡਿਟ)
ਬੈਂਕ ਦਰ—Bank rate (ਬੈਂਕ ਰੇਟ)
ਬੈਂਕ ਦਰ ਦਾ ਘਟਾਉਣਾ-ਵਧਾਉਣਾ—Mani pulation of bank rate (ਮੇਨਿਪੁਲੇਸ਼ਨ ਔਫ਼ ਬੈਂਕ ਰੇਟ)
ਬੈਂਕ ਖਰਚੇ—Bank charges (ਬੈਂਕ ਚਾਰਜਿਜ਼)
ਬੈਂਕ ਬੰਧਕ—Banker's mortgage (ਬੈਂਕਰਸ ਮੌਰਟਗੇਜ)
ਬੈਂਕ ਰੋਕੜ—Bank cash (ਬੈਂਕ ਕੈਸ਼)
ਬੈਂਕ ਲੇਖਾ—Bank account (ਬੈਂਕ ਅਕਾਉਂਟ)
ਬੈਂਕ ਲੇਖਾ ਮੰਗ—Bank call (ਬੈਂਕ ਕਾਲ)
ਬੈਂਕ ਬਣਤਰ—Banking structure (ਬੈਂਕ ਸਟ੍ਰੱਕਚਰ)
ਬੈਂਕ ਕਰਜ਼ਾ—Bank debt (ਬੈਂਕ ਡੇਬਟ)
ਬੈਂਕ ਰਿਣ ਪੱਤਰ—Banker's security (ਬੈਂਕਰ'ਸ ਸਿਕਉਰਿਟੀ)
ਭਾਈਵਾਲ—Partner (ਪਾਰਟਨਰ)
ਮਜ਼ਬੂਤ ਬਾਜ਼ਾਰ—Firm market (ਫ਼ਰਮ ਮਾਰਕੇਟ)
ਮੰਦੀ ਵਲ ਝੁਕਾਓ—Bearish tendency (ਬਿਅਰਿਸ਼ ਟੇਂਡੇਂਸੀ)
ਮੰਡੀ—Market (ਮਾਰਕਿਟ)
ਮੰਗ--Demand (ਡਿਮਾਂਡ)
ਮੰਗ ਕਰਜ਼ਾ—Demand loan (ਡਿਮਾਂਡ ਲੋਨ)
ਮੰਗ ਡ੍ਰਾਫ਼ਟ—Demand draft (ਡਿਮਾਂਡ ਡ੍ਰਾਫ਼ਟ)
ਮੰਗ ਪੱਤਰ— Demand draft (ਡਿਮਾਂਡ ਡ੍ਰਾਫ਼ਟ) indent note (ਇਨਡੇਂਟ ਨੋਟ)
ਮੰਗ ਸੂਚਨਾ—Call notice (ਕਾਲ ਨੋਟਿਸ)
ਮਾਨ-ਅਰਥ ਅਦਾਇਗੀ--Payment for honour (ਪੇਮੇਂਟ ਫ਼ਾਰ ਔਨਰ)
ਮਾਲ, ਸਾਮੱਗਰੀ ਪਦਾਰਥ--Goods (ਗੁਡਸ)
ਮਾਲ ਭਾੜਾ-ਢੁਲਾਈ ਭਾੜਾ--Freight (ਫ਼੍ਰੇਟ)
ਮਾਲ ਰੱਖਣ ਦੀ ਸੀਮਾ--Stock limit (ਸਟੱਾਕ ਲਿਮਿਟ)
ਮਾਲ ਰੋਕੜ ਪੁਸਤਕ--Goods cash book (ਗੁਡਸ ਕੈਸ਼ ਬੁਕ)
ਮਾਲ-ਲੇਖਾStock account (ਸਟਾੱਕ ਅਕਾਉਂਟ)
ਮਾਲਿਕ—Employer (ਇਮਪ੍ਲੌਅਰ)
ਮਿਆਦੀ ਕਰਜ਼ਾ—Terminable loan (ਟਰਮਿਨੇਬਲ ਲੋਨ)
ਮਿਆਦੀ ਜਮ੍ਹਾਂ—Fixed deposit (ਫਿਕਸਡ ਡਿਪੌਜ਼ਿਟ)
ਮਿਸ਼ਰਿਤ ਪੂੰਜੀ ਬੈਂਕ—Joint stock bank (ਜੌਇੰਟ ਸਟਾੱਕ ਬੈਂਕ)
ਮੁਆਵਜ਼ਾ—Compensation (ਕਮਪੇਨਸੇਸ਼ਨ)
ਮਿਆਦੀ ਹੁੰਡੀ--Bill payable after date (ਬਿਲ ਪੇਏਬਲ ਆਫ਼ਟਰ ਡੇਟ)
ਮੁਦ੍ਰਾ, ਧੰਨ--Currency, money (ਕਰੈਂਸੀ, ਮਨੀ)
ਮੁਦ੍ਰਾ-ਸੰਕੋਚ, ਸਿੱਕਾ-ਸੁਕੇੜ--Deflation of currency (ਡਿਫ਼ਲੇਸ਼ਨ ਔਫ ਕਰੈਂਸੀ)
ਮੁਦ੍ਰਾਂਕ ਭਾੜਾ--Stamp duty (ਸਟੈਂਪ ਡਿਊਟੀ)
ਮੁਦ੍ਰਾ ਦਾ ਬਦਲਾ—Currency transfer (ਕਰੈਂਸੀ ਟ੍ਰਾਂਸਫ਼ਰ)
ਮੁਦ੍ਰਾ-ਪ੍ਰਣਾਲੀ--Monetary system (ਮੌਨਿਟਰੀ ਸਿਸਟਮ)
ਮੁਦ੍ਰਾ ਮੁੱਲ-ਘਾਟਾ--Depreciation of currency (ਡੇਪਰੀਸਿਏਸ਼ਨ ਔਫ਼ ਕਰੈਂਸੀ)
ਮੁਦ੍ਰਾ-ਫੈਲਾਓ—Inflation of currency (ਇਨਫ਼ਲੇਸ਼ਨ ਔਫ਼ ਕਰੈਂਸੀ)
ਮੁੱਲ-ਦਾਮ--Depreciation (ਡੇਪਰੀਸਿਏਸ਼ਨ)
ਯਾਤਰੀ-ਸਾਖ-ਪੱਤਰ--Traveller's letter of credit (ਟ੍ਰੈਵਲਰਸ ਲੈਟਰ ਔਫ਼ ਕ੍ਰੇਡਿਟ)
ਰਕਮ--Amount (ਅਮਾਓਂਟ)
ਰੁੱਕੇ ਤੇ ਉਧਾਰ--Credit paper (ਕ੍ਰੇਡਿਟ ਪੇਪਰ)
ਰੁਪਿਆ ਬਾਜ਼ਾਰ—Money market (ਮਨੀ ਮਾਰਕੇਟ)
ਰੇਖਿਤ ਚੈਕ—Crossed cheque (ਕ੍ਰਾਸਡ ਚੈਕ)
ਰੇਲ ਤੀਕ ਬਿਨਾਂ-ਭਾੜਾ—Free on rail, F.O.R. (ਫ਼੍ਰੀ ਔਨ ਰੇਲ, ਏਫ਼.ਓ.ਆਰ)
ਰੋਕੜ ਜਮ੍ਹਾਂ—Opening balance (ਓਪਨਿੰਗ ਬੈਲੇਂਸ)

ਰੋਕੜ ਵਹੀ—Cash book (ਕੈਸ਼ ਬੁੱਕ)
ਰੋਕੜ ਬਾਕੀ—Cash balance (ਕੈਸ਼ ਬੈਲੇਂਸ)
ਰੋਕੜ ਲੇਖਾ—Cash Account (ਕੈਸ਼ ਅਕਾਉਂਟ)
ਰੋਕੜ ਸੂਚੀ—Cash scroll (ਕੈਸ਼ ਸਕ੍ਰੋਲ)
ਰੋਕ-ਸੂਚਨਾ—Notice of stoppage (ਨੋਟਿਸ ਆਫ ਸਟਾੱਪੇਜ)
ਲਾਭ-ਅੰਸ਼—Bonus (ਬੋਨਸ)
ਲੇਖਾ--Account (ਅਕੱਾਉਂਟ)
ਲੇਖਾ ਅਤੇ ਬਾਕੀ--Account and balance (ਅਕੱਾਉਂਟ ਐਂਡ ਬੈਲੇਂਸ)
ਲੇਖਾਕਾਰ--Accountant (ਅਕੱਾਉਂਟੇਂਟ)
ਲੇਖਾ ਰਚਨਾ--Maintenance of account (ਮੇਂਟੇਨੈਂਸ ਆੱਫ਼ ਅਕੱਾਉਂਟ)
ਲੇਖਾ ਸਾਲ--Accounting year (ਅਕੱਾਉਂਟ ਯੀਅਰ)
ਲੇਖਾ ਸ਼ਾਸਤਰ--Accountancy (ਅਕਾਉਂਟੇਂਸੀ)
ਲੈਣਦਾਰ--Creditor (ਕ੍ਰੈਡਿਟਰ)
ਵਿਅਕਤੀਗਤ ਲੇਖਾ--Individual account (ਇਨ੍ਡੀਯੂਅਲ ਅਕੱਾਉਂਟ)
ਵਾਪਸ ਹੋਇਆ ਚੈਕ--Returned cheque (ਰਿਟਰ੍ਨਡ ਚੈਕ)
ਵਿਆਖਿਆ ਪੱਤਰ--Covering letter (ਕ੍ਵਰਿੰਗ ਲੈਟਰ)
ਵਪਾਰਕ--Mercandise (ਮੇਰਕੇਂਡਾਇਜ)
ਵਪਾਰੀ--Merchant (ਮਰਚੇਂਟ)
ਵਪਾਰੀ ਲੈਣ-ਦੇਣ--Trade creditor (ਟ੍ਰੇਡ ਕ੍ਰੈਡਿਟਰ)
ਵਿਵਸਾਈ ਪੂੰਜੀ—Trading capital (ਟ੍ਰੇਡਿੰਗ ਕੈਪਿਟਲ)
ਵਪਾਰ ਬੈਂਕ--Commercial bank (ਕੱਾਮਰਸ਼ਿਅਲ ਬੈਂਕ)
ਵਪਾਰ ਲੇਖਾ--Commercial account (ਕੱਾਮਰਸ਼ਿਅਲ ਅਕੱਾਉਂਟ)
ਵਾਇਦਾ ਬਾਜ਼ਾਰ--Free market (ਫ੍ਰੀ ਮਾਰਕੇਟ)
ਵਾਰਸਿਕ ਫੰਡ--Annuity fund (ਐਨੂਇਟੀ ਫੰਡ)
ਵਾਰਸਿਕ, ਸਾਲਾਨਾ ਲਾਭ--Annual profit (ਐਨੁਅਲ ਪ੍ਰੱਾਫਿਟ)
ਵਾਰਸਿਕ ਲੇਖਾ--Annual account (ਐਨੁਅਲ ਅਕਾਉਂਟ)
ਵਾਰਸਿਕ ਵਿਵਰਣੀ--Annual return (ਐਨੁਅਲ-ਰਿਟਰ੍ਨ)
ਵਾਰਸਿਕ ਵੇਤਨ--Annual pay (ਐਨੁਅਲ ਪੇ)
ਵਾਰਸਿਕ ਨਿਰੋਲ ਲਾਭ—Aunual net profit (ਐਨੁਅਲ ਨੇਟ ਪ੍ਰੱਾਫ਼ਿਟ)
ਵਾਰਸਿਕ ਪ੍ਰਣਾਲੀ--Annuity system (ਐਨੁਅਲ ਸਿਸ੍ਟਮ)
ਵਿਕ੍ਰੀ ਵਿਵਰਣ--Sales account (ਸੇਲਸ੍ ਅਕੱਾਉਂਟ)
ਵਿਕਾਸ ਖਰਚ--Developmeпt expenses (ਡੇਵਲੱਪਮੇਂਚ ਏਕ੍ਸਪੇਂਸਿਜ਼)
ਵਿੱਤ--Finance (ਫ਼ਾਇਨੇਂਸ)
ਵਿੱਤ ਆਭਾਰ--Financial obligation (ਫ਼ਾਇਨੇਨ੍ਸ਼ਿਅਲ ਆੱਬਲੀਗੇਸ਼ਨ)
ਵਿੱਤ ਦੰਡ--Financial penalty (ਫ਼ਾਇਨੇਨ੍ਸ਼ਿਅਲ ਪੇਨਾਲਟੀ)
ਵਿੱਤ ਦਾਤਾ, ਰੁਪਿਆ ਲਾਉਣ ਵਾਲਾ--Financer (ਫ਼ਾਇਨੇਨ੍ਸਰ)
ਵਿੱਤ ਦਾਤਾ ਬੈਂਕ--Financial bank (ਫ਼ਾਇਨੇਨ੍ਸ਼ਿਅਲ ਬੈਂਕ)
ਵਿੱਤਲਾਊ ਭਾਈਵਾਲ--Financing partner (ਫ਼ਾਇਨੇਨ੍ਸਿੰਗ ਪਾਰ੍ਟਨਰ)
ਵਿੱਤ ਸੰਬੰਧੀ ਯੋਗਤਾ--Financial liability (ਫ਼ਾਇਨੇਨ੍ਸ਼ਿਅਲ ਲਾਇਬਿਲਿਟੀ)
ਵਿੱਤ ਸੰਬੰਧੀ ਕੰਟ੍ਰੋਲ--Financial control (ਫ਼ਾਇਨੇਨ੍ਸ਼ਿਅਲ ਕੰਟ੍ਰੋਲ)
ਵਿੱਤ ਸੰਬੰਧੀ ਪ੍ਰਬੰਧ--Financial management (ਫ਼ਾਇਨੇਨ੍ਸ਼ਿਅਲ ਮੈਨੇਜਮੇਂਟ)
ਵਿੱਤ ਸੰਬੰਧੀ ਰਿਪੋਰਟ ਦੇਣਾ--Financial reporting (ਫ਼ਾਇਨੇਨ੍ਸ਼ਿਅਲ ਰਿਪੋਰ੍ਟਿੰਗ)
ਵਿੱਤ ਸੰਬੰਧੀ ਵਿਵਹਾਰ--Financial transaction (ਫ਼ਾਇਨੇਨ੍ਸ਼ਿਅਲ ਟ੍ਰਾਂਸੇਕ੍ਸ਼ਨ)
ਵਿੱਤ ਸੰਬੰਧੀ ਸਾਲ--Financial year (ਫ਼ਾਇਨੇਨ੍ਸ਼ਿਅਲ ਯੀਅਰ)
ਵਿੱਤ ਸੰਬੰਧੀ ਵਿਵਰਣ--Financial statement (ਫ਼ਾਇਨੇਨ੍ਸ਼ਿਅਲ ਸਟੇਟਮੇਂਟ)
ਵਿੱਤ ਸੰਬੰਧੀ ਸਲਾਹ--Financial advice (ਫ਼ਾਇਨੇਨ੍ਸ਼ਿਅਲ ਐਡਵਾਇਜ਼)
ਵਿੱਤ ਸੰਬੰਧੀ ਯਾਦ-ਪੱਤਰ—Fiuancial memorandum (ਫ਼ਾਇਨੇਨ੍ਸ਼ਿਅਲ ਮੇਮੋਰੰਡਮ)

ਵਿਦੇਸ਼ੀ ਮੁਦ੍ਰਾ--Foriegn exchange (ਫ਼ਾਰੇਨ ਏਕ੍ਸਚੇਂਜ)

ਵਟਾਂਦਰਾ--Exchange (ਏਕ੍ਸਚੇਂਜ)

ਵਟਾਂਦਰਾ-ਦਰ--Exchange rate (ਏਕ੍ਸਚੇਂਜ ਰੇਟ)

ਵਿਦੇਸ਼ੀ ਮੁਦ੍ਰਾ ਕੰਟ੍ਰੋਲ--Exchange control (ਏਕ੍ਸਚੇਂਜ ਕੰਟ੍ਰੋਲ)

ਵਟਾਂਦਰਾ ਪੱਤਰ--Letter of exchange (ਲੇਟਰ ਔਫ਼ ਏਕ੍ਸਚੇਂਜ)

ਵਟਾਂਦਰਾ ਬੈਂਕ--Exchang bank (ਏਕ੍ਸਚੇਂਜ ਬੈਂਕ)

ਵਸਤ-ਨਿਰਮਾਣ ਕਿਰਿਆ—Manufactring process (ਮੈਨੁਫ਼ੈਕਚਰਿੰਗ ਪ੍ਰੋਸੇਸ)

ਵਿਸ਼ਿਸ਼ਟ ਕਰ--Specific duty (ਸ੍ਪੇਸਿਫ਼ਿਕ ਡ੍ਯੂਟੀ)

ਵੇਤਨ, ਤਨਖ਼ਾਹ—Pay (ਪੇ)

ਵੱਟਾ--Discount (ਡਿਸਕਾਉਂਟ)

ਵੱਟਾ ਲੇਖਾ--Discount account (ਡਿਸਕਾਉਂਟ ਅਕੌਉਂਟ)

ਵੱਟੇ ਤੇ ਵਟਾਂਦਰਾ--Exchange at discount (ਏਕੇਸਚੇਂਜ ਐਟ ਡਿਸਕਾਉਂਟ)

ਵਹੀ ਖਾਤਾ--Account book (ਅਕੌਉਂਟ ਬੁੱਕ)

ਵਿਕ੍ਰੀ ਦਾ ਮਾਲ--Stock in trade (ਸ੍ਟੌਕ ਇਨ ਟ੍ਰੇਡ)

ਵਿਕ੍ਰੀ ਖਾਤਾ--Sale account (ਸੇਲ ਅਕਾਉਂਟ)

ਵਿਕ੍ਰੀ ਬਿੱਲ--Bill of sale (ਖਿੱਲ ਔਫ਼ ਸੇਲ)

ਵਿਚੋਲਾ--Arbitrator (ਆਰਬਿਟ੍ਰੇਟਰ)

ਵੱਟਾ ਖਾਤਾ--Bad debt (ਬੈਡ ਡੇ'ਟ)

ਵੱਟਾ ਰਿਣ ਲੇਖਾਂ--Bad debt account (ਬੇਡ ਡੇਟ ਅਕੌਉਂਟ)

ਸ੍ਟੇਸ਼ਨਰੀ
STATIONERY

ਅਕਸ ਕਾਗਜ਼--Tracing paper (ਟ੍ਰੇਸਿੰਗ ਪੇਪਰ)

ਅਖ਼ਬਾਰ--News paper (ਨਿਊਜ਼ ਪੇਪਰ)

ਅੱਡਾ--Perch (ਪਰ੍ਚ)

ਅਲਮਾਰੀ--Almirah (ਏਲਮਿਰਾ)

ਅੱਧੀ ਰਸੀਦ--Counterfoil (ਕਾਉਂਟਰ ਫ਼ਾਇਲ)

ਆਰਾਮ ਕੁਰਸੀ--Easy-chair (ਈਜ਼ੀ ਚੇਅਰ)

ਆਲਪਿਨ—Pin (ਪਿੰਨ)

ਆਲਪਿਨ ਲਗਾਉਣ ਦੀ ਗੱਦੀ--Pin-cushion (ਆਲਪਿਨ-ਕੁਸ਼ਨ)

ਸਾਦਾ ਕਾਗਜ਼—Blank-paper (ਬਲੈਂਕ ਪੇਪਰ)

ਸਰੇਸ਼—Glue (ਗਲੂ)

ਸਪਤਾਹਕ ਪੱਤਰ—Weekly paper (ਵੀਕਲੀ ਪੇਪਰ)

ਸੋਖਤਾ—Blotting-paper (ਬਲੌਟਿੰਗ ਪੇਪਰ)

ਸੰਨ੍ਹੀ (ਛੇਕ ਕਰਣ ਵਾਲੀ)—Punch (ਪੰਚ)

ਸਿਆਹੀ—Ink (ਇੰਕ)

ਸਿਆਹੀ ਪੈਡ—Ink pad (ਇੰਕ ਪੈਡ)

ਹੋਲਡਰ—Holder (ਹੋਲ੍ਡਰ)

ਕਲਮ—Pen (ਪੇਨ)

ਕਾਗ਼ਜ਼—Paper (ਪੇਪਰ)

ਕਾਗ਼ਜ਼-ਤਰਾਸ਼—Paper-cutter (ਪੇਪਰ-ਕਟਰ)

ਕਾਗ਼ਜ਼-ਦਬ—Paper-weigot (ਪੇਪਰਵੇਟ)

ਕਾਰਕ—Cork (ਕੌਰ੍ਕ)

ਕਾਰਡ—Card (ਕਾਰ੍ਡ)

ਕਾਲੀ ਸਿਆਹੀ—Black ink (ਬ੍ਲੈਕ ਇੰਕ)

ਕੋਸ਼—Dictionary (ਡਿਕ੍ਸ਼ਨਰੀ)

ਗੂੰਦ—Gum (ਗਮ)

ਚੌਂਕੀ—Bench (ਬੈਂਚ)

ਚਾਕ ਪੇਂਸਿਲ—Crayon (ਕ੍ਰੇਅਨ)

ਜੇਬੀ ਕਿਤਾਬ—Pocket-book (ਪੌਕੇਟ ਬੁਕ)

ਟਿਕਟ—Postage-stamp (ਪੋਸ੍ਟੇਜ ਸ੍ਟੈਮ੍ਪ)

ਟਿਕਟ (ਰਸੀਦੀ)—Revenue stamp (ਰੇਵ੍ਨਊ ਸ੍ਟੈਮ੍ਪ)

ਟੇਬਲ—Table (ਟੇਬਲ)

ਡੋਰੀ—Tag (ਟੈਗ)

ਡ੍ਰਾਇੰਗ ਪਿਨ—Drawing-pin (ਡ੍ਰਾਇੰਗ ਪਿਨ)

ਤਾਰ—Wire (ਵਾਇਰ)

ਤਿਪਾਈ—Stool (ਸ੍ਟੂਲ)

ਦਵਾਤ—Inkpot (ਇੰਕ ਪੌਟ)

ਨਕਲ ਕਰਨ ਦਾ ਕਾਗ਼ਜ਼Carbon-paper (ਕਾਰ੍ਬਨ ਪੇਪਰ)

ਨਕਲ ਕਰਨ ਦੀ ਪੇਂਸਿਲ—Copying pencil (ਕੌਪਿੰਗ ਪੇਂਸਿਲ)

ਨਕਸ਼ਾ—Map (ਮੈਪ)

ਨਿਬ—Nib (ਨਿੱਬ)

ਨੀਲੀ-ਕਲੀ ਸਿਆਹੀ—Blue-black ink (ਬ੍ਲਊ ਬ੍ਲੇਕ ਇੰਕ)

ਨੀਲੀ ਸਿਆਹੀ—Blue ink (ਬ੍ਲਊ ਇੰਕ)

ਪਰਕਾਰ—Divider (ਡਿਵਾਇਡਰ)

ਪਰ ਦੀ ਕਲਮ—Quill pen (ਕ੍ਵਿਲ ਪੇਨ)

ਪੇਂਸਿਲ—Pencil (ਪੇਂਸਿਲ)

ਪੋਸ੍ਟ ਕਾਰ੍ਡ—Post-card (ਪੋਸ੍ਟ ਕਾਰ੍ਡ)

ਫ਼ਾਇਲ—File (ਫ਼ਾਇਲ)

ਫ਼ੀਤਾ—Tape (ਟੇਪ)

ਬੁਲਾਉਣ ਵਾਲੀ ਘੰਟੀ—Call-bell (ਕੱਲ ਬੈਲ)

ਮੁਲਾਕਾਤੀ ਕਾਰ੍ਡ—Visiting card (ਵਿਜ਼ਿਟਿੰਗ ਕਾਰ੍ਡ)

ਮਾਸਿਕ ਪੱਤਰ—Magazine Monthly (ਮੈਗਜ਼ੀਨ ਮੰਥਲੀ)

ਮੋਹਰ—Seal (ਸੀਲ)

ਮੋਮੀ ਕਪੜਾ—Tracing cloth (ਟ੍ਰੇਸਿੰਗ ਕ੍ਲੱਥ)

ਰੱਬੜ—Eraser (ਇਰੇਜ਼ਰ)

ਰਬੜ ਦੀ ਮੋਹਰ—Rubber-stamp (ਰੱਬੜ ਸ੍ਟੈਮ੍ਪ)

ਰੱਦੀ ਦੀ ਟੋਕਰੀ—Waste paper-basket (ਵੇਸ੍ਟ ਪੇਪਰ-ਬਾਸ੍ਕੇਟ)

ਰਸੀਦ ਵਹੀ—Receipt-book (ਰਿਸੀਪ੍ਟ ਬੁੱਕ)

ਰੂਲਰ—Ruler (ਰੂਲਰ)

ਰੋਜ਼ਾਨਾ ਅਖ਼ਬਾਰ—Daily paper (ਡੇਲੀ ਪੇਪਰ)

ਲਪੇਟਣ ਵਾਲਾ ਕਾਗ਼ਜ਼—Packing paper (ਪੈਕਿੰਗ ਪੇਪਰ)

ਲਾਖ, ਮੁਹਰ ਲਗਾਉਣ ਵਾਲੀ—Sealing-Wax (ਸੀਲਿੰਗ ਵੈਕ੍ਸ)

ਲਿਖਣ ਦਾ ਪੈਡ—Writing pad (ਰਾਇਟਿੰਗ ਪੈਡ)

ਲਿਫ਼ਾਫ਼ਾ—Envelope (ਏਨਵੈਲਪ)

ਲੇਖਾ ਵਹੀ—Ledger (ਲੈਜ਼ਰ)

ਜਾਨਵਰ
ANIMALS

ਊਂਠ—Camel (ਕੈਮਲ)

ਸਾਨ੍ਹ—Bull (ਬੁਲ)

ਸਾਹੀ—Porcupine (ਪੋਰ੍ਕੁਪਾਇਨ)

ਸਿੰਗ—Horn (ਹਾਰ੍ਨ)

ਸੂਰ—Pig (ਪਿਗ)

ਸੂਰੀ—Swine (ਸ੍ਵਾਇਨ)

ਸ਼ਿਕਾਰੀ ਕੁੱਤਾ—Hound (ਹਾਊਂਡ)

ਸ਼ੇਰ—Lion (ਲਾਇਨ)

ਹਿਰਨ—Dear (ਡਿਅਰ)

ਹਿਰਨ ਦਾ ਬੱਚਾ—Fawn (ਫ਼ੱਾਨ)

ਹਾਥੀ—Elephant (ਏਲਿਫ਼ੈਂਟ)

ਕਸਤੂਰੀ ਮਿਰਗ—Muse-deer (ਮਸਕ ਡਿਅਰ)

ਕੰਗਾਰੂ—Kangroo (ਕੰਗਾਰੂ)

ਕੁੱਤਾ—Dog (ਡੱਗ)

ਕੀੜੀ ਖੋਰ—Ant-eater (ਅੈਂਟ ਈਟਰ)

ਕਤੂਰਾ—Poppy (ਪੱਪੀ)

ਕੁੱਤੀ—Bitch (ਬਿਚ)

ਖੱਚਰ—Mule (ਮ੍ਊਲ)

ਖ਼ਰਗੋਸ਼—Rabbit (ਰੈਬਿਟ)

ਖਰਹਾ—Hare (ਹੇਅਰ)

ਖੁਰ—Hoof (ਹੂਫ)

ਖੋਤਾ—Ass (ਐਸ)

ਗਊ—Cow (ਕਾਉ)

ਗਲਹਿਰੀ—Squirrel (ਸ੍ਕਵ੍ਰਿਲ)

ਗੈਂਡਾ—Rhinoceros (ਰਿਨੋਸੀਜ਼ਰੱਸ)

ਗੋਰਖਰ—Zebra (ਜ਼ੇਬਰਾ)

ਗਿੱਦੜ—Jackal (ਜੈਕਾਲ)

ਘੋੜਾ—Horse (ਹੱਰ੍ਸ)

ਘੋੜੀ—Mare (ਮੇਅਰ)

ਚੀਤਾ—Panther (ਪੈਨ੍ਥਰ)

ਚੂਹਾ—Mouse (ਮਾਉਸ)

ਚਛੂੰਦਰ—Mole (ਮੋਲ)

ਜੰਗਲੀ ਸੂਰ—Boar (ਬੋਰ)

ਜਿਰਾਫ਼—Giraffe (ਜਿਰਾਫ਼)

ਝਬਰਾ ਕੁੱਤਾ—Spaniel (ਸ੍ਪੈਨਿਅਲ)

ਟੱਟੂ—Pony (ਪੋਨੀ)

ਤੇਂਦੂਆ—Leopard (ਲਿਓਪਾਰ੍ਡ)

ਨਿਉਲਾ—Mongoose (ਮੋਂਗੂਜ਼)

ਪੂਛ—Tail (ਟੇਲ)

ਪਸ਼ੂ—Beast (ਬੀਸੁਟ)
ਪੰਜਾ—Claw (ਕੁਲਾਵ)
ਪ੍ਰਜਨਕ ਸਾਨ੍ਹ—Sire (ਸਾਇਰ)
ਬੱਕਰਾ—He-goat (ਹੀ-ਗੋਟ)
ਬੱਕਰੀ—She-goat (ਸ਼ੀ-ਗੋਟ)
ਬੱਕਰੀ ਦਾ ਬੱਚਾ—Kid (ਕਿਡ)
ਬੱਛਾ—Calf (ਕਾਫ਼)
ਬੱਛੀ—She-calf (ਸ਼ੀ-ਕਾਫ਼)
ਬਿੱਲੀ—Cat (ਕੈਟ)
ਬਲੂੰਗੜਾ—Kitten (ਕਿਟਨ)
ਬਾਂਦਰ—Monkey (ਮੰਕੀ)
ਬਨਮਾਨੁਸ਼—Chinpanese (ਚਿੰਪਾਂਜੀ)
ਬਾਘ—Tiger (ਟਾਇਗਰ)
ਬਾਰ੍ਹਾਸਿੰਗਾ—Stag (ਸੁਟੈਗ)
ਬਲਦ—Ox (ਔਕੁਸ)
ਬਘਿਆੜ—Wolf (ਵੁਲਫ਼)
ਭੇਡ—Sheep (ਸ਼ੀਪ)
ਭੇਡੂ—Ewe (ਏਵੀ)
ਭੇਡ ਦਾ ਬੱਚਾ—Lamb (ਲੈਮੁਬ)
ਮਝ—Buffalo (ਬਫ਼ੈਲੋ)
ਰਿੱਛ—Wear (ਵੀਅਰ)
ਲੂੰਬੜੀ--Fox (ਫ਼ੌਕੁਸ)
ਲੱਕੜ ਬੱਘਾ—Hyena (ਹੀਇਨਾ)
ਲੰਗੂਰ—Ape (ਐਪ)

ਕੀੜੇ-ਪਤੰਗੇ
WORMS & INSECTS

ਅਜਗਰ—Boa (ਬੋਆ)
ਸਰਪਮੀਨ--Eel (ਈਲ)
ਸ਼ੰਖ--Conch (ਕੌਂਚ)
ਸ਼ਾਰਕ--Shark (ਸ਼ਾਰੁਕ)
ਸੱਪ--Snake (ਸੁਨੇਕ)
ਸਿੱਪੀ--Oyster (ਓਇਸੁਟਰ)
ਸੱਪ ਕੋਬਰਾ--Cobra (ਕੋਬਰਾ)
ਕੱਛੂਕੁੰਮਾ--Turtle (ਟਰਟਲ)
ਕੇਕੜਾ--Crab (ਕ੍ਰੈਬ)
ਕਿਰਲੀ--Lizard (ਲਿਜ਼ਾਰਡ)
ਖਟਮਲ--Bog (ਬੋਗ)
ਗੋਬਰਲਾ--Beatle (ਬੀਟਲ)
ਗਡ-ਗਡੋਆ--Earth-worm (ਅਰਥ-ਵਾਰੁਮ)
ਘੋਗਾ--Snail (ਸਨੇਲ)
ਘਾਅ ਦੀ ਸੁੰਡੀ--Grasshopper (ਗ੍ਰਾਸ਼ ਹੁਪਰ)
ਚਿੱਲਰ--Body-lice (ਬੱਡੀ ਲੀਸ)
ਜ਼ਹਿਰ--Poison (ਪਾਇਜ਼ਨ)
ਜ਼ਹਿਰ ਦੇ ਦੰਦ--Fangs (ਫੈਂਗੁਸ)
ਜੁਗਨੂ--Firefly (ਫ਼ਾਇਰ ਫ਼ਲਾਇ)
ਜੋਕ--Leech (ਲੀਚ)
ਜੂ--Lice (ਲਾਇਸ)
ਝੀਂਗੁਰ--Cricket (ਕ੍ਰਿਕੇਟ)
ਟਿੱਡੀ--Locust (ਲੋਕਸੁਟ)
ਠੂੰਹਾ--Scorpion (ਸੁਕੌਰਪਿਅਨ)
ਡੱਡੂ--Frog (ਫ਼੍ਰੋਗ)
ਡੱਡੂ ਦਾ ਬੱਚਾ--Tad pole (ਟੇਡ ਪੋਲ)
ਡੀਲ--Louse (ਲਾਉਸ)
ਤਿਤਲੀ--Butterfly (ਬਟਰ ਫ਼ਲਾਇ)
ਦਰਿਆਈ ਘੋੜ --Hippopotamns (ਹਿਪੋਪੌਟਾਮਸ)
ਦੀਮਕ--Termite (ਟਰਮਾਇਟ)
ਧਮੂੜੀ—Wasp (ਵਾਸੁਪ)
ਪਿੱਸੂ—Flea (ਫ਼ਲੀ)
ਫਣ—Hood ਹੁਡ)
ਭੂੰਡ—Knaur (ਨਾਉਰ)
ਮੱਛੀ—Fish (ਫ਼ਿਸ਼)
ਮੱਖੀ—Fly (ਫ਼ਲਾਇ)
ਮੱਕੜੀ—Spider (ਸੁਪਾਇਡਰ)
ਮੱਕੜੀ ਦਾ ਜਾਲ—Web (ਵੇਬ)
ਮਗਰਮੱਛ--Crocodile (ਕ੍ਰੋਕੋਡਾਇਲ)
ਮੱਛਰ--Mosquito (ਮੱਸਕਉਟੋ)
ਮੱਛੀ, ਡੱਡੂ ਆਦਿ—Spown (ਸਪੌਨ)
ਮਧੂਮੱਖੀ--Heney-bee (ਹਨੀ-ਬੀ)
ਮਧੂਮੱਖੀ (ਮਾਦਾ)—Bee (ਬੀ)
ਰੇਸ਼ਮ ਦਾ ਕੀੜਾ--Silk-worm (ਸਿਲਕ-ਵਾਰੁਮ)
ਰੇਸ਼ਮ ਦਾ ਕੋਆ—Cocoon (ਕੋਕੂਨ)
ਲੀਖ—Nit (ਨਿਟ)

ਪੰਛੀ
BIRDS

ਉੱਲੂ—Owl (ਆਊਲ)
ਅਬਾਬੀਲ—Swallow (ਸ੍ਵੈਲੋ)
ਅੰਡਾ--Egg (ਏਗ)
ਆਲ੍ਹਣਾ—Nest (ਨੈਸ੍ਟ)
ਸਾਰਸ—Crane (ਕ੍ਰੇਨ)
ਹੰਸ—Swan (ਸ੍ਵੈਨ)
ਕਠਫੋੜਾ—Woodpecket (ਵੁਡ ਪੈਕਰ)
ਕਬੂਤਰ--Pigeon (ਪਿਗਨ)
ਕਾਲਾ ਕਾਂ—Raven (ਰੇਵਨ)
ਕੋਇਲ--Cuckoo (ਕੁੱਕੂ)
ਕਾਂ--Crow (ਕ੍ਰੋ)
ਕੁਕੜੀ—Hen (ਹੇਨ)
ਕੁੱਕੜ—Cock (ਕੱਾਕ)
ਗਿੱਧ—Valtur (ਵਲ੍ਚਰ)
ਗੋਰੈਆ ਚਿੜੀ—Sperrow (ਸ੍ਪੈਰੋ)
ਗਰੁੜ—Eagle (ਈਗਲ)
ਚਮਗਿੱਦੜ--Bat (ਬੇਟ)

ਚੀਲ—Kite (ਕਾਇਟ)
ਚੂਜ਼ਾ—Chiken (ਚਿਕਨ)
ਚੁੰਜ--Beak (ਬੀਕ)
ਤਿੱਤਰ--Patidge (ਪੈਟਿਜ਼)
ਤੋਤਾ--Parrot (ਪੈਰੱਟ)
ਨੀਲਕੰਠ--Magpie (ਮੈਗ੍ਪੀ)
ਪੰਖ--Feather (ਫ਼ੀਦਰ)
ਪਰ--Wing (ਵਿੰਗ)
ਫ਼ਾਕਤਾ--Dove (ਡੱਵ)
ਬਤਖ--Drake (ਡ੍ਰੇਕ)
ਬਤਖ ਦਾ ਬੱਚਾ--Duckling (ਡਕਲਿੰਗ)
ਬਤਖੀ--Duck (ਡੱਕ)
ਬੁਲਬੁਲ--Nightingale (ਨਾਇਟਿੰਗੇਲ)
ਬੀਜੜਾ--Weaverbird (ਵੀਵਰਬਰ੍ਡ)
ਬਟੇਰ--Quail (ਕ੍ਵੇਲ)
ਬਾਜ--Hawk (ਹੱਾਕ)
ਮੋਰ--Peacock (ਪੀਕੱਾਕ)
ਮੋਰਨੀ--Peahen (ਪੀ ਹੇਨ)
ਲਵਾ ਪੰਛੀ--Lark (ਲਾਰ੍ਕ)

ਪੱਤਰ-ਲਿਖਣਾਂ
(LETTER WRITING)

ਪ੍ਰਭਾਵੀ ਪਤਰ ਲਿਖਣ ਲਈ ਕੁਝ ਜਰੂਰੀ ਦਿਸ਼ਾ-ਨਿਦੇਸ਼

ਤੁਸੀਂ ਚਾਹੇ ਕਿਸੀ ਨੂੰ ਵੀ ਪੱਤਰ ਲਿਖ ਰਹੇ ਹੋ, ਉਸਦੀ ਵਿਸ਼ਯ-ਵਸਤੂ ਕੁਝ ਵੀ ਹੋਵ ਜੇ ਤੁਸੀਂ ਹੇਠਾਂ ਲਿਖਿਆਂ ਗਲਾਂ ਦਾ ਧਿਆਨ ਰਖੋਂ ਤਾਂ ਤੁਹਾਨੂੰ ਪਤਰ ਲਿਖਣ ਵਿਚ ਕਾਫੀ ਮਦਦ ਮਿਲੇਗੀ।

1. ਜੇ ਤੁਸੀਂ ਰਿਸ਼ਤੇਦਾਰਾਂ, ਮਿਤਰਾਂ ਜਾਂ ਜਾਣ-ਪਛਾਣ ਵਾਲਿਆਂ ਨੂੰ ਪਤਰ ਲਿਖ ਰਹੇ ਹੋ ਤਾਂ ਤੁਹਾਡੀ ਕੋਸ਼ਿਸ਼ ਇਹ ਹੋਣੀ ਚਾਹਿਦੀ ਹੈ ਕਿ ਤੁਸ਼ੀਂ ਆਪਣੇ ਹੱਥ ਨਾਲ ਪਤਰ ਲਿਖੋ। ਜੇਂ ਤੁਹਾਡੀ ਲਿਖਾਈ ਸਾਫ ਨਹੀਂ ਹੈ ਤੇ ਤੁਸੀਂ ਟਾਇਪ ਕਰਾ ਕੇ ਵੀ ਪਤਰ ਭੇਜ ਸਕਦੇ ਹੋ।
2. ਪਤਰ ਦੇ ਸੱਜੇ ਹੱਥ ਵਲ ਆਪਣਾਂ ਪਤਾ ਲਿਖੋ। (Top right margin)

411/5- Mohalla Maharam,
Shahdara, Delhi-110 032

3. ਪਤੇ ਦੇ ਠੀਕ ਥਲੇ ਤਾਰੀਖ ਲਿਖੋ। ਤਾਰੀਖ ਲਿਖਣ ਵੇਲੇ ਤੁਸੀਂ ਥਲੇ ਲਿਖੇ ਤਰੀਕਿਆਂ ਵਿਚੋਂ ਕਿਸੇ ਇਕ ਤਰੀਕੇ ਨੂੰ ਅਪਣਾ ਸਕਦੇ ਹੋ।

4th October, 1986
October 4, 1986.
Friday, 4th October, 1986
4.10.1986

4. ਪਤਰ ਦੀ ਸ਼ੁਰੂਆਤ ਕਿਸ ਤਰ੍ਹਾਂ ਕਰਿਏ ?
ਪਤਰ ਦੀ ਸ਼ੁਰੂਆਤ ਬਹੁਤ ਜਰੂਰੀ ਹੋਂਦੀ ਹੈ। ਇਸ ਵਿਚ ਉਸ ਆਦਮੀ ਨੂੰ ਸੰਬੋਧਿਤ ਕੀਤਾ ਝਾਂਅਦਾ ਹੈ, ਜਿਸ ਨੂੰ ਪਤਰ ਲਿਖਿਆ ਜਾਂਦਾ ਹੈ। ਸੰਬੋਧਨ ਇਸ ਗਲ ਤੇ ਨਿਰਭਰ ਕਰਦਾ ਹੈ ਕਿ ਤੁਸੀਂ ਕਿਸ ਨੂੰ ਪਤਰ ਲਿਖ ਰਹੇ ਹੋ ਵਖਰੇ-ਵਖਰੇ ਆਦਮਿਆਂ ਦੇ ਵਾਸਤੇ ਵਖਰੇ-ਵਖਰੇ ਸਬੋਧਨਾਂ ਦਾ ਇਸਤੇਮਾਲ ਹੋਂਦਾ ਹੈ। ਕੁਝ ਬਹੁਤੇ ਇਸ਼ਤੇਮਾਲ ਵਿਚ ਆਣ ਵਾਲੇ ਸੰਬੋਧਨ ਥਲੇ ਦਿਤੇ ਜਾ ਰਹੇ ਹਨ।

- ਮਾਤਾ-ਪਿਤਾ ਅਤੇ ਰਿਸ਼ਤੇ ਵਿਚ ਵਡੇ ਦੂਸਰੇ ਰਿਸ਼ਤੇਦਾਰਾਂ ਨੂੰ

  My dear father/papa/uncle,
  Dear aunt/mother/mummy,

- ਮਾਤਾ-ਪਿਤਾ ਦੀ ਤਰਫੂੰ ਬਚਿਆਂ ਨੂੰ

  My dear Umesh,
  My dear son,
  Dear Renu,
  My dear daughter Sapna,

- ਭਰਾ-ਭੈਣਾਂ ਅਤੇ ਮਿਤਰਾਂ ਵਿਚੋਂ

  My dear brother/sister,
  My dear Anand,
  My dear sister Pushpa,
  My dear friend Anand,

- ਆਪਣੇ ਤੋਂ ਵਡੇ ਅਧਿਕਾਰਿਆਂ ਅਤੇ ਪੇਸ਼ੇ ਵਾਲੇ ਫਰਮ ਦੇ ਮਾਲਿਕ/ਮਾਲਿਕਾਂ ਨੂੰ

  Sir,
  Dear Sirs,
  Dear Mr. Ramesh,

5. ਪਤਰ ਦਾ ਖਾਸ ਭਾਗ **(Body of the letter)**
ਇਸ ਨੂੰ ਮੋਟੇ ਰੂਪ ਵਿਚ ਤਿਨ ਭਾਗਾਂ ਵਿਚ ਵੰਡਿਆ ਜਾ ਸਕਦਾ ਹੈ। ਸਭ ਤੋਂ ਪਹਿਲੇ ਸੰਦਰਬ ਦਸੋ ਮਤਲਬ ਤੁਸ਼ੀਂ ਪਤਰ ਕਿਉਂ ਲਿਖ ਰਹੇ ਹੋ। ਇਸ ਤੋਂ ਬਾਦ ਸੰਦੇਸ਼ਾ ਲਿਖੋ ਜਾਂ ਜਿਸ ਗਲ ਦਾ ਜਵਾਬ ਮੰਗਿਆ ਹੈ ਲਿਖੋ। ਆਖਿਰ ਵਿਚ ਵਡਿਆਂ-ਛਟਿਆਂ ਨੂੰ ਜੇੜਾ ਜਿਸ ਲਾਇਕ ਹੋਵੇ ਅਭਿਵਾਦਨ ਦੇਂਦੇ ਹਏ ਪਤਰ ਦਾ ਖਾਸ ਭਾਗ ਖਤਮ ਕਰੋ। ਤਿਨਾਂ ਦਾ ਇਕ-ਇਕ ਉਦਾਰਣ ਥਲੇ ਦਿਤਾ ਜਾ ਰਿਹਾ ਹੈ।

- ਸੰਦਰਬ (Reference):

  I have just received your letter.

- ਸੰਦੇਸ਼ (Message):

  Meet Mr. Gajraj and give him the money.

- ਸਮਾਂਪਤ (End):

  Please give my best regards/love/wishes to.....

6. ਪਤਰ ਨੂੰ ਖਤਮ ਕਿਸ ਵਾਰਾਂਣ ਕਰਿਏ ? **(How to close a letter?)**
ਪਤਰ ਦੇ ਖਤਮ ਕਰਣ ਦਾ ਤਰੀਕਾ ਵੀ ਇਸ ਗਲ ਤੇ ਨਿਰਭਰ ਕਰਦਾ ਹੈ ਕਿ ਤੂਸੀ ਪਤਰ ਕਿਸ ਨੂੰ ਲਿਖ ਰਹੇ ਹੋ। ਇਸ ਨੂੰ ਦਸਖਤ ਕਰਨਾ (subscription) ਕਹਿੰਦੇ ਹਨ। ਪਤਰ ਕਿਸ ਨੂੰ ਲਿਖਿਆ ਜਾਂਦਾ ਹੈ ਉਸ ਦੇ ਵਰਗੇ ਵਖਰੇ ਵਖਰੇ subscriptions ਹੋਂਦੇ ਹਨ। ਇਸ ਵਿਚ ਪਤਰ ਲਿਖਣ ਵਾਲੇ ਦੇ ਦਸਖਤ ਵੀ ਸ਼ਾਮਿਲ ਹੋਂਦੇ ਹਨ।

- ਮਾਤਾ-ਪਿਤਾ ਅਤੇ ਰਿਸ਼ਤੇ ਵਿਚ ਵਡੇ ਰਿਸ਼ਤੇਦਾਰਾਂ ਨੂੰ—

  Affectionately yours. Yours affectionately. Your affectionate son/daughter/nephew/niece.
- ਮਾਤਾ-ਪਿਤਾ, ਚਾਚਾ-ਚਾਚੀ ਆਦੀ ਵਲੋਂ ਬੱਚਿਆਂ ਨੂੰ—

  Affectionately yours. Yours affectionately. Your affectionate father/uncle/mother/auntie.
- ਮਿਤਰਾਂ ਨੂੰ—

  Sincerely yours. Yours sincerely. Yours very sincerely.
- ਆਪਣੇ ਤੋਂ ਵਡੇ ਅਧਿਕਾਰਿਆਂ ਨੂੰ ਅਤੇ ਪੇਸ਼ੇ ਵਾਲੇ ਫਰਮ ਦੇ ਮਾਲਿਕਾਂ ਨੂੰ—

  Yours faithfully.
- ਭਰਾਂ-ਭੈਣਾਂ ਵਿਚ ਪਤਰ-ਵਰਤਾਉ—

  Your loving brother. Your loving sister.

7. ਜੇਕਰ ਪਤਰ ਖਤਮ ਕਰਣ ਦੇ ਬਾਦ ਕੋਈ ਗਲ ਲਿਖਣ ਤੋਂ ਛਟ ਜਾਏ ਤੇ ਪਤਰ ਦੇ ਥਲੇ ਲਿਖ ਕੇ ਆਪਣੀ ਗਲ ਲਿਖੋ।
8. ਕੁਲ ਮਿਲਾ ਕੇ ਪਤਰ ਕਸਿਆ ਹੋਇਆ, ਅਪਣਾਂ ਸੰਦੇਸ਼ ਸਾਫ ਦਸਣ ਵਾਲਾ ਅਤੇ ਏਹ ਜੀ ਭਾਸ਼ਾ ਵਿਚ ਹੋਣਾ ਚਾਹਿਦਾ ਏ, ਜੇੜਾ ਪਤਰ ਪਾਣੇ ਵਾਲੇ ਦੇ ਹਿਸ਼ਾਬ ਦਾ ਹੋਵੇ। ਬਗੋਰ ਜਰੂਰਤ ਵਦਾਨਾਂ ਵੀ ਪਤਰ ਨੂੰ ਉਬਾਊ ਬਣਾ ਦੇਂਦਾ ਹੈ—ਇਸ ਵਾਸਤੇ ਆਪਣੇ ਭਾਉ ਦਸਣ ਲਈ ਛਟੇ ਤੋਂ ਛਟਾ ਰਹਿਣ ਦੀ ਕੋਸ਼ਿਸ ਕਰੋ। ਵਕਤ ਨਾਲ ਪਤਰ ਭੇਜਨ ਦਾ ਵੀ ਬੜਾ ਮਹਤਵ ਹੋਂਦਾ ਹੈ—ਹਮੇਸ਼ਾ ਕੋਸ਼ਿਸ਼ ਕਰੋ ਕਿ ਤੁਹਾਡਾ ਪਤਰ ਵਕਤ ਤੇ ਪਜੇ ਅਤੇ ਉਸ ਵਿਚ ਸਾਰਿਆਂ ਜਰੂਰਤ ਦਿਆਂ ਸੂਚਨਾਂਵਾਂ ਦੇ ਦਿਤਿਆਂ ਗਇਆਂ ਹੋਨ।

1. ਸ਼ੁਬਕਾਮਨਾਂ ਪੱਤਰ (Letters of Greetings)

ਸ਼ੁਬਕਾਮਨਾਂ ਦੇਣ ਵਾਲੇ ਪਤਰਾਂ ਦਾ ਖਾਸ ਮਤਲਬ ਹੁਦਾ ਹੇ—ਦੂਸਰੇ ਦੀ ਖੁਸ਼ੀ ਵੰਡਣਾ, ਆਪਣੀ ਖੁਸ਼ੀ ਦੂਸਰਿਆਂ ਤਕ ਪਹੁਚਾਣਾ, ਆਪਣੀ ਯਾਦ ਦਿਲਾਣਾ ਅਤੇ ਪਤਰਾਂ ਦੇ ਜਰਿਏ ਆਪਣੇ ਬਰਾਦਰੀ ਦੇ ਬੰਦਨਾਂ ਨੂੰ ਹੋਰ ਤੇ ਹੋਰ ਮਿੱਠਾ ਬਨਾਣਾ। ਹਾਲਾਂ ਕਿ ਏ ਪਤਰ ਔਪਚਾਰਿਕ ਅਤੇ ਛਟੇ ਹੋਂਦੇ ਹਚ ਫਿਰ ਵੀ ਇਨਾਂ ਵਿਚ ਅਪਣਾਂਪਨ ਹੋਵੇਗਾ, ਪਤਰ ਉਨਾਂ ਹੀ ਪਰਭਾਵ ਪਾਂਣ ਵਾਲਾ ਹੋਵੇਗਾ। ਇਨਾਂ ਪਤਰਾਂ ਦੀ ਭਾਸ਼ਾ ਕਿਤਾਬੀ ਨਾਂ ਹੋ ਕੇ ਬੋਲਣ-ਚਾਲਣ ਦੀ ਭਾਸ਼ਾ ਹੋਂਦੀ ਹੈ। ਪੜਰ ਪੜਨ ਵਾਲੇ ਏਹੋ ਜੇਹਾ ਲਗੇ ਕਿ ਪਤਰ ਦਾ ਲਿਖਣ ਵਾਲਾ ਉਸਦੇ ਸਾਮਣੇ ਬੈਠਾ ਆਪਣੀ ਖੁਸ਼ੀ ਬੜੇ ਸਹਜ ਭਾਵ ਨਾਲ ਦਸ ਰਿਆ ਹੇ। ਏਹੋ ਜੇ ਪਤਰ ਨਵੇਂ-ਸਾਲ, ਹੋਲੀ, ਦਿਵਾਲੀ, ਈਦ, ਵਸ਼ਹਰਾ, ਕਿਰਿਸਮਿਸ, ਜਨਮਦਿਨ ਆਦੀ ਜੇ ਸੂਬ ਵੇਲਆਂ ਤੇ ਭੇਜੇ ਜਾਂਦੇ ਹਨ।

ਖੁਸ਼ੀ ਦਸਣ ਵਾਲੇ ਵਾਕ ਨਾਲ ਪਤਰ ਸ਼ੁਰੂ ਕਰ :

1. I was pleasantly surprised to know.............
2. Please accept my heartiest greetings on the eve of.............
3. Please accept my best wishes on this happy occasion.
4. My wife and kids join me in expressing our warmest greetings on the occasion of.............

ਵਦਾਈ ਦੇਣ ਦੇ ਬਾਦ ਸੁਖੀ ਭਾਵੀ ਲਈ ਸੁਬ ਕਾਮਨਾਵਾਂ ਦੇ ਦੇਉ :

5. May this occasion bring you all happiness and prosperity!
6. May every day of your future be as pleasant and auspicious as this day!
7. May god grant you every success in the coming years!
8. I wish this day to be as happy and gay as lily in May!

ਆਪ ਹਾਜਿਰ ਨ ਹੋ ਸਕਨੇ ਦੀ ਮਜਬੂਰੀ ਜਾਹਿਰ ਕਰੋ :

9. I would have joined you so happily in the celebrations but for my visit on urgent official business.
10. I regret my absence on this happy day owing to my illness.
11. How eager I am to be with you but my family occupation prevents me from doing so.

ਕੋਈ ਉਪਹਾਰ/ਭੇਂਟ ਦੇਣੇ ਵਲ ਇਸ਼ਾਰਾ ਕਰੋ :

12. But you will soon receive a gift as a token of my affection for you on this happy occasion.
13. I hope you like the small gift/bouquet I sent to you today to convey my warm feelings.

ਦੁਬਾਰਾ ਸ਼ੁਬਕਾਮਨਾਵਾਂ ਪ੍ਰਕਟ ਕਰਦੇ ਹੋਏ ਪਤਰ ਸਮਾਪਤ ਕਰੋ :

14. Once again I convey my sincerest greetings on this auspicious occasion.
15. Wishing you all the best in life.
16. Looking forward to hearing more from you.

Sample Letter

My dear......,

Please accept my heartiest greetings on the eve of New Year. (2) May God grant you every success in the coming years! (7) I regret my absence on this happy day owing to my illness. (10) But you will soon receive a gift as a token of my affection for you on this happy occasion. (12)

Yours sincerely,

2. ਵਦਾਈ-ਪੱਤਰ (Letters of Congratulations)

ਵਦਾਈ ਪਤਰ ਆਮਤੌਰ ਤੇ ਸ਼ੁਭਕਾਮਨਾਵਾਂ ਪਕਟ ਕਰਣਵਾਲੇ ਪਤਰਾਂ ਦੇ ਮੁਕਾਬਲੇ ਜਿਆਦਾ ਭਾਵ ਪਗਟ ਹੋਂਦੇ ਹਨ ਅਤੇ ਇਨਾਂ ਵਿਚ ਆਦਮੀ ਦਾ ਜੋਸ਼ ਜਿਆਦਾ ਦਿਸਦਾ ਹੈ। ਇਨਾਂ ਪਤਰਾਂ ਦੇ ਨਾਲ ਕਿਸੀ ਵੀ ਆਦਮੀ ਨੂੰ ਖਾਸ ਚੀਜ ਪਾਪਤ ਹੋਣ ਦੀ ਤਾਰੀਫ ਕਰਦੇ ਹੋਏ ਗਰਮਜੋਸ਼ੀ ਨਾਲ ਆਪਣੀ ਖੁਸ਼ੀ ਨੂੰ ਜਾਹਿਰ ਕੀਤਾ ਜਾਉਂਦਾ ਹੈ ਅਤੇ ਪਤਰ ਪਾਣ ਵਾਲੇ ਦੇ ਭਵਿਸ਼ ਦੇ ਵਲ ਵੀ ਸੁਬਕਾਮਨਾਂ ਪਤਰਾਂ ਦੇ ਮੁਕਾਬਲੇ ਕੁਝ ਜਿਆਦਾ ਲੰਬੇ ਹੋਂਦੇ ਹਨ। ਇਨਾਂ ਨੂੰ ਇਮਤਹਾਨ ਵਿਚ ਕਾਮਯਾਬੀ, ਵਯਾਪਾਰ ਵਿਚ ਤੱਰਕੀ, ਤੇ ਪੁਸਤਕ ਵਿਮੋਚਨ ਜਾਂ ਇਸ ਤਰਾਂ ਵੀ ਦੂਸਰੇ ਖੁਸ਼ੀ ਦੇ ਮੌਕਯਾਂ ਲਈ ਭੇਜਿਆ ਜਾਂਦਾ ਏ।

ਪਪਰ ਦੀ ਸ਼ੁਰੂਆਤ ਖੁਸ਼ੀ ਜਾਹਿਚ ਕਰਦੇ ਹੋਏ ਕਰੋ :

1. I am so happy to know..............
2. We are thrilled to hear from our mutual friend.
3. My heart is filled with joy to learn about.............
4. My happiness knew no bound the other day when I came to know about..............
5. I was beside myself with joy the other day when I came to know about.......

ਮਿੱਠੇਲੱਫਜਾਂ ਵਿੱਚ ਵਦਾਈ ਦਊ :

6. Please accept my heartiest congratulations on..............
7. My wife joins me in congratulating you/your son.........on your/your son's grand success.
8. It is really a splendid achievement and we are all proud of you.
9. I am delighted to learn at your realizing your cherished ambition.

ਉਜਵਲ ਭਵਿਸ਼ ਲਈ ਆਪਣੀ ਸ਼ੁਭਕਾਮਨਾਵਾਂ ਜਾਹਿਰ ਕਰੋ :

10. Your grand success will make you bask in the glory of the fortune's smile all through your life.
11. May God continue to grant you similar successes all through your life.
12. I am sure you would bring great laurels to your profession.
13. Having attained the firm footing in your life, I am sure you would go very far on the path of achievements.

ਭਾਵੀ ਕਾਰਯਕਰਮਾਂ ਦੇ ਬਾਰੇ ਵਿਚ ਪਛਣ ਨਾਲ ਸਮਬੰਧਾਂ ਵਿਚ ਆਤਮੀਅਤਾ ਜਾਹਿਰ ਹੋਵੇਗੀ :

14. Do you plan to celebrate the occasion?
15. When are you intending to join........?
16. Do you plan to go abroad for higher studies?

ਪਤਰ ਦੀ ਸਮਾਪਤੀ ਦੁਬਾਰਾ ਆਪਣੀ ਸ਼ੁਭਕਾਮਨਾਵਾਂ/ਵਦਾਇਆਂ ਦੇਂਦੇ ਹੋਏ ਅਤੇ ਕਾਮਯਬੀ ਦੇ ਕਾਰਣਾਂ ਦੇ ਵਲ ਇਸ਼ਾਰਾ ਕਰਦੇ ਹਏ ਕਰੋ :

17. Once again I congratulate you on your well deserved success.
18. Your success is a fitting reward of your merit/painstaking labour.
19. God has duly rewarded your sincere prayer.
20. Accept once again my felicitations on this grand occasion.

Sample Letter

My dear........,

I was beside myself with joy the other day when I came to know about your topping the list of the successful candidates in the Civil Services Examination. (5) It is really a splendid achievement and we are all proud of you. (8) May God continue to grant you similar successes all through your life. (11) Do you plan to celebrate the occasion? (14) Your success is a fitting reward of your merit/painstaking labour. (18)

Yours sincerely,

3. ਹਮਦਰਦੀ-ਪੱਤਰ (Letters of Sympathy)

ਦੁਖ ਦੇ ਵੇਲਿਆਂ ਤੇ ਲਿਖੇ ਜਾਣ ਵਾਲੇ ਹਮਦਰਦੀ ਦੇ ਪਤਰਾਂ ਨੂੰ ਮੋਟੇ ਰੂਪ ਤੋਂ ਚਾਰ ਭਾਗਾਂ ਵਿਚ ਵੰਡਿਆ ਜਾ ਸਕਦਾ ਹੈ : ਮਾਲੀ ਨੁਕਸਾਨ, ਦੁਰਘਟਨਾ, ਬਿਮਾਰੀ, ਇਮਤਹਾਨ ਜਾਂ ਨੌਕਰੀ ਵਿਚ ਨਾਕਾਮਯਾਬੀ। ਹਮਦਰਦੀ ਦੇ ਪਤਰ ਵਿਚ ਸੰਵੇਦਨਾ ਪਤਰ ਦੇ ਮੁਕਾਬਲੇ ਭਾਵੁਕਤਾ ਦਾ ਹਿੱਸਾ ਸਭਾਵ ਤੋਂ ਹੀ ਘਟ ਹੋਂਦਾ ਹੈ ਕਿਉਂਕਿ ਮਾਲੀ ਨੁਕਸਾਨ, ਜਾਨੀ ਨੁਕਸਾਨ ਦੇ ਮੁਕਾਬਲੇ ਘਟ ਮਹਤਪਰਨ ਹਨ। ਫਿਰ ਵੀ ਪੜਨ ਵਾਲੇ ਨੂੰ ਪਤਰ ਲਿਖਣ ਵਾਲੇ ਦੀ ਸੱਚੀ ਹਮਦਰਦੀ ਮਿਲਣੀ ਚਾਹਿਦੀ ਏ।

ਆਪਣਾਂ ਪਤਰ ਖਬਰ ਮਿਲਣ ਤੇ ਦੁਖ ਨਾਲ ਸ਼ੁਰੂ ਕਰੋ :

1. I am extremely sorry to hear of the fire that ravaged your factory on 10th Sept.
2. I was much distressed to learn about the theft committed in your house last Monday.
3. I was extremely worried to know about your illness the other day by our mutual friend.
4. It was with profound shock that I learnt about your car accident from the newspaper.
5. I was quite disturbed to know about your supercession in service.
6. It was with great sadness that I learnt from the newspaper about your failure in the examination.

ਜਿਆਦਾ ਨੁਕਸਾਨ ਨਾ ਹੋਣ ਤੇ ਸੰਤੋਖ ਜਾਹਿਰ ਕਰੋ :

7. However, it is a matter of great relief that the damage caused was not major.
8. At the same time I am quite relieved to know that the loss is not much.
9. But I am sure the regular treatment will make you get rid of it in no time.
10. But I feel greatly relieved to know that you are physically safe.
11. Do not worry, if you could not get your promotion this time you may get it next year.
12. Success and failure are a part of life and should be taken in stride.

ਪਤਰ ਪੜਨ ਵਾਲੇ ਦਾ ਬੇਕਸੂਰ ਹੋਣ ਦਾ ਯਕੀਨ ਜਾਹਿਰ ਕਰੋ ਅਤੇ ਕੋਈ ਖਾਸ ਲਿਖਣ ਵਾਲੀ ਗਲ ਹੋਵੇ ਤਾਂ ਲਿਖੋ :

13. Do not get upset about it as I am told it was insured.
14. I am glad that the police is hotly pursuing the case with some useful clues.
15. Take full rest and follow the doctor's instruction. You will get well soon.
16. Success or failure are a matter of luck. Do not lose your heart and work hard with redoubled vigour. Success shall be yours.

ਆਪਣੀ ਤਰਫੋਂ ਮਦਦ ਦਾ ਪਸਤਾਵ ਰਖੋ :

17. I know some important personnel in the Insurance company. I will speak to them.
18. Please do not hesitate in asking any financial help from me in case you need.
19. Why do not you come to my place for the convalescence. We'll have good time.
20. Henceforth be careful in driving and, also get your car brakes thoroughly checked.
21. Sincere efforts always bring reward, so continue trying.

ਪਨਰ ਹਮਦਰਦੀ ਜਾਹਿਰ ਕਰੋ :

22. You have all my sympathies on this unfortunate incident.
23. I feel greatly concerned about your loss.
24. Please convey my heart-felt sympathies to your entire family.
25. May you recover speedily.
26. May god grant you your well-deserved success next time.

Sample Letter

My dear......,

I was extremely sorry to hear of the fire that ravaged your factory on 10th Sept.(1) However, it is a matter of great relief that the damage caused was not major.(7) Do not get upset about it as I am told it was insured.(13) I know some important personnel in the Insurance company. I will speak to them.(17) You have all my sympathies on this unfortunate incident.(22)

Yours sincerely,

4. ਦੁਖ ਜਾਹਿਰ ਕਰਣ ਦੇ ਪੱਤਰ (Letters of Regret)

ਸਦੇ ਦੀ ਨਾਮੰਜੂਰੀ ਜਾ ਕਿਸੀ ਵਜਹ ਤੋਂ ਸਦੇ ਦੇ ਮੌਕੇ ਤੇ ਨਾਂ ਪਹੁੰਚ ਪਾਨ ਦਾ ਸਨੇਹਿਆ ਦੇਣ ਵਾਲੇ ਪਤਰ ਇਸ ਜਮਾਤ ਵਿਚ ਆਉਂਦੇ ਹਨ। ਗੈਰਹਾਜਿਰ ਹੋਣ ਦੀ ਖਬਰ ਦੇਣ ਵਾਲੇ ਪਤਰ ਥੋੜੇ ਵਡੇ ਹੋ ਜਾਂਦੇ ਹਨ ਕਿਉਂਕਿ ਇਨਾਂ ਵਿਚ ਨਾ ਆ ਸਕਣ ਦੀ ਵਜਹ ਵੀ ਦਸੀ ਜਾਉਂਦੀ ਹੈ।

ਸ਼ੁਰੂ ਵਿਚ ਸਦਨ ਲਈ ਧਨਵਾਦ ਦੇਓ :

1. Thanks a lot for your kind invitation to attend.............
2. I was extremely happy to receive your letter of invitation to attend.............
3. It was so kind of you to have remembered me on the occasion of.............
4. It was an honour to have received your courteous invitation letter.

ਇਸ ਦੇ ਬਾਦ ਸਦੇ ਦੀ ਨਾਮੰਜੂਰੀ ਲਈ ਦੁਖ ਜਾਹਿਰ ਕਰੋ :

5. I would have been so much delighted to be with you but.............
6. I was thrilled to receive your invitation and was looking forward to meeting you all but owing to.............
7. I regret to inform you that in spite of my ardent wish I would not be able to make it for reasons beyond my control.
8. We were all very keen to participate in.............but..........
9. I have much pleasure in accepting your invitation but deeply regret having to refuse owing to a previous engagement.

ਹੇਠ ਦਿਤੇ ਵਾਕਿਆਵਾਂ ਵਿਚੋਂ ਠੀਕ ਵਾਕ ਉਤੇ ਲਿਖੇ ਵਾਕ ਵਿਚ ਜੋੜ ਕੇ ਵਾਕ ਪੂਰਾ ਕਰੋ :

10. Unfortunately I am not well.
11. Owing to my urgent business trip abroad, I would not be able to attend it.
12. ....but I am preoccupied with the arrival of guests on the same dates.
13. ....but I am going out on the same dates to attend my sister's wedding.

ਸ਼ੁਭ ਅਵਸਰ ਲਈ ਆਪਣੀ ਸ਼ੁਭਕਾਮਨਾਵਾਂ ਜਾਹਿਰ ਕਰੋ :

14. Nevertheless I convey my heartiest good wishes for the happy occasion.
15. All the same, let me congratulate you most heartily on this happy event of your life.
16. My family joins me in wishing you all the best.
17. Best wishes for this grand event of your life.

ਆਖਿਰ ਵਿਚ ਗੈਰਹਾਜਿਰੀ ਲਈ ਦੁਬਾਰਾ ਖਿਮਾ-ਪਾਥਨਾ ਕਰੋ :

18. How I wish I would have reached there. I hope you would appreciate my position.
19. I do hope you would accept my sincere apologies for my absence.
20. You can't imagine how perturbed I am at not being able to make it.
21. I sincerely regret the disappointment I am causing to you.

Sample Letter

My dear......,

It was an honour to have recieved your courteous invitation letter. (4) I would have been so much delighted to be with you. (5) but unfortunately I am not well. (10) I sincerely regret the disappointment I am causing to you. (21) Nevertheless I convey my heartiest good wishes for the happy occasion. (14)

Sincerely yours,

5. ਛੁਟੀ ਲਈ ਪ੍ਰਾਥਨਾ ਪੱਤਰ (Leave Applications)

ਇਸ ਵਾਂਗਣ ਦੇ ਪਤਰ, ਛਟੇ ਪਰ ਮਤਲਬ ਸਾਫ ਦਸਣ ਵਾਲੇ ਹੋਂਦੇ ਹਨ। ਭਾਵੇਂ ਸਕੂਲੋਂ ਛਟੀ ਲੈਣੀ ਹੋਵੇ ਜਾਂ ਦਫਤਰੋਂ, ਏਹੋ ਜੇ ਆਵੇਦਨ ਪਤਰਾਂ ਦਾ ਇਸਤੇਮਾਲ ਸਾਰਿਆਂ ਨੂੰ ਕਰਣਾ ਪਦਾ ਹੈ। ਏਹੋ ਜੇ ਪਤਰਾਂ ਵਿਚ ਸਬੰਧਿਤ ਅਧਿਕਾਰੀ ਨੂੰ ਉਚਿਤ ਸਨਮਾਨ ਦੇਂਦੇ ਹੋਏ ਛਟੀ ਲੈਣ ਦੀ ਵਜਹ ਸਪਸ਼ਟ ਕਰਦੇ ਹਏ, ਛਟੀ ਦੇਣ ਦੇ ਵਾਸਤੇ ਪਾਥਨਾ ਕੀਤੀ ਜਾਂਦੀ ਹੇ।

ਪਹਿਲੇ ਕਾਰਣ ਸਪਸ਼ਟ ਕਰੋ :

1. Respectfully I beg to state that I have been suffering from fever since........
2. With due respect I wish to bring to your kind notice that my niece is getting married on...........
3. I submit that I have to attend an interview at........on.......
4. I have to state that I am having a very important work to do on............

ਫਿਰ ਛਟੀ ਲਈ ਪਾਥਨਾ ਕਰੋ :

5. Therefore, I request you to grant me leave for........days.
6. Hence you are requested to grant me leave of absence for........
7. I, therefore, request you to grant me leave for...........to enable me to attend to this work.

ਆਖਿਰ ਵਿਚ ਧਨਵਾਦ ਦੇਂਦੇਂ ਹੋਏ ਪਤਰ ਸਮਾਪਤ ਕਰੋ :

8. I shall be highly grateful.
9. I shall be much obliged to you.

Sample Letter

Sir,

Respectfully I beg to state that I have been suffering from fever since last night.(1) Therefore, I request you to grant me leave for three days.(5) I shall be much obliged to you. (9)

Thanking you,

Yours faithfully

6. ਧਨਵਾਦ ਦੇ ਪੱਤਰ (Letters of Thanks)

ਧਨਵਾਦ ਦੇ ਪਤਰਾਂ ਦਾ ਖਾਸ ਭਾਵ ਇਹਸਾਨਮੰਦੀ ਜਤਾਉਣ ਦਾ ਹੋਂਦਾ ਹੈ। ਕਿਸੀ ਖਾਸ ਮੌਕੇ ਤੇ ਕਿਸੀ ਵਲੋਂ ਯਾਦ ਕੀਤੇ ਜਾਣ ਜਾਂ ਉਪਹਾਰ ਉਪਹਾਰ ਆਦਿ ਦਿਤੇ ਜਾਂਣ ਦੇ ਪਤਰ ਦੇ ਉਤਰ ਵਿਸ ਇਨਾਂ ਨੂੰ ਲਿਖਿਆ ਜਾਂਦਾ ਹੇ। ਹਾਲਾਂਕਿ ਇਹ ਪਤਰ ਵੀ ਔਪਚਾਰਿਕ ਪਤਰਾਂ ਦੀ ਸ਼ਰੇਣੀ ਵਿਚ ਆਂਦੇ ਹਨ ਪਰੰਤੂ ਧਿਆਨ ਰਵੇ ਕਿਰਤਗ ਭਾਵ ਜਾਹਿਰ ਕਰਨ ਵੇਲੇ ਔਪਚਾਰਿਕਤਾ ਪ੍ਗਟ ਨਹੀਂ ਹੋਣੀ ਚਾਹਿਦੀ। ਏ ਪਤਰ ਛਟੇ ਕਿੰਤੂ ਬਹੁਤ ਜਰੂਰੀ ਹੋਂਦੇ ਹਨ ਕਿਉਂਕਿ ਅਗਲੇ ਸਬੰਧਾਂ ਦੀ ਮਿਠਾਸ ਬਹੁਤ ਕੁਝ ਏਹੋ ਜੇ ਪਤਰਾਂ ਤੇ ਨਿਰਭਰ ਕਰਦੀ ਏ।

ਪਤਰ ਦੀ ਸ਼ੁਰੂਆਤ ਇਹਸਾਨਮੰਦੀ ਜਤਾਉਂਦੇ ਹੋਏ ਕਰੋ :

1. I thank you from the core of my heart for your letter/sending me the gift etc.
2. I express my profound gratitude for your having cared to remember me/send me the beautiful gift etc.
3. It was very kind of you to have..............
4. Thanks a lot for..............(your letter/beautiful gift etc). Indeed I am grateful.

ਉਪਹਾਰ/ਪਤਰ ਦਾ ਮਜਬੂਨ ਅਤੇ ਉਸਦੇ ਮਹਤਵ ਦੀ ਚਰਚਾ ਕਰੋ :

5. Your letter/gift is the most precious possession that I have.
6. Your sentiments expressed through the letter/gift has really boosted my morale.
7. Your letter/gift has really strengthened our bonds of affection.
8. The exquisite gift/warm feelingful letter was most befitting the occasion.

ਦੁਬਾਰਾ ਧਨਵਾਦ ਦੇਂਦੇ ਹੋਏ ਪਤਰ ਖਤਮ ਕਰੋ :

9. Thank you once again for your kind letter/gift.
10. Very many thanks for caring to remember me.
11. Thanks a lot for the letter/gift, although your personal presence would have made quite a difference.
12. Thanks again. We are looking forward to meeting you soon.

Sample Lette

My dear......,

I thank you from the core of my heart for your letter/sending me the gift.(1) Your letter/gift is the most precious possession that I have.(5) Very many thanks for caring to remember me.(10)

Yours sincere'

7. ਧੀਰਜ-ਪੱਤਰ (Letters of Condolence)

ਧੀਰਜ ਦਾ ਪਤਰ ਕਿਸੀ ਜਾਨਣ ਵਾਲੇ ਨੂੰ ਆਮ ਤੌਰ ਤੇ ਉਸਦੇ ਘਰ ਵਿਚ ਕਿਸੀ ਮਾੜੀ ਘਟਨਾ ਹੋਣ ਤੇ ਲਿਖਿਆ ਜਾਂਦਾ ਹੈ। ਇਨਾਂ ਪਤਰਾਂ ਦਾ ਖਾਸ ਭਾਵ ਧੀਰਜ ਦਾ ਹੀ ਹੋਂਦਾ ਹੈ। ਏਹੋ ਜੇ ਪਤਰ ਛਟੇ ਹੋਂਦੇ ਹਨ ਅਤੇ ਭੈੜੀ ਖਬਰ ਸੁਣਦੇ ਹੀ ਤੁਰੰਤ ਭੇਜੇ ਜਾਂਦੇ ਹਨ। ਏਹੋ ਜੇ ਪਤਰ ਸਿਰਫ ਔਪਚਾਰਿਕ ਨ ਹੋ ਕੇ ਅਸਲਿਅਤ ਜਾਹਿਰ ਕਰਨ ਵਾਲੇ ਹੋਣੇ ਚਾਹਿਦੇ ਹਨ। ਉਸ ਵਿਚ ਮਰਨ ਵਾਲੇ ਦੇ ਅੱਛ ਗੁਣਾਂ ਨੂੰ ਸ਼ਰਧਾ ਜਾਂ ਪਿਆਰ (ਪਤਰ ਲਿਖਣ ਵਾਲੇ ਤੋਂ ਛਟਾ ਜਾਂ ਵੱਡਾ ਜੇਹੋ ਜਿਆ ਵੀ ਹੋਵੇ) ਨਾਲ ਲਿਖਣਾ ਚਾਹਿਦਾਂ ਹੈ। ਜੇਕਰ ਪਤਰ ਲਿਖਣ-ਵਾਲਾ ਮਿਰਤਕ ਦੇ ਰਿਸ਼ਤੇਦਾਰ ਜਾਂ ਸਬੰਧੀ (ਜਿਸ ਨੂੰ ਪਤਰ ਲਿਖ ਰਿਆ ਹੈ) ਦੀ ਉਸ ਦੇ ਵੇਲੇ ਕੁਝ ਮਦਦ ਕਰ ਸਕਦਾ ਹੈ ਤਾਂ ਉਸ ਦਾ ਜਿਕਰ ਹੋਣਾ ਚਾਹਿਦਾ ਹੈ।

ਖਬਰ ਮਿਲਣ ਤੇ ਅਫ਼ਸੋਸ਼ ਜਾਹਿਰ ਕਰੋ :

1. It was with deep regret that we learnt the heart-rending news of the passing away of..............
2. I was greatly saddened to know about..............from the newspaper/telephone call/letter.
3. I was rudely shocked to know about the sudden demise..............from..............
4. I was profoundly distressed to learn about the sudden demise of..............

ਮਰਨ ਵਾਲੇ ਦੇ ਚੰਗੇ ਗੁਣਾਂ ਨੂੰ ਜਾਹਿਰ ਕਰੋ :

5. He was such a lovable person.
6. In his death in the prime of life god has snatched a bright jewel from our midst.
7. His sociable nature and cultural refinement would keep him alive in the hearts of his admirers.
8. His death has caused a grievous loss not only to your family but to all of us.
9. He was a source of strength and inspiration to many of his fellowbeings.
10. His remarkable achievements would transcend his memory beyond his physical death.
11. Some of his pioneering work will go a long way to benefit many future generations.

ਆਖਿਰ ਵਿਚ ਦੁਬਾਰਾ ਧੀਰਜ ਬੰਨਾਉ :

12. Please accept my sincerest condolences on this sad demise of your.............
13. May God grant you enough courage and forbearance to withstand this shock.
14. May his soul rest in peace in heaven and guide you for years to come.
15. We express our most sincere sympathy to you in your great bereavement.
16. We hope that the tree he has planted thrives well to provide protection to his family.

Sample Letter

My dear......,

It was with deep regret that we learnt the heart-rending news of the passing away of your father. (1) His death has caused a grievous loss not only to your family but to all of us. (8) We express our most sincere sympathy to you in your great bereavement. (15) May God grant you enough courage and forbearance to withstand this shock. (13)

Yours sincerely,

8. ਪ੍ਰਮ-ਪੱਤਰ (Love Letters)

ਪ੍ਰਮ-ਪਤਰ ਖਾਸ ਕਰਕੇ ਦੋ ਤਰਾਂ ਦੇ ਹੋਂਦੇ ਹਨ—ਪਤੀ-ਪਤਨੀ ਦੇ ਵਿਚ ਦੇ ਪਮ-ਪਤਰ ਅਤੇ ਪਮੀ-ਪਮਿਕਾ ਦੇ ਵਿਚ ਦੇ ਪਮ-ਪਤਰ। ਪਹਿਲੀ ਤਰਾਂ ਦੇ ਪਮ-ਪਤਰਾਂ ਵਿਚ ਪਮ ਦੇ ਨਾਲ-ਨਾਲ ਘਰ-ਪਰਿਵਾਰ ਦਿਆਂ ਸਮਸਿਆਵਾਂ ਦਾ ਵੀ ਜਿਕਰ ਹੋਂਦਾ ਹੈ, ਜਦ ਕਿ ਦੂਸਰੀ ਤਰਾਂ ਦੇ ਪਤਰਾਂ ਵਿਚ ਪਮ-ਭਾਵਣਾਂ ਅਤੇ ਖਿਆਲੀਲੋਕ ਦਿਆਂ ਗਲਾਂ ਅਧਿਕ ਹੋਂਦੀਆਂ ਹਨ। ਇਨਾਂ ਪਤਰਾਂ ਨੂੰ ਲੀਕਿਆ ਨਹੀਂ ਜਾ ਸਕਦਾ, ਇਸ ਵਾਸਤੇ ਇਨਾਂ ਨੂੰ ਕਿਸੇ ਨਿਸ਼ਚਿਤ ਰੂਪਰੇਖਾ ਜਾਂ ਨਿਯਮਾਂ ਵਿਚ ਨਹੀਂ ਬਨਯਾ ਜਾ ਸਕਦਾ।

ਪਤਰ ਦੀ ਸ਼ੁਰੂਆਤ ਪਿਆਰ ਭਰੀ ਗਲਾਂ ਨਾਲ ਕਰੋ :

1. Your loving letter this morning has come like a ray of sun-shine.
2. Your sweet letter has sunken me in the sweet fragrance of our love.
3. Your letter has flooded me with sheer happiness.
4. Your affectionate letter has scattered the depression I was enveloped in.

ਫਿਰ ਇਧਰ-ਉਧਰ ਦਿਆਂ ਗਲਾਂ ਤੇ ਆ ਜਾਉ :

5. Everything is fine here except that I miss you so badly.
6. Has our little daughter (write her name) recovered from flu.
7. Nights really stretch to no end in your absence.
8. Is all well at home.

ਦੁਬਾਰਾ ਪਿਆਰ ਭਰੀ ਗਲਾਂ ਕਰ :

9. I am dying to meet you.
10. Once again I must teli you how deeply do I love you.
11. Write back soon as your letters provide me a great emotional support.
12. I am counting the days when I will meet you.

ਪਨਰ ਤਾਰੀਫ ਭਰੇ ਵਾਕਿਆਂ ਨਾਲ ਪਤਰ ਸਮਾਪਤ ਕਰੋ :

13. You are the sweetest dream of my life.
14. Your memory keeps me radiant.
15. I am desperately waiting to meet you my sweetheart!
16. You are the greatest thing that happened to my life.

Sample Letter

Dearest.....,

Your sweet letter has sunken me in the sweet fragrance of our love.(2) Everything is fine here except that I miss you so badly.(5) Write back soon as your letters provide me a great emotional support.(11) You are the greatest thing that happened to my life.(16)

Love.

Yours ever,

9. ਆਮੰਤਰਣ-ਪੱਤਰ (Letters of Invitation)

ਇਨਾਂ ਪਤਰਾਂ ਦੇ ਮੂਲ ਵਿਚ ਜੋਸ਼, ਖੁਸ਼ੀ ਅਤੇ ਸਨਮਾਨ ਦਾ ਭਾਉ ਨਿਹਿਤ ਹੋਂਦਾ ਹੈ। ਪਤਰ ਪਾਣ ਵਾਲੇ ਨੂੰ ਇਹ ਮਹਸੂਸ ਹੋਣਾ ਚਾਹਿਦਾ ਹੈ ਕਿ ਬਹੁਤ ਜੋਰ ਦੇ ਕੇ ਅਤੇ ਅਤੀਵ ਸਨਮਾਂਨ ਦੇ ਨਾਲ ਉਸ ਨੂੰ ਆਮੰਤਰਿਤ ਕੀਤਾ ਜਾ ਰਿਆ ਹੈ। ਏ ਪਤਰ ਪਰੇ ਵਿਵਰਣਾਂ ਦੇ ਨਾਲ ਲਿਖਾ ਜਾਣਾ ਚਾਹਿਦਾ ਹੈ। ਜਿਸ ਤਰਾਂ ਕਿਥੇ ਦਾ ਆਮੰਤਰਣ ਹੈ ਅਤੇ ਕਦ ਜਾਣਾ ਹੈ ਆਦਿ। ਏਹੋ ਜੇ ਪਤਰ ਵਿਆਹ, ਜਨਮ-ਦਿਨ, ਘਰ-ਪਵੇਸ਼ ਆਦਿ ਦੇ ਮੌਕਿਆਂ ਤੇ ਲਿਖੇ ਜਾਂਦੇ ਹਨ।

ਸ਼ੁਰੂ ਵਿਚ ਆਮੰਤਰਣ ਦੇ ਮੌਕੇ, ਤਾਰੀਖ, ਸਮਾਂ ਅਤੇ ਥਾਂ ਦਾ ਵਿਵਰਣ ਦਿਓ :

1. It is with great pleasure that I inform you that (I am/my son is, getting engaged on 16th February, 1986 at Taj Palace's Crystal Room at 6 p.m.)
2. This is to bring to your kind notice that ....
3. Most respectfully I inform you that ....
4. I am pleased to inform you that.............

ਹੁਣ ਜਾਤਿਤੌਰ ਤੇ ਆਮੰਤਰਿਤ ਕਰੋ :

5. I request you to kindly come with your family to grace the occasion.
6. I would be delighted if you could spare some time from your busy schedule to attend the above mentioned function/celebration.
7. It would be a great pleasure to have you among the guests.
8. Please do come with your family at the appointed place and time.

ਇਕ ਵਾਰ ਦੁਬਾਰਾ ਜਰੂਰ ਆਉਂਣ ਤੇ ਜੋਰ ਦਿਓ :

9. You know how important is your presence on this occasion for us. So please do come.
10. I am sure you would not disappoint us.
11. I would be greatly honoured if you could come on this occasion.
12. My whole family is very eagerly awaiting your arrival.

Sample Letter

My dear.......,

It is with great pleasure that I inform you that my son is getting engaged on 16th Feb. 1986 at Taj Palace's Crystal Room at 6 p.m. (1) I request you to kindly come with your family to grace the occasion. (5) My whole family is very eagerly awaiting your arrival. (12)

Yours sincerely,

10. ਸਿਖਿਆ-ਸੰਬੰਧੀ ਪੱਤਰ/ਪ੍ਰਾਥਨਾ ਪੱਤਰ
(Letters and Applications on Educational Matters)

ਮਾਤਾ-ਪਿਤਾ ਅਤੇ ਮਾਸਟਰ ਦੇ ਵਿਚ ਖਤੋ-ਕਿਤਾਬਤ ਦੇ ਮੌਕੇ ਅਕਸਰ ਆਉਂਦੇ ਰਹਿੰਦੇ ਹਨ। ਅਧਿਕਤਰ ਏਹੋ ਜੇ ਪਤਰ ਸਿਖਿਆ-ਸਬੰਧੀ ਹੀ ਹੋਂਦੇ ਹਨ ਜਿਸ ਤਰਾਂ—ਪ੍ਰਮਾਣ-ਪਤਰ ਪਾਪਤ ਕਰਨ ਲਈ ਲਿਖੇ ਗੇ ਪਤਰ, ਬੱਚੇ ਦੀ ਪੜਾਈ ਨਾਲ ਸਬੰਧਿਤ ਸਵਾਲ ਪਛਣ ਵਾਲੇ ਪਤਰ ਆਦਿ। ਇਨਾਂ ਦੀ ਭਾਸ਼ਾ ਔਪਚਾਰਿਕ ਹੋਂਦੀ ਹੈ ਅਤੇ ਪਤਰ ਵਿਚ ਸਿਦੇ-ਸਿਦੇ ਮੂਲ ਮੁਦੇ ਤੇ ਗਲ ਕੀਤੀ ਜਾਉਂਦੀ ਹੈ।

ਪਤਰ ਦੇ ਸ਼ੁਰੂ ਵਿਚ ਪਤਰ ਲਿਖਣ ਦੀ ਵਜਹ ਸਾਫ ਦਸੋ :

1. This is to bring to your kind notice that I am leaving the town and I want to have my son's transfer certificate from your reputed school/college etc.
2. I have been watching my son's studies and find him to be still quite weak in mathematics.
3. I am deeply pained to learn from my son the callous attitude of some of the teachers towards students.
4. Since my daughter..........a student of your school, class........wishes to compete for the science talent competition, I should be grateful if you could issue the relevant certificates.

ਆਖਿਰ ਵਿਚ ਧੱਨਵਾਦ ਦੇਂਦੇ ਹੋਏ ਪਾਬਨਾ-ਪਤਰ ਸਮਾਪਤ ਕਰੋ :

5. Kindly arrange to issue the certificate at your earliest. Thank you.
6. I would be grateful if some special attention is given to my son........
7. You are requested to send the relevant certificates by.......(give date)
8. I again request to get the needful done at your end.

Sample Letter

Dear Sir (or Madam),

Since my daughter Neeta, a student of Class XI in your school, wishes to compete for the science talent competition, I should be grateful if you could issue relevant certificates.(4) I again request you to get the needful done at your end.(8)

Yours sincerely,

11. ਵਿਆਹ ਵਿਗਯਾਪਨਾਂ ਦੇ ਜਵਾਬ
(Replies to Matrimonial Advertisements)

ਅਜਕਲ, ਖਾਸਕਰ ਵਡੇ ਸ਼ਹਿਰਾਂ ਵਿਚ, ਵਿਆਹ ਸਬਧ ਅਖਬਾਰੀ ਵਿਗਯਾਪਨਾਂ ਦੇ ਜਰਿਏ ਵੀ ਹੋਂਦੇ ਹਨ। ਏਹੋ ਜੇ ਵਿਗਯਾਪਨ ਧਿਆਨ ਨਾਲ ਪੜੇ ਜਾਉਂਦੇ ਹਨ। ਇਨਾਂ ਨਾਲ ਕਈ ਵਿਆਹ ਸਮਪਨ ਹੋਂਦੇ ਹਨ। ਉਨਾਂ ਵਿਗਆਪਨਾਂ ਦੇ ਜਵਾਬ ਵਿਚ ਪਤਰ ਇਸ ਤਰਾਂ ਲਿਖਣੇ ਚਾਹਿਦੇ ਨੇ, ਜਿਨਾਂ ਵਿਚ ਵਿਗਪਾਪਮ ਦਾ ਪਰਾ ਹਵਾਲਾ ਹੋਵੇ, ਲਾੜੇ/ਨੂੰ ਦੇ ਬਾਰੇ ਪਰਾ ਬਿਓਰਾ ਹੋਵੇ, ਪਰਵਾਰ ਦਾ ਬਿਓਰਾ ਹੋਵੇ, ਪਰੀ ਮਾਲੀ ਹਾਲਤ ਖੁਲੀ ਲਿਖੀ ਹੋਵੇ, ਫੋਟੋ ਭੇਜਣ ਲਈ ਆਖਿਆਂ ਗਿਆ ਹੋਵੇ, ਪਤਰ ਦੇ ਜਵਾਬ ਦੀ ਉਮੀਦ ਹੋਦੇ ਆਦਿ। ਏਹ ਪਤਰ ਅਸਲਿਅਤ ਦਸਣ ਏਾਲੇ ਹਂਦੇ ਹਨ ਇਸ ਵਾਸਤੇ ਅਧਿਕ ਤੋਂ ਅਧਿਕ ਸਾਫ ਹੋਣੇ ਚਾਹਿਦੇ ਨੇ।

ਸ਼ੁਰੂ ਵਿਚ ਵਿਚ ਵਿਗਯਾਪਨ ਪੜਨ ਦੀ ਜਾਨਕਾਰੀ ਦਿਓ :

1. In response to your matrimonial advertisement published in the (newspaper's name and date) I furnish hereunder the relevant particulars about my daughter/son.
2. This is in reference to your matrimonial advertisement published in (name of the newspaper) on.........(date) that I give below the details of my daughter/son and my family.
3. I have seen your recent advertisement for a suitable bridegroom/bride for your daughter/son and would like to furnish the following particulars about myself/my son.

ਉਸਦੇ ਬਾ'ਦ ਮੁੰਡੇ/ਕੁੜੀ ਦਾ ਬਿਓਰਾ ਦਿਓ :

4. Name, age, education, appearance and earnings.
5. Brothers, sisters and their description.
6. Parents and their description.
7. Caste/sub-caste or community details.

ਪਤਰ ਦਾ ਅੰਤ ਇਸ ਤਰਾਂ ਕਰੋ :

8. In case you are interested, please send to me more details about the boy/girl along with his/her one recent photograph.
9. If you require more information, I would feel great pleasure to furnish it.
10. If you have belief in astrology we will send the horoscope also.
11. Since we want marriage at the earliest, a prompt reply shall be highly appreciated.

Sample Letter

Dear Sir.....,

In response to your matrimonial advertisement published in The Hindustan Times on 20th Sept. 1986, I furnish hereunder the relevant particulars of my daughter. (give the relevant details). (1) If you have belief in astrology, we will send the horoscope also.(10) Since we want marriage at the earliest, a prompt reply shall be highly appreciated.(11)

Yours sincerely,

12. ਵਿਆਹ ਵਿਗਯਾਪਨਾਂ ਦੇ ਜਰਿਏ ਪ੍ਰਾਪਤ ਪਤਰਾਂ ਦੇ ਜਵਾਬ
(Letters to the responses received from Matrimonial Ads)

ਇਨਾਂ ਪਤਰਾਂ ਦਾ ਜਵਾਬ ਇਕਦਮ ਸਧੀ ਹੋਈ ਭਾਸ਼ਾ ਵਿਚ ਹੋਣਾ ਚਾਹਿਦਾ ਏ ਕਿਉਂਕਿ ਏ ਪਤਰ ਤੁਹਾਡੀ ਇਛਿਆ-ਪੂਰਤਿ ਦੀ ਤਰਫ ਉਠਿਆ ਹੋਇਆ ਪਹਿਲਾ ਕਦਮ ਹੈ। ਜੋ ਵੀ ਬਿਓਰਾ ਮੰਗਿਆ ਜਾਏ ਉਸਦਾ ਸਹੀ-ਸਹੀ ਬਿਯਾਨ ਹੋਣਾ ਚਾਹਿਦਾ ਹੈ। ਇਸ ਤਰਾਂ ਇਨਾਂ ਪਤਰਾਂ ਦੀ ਭਾਸ਼ਾ ਬਪਾਰਿਕ ਪਤਰਾਂ ਵਰਗੀ ਹੋਂਦੀ ਹੈ, ਇਸ ਵਾਸਤੇ ਇਹ ਤੱਤ ਦਸਣ ਵਾਲੇ ਅਤੇ ਛਟੇ ਹੋਂਦੇ ਹਨ।

ਪਹਿਲੇ ਪਤਰ ਪਾਪਤ ਹੋਣ ਦੀ ਮੰਜੂਰੀ ਦੇਂਦੇ ਹੋਏ ਖੁਸ਼ੀ ਜਾਹਿਰ ਕਰੋ :

1. I was delighted to receive your letter in reply to our ad in the newspaper.
2. Received your letter soliciting further enquiry into our likely matrimonial alliance.

ਉਸਦੇ ਬਾਦ ਜੋ ਪਛਿਆ ਗਿਆ ਹੈ, ਉਸ ਦਾ ਪਰਾ ਬਯੋਰਾ ਦਿਓ :

3. My sister's post graduate degree is in Economics from Allahabad University.
4. At present my daughter is teaching in Cannosa convent school.
5. Enclosed photograph is a recent shot of.....(name) my sister.

ਅਗੇ ਵੀ ਬਯੋਰਾ ਦੇਣੇ ਦਾ ਹੌਸਲਾ ਦੇਂਦੇ ਹੋਏ ਆਪਣੀ ਜਾਨਕਾਰੀ ਵਾਸਤੇ ਕੁਝ ਸਵਾਲ ਪਛ :

6. Should you have any further query, I would be most willing to satisfy it. When is Amit coming in holidays?
7. I hope this satisfies your query. Kindly care to send a recently shot photograph of Amit too.
8. If you need ask anything still, we can meet at Lodhi Hotel between 14th to 16th instt. Where I shall be staying during my next visit to Delhi.

ਅਗਲੇ ਸੰਬੰਧਾਂ ਦੀ ਮਿਠਾਸ ਵਲ ਯਕੀਨ ਹੋਣ ਦਾ ਭਾਵ ਦਿਖਾਂਦੇ ਹੋਏ ਪਤਰ ਸਮਾਪਤ ਕਰੋ :

9. Hope to see our proposal to fruition soon.
10. May we ever be tied in this delicate bond of relationship.
11. Looking forward to our coming meeting.

Sample Letter

Dear Mr.........,

I was delighted to receive your letter in reply to our ad in the newspaper. (1) At present my daughter is teaching in Cannosa convent school. (2) I hope this satisfies your query. Kindly care to send a recently shot photograph of Amit too. (7) Looking forward to our coming meeting.(11)

Yours truly,

13. ਘਰੇਲੂ ਪੱਤਰ : ਬਰਾਬਰ ਵਾਲਿਆਂ ਦੇ ਵਿਚ
(Family Letters : Between Equals)

ਘਰੇਲੂ ਪਤਰਾਂ ਨੂੰ ਵੀ ਕਿਸੀ ਨਿਸ਼ਚਿਤ ਵਾਰੀ ਨਾਲ ਨਹੀਂ ਵੰਡਿਆ ਜਾ ਸਕਦਾ, ਨ ਉਨਾਂ ਦੀ ਕੋਈ ਹਦ ਬਣਾਈ ਜਾ ਸਕਦੀ ਏ। ਇਨਾਂ ਪਤਰਾਂ ਦੇ ਮਜਬੂਨ ਅਨੰਤ ਹੋ ਸਕਦੇ ਹਨ—ਵਿਅਕਤਿਗਤ ਸਮਸਿਆਵਾਂ ਤੋਂ ਲੈ ਕੇ ਸਧਾਰਣ ਪਸੰਗ ਤਕ। ਫਿਰ ਵੀ ਇਨਾਂ ਪਤਰਾਂ ਦਾ ਇਕ ਖਾਸ ਗੁਨ ਹੈ—ਪਿਆਰ ਵਾਂਲੇ ਬਿਨਾ ਦਿਖਾਵੇ ਦੇ। ਆਮ ਤੌਰ ਤੇ ਏ ਪਤਰ ਲਬੇ ਹੋਂਦੇ ਹਨ ਅਤੇ ਬੋਲਣ-ਚਾਲਣ ਦੀ ਭਾਸ਼ਾ ਵਿਚ ਲਿਖੇ ਜਾਉਂਦੇ ਹਨ : ਬਰਾਬਰ ਵਾਲਿਆਂ ਦੇ ਪਤਰਾਂ ਦਾ ਲਹਜਾ ਜਰਾ ਦਸ਼ਤਾਨਾ ਹੁਦਾ ਹੈ, ਜਿਸ ਵਿਚ ਥੋੜੀ ਤਾਨੇਬਾਜੀ ਵੀ ਚਲਦੀ ਏ, ਜੋ ਘਰੇਲੂ ਪਿਆਰ ਨੂੰ ਮਜਬੂਤ ਕਰਦੀ ਹੈ।

ਖੁਸ਼ੀ ਜਾਹਿਰ ਕਰਦੇ ਹੋਏ ਪਤਰ ਲਿਖਣ ਦਾ ਕਾਰਣ ਉਲੇਖ ਕਰੋ :

1. It was indeed a great pleasure to have received your letter.
2. I received your letter and was delighted to go through its contents.
3. Received your letter after ages.
4. So, at long last you cared to remember me!

ਫਿਰ ਵਿਅਕਤਿਗਤ/ਘਰੇਲੂ ਸੂਚਨਾਵਾਂ ਦਿਓ :

5. Of late I have not been keeping in good health.
6. Father is now better but his movements are somewhat restricted.
7. After the cataract operation, mother's eyesight has improved considerably.
8. Pappoo secured 86% marks and IVth rank in his annual exams.
9. The other day my wife met your cousin at Sheela's marriage.

ਫਿਰ ਕੁਝ ਗਿਲਾ ਅਤੇ ਆਪਣਾਪਨ ਜਾਹਿਰ ਕਰਣ ਵਾਲਿਆਂ ਗਲਾਂ ਦਾ ਉਲੇਖ ਕਰੋ :

10. What about your tea-addiction, still going 20 cups strong a day?
11. How are you getting along in your new affair. Any help needed?
12. Are you really so busy as not to be able to correspond frequently?
13. When are you going to marry—in old age?

ਪੁਨਰ ਮਿਲਨ ਦੀ ਇਛਿਆ ਜਾਹਿਰ ਕਰਦੇ ਹੋਏ ਪਤਰ ਸਮਾਪਤ ਕਰੋ :

14. Hoping to meet you in the Dussera vacation.
15. I hope you would be coming over to this side at Rahul's marriage. Then we will meet.

Sample Letter

Dear Ramesh,

So, at long last you cared to remember me! (4) Of late I have not been keeping in good health. (5) What about your tea-addiction, still going 20 cups strong a day?(10)I hope you would be coming over to this side at Rahul's marriage. Then we will meet.(15)

With loving regards,

Yours affectionately,

14. ਘਟੇਲੂ ਪੱਤਰ : ਵਡੇ ਅਤੇ ਛੋਟੇ ਦੇ ਵਿਚ
(Family letters : From Elder to Younger)

ਵਡਿਆਂ ਦੀ ਤਰਫੋਂ ਛਟਿਆਂ ਦੇ ਪਤਰਾਂ ਵਿਚ ਪਿਆਰ ਦੇ ਨਾਲ-ਨਾਲ ਥੋੜੀ ਅਨੁਸ਼ਾਸਨ ਦੀ ਮਜਬੂਤੀ ਵੀ ਝਲਕਦਿ ਏ ਅਤੇ ਉਨਾਂ ਦੀ ਭਾਵੀ ਜਿੰਦਗੀ ਦੇ ਪਤਿ ਫਿਕਰ ਵੀ। ਏਹੋ ਜੇ ਪਤਰਾਂ ਦੀ ਵੀ ਕੋਈ ਹਦ-ਬੰਦੀ ਨਹੀਂ ਕੀਤੀ ਜਾ ਸਕਦੀ, ਏ ਆਦਮੀ ਦੀ ਜਰੂਰਤ ਤੇ ਹੀ ਨਿਰਭਰ ਕਰਦਾ ਹੈ।

ਖੁਸ਼ੀ ਜਾਹਿਰ ਕਰਦੇ ਹੋਏ ਪਤਰ ਲਿਖਣ ਦੀ ਵਜਹ ਉਲੇਖ ਕਰੋ :

1. I was happy to receive your letter the other day.
2. It is surprising that since last one month you haven't cared to drop even a single letter to us.
3. The photographs sent by you are really marvellous. We were delighted to see them.
4. Mr. Saxena met me yesterday and told me about his meeting you on 10th instant.

ਫਿਰ ਵਿਅਕਤੀਗਤ ਘਰੇਲੂ ਸੂਚਨਾ ਦਿਓ :

5. Ramesh's competitive exams would start from 21st Oct.
6. Your Sushma auntie expired on September 9 last. She was unwell for some time.
7. Since Reeta's marriage has been fixed on 9th January, I expect you to be here at least a week earlier to help me in the arrangements.
8. Your nephew Bittoo is unhappy as you did'nt send him the promised watch.

ਹੁਣ ਪਤਰ-ਪੜਨ ਵਾਲੇ ਦਾ ਹਾਲ-ਚਾਲ ਪਛ :

9. How are you doing in your new assignment. Is it really taxing?
10. I hope you are taking proper care of your health.
11. Tell Asha that I miss delicious dosa prepared by her.
12. How is Pintoo in his studies?

ਪਨਰ ਮਿਲਣ ਦੀ ਇਛਯਾ/ਹੁਕਮ ਜਾਹਿਰ ਕਰਦੇ ਹੋਏ ਪਤਰ ਖਤਮ ਕਰੋ :

13. I hope you would be punctual in your letter-writing to us and would come on Dussera.
14. Be careful about your health in this rainy season and continue writing letters.
15. Apply for your leave well in advance so that you are in time for Reeta's marriage.
16. More when we meet.

Sample Letter

My dear Ram,

It is surprising that since last one month you haven't cared to drop even a single letter to us. (2) Since Reeta's marriage has been fixed on 9th January, I expect you to be here at least a week earlier to help me in the arrangements. (7) I hope you are taking proper care of your health. (10) More when we meet. (16)

With love,

Yours affectionately,

15. ਘਰੇਲੂ ਪੱਤਰ : ਛੋਟੇ ਅਤੇ ਵਡੇ ਦੇ ਵਿਚ
(Family Letters : From Younger to Elder)

ਛਟਿਆਂ ਦੀ ਤਰਫੋਂ ਵਡਿਆਂ ਨੂੰ ਲਿਖੇ ਗਏ ਪਤਰਾਂ ਵਿਚ ਪਿਆਰ ਦੇ ਨਾਲ ਇਜਤ ਅਧਿਕ ਦਿਖਦੀ ਹੈ। ਏ ਪਤਰ ਵੀ ਅਨੌਪਚਾਰਿਕ ਹੁਦੇ ਹਨ ਅਤੇ ਇਨਾਂ ਦੀ ਕੋਈ ਹਦ ਬੰਦੀ ਨਹੀਂ ਹੋ ਸਕਦੀ। ਏ ਪਤਰ ਥੋੜੇ ਵਾਵਨਾਵਾਂ ਨਾਲ ਭਰੇ ਵੀ ਹੋਂਦੇ ਹਨ।

ਖੁਸ਼ੀ ਜਾਹਿਰ ਕਰਦੇ ਹੋਏ ਪਤਰ ਲਿਖਣ ਦੇ ਕਾਰਣਾਂ ਦਾ ਉਲੇਖ ਕਰੋ :

1. I was very happy to receive your letter after a long while.
2. I was thrilled to receive the sweets sent by Mummy with Mrs. Jindal.
3. Have you people completely forgotten me? No letters!
4. I am writing this letter to ask you to send Rs. 250/- for my fees at your earliest.

ਫਿਰ ਵਿਅਕਤਿਗਤ/ਘਰੇਲੂ ਸੂਚਨਾਵਾਂ ਦਿਓ :

5. You will be glad to know that I have been selected in the debating group going to U.S.A. for one month,
6. This year owing to extra-classes in Dussera holidays I won't be able to come.
7. Tell Mohan Dada that I need a tennis racket as I have been selected in the college Tennis team.
8. Asha wants to go to her parents place at Diwali. She will go only if you permit.

ਹੁਣ ਪਤਰ ਪੜਨ ਵਾਲੇ ਦੀ ਕੁਸ਼ਲ-ਖੇਮ ਪਛ :

9. Is Mummy O.K. How is her arthritis?
10. I hope your blood-pressure must now be under control.
11. Has Sarla auntie returned from Hardwar?
12. Would Munna be going to watch the cricket test match at Kotla ground?

ਪੁਨਰ ਮਿਲਨ ਦੀ ਆਕਾਂਗਸ਼ਾ/ਇਛਿਆ ਜਾਹਿਰ ਕਰਦੇ ਹੋਏ ਪਤਰ ਖਤਮ ਕਰੋ :

13. I hope to come for 10 days in Christmas vacation.
14. I might be there by this month and for a day.
15. Hope to talk to you over phone when I go to chacha ji's place.
16. More when we meet.

Sample Letter

Respected Brother,

I was very happy to receive your letter after a long while. (1) You will be glad to know that I have been selected in the debating group going to U.S.A. for one month. (5) Is Mummy O.K.? How is her arthritis? (9) More when we meet. (16)

With regards to elders and love to youngsters.

Yours affectionately,

16. ਨਿਉਕਤਿ/ਇੰਟਰਵਿਉ ਆਦਿ ਤੋਂ ਸੱਬੰਧਿਤ ਪ੍ਰਾਪਤ ਪਤਰਾਂ ਦਾ ਪੂਰਕ ਜਵਾਬ (Letters supplementing the queries arising out of your receiving of the Appointment/Interview Letters)

ਏ ਪਤਰ ਅਕਸਰ ਛਟੇ ਹੋਂਦੇ ਹਨ ਕਿਉਂਕਿ ਏ ਪਰਕ ਪਤਰ ਹਨ ਅਤੇ ਪਿਛਲੇ ਪਤਰ ਦੇ ਮੁਕਾਬਲੇ ਵਿਚ ਘਟ ਵਿਸ਼ਯਾਂ ਨਾਲ ਸੰਬੰਧਿਤ ਹੋਂਦੇ ਹਨ। ਏ ਪਤਰ ਵੀ ਤੱਤ ਵਾਲੇ ਅਤੇ ਛਟੇ ਹੋਂਦੇ ਹਨ। ਏਹੋ ਜੇ ਪਤਰਾਂ ਦਾ ਜਵਾਬ ਜਲਦਬਾਜੀ ਵਿਚ ਨਹੀਂ ਦਿਤਾ ਜਾਣਾ ਚਾਹਿਦਾ ਏ। ਭਾਸ਼ਾ ਪਰੀ ਤਰਾਂ ਸਯਤ ਅਤੇ ਸਧੀ ਹੋਈ ਹੋਣੀ ਚਾਹਿਦੀ ਏ। ਆਖਿਰ ਵਿਚ ਥੋੜੀ ਭਾਵੁਕਤਾ ਜਾਹਿਰ ਕਰਨਾ ਵੀ ਠੀਕ ਹੋਂਦਾ ਹੈ।

ਪਤਰ ਦੀ ਸ਼ੁਰੂਆਤ ਆਪਣੇ ਪਾਂਥਨਾ-ਪਤਰ ਦਾ ਜਵਾਬ ਆਉਣੇ ਦੀ ਖੁਸ਼ੀ ਜਾਹਿਰ ਕਰਦੇ ਹੋਏ ਕਰੋ :

1. I was glad to receive your query in response to my application.
2. Delighted to receive the questionnaire sent by your office.
3. Extremely pleased to get a favourable response from your side.

ਹੁਣ ਖਾਸ ਗਲ ਨੂੰ ਸਪਸ਼ਟ ਕਰਦੇ ਹੋਏ ਆਪਣੀ ਮੁਸ਼ਕਲ ਜਾਂ ਉਲਝਨ ਦਸੋ :

4. But your letter does not mention anything about the T.A. I am entitled to receive for travelling to attend the interview.
5. There appears to be some discrepancy between the grade given in the ad and the one given in your letter.
6. Owing to my illness I won't be able to attend the interview on the scheduled date. Could I get a date fifteen days later than the scheduled one.

ਆਖਿਰ ਵਿਚ ਉਸ ਕੰਪਨੀ ਵਿਚ ਕਮ ਕਰਣ ਦੀ ਆਪਣੀ ਤਮੰਨਾ ਜਾਹਿਰ ਕਰਦੇ ਹਏ, ਪਰੀ ਇਜਤ ਦਿਖਾਉਂਦੇ ਹੋਏ ਪਤਰ ਨੂੰ ਸਮਾਪਤ ਕਰੋ :

7. Avidly awaiting the interview date/answer to my query.
8. Looking forward to a bright future in your esteemed organisation.
9. I hope you would kindly care to send the required clarifications on the mentioned points to enable me to attend the interview/or, join the concern.

Sample Letter

Sir,

I was glad to receive your query in response to my application. (1) But your letter does not mention anything about the travelling allowance I am entitled to receive for travelling to attend the interview. (4) Avidly awaiting the interview date. (7)

Yours faithfully,

17. ਨੌਕਰੀ ਵਾਸਤੇ ਪ੍ਰਾਥਨਾ-ਪੱਤਰ (Job Applications)

ਨੌਕਰੀ ਆਦਿ ਲਈ ਲਿਖੇ ਗਏ ਆਵੇਦਨ-ਪਤਰਾਂ ਦੀ ਭਾਸ਼ਾ ਅਤੇ ਮੂਲ ਉਦੇਸ਼ ਦੀ ਸਪਸ਼ਟਤਾ ਦਾ ਬੜਾ ਮਹਤਵ ਹੋਂਦਾ ਹੈ ਕਿਉਂਕਿ ਏਹੋ ਜੇ ਪਤਰ ਦਾ ਪੜਨ ਵਾਲਾ ਅਕਸਰ ਇਕ ਅਨਜਾਣ ਆਦਮੀ ਹੋਂਦਾ ਹੈ। ਤੁਹਾਡੀ ਕਾਮਯਾਬੀ ਬਹੁਤ ਕੁਝ ਉਸਦੀ ਕਿਰਪਾ ਅਤੇ ਹਮਦਰਦੀ ਤੇ ਨਿਰਭਰ ਕਰਦੀ ਏ। ਏਹੋ ਜੇ ਪਤਰ ਏਵੇਂ ਤੇ ਛਟੇ ਅਤੇ ਔਪਚਾਰਿਕ ਹੋਂਦੇ ਹਨ ਪਰੰਤੂ ਵਿਅਕਤਿਕ ਬਯੋਰਿਆਂ ਦੇ ਕਾਰਣ ਇਨਾਂ ਦੀ ਹਦ ਨਹੀਂ ਬਣਾਈ ਜਾ ਸਕਦੀ।

ਪਤਰ ਦੀ ਸ਼ੁਰੂਆਤ ਉਸ ਹਵਾਲੇ ਤੋਂ ਕਰੋ, ਜਿਥੋਂ ਤੁਹਾਨੂੰ ਇਸ ਨੌਕਰੀ ਦੇ ਬਾਰੇ ਵਿਚ ਪਤਾ ਚਲਿਆ ਹੈ :

1. I have come to know through some reliable sources that you have a vacancy for the post of..........in your renowned organisation.
2. I come to know from your advertisement published in the Hindustan Times on........that you have vacancy for the post of.........in your esteemed organisation.
3. Being given to understand by your advertisement as appeared in........

ਹੁਣ ਆਪਣੇ ਆਵੇਦਨ ਦੀ ਸ਼ੁਰੂਆਤ ਕਰੋ :

4. Since I meet all the required qualifications and experience conditions, I wish to offer my candidature for the same and supply hereunder my details relevant to the job.
5. In response to the afor -mentioned advertisement I wish to offer my candidature for the same and supply hereunder my details relevant to the job.
6. As I possess the requisite qualification so I beg to offer my services for the same.

ਹੁਣ ਅਪਣੀ ਯੋਗਤਾ ਦਾ ਯਕੀਨ ਦਿਲਾਉਂਦੇ ਹੋਏ ਕਿਸੀ ਖਾਸ ਨੌਕਰੀ ਲਈ ਚੁਣੇ ਜਾਣੇ ਦੀ ਪ੍ਰਾਥਨਾ ਕਰੋ :

7. I assure you, sir, that if selected I shall do my work most conscientiously.
8. In case you select me I assure you that I will do my work very sincerely.
9. If given appointment I am sure I will prove an asset for your organisation.
10. If you favour me with an appointment I shall do my best to work to the entire satisfaction of my superiors.

ਹੁਣ ਆਪਣਾਂ ਪਰਾ ਠੀਕ ਬਯੋਰਾ ਦਿਓ :

Name, Address, Date of Birth, Educational qualification, Experience, Extra-curricular activities etc.

Sample Application

Sir,

I came to know from your advertisement published in the Hindustan Times of 8th August, 1986 that you have a vacancy for the post of Administrative Officer in your esteemed organisation. (2) Since I meet all the required qualifications and experience conditions, I wish to offer my candidature for the same and supply hereunder my details relevant to the job. (4) I assure you, sir, that if selected I shall do my work most conscientiously. (7)

Name :

Date of Birth :

Address :

Qualification :

Experience :

Extra-curricular Activities :

Yours faithfully,

18. ਸ਼ਿਕਾਯਤ ਪੱਤਰ (Letters of Complaints)

ਇਹ ਪਤਰ ਖਾਲਸ ਤੌਰ ਤੋਂ ਔਪਚਾਰਿਕ ਹੋਂਦੇ ਹਨ ਅਤੇ ਜਿਆਦਾਤਰ ਕਿਸੀ ਸਰਕਾਰੀ ਵਿਭਾਗ/ਅਫਸਰ ਨੂੰ ਭੇਜੇ ਜਾਂਦੇ ਹਨ। ਇਨਾਂ ਵਿਚ ਆਪਣੀ ਸਾਰੀ ਤਕਲੀਫਾਂ/ਪਰੇਸ਼ਾਨਿਆਂ ਦਾ ਪਰੀ ਤਰਾਂ ਉਲੇਖ ਕਰਦੇ ਹੋਏ, ਬੜੇ ਤਰਕ ਪਰਨ ਤਰੀਕੇ ਨਾਲ ਸ਼ਿਕੰਤ ਕੀਤੀ ਜਾਂਦੀ ਏ। ਆਪਣੀ ਸ਼ਿਕੈਤ ਸਖਤ ਸ਼ਬਦਾਂ ਵਿਚ ਕਰਣ ਦੇ ਬਾਦ ਉਸ ਵਿਭਾਗ ਦੀ ਕਾਬਲਿਅਤ ਦੀ ਥੋੜੀ ਤਾਰੀਫ ਵੀ ਕੀਤੀ ਜਾਣੀ ਚਾਹਿਦੀ ਏ।

ਪਤਰ ਦੀ ਸੁਰੂਆਤ ਆਪਣੀ ਤਕਲੀਫ ਦਾ ਜਿਕਰ ਕਰਦੇ ਹੋਏ ਪੜਨਵਾਲੇ ਦੀ ਤਰਫ ਪਰੇ ਸਨਮਾਨ ਨਾਲ ਕਰੋ :

1. It is with great agony that I wish to bring to your kind notice the callousness shown by some employee of your Deptt.
2. I am pained to rivet your attention to the following lapse committed by your men.

ਹੁਣ ਥੋੜਾ ਵਧਾ ਕੇ ਆਪਣੀ ਤਕਲੀਫ ਦਸੋ :

3. For the last fifteen days.........(mention the cause) and in spite of my several reminders no action has been taken by your men.
4. In spite of my repeated oral complaints and your department's oral assurances no concrete action has been taken yet to solve this problem.
5. It is indeed regretting that your department has tumed a deaf ear to our written complaint followed by several reminders.

ਹੁਣ ਸੰਬੰਧਿਤ ਵਿਭਾਗ ਦੀ ਤਾਰੀਫ ਕਰਕੇ ਆਪਣੀ ਪਰੇਸ਼ਾਨੀ ਤੇ ਦੁਬਾਰਾ ਗੌਰ ਕਰਣ ਲਈ ਜੋਰ ਦੇਂਦੇ ਹੋਏ ਪਤਰ ਖਤਮ ਕਰੋ :

6. It is really surprising that such an efficient department as that of yours is not heeding to our complaints. Please get the needful done without any further loss of time.
7. It is difficult to believe that such thing should have happened under your efficient control. Please get the needful done at the earliest.
8. I can hardly believe that a department like ours which is reputed for its efficiency should be taking so much time in doing the needful

ਪਤਰ ਦਾ ਸਮਾਪਮ ਸ਼ਿਕੈਤ ਦਰ ਹੋ ਜਾਣ ਦੀਂ ਉਮੀਦ ਨਾਲ ਕਰੋ :

9. I have every hope that you will take a prompt action and obligo.
10. I feel confident of receiving a favourable and helpful reply.

Sample Letter

Dear Sir,

It is with great agony that I wish to bring to your kind notice the callousness shown by your Deptt.'s personnel. (1) For the last fifteen days my phone is lying dead and in spite of several reminders no action has been taken yet by your men. (3) It is really surprising that such an efficient Deptt. as that of yours is not heeding to our complaints. Please get the needful done without any further loss of time. (6)

I have every hope that you will take a prompt action and oblige. (9)

Yours faithfully,

19. ਹੋਟਲ ਵਿਚ ਥਾਂ ਲੈਣ ਲਈ ਸੰਬੰਧਿਤ ਪੱਤਰ

(Letters of Enquiry regarding Hotel Accommodation)

ਇਹ ਪਤਰ ਖਾਲਸ ਬਪਾਰਿਕ ਹੋਂਦੇ ਹਨ ਕਿਉਂਕਿ ਤੁਸੀਂ ਪਤਰ ਪੜਨ ਵਾਲੇ ਨੂੰ ਵਿਅਕਤਿਗਤ ਰੂਪ ਤੇ ਨਹੀਂ ਜਾਣਦੇ। ਇਸ ਵਾਸਤੇ ਇਹ ਤੱਤ ਪਰਕ ਅਤੇ ਛਟੇ ਹਣੇ ਚਾਹਿਦੇ ਹਨ ਲੇਕਿਨ ਠਹਰਣੇ ਦੀ ਮਿਆਦ, ਪਹੁਚਣ ਦਾ ਵਕਤ ਆਂਦਿ ਦਾ ਬਯੋਰਾ ਥਿਲਕੁਲ ਸਪਸ਼ਟ ਹੋਣਾ ਚਾਹਿਦਾ ਏ। ਜੇਕਰ ਹੋਟਲ ਦੇ ਸਬੰਧਿਤ ਅਧਿਕਾਰੀ ਦਾ ਪਦ ਨ ਪਤਾ ਹੋਵੇ ਤੇ ਉਸੀ ਤਰਾਂ ਸੰਬੋਧਿਤ ਕੀਤਾ ਜਾਣਾ ਚਾਹਿਦਾ ਏ ਜਿਸ ਤਰਾਂ ਕਿਸੀ ਫਰਮ ਨੂੰ ਲਿਖਦੇ ਵੇਲੇ ਕੀਤਾ ਜਾਂਦਾ ਹੈ।

ਪਹਿਲੇ ਆਪਣੇ ਕਾਰਯਕਰਮ ਆਦਿ ਦੀ ਪਰੀ ਸੂਚਨਾ ਦਿਓ :

1. I shall be coming by the Delhi Express and arrive at your hotel around 5.30 A.M.
2. I want you to book an A.C. room for me from 17th Oct to 20th, both inclusive.
3. Book a single bedded and sea facing room in your hotel betweem 17th Oct. to 20th Oct. from your time of check in and check out.

ਹੁਣ ਜੇਕਰ ਤੁਹਾਡੀ ਕੋਈ ਖਾਸ ਹਿਦਾਯਤ ਹੋਵੇ ਤਾਂ ਉਸਦਾ ਵੀ ਨਿਰਦੇਸ਼ ਦਿਓ :

4. Please collect all my mail reaching your hotel before my arrival on 17th Oct. morning.
5. Please make sure I get an air conditioned room.
6. Please arrange a taxi to take me out around 10.30 A.M. the same day i.e. 17th October.

ਹੁਣ ਉਸ ਹੋਟਲ ਦੀ ਥੋੜੀ ਤਾਰੀਫ ਕਰਦੇ ਹੋਏ ਪਤਰ ਖਤਮ ਕਰੋ :

7. I am sure this visit shall also be as comfortable as it was the last time.
8. You are an added attraction for me to visit your city.
9. Looking forward to a comfortable stay in your hotel.

Sample Letter

Maurya Sheraton,
New Delhi.

Dear Sirs,

I want to book an A.C. room for me from 17th to 20th Oct, both inclusive. (2) Please collect all my mail reaching your hotel before my arrival on 17th Oct. morning. (4) Please arrange a taxi to take me out around 10.30 A.M. the same day i.e. 17th October. (6)

Looking forward to a comfortable stay in your hotel. (9)

Yours truly,

20. ਬੈਂਕਾਂ ਨਾਲ ਪੱਤਰ-ਵਯਵਹਾਰ (Letters to Banks)

ਬੈਂਕ ਅਜਕਲ ਸਾਡੇ ਜੀਵਨ ਦਾ ਨਾਂ ਨਿਖਣਨ ਵਾਲਾ ਹਿੱਸਾ ਬਣ ਚੁਕੇ ਹਨ। ਜਿਨਾਂ ਕਾਰਣਾਂ ਤੋਂ ਬੈਂਕਾਂ ਨੂੰ ਪਤਰ ਲਿਖੇ ਜਾਂਦੇ ਹਨ, ਉਨਾਂ ਵਿਚੋਂ ਖਾਸ ਨੇ—ਨਵਾਂ ਖਾਤਾ ਖੋਲਣ ਦਾ ਅਨੁਰਧ ਕਰਣਾ, ਔਵਰਡ੍ਰਾਫਟ ਦੀ ਸਹੂਲਿਅਤ ਦੇਣ ਦੀ ਪ੍ਰਾਥਨਾ ਕਰਨਾ, ਕਿਸੀ ਬੈਂਕ ਦੇ ਗੁਮ ਹੋ ਜਾਣ ਦੀ ਸੂਚਨਾ ਦੇਣਾ, ਆਦਿ।

ਏ ਪਤਰ ਬਗੇਰ ਗਲਤੀ, ਸਾਰਥਕ ਅਤੇ ਸ਼ਿਸ਼ਟ ਹੋਣੇ ਚਾਹਿਦੇ ਹਨ ਅਤੇ ਇਨਾਂ ਨੂੰ ਲਿਖਣ ਵੇਲੇ ਜਰਾ ਵੀ ਲਾਪਰਵਾਈ ਨਹੀਂ ਵਰਤੀ ਜਾਣੀ ਚਾਹਿਦੀ।

ਪਤਰ ਦੀ ਸ਼ੁਰੂਆਤ ਉਸ ਉਦੇਸ਼ ਨੂੰ ਸਪਹਟ ਕਰਦੇ ਹੋਏ ਕਰੋ ਜਿਸ ਵਾਸਤੇ ਆਪ ਨੂੰ ਪਤਰ ਲਿਖਣਾ ਪ ਰਿਆ ਹੈ।

1. I have recently moved into this town and opened a general stores at the address given above. On the recommendation of my friend Vijay I wish to open a current account with your bank.
2. I have been recently posted to (.........) from (..........). I am interested in opening a savings account in your bank.
3. With the approach of Diwali we expect a big increase in the sales of our shop/company. As we have just entered this field the wholesale dealers are unwilling to give us the credit facility. Therefore we have to request for overdraft for Rs........
4. I wish to inform you that I have been transferred to (.........). This being the case it will not be possible for me to continue my account with your bank in future. Hence I request you to close my account.
5. This is with reference to my personal discussion with you regarding overdraft. I, therefore, now request for allowing me to overdraw on my account (No.......) up to Rs. 3000/ between Ist January, 1987 to Ist July 1987.
6. I am writing to ask you to stop payment of cheque (No.......amount) drawn payable to M/s Karan & Karan, Delhi as this cheque has been lost in the post.

ਹੁਣ ਜੇਕਰ ਰੇਫਰੀ **(Referee)** ਜਾਂ ਜਮਾਨਤੀ **(guarantor)** ਦੀ ਜਰੂਰਤ ਹੋਵੇ ਤਾਂ ਉਹਨਾਂ ਦੇ ਵਿਸ਼ਯ ਵਿਚ ਜਾਣਕਾਰੀ ਹਾਸਲ ਕਰੋ ਜਾਂ ਉਨਾਂ ਦੇ ਵਿਸ਼ਯ ਵਿਚ ਲਿਖਿਏ :

7. Please send me the necessary form and also let me know if any referee is required for opening a new account.
8. I will provide references should you require them.
9. We have debentures worth Rs.........which we are prepared to deposit as security.
10. As I have no investments to offer as security, I should be grateful if you could make an advance against my personal security.
11. As our past commitments regarding overdrafts have always been honoured hence we find nothing for you to turn down our proposal.

ਹੁਣ ਆਸਜਨਕ ਜਵਾਬ ਦੀ ਉਮੀਦ ਪਗਟ ਕਰੋ :

12. I shall be grateful for an early reply.
13. Hoping for a favourable reply.
14. We shall highly appreciate a sympathetic response to our above request.
15. We shall be grateful if you could grant the overdraft asked for.
16. We should be highly thankful, if you could accede to our request.

Sample Letter

Dear Sir,

I have recently moved into this town and opened a general stores at the address given above. On the recommendation of my friend Vijay I wish to open a current account with your bank. (1) Please send me the necessary form and also let me know if any referee is required for opening a new account. (7) I shall be grateful for an early reply. (12)

Yours faithfully,

21. ਬੀਮਾ ਕੰਪਨੀ ਨੂੰ ਭੇਜੇ ਜਾਉਂਣ ਵਾਲੇ ਪੱਤਰ
(Letters to an Insurance Company)

ਏ ਪਤਰ ਵੀ ਬਾਪਾਰਿਕ ਪਤਰਾਂ ਦੀ ਜਮਾਤ ਵਿਚ ਆਉਂਦੇ ਹਨ ਅਤੇ ਇਨਾਂ ਦੀ ਭਾਸ਼ਾ ਖਾਲਸ ਰੂਪ ਤੋਂ ਔਪਚਾਰਿਕ ਹੋਂਦੀ ਏ। ਚੂਕਿ ਅਜਕਲ ਬੀਮਾ ਕੰਪਨੀਆਂ ਦੀ ਅਧਿਕਤਾਵਾਂ ਦੀ ਵਜਹ ਤੋਂ ਉਹਨਾਂ ਦਾ ਆਪਸ ਵਿਚ ਮੁਕਾਬਲਾ ਬੜੇ ਜੋਰ-ਸ਼ੋਰ ਨਾਲ ਚਲਦਾ ਏ, ਇਸ ਵਾਸਤੇ ਹਰ ਕੰਪਨੀ ਆਪਣੀ ਦੇਣ ਵਾਲੀ ਸਹੂਲਤ ਨੂੰ ਥੋੜਾ ਵਧਾ-ਚੜਾ ਕੇ ਮਸ਼ਹੂਰ ਕਰਨ ਨੂੰ ਤੈਯਾਰ ਰਹੰਦੀ ਏ ਅਤੇ ਇਸ ਵਾਸਤੇ ਏਹ ਜੇ ਪਤਰਾਂ ਦਾ ਬੜਾ ਮਾਹਤਮ ਹੈ। ਇਹ ਤਰਾਂ ਦਾ ਪਤਰ ਲਿਖਣ ਵਿਚ ਹਮੇਸ਼ਾ ਪਰਾ ਬਯੋਰਾ ਦੇਣਾ ਚਾਹਿਦਾ ਏ।

ਸ਼ੁਰੂ ਵਿਚ ਬੀਮਾ-ਵਿਸ਼ਯ ਦੀ ਹਪਸ਼ਟਤਾ ਤੋਂ ਗਲ ਸ਼ੁਰੂ ਕਰੋ, ਮਤਲਬ ਬੀਮਾ ਕਿਸ ਦਾ ਕਰਾਉਂਣਾ ਹੈ ਆਦਿ :

1. I want to have my life insurance policy for the sum of Rs.....
2. I want to get my car insured by your company for Rs. 1 lakh.
3. I wish to have the house-holder's insurance policy covering both building and contents in the sums of (give the cost of the building) and (the cost of the contents) respectively.

ਹੁਣ ਉਨਾਂ ਵਲੋਂ ਦਿਤਿਆਂ ਸਹੂਲਤਾਂ ਦੀ ਜਾਣਕਾਰੀ ਲਓ :

4. We wish to take out insurance cover against loss of cash on our factory/shop premises by fire, theft or burglary.
5. What rebate or concession you offer on an insurance policy for Rs. 2 lakhs?
6. Is there any loan-facility after a fixed period in the policy you offer?
7. What modes of premium payments you offer?

Claim ਦੇ ਵਿਸ਼ਯ ਵਿਚ ਲਿਖੋ :

8. I am sorry to report an accident to (mention the property insured). We estimate replacement cost of the damaged property at (give the amount).
9. I regret to report that a fire broke out in our factory stores last night. We estimate the damage to the stores at about (give the amount).
10. We regret to report that our employee (give name of the employee) has sustained serious injuries while doing his work. Doctors estimate that it will take him about a month to be fit to work again.

ਹੁਣ ਅੱਗੇ ਦੀ ਕਾਰਵਾਈ ਦੇ ਵਿਸ਼ਯ ਵਿਚ ਲਿਖੋ :

11. Please arrange for your representative to call at our factory premises and let me know your instructions regarding the claim.
12. Should your representative visit to inspect the damaged property, please let me know the day of his visit.
13. We, therefore, wish to make a claim under the policy (give the name of the policy) and shall be glad if you send us the necessary claim form.

ਪਤਰ ਦੇ ਜਵਾਬ ਦੀ ਜਲਦੀ ਇਛਿਆ ਕਰਦੇ ਹੋਏ ਪਤਰ ਖਤਮ ਕਰੋ :

14. I hope you would care to send to me an early reply.
15. Please answer this letter as soon as possible.
16. An early reply to my query shall be greatly appreciated.
17. Please send me particulars of your terms and conditions for the policy along with a proposal form, if required.
18. Please quote your terms and conditions for providing the required cover.

Sample Letter

Dear Sir,

I want to get my car insured by your company, for Rs. 1 lakh. (2) What modes of premium payments you offer? (7) Please send me particulars of your terms and conditions for the policy along with a proposal form, if required.(17) An early reply to my query shall be greatly appreciated. (16)

Yours faithfully,

22. ਸ਼ਿਕਾਯਤ-ਪੱਤਰ ; ਬਪਾਰਿਕ
(Letters of Complaints : Business)

ਏ ਪਤਰ ਆਮਤੌਰ ਤੇ ਕਿਸੀ ਏਹੋ ਜੀ ਸੰਸਥਾ ਜਾਂ ਕੰਪਨੀ ਨੂੰ ਭੇਜੇ ਜਾਂਦੇ ਹਨ ਜਿਸਦੀ ਬਣਾਈ ਹੋਈ ਕੋਈ ਵਸਤੂ ਆਪਣੇ ਖਰੀਦੀ ਏ ਅਤੇ ਉਹ ਠੀਕ ਕਮ ਨਹੀਂ ਕਰ ਰਹੀ। ਇਨਾਂ ਪਤਰਾਂ ਵਿਚ ਖਰੀਦ ਦੀ ਤਾਰੀਖ, ਜਗਹਾ, ਅਤੇ ਦੁਕਾਨ ਆਦਿ ਦਾ ਨਾਮ ਵਿਸਤਾਰ ਨਾਲ ਦੇਣ ਦੇ ਬਾਦ ਆਪਣੀ ਸ਼ਿਕਾਯਤ ਦਾ ਪਰਾ ਉਲੇਖ ਕੀਤਾ ਜਾਂਦਾ ਹੈ। ਏ ਪਤਰ ਖਾਲਸ ਔਪਚਾਰਿਕ ਜਮਾਤ ਦੇ ਹੋਂਦੇ ਹਨ ਲੇਕਿਨ ਸ਼ਿਕਾਯਤ ਦਾ ਪਰਾ ਹਾਲ ਦੇਣ ਦੀ ਵਜਹ ਤੋਂ ਲੰਬੇ ਹੋ ਸਕਦੇ ਹਨ।

ਪਤਰ ਦੀ ਸ਼ੁਰੂਆਤ ਪਤਰ-ਪੜਨ ਵਾਲੇ ਵਲੋਂ ਬਣਾਈ ਚੀਜ ਦੀ ਖਰੀਦ ਦੇ ਹਾਲ ਤੋਂ ਕਰੋ :

1. On .... (day) I bought from.......... (place) an instant geyser manufactured by your renowned concern.
2. Your salesmen delivered the (name the product) on .... (date) one instant geyser we had ordered.
3. I was shocked to find the instant geyser purchased..... on (date) at (place) by us did not function well.

ਹੁਣ ਉਸ ਕੰਪਨੀ ਦੀ ਸਾਖ ਦਾ ਹਵਾਲਾ ਦੇਂਦੇ ਹੋਏ ਅਪਨੀ ਸ਼ਿਕਾਯਤ ਦਸੋ :

4. It is a matter of shame for your esteemed organisation to have brought out such products in the market without proper quality control.
5. It is shocking to find the appliance having faulty wiring system.
6. I am sorry to point out the defect in the geyser......(write your complaint)

ਇਸ ਉਮੀਦ ਨਾਲ ਕਿ ਆਪਣੀ ਸ਼ਿਕਾਯਤ ਦੂਰ ਹੋ ਜਾਏਗੀ, ਪਤਰ ਖਤਮ ਕਰੋ :

7. I am confident that a reputed concern like that of yours can ill afford to lose your reputation and shall get the needful done at the earliest.
8. I hope you would send your salesmen/women to replace the mentioned product of yours.
9. Need I remind you that such product should be lifted/replaced without much fuss.

Sample Letter

(Name of the concern and its
concerned officer)

Dear Sir,

On 10.9.86 I bought from the Diplomatic store an instant geyser manufactured by your reputed concern. (1) It is shocking to find the appliance having faulty wiring system. (5) I am confident that a reputed concern like that of yours can ill afford to lose your reputation and shall get the needful done at the earliest. (7)

Yours faithfully.

23. ਖਿਮਾ-ਮੰਗਣ ਦੇ ਪੱਤਰ (Letters of Apology)

ਅਸੀਂ ਸਾਰੇ ਤਕਰੀਬਨ ਕੋਈ ਨ ਕੋਈ ਗਲਤੀ ਕਰਦੇ ਹਾਂ। ਹਭਯ ਨਾਗਰਿਕ ਹੋਣੇ ਦਾ ਸਬੂਤ ਹੈ ਆਪਣੀ ਗਲਤੀ ਮੰਨ ਲੈਣਾ। ਖਿਮਾ-ਯਾਚਨਾ ਦੇ ਪਤਰ ਨਾਲ ਏ ਕੀਤਾ ਜਾ ਸਕਦਾ ਹੈ। ਹਾਲਾਂ ਕਿ ਗਲਤੀ ਜਾਣ-ਬੂਝ ਕੇ ਨਹੀਂ ਕੀ ਗਈ, ਫਿਰ ਵੀ ਜੇਕਰ ਕਿਸੇ ਨੂੰ ਤਕਲੀਫ ਹੋਈ ਹੈ ਤੇ ਸਫਾਈ ਦੇਣਾ ਜਰੂਰੀ ਹ ਜਾਂਦਾ ਹੈ। ਏਹੋ ਜੇ ਪਤਰ ਨਿਸਕਪਟ ਭਾਓ ਨਾਲ ਉਸੀ ਵੇਲੇ ਭੇਜੇ ਜਾਣੇ ਚਾਹਿਦੇ ਨੇ, ਨਹੀਂ ਤੇ ਇਨਾਂ ਪਤਰਾਂ ਨੂੰ ਭੇਜਣ ਦਾ ਮੂਲ ਉਦੇਸ਼ ਹੀ ਵਿਫਲ ਹੋ ਜਾਂਦਾ ਹੈ।

ਪਹਿਲੇ ਖਿਮਾ-ਯਾਚਨਾ ਕਰਨੇ ਦਾ ਕਾਰਣ ਲਿਖੋ :

1. My son informed me that my cat had eaten away your chickens.
2. My wife told me about our driver's ramming my car into your boundary wall.

ਫਿਰ ਖਿਮਾ-ਯਾਚਨਾ ਕਰੋ :

3. I am extremely sorry to know about it and render my sincere apologies.
4. I apologise deeply for the inconvenience caused to you.
5. My sincere apologies.

ਉਸ ਤੋਂ ਬਾਦ ਆਪਣੀ ਨਿਸ਼ਕਪਟਤਾ ਜਾਹਿਰ ਕਰੋ ਅਤੇ ਭੁਲ-ਸੁਧਾਰਣ ਦੇ ਵਾਸਤੇ ਆਪਣੇ ਆਪ ਨੂੰ ਪੇਸ਼ ਕਰੋ :

6. Although it happened inadvertently yet I am prepared to compensate for your this loss.
7. I wish I were there to prevent it. Any way you can penalize me as you want.
8. Kindly care to inform me the loss you have incurred owing to (name the culprit)...... this negligence.

ਪਨਰ ਏਹੋ ਜੇਹੀ ਗਲਤੀ ਨ ਹੋਣ ਦਾ ਯਕੀਨ ਦਿਲਾਓ :

9. I promise that in future I shall be extra-vigilant to see it does not happen again.
10. I have admonished my.......and he will be careful in future.
11. I assure you that such things will never happen in future.

ਆਖਿਰ ਵਿਚ ਪਨਰ ਖਿਮਾ ਮੰਗਦੇ ਹੋਏ ਪਤਰ ਖਤਮ ਕਰੋ :

12. In the end I again ask for your forgiveness.
13. Once again with profound apologies.
14. Repeatedly I express my profuse apologies.

Sample Letter

Dear Sir,

My wife told me about our driver's ramming my car into your boundary wall. (2) My sincere apologies. (5) Although it happened inadvertently yet I am prepared to compensate for your this loss. (6) I assure you that such things will never happen in future. (11) Once again with profound apologies. (13)

Yours sincerely,

24. ਦਫਤਰ ਸੰਬੰਧੀ ਪੱਤਰ (Letters on Official Matters)

ਆਪਣੇ ਦਫਤਰਾਂ ਕਾਰਯਾਲਆਂ ਵਿਚ ਕੰਮ ਕਰਦੇ ਹੋਏ ਕਦੀ ਏਹੋ ਜੇ ਮੌਕੇ ਆਉਂਦੇ ਹਨ, ਜਦ ਸਾਨੂੰ ਆਪਣੇ ਕਾਰਯਾਲਆਂ ਨੂੰ ਪਤਰ ਲਿਖਣੇ ਪੰਦੇ ਹਨ। ਮਤਲਬ ਤਰੱਕੀ ਦੇ ਲਈ ਪਾਥਨਾ ਤੋਂ ਲੇ ਕੇ ਵਿਅਕਤਿਗਤ ਮੁਸ਼ਕਲ ਤਕ ਕੁਝ ਵੀ ਹੋ ਸਕਦਾ ਏ। ਏਹੋ ਜੇ ਪਤਰ ਛਟੇ, ਸਪਸ਼ਟ ਅਤੇ ਥੋੜੇ ਭਾਵ-ਪਰਨ ਵੀ ਹੋ ਸਕਦੇ ਹਨ।

ਪਤਰ ਦੀ ਸ਼ੁਰੂਆਤ ਅਪਣੇ ਕਾਰਜ ਨਿਸ਼ਪਾਦਨ ਅਤੇ ਆਪਣੀ ਇਸਥਿਤਿ ਤੋਂ ਕਰੋ :

1. As your honoured self know I am working in.....Deptt. in the capacity of a Junior clerk.
2. For the last twenty years I am the......(position) in the factory.
3. I am officiating in the capacity of .... for last two years.

ਹੁਣ ਪਤਰ ਲਿਖਣ ਦਾ ਕਾਰਣ ਦਸੋ :

4. Now I have been transferred to.........
5. Owing to my domestic problems. I request you to change.........
6. On account of my health problems I would not be able to.........
7. Owing to my...........(reason) I can not function in the same position any more.
8. On health grounds I have been advised to leave this city.
9. My family duties have constrained me to seek my transfer.

ਉਸ ਤੋਂ ਬਾਦ ਆਪਣੀ ਸਲਾਹ ਦੇਂਦੇ ਹੋਏ ਖਾਸ ਗਲ ਤੇ ਆ ਜਾਓ :

10. Looking at such a changed situation I won't be able to work in the present position.
11. As such, I request you to change my working/shift hours.
12. In the light of above I request you to transfer me to......(section) or place.

ਆਖਿਰ ਵਿਚ ਆਪਣੀ ਸਲਾਹ/ਪਰੇਸ਼ਾਨੀ ਤੇ ਹਮਦਰਦੀ ਨਾਲ ਸੋਚਣ ਦੀ ਪਾਥਨਾ ਕਰਦੇ ਪਤਰ ਖਤਮ ਕਰੋ :

13. Hence I request you to expedite/order my desired transfer to..........
14. You are, therefore, requested to release me at the earliest.
15. I pray you to consider my case sympathetically.
16. In view of my loyalty and past performance I am sure you would condescend to grant me the desired wish.
17. I am sure to get a sympathetic response from your side to my this genuine problem.
18. With earnest hope I crave your special sympathy in my case.

Sample Letter

Sir,

As your honoured self know I am working in sales Deptt. in the capacity of Junior Clerk. (1) Owing to my domestic problems I request you to change my place of working. (5) In the light of above I pray you to transfer me to Purchase Deptt.(12) In view of my loyalty and past performance I am sure you would condescend to grant me the desired wish. (16)

Yours faithfully,

25. ਮਕਾਨ ਮਾਲਿਕ ਦਾ ਪੱਤਰ ਕਿਰਾਯੇਦਾਰ ਨੂੰ
(Letters from the Landlord to the Tenant)

ਅਜ ਦੇ ਸ਼ਹਰੀ ਜੀਵਨ ਵਿਚ ਕਿਰਾਯੇਦਾਰਾਂ ਤੇ ਮਕਾਨਮਾਲਿਕਾਂ ਵਿਚ ਅਕਸਰ ਏਹੋ ਜੇ ਮੌਕੇ ਆਉਂਦੇ ਰਹਿੰਦੇ ਹਨ, ਜਦ ਦਨਾਂ ਦੇ ਵਿਚ ਪਤਰਾਂ ਦਾ ਆਨਾ-ਜਾਨਾ ਜਰੂਰੀ ਹੋ ਜਾਂਦਾ ਹੈ। ਚੂਕਿ ਏਹੋ ਜੇ ਪਤਰਾਂ ਵਿਚ ਖਾਸਤੌਰ ਤੇ ਦੋਨਾਂ ਤਰਫੂ ਕਿਸੀ ਸਮਸਿਆ ਦਾ ਉਲੇਖ ਹੋਂਦਾ ਹੇ, ਇਸ ਵਾਸਤੇ ਉਨਾਂ ਦੀ ਭਾਸ਼ਾ ਸੰਯਤ ਹੋਣੀ ਚਾਹਿਦੀ ਏ। ਇਨਾ ਪਤਰਾਂ ਦਾ ਪਾਰੂਪ ਏਹੋ ਜੇਹਾ ਹੋਣਾ ਚਾਹਿਦਾ ਏ, ਜਿਸਤੋਂ ਏ ਮੁਕਦਮੇਬਾਜੀ ਦੀ ਹਾਲਤ ਵਿਚ ਦਸਤਾਵੇਜ ਨ ਬਣ ਸਕਣ।

ਪਹਿਲੇ ਤੁਸੀਂ ਆਪਣੀ ਕਿਸੀ ਸ਼ਿਕੈਤ ਦਾ ਹਵਾਲਾ ਜਾਂ ਕਿਰਾਏਦਾਰ ਤੋਂ ਜੇੜਾ ਪਤਰ ਪਾਪਤ ਹੋਇਆ ਹੇ ਉਸ ਦਾ ਹਵਾਲਾ ਦਿਓ :

1. I feel constrained to inform you that due to recent increase in the house-tax, I have been left with no alternative but to increase the house rent by Rs. 50/- per month w.e.f. first of next month.
2. It has come to my notice that your children make so much noise when they play causing disturbance to other tenants.
3. I am in receipt of your letter regarding the leaking of the roof of your house.
4. I have noted your complaint about the rent payment receipts.

ਹੁਣ ਸ਼ਿਕੈਤ ਨੂੰ ਦੂਰ ਕਰਣ ਲਈ ਲਿਖੋ ਜਾਂ ਕਿਰਾਯੇਦਾਰ ਦੇ ਪਤਰ ਦਾ ਜਵਾਬ ਦਿਓ :

5. I hope you will not mind this increase in rent as I have retired from service recently and my only source of income is the house rent received from you.
6. I am sure you will give the necessary instructions to your children in this connection.
7. I like to assure you that we are arranging for the necessary repairs at the earliest.
8. The receipts in question will be issued on coming Monday.

ਪਤਰ ਦੀ ਸਮਾਪਤੀ ਕਿਰਾਯੇਦਾਰ ਦੀ ਮਦਦ ਨਾਲ ਉਮੀਦ ਜਾਹਿਰ ਕਰਦੇ ਹੋਏ ਕਰੋ :

9. I hope you won't find this increase burdensome.
10. I hope you will be able to understand and appreciate my point of view.
11. I expect you to bear with me for a few days only.
12. I am sure you will extend your co-operation as always.

Sample Letter

Dear Sir,

I am in receipt of your letter regarding the leaking of the roof of your house. (3) I like to assure you that we are arranging for the necessary repairs at the earliest. (7) I expect you to bear with me for a few days only. (11)

Yours sincerely,

26. ਕਿਰਾਯੇਦਾਰ ਦੀ ਤਰਫੋਂ ਮਕਾਨ ਮਾਲਿਕ ਨੂੰ ਪੱਤਰ
(Letters from the Tenant to the Landlord)

ਪਤਰ ਦੀ ਸ਼ੁਰੂਆਤ ਆਪਣੀ ਸ਼ਿਕੈਤ ਜਾਂ ਮਕਾਨਮਾਲਿਕ ਦੀ ਤਰਫੋਂ ਕੋਈ ਪਤਰ ਮਿਲਯਾ ਹੋਵੇ ਤੇ ਉਸਦੇ ਹਵਾਲੇ ਤੋਂ ਕਰੋ :

1. I have to inform you that the roof of the house we are occupying leaks during rains causing great inconvenience to our family.
2. I am sorry to point out that despite several reminders you haven't issued the rent payment receipts for the last three months.
3. Please refer to your letter regarding increase in the rent of the house we are occupying.
4. We have noted your complaint regarding our carelessness in switching off the light at the main gate.

ਹੁਣ ਆਪਣੀ ਸ਼ਿਕੈਤ ਦੂਰ ਕਰਾਂਉਣ ਲਈ ਜਾਂ ਮਕਾਨ ਮਾਲਿਕ ਦੇ ਪਤਰ ਦੇ ਜਵਾਬ ਵਿਚ ਲਿਖੋ :

5. Hence you are requested to get the necessary repairs done at the earliest.
6. I, therefore, request you to issue the above mentioned receipts without any further delay.
7. I regret to write that whatever cogent reason you may have for increasing the house rent but my financial means don't permit me to pay a higher rent.
8. Rest assured that we will be careful in future regarding switching off the light at the main gate.

ਆਖਿਰ ਵਿਚ ਮਕਾਨਮਾਲਿਕ ਨਾਲ ਮਿੱਠੇ ਸੰਬੰਧ ਬਣਾਏ ਰਖਣ ਤੇ ਜੋਰ ਦਿਓ :

9. I hope you will understand our problem and cooperate.
10. Hoping for a favourable reply.
11. I am sure you will appreciate my financial problem and withdraw your rent increase proposal.
12. We are sure that this assurance is enough to set to rest all your doubts in this regard.

Sample Letter

Dear Sir,

I am sorry to point out that despite several reminders you haven't issued the rent payment receipts for the last three months. (2) I, therefore, request you to issue the above mentioned receipts without any further delay. (6) Hoping for a favourable reply. (10).

Yours sincerely

Rapidex Educational CD Script

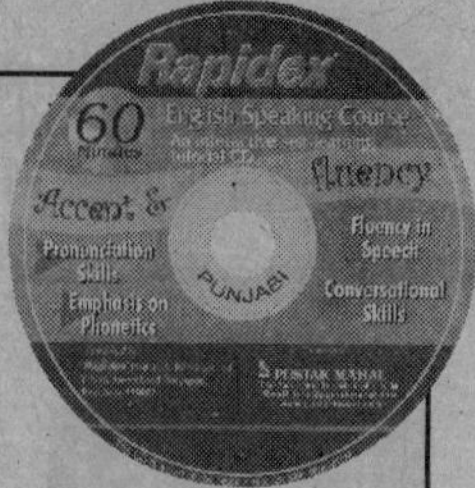

Introduction

ਮਿੱਤਰੋ, ਰੇਪੀਡੈਕਸ ਇੰਗਲੀਸ਼ ਸਪੀਕਿੰਗ ਕੋਰਸ ਦੀ ਇਹ ਸੀਡੀ ਤੇ ਇਸ ਦੀ ਸਕਰੀਪਟ ਸਾਡੇ ਵਲੋ ਤੁਹਾਨੂੰ ਇਕ ਸ਼ਾਨਦਾਰ ਤੋਹਫਾ ਏ ਇਹ ਸੀਡੀ ਜਿੱਥੇ ਤੁਹਾਨੂੰ ਅੰਗਰੇਜੀ ਸ਼ਬਦਾਂ ਦੇ ਵਾਕਿਆਂ ਦਾ ਸਹੀ ਪ੍ਰਨੰਸਿਏਸ਼ਨ ਸਿਖਾਏਗੀ, ਉਹਦੇ ਨਾਲ ਨਾਲ ਆਪਸ ਵਿੱਚ ਚੰਗੀ ਤਰਾਂ ਅੰਗਰੇਜੀ ਬੋਲਣ ਦਾ ਮਾਹੋਲ ਵੀ ਪੈਦਾ ਕਰੇਂਗੀ ਇਸ ਨਾਲ ਤੁਸੀ ਪੜਕੇ ਤੇ ਸੁਣ ਕੇ, ਨਾਲ ਹੀ ਓਸ ਸੁਣੇ ਹੋਏ ਨੂੰ ਨਾਲ ਨਾਲ ਦੋਹਰਾ ਕੇ ਅੰਗਰੇਜੀ ਬੋਲਣ ਲਈ ਅਪਣੇ ਆਪ ਨੂੰ ਚੰਗੀ ਤਰਾਂ ਤਿਆਰ ਕਰ ਸਕੋਗੇ ਤੁਆਡੀ ਪ੍ਰਸਨੈਲਟੀ ਵਿੱਚ ਇੱਕ ਇਜ਼ਾਫਾ / ਫਾਈਦਾ ਹੋ ਜਾਏਗਾ

ਲਿਖਣ ਤੇ ਬੋਲਣ ਵਿੱਚ ਬੜਾ ਫਰਕ ਹੁੰਦਾ ਹੈ ਲਿੱਖੇ ਹੋਏ ਸ਼ਬਦਾਂ ਨੂੰ ਜਦੋਂ ਅਸੀ ਬੋਲਦੇ ਹਾਂ ਤਾਂ ਅਸੀ ਵੱਖ-ਵੱਖ ਸ਼ਬਦਾਂ ਦਾ ਉਚਾਰਣ ਵੱਖ-ਵੱਖ ਨਹੀਂ ਕਰਦੇ, ਪਰ ਲਗਾਤਾਰ ਬੋਲਦੇ ਵਖਤ ਅਸੀ ਆਇਡੀਆ ਗਰੁਪ ਯਾ ਛੋਟੇ-ਛੋਟੇ ਸ਼ਬਦ ਸਮੂਹ ਵਿੱਚ ਬੋਲਦੇ ਹਾਂ ਉਦਾਹਰਣ ਲਈ -

I am working hard ਨੂੰ ਜੇਕਰ ਬਹੁਤ ਹੋਲੀ ਹੋਲੀ ਕਹਿਏ, ਤੇ ਅਪਾਂ ਕਵਾਂਗੇ - ਆਈ ਐਮ ਵਰਕਿੰਗ ਹਾਰਡ ਪਰ ਜੱਦ ਲਗਾਤਾਰ ਬੋਲਣਾ ਹੋਵੇ ਤਾਂ - ਆਯਮ ਵਰਕਿੰਗ ਹਾਰਡ ਏਥੇ ਆਈ ਤੇ ਐਮ ਜੁੜਕੇ ਆਯਮ ਹੋ ਜਾਂਦੇ ਨੇ, ਤੇ

ਵਰਕਿੰਗ ਹਾਰਡ ਦੇ ਵਿੱਚ ਦਾ ਅੰਤਰ ਵੀ ਮੁੱਕ ਜਾਂਦਾ ਏ

ਏਸੇ ਤਰਾਂ
Are you going to the market?
ਆਰ ਯੂ ਗੋਇੰਗ ਟੂ ਦ ਮਾਰਕਿਟ?
ਆਰਯੂ ਗੋਇੰਗ ਟੂ ਮਾਰਕਿਟ?

ਏਸੇ ਤਰਾਂ
I shall speak English.
ਆਈ ਸ਼ੈਲ ਸਪੀਕ ਇੰਗਲਿਸ਼
ਆਈਲ ਸਪੀਕਿੰਗਲਿਸ਼

ਜੇ ਤੁਸੀ ਲਗਾਤਾਰ ਬੋਲਣਾ ਹੋਵੇ ਤਾਂ ਆਇਡੀਆ ਗਰੁਪ ਯਾ ਛੋਟੇ-ਛੋਟੇ ਵਾਕਿਆ ਵਿੱਚ ਬੋਲਣਾ ਸ਼ੁਰੂ ਕਰ ਦਿਓ ਜੇਕਰ ਤੁਸੀ ਆਇਡੀਆ ਗਰੁਪ ਵਿੱਚ ਪੜਣਾ ਤੇ ਸੁਣਨਾਂ ਵੀ ਸ਼ੁਰੂ ਕਰ ਦਿਓ ਤੇ ਇੰਗਲਿਸ਼ ਨੂੰ ਸਮਝਣਾ ਆਸਾਨ ਹੋ ਜਾਂਦਾਂ ਏ

ਚਲੋ ਫਿਰ, ਅਪਣੇ ਅਭਿਆਸ ਨੂੰ ਸ਼ੁਰੂ ਕਰਦੇ ਹਾਂ

ਮਿੱਤਰੋ, ਐਕਸਰਸਾਇਜ਼ ਨੰਬਰ 1 ਤੋਂ 6 ਤੱਕ ਕੁਝ ਖਾਸ ਵਾਕ ਦਿੱਤੇ ਜਾ ਰਹੇ ਹਨ ਏਨਾਂ ਨੂੰ ਸਮਝਕੇ ਤੇ ਏਸੇ ਤਰਾਂ ਇਸ ਕਿਤਾਬ ਵਿੱਚ ਦਿਤੇ ਗਏ ਹੋਰ ਵਾਕਿਆ ਦੇ ਇਸਤੇਮਾਲ ਨਾਲ ਤੁਸੀ ਲਗਾਤਾਰ ਇੰਗਲਿਸ਼ ਬੋਲਣ ਵਿੱਚ ਕਾਮਯਾਬ ਹੋ ਸਕਦੇ ਹੋ ਤੇ ਚਲੋ ਸ਼ੁਰੂ ਕਰਦੇ ਹਾਂ-

Exercise-1

ਹੋਸਲਾਂ ਅਫਜ਼ਾਈ ਇਕ ਵਧਿਆ ਟਾਨਿੱਕ ਏ ਏਦੇ ਨਾਲ ਉਮੀਦਾਂ ਭਰੀ ਸੋਚ ਚ ਵਾਦਾ ਹੁੰਦਾ ਏ ਏਨਾਂ ਗੱਲਾਂ ਨਾਲ ਸਾਡੇ ਆਸਪਾਸ ਦਾ ਮਾਹੌਲ ਖੁਸ਼ੀਆਂ ਭਰਿਆ ਹੋ ਜਾਦਾਂ ਏ ਪਿਆਰ ਮੁਹੱਬਤ ਵਿੱਚ ਇਜ਼ਾਫਾ ਹੁੰਦਾ ਹੈ ਆਪਾਂ ਸਾਰਿਆਂ ਦੇ ਮਨਪਸੰਦ ਬਣ ਜਾਦੇਂ ਹਾਂ ਤੁਸੀ ਆਪਣੇ ਮਿੱਤਰਾਂ, ਘਰਵਾਲਿਆ, ਰਿਸ਼ਤੇਦਾਰਾਂ ਤੇ ਜਾਣ ਪਹਿਚਾਣ ਵਾਲੇ ਲੋਕਾਂ ਨੂੰ ਵੱਖ-ਵੱਖ ਮੋਕੇਆਂ ਤੇ ਵਧਾਈਆਂ, ਸ਼ਾਬਾਸ਼ਿਆਂ ਇਸ ਤਰਾਂ ਦੇ ਸਕਦੇ ਹੋ-

ਕਿਸਮਤ ਤੂਹਾਡਾ ਸਾਥ ਦੇਵੇ !	Wish you best of luck! ਵਿਸ਼ ਯੂ ਬੈਸਟ ਆਫ ਲੱਕ
ਤੂਹਾਡਾ ਸਫਰ ਮੁਬਾਰਕ ਹੋਵੇ !	Wish you a happy journey! ਵਿਸ਼ ਯੂ ਏ ਹੈਪੀ ਜਰਨੀ
ਨਵੇਂ ਸਾਲ ਦੀਆਂ ਵਧਾਈਆਂ !	Happy New Year! ਹੈਪੀ ਨਿਊ ਇਅਰ
ਦਿਵਾਲੀ ਦੀ ਵਧਾਈ !	Happy Diwali! ਹੈਪੀ ਦਿਵਾਲੀ
ਜਨਮ ਦਿਨ ਮੁਬਾਰਕ ਹੋਵੇ !	Happy Birthday! ਹੈਪੀ ਬਰਥ ਡੇ
ਸਫਲ ਹੋਣ ਤੇ ਯਾ ਕਿਸੀ ਖਾਸ ਮੋਕੇ ਦੀ ਵਧਾਈ	Congratulations! ਕੋਂਗਰੈਚਯੂਲੇਸ਼ਨਜ਼
ਵਿਆਹ ਦੀ ਸਾਲਗਿਰਹ ਤੇ ਵਧਾਈ-	Happy wedding anniversary! ਹੈਪੀ ਵੈਡੀਂਗ ਐਨੀਵਰਸਰੀ
ਕਿਸੇ ਮਿੱਤਰ ਯਾ ਨਿੱਕੇ ਨੂੰ ਸ਼ਾਬਾਸ਼ੀ ਦੇਂਦੇ ਹੋਏ ਆਖੋ-	Well done! Keep it up. ਵੈਲ ਡਨ ਕੀਪ ਇਟ ਅੱਪ

ਯਾਦ ਰਖੋ-

ਨਵੇ ਸਾਲ ਅਤੇ ਤਿਓਹਾਰਾਂ ਦੀ ਵਧਾਈ ਤੇ ਉਤੱਰ ਵਿੱਚ ਆਖੋ-	Thank you, same to you. ਥੈਂਕ ਯੂ, ਸੇਮ ਟੂ ਯੂ
ਪਰ ਬਾਕੀ ਸਾਰਿਆ ਵਧਾਈਆਂ ਦੇ ਉਤੱਰ ਵਿੱਚ ਆਖੋ-	Thank you. ਥੈਂਕ ਯੂ

ਮਿੱਤਰੋ, ਜੀਭ ਦੇ ਨਾਲ ਨਾਲ ਹੋਰ ਬਹੁਤ ਸਾਰੇ ਅੰਗ ਤੇ ਦਿਮਾਗ ਜਦੋਂ ਮਿੱਲ ਕੇ ਕੰਮ ਕਰਦੇ ਹਨ ਤਾਂ ਆਵਾਜ਼ ਨਿਕਲਦੀ ਏ ਆਪਾਂ ਕੁਝ ਬੋਲ ਪਾਨੇ ਹਾਂ ਅਸੀ ਇਸਨੂੰ ਆਰਗਨ ਆਫ ਸਪੀਚ ਕਹਿਨੇ ਹਾਂ ਇਨਾਂ ਸਾਰਿਆਂ ਅੰਗਾ ਦਾ ਤਾਲਮੇਲ ਹੋਣਾ ਇੰਗਲਿਸ਼ ਸਪੀਕਿੰਗ ਲਈ ਬਹੁਤ ਜਰੂਰੀ ਏ ਇਸੇ ਕਾਰਣ ਤੁਸੀ ਖਾਲੀ ਮਨ ਵਿੰਚ ਪੜਨ ਯਾ ਲਿਖਣ ਨਾਲ ਇੰਗਲਿਸ਼ ਬੋਲਣਾ ਨਹੀ ਸਿਖ ਸਕਦੇ Organs of Speech ਨੂੰ ਚੰਗੀ ਤਰਾਂ ਅਭਿਆਸ ਕਰਣ ਲਈ ਇੰਗਲਿਸ਼ ਜੋਰ-ਜੋਰ ਦੀ ਪੜਨਾ ਤੇ ਬੋਲਣਾ ਜਰੂਰੀ ਏ

ਸਾਰਿਆਂ ਵਾਕਿਆਂ ਨੂੰ ਧਿਆਨ ਨਾਲ ਸੁਣੋ ਸੀਡੀ ਨੂੰ ਰਿਵਾਇੰਡ ਕਰਕੇ ਬਾਰ-ਬਾਰ ਬੋਲਣ ਦੀ ਕੋਸ਼ਿਸ਼ ਕਰੋ ਵਾਕਿਆਂ ਨੂੰ ਸਹੀ ਲਹਿਜੇ ਵਿੱਚ ਬੋਲਣ ਦੀ ਕੋਸ਼ਿਸ਼ ਕਰੋ ਸਹੀ ਵਖਤ ਤੇ ਸਹੀ ਵਾਕ ਨੂੰ ਇਸਤੇਮਾਲ ਕਰੋ ਉਸਦੇ ਬਾਅਦ ਅਗਲੀ ਐਕਸਕਸਾਇਜ਼ ਵਿੱਚ ਦਿੱਤੇ ਗਏ ਵਾਕਿਆਂ ਨੂੰ ਦੁਬਾਰਾ ਧਿਆਨ ਨਾਲ ਸੁਣੋ

Exercise-2

ਮਸ਼ੀਨਾ ਦੇ ਇਸ ਯੁਗ ਵਿੱਚ ਆਪਾਂ ਰੋਬੋਟ ਵਾਂਗ ਤਾਂ ਕੰਮ ਕਰ ਨਹੀ ਸਕਦੇ, ਆਖਿਰਕਾਰ ਆਪਾਂ ਸੇਂਸਟਿਵ ਤੇ ਇਮੋਸ਼ਨਲ ਹੋਏ ਨਾਲੇ ਦੁਨਿਆ ਵਿੱਚ ਹਰ ਵੇਲੇ ਓਹੀ ਨਹੀਂ ਹੁੰਦਾ, ਜੋ ਆਪਾਂ ਸੋਚਦੇ ਹਾਂ ਇਸ ਤਰ੍ਹਾਂ ਹੋ ਹੀ ਜਾਦਾਂ ਏ, ਜਿਦੇ ਨਾਲ ਸਾਨੂੰ ਹੈਰਾਨੀ ਹੋਵੇ ਯਾ ਦੁਖ ਹੋਵੇ ਮਿੱਤਰੋ, ਕਿਸੇ ਨਾਲ ਅਨਹੋਨੀ ਨੂੰ ਵੇਖ ਕੇ ਯਾ ਸੁਣ ਕੇ ਹੈਰਾਨੀ ਪਰਗਟ ਕਰਦੇ ਹੋਏ ਤੁਸੀ ਇਸ ਤਰਾਂ ਕਹਿ ਸਕਦੇ ਹੋ-

ਹਾਏ ਰੱਬਾ !	Oh my God! ਉਹ ਮਾਈ ਗੋਡ
ਕਿੰਨੇ ਦੁੱਖ ਦੀ ਗੱਲ ਏ !	How sad! ਹਾਉ ਸੈਡ
	How terrible! ਹਾਉ ਟੈਰੀਬਲ
ਕਿੰਨੀ ਸ਼ਰਮ ਦੀ ਗੱਲ ਏ !	What a shame! ਵੱਟ ਏ ਸ਼ੇਮ
ਸੁਣਕੇ ਦੁੱਖ ਹੋਇਆ !	I'm sorry to hear that! ਆਈ ਐਮ ਸੋਰੀ ਟੂ ਹਿਦਰ ਦੈਟ
ਥੋੜੇ ਦਿਨਾਂ ਬਾਅਦ ਕਿਸੇ ਮਿੱਤਰ ਨਾਲ ਅਚਾਨਲ ਮਿਲਣ ਤੇ-	Hello Gurmeet, what a surprise! ਹੈਲੋ ਗੁਰਮੀਤ, ਵਾਟ ਏ ਸਰਪਰਾਇਜ਼

ਪਹਲੇ ਤਾਂ ਤੁਸੀ ਇਸ ਰੇਪੀਡੈਕਸ ਇੰਗਲੀਸ਼ ਸਪੀਕਿੰਗ ਕੋਰਸ ਦਾ ਅਭਿਆਸ ਪੜਕੇ ਤੇ ਜੋਰ-ਜੋਰ ਨਾਲ ਬੋਲ ਕੇ ਇੱਕਲੇ ਹੀ ਕਰਦੇ ਰਵੋ ਫਿਰ ਹੌਲੇ-ਹੌਲੇ ਕਿਸੇ ਮਿੱਤਰ ਨਾਲ ਬੋਲਣਾ ਸ਼ੁਰੂ ਕਰੋ ਕੁਝ ਸਮੇ ਬਾਅਦ, ਦੁਜਿਆਂ ਨਾਲ ਪੰਜਾਬੀ ਦੇ ਵਿੱਚ-ਵਿੱਚ ਇੰਗਲਿਸ਼ ਦੇ ਸ਼ਬਦਾਂ ਤੇ ਵਾਕਿਆਂ ਨੂੰ ਇਸਤੇਮਾਲ ਕਰਨਾ ਸ਼ੁਰੂ ਕਰ ਦਿਓ.

ਸਾਰੇ ਵਾਕਿਆ ਨੂੰ ਧਿਆਨ ਨਾਲ ਸੂਣੋ ਤੇ ਦੋਹਰਾਓ-

Exercise-3

ਮਿੱਤਰ, ਰਿਸ਼ਤੇਦਾਰ ਤਾਂ ਹੀ ਬਣਦੇ ਨੇ, ਦਿਲ ਨਾਲ ਦਿਲ ਤਾਂ ਹੀ ਜੁੜਦੇ ਨੇ, ਜਦੋਂ ਆਪਾਂ ਸਾਰਿਆਂ ਨਾਲ ਹਲੀਮੀ ਤੇ ਇੱਜਤ ਨਾਲ ਪੇਸ਼ ਆਇਏ ਹਮੇਸ਼ਾ ਮਿੱਠਾ ਬੋਲੀਏ ਇਸਦੇ ਲਈ ਜਰੂਰੀ ਹੋ ਜਾਦਾਂ ਹੈ ਕਿ ਹਰ ਮੌਕੇ ਤੇ ਅਪਣੀ ਗੱਲ ਨੂੰ ਢੰਗ ਨਾਲ ਕਹਿਏ-

ਕਿਸੇ ਨੂੰ ਅਪਣੀ ਗੱਲ ਸੁਨਾਣ ਲਈ-	Please Listen. ਲਿਸਨ ਪਲੀਜ਼
ਅਪਣੇ ਕੋਲ ਬੁਲਾਣ ਲਈ-	Please come here. ਪਲੀਜ਼ ਕੰਮ ਹਿਅਰ
ਕੰਮ ਨੂੰ ਛੇਤੀ ਨਿਪਟਾਣਾ ਹੋਵੇ ਤੇ ਆਖੋ-	Hurry up please. ਹਰੀ ਅੱਪ ਪਲੀਜ਼
ਜੇਕਰ ਕਿਸੇ ਤੋਂ ਮਦਦ ਮੰਗੋ ਤੇ ਆਖੋ-	Please help me. ਪਲੀਜ਼ ਹੈਲਪ ਮੀ
ਯਾ ਫਿਰ	Please do me a favour. ਪਲੀਜ਼ ਡੂ ਮੀ ਏ ਫੇਵਰ
ਕਿਸੇ ਤਰਾਂ ਦੀ ਗਲਤੀ ਹੋ ਜਾਏ ਤੇ ਸਾਮਣੇ ਵਾਲੇ ਨੂੰ ਆਖੋ-	Please forgive me. ਪਲੀਜ਼ ਫੋਰਗਿਵ ਮੀ
ਪਰੋਉਣੇ ਨੂੰ ਜੀ ਆਇਆ ਕਰਦੇ ਹੋਏ ਅਪਣੇ ਕਮਰੇ ਵਿੱਚ ਇਸ ਤਰਾਂ ਬੁਲਾਓ-	Welcome, please come in. ਵੈਲਕਮ, ਪਲੀਜ਼ ਕਮ ਇਨ
ਕੁਰਸੀ ਵੱਲ ਇਸ਼ਾਰਾ ਕਰਦੇ ਹੋਏ ਉਨਾਂ ਨੂੰ ਬੈਣ ਲਈ ਇਸ ਤਰਾਂ ਆਖੋ-	Please have a seat. ਪਲੀਜ਼ ਹੈਵ ਏ ਸੀਟ

ਕਿਸੇ ਨੂੰ ਵਿਦਾ ਕਰਦੇ ਵੇਲੇ ਤੁਸੀ ਕਹਿ ਸਕਦੇ ਹੋ-	Please keep in touch. ਪਲੀਜ਼ ਕੀਪ ਇਨ ਟੱਚ
ਕਿਸੇ ਦੀ ਗੱਲ ਸਮਝ ਨ ਆਣ ਤੇ ਆਖੋ-	Beg your pardon. ਬੈਗ ਯੂਅਰ ਪਾਰਡਨ

ਪਾਣੀ ਚ ਤੇਰਨਾ ਤੱਦ ਤੱਕ ਨਹੀ ਆਂਦਾ ਜੱਦ ਤਕ ਪਾਣੀ ਚ ਉਤਰੀਏ ਨਾ, ਅਪਣੇ ਹੱਥ ਪੈਰ ਚਲਾਣੇ ਪੈਂਦੇ ਨੇ ਜੱਦ ਤੱਕ ਡਿਗਣ ਤੋ ਡਰਦੇ ਰਹੋਗੇ ਤੱਦ ਤੱਕ ਤੁਸੀ ਸਾਇਕਲ ਯਾ ਗੱਡੀ ਨਹੀ ਚਲਾਣਾ ਸਿਖ ਸਕਦੇ

ਦੱਸੇ ਹੋਏ ਵਾਕਿਆਂ ਨੂੰ ਅਭਿਆਸ ਕਰਣ ਲਈ ਇਕ ਵਾਰੀ ਫੇਰ ਸੁਣੋ ਤੇ ਦੋਹਰਾਓ-

Exercise-4

ਮਿਤਰੋ, ਜਾਨ ਏ ਤੇ ਜਹਾਨ ਏ ਸੇਹ਼ਤਮੰਦ ਸ਼ਰੀ ਤੇ ਸੇਹਤਮੰਦ ਦਿਮਾਗ ਇਕ ਕਾਮਯਾਬ ਆਦਮੀ ਦੀ ਨਿਸ਼ਾਨੀ ਹੁੰਦੇ ਨੇ ਫਿਰ ਵੀ ਲੱਖ ਉਪਰਾਲੇ ਕਰਣ ਤੇ ਬਾਅਦ ਵੀ ਆਪਾਂ ਕਿਸੇ ਨਾ ਕਿਸੇ ਜਿਸਮਾਨੀ ਤਕਲੀਫ ਤਾ ਸਾਮਨਾ ਕਰਦੇ ਹੀ ਹਾਂ¢ ਏਵੇਂ ਦੇ ਹਾਲਾਤ ਨੂੰ ਕਿਦਾਂ ਢਸੀਏ਼ ਆਓ ਇਸ ਐਕਸਰਸਾਇਜ਼ ਵਿੱਚ ਪਤਾ ਕਰਦੇ ਹਾਂ-

ਸਿਰ ਦਰਦ ਹੋਣ ਤੇ ਆਖੋ-	I have a headache. ਆਈ ਹੈਵ ਏ ਹੈਡਏਕ
ਢਿਡ ਪੀੜ ਹੋਣ ਤੇ ਆਖੋ-	I have a stomachache. ਆਈ ਹੈਵ ਏ ਸਟੋਮੈਕਏਕ
ਥੱਕੇ ਹੋਵੋ ਤੇ ਆਖੋ-	I am very tired. ਆਈ ਐਮ ਵੈਰੀ ਟਾਇਰਡ
ਤਬਿਅਤ ਖਰਾਬ ਹੋਣ ਤੇ ਆਖੋ-	I am not feeling well. ਆਈ ਐਮ ਨੋਟ ਫੀਲਿੰਗ ਵੈਲ
ਥੋੜਾ ਠੀਕ ਹੋਣ ਤੇ ਆਖੋ-	I am feeling better. ਆਈ ਐਮ ਫੀਲਿੰਗ ਬੈਟਰ
ਪੂਰੀ ਤਰਹ ਚੰਗਾ ਹੋਣ ਤੇ ਆਖੋ-	I am perfectly all right. ਆਈ ਐਮ ਪਰਫੈਕਟਲੀ ਆਲ ਰਾਇਟ
ਅਪਣੇ ਮਿੱਤਰ ਦੀ ਬਿਮਾਰ ਮਾਂ ਦਾ ਹਾਲਚਾਲ ਇਸ ਤਰਾਂ ਪੁੱਛੋ	How is your mother now? ਹਾਓ ਇਜ਼ ਯੂਅਰ ਮਦਰ ਨਾਓ
ਤੇ ਉਸਦਾ ਉਤਰ ਹੋ ਸਕਦਾ ਹੈ-	She is fine, thank you. ਸ਼ੀ ਇਜ਼ ਫਾਇਨ, ਥੈਂਕ ਯੂ
ਜੇਕਰ ਤਬਿਅਤ ਹਜੇ ਵੀ ਖਰਾਬ ਏ ਤੇ-	She is still not well. ਸ਼ੀ ਇਜ਼ ਸਟਿਲ ਨੋਟ ਵੈਲ

ਜਿੰਦਗੀ ਵਿੱਚ ਅਭਿਆਸ ਦਾ ਬੜਾ ਮਹੱਤਵ ਏ ਇੰਗਲਿਸ਼ ਸਪੀਕਿੰਗ ਤੁਸੀ ਬਿਨਾ ਬੋਲੇ ਕਿਦਾਂ ਸਿਖ ਸਕਦੇ ਹੋ ਇਕ ਚੰਗਾ ਕ੍ਰਿਕੇਟਰ, ਬਿਨਾ ਕ੍ਰਿਕੇਟ ਖੇਡੇ ਕਿਦਾਂ ਬਣਿਆ ਜਾ ਸਕਦਾ ਏ ਇਕ ਚੰਗਾ ਦੋੜਨ ਵਾਲਾ ਬਿਨਾ ਲੰਬੀ ਦੋੜ ਚ ਫਸਟ ਕਿਦਾਂ ਆ ਸਰਦਾ ਹੈ

ਤੇ ਚਲੋ ਫਿਰ ਇਕ ਵਾਰੀ ਦੋਹਰਾਂਦੇ ਹਾਂ-

Exercise-5

ਮਿੱਤਰੋ, ਆਪਾਂ ਹਰ ਵੇਲੇ ਇਕੋ ਜੇਹੇ ਤਾਂ ਰਹਿ ਨਹੀ ਸਕਦੇ ਵੱਖ-ਵੱਖ ਥਾਵਾਂ ਤੇ, ਵੱਖ-ਵੱਖ ਮੌਕੇਆਂ ਤੇ ਅਸੀ ਉਸੇ ਮਾਹੌਲ ਵਾਂਗ ਰਿਏਕਟ ਕਰਦੇ ਹਾਂ ਤੇ ਫਿਰ ਚਲੋ, ਇਹ ਵਾਲੇ ਵਾਕ ਸਿਖ ਕੇ ਡੇਲੀ ਲਾਇਫ ਵਿੱਚ ਪੁਰੇ ਹੌਸਲੇਂ ਨਾਲ ਇਸਤੇਮਾਲ ਕਰਦੇ ਹਾਂ-

ਕਿਸੇ ਦਾ ਧਿਆਨ ਅਪਣੀ ਵੱਲ ਕਰਣ ਲਈ, ਨਿਛ ਆਣ ਤੇ ਤਾ ਲੋਕਾਂ ਵਿੱਚ ਉਠ ਕੇ ਜਾਣ ਤੋਂ ਪਹਿਲਾਂ ਕਹਿਣਾਂ ਨ ਭੁਲਿਓ — Excuse me. ਐਕਸਕਯੂਜ਼ ਮੀ

ਰੇਸਟੋਰੇਂਟ, ਹੋਟਲ ਯਾ ਪਾਰਟੀ ਵਿੱਚ ਵੇਟਰ ਨੂੰ ਟਿਪ ਦੇਂਦੇ ਵਖਤ ਆਖੋ- — Keep the change. ਕੀਪ ਦ ਚੇਂਜ਼

ਕਿਸੇ ਨੂੰ ਇਸ ਤਰਾਂ ਚੁਪ ਕਰਾਓ- — Please keep quiet. ਪਲੀਜ਼ ਕੀਪ ਕਵਾਯਟ

ਖਾਸ਼ ਮੌਕੇ ਤੇ ਧੰਨਵਾਦ ਦੇਣ ਲਈ ਆਖੋ- — Thank you! That's very kind of you! ਥੈਕ ਯੂ ! ਦੈਟਸ ਵੇਰੀ ਕਾਇੰਡ ਆਫ ਯੂ

ਤੇ ਧੰਨਵਾਦ ਦੇ ਉਤਰ ਵਿੱਚ ਆਖੋ- — You are welcome. ਯੂ ਆਰ ਵੈਲਕਮ

ਜੇਕਰ ਪਿਆਸੇ ਹੋ ਤੇ ਪਾਣੀ ਇਸ ਤਰਾਂ ਮੰਗੋ- — Get me a glass of water please. ਗੈਟ ਮੀ ਅ ਗਲਾਸ ਆਫ ਵਾਟਰ ਪਲੀਜ਼

ਆਮਤੋਰ ਤੇ ਕਿਸੇ ਗੱਲ ਤੇ ਮਾਫੀ ਮੰਗਣ ਲਈ ਆਖੋ- — Oh, I am really sorry. ਓਹ, ਆਈ ਐਮ ਰਿਅਲੀ ਸਾਰੀ

ਜੇਕਰ ਕਿਸੇ ਦੀ ਬਿਮਾਰੀ ਬਾਰੇ ਕਹਿਣਾਂ ਹੋਵੇ ਤੇ- — I'm really sorry to hear about the illness. ਆ ਏਮ ਰਿਅਲੀ ਸਾਰੀ ਟੂ ਹਿਅਰ ਅਬਾਉਟ ਦ ਇਲਨੇਸ

ਜੇਕਰ ਕਿਸੀ ਨੂੰ ਟਾਈਮ ਦੇ ਕੇ ਲੇਟ ਪਹੁੰਚੋ ਤੇ ਆਖੋ- — I'm sorry for being late. ਆ ਏਮ ਸਾਰੀ ਫੋਰ ਬਿੰਗ ਲੇਟ

I am sorry to have kept you waiting. ਆਈ ਐਮ ਸਾਰੀ ਯੂ ਹੈਵ ਕੇਪਟ ਯੂ ਵੇਟਿੰਗ ਯਾ ਫਿਰ

ਜਦੋ ਕੋਈ ਤੁਆਨੂੰ ਇਦਾਂ ਕਵੇ ਤੇ ਤੁਸੀ ਕਹਿ ਕਰਦੇ ਹੋ — That's all right. ਦੈਟਸ ਆਲ ਰਾਇਟ

ਮਿੱਤਰੋ, ਜੇਕਰ ਇੰਗਲਿਸ਼ ਬੋਲਣੀ ਸਿਖਣੀ ਏ ਤਾਂ ਬਾਰ-ਬਾਰ ਅਭਿਆਸ ਤਾਂ ਕਰਨਾ ਹੀ ਪਵੇਗਾ¢ ਨਿਰਦੇਸ਼ਾਂ ਦੇ ਨਾਲ

ਵਾਕਿਆਂ ਨੂੰ ਧਿਆਨ ਨਾਲ ਸੁਣੋ ਧਿਆਨ ਨਾਲ ਸੁਣਕੇ, ਬੋਲਣ ਤੇ ਕਹਿਣ ਦੇ ਢੰਗ ਨੂੰ ਯਾਦ ਕਰਦਿਆਂ ਹੋਇਆਂ ਬਾਰ-ਬਾਰ ਦੋਹਰਾਓ¢ਸੀਡੀ ਨੂੰ ਲੋੜ ਅਨੁਸਾਰ ਦੁਬਾਰਾ ਰਿਵਾਇੰਡ ਕਰਕੇ ਸੁਣੋ ਤੇ ਦੋਹਰਾਓ-

Exercise-6

ਮਿੱਤਰੋ, ਆਪਾਂ ਹਰ ਗੱਲ ਤਾਂ ਜਾਣਦੇ ਹੈ ਨਹੀ ਵੇਲੇ-ਵੇਲੇ ਸਿਰ ਸਾਨੂੰ ਲੋਕਾਂ ਕੋਲੋ ਕੁਝ ਨਾ ਕੁਝ ਪੁਛਣਾ ਪੈਂਦਾ ਹੈ ਇਸੇ ਤਰਾਂ ਜੇਕਰ ਕੋਈ ਦੂਜਾ ਪੁੱਛੇ ਤਾਂ ਜਵਾਬ ਵੀ ਦੇਣਾ ਪੈਂਦਾ ਹੈ ਇਸ ਐਕਸਰਸਾਇਜ਼ ਵਿੱਚ ਇਦਾਂ ਦੇ ਵਾਕ ਦਿੱਤੇ ਗਏ ਹਨ-

ਕਿਸੇ ਨੂੰ ਮਿਲਣ ਤੇ ਉਸਦਾ ਹਾਲ ਚਾਲ ਇਦਾਂ ਪੁੱਛੋ-	Hello, how are you? ਹੈਲੋ ਹਾਓ ਆਰ ਯੂ?
ਜੇਕਰ ਕੋਈ ਤੁਆਡੇ ਕੋਲੋਂ ਪੁੱਛੇ ਤਾਂ ਆਖੋ-	Fine, thank you and you? ਫਾਈਨ, ਥੈਂਕ ਯੂ ਐਂਡ ਯੂ?
ਡਾਕੀਏ ਤੋਂ, ਅਪਣੇ ਟੱਬਰ ਤੋ ਯਾ ਹਾਣ-ਮਿੱਤਰਾਂ ਤੋ ਅਪਣੇ ਆਣ ਵਾਲੇ ਖੱਤ ਬਾਰੇ ਇਵੇਂ ਪੁੱਛੋ-	Is there any letter for me? ਇਜ਼ ਦੇਅਰ ਏਨੀ ਲੇਟਰ ਫ਼ਾਰ ਮੀ?
ਜਿਹਨੂੰ ਖੱਤ ਪੋਸਟ ਕਰਣ ਵਾਸਤੇ ਦਿੱਤਾ ਸੀ ਉਸਨੇ ਪੋਸਟ ਕਿਤਾ ਏ ਯਾ ਨਹੀ, ਇਦਾਂ ਪੁੱਛੋ-	Did you post my letter? ਡਿਡ ਯੂ ਪੋਸਟ ਮਾਈ ਲੇਟਰ?
ਕਿਸੀ ਚੀਜ਼, ਜਿਵੇਂ ਕੀ ਕਿਤਾਬ ਦੇ ਨ ਮਿਲਣ ਤੇ ਪੁੱਛੋ-	Did you see my book anywhere? ਡਿਡ ਯੂ ਸੀਨ ਮਾਈ ਬੁਕ ਐਨੀਵੇਅਰ?
ਜੇਕਰ ਓ ਉਸਦੇ ਕੋਲ ਹੋਵੇਗੀ ਤੇ ਓ ਆਖੇਗਾ-	Yes, here it is. ਯੇਸ, ਹਿਅਰ ਇਟ ਇਜ਼
ਜੇਕਰ ਓ ਉਸਦੇ ਕੋਲ ਨਹੀ ਹੋਵੇਗੀ ਤੇ ਓ ਆਖੇਗਾ-	No, I didn't. ਨੋ, ਆਈ ਡਿਡੰਟ
ਕਿਸੀ (ਨਵਜੋਤ) ਨੂੰ ਕਾਫੀ ਵੇਲੇ ਤੋਂ ਨਾਂ ਤੱਕਣ ਕਰਕੇ ਅਪਣੇ ਮਿੱਤਰ ਕੋਲੋ ਪੁੱਛੋਗੇ-	Have you seen Navjot today? ਹੈਵ ਯੂ ਸੀਨ ਨਵਜੋਟ ਟੁਡੇ?
ਉਸਦਾ ਜਬਾਵ ਹੋ ਸੱਕਦਾ ਏ-	Yes. He is in the Library. ਯੈਸ. ਹੀ ਇਜ਼ ਇਨ ਦਾ ਲਾਈਬਰੇਰੀ
ਯਾ ਫਿਰ ਕਿਸੇ ਅਨਜਾਣ ਆਦਮੀ ਬਾਰੇ ਜਾਨਣ ਲਈ ਜਦੋ ਏਹੀ ਸਵਾਲ ਪੁਛੋਗੇ-	Uncle, who is he? ਅੰਕਲ ਹੂ ਇਜ਼ ਹੀ?
ਤਾਂ ਹੋ ਸਕਦਾ ਏ ਉਸਦਾ ਜਵਾਬ ਹੋਵੇ-	He is our new tenant. ਹੀ ਇਜ਼ ਆਵਰ ਨਿਊ ਟੇਨੇਂਟ
ਯਾ ਫਿਰ ਕੁਝ ਹੋਰ ਦੁਕਾਨਦਾਰ ਕੋਲੋ ਕਿਸੇ ਚੀਜ਼ ਵੱਲ ਇਸ਼ਾਰਾ ਕਰਕੇ ਪੁੱਛੋ-	What is this? ਵਾਟ ਇਜ਼ ਦਿਸ?
ਤਾਂ ਉਸਦਾ ਜਵਾਬ ਹੋ ਸਕਦਾ ਏ-	This is a video game. ਦਿਸ ਇਜ਼ ਅ ਵੀਡੀਓ ਗੇਮ
ਕਿਸੇ ਦੀ ਉਮਰ ਜਾਨਣ ਲਈ ਤੁਆਨੂੰ ਇਸ ਤਰਾਂ ਪੁੱਛਣਾ ਪਵੇਗਾ-	How old are you? ਹਾਓ ਔਲਡ ਆਰ ਯੂ?

ਜੇਕਰ ਕੋਈ ਤਹਾਡੇ ਕੋਲੋ ਇਹ ਸਵਾਲ ਕਰੇ	
ਤੇ ਤੁਸੀ ਜਵਾਬ ਦਿਉਗੇ-	I am twenty-five. ਆਈ ਐਣ ਟਵੇਂਟੀ ਫਾਇਵ
(ਯਾ ਜਿੰਨੀ ਤੁਵਾਡੀ ਉਮਰ ਹੈ)	
ਕਿਸੇ ਜਗਾ ਦੀ ਦੂਰੀ ਜਾਨਣ ਲਈ ਪੁਛੋ-	How far is it? ਹਾਉ ਫ਼ਾਰ ਇਟ ਇਜ਼
ਜੱਦ ਕੋਈ ਤੁਆਡੇ ਕੋਲੋ ਪੁੱਛੇ ਤਾਂ ਜਵਾਬ ਦੋਓ-	About five kilometres. ਅਬਾਊਟ ਫ਼ਾਇਵ ਕਿਲੋਮੀਟਰਜ਼
(ਯਾ ਜਿੰਨੀ ਦੂਰੀ ਹੋਵੇ)	
ਵਕਤ ਜਾਨਣ ਲਈ ਤੁਸੀ ਪੁੱਛੋ-	What is the time please? ਵਾਟ ਇਜ਼ ਦ ਟਾਇਮ
ਪਲੀਜ਼?	
ਤੇ ਇਦਾਂ ਪੁੱਛੇ ਜਾਣ ਤੇ ਜਵਾਬ ਦਿਓ-	Ten past four. ਟੇਨ ਪਾਸਟ ਫੋਰ
(ਯਾ ਫਿਰ ਜਿਨਾਂ ਵੀ ਵਕਤ ਹੋਵੇ)	
ਲੇਟ ਹੋਣ ਦਾ ਕਾਰਣ ਇਸ ਤਰਾਂ ਪੁੱਛੋ-	Why are you late? ਵਾਇ ਆਰ ਯੂ ਲੇਟ?
ਜੇ ਇਹੋ ਸਵਾਲ ਤੁਆਡੇ ਕੋਲੋ ਪੁਛਿਆ ਜਾਏ	
ਤੇ ਜਵਾਬ ਵਿੱਚ ਆਖੋ-	I missed my bus. ਆਈ ਮਿਸਡ ਮਾਈ ਬਸ
ਕਿਸੇ ਕੋਲੋ ਪੈਨ ਇੱਸ ਤਰਾਂ ਮੰਗੋ-	May I borrow your pen please? ਮੇ ਆਈ ਬਾਰੋ ਯੋਰ ਪੇਨ ਪਲੀਜ਼?
ਜੇਕਰ ਕੋਈ ਤੁਆਡੇ ਕੋਲੋਂ ਪੈਨ ਮੰਗੇ ਤੇ ਆਖੋ-	Yes, why not. ਯਸ, ਵਾਈ ਨਾਟ

<u>ਜੇਕਰ ਕਿਸੇ ਕੋਲੋ ਇਜ਼ਾਜ਼ਤ ਲੈਣੀ ਹੋਵੇ ਤਾਂ ਇਸ ਤਰਾਂ ਮੰਗੋ</u>

ਜੇਕਰ ਸਿਗਰੇਟ ਪੀਣਾ ਚਾਹੰਦੇ ਹੋ ਤਾਂ ਪੁੱਛੋ-	May I smoke here? ਮੇ ਆਈ ਸਮੋਕ ਹਿਅਰ?
ਕਿਸੇ ਦੇ ਟੇਲੀਫੋਨ ਤੋਂ ਫੋਨ ਕਰਨਾ ਚਾਹੰਦੇ ਹੋ ਤਾਂ ਪੁੱਛੋ-	May I use your phone please? ਮੇ ਆਈ ਯੂਜ਼ ਯੋਰ ਫੋਨ ਪਲੀਜ਼?
ਜੇਕਰ ਕਿਸੇ ਦੇ ਕਮਰੇ ਵਿੱਚ ਜਾਣਾ ਚਾਹੰਦੇ ਹੋ ਤਾਂ ਪੁੱਛੋ-	May I come in please? ਮੇ ਆਈ ਕਮ ਇਨ ਪਲੀਜ਼?
ਜੇਕਰ ਤੁਸੀ ਬਾਹਰ ਜਾਣਾ ਚਾਹੰਦੇ ਹੋ ਤਾਂ ਪੁੱਛੋ-	May I go now? ਮੇ ਆਈ ਗੋ ਨਾਓ?
ਜੇਕਰ ਕੋਈ ਤੁਆਡੇ ਕੋਲੋ ਇਜ਼ਾਜ਼ਤ ਮੰਗੇ ਤੇ	
ਇਜ਼ਾਜ਼ਤ ਦੇਣ ਵੇਲੇ ਕਹਿ ਸਕਦੇ ਹੋ-	Yes, of course. ਯਸ ਆਫ ਕੋਰਸ
ਯਾ ਫਿ	
ਜੇਕਰ ਇਜ਼ਾਜ਼ਤ ਨਾ ਦੇਣਾ ਚਾਹੋ ਤੇ ਆਖੋ-	Sorry, you can't. ਸਾਰੀ, ਯੂ ਕਾਨਟ

ਹੁਣ ਸੀਡੀ ਨੂੰ ਰਿਵਾਇੰਡ ਕਰਕੇ ਸਾਰੇਆਂ ਵਾਕਿਆਂ ਨੂੰ ਦੋਬਾਰਾ ਧਿਆਨ ਨਾਲ ਸੁਣੋ ਅਤੇ ਦੁਬਾਰਾ ਉਨਾਂ ਦਾ ਅਭਿਆਸ ਕਰੋ ਮਨ ਪੱਕਾ ਕਰੋ ਤੇ ਵਾਅਦਾ ਕਰੋ ਕਿ ਤੱਦ ਤੱਕ ਅਭਿਆਸ ਕਰਦੇ ਰਵੋਗੇ ਜੱਦ ਤੱਕ ਸੰਗੀਤ ਦੇ ਸੁਰਾਂ ਵਾਂਗ ਇੰਗਲਿਸ਼ ਬੋਲਣੀ ਨਹੀਂ ਆ ਜਾਂਦੀ

ਮਿੱਤਰੋ, ਇੰਗਲਿਸ਼ ਵਿੱਚ ਗੱਲ ਬਾਤ ਯਾ ਕੰਨਵਰਸੇਸ਼ਨ ਸਾਡੀ ਅਗਲੀ ਮੰਜ਼ਿਲ ਹੋਵੇਗੀ ਇਦੇ ਵਿੱਚ ਦੋ ਯਾ ਦੋ ਤੋਂ ਜਿਆਦਾ ਲੋਗ, ਵਾਕਿਆ ਦਾ ਇਸਤੇਮਾਲ ਇਕ ਤੋ ਬਾਅਦ ਇਕ ਕਰਦੇ ਜਾਂਦੇ ਨੇ ਕਾਮਯਾਬ ਇੰਗਲਿਸ਼ ਸਪੀਕਰ ਬਨਣ ਲਈ ਭਲਾ ਹੋਰ ਕੀ ਚਾਹੀਦਾ ਏ

ਚਲੋ ਹੁਣ ਸੁਣਦੇ ਹਾਂ, ਵੱਖ-ਵੱਖ ਮੋਕੇਆਂ ਤੇ ਕੀਤੀ ਜਾਣ ਵਾਲੀ ਗੱਲ ਬਾਤ-

Conversation-1

ਮਿੱਤਰੋ, ਆਪਾਂ ਆਏ ਦਿਨ ਕਿਸੇ ਨਾ ਕਿਸੇ ਅਨਜਾਣ ਬੰਦੇ ਨਾਲ ਮਿਲਦੇ ਰਹਿੰਦੇ ਹਾਂ ਮਿਲਦੇ ਹਾਂ ਤੇ ਸਾਡਾ ਤੇ ਉਸਦਾ ਇੰਟਰੋਡਕਸ਼ਨ ਵੀ ਹੁੰਦਾ ਹੈ ਆਓ ਵੇਖਦੇ ਹਾਂ, ਅਪਣਾ ਤੇ ਦੂਜਿਆਂ ਦਾ ਇੰਗਲਿਸ਼ ਵਿੱਚ ਇੰਟਰੋਡਕਸ਼ਨ-

Navjot : Excuse me, May I sit here please? ਐਕਸਕਯੂਜ਼ ਮੀ, ਮੇ ਆਈ ਸਿਟ ਹਿਅਰ ਪਲੀਜ਼?

Jasmeet : Yes please. ਯੈਸ ਪਲੀਜ਼

Navjot : Thank you, I am Navjot Singh. ਥੈਂਕ ਯੂ, ਆਈ ਐਮ ਨਵਜੋਤ ਸਿੰਘ

Jasmeet : Hello, I am Jasmeet Singh. ਹੈਲੋ, ਆਈ ਐਮ ਜਸਮੀਤ ਸਿੰਘ

Navjot : What do you do Mr. Singh? ਵਾਟ ਡੂ ਯੂ ਡੂ ਮਿਸਟਰ ਸਿੰਘ?

Jasmeet : I am a sales representative in Simco Electronics. ਆਈ ਐਮ ਸੇਲਜ਼ ਰਿਪ੍ਰੇਜੇਨਟੇਟਿਵ ਇਨ ਸਿਮਕੋ ਇਲੈਕਟਰੋਨਿਕਸ

Navjot : I am an accountant in the Bank of Punjab. ਆਈ ਐਮ ਐਨ ਐਕਾਉਨਟੇਂਟ ਇਨ ਦਾ ਬੈਂਕ ਆਫ ਪੰਜਾਬ

Jasmeet : Where are you from? ਵੇਅਰ ਆਰ ਯੂ ਫਰਾਮ

Navjot : I am from Moga. But now I am settled in Amritsar and you? ਆਈ ਐਮ ਫਰਾਮ ਮੋਗਾ. ਬੱਟ ਨਾਓ ਆਈ ਐਮ ਸੈਟਲਡ ਇਨ ਅੰਮ੍ਰਿਤਸਰ ਐਂਡ ਯੂ?

Jasmeet : I am from Amritsar itself. ਆਈ ਐਮ ਫਰਾਮ ਅੰਮ੍ਰਿਤਸਰ ਇਟਸੈਲ.ਫ

Navjot : Oh, I see! My stop. O.K. bye Jasmeet. ਓਹ. ਆਈ ਸੀ ! ਮਾਈ ਸਟਾਪ ਓ.ਕੇ. ਬਾਏ ਜਸਮੀਤ

Jasmeet : Bye. ਬਾਏ

ਤੇ ਜਦੋਂ ਓ ਦੁਬਾਰਾ ਮਿਲਦੇ ਨੇ ਤਾਂ ਗੱਲ ਬਾਤ ਇਦਾਂ ਹੁੰਦੀ ਏ-

Jasmeet : Hello Navjot! Nice to see you again. How are you? ਹੈਲੋ ਨਵਜੋਤ ! ਨਾਈਸ ਟੂ ਸੀ ਯੂ ਅਗੇਨ. ਹਾਓ ਆਰ ਯੂ?

Navjot : Hello Jasmeet, I am fine, thank you, and you? ਹੈਲੋ ਜਸਮੀਤ, ਆਈ ਐਮ ਫਾਈਨ, ਥੈਂਕ ਯੂ, ਐਂਡ ਯੂ?

Jasmeet : Fine here. Meet my Wife Preeti, my son Kirat and my daughter Gaganpreet. ਫਾਈਨ ਹਿਅਰ, ਮੀਟ ਮਾਈ ਵਾਈ.ਫ ਪ੍ਰੀਤੀ ਮਾਈ ਸਨ ਕੀਰਤ ਐਂਡ ਮਾਈ ਡਾਟਰ ਗਗਨਪ੍ਰੀਤ

Navjot : Hello Mrs. Singh! Hello Children! My wife Pammi, My daughter Lovely ਹੈਲੋ ਮਿਸਿਜ਼ ਸਿੰਘ ! ਹੈਲੋ ਚਿਲਡਰਨ ! ਮਾਈ ਵਾਇ.ਫ ਪੰਮੀ, ਮਾਈ ਡਾਟਰ ਲਵਲੀ

Jasmeet : Hello. — ਹੈਲੋ

Preeti (to Pammi) : Hello Pammi! — ਹੈਲੋ ਪੰਮੀ

Pammi : Hello Preeti. — ਹੈਲੋ ਪ੍ਰੀਤੀ

Preeti : Do you work Pammi? — ਡੂ ਯੂ ਵਰਕ, ਪੰਮੀ?

Pammi : No, I am a housewife. What about you? — ਨੋ, ਆਈ ਐਮ ਅ ਹਾਉਸ ਵਾਇਫ. ਵਾਟ ਅਬਾਉਟ ਯੂ?

Preeti : I teach in a school. — ਆਈ ਟੀਚ ਇਨ ਅ ਸਕੂਲ.

Pammi : Which school? — ਵਿੱਚ ਸਕੂਲ?

Preeti : Guru Nanak Public School. — ਗੁਰੂ ਨਾਨਕ ਪਬਲਿੱਕ ਸਕੂਲ

Pammi : Oh, I see. Where do you live, Preeti? — ਉਹ, ਆਈ ਸੀ. ਵਿਅਰ ਡੂ ਯੂ ਲਿਵ, ਪ੍ਰੀਤੀ?

Preeti : In Mohan Nagar and you? — ਇਨ ਮੋਹਨ ਨਗਰ ਐਂਡ ਯੂ?

Pammi : We are in Sultan Wind. Please drop in some time. — ਵੀ ਆਰ ਇਨ ਸੁਲਤਾਨ ਵਿੰਡ. ਪਲੀਜ਼ ਡਰੋਪ ਇਨ ਸੰਮ ਟਾਈਮ

Preeti : Sure, you too. — ਸਯੋਰ, ਯੂ ਟੂ

Conversation-2

ਕਿਸੇ ਅਨਜਾਣ ਸੜਕ ਯਾ ਥਾਂ ਤੇ ਆਦੇਂ ਜਾਦੇਂ ਸਮੇ ਸਾਨੂੰ ਦੂਜੇਆਂ ਤੋਂ ਕਾਫੀ ਕੁਝ ਪੁਛਣਾ ਪੈਂਦਾ ਹੈ ਆਓ ਵੇਖੀਏ ਗੁਰਮੀਤ ਕੀ ਪੁਛ ਰਿਆ ਏ-

Gurmeet : Excuse me, could you tell the way to the Tribune Building please? — ਐਕਸਕਯੂਜ਼ ਮੀ, ਕੁਡ ਯੂ ਟੈਲ ਦ ਵੇ ਟੂ ਦ ਟ੍ਰਿਬੀਉਨ ਬਿੱਲਡਿੰਗ ਪਲੀਜ਼?

The Man : Yes, go straight, take the first left and keep walking. You will reach Sec. 26 market. The Tribune Building is on that road.. — ਯੈਸ, ਗੋ ਸਟਰੇਟ, ਟੇਕ ਦ ਫਸਟ ਲੈਫਟ ਐਂਡ ਕੀਪ ਵਾਕਿੰਗ. ਯੂ ਵਿਲ ਰੀਚਡ ਸੈਕਟਰ 26 ਮਾਰਕਿਟ. ਦ ਟ੍ਰਿਬੀਉਨ ਬਿੱਲਡਿੰਗ ਇਜ ਆਨ ਦੈਟ ਰੋਡ.

Gurmeet : Thank you. — ਥੈਂਕ ਯੂ

Gurmeet (to a lady) : Excuse me, Madam From where can I get a bus to Rose Garden.? — ਐਕਸਕਯੂਜ਼ ਮੀ, ਮੈਡਮ ਫਰਾਮ ਵੇਅਰ ਕੈਨ ਆਈ ਗੈਟ ਅ ਬਸ ਟੂ ਰੋਜ਼ ਗਾਰਡਨ?

Lady : From that Bus Stop Near the PGI — ਫਰਾਮ ਦੈਟ ਬਸ ਸਟਾਪ ਨਿਅਰ ਦ ਪੀ ਜੀ ਆਈ

Gurmeet : Thank you. — ਥੈਂਕ ਯੂ

Gurmeet : Is it going to Rose Garden? — ਇਜ਼ ਇਟ ਗੋਇੰਗ ਟੂ ਰੋਜ਼ ਗਾਰਡਨ?

Conductor : Yes, get in fast. — ਯੈਸ, ਗੈਟ ਇਨ ਫਾਸਟ

Gurmeet (to a passenger) : Would you please tell me when we reach Rose Garden? — ਵੁਡ ਯੂ ਪਲੀਜ਼ ਟੈਲ ਮੀ ਵੈਨ ਵੀ ਰੀਚ ਰੋਜ਼ ਗਾਰਡਨ?

Passenger : Yes, I will.	ਯੈਸ, ਆਈ ਵਿਲ
Gurmeet : Can I get a bus to Rock Garden from there?	ਕੈਨ ਆਈ ਗੈਟ ਅ ਬਸ ਟੂ ਰੋਕ ਗਾਰਡਨ ਫਰਾਮ ਦਿਅਰ?
Passenger : Yes, easily.	ਯੈਸ, ਇਜ਼ਿਲੀ
Gurmeet : Oh, Thank you.	ਓਹ, ਥੈਂਕ ਯੂ

Conversation-3

ਕਾਲੇਜ ਵਿੱਚ ਮੁੰਡੇ ਕੁੜੀਆਂ ਤਾਂ ਇੰਗਲਿਸ਼ ਵਿੱਚ ਹੀ ਗੱਲ ਬਾਤ ਕਰਦੇ ਹਨ ਆਉ ਸੁਣਦੇ ਹਾਂ ਇਕ ਏਵੇਂ ਦੀ ਗੱਲ ਬਾਤ-

Pritam : Hi Jassi!	ਹਾਈ ਜੱਸੀ !
Jassi : Hi, How are you?	ਹਾਈ, ਹਾਓ ਆਰ ਯੂ?
Pritam : Fine, and you?	ਫਾਈਨ ਐਂਡ ਯੂ?
Jassi : Fine, thanks.	ਫਾਈਨ, ਥੈਂਕਸ.
Pritam : Where are you going?	ਵੇਅਰ ਆਰ ਯੂ ਗੋਇੰਗ?
Jassi : Actually I am free in this period. I was just wondering what to do.	ਏਕਚੁਅਲੀ ਆਈ ਐਮ ਫਰੀ ਇਨ ਦਿਸ ਪੀਰਿਅਡ ਆਈ ਵਾਜ਼ ਜਸਟ ਵੰਡਰਿੰਗ ਵਾਟ ਟੂ ਡੂ?
Pritam : I am going to the canteen. Can you join?	ਆਈ ਐਮ ਗੋਇੰਗ ਟੂ ਕੈਟੀਂਨ ਕੈਨ ਯੂ ਜਾਇਨ?
Jassi : O.K.	ਓ.ਕੇ.
Pritam : What do you like? Coke or something else?	ਵਾਟ ਡੂ ਯੂ ਲਾਇਕ. ਕੋਕ ਆਰ ਸਮਥਿੰਗ ਐਲਸ?
Jassi : Coke is fine.	ਕੋਕ ਇਜ਼ ਫਾਈਨ
Pritam : Here you are.	ਹੇਅਰ ਯੂ ਆਰ.
Jassi : Thanks.	ਥੈਂਕਸ
Pritam : Where do you live?	ਵੇਅਰ ਡੂ ਯੂ ਲਿਵ?
Jassi : In Manimajra, and you?	ਇਨ ਮਨੀਮਾਜਰਾ ਐਡ ਯੂ?
Pritam : In Sec. 10. Are you mostly free in the fifth period?	ਇਨ ਸੈਕਟਰ 10 ਆਰ ਯੂ ਮੋਸਟਲੀ ਫਰੀ ਇਨ ਦ ਫਿਫਤ ਪੀਰਿਅਡ?
Jassi : Yes mostly, except on fridays when we have tutorials. I have to go now. Thanks for the Coke, Pritam.	ਯੈਸ ਮੋਸਟਲ ਐਕਸੈਪਟ ਆਨ ਫਰਾਈਡੇ ਵੈਨ ਵੀ ਹੈਵ ਟਯੂਟੋਰਿਯਲਜ਼ ਆਈ ਹੈਵ ਟੂ ਗੋ ਨਾਓ. ਥੈਂਕਸ ਫਾਰ ਦ ਕੋਕ, ਪ੍ਰੀਤਮ
Pritam : Bye, See you.	ਬਾਏ, ਸੀ ਯੂ

ਤੇ ਜਦੋਂ ਓ ਦੁਬਾਰਾ ਮਿਲਦੇ ਨੇ ਤਾਂ ਗੱਲ ਬਾਤ ਇਦਾਂ ਹੁੰਦੀ ਏ-

Pritam : Hi Jassi! Coming from the library? ਹਾਈ ਜੱਸੀ ! ਕੰਮੀਗ ਫਰਾਮ ਦਾ ਲਾਈਬਰੇਰੀ?

Jassi : Yes, How are you? ਯੈਸ, ਹਾਓ ਆਰ ਯੂ?

Pritam : Fine Jassi, what are you doing this Sunday? ਫਾਈਨ ਜੱਸੀ, ਵਾਟ ਆਰ ਯੂ ਡੂਇੰਗ ਦਿਸ ਸੰਡੇ?

Jassi : Nothing special. Why? ਨਥਿੰਗ ਸਪੈਸ਼ਲ, ਵਾਈ?

Pritam : We friends are planning to see a movie. Want to join us? ਵੀ ਫਰੈਂਡਜ਼ ਆਰ ਪਲਾਨਿੰਗ ਟੂ ਸੀ ਅ ਮੂਵੀ. ਵਾਂਟ ਟੂ ਜਾਇਨ ਅਸ?

Jassi : Which movie? ਵਿੱਚ ਮੂਵੀ?

Pritam : We haven't decided yet. May be the new Punjabi Movie at Dhillon. ਵੀ ਹੈਵਨਟ ਡਿਸਾਇਡਿਡ ਯੈਟ. ਮੇ ਬੀ ਦ ਨਿਓ ਪੰਜਾਬੀ ਮੂਵੀ ਐਟ ਢਿੱਲੋਂ

Jassi : How many persons are going there? ਹਾਓ ਮੈਨੀ ਪਰਸਨ ਆਰ ਗੋਇੰਗ ਦੇਅਰ?

Pritam : Five, two boys and three girls. Mona is also coming. ਫਾਇਵ, ਟੂ ਬਾਇਜ਼ ਐਂਡ ਥਰੀ ਗਰਲਜ਼ ਮੋਨਾ ਇਜ਼ ਆਲਸੋ ਕਮਿੰਗ

Jassi : O.K., Can I bring a friend along? ਓ.ਕੇ. ਕੈਨ ਆਈ ਬਰਿੰਗ ਅ ਫਰੈਂਡ ਅਲੌਂਗ?

Pritam : Yes, of course. ਯੈਸ ਆਫ ਕੋਰਸ

Jassi : How much for the ticket? ਹਾਓ ਮੱਚ ਫਾਰ ਦ ਟਿਕਟ?

Pritam : I'll take the money after we buy the tickets. ਆਈਲ ਟੇਕ ਦ ਮਨੀ ਆਫਟਰ ਵੀ ਬਾਏ ਦ ਟਿਕਟ

Jassi : Fine, see you soon, Bye Pritam. ਫਾਈਨ, ਸੀ ਯੂ ਸੁਨ, ਬਾਏ ਪ੍ਰੀਤਮ

Pritam : Bye, Jassi. ਬਾਏ ਜੱਗੀ

Conversation-4

ਸਾਈਂਸ ਨੇ ਬਹੁਤ ਤਰੱਕੀ ਕੀਤੀ ਏ ਘਰਾਂ ਵਿੱਚ ਵੱਖ-ਵੱਖ ਤਰਾਂ ਦਿਆਂ ਮਸ਼ੀਨਾਂ, ਗੈਜੇਟ ਇਸਤੇਮਾਲ ਹੋਣ ਲੱਗ ਪਏ ਨੇ ਜੇਕਰ ਆਪਾਂ ਉਨਾਂ ਨੂੰ ਇਸਤੇਮਾਲ ਕਰਦੇ ਹਾਂ, ਤੇ ਉਨਾਂ ਵਿਚ ਖਰਾਬੀ ਵੀ ਆ ਜਾਂਦੀ ਹੈ ਇਸ ਐਕਸਰਸਾਇਜ਼ ਵਿੱਚ ਇਕ ਔਰਤ ਖਰਾਬ ਮਸ਼ੀਨ ਦੀ ਸ਼ਿਕਾਇਤ ਕਰ ਰਹੀ ਏ-

Salesman : Good Morning, Madam. Can I help you? ਗੁਡ ਮੋਰਨਿੰਗ, ਮੈਡਮ ਕੈਨ ਆਈ ਹੈਲਪ ਯੂ?

Customer : Yes, I have a complaint. ਯੈਸ, ਆਈ ਹੈਵ ਅ ਕਮਪਲੇਂਟ

Salesman : Yes, please. ਯੈਸ, ਪਲੀਜ਼

Customer : I brought this mixer grinder from your shop. It doesn't work properly. — ਆਈ ਬਾਟ ਦਿਸ ਮਿਕਸਰ ਗਰਾਇੰਡਰ ਫਰਾਮ ਯੁਅਰ ਸ਼ਾਪ. ਇਟ ਡਜ਼ਨਟ ਵਰਕ ਪਰਾਪਰਲੀ

Salesman : Let me see. What is the problem, Madam? — ਲੈਟ ਮੀ ਸੀ. ਵਾਟ ਇਜ਼ ਦ ਪਰਾਬਲਮ ਮੈਡਮ?

Customer : The grinder makes too much noise and doesn't grind anything fine. And the blender doesn't mix anything properly. — ਦ ਗਰਾਇੰਡਰ ਮੇਕਸ ਯੂ ਮਚ ਨਾਇਜ਼ ਐਂਡ ਡਜ਼ਨਟ ਗਰਾਇੰਡ ਐਨੀਥਿੰਗ ਫਾਈਨ ਐਂਡ ਦ ਬਲੈਂਡਰ ਡਜ਼ਨਟ ਮਿਕਸ ਐਨੀਥਿੰਗ ਪਰਾਪਲੀ

Salesman : I see. Does it have a guarantee? — ਆਈ ਸੀ. ਡਜ਼ ਇਫ ਹੈਵ ਅ ਗਾਰੰਟੀ?

Customer : Yes, one year. — ਯੈਸ. ਵਨ ਇਅਰ

Salesman : Do you have the receipt please? — ਡੂ ਯੂ ਹੈਵ ਦ ਰਿਸੀਟ ਪਲੀਜ਼?

Customer : Yes, here it is. — ਯੈਸ. ਹਿਅਰ ਇਟ ਇਜ਼

Salesman : All right Madam. Leave the machine with us. I will send it to the company's workshop for repair. — ਆਲ ਰਾਈਟ ਮੈਡਮ. ਲੀਵ ਦ ਮਸ਼ੀਨ ਵਿਦ ਅਸ. ਆਈ ਵਿਲ ਸੈਂਡ ਇਟ ਟੂ ਦ ਕੰਪਨੀਜ਼ ਵਰਕਸ਼ਾਪ ਫਾਰ ਰਿਪੇਅਰ

Customer : Can't you change the piece or refund the money? — ਕਾਂਟ ਯੂ ਚੇਂਜ ਦ ਪੀਸ ਆਰ ਰਿਫੰਡ ਦ ਮਨੀ?

Salesman : We will change the piece if the fault can't be repaired. But we can't refund the money. — ਵੀ ਵਿਲ ਚੇਂਜ਼ ਦ ਪੀਸ ਇਫ ਦ ਫਾਲਟ ਕਾਂਟ ਵੀ ਰਿਪੇਅਰ ਬਟ ਵੀ ਕਾਂਟ ਰਿਫਨਡ ਦ ਮਨੀ

Customer : When should I come back? — ਵੈਨ ਸੁਡ ਆਈ ਕਮ ਬੈਕ?

Salesman : Next Wednesday. — ਨੈਕਟ ਵੇਂਜ਼ਡੇ

Customer : All right. Thank you. — ਆਲ ਰਾਈਟ ਥੈਂਕ ਯੂ

Conversation-5

ਜੇਕਰ ਚੰਗੀ ਨੌਕਰੀ ਚਾਹਿਦੀਏ ਤਾਂ ਇੰਗਲਿਸ਼ ਬੋਲਣੀ ਆਉਣੀ ਬਹੁਤ ਜਰੂਰੀ ਏ ਇੰਟਰਵਿਊ ਦੇਣ ਵਖਤ ਕੁਝ ਇਸ ਤਰਾਂ ਦੀ ਗੱਲ ਬਾਤ ਹੁੰਦੀ ਏ-

Candidate : May I come in sir? — ਮੇ ਆਈ ਕਮ ਇਨ ਸਰ?

Interviewer : Yes, please. — ਯੈਸ ਪਲੀਜ਼

Candidate : Good Morning, sir. — ਗੁਡ ਮਾਰਨਿੰਗ, ਸਰ

Interviewer : Good Morning! please sit down. — ਗੁਡ ਮਾਰਨਿੰਗ ! ਪਲੀਜ਼ ਸਿਟ ਡਾਉਨ

Candidate : Thank you. — ਥੈਂਕ ਯੂ

Interviewer : What is your name? — ਵਾਟ ਇਜ਼ ਯੋਰ ਨੇਮ

Candidate : Preeti Sehgal — ਪ੍ਰੀਤੀ ਸਹਿਗਲ

Interviewer : Married or unmarried?	ਮੈਰਿਡ ਆਰ ਅਨਮੈਰਿਡ?
Candidate : Married.	ਮੈਰਿਡ
Interviewer : You have applied for the post of a personal assistant. Right?	ਯੂ ਹੈਵ ਐਪਲਾਈਡ ਫਾਰ ਦ ਪੋਸਟ ਆਪ ਅ ਪਰਸਨਲ ਅਸਿਸਟੇਂਟ ਰਾਇਟ?
Candidate : Yes, sir.	ਯੈਸ ਸਰ
Interviewer : What are your qualifications?	ਵਾਟ ਇਜ਼ ਯੋਰ ਕੁਆਲੀਫਿਕੇਸ਼ਨਜ਼?
Candidate : I am a B.Sc. I have also done a diploma in typing and shorthand, and a secretarial course from the Govt. College, Chandigarh.	ਆਈ ਐਮ ਬੀ. ਐਸ.ਸੀ. ਆਈ ਹੈਵ ਆਲਸੋ ਡੱਨ ਅ ਡਿਪਲੋਮਾ ਇਨ ਟਾਇਪਿੰਗ ਐਂਡ ਸ਼ੋਰਟਹੈਂਡ ਐਂਡ ਅ ਸੇਕ੍ਰੇਟੇਰਿਅਲ ਕੋਰਸ ਫਰਾਮ ਦ ਗਵਰਨਮੇਂਟ ਕਾਲਜ, ਚੰਡੀਗੜ
Interviewer : What is your speed in typing and shorthand?	ਵਾਟ ਇਜ਼ ਯੋਰ ਸਪੀਡ ਇਨ ਟਾਇਪਿੰਗ ਐਂਡ ਸ਼ੋਰਟਹੈਂਡ?
Candidate : Typing is fifty and shorthand is hundred words per minute.	ਟਾਇਪਿੰਗ ਇਜ਼ ਫ਼ਿਫਟੀ ਐਂਡ ਸ਼ੋਰਟਹੈਂਡ ਇਜ਼ ਹੰਡ੍ਰੇਡ ਵਰਡਸ ਪਰ ਮਿਨਿਟ
Interviewer : Are you computer friendly?	ਆਰ ਯੂ ਕੰਪਯੂਟਰ ਫ੍ਰੈਂਡਲੀ?
Candidate : Yes, I can do the word processing on it.	ਯੈਸ, ਆਈ ਕੈਨ ਡੂ ਦ ਵਰਕ ਪਰੋਸੈਸਿੰਗ ਆਨ ਇਟ
Interviewer : Have you worked in an office before?	ਹੈਵ ਯੂ ਵਰਕਡ ਇਨ ਏਨ ਆਫਿਸ ਬਿਫੋਰ?
Candidate : Yes, I have worked as a P.A. to the manager in D.K. Industries.	ਯੈਸ ਆਈ ਹੈਵ ਵਰਕਡ ਐਜ਼ ਅ ਪੀ.ਏ. ਟੂ ਦ ਮੈਨੇਜਰ ਇਨ ਡੀ.ਕੇ. ਇੰਡਸਟ੍ਰੀਜ਼
Interviewer : Have you left them?	ਹੈਵ ਯੂ ਲੈਫਟ ਦੇਮ?
Candidate : No. But I am looking for a change now.	ਨੋ ਬੱਟ ਆਈ ਐਮ ਲੁਕਿੰਗ ਫਾਰ ਅ ਚੇਂਜ਼ ਨਾਓ
Interviewer : Why?	ਵਾਏ?
Candidate : The place is very far. Besides the salary is not enough.	ਦ ਪਲੇਸ ਇਜ਼ ਵੇਰੀ ਫਾਰ. ਬਿਸਾਇਡਜ਼ ਦ ਸੈਲਰੀ ਇਜ਼ ਨਾਟ ਇਨਫ਼
Interviewer : What is your present salary?	ਵਾਟ ਇਜ਼ ਯੋਰ ਪ੍ਰੇਜ਼ੇਂਟ ਸੈਲਰੀ?
Candidate : Forty One Hundred Rupees per month.	ਫੋਰਟੀ ਵਨ ਹੰਡ੍ਰੇਡ ਰੁਪੀਜ਼ ਪਰ ਮੰਥ
Interviewer : What salary do you expect?	ਵਾਟ ਸੈਲਰੀ ਡੂ ਯੂ ਐਕਸਪੈਕਟ?
Candidate : Around Five Thousand Rupees.	ਅਰਾਉਂਡ ਫਾਇਫ਼ ਥਾਉਜ਼ੇਂਟ ਰੁਪੀਜ਼

Interviewer : Can you communicate in English fluently?	ਕੈਨ ਯੂ ਕਮਯੂਨੀਕੇਟ ਇਨ ਇੰਗਲਿਸ਼ ਫਲੂਏਂਟਲੀ?
Candidate : Of Course, I can.	ਆਫ ਕੋਰਸ, ਆਈ ਕੈਨ
Interviewer : One last but very important question. A personal assistant may have to stay back late in office sometimes. Can you do that?	ਵਨ ਲਾਸਟ ਬਟ ਵੇਰੀ ਇੰਮਪੋਰਟੇਂਟ ਕਵੈਸ਼ਚਨ ਅ ਪਰਸਨਲ ਅਸੀਸਟੇਂਟ ਮੇ ਹੈਵ ਟੂ ਸਟੇ ਬੈਕ ਲੇਟ ਇਨ ਆਫਿਸ ਸਮ ਟਾਇਮਜ਼ ਕੈਨ ਯੂ ਡੂ ਦੈਟ?
Candidate : Only once in a while Sir, not always. I have a small baby.	ਔਨਲੀ ਵਨਸ ਇਨ ਅ ਵਾਇਲ ਸਰ, ਨਾਟ ਆਲਵੇਜ਼. ਆਈ ਹੈਵ ਅ ਸ਼ਮਾਲ ਬੇਬੀ
Interviewer : All right Mrs. Sehgal. That will do. We will let you know soon.	ਆਲ ਰਾਈਟ ਮਿਸੇਜ਼ ਸਹਿਗਲ, ਦੈਟ ਵਿਲ ਡੂ ਵੀ ਵਿਲ ਲੈਟ ਯੂ ਨੋ ਸੂਨ
Candidate : Thank You, sir.	ਥੈਂਕ ਯੂ ਸਰ

Conversation-6

ਮਾਡਰਨ ਦਫਤਰਾਂ ਵਿੱਚ ਬਾਸ ਤੇ ਸੇਕੇਟਰੀ ਇੰਗਲਿਸ਼ ਵਿੱਚ ਹੀ ਗੱਲ ਬਾਤ ਕਰਦੇ ਹਨ ਤੇ ਚੱਲੋ ਵੇਖਦੇ ਹਾਂ ਕਿ ਇਕ ਵੇਲੇ ਵਿੱਚ ਕਈ ਕੰਮ ਜਿਸਨੂ ਮਲਟੀ ਟਾਕਸਿੰਗ ਕਹਿੰਦੇ ਨੇ, ਕਿਸ ਤਰਾਂ ਦਫਤੱਰ ਵਿੱਚ ਹੋ ਰਹੇ ਹਨ-

Secretary : Good Morning, sir.	ਗੁਡ ਮਾਰਨਿੰਗ. ਸਰ
Boss : Good Morning, Simran. Please take this letter and fax it immediately.	ਗੁਡ ਮਾਰਨਿੰਗ, ਸਿਮਰਨ ਪਲੀਜ਼ ਟੇਕ ਦਿਸ ਲੈਟਰ ਐਂਡ ਫੈਕਸ ਇਟ ਇਮਿਡਿਏਟਲੀ
Secretary : O.K. sir. You have an appointment with Mr. Jageer Singh of J.S. Industries at 11.30 today.	ਓ.ਕੇ. ਸਰ ਯੂ ਹੈਵ ਐਨ ਅਪਾਇੰਟਮੇਂਟ ਵਿਦ ਮਿਸਟਰ ਜਗੀਰ ਸਿੰਘ ਆਫ ਜੇ.ਐਸ. ਇੰਡਸਟਰੀਜ਼ ਐਟ ਇਲੇਵਨ ਥਰਤੀ ਟੁਡੇ
Boss : All right, remind me about it at 11 o'clock.	ਆਲ ਰਾਈਟ, ਰਿਮਾਇੰਡ ਮੀ ਅਬਾਊਟ ਇਟ ਐਟ ਇਲੇਵਨ ਓ ਕਲਾਕ
Secretary : Yes sir, this is the letter from their company and a copy of the reply sent by us.	ਯੈਸ ਸਰ, ਦਿਸ ਇਜ਼ ਦ ਲੈਟਰ ਫਰਾਮ ਦੇਅਰ ਕੰਪਨੀ ਐਂਡ ਅ ਕੋਪੀ ਆਫ ਰਿਪਲਾਈ ਸੈਂਟ ਬਾਏ ਅਸ
Boss : All right. Send me the concerned file.	ਆਲ ਰਾਇਟ. ਸੈਂਡ ਮੀ ਦ ਕਨਸਰਨਡ ਫਾਈਲ
Secretary : These are two applications. Mr. Jasbir has reported sick and Mrs. Kochhar has applied for an extension for her leave.	ਦੀਜ਼ ਆਰ ਟੂ ਐਪਲੀਕੇਸ਼ਨਜ਼ ਮਿਸਟਰ ਜਸਬੀਰ ਹੈਜ਼ ਰਿਪੋਰਟਿਡ ਸਿਕ ਐਂਡ ਮਿਸ਼ੇਜ ਕੋਚਰ ਹੈਜ਼ ਐਪਲਾਈਜ਼ ਫਾਰ ਐਨ ਐਕਟੈਂਸ਼ਨ ਫਾਰ ਹਰ ਲੀਵ
Boss : How many days?	ਹਾਓ ਮੇਨੀ ਡੇਜ਼?
Secretary : Three days, 25th to 27th of April.	ਥ੍ਰੀ ਡੇਜ਼. ਟਵੇਨਟੀ ਫਿਫਥ ਯੂ ਟਵੇਨਟੀ ਸੈਵਨਥ ਆਪ ਅਪ੍ਰੈਲ

Boss : Anything else?	ਐਨੀਥਿੰਗ ਐਲਸ?
Secretary : This is the electrician's bill. And I've called the plumber also. The toilet flush is not working again.	ਦਿਸ ਇਜ਼ ਦ ਇਲੈਕਟਰੀਸਿਅਨ ਬਿਲ ਐਜ ਆਈ ਹੈਵ ਕਾਲਡ ਦ ਪਲੰਬਰ ਆਲਸੋ ਦ ਟਾਯਲੇਟ ਫਲਸ਼ ਇਜ਼ ਨੋਟ ਵਰਕਿੰਗ ਅਗੇਨ
Boss : Have you sent the reminder to Meghraj and sons?	ਹੈਵ ਯੂ ਸੈਂਟ ਦ ਰਿਮਾਂਇਡਰ ਟੂ ਮੇਘਰਾਜ ਐਂਡ ਸੰਸ?
Secretary : Yes sir.	ਯੈਸ ਸਰ
Secretary : Hello, Mrs. Kiran. Please hold on. (to the boss) Sir, this is Mrs. Kiran from Pustak Mahal Publishers. She wants an appointment this afternoon.	ਹੈਲੋ ਮਿਸ਼ੇਜ਼ ਕਿਰਨ, ਪਲੀਜ਼ ਹੋਲਡ ਆਨ ਸ਼ਰ ਦਿਸ ਇਜ਼ ਮਿਸ਼ੇਜ਼ ਕਿਰਨ ਫਰਾਮ ਪੁਸਤਕ ਮਹਲ ਪਬਲਿਸ਼ਰ. ਸ਼ੀ ਵਾਨਟ ਐਡ ਅਪਾਇਨਟਮੇਂਟ ਦਿਸ ਆਫਟਰਨੂਨ
Boss : Is there any other appointment?	ਇਸ ਦੇਅਰ ਐਨੀ ਅਦਰ ਅਪਾਇਨਟਮੇਂਟ?
Secretary : No sir.	ਨੋ ਸਰ
Boss : All right. Call her at 4 o'clock.	ਆਲ ਰਾਇਟ. ਕਾਲ ਹਰ ਐਟ ਫਾਰ ੳ ਕਲਾਕ
Secretary : O.K. Mrs. Kiran you can come at 4 o'clock.	ੳ.ਕੇ. ਮਿਸੇਜ ਕਿਰਨ ਯੂ ਕੈਨ ਕਮ ਐਟ ਫਾਰ ੳ ਕਲਾਕ
Boss : Have our new brochures arrived?	ਹੈਵ ਆਵਰ ਨਿਊ ਬ੍ਰੋਸ਼ਰਜ਼ ਅਰਾਇਵਡ?
Secretary : Yes sir. This is the list of the compaines, we are sending them to.	ਯੈਸ ਸਰ. ਦਿਸ ਇਜ਼ ਦ ਲਿਸਟ ਆਫ ਦ ਕੰਪਨੀਜ਼ ਵੀ ਆਰ ਸੈਂਡੀਗ ਦੈਮ ਟੂ
Boss : O.K. send all the brochures today without fail. Also send this packet by courier.	ੳ.ਕੇ ਸੈਡ ਆਲ ਦ ਬ੍ਰੋਸ਼ਰਜ਼ ਟੂਡੇ ਵਿਦਾਉਟ ਫੇਲ ਆਲਸੋ ਸੈਂਡ ਦਿਸ ਪੈਕਟ ਬਾਏ ਕੂਰਿਅਰ
Secretary : Yes sir.	ਯੈਸ ਸਰ

Conversation-7

ਮਿਤਰੋ, ਅੱਜਕਲ ਮਿਆਂ ਬੀਵੀ ਦੋਨੋ ਨੌਕਰੀ ਕਰਦੇ ਨੇ ਨਾਲੇ ਬਚਿੱਆਂ ਦੀ ਪੜਾਈ ਲਿਖਾਈ ਵੀ ਇੰਗਲਿਸ਼ ਮਿਡਿਅਮ ਸਕੂਲਾਂ ਵਿੱਚ ਹੋਣ ਲੱਗ ਰਈ ਏ ਉਦੇ ਲਈ ਜਰੂਰੀ ਏ ਤੁਸੀ ਦੋਨੋ ਇੰਗਲਿਸ਼ ਬੋਲਣਾ ਜਾਣਦੇ ਹੋਵੋ ਏਸੇ ਲਈ ਪਰਮਜੀਤ ਅਪਣੀ ਹੋਣ ਵਾਲੀ ਬੀਵੀ ਜੱਸੀ ਨਾਲ ਇੰਗਲਿਸ਼ ਵਿੱਚ ਗੱਲ ਕਰ ਰਿਹਾ ਹੈ ਤਾਕਿ ੳ ਜਾਣ ਸਕੇ ਕਿ ਉਸਨੂੰ ਇੰਗਲਿਸ਼ ਆਂਦੀ ਏ ਯਾ ਨਹੀ-

Paramjit : Which college did you attend?	ਵਿੱਚ ਕਾਲੇਜ ਡਿਡ ਯੂ ਅਟੈਂਡ?
Jassi: D.A.V. College.	ਡੀ.ਏ.ਵੀ. ਕਾਲੇਜ
Paramjit : What were your subjects?	ਵਾਟ ਵਰ ਯੋਰ ਸਬਜੇਕਟ
Jassi: History, Economics and English.	ਹਿਸਟਰੀ, ਇਕਨੋਮਿਕਸ ਐਂਡ ਇੰਗਲਿਸ਼
Paramjit : What are your hobbies?	ਵਾਟ ਆਰ ਯੋਰ ਹੋਬਿਜ਼?
Jassi: Cooking and designing clothes. In my spare time, I also read novels and listen to music.	ਕੁਕਿੰਗ ਐਡ ਡਿਜ਼ਾਇਨਿੰਗ ਕਲੋਥ ਇਨ ਮਾਈ ਸਪੇਅਰ ਟਾਈਮ. ਆਈ ਆਲਸੋ ਰੀਡ ਨਾਵਲ ਐਂਡ ਲਿਸਨ ਟੂ ਮਿਊਜ਼ਿਕ

Paramjit : What type of music?	ਵਾਟ ਟਾਇਪ ਆਫ ਮਿਊਜ਼ਿਕ?
Jassi: Light film songs and ghazals.	ਲਾਇਟ ਫਿਲਮ ਸਾਂਗਸ ਐਂਜ ਗਜ਼ਲਜ਼
Paramjit : What are your expectations from a husband?	ਵਾਟ ਆਰ ਯੋਰ ਐਕਪੈਕਟੇਸ਼ਨਜ਼ ਫਰਾਮ ਅ ਹਸਬੈਂਡ
Jassi: He should be loving, caring and understanding.	ਹੀ ਸ਼ੁਡ ਵੀ ਲਵਿੰਗ, ਕੇਰਿੰਗ ਐਂਡ ਅੰਡਰਸਟੈਂਡਿੰਗ
Paramjit : Do you want to work after marriage?	ਡੂ ਯੂ ਵਾਂਟ ਟੂ ਵਰਕ ਆਫਟਰ ਮੈਰਿਜ਼?
Jassi: That depends on my In-laws and the circumstances after marriage.	ਦੈਟ ਡਿਪੈਂਡਜ਼ ਆਨ ਮਾਈ ਇਨ-ਲਾਜ਼ ਐਂਡ ਦ ਸਰਕਮਸਟਾਂਸਜ਼ ਆਫਟਰ ਮੈਰਿਜ਼
Paramjit : One last but very important question. Being the only son I'll always stay with my parents. Can you adjust in the joint family?	ਵਨ ਲਾਸਟ ਬਟ ਵੇਰੀ ਇੰਮਪੋਰਟੇਂਟ ਕਵੈਸ਼ਚਨ ਬੀਂਗ ਦ ਔਨਲੀ ਸਨ ਆਇਲ ਆਲਵੇਜ਼ ਸਟੇ ਵਿਦ ਮਾਈ ਪੇਰੇਨਟਸ. ਕੈਨ ਯੂ ਐਡਜੇਸਟ ਇਨ ਦ ਜਵਾਇੰਟ ਫੈਮਿਲੀ?
Jassi: Yes, sure.	ਯੇਸ, ਸ਼ਯੋਰ
Paramjit : Now you too can ask me whatever you want.	ਨਾਓ ਯੂ ਟੂ ਕੈਨ ਆਸਕ ਮੀ ਵਾਟਐਵਰ ਯੂ ਵਾਂਟ
Jassi: I would also like to know about your expectations from your wife.	ਆਈ ਵੁਡ ਆਲਸੋ ਲਾਈਕ ਟੂ ਨੋ ਅਬਾਊਟ ਯੋਰ ਐਕਪੈਕਟੇਸ਼ਨਜ਼ ਫਰਾਮ ਯੋਰ ਵਾਇਫ਼
Paramjit : I want her to be my true friend and life partner.	ਆਈ ਵਾਂਟ ਹਰ ਟੂ ਬੀ ਮਾਈ ਟਰੂ ਫਰੈਂਡ ਐਂਡ ਲਾਈਫ਼ ਪਾਰਟਨਰ

ਮਿਤਰੋ, ਹੰਡ੍ਰੇਡ ਪਰਸੇਂਟ ਸਹੀ ਸ਼ਬਦ ਚੁਨਣ ਨਾਲ ਤੇ ਪਰਫੇਕਟ ਬੋਲਣ ਤੇ ਭੰਵਰਜਾਲ ਚ ਫਸਾ ਕੇ ਆਪਾਂ ਤੁਆਡੇ ਇੰਗਲਿਸ਼ ਬੋਲਣ ਦੀ ਹਾਰ ਵਿੱਚ ਰੋੜੇ ਨਹੀ ਅਣਕਾਉਣਾ ਚਾਹੁੰਦੇ ਇਕ ਵਾਰੀ ਤੁਸੀ ਫਰਾਟੇਦਾਰ ਇੰਗਲਿਸ਼ ਬੋਲਣੀ ਸ਼ੁਰੂ ਕਰ ਦਿਓ, ਤਾਂ ਵਕਤ, ਲੋੜ ਤੇ ਮਾਹੌਲ ਦੇ ਹਿਸਾਬ ਨਾਲ ਸ਼ਬਦ ਚੁਣੋ ਤੇ ਉਨਾਂ ਨੂੰ ਸਹੀ ਪ੍ਰਨਾਂਸਿਏਸ਼ਨ ਕਰਣ ਦੀ ਕੋਸ਼ਿਸ ਕਰੋ

ਅਭਿਆਸ ਤੇ ਰੋਲ-ਪਲੇ ਲਈ ਅਪਣੇ ਯਾਰਾਂ ਦੋਸਤਾਂ ਦੀ ਮਦਦ ਲੋ ਤੇ ਜਦ ਤੱਕ ਤੁਸੀ ਪੂਰੀ ਤਰਾਂ ਪਰਫੇਕਟ ਨਾ ਹੋ ਜਾਓ ਅਭਿਆਸ ਕਰਦੇ ਹਰੋ ਥੋੜੇ ਸਮੇਂ ਬਾਅਦ ਅਪਣੇ ਅਪਣੇ ਰੋਲ ਬਦਲ ਲੋ ਤੇ ਇਕ ਵਾਰ ਫੇਰ ਰੋਲ-ਪਲੇ ਕਰੋ